சுரேஷ்குமார இந்திரஜித் சிறுகதைகள்
[1981-2020]

சுரேஷ்குமார இந்திரஜித் சிறுகதைகள் [1981–2020]

சுரேஷ்குமார இந்திரஜித் (பி. 1953)

இயற்பெயர் என்.ஆர். சுரேஷ்குமார். பிறந்த ஊர் ராமேஸ்வரம். படித்ததும் வளர்ந்ததும் பணிபுரிந்ததும் வாழ்வதும் மதுரையில். மதுரை மாவட்ட வருவாய்த்துறையில் சிரஸ்தாராகப் பணிபுரிந்து 2011இல் ஓய்வுபெற்றார். இவருடைய இலக்கியப் பணிக்காக 2020ஆம் ஆண்டுக்கான விஷ்ணுபுரம் விருது வழங்கப்பட்டது.

தொடர்புக்கு: sureshkumaraindrajith@gmail.com

ஆசிரியரின் பிற நூல்கள்

- அலையும் சிறகுகள் (1982), மறைந்து திரியும் கிழவன் (1993) – இவ்விரு தொகுப்புகளில் உள்ள கதைகள் மாபெரும் சூதாட்டம் தொகுப்பில் இணைந்துள்ளன.
- மாபெரும் சூதாட்டம் (2005)
- அவரவர் வழி (2009)
- நானும் ஒருவன் (2012)
- நடன மங்கை (2013)
- இடப்பக்க மூக்குத்தி (2017)
- பின் நவீனத்துவவாதியின் மனைவி (2018) கிளாசிக் சிறுகதைகள்
- கடலும் வண்ணத்துப்பூச்சிகளும் (2019) நாவல்
- அம்பிகாவும் எட்வர்ட் ஜென்னரும் (2020) நாவல்
- ஒரு பாடகி ஒரு மாயப்பிறவி (2021) நாவல்
- நான் லலிதா பேசுகிறேன் (2022) நாவல்
- தாரிணியின் சொற்கள் (2022) குறுங்கதைகள்

தொகுப்பு

- டெர்லின் ஷர்ட்டும் எட்டு முழ வேட்டியும் அணிந்த மனிதர் – ஜி. நாகராஜன் (1993) கிளாசிக் சிறுகதைகள்

சுரேஷ்குமார இந்திரஜித்
சிறுகதைகள்
(1981–2020)

காலச்சுவடு பதிப்பகம்

அன்பார்ந்த வாசகருக்கு,

வணக்கம்.

காலச்சுவடு நூலை வாங்கியமைக்கு நன்றி.

நூலின் உள்ளடக்கம், உருவாக்கம், அட்டைப்படம் இன்ன பிற அம்சங்கள் பற்றிய உங்கள் கருத்துகளையும் ஆலோசனைகளையும் காலச்சுவடு வரவேற்கிறது. தகவல், எழுத்து, வாக்கியப் பிழைகள் தென்பட்டால் கட்டாயம் தெரிவித்து உதவுங்கள். நூல் தயாரிப்பில் கடும் குறைபாடு இருப்பின் மாற்றுப் பிரதி உங்களுக்குக் கிடைக்கக் காலச்சுவடு ஏற்பாடு செய்யும்.

மின்னஞ்சல்: publisher@kalachuvadu.com

காலச்சுவடு நாகர்கோவில் தலைமையகத்துக்கும் கடிதம் அனுப்பலாம்.

தங்கள்
எஸ். ஆர். சுந்தரம் (கண்ணன்)
பதிப்பாளர் – நிர்வாக இயக்குநர்

சுரேஷ்குமார இந்திரஜித் சிறுகதைகள் (1981–2020) ♦ ஆசிரியர்: சுரேஷ்குமார இந்திரஜித் ♦ © சுரேஷ்குமார இந்திரஜித் ♦ முதல் பதிப்பு: டிசம்பர் 2022 ♦ வெளியீடு: காலச்சுவடு, 669, கே. பி. சாலை, நாகர்கோவில் 629001

காலச்சுவடு பதிப்பக வெளியீடு: 1130

sureeshkumaara intirajit ciRukataikaL (1981–2020)♦Short Stories♦Author: Sureshkumara Indrajith♦©Sureshkumara Indrajith♦ Language: Tamil♦First Edition: December 2022 ♦ Size: Demy 1x8 ♦ Paper: 18. 6 kg maplitho♦ Pages: 656

Published by Kalachuvadu, 669, K. P. Road, Nagercoil 629001, India ♦ Phone: 91-4652-278525 ♦ e-mail: publications@kalachuvadu.com ♦ Printed at Adyar Students xerox Pvt. Ltd., No. 275 Habibullah Road, Triplicane high Road, Opp Triplicane Post Office, Triplicane, Chennai 600005

ISBN: 978-93-5523-248-9

தந்தை – ராமநாதன்
தாய் – காந்திமதி
மாமா – தேவராஜன்
அண்ணன் – ஜெயவேலு
அக்கா – சுலோசனா
அண்ணி – சாந்தகுமாரி
தங்கை – உஷா
மனைவி – மல்லிகா
மகள்கள் – அபிநயா, ஸ்ரீ ஜனனி
ஆகியோருக்கு

நன்றி

இந்த முழுத்தொகுப்பை வெளியிடும் காலச்சுவடு பதிப்பாளர் நண்பர் கண்ணன், காலச்சுவடு பதிப்பகப் பொறுப்பாளர் நண்பர் அரவிந்தன், அருமையான முன்னுரையை அளித்துள்ள நண்பர் யுவன் சந்திரசேகர், மெய்ப்புப் பார்த்து உதவிய நண்பர் சிவராமன், நண்பர்கள் தேவேந்திர பூபதி, சுனில் கிருஷ்ணன், ந.ஜயபாஸ்கரன், என் எழுத்துகளைத் தட்டச்சு செய்து ஆலோசனைகளும் தரும் நண்பர் ஸ்ரீநிவாச கோபாலன், என் சிறுகதைகளைப் பிரசுரித்த பத்திரிகை ஆசிரியர்கள், இணையதளப் பத்திரிகை ஆசிரியர்கள், சிறுகதைத் தொகுப்புகளை வெளியிட்ட பதிப்பாளர்கள் ஆகியோருக்கு என் நன்றி.

சுரேஷ்குமார இந்திரஜித்

பொருளடக்கம்

முன்னுரை: இருளின் பிரகாசம்   13

1. தொகுப்பில் இடம்பெறாத கதைகள்
    ஒரு பெண் ஒரு சிறுவன்   35
    பிரபல நடிகை   59

2. இடப்பக்க மூக்குத்தி
    உருமாற்றமும் சாமியாரும்   67
    காமத்தின் வாள்   73
    மாயப்பெண்   80
    ரகசிய வார்த்தை   86
    வழி மறைத்திருக்குதே   92
    ஆங்கிலப் புத்தகம் படிக்கும் பெண்   97
    மல்லிகைச் சரம்   103
    இடப்பக்க மூக்குத்தி   110
    சிலந்தி வலை   117
    முற்றுப்புள்ளி   124
    யாரோ இவள் யாரோ   133
    தோழிகள்   140

3. நடன மங்கை
    சொப்பன வாழ்வில் மகிழ்ந்து...   149
    வீடு திரும்புதல்   157
    எழுத்தாளன், நடிகை, காரைக்காலம்மையார்   164
    கோவில் பிரகாரம்   172
    கால்பந்தும் அவளும்   180

அம்மாவின் சாயல்	187
கணவன் மனைவி	197
புன்னகை	203
கலந்துரையாடல்	211
நடன மங்கை	221

4. நானும் ஒருவன்

மினுங்கும் கண்கள்	231
அந்த மனிதர்கள்	239
மனைவிகள்	247
கணியன் பூங்குன்றனார்	256
பின்னவீனத்துவவாதியின் மனைவி	265
மட்டாஞ்சேரி ஸ்ரீதரன்மேனன்	274
மூன்று பெண்கள்	283
ஒரு திருமணம்	292
நானும் ஒருவன்	303
உறையிட்ட கத்தி	314
ரெட்டைக் கொலை	321
அப்பத்தா	328

5. அவரவர் வழி

அழியாத சித்திரங்கள்	337
நிகழ்காலமும் இறந்தகாலமும்	346
பங்குப் பணம்	355
புதுவிதமான செடிகளும் வர்ணப் பூக்களும்	364
புதிர் வழிப் பயணம்	377
மாய யதார்த்தம்	384
ஒரு காதல் கதை	390
மர்மக் கதை	397
ஒரு காரும் ஐந்து நபர்களும்	404
அவரவர் வழி	410

6. மாபெரும் சூதாட்டம்

ஓர் இடத்திற்குப் பல வரைபடங்கள்	
ஒரு காலத்திற்குப் பல சரித்திரங்கள்	417

திருமண வரவேற்பு	430
நள்ளிரவில் சூரியன்	433
புனைவுகளின் உரையாடல்	439
வெற்றுப் படுகள்	444
மாபெரும் சூதாட்டம்	455
காலத்தின் அலமாரி	461
பீஹாரும் ஜாக்குலினும்	478
அந்த முகம்	485
சுழலும் மின்விசிறி	490
கடந்துகொண்டிருக்கும் தொலைவு	494
உயிருள்ள பிணம்	498

7. மறைந்து திரியும் கிழவன்

சிறுமியும் வண்ணத்துப்பூச்சிகளும்	505
சந்திக்கும் இரு உலகங்கள்	509
பறக்கும் திருடனுக்குள்...	513
மறைந்து திரியும் கிழவன்	518
கமூரி ரிடாகாவின் பேட்டி	524
அறிக்கை	530
எலும்புக்கூடுகள்	537
சந்திப்பு	545
உறவு	550
காத்திருந்தவன்	554
சரித்திரம்	558
திரை	563
பிம்பங்கள்	568
விரித்த கூந்தல்	573
பிரம்மாண்டம்	577
வெளியேயுள்ள மனிதன்	580
பயணம்	583
இருள்	588

8. அலையும் சிறகுகள்

கனவு	593
மரங்கள்	596
ஆகிருதி	600
தொடர்பு	604
அலங்கோலம்	608
பூமி	612
இடைவெளி	617
இன்னொரு ஸ்திதி	623
அலையும் சிறகுகள்	629
பின்னிணைப்பு	
ஆசிரியரின் நூல் முன்னுரைகள்	637

முன்னுரை

இருளின் பிரகாசம்

1

அறிவியல் நிர்மாணிக்கும் உலகம் பருண்மை யானது. தொட்டுணரக்கூடியது. தர்க்கபூர்வ நிரூபணங்கள் கொண்டது. நிரூபணங்களாக நிறுவப்படக்கூடியவற்றை மட்டுமே நம்ப வேண்டும் என்று வலியுறுத்துவது. மாற்றுத் தர்க்கங்களை அவநம்பிக்கையோடு அணுகுவது. மறுபுறம், ஆன்மவியலும் மீமெய்யியலும் வனைந்து அளிக்கும் உலகமோ புகைமூட்டமானது. பொது அனுபவத்தின் நிபந்தனைகளுக்குள் உள்ளடங்க மறுப்பது. பொது அனுபவம் என்ற ஒன்றே இல்லை; தனிமனித அனுபவப் பரப்பு மட்டுமே உண்டு என்று வாதிடுவது; இந்த வாதத்தை மட்டுமே பரிந்துரைப்பது.

என்றாலும், தம்மளவில் அவை ஒன்றுக்கொன்று எதிரானவை என்று கொள்ள வேண்டியதில்லை. உண்மையில், இரண்டு வெவ்வேறு தர்க்க முறைகள் அவை. ஒன்றை வைத்து இன்னொன்றை அளவிடுவது சாத்தியமேயில்லை.

புனைவு கட்டியெழுப்பும் உலகம், மேற்சொன்ன இரண்டு வகைச் சிந்தனாமுறைகளையும் ஒருங்கே தனக்குள் கொண்டது. பருவுலகத்தின் அலகுகளில் காலையூன்றியே அதன் வரையறைகளைத் தாண்ட முயல்வது புனைவுலகு.

ஆனாலும், ஒரு அர்த்தத்தில், மேற்சொன்ன இரண்டாவது வகையின் குணவியல்புகளைப் பெருமளவில் கொண்டது புனைவுலகம். சொற்களில் மட்டுமே நிலைபெற்றாக வேண்டிய நிர்ப்பந்தம் கொண்டது அது. சொற்கள் கோக்கப்படும் விதத்திலேயே, வாசிக்கும் ஒவ்வொருவரும் அவரவருக்கான அர்த்தத்தைக் கட்டமைத்துக்கொள்ளும் சுதந்திரமும் விட்டேற்றித் தன்மையும் கொண்டது. அதாவது, தனிமனித அனுபவத்தைப் பொறுத்தே தனது அர்த்தப்புலத்தை உருவாக்கிக்கொள்வது.

யதார்த்தவாத எழுத்து ஒரு வகையில் அறிவியல்பூர்வ மானது என்றே சொல்லலாம். பருவுலகையும் அதனுள் நிலவும் சமூக அடுக்குகளையும், எழுதப்படாத பொது ஒப்பந்தத்தை ஒட்டியோ வெட்டியோ நிறுவுவது.

யதார்த்தத்தை மீறிய பிற புனைவுகளை, ஒரு வசதி கருதி, 'மாற்று எழுத்து' என்று வகைப்படுத்தலாம். இவை தாம் உத்தேசிக்கும் நூதனத்தை நிர்மாணிப்பவை மட்டுமல்ல; யதார்த்தவாத எழுத்தின் மேற்சொன்ன நிலைப்பாட்டைக் கேள்விக்குள்ளாக்கவும் செய்பவை. எனவே, அதீதப் புனைவோ, மாய யதார்த்தமோ வெறும் இலக்கிய வகைமைகள் மட்டுமே என்று கொள்வதற்கில்லை – வாழ்நிலையை வேறொரு கோணத்தில் காட்டுவது மட்டுமே அவற்றின் நோக்கம் என்பதும் இல்லை.

ஒன்றின்மீது ஒன்றாகப் படிந்திருக்கிற, நேர்ப்பார்வைக்கு உடனடியாய்ப் புலப்படாத, ஒன்றுக்கு மேற்பட்ட உலகங்களை ஒரே சமயத்தில் காட்ட முற்படும் முயற்சி அது. துலக்கமான, நேர்த்தியான உருவப் படத்துக்கும் கலைடாஸ்கோப் காட்டும் தன்னிச்சையான சித்திர வடிவத்துக்கும் உள்ள வித்தியாசம் கொண்டது. ஒரே சமயத்தில் பல இழைகளில் வாழ்க்கை நடப்பதான காட்சியை அளிப்பது. நடைமுறைப் பார்வைக்குத் தென்படும் உலகம் என்பதே ஒரு நம்பிக்கையின்பாற்பட்ட தோற்றம் மட்டுமே என்று சுட்ட முற்படும் மாற்றுக் கோணம் கொண்டது. முதல்பார்வைக்குத் தென்படும் உலகாயதத்தைக் கீறி அதன் உள்ளுறை மர்மங்களை வெளிக்கொணர முயல்வது. அதன் காரணமாகவே, விவாதத்துக்குரியதாகவும் புதிரானதாக வும் சுவாரசியமானதாகவும் ஒரே நேரத்தில் இலங்குவது.

சுண்டிவிட்ட நாணயத்தின் தலை விழுந்த பக்கத்தில் இருக்கும் நடைமுறை உலகத்தையும்; நாணயத்தின் அடியில் குறுகிக் கிடக்கும், பூ விழுந்த மறுபக்கத்தில் உள்ள யூகஉலகத்தையும் ஒருங்கே காட்டுவது. மற்றைய உலகத்தை

'இணை உலகம்' என்பதா, 'மாற்று உலகம்' என்பதா என்று கேட்பதெல்லாம் வெறும் பெயர்க் குழப்பம் மட்டுமே. இரண்டு அடையாளங்களின் கீழும், ஒரு சாமானிய மனத்துக்குள் நிலவும் செயலறுநிலையின்மீது கவனத்தைக் குவிக்கவே கலை முயலும்.

இதை நினைவுகொள்ளாமல், ஒரு சம்பவம் நிகழ்ந்ததன் 'காரணத்தைச் சொல்; தீர்வைச் சொல்' என்று எழுத்தாளனை வற்புறுத்துகிறது பொதுச் சமூகம். தேர்ந்த ஓவியன், அல்லது, பாரபட்சமற்ற கோணத்தில் படம்பிடித்துக் காட்டும் புகைப்படக் கலைஞனுக்கு நிகரான பணியை மட்டுமே படைப்பிலக்கியம் செய்தால் போதும். அவரவருக்கு வேண்டியதைக் காட்டும் மாயப் பளிங்கு போன்று செயல்படுவதும், நிகழ்வின் சகல பரிமாணங்களும் உக்கிரமும் தெரியும்விதமாகப் பதிவுசெய்வதும் மட்டுமே போதுமானது.

நிகழ்வுக்கும் புனைவுக்கும், நனவுக்கும் கனவுக்கும் இடையிலான கோடு அத்தனை அழுத்தமானதோ அறுதியானதோ அல்ல என்று அனுபவபூர்வமாக உணரவைப்பதே சுரேஷ்குமார இந்திரஜித்தின் கதைகளுக்கு வசீகரம் சேர்க்கும் பிரதான அம்சம்.

2

பொது வாசகனாக இருந்த நான், சிறுபத்திரிகைகள் அறிமுகமானதன் காரணமாக, நவீன இலக்கிய வாசகனாக உருவெடுத்த ஆரம்ப நாட்களிலேயே 'சுரேஷ்குமார இந்திரஜித்' என்ற பெயர் பரிச்சயமானது. வணிகப் பத்திரிகைகளின் புலத்தில் எண்ணற்ற நவீன இலக்கியாசிரியர்களின் பெயர்கள் சரளமாகப் புழங்கத் தொடங்கிவிட்ட இந்தக் காலகட்டத்திலும், பெரும் பத்திரிகைகளில் பரவலாகக் காணப்படாத பெயராக இருக்கிறது என்பது, அவருடைய சமரசமற்ற எழுத்துக்கு ஒரு சான்று என்றே கருதுகிறேன். மரபான யதார்த்தவாதக் கதைசொல்லலின் சகாப்தத்தை, முறைப்படி முடித்துவைத்த முன்னோடிகளில் ஒருவர் சுரேஷ்குமார இந்திரஜித்.

இரண்டாவது வெளியீட்டில் நூறு நாள் தாண்டி ஓடும் திரைப்படம்போல, சுரேஷ்குமார இந்திரஜித்தின் கதைகள் சமகால வாசகர்களிடம் பெற்றிருக்கும் சிறப்புக் கவனம், அவருடைய கதைகளில் விவரிக்கப்படும் நிகழ்வுகள்போலவே மாயத்தன்மை கொண்டதாகப் படுகிறது! என்போன்ற அவரது வாசகனுக்குப் பெரும் மகிழ்ச்சி தருவதாக இருக்கிறது.

உடனடி வாசிப்புக்கு அல்லது மேலோட்டமான வாசிப்புக்கு வசப்படக்கூடிய எழுத்து அல்ல இவருடையது. இந்த வசதியை மறுப்பவை சில அம்சங்கள். முதலாவது, உணர்ச்சி கலக்காத மொழிநடை. கண்ணாடிச் சுவருக்கு மறுபுறம் நடப்பவற்றை விவரிக்கும் தொனி நிரம்பியிருப்பது. நிகழ்வை அப்பட்டமாக விவரிப்பதைத் தவிர, சார்புநிலை என்று எதையும் மேற்கொள்ளாத விவரணை.

அலங்காரமான வாக்கியங்களும், பிரவாகமெடுக்கும் உவமைகளும் உருவகங்களும் பாவனைகளும் கொண்ட எழுத்துநடைக்குப் பழகிய பொது வாசக மனமாகட்டும், நவீன இலக்கியத்தின் தீவிரத்தன்மைக்குப் பழகிய மனமாகட்டும், சுரேஷ்குமாரின் கதைகளுக்குள் நுழைவதற்கு சற்றுச் சிரமப்படத்தான் செய்யும். எளிய, நேரடியான மொழியில் எழுதப்பட்ட, முழுக்கத் திறந்திருக்கும் கதைகளை, இறுக்கமாக மூடியிருப்பவை என உணர்வதற்கும் வாய்ப்புண்டு.

இரண்டாவது அம்சமும், மேற்சொன்னதை ஒட்டியதேதான். எந்த அனுபவத்தையும் சொந்தம் கொண்டாடாத விலகல் தொனியின் காரணமாக, முழுக்கத் திறந்திருப்பதுபோலத் தோற்றம் காட்டும் நிகழ்கணம், மர்மம் நிரம்பியதாக மாறிவிடுகிறது. இதற்கு அனுசரணையான சுழல் மொழி.

சுரேஷ்குமார இந்திரஜித்தின் கதைகளுடைய பொதுத்தன்மையாக இன்னொரு அம்சம் இருக்கிறது. இந்தக் கதைகளில் இடம்பெறும் கதைசொல்லி, நிகழ்வில் பங்கெடுக்காதவன். தான் வெறும் பார்வையாளன் என்ற அளவிலேயே விவரித்துச் செல்கிறவன்; அதன் காரணமாகவே, உணர்ச்சித் ததும்பல் இல்லாதவன். பொதுச் சமூகம் சுலபமாகத் திகைப்புறும் தருணங்களை, 'இதில் என்ன ஆச்சரியம் இருக்கிறது!' என்பது போன்ற சகஜமான தொனியில் எடுத்துச் சொல்கிறவன்.

முந்தின வாக்கியத்தில் 'சொல்கிறவன்' என்ற சொல்லை மறுபரிசீலனை செய்யத் தோன்றுகிறது – 'நிகழ்த்துகிறவன்' என்ற சொல் இன்னும் பொருத்தமாய் இருக்கும். ஆமாம், அவருடைய கதைகள் தாம் உத்தேசிக்கிறவற்றை காட்சிகளின் வழியாக நிகழ்த்திக் காட்டுகிறவை. உணர்ச்சிகளின் வழியாகவோ, கதாசிரியரின் பாரபட்சம் வழியாகவோ அடுக்கிச் செல்வதில்லை; வாசகரின் யூகத்தில் முழுமையானக் காட்சியாய் விரியும் அளவுக்கு மட்டும் விவரிக்கப்படும் பிம்பத் தொடராக உருவாகிறவை. தன்னளவில் குறிப்பான பொருளெதையும் முன்வைக்காத பிம்ப வரிசை.

மூன்றாவதாக, சுரேஷ்குமாரின் கதைகள் அறிமுகப்படுத்தும் நூதனமான நிசப்தம். அதுகாறும் நவீனயுகச் சிறுகதை நிர்மாணித்து வழங்கிய மௌனத்தின் அடர்த்தியிலிருந்து பெரிதும் மாறுபட்ட மௌனம் ஒன்றை நிறுவிக் காட்டுகிறார் இவர். சொல்லப்பட்ட கதையின் ஓரிரு வரிகளில், மேலோட்டமாகச் சொல்லப்படுகிற, ஆனால் ஆழம் மிக்க, சொல்லப்படாத கதைகள் இருக்கின்றன. அவற்றைத் தேடிக் கண்டுபிடிக்கும் மாபெரும் பொறுப்பு அல்லது அளவற்ற இன்பம் வாசகரைச் சார்ந்தது!

தமிழில் முன்னர் எழுதப்பட்ட கதைகளிலும், மௌனம், அமைதி என்றெல்லாம் அழைக்கப்பட்ட, அடங்கிய தன்மை இருக்கவே செய்தது. ஆனால், சுரேஷ்குமாரின் கதைகளில் நிலவும் மௌனம், மிகவும் ரகசியபூர்வமானது. சற்றே கவனம் குறைந்தாலும், இந்தக் கதைகளுக்குள் பொதிந்திருக்கும் உள் அடுக்குகளைத் தவறவிடுவதற்கு வாய்ப்புண்டு.

> ‘கதம்பவனம் இறப்பதற்கு இரு நாட்களுக்கு முன் ஆற்றங்கரையான் வரச்சொன்னதாக ஜான் தெரிவித்ததன் பேரில் அவன், அவரைப் பார்த்திருந்தான்.’ (‘வெற்றுப் படகுகள்’)

இந்தப் பத்தியின் ஆரம்பத்தில், ‘தூக்கில் தொங்கிக்கொண்டிருந்த கதம்பவனத்தை இறக்கித் தரையில் கிடத்தியிருந்தார்கள்.’ மேற்சொன்ன மூன்றே வரிகளில், இன்னொரு முழுக்கதை ஒளிந்திருக்கிறது.

‘பறக்கும் திருடனுக்குள்’ கதையின் அபூர்வ நிசப்தத்தையும் உதாரணமாகச் சொல்லலாம். ‘வேன் ரப்பர்போல வளைந்து செல்வது’ம், அதே பத்தியின் இறுதியில் ‘எதிர் வாயிற்படியில் அமர்ந்திருக்கும் பெண் நெளிந்து தெரிவது’ம் விடுக்கும் புதிரை, கதைசொல்லி கஞ்சா புகைப்பவன் என்ற தகவல்மூலமாக வாசகர் தாமே விடுவித்துக்கொள்ள வேண்டும்.

மாயத்திலிருந்து நிஜத்துக்கும், நிஜத்திலிருந்து மாயத்துக்கும் சதா இடம்பெயர்ந்துகொண்டே இருக்கும் கதைகள் இவை. மரபான சிறுகதை உருவத்தை ஒருபோதும் கைக்கொள்ளாதவை. புதுவகை எழுத்துகளைப் பற்றிய கோட்பாட்டுப் பேச்சுகள் தமிழ்ச் சுழலில் வேகமெடுப்பதற்கு முன்பே இவருடைய அநேகக் கதைகள் எழுதப்பட்டிருக்கின்றன என்பதும் கவனத்துக்குரிய விஷயம்.

‘திருமண வரவேற்பு’ கதையின் நிகழ்வுகள் கடைசியிலிருந்து ஆரம்பம் நோக்கி வரிசை கோப்பவை. ஆமாம், தலைகீழாக

அடுக்கப்பட்ட கதை! பயிற்சியற்ற வாசக மனத்துக்குத் திகைப்பையே ஏற்படுத்தும். 'அறிக்கை' கதை திரைக்கதைபோல நகர்ந்துகொண்டே சென்று, தினத்தாள் அறிக்கையில் முடிகிறது.

செவ்வியல் மற்றும் நவீனத்துவத்தின் தமிழ் முன்னுதாரணங்களை அநாயாசமாகத் தாண்டிச் செல்லும் நூதனமான கதையுருவங்கள். பேட்டிகள், செய்தி நறுக்குகள், வரலாற்றுக் குறிப்புகள் என, மரபான சிறுகதை உருவத்திலிருந்து வெகுவாக வேறுபட்டிருக்கும் கதைப்பாணி, வாசகரின் அதிகபட்ச கவனக் குவிப்பைக் கோருவது.

சுரேஷ்குமார இந்திரஜித் கதைகளின் இன்னொரு சிறப்பம்சம், அலங்காரமற்ற சொற்பிரயோகங்களின் வழியாகவே, கவிதையின் ரகசியத் தாழ்வாரத்தில் நுழைய முயல்வது. நிகழ்வுகளைச் சுயேச்சையான காட்சிப் படிமங்களாக மாற்றிப் பதியவைப்பதைக் கவிதையின் அடிப்படைக் குணாம்சங்களில் ஒன்றாகச் சொல்லலாம்.

> 'ஆனந்தம் வாயைத் திறக்க, சந்தேகம் அதன் வயிற்றுக்குள் சென்று அமர்ந்துகொண்டது.'
>
> 'வீடு அளவுக்கு அவள் வளர்ந்து வீட்டின் தோள்மீது கைபோட்டு நின்றாள். வீடு வெட்கத்தில் சிரித்துக்கொண்டிருந்தது.' ('சுழலும் மின்விசிறி')

கவிதார்த்தமான காட்சிகள் மாத்திரமின்றி, வாசக மனத்தில் கனமாகவும் கூர்மையாகவும் இறங்கும் வல்லமைகொண்ட துல்லியமான படிமங்களும் சுரேஷ்குமார இந்திரஜித் கதைகளில் பரவலாகக் காணக் கிடைக்கின்றன. 'விரித்த கூந்த'லில் அருவியில் குளித்துவிட்டு, கூந்தலை விரித்துப் போட்டபடி திரும்பி வரும் பெண்கள்; சிதிலமடைந்த கட்டடத்தின் உட்புறத்தில் காணக் கிடைக்கும் 'மறைந்து திரியும் கிழவன்' என்பது போன்ற காட்சிகள் வலுவானவை; அழுத்தமானவை. அவை இடம்பெறும் கதைகளுக்கு வெளியிலும் உயிரோட்டத்துடன் இலங்குகிறவை.

'படிமங்களால் பின்னப்படும் கதைகள்' என்ற ஒரு அம்சம் மட்டுமே வாசக மனத்தில் மௌனியுடனான ஒப்புமையை உருவாக்குகிறதோ என்னவோ. ஆனால், அதிலும் ஒரு வேறுபாடு இருக்கிறது – மௌனி நிர்மாணிக்கும் படிமங்கள் தம்மளவில் உறுதியானவை என்றாலும், வாசிக்கும் மனத்தின் அமைப்பைப் பொறுத்துப் புகைச்சுருள்களாகவும் தென்படுகிறவை. காரணம், அவை மானசீகத்தை விட்டு ஒருபோதும் தரையிறங்குவதில்லை.

சுரேஷ்குமார் உருவாக்கும் படிமங்கள் நடைமுறைக் காட்சியின் பலம் கொண்டவை. வாசிக்கும் எவருக்கும் தத்ரூபமாகத் தென்பட்டுவிடும் வல்லமை கொண்டவை.

சுரேஷ்குமார இந்திரஜித்தின் எழுத்தை எனக்கு அறிமுகப் படுத்திய நண்பர் சொன்னார்:

ஜி. நாகராஜனுடைய உலகத்தை, மௌனியின் மொழியில் எழுதிப் பாக்குறவருங்க இவரு.

முதல்தடவை கேட்டபோது, அது சரி என்றே பட்டது. எனது பிஞ்சுப் பருவம் அது. அப்போதைய வாசிப்பின் போதாமையும், கருத்துரைத்த நண்பரின் மதிப்பீடுமீதான நம்பிக்கையும் காரணம். ஆனால், சுரேஷ்குமார் கதைகளைத் தொடர்ந்து வாசித்து வந்தபோது, மேற்சொன்ன கூற்று சரியல்ல என்று உறுதியாகத் தோன்றத் தொடங்கியது. அதிலும், எனது அபிமானக் கதையான 'எலும்புக்கூடுகள்' கதை ஜி. நாகராஜனின் படைப்புலகுக்குள் ஒருபோதும் நிகழ்வதற்கில்லை. மௌனியின் படைப்புலகிலும்தான்.

தனது வாதத்துக்குச் சான்றாக நண்பர் எடுத்துக்காட்டிய வாக்கியங்களும் நினைவில் இருக்கின்றன. 'காத்திருந்தவன்' கதையில் இடம்பெற்றிருக்கும் காட்சிகள் இவை:

ரிக்ஷா கடந்தபோது கிடைத்த சந்திப்பு நேரத்தில் அவள், ராமைப் பார்த்துச் சிரித்தாள். அவன் மீண்டும் மீண்டும் நிற்க, ரிக்ஷா கடக்கும் சந்திப்பு நேரத்தில் மீண்டும் மீண்டும் சிரித்துச் சென்றுகொண்டிருந்தாள் . . .

சாலையில் அவள் எனத் தோற்றம் தந்து எவளோ ஒருத்தி ஏமாற்றினாள்.

சூத்திரம் போன்ற சிக்கன வாக்கியங்களில் விவரித்துவிடும் தொனியும், மொழியும், காட்சியின் முழுமையும் மௌனியை நினைவுபடுத்துவது இயல்பே. பெரும்போக்கான பார்வைக்குச் சுலபமாகத் தப்பிவிடும் நுண்தருணங்களைச் சொற்களில் பிடித்தடைக்க முயலும் யத்தனமும்தான்.

ஆனால், மௌனியின் பிரசித்திபெற்ற கதையான 'அழியாச்சுட'ரில் இடம்பெறும் ஒரு படிமம் நினைவுவருகிறது.

எதிரே லிங்கத்தைப் பார்த்தபோது, கீற்றுக்குமேலே, சந்தனப்பொட்டுடன் விபூதி அணிந்த அந்த விக்கிரகம், உருக்கொண்டு, புருவஞ்சுழித்துச் சினம் கொண்டது.

> தூணில் ஒன்றி நின்ற யாளியும் மிக மருண்டு, பயந்து, கோபித்து முகம் சுளித்தது. பின் கால்களில் எழுந்து நின்று பயமூட்டியது.

அவருடைய இன்னொரு படிமம்:

> வானில் அந்த நட்சத்திரங்களைத் தானே வாரி இறைத்தவன் போன்ற உரிமை உணர்ச்சியுடன் அவற்றைப் பிடுங்கி, கடலில் ஆழ்த்த எண்ணுவான். அந்தப் புதிய ஸ்தானத்தில் அவை எவ்வகையாகுமென்று சந்தேகம் கொண்டவன்போல அண்ணாந்து நோக்குவான். அவையும், அதே ஐயம் கொண்டு விழிப்பது போன்று அவனுக்குத் தோன்றும். ('பிரபஞ்ச கானம்')

மேற்சொன்ன இரண்டு படிமங்களுமே ஒரு விசேஷ மனத்தில் மட்டுமே உருவாகக்கூடிய குறளிகள். பொது மனத்தின் சாதாரண இயல்பில் உருவாகும் சாத்தியமற்றவை. சுரேஷ்குமார இந்திரஜித் உருவாக்கும் படிமங்கள், சாமானிய மனத்தில் தோன்றக்கூடிய பிரமைகள்; உருவெளித் தோற்றங்கள் மற்றும் பகற்கனவுகள். குறிப்பிட்ட கதாபாத்திரத்துக்கு மட்டுமல்லாமல், சம்பந்தப்பட்ட கதைக்கு வெளியிலும் தன்னிச்சையாக நிகழக்கூடியவை – யாருக்கும் நிகழக் கூடியவை.

ஆக, இருவருடைய எழுத்திலும் ஒருவிதச் சுழல்மொழி பயில்கிறது; பூடகத்தன்மை நிலவுகிறது என்பதைத் தவிர வேறு ஒப்புமைகளைப் பார்க்க முடிவதில்லை. தவிர, மௌனியின் கதைகள் நிலத்தில் நடப்பவை அல்ல; அவரது கதைமாந்தரேகூட நிலத்தில் நடப்பவர்களாகத் தோற்றமளிக்காதவர்கள். தென்படாதவர்கள்.

மௌனியுடனான ஒப்பீட்டை இந்த அளவிலேயே ஒருவர் நிராகரிக்க முடியும். சுரேஷ்குமாரின் படைப்புலகத்தைப் பற்றி யார் பேசினாலும், மௌனியின் பெயரும் தவறாமல் வந்துவிழுவதைப் பார்த்திருக்கிறேன். இதில் தென்படும் தர்க்கப்பிழையை விளக்கவே இவ்வளவும் சொல்ல நேர்கிறது.

சுரேஷ்குமார இந்திரஜித்தின் கதைமாந்தர் நிஜத்தில் உலவுகிறவர்கள். சக மனிதர்களோடு சகலத்தையும் பகிர்ந்து கொள்கிறவர்கள்; ஒரு நுட்பமான தருணத்தில் எதுவோ பிறழ்ந்து வேற்றுப் புலத்துக்குள் தவறி நுழைந்துவிடும் அபாக்கியசாலிகள். மீட்சியின் ரேகையே தட்டுப்படாத கையறுநிலைக்கு ஆட்படுகிறவர்கள்.

இவர் நிர்மாணிக்கும் உலகம் பெருமளவும் திரைமறைவில் திகழ்வது. இந்தக் கதைகளில் நேரிடும் மாயங்களும் மாயாதீதங் களும் முழுக்க மனம் சார்ந்தவை; அது விளைவிக்கும் குறளிகள் சார்ந்தவை. இவற்றில் அநேகமும் நடைமுறையாக நிகழ்வதற்கு வாய்ப்பே அற்றவை. ஆனாலும், நடைமுறை உலகத்தின் அலகுகளைவிட்டு அவை ஒருபோதும் விலகுவதில்லை.

சுரேஷ்குமார் கட்டியெழுப்பும் உலகம் இயல்பிலேயே விசித்திரம் கொண்ட மனிதர்களும் அவர்களுக்கிடையிலான நேரடி உறவுகளும் முறிவுகளும் நிராசையும் மண்டியது; ஓரிரு சமாசாரங்கள் நேராகிவிடும் பட்சத்தில், தற்போதிருக்கும் சிடுக்குகளும் இல்லாமலாகிவிட வாய்ப்புண்டு என்ற யதார்த்த வாதக் கதைகளின் பெரும்போக்கான நம்பிக்கையை முற்றாகச் சிதறடிப்பது. யதார்த்தவாதக் கதைகளின் பின்திரையாகச் செயல்படும் ஆதரிசவாதியை, சீர்திருத்தவாதியைக் கேள்வி கேட்பது. நிகழ்வுகளின் உற்பத்திஸ்தானத்திலேயே, ஒரு தவிர்க்கவியலாமையும் சேர்ந்தே பிறப்பெடுப்பதாக நிறுவ முற்படுவது.

தமிழின் நவீனத்துவக் கதைகளிலிருந்து சுரேஷ்குமாரின் கதைகள் மாறுபடும் இடம் இது. இன்றைய பார்வைக்கு இன்னொன்றும் தோன்றுகிறது – நவீனத்துவக் கதைகள் நடைமுறை சமூகத்தின் அகமுரண்களை முன்னிட்டு, அவற்றின்மீதான விமர்சனம், புகார்களைப் பதிவுசெய்வதில் கவனம் செலுத்தினாலும், உள்ளூர, ‘இவையெல்லாம் மாறி விட்டால் தேவலையே’ என்ற விழைவுபூர்வ சிந்தனை *(wishful thinking)*யைக் கடைப்பிடிப்பவை. ஜி. நாகராஜன் எழுதிய ‘குறத்தி முடுக்’கின் தங்கம்,

நடந்ததெல்லாம் நடக்காம இருந்திருக்கணுங்க.

என்று அங்கலாய்ப்பது நினைவுக்கு வருகிறது.

காரண–காரிய அமைப்பின் சட்டகம் தன்னளவிலேயே விந்தையானது. காரியம் பிரத்தியட்சமாகவும், காரணம் பூடகமாகவும் இலங்குவது. அதாவது, காரியம் என்ற விளைவு நேரடியாகவும் நடைமுறைப் புலன் அலகுகளுக்கு எளிதில் தட்டுப்படுவதாகவும் இருக்கிறது. காரணத்தைப் பொறுத்தவரை, அது எத்தனை துல்லியமானதாக இருந்தாலும், வெறும் அனுமானமே. சுரேஷ்குமாரின் கதைகள், காரியத்தைக் கச்சிதமாகவும் துலக்கமாகவும் விவரிப்பவை. ‘காரணம்’ என்று எதையுமே சுட்டாதவை. நவீன கதாசிரியன் தத்துவவாதி அல்லது உளவியலாளனின் பணியை அதேவிதமாகச் செய்வதில்லை –

மாறாக, ஒவ்வொரு வாசக மனத்தினுள்ளும் நிலைகொண் டிருக்கும் தத்துவ, உளவியல் பரிசீலனையைத் தூண்டிவிடும் வல்லமை கொண்டவன். சுரேஷ்குமார இந்திரஜித்தின் கதைகள் இதை வெற்றிகரமாகச் செய்கின்றன.

ஆமாம், சுரேஷ்குமாரின் கதைகளில் சுட்டுவிரல் மடங்கியே இருக்கிறது – 'யாரும் எதுவும் செய்வதற்கில்லை; நிகழ்காலம் தன்னளவிலேயே கைமீறிப் போய்விட்ட ஒன்று' என்பதைப் பூடகமாய்ச் சொல்கிறது.

3

சுரேஷ்குமாரின் கதைகளை நிகழ்த்தும் கதைசொல்லி, காட்சி களை மட்டுமே சித்தரித்துவிட்டு விலகிவிடும் பார்வையாளனின் மனோபாவம் கொண்டவன் என்று முன்னமே குறிப்பிட்டேன். அநேகக் கதைகளில் அங்கங்கே தென்படும் காட்சிப் படிமங்கள் வாசக மனத்தில் புதிரையும் சுவாரசியத்தையும் ஒரே சமயத்தில் விளைவிக்கின்றன.

குறிப்பிட்ட சந்தர்ப்பத்துக்கு என்றில்லாமல், தனியாகவே நின்று சுடரும் படிமங்கள் அநேகம் – கோவில் வெளிமதில் சுவரில் ஒன்றுக்கிருக்கும் சாமியார் ('பீஹாரும் ஜாக்குலினும்'); ஜாதகக் குறிப்புகளைப் பற்றி விவரித்துச் செல்லும் கதையில், 'கடற்கரையில் நிற்கும் பெண்' என்றொரு தனிப் படிமம் ('மாபெரும் சூதாட்டம்'); கதைசொல்லியின் மனநிலையை, பட்டுக்கொள்ளாமல் சுட்டும் 'கயிறறுந்து வானில் மிதக்கும் பலூன்' ('நள்ளிரவில் சூரியன்') என்று, வெளிப்படையாய்த் தெரியும் படிமங்கள் இவை என்றால், 'மாபெரும் சூதாட்டம்' என்ற ஒட்டுமொத்தக் கதையுமே, உலகாயத வாழ்வின் குறியீடாகச் சீட்டாட்டத்தைப் பொருத்திக் காட்டும் பெரும் படிமம்.

முன்னமே குறிப்பிட்ட 'எலும்புக் கூடுகள்', 'விரித்த கூந்தல்' இரண்டும் வெவ்வேறு களங்களில், வெவ்வேறு நோக்கத்தை முன்னிட்டு நிகழ்த்தப்படுகிறவை. ஆனாலும், அவையிரண்டிலும் விவரிப்பின் தன்மை ஒரேமாதிரியாய் இருக்கிறது – துல்லியமான காட்சிப்படுத்தல், வறண்ட வாக்கியங்களின் வழியாய்க் குறிப்புணர்த்தப்படும் பற்றின்மை, குறிப்பிட்ட நிகழ்வுக்கு யாரும் பொறுப்பேற்க முடியாது போகும் கையறுநிலை என.

'விரித்த கூந்தல்' என்ற திறந்த படிமம் பாஞ்சாலி, கண்ணகி என்று புராணிக விரிவு கொள்வது மட்டுமல்ல; அன்றாடச் செய்திகளில் தீரமும் வன்மமும் பெருகியவளாகத்

தெரியவரும் மாதரசி ஒவ்வொருத்திக்கும், செய்தி மதிப்பற்று அன்றாடத்தின் பகுதியாய்க் கடந்து செல்லும் ஒவ்வொரு பெண்ணுக்கும் குறியீடாகிறது. 'எலும்புக் கூடுக'ளில் தோண்டி யெடுக்கப்படும் எலும்புக் கூடுகள், சர்வாதிகாரத்தின் கீழ் தமக்கான வார்த்தைகளை இழந்து நடமாடும் பிரஜைகள் ஒவ்வொருவரையும் எலும்புக்கூடாக மாற்றிக்காட்டும் தீவிரமான படிமம். சித்தம் பிறழ்கிறதோ இல்லையோ, அவரவர் வார்த்தைகளை அவரவரும் விழுங்கித்தான் உயிர்தரித்தாக வேண்டும் என்ற உபரிச் செய்தி மறைந்திருக்கும் கதை அது.

'மறைந்து திரியும் கிழவன்' கதையின் பிரதான பாத்திர மான கிழவன் காந்தியா, ஜிட்டு கிருஷ்ணமூர்த்தியா அல்லது இதே வரிசையில் வரக்கூடிய வேறு பல ஆளுமைகளின் தோராயத் தொகுப்பா என்று, அந்தக் கதை வெளிவந்த காலத்தில் நண்பர்களுக்குள் நடந்த விவாதம் நினைவு வருகிறது! ஆரம்பநிலை வாசகனாக எனக்குக் குழப்பத்தையும் ஆச்சரியத்தையும் தந்த விவாதம் அது. 'மறைந்து திரியும் கிழவன்' ஆங்கிலேயர் காலத்திய, ஆயுதப் போராட்டத்தில் நம்பிக்கை கொண்டிருந்த தேசபக்தனாயிற்றே, அஹிம்சாவாதியான அரசியல் தலைவருக்கு நேரடியான குறியீடாக அவன் எப்படி ஆக முடியும் என்பதே குழப்பத்தின் காரணம்.

விவாதத்தில் இடையிட்ட மூத்த படைப்பாளி, 'நிகழ்காலத்தின் எந்த அம்சத்தையும் செரித்துக்கொள்ள முடியாத, கடந்த காலத்தின் குறியீடு என்றும் அந்தக் கிழவனைச் சொல்ல லாமே!' என்றார். ஆச்சரியத்தை உருவாக்கியது இதுதான்; குறிப்பிட்ட கதையின் எல்லைகளைத் தாண்டி ஒரு படிமம் விரியக் கூடும் என்பது.

ஆம், மனித மனத்தின் அடியாழங்களைப் பேசும் கதைகள் தாம் எழுதப்பட்ட காலத்தோடு முடங்கிவிடுவதில்லை – அவை தி. ஜானகிராமனின் கதைகள்போல நன்மனத்தின் கசிவுகளைப் பேசினாலும், ஜி. நாகராஜன் கதைகளைப்போல மனிதமனக் கீழ்மையின் கசடைப் பேசினாலும். தன்னியல்பாக, கதையின் மையத்துக்கு அப்பாற்பட்ட நுண்கணங்களை கூரிய வாசகப் பார்வைக்கு வழங்கியவாறிருப்பவை சுரேஷ்குமார இந்திரஜித்தின் கதைகள்.

மனித மனத்தின் மேன்மையை, மகோன்னதங்களை வலியுறுத்தும் செவ்வியல் மரபும்; புகாரும் குமைச்சலும் ஆற்றாமையும் மண்டிய, உருவக் கச்சிதத்தை வெகுவாக நம்புகிற, தான் சொல்வதை மட்டுமே சொல்ல முற்படும் கறாரத்

தன்மையின் சிடுசிடுப்பு நிரம்பிய நவீனத்துவ மரபும் தமிழ் நவீன கதைகளில் தமது சுழற்சிவேகத்தை இழந்துவருவதை வெளிப்படையாய் அறிவித்தவர்களில் ஒருவர் என்று சுரேஷ்குமார இந்திரஜித்தைச் சொல்லலாம்.

மொழிநடையின் தனித்துவம், விவரிக்கும் சித்திரங்கள் அளிக்கும் அதிர்ச்சி, பார்வைக்கோணத்தின் நூதனம் ஆகியவற்றால், தீவிர எழுத்தின் தடத்தில் மேற்சென்றவராகத் தம்மை எளிதாக நிறுவிக்கொள்கிறார் சுரேஷ்குமார இந்திரஜித். பொழுதுபோக்கையோ, ஜனரஞ்சகத்தையோ நோக்கமாகக் கொண்ட தமிழ் வார மாத இதழ்களில்இவருடைய கதைகளின் ஒரு வரிகூடப் பிரசுரமாவதற்கில்லை – கோபிகிருஷ்ணனின் கதைகள்போல. கதைத்தன்மையும் நடைமுறைத் தருணங்களும் அழுத்தமாக இருந்தும், மேற்சொன்ன இதழ்களுக்கு ஒவ்வாமையை ஏற்படுத்தும் கதைகள் இவை.

சம்பவங்களின் புதிர்த்தன்மைக்கு விவரிப்பின் காரணமாகவே அடர்த்தி அதிகரித்துவிடுவதும், கதாபாத்திரங்களின் நடவடிக்கைகளே பூடகமான தொனியில் பதிவாவதும் குறிப்பிடத்தக்கது. இப்படி மறைபொருளைச் சுமந்து நிற்பதன் காரணமாக, தாமறியாமலே அவர்கள் குறியீடாக மாறுகிறார்கள். அல்லது, பார்வைக்கோணம் அல்லது அடுக்குமானத்தின் காரணமாக, நடைமுறை வாழ்வின் சாமானியத் தருணங்கள், விசேஷக் குறியீடுகளாக ஆழம் கொள்கின்றன.

4

சுரேஷ்குமார இந்திரஜித்தின் கதையுலகில் உலவும் பாத்திரங்களின் பெயர்கள் பலவும் நடைமுறைச் சமூகத்தில் சகஜமாகப் புழங்குபவை அல்ல. சில பெயர்கள் உச்சரிப்பதற்கே விசித்திரமானவை. அந்தப் பாத்திரங்களையும், அவற்றுக்கு நேர்பவற்றையும் புறவயமான தொலைவில் நிறுத்திப் பார்க்கும் வசதியை வாசகருக்கு அளிப்பவை. சோரம் போகிறவர்களும், போக்கிரிகளும், பிக்பாக்கெட்டுகளும் காவலர்களும் என, யாருக்கும் எதிர்ப்படும் வாய்ப்புள்ள பாத்திரங்களில், யாருக்குமே சகஜமான பெயர் கிடையாது. அவர்களைப் பற்றிய விவரிப்பில் மாத்திரமின்றி, அவர்களே தமக்குள் பேதமெதையும் பாராட்டாத கதையுலகு. ஓர் அர்த்தத்தில், நிலவறை உலகு!

சில கதைகளில் வரும் பாத்திரங்களின் பெயர்களில் ஜப்பானிய, ஆப்பிரிக்க மொழிச் சாயல் இருக்கிறது. ஆனால், அவை அந்தந்த மொழிகளில் நிஜமாகவே புழங்குபவை அல்ல

என்று உறுதியாய்ச் சொல்ல முடியும். சம்பவப் புனைவின் பகுதியாகவே இந்தப் பெயர்ப்புனைவையும் கொள்ளலாம்.

பெயர்கள் மட்டுமின்றிக் கதைகள் நிகழும் களங்களும் வித்தியாசமானவை. ஆழம் போலவே அகலமும் அதிகம் கொண்டவை. மானுடவியல் அகழ்வாராய்ச்சி நிகழும் தலத்திலிருந்து, க்ரையோஜெனிக் ராக்கெட் நுட்பம் தொடர்பான கருத்தரங்கம், தங்கத் தேர் ஓடும் அம்மன் கோவில் என்று விதவிதமான களங்கள்; உள்ளூர்க் குற்றாலத்திலிருந்து அடையாளமற்ற அந்நியநாடு வரை கதைக்களமாக இலங்குபவை.

இந்தக் கதைகளில் உருவாகும் அந்நியக் களங்கள் வெகு அருகிலும், சொந்தச் சூழல் அந்நியத் தொலைவிலும் ரசவாதம் கொள்ளும் விநோதத்தையும் குறிப்பிட வேண்டும். உதாரணமாக, 'கம்பாதிரா' நாட்டில்,

> அநேகமாக எல்லா இடங்களிலும், சிகரெட் விற்கப்படும் டீக்கடை இருந்தது. டீக்கடைகளில் நேரங்காலம் இல்லாமல் மக்கள் டீ குடித்துக்கொண்டிருந்தனர். எந்த நேரத்திலும் யாராவது ஒருவன் டீ குடித்துக்கொண்டிருந்தான். குக்கிராமத்தில்கூட டீக்கடை இருந்தது. பல இடங்களில், குடித்த கிளாஸை வாளித்தண்ணீரில் முக்கி நனைத்து எடுத்து அடுத்தவனுக்கு டீ கொடுத்துக்கொண்டிருந்தனர். குடித்த கிளாஸைக் கழுவுகிற வேலையே இருப்பதாகத் தெரியவில்லை. ('காலத்தின் அலமாரி')

இதில் தெரியும் வெளிப்படையான பகடியுடன்,

'பிள்ளையாரப்பா . . . எடுத்த காரியம் விக்கினம் இல்லாமல் முடியணும்ப்பா' என்று வாய்விட்டுப் பிரார்த்தனை செய்துவிட்டு வெளியேவருகிறவர், கோவில் வாசலில் வைத்தே கொல்லப்படுவதில் (நள்ளிரவில் சூரியன்) உறைந்திருக்கும் எள்ளல் கலந்த உள்முரணையும் சேர்த்தே பார்க்கலாம். கொலையுண்டவர் கதைசொல்லியின் தகப்பன்; 'ஒரு வாளை உறையிட்டு வைத்திருப்பவர்' என்பதையும் சேர்த்துப் பார்க்கும்போது, தான் என்னவிதமான உணர்ச்சியை வரித்துக்கொள்வது என்ற திகைப்புக்குள் வாசக மனம் அமிழ்ந்துவிடக் கூடும். இதேபோன்று நிர்த்தாட்சண்யமான இன்னொரு தருணம்,

> சூரியின் தந்தை—ஒரு அரசியல் தலைவர் இறந்த துக்கம் தாளாது அவருடைய ஆதரவாளர்கள் கல்லெறிந்து கொண்டிருந்தபோது, தலையில் கல்லடி பட்டு இறந்தார்.

கல்லடி பட்டபோது, அவர், மதுரையிலிருந்து திருச்சி சென்றுகொண்டிருந்த பஸ்ஸில் ஜன்னலோரமாக அமர்ந்திருந்தார். ('மாபெரும் சூதாட்டம்').

யார்மீதும் யாரும் நேரடிப் புகார் சுமத்திவிட இயலாதபடி, தற்போதைய நிகழ்வின் ஆரம்பம் எங்கிருந்து என்றே நிர்ணயிக்க முடியாது போகிறது.

கண்ணுக்குத் தெரியாத வலைப்பின்னலால் பிணைக்கப் பட்ட கதைகள், ஒரு தொடர்நிகழ்வின் பகுதிகளாகவே பொருள்கொள்கின்றன. 'பீஹாரும் ஜாக்குலினும்' கதையைப்பற்றி, 'புனைவுகளின் உரையாடல்' கதையில் வரும் வெளிப்படையான குறிப்பு மட்டுமில்லை; பிற கதைகளில் வரும் காவலர்களும், அரசியல்வாதிகளும், அதிகாரிகளும், சர்வாதிகாரிகளும், எழுத்தாளர்களும்கூட, வெவ்வேறு பெயர்கொண்ட, வெவ்வேறு தருணங்களை எதிர்கொள்கிற, ஒரே ஆளுமையாகவே புலப்படுகிறார்கள்.

அந்நியக் களம் கொண்ட கதைகளின் மொழிநடையிலும், விவரிப்பிலும் மொழிபெயர்ப்புச் சாயல் இருப்பது வசீகரமான இன்னொரு தனித்துவம். ஆமாம், சுரேஷ்குமாரின் அநேகக் கதைகள் தமிழ்த்தன்மை கொள்ளாதவை. ஓர் அர்த்தத்தில் இந்தியத் தன்மையும் கொள்ளாதவை. மாறாக, அனைத்துலகத் தன்மை கொண்டவை என்று சொல்லலாம். தமிழில் 'போர்ஹேஸியக் கதைக'ளின் ஆரம்பகர்த்தாக்களில் ஒருவர் சுரேஷ்குமார இந்திரஜித்.

பாத்திரங்களுக்கும் களங்களுக்கும் தனித்துவமான பெயர்சூட்டுவதில் படைப்பாளிக்கு ஒரு வசதி இருக்கிறது – சமகாலச் சூழலின் அரசியல் சரித்தன்மையை விரோதித்துக் கொள்ளாமலே, தான் வைக்க விரும்பும் விமர்சனம் எதையும் தடங்கலின்றி வைத்துவிட முடியும். இந்தப் பெயர் மாறுபாடு களுக்குப் பின்னரும், நடைமுறைத் தமிழ் அல்லது இந்திய சமூகத்தின் நகலாகவே சம்பவங்களும் தருணங்களும் அமைந்தாலும், எளிதில் சுவாதீனம்கொள்ள அனுமதிக்காத அந்நியத்தன்மை அவற்றில் படிந்திருப்பது வாசிப்பின் ருசிகரத்தையும் அதிகரிக்கிறது.

சுரேஷ்குமார் படைக்கும் பாத்திரங்கள் தம்மோடு மட்டுமே இருப்பவர்கள்; தமக்குள் ஆழ்ந்தவர்கள்; தனக்குத்தானே பேசிக்கொள்கிறவர்கள். கனவில் நடப்பவர்கள் போல இயங்குகிறவர்கள். சமூகத்தின் அலகுகள் அனைத்துடனும் தொடர்புற்றிருக்கும்போதே, தமக்குள் ஒருவிதமான விலகலைக்

கொண்டவர்கள். பற்றில்லாத மனநிலையோடு சகலத்திலும் பங்கேற்பவர்கள். உணர்ச்சியின் திமிறலை வெளிக்காட்டும் ஒரு பாத்திரத்தைக்கூடக் காண முடியாது – அல்லது அவர்களை அந்தவிதமாகக் கதாசிரியர் காட்டுவதில்லை.

உணர்வு வறட்சி என்று தோன்றுமளவு நடைமுறைக் காலத்திடமிருந்து தொலைவில் இருப்பவர்கள். தனது நாவல் லட்சம் பிரதிகள் விற்பனையானதையும், தகப்பனும் தமக்கையும் வெட்டிக்கொல்லப்பட்ட இடத்தை, தருணத்தை எதிர்கொள்வதையும் ஒரே தொனியில் விவரிக்கிறான் ஒரு நாயகன். (நள்ளிரவில் சூரியன்)

அதற்காக, சாவிகொடுத்த பொம்மைகள்போல அவர்கள் நடமாடுவதும் இல்லை. மேற்சொன்ன அதே நாயகன், 'மன மாறுதலுக்காக' மாலத்தீவுகளுக்குச் செல்ல முடிவெடுக்கிறான். 'சுழலும் மின்விசிறி' கதையில், எஜமானியின் குடும்பம் இல்லாத சமயத்தில் வீட்டுவேலை செய்யவரும் அஞ்சலை தரையில் நடப்பதாகவே தென்படுவதில்லை! அந்த ஒரே வேளையில் அவளுக்குள் ஓடி மறையும் எண்ணங்கள்தாம் என்னென்ன!

இதை இந்தக் கதைகளின் விசேஷ இயல்பாகச் சொல்ல வேண்டும் – வண்டி எண் உட்பட விவரிக்கப்படும் அதே சமயத்தில், உணர்வுபூர்வமான விவரணையைக் கோரும் சந்தர்ப்பங்களை மேலோட்டமான ஓரிரு வரிகளில் கடந்துவிடுவது. அதாவது, கதாபாத்திரங்களின் செயல்பாடுகள் மட்டுமே விவரிக்கப்படுகின்றன – உச்சபட்சத் துல்லியத்தோடு. அவர்கள் என்ன 'உணர்கிறார்கள்' என்பது பேசப்படுவதேயில்லை. அந்த இடைவெளிகளைத் தன் அனுமானத்தால் நிரப்பிக்கொள்ளும் பெரும் பொறுப்பு வாசகர்வசமே விடப்படுகிறது.

பாத்திரங்களின் பெயர்கள், களங்களின் அந்நிய பாவம், விவரிப்பில் இயல்பாகப் படிந்திருக்கும் விலகல் தொனி இவற்றோடு, இந்தக் கதைகளுக்கு மாயத் தன்மை அளிக்கும் இன்னொரு அம்சம், கதைகளில் நிலவும் காலத்தின் கதி. இக் கதைகளில் ஸ்திரமற்று, பலூன்போல விரிந்து சுருங்குகிறது காலம். 'கடந்துகொண்டிருக்கும் தொலைவு' கதையில், தொலைபேசி ஒலித்து, அழைப்பை எடுக்கப் போகிறவனுக்குள் தோன்றிக் கலையும் சித்திரங்களில், நிஜத்தைவிட பிரமை நீளமாகவும் துல்லியமாகவும் இருக்கிறது. பல சந்தர்ப்பங்களில் நனவும் கனவும் அல்லது யதார்த்தமும் பகற்கனவும் கிளைபிரியும் இடம் துலக்கமற்றுக் கலங்கி இருக்கிறது. கதைகளுக்குள் நிரம்பியிருக்கும் சிதறலான காட்சிகள் மேற்சொன்ன மாய அனுபவத்தைத் தொற்றவைக்க அனுசரணையாக இருக்கின்றன.

மொத்தமாக இப்படித் தொகுத்துக்கொள்ளலாம்: நன்மை தீமை, நல்லது கெட்டது, வேண்டியது வேண்டாதது, அறம் அறமின்மை போன்ற எதிரிடைகள் எதுவுமேயற்ற தனித்துவமான ஒருமை கொண்டது சுரேஷ்குமார இந்திரஜித்தின் கதைகளில் நிறுவப்படும் உலகம். ஆமாம், ஒளியும் இருளும்கூட ஒன்றுக்கொன்று எதிர்நிலையாய் இல்லாதது. 'புனைவுகளின் உரையாடல்' கதையில் இப்படியொரு உரையாடல் வருகிறது:

'உண்மையைச் சொல்லிவிட்டுப் புனைவு என்று ஏமாற்றுகிறீர்களா?'

'இல்லை; புனைவை உண்மைபோலச் சொன்னேன்'

இந்த இரட்டைநிலையே சுரேஷ்குமார இந்திரஜித் கதைகள் வாசக மனத்தில் உருவாக்கும் கலையனுபவம். ஒரு கதாபாத்திரத்தின் வாயிலாக, வாசகருக்கு சுரேஷ்குமார் விடுக்கும் செய்தி இது என்றும் கொள்ளலாம்.

இறுதியாக, எந்தவொரு கதையிலும் நிதானமாக நிறைவாக ஆசுவாசமாக உணரும் கதாபாத்திரங்கள் அநேகமாக இல்லவே இல்லை என்பதும் அழுத்திச் சொல்ல வேண்டிய அம்சம். ஆமாம், நிம்மதியின்மையே இந்தக் கதைகள் வெளிப்படுத்தும் ஒற்றை உணர்வு. இந்தக் கதைகளில், சாந்தமாக, சாத்வீகமாக நகரும் தருணமோ, நாளோ ஒன்றுகூட இல்லை. அந்த அளவில், சராசரி இந்திய வாழ்வின் அன்றாடத்துக்கு மாபெரும் குறியீடாக விரிவது சுரேஷ்குமார இந்திரஜித்தின் கதையுலகம்.

எல்லாத் திசைகளிலும் திறந்துகிடப்பதுபோலத் தோற்றம் காட்டும் நடைமுறை வாழ்க்கை, அப்படியொன்றும் பரக்கத் திறந்துகிடக்கவில்லை; மனித மனங்களின் பொதுவான அடிநாதமாக நிரவியிருப்பது இருளே என்பதைக் காட்டும் கதைகள் இவை.

ஆனாலும், கலையின் விரல்கள் தீண்டும்போது இருள்தான் எத்தனை பிரகாசமானதாய் ஆகிறது!

5

'மாபெரும் சூதாட்டம்' தொகுப்பில் கதைகள் தலைகீழாக அடுக்கப்பட்டிருக்கின்றன. தொகுப்பின் கடைசிக்கதை 1981இல் வெளியானது. அதாவது, முதல் கதை! (சுரேஷ்குமார இந்திரஜித்தின் அனைத்துத் தொகுப்புகளிலுமே இந்த வழக்கம் தொடர்ந்திருக்கிறது. சமீபத்திய கதை முதலாவதாகவும், அதற்கு முன்பு பிரசுரமானவை இறங்குவரிசையிலும்

தொகுக்கப்பட்டிருக்கின்றன) அதற்கும் முந்தைய கதையான ‘அலையும் சிறகுக’ளின் பிரசுர விவரம் குறிப்பிடப்படவில்லை. எனவே, அதுவும் ‘81இல் எழுதப்பட்டதாகவே கொள்கிறேன்.

கடைசியாய் வெளியான ‘இடப்பக்க மூக்குத்தி’யின் முதல் கதை 2017இல் வெளியாகியிருக்கிறது. அதன்பிறகு, தொகுக்கப்படாத சில கதைகள்.

ஆக, நாற்பது வருடங்களுக்கும் மேலாக எழுதிவரும் சுரேஷ்குமார இந்திரஜித்தின் கதைகளை, 2005 வரையிலான முதல் கட்டம், அதன் பிறகு இன்றுவரையிலான இரண்டாவது கட்டம் என்று இரண்டாகப் பகுத்துக்கொள்ள முடியும்.

முதல்கட்டக் கதைகளுடைய சொல்முறையின் தடயங்களும் மொழியாளுமையும் இரண்டாம் கட்டத்தில் தொடரவே செய்திருக்கின்றன. இருந்தாலும் கதையை நிகழ்த்திக் காட்டும் விதத்திலும் தொனியிலும் முக்கியமான மாறுபாடுகள் ஏற்பட்டிருக்கின்றன. நவீனத் தமிழிலக்கியம் சுரேஷ்குமார இந்திரஜித்தை வடிவசோதனையில் இடையறாது ஈடுபட்டவராகவே பதிவுகொள்ளும். அதற்கு இன்னொரு சான்றாக இரண்டாம் கட்டக் கதைகள் விளங்குகின்றன.

முதல்கட்டக் கதைகளில் நிலவும் இருட்டே இவரது கதை களின் வசீகரம் என்று முன்னமே சொன்னேன். அவற்றில் நிலவிய நிதானமும் ஒரு முக்கிய அம்சம். அவற்றை முழுக்கத் துறந்துவிட்டு, பட்டப்பகல் வெளிச்சத்தில் துலங்குபவையாக இரண்டாம் கட்டக் கதைகள் தென்படுகின்றன. அதீத வெளிச்சத்தோடு, ஒருவித வேகமும் இவற்றில் சேர்ந்திருக்கிறது.

பிறழ் உறவுகளாக அறிமுகமாகிவந்த கதைமாந்தர், கணவன்–மனைவியாக மாறியிருக்கிறார்கள். நிலவறைவாசி களாக இருந்தவர்கள், பொது சமூகத்தின் அங்கத்தவராக உருப்பெறுகிறார்கள். முதல் கட்டப் பாத்திரமான நடிகை கமூரி ரிடாகா (‘கமூரி ரிடாகாவின் பேட்டி’) தமிழ் நடிகைகள் பலரையும் நினைவூட்டும்போது, இரண்டாம் கட்டத்திய நடிகை சந்திரிகா (‘நிகழ்காலமும் இறந்தகாலமும்’) தம்மை மட்டுமே நிகழ்த்திக்கொள்கிறார்.

இரண்டாம் கட்டக் கதைகளில் ரகசியமும், வாசக யூகத்துக்கான இடைவெளிகளும் குறைந்திருப்பதாகப் படுகிறது. ஆனாலும்கூட, பொதுவாசகரை எட்டமுடியாத கதைகள் இவை என்பதில் சந்தேகமில்லை – காரணம், சித்தரிக்கப்படும் சந்தர்ப்பங்கள் அத்தகைய பூடகத்தன்மை கொண்டவை.

இன்னொரு வித்தியாசமாக, காட்சிப் படிமங்களின் வழியாகக் கதையை நகர்த்துவது குறைந்து, ஆசிரியர் கூற்று அதிகரித்திருப்பதைக் காண முடிகிறது.

அடர்ந்த மௌனத்தின் வழி, எளிதில் துலக்கமடையாத மர்மப் பரப்புக்குள், அநேகமாகப் பேசவே செய்யாத மனவுலக பிம்பங்களாக நடமாடிய கதைமாந்தர் இந்தக் கட்டத்தில் நிறையப் பேசுபவர்களாகிறார்கள். தன்னிச்சையான பேச்சுக்குப் பதிலாக, பெரும்பாலும், கதையை நிகழ்த்தும்பொருட்டே பேசிக்கொள்கிறார்கள். சுரேஷ்குமார் தம்மைப் பாதித்த எழுத்தாளராக ஜெயகாந்தனைக் குறிப்பிடுவதையும் இங்கே நினைவுகூரலாம்.

வாசக மனம் நின்று நிதானிப்பதற்கான அவகாசமேயின்றி ஒன்றுடன் ஒன்று பிணைந்து நீண்டிருந்த தொடர் வாக்கியங்கள், இரண்டாம் கட்டத்தில், உடைபட்ட சிறுசிறு வாக்கியங்களாக நகர்கின்றன. சுருக்கமாகச் சொன்னால், விளிம்புநிலை உலகத்தி லிருந்து மெல்ல நகர்ந்து மைய ஓட்டத்தின் சாமானிய நடுத்தர வர்க்க உறவுகள் பற்றிய விசாரங்களுக்குள் இக்கதைகள் நுழைந்திருப்பதுபோலப் படுகிறது.

ஆனால், பரிசோதனை என்று வந்துவிட்ட பிறகு, மொழிநடையுடனும் உருவத்துடனும் மட்டும் நின்றுவிடுமா என்ன! களமாற்றத்தையும், சொல்முறையில் நேரிட்டிருக்கும் நுட்பமான மாற்றங்களையும் சுரேஷ்குமார இந்திரஜித்துடைய சாகச விழைவின் பகுதியாகவே பார்க்க வேண்டும் என்று படுகிறது. தவிர, முந்தைய கட்டக் கதைகளை ஓர் அளவுகோலாக்கிப் பார்க்கும்போது மட்டுமே இந்த மாற்றங்கள் புலப்படும்.

இந்த மாற்றங்களை அவர் பிரக்ஞைபூர்வமாகவே மேற்கொண்டிருக்கக்கூடும். தான் வகுத்த பாணிக்கேகூடக் கட்டுப்படாத சுயேச்சையான இயங்கியல் கொண்டவை சுரேஷ்குமாரின் கதைகள்.

தி. ஜானகிராமன் சிறுகதைகளின் முழுத் தொகுப்புக்கு எழுதியிருக்கும் முன்னுரையில், அவரது எழுத்து வாழ்க்கையில் 'படைப்பு மனம் இயல்பாகவே ஒரு பூரித நிலையை எட்டியிருந்த'தாக ஒரு கட்டத்தைக் குறிப்பிடுகிறார் சுகுமாரன். அதேரீதியில், சுரேஷ்குமார இந்திரஜித் தமது படைப்பு உச்சத்தை எட்டியிருந்ததை வெளிப்படுத்தும் தொகுப்பு என்று 'மாபெரும் சூதாட்ட'த்தைச் சொல்லத் தோன்றுகிறது. அந்தத் தொகுப்பிலுள்ள கதைகளில், சொற்கள் மினுங்குகின்றன;

தருணங்கள், விவரிப்பின் வரையறையை மீறி ஔிர்கின்றன; படிமங்கள், புடைப்பு ஓவியங்கள்போன்று முன்னெழுந்து, கதாசிரியனை மீறி மிளிர்கின்றன என்று அடுக்கிக்கொண்டே போகலாம்.

ஒரு வாசகனாக, முன்னோடி எழுத்தாளர்கள் ஒவ்வொருவர் பற்றியும் எனக்குச் சில அபிமானங்களும் விழைவுகளும், ஏன், மனச்சாய்வுகளும்கூட இருக்கத்தான் செய்கின்றன. இவற்றை எனக்கு வழங்கியது, அறிமுகமான நாளிலிருந்து அந்தந்த எழுத்தாளரின் எழுத்து எனக்குள் உருவாக்கிவந்த எதிர்பார்ப்பே. சுரேஷ்குமார இந்திரஜித்தின் இரண்டாம் கட்டக் கதைகளுடைய அகப்பெறுமானத்தை, புறவயமாகச் சீர்தூக்கிப் பார்ப்பதற்கு, மேற்சொன்ன எதிர்பார்ப்பு தடங்கலாக இருக்கிறது என்றே நினைத்துக்கொள்கிறேன். இன்னும் சுதந்திரமான ஒரு வாசக மனத்துக்கு, எனக்குப் புலப்பட்ட வித்தியாசங்கள் எதுவுமே தென்படாமல் போகலாம்; அப்போது, பிளவுபடாத ஒருமை என்றே சுரேஷ்குமார இந்திரஜித்தின் படைப்புலகம் பொருள்படலாம்.

மேகத்திலிருக்கும்போதும், தரையிறங்கிப் பாயும்போதும் நீரின் அந்தரங்கம் மாறுவதில்லையே! கதைகளின் உருவம், சொல்முறை, மொழி அமைப்பு என மாற்றங்கள் நிகழ்ந்து விட்டாலும், சுரேஷ்குமார இந்திரஜித் கதைகளில் மாறாத அம்சம் ஒன்று உள்ளது. பொதுச் சமூகத்துக்கு எதிர்க் குரலாக இயங்குபவை இந்தக் கதைகள். இவரது கதாபாத்திரங்கள் நடைமுறை மாந்தர் அல்ல, நிலவறை மாந்தர் என்று முன்னமே சொன்னேன். ஆம், வல்லானோ பெரும்பான்மையோ உருவாக்கி நிலைப்படுத்திய பொதுக்களத்தின் நடுவே நின்று, தீவிரமான எதிர்க் குரலில் பேசுபவை இந்தக் கதைகள். இவை சித்தரிப்பது, செய்வதற்கு ஏதுமற்ற தீனர்களின் வாழ்வை; அல்லது, 'நான் தீனன் இல்லை' என்று பிடிவாதமாக மறுத்துக் கிளம்புபவர் களின் வன்முறைத் தருணங்களை. பெரும் தனவந்தர்களும், அதிகாரம் படைத்தவர்களும்கூடப் பலவீனர்களாகக் குறுகும் சந்தர்ப்பங்களும் அநேகம் இருக்கின்றன இந்தக் கதைகளில்.

சமூகத்தின் நியதிகளுடன் ஒட்டி ஒழுகும் ஒரு வாசக மனத்துக்கு இக்கதைகள் வனைந்து அளிக்கும் அனுபவம், புதிதானது; அசலானது. ஏற்கெனவே தெரியவந்த சங்கதிகளிலும் புதிய மர்மங்களைத் தொனிக்கவைப்பது. எனவே, பழகிய அனுபவ மாக இருந்தபடியே புதிய உச்சங்களுக்கு இட்டுச்செல்வது. எந்தக் கட்டக் கதைகளானாலும், நவீனத் தமிழ்ச் சிறுகதையின்

தவிர்க்க முடியாத முன்னோடிகளில் ஒருவர் சுரேஷ்குமார இந்திரஜித் என்பதை இவை உறுதி செய்கின்றன.

6

பிரசுரமான காலத்திலேயே இந்தக் கதைகளை வாசித்து வந்திருக்கிறேன். பல கதைகள் மறந்தே போயிருந்தன. முன்னுரை எழுதுவதை முன்னிட்டு மீண்டும் வாசித்தபோது, எனது எழுத்து வாழ்க்கையின் ஆரம்ப நாட்களுக்குத் திரும்பி விட்டதுபோன்ற உற்சாகத்தை அடைந்தேன். கதைகளின் பின்புலமும் கூறுமுறையும் என் ஆழ்மனத்தில் அழுத்தமாகப் பதிந்து கிடந்திருக்க வேண்டும்; ஆம், எனது கதைகளில் நான் கையாண்டிருக்கும் உருவ உத்திகள் பலவும், சுரேஷ்குமார இந்திரஜித்தின் கதைகளில் வாசிக்கக் கிடைத்து, என் ஆழ்மனத்தின் படுகையில் அழுத்தமாகப் பதிந்து கிடந்தவைதாம் என்று தோன்றுகிறது. அபரிமிதமான நன்றியுணர்வு எனக்குள் சுரக்கிறது.

முன்னோடியின் முழுத் தொகுப்புக்கு முன்னுரை எழுத வாய்த்ததை, என் இலக்கிய வாழ்வில் கிடைத்த ஆகப் பெரிய பெருமையாகவும் கவுரவமாகவும் உணர்கிறேன்.

சென்னை   யுவன் சந்திரசேகர்
07.08.2022

தொகுப்பில் இடம்பெறாத கதைகள்

ஒரு பெண் ஒரு சிறுவன்

1

ஒரு பெண், பத்து வயதுச் சிறுவனுடன் நிற்கும் காட்சி மனதில் தோன்றியது. சத்யனுக்கு ஆத்திரமாக இருந்தது. சமூகம் எத்தனை பேர்களை வரலாற்றில் மதிப்பீடுகள் மூலமாக, சமூகக் கட்டமைப்பு மூலமாகப் பலி வாங்கியிருக்கிறது. குடித்துக்கொண்டிருந்த பீர் பாட்டிலை உடைக்க வேண்டும் போலிருந்தது. கட்டுப்படுத்திக்கொண்டார். மதிப்பு மிக்க வாழ்க்கை வாழ்கிறார். பொருளாதாரரீதியாகத் தாழ்வான நிலையில் இல்லை. அவர் செய்துகொண்டிருக்கும் ரியல் எஸ்டேட் தொழிலில் நல்ல வருமானம். கதவைத் தட்டும் சத்தம் கேட்டது. எழுந்து லேசாகத் திறந்து பார்த்தார். அவருடைய உதவியாளர் ஈஸ்வரன் நின்றுகொண்டிருந்தான். இரண்டு புரோக்கர்கள் வந்து காத்திருப்பதாகக் கூறினான். வருவதாகச் சொல்லி உள்ளே வந்து மிச்சமிருந்த பீரைக் காலி செய்தார்.

அவருடைய அலுவலக அறைக்கு வந்தார். இரண்டு புரோக்கர்களும் எழுந்து நின்று அவர் அமர்ந்ததும் அவர்களும் அமர்ந்தார்கள்.

"அண்ணே எப்படி வியாபாரம் போய்க்கிட்டிருக்கு."

"நல்லா போய்க்கிட்டிருக்கு. ஆனா பத்தாது. முன்னேயெல்லாம் இவ்வளவு காலத்துக்குள்ளே எல்லா பிளாட்டுகளும் வித்துப் போயிருக்கும்."

"ஆமா என்னண்ணே செய்றது, பணப்புழக்கம் இல்லை. பணத்துக்குக் கட்டுப்பாடு வந்துருச்சு.

ரெண்டு பார்ட்டியை கூட்டிட்டு வந்து காண்பிச்சோம். புடிச்சிப்போச்சு, வாங்கற ஐடியாவுலே இருக்காங்க. நாளைக்கி கூட்டிட்டு வாரோம். அட்வான்ஸ் போட்டுட்டு ரிக்கார்டுகளை வாங்கிட்டுப் போகட்டும். அவுங்க திருப்திப்பட்டதுக்கப்புறம் பதிவு வைச்சுக்கலாம்."

"சரி... பண்ணுங்க... பதிவு அன்னிக்குப் பணம் கிடைச்ச உடனே உங்க கமிஷன் செட்டிலாயிடும்."

"சரிங்கண்ணே நாளைக்கி கூட்டிட்டு வாரோம்"

புரோக்கர்கள் சென்றுவிட்டார்கள். சத்யனுக்கு இன்னொரு பீர் பாட்டிலில் பாதி குடித்தால் நன்றாக இருக்கும் என்று தோன்றியது அறைக்குள் நுழைந்தார். ரொம்பக் காலமாகவே அவருடைய அம்மா பத்மாவிற்கு மனப்பிரச்சினை இருந்து கொண்டிருக்கிறது. தூக்கம் என்பதே இல்லை. இரவில் வீட்டிற்குள்ளே அலைந்துகொண்டிருப்பாள். அடுக்களைக்குச் சென்று ஏதாவது சாப்பிடுவாள். தற்போது மனநல மருத்துவரிடம் காண்பித்துக்கொண்டிருக்கிறாள். மனநல மருத்துவரைப் பார்த்து என்ன பிரச்சினை என்பதை அறிந்துகொள்ளலாம் என்று நினைத்து அவரை ஒருநாள் சந்தித்தார்.

மருத்துவமனையில் உட்கார்ந்திருக்கவே அவருக்குப் பிடிக்க வில்லை. மனநல மருத்துவரைப் பார்ப்பதற்கு வந்திருந்தவர்களின் முகங்களே வித்தியாசமாக இருந்தன; அவர்களின் மனநிலை சரியில்லை என்பதைக் காட்டிக்கொண்டிருந்தன. சத்யன் விசிட்டிங் கார்டைக் கொடுத்திருந்தார். உள்ளே இருந்தவர்கள் வெளியே வந்ததும் உதவியாளர் அவரை உள்ளே போகச் சொன்னான்.

மனநல மருத்துவர் வயதானவராக இருப்பார் என்ற கற்பனை சத்யனுக்கு இருந்தது. ஆனால் இளவயதுடையவராக இருந்தார். பரஸ்பர விசாரிப்பிற்குப்பின் சத்யன் தன்னுடைய தாயாரின் மனப்பிரச்சினை தொடர்பாக விசாரித்தார்.

"உங்க அம்மாவுக்கு எழுபது வயசுக்கு மேலே ஆகுது. ஆனா அவுங்களுக்கு விருப்பமில்லாம அவுங்க கல்யாணம் நடந்துருக்கு, கணவரைப் பாத்தா அவுங்களுக்கு பயந்தான் ஏற்பட்டிருக்கு, விருப்பமில்லாம பயத்தோட வாழ்ந்திருக்காங்க. அதுவும் ரெண்டாம் தாரமா வாழ்க்கைப்பட்டிருக்காங்க. இதுதான் பிரச்சனை. அவுங்களுக்கு ஏதோ காரணத்தாலே மன அழுத்தமோ அல்லது நோயோ ஏற்பட்டால் மனப்பிரச்சினை அதிகரிக்கும். மாத்திரை தேவைதான். ஆனா பேசி சரி பண்ணிக்கிட்டிருக்கேன்" என்றார் மனநல மருத்துவர்.

“மறக்கடிக்க முடியுமா”

“மறக்கடிக்க முடியாது. ஆனா, தீவிரத்தைக் குறைக்கலாம். வாழ்க்கையிலே ரொம்பப் பேர் இப்படித்தான் விருப்பமில்லாத வாழ்க்கை வாழ்ந்துக்கிட்டிருங்காங்கன்னு சொல்லி ஏத்துக்க வைக்கலாம்.”

மனநல மருத்துவரைப் பார்த்துவிட்டு காரில் வீட்டுக்குத் திரும்பிக்கொண்டிருந்தபோது கடந்த காலத்தைப்பற்றி யோசித்துக் கொண்டிருந்தார். ஒரு பெண் பத்து வயதுச் சிறுவனுடன் நின்றுகொண்டிருக்கும் காட்சி தோன்றியது.

2

விஸ்வநாதன் தன் தாயார் கோமளத்திடம் கேட்டார். “புள்ளைங்க எங்கே.”

“அவுங்க பாட்டி வீட்டுக்குப் போயிருக்காங்க. வர்ற நேரந்தான்.”

விஸ்வநாதனின் மனைவி லட்சுமி இறந்து பத்து வருட காலமாகிவிட்டது. அவர்களுக்கு இரண்டு மகள்கள் கங்கா, சந்திரா. இரண்டாவது மகளுக்கு இரண்டு வயதிருக்கும்போது மஞ்சள் காமாலை வந்து தாயார் லட்சுமி இறந்துவிட்டார். லட்சுமியின் அம்மா பரமேஸ்வரியும் லட்சுமியின் தங்கைகள் பத்மாவும் அம்பிகையும் தனியே இரண்டு வீடுகள் தள்ளி வசிக்கிறார்கள். பரமேஸ்வரியின் கணவர் ஏற்கெனவே இறந்துவிட்டார். அவர்களுக்கு இறந்துவிட்ட லட்சுமி, சங்கரன், பத்மா, அம்பிகா ஆகிய பிள்ளைகள். சங்கரன் கும்பகோணத்தில் அரசு வேலை பார்க்கிறான்.

விஸ்வநாதன் தன் தந்தை ராமலிங்கம், தாயார் கோமளம், இரண்டு மகள்கள் கங்கா, சந்திராவுடன் ஒரே வீட்டில் வசிக்கிறார். இரண்டு மகள்களும் பெரும்பாலான நேரத்தை அவர்களின் சின்னம்மாக்கள் பத்மாவுடனும் அம்பிகையுடனும்தான் கழிக்கிறார்கள். அவர்களுக்கு அங்கே இருப்பதுதான் பிடிக்கிறது. அப்பத்தா கோமளத்திற்கு இரண்டு பேத்திகளும் அங்கே இருப்பதில் இஷ்டமில்லை. ஆனால் அங்கே சின்னம்மாக்கள் இருப்பதால் பேத்திகளுக்கு அவர்களுடன் விளையாட முடிகிறது. கோமளத்தால் அவர்களுடன் விளையாடுவதற்கு முடியவில்லை. மேலும் அவர்கள் அங்கே சென்றுவிடுவதால் வீட்டில் சத்தமில்லாமல் இருக்கிறது.

விஸ்வநாதன் தெருவில் இறங்கி, மாமியார் பரமேஸ்வரியின் வீட்டிற்குச் சென்று திண்ணையில் உட்கார்ந்தார். அவரைப்

பார்த்து மகள்கள் கங்காவும் சந்திராவும் அருகே வந்து அவரை ஒட்டி அமர்ந்துகொண்டார்கள். விஸ்வநாதனிடமிருந்து வந்த சாராய நெடி அவர்கள் இருவருக்கும் பழக்கமானதுதான். அவரைப் பார்த்ததும் கொழுந்தியாள்கள் பத்மாவும் அம்பிகையும் அடுக்களைக்குள் சென்றுவிட்டார்கள். பரமேஸ்வரி வந்து "காபி சாப்பிடுறீங்களா" என்றாள்.

"புள்ளைகளை கூட்டிட்டுப் போகலாம்னு வந்தேன்" என்றவர், மகள்களைப் பார்த்து, "பால்பேடா வாங்கி வந்துருக்கேன்" என்றார். கங்காவுக்கும் சந்திராவிற்கும் சந்தோஷம். மகள்களுடன் அவர் தன்னுடைய வீட்டிற்குத் திரும்பினார்.

பத்மாவும் அம்பிகையும் அடுக்களையிலிருந்து வந்தார்கள். ஏனோ அவர்கள் இருவருக்கும் விஸ்வநாதனைக் கண்டால் பயம். "எந்நேரமும் குடி. எப்படித்தான் ரெண்டு புள்ளைகளையும் கரை சேர்க்கப் போறாரோ" என்றாள் பரமேஸ்வரி. பிறகு, "அவுங்க அம்மா அவரை சரியா வளக்கலை. அவளே ஓடுகாலி. அவ வளர்த்த மகன் எப்படி இருப்பார்" என்றாள். அவளுக்கும் விஸ்வநாதனின் தாயார் கோமளத்திற்கும் எப்போதுமே உள்ளுக்குள் பகைமை இருந்துகொண்டிருக்கிறது. கோமளத்தைப் பற்றி பரமேஸ்வரிக்குத் தாழ்வான எண்ணம் இருக்கிறது. அண்ணன் ராமலிங்கத்தின் மனைவி என்பதால் சண்டை போடாமலிருக்கிறாள். ஆனால் பேச்சு வளர்ந்தால் எப்படியோ மனஸ்தாபம் வந்துவிடுகிறது.

3

'உர்... உர்... உர்... லலலா... லலலா...' என்று கூறிக்கொண்டே அவள், நாவல் மரத்து நிழலில் உட்கார்ந்தாள். விழுந்து கிடந்த நாவல் பழங்களை எடுத்துச் சாப்பிட்டாள். பக்கத்திலேயே கொடுக்காப்புளி மரம் இருந்தது. இந்த சீசனில் இதுதான் அவளுக்கு உணவு. சிறுவர், சிறுமியர் பள்ளிக்கூடத்திற்குச் சென்றுவிட்ட நேரம் என்பதால் நாவல் பழத்துக்கும் கொடுக்காப்புளிப் பழத்துக்கும் போட்டியில்லை. அந்தத் தெருவில் உள்ளவர்கள், அப்பெண்ணை நல்ல நிலையில் பார்த்தவர்கள். இப்போது அழுக்கடைந்த ஆடைகளுடன், எண்ணெயில்லாமல், தலை வாராமல், சிக்கிப்போன கூந்தலுடன் வாயிலிருந்து வார்த்தைகள் வராமல் அவள் 'உர்' என்றும் 'லலலா' என்றும் கத்திக்கொண்டு திரிவதைப் பார்க்கிறார்கள். ஏன் இப்படி ஆனாள் என்று தெரியவில்லை.

விஸ்வநாதன் திண்ணையில் உட்கார்ந்திருந்தார். 'உர்... உர்... உர்... லலலா... லலலா...' என்ற சத்தத்துடன் வீட்டு வாசலுக்கு அவள் வந்தாள். வாசலில் கையேந்தி நின்றாள்.

விஸ்வநாதன் அவளைக் கைப்பிடித்து அழைத்துத் திண்ணையில் உட்கார வைத்தார். உள்ளே போய் அம்மா கோமளத்திடம் தட்டில் சோறு, குழம்பு ஊற்றித்தரச் சொன்னார். அவள் எட்டிப் பார்த்தாள்; "இவளை எதுக்கு இங்க உட்கார வைச்சிருக்கே... இதே பழக்கமா போயிடும். இவளுக்கும் சேர்த்தா நான் சமைக்கிறேன்" என்றாள். "பாவம்" என்றார் விஸ்வநாதன். அவள் வேண்டா வெறுப்பாகத் தட்டில் சோறு, குழம்பு கொண்டுவந்து அவரிடம் கொடுத்தாள். திண்ணையில் அந்தப் பெண் மலங்க மலங்க விழித்துப் பார்த்துக்கொண்டிருந்தாள். திண்ணையில் அவள் உட்கார்ந்திருந்த கோணத்தில் முன்னறையில் சுவரில் அவளும் ராமலிங்கமும் இருக்கும் புகைப்படம் மாட்டியிருப்பது தெரியும். அதை அவள் பார்த்தாளா, பார்த்தாலும் ஏதும் புரிந்திருக்காது என்று தோன்றியது.

தட்டை அவள் கையில் கொடுத்தார் விஸ்வநாதன். அவள் சோற்றை அள்ளி அள்ளி வேகமாகச் சாப்பிடுவதைப் பார்த்தார். சாப்பிட்டு முடித்தபின் தட்டை வைத்துவிட்டு, 'உர்... உர்... உர்... லலலா... லலலா...' என்று கூறிக்கொண்டே தெருவில் நடந்தாள். தட்டை எடுத்துக்கொண்டு விஸ்வநாதன் வீட்டின் உள்ளே சென்றார். "நமக்கு வைச்சிருந்த சோறை அவளுக்குக் கொடுத்தாச்சு, இனி நான் புதுசா வடிக்கணும்" என்றாள் கோமளம்.

"என்ன இருந்தாலும் அப்பாவுக்கு அவுங்க முதல் சம்சாரம்... விதிப்பயன்... இப்படி ஆயிட்டாங்க. நாம வசதியாத்தான் இருக்கிறோம். சோறு போட்டா என்ன குறைஞ்சா போயிறும்" என்றார் விஸ்வநாதன்.

"உங்க அப்பா அவ போக்குலே விட்டுட்டார். அவ இல்லேங்கிறதினாலே நாம இந்த வீட்டுக்குள்ள நல்லா உட்கார்ந்துருக்கோம். அவளை வீட்லே உக்கார வைச்சு சோறு போடறது எனக்குப் புடிக்கலை. அது நமக்கு நல்லதில்லை."

"சும்மாயிரு... அதுக்காகப் பசிச்ச வாய்க்குச் சோறு போடாம எப்படியிருக்கிறது. இந்த வூடு அவுங்க அப்பா அவுங்களுக்கு எழுதி வைச்சது. அவுங்க நகையை வித்துத்தான் அப்பா ஜவுளிக்கடை வைச்சிருக்கார். ஏதோ அவுங்க நேரம் இப்படித் திரியராங்க... நம்ம நேரம் இப்படி உக்காந்திருக்கோம்."

"நீ எப்பவும் இப்படித்தான் ஏடாகூடமா பேசுவே."

விஸ்வநாதன் முன்னறையில் சுவரில் மாட்டியிருந்த புகைப்படத்தைப் பார்த்தார். "ஏன் அப்பா இதை எடுக்காமல் வைத்திருக்கிறார்" என்று யோசித்தார். அவள் அந்தப் புகைப்படத்தில் லட்சணமாக இருந்தாள். காலம் தயவு தாட்சண்யமில்லாமல்

வாழ்க்கையைப் புரட்டுகிறது. அவள்தான் இந்த வீட்டிற்கு உரிமையாளர் என்பதால் அந்தப் புகைப்படத்தை அப்பா எடுக்காமல் இருக்கிறாரோ என்று அவருக்குத் தோன்றியது.

4

பரமேஸ்வரி வீட்டுத் திண்ணையில் கோமளம் உட்கார்ந்திருந் தாள். பேத்திகள் உள்ளே ஏதோ விளையாடிக்கொண்டிருந்தார்கள். பேத்திகளுக்குப் பாட்டி பரமேஸ்வரியிடம்தான் ஒட்டுதல். அப்பத்தாவிடம் ஒட்டுதல் இல்லை. கோமளமும் அதை உணர்ந்திருந்தாள். 'பேத்திகளைப் பராமரிப்பது பெரிய மண்டையிடி. மேலும் இரண்டு சின்னம்மாக்கள் பார்த்துக்கொள்வதற்கு இருக்கிறார்கள். எல்லாம் சரிதான்' என்று நினைத்துக்கொண்டாள்.

பரமேஸ்வரியின் அண்ணன் ராமலிங்கம் வீட்டிற்கு அவரின் மனைவியாகக் கோமளம் வந்தபோது, அவள் பார்ப்போரைக் கவரும் விதத்தில் அழகாகவும் சிவப்பாகவும் இருந்தாள். பரமேஸ்வரிக்கு அவள் அழகு ஆச்சர்யத்தைத் தந்தது. இப்போதும் கோமளம் இந்த வயதுக்குரிய அழகுடனும் கம்பீரத்துடனும் இருக்கிறாள். அவளுடன் தன்னை ஒப்பிடுகையில் பரமேஸ்வரிக்குத் தாழ்வுணர்ச்சி ஏற்படும்.

“அம்பிகையைக் காணோமே” என்றாள் கோமளம்.

“அவ டைப் கத்துக்கிட்டிருக்கா, கிளாசுக்கு போயிருக்கா” என்றாள் பரமேஸ்வரி.

“நான் சம்பந்திகிட்டே ஒரு விஷயம் பேசலாம்னு வந்தேன். உங்க மூத்த மகள் லட்சுமி இறந்து பத்து வருஷத்துக்கு மேலே ஆச்சு. புள்ளைக இருக்கிறதினாலே நானும் அவனோட மறு கல்யாணத்தைப் பத்தி நெனைக்கல. இப்ப புள்ளைக ஓரளவுக்கு வளர்ந்து பெரிசாயிடுச்சுக. எனக்கும் அடிக்கடி கை, கால் குடையுது. முன்ன மாதிரி வேலை பாக்க முடியலை. உங்க அண்ணனுக்கும் வயசாயிட்டுப் போகுது, அதனாலே விஸ்வநாதனுக்கு ஒரு பொண்ணைப் பாத்துக் கட்டி வைக்கலாம்னு நெனைக்கிறேன். அவனும் 'சரி'ன்னு சொல்லிட்டான். உங்க அண்ணன்ட்டேயும் பேசிட்டேன். அவரும் 'எவ்வளவு காலத்துக்கு விஸ்வநாதன் இப்படி இருப்பான். ஏத்த பொண்ணப் பாரு, பரமேஸ்வரிட்டே பேசுன்னு' சொன்னாரு...”

“என்ன சம்பந்தி திடீர்னு இப்படிப் பேசுறீங்க. ரெண்டு பொம்பளைப் புள்ளைக இருக்கு. நாளைக்கி அதுகளைக் கரையேத்தணும். வர்றவ எப்படி இருப்பான்னு தெரியாது. புள்ளைக வாழ்க்கையைப் பாருங்க...”

“அப்ப என் மகன் வாழ்க்கையை நெனச்சுப்பாருங்க... பொம்பளைத் துணை இல்லாமல் பத்து வருஷத்துக்கு மேலே கழிச்சிட்டான். நாங்க நல்லா இருக்கிறப்பவே ஒரு கல்யாணத்தைச் செஞ்சு வைச்சுரலாம்னு இருக்கேன். பொண்ணு பாக்கலாம்னு இருக்கேன்.”

“என்ன சம்பந்தி புள்ளைக அனாதையாப் போயிருமே.”

“எதுக்கு அனாதையாப் போகுது. என்ன வார்த்தை பேசுறீங்க, புள்ளைகளை வளக்கறதிலே உங்களுக்குக் கூடுதல் பங்கு இருக்கு. உங்க மக புள்ளைகளைத்தானே பாக்கப் போறீங்க. அனாதைங்கிறீங்க... வார்த்தைகளை அளந்து பேசுங்க...”

“நான் உள்ளதைத்தான் சொல்றேன். புள்ளைகளைக் கவனிக்க ஆள் இல்லாமல் போகும்னு அக்கறையிலே பேசுறேன். என் மன வேதனை எனக்குத்தான் தெரியும்.”

“உங்க அண்ணன் சொல்லச் சொன்னாரு. சொல்லிட்டேன். நான் வாரேன்.” கோமளம் திண்ணையிலிருந்து எழுந்து தெருவில் நடந்தாள்.

“என்ன பாட்டி, அப்பத்தா என்ன சொல்றாங்க...” என்று பேத்திகள் கங்காவும் சந்திராவும் ஓடி வந்தார்கள்.

“போங்கடி தரித்திரம் புடிச்ச முண்டைகளா... அம்மாவை முழுங்கியாச்சு. இப்ப அப்பாவும் பிரியப் போறார்...” என்று அழலானாள். கங்காவும் சந்திராவும் பாட்டியின் பேச்சில் அதிர்ந்து தங்களுக்குள் பேசிக்கொண்டு உள்ளே சென்றார்கள்.

5

டைப் அடித்துக்கொண்டே ஓரக்கண்ணால் ராஜேந்திரனைப் பார்த்தாள் அம்பிகை. அவனும் அவளையே பார்த்துக் கொண்டிருந்தான். கண்கள் சந்தித்துக்கொள்வது கிளர்ச்சியை உருவாக்கிக்கொண்டிருந்தது. மேற்பார்வையாளர் சுற்றிப் பார்வையிட்டுக்கொண்டிருந்தார். இவர்கள் இருக்கும் வரிசைக்கு வரும்போது அவர்கள் இருவரும் பார்ப்பதைத் தவிர்த்து விடுவார்கள். இருவரும் ஒருவரையொருவர் பார்த்துக்கொள்ளும் படியாக உட்காருவது வழக்கம். மேற்பார்வையாளரிடம் டைப் அடித்ததைக் கொடுத்து வாங்கிக்கொண்டு இருவரும் ஒளித்து வைத்திருந்த காதல் கடிதத்தைப் பரிமாறிக்கொண்டார்கள். ஒரு நொடி சந்தர்ப்பத்தில் அவள் இடுப்பை அவன் தடவினான். அம்பிகையின் முகம் சிவந்தது.

அவள் வீட்டை நோக்கி நடந்துகொண்டிருந்தாள். அவன் கொடுத்த கடிதத்தை வீட்டிற்குச் சென்று படிப்பதற்கு அவளுக்குப்

பொறுமையில்லை. பர்சிலிருந்த கடிதத்தை எடுத்து மர நிழலில் நின்று பிரித்தாள். 'என் இனிய காதலி அம்பிகைக்கு, முத்தத்துடன் எழுதிக்கொண்ட கடிதம்' என்று ஆரம்பித்திருந்தது. கடிதம் நான்கு பக்கங்களுக்கு இருந்தது. ரோட்டில் அம்மா பரமேஸ்வரி வந்துகொண்டிருப்பதைப் பார்த்தாள். கடிதத்தை மடித்துப் பர்சுக்குள் வைத்தாள். அம்மா எதற்காக இந்நேரத்தில் வருகிறாள், எங்கு போகிறாள் என்று யோசித்துக்கொண்டே அம்மாவை நோக்கி நடந்தாள். இருவரும் சந்தித்துக்கொண்ட போது அம்பிகை கேட்டாள். "என்னம்மா எங்க போறே."

"எங்க அண்ணனைக் கடையிலே பாக்கப் போறேன். அந்தக் கோமளம் என்னென்னமோ பேசறா. இந்நேரத்துலேதான் கங்கா அப்பா இருக்கமாட்டாரு. அதான் போறேன், நீ வீட்டுக்குப் போய் புள்ளைகளைப் பார்த்துக்க, பத்மா அவ பாட்டுக்கு உட்கார்ந்திருப்பா".

அம்பிகை வீட்டையடைந்தாள். கோமளம் ஜவுளிக் கடையை அடைந்தபோது ராமலிங்கம் எதற்காகவோ வெளியே நின்றிருந்தார். பரமேஸ்வரியைப் பார்த்ததும் அவருக்கு ஆச்சர்யமாக இருந்தது.

"என்ன பரமேஸ்வரி கடைக்கு வந்திருக்கே. என்ன விஷயம்" என்றார். வீட்டில் பேச முடியாத விஷயத்தைத் தனியே பேசுவதற்காகக் கடைக்கு வந்திருக்கிறாள் என அவர் நினைத்தார்.

"ஆமா அண்ணே ஒரு விஷயம் பேசணும்னு நெனச்சேன்."

"உள்ளே வா பேசுவோம்" என்று உள்ளே இருந்த சிறிய அறைக்குச் சென்றார்.

"காபி வாங்கிட்டுவரச் சொல்லவா" என்றார். பரமேஸ்வரி "சரி" என்றாள். கூஜாவிலிருந்து டம்ளரில் தண்ணீர் ஊற்றிப் பரமேஸ்வரியிடம் கொடுத்தார். அவள் அதை வாங்கிக் குடித்தாள்.

"வியாபாரமெல்லாம் எப்படியிருக்கு."

"ஓடுது. சீசன்லதான் நல்லா வியாபாரம் நடக்கும். அடுத்த மாசம் ஆடி வருது. ஆடித்தள்ளுபடின்னு போடுவோம். தள்ளுபடின்னா உடனே ஜனங்க வாங்க வரும். வியாபாரமே ஒரு தந்திரந்தான்."

"கோமளம் வீட்டுக்கு வந்துச்சு. கங்கா அப்பாவுக்கு பொண்ணு பாக்கப் போறதா சொல்லுச்சு. அவருக்கு ரெண்டு பொம்பளைப் புள்ளைங்க இருக்கு. அதுகளை கரையேத்தணும். உனக்குத் தெரியும்... கோமளம் மகனோட வந்தாள். நீ விருப்பப்பட்டு

ஏத்துக்கிட்டே. குடும்பம் நடத்தரே. என் மூத்த பொண்ணு லட்சுமியை விஸ்வநாதனுக்குக் கேட்டே. கோமளம் மகனை உன் மகனா தத்து எடுத்துக்கிட்டேன்னு என் பொண்ணைக் கொடுத்தேன். அவ ரெண்டு பொம்பளைப் புள்ளைகளைப் பெத்துப் போட்டுவிட்டுப் போய்ச் சேர்ந்துட்டா. அது போயி பத்து வருஷத்துக்கு மேலே ஆகுது. இப்ப இப்படி ஒரு பேச்சு வந்துருக்கு. நீயும் சரின்னு சொல்லிட்டேன்னு கோமளம் சொல்லுது, புதுசா ஒருத்தி வந்தா புள்ளைக எதிர்காலம் என்ன ஆகும்னு தெரியலை. எனக்கு கோமளம் வந்து பேசிட்டுப் போனதிலிருந்து மனசு சரியில்லை."

"நீ புள்ளைக பக்கம் இருந்து யோசிக்கிற, நானும் அதை யோசிக்காம இருப்பேனா, இப்ப வரவர விஸ்வநாதன் போக்கு சரியில்லை. சாராயம் அடிக்கிறது கூடிப்போச்சு. கோமளமும் கை, கால் உளையுதுங்கிறா. அவன் தறிகெட்டுப் போயிறக் கூடாது. இத்தனை வருஷம் வைராக்கியமாத்தான் இருந்தான். இப்ப கோமளம் பேச்சை எடுத்ததும் சரிங்கிறான். அவன் மனசு மாறியிருக்கு. இப்ப நாம ஒரு வழி பண்ணாட்டி அவன் கெட்டுப்போயிருவான்னு எனக்குத் தோண ஆரம்பிச்சிருச்சு. புள்ளைகளை நாம கைவுட்ருவோமா. ஒரு நல்ல பொண்ணாப் பாத்துக் கட்டி வைச்சிருவோம். நம்மளை மீறி எதுவும் நடக்காம பாத்துக்குவோம்."

"அண்ணே வேறு வழியில்லையா"

"பரமேஸ்வரி நீ பயப்படாதே. ஒண்ணும் கெட்டதா நடக்காது."

காபி வந்தது. கடை வேலையாள் இருவருக்கும் டம்ளரில் காபி ஊற்றிக் கொடுத்தான். இருவரும் காபி குடித்தார்கள். குடித்து முடிக்கும்வரை எதுவும் பேசிக்கொள்ளவில்லை. காபி குடித்துக்கொண்டிருக்கும்போது பரமேஸ்வரிக்கு ஒரு எண்ணம் தோன்றியது. அதை இப்போது கூறலாமா, பிறகு கூறலாமா என்று யோசித்தாள். மௌனம் நிலவியது.

"அண்ணே எனக்கு ஒரு யோசனை தோணுது. என் மகள் பத்மாவை ரெண்டாந்தாரமா கொடுத்தா என்னன்னு தோணுது. புள்ளைகளுக்கும் பாதுகாப்பா இருக்கும். கங்கா அப்பாவிற்கும் கல்யாணம் முடிஞ்ச மாதிரி இருக்கும். பத்மாவுக்கும் கல்யாணம் முடிஞ்ச மாதிரி இருக்கும். ஆனா இதுக்கு முன்னாடி சங்கரன்கிட்டே பேசி சம்மதம் வாங்கணும். அவன்தான் எங்களுக்கு மாசா மாசம் பணம் அனுப்பறான்."

"நல்ல யோசனைதான். நீ உன் மகன்ட்டே கேளு அவன் மாட்டேன்னா சொல்லப் போறான்."

“நான் கடிதாசி போட்டு மகனை வரச் சொல்றேன். எல்லாம் முருகன் அருளாலே நல்லபடியா நடக்கட்டும்.”

“சேலை காண்பிக்கச் சொல்றேன். உனக்குப் பிடிச்ச சேலையா எடுத்துக்க” என்று கூறி வேலையாளை ராமலிங்கம் அழைத்தார்.

ராமலிங்கத்திற்கு கோமளத்தைப் பற்றிய நினைவுகள் ஏற்பட்டன. அவளுக்கு வாக்குக் கொடுத்தபடி அவளை நன்றாக வாழ வைத்துக்கொண்டிருப்பதாக அவர் நினைத்தார். விஸ்வநாதனைப்பற்றி அவள் கவலைப்படுவது நியாயம்தான் என்று தோன்றியது. கோமளத்தின் அழகு இன்னும் வற்றாமல் இருப்பதாக அவர் நினைத்துக்கொண்டார்.

6

விஷயத்தை அறிந்ததும் பத்மாவிற்குப் பெரிய அதிர்ச்சியாக இருந்தது. கங்கா அப்பா விஸ்வநாதனுக்கு மனைவியாவதை அவளால் நினைத்துக்கூடப் பார்க்க முடியவில்லை. அண்ணன் சங்கரன் வரப் போகிறான். அவளை மையமாக வைத்து வலை பின்னப்பட்டுவிட்டது. தப்பிக்க முடியாது என்று அவளுக்குத் தோன்றியது. புதியதாக ஒரு பெண் கங்கா அப்பாவிற்கு மனைவியாக வந்தால் கங்காவையும் சந்திராவையும் அவள் கொடுமைப்படுத்துவாள் என்பதற்காகத் தன் வாழ்வு அழியப் போகிறதே என்று நினைத்து அழுதாள்.

ராமலிங்கத்தை ஜவுளிக் கடையில் பார்த்துப் பேசி வந்ததற்கு அடுத்த நாள் பத்மா மாவாட்டிக்கொண்டிருக்கும்போது பரமேஸ்வரி வந்து நாற்காலியை எடுத்துப் போட்டுக்கொண்டு உட்கார்ந்தாள். பரமேஸ்வரிக்கு மகள்களிடம் அதிகாரமாகப் பேசித்தான் பழக்கம்.

“இந்தா பாருடி, நான் யாருக்குக் கழுத்தை நீட்டச் சொல்றேனோ அவருக்கு நீ கழுத்தை நீட்டணும், உனக்குத் தெரியும், அன்னைக்குக் கோமளா வந்து கங்கா அப்பாவுக்குப் பொண்ணு பாக்கப் போறேன்னு சொல்லிட்டுப் போயிட்டா. நான் எங்க அண்ணன்ட்டே பேசிட்டேன். உன்னைத்தான் கங்கா அப்பாவுக்கு ரெண்டாம் தாரமா கொடுக்கப் போறேன். அப்பத்தான் கங்காவையும் சந்திராவையும் காப்பாத்த முடியும். சங்கரனை வரச் சொல்லியிருக்கேன். அவன் வந்ததும் அண்ணன்ட்டே முறைப்படி பேசி முடிச்சுக்கப் போறேன்.”

பத்மாவுக்கு இதைக் கேட்கும்போதே படபடப்பு ஏற்பட்டுக் கண்களில் நீர் வந்துவிட்டது. ஒரு கை உரலை ஆட்டிக்கொண்டிருந்தது. இன்னொரு கை மாவைத் தள்ளிவிட்டுக்கொண்டிருந்தது.

அவள் அழுவதைப் பார்த்ததும் பரமேஸ்வரிக்கு மனம் நெகிழ்ந்து விட்டது. "பாவம்... அவள் பேச்சில்லா அப்புராணி. என்ன கற்பனையில் இருந்தாளோ. நம்ம குடும்ப சூழ்நிலைக்கு அவளைப் பலி கொடுக்கிறோம்" என்று தோன்றியதும் அவள் அருகே சென்று தோளைத் தொட்டாள். உடனே பத்மா எழுந்து நின்று பரமேஸ்வரியைக் கட்டிப்பிடித்துக்கொண்டு அழுதாள்.

"அழாதே... அழக் கூடாது. பொண்ணாப் பிறந்தவங்களுக்குத் தனியா விருப்பம் இல்லை. என் அண்ணனுக்காக உங்க அக்கா லட்சுமியைப் பலி கொடுத்தேன். இப்ப உன்னைப் பலி கொடுக்கிறேன், லட்சுமியோட புள்ளைகளுக்காக. எனக்கு மூணு பொட்டப் பிள்ளைக. உங்க அப்பா இறந்துபோயிட்டாரு. உன்னைக் கல்யாணம் பண்ணிக் கொடுத்துட்டேன்னா அப்புறம் அம்பிகைக்கு எப்படியாவது கல்யாணம் செஞ்சுரலாம். உங்க அண்ணனுக்கு வேற கல்யாணம் முடிக்கணும். அழாதே... முருகன் காப்பாத்துவாரு."

பரமேஸ்வரி உறுதியான மனசு உள்ளவள். அவளுக்கும் கண்களில் நீர் கசிந்தது. பத்மாவின் வலது கையில் இருந்த மாவு பரமேஸ்வரியின் இடுப்பிலும் சேலையிலும் ஒட்டியிருந்தது. பத்மா கையையும் முகத்தையும் கழுவிவிட்டு சுவரில் சாய்ந்து உட்கார்ந்தாள். பரமேஸ்வரி மாவாட்ட ஆரம்பித்தாள். சுவரில் சாய்ந்து உட்கார்ந்திருந்த பத்மா தரையில் சுருண்டு படுத்துக்கொண்டாள். அவள் கண்களிலிருந்து கண்ணீர் வந்துகொண்டிருந்தது.

7

அப்பத்தாவிடம் காசு வாங்கிக்கொண்டு கடலை மிட்டாய், முறுக்கு வாங்க கங்காவும் சந்திராவும் கடைக்குச் சென்று கொண்டிருந்தார்கள்.

"அப்பாவுக்கு இன்னொரு கல்யாணம் நடக்கப்போகுது" என்றாள் கங்கா.

"அப்ப புதுச்சட்டை, பாவாடை கிடைக்கும்" என்றாள் சந்திரா.

"போடி, புதுசா ஒரு சித்தி வந்தா நம்மைக் கொடுமைப் படுத்துவான்னு பத்மா சித்தியை அப்பாவுக்குக் கல்யாணம் பண்ணி வைக்கப்போறாங்க."

"அப்ப பத்மா சித்தி அந்த வீட்லேயிருந்து இந்த வீட்டுக்கு வந்துருவாங்களா."

“ஆமா, அப்பத்தா நம்மகூட ஒண்ணுமே விளையாடாது. ஏதாவது சொல்லிக்கிட்டிருக்கும். பத்மா சித்தி வந்துச்சுன்னா நமக்கு ஜாலிதான்.”

“நமக்கு ஜாலிதான். ஆனா பத்மா சித்திக்கு அப்பாவைப் பாத்து பயம். பத்மா சித்தி அழுதுகிட்டிருந்ததைப் பார்த்தேன்.”

கடை வந்துவிட்டது. நாலு முறுக்கு, ஐந்து கடலை மிட்டாய் வாங்கினார்கள். சந்திராவிடம் இரண்டு முறுக்கும் இரண்டு கடலை மிட்டாய்களும் கொடுத்தாள் கங்கா.

மீதி ஒரு கடலை மிட்டாயைப் பல்லால் பாதியாக உடைத்து சந்திராவிடம் பாதியைக் கொடுத்தாள்.

8

கோமளம் திண்ணையில் உட்கார்ந்திருந்தாள். விஸ்வநாதன் தினமும் குடித்துவிட்டு வருவதை எண்ணிக் கவலைப்பட்டுக் கொண்டிருந்தாள். “என்ன செய்ய. அவனுக்குப் பெண்டாட்டி தங்கலை. ரெண்டு பொட்டப் புள்ளைக. அவனுக்குத் தனியா ஒரு ரவிக்கை பிட் கடை வைச்சுக் கொடுத்தாரு. வீட்டுக்குக் காசு கொடுக்கறதில்லை. குடிச்சே தீக்குறான். கல்யாணம் வேற ஆகப்போகுது. தனியா வருமானம் இருக்கட்டும்னு அவரு கடை வைச்சிக் கொடுத்தாரு. அதையும் ஒழுங்கா கவனிக்கிறதில்லை” என்று யோசித்துக்கொண்டிருந்தாள்.

காய்கறி விற்கும் பெண் கோமளத்தை நோக்கி வேகமாக நடந்து வந்தாள்.

“அம்மா, உங்க வீட்டைச் சுத்தி வந்துக்கிட்டிருக்கும்ல ஒரு பைத்தியம். அது நாவல் மரத்தடியிலே பேச்சு மூச்சு இல்லாம கிடக்கு. போய்ப் பாருங்க” என்றாள்.

கோமளத்துக்கு என்ன செய்வதென்று தெரியவில்லை. திண்ணையிலிருந்து இறங்கி பரமேஸ்வரி வீட்டை நோக்கி வேகமாக நடந்தாள். வாசலில் நின்று பரமேஸ்வரியை வரச் சொல்லிக் கத்தினாள். அவள் வந்ததும் இருவருமாக நாவல் மரத்தடிக்குச் சென்றார்கள். நாவல் மரத்தடியில் கிடந்த அந்தப் பெண்ணைப் பரமேஸ்வரி தொட்டுப் பார்த்தாள். கையைத் தூக்கிப் பார்த்தாள். கை கீழே விழுந்தது. மூக்கில் கை வைத்துப் பார்த்தாள். நெஞ்சில் கை வைத்துப் பார்த்தாள். கோமளத்தைப் பார்த்து, “முடிஞ்சது” என்றாள். தெருவிலுள்ள சிலர் அவர்கள் இருவரும் நிற்பதைப் பார்த்து வந்தார்கள். “அவருக்கும் விஸ்வநாதனுக்கும் தகவல் சொல்லணுமே” என்றாள் கோமளம். நாவல் மரத்துக்கு எதிர்வீட்டில் இருந்தவர் சைக்கிளில் சென்று

தகவல் சொல்வதாகக் கூறினார். அந்தத் தெரு முழுக்க ஏதோ ஒரு வகையில் ஒருவருக்கொருவர் உறவினர்களாக இருந்தார்கள்.

சற்று நேரத்தில் குதிரை வண்டியில் ராமலிங்கமும் விஸ்வநாதனும் வந்தார்கள். கோமளத்திடமும் பரமேஸ்வரியிடமும் ராமலிங்கம் பேசினார். வீட்டுக்குக் கொண்டுசெல்ல வேண்டும் என்று முடிவு செய்தார்கள். அதன்படி மற்றவர்கள் உதவியுடன் வீட்டிற்குக் கொண்டு சென்றார்கள். சற்று நேரத்தில் ராமலிங்கமும் விஸ்வநாதனும் வந்தார்கள்.

இறந்தவளின் உடலிலிருந்து துர்நாற்றம் வீசியது. வீட்டு முன்னறையில் கட்டிலில் வைத்திருந்தார்கள். இறந்து கிடந்தவளையும் புகைப்படத்தில் ராமலிங்கத்துடன் இருக்கும் அவளையும் விஸ்வநாதன் ஒப்பிட்டுப் பார்த்தார். மனித வாழ்க்கை எப்போது புரளும், எப்போது மாறும், எப்போது போவோம் என்று யாருக்கும் தெரியாது என்று யோசித்துக் கொண்டிருந்தார். கோமளம் நடப்பவற்றை வேடிக்கை பார்த்துக்கொண்டிருந்தாள். "சீக்கிரம் எடுத்துரணும். இன்னும் பாடை கட்றாங்க. வந்தவங்க சோம்பேறிப் பசங்க" என்று பரமேஸ்வரி புலம்பிக்கொண்டிருந்தாள்.

இறுதிச் சடங்கை ராமலிங்கம் செய்தார்.

9

விஸ்வநாதனும் அவரின் நண்பர்கள் இருவரும் அந்தச் சாராயம் விற்கும் இடத்தில் இருந்தார்கள். ஆங்காங்கே மரத்தடியிலும் பெஞ்சிலும் உட்கார்ந்து குடித்துக்கொண்டிருந்தார்கள். குடல் வறுவலும் ரத்தப் பொரியலும் வைத்து ஒருவர் வியாபாரம் செய்துகொண்டிருந்தார்.

விஸ்வநாதன் இருக்கும் தெருவின் கடைசி வீட்டில் குடியிருக்கும் சிவனாண்டி வந்திருந்தான். அவர்கள் குடும்பத்தினருக்கும் தங்கள் குடும்பத்தினருக்கும் முந்தைய இரண்டு தலைமுறையாக ஆகாது என்றும் பேசிக்கொள்வதில்லை என்றும் விஸ்வநாதனிடம் கூறியிருந்தார் ராமலிங்கம். அவன் இருக்கும் நேரத்தில் நண்பர்களுடன் வந்தது விஸ்வநாதனுக்கு உறுத்தலாக இருந்தது.

விஸ்வநாதனும் அவருடன் வந்தவர்களும் கடையில் சாராயம் வாங்கிக்கொண்டு பெஞ்சில் உட்கார்ந்து அரசியல் பேசிக்கொண்டிருந்தார்கள். நண்பர்களில் ஒருவர் குடல் வறுவல் வாங்கி வந்தார். மூவரும் அதைத் தொட்டுக்கொண்டு சாராயத்தைக் குடித்தார்கள். ஒரு ரவுண்டு முடிந்து, இரண்டாவது

ரவுண்டு முடிந்து, மூன்றாவது ரவுண்டு ஆரம்பமானது. இப்போது தொட்டுக்கொள்ள மீண்டும் குடல் வறுவல் தேவைப்பட்டது. விஸ்வநாதன் எழுந்து குடல் வறுவல் வாங்கச் சென்றார். அப்போது யாரோ தன்மேல் மோதியதாக உணர்ந்து பார்த்தார். சிவனாண்டி நின்றுகொண்டிருந்தான்.

விஸ்வநாதன் அவனை முறைத்துப் பார்த்தார். அவன் வேறு யாரிடமோ பேசுவதுபோல் கூறினான். “அப்பன் பேரு தெரியாதவனெல்லாம் ஊரில் பெரிய மனுஷனாட்டம் திரியறான்ங்க.” அடுத்த கணத்தில் விஸ்வநாதன் அவன் கன்னத்தில் அறைந்தார். அவன் பதிலுக்கு இவரை அடித்தான். இருவரும் அடித்துக்கொண்டார்கள். விஸ்வநாதனின் நண்பர்கள் வந்து விலக்கிவிட்டார்கள்.

“நான் என்ன இல்லாததையா சொல்லிவிட்டேன்” என்று மற்றவர்களின் பிடியிலிருந்த சிவனாண்டி கத்திக்கொண்டிருந்தான்.

விஸ்வநாதனின் நண்பர்கள் சிவனாண்டியைக் கொண்டுபோய் வெளியே விட்டார்கள். விஸ்வநாதன் தனித்து விடப்பட்டதுபோல் உணர்ந்தார். சற்று நேரத்தில் நண்பர்கள் வந்தார்கள். நண்பர்களில் ஒருவர், “சிவனாண்டியை அனுப்பி வைச்சாச்சு. விஸ்வநாதன், நீ ஒண்ணும் நெனைச்சுக்காதே. எதையும் மனசுலே வைச்சுக்காதே” என்றார்.

விஸ்வநாதன் அமைதியாக இருந்தார். அவருக்குள் அவமானம் புரண்டுகொண்டிருந்தது. இந்தச் சாராயக் கடையையே சூறையாட வேண்டும் என்ற ஆவேசம் ஏற்பட்டது. அன்று அதிகம் குடித்தார். அவரால் நிற்கவே முடியவில்லை. சிவனாண்டியைக் கெட்ட வார்த்தைகளால் திட்டிக்கொண்டிருந்தார். திட்டிக்கொண்டே கீழே விழுந்துவிட்டார்.

நண்பர்கள் வெளியே வந்து குதிரை வண்டியை அமர்த்தி, விஸ்வநாதனை அதில் வைத்து அவர்களும் ஏறிக்கொண்டார்கள். விஸ்வநாதன் வீட்டை நோக்கிக் குதிரை வண்டி சென்றது.

வாசலில் குதிரை வண்டி நிற்பதைப் பார்த்ததும் வீட்டின் உள்ளேயிருந்த கோமளம் வெளியே வந்து பார்த்தாள். விஸ்வநாதனை நண்பர்கள் இருவரும் குதிரை வண்டியிலிருந்து இறக்கிக்கொண்டிருந்தார்கள். “என்னாச்சு” என்றாள் கோமளம். “ஒன்றுமில்லை. கூடுதலா குடிச்சிட்டாரு” என்ற பதில் வந்தது. முன்னறையில் இருந்த கட்டிலில் அவரைக் கிடத்தினார்கள். ‘சீக்கிரமா விஸ்வநாதனுக்குக் கல்யாணம் பண்ணனும்’ என்று கோமளம் நினைத்துக்கொண்டாள்.

10

சங்கரன் நாற்காலியில் உட்கார்ந்திருந்தான். இன்னொரு நாற்காலியில் பரமேஸ்வரியும் தரையில் பத்மாவும் அம்பிகையும் உட்கார்ந்திருந்தார்கள். அழுது அழுது பத்மாவின் முகம் வீங்கியிருந்தது.

“பத்மா, கவலைப்படாதே. உறவு விட்டுப் போகாம இருக்கும். அவுங்க கங்கா அப்பாவுக்குக் கல்யாணம் பண்ணனும்னு முடிவு பண்ணிட்டாங்க. இப்ப நாம என்ன பண்றது. அக்கா பெத்த ரெண்டு பெண் குழந்தைகளைக் காப்பாத்தணும். வேறு வழி இல்லை. போகப்போக சரியாயிடும். அவர் என்ன உனக்கு நல்லா தெரிஞ்சவர்தானே. உனக்கு மாப்பிள்ளை பாத்துக் கல்யாணம் பண்ணி வைக்கறதுக்குக் காசு பணம் நம்மகிட்டே இப்ப இல்லை. அப்படி வேறே மாப்பிள்ளை பாத்தா அவரு அறிமுகமில்லாதவரா இருப்பாரு. எப்படி குணம் இருக்கும்னு தெரியாது. மாமியாரோட குணம் எப்படி இருக்கும்னு தெரியாது. அதனாலே உனக்கு இங்கே நம்ம குடும்பத்துக்குள்ளே சம்பந்தம் பண்ணிக்கிறதுதான் நல்லது. எல்லாம் நல்லபடி நடக்கும்” என்றான் சங்கரன்.

“வேற வழியில்லைல்ல. நீங்க விரும்புனபடி செய்ங்க. புள்ளைக பாதுகாப்பாக இருக்கட்டும்” என்றாள் மெல்லிய குரலில் பத்மா.

அடுத்த நாள் விஸ்வநாதன் வீட்டிலிருந்து பெண் கேட்டு வந்தார்கள். சங்கரன் இருந்து முறைப்படி திருமணத்தை முடிவு பண்ணினான். ஒரு நல்ல நாள் பார்த்துத் திருமணமும் முடிந்தது. விஸ்வநாதன் வீடு இரண்டு வீடுகள் தள்ளித்தான் இருந்தது. அந்த வீட்டிற்கு மருமகளாக பத்மா சென்றாள்.

முதலில் சில நாட்கள் விஸ்வநாதன் குடிக்காமலிருந்தார். பிறகு மீண்டும் ஆரம்பித்துவிட்டார். அந்த நெடி பத்மாவிற்கு ஒத்துக்கொள்ளவில்லை. வயிற்றைப் புரட்டுவதுபோல் இருக்கும். சமயங்களில் வாந்தி வருவது போலவும் இருக்கும். அந்த நெடியுடன் பத்மா மீது அவர் படரும்போது அவள் கண்களை மூடிக்கொள்வாள். மனதுக்குள் “முருகா முருகா” என்று முணுமுணுத்துக்கொள்வாள். “கண்ணை ஏன் மூடறே. .. கண்ணைத்திற” என்பார் விஸ்வநாதன். அவள் கண்களைத் திறந்து மீண்டும் மூடுவாள். கண்களை மீண்டும் மூடும்போது அவர், அவள் கன்னத்தில் அறைவார்.

11

வாயாடி வசுந்தரா மூலம் அம்பிகைக்கும் ராஜேந்திரனுக்கும் காதல் என்று தெரு முழுக்கப் பரவிவிட்டது. பரமேஸ்வரிக்கும் தெரிந்துவிட்டது. அம்பிகை மறுக்கவில்லை. பரமேஸ்வரி திட்டிக்கொண்டே அம்பிகையை அடித்தாள்.

“கவுரவத்தை கெடுத்துப்புட்டியே. கைம்பெண் மகளை வளத்தது சரியில்லைன்னு என்னயில்ல எல்லோரும் பேசுவாங்க. உங்க அண்ணனுக்குத் தந்தி கொடுத்து வரச் சொல்றேன். நீ அவனை மறந்துரு. ஒரே சாதின்னாலும் அவுங்க நம்மைக் காட்டிலும் வசதியான குடும்பம். எப்படி சம்பந்தம் நடக்கும். இப்ப தெருவுக்குத் தெரிஞ்சு போச்சு… நாளைக்கி உன்னை வேற யாரு கல்யாணம் பண்ணுவாங்க… இப்படிப் பண்ணிட்டியே சிறுக்கி…”

“நான் அவரைத்தான் கல்யாணம் பண்ணிக்குவேன். இல்லேன்னா இப்படியே இருந்துருவேன்” என்றாள் அம்பிகை.

“இப்படியே இருப்பியா. உனக்கு யாரு கஞ்சி ஊத்தறது… என்னடி உனக்கு அவ்வளவு பிடிவாதம்” என்று மீண்டும் பரமேஸ்வரி அடிக்க வந்தாள். அந்த நேரம் வீட்டுக்கு வந்த பத்மா விலக்கிவிட்டாள். அம்பிகை பிடிவாதமாகக் கல் மாதிரி நின்றாள்.

சங்கரன் தந்தி கிடைத்து வீட்டுக்கு வந்துவிட்டான். வழக்கமாக அமரும் நாற்காலியில் அமர்ந்திருந்தான். விஷயத்தைத் தெரிந்துகொண்டதும் அவன் கொந்தளிக்கவில்லை. அமைதியாகச் சற்று நேரம் யோசித்தான். வாசலுக்குச் சென்று நின்றுவிட்டுத் திரும்பி வந்து நாற்காலியில் உட்கார்ந்தான்.

“எப்படிப் பழக்கம்” என்று அம்பிகையிடம் கேட்டான்.

“டைப் இன்ஸ்டீட்யூட்டுக்கு டைப் அடிக்க வரும்போது”.

“டைப் அடிக்கப் போறதை நிறுத்தியாச்சா” என்று பரமேஸ்வரியைப் பார்த்துக் கேட்டான். அவள், “நிறுத்தியாச்சு” என்றாள். “ராஜேந்திரன் அப்பாகிட்டே பேசிப்பார்ப்போம். அதைப் பொறுத்து முடிவு பண்ணிக்கிருவோம்” என்றான் சங்கரன். தினசரி நாட்காட்டியை எடுத்துப் பார்த்தான். “நாளைக்கிக் காலைலே நல்ல நேரம் இருக்கு. போய் பேசிப் பார்ப்போம். எதையும் தள்ளிப் போட்டுக்கிட்டே போகக் கூடாது” என்றான்.

அடுத்த நாள் காலையில் ராஜேந்திரன் வீட்டிற்குக் கிளம்பிச் சென்றான். நல்ல முடிவு கிடைக்கும் என்ற கற்பனையில் அம்பிகை இருந்தாள். ராஜேந்திரனின் அப்பாவிற்கு ஹோட்டல், லாட்ஜ்

சொந்தமாக இருந்தன. அவர்கள் இருந்த தெருவில் சில வீடுகளை வாடகைக்கு விட்டிருந்தார்கள்.

ராஜேந்திரன் வீட்டையடைந்து வாசலில் நின்றிருந்தபோது ராஜேந்திரனின் அப்பா உள்ளிருந்து எட்டிப் பார்த்து உள்ளே வரச் சொன்னார். சங்கரனின் அலுவலக வேலை தொடர்பாக விசாரித்தார். கும்பகோணம் ஊரைப்பற்றிப் பேசினார். சங்கரன் கேள்விப்பட்ட விஷயத்தைக் கூறினான்.

"ஆமா தெருவுக்கே தெரிஞ்சுபோச்சு. எங்களுக்குக் காதலிக்கிற பொண்ணு வேண்டியதில்லை. நான் என் மகனைக் கூப்பிட்டுச் சத்தம் போட்டேன். எங்க குடும்பத்துக்கு உங்க சம்பந்தம் ஒத்து வராது. வேற இடத்துலே மாப்பிள்ளை பாருங்க. வெளியூர்லே பாருங்க. நீங்க எத்தனை தடவை பேசினாலும் இதுதான் என் பதில்" என்றார் ராஜேந்திரனின் அப்பா.

அடுத்து என்ன செய்வது என்று யோசித்துக்கொண்டே வீட்டை நோக்கிச் சென்றுகொண்டிருந்தான் சங்கரன். "நல்ல முடிவு கிடைக்கும் என்று அம்பிகை கற்பனை செய்துகொண்டிருப்பாளே" என்ற கவலை அவனுக்கு ஏற்பட்டது.

அவனை எதிர்பார்த்து பரமேஸ்வரியும் அம்பிகையும் வீட்டில் காத்திருந்தார்கள். பத்மாவும் வந்திருந்தாள். சங்கரன் வந்து வழக்கமாக அமரும் நாற்காலியில் உட்கார்ந்தான். அம்பிகை எழுந்து போய் சாமிப் படத்தைத் தொட்டுக் கும்பிட்டுவிட்டு வந்தாள்.

"ஒண்ணும் நடக்கலை. ராஜேந்திரன் அப்பாவிற்கு இந்த சம்பந்தத்திலே விருப்பமில்லை. அந்தப் பையனுக்கு இதனாலே பெரிய பாதிப்பு இருக்காது. ஆனா நமக்குல்ல பாதிப்பு. ஊருக்குத் தெரிஞ்சு போச்சே. அம்பிகை, நீ நடந்ததை மறந்துரு. அடுத்து நடக்க வேண்டியதைப் பாப்போம். என்கூட ஒருத்தன் வேலை பாக்கறான். நம்ம சாதிதான். அப்பா அம்மா கிடையாது. சித்தப்பா ஒருத்தர் இருக்காரு. முற்போக்கான சிந்தனை உள்ளவன். அவன்ட்டே உள்ளதைச் சொல்லியே கேப்போம். அவன் அதை ஒண்ணும் பெரிசா எடுத்துக்கற டைப் இல்லை. ஒருநாள் வீட்டுக்குக் கூட்டியாரேன். அவனுக்குப் புடிச்சுப் போச்சுன்னா பெரியவங்களை வைச்சுப் பேசி சீக்கிரத்துலேயே முடிச்சுடுவோம். தள்ளிப்போட்டுக்கிட்டே போறதுலே அர்த்தம் இல்லை."

சங்கரன் சொன்னதைக் கேட்டதும் அம்பிகைக்கு அழுகையைக் கட்டுப்படுத்த முடியவில்லை. "சாமி என்னைக் கைவிட்டிருச்சே" என்று அழுதுகொண்டே சொன்னாள். பத்மா அவளுக்கு ஆறுதல் சொன்னாள்.

பத்மாவைப் பார்த்து சங்கரன் கேட்டான். "என்ன, உன் கன்னம் வீங்குன மாதிரி இருக்கு."

"ஒண்ணுமில்லை. இடிச்சுக்கிட்டேன்" என்றாள் பத்மா.

12

அம்பிகைக்கு மனக்குழப்பமாக இருந்தது. இன்று பெண் பார்க்க வருகிறார்கள். சங்கரன்கூட அந்த வரன் முருகவேலும் அவனுடைய சித்தப்பாவும் சித்தியும் வருகிறார்கள்.

மூத்த அக்கா இரண்டு பெண் குழந்தைகளுக்குத் தாயான பின் கொஞ்ச வயதிலேயே இறந்துவிட்டாள். இரண்டாவது அக்கா இரண்டாம் தாரமாக வாக்கப்பட்டிருக்கிறாள். அம்பிகைக்கும் விருப்பப்பட்டது நடக்கவில்லை. அம்பிகைக்குத் தற்கொலை செய்துகொள்ளலாமா என்றுகூடத் தோன்றியது. "ராஜேந்திரன் என்ன செய்வார். அவரோட அப்பா விருப்பப்படலேன்னா என்ன செய்ய முடியும். தற்கொலை பண்ணிக்கிட்டா ராஜேந்திரனையும் அவர் குடும்பத்தையும் பழி வாங்கிவிட்டதா நினைக்கலாம். அவுங்களுக்குக் குற்ற உணர்ச்சியே இருக்காது. பிறகு தற்கொலை பண்ணி என்ன பயன். என் வாழ்க்கை முடிஞ்சு போகும். வாழ்க்கைக்கு ஏத்தாப்லே நாம வாழ்ந்து பழகிக்கணும். நடக்கறது நடக்கட்டும்" என்ற வைராக்கியம் அம்பிகைக்கு ஏற்பட்டது.

குதிரை வண்டியிலிருந்து சங்கரனும் முருகவேலும் அவருடைய சித்தப்பா, சித்தியும் இறங்கி வந்தார்கள். பெண் பார்க்கும் நிகழ்ச்சி நடந்தது. அம்பிகையும் முருகவேலைப் பார்த்தாள். சித்தப்பா முருகவேலைப் பார்த்தார். அவன் சரி என்பதுபோலத் தலையாட்டினான். பின் சித்தப்பா கல்யாணம் எப்போது எங்கே எப்படி நடத்துவது என லௌகீகமாகப் பேச ஆரம்பித்துவிட்டார். பேச்சு நிறைவடைந்தது. முருகவேலுக்கு அம்பிகை மனைவியாகப் போகிறாள்.

குதிரைவண்டி வெளியிலேயே நின்றிருந்தது. வந்திருந்தவர்களைக் குதிரை வண்டியில் ஏற்றி அனுப்பிவிட்டு சங்கரன் வீட்டுக்குள் வந்தான். அம்பிகையைக் கூப்பிட்டு, "முருகவேல் நல்லவன். முற்போக்கு சிந்தனைக்காரன். உன்னை அவன் நல்லா வைச்சிருப்பான்" என்றான். அம்பிகை தலையாட்டினாள். இந்த ஊரில் இல்லாமல் வெளியூருக்குத் திருமணமாகிச் செல்வதில் அவளுக்கு நிம்மதி ஏற்பட்டது.

பெரிய ஆலமரம். விழுதுகள் தொங்கிக்கொண்டிருக்கின்றன. மரத்தில் ஆணி அடித்து மாலைகள் போடப்பட்டிருந்தன.

சந்தனம், குங்குமம் தெளிக்கப்பட்டிருக்கின்றன. சடைமுடியுடன் மஞ்சள் சேலையில் ஒரு பெண் சாமியாடுகிறாள். அந்தக் காட்சி மறைந்துவிடுகிறது. குளத்தில் அம்பிகை தத்தளித்துக்கொண் டிருக்கிறாள். மூழ்கிவிடுவாள் போலிருக்கிறது. தலையைத் தண்ணீருக்கு மேல் கொண்டு வருகிறாள். பிறகு தண்ணீருக்குள் தலை மூழ்குகிறது. மீண்டும் தலையைத் தண்ணீருக்கு மேல் கொண்டுவருகிறாள். அவள் தத்தளிப்பதைப் பார்த்து, "எனக்கு நீச்சல் தெரியாது" என்று ராஜேந்திரன் கத்துகிறான்.

அவளுக்குத் தூக்கத்திலிருந்து விழிப்பு வந்துவிட்டது. எழுந்து சென்று சாமிப் படத்தின் முன் தட்டில் இருந்த விபூதியை எடுத்து நெற்றியில் பூசிக்கொண்டு வந்து படுத்தாள்.

13

இரண்டு வருடங்கள் கடந்துவிட்டன. அம்பிகை திருமணமாகிக் கும்பகோணம் சென்றுவிட்டாள். புது சூழ்நிலை அவளுக்குப் பிடித்துவிட்டது. சங்கரனும் கும்பகோணத்திலேயே வேலை பார்ப்பது அவளுக்குப் பலமாக இருக்கிறது. கங்கா பெரியவளாகி விட்டாள். விஸ்வநாதனுக்கும் பத்மாவுக்கும் ஒரு ஆண்குழந்தை பிறந்தது. அக்குழந்தைக்கு சத்யன் என்று பெயர் வைத்தார்கள். பரமேஸ்வரி தனியாக இருக்கிறாள். சங்கரனுக்கு கங்காவைத் திருமணம் செய்து வைத்துவிட வேண்டும் என்ற எண்ணத்தில் பரமேஸ்வரி இருக்கிறாள். சந்திராவும் கங்காவும் இரு வீடுகளிலும் இருந்துகொண்டிருக்கிறார்கள்.

இப்படி வாழ்க்கை சீராகப் போய்க்கொண்டிருக்கும்போது கோமளத்தின் வீட்டிற்குப் பரமேஸ்வரி வந்தபோது எப்படியோ பேச்சுமாறி இருவருக்கும் சண்டை ஏற்பட்டது. அப்போது பத்மா மட்டும் இருந்தாள்.

"எங்க அண்ணன்கூட வர்றதுக்கு முன்னாடி பல பேர்ட்ட போனவதானே நீ. உன் மகனுக்கு அப்பன் பேர் தெரியாதவதானே நீ" என்று கோமளத்தைப் பார்த்து ஏசினாள் பரமேஸ்வரி.

"அப்படிப்பட்ட மகனுக்குத்தானே நீ உன் ரெண்டு மகள்களையும் கொடுத்தே. உனக்கு எங்க போச்சு அறிவு. நான் ஒழுங்கு கெட்டவன்னா நீயும் ஒழுங்கு கெட்டவதான்" என்றாள் கோமளம்.

இருவரும் அடித்துக்கொள்ளும் நிலைக்குச் சென்று விட்டார்கள். பத்மா கஷ்டப்பட்டு விலக்கிவிட்டாள். கோமளம் விளக்குமாறை எடுக்கச் சென்றாள். பரமேஸ்வரி வெளியேறி விட்டாள். சத்யன் அழுதுகொண்டிருந்தான். பத்மா அவனைத்

தூக்கி இடுப்பில் வைத்துக்கொண்டாள். பத்மாவிடம் பரமேஸ்வரியைத் திட்டி கோமளம் பேசினாள். பத்மா எதுவுமே பேசவில்லை. குடும்பம் பெரிய நெருக்கடிக்குள் சிக்கிக்கொண்டது என்பதை உணர்ந்தாள். கோமளம் அமைதியாகித் திண்ணையில் அமர்ந்தாள்.

விஸ்வநாதன் முதலில் வீட்டுக்கு வந்தார். அவர் வந்தவுடன் கோமளம் ஆக்ரோஷத்துடன் அவரிடம் நடந்ததைக் கூறினாள். பரமேஸ்வரி தன்னைக் கேவலமாகத் திட்டியதைக் கூறினாள். விஸ்வநாதன் அமைதியாகக் கேட்டார். நல்லவேளையாக அவர் குடித்திருக்கவில்லை. விஸ்வநாதனிடம் பேசிக்கொண்டிருக்கும்போதே ராமலிங்கமும் வந்துவிட்டார்.

அவரிடமும், பரமேஸ்வரி திட்டியதை கோமளம் கூறினாள். அவர் ஆவேசத்துடன், “இரு அவளை நாலு வார்த்தை கேக்கறேன். பரமேஸ்வரி கலகம் மூட்டுறாளா” என்று கூறியபடி ராமலிங்கம் வாசலை நோக்கிச் சென்றார். பத்மா அழுதுகொண்டே அவர் காலில் விழுந்தாள். “பெரிசாக்கிறாதீங்க மாமா. எங்கம்மா செஞ்சது தப்புதான். நான் மன்னிப்புக் கேக்குறேன்” என்றாள். அவர் தோளில் போட்டிருந்த துண்டை உதறினார். கோமளத்தைப் பார்த்து, “சாப்பாடு போடு” என்றார். விஸ்வநாதன் சாப்பாடு வேண்டாம் என்று சொல்லிவிட்டுப் பாயை விரித்துத் திண்ணையில் படுத்துக்கொண்டார்.

விஸ்வநாதன் அசாதாரணமான அமைதியிலிருந்தார். யாரிடமும் பேசவில்லை. வீடே வழக்கமான நிலையில் இல்லை. ஒருவருக்கொருவர் ஒன்றிரண்டு வார்த்தைகள் மட்டுமே பேசிக்கொண்டார்கள். அடுத்த நாள் ராமலிங்கம் முதலில் வீட்டைவிட்டு வெளியேறிச் சென்றார்.

விஸ்வநாதன் வெளுத்த வேட்டி சட்டை அணிந்திருந்தார். பத்மா இடுப்பில் சத்யனை வைத்திருந்தாள். பத்மாவிடம் விஸ்வநாதன் வந்தார். “நான் போறேன். திரும்ப வரமாட்டேன்” என்றார். “அப்புறம் எதுக்கு என்னைக் கல்யாணம் பண்ணினீங்க” என்றாள் பத்மா. அவர் எதுவும் பேசாமல் வெளியேறினார்.

மதிய நேரத்தில் வாசலில் குதிரை வண்டி நிற்கும் சத்தம் கேட்டு பத்மா வாசலுக்கு வந்தாள். ராமலிங்கம் முதலில் இறங்கினார். கூடவே சைக்கிள்களில் வந்தவர்கள் குதிரை வண்டியிலிருந்து விஸ்வநாதனின் உடலை இறக்கி முன்னறையில் கட்டிலில் கிடத்தினார்கள். பத்மா அலறினாள். சத்யன் அழுதான். எதிர்வீட்டுப் பெண் சத்யனை வாங்கிக்கொண்டாள். உள்ளிருந்து வந்த கோமளம் நெஞ்சில் அடித்துக்கொண்டு அழுதாள்.

சத்தம் கேட்டுக் கூட்டம் கூடியதைக் கண்டு பரமேஸ்வரி வந்தாள். விஸ்வநாதன் இறந்து கிடக்கும் காட்சியைக் கண்டாள். “நீ என்னக் கேவலமா திட்னதை பொறுக்க மாட்டாமத்தான் என் மகன் விஷம் குடிச்சு செத்துப் போயிட்டான். வீட்டுக்குள்ளே வராதே” என்று கத்தினாள் கோமளம்.

“என்ன, எல்லோரும் சும்மா இருக்கீங்களா. போலீசு வந்து விசாரிக்கணுமா, பிரேதத்தைப் பரிசோதனை பண்ணணுமா. சும்மா இருங்க” என்று ராமலிங்கம் கத்தினார்.

விஸ்வநாதன் முகம் அமைதிக் களையுடன் இருந்தது. உடலில் நீலம் படர்ந்திருந்தது.

14

அப்போது ராமலிங்கம் இளைஞன். ஜவுளிக்கடை வைப்பதற்கு முன்பாக ராமலிங்கம் ஹோட்டல் வைத்து நடத்திக்கொண்டிருந்த காலம். போட்டியில்லாததால் பணம் கொழித்துக்கொண்டிருந்தது. வாழ்க்கையில் மிக சந்தோஷமாக இருந்த காலகட்டம் அது. பாஸ்கரன் அவருடைய பால்யகால நண்பர். நாட்டியம் சொல்லிக் கொடுப்பவர். அவரிடம் பேசிக்கொண்டிருக்கலாம் என்று ராமலிங்கம் அவர் வீட்டுக்குச் சென்றார். கோயில் விழாக்களில் பாட்டும் நாட்டியமும் ஒரு பகுதியாக இருந்தது. பாஸ்கரன் பாட்டும் சொல்லித்தருவார்.

“திருவிடைமருதூர்லேயிருந்து ஒருத்தி வர்ற நேரம் இது. பெயர் கோமளம். இங்கேயே சில மாதங்கள் தங்கியிருந்து பாட்டும் நாட்டியமும் கத்துக்கிடணும்னு வாரா” என்றார் பாஸ்கரன்.

“அவ இங்கே தங்கியிருந்தா.”

“ஆமா நீ ஒண்ணும் தப்பா நெனைக்காதே. ஒவ்வொருத்தரும் ஒவ்வொரு மாதிரி. தங்கியிருந்தாதானே கத்துக்க முடியும்” என்று சொல்லிக்கொண்டிருக்கும்போது வாசலில் குதிரை வண்டி நிற்கும் சத்தம் கேட்டது. பாஸ்கரன் வாசலுக்குச் சென்றார். பாஸ்கரன்கூட ஒரு சிவப்பான அழகான பெண்ணும் ஒரு சிறுவனும் வந்தார்கள்.

பாஸ்கரன் வேலையாளைக் கூப்பிட்டு அவர்கள் கொண்டு வந்திருந்த பெட்டி படுக்கைகளை எடுத்து அறையில் வைக்கச் சொன்னார். அங்கிருந்த பெஞ்சில் அவளும் அந்தச் சிறுவனும் அமர்ந்தார்கள். பாஸ்கரனும் ராமலிங்கமும் நாற்காலிகளில் அமர்ந்திருந்தார்கள். பாஸ்கரன் அவளைப் பற்றி விசாரித்துக் கொண்டிருந்தார். ராமலிங்கம் அவளையே பார்த்துக்கொண் டிருந்தார். அவருக்கு மூச்சு விடுவதுகூடச் சிரமமாக இருந்தது.

"வாழ்ந்தால் இவளுடன் வாழ வேண்டும். அது ஒரு பெரும் சந்தோஷம்" என்று அவருக்குத் தோன்றியது.

"இவுங்க கோமளம். திருவிடைமருதூர்லேயிருந்து வாராங்க. இது இவுங்க பையன் விஸ்வநாதன்" என்று ராமலிங்கத்திடம் அறிமுகப்படுத்தினார். ராமலிங்கத்தை, "இங்கே ஹோட்டல் நடத்துகிறார். ஊரில் முக்கியமானவர்" என்று அறிமுகப்படுத்தினார்.

ராமலிங்கம் ஹோட்டலை நோக்கிச் சென்றுகொண்டிருந்தார்.

'முருகா ... முருகா ... ஏன் இப்படி அலைக்கழிக்கிறே. என் முன்னால் சைக்கிள் வருவதுகூடக் கவனத்தில் இல்லை. எங்கிருந்தோ அவள் வந்தாள். மனதில் நாற்காலியைப் போட்டு அமர்ந்துவிட்டாள். அமர்ந்தது மட்டுமல்ல. கால்மேல் கால்போட்டு உட்கார்ந்திருக்கிறாள். நான் அவள் முன்பாகக் கையேந்தி நிற்பவன்.'

எந்திரம்போல் ஹோட்டலுக்குள் நுழைந்தார். அவர் உட்காரும் இடத்தில் போய் உட்கார்ந்தார். யார் யாரோ சாப்பிட்டுக்கொண்டிருந்தார்கள். கண்ணுக்கு யாரும் தெரியவில்லை. கோமளம்தான் தெரிந்தாள். நாளைக்கே திரும்பவும் அவளைப் பார்க்கச் செல்ல வேண்டும் என்று அவருக்குத் தோன்றியது.

அடுத்த நாள் சென்றார். கோமளம் நாட்டியம் பழகிக்கொண்டிருந்தாள். ராமலிங்கம் நாற்காலியை ஓரமாகப் போட்டு உட்கார்ந்துகொண்டார். அவளின் தோள்களையும் கழுத்தையும் முன்னங்கைகளையும் பார்த்தார். பார்த்துக்கொண்டே இருந்தார்.

அடுத்த நாளும் சென்றார். கதவு அடைத்திருந்தது. சற்று யோசித்துக் கதவைத் தட்டினார். சலங்கை ஒலி கதவை நெருங்கும் ஓசை கேட்டது. கதவு திறந்தது. கோமளம் நின்றிருந்தாள். உள்ளே வரச்சொன்னாள். "எங்கே பாஸ்கரன்" என்று கேட்டார்.

அவரும் பையனும் வெளியே கடைக்குச் சென்றிருப்பதாகக் கூறினாள். நாட்டியப் பயிற்சியில் இருப்பதாகக் கூறினாள்.

தனியாக இருக்கும் சந்தர்ப்பம் கிடைத்துள்ளது. அத்துமீறக் கூடாது என்றும் மனதில் இருப்பதை இந்தச் சந்தர்ப்பத்தில் சொல்லிவிட வேண்டும் என்றும் ராமலிங்கத்திற்குத் தோன்றியது. அவள் நடக்கும்போது ஜல் ஜல் என்று சலங்கைச் சத்தம் கேட்டது. அவள் தரையில் அமர்ந்து சலங்கையை அவிழ்த்தாள்.

"என் மனசுலே தோன்றதை நான் சொல்லுறேன். உன்னை எனக்கு புடிச்சுப் போச்சு. நீ திரும்பவும் ஊருக்குப் போக வேண்டாம். இங்கேயே என்கூட இருந்துக்க. உனக்கு

வேண்டியதைச் செய்து தர்றேன். வாழ்க்கை முழுக்க நான் உன்னைக் கைவிட மாட்டேன். இது சத்தியம்” என்றார்.

“நானும் வயித்துப் பிழைப்புக்குத்தான் நாட்டியம் கத்துக்கிட்டு ஊருக்குப் போய் சம்பாதிச்சு வாழணும்னு நினைச்சேன். நிச்சயமான வாழ்க்கை இல்லை. வாத்தியார்கிட்டே கலந்துகிட்டு சொல்றேன். நாளைக்கு வாங்க. வாத்தியாரும்கூட இருக்கட்டும்” என்றாள்.

அவளைத் தொட வேண்டும் என்ற ஆவல் அவரை உந்தியது. கட்டுப்படுத்திக்கொண்டு வெளியேறினார். அடுத்த நாள் வந்தார். பாஸ்கரனும் கோமளமும் இருந்தார்கள்.

“இந்தா பாரு ராமலிங்கம் நீ நல்லா யோசிச்சுக்க. கோமளத்துக்கும் நல்ல ஏற்பாடு இதுன்னுதான் எனக்குத் தோணுது. உனக்குப் பெண்டாட்டி இருக்கு. சொந்தக்காரங்க இருக்காங்க. கோமளத்துக்கு ஒரு பையன் இருக்கான். அவள் பிழைப்புக்காக நாட்டியம் கத்துக்க வந்தவ. வந்த இடத்திலே இந்த மாதிரி ஒரு சங்கல்பம் ஏற்பட்டிருக்கு. ஏங்கிட்ட சொன்னத இவர்கிட்ட சொல்லு” என்று கோமளத்தைப் பேசச் சொன்னார்.

“வாத்தியாரை சாட்சியா வைச்சு சொல்றேன். எனக்கு சில வாக்குகள் கொடுக்கணும். என்னைத் தாலிகட்டிக் கல்யாணம் பண்ணிக்கணும். என் பையனை உங்க மகனா தத்து எடுத்துக்கணும். எனக்குத் தனியா வீடு பாத்து குடிவைக்கக் கூடாது. உங்க வீட்டுக்குத்தான் என்னைக் கூட்டிட்டுப் போகணும். என்ன சொல்றீங்க” என்றாள்.

“நீ சொன்னதுக்கெல்லாம் சம்மதம். நீ சொன்னபடி செய்றேன். பாஸ்கரனை சாட்சியா வைச்சு சத்தியம்” என்றார் ராமலிங்கம்.

“நீ இன்னொரு கல்யாணம் பண்ணிகிட்டா வீட்லே ஏத்துக்குவாங்க. இப்ப பையனோட வந்தவளை கல்யாணம் பண்ணிக்கிட்டு வீட்டுக்குக் கூட்டிட்டுப் போனா குழப்பம் வராதா” என்றார் பாஸ்கரன்.

“வராமப் பாத்துக்கறேன். எனக்கு ஒரே தங்கச்சி. நான் சொல்றதைக் கேட்டுக்குவா. என் பெண்டாட்டியும், நான் சொல்றதைக் கேட்டுக்குவா. எனக்குக் குழந்தையும் இல்லை. அதனாலே பிரச்சனை இருக்காது. நான் வாக்கைக் காப்பாத்திருவேன்.”

“சரி நீ போயி உங்க குடும்பத்துலே பேசு. கோமளத்துக்கு நல்ல வாழ்க்கை அமைஞ்சா எனக்கு சந்தோஷந்தான்.”

ராமலிங்கம் சந்தோஷமாக வீட்டுக்குச் சென்றார். முதலில் தங்கை பரமேஸ்வரியிடம் பேசினார். "குடும்பப் பெண்ணா இருந்தா சரி. உனக்கும் குழந்தை இல்லை. ஆனா நீ நாட்டியக்காரின்னு சொல்றே. அதான் இடிக்குது" என்றாள் அவள். பிறகு அவரின் பிடிவாதத்தைப் பார்த்து, "உன் இஷ்டம்" என்று சொல்லி விட்டாள்.

மனைவி பாக்கியத்திடம் கறாராகச் சொன்னார். "நமக்குக் குழந்தை இல்லை. நான் ஒரு நாட்டியக்காரியை கல்யாணம் பண்ணிக்கப் போறேன். அவளுக்கு மகன் இருக்கான். அவனை நான் தத்து எடுத்துக்கப் போறேன். அவுங்க ரெண்டு பேரும் இந்த வீட்டுலதான் இருப்பாங்க. எனக்குக் குழந்தை பொறக்காமலேகூட போகலாம். அதனாலே இந்த ஏற்பாடு."

அவளுக்கு விருப்பம் இல்லையென்றாலும் அவளால் அவரை ஒன்றும் செய்ய முடியவில்லை. கோமளத்தின் விருப்பப்படி ராமலிங்கம் கோமளத்தைத் தாலி கட்டித் திருமணம் செய்துகொண்டார். புரோகிதர்களை அழைத்து வந்து சடங்குகள் செய்து விஸ்வநாதனை மகனாகத் தத்து எடுத்துக்கொண்டார். கோமளமும் பாக்கியமும் ஒரே வீட்டில் வசித்து வந்தார்கள். அந்தத் தெருவிலேயே அந்த வீடுதான் அளவில் பெரியது.

பாக்கியத்திடம் ராமலிங்கம் அதிகம் பேசுவதில்லை. விஸ்வநாதனைப் பள்ளியில் சேர்த்துப் படிக்க வைத்தார். கோமளத்தின்மீது காதலும் காமமுமாக இருந்தார். பாக்கியத்தை ராமலிங்கம் தொட்டே பல ஆண்டுகளாகிவிட்டன. பாக்கியம் தனியே வாய்விட்டுப் பேசிக்கொண்டாள். வெறித்துப் பார்த்துக் கொண்டே உட்கார்ந்திருப்பாள். ஏதேதோ சம்பந்தமில்லாமல் பேசினாள். புத்தி பேதலித்துவிட்டது என்று மந்திரவாதியிடம் கூட்டிச் சென்றார்கள். அவர் சவுக்கால் அடித்துத் தீய சக்தியை விரட்டிவிட்டதாகச் சொன்னார். ஒன்றும் பயனில்லை. அவளுடைய மனப்பிறழ்வு அதிகரித்துக்கொண்டே இருந்தது.

ஒருநாள் தலைவிரிகோலமாக அறையிலிருந்து வெளியே வந்தாள். "உர்... உர்... உர்... லலலா... லலலா..." என்று கத்திக்கொண்டே வீட்டைவிட்டு வெளியேறினாள்.

O

யாவரும்.காம், மே 2020

பிரபல நடிகை

இன்று இரவு ஒரு பிரபல நடிகையின் கணவரைச் சந்திக்கச் செல்கிறேன். அவருடைய நிலத்தை விற்றுக் கொடுத்ததற்கு அவர் இன்று எனக்கு ஒரு விருந்து கொடுக்கிறார். கடந்த ஒரு வார காலமாகப் பழைய திரைப்படப் பாடல்களை ஒளிபரப்பும் தொலைக்காட்சி சேனல்களைத் திறக்கும்போதெல்லாம் மீண்டும் மீண்டும் அந்தப் பிரபல நடிகையின் பாடல்களையே ஒளிபரப்பிக்கொண்டிருந்தார்கள். இதென்ன அதிசயமாக இருக்கிறது என்று எனக்குத் தோன்றிக்கொண்டேயிருக்கிறது. அந்தப் பிரபல நடிகை இறந்து பல காலமாகிவிட்டது. பெரும்பாலும் கருப்பு வெள்ளைப் படங்கள். எனக்கு அவருடைய வடிவமோ, நடிப்போ, பாவனைகளோ ஈர்ப்பைத் தந்ததில்லை. ஆனால் அவர் நடிகையல்லவா, ஈர்ப்பு இருக்கத்தானே செய்யும்.

தொலைக்காட்சியில் நடிகை வீணை வாசித்துக் கொண்டே பாட்டுப் பாடிக்கொண்டிருந்த காட்சி ஒளிபரப்பாகிக்கொண்டிருந்தது. நான் அந்தக் காட்சிக்குள் நுழைந்தேன். அவர் என்னைப் பார்த்துத் திடுக்கிட்டு வீணை வாசிப்பதை நிறுத்தினார். முந்தானையால் கண்களில் ததும்பியிருந்த நீரைத் துடைத்துக்கொண்டார். "தொலைக்காட்சிப் பெட்டியிலிருந்து வர முடியுமா?" என்று கேட்டேன். அவர் "சரி" என்று கூறி தொலைக்காட்சிப் பெட்டியிலிருந்து வெளியே வந்தார்.

சோபாவில் அவரை அமரச் சொன்னேன். தண்ணீர் கேட்டார். நான் குளிர்சாதனப்

பெட்டியிலிருந்த தண்ணீர் பாட்டிலை எடுத்துக் கொடுத்தேன். குளிர்ச்சியில்லாத தண்ணீர் வேண்டும் என்றார். நான் அவ்வாறே எடுத்துக் கொடுத்தேன். அவர் தண்ணீரைக் குடித்தார்.

"எதற்கு என்னை அழைத்தீர்கள் – நான் வீணை வாசித்துக் கொண்டே பாட வேண்டிய காட்சி இன்னும் இருக்கிறது" என்றார். "இன்று இரவு உங்கள் கணவர் என்னை விருந்திற்கு அழைத்திருக்கிறார். நாங்கள் நிலம் சம்பந்தமாகப் பலமுறை சந்தித்துக்கொண்டபோது அவருடைய தனிப்பட்ட வாழ்க்கை பற்றிப் பேசிக்கொண்டதில்லை. என்மீது அவருக்கு அபிமானமும் நம்பிக்கையும் ஏற்பட்டுள்ளது. இன்று தன்னுடைய வாழ்க்கையைப்பற்றி அவர் ஏதாவது பேசலாம் என்று எனக்குத் தோன்றுகிறது" என்றேன்.

"அவரை நம்பாதீர்கள். பொய் சொல்வார். அவர் உதவி இயக்குனராக இருந்தார். சுறுசுறுப்பாக இருப்பார். அவர் முகம் அகலமாக இருக்கும். மூக்கு எடுப்பாக இருக்கும். ஒருநாள் நாங்கள் தனியாகப் பேசிக்கொண்டிருந்தோம். அப்போது என் வலது மார்பைப் பிடித்துப் பிசைந்துவிட்டார். சொன்னால் நம்புவீர்களா. எனக்கு அவர்மீது காதல் வந்துவிட்டது. பெண் எவ்வளவு பலவீனமாக இருக்கிறாள் பாருங்கள். பல பணக்காரர்கள், அறிவாளிகள், திறமையானவர்கள், நடிகர்கள் என்று பலருடன் எனக்கு நட்பு இருந்தது. அதில் சிலர் என் உடலைத் தீண்டியிருக்கிறார்கள். ஆனால் ஏனோ என் மனம் அவர் வசம் சென்றுவிட்டது. என்னைத் தனியிடத்தில் சந்திக்கும்போது அவரிடம் ஏற்படும் பரபரப்பு எனக்குப் பரவசம் ஏற்படுத்தியது. இப்படியாகச் சென்று, பிறகு எனக்கு சினிமா வாய்ப்புக் குறைந்த காலத்தில் அவரைத் திருமணம் செய்துகொண்டேன். திருமணத்திற்குப் பின்னும் சில படங்களில் நடித்துக்கொண்டிருந்தேன். எனக்கும் ஒரு தயாரிப்பாளருக்கும் இடையே தொடர்பு ஏற்பட்டிருப்பதாக அவர் நினைத்தார். அந்தத் தயாரிப்பாளர் ஒரு முட்டாள். நேரம், காலம் தெரியாமல் அவர் என்னை அணைத்தபோது என் கணவர் அதைப் பார்த்துவிட்டார். சரி இதெல்லாம் இயற்கைதானே இந்த சினிமா உலகில் என்று கண்டும் காணாத மாதிரிப் போக வேண்டியதுதானே... ஆனால் சண்டை போட்டார். தொடர்ச்சியாகச் சண்டை. ஒரு கட்டத்தில் பிரிந்துவிட்டோம்" என்று கூறிவிட்டு மீண்டும் தண்ணீர் குடித்தார்.

"காஞ்சிபுரத்தில் இருந்த நிலத்தை விற்றுக்கொடுத்து விட்டேன்" என்றேன்.

"அந்த நிலம் நான் சம்பாதித்த பணத்தில் வாங்கியது. வருமான வரிப் பிரச்சினைக்காக அவருடைய பெயரில் வாங்கினேன்.

விற்றுவிட்டாரா... அவருக்கு மகளிடமும் தொடர்பில்லை. பணத்தை வைத்து என்ன செய்யப்போகிறார். அவித்துத் திங்கப்போறாரா" என்றார்.

எனக்கு ஒரு கணம் பணத்தை இட்லித் தட்டில் வைத்து அவித்து அவர் தின்பதாக ஒரு காட்சி தோன்றி மறைந்தது.

"வீணை வாசித்துக்கொண்டிருந்த என்னை ஏன் அழைத்தீர்கள்" என்றார்.

"இன்று உங்கள் கணவரைச் சந்திக்க இருப்பதால் அவரிடம் கூறுவதற்கு உங்களிடம் ஏதாவது விஷயம் இருந்தால் கூறுங்கள்" என்றேன்.

"அவர் பொய்யர். பொய்யை உண்மைபோலக் கூறுவதில் வல்லவர். மகள் கணவருடன் நிம்மதியாக இருக்கிறாள். நல்லவேளை, நல்ல இடத்தில் அவளுக்குக் கல்யாணம் பண்ணி வைத்தேன். அவருடன் தொடர்பு கொண்டு அவளை அவர் தொல்லைப்படுத்த வேண்டாம், இப்போதுபோலவே விலகியிருக்குமாறு கூறுங்கள். வீணை வாசித்துக்கொண்டே பாடும் பாட்டு இன்னும் பாக்கியிருக்கிறது" என்று கூறிக்கொண்டே தொலைக்காட்சிப் பெட்டிக்குள் சென்றுவிட்டார்.

விட்ட இடத்தில் வீணை வாசித்துக்கொண்டே நடிகை பாட்டைத் தொடர்ந்தார். நான் அவருடைய சோக முகத்தைப் பார்த்துக்கொண்டிருந்தேன்.

அந்த ஹோட்டலின் மொட்டை மாடியில் நானும் நடிகையின் கணவரும் நாற்காலியில் அமர்ந்திருந்தோம். டேபிளில் வெளிநாட்டு மதுவும் வரவழைத்திருந்த அசைவ உணவு வகைகளும் இருந்தன. இந்த இடத்திலிருந்து பார்க்கும்போது தெருக்களும் சாலைகளும் வேறுமாதிரியாகத் தெரிந்தன. சற்றுத் தள்ளி வெளிநாட்டைச் சேர்ந்த சிலர் அமர்ந்து பீர் குடித்துக்கொண்டிருந்தார்கள். நாங்கள் இங்கு வந்து அரை மணிநேரம் ஆகியிருந்தது. நான் இந்த இடத்திற்கு அவசரமாக வந்ததால் முகப்பவுடர் போடாமல் வந்திருந்தேன். முகத்தில் எண்ணெய் வழிவது போன்ற உணர்வு ஏற்பட்டுக்கொண்டே இருந்தது. அதனால் ஏற்பட்ட அசௌகரியத்தில் இருந்து கொண்டிருந்தேன்.

நடிகையின் கணவரிடம் கேட்டேன் "உங்கள் திருமணம் காதல் திருமணமா?"

"காதலாவது கத்தரிக்காயாவது. நான் உதவி இயக்குனராக இருந்தேன். அவள் பிரபல நடிகை. அவள் படப்பிடிப்பின்போது,

ஏனென்று தெரியவில்லை, என்னையே கவனித்துக்கொண்டிருப்பாள்; பார்த்துக்கொண்டிருப்பாள். அவளோ பிரபல நடிகை, நான் சாதாரண உதவி இயக்குனர். அவளுக்கு என்மீது ஆசை இருந்தது. அவளுக்குத் தேவையாக இருந்தது ஒரு டம்மியான கணவன். அதற்காக என்னைத் தேர்ந்தெடுத்தாளோ என்னவோ. நாங்கள் இருவரும் தனியாக இருந்த சந்தர்ப்பத்தில் என்னைக் கட்டிப்பிடித்து முத்தம் கொடுத்தாள். நான் விலக முயற்சித்தேன். அவள் விடவில்லை. ஒரு பெண், அதுவும் பிரபல நடிகை இப்படி வந்து விழுந்தால் யார்தான் வேண்டாம் என்பார்கள். நானும் உடன்பட்டேன். நாளடைவில் அவளுடன் இருப்பதில் எனக்கு ஆர்வமும் ஆசையும் பரபரப்பும் ஏற்பட்டன. அவள் விரும்பியபடி நடந்துகொண்டேன். திருமணம் செய்துகொண்டோம். நான் முதலில் என்ன சொன்னேன், அவளுக்குத் தேவை டம்மியான கணவன் என்று. அதை உணர்ந்து நான் நடந்துகொள்ள வேண்டும். எனக்கு முக்கியத்துவமில்லை. படப்பிடிப்புக்கு நான் உடன்வரக் கூடாது என்று கூறிவிட்டாள். நான் வீட்டில் காத்திருக்க வேண்டும். அவள் இரவில் வருவாள். அவளுக்கு உணவு பரிமாற வேண்டும். திருப்திப்படுத்த வேண்டும். ஹவுஸ் வொய்ப் மாதிரி ஹவுஸ் ஹஸ்பண்ட். நல்ல வேலை. வெளியிடங்களுக்கும்கூட வரக் கூடாது. இமேஜ் கெட்டுவிடுமாம். என்னால் மீண்டும் உதவி இயக்குனராகப் போக முடியாது. ஏனென்றால் பிரபல நடிகையின் கணவன் என்பதால் என் ஸ்டேட்டஸ் மாறிவிட்டதல்லவா. தனியாகப் படம் இயக்கலாம் என்றால் அவள் அதற்குப் பணம் தரத் தயாராக இல்லை. அவளுக்குப் பலருடன் தொடர்பு இருந்தது. குழந்தை எனக்குப் பிறந்ததா என்ற சந்தேகம் என்னை அரித்துக்கொண்டிருந்தது. முதலில் கணவன் என்ற கதாபாத்திரம். பின்னர் கணவனும் தந்தையும் என்ற கதாபாத்திரம். குழந்தையைக் கவனிக்க அவளுடைய தூரத்து உறவினப் பெண் ஒருத்தியை வைத்திருந்தாள். குழந்தையிடம் எனக்கு ஈடுபாடு இல்லை. குழந்தைக்கும் என்னிடம் ஈடுபாடு இல்லை. ஆனால் தந்தை. இப்படியாக வாழ்க்கை ஓடிக்கொண்டிருந்தது."

வறுக்கப்பட்ட அப்பளம் தீர்ந்து போயிருந்தது. அதற்கு ஆர்டர் பண்ணினோம். சிக்கன் டிக்கா, முட்டைப் பொரியல், சாலட் ஏற்கெனவே இருந்தன. மது அருந்திக்கொண்டே பேசிக்கொண்டிருந்தோம்.

அவர் தொடர்ந்தார். "ஒருநாள் படப்பிடிப்பு நடைபெறும் இடத்திற்குச் சென்றேன். நான் வருவது அவளுக்குத் தெரியாது. அந்தப் பக்கம் ஒரு வேலையாகச் சென்றவன். அந்தப் படப்பிடிப்பு இடத்திற்கும் சென்றேன், நான் அவளைப் பற்றிக் கேட்டேன். அவளும் தயாரிப்பாளரும் அறையில்

ஏதோ விவாதித்துக்கொண்டிருப்பதாகச் சொன்னார்கள். நான் அந்த அறையின் கதவைத் திறந்து பார்த்தேன். நின்ற நிலையில் இருவரும் அணைத்துக்கொண்டிருந்தார்கள். கதவை மூடிவிட்டு வந்தேன். அப்போது அங்கு நின்றுகொண்டிருந்த துணை நடிகை சாதனாவைப் பார்த்தேன். சாதனா, நான் உதவி இயக்குனராக இருந்தபோதே பழக்கம். ஒன்றிரண்டு முறை அவள் வீட்டில் தங்கியிருந்திருக்கிறேன். என்னைக் கண்டதும் ஓடிவந்தாள். "மேடம் உள்ளே இருக்காங்க" என்றாள். "இருக்கட்டும் நீ அதே வீட்லதான் இருக்கியா?" என்று கேட்டேன். தலையசைத்தாள். "இன்று இரவு வருகிறேன்" என்றேன். "வாங்க" என்றாள். அன்று இரவு அவள் வீட்டிற்குச் சென்றேன். சாதனா பிரமாதமாக டான்ஸ் ஆடுவாள். லேசான கருப்பு, நல்ல வடிவம் உள்ளவள். ஏனோ அவளுக்கு சினிமா உலகத்திலே மேலே வருவதற்கு முடியவில்லை. என்னிடம் என் மனைவி ஒரு காரியத்திற்காகக் கொடுத்திருந்த பணம் இருந்தது. நான் சாதனா வீட்டிற்கு அடிக்கடி செல்ல ஆரம்பித்தேன். சில நாட்கள் அங்கேயே தங்கினேன். என் மனைவியை மனதார வெறுத்தேன். கணவன் கதாபாத்திரம் சலித்துவிட்டது. அவள் கொடுத்திருந்த பணத்தைக் கேட்டபோது நான் சண்டை போட்டேன். "சாதனா கால்லே கொண்டுபோய்ப் போட்டியா" என்று சத்தம் போட்டாள். நான் பதிலுக்கு அவளையும் தயாரிப்பாளரையும் இணைத்துக் கேவலமாகப் பேசினேன். சண்டை பெரிதாகி விட்டது. நான் ஊருக்கு வந்துவிட்டேன். பூர்வீக வீடுகளிலிருந்து வந்த வாடகையை வைத்து வாழ்க்கையை ஓட்டினேன். மகளின் கல்யாணத்திற்கு என்னைக் கூப்பிடவில்லை. ஆரம்பத்திலேயே விவாகரத்திற்கு என் மனைவி ஏன் முயற்சிக்கவில்லை என்று எனக்குத் தெரியவில்லை. மகளின் திருமணத்திற்குப் பின் இருதரப்பு சம்மத விவாகரத்திற்கு ஒரு பொது நண்பர் மூலமாக அவள் என்னை அணுகினாள். ஆனால் அதற்குள் அவள் இறந்துவிட்டாள். அவள் இறந்த செய்தி கிடைத்தது. நான் போகலாமென்று யோசித்தேன். பிறகு போகவில்லை. அவளை நான் மனதார வெறுக்கிறேன்."

சிக்கன் தீர்ந்து போயிருந்தது. நான் ஆர்டர் பண்ணினேன். அவர் எழுந்து சற்று நடந்தார். தெருக்களையும் சாலைகளையும் பார்த்தார். கோயிலின் கோபுரங்களைப் பார்த்தார். கையெடுத்துக் கும்பிட்டார். பிறகு திரும்பி வந்து நாற்காலியில் அமர்ந்தார். முகப்பவுடர் போடாமல் வந்ததின் அசௌகர்யத்தை நான் உணர்ந்தவாறு இருந்தேன். முகம் பிசுபிசுப்பாக இருப்பதாகத் தோன்றியது. எழுந்து சென்று முகத்தைக் கழுவி வந்தேன். டிஷ்யூ பேப்பரில் துடைத்துவிட்டு நாற்காலியில் அமர்ந்தேன்.

"மகளுடன் தொடர்பு உண்டா" என்று கேட்டேன். "இல்லை. நிலம் விற்று பேங்கில் போட்டுள்ள பணத்திற்கு அவளைத்தான் வாரிசாகப் போட்டிருக்கிறேன். அதை அவளுக்கும் ஒரு நண்பர் மூலமாகத் தெரியப்படுத்திவிட்டேன். என் காலத்திற்குப்பிறகு பணம் ஒருத்தருக்கும் இல்லாமப் போயிடக்கூடாதில்ல" என்றார்.

உணவை முடித்தோம். தனியாக இருப்பதின் பிரச்சினையைப் பற்றிப் பேசினார். இருவரும் பிரிந்தோம். மீண்டும் சந்திப்போம் என்று சொல்லிக்கொண்டோம்.

வீட்டிற்கு வந்தேன். முகத்தை சோப்புப் போட்டுக் கழுவினேன். கண்ணாடியைப் பார்த்து முகத்துக்குப் பவுடர் போட்டுக்கொண்டேன். பவுடர் வாசனை இதமாக இருந்தது. தொலைக்காட்சிப் பெட்டியை இயக்கினேன். பிரபல நடிகை தோன்றினார். பழைய பாட்டு. ஈஸ்ட்மென் கலர்ப்படம். அந்தப் பாட்டில் அவர் அரசனின் மனைவி. தோழியர் சூழ நீராடச் சென்றுகொண்டிருந்தார். பாட்டு ஒலித்துக்கொண்டிருந்தது. நான் அவரை அழைத்தேன். அவர் தொலைக்காட்சிப் பெட்டியிலிருந்து இறங்கி வரவில்லை. பாடல் காட்சி ஓடிக்கொண்டிருந்தது. அவர் நீராடக் குளத்தில் இறங்கிக்கொண்டிருந்தார்.

நான் பாடல் காட்சியைப் பார்த்துக்கொண்டு சோபாவில் உட்கார்ந்திருந்தேன். அந்தக் காட்சியில் மகிழ்ச்சியைக் காட்டி அவர் நடித்துக்கொண்டிருந்தார். ஆனால் சோகம் உள்ளூர மறைந்திருப்பதுபோல்தான் எனக்குத் தெரிந்தது.

○

உயிர்மை, ஆகஸ்டு 2018

இடப்பக்க மூக்குத்தி

உருமாற்றமும் சாமியாரும்

நானும் காளிங்கராயனும் தாராசுரம் கோயிலைப் பார்ப்பதற்காகத்தான் வந்தோம். கும்பகோணத்தில் அறை எடுத்திருந்தோம். காளிங்கராயன் ஒரு கவிஞன். பான்ட்டஸிக்கு முக்கியத்துவம் கொடுத்துக் கவிதை எழுதுகிறவன். இரண்டு கவிதைத் தொகுப்புகள் வந்திருந்தன. பரவலாக இலக்கிய வாசகர்களிடமும் இலக்கிய எழுத்தாளர்களிடமும் கவனம் பெற்றிருந்தான்.

நாங்கள் காரில் வரும்போது ஏதோ ஒரு தெருவில் நடுவில் – ஒரு குட்டி நாய் சுருண்டு படுத்திருந்தது அல்லது சுருண்டு இறந்து கிடந்தது. தெரியவில்லை. கார் அருகில் வரும்போதுதான் பார்த்தோம். காரின் நடுப்பகுதியில் குட்டி நாய் கிடந்த பகுதி வருகிறாற்போல் டிரைவர் அதைக் கடந்தார். உயிருடன் அந்தக் குட்டி நாய் சுருண்டு படுத்திருந்தாலும் அதற்குப் பாதிப்புஏற்பட்டிருக்காது.

இதைப் பற்றியே காளிங்கராயன் யோசித்துக் கொண்டிருந்தான். "இதை ஒரு கவிதையாக்க வேண்டும். ஆனால் கூடிவர மாட்டேன் என்கிறது" என்றான் காளிங்கராயன். "உன் கவிதைக்கான விசயம்தான் இது" என்றேன்.

நாங்கள் இருவரும் இன்று தலைப்பாகைச் சாமியாரைப் பார்க்கச் செல்வதாகத் தீர்மானித் திருந்தோம். அவர் முற்பகல் மது குடிக்கமாட்டா ரென்றும், மதியம் 3 அல்லது 4 மணிக்கு பிராந்தி குடிக்க ஆரம்பிப்பார் என்றும், அதையும் மிகமிகக் கொஞ்சமாக ரொம்ப நேரம்வரை அருந்துவார்

என்றும் கேள்விப்பட்டிருந்தோம். ஆனால் பார்வையாளர்கள் யாரும் குடிக்கக் கூடாது, குடித்துவிட்டு வரவும் கூடாது என்று கட்டுப்பாடு. குடித்துவிட்டு வந்ததாகத் தெரிந்தால் அவருடைய சீடர்கள் அத்தகையோரை வெளியேற்றி விடுவார்கள். மிதமாகக் குடித்துவிட்டு வந்தால் ஏமாற்றிவிடலாம் என்றார்கள். தங்கள் பிரச்சினைகளுக்கு நிவர்த்திக்காகவும் தத்துவ விசாரத்திற்காகவும் ஆட்கள் கூடுவார்கள் என்றார்கள். நாங்கள் படையலுக்காக ஒரு முழு பாட்டில் பிராந்தி வாங்கி வைத்திருந்தோம்.

மாலை 4 மணி ஆகியது. அறையில் இருந்தோம். டிரைவர் தரையில் படுத்து உறங்கிக்கொண்டிருந்தார். அவரை எழுப்பித் தயாராகும்படி கூறினேன். காளிங்கராயன் அன்றைய தினப் பத்திரிகையில் வந்துள்ள சினிமாப் பகுதியைப் பார்த்துக் கொண்டிருந்தான். அவனையும் தயாராகுமாறு கூறினேன்.

திடீரென்று காளிங்கராயன் "கவிதை உருவாகிவிட்டது" என்றான். ஸ்பைரல் செய்யப்பட்ட நோட்டுப் புத்தகத்தை எடுத்துக் கவிதை எழுத ஆரம்பித்தான். சற்று யோசித்து, கவிதையை எழுதி முடித்து, என்னிடம் காண்பித்தான். அக்கவிதைக்கு "பெயரற்ற குட்டி நாய்" என்று தலைப்பிட்டிருந்தான். சந்தோஷமாக ஒரு பாட்டை முணுமுணுத்துக்கொண்டே பாத்ரூமிற்குள் நுழைந்தான்.

எல்லோரும் தயாராகிவிட்டோம். காரில் ஏறி தலைப்பாகைச் சாமியார் இருக்குமிடத்தை நோக்கிச் சென்றோம். ஊருக்கு ஒதுக்குப் புறமாக புளியமரங்கள் அடர்ந்திருந்த இடத்தில் ஒரு ஓட்டு வீடு இருந்தது. அதற்குச் சற்றுத் தள்ளிப் புளியமர நிழலில் விரிக்கப்பட்டிருந்த ஜமுக்காளத்தில் தலைப்பாகை கட்டிய ஒரு சாமியாரும் அவருக்கு முன்பாகச் சிலரும் அமர்ந்திருந்தார்கள்.

நாங்கள் காரிலிருந்து இறங்கியதும் சாமியாரின் சீடர்கள்போல் தெரிந்த இருவர் எங்களை வரவேற்று ஜமுக்காளத்தில் உட்காரச் சொன்னார்கள். நாங்கள் உட்கார்ந்தோம். சாமியார் பேசிக்கொண்டிருந்தார்.

"சிலைதானே விக்கிரகம். ஓவியந்தானே சாமி. உளன் எனில் உளன் இலன் எனில் இலன்தானே. என்ன பாப்பா இப்படி பாக்கறே (எதிரே உட்கார்ந்திருந்த ஒரு சிறுமியைப் பார்த்துக் கேட்கிறார்). என்ன படிக்கிறே? ஏழாவதா? சாமி இல்லைன்னா ஜனங்க என்ன செய்யும்? கும்பல் கும்பலா போயி கடல்ல விழுந்து சாக வேண்டியதுதான். எல்லாத் துயரத்தையும் ஆசையையும் கேக்கறதுக்கு ஒரு ஆள் வேணுமில்லை. அதான் கடவுள். சாமி. நீ கல்லைக் கும்பிடு, மரத்தைக் கும்பிடு. கும்பிடாம இருக்கறதுன்னா அது உன் வைராக்கியம். ஆனா சிரமம். இந்தா பாரு, நான் ஆகாசத்தைக் கும்பிடறேன். இந்த மண்ணைக் கும்பிடுறேன்.

வர்ற காத்தைக் கும்பிடுறேன் (கையைத் தூக்கிக் காற்றைப் பிடிக்கிறாற்போல் செய்து வணங்குகிறார்). அய்யோடி, அப்ப சிவன் யாரு? சிவன்தானே மண்ணு? சிவன்தானே ஆகாசம்? சிவன்தானே இந்தக் காத்து? அய்யோடி, இப்பப் புரியுதா சிவனோட சூட்சுமம். ஏமாத்துக்காரன் பெருகிட்டா சாமி இல்லன்னுதான் அறிவாளி சொல்வான்... அப்ப நீ என்ன செய்யணும்... ஏமாத்தைக் குறை... ஏமாத்தைக் குறைங்கிறேன். யார்யா கேட்டது சாமின்னா என்னன்னு... (ஒருவர் எழுந்து நிற்கிறார்) ஒக்காருய்யா. நீ ஸ்தூலத்தைப் பாக்கறே... நான் சூட்சுமத்தைப் பாக்கறேன். எல்லார்னாலையும் சூட்சுமத்தைப் பார்க்க முடியாதுல்ல. இதுல இன்னொரு பிரச்சினையும் இருக்கு. சூட்சுமத்தைப் புடிச்சி வெச்சுக்க ஸ்தூலம் தேவைப்படுது. ஈஸ்வரா என்ன ஒரு வெளையாட்டு... இந்தா பாருடியம்மா, ஏழாங்கிளாசு. (அந்தச் சிறுமி எழுந்து நிற்கிறாள்) உக்காரடியம்மா. உனக்குப் புரியுதா. எப்பவுமே புரியாததுதான் ஜாஸ்தி இருக்கும். புரிந்தது இம்புட்டுத்தான். இந்தா பாரு இம்புட்டுத்தான். ஏழாங்கிளாசு உன் பேரென்ன? (அவள் 'நிர்மலா' என்கிறாள்) நிர்மலா. நல்ல பேரு. களங்கமில்லாதவள்னு அர்த்தம். இப்ப நீதான் பார்வதி. சிவப் பார்வதியே நமஹ (அவர் அவளை வணங்குகிறார்). இதுதான் உருமாற்றம்."

தன்முன் வைக்கப்பட்டிருந்த எவர்சில்வர் டம்ளரை எடுத்து ஒரு வாய் பருகிவிட்டுக் கீழே வைக்கிறார். பக்கத்தில் உடைக்கப்படாத பொரி கடலை ஒரு தட்டில் இருந்தது. இரண்டு மூன்று பொரிகடலையை எடுத்து வாயில் போட்டுக்கொண்டார். நாங்கள் சாமியாரை ஒரு குடிகாரச் சாமியாராக இருப்பார் என்று நினைத்திருந்தோம். நாங்கள் கொண்டு வந்திருந்த முழு பிராந்தி பாட்டில் காரில் இருந்தது. அதை இவருக்குக் கொடுக்கத் தேவைப்படாது என்று தோன்றியது. அவர் முன் இருந்த டம்ளரில் இருந்ததை இரவு வரைக்கும் அருந்துவார் போலிருந்தது.

கூட்டத்திலிருந்த ஒருவர், "எனக்கும் என் மனைவிக்கும் பிரச்சினை. ஓயாத சண்டை... நான் என்ன செய்றது?" என்றார்.

சாமியார் பேச ஆரம்பித்தார். "உமக்கு என்ன வயசாகுது (அவர் ஐம்பது என்கிறார்). பொண்டாட்டிக்கு... (அவர் நாற்பத்தி இரண்டு என்கிறார்). சரி, சண்டை வருதுன்னா... நேசமில்லைன்னு அர்த்தம்... ஈடுபாடு இல்லைன்னு அர்த்தம்... லௌகீகம் குறுக்கிடலாம்... ஆனா அக ஈடுபாடு முக்கியம்... நீர் ஒண்ணு செய்யும். மனைவியை வேறு பெண்களா உருமாற்றம் செய்து பாரும். என்ன திருதிருன்னு முழிக்கிறீர். இங்கே எத்தனை பொம்மனாட்டிங்க இருக்கீக... ஒன்னு, ரெண்டு, மூணு... பரவாயில்ல பேசலாம்... கும்மகோணத்துலே எத்தன கோயில்

இருக்கு. அம்புட்டுக் கோயில் இருக்கா. சாரங்கபாணி கோயில் பாத்திருக்கிங்களா விஷ்ணுவோட உருமாற்றம். உங்களுக்கு கதை தெரியுமா... பிர்கு பிர்குன்னு ஒரு ரிஷி. ஏழு சப்தரிஷிகள்லே ஒருத்தரு. அவருக்கு திடீர்னு விஷ்ணுவோட பொறுமையை சோதிக்கணும்னு ஒரு ஐடியா வந்திருச்சு... நேரே வைகுண்டம் போனாரு. விஷ்ணு படுத்திருக்கார். பிர்கு ரிஷி என்ன செஞ்சார்னா காலாலே விஷ்ணுவோட மார்புல எத்துறாரு... விஷ்ணு பொறுமையா இருக்காரு... லேசா சிரிக்கிறாரு. மகாலட்சுமிக்குப் பொறுக்கலை. விஷ்ணுவோட மார்பு மகாலட்சுமி குடியிருக்கிற இடம். அத்தோடு விஷ்ணுவை அவமரியாதை செய்ததற்கு அவர் கோபப்படாததும் மகாலட்சுமிக்குப் பிடிக்கலை. மகாலட்சுமி கோவிச்சுட்டு விஷ்ணுவை விட்டுப் போய்விடுகிறார். விஷ்ணு என்ன செஞ்சார்னா வெங்கடாசலபதியா உருமாற்றம் அடைஞ்சு பத்மாவதியைக் கல்யாணம் பண்ணிக்கிட்டு திருமலையிலே செட்டிலாயிடுறார். மகாலட்சுமி கோபமா இருந்தார்னு சொன்னேன்ல. அப்ப பிர்கு ரிஷி நான் செஞ்சதுக்குப் பிராயச்சித்தம் பண்றேன். நீங்க எனக்கு மகளா பிறக்கணும்னு வேண்டிக்கிறார். அப்புறம் ஹேம ரிஷியா பிர்கு ரிஷி உருமாற்றம் பெற்று கும்மகோணத்துலே இருக்கிறார். ஹேம புஷ்கரணிங்கற குளத்துலே தாமரைப் பூவில் மகாலட்சுமி குழந்தையாய்க் கிடக்கிறார். அந்தக் குழந்தையை ஹேம ரிஷி எடுத்து கோமளவல்லின்னு பேர் வெச்சு வளக்கிறாரு. இப்ப மகாலட்சுமி கோமளவல்லியா உருமாற்றம் அடைஞ்சாச்சு. கோமளவல்லி வளர்ந்து பாரிஜாத மரத்துக்குக் கீழே உக்காந்திருக்காங்க. அப்ப விஷ்ணு சாரட்லே கையில் வில்லோட வராரு. அப்ப சாரங்கபாணியா உருமாற்றம் அடையறார். கோமளவல்லியா உருமாற்றம் அடைந்த மகாலட்சுமியைத் திருமணம் பண்ணிக்கிறார். இதான் ஸ்தல புராணம். உருமாற்றம், உருமாற்றம், உருமாற்றம். ஸ்ஸ்ஸ்... அப்பா (டம்ளரில் இருந்ததை லேசாக ஒரு மிடறு அருந்துகிறார்). நான் சொன்னது ஒரு சூட்சுமம்... கணவனுக்குச் சொல்றதுதான் மனைவிக்கும். சூட்சுமத்தைக் கண்டுபிடிக்கிறவன்தான் ஞானி, சாமியார். சயின்ட்டிஸ்ட்... ஸ்ஸ்ஸ்... அம்மா கோமளவல்லித் தாயாரே (ஆகாசத்தைப் பார்த்து இரு கைகளையும் விரித்து வணங்குகிறார்).

கேள்வி கேட்டவர் "நான் எப்படி அவளை உருமாற்றம் பண்றது?" என்றார்.

"எல்லாம் மனசு. மனசுதான். இதுக்கு மேலே பேசினா சூட்சுமம் மறைஞ்சிரும். அம்மா கோமலவல்லித் தாயாரே, மனுசங்க ஏன் இப்படி ஸ்தூலத்துலே சூட்சுமத்தைப் பார்க்க முடியாம இருக்காங்க" என்று பெருமூச்செறிந்தார்.

எனக்கும் காளிங்கராயனுக்கும் காப்காவின் மெட்டா மார்பஸிஸ் – உருமாற்றம் – கதை நினைவுக்கு வந்தது. ஒருவரை யொருவர் பார்த்துக்கொண்டோம். காளிங்கராயன் எழுந்து "நாங்கள் ரெண்டு பேரும் எழுத்தாளர்கள்" என்றான். நானும் எழுந்து நின்றேன்.

"அப்படின்னா உங்க ரெண்டு பேருக்கும் காப்கா எழுதின உருமாற்றம் நினைவுக்கு வந்திருக்குமே" என்றார் சாமியார். நாங்கள் இருவரும் பெருமையுடன் தலையாட்டினோம்.

"அந்த வரி ஞாபகம் இருக்கா சொல்லுங்க பார்ப்போம்" என்றார்.

நாங்கள் பேசாமல் நின்றோம்.

"கேள்வி ஞானமா அல்லது படித்திருக்கிறீர்களா" என்றார்.

எங்களுக்குள் ஏதோ உடைந்து ஒடுங்கியது போலிருந்தது. நாங்கள் ஒருவரையொருவர் பார்த்துக் கொண்டோம். தயங்கியபடியே "கேள்வி ஞானம்தான்" என்றான் காளிங்கராயன்.

"As Gregor Samsa awoke that morning from uneasy dreams, he found himself transformed in his bed into a gigantic insect..." இதுதான் அந்த வரி என்றார் சாமியார்.

எங்கள் அகந்தை ஒடுங்கியது. நாங்கள் மௌனமாக நின்றோம். எங்களைச் சிறுவர்களைப்போல உணர்ந்தோம். எங்கள் படிப்பு, பெருமை, கர்வம், முகமூடி எல்லாம் கலைந்து கொண்டிருப்பதைப்போல் உணர்ந்தோம்.

"காப்ரியேல் கார்சியா மார்க்கேஸ் தி பாரிஸ் ரெவியூ பத்திரிகைக்கு கொடுத்த பேட்டியிலே – அது பீட்டர் ஹெச். ஸ்டோன் எடுத்த பேட்டி – வருஷம் 1981 அல்லது 1982ன்னு நினைக்கிறேன்... சரியா ஞாபகமில்ல. இந்த வரியைப் படிச்ச பின்னாடிதான் இதுபோல எல்லாம் எழுதலாம்னு தோணி சிறுகதைகள் எழுதினதா சொல்லியிருக்கார்" என்றார் சாமியார்.

நாங்கள் புழுபோல ஆகிவிட்டோம் போலிருந்தது. காளிங்கராயன் சமாளித்துக்கொண்டு "நான் ஒரு கவிஞன். இன்று காலையிலே ஒரு கவிதை எழுதினேன்" என்றான். சாமியார் "கொண்டு வா" என்றார். காளிங்கராயன் காருக்குச் சென்று அந்த நோட்டை எடுத்துக்கொண்டு வந்து அந்தப் பக்கத்தைப் பிரித்து, அவரை நெருங்கி அவரிடம் காண்பித்தான். கூட்டம் அமைதியாக நடப்பதைக் கவனித்துக்கொண்டிருந்தது.

"பெயரற்ற நாய்க்குட்டி" என்ற தலைப்பைச் சத்தம் போட்டுப் படித்தார். கவிதையைப் படித்தார். "எனக்கு அடையாளமில்லாத

மனிதன் நினைவுக்கு வருகிறான்" என்றார். அந்த நோட்டைக் காளிங்கராயனிடம் கொடுத்தார்.

எங்கள் இருவரிடமும் "உருமாற்றம் பற்றி எழுதுங்க" என்றார். பிறகு தலையில் கட்டியிருந்த தலைப்பாகையை அவிழ்த்து உதறி "இத்தோடு சபை கலைந்தது" என்றார். கூட்டத்திலிருந்தவர்கள் எழுந்தார்கள். நாங்கள் காருக்கு அருகே வந்து அதில் ஏறிக் கொண்டோம். கார் ஓடிக்கொண்டிருந்தது. இருவரும் பேசிக் கொள்ளவில்லை. எங்களுக்கிடையே பெரிய அமைதி நிலவியது.

○

உயிர்மை, ஆகஸ்ட் 2017

காமத்தின் வாள்

நான் ஜன்னல் வழியே வெளியே பார்த்துக் கொண்டிருந்தேன். நான் இருப்பது இரண்டாவது தளத்தில். இதற்கு மேலே இரண்டு தளங்கள் இருக்கின்றன. மதியம் சாப்பிட்டு முடித்தாயிற்று. அவன் வருவதாக அலைபேசியில் கூறியிருந்தான். நான் அவனை வாங்க போங்க என்று அழைத்தாலும், அவர் என்று வெளியே சொன்னாலும் அவன் என்றே மனத்தில் இருக்கிறது.

அவன் மதியச் சாப்பாடு முடித்துவிட்டு வருவதாகக் கூறியிருந்தான். அநேகமாக பிரியாணி சாப்பிட்டுவிட்டு வருவான். சற்று நேரம்தான் சேரில் உட்காருவான். பிறகு என்னைக் கொஞ்ச ஆரம்பித்துப் படுக்கையறைக்குத் தள்ளிக்கொண்டு போய்ச் சாய்ப்பான். அதை எதிர்பார்த்துக் கொண்டிருப்பதால் காமக் கிளர்ச்சியில் இருக்கிறேன். நான் ஒருவருக்கு மனைவியாக இருந்தேன். இப்போது நான் இவனுக்கு ஆசை நாயகி. சின்ன வீடு. வைப்பாட்டி.

என் அப்பா அரசு அதிகாரியாக இருந்தார். என்னையும் சேர்த்து மூன்று மகள்கள். நான்தான் கடைசி. பள்ளியில் படிக்கும்போதே துணிச்சல்காரி என்று பெயரெடுத்தேன். சராசரிப் பெண்களுக்கு உண்டான கட்டுப்பெட்டித்தனம் என்னிடம் கிடையாது. சுதந்திரமான பேச்சு. சுதந்திரமான செய்கை. நன்றாகப் படித்தேன். பட்டப் படிப்பும் பட்ட மேற்படிப்பும் படித்தேன். பட்ட மேற்படிப்பு படிக்கும்போது சாலமன் பிரபு என்ற கிறிஸ்துவப் பையனைக் காதலித்தேன். அவனைக் காதலிப்பதுபற்றிச் சக தோழிகளிடம்

சொல்லிக்கொண்டேன். ஒரு நாள் நான் அவனிடம் என் காதலைக் கூறினேன். “நாம் இருவரும் வெவ்வேறு மதம், அதுபோக நான் உன்னைக் காதலிக்கவில்லை” என்று கூறிவிட்டான். முட்டாள் பையன். சரிதான் போடா என்று நானும் அவனை விட்டுவிட்டேன். அவனுக்காக நான் ஒன்றும் உருகவில்லை.

படிப்பை முடித்ததும் எனக்கு வேலைக்குப் போக விருப்பமில்லை. என் குடும்பத்திலும் வேலைக்குப் போகச் சொல்லி வற்புறுத்தவில்லை. என் அக்காக்கள் இருவருக்கும் நல்ல இடத்தில் திருமணமாகி நன்றாகயிருக்கிறார்கள். எனக்கும் சீக்கிரத்தில் திருமணம் நடந்ததால் தேவலாம் என்று இருந்தது. ஆணின் அணைப்புக்காக மனம் ஏங்கியது. பெண் பார்க்கும் நிகழ்ச்சிகள் தொடங்கின. ஒவ்வொரு நிகழ்ச்சியிலும் என்னைப் பார்க்க வருபவனைப் பார்க்கும் ஆவல் ஏற்படும். சிலரை எனக்குப் பிடிக்கும். சிலரை எனக்குப் பிடிக்காது. எனக்குப் பிடித்தவர்களுடன் திருமணமாகி வாழ்வு நடத்துவதுபோலக் கற்பனை செய்துகொள்வேன். எதுவும் கூடி வரவில்லை. ஏதாவது கூறித் தட்டிக் கழித்துவிடுவார்கள்.

கடைசியில் எனக்கு சுமாராகப் பிடித்த ஒரு பையனுடன்தான் திருமணம் நடந்தது. திருமணம் முடிந்தபின் பையன் என்று சொல்லக் கூடாது அல்லவா. அவர் பொதுப்பணித் துறையில் பொறியாளராக இருந்தார். அப்பாவுக்கு அரசுப் பணியில் ஒருவரைத்தான் மணமுடித்து வைக்க வேண்டும் என்ற எண்ணம் இருந்தது. திருமணம் நிச்சயம் செய்யப்பட்டபின் நான்தான் அவருடைய அலைபேசிக்கு முதலில் தொடர்புகொண்டேன். அவருக்குத் திருமணம் நிச்சயக்கப்பட்ட பெண் பேசுகிறேன் என்று சொன்னேன். மறுமுனையில் மௌனமாக இருந்தது. அவர் எதிர்பார்க்கவில்லை போலிருக்கிறது. பிறகு சுதாரித்துக்கொண்டு என்னையே நினைத்துக்கொண்டிருப்பதாகச் சொன்னார். நானும் அவரையே நினைத்துக்கொண்டிருப்பதாகச் சொன்னேன். பிறகு என்ன பேசுவது என்று இருவருக்கும் தெரியவில்லை. திருமண ஏற்பாடுகள் நடந்துகொண்டிருப்பதுபற்றிச் சிறிது கூறினேன். அப்புறம் பேச்சு முடிந்துவிட்டது. இந்தச் சம்பவத்திற்குப் பின் அலைபேசி மணியடிக்கும் போதெல்லாம் அவர்தான் பேசுகிறார் என்று நினைத்துப் பெயரைப் பார்ப்பேன். ஆனால் அவர் அழைக்கவில்லை. திரும்ப நானே அழைத்தால் என்னைச் சரியில்லாத பெண் என்று நினைத்துவிடுவாரோ என்ற எண்ணம் ஏற்பட்டுப் பேசத் தயங்கினேன். பிறகு நானே ஒருதடவை அலைபேசியில் அழைத்தேன். அவர் எடுக்கவில்லை. ஒரு மீட்டிங்கில் இருப்பதாகக் குறுஞ்செய்தி வந்தது. அதன் பிறகு நான் இரவு வணக்கம் என்று குறுஞ்செய்தி அனுப்புவேன்.

அவரும் பதிலுக்கு அனுப்புவார். ஆனால் நான்தான் முதலில் அனுப்ப வேண்டும்.

திருமணம் நடந்தது. அவரைக் கணிப்பதில் எனக்குச் சிரமம் ஏற்பட்டது. கூச்ச இயல்பு உள்ளவராக இருந்தார். அவரிடம் என்ன பேச முடியும் என்றே எனக்குத் தெரியவில்லை. அவர் எப்போதும் வேலையிலேயே கருத்தாக இருப்பார். பெரும்பாலான நாட்கள் காலையில் சென்றால் இரவுதான் திரும்புவார். நான் சில கற்பனைகளுடன் இருப்பேன், என்னுடைய கற்பனைப்படி எதுமே நடக்காது. அவர் அதிகம் பேசாதவராக இருந்ததால் எனக்கும் பேச்சு குறைந்துவிட்டது. எல்லா ஆண்களுமே இப்படி இயந்திரமாகத்தான் இருப்பார்கள் போலிருக்கிறது என்று தோன்றியது.

விடுமுறை நாட்களில் அவர் வீட்டில் இருப்பார். சில காண்ட்ராக்டர்கள் அவரைத் தேடி வருவார்கள். பொதுப்பணித்துறை சம்பந்தமாகப் பேசிக்கொள்வார்கள். அப்போது ஒருவன் வந்தான். நிறம் கருமை. சுருள் முடி. நீக்ரோ முடி அல்ல. ஆனால் அது போன்ற முடி. மீசை இல்லை. என்னைக் காபி கொண்டுவருமாறு கணவர் சொன்னார். என் மனம் அவனில் லயிக்க ஆரம்பித்தது. நான் காபி கொண்டுவந்து வைத்துவிட்டு அவனைப் பார்த்தேன். சிலரை வெகு அபூர்வமாக முதல் தோற்றத்திலேயே வியப்புடன் பிடித்துப்போகும். கணவர் அவனை எனக்கு அறிமுகம் செய்து வைத்தார். ஒருவரையொருவர் பார்த்துக்கொண்டோம்.

பிறகு அவன் அடிக்கடி என் கணவரைப் பார்க்க வருவான். நானும் காபி கொண்டுவந்து வைப்பேன். ஒரு கணம் நிதானித்து இருவரும் பார்த்துக்கொள்வோம். ஒரு நாள் வீட்டில் கணவர் இல்லாத சமயம் வந்தான். நான் வரச் சொல்லி உட்கார வைத்து நானும் உட்கார்ந்து பேசினேன். படபடப்பாக இருந்தது. ஒருவரையொருவர் பார்த்துக்கொண்டோம். நான் காபி கொண்டுவந்து தருவதாகச் சொல்லி எழுந்தேன். அவனும் எழுந்து என்னைக் கட்டிப்பிடித்தான். நான் அன்று காபி போட்டுத் தரவில்லை. அலைபேசி எண்களை இருவரும் பதிவு செய்துகொண்டோம்.

பிறகு அலைபேசியில் இருவரும் அவ்வப்போது பேசிக்கொண்டோம். கணவர் ஊரில் இல்லாத நேரத்தில் வீட்டுக்கு வருவான். பேசிக்கொண்டிருப்போம். ஒருவருக்கொருவர் காமத்தைப் பரிமாறிக்கொண்டோம். ஒருநாள் என்னைப் படுக்கை அறைக்குத் தள்ளிக்கொண்டு சென்றுவிட்டான். காமம் என்னை அதிகாரம் செய்தது. அலைக்கழித்தது.

நான் அவனுடைய அலைபேசி எண்ணை வத்சலா என்ற பெயரில் பதிவு செய்திருந்தேன். ஒருநாள் நான் கைவேலையாக சமையலறையில் இருந்தபோது ஹாலில் வைத்திருந்த என் அலைபேசி மணி அடித்தது. என் கணவர் அலைபேசியை எடுத்து ஹலோ என்றார். அந்தப் பக்கம் துண்டிக்கப்பட்டுவிட்டதுபோல. அவர் அந்த அலைபேசிக்குள் சென்று அந்த எண்ணைப் பார்ப்பதுபோல எனக்குத் தெரிந்தது. திரும்பவும் அலைபேசியை இருந்த இடத்திலேயே வைத்துவிட்டு முன் அறைக்குச் சென்று விட்டார். நான் அவசரமாகச் சென்று அந்த அலைபேசியை எடுத்து யார் அழைத்திருக்கிறது என்று பார்த்தேன். அவன்தான். சரிதான், மாட்டிக்கொண்டோம் என்ற உணர்வு ஏற்பட்டது. என்ன பொய் சொல்வது என்று யோசித்தேன். ஒன்றும் தோன்றவில்லை.

நான் ஒரு தப்பு செய்துவிட்டேன். நான் வத்சலா என்ற பெயரில் அவனுடைய எண்ணைப் பதிவு செய்திருக்கக் கூடாது. அவனுடைய எண்களை மனதில் பதிவு செய்து வைத்திருக்க வேண்டும். இப்போது நான் மாட்டிக்கொண்டேன். என்ன செய்வதென்று தெரியாத திகைப்பு ஏற்பட்டது.

நான் ஹாலில் உட்கார்ந்து டி.வி. பார்த்துக்கொண்டிருந்தேன். அவர் முன்னறையில் இருந்தார். ஏதேதோ யோசித்துக்கொண்டிருந்தேன். அவர் ஹாலின் வழியாக பாத்ரூம் சென்றார். அவர் முகம் மாறியிருந்ததைப் பார்த்தேன். பாத்ரூம் போய்விட்டுத் திரும்பி வந்தவர் என்முன் நின்றார். என் நண்பர் என்னை போனில் அழைத்ததைக் கண்டுபிடித்ததாகக் கூறினார். அவருடைய சந்தேகம் நிரூபணமாகிவிட்டது என்றார். எத்தனை நாளாகப் பழக்கம் என்றார். நான் ஒன்றும் தெரியாதவளைப்போல் 'என்ன' என்றேன். அடுத்த நொடி என் கன்னத்தில் ஒரு அறை விழுந்தது. இங்கே இருக்க வேண்டாம் என்றும் அக்கா வீட்டுக்குச் செல்லுமாறும் ஏதேதோ வார்த்தைகளில் – சொல்ல முடியாத வார்த்தைகளில் – திட்டினார். என் அப்பா எனக்குத் திருமணமாகி மூன்று மாதங்களில் மாரடைப்பு ஏற்பட்டு இறந்துவிட்டார். அம்மா பெரியக்காகூட இருக்கிறாள். அதற்காகத்தான் அவர் அக்கா வீட்டுக்குப் போகச் சொல்கிறார். நான் கல் மாதிரி நின்றிருந்தேன். இங்கிருந்து போனால் எப்படி அக்கா வீட்டுக்குச் செல்ல முடியும். வீட்டைவிட்டு வெளியேறுவதாக இருந்தால் அவன் வீட்டிற்கோ அல்லது அவன் ஏற்பாடு செய்யும் வீட்டிற்குத்தானே செல்ல முடியும். என்னைக் கண்டபடி திட்டிவிட்டுப் படுக்கையறைக்குச் சென்றுவிட்டார்.

நான் அவரிடம் சென்று ஒரு நாள் நீங்கள் இல்லாதபோது அவன் வந்தான் என்றும் அப்போது அவன் கொடுத்த விசிட்டிங் கார்டில் இருந்த எண்ணைப் பதிவுசெய்து வைத்ததாகவும், அதை

அவன் பெயரில் பதிவு செய்யாமல் வத்சலா என்ற பெயரில் பதிவு செய்ததாகவும், ஏதாவது உதவி தேவைப்பட்டால் இருக்கட்டும் என்று இதைச் செய்ததாகவும் கூறினேன். அப்படி என்றால் அவன் எதற்காக இப்போது அழைத்தான் என்று கேட்டார். அதை அவனிடம்தானே கேட்க வேண்டும் என்றேன். இந்த கப்ஸா வேலையெல்லாம் வைச்சுக்காதே என்றார். என்னுடைய அலைபேசியில் நுழைந்து எத்தனை தடவை அழைப்பு வந்தது, எவ்வளவு நேரம் பேசியிருக்கிறீர்கள் என்று பார்த்துச் சொல்லவா என்றார். நான் ஹாலுக்கு வந்துவிட்டேன். இரவு அங்கேயே படுத்துக்கொண்டேன்.

அடுத்த நாள் பெரிய ரகளை. அடி, உதை கொடுத்து வெளியே போகச் சொன்னார். அந்த நேரத்தில் எனக்கு ஒரு தீர்மானம் ஏற்பட்டது. வீட்டை விட்டு வெளியே வந்து அவனிடம் அலைபேசியில் தொடர்புகொண்டு விவரத்தைச் சொல்லி ஒரு நல்ல ஹோட்டலில் ரூம் போடச் சொல்லிச் சிறிது நேரத்தில் வந்துவிடுவதாகக் கூறினேன். தேவையான படிப்புச் சான்றிதழ்களையும் ஆடைகளையும் இரண்டு பெட்டிகளில் நிரப்பி ஒரு ஆட்டோ பிடித்து ஹோட்டலுக்கு வந்துவிட்டேன். அவன் அங்கு காரில் வந்து தயாராக நின்றிருந்தான். அவன் ஊரில் முக்கிய ஆள். பணக்காரன். ஒருவாரம்தான் ஹோட்டலில் தங்கியிருந்தேன். அதன்பிறகு இப்போது நான் இருக்கும் இந்த வீட்டை வாடகைக்கு எடுத்து இங்கே கூட்டி வந்துவிட்டான். தேவையான பொருட்களை என்னைக் கூட்டிச் சென்றே வாங்கினான்.

அவனுடைய காமத்திற்குப் பலியாவதற்கென்றே நான் என்னை அலங்கரித்துக்கொண்டு காத்திருக்கிறேன். என்னுடைய காமத்தை வெளியேற்றுவதற்காகவும்தான். நான் தெரிந்தோ தெரியாமலோ தேர்ந்தெடுத்த இந்த வாழ்க்கை என்னை எப்போது நாசமாக்கும் என்று தெரியவில்லை. அவனுக்குப் பிறகு என் வாழ்க்கை என்னாகும் என்று நினைத்தால் பயமாக இருக்கிறது. சில நிலங்களைப் பாதுகாப்பாக என் பெயருக்கு எழுதிக் கொடுக்கச் சொல்லியிருக்கிறேன். அவன் அதற்கு ஒப்புக்கொண்டிருக்கிறான். எப்போது நடக்கும் என்று தெரியவில்லை.

இதோ அவனுக்காகக் காத்துக்கொண்டே ஜன்னல் வழியே அவன் காரை எதிர்பார்த்துக்கொண்டிருக்கிறேன். அவன் வழக்கமாக வரும் நேரம் தாண்டிவிட்டது. அந்த நேரத்தில் அவனிடமிருந்து அலைபேசி அழைப்பு வந்தது. எடுத்துப் பேசினேன். ஏதோ அவசர வேலை இருப்பதாகவும் இரவு வருவதாகவும் கூறினான்.

சோபாவில் உட்கார்ந்தேன். எத்தனை நாள் இப்படித் தனிமையில் உழல்வது. மனம் நிம்மதியற்றுத் தவித்தது. என்

வாழ்க்கை இப்படி ஆகிவிட்டதே. அவனைக் கோயிலில் வைத்துத் திருமணமும் செய்தாயிற்று. ஒரு குழந்தை பிறந்தால் வாழ்க்கை மாறிவிடும் என்று யோசித்துக்கொண்டிருந்தேன். அப்போது வாசலில் அழைப்பு மணி அடிக்கும் சத்தம் கேட்டது.

கதவைத் திறந்தேன். வாசலில் என் இறந்துபோன அப்பா நின்றுகொண்டிருந்தார். நான் மகிழ்ச்சியுடனும் ஆர்வத்துடனும் கிரில் கேட்டைத் திறந்து அவரை உள்ளே வரச் சொல்லி நாற்காலியில் அமரச் சொன்னேன். நானும் உட்கார்ந்தேன்.

“மகளே நல்லாருக்கியா. உன்னைப் பார்க்கணும்னு தோணுச்சு. வந்தேன்” என்றார்.

“நல்லாயிருக்கன் அப்பா” என்றேன்.

“பொய் சொல்லாதே. கணநேரம் சபலம் வாழ்க்கையையே மாத்திருச்சு... நான் நீதி சொல்றதுக்காக வரலே. சந்தர்ப்பத்தையும் சூழ்நிலையையும் நாம் கவனமா கையாளணும். எதுக்குள்ளேயும் நுழைஞ்சுட்டோம்னா பின்னாடி வெளியே வர்றது சிரமம். சில நேரங்கள்லே வெளியே வர முடியாமலும் போகும். நீ இப்படி மாட்டிக்கிட்டியே. குழந்தைப்பேறு இருந்திருந்தா உன்னோட வாழ்க்கை வேற மாதிரி மாறியிருக்கும். நான் உயிரோடு இருந்திருந்தால் உன் வாழ்க்கை இப்படி மாறியிருக்காதுன்னு தோணுது” என்றார்.

எனக்கு அழுகை வந்தது. அழுதேன். அப்பா என் தலையில் கை வைத்துத் தடவி விட்டார். அவரின் கை என்மேல் பட்டதும் என் அழுகை கதறலாக மாறியது. அப்பா என்னைத் தேற்றினார். அழுகாதே என்றார்.

“இன்னைக்கி இரவு ஒரு துர்ச்சம்பவம் நடக்கப் போகுது. அதை நெனச்சா எனக்குக் கவலையா இருக்கு” என்றார்.

“என்ன ?” என்றேன்.

“அவ்வளவுதான் சொல்ல முடியும். எனக்கும் அதற்குமேல் எதுவும் தெரியாது. நீ அதைக் கடந்து வர வேண்டும்.”

“அப்பா ... காபி கொண்டு வர்றேன். சீனி இல்லாத காபி” என்று கூறிவிட்டுச் சமையலறைக்குச் சென்று காபி தயாரித்தேன். அதை எடுத்துக்கொண்டு அப்பாவிடம் கொடுப்பதற்காக வந்தேன். அப்பாவைக் காணவில்லை. வாசல் கதவு உள் பக்கமாகத் தாழ்ப்பாள் போடப்பட்டிருந்த நிலையிலேயே இருந்தது.

மனம் கலக்கமாக இருந்தது. இரவில் அவன் வந்தான். அவன்கூட இன்னொருவர் வந்தார். இருவரும் உள்ளே வந்து

சோபாவில் அமர்ந்தார்கள். என்னிடம்கூட வந்தவரைப் பெரிய அதிகாரி என்று அறிமுகப்படுத்தினான். நான் இருவருக்கும் காபி கொடுப்பதாகக் கூறிவிட்டுச் சமையலறைக்கு சென்றேன். காபி தயாரித்து அவர்கள் இருவருக்கும் கொடுத்தேன். என்னைக் காபி ஸ்பெசலிஸ்ட் என்று அந்தப் பெரிய அதிகாரியிடம் சொன்னான். அவர் காபி நன்றாகயிருப்பதாகச் சொன்னார். சற்று நேரத்தில் அவர் கிளம்பிவிட்டார். அந்தப் பெரிய அதிகாரி வீட்டில் இருந்த நேரம்வரை என்னைப் பார்த்த பார்வை எனக்குப் பிடிக்கவில்லை.

நானும் அவனும் டி.வி. பார்த்தோம். அவனுக்குச் சப்பாத்தி தயார் பண்ணிக் கொடுத்தேன். சாப்பிட்டான். சற்று நேரம் பேசிக்கொண்டிருந்தான். படுக்கையறைக்குச் சென்றோம். காமத்தில் கலந்தான். பின் தூங்கிவிட்டான். எனக்குத் தூக்கம் வரவில்லை. அந்தப் பெரிய அதிகாரி என்னைப் பார்த்த பார்வை பற்றியும் அவன் அவரைப் பற்றிப் புகழ்ந்து பேசியதையும் இணைத்து ஏதேதோ யோசித்துக்கொண்டிருந்தேன்.

ஏதேதோ கற்பனை ஏற்பட்டது. பயமாக இருந்தது. ஹாலுக்கு வந்து தரையில் தலையணையைப் போட்டுப் படுத்தேன். உள்ளே அவன் தூங்கிக்கொண்டிருந்தான். என் துணிச்சலே எனக்கு விரோதி என்றும் என்னால் பிரச்சினைகளைக் கடக்க முடியாது என்றும் தோன்றியது. மேலே மின்விசிறியைப் பார்த்தேன். என் மனதில் அந்த நேரத்தில் ஒரு தீர்மானம் ஏற்பட்டது. என் அப்பாவிடம் செல்வதுதான் எனக்குப் பாதுகாப்பு என்ற எண்ணம் ஏற்பட்டது. உள்ளே சென்று ஒரு நூல் சேலையை எடுத்துவந்தேன். இன்னும் சற்று நேரத்தில் என் அப்பாவிடம் சென்றுவிடுவேன். அங்கு நான் பாதுகாப்பாக இருப்பேன் என்று நினைத்துக்கொண்டிருந்தபோது சத்தம் கேட்டுத் திரும்பிப் பார்த்தேன். அவன் நின்றுகொண்டிருந்தான்.

O

உயிர்மை, ஜூலை 2017

மாயப்பெண்

நான் நடந்துகொண்டிருந்தேன். லேசான குளிர். ஸ்வெட்டர் அணிந்திருந்தேன். சாலை ஓரங்களில் மரங்கள் இருந்தன. மிகுந்த குழப்பத்தி லிருந்தேன். என்ன செய்வதென்று தெரியவில்லை. வயதாகிக்கொண்டிருக்கிறது. மறதி அடிக்கடி ஏற்படுகிறது. மனம் கடந்த காலத்தில் சிக்கிக்கொண்டு தவிக்கிறது. கடந்த காலத்தில் செய்த பிழைகளும், தவறுகளும், முட்டாள்தனங்களும், தவறவிட்ட தருணங்களும் மனத்தில் முன்னுக்கு வந்து தலையை நீட்டிக்கொண்டிருக்கின்றன. எப்படியும் ஒவ்வொரு நாளும் என் நினைவில் ரோகிணி எப்படியாவது வந்துவிடுகிறாள். அவளின் கையைப் பற்றியதும் முத்தம் கொடுத்ததையும் நினைத்தால் இப்போதும் மனமும் உடலும் பரவசப்பட்டு நடுங்குகின்றன. எனக்கு இப்போது வயது 83 ஆகிறது. பேரன் கல்லூரியில் படிக்கிறான். அப்போது சின்ன அளவிலான போர்ஷனில் குடியிருப்பு. கூட அக்கா, அம்மா, நான். சிறு குழந்தையாய் ஒரு வீட்டின் திண்ணையில் நான் இருக்கிறேன். அப்போது அப்பாவைப் பார்த்த நினைவு உள்ளது. அவர் இறந்து அப்போது நடந்த தகராறுகள் எதுவும் எனக்குத் தெரியவில்லை பின்னால் பிறர் சொல்லித்தான் தெரியும். வீட்டின் முன் மணல் தெரு. கபடி விளையாடலாம். சூவாரை மீன் நன்றாக இருக்கும். நண்டுப் புட்டும். இந்தக் கடல் சார்ந்த ஊருக்குக் காய்கறிகள் வரத்து பெரியதாக இல்லை. மட்டன் கடை, கோழிக் கடையைப் பார்த்த நினைவு இல்லை. மனம் சமயங்களில் ப்ளாங்க் ஆகிவிடுகிறது.

படிக்க வந்த ஊரையும் பிறந்த ஊரையும் நான் குழப்பிக் கொண்டிருக்கிறேன். பிறந்த வீடு பெரியது. படிக்க வந்த ஊரில் இருந்த வீடுதான் சிறியது. போர்ஷன். ரோகிணியைக் கடைசியாக நான் அவள் திருமணத்தில் பார்த்தேன். பிறகு திருமணம் முடிந்து கணவன் ஊருக்குச் செல்லும்போது ரயில் நிலையத்தில் பார்த்தேன். ரயில் நகர்ந்தது. காலமும் நகர்ந்தது.

கடல் இருந்த ஊரில் இருந்தபோது, பால்யத்தில் திடீரென்று ஒரு நாள் என்னை அனாதையாக உணர்ந்தேன். கடற்கரைக்குச் சென்று கடல் அலைகளுக்கு முன்னால் மண்டியிட்டு அழுதேன். பூவரசு மரங்களை வேறெங்கும் பார்த்ததாக எனக்கு நினைவில்லை. கடற்கரையில் அந்த மரங்கள் இருந்தன. அப்பா நட்டு வைத்து வளர்த்திருந்த சீதாப்பழ மரமும் நினைவில் இருக்கிறது. ஒரு விழாவின் நினைவாக ஏன் பெரிய மனிதர்கள் மரம் நடுகிறார்கள். நான் வேலை பார்த்தபோது குடியிருந்த வீட்டில் நான் ஒரு மரத்தை அல்ல இரண்டு மரங்களை நட்டேன். அவை பெரியதாக வளர்ந்துவிட்டன. ஒரு மரம் மஞ்சள் பூ மரம். வெளியூரிலிருந்த வீட்டுச் சொந்தக்காரர் வந்து பார்த்து காம்பவுண்டுச் சுவர் பாதிப்படைந்துவிடும் என்று என்னுடன் சண்டை போட்டு மரத்தை வெட்டி அகற்றி இருந்த இடம் தெரியாமல் மண்ணோடு மண்ணாக்கி விட்டார்.

ரோகிணி இப்போது உயிருடன் இருக்கிறாளா இல்லையா என்பதும் தெரியவில்லை. உயிருடன் இருந்தாலும் எங்கே இருக்கிறாள் என்று தெரியவில்லை. பார்க்க சந்தர்ப்பம் வாய்க்கிறது என்றே வைத்துக்கொள்வோம். அப்போது நான் அவளைப் பார்க்கப் பயப்படுவேன். அவள் கிழவியாக வடிவம் குலைந்து இருப்பாளே, எப்படிப் பார்ப்பது.

ஒரு கார் வந்து என் அருகில் நின்றது. காரை ஓட்டி வந்த இளம்பெண் கதவைத் திறந்து என்னை நோக்கி வந்தாள். “நான் ரோகிணியின் பேத்தி. நீங்கள் ரோகிணியைத்தானே நினைத்துக் கொண்டிருக்கிறீர்கள்” என்றாள்.

எனக்கு அவள் மாயப்பெண்ணாகத் தெரிந்தாள். “உனக்கு எப்படித் தெரியும்” என்றேன். “என்கூட வாருங்கள் ... நான் ரோகிணியைக் காட்டுகிறேன்” என்றாள். “அவளைப் பார்க்க எனக்குப் பயமாக இருக்கிறது” என்றேன். அந்த மாயப்பெண் சிரித்தாள்.

அந்த சமயத்தில் ஒரு காகம் நாங்கள் இருக்குமிடத்தில் தாழ்வாகப் பறந்தது. கடந்து சாலையோர மரக்கிளையில் அமர்ந்து கத்தியது. அந்தக் கணம் எனக்கு அந்த மாயப் பெண்ணுடன் செல்ல வேண்டும் என்று தோன்றியது. நான் “வருகிறேன்” என்றேன்.

அவள் கார்க் கதவைத் திறந்தாள். நான் காரினுள் ஏறி அவள் அருகேயிருந்த முன் இருக்கையில் அமர்ந்தேன். அவள் காரை ஸ்டார்ட் செய்தாள். "உன் பேரென்ன" என்றேன். அவள் "மகாநதி" என்றாள். இப்படி ஒரு பெயரா என்று யோசித்துக்கொண்டே அவளைப்பற்றியும் ரோகிணிபற்றியும் விசாரித்தேன்.

ரோகிணிக்கும் அவள் கணவனுக்கும் திருமணமான சில ஆண்டுகளிலேயே ஒத்து வரவில்லை. சட்டரீதியாகப் பிரிந்துவிட்டார்கள். ரோகிணி ஒரு பெண் குழந்தையுடன் தனியே வசித்தாள். ஒரு நிறுவனத்தில் வேலை பார்த்துப் பெண் குழந்தையை வளர்த்தாள். ரோகிணியின் கணவர் வேறு ஒரு பெண்ணைத் திருமணம் செய்துகொண்டார். எங்கு இருக்கிறார் என்று தெரியாது. ரோகிணியின் மகள் சென்னையில் பேராசிரியராக வேலை பார்க்கிறாள். அவருடைய கணவர் வியாபாரம் செய்கிறார். அவர்களின் மகள் மகாநதி ஐ.டி. துறையில் இங்கே பணிபுரிகிறாள். அவளுக்கும் திருமணமாகி, கணவருடன் ஏற்பட்ட கருத்து வேறுபாட்டால் பிரிந்து வாழ்கிறாள். சட்ட நடவடிக்கை மேற்கொள்ளப்பட்டு வருகிறது. துணைக்கு ரோகிணி வந்து மகாநதியுடன் இருக்கிறாள்.

நான் என்னுடைய வாழ்க்கையைப்பற்றிக் கூறினேன். எனக்கு இரண்டு மகன்கள், ஒரு மகள். மகள் பிறந்த சில ஆண்டுகளிலேயே மனைவி இறந்துவிட்டாள். குழந்தைகளை வளர்க்கப் படாதபாடு பட வேண்டியதாகிவிட்டது. மகள் திருமணமாகிக் கனடாவில் வசிக்கிறாள். ஒரு மகன் இறந்துவிட்டான். புத்திர சோகத்தில் தவித்தேன். இன்னொரு மகன் இந்த ஊரில் குடும்பத்துடன் வசிக்கிறான். அவன்கூட இருந்து வாழ்க்கையைக் கழித்துக் கொண்டிருக்கிறேன். எனக்குச் சர்க்கரை நோய் இருக்கிறது. இன்சுலின் போட்டுக்கொள்கிறேன். முதுகெலும்பில் பிரச்சினை. இடுப்பு வலிக்கு பெல்ட் போட்டுக்கொண்டு நடக்கிறேன். ரொம்ப தூரத்துக்கு நடக்க முடியாது. ரோகிணி பற்றிய நினைப்புத்தான் அனைத்தையும் ஆற்றிக்கொண்டிருக்கிறது.

கேட்டுக்கொண்டிருந்த மகாநதி "ரோகிணிப் பாட்டி நல்லா இருக்காங்க. பி.பி., சுகர் கிடையாது" என்றாள். "நல்லது, அப்படியே இருக்கட்டும்" என்றேன். கார் ஓடிக்கொண்டிருந்தது.

ரோகிணியை அவள் திருமணத்திலும் பின்னர் கணவனுடன் ஊருக்குச் செல்லும்போது ரயில் நிலையத்திலும் பார்த்ததுதான் கடைசியாகப் பார்த்தது என்று சொல்லியிருந்தேன். ஆனால் அதற்குப் பின்னும் ஒரு தடவை அவளைப் பார்த்தேன். ஆனால் பார்க்கவில்லை என்றுதான் கூற வேண்டும். நான் அன்று தற்செயலாக மாலை வேளையில் ஒரு தெருவில் நடந்து சென்று கொண்டிருந்தபோது, ரோகிணியும் அவள் தாயாரும் எனக்கு

முன்னால் சற்று தூரத்தில் நடந்து சென்றுகொண்டிருந்தார்கள். பின்புறமாகத்தான் அவர்களைப் பார்த்துக்கொண்டிருந்தேன். ரோகிணி நடக்கும் விதத்தில் அவள் குழந்தையுண்டாகியிருப்பதை அறிந்தேன். மனம் ஏனோ பதற்றப்பட்டுக் குழம்பியது. நான் பெட்டிக் கடையருகே நின்றுகொண்டிருந்தேன். அவர்கள் திரும்பி வரும்போது ஒளிந்திருந்து அவளைறியாமல் அவளைப் பார்த்து விடலாம் என்று சிகரெட் புகைத்துக்கொண்டு நின்றிருந்தேன். அவ்வாறு காத்துக்கொண்டிருந்தபோது ஏற்பட்ட மன உணர்வுகளைச் சிறுகதையாக எழுதியிருந்தேன்.

“வெளியே பந்தல் இருந்தது. ஸ்பீக்கர் அலறிக்கொண்டிருந்தது. கூட்டம் நிறைய இருந்தது. போடப்பட்டிருந்த சேர்களில் எல்லாம் ஆட்கள் அமர்ந்திருந்தனர். திடீரென அவனருகே நண்பன் தோன்றினான். வருகிறவர்கள் செருப்புகளை வெளியில் இருந்த ஒருவன் முன்பாகக் கழற்றி வைத்துவிட்டு டோக்கன் வாங்கிச் சென்றுகொண்டிருந்தனர். செருப்பை இங்கே வைத்துவிட்டுச் சென்றால், உள்ளே ஏதாவது அசம்பாவிதம் நிகழ்ந்து ஓடி வரும்போது செருப்பை எடுக்க முடியாமல் செருப்பில்லாமல் ஓட வேண்டியிருக்கும் என்று தோன்றியதால் செருப்புடனே இருவரும் உள்ளே சென்றனர். கூட்டத்தினுள் நன்றாகப் பார்த்தபோது அவளின் மாமா காணக் கிடைக்கவில்லை. கூட்டத்தில் இருந்த யாரும் தன்னைப் பொருட்படுத்தவில்லை என்பது ராமிற்கு ஆச்சரியமாக இருந்தது. கூட்டத்திலிருந்து சற்று முன்னுக்கு வந்தான். மணமேடை நன்றாகத் தெரிந்தது. புரோகிதர் ஏதோ மந்திரம் கூறிக்கொண்டிருந்தார். சிறு சதுரப் பள்ளத்தில் நெருப்பு எரிந்துகொண்டிருந்தது. மணமேடையில் மணமகன் அமர்ந்திருந்தான். ராம் அவனையே பார்த்துக்கொண்டிருந்தான். பூங்காவில், வேப்ப மரத்தின் கீழே அவளும் ராமும் இருந்தனர். திடீரென ஒரு பரபரப்பு ஏற்பட்டுக் கூட்டம் ஒதுங்கி வழிவிட மணமகளாக அவள் தலைகுனிந்து வந்துகொண்டிருந்தாள். நெஞ்சம் படபடக்க அவளைப் பார்த்துக்கொண்டிருந்தான். அவள் மணமேடையில் அமர்ந்து நிமிர்ந்தாள். அவள் கண்களின் கருமணிகள் மாறி நீல வளையத்துடன் பச்சை நிறத்தில் இருந்தன. அவள் முகத்தில் பயங்கரம் தொனித்தது. அவள் திரும்பிவரக் கூடிய நேரம் நெருங்கிக்கொண்டிருப்பதாகத் தோன்றியது. அவள் எனத் தோன்றி எவளோ ஒருத்தி மீண்டும் ஏமாற்றினாள். அவனுடைய மனதில் அவள் முகமும் வடிவமும் சீர்குலைந்திருப்பதாகப் படிந்தன. அவள் கண்கள் நீல வளையத்துடன் பச்சை நிறத்தில் இருக்குமோ என்று திடுமெனத் தோன்றியது. வெகுநேரமாக நின்றுகொண்டிருப்பது அவளுக்கு தெரியாத போதிலும் தன் முகம் அதைக் காட்டிக் கொடுத்துப் பரிதாபத்துக்குரியவனாகத்

தன்னை ஆக்கிவிடும் என்று சஞ்சலமடைந்தான். அவளின் தாயார்கூட வருவதால் ஒளிந்திருந்து பார்க்கலாம் என்றுகூடத் தோன்றியது. தூரத்தே வருவது அவள்தானென்று தோன்றியது. காத்திருந்தது போதுமென்று அவன் நடக்க ஆரம்பித்தான்" – அச்சிறுகதையின் இறுதிப் பகுதிதான் இது. கதையில் குறிப்பிட்டிருந்த மாதிரி நான் அன்று அவளைப் பார்க்காமலேயே சென்றுவிட்டேன்.

எனக்கு டீ அருந்தலாம் என்று தோன்றியது. மகாநதியிடம் கூறினேன், ஒரு ஹோட்டலில் நிறுத்தினாள். ஹோட்டலுக்குள் சென்று அமர்ந்தோம். "நீங்க ஏன் அன்னைக்கி அவுங்களப் பாக்காமப் போனீங்க" என்றாள் மகாநதி.

"பயம்தான். வேற மாதிரி பாக்கறதிலே உள்ள சங்கடந்தான்" என்றேன்.

"இப்போது பயமில்லையா?"

"இப்போதும் பயம்தான். எப்படி கிழவியா அவளைப் பாக்கறதின்னு. பழைய தோற்றம் அதனாலே மறைஞ்சிரு மோன்னும் தோணுது. என்னோட காலத்துக்குள்ளே அவளைப் பாத்துறணும்னு தோணுது. நாம ரெண்டு பேரும் சந்திச்சோம்ல, அப்போது ஒரு காகம் பறந்து வந்து நம்மளைக் கடந்து மரக்கிளையிலே உக்காந்து கத்துச்சு. அந்தக் கணம் எனக்கு உன்னோட போகணும்னு தோணுச்சு."

ஹோட்டலில் இருந்த ஒரு ஜன்னல் வழியே தெரிந்த மரத்தின் கிளையில் காகம் உட்கார்ந்திருந்ததைப் பார்த்தேன்.

"நான் வருவது ரோகிணிக்குத் தெரியுமா?" என்று கேட்டேன்.

"தெரியும்."

"எப்படித் தெரியும்?"

"என் மனசு அவங்களோட பேசிக்கிட்டே இருக்கு."

எனக்கு அவள் மாயப் பெண்தான் என்று மீண்டும் தோன்றியது. ரோகிணியின் கண்கள் நீல வளையத்துடன் பச்சை நிறத்தில் இருக்குமோ என்று நான் நினைத்துக்கொண்டேன்.

"மாயப் பெண்ணே... நான் ரோகிணியைப் பாக்கறது சம்பந்தமா உங்கிட்டே சொல்லணும். நான் வரும்போது அவள் வாசல்லே நிக்கக் கூடாது. சேரிலே உக்காந்திருக்கக் கூடாது. கதவு சாத்திய ஒரு அறைக்குள் இருக்கணும். அவள் பின்புறத்தைக் காட்டி நிக்கணும். சற்றுமுன் குளித்திருக்க வேண்டும். கூந்தல் லேசான ஈரத்துடன் இருக்க வேண்டும். நான் கதவைத் திறந்த பின்னால்தான் அவள் என்னைப் பார்க்கத் திரும்பணும்" என்றேன்.

"அப்படியே நடக்கும். என் மனம் இதை அவங்களிடம் கூறிவிட்டது" என்றாள்.

ஹோட்டலில் இருந்து வெளியேறிக் காரில் ஏறிக்கொண் டோம். கார் ஓடிக்கொண்டிருந்தது. நான் மனதைச் சிந்தனை செய்யவிடாமல் கட்டுக்குள் கொண்டுவர முயன்றுகொண் டிருந்தேன்.

பிரதான சாலையிலிருந்து கார் உள் சாலையில் திரும்பியது. ஒரு வீட்டின் முன் நின்றது. காம்பவுண்டுச் சுவருக்குள் வீட்டின் இருபுறமும் பெரிய வேப்ப மரங்கள் இருந்தன. காரிலிருந்து இறங்கினோம். மகாநதி எனும் மாயப்பெண் கேட்டைத் திறந்தாள். நான் அவள் பின்னால் சென்றேன். அன்றொரு நாள் அவளை நான் கைப்பற்றி முத்தமிட்டபோது அவளும் முத்தமிட்ட நிகழ்வு நினைவுக்கு வந்தது. மகாநதி என்ற மாயப்பெண் வீட்டுக் கதவைக் திறந்தாள். ஹாலில் டி.வி., சாப்பாட்டு மேசை, சோபாக்கள் இருந்தன. மகாநதி என்ற மாயப்பெண் அறையைக் காண்பித்தாள்.

நான் மெதுவாக நடந்து அறைக் கதவைத் திறந்தேன். அறை வெளிச்சமாக இருந்தது. பின்புறத்தைக் காட்டி என் பழைய, முன்பு இருந்த ரோகிணி நின்றிருந்தாள். திரும்பினாள். நான் ஆச்சரியத்தில் பரவசப்பட்டேன். உள்ளம் நடுங்கியது. அன்றொரு நாள் நான் முத்தமிட்ட ரோகிணியாக அப்படியே இருந்தாள். அதே சுருள் கூந்தல். நறுமணம். புன்னகை. ரோஸ் நிறம். மையிட்ட கண்கள் பளீரென என்னை நோக்கின. தகதக என்று மின்னினாள். நான் அவளின் கை பற்றிக் கன்னத்தில் முத்தமிட்டேன். அவளும் என் உயரத்திற்கு எட்டி என் கன்னத்தில் முத்தமிட்டாள். அவளது ஈரக் கூந்தல் என் கன்னத்தில் உரசியது.

மகாநதி என்ற மாயப்பெண் கை தட்டினாள். நான் ரோகிணியைவிட்டு அந்த மாயப்பெண்ணைப் பார்க்கத் திரும்பினேன். நான் பார்த்துக்கொண்டிருக்கும்போதே அந்த மாயப்பெண் மாயமாக மறைந்தாள். நான் ரோகிணியின் பக்கம் திரும்பினேன். அவள் ஜொலித்துக்கொண்டே சிரித்துக் கொண்டிருந்தாள். நான் பார்த்துக்கொண்டிருக்கும்போது – என்னருகில்தான் நின்றுகொண்டிருந்தாள் – உதட்டைக் குவித்துக் காற்றில் முத்தமிட்டாள். நான் அவளைத் தொடக் கையை நீட்டினேன். அவள் ஜொலித்துக்கொண்டே சிரித்துக்கொண்டே மாயமாக மறைந்துபோனாள். நான் தனித்து நின்றேன். காகம் கத்தும் குரல் கேட்டது.

○

உயிர்மை, ஜூன் 2017

ரகசிய வார்த்தை

பிரமிளா 'எங்க பாட்டி' என்றாள். பாட்டி கட்டிலிலிருந்து எழுந்து உட்கார்ந்தாள். 'யாரப்பா நீ' என்றாள். "என் பெயர் ராமச்சந்திரன். பிரமிளாகூட வேலை பாக்குறேன்" என்றான். "அந்த ராமச்சந்திரன்கூட ஜோடி சேந்து சரோஜா தேவி மாதிரி வந்துருக்க வேண்டியவ... அந்த நாசமாப்போற டான்ஸ் மாஸ்டர் வந்து கெடுத்துப்புட்டான்" என்றாள் பாட்டி.

"கல்யாணப் பொண்ணு, கண்ணான கண்ணு, கொண்டாடி வரும் வளையல்" என்று பாடினாள் பாட்டி. "இந்தப் பாட்டு நெனைவிருக்கா . . . எம்.சி.ஆர், வளையல் வியாபாரியா வேசம் போட்டு வருவாரு... சரோஜா தேவியை கட்டாயக் கல்யாணம் பண்ண ஏற்பாடு நடந்துகொண்டிருக்கும் . . . அப்பத்தான் கதாநாயகியைக் காப்பாத்த எம்.சி.ஆர். பாடிக்கிட்டே வருவார். நான் அப்ப எக்ஸ்ட்ரா நடிகை. அவருக்கு இடது பக்கம் கையைக் கன்னத்தில் வைத்துக்கொண்டு வருவேன். அவர் என்னை இடிப்பார். 1963ஆம் வருஷம் ஷூட்டிங் நடந்துச்சு. எனக்கு அப்ப பதினேழு வயசு. சின்னப் பொண்ணாப் பாக்க அழகா இருப்பேன். ஷூட்டிங் முடிஞ்சப்பறம் எம்.சி.ஆர். என்னைத் தனியாக் கூப்பிட்டு என்னைப் பத்தி விசாரிச்சாரு. அந்தச் சமயத்திலே டான்ஸ் மாஸ்டர் உள்ளே நுழைஞ்சு கெடுத்துட்டாரு . . . அதுக்கப்பறம் என்னைத் தனியா காம்பிக்காம பாட்டிலே, கூட்டத்துலே ஆடற ஒருத்தியா ஆக்கிட்டாங்க . . . அவரு என்னைக் கூப்பிட்டு விசாரிச்சா அதுக்கு எனக்குத் தண்டனையா . . . அதுக்கப்புறமும் எம்.சி.ஆர் என்னைக் கவனிச்சிக் கிட்டே இருந்தாரு... எனக்கு அவர் படத்துலே சான்ஸ்

கொடுத்திருக்கலாம். கதாநாயகியாக்கூடப் போட்டிருக்கலாம். நானும் சரோஜா தேவி மாதிரி வந்திருப்பேன். எல்லாத்தையும் நாசமாப் போறவங்க கெடுத்துட்டாங்க... அதுக்குப் பின்னாலே எம்.சி.ஆர். படத்துலே குரூப் டான்சுக்குக்கூட என்னைக் கூப்பிடறதில்லை. மத்த படத்துலேதான் ஆடிக்கிட்டு இருந்தேன்."

"பிரமிளா தண்ணி கொடு..."

பிரமிளா சொம்பில் கொண்டுவந்த தண்ணீரைப் பாட்டி குடித்தாள்.

"படம் எந்த வருஷம் ரிலிஸாச்சு" என்றான் ராமச்சந்திரன்.

"1964ஆம் வருஷம். படம் ஹிட்."

"படம் பேரு சொல்லலியே..."

"என்ன தம்பி, இந்தப் பாட்டைக் கேட்டவுடனே படம் பேரைச் சொல்ல வேண்டாம்... இந்தக் காலத்துப் பிள்ளைகளுக்குப் பழைய படங்களைப் பத்தி என்ன தெரியுது. படத்தோட பேரு படகோட்டி"

பிரமிளா கண்ணைச் சிமிட்டி, ராமச்சந்திரனை அழைத்தாள். ராமச்சந்திரன் அவளைப் பின்தொடர்ந்து சென்றான். வீடு சின்ன வீடு. முன்புறம் உள்ள சிறுபகுதியில் போடப்பட்டிருந்த வயர்க் கட்டிலில் பிரமிளாவின் பாட்டி இருந்தாள். அவளுடைய இருப்பிடமே அதுதான். முன்புறம் கடந்தால் பத்துக்குப் பத்து அடியில் ஓர் அறை. அதை ஒட்டி அடுப்படி. வீட்டிற்குப் பின்னால் உள்ள வெற்றிடத்தில் குளியலறை, கழிப்பறை, ஒரு கிணறு, துவைக்கும் கல்.

ஒரு ஸ்டூலை எடுத்து வந்தாள் பிரமிளா. அதில் ராமச்சந்திரனை அமரச் சொன்னாள். அவள் துவைக்கும் கல்லில் அமர்ந்துகொண்டாள்.

"உங்க அம்மா எங்கே" என்றான் ராமச்சந்திரன்.

"வேலைக்குப் போயிருக்கு."

"இன்னைக்குமா."

"ஓவர் டைம் பாத்தாகூடக் காசு கிடைக்கும்."

"நீ அன்னக்கி ஒரு நாள் பச்சைக் கலர்லே சேலை கட்டிக்கிட்டு வந்தே. அப்படியே என் கண்ணுக்குள்ளே நிக்கறே."

"ஆமா... இப்படித்தான் ஐஸ் வைப்பாங்க. ஆம்பளைகளுக்கு இதே வழக்கமாப் போச்சு..."

அவன் சிரித்தான். அவள் நீலக்கலரில் சுரிதார் அணிந்திருந்தாள். கழுத்தில் ஒரு மெல்லிய செயின். மொத்த நகை இருப்பே அவ்வளவுதான். ராமச்சந்திரனுக்கு மனதிற்குள் சில கணக்குகள் ஓடிக்கொண்டிருந்தன. பிரமிளாவிடம் பழகுவதற்கும் நெருங்குவதற்கும் வாய்ப்புகள் உருவாகிக்கொண்டிருக்கின்றன. இதை எப்படிப் பயன்படுத்திக்கொள்வது, அவளை எப்படி வசப்படுத்துவது என்று சிந்தனை ஓடிக்கொண்டிருந்தது.

"நீங்க என்ன ஆட்கள்" என்று பிரமிளா கேட்டாள்.

அவன் தன்னுடைய சாதியைக் கூறினான்.

"நம்ம ஆளுகதான்... எந்த ஊரு" என்றாள் அவள்.

அவன் சொன்னான். "நாம நெருங்கிட்டோம்" என்றான். அவள் முகத்தில் மலர்ச்சி ஏற்பட்டது.

அவன் அவளை நோக்கிக் கையை நீட்டினான். சுற்றுப் புறத்தைக் கண்காணித்துவிட்டு அவளும் கையை நீட்டினாள். இருவரும் கை குலுக்கிக்கொண்டார்கள். தன் கைக்குள் இருந்த அவள் கை விரல்களை அவன் நெரித்தான். அவள், கையை விடுவித்துக் கொண்டாள். முகம் சிவந்தது. படபடப்பு ஏற்பட்டது. அவன் மேலும் நெருங்கினான். அவள் பேசாமல் உடன்பட்டாள்.

"என்னை விட்ற மாட்டீங்களே" என்றாள்.

"உன்னை எப்பவுமே விடமாட்டேன்" என்றான். அந்த நேரத்தில் அவன் மனத்தில் ரேவதி நினைவு ஏற்பட்டது. ரேவதி அவனுடைய மாமன் மகள். ராமச்சந்திரன் குடும்பத்தினருக்கும் ரேவதி குடும்பத்தினருக்கும் சம்பந்தம் செய்துகொள்வதில் இணக்கம் இருந்தது. ரேவதியுடைய படிப்பு முடிய இன்னும் கொஞ்ச காலம் இருந்தது. அதற்குப் பிறகு பேசி முடிவு செய்துகொள்ளலாம் என்று இருந்தார்கள். ரேவதியிடமும் அவன் தொட்டு விளையாடியிருக்கிறான். அவளும் அதற்கு உடன்பட்டுக் கொண்டுதானிருக்கிறாள். இருவரும் காதலர்களாக இருப்பதால் அடிக்கடி அலைபேசியில் பேசிக்கொள்வார்கள். இப்போது அலைபேசியை அணைத்து வைத்திருக்கிறான். வாய்ப்புக் கிடைத்திருப்பதால் இது போகிற வரைக்கும் போகட்டும். ரேவதியுடன் திருமணம் நெருங்கும் நேரத்தில் வீட்டில் பிரச்சினையாக இருக்கிறது என்று சொல்லி இந்தத் தொடர்பை முடித்துக்கொள்ளலாம், அதைப் பின்னால் பார்த்துக் கொள்ளலாம். ஓடுகிறவரைக்கும் ஓடட்டும் என்று அவன் மனத்தில் எண்ணங்கள் ஏற்பட்டுக்கொண்டிருந்தன.

பிரமிளா கிணற்றில் வாளியை இறக்கி, நீர் மொண்டு, மேலே ஏற்றி, வாளியைப் பற்றி நீரை பிளாஸ்டிக் பக்கெட்டில் ஊற்றினாள்.

வாளியிலிருந்து ஒரு தவளை துள்ளிக் குதித்துக் கிணற்றைச் சுற்றிப் போடப்பட்டிருந்த சிமெண்ட் தரையில் விழுந்து துள்ளி இடம் மாறி ராமச்சந்திரனைப் பார்த்தது. வாளியிலிருந்து தவளை துள்ளியவுடனே பிரமிளா சற்றுப் பதறி விலகிப் பின் நிதானத்திற்கு வந்தாள். தவளை தன்னை முறைப்பதுபோல ராமச்சந்திரனுக்குத் தோன்றியது. சற்றுத் தள்ளிக்கிடந்த குச்சியை எடுத்துத் தரையில் தட்டினான். தவளை துள்ளித் துள்ளிச் சென்று மண்டியிருந்த செடிகளினூடே சென்றது. செடிகளினூடே தவளையின் கண்கள் மின்னின. 'அவங்க இல்லாதவங்க குடும்பம்... குழப்பத்தை ஏற்படுத்தியிராதே... நாசம் பண்ணியிராதே...' என்றது தவளை. ராமச்சந்திரன் கண்களை விலக்கிக்கொண்டான்.

"பாட்டி கிட்டே உக்காருங்க... காப்பி போட்டுத் தாரேன்" என்றாள் பிரமிளா.

அவள் அடுப்படிக்குச் சென்றாள். அவன் முன்பகுதிக்குச் சென்று பாட்டியைப் பார்த்தான். பாட்டி ஏதோ காற்றிடம் பேசிக்கொள்வதுபோல இருந்தது. அவனைப் பார்த்ததும் எழுந்து உட்கார்ந்து கொண்டாள். அந்த ஸ்டூலை எடுத்துட்டு வந்து உக்காரு என்றாள் பாட்டி. அவன் கிணற்றடிக்குச் சென்று அந்த ஸ்டூலை எடுத்து வந்து போட்டு உட்கார்ந்தான். ஸ்டூல் சிகப்புக் கலரில் இருந்தது.

"பாட்டி உங்க கால சினிமாவைப் பத்திச் சொல்லுங்க" என்றான்.

"என்னத்தைச் சொல்றது. ரொம்பக் கஷ்டம்தான். எல்லாரையும் அனுசரிக்கணும். சான்ஸை எப்ப எவன் கெடுப்பான்னு தெரியாது. லக்குதான். எப்படி ஒருத்தன், ஒருத்தி மேலே வர்ராங்கன்னு தெரியாது. எப்படிக் கீழே போறாங்கன்னும் தெரியாது. மேலே போறவங்க கொஞ்சக் காலத்துலே எப்படிக் காணாமப் போறாங்கன்னும் தெரியாது. அது மாதிரி ஆம்பளை, பொம்பளைக ஈஸியாப் பழகுற இடம். அதனாலே ஈஸியா காதலோ, காமமோ பத்திக்கிரும். இனிப்பாத்தான் இருக்கும். நல்லாத்தான் இருக்கும்... போகப்போகல்ல கதை தெரியும். நானும் அப்படித்தான். கூட டான்ஸ் ஆடிக்கிட்டிருந்தான் ராகவராவ்... அவன்னு சொன்னேன்லே... தப்பு... அவரு. எங்க ரெண்டு பேருக்கும் லவ்வு வந்துருச்சு. என்னைக்கு என்னை எம்.சி.ஆர் கூப்பிட்டு விசாரிச்சாரோ அன்னைக்கே எனக்கு அதிர்ஷ்டமாக ஆயிருக்க வேண்டிய விஷயம். துரதிருஷ்டமாச்சு... அந்த டான்ஸ் மாஸ்டர்தான் எல்லாத்தையும் கெடுத்தான். பொறாமை. இல்லாட்டி நான் கதாநாயகியா. ஆயிருப்பேன்... கொடி கட்டிப் பறந்திருப்பேன். அதுவும் யாருக்குக் கதாநாயகியா எம்.சி.ஆருக்கு...

என் தலைவிதி ரூட்டு மாறிப் போச்சு. ராகவராவ் ஆளு செவப்பு, மராத்திக்காரன். அவுங்க குடும்பம் போன தலைமுறையிலேயே தமிழ்நாட்டுக்கு வந்தவங்க. அவரு தொட்டாலே நரம்பெல்லாம் ஜிவ்வுன்னு ஆகி மயக்கம் வர்ராப்போல ஆயிரும். அப்புறம் என்ன கல்யாணம் ஆச்சு. நல்லாத்தான் அஞ்சு வருஷம் கஷ்டமும் சந்தோஷமுமா வாழ்க்கை ஓடுச்சு. ரெண்டு பொண்ணுக. ஒண்ணுப் பிறந்த ஒரு வருஷத்துலே ஜன்னிகண்டு இறந்துபோச்சு. ரெண்டாவதுதான் இந்த பிரமிளாவோட அம்மா. அஞ்சு வருஷம் கழிச்சு ஒரு தெலுங்கு நடிகருக்கு அஸிஸ்டென்ட்டா போயிச் சேர்ந்தாரு என் புருஷன். காசு வருமானம் வந்துச்சு. ஆனா கொஞ்ச காலத்துலேயே என் வாழ்க்கை போயிருச்சு. என் புருஷன் ராகவராவ் இன்னொரு தெலுங்குக்காரியைச் சேத்து வைச்சுகிட்டாரு. வீட்டுக்கு வர்ரதில்லை. நான் பொம்பளைப் புள்ளையை வைச்சுக்கிட்டுக் கஷ்டத்திலே இருக்கேன். அவரு அந்தத் தெலுங்குக்காரியோட குடும்பம் நடத்துறாரு. நான் ஸ்டூடியோவுக்குப் போயி அவரைக் கண்டுபிடிச்சுக் காசு கேட்டா ஏதாவது கொடுப்பாரு... அது எனக்குப் பத்தாது. முன்னாடி மாதிரி டான்ஸ் ஆடவும் முடியலை. வடிவமும் பழைய மாதிரி இல்லை. ஏதோ இண்டஸ்ட்ரியிலே கிடைச்ச வேலையைப் பாத்து காலத்தை ஓட்டினேன். என் மவ பார்கவியை சினிமாவுலே நுழைச்சுரணும்னு பாத்தேன். அதான் பிரமிளா அம்மாவை... ஆனா அவளுக்கும் என்னை மாதிரியே லக்கு இல்லை. எனக்கு அந்த டான்ஸ் மாஸ்டர் பொறாமையாலே எல்லாம் கெட்டுப்போச்சு. பார்கவிக்கு பெரிய சான்ஸ் கிடைக்கலை. அவரு நல்ல செவப்பு. நான் மாநிறம். பார்கவி அவரு கலர்லே பொறந்திருந்தா, உதடு ரோஸ் கலர்லே இருந்திருந்தா கதாநாயகி சான்ஸ் கிடைச்சிருக்கும். என்னை மாதிரியே குரூப் டான்ஸ்லே ஆடி என்னை மாதிரியே ஒரு டான்ஸர, அவரு தமிழ் ஆளு, காதலிச்சுக் கல்யாணம் பண்ணி, பிரமிளாவுக்கு அஞ்சு வயசு ஆகறப்ப மோட்டார் சைக்கிள் ஆக்ஸிடன்ட்லே செத்துப் போயிட்டாரு... அவரு பார்கவியை நல்லா கவனிச்சாரு... லக்கு இல்லை. இப்ப பார்கவி வேலைக்குப் போயி பிரமிளா வேலைக்குப் போயி, சம்பாதிக்கிறாங்க. இருக்கற இடத்துக்கும் வயித்துக்கு சாப்பாட்டுக்கும் வேற வழி... நான் சாகக்கிடக்குறேன்."

பிரமிளா காபி கொண்டுவந்தாள். பாட்டிக்கும் ராமச்சந்திரனுக்கும் கொடுத்தாள். பாட்டி டம்ளரை வாங்கிக் காலடியில் தரையில் நங்கென்று வைத்தாள். காபி அலம்பியது. பாட்டிக்கு மூச்சிரைத்தது. உடம்பில் ஏதோ இறங்குவதுபோல உடல் முறுக்கேறியது. உடலில் நடுக்கம் ஏற்பட்டது போலிருந்தது.

"சின்னவரே அன்னைக்கு ஏன் என்னைக் கூப்பிட்டு விசாரிச்சிங்க . . . என்னைக் கதாநாயகியா ஆக்கணும்னு நெனைச்சித்தானே விசாரிச்சிங்க . . . சொல்லுங்க . . . அந்தப் பொறாமை பிடிச்ச நாயி டான்ஸ் மாஸ்டர்தானே கெடுத்து விட்டான். இண்டஸ்ட்ரியே என்னை உங்க கண்ணுக்குக் காண்பிக்காம காணாம ஆக்கிட்டாங்களே... சொல்லுங்க... நல்லா இருக்கிங்களா... நல்லா இருக்கிங்களா" என்று பேசிக்கொண்டிருந்த பாட்டி கண்களை மூடிச் சாமி ஆடுவதுபோல உடம்பை அசைத்தாள். உட்கார்ந்திருந்தவள் களைப்படைந்து படுக்கையில் சாய்ந்தாள்.

"இப்படித்தான் அவுங்களாவே பேசிக்குவாங்க... தனக்கு வந்த சான்ஸை யாரோ கெடுத்திட்டாங்கன்னு பேசிக்கிட்டிருப்பாங்க... எல்லா நேரமும் இப்படி இல்லை. சில நேரம் இப்படி ஆயிருவாங்க" என்றாள் பிரமிளா.

"காபி குடிக்காம படுத்துட்டாங்களே" என்றான் ராமச்சந்திரன்.

"நான் குடிச்சுக்கிறேன்" என்று சிரித்தபடி அந்த டம்ளரை எடுத்துக் காபியை உறிஞ்சினாள், பிரமிளா.

ராமச்சந்திரன் காபி டம்ளரை உயர்த்தி 'சியர்ஸ்' சொல்வது போலக் காண்பித்தான். பிரமிளா "ச்சீ ..." என்றாள். காபியைக் குடித்துவிட்டு டம்ளரை பிரமிளாவிடம் கொடுத்தான். அவளை ஏக்கத்துடன் பார்த்தான். அவள் அவனின் கண்களை நேருக்கு நேராகப் பார்த்தாள். "போயிட்டு வாங்க" என்றாள்.

ராமச்சந்திரன் தெருவில் இறங்கி நடந்தான். கண்களில் மறையும்வரை அவனைப் பார்த்திருந்துவிட்டு வீட்டுக்குள் நுழைந்தாள் பிரமிளா. அப்போது பாட்டி கண் விழித்து பிரமிளாவைப் பார்த்தாள். 'பிரமிளா' என்று கூப்பிட்டாள். பிரமிளா அருகில் வந்து உட்கார்ந்தாள். பாட்டி அவளின் தலையைத் தடவினாள். "பிரமிளா இப்ப வந்தவனை நம்பாதே. அவன் நல்லவன் இல்லை" என்றாள் பாட்டி.

"எப்படிச் சொல்றே" என்றாள், பிரமிளா. "எங்கிட்டே ரகசியமா எம். சி. ஆர் சொன்னாரு" என்றாள், பாட்டி. பிரமிளா எழுந்து யோசித்துக்கொண்டே வீட்டிற்குள் சென்றாள்.

○

உயிர் எழுத்து, ஜூன் 2017

வழி மறைத்திருக்குதே

பல்லவி

"வழி மறைத்திருக்குதே மலைபோல ஒரு மாடு படுத்திருக்கிறதே" என்று பாடகர் பாட ஆரம்பித்தார். நாட்டைக்குறிஞ்சி ராகம். எனக்கு உடலில் ஏதோ பாய்ந்தாற்போல் இருந்தது. குரலும் பாடியவிதமும் மனதைப் பிசைந்து துக்கத்தை ஏற்படுத்தக்கூடியதாக இருந்தது. இது கோபாலகிருஷ்ண பாரதியார் இயற்றிய நந்தனார் சரித்திரக் கீர்த்தனையில் உள்ள ஒரு பாடல்.

மலைபோல மாடு படுத்திருப்பதும், விலகாமலே இருப்பதும் ஒரு குறியீடு போலும் எழுந்தது. "தேரடியில் நின்று தரிசித்தாலும் போதும், கோயில் வரமாட்டேன்" என்று பாடிக்கொண்டிருந்தார் பாடகர்.

சரணம்–1

என் பெயர் முனியசாமி. எங்களுக்கு ஒரு ஏக்கர் நிலம் உள்ளது. என் மூதாதையர் சொத்து. அரசாங்கத்திலிருந்து இனாமாகக் கிடைத்தது என்று சொல்கிறார்கள். என் அப்பா பெரியசாமி நிலத்திலேயே, நிலத்து வேலையாகவே, அதைப்பற்றிய சிந்தனையாகவே இருப்பார். அதில் நெல் பயிரிட்டு, அதை அவித்து அரைத்து விசேஷ நாட்களில் சாப்பாட்டிற்கு வைத்துக்கொள்வோம். எங்கள் நிலத்திற்கு அண்மையில் ஆதிக்க சாதிக்காரர்களின் நிலம் இருக்கிறது. என் அப்பாவிடம் கிரையம் கேட்க அவர் மறுத்துவிட்டார். மிரட்டியும் பார்த்தார்கள். அவர் கேட்கவில்லை. நானும் என் மனைவியும் விவசாயக் கூலி வேலை பார்ப்போம். நிலத்தில்

விளையும் அரிசியை மட்டுமே நம்பி நாங்கள் இருக்க முடியாது. கம்பு, கேழ்வரகு, குதிரைவாலித் தானியங்களை வாங்கி வைத்துக்கொள்வோம். நான் நாலாவது வரை படித்திருக்கிறேன். என் மனைவி படிக்கவில்லை. கையெழுத்துப் போடத் தெரியும். எங்களுக்கு இரண்டு மகள்கள். மூத்தவள் பெயர் ராசாத்தி. இளையவள் பெயர் போதும்பொண்ணு. எங்கள் பிள்ளைகள், எங்கள் சாதிக்காரர்கள் படிப்பதற்குத் தனியாகப் பள்ளிக்கூடம் இருக்கிறது. ஆதிக்க சாதிக்காரர்களுக்குத் தனியாகப் பள்ளிக்கூடம் இருக்கிறது. அவர்கள் தெரு வழியே நாங்கள் போக முடியாது. சுற்றித்தான் போக வேண்டும். நான் கூலி வேலை பார்க்கிற நிலத்துக்காரர் என்னை ‘வாடா, போடா’ என்றுதான் பேசுவார். என் மனைவியையும் ஒருமையாகத்தான் பேசுவார். இரண்டு சாதிகளுக்கும் தனித்தனியே சுடுகாடு இருக்கிறது. எங்களுக்கு மாரியம்மன் கோயிலும் அவர்களுக்கு செல்லத்தம்மன் கோயிலும் இருக்கிறது. நாங்கள் இருவரும் தனித்தனியே சாமி கும்பிட்டுக்கொள்வோம். போன வருஷம் மாரியம்மன் கோயிலில் திருவிழா கொண்டாடிக் கொண்டிருந்தபோது எங்கள் சின்னாத்தா மகள் பேச்சியம்மாளுக்கு சாமி இறங்கி வாக்குச் சொன்னாள். அடுத்த வருஷத்திலேயிருந்து செல்லத்தம்மன் கோயிலுக்கு எதிர்த்தாற்போல் இருக்கிற அரசமரத்தைக் கும்பிட்டுப் பூஜை பண்ணிய பிறகுதான் மாரியம்மன் கோயில் விழாவைத் துவக்க வேண்டும் என்று சொன்னாள். பூசாரி அண்ணன் அப்படியே செய்வதாகச் சொல்லி விபூதியை அள்ளி அவள் முகத்தில் வீசினான். இந்த வருஷம் திருவிழா நோட்டீஸ்லே அரசமரத்தைக் கும்பிட்டு விழாவைத் துவக்கறதா அடித்திருக்கிறோம். நாங்கள் அவர்கள் கும்பிடுகிற செல்லத்தம்மனைக் கும்பிட முடியாது. அரச மரம் என்பது ஒரு மரம். அது தானே முளைத்தது. அதை நாங்கள் கும்பிட்டுப் பூஜை செய்வது அவர்களுக்குப் பிடிக்கவில்லை. ஊருக்குள்ளே ஒரே கசமுசாவாக இருந்தது. ஊருக்குக் கிழக்குப் பக்கம் நாங்களும் மேற்குப்பக்கம் அவர்களும் குடியிருக்கிறோம். என் அப்பா பஸ் நிறுத்தத்திலே தோள்லே துண்டைப் போட்டுக்கொண்டு நின்றுகொண்டிருந்தார். சில இளவட்டப் பையன்கள் விளையாட்டாகவோ வினயமாகவோ துண்டை எடுக்கச் சொல்லியிருக்கிறார்கள். பேச்சு தடித்திருக்கிறது. அதற்குள் பஸ் வந்துவிடவே அப்பா பஸ்ஸில் ஏறிப் போய்விட்டார். ரெண்டு நாள் கழித்து ஊருக்கு மூன்று மைல் தொலைவில் மலையடிவாரத்தில் அவருடைய பிரேதம் கிடந்தது. அவர் உடல் பொசுக்கப்பட்டிருந்தது. என் அப்பா மரணம் தொடர்பாகப் போலீஸில் புகார் கொடுத்து விசாரணை நடந்துவருகிறது.

தற்போதைய சம்பவம் நடந்த அன்று முடிவெட்டுவதற்காகக் குப்புச்சாமி குடிசைக்கு வந்தேன். அப்போது, எங்கள்

சாதியைச் சேர்ந்த ரவிச்சந்திரனை பஸ்ஸில் வைத்து வெட்டிக் கொன்றுவிட்டார்கள் என்றும், தப்பித்துப் பஞ்சாயத்து போர்டு ஆபீஸிற்குள் சென்ற முத்தையாவை அங்கேயே வைத்து வெட்டிக் கொன்று விட்டார்கள் என்பதாலும் ஒரே பரபரப்பாக இருக்கிறது என்று சொன்னார்கள். நான் சுற்று வழியாகக் கிழக்குப் பக்கம் இருக்கும் எங்கள் பகுதிக்குச் சென்றேன். கிழக்குப் பக்கம் எங்கள் சாதிக்காரர்கள் சுமார் நூறுபேரும் மேற்குப் பக்கம் ஆதிக்கச் சாதிக்காரர்கள் சுமார் நூறுபேரும் கூடியிருந்தார்கள். இருதரப்பிலும் கையில் கிடைத்த ஆயுதங்களையும் கம்புகளையும் வைத்திருந்தார்கள். நடுவிலே போலீஸ் இன்ஸ்பெக்டர் அவருடைய பைக் பக்கத்திலே நின்று சமாதானப்படுத்திக்கிட்டிருந்தார். போலீஸார் கூட இருந்தார்கள். ஒரு கட்டத்தில் மோதல் துவங்கியது. இன்ஸ்பெக்டர் முதுகிலே எந்தத் தரப்புலேயிருந்து யார் கம்பால் அடிச்சாங்கன்னு தெரியலை, அவர் சுடச் சொன்னார். ஆதிக்கச் சாதிக்காரங்க பின்வாங்கிச் சென்றார்கள். ரவிச்சந்திரனையும் முத்தையாவை யும் வெட்டிக் கொன்றுவிட்டார்களே என்று ஆத்திரத்தில் எங்கள் ஆட்கள் இருந்தார்கள். அதனாலேயே எங்கள் ஆட்கள் முன்னேறிச் சென்றார்கள். கூட்டத்தில் பள்ளிக்கூடத்தில் இருந்து வந்த பையன் கண்ணனும் இருந்தான். போலீஸார் சுட்டதில் அவன் விழுந்து இறந்துவிட்டான். அவனோட பை பக்கத்திலேயே கிடந்தது. செவத்தக்கண்ணும் துப்பாக்கிச் சூட்டிலே விழுந்து இறந்துவிட்டான். அவனோட உண்மையான பெயர் ராஜேந்திரன். அவனுக்குக் கண் எப்போதும் சிவப்பா இருக்கும்ங்கிறதினாலே அவனுக்குச் செவத்தக்கண்ணன் என்ற பட்டப் பெயர். மந்தைவீரன் குண்டுக் காயம் பட்டுக் கீழே விழுந்துவிட்டான். அவன் கையையும் காலையும் உதறிக்கொண்டே கத்தினான். அவன் சாகவில்லை. பின்னால் ஆஸ்பத்திரிக்குக் கொண்டுபோய், அவன் பிழைத்துக்கொண்டான். அவன் லக்கியான ஆளு.

சரணம் – 2

என் பெயர் சொர்ணம். என் அப்பாவுக்கு இரண்டு தாரம். இரண்டு பேரும் அக்கா, தங்கச்சி. என் பெரியம்மாவுக்குக் குழந்தை இல்லைன்னு அவுங்க தங்கச்சியைக் கல்யாணம் பண்ணிக்கொண்டார். நான்தான் மூத்தவள். எனக்குப் பின்னாலே ஒரு தம்பி இருக்கான். அவன் பெயர் நம்பிராஜன். என் தாய்மாமன் மகன் ரவிச்சந்திரன் எனக்கு இரண்டு வயசு மூத்தது. நான் பத்தாவது வரைக்கும் படித்திருக்கேன். தையல் கிளாஸ்போய் டெய்லரிங் தெரியும். ஒரு தையல் மெஷினை அப்பா வாங்கிக் கொடுத்தார். அதை வைத்துச் சுற்றியிருக்கிறவர்களுக்கு பிளவுஸ், சின்னப்

பையன்களுக்குச் சட்டை, டிரவுசர் தைத்துக் கொடுப்பேன். நன்றாக எம்பிராய்டரி போடுவேன். என் மாமன் மகன் ரவிச்சந்திரனுக்கு என் மேல லவ்வு. சின்ன வயசிலேயிருந்து என்னைச் சுற்றிச் சுற்றி வரும். சிரிச்ச முகம். எனக்கும் அதுமேல லவ்வு வந்திருச்சு. இருந்தாலும் வீட்டிலே பார்த்துக் கல்யாணம் பண்ணி வைச்சாத்தானே சரியாக இருக்கும்னு காத்திக்கிட்டேயிருந்தா ஒண்ணும் நடக்கலை. அது தவிக்குது. வேன் வைச்சுப் பக்கத்து டவுன்லே ஓட்டிக்கிட்டிருந்துச்சு. ஒருநாள் எனக்கு லவ் லெட்டர் கொடுத்துருச்சு. ஒரே கவிதையா இருந்தது. நான் ஒரு நூறு தடவையாவது படிச்சிருப்பேன். ஒருநாள் என் மாமா வீட்டுக்கு வந்திருந்தப்ப நைஸா பேச்ச ஆரம்பிச்சாரு. அப்பா கொஞ்சம் பிகு பண்ணிட்டு முறையா வந்து கேக்கச் சொன்னாரு. ஒருநாள் வந்து பொண்ணு கேட்டாரு. நிச்சயம் பண்ணிட்டு டவுன்லே இருக்கிற சிவன் கோயில்லே கல்யாணம் நடந்துச்சு. மூணு வயசுலே ஒரு பையன் இருக்கான். பேரு சிவன். இன்னொரு குழந்தை வயித்துலே உண்டாயிருச்சு. ஊர்லே அரச மரம் கும்பிடறதிலே தகராறு இருக்குன்னு எனக்குத் தெரியும். என் வீட்டுக்காரு எப்பவுமே துடிப்பா இருப்பாரு. ஆனால் நல்ல மனசு. திருவிழா நடக்குமா, நடக்காதா, நடக்க விடுவாங்களான்னு தெரியலை. இருந்தாலும், தம்பிக்கு அதான் சிவனுக்கு டிரஸ் எடுத்துரலாம்னு சொல்லிச்சு. நானும் சரின்னு சொல்லி சிவனுக்குச் சிகப்புக் கலர்லே டிரவுசரும் புளூ கலர்லே சட்டையும் எடுத்தோம். எனக்கு மயில் கழுத்துக் கலர்லே ஒரு சேலையும் எடுத்துக் கொடுத்துச்சு. டவுன்லேயிருந்து ஊருக்கு பஸ்சுலே வந்தோம். பஸ் ஸ்டாண்டிலே ஒரே பரபரப்பா இருந்துச்சு. கூட்டம் கூட்டமா ஆட்கள் நின்னுக்கிட்டிருந்தாங்க. பஸ் நின்ன உடனே பஸ்ஸை கைனாலேயும், கம்பாலேயும் தட்டினாங்க. என்ன நடந்ததுன்னே எனக்கு நிதானமில்லை. என் வீட்டுக்காரர் சீட்டை விட்டு எந்திரிக்கிறாரு. நான் பின்னாடியே சிவனை வைச்சுக்கிட்டு எந்திரிக்கிறேன். கெட்ட வார்த்தைகளைக் கத்திக்கிட்டே ஒரு கும்பல் பஸ்சுக்குள்ளே நுழைஞ்சது. என் கண்ணு முன்னாலேயே என் வீட்டுக்காரரைப் பஸ்சுக்குள் வைச்சு வெட்னாங்க. நான் புள்ளைத்தாச்சின்னு பார்க்காம என்னைத் தள்ளிவிட்டாங்க. சிவன் அழுறான். அந்தக் கலாட்டாவிலே அவனைக் கீழே விட்டுட்டேன். கும்பல் பஸ்ஸைவிட்டு இறங்கி ஓடியது. என் முன்னாலே என் வீட்டுக்காரர் காலு ரெண்டு வெட்டு வெட்டுச்சு. பிறகு மூச்சு பேச்சில்லை. என் முன்னாலேயே என் வீட்டுக்காரர் வெட்டுப்பட்டுச் செத்துப் போனாரு. நான் இப்ப மூணு வயசுப் பையனோட வயித்திலே குழந்தையோட விதவையா நிக்கறேன்.

சரணம் – 3

என் பெயர் சின்னத்தாயி. எனக்கு ஒரே மகன். பெயர் முத்தையா. தவமிருந்து பெத்த பிள்ளை. எங்களுக்குக் கல்யாணமாகி ஆறு வருஷம் வரைக்கும் குழந்தை இல்லை. அப்புறம் மந்தைக்குப்பம் முத்தையா கோயிலுக்குப் போய்க் கும்பிட்டு என் வீட்டுக்காரர் மொட்டை போட்டுக்கிட்டாரு. அடுத்த வருஷம் ஆண் குழந்தை பொறந்துச்சு. முத்தையான்னு பெயர் வெச்சோம். என் வீட்டுக்காரர் இறந்துபோயி நாலு வருஷமாகுது. எங்க ஏரியாவிலே இட்லிக் கடை வைச்சுப் பிழைச்சுக்கிட்டிருக்கேன். எப்படியோ கஷ்டப்பட்டுப் பக்கத்து டவுன் காலேஜிலே படிக்க வைச்சேன். பட்டம் வாங்கியாச்சு. அரசாங்க வேலைக்கு மனுப்போட்டு எப்படியும் வேலைக்குச் சேந்துருவேன்னு சொல்லிக்கிட்டிருந்தான். ஏதோ கிளாசுக்கெல்லாம் போயிட்டு வந்தான். இன்னும் இரண்டு மாசத்துலே அரசாங்கப் பரீட்சை வருது. நல்லா படிச்சுருக்கேன், நிச்சயம் செலக்ட் ஆயிருவேன். நம்ம குடும்பத்தை முன்னுக்குக் கொண்டுவருவேன்னு சொன்னான். திருவிழாவுக்குக் காசு வேணும், டவுன்லே ஒரு ஜவுளிக்கடைலே டெம்பரவரியா வேலைக்குப் போகலாமான்னு யோசிச்சுக்கிட்டிருக்கேன். தினச்சம்பளம்னு சொன்னாங்க அப்படின்னான். போயி விசாரிச்சுட்டு வர்றேன்னு போனான். ஒரேயடியாப் போயிட்டான். பஸ்சுலே ரவிச்சந்திரனை வெட்டனதைப் பார்த்த உடனேயே முத்தையா பின்பக்கம் இறங்கி பஞ்சாயத்து போர்டு ஆபீஸுக்குள்ளே ஓடியிருக்கான். ரவிச்சந்திரனை வெட்டின கும்பல் இவனைப் பார்த்து, இவன் ஓடினதைப் பார்த்து பஞ்சாயத்து போர்டு ஆபீஸுலே வைச்சே வெட்டிக் கொன்னுட்டாங்க. என்ன துடிதுடிச்சுச் செத்தானோ. வயசு இருபத்தைஞ்சுதான். நான் வீட்டுக்காரரையும் இழந்துட்டு, மகனையும் பறிகொடுத்துத் தன்னந்தனியே நிக்கறேன். நான் இருந்து யாருக்கு உதவப் போறேன். என்னாலே யாருக்குப் பிரயோசனம்.

இறுதிப் பல்லவி

“உற்றுப் பார்க்கச் சற்றே விலகாதோ மாடு” என்று பாடகர் பாடிக்கொண்டிருந்தார். “விலகாதோ மாடு” என்ற வார்த்தையைப் பலவிதமாகப் பாவத்துடன் பாடினார். இறுதியாக “வழி மறைத்திருக்குதே . . .” என்ற பல்லவியைப் பாடிப் பாட்டை முடித்தார். நான் கண்களைத் துடைத்துக்கொண்டேன்.

○

***உயிர்மை,* மே 2017**

ஆங்கிலப் புத்தகம் படிக்கும் பெண்

தேசிய நெடுஞ்சாலையில் உள்ள ஒரு ஹோட்டலில் மதிய உணவு சாப்பிட்டுக்கொண் டிருந்தபோது அவளைப் பார்த்தான், சிவசங்கரன். அவள்தானா என்ற சந்தேகம் ஏற்பட்டது. அவள்தான் என்ற எண்ணம் ஏற்பட்டது. பேரிளம் பெண்ணாக, அப்பருவத்திற்குரிய அழகுடன் இருந்தாள். அவள் அருகே சென்று தயக்கத்துடன் "தப்பா நெனைச்சுக்காதீங்க... நீங்க அமிர்தா தானே" என்றான் சிவசங்கரன். அவள் சற்று யோசித்துப் பின் "சந்திரசேகரன் தானே உங்கள் பெயர்" என்றாள். "இல்லை, சிவசங்கரன்" என்றான். தன் பெயரை அவள் மறந்திருந்தாள் என்பது அவனுக்கு ஏமாற்ற மாக இருந்தது. சந்திரசேகரன் என்பது அவனுடைய நண்பனின் பெயர்.

சந்திரசேகரன் தற்போது உயிருடன் இல்லை. சிவசங்கரன் பணியில் சேர்ந்தபோது சந்திரசேகரன் ஏற்கெனவே பணிபுரிந்துகொண்டிருந்தான். சந்திர சேகரனுக்கு நகரத்திலிருந்த, பெண்கள் தங்கிச் செல்லும், பெண்களை எப்போதும் வைத்திருக்கும் விடுதிகள் அனைத்தும் பழக்கம். அடிக்கடி போய் வந்துகொண்டிருப்பான். அவனுக்குத் திருமணமாகி ஒரு பையனும் பெண்ணும் இருந்தார்கள். சிவசங்கரனுக்குத் திருமணமாகியிருக்கவில்லை. சந்திரசேகரன்தான் சிவசங்கரனுக்கு, தங்கும் விடுதிகளில் இருக்கும் பெண்களிடம் தொடர்பு ஏற்படுத்தியிருந்தான். சந்திரசேகரனின் துணை

இல்லாமல், சிவசங்கரன் தனியே சென்றதில்லை. பயம்தான் காரணம். எந்தப் பிரச்சினையாக இருந்தாலும், ஏதாவது ஒரு வழியில் அதிலிருந்து வெளியே வருவதில் சந்திரசேகரன் சமர்த்தன்.

இருவரும் ஒரு தங்கும் விடுதிக்குச் சென்றபோதுதான் அமிர்தா பழக்கமானாள், இரண்டு பேருக்குமே அவளைப் பிடித்துப் போனது. சந்திரசேகரனும் சிவசங்கரனும் கலந்துபேசி ஒரு முடிவு எடுத்தார்கள். அதன் பேரில் சந்திரசேகரன் புரோக்கரிடம் பேசினான். சிவசங்கரனும் கூட இருந்தான். இருவரும் ஒரு வீடு பிடித்து அமிர்தாவை அதில் குடியிருத்துவது, இருவரும் அவர்களுக்கு வசதியான சமயத்தில் அவளிடம் வந்து தங்கிச்செல்வது, மாதாமாதம் ஒரு தொகையை அவளுக்கும் புரோக்கருக்கும் கொடுத்துவிடுவது, இந்த ஒப்பந்தம் ஆறு மாத காலத்திற்கு இருக்க வேண்டியது. அந்த ஆறு மாத காலத்தில் அவள் வேறு யாருடனும் தொழில் செய்யக்கூடாது என்று பேசினார்கள். புரோக்கர் அமிர்தாவைக் கூட்டிவந்தான். அவளுக்கும் இந்த ஏற்பாடு சம்மதமாக இருந்தது. கொடுக்க வேண்டிய தொகை தொடர்பாகச் சற்று இழுபறி ஏற்பட்டுப் பிறகு முடிவானது.

குடும்பம் நடத்துவதற்குத் தேவையான பொருட்களை வாங்கி வீடு பிடித்து, அவளைக் குடியமர்த்தினார்கள். அவர்களின் ஏற்பாடு பிரச்சினையில்லாமல் சென்றுகொண்டிருந்தது. சந்திரசேகரன் அவளுக்கு மதுப்பழக்கம் ஏற்படுத்த எவ்வளவோ முயற்சித்துப் பார்த்தான். அவள் மறுத்துவிட்டாள். வீட்டில் மது அருந்தக் கூடாது என்ற கட்டுப்பாட்டையும் விதித்தாள். எனவே இருவரும் வெளியே குடித்துவிட்டு வீட்டுக்கு வருவார்கள். மற்றபடி அவர்களின் விருப்பத்திற்கு ஒத்துழைத்தாள். இன்பத்தை வழங்கினாள். நன்றாகச் சமைப்பாள். அய்யனார் கோயில் கறிச்சாப்பாடு என்ற பெயரில் கறிக்குழம்பு வைப்பாள். அந்தக் குழம்பு இருவருக்கும் மிகவும் பிடித்திருந்தது. வீட்டிற்கு வரும் நாளையும் நேரத்தையும் இருவரும் பகிர்ந்துகொண்டார்கள்.

சிவசங்கரனைப் பொறுத்தவரை தன்னைப் பண்புள்ளவன் என்றும் அறிவாளி என்றும் சந்திரசேகரனைப் பண்பற்றவன் என்றும் முட்டாள் என்றும் நினைத்திருந்தான். அமிர்தாவிற்கும் தன்னைத்தான் பிடித்திருந்தது என்று நினைத்திருந்தான். ஆறுமாத ஒப்பந்த காலத்திற்குப் பின் புரோக்கர் அவளை பெங்களூருக்குக் கூட்டிச்சென்றுவிட்டார்.

பல ஆண்டுகளுக்குப் பின் இப்போதுதான் அவளை சிவசங்கரன் சந்திக்கிறான். "என்னை நினைவிருக்கிறதா" என்றான். "உங்களை மறக்க முடியுமா. பெயரைத்தான் மாற்றிச் சொல்லி விட்டேன். உங்க பிரண்டு நல்லா இருக்காரா" என்று கேட்டாள்.

சந்திரசேகரன் பணியில் இருக்கும்போதே மாரடைப்பு ஏற்பட்டு இறந்துவிட்டதாகவும் அவனுடைய வேலையை அரசாங்கத்தில் அவனுடைய மனைவிக்குக் கொடுத்திருப்ப தாகவும் கூறினான். அவள் அவனை நினைவுகூர்ந்தவளாகச் சிந்தனை வயப்பட்டு, பின் வருத்தப்பட்டாள். "ஓவரா தண்ணி அடிப்பாரு எங்கிட்டேயும் அத்துமீறுவாரு... நான் விடமாட்டேன். அப்புறம் பணிஞ்சு போவாரு" என்றாள்.

அவள் சிவசங்கரனைப்பற்றி விசாரித்தாள். திருமணமாகி இரண்டு பையன்கள் இருப்பதாகவும் மனைவி வங்கியில் வேலை பார்ப்பதாகவும் கூறினான். பிறகு அவளைப்பற்றி விசாரித்தான்.

"அந்த புரோக்கர் நல்லவன்தான். மனுசங்க எப்ப மாறுவாங்கன்னு கண்டுபிடிக்கவே முடியாது. திடீர்னு மாறிட்டான். எல்லாம் பணம்தான். என்னை இன்னொருத்தனுக்கு வித்துட்டு ரூபாய் வாங்கிட்டுப் போயிட்டான். அவன் மகா கெட்டவன் ... என்னை அடிமை மாதிரி நடத்தினான் ... கஸ்டமருங்களும் நெறையப் பேர் வந்தாங்க ... ஒருநாள் இருபத்தைஞ்சு பேரு வந்தாங்கன்னா பாத்துக்குங்க ... நாம எப்படி சந்தோஷமா இருந்தோம். அங்கே ஒரே நரகம். கஸ்டமருங்களும் லோகிளாஸ்காரங்களா வருவாங்க ... எனக்குப் பணமும் சரியாகக் கொடுக்கமாட்டான்... நான் எங்க அம்மாவுக்கும் பாட்டிக்கும் எப்படிப் பணம் அனுப்புவேன். அவுங்க ரெண்டு பேரும் என்னை நம்பி இருக்கறவங்க. நல்லவேளையா எனக்குப் பிள்ளைப்பேறு இல்லாமப் போச்சு. உங்க ரெண்டு பேருகூட இருந்தப்ப புள்ளைப் பெத்துக்கலாம்னு ஆசை வந்துச்சு. டாக்டரைப் போயிப் பார்த்தேன். அவரு எனக்குக் குழந்தைப்பேறு இல்லைன்னு சொல்லிட்டாரு. இல்லைன்னா உங்க ரெண்டு பேருக்கும் யாருன்னு தெரியாது. ஒரு மகனோ மகளோ இருந்திருக்கும். அந்த புரோக்கரு, அவன் சொன்னதை கேக்கலைன்னா, கன்னா பின்னான்னு அடிக்க ஆரம்பிச்சிருவான். இந்தா பாருங்க கன்னத்துலே அடிச்சதுலே ஒரு பல் விழுந்துருச்சு. இடையிலே பாட்டி செத்துப்போச்சு ... லெட்டரு அந்த புரோக்கர் அட்ரசுக்குத்தான் வரும். அவன் அதைப் பிரிச்சுப் பாத்துட்டுத்தான் எங்கிட்டே கொடுப்பான். வீட்டுக்குப் பணம் அனுப்பறப்ப கூட வருவான்.

ஒரு தடவை போலீஸ் எங்களைச் சுத்தி வளைச்சுருச்சு ... போலீசுக்காரங்க விபச்சாரத்தை ஒழிக்கவா வந்தாங்க. புரோக்கருங்க சரியா காசு கொடுக்கலை. எங்களை மட்டு மில்லை. நெறையப் பேரைப் பிடிச்சாங்க. போலீசுக்காரன் ஒருத்தன் சந்தடி சாக்குலே என்கூட உறவு வைச்சுக்கிட்டான். ஜெயில்லே போட்டாங்க. கோர்ட்டுக்கு அலைஞ்சேன். ஜாமீன்

எடுக்கக்கூட ஆளில்லை. அந்த புரோக்கர் ஜாமின்ல போனவன் ஆக்ஸிடெண்ட்லே செத்துப் போயிட்டான். எனக்கு நல்ல காலம். ஆனா எனக்கு அந்த ஊர்லே யாரையும் தெரியாது. ஜெயில்லேருந்து வந்த பின்னாலே அந்த இன்ஸ்பெக்டர் நாங்க திரும்பவும் தொழில் பண்ணுவோம்னு சொல்லி என்னையும் வேறு சிலரையும் புடிச்சு, உக்கார வைச்சு, ஒரு பார்பரை வரச்சொல்லி எங்களையெல்லாம் மொட்டை அடிச்சான். உங்களுக்குத் தெரியும் எனக்கு எவ்வளவு நீளமான கூந்தல்னு ... அவனுகளுக்குத் தெரியுது. கூந்தல்தான் அழகுன்னு. கூந்தலை எடுத்துட்டோம்னா கஸ்டமருங்க வரமாட்டாங்கன்னு ... மொட்டைத்தலையோட கண்ணாடியிலே பாக்கறப்ப தற்கொலை பண்ணிக்கிட்டுச் சாகலாம்போல இருந்துச்சு... அவ்வளவு அசிங்கமா இருந்தேன். ஜெயில்லே இருந்தப்ப எங்க அம்மா என்னாச்சுன்னே தெரியலே. அப்பறம்தான் தெரிஞ்சுக்கிட்டேன் அதுவும் செத்துப் போச்சுன்னு... அது முகத்தைக்கூடப் பாக்கக் கொடுத்து வைக்கலை.

வேண்டுதலுக்கு மொட்டை அடிச்சிருக்கேன்னு சொல்லி ஒரு கடைலே வேலை பாத்தேன். சேரியிலே குடியிருந்தேன். காலப்போக்கிலே முடி வளந்துருச்சு... அந்தக் கடைக்கு வழக்கமா ஒரு கஸ்டமரு வருவாரு... அவருக்கு நான் வேலை பாக்கறவிதம் பிடிச்சுப்போச்சு... அவரு பணக்காரரு, கார்லேதான் வருவாரு, அவரே ஓட்டிக்கிட்டு வருவாரு... ஒருநாள் என்னைப் பத்தி விசாரிச்சாரு... நான் பழைய கதையெல்லாம் சொல்லலை. தனி ஆளா இருக்கேன்னும் எனக்கு வேற யாரும் இல்லைன்னும் சொன்னேன். ஒரு லீவு நாள்லே என்னை ஒரு ரெஸ்டாரெண்ட்டுக்கு வரச்சொன்னாரு... எதுக்குன்னு தெரியாம நானும் போனேன். ஏ.சி. ரூம்ல உக்காந்தோம். அவர் நேரடியாகவே விஷயத்துக்கு வந்துட்டாரு... என்னை சின்னவீடா வைச்சுக்கனும்னு அவர் ஆசைப்படறதை சொன்னாரு... எனக்கு அவ்வளவு சந்தோஷம்... இந்த மாதிரி வாழ்க்கை கிடைக்கிறதுக்கு நான் எவ்வளவு கொடுத்து வைச்சிருக்கணும். தனிவீடு, வசதிகள் எல்லாம் பண்ணிக் கொடுப்பதாச் சொன்னாரு... எனக்கு மெடிக்கல் டெஸ்ட்டுக்கு ஏற்பாடு பண்றதா சொன்னார். எனக்கு பயம் வந்துருச்சு... உடம்புலே ஏதாவது கோளாறு இருக்குமோன்னு... அவரே ஏற்பாடு பண்ணினார். நல்லவேளையா கோளாறா ஒண்ணும் இல்லை. கல்யாணம்னு பண்ணலே... பாக்கறவங்களுக்கு வித்தியாசமா தெரியக்கூடாதுங்கிறதுக்காக அவரே ஏற்பாடு பண்ணி தாலிச்செயின் வாங்கிக் கொடுத்து என்னைப் போட்டுக்கச் சொன்னார். எட்டுப் பவுன் செயின்... பாருங்க வாழ்க்கை எப்படி மாறுதுன்னு... அவரோட சொந்த வாழ்க்கையைப் பத்தி நான் எதுவுமே கேக்கலை. அவரும் சொன்னதில்லை. ஒரு நாள் உடம்பு சரியில்லாமப் போச்சுன்னு போன் பண்ணினார்.

அப்புறம் ஏதோ ஆப்பரேஷன்னாரு... ஒரு மாசம் ஆகும்... நீ ஒண்ணுக்கும் கவலைப்படாதே உடம்பைப் பாத்துக்க. என் மனைவி ஒரு ஹிஸ்டிரியா கேஸ். என்னைப் பாக்க முயற்சிக்க வேண்டாம்னு சொன்னார்.

திடீர்னு ஒரு நாள், ஒரு கார் வந்து வாசல்லே நின்னுச்சு... செவப்பா ஒரு பையன் காரைவிட்டு இறங்கி வந்து பெல்லை அடிக்கிறான். எனக்கு ஜன்னல் வழியே தெரியுது. நான் கதவைத் திறக்கிறேன். உங்க ஹஸ்பண்டோட முதல் மனைவியோட மகன் நான். அப்பா ஆஸ்பத்திரியிலே இருக்காரு உங்களைக் கூட்டிக்கிட்டு வரச் சொன்னாருன்னு சொன்னான். தங்கமான பையன். நான் பதறியடிச்சு வீட்டைப் பூட்டிட்டு அவன்கூட கார்லே போனேன். ஆஸ்பத்திரியிலே அவரைப் பாத்தேன். ரொம்ப மெலிஞ்சு போயிருந்தாரு... என்னைப் பாத்ததும் அவருக்குக் கண்லே தண்ணி வந்துருச்சு. நான் பொழைக்கமாட்டேன்னு டாக்டர் மறைமுகமாக சொல்லிட்டாருன்னு அழுதார். நானும் அழுதேன். இவன் என் பையன். பேரு ஆனந்தகுமார். இவன் உன்னைக் கவனிச்சுக்குவான். கவலைப்படாதே. உன் வாழ்க்கை முழுக்க இவன் கவனிச்சுக்குவான்னு சொன்னாரு... பிறகு என்னை வீட்டுக்குப் போகச் சொன்னாரு...

கொஞ்சநாள்லே அந்தப் பையன் ஆனந்தகுமார் போன் பண்ணி அவர் செத்துப் போயிட்டதைச் சொன்னான். வீட்டுக்கு வரச் சொன்னான். நானும் போயி அவரு செத்த உடம்பைப் பாத்தேன். சிலநாள் கழிச்சு அந்தப் பையன் வீட்டுக்கு வந்தான். எனக்கு செலவுக்குப் பணம் கொடுத்தான். எனக்கு ஒரு பிஸினஸ் ஏற்படுத்திக் கொடுப்பதாகச் சொன்னான். அதேமாதிரி ஒரு பிஸினஸ் ஏற்படுத்திக் கொடுத்தான். இப்ப நான் பத்துப் பேருக்குச் சம்பளம் கொடுக்கிறேன். ஆனந்தகுமார் அப்பப்ப வந்து பாத்துக்கறான். பிஸினஸையும் பாத்துக்கறான். நல்லவிதமாக ஓடிக்கிட்டு இருக்கு வாழ்க்கை... வந்த பாதையை நெனைச்சுப்பாத்தா ஒரு நாவலே எழுதலாம். எவ்வளவு திருப்பம். எவ்வளவு புதிர் இந்த வாழ்க்கை. வாங்க நம்ம காருக்கிட்டே போவோம்” என்று எழுந்து நடந்தாள். சிவசங்கரனும் உடன் சென்றான்.

பெரிய கார் நின்றிருந்தது. காரில் ஏ.சி. ஓடிக்கொண்டிருந்தது. டிரைவர் இருந்தான். பின் ஸீட்டில் ஒரு பெண் ஆங்கிலப் புத்தகம் படித்துக்கொண்டிருந்தது. காரின் அருகே சென்றதும் அமிர்தா நின்று சிவசங்கரனைப் பார்த்தாள்.

“அந்தப் பெண்ணை பாத்துக்குங்க” என்றாள். அவன் அந்தப் பெண்ணைப் பார்த்தான். அந்தப் பெண் அவனைப் பார்த்து

விட்டுப் புத்தகத்தைப் படிக்க ஆரம்பித்தது. அமிர்தாவின் முகம் மாறியது. உடல் இறுக்கம் கொண்டது. அவள் மனதில் திருப்பம் ஏற்பட்டது. மதுவின் நெடியும் சிகரெட் நெடியும் அவளைத் தாக்கின. கெட்ட வார்த்தைகள் காதில் ஒலித்தன. அவளுக்குப் பொய் சொல்ல வேண்டும் போலிருந்தது.

சிவசங்கரன் "என்ன?" என்றான். அமிர்தா, மெதுவான குரலில் "அந்தப் பெண், உங்க ரெண்டு பேருலே. ஒருத்தரோட பெண்... எனக்கு குழந்தைப்பேறு இல்லைன்னு நான் சொன்னது பொய். இந்தப் பெண்ணை வளக்க நான் பட்ட கஷ்டத்தைச் சொல்ல வார்த்தைகள் இல்லை. அவ்வளவு கஷ்டம் ரொம்ப நன்றி... வரட்டா" என்று சொல்லிக்கொண்டே காரில் ஏறி டிரைவருக்குப் பக்கத்து ஸீட்டில் உட்கார்ந்தாள். கதவைச் சத்தத்துடன் சாத்தினாள். டிரைவரைப் பார்த்துக் காரை ஓட்டச் சொன்னாள். கார் நகர்ந்தது. சிவசங்கரன் ஓடிக் கொண்டிருந்த காரைப் பார்த்துக் கொண்டிருந்தான்.

◯

மலைகள்.காம், 18.05.2017

மல்லிகைச் சரம்

அம்மாவின் அருகில் விஜயன் அமர்ந்திருந்தான். கார் ஓடிக்கொண்டிருந்தது. அம்மாவிடமிருந்து நறுமணம் வந்துகொண்டிருந்தது. இதுவரை அவன் காணாத புதுப்பொலிவுடன் அம்மா இருந்தாள். அளவாக மஞ்சளைப் பூசியிருந்ததால் முகம் பொன்னிறமாய் மின்னியது. தலையில் வழக்கம்போல் இல்லாமல் நிறைய மல்லிகைப் பூக்களைச் சூடியிருந்தாள். மல்லிகை மணமும் வீசிக்கொண்டிருந்தது. அம்மாவின் அலங்காரமும் தவிப்பும் விஜயனுக்குத் தர்மசங்கடத்தை ஏற்படுத்தியது.

காரின் முன் சீட்டில் சின்னத் தாத்தா உட்கார்ந்திருந்தார். திருச்சி ஏர்போர்ட்டை நோக்கிக் கார் சென்றுகொண்டிருந்தது. அப்பா சம்பாதிப்பதற்காக துபாய் போய் நான்கு வருடங்களாகிவிட்டன. அப்பா துபாய் போகும் போது விஜயன் நான்காவது படித்துக்கொண்டிருந்தான். தற்போது எட்டாவது படித்துக்கொண்டிருக்கிறான்.

அப்பா சிவில் இன்ஜினீயர். டிப்ளமோ படித்தவர். வீடு கட்டிக் கொடுத்துக்கொண்டிருந்தார். வீடு கட்டி விற்பனையும் செய்துகொண்டிருந்தார். வரவு செலவில் பிரச்சினை. கடன்காரர்கள் சூழ்ந்துவிட்டார்கள். என்னென்னவோ நடந்தது. சொந்த வீட்டில் குடியிருந்தவர்கள் வாடகை வீட்டிற்குச் சென்றார்கள்.

சொந்த வீட்டில் குடியிருந்தபோது சந்தோஷமாக இருந்தது. வீட்டைச் சுற்றித் தோட்டம் இருந்தது. தோட்டம் என்றால் சிறிய தோட்டம். சில வாழைமரங்கள், ஒரு கொய்யாமரம். ஒரு மாதுளை மரம், இரண்டு கறிவேப்பிலைச் செடிகள், மூன்று வேப்பமரங்கள், நான்கு தென்னைமரங்கள், சில ரோஜாச் செடிகள், செவ்வரளி, செம்பருத்திச் செடிகள் ஆகியவை இருந்தன. வீட்டைச் சுற்றி பிளாட்பாரம் போடப்பட்டிருந்தது. அதில் காலையில் அப்பா நடப்பார். விஜயனும் கூட நடப்பான். கூட வரும்போதே தங்கிவிடுவான். எதிர்ச்சுற்றில் ஓடி அப்பாவிற்கு எதிரே வருவான். அவரும் அவன் எதிரே ஓடி வருவதை எதிர்பாராமல் பார்ப்பதாக நடிப்பார்.

ஞாயிற்றுக்கிழமைகளில் சினிமாவிற்குக் கூட்டிச்செல்வார். இரவு உணவிற்கு மொட்டை மாடியில் ரெஸ்டாரெண்ட் உள்ள ஒரு ஓட்டலுக்கு வழக்கமாக அனைவரையும் அழைத்துச்செல்வார். அங்கிருந்து பார்க்கும்போது சீரியல் பல்பு வெளிச்ச மாலையுடன் நான்கு கோபுரங்களும் இருட்டில் மின்னும். காற்று இதமாக வீசும். விஜயனுக்குச் சிக்கன் பிடிக்கும். விரும்பிச் சாப்பிடுவான்.

விஜயன் கேட்டதையெல்லாம், மறுப்புச் சொல்லாமல் அப்பா வாங்கிக் கொடுத்துவிடுவார். சில நாட்களிலேயே அவன் அந்த விளையாட்டுப் பொருட்களைப் பழுதாக்கிவிடுவான். அம்மா அவற்றைப் பழைய பேப்பர்க்காரனிடம் கொடுத்து விடுவாள். அப்பாவின் அருகிலேயே படுத்துக்கொள்வான். அப்பாவிற்கு கால் அமுக்கிவிடுவான். காலை அமுக்கும்போது கூச்சத்தில் துள்ளுவார். உடனே அவன் அந்த இடத்தில் வேண்டுமென்றே அமுக்குவான்.

குளித்துவிட்டு வந்து பனியன் அணியும்போது பனியன் பின்புறம் சுருண்டு கொள்ளும். அவர் அந்தச் சுருளை நீக்க முடியாமல் தவிப்பதாக நடித்து விஜயனைக் கூப்பிடுவார். விஜயன் அதற்காகவே காத்திருந்தவனைப் போல ஓடிவந்து பனியன் பின்புறம் சுருண்டிருந்த சுருளை எடுத்துவிடுவான்.

அப்பா குளித்தபின் விஜயன் குளித்து வரும்வரை காத்திருப்பார். பிறகு இருவரும் சாமி இருக்கும் அறைக்குச் சென்று கும்பிடுவார்கள். அப்பா அவனுக்கு விபூதி பூசிவிடுவார். பிறகு காலை உணவு. அம்மா யூனிபார்ம் அணிவித்துப் பள்ளிக்குச் செல்லத் தயார்ப்படுத்துவாள். அப்பா, இருசக்கர வாகனத்தில் பள்ளிப் பேருந்து நிற்கும் இடத்திற்கு, அவனை அழைத்துச்சென்று ஏற்றிவிடுவார்.

ஏர்போர்ட்டிற்கு வெளியே கூட்டம் இருந்தது. அவர்கள் அமர்வதற்கான ஏற்பாடுகள் ஏதுமில்லை. வெயில் வேறு

அடித்துக்கொண்டிருந்தது. வரவேற்க வந்தவர்கள் கிடைக்கும் நிழலில் ஒண்டிக்கொண்டிருந்தார்கள். விமானங்கள் வரும் நேரத்தைக் காட்டும் மின் போர்டை சின்னத் தாத்தா பார்த்துவிட்டு "இன்னும் பதினைஞ்சு நிமிஷம் இருக்கு பிளைட் வர" என்று அம்மாவிடம் சொன்னார். அம்மாவும் பார்த்தாள். விஜயன் அவனையொத்த வயதுடைய சிறுவர், சிறுமிகளை வேடிக்கை பார்த்துக்கொண்டிருந்தான்.

நேரம் கழிந்துகொண்டிருந்தது. போர்டைப் பார்த்துக் கொண்டிருந்த அம்மா, "பிளைட் வந்துருச்சு" என்று கூறினாள். "வெளியே வருவதற்கு இன்னும் அரை மணி நேரத்துக்கு மேலே ஆகும்" என்றார் சின்னத் தாத்தா.

அம்மாவுக்குப் பதற்றம் தொற்றிக்கொண்டது. பயணிகள் வெளியே வந்துகொண்டிருந்தார்கள். "டே அப்பாடா" என்று விஜயனின் கையை அம்மா பிடித்தாள். விஜயன் "எங்கேம்மா" என்று தேடினான். "அதான்டா அந்த புளூ கலர் சட்டை" என்றாள் அம்மா. விஜயனும் சின்னத் தாத்தாவும் அப்பாவைக் கண்டு பிடித்துவிட்டார்கள். அப்பாகூட ஒரு பெண் வந்து கொண்டிருந்தாள்.

அப்பா அந்தப் பெண்ணுடன் வெளியே வந்துவிட்டார். அந்தப் பெண்ணைப் பார்த்ததும் அம்மா முகம் மாறியது. சிரிப்பை வரவழைத்துக்கொண்டே அப்பாவை நெருங்கினாள். அப்பா ஸ்டைலாக, அழகாக இருந்தார். அந்தப் பெண் அப்பாவை ஒட்டிக்கொண்டே நின்றுகொண்டிருந்தாள். "டேய் தம்பி எப்படிடா இருக்கே?" என்று விஜயனை அணைத்துக் கொண்டார். "மாமா நல்லாருக்கீங்களா" என்று சின்னத் தாத்தாவைப் பார்த்துக் கேட்டார். சின்னத் தாத்தா தலையாட்டினார். அம்மாவைப் பார்த்து அப்பா சிரித்தார். அம்மாவும் சிரித்தாள்.

அம்மாவைக் காண்பித்து, "இது மீனாட்சி" என்றார் அந்தப் பெண்ணிடம். அம்மாவிடம் அந்தப் பெண்ணைக் காண்பித்து, "இது ரஞ்சனி" என்றார். "போகலாம். கார் இருக்குல்ல" என்று சின்னத் தாத்தாவைப் பார்த்து அப்பா கேட்டார். அம்மா திடீரென்று யோசனைவயப்பட்டவளாக மாறினாள்.

காரில் சின்னத் தாத்தா முன் பக்கம் உட்கார்ந்துகொண்டார். சின்னத் தாத்தா மடியில் விஜயன் உட்கார்ந்துகொண்டான். பின்பக்கம் அப்பா நடுவில் உட்கார்ந்துகொள்ள இருபுறமும் அம்மாவும் ரஞ்சனியும் உட்கார்ந்துகொண்டார்கள். ரஞ்சனி யார் என்று அம்மாவும் சின்ன தாத்தாவும் கேட்கவில்லை. "என்னடா சின்னப் பயலே ஒண்ணும் பேசமாட்டேங்கிறே"

என்றார் அப்பா. "நல்லாருக்கிங்களா அப்பா" என்று விஜயன் கேட்டான். அனைவரும் சிரித்தார்கள்.

கார் ஜன்னல் வழியாக வெளியே பார்த்துக்கொண்டிருந்த அப்பா "எல்லாமே மாறிப்போச்சு. எவ்வளவு கடைகள்" என்று சொல்லிக்கொண்டே வந்தார். வீடு வந்துவிட்டது. காரின் மேலே உள்ள கேரியரிலும் டிக்கியிலும் அப்பா கொண்டு வந்த பெட்டிகள் இருந்தன. அப்பா சில பெட்டிகளை மட்டும் எடுத்தார். சின்னத் தாத்தா பிற பெட்டிகளை எடுக்க ஆரம்பித்தபோது "அப்படியே இருக்கட்டும்" என்றார் அப்பா. சின்னத் தாத்தா எதையோ புரிந்து கொண்டாற்போல வீட்டிற்குள் நுழைந்தார். அப்பா விஜயனை அணைத்தபடியே வீட்டிற்குள் சென்றார்.

அம்மாவின் கண்களில் நீர் தளும்புவது போலிருந்தது. "காபி கொண்டு வர்றேன்" என்று சொல்லிக்கொண்டே அடுக்களைக்குள் நுழைந்துவிட்டாள். அப்பா ஓர் அன்னியன் போல் சோபாவில் உட்கார்ந்திருந்தார். சின்னத் தாத்தா பொதுவாக ஏதோ பேசிக் கொண்டிருந்தார். பெட்டியைத் திறந்து ரஞ்சனி சில விளையாட்டுப் பொருட்களை எடுத்து விஜயனிடம் கொடுத்தாள். அவனுக்கு அதை இயக்கும் விதம் பற்றி சொல்லிக்கொடுத்தாள். அவன் விளையாட ஆரம்பித்தான்.

அம்மா டீப்பாயில் காபி, பலகாரம் வைத்துவிட்டு நின்று கொண்டிருந்தாள். அம்மாவை அப்பா உட்காரச் சொன்னார். அம்மா உட்கார்ந்தாள். அம்மாவை அப்பா நன்றாகப் பார்த்தார். "ரஞ்சனி என்கூட வேலை பாக்குறா. எனக்கு உடம்பு சரியில்லாம இருந்தப்ப ரொம்ப உதவியா இருந்தா. பின்னாடி பழக்கம் ஏற்பட்டு அவளைக் கல்யாணம் பண்ணிக்கிட்டேன்" என்றார் அப்பா.

அம்மா நிமிர்ந்து பார்த்தாள். அவள் கண்களில் கோபம் தொனித்தது. சின்னத் தாத்தாவோ, அம்மாவோ ரஞ்சனி முன்னால் ஏதாவது சொல்லிவிடுவார்களோ என்ற குழப்பம் அப்பாவுக்கு ஏற்பட்டது. விஜயன் விளையாடுவதை நிறுத்தி விட்டு அப்பாவையும் அம்மாவையும் பார்த்தான்.

அப்பா விஜயனைத் தூக்கி வைத்துக் கொஞ்சுகிறார். முதுகில் யானை சவாரி செய்ய வைக்கிறார். பால்பேடா வாங்கித் தருகிறார். சோறு ஊட்டிவிடுகிறார். பள்ளிக்கூடத்தில் கொண்டுபோய்ச் சேர்க்கிறார். அவன் பள்ளிக்குப் போகமாட்டேன் என்று அடம்பிடிக்கிறான். அவர் அவனைச் சமாதானப்படுத்துகிறார். அவனுக்கு உடம்பு சரியில்லாமல் இருக்கிறது. அப்பா அவனை மருத்துவமனைக்கு அழைத்துச்

செல்கிறார். அம்மாவும்கூட வருகிறாள். பின்புறத்தில் ஊசி போடும்போது அவனை அவர் தூக்கி வைத்துக்கொள்கிறார். அருகில் படுத்துக்கொள்கிறார். அவனைத் தட்டிக்கொடுத்துத் தூங்க வைக்கிறார். புது ஆடை வாங்கிக்கொடுக்கிறார். தீபாவளியன்று காலையில் தலைக்கு எண்ணெய் வைத்துக் குளிப்பாட்டிவிடுகிறார். மத்தாப்புப் பிடிக்கக் கற்றுக் கொடுக்கிறார். புஸ்வாணம் – வைக்கும்போது அவன் கூடச் சென்று ஓடிவந்து விடுகிறான். வெடி வெடிக்கும்போது வீட்டுக்குள் ஓடிவிடுகிறான்.

திருச்செந்தூருக்குச் சென்றபோது கடலைப் பார்த்து அவன் திகைத்து நிற்கிறான். கடலலை கரையை நோக்கி வரும்போது அவன் பயந்து ஓடுகிறான். அப்பா அவனை இழுத்து, இறுக்கிப் பிடித்துக்கொண்டு கடலலையில் நனைய வைக்கிறார். அம்மா வயிற்றைப் பிடித்துக்கொண்டு சிரிக்கிறாள். கோயிலுக்குள் சென்று சாமி தரிசனம் செய்கிறார்கள். பாம்பன் பாலத்தில் காரை நிறுத்திக் கடலைக் காட்டுகிறார். சுற்றிலும் கடல். காற்றில் அம்மாவின் முடியும் சேலையும் படபடக்கின்றன. நிறைய சுற்றுலாப் பயணிகள். காரில் போகும்போது அவர் அவனுக்குச் சாக்லெட் கொடுக்கிறார். சாக்லெட் சுவையாக இருக்கிறது. ராமேஸ்வரம் கடல் அலைகள் சாந்தமாக இருக்கின்றன. அப்பாவும் அவனும் குளித்தார்கள். நிறைய வடநாட்டுக்காரர்கள் குளித்தார்கள். கோயில் பிரகாரத்தின் பிரம்மாண்டத்தை அவனுக்குக் காட்டினார். சன்னிதியின் முன் உட்கார்ந்திருந்த பெரிய, கலர் நந்தியைப் பார்த்தான். அதன் நாக்கு வெளியே நீண்டிருந்தது. கோயில் தரையெல்லாம் தண்ணீராக இருந்தது. அங்கு இருக்கும் தீர்த்தக் கிணறுகளில் வாளியில் நீர் எடுத்து ஊற்றினார்கள். அப்பா, அம்மா, விஜயன் மூன்று பேரும் நனைந்துகொண்டே நடந்துதான் கோயிலைப் பார்த்தார்கள். அவனுக்குக் குளிரில் உடல் நடுக்கம் ஏற்பட்டது. ஹோட்டல் அறைக்குச் சென்று உடை மாற்றிக்கொண்டார்கள். அப்பா, அம்மாவிற்கு இடையில் அவன் படுத்திருந்தான்.

அப்பா கூறியதைக் கேட்டு கோபத்துடன் அவரைப் பார்த்த அம்மா திடீரென்று எழுந்து அறைக்குள் சென்று கதவடைத்துக் கொண்டாள். அப்பா எழுந்து கதவருகே சென்று “மீனாட்சி, மீனாட்சி, வெளியே வா. உன்னை விட்டமாட்டேன். நீயும் விஜயனும் எனக்கு முக்கியம்” என்றார். சின்னத் தாத்தாவும் வந்து கதவைத் தட்டினார். “தைரியமா இரு. வெளியே வா பேசிக்கலாம்” என்றார். விஜயனும் கதவருகே சென்று நின்றான். மலங்க விழித்துக்கொண்டிருந்த ரஞ்சனியும் எழுந்து சென்று அப்பாவிடம், “இப்படித்தான் பட்டுனு எல்லார் முன்னாடியும் போட்டு உடைக்கிறதா? பக்குவமா தனியா கூப்பிட்டு சொல்லியிருக்க வேண்டாமா?” என்றாள்.

சற்று நேரத்தில் கதவு திறந்தது. அம்மா அழுத முகத்தோடு விறைப்பாக நின்றாள். அப்பா அவளைக் கையைப் பிடித்து அழைத்து நாற்காலியில் உட்கார வைத்தார். ரஞ்சனியைப் பார்த்து "தண்ணியை எடுத்துக் கொடு" என்றார். அவள் டீப்பாயில் இருந்த தண்ணீர் டம்ளரை எடுத்து அம்மாவிடம் கொடுத்தாள். அம்மா அதை வாங்கிக் குடித்தாள். "காபி குடிக்கிறியா?" என்று அம்மாவைப் பார்த்துக் கேட்டவர் பதிலுக்குக் காத்திராமல் ரஞ்சனியைப் பார்த்து "காபி போட்டுக்கொண்டு வா" என்றார். அம்மா வேண்டாம் என்று கை அசைத்தார்.

ரஞ்சனி நீல நிற சுடிதார் அணிந்திருந்தாள். நெற்றியில் குங்குமம். அதற்கு மேல் லேசான விபூதிக் கீற்று. நெற்றிக் கூந்தல் வகிட்டில் குங்குமக் கீற்று. மையிட்ட கண்கள். காலில் கொலுசு. விரலில் மெட்டி. சென்ட்டின் மணம். நீளமான முகம். கூர்மையான மூக்கு. மெல்லிய உதடுகள். பளிச்சென்றிருந்தாள்.

சேலையணிந்த அம்மா குனிந்து தன்னைப் பார்த்துக் கொண்டாள். "என்ன மாப்பிள்ளே இப்படி செஞ்சுட்டீங்க? உங்களை நம்பித்தானே மீனாட்சி இருக்கா" என்றார் சின்னத் தாத்தா. எரிச்சல்பட்ட அப்பா, "நடந்தது நடந்து போச்சு. நான் எதையும் மறைக்கலை. எல்லாத்தையும் சரி பண்ணிக்கலாம்" என்றார்.

அம்மாவின் நாடியைத் தொட்டபடி அப்பா ஒரு பெட்டியைக் காட்டி "அந்தப் பெட்டியில் உள்ளதெல்லாம் உனக்கும் விஜயனுக்கும்தான்" என்றார். அப்பாவின் கையை அம்மா எடுத்துவிட்டாள். "ரஞ்சனி தங்கறதுக்கு இங்கே இடம் போதாது. வெளியே ரூம் புக் பண்ணியிருக்கேன். இப்ப நாங்க அங்கே போறோம். நாளைக்கி நான் மட்டும் வந்து இங்கே தங்கிக்கிறேன்" என்றார் அப்பா. குனிந்திருந்த அம்மா நிமிர்ந்து அப்பாவின் கண்களை நேருக்கு நேராகப் பார்த்தாள்.

ரஞ்சனி எழுந்து நின்றாள். அம்மாவும் எழுந்து நின்றாள். சின்னத் தாத்தாவும் எழுந்தார். "டேய் வர்றியாடா" என்று விஜயனைப் பார்த்து அப்பா கேட்டார். அவன் யோசித்தான். "இல்லை, இங்கேயே இருக்கட்டும்" என்றாள் அம்மா. "எங்கே ரூம் போட்டிருக்கீங்க?" என்று சின்னத் தாத்தா கேட்டார். அப்பா ரஞ்சனியைப் பார்த்தார். ரஞ்சனி விவரம் கூறினாள். அப்பாவும் ரஞ்சனியும் காரில் ஏறி விடைபெற்றுக் கொண்டார்கள்.

சின்னத் தாத்தா ஏதோ யோசித்தவாறு முன் அறையில் அமர்ந்துவிட்டார். அம்மாவும் விஜயனும் ஹாலுக்குள் வந்தார்கள். அப்போது அம்மா அணிந்திருந்த மல்லிகைச் சரம் கீழே

விழுந்தது. விஜயன் ஓடிச் சென்று அதை எடுத்து "அம்மா பூ கீழே விழுந்திருச்சு" என்று அதை அவளிடம் கொடுத்தான். அவள் அந்த மல்லிகைச் சரத்தை வாங்கி ஆத்திரத்துடன் தூக்கி எறிந்தாள். அது சுவரில் பட்டுக் கீழே விழுந்தது. அம்மா சோபாவில் உட்கார்ந்தாள்.

"அப்பா நாளைக்கி வருவாரா?" என்று விஜயன் கேட்டான். "வருவார்டா. ஆனா அவரு பழைய அப்பா இல்லை, வேறு அப்பா" என்றாள் அம்மா. சற்று நேரங்கழித்து சுவர் ஓரமாகக் கிடந்த மல்லிகைச் சரத்தை எடுத்துக் கூந்தலில் அணிந்து கொண்டாள்.

○

உயிர்மை, ஏப்ரல் 2017

இடப்பக்க மூக்குத்தி

அப்பா இறந்து காரியமும் முடிந்துவிட்டது. அவரது பீரோவில் வைத்திருந்த அலுவலகம் சம்பந்தப்பட்ட பேப்பர்களை என்ன செய்வது என்று தெரியாமல் ஒரு பெட்டியில் போட்டு அடைத்து வைத்தேன். என் அப்பாவின் திருமண ஆல்பம் உள்ளிட்ட பல ஆல்பங்கள் இருந்தன. லாக்கரில் அப்பாவிற்குத் தாத்தா எழுதிய கடிதங்கள் மற்றும் சில குடும்ப விவகாரக் கடிதங்கள் இருந்தன. அப்போது அவரது கல்விச் சான்றிதழ்கள் அடங்கிய பைலின் ஊடே ஒரு பெண்ணின் இரு போட்டோக்கள் இருந்ததைப் பார்த்தேன். ஒரு போட்டோ நேர்த் தோற்றத்திலும் இன்னொரு போட்டோ பக்கவாட்டுத் தோற்றத்திலும் இருந்தது. இடது மூக்கில் மூக்குத்தி இருந்தது. பிராமணப் பெண்ணின் சாயல் இருந்தது.

நான் அம்மாவிடம் காட்டினேன். அம்மா பார்த்துவிட்டு "தெரியலையே" என்றாள். அம்மா மனத்தில் அந்த போட்டோ சஞ்சலத்தை ஏற்படுத்தியிருக்கும் என்று எனக்குத் தோன்றியது. அம்மா அமைதியாக ஏதோ சிந்தித்துக்கொண் டிருந்தாள்.

"ரொம்பக் காலம் வெளியூரில்தான் வேலை பார்த்தார்" என்றாள் அம்மா.

"அப்படியெல்லாம் இருக்காது" என்றேன்.

"உலகமே நாடக மேடை மாதிரி தோணுது" என்றாள். பிறகு அந்த போட்டோக்களை வாங்கி மீண்டும் ஒரு தடவை கூர்ந்து பார்த்தாள்.

"தெரியலையே" என்று கூறி என்னிடம் திரும்பக் கொடுத்தாள்.

"அம்மா ஏதும் கன்னா பின்னான்னு யோசிக்காதே. கூட வேலை பார்த்த பொண்ணா இருக்கும்" என்றேன்.

அம்மா எழுந்து முன்னறைக்குச் சென்றாள். அம்மாவின் இடது மூக்கிலும் மூக்குத்தி இருந்தது. அக்காக்களிடம் காண்பிக்காமல் அந்த போட்டோக்களை எடுத்து என் டைரியில் வைத்துக் கொண்டேன்.

நான் இப்போது பஸ்ஸில் சென்றுகொண்டிருக்கிறேன். அவர் வேலை பார்த்த ஊரில் இருந்த அவருடைய நண்பரான ராபின்சனைப் பார்க்கச் சென்றுகொண்டிருக்கிறேன். என் அப்பா நோயுற்றிருந்தபோது அவரைக் காண்பதற்காக அவர் வந்திருந்தார். அவரைக் காண வருவதை அலைபேசியில் தெரிவித்திருந்தேன். அவர் வரச்சொல்லியிருக்கிறார். வீட்டு முகவரியையும் வீட்டிற்கு வந்து சேர்வதற்கான நில அடையாளத்தையும் கூறியிருந்தார்.

வீட்டை அடைந்தேன். கேட்டை நெருங்கும்போது நாய் குரைக்கும் சத்தம் கேட்டது. நான் அலைபேசியில் ராபின்சனைத் தொடர்புகொண்டு நாயைக் கட்டி வைக்குமாறு கூறினேன். அவர் "டோனியக் கட்டித்தான் வைத்திருக்கிறேன். அவன் அப்படித்தான் குரைப்பான். பயமில்லாம வாங்க" என்றார். நான் கேட்டைத் திறந்தேன். கட்டப்பட்டிருந்த நாய் எம்பிஎம்பிக் குரைத்தது. உள்ளிருந்து வந்த ராபின்சன் டோனியை அதட்டினார். அவரைப் பார்த்ததும் உடம்பைக் குழைத்து வாலை ஆட்டியது டோனி.

நான் வீட்டினுள் சென்று உட்கார்ந்தேன். ராபின்சன் பெரிய உருவம். லுங்கி, பனியன் அணிந்திருந்தார். சிலுவை தொங்கும் செயின் அணிந்திருந்தார். நான் அவரிடம் அப்பாவின் இறப்புச் சான்றுக்கு விண்ணப்பித்திருப்பதாகவும் பிறகு வாரிசுச் சான்றுக்கு விண்ணப்பிக்க இருப்பதாகவும் தெரிவித்து, அம்மா பெயருக்கு ஓய்வூதியத்தை மாற்றுவதற்கான நடைமுறைகள் தொடர்பாக விசாரித்தேன். அவர் அதுபற்றி விரிவாகக் கூறினார். பின் என் குடும்பம் பற்றி விசாரித்தார். நான் அவர் குடும்பம் பற்றி விசாரித்தேன். அவர் கூறினார்.

அவருக்கு நான்கு பெண்கள். இரண்டு பெண்களுக்குத் திருமணம் செய்துகொடுத்துவிட்டார். இன்னுமொரு பெண்ணுக்குத் திருமணம் செய்துகொடுத்துவிடலாம். ஆனால் அதற்கடுத்த பெண்ணிற்குத் திருமணம் செய்துகொடுக்க வசதியில்லை என்றார். "நாலும் பொட்டையாப் பிறந்திருச்சு" என்றார். மாப்பிள்ளை வீட்டாரின் எதிர்பார்ப்பு அதிகமாக இருப்பதால் அமைய மாட்டேனென்கிறது என்றார். கடைசிப்

பெண் "ஏன் என்னைப் பெத்தீங்க. பிறந்தப்பவே கொன்னுருக்க வேண்டியதுதானே" என்று சொல்கிறாள் எனக் கண்கலங்கினார்.

நான் அவர் மனைவி பற்றி விசாரித்தேன். மனைவிக்கு அடிக்கடி முடியாமல் போவதாகவும் தற்போது அவளுடைய தங்கை மகளுக்குக் குழந்தை பிறந்திருப்பதால், குழந்தையைப் பார்க்க மருத்துவமனைக்குச் சென்றிருப்பதாகவும் கூறினார். நான் கொண்டுவந்திருந்த பையில் இருந்த அந்த இரண்டு போட்டோக்களை எடுத்து அவரிடம் தந்தேன். அவர் என்ன என்பதுபோல் என்னைப் பார்த்தார்.

"அப்பாவோட பீரோ லாக்கர்ல இருந்தது. யாருன்னு தெரியுதா?" என்றேன்.

"இவ ரோசலின் இல்லையே. அவர் ரோசலினோடதான் சிரிச்சு குளோஸாப் பழகுவார். ஆனா இந்த போட்டோவில் இருக்கறது அவ இல்லியே. யாருன்னு தெரியலையே" என்றார் ராபின்சன்.

"நீ ஒண்ணு செய். செல்லத்துரைன்னு உங்க அப்பா பிரண்டு ஒருத்தரு இங்கேதான் இருக்காரு. நீ போயி அவரைப் பாரு. அவருக்குத் தெரிஞ்சிருக்கும்" என்று செல்லத்துரை வீட்டிற்குச் செல்லும் வழி, அவருடைய அலைபேசி எண் ஆகியவற்றைக் கூறினார்.

வாசல்வரை ராபின்சன் வந்தார். டோனி என்னைப் பார்த்துக் குரைத்து அவரைப் பார்த்து வாலை ஆட்டியது.

அலைபேசியில் செல்லத்துரையிடம் பேசிவிட்டு அவர் வீட்டை நோக்கிச் சென்றேன். அவர் வீட்டிற்கான வழி குழப்பமானதாக இருந்தது. விசாரித்துவிசாரித்துச் சென்றேன். அவர் வீட்டு வாசலில் நின்றிருந்தார். என்னை வீட்டின் உள்ளே அழைத்துச் சென்றார். உட்கார்ந்தோம். பரஸ்பர விசாரிப்புக்குப் பின், போட்டோக்களை எடுத்து அவரிடம் கொடுத்தேன். "என் அப்பாவின் பீரோ லாக்கரில் இந்த போட்டோக்கள் இருந்தன. உங்களுக்கு யார்னு தெரியுமா?" என்று அவரிடம் கேட்டேன்.

"அவர் தப்பான வழிக்குப் போற ஆள் இல்லை. நீ ஏன் இதைத் தூக்கிட்டு அலையறே. அவரே போயிட்டாரு" என்றார். பிறகு "போட்டோவிலே இருக்கறது யாருன்னு தெரியலே. அழகா இருக்காங்க" என்றார்.

"இந்த போட்டோவுக்குப் பின்னால் ஒரு கதை இருக்குன்னு நினைக்கிறேன். அதான் உங்களுக்குத் தெரிஞ்சிருக்குமோன்னுதான் வந்தேன்" என்றேன்.

"அதைத் தெரிஞ்சு உனக்கு என்னாகப் போகுது?" என்றார் செல்லத்துரை.

அப்போது ஒரு பெண் காபி கொண்டுவந்து வைத்துச் சென்றாள். கவரும் தோற்றத்தில் இருந்தார். "என் மகள் அனுசுயா" என்றார் செல்லத்துரை.

"இவுங்க கல்யாணத்துக்கு நானும் அப்பாவும் வந்திருந்தோம்" என்றேன்.

"ஆமா, அவ வாழ்க்கை சரியா அமையலே. மாப்பிள்ளை ஒரு குடிகாரப் பய. வந்துட்டா. என் வீட்டுக்காரம்மா இறந்து ரெண்டு வருஷம் ஆகுது. மகளுக்கு நான் துணை, எனக்கு அவ துணை. பேரன் ஸ்கூலுக்குப் போயிருக்கான்" என்றார்.

இதை அவர் என்னிடம் சொல்ல வேண்டியதில்லை. ஏதோ ஆற்றாமை, தனிமை உணர்வு என்று நினைத்துக்கொண்டே அவர் பக்கத்திலிருந்த ஸ்டூலில் வைத்திருந்த போட்டோக்களை எடுத்துக்கொண்டேன். அவரிடம் விடைபெற்றுக் கொண்டேன். அவர் மகள் உள்ளிருந்து எட்டிப்பார்த்தாள்.

எனக்கு பியர் குடிக்க வேண்டும் போலிருந்தது. ஆட்டோவைப் பிடித்து ஒரு நல்ல பார் உள்ள ஹோட்டலுக்குப் போகச் சொன்னேன். ஆட்டோக்காரர் அழைத்துச்சென்ற ஹோட்டல் எடுப்பாக இருந்தது. பார் சுத்தமாகவும் நேர்த்தியாகவும் இருந்தது. நான் ஒரு இடத்தைத் தேர்வு செய்து அமர்ந்தேன். பியர் கொண்டு வரச்சொன்னேன்.

பியர் வந்தது. பியரை அருந்திக்கொண்டே அந்த போட்டோக் களை எடுத்துப் பார்த்தேன். கலர் போட்டோக்களுக்கு இல்லாத அழகும் கூர்மையும் கருப்பு வெள்ளை போட்டோக்களுக்கு இருக்கிறது. அடர்த்தியான கருங்கூந்தல். மை தீட்டிய கண்கள் மினுங்கின. உதட்டின் சிரிப்பு முகம் முழுவதும் பிரதிபலித்திருந்தது. இடது பக்க மூக்குத்தி பளீரென இருந்தது. பக்கவாட்டுத் தோற்றத்தில் இருந்த போட்டோ இடப்பக்க மூக்குத்தியுள்ள முகத்தைப் பிரதானமாகக் காட்டுவதற்கு எடுத்தது போலிருந்தது. அதிலும் உதட்டுச் சுழிப்பில் சிரிப்பு இருந்தது.

போட்டோக்களைப் பார்த்துக்கொண்டே இருந்தேன். பின்னர் பையில் வைத்தேன். இரண்டு பாட்டில் பியருக்கு மேல் குடிக்க முடியவில்லை. பில்லைக் கொடுத்துவிட்டு வெளியே வந்து நடந்தேன். ஹோட்டலுக்குச் சற்று தள்ளி ஒரு போட்டோ ஸ்டுடியோ கண்ணில் பட்டது.

கருப்பு வெள்ளை புகைப்படம் மட்டும் எடுக்கப்படும் என்ற பலகை ஸ்டுடியோ முன்பாக வைக்கப்பட்டிருந்தது.

இந்தக் காலத்தில் இப்படியொரு ஸ்டுடியோவா என்ற எண்ணம் ஏற்பட்டு உள்ளே எட்டிப் பார்த்தேன். ஐந்து பேர் ஏற்கனவே உட்கார்ந்திருந்தார்கள். என்னைப் பார்த்ததும் கவுண்ட்டரில் இருந்தவர் விசாரிக்க, நான் பாஸ்போர்ட் அளவுப்படம் வேண்டும் என்றேன். “நீங்கள் ஆறாவது ஆள். சற்றுப் பொறுத்திருங்கள் ” என்றான்.

அங்கு இருந்த ஒரு ஆல்பத்தை எடுத்துப் புரட்டினேன். அனைத்தும் கருப்பு வெள்ளைப் படங்கள். அழகாகவும் நேர்த்தியாகவும், ஆண்களும் பெண்களும் அதில் தெரிந்தார்கள். நான் ஆல்பத்தை வைத்துவிட்டு இன்னொரு ஆல்பத்தை எடுத்துப் புரட்டினேன்.

என்ன ஆச்சரியம். நான் வைத்திருக்கும் அதே இரண்டு போட்டோக்கள் இந்த ஆல்பத்தில் இருந்தன. மீண்டும் நன்றாகப் பார்த்தேன். அதே போட்டோக்கள் தான்.

ஒரு விசித்திரமான இடத்தில் இருக்கும் உணர்வு எனக்கு ஏற்பட்டது. கவுண்ட்டரில் மேஜிக் நிபுணன் தோற்றத்தில் இப்போது ஒருவன் நின்றிருந்தான். நீளத் தொப்பி, கோட்சூட் அணிந்திருந்தான். நான் அவனிடம் சென்றேன். அவன் தொப்பியை எடுத்து மீண்டும் வைத்தான். தொப்பிக்குள்ளிருந்து புறா ஒன்று வெளியேறி அறையில் தடுமாறிச் சிறகடித்து, வாயில் வழியாகப் பறந்து சென்றது. அவன் மேசையில் இருந்து கோலை எடுத்துக் கையில் வைத்துக்கொண்டு என்னைப் பார்த்தான்.

நான் ஆல்பத்திலிருந்த போட்டோக்களைக் காண்பித்து போட்டோவிலிருக்கும் பெண்ணைத் தெரியுமா என்று கேட்டேன். தனக்கு முன்னால் தன்னுடைய தந்தை இந்தத் தொழிலைக் கவனித்துக்கொண்டிருந்ததாகவும் அவருக்குப் பின்னால் இந்தத் தொழிலுக்குத் தான் வந்தபோதே அந்தப் போட்டோக்கள் இருந்ததாகவும் யாரென்று தெரியாது என்றும் கூறினான்.

உங்கள் தந்தையிடம் கேட்டால் யாரென்று கண்டுபிடிக்க முடியுமா என்று நான் கேட்டேன். அவர் இறந்துவிட்டார் என்று அவன் சொன்னான். மேலும் அவன் கூறினான், நீங்கள் குறிப்பிடும் இந்த போட்டோக்கள் நூற்றுக்கணக்கான தடவை காணாமல் போயிருக்கின்றன. வருகிறவர்கள் இந்தப் போட்டோக்களை மட்டும் குறிவைத்து எடுத்துச் செல்கிறார்கள். நான் மீண்டும் மீண்டும் பிரிண்ட் போட்டு வைத்துக்கொண்டிருக்கிறேன். யாராவது இந்தப் போட்டோக்களை எடுப்பதை நான் சமயங்களில் பார்த்தாலும் பார்க்காதது மாதிரி இருந்துவிடுவேன்.

அந்த போட்டோக்கள் நிறைய வாடிக்கையாளர்களை வரவழைக்கிறது. உங்களுக்கு முன்னால் வந்த ஐந்து பேரும் இந்த போட்டோக்களைப் பற்றி விசாரித்தவர்களே. இனி வருபவர்களும் இந்த போட்டோவைப் பற்றி விசாரிப்பார்கள். அவள் யாரென்று உங்களுக்கு அவசியம் தெரிய வேண்டுமென்றால் நான் உங்களுக்குச் சொல்கிறேன். "அவள் ஆண்களின் ரகசிய வேட்கை." அவன் இதைச் சொல்லியபடி கைகளை அசைத்தான். ஒரு ரோஜாப்பூ அவன் உள்ளங்கையில் இருந்தது. அதை என்னிடம் கொடுத்தான். நான் வாங்கிச் சட்டைப் பையில் வைத்துக்கொண்டேன்.

அவன் கோலை எடுத்து மூன்று தடவை சுற்றினான். நான் உட்பட அங்கு போட்டோ எடுக்க வந்திருந்தவர்கள் அனைவரும் வயதான தோற்றத்திற்கு மாறினோம். அங்கிருந்த கண்ணாடிகளில் ஒருவருக்கொருவர் இடித்துக்கொண்டு தோற்றத்தைப் பார்த்தோம். அந்தத் தோற்றத்தில் என்னைப் பார்க்க எனக்குப் பாவமாக இருந்தது.

வயதான தோற்றத்தில் போட்டோ எடுக்க விரும்புகிறவர்கள் எடுத்துக்கொள்ளலாம். இப்போதிருக்கும் தோற்றத்திலேயே போட்டோ எடுத்துக்கொள்ள விரும்பினால் இந்தக் கோலைத் தொடுங்கள். நீங்கள் உங்கள் பழைய தோற்றத்திற்கு வந்துவிடுவீர்கள். வயதான தோற்றத்தில் போட்டோ எடுத்துக்கொள்ள விரும்புபவர்கள் போட்டோ எடுத்த பின்னர் பழைய தோற்றத்திற்கு மாறிவிடுவார்கள் என்றான்.

இருந்த ஐந்து நபர்களும் வயதான தோற்றத்தில் எடுக்க விரும்பவில்லை என்று கூறினார்கள். நானும் எனக்கு விருப்பமில்லை என்று கூறிக் கோலைத் தொட்டேன். பழைய தோற்றத்திற்கு மாறி விட்டேன்.

நான் என்னுடைய தோற்றத்திலேயே போட்டோ எடுத்து பிரிண்ட் போட்டு வாங்கிக்கொண்டேன். அழகாகவும், வித்தியாசமாகவும், திருத்தமாகவும் இருந்தேன். உன்னிடம் இருக்கும் அந்தப் பெண்ணின் போட்டோக்கள்தான் உன்னை இங்கு வரவழைத்தன. இன்னும் பலரை அன்றாடம் வரவழைத்துக் கொண்டிருக்கும் என்றான் அவன்.

நான் ஸ்டுடியோவைவிட்டு வெளியேறி பஸ்நிலையத்தை நோக்கி நடந்தேன். பஸ்ஸில் ஏறி வீட்டையடைந்தேன்.

வீட்டிற்குள் நுழைந்தேன். அம்மா முன் அறையில் உட்கார்ந்திருந்தாள். என்னைப் பார்த்ததும் "ரொம்ப நேரமாச்சே"

என்றாள். நான் "ஆமாம்" என்று சொல்லி என் அறைக்குச் சென்று வேட்டி கட்டிக்கொண்டு முன்னறைக்கு வந்தேன். அம்மா "ஊருக்குப் போனியா, ராபின்சனைப் பாத்தியா?" என்றாள். "ஊருக்கும் போகலை, ராபின்சனையும் பாக்கலை. வேறே வேலை வந்துருச்சு அங்கே போயிட்டு வர்றேன்" என்றேன்.

அம்மா "போட்டோவுலே இருக்கற பொண்ணு" என்று இழுத்தாள். அப்போது இடது பக்கத்தில் மூக்குத்தி குத்தியிருந்த அம்மாவின் முகத்தைப் பார்த்தேன். அம்மாவை அந்தப் பெண்ணாக மாற்ற அப்பா நினைத்திருப்பாரோ என்று எனக்குத் தோன்றியது.

"அந்தப் பெண்ணைப் பத்தி யோசிக்காதே. இத்தோடு விட்ரு" என்று அம்மாவிடம் சொன்னேன். என் மனதிற்குள் "ஆண்களின் ரகசிய வேட்கை" என்று கூறிக்கொண்டேன். நான் உள்ளே சென்று சட்டைப் பையில் இருந்த ரோஜாவை எடுத்து "அப்பா படத்துக்கு முன்னாலே வை" என்று அம்மாவிடம் கொடுத்தேன். அவள் அந்த ரோஜாவை அப்பா படத்தின் முன் வைத்தாள். அவள் திரும்பிய போது இடப்பக்க மூக்குத்தி மின்னியது.

૦

உயிர்மை, மார்ச் 2017

சிலந்தி வலை

என் அப்பா எனக்கு இன்று ஆடைகள் எடுத்துக் கொடுப்பதாகக் கூறியிருந்தார். முதலில், அம்மா, அப்பா, நான் மூவரும் கடைக்குச் செல்லலாம் என்று இருந்தோம். ஆனால் அம்மா தலை வலிக்கிறது என்று படுத்துவிட்டாள். அப்பா நகரிலுள்ள பெரிய ஜவுளிக் கடைக்கு என்னைக் கூட்டிக்கொண்டு செல்வதாகக் கூறியிருந்தார்.இன்று சாயந்திரம் கிளம்பவேண்டும். அக்கா பொறியியல் படிப்பு முடித்துவிட்டு பெங்களூரில் ஒரு விடுதியில் தங்கி வேலை பார்த்து வருகிறாள். இப்போதுதான் வேலைக்குச் சேர்ந்திருக்கிறாள். பயிற்சி என்று ஏதோ குறைந்த சம்பளம் – அவளுக்குப் போதும் – கொடுக்கிறார்கள். அவளுக்கு மாப்பிள்ளை பார்க்கும் வேலையை இப்போதுதான் துவங்கியிருக்கிறார்கள்.

சொந்தத்தில் மாப்பிள்ளை இல்லை.என் அப்பா தலித் சமூகத்தைச் சேர்ந்தவர்.என் அம்மா தலித்திற்கு மேம்பட்ட சாதியைச் சேர்ந்தவர். இருவரும் ஆசிரியர்களாக வேலை பார்த்து ஓய்வுபெற்று விட்டார்கள். ஆதலால் விரைவில் அக்காவிற்குத் திருமணம் நடத்தவேண்டும் என்ற முனைப்பில் இருக்கிறார்கள். நான் பி.காம். மூன்றாம் ஆண்டு படித்து வருகிறேன்.எனக்கு அப்பா, அம்மா மாதிரி ஆசிரியராக வேண்டும் என்று ஆசை.

என் அம்மா வீட்டைவிட்டு வெளியேறி வந்துதான் என் அப்பாவைத் திருமணம் செய்து கொண்டார். பதிவுத் திருமணம். அம்மா வீட்டில் கடுமையான எதிர்ப்பு. என் அப்பா பள்ளிக்குச் செல்லும்போது நாலைந்து நபர்கள் சேர்ந்து

அப்பாவைத் தாக்கியிருக்கிறார்கள். அப்பாவுக்கு இரண்டு இடத்தில் அரிவாள் வெட்டு விழுந்து போலீஸ் கேஸாகிவிட்டது. என் அம்மாவுடைய அப்பாவையும், அம்மாவையும், அண்ணனையும் போலீஸ் கைதுசெய்துவிட்டது. அம்மா பயந்துகொண்டே மருத்துவமனையில் துணைக்கு இருந்திருக்கிறாள். எனக்கு கல்லில் கால் தடுக்கி ரத்தக் காயம் ஏற்பட்டதற்கே அவ்வளவு வலி, பயம், சிரமம் இருந்தது. அப்படியானால் அரிவாள் வெட்டு விழுந்ததில் அப்பா எவ்வளவு வலியையும், பயத்தையும், சிரமத்தையும் அனுபவித்திருப்பார். அப்பா தாக்கப்பட்டு வெட்டப்பட்டது பத்திரிக்கைகளில் பெரிய செய்தியாக வந்திருந்ததால் போலீஸ் ஆதரவு இருந்திருக்கிறது. அப்போது போலீஸ் இன்ஸ்பெக்டராக இருந்தவர் முற்போக்குப் பின்னணி கொண்டவராக இருந்தார் என்று அம்மா சொல்லியிருக்கிறாள்.

அம்மாவுடைய குடும்பத்தாரின் மீது குற்றம் நிரூபிக்கப்பட்டு சிறைத் தண்டனை கிடைத்தது. ஜாமீனில் வெளிவந்து பின்னர் மேல்முறையீட்டிற்குச் சென்று, இறுதியில் ஒன்றும் முடியாமல் சிறையில் இருந்துவிட்டு தண்டனைக் காலம் முடிந்து அவர்கள் பூர்வீக ஊரில் வசிக்கிறார்கள். அதனால் அம்மாவின் உறவினர்களும் அம்மாவிற்கும் உள்ள உறவு துண்டிக்கப்பட்டு விட்டது. எங்களுக்கும் அவர்களைத் தெரியாது. அப்பாவின் உறவினர்களோடு அம்மா கலந்துவிட்டாள்.

அக்கா பிறந்து அவளைப் பள்ளிக்கூடத்தில் சேர்ப்பதற்கு முன்பாக அவளுக்கு என்ன சாதி என்று தெரிவிப்பது என்று அப்பாவும் அம்மாவும் யோசனை பண்ணியிருக்கிறார்கள். கல்வியிலும் வேலை வாய்ப்பிலும் முன்னுரிமை கிடைக்கும் என்பதால் அப்பா சாதியையே பள்ளியில் தெரிவிக்குமாறு அம்மா வற்புறுத்தியிருக்கிறாள். ஆனால் அப்பாவிற்கு அதில் விருப்பமில்லை. "நான் பட்ட அவமானத்தைப் பிள்ளைகள் படக்கூடாது" என்று அப்பா சொல்லியிருக்கிறார்.

சிறுபையனாக கிராமத்தில் பள்ளியில் படித்துக்கொண்டிருந்தபோது, பள்ளியிலும், கிராமத்திலும் பட்ட மரியாதை இழப்பையும், அவமானங்களையும் அப்பா எங்களிடம் கூறியிருக்கிறார். வேலைக்கு வந்த இடத்திலும் இந்தப் பாகுபாடு இருந்ததாக அப்பா கூறியிருக்கிறார். எனவே அப்போது அவர் பிடிவாதமாக அம்மாவின் சாதியையே பள்ளியில் அக்காவுக்குக் கொடுத்துவிட்டார். எனக்கும் அவ்வாறே செய்துவிட்டார்.

ஒருநாள் என்னையும் அக்காவையும் அழைத்து அவர் பட்ட சிரமங்களைக் கூறினார்.

“நான் சின்னப்புள்ளையா இருந்தப்பவே சாதியைப் பத்தி தெரிஞ்சுபோச்சு. நாங்க ஊருக்குத் தள்ளிக் குடியிருந்தோம். நாங்க குடியிருந்த பகுதியை சேரின்னும் காலனின்னும் சொல்லுவாங்க. சாதாரண வீடுகள். பெரும்பாலான வீடுகள் ஓட்டுவீடுகளாகவும் குடிசைவீடுகளாகவும் இருந்தன. ஒரே ஒரு வீடுதான் காரைவீடு. அவர்களை காரைவீட்டுக்காரங்கன்னுதான் அழைப்பாங்க. எங்களுக்கு சாதி இந்துக்கள் தெரு வழியே மெயின் ரோட்டிற்கு போறதுக்குப் பாதை இருந்துச்சு. அதான் சுருக்கு வழி. ஆனால் அந்த வழியா நாங்க போக முடியாது. சுத்தித்தான் போகணும். அந்த வழியாப் போனா கலகம் வந்துரும். சின்ன வயசுலேயே எங்களுக்கு சொல்லிக்குடுத்துருவாங்க. அந்த வழியா போகக் கூடாதுனு. பள்ளிக்கூடத்துல மத்த சாதிப்பசங்க ஒண்ணாவும் நாங்க தனியாவும்தான் இருப்போம். அவங்களோட நட்பா பழக முடியாது. புட்பால், டென்னிகேட் மாதிரி வெளையாட்டுகள்லே எங்கள் சாதிக்காரங்களுக்கு எதிரா சாதி இந்துக்களைச் சார்ந்த பையன்ங்க இருந்தா நாங்க ஜெயிக்கறதுக்கு பயப்படுவோம். டென்னிகேட் எனக்கு புடிச்ச வெளையாட்டு. நல்லா வெளையாடுவேன். எங்க சாதிக்காரங்களுக்குள்ளே பிராக்டிஸ் பண்ணிக்குவோம். ஒரு சந்தர்ப்பத்துலே மேட்சுலே நான் வேற சாதிக்கார பையனை தோக்கடிச்சுட்டேன். கேம் முடிஞ்ச பின்னாடி அந்த சாதிக்காரப் பசங்க எல்லாம் சுத்தி நின்னு “எப்படிர்ரா எங்க ஆளை ஜெயிக்கப் போச்சுன்னு” அடிச்சாங்க.

“பஸ்சுலே நான் சீட் கிடைச்சு உக்காந்திருந்தா எழுந்து நின்னு வேற சாதிக்காரப் பசங்களுக்கு இடம் கொடுத்துட்டு நின்னுக்கிட்டே வருவேன். எனக்குள்ளே இதனால் எல்லாம் ஒரு தாழ்வு மனப்பான்மை ஏற்பட்டுப் போச்சு. புது ஆட்களைப் பார்த்துப் பேசவே பயமாயிருக்கும். புது ஆட்களுக்கு என் சாதி தெரிஞ்சு போச்சுன்னா என்னை மட்டமா நெனைப்பாங்கன்னு ஒரே யோசனையா இருக்கும். ஊர்லே இருக்கற டீக்கடையிலே எங்களுக்கு தனியா கிளாஸ் வெச்சிருப்பாங்க. நாங்க டீ குடிச்சிட்டு அதைக் கழுவி வைக்கணும். ஆனா அவங்க நாங்க குடுக்கற காசை மட்டும் வாங்கிப்பாங்க. பின்னாடி தனி கிளாசுக்குப் பதிலா பேப்பர் கப் வைக்க ஆரம்பிச்சாங்க. ஒரு தடவை திருவிழாவுலே கலகம் வந்துருச்சு. திருவிழாவுலே எங்களுக்கு முன்னுரிமை இல்லை. சாமி வரும்போது நாங்களும் ரோட்டோரத்துலே நின்னு கும்பிடுவோம். சாதி இந்துப் பொம்பளைங்களுக்கு, எங்க சாதிக்காரங்க சாதாரணமா பாத்தாலே, தனி ஆர்வத்தோட சைட் அடிக்கிறாங்கன்னுதான் தோணும். எங்க சாதிக்காரப் பசங்க அவங்களுக்குள்ளே பேசிச் சிரிச்சுக்கிட்டு இருந்தப்ப அவுங்க சாதிக்காரப் பொண்ணுக்கு ஏதோ தோணி அவள் அண்ணங்காரன்ட்ட சொல்லி தகராறாப் போச்சு. அன்னைக்கி

ராத்திரி எங்க காலனிப் பக்கம் குபுகுபுன்னு அந்த சாதிக்காரங்க வந்தாங்க. கைக்கு கிடைக்கிறவங்களையெல்லாம் அடிச்சாங்க. குடிசையை தீ வைச்சு கொளுத்தினாங்க. அப்பா அரிவாளை எடுத்தார். அப்புத்தா அதை புடுங்கிருச்சு. "அடிச்சா வாங்கிக்க, திரும்ப பதிலுக்கு நீ அரிவாளை வைச்சு வெட்னா அத்தோட நம்ம குடும்பம் அழிஞ்சிரும், வம்சம் அழிஞ்சிரும். விட்டு வைக்க மாட்டாங்கன்னு" அப்புத்தா சொல்லிக்கிட்டே என்னைக் கூட்டிக்கிட்டு வெளியே இருட்டுக்குள்ளே ஓடுச்சு. அப்பாவும் அம்மாவைக் கூட்டிக்கிட்டு ஓடி வந்தாரு. அம்மா தங்கச்சியை இடுப்புலே வைச்சிருந்திச்சு. அப்பாவையும் அம்மாவையும் யாரோ இழுத்துப் போட்டு அடிக்கறதைப் பார்த்தேன். எப்படியோ தப்பிச்சு எங்க பின்னாடி ஓடி வந்தாங்க. எனக்கு ரொம்ப பயமா இருந்துச்சு. மெயின் ரோடுக்கு வந்துட்டோம். அதுக்குள்ளே போலீஸ் வந்துருச்சு. கண்ணீர்ப்புகைக் குண்டு போட்டாங்க. புகை மேலே வானத்துக்கு வர்ரதைப் பார்த்தேன். எங்க சனங்க எல்லாத்தையும் பள்ளிக்கூடத்துலே தங்க வைச்சு போலீஸ் பாதுகாப்பு போட்டாங்க. அடுத்த நாள் நாங்க எங்க சித்தப்பா ஊருக்கு கிளம்பிப் போயிட்டோம். ஓடி வரும்போது கீழே விழுந்து எனக்கு ரத்தக் காயம் ஏற்பட்டுருச்சு. இருட்டுலே ஒண்ணும் தெரியலை. பள்ளிக்கூடத்துக்கு வந்து வெளிச்சத்துலே பாத்தப்பத்தான் தெரிஞ்சது. அப்புத்தா சேலையைக் கிழிச்சு ரத்தக்காயத்திலே கட்டுச்சு. (இந்தா பாரு என்று முட்டிக்குக் கீழே உள்ள தழும்பைக் காண்பிக்கிறார்) காலேஜிலே, படிக்கப் போனப்ப – அங்க நான் ஹாஸ்டல்லே தங்கியிருந்தேன் – அங்க இருந்த ஒவ்வொருத்தருக்கும் மத்தவங்க என்ன சாதின்னு தெரியும். சமயங்கள்லே அவன் பேரு மறந்துபோகும். ஆனா அவன் என்ன சாதிங்கிறது மட்டும் மனசுலேயிருந்து மறந்து போகாது. அங்கேயும் சாதிசாதியா சேர்ந்து இருப்பாங்க. அந்த ஹாஸ்டல்லேயும் ஒரு சண்டை லேசா வந்துச்சு. வார்டனா தமிழ்ப் பேராசிரியர் இருந்தாரு. அவரு வந்து பேச்சுவார்த்தை நடத்தி சமரசம் பண்ணி வெச்சாரு. நல்ல வேளையா பெரிசா கலவரம் வல்லே. அந்தத் தமிழ்ப் பேராசிரியர் அன்னைக்கி பேசுனது இன்னும் மனசுலே நிக்குது. எப்படியோ படிப்பு முடிஞ்சது. பின்னாடி வேலையும் கிடைச்சது. வேலைக்குச் சேர்ந்த உடனேயே அங்கே இருக்கறவங்க சாதியை தெரிஞ்சுக்கிறதிலேயே குறியா இருப்பாங்க. புது ஆளுங்கள்ட்டே பேசிக்கிட்டிருக்கப்ப சாதியைப் பத்தி பேச்சு வந்துருமோன்னு எனக்கு பயமா இருக்கும். நாலு பேரு சேந்து பேசும்போது திடீர்னு பேச்சு சாதியைப் பத்தி வரும். அப்ப என்னையும் அவங்க தாழ்த்தப்பட்ட சாதியில்லைன்னு நெனைச்சு தாழ்த்தப்பட்ட சாதியை மட்டமாப் பேசுவாங்க. மூளையில்லாதவங்க. இட ஒதுக்கீட்டிலே வந்தவங்கன்னு

பேசுவாங்க. கேட்டுக்கிட்டிருக்கப்ப மனசுக்கு கஷ்டமா இருக்கும். ஆனா நான் தாழ்த்தப்பட்டவன்னு சொல்லிக்கிறதுக்கும் சூழ்நிலை இடங்கொடுக்காது. பல இடங்கள்லே ஏற்படற அவமானங்களைப் பொறுத்துக்கறதுதான் மனசுக்குக் கஷ்டமா இருக்கும். உங்கம்மாவுக்கும் எனக்கும் ஒரு ஈர்ப்பு இருந்துச்சு. அவளுக்கு நான் என்ன சாதின்னு தெரியும். அவதான் என்கிட்டே முதல்ல சொன்னா. எனக்கு வேண்டாம்னு தோணுச்சு. இது நடக்காது. அவுங்க ஆதிக்க சாதி. தேவையில்லாத பிரச்சினைகளை உருவாக்கும். அவுங்க வீட்லே ஏத்துக்கமாட்டாங்கங்கிறது நல்லாவே ரெண்டு பேருக்கும் தெரிஞ்சிருந்தது. அப்புறம் அவளை வேலைக்கு வரவிடாம ஒரு மாசம் வீட்லேயே வைச்சுக்கிட்டாங்க. அப்புறம் நடந்த கதை உங்களுக்கு ஓரளவு தெரியும். நல்லவேளையா நான் அருவா வெட்டோட பிழைச்சேன். உங்க அம்மாவும் ஸ்ட்ராங்கா இருந்தா. ஏதோ அதிர்ஷ்டம். நான் இன்னும் உயிரோடு இருக்கேன். உங்கள பெத்து வளத்தாச்சு. ரிட்டயர்டும் ஆயாச்சு. இனி உங்களுக்கு கல்யாணம் பண்ணி வைக்கறதுதான் பொறுப்பு. உங்க அம்மா சாதியை உங்களுக்கு சர்ட்டிபிகேட்லே போட்டாலும் அந்த சாதியைச் சேர்ந்தவங்க உங்களை கல்யாணம் பண்ணிக்க முன்னுக்கு வரமாட்டாங்க... என்ன மாதிரி கலப்புத் திருமணம் பண்ணினவங்க அல்லது எங்க சாதிக்காரங்க யாரையாவது பாத்துதான் உங்களுக்கு கல்யாணம் பண்ணி வைக்கணும்."

அப்பா இவற்றையெல்லாம் கூறி முடித்தபோது எனக்கும் என் அக்காவிற்கும் மனம் கலங்கிவிட்டது. நானும் பெங்களூரில் இருக்கும் என் அக்காவும் பேசிக்கொள்ளும்போது அவருடைய சிரமங்களைப் பகிர்ந்துகொள்வோம்.

இன்று சாயந்திரம் அப்பா எனக்கு ஆடைகள் எடுத்துத் தருவதாகக் கூறியிருந்தேன் அல்லவா, அப்பா என்னை இன்னும் சற்று நேரத்தில் கடைக்குக் கிளம்பலாம் என்று சொன்னார். ஆடைகள் என்றால் சுரிதார்தான். அதுதான் அணிந்து கொள்வதற்கு சௌகரியமாகயிருக்கிறது. அம்மாவுக்கு ஒரு சேலை எடுக்கவேண்டும். ஸ்கை புளூ கலரில் எடுக்கவேண்டும். எடுத்து சர்ப்பிரைஸிங்காக அம்மாவிடம் கொடுக்கவேண்டும். அப்பாவிடம் சொல்லியிருந்தேன். அவரும் சரியென்றிருக்கிறார்.

நான் தயாரானேன். அப்பா பைக்கைக் கிளப்பினார். நான் பின்னால் உட்காந்துகொண்டேன். பெரிய கடைக்குச் சென்றோம். எனக்குப் பிடித்தமான டிசைன், கலரில் மூன்று சுரிதார்கள் எடுத்துக்கொண்டேன். அம்மாவுக்கு ஸ்கைபுளூ கலரில் எனக்குப் பிடித்த டிசைனில் அமைந்த புடவையை எடுத்துக்கொண்டோம். அப்பா ஹோட்டலுக்குக் கூட்டிச் சென்று சாப்பிடச் சொன்னார்.

சூடான பஜ்ஜியும் காபியும் சாப்பிட்டோம். பஜ்ஜி சூடாகச் சாப்பிட நன்றாகயிருந்தது.

வீட்டிற்குக் கிளம்பினோம். இருட்டிவிட்டது. மெயின் ரோட்டிலிருந்து பிரியும் உள்ரோட்டில்தான் எங்கள் வீடு இருக்கிறது. மெயின் ரோட்டில் உள்ள சிக்னலைத் தாண்டி வலது பக்கம் இரண்டாவது உள் ரோட்டில் செல்ல இடதுபுறமாக பைக்கில் சென்றுகொண்டிருந்த அப்பா நாங்கள் குடியிருக்கும் உள்ரோட்டிற்குச் செல்ல, இண்டிகேட்டரைப் போட்டு வலது புறமாகத் திரும்பினார். நான் நன்றாகப் பார்த்துக்கொண்டிருந்தேன். எதிரே பைக்கில் வந்தவர்கள் அப்பாவின் பைக் திரும்புவதைக் கவனிக்கவில்லை. அப்பாவின் பைக்கில் மோதும் தருணத்தில் பிரேக் பிடித்து பைக்குடன், அதில் வந்த இருவரும் கீழே விழுந்தார்கள். வெள்ளைச் சட்டை, வேட்டி அணிந்திருந்தார்கள். நாங்கள் விழவில்லை. பிரேக் பிடித்தவாறே அப்பா நின்றிருந்தார். பைக்கை நிறுத்திவிட்டு நாங்கள் இருவரும் இறங்கினோம், அந்த பைக் கூட இன்னொரு பைக்கும் வந்தது போலிருக்கிறது. அதிலிருந்து இரண்டு பேர்கள் பைக்கை நிறுத்தி வந்தார்கள். கீழே விழுந்தவர்களும் இன்னொரு பைக்கில் வந்தவர்களும் எங்களை நோக்கி வந்தார்கள்.

இண்டிகேட்டர் போட்டுதான் வலதுபக்கம் திரும்பினேன், நீங்கள் கவனிக்கவில்லை என்று அப்பா சொன்னார். ஆனால் அவர்கள் அதைக் காதில் வாங்கிக்கொள்ளவேயில்லை. “நீயெல்லாம் ஏண்டா பைக் ஓட்றே” என்று கெட்ட வார்த்தையில் அப்பாவைத் திட்டினார்கள். “நான் சரியாகத்தான் வந்தேன். நீங்கள் கவனிக்கவில்லை தப்பு என் பேர்லே இல்லை” என்று அப்பா திரும்பத்திரும்பச் சொன்னார். ஒருவன் அப்பாவின் சட்டையைப் பிடித்துக் கன்னத்தில் அறைந்தான். மற்றவர்களும் அப்பாவை என் கண் முன்னாலேயே அடிக்க ஆரம்பித்தார்கள். அவர் அவர்களிடமிருந்து விடுவிக்க முண்டிக்கொண்டிருந்தார். நான் ஆவேசப்பட்டு அவர்களுக்குள் புகுந்து சத்தம் போட்டு அப்பாவை விடுவிக்கப் போராடினேன். ரோட்டில் சென்று கொண்டிருந்த பொதுமக்கள் கூடி விலக்கிவிட்டார்கள். பைக் கீழே விழுந்ததில் அவர்களுக்கு அடிபடவில்லை. அவர்கள் கீழே விழுந்த பைக்கைக் காண்பித்து ‘தண்டம் கொடு’ என்றார்கள். விலக்கிவிட்ட ஒருவர் ஆயிரம் ரூபாய் கொடுக்குமாறு அப்பாவிடம் கூறினார். நல்ல வேளையாக அப்பாவிடம் ரூபாய் இருந்தது. அப்பா ரூபாயை எடுத்து விலக்கியவரிடம் கொடுத்தார். அவர் ரூபாயை அவர்களிடம் கொடுத்து சமாதானமாகப் போகும்படி கூறினார். அவர்கள் ரூபாயை வாங்கிக்கொண்டு சத்தம் போட்டுச் சென்றார்கள். ரூபாய் கொடுக்கவில்லை என்றால் சமாதானமாகப்

போக மாட்டார்கள் என்று சொல்லி விலக்கிவிட்டவர் கீழே விழுந்து கிடந்த சுரிதார்களையும் சேலையையும் எடுத்துக் கட்டைப் பைக்குள் வைத்து என்னிடம் கொடுத்தார். அப்பாவிடம் பைக்கை எடுத்துக்கொண்டு போகச் சொன்னார்.

நான் அப்பாவைப் பார்த்தேன். அப்பாவின் வலது மூக்குத் துவாரத்தில் ரத்தம் துளித்திருந்தது. நான், என்னுடைய கர்சிப்பைக் கொடுத்துத் துடைக்கச் சொன்னேன். அவர் துடைத்தார். பின் பைக்கைக் கிளப்பினார். நான் பின்னால் உட்கார்ந்து கொண்டேன். அப்பா எதுவும் பேசவில்லை. நானும் பேசவில்லை. மௌனமாக இருந்தோம். வீட்டிற்குச் சென்றோம். அம்மா கதவைத் திறந்தாள். உள்ளே நுழைந்தோம். அடி வாங்கியதைப் பற்றி அம்மாவிடம் அப்பா எதுவும் சொல்லவில்லை. நானும் அப்பா அடிபட்டது பற்றி அம்மாவிடம் எதுவும் சொல்லவில்லை. என் முன்னால் ஏற்பட்ட அவமானத்தில் அப்பா தவித்துக்கொண்டிருப்பதாக உணர்ந்தேன். பிறகு அச்சம்பவம் பற்றி அப்பாவும் நானும் பேசிக் கொள்ளவே இல்லை. அம்மாவிற்கு எதுவும் தெரியாது.

○

2017

முற்றுப்புள்ளி

நான் அறைக்குள் நுழைந்தபோது, ராமசுப்பிரமணியன் ஏதோ ஒரு ஆங்கிலப் பத்திரிகையைப் படித்துக்கொண்டிருந்தான். என்னைப் பார்த்ததும் "நம்பர் கிடைத்ததா" என்றான். "உதவி செய்வதற்காகத்தான் செல்நம்பர் கேட்பதாகச் சொன்னதால் கிடைத்தது" என்றேன். "சொல்லு சொல்லு" என்று நம்பரை அலை பேசியில் ஏற்றிக்கொண்டான். என்ன பெயரில் பதிவு செய்திருப்பான் என்று யோசித்தேன். அவனைக் கேட்கவும் செய்தேன். அவன் சிரித்துக்கொண்டே "ஜெயசுந்தரி" என்று சொன்னான்.

ராமசுப்பிரமணியன் என் கூடப் படித்த நண்பன். அமெரிக்கா சென்று அங்கேயே பல வருடங்களாகக் குடும்பத்துடன் வசிக்கிறான். அவன் படிக்கும்போதே நடிகை ஜெயசுந்தரியின் ரசிகன். அப்போது வெளிவந்துகொண்டிருந்த பெரும்பாலான படங்களில் அவள் கிளப் நடனக் காட்சியில் நடனமாடிக்கொண்டிருந்தாள். சில படங்களில் நடித்தும் இருக்கிறாள். அவள் ஒரு பாட்டுக்கு நடனக் காட்சியில் ஆடுகிறாள் என்றால் எப்படியும் அந்த சினிமாவுக்குச் சென்றுவிடுவான். என்னையும் பல சினிமாக்களுக்கு அழைத்துச் சென்றிருக்கிறான். நிறைய சினிமா இதழ்கள் வாங்குவான். ஜெயசுந்தரியின் படங்கள் பத்திரிகையில் வந்திருந்தால் அவற்றைக் கத்தரித்து ஒரு நோட்டுப் புத்தகத்தில் ஒட்டிப் பராமரித்து வந்தான். அவளைப் பற்றிய செய்திகளையும் கத்தரித்து

ஒட்டுவான். அந்த நோட்டுப் புத்தகத்தைப் பத்திரமாகப் பாதுகாப்பான். யாரிடம் காண்பித்தாலும் அந்த நோட்டுப் புத்தகத்தைக்கொண்டு சென்றுவிடாமல் வாங்கி வைத்துக் கொள்வான்.

படிப்பு முடிந்த சில காலத்திலே அவன் அமெரிக்கா சென்றுவிட்டான். காலமாற்றத்தில் ஜெயசுந்தரிக்கும் வாய்ப்புக் குறைந்துகொண்டே வந்து ஒரு கட்டத்தில் சினிமாவில் தென்படவேயில்லை. சினிமா சம்பந்தப்பட்ட ஒருவரைத் திருமணம் செய்துகொண்டதாகச் செய்தி படித்தேன். காதல் திருமணம் என்று ஞாபகம்.

ஜெயசுந்தரியின் படங்கள் ஒட்டிய இரண்டு நோட்டுப் புத்தகங்களை அவன் கொண்டுவந்திருந்தான். பெட்டியில் பத்திரமாக வைத்திருந்தான். என்னிடம் அந்த நோட்டுப் புத்தகங்களைக் கொடுத்துப் பார்க்கச் சொன்னான். எல்லாம் பத்திரிகையில் வந்த கருப்பு வெள்ளை, கலர்ப் படங்கள் மற்றும் செய்திகள். கருப்பு வெள்ளைப் படங்கள் பல காலமாகி விட்டதால் பழுப்பு நிறமாக இருந்தன. கலர்ப் படங்கள் பரவாயில்லாமல் இருந்தன.

ராமசுப்பிரமணியன் தமிழ்நாடு வருகைக்குப் பல காரணங்கள் இருந்தன. அவற்றில் ஒன்று தற்போது கஷ்டப்பட்டுக்கொண் டிருக்கும் ஜெயசுந்தரியை நேரில் சந்தித்துப் பண உதவி செய்வது. பல ஆண்டுகளுக்கு முன் ஒரு பிரபல வாரப் பத்திரிகையில் ஜெயசுந்தரி வறுமையில் இருப்பதாக ஒரு கட்டுரை வந்தது. அதில் அவளின் புகைப்படம் இல்லை. தற்போது சில மாதங்களுக்கு முன், அதே பிரபல வாரப் பத்திரிகையில் மீண்டும் ஒரு கட்டுரை வந்திருந்தது. இதிலும் அவளின் தற்போதைய புகைப்படம் இல்லை. அவள் கஷ்டப்படுவதாகத் தெரிவிக்கப்பட்டிருந்தது. முதல் தடவை செய்தி வந்தபோது அதன் மூலம் ஜெயசுந்தரிக்கு ஏதாவது உதவி கிடைத்திருக்கலாம். அந்த நம்பிக்கையில் அவளிடம் பரிவு உள்ள அந்தப் பத்திரிகையாளரிடம் பேசி மீண்டும் ஒரு கட்டுரை வெளிவர அவள் ஏற்பாடு செய்திருப்பாளோ என்று எனக்குத் தோன்றியது. அந்தக் கட்டுரையைப் பார்த்தபின்தான் ராமசுப்பிரமணியனுக்கு அவளை நேரில் பார்த்து உதவி செய்ய வேண்டும் என்ற எண்ணம் ஏற்பட்டிருந்தது.

"அவ அட்ரஸ் தெரியுதா" என்று கேட்டான் ராமசுப்ரமணியன்.

"நம்பர் மட்டும்தான் வாங்க முடிந்தது. அட்ரஸ் வாங்க முடியலை."

"நம்ம போன் பண்ணா அட்ரஸ் சொல்வாங்களா."

“சொல்வாங்க. ரசிகர்னு சொல்லி உதவி செய்றதுக்காகன்னு சொன்னா சொல்லுவாங்க.”

“நீ போன் பண்ணி அட்ரஸ் கேளு.”

நான் ஜெயசுந்தரி எண்ணுக்குத் தொடர்புகொண்டேன். மறு முனையில் “ஹலோ” என்ற பெண் குரல் கேட்டது. “ஜெய சுந்தரிதானே” என்று கேட்டேன். “என்ன” என்று அந்தக் குரல் கேட்டது. நான் “ஜெயசுந்தரிதானே பேசறது” என்று சத்தமாகப் பேசினேன்.”

“ஆமா என்ன வேணும்.”

“நாங்க உங்க ரசிகர். பத்திரிகை நிருபர் ரவிகிட்டேயிருந்து உங்க நம்பர் வாங்குனோம். என் ப்ரெண்டு ஒருத்தர் அமெரிக்காலேருந்து வந்துருக்கார். உங்க ரசிகர். உங்களுக்கு உதவி பண்ணனும்னு நெனைக்கிறார். நேர்ல வர்றோம். என்ன அட்ரஸ்னு சொல்லுங்க” என்றேன்.

நான் பேசுவது சரிவரக் கேட்கவில்லை என்றாள் அவள். நான் மீண்டும்மீண்டும் சொன்ன பின்னால் புரிந்துகொண்டு அட்ரஸைக் கூறினாள், “1/23, புதூர், 2வது தெரு, கோதையம்மாள் ஸ்கூல் பின்புறம், காந்திபுரம்.”

அலைபேசியில் அவளிடம் பேசிக்கொண்டிருக்கும்போதே பேசுகிறாயா என்று ராமசுப்பிரமணியனிடம் சைகையிலே கேட்டேன். அவன் சற்றுத் தயங்கி மறுத்துவிட்டான். எங்கள் பேச்சு முடிந்தபின் “நாளைக்கு காலைலே போன் பண்ணிட்டுப் போவோம்” என்றான்.

அவன் எழுந்து வெளிநாட்டு மது பாட்டிலை எடுத்து வந்து “கொஞ்சம் குடிக்கலாம்” என்றான். நான் சில உணவு வகை களுக்குத் தொலைபேசி மூலம் ஆர்டர் செய்தேன். இருவரும் குடிக்க ஆரம்பித்தோம்.

“ஜெயசுந்தரிக்கு எவ்வளவு பணம் கொடுக்கப்போறே” என்றேன் நான்.

“ஒரு லட்சம்” என்றான்.

“உன் மனைவிக்குத் தெரியுமா”

“எனக்கு என்ன பைத்தியமா பிடிச்சிருக்கு இதைச் சொல்ல. ஜெயசுந்தரி படம் உள்ள நோட்டையே அவளுக்குத் தெரியாமத்தான் வைச்சிருக்கேன்.”

“ஏன் அவள் மேலே உனக்கு இவ்வளவு நாட்டம்.”

"தெரியலை. பதின் பருவப் பெண்ணின் பூரிப்பு அவள் முகத்திலே இருக்கும்."

"அவள் இப்ப எப்படி இருக்காளோ. வேற மாதிரியில்ல இருப்பா."

"இருந்துட்டுப் போறா. எனக்கு அவளைப் பாக்கணும். உதவி – செய்யணும். நான் அந்தக் காலத்துலே அவளைத் தேடி அவள் பங்களாவுக்குப் போனேன். பெரிய கேட். கூர்க்கா உள்ளேவிட மாட்டேன்ட்டான். அவள் கார்லே வெளியே போறப்ப பாத்திரலாம்னு சில நாட்கள் காலைலே போய் அவள் வீட்டுப் பக்கம் போய் நின்னேன். அதெல்லாம் எனக்கு நினைவுலே இருக்கு. எனக்கு அவளைப் பாக்கவே முடியலே."

"உன் மனைவி எப்படி இருக்காங்க?"

"இருக்கா. அவள் இஷ்டப்படி அவள் இருக்கா. என் இஷ்டப்படி நான் இருக்கேன். ஆரம்பத்திலேயிருந்தே பொருந்தி வரலை ... என்ன செய்ய முடியும். கல்யாணம் நடந்துச்சு. குழந்தைகள் ஆகிப்போச்சு. வெளியேற முடியுமா. மகள் பதினஞ்சு வயசுலே இறந்துபோனாள். பையன் எப்பவுமே நான் சொல்றதைக் கேக்கறதில்லை. அவுங்க அம்மா மாதிரி. ஒரு அமெரிக்கப் பெண்ணைக் கல்யாணம் பண்ணிக்கிட்டுத் தனியா இருக்கான். ஒண்ணும் ஒட்டலை. அவுங்க அம்மாவைப் பார்க்க வருவான். நான் ஒரு பொருட்டில்லை. ஏன் எங்கிட்டே நெருங்க மாட்டேங்கிறான்னே எனக்கு தெரியலை. தனியாப் போய் இருக்கலாம். அது இன்னும் மோசமாய்ப் போயிரும். எனக்கு சமையல் பண்ணத் தெரியாது. வீட்டைப் பராமரிக்கத் தெரியாது. எங்கம்மா எனக்கு பதிமூணு வயசுலே நான் எட்டாங் கிளாஸ் படிக்கறப்ப இறந்துபோனாங்க. அப்புறம் சித்தி. எங்கப்பாவோட இரண்டாம் தாரம். அவுங்க அலங்காரமும் நடவடிக்கைகளும் எனக்குப் பிடிக்கவே இல்லை. அவுங்க நெருங்கி வந்தாலே எனக்கு கூச்சமாவும் அருவருப்பாகவும் இருக்கும்.

"அப்பாவுக்கு எப்பவுமே பிஸினஸ். என்கிட்டே அன்பாவே அவர் பேசினதில்லை. எப்பப் பார்த்தாலும் அவருக்குப் பிஸினஸ் தான். என் அம்மா இறந்ததற்கு அப்புறம் நான் அன்னையிலிருந்து இப்ப வரைக்கும் மனசுலே தனி ஆளாத்தான் இருக்கேன். அதாவது தனிமை. குடும்பம் இருந்தும் தனிமை. தனிமை என்னைக் கொன்னுக்கிட்டேயிருக்கு. என்னோட பால்ய காலத்துலே நடந்த விஷயங்கள்தான் எனக்கு அடிக்கடி ஞாபகத்திலே வந்துக்கிட்டேயிருக்கு. பின்னாடி நடந்த விஷயங்கள் அவ்வளவா ஞாபத்துலே இல்லை. துயரம் ... வாழ்க்கையே

துயரம்தான். நான் காலாவதியாகிக் கொண்டே இருப்பதான உணர்வு. அக உரையாடலுக்கு ஆளே இல்லே. இந்த மாதிரி எப்பவாவது ஒரு சந்தர்ப்பம் கிடைச்சா அது அபூர்வம். என் மீது அன்பு செலுத்துவதற்கு ஆளே இல்லை. நான் அன்பில்லாமல் தவிக்கிறேன்."

எனக்குப் பேச்சை மாற்ற வேண்டும் என்று தோன்றியது. அடுத்தநாள் காலை எத்தனை மணிக்குக் கிளம்புவது, கிளம்புவதற்கு முன் ஜெயசுந்தரியிடம் தகவல் தெரிவிப்பது ஆகியவற்றைப் பேசினேன். ராமசுப்பிரமணியன் நிம்மதியற்று இருப்பதாகத் தோன்றியது.

அடுத்த நாள் காலை ராமசுப்பிரமணியன் தங்கியிருந்த ஹோட்டல் அறைக்குச் சென்றேன். அவன் லுங்கியுடன் உட்கார்ந்திருந்தான். அந்த இரண்டு நோட்டுப் புத்தகங்களும் மேசை மேல் இருந்தன. எடுத்துப் பார்த்திருப்பான் போல. நான் "கிளம்பலாம்" என்றேன். "போன் பண்ணிப் பேசு" என்றான் ராமசுப்பிரமணியன்.

நான் அலைபேசியில் அவள் எண்களை அழுத்தினேன். மறு முனையில் ரிங்டோன் கேட்டது. எடுக்கவில்லை. ராமசுப்பிரமணியனுக்குப் பதற்றமாகிவிட்டது. "நெனைச்சபடி பிளான் நடக்காமப் போயிருமோ" என்றான். சற்றுநேரம் கழித்து மீண்டும் அலைபேசியில் அவள் எண்களை அழுத்தினேன். அப்போதும் எடுக்கவில்லை. இப்போது எனக்கும் பதற்றம் ஏற்பட்டது. ராமசுப்பிரமணியன் கோபத்தில் துண்டை எடுத்துப் படுக்கையின் மீது எறிந்தான். நான் அவனைப் பொறுமையாக இருக்கச் சொன்னேன்.

மேசை மீதிருந்த நோட்டுப் புத்தகத்தை எடுத்துப் புரட்டினேன். விதவிதமான ஆடைகளில் கிளப் நடனப் படங்கள். சில கலர்ப் படங்களில் கவர்ச்சிகரமாகவும் அழகாகவும் இருந்தாள். முகத்தில் ராமசுப்பிரமணியன் கண்டதாகச் சொன்ன பூரிப்பை நானும் படங்களில் கண்டேன். மீண்டும் அலைபேசியில் தொடர்பு கொண்டேன். இப்போது எடுத்துவிட்டாள். அவளுக்கு உதவி செய்வதற்காக அமெரிக்க நண்பரும் நானும் காரில் புறப்பட்டு வருவதாகவும், இன்னும் இரண்டு மணி நேரத்தில் வீட்டுக்கு வந்துவிடுவதாகவும், வீட்டில் இருக்குமாறும் கூறினேன். ரேசன் கடைக்கு அரிசி வாங்கச் செல்ல இருப்பதாகவும் நாங்கள் வருவதற்குள் போய் அரிசி வாங்கிவிட்டு வந்துவிடுவதாகவும் கூறினாள்.

நாங்கள் கிளம்பினோம். நான் கார் ஓட்ட என் அருகில் ராமசுப்பிரமணியன். கார் கிளம்பி ஐந்து கிலோமீட்டர்

வந்திருக்கும். “அய்யய்யோ அந்த நோட்டுப் புத்தகங்களை வைச்சுட்டு வந்துட்டேனே. போய் எடுத்துட்டு வந்துர்றலாம். நான் அந்த நோட்டுப் புத்தகங்களை அவளிடம் காமிக்கலாம்னு நெனைச்சேன். பாரு... மறந்துட்டேன்” என்றான். நான் காரை ஹோட்டலுக்குத் திருப்பினேன்.

நான் ஹோட்டல் வாசலில் காரை நிறுத்தினேன். அவன் உள்ளே சென்று அந்த நோட்டுப் புத்தகங்களை எடுத்து வந்தான்.

நாங்கள் காந்திபுரத்தை அடைந்துவிட்டோம். அந்த முகவரி புறநகர்ப்பகுதியில் இருந்தது. விசாரித்து, விசாரித்து அந்தப் பகுதியை அடைந்துவிட்டோம். கோதையம்மாள் பள்ளியை அடையாளம் சொல்லியிருந்ததால் அந்தப் பள்ளியை அடைந்துவிட்டோம். அதற்குப் பின்புறமுள்ள புதூர் 2வது தெருவை அடைந்துவிட்டோம். அத்தெருவின் ஒரு புறத்தில் வீட்டுக்கு முன்பாகத் திறந்த சாக்கடை ஓடிக்கொண்டிருந்தது. கதவு எண்ணை விசாரித்தோம். அது ஒரு போர்ஷன் வீடாக இருந்தது. காரை சௌகரியமான ஒரு இடத்தில் நிறுத்தி வைத்துவிட்டு நடந்து சென்றோம். ராமசுப்பிரமணியன் அந்த நோட்டுப் புத்தகங்களை எடுத்துக்கொண்டான். வாலிபப் பிராயத்திற்கு மாறிவிட்டது போன்ற உணர்வு எங்களுக்கு ஏற்பட்டுள்ளதாக எனக்குத் தோன்றியது. கீழ்த்தளத்தில் நான்கு போர்ஷன்களும் மேல் தளத்தில் நான்கு போர்ஷன்களும் இருந்தன.

கீழ்த்தளத்தில் முதல் போர்ஷனில் இருந்த பெண்ணிடம் “ஜெயசுந்தரி வீடு எது” என்று கேட்டேன். “அப்படி யாரும் இல்லையே” என்றாள். “ஒரு காலத்தில் சினிமாவில் நடிச்சாங்க” என்றேன். “ஆமா கோபி அம்மாவா. மூணாவது வீடு” என்றாள். நாங்கள் சென்றோம். மூன்றாவது போர்ஷன் வீடு. திறந்திருந்தது. பாயில் ஒரு பெண் படுத்திருந்தாள். நான் “அம்மா” என்று கூப்பிட்டேன். அவள் பதறி எழுந்து உட்கார்ந்தாள். “நாங்கதான் உங்களுக்கு போன் பண்ணினோம்” என்றேன். “உட்காருங்க” என்று இரண்டு மடக்கு ஸ்டூல் சேர்களை விரித்து எங்கள் இரு வரையும் உட்காரச் சொன்னாள். “ரேசன் கடையிலே கூட்டம். களைப்பாயிருந்துச்சு. செத்த படுத்துட்டு ரெடியாகலாம்னு பாத்தேன். அதுக்குள்ளே வந்துட்டீங்க. இந்தா வந்தர்றேன்” என்று வீட்டிக்குள்ளேயே இருந்த பாத்ரூமிற்குள் சென்றாள். அவள் முகம் அலம்பும் சத்தம் கேட்டது.

நாங்கள் உட்கார்ந்திருந்த அறை பத்துக்குப் பத்து அடி இருக்கும். ஒரு அரைச்சுவர். அதற்கு அந்தப் பக்கம் சின்ன சமையலறை. அதை ஒட்டியே பாத்ரூம். அறையில் அவளும் அவள் கணவரும் மார்பளவு எடுத்த கருப்பு வெள்ளைப் புகைப்படம்

சட்டமிட்டு மாட்டப்பட்டிருந்தது. சில காலண்டர்கள். அந்தப் புகைப்படத்தில் அவளிடம் அவன் உணர்ந்த பூரிப்பை நான் கண்டேன். ராமசுப்பிரமணியன் அந்தப் புகைப்படத்தையே பார்த்துக்கொண்டிருந்தான்.

அவள் பாத்ரூமிலிருந்து வெளியே வந்தாள். முந்தானையில் முகத்தைத் துடைத்துக்கொண்டே வந்தாள். நாங்கள் உட்கார்ந்திருந்த அறையில் மாட்டியிருந்த ஒரு கண்ணாடியில் முகத்தைப் பார்த்து, பவுடர் போட்டுக் கொண்டாள். எனக்கு அவளைப் பார்க்கப் பரிதாபமாக இருந்தது. வந்து எங்களுக்கு முன்பாகத் தரையில் சுவற்றில் சாய்ந்து உட்கார்ந்தாள்.

தலைமுடி நரைத்திருந்தது. போஷாக்கு இல்லாமல் உடல் மெலிந்திருந்தது. கழுத்தில் கருப்புக் கயிறு. நூல் சேலை. கன்னம் ஒடுங்கியிருந்தது. பரிதாபமான தோற்றம். உற்றுப் பார்த்தால்தான் யோசனைக்குப் பிறகு நடிகை ஜெயசுந்தரி என்று கண்டுபிடிக்க முடியும். அதுகூட சிரமம் என்றுதான் தோன்றுகிறது.

“நான் சின்ன வயசிலேருந்து உங்க ரசிகன். உங்க படம் எல்லாம் விடாம பாத்துருவேன். இப்ப நான் அமெரிக்காவிலே இருக்கேன். இந்தா பாருங்க அந்தக் காலத்துலே, உங்க படம் வந்ததை எல்லாம் ஒட்டி ஒரு ஆல்பம் மாதிரி வைச்சுருக்கேன் பாருங்க” என்று அந்த நோட்டுப் புத்தகங்களை ராமசுப்பிரமணியன் அவளிடம் கொடுத்தான். அவள் அதை வாங்கிக் கொண்டாள். ராமசுப்பிரமணியன் சேரிலிருந்து எழுந்து அவள் பக்கத்தில் தரையில் அமர்ந்துகொண்டான். அவள் அந்த நோட்டுப் புத்தகங் களைப் புரட்டிப் பார்க்க உதவினான். அவள் அந்த நோட்டுப் புத்தகங்களைப் பக்கம்பக்கமாகப் பார்க்க ஆரம்பித்தாள்.

பார்த்துக்கொண்டிருக்கும் போதே அவள் கண்களில் நீர் திரண்டது. “எப்படி ராணி மாதிரி இருந்தேன். இப்படி ஆயிட்டேன்” என்றாள். “உங்களுக்குப் பிள்ளைகள் இருக்காங்களா ?” என்றேன் நான்.

“ஒருத்தன் இருக்கான். விளங்காதவன். ஆட்டோ ஓட்றான். கலியாணம் ஆகித் தனியா இருக்கான். அங்கே இருக்கவே எனக்குப் பிடிக்கலே. அவ மருமக சண்டை வந்தா என்னை தேவடியான்னு திட்றா. நாடகக்காரிங்கிறாள். நல்லாத்தான் இருந்தேன். காதலிச்சுத்தான் கலியாணம் பண்ணினேன். அவரு ஒரு ஆர்ட் டைரக்டர் கிட்டே இருந்தாரு. நல்லா படம் வரைவாரு. எனக்கும் சான்ஸ் குறைஞ்சுக்கிட்டே வந்துச்சு. அவர் வேலை பார்த்த ஆர்ட் டைரக்டர் இறந்து போனார். சான்ஸ் இல்லே. கைலே இருந்ததெல்லாம் கரைஞ்சுக்கிட்டே வந்தது.

அவருக்கு பக்கவாதம் வந்தது. பின்னாடி ஹார்ட் அட்டாக் வந்து இறந்து போனாரு. எனக்கு என்ன வேலை தெரியும். ஆடத்தான் தெரியும். ஸ்பின்னிங் மில் முதலாளி ஒருத்தர் பழக்கமானாரு. அவர்கூட இருந்தேன். அவரு நைட் ஆனா டான்ஸ் ஆடச் சொல்வாரு. அவரும் போயிட்டாரு. எனக்கும் வயசாச்சு. மருமக கூட இருக்க முடியலை. அரசாங்க பென்சன் வருது. அது பத்துமாங்க. இந்த வீட்டுக்கு வாடகை கொடுக்கணும். உடம்புக்கு ஒண்ணுன்னா பார்க்கணும். எம்மவன் எப்பவாவது வந்து பார்ப்பான். மருமக ரொம்ப சண்டைக்காரி. அவனாப் பார்த்து கலியாணம் பண்ணிக்கிட்டது. என்னைப் பார்த்தாலே அவளுக்குப் பிடிக்காது. நான் என்ன எல்லோர்ட்டேயுமா போனேன் ... தேவுடியாங்கிறா ...” என்றாள்.

பிறகு ராமசுப்பிரமணியனிடம் “நீங்க எவ்வளவு கஷ்டப்பட்டு இந்தப் படங்களையெல்லாம் சேகரிச்சு வைச்சிருப்பீங்க. எனக்கு ஆச்சரியமா இருக்கு. ஒன்னொண்ணும் எந்த சினிமாங்கிறது நினைவுக்கு வருது” என்றாள்.

ராமசுப்பிரமணியன் பேன்ட் பாக்கெட்டில் இருந்த ஆயிரம் ரூபாய்க் கட்டை எடுத்தான். “இந்தாங்க இதுலே ஒரு லட்ச ரூபா இருக்கு. செலவுக்கு வைச்சுக்குங்க” என்று அவள் கையைப் பிடித்துக் கொடுத்தவன் திடீரென அழ ஆரம்பித்தான்.

“நீங்க எனக்கு அம்மா மாதிரி. எங்கம்மா என் சின்ன வயசிலே இறந்துபோச்சு. எங்கம்மாட்டே இருந்த ஒரு பூரிப்பு உங்கள்ட்டே இருந்துச்சு. உங்களுக்குக் கிடைச்ச வாய்ப்போ கிளப் டான்சர். நீங்க எனக்கு அம்மா மாதிரி” என்றான் அழுதுகொண்டே. எனக்கு அவன் கூறுவது புதிர் போல இருந்தது. அவள் ஒன்றும் புரியாமல் கையில் அந்த ரூபாய்க் கட்டுடன் ராமசுப்பிரமணியனைப் பார்த்துக்கொண்டிருந்தாள். அவன் அழுதுகொண்டிருந்தான்.

“நீங்க யாருன்னே தெரியலை. இவ்வளவு ரூபா கொடுத்திருக்கீங்க. நீங்கள் சொல்றதும் எனக்கு விளங்கலை. காபி போட்டுத் தர்றேன்” என்று ஜெயசுந்தரி எழுந்தாள். அவளை உட்காரச் சொல்லிவிட்டு ராமசுப்பிரமணியன் தரையிலிருந்து எழுந்தான்.

“உங்களைப் பாத்ததே ரொம்ப சந்தோஷம். நாங்க போயிட்டு வர்றோம்” என்றான் ராமசுப்பிரமணியன். நானும் இருக்கையைவிட்டு எழுந்தேன். “காபி சாப்பிட்டுப் போங்க” என்றாள் அவள் மீண்டும். அவளுடைய திருப்திக்காகக் காபி குடிக்கலாம் என்று எனக்குத் தோன்றியது. ஆனால் அவன் “வேண்டாம்” என்றான். அவளும் மேலும் வற்புறுத்தவில்லை.

விடைபெற்றுக்கொண்டுக் காரை நோக்கி நடந்தோம். அவன் கையில் கொண்டு வந்திருந்த நோட்டுப் புத்தகங்களைக் காணோம். ஞாபக மறதி என்று நினைத்து நான் நினைவுபடுத்தினேன்.

"இல்லை. அதை வேண்டுமென்றேதான் விட்டு வந்தேன். அதை இனிமேலும் என்னால் சுமக்க முடியாது" என்றான் ராமசுப்பிரமணியன். நான் 'முற்றுப்புள்ளி' என்று மனதிற்குள் சொல்லிக்கொண்டேன். திரும்பிப் பார்த்தேன். அவள் மெயின் வாசலில் நின்று நாங்கள் காரை நோக்கிச் செல்வதைப் பார்த்துக்கொண்டிருந்தாள்.

○

2017

யாரோ இவள் யாரோ

பெரியநாயகிக்கு ஒன்றும் புரியவில்லை. என்ன செய்வதென்றும் தெரியவில்லை. பெரியநாயகி மயிலங்குளம் முருகன் கோயில் வாசலில் உட்கார்ந்து பிச்சை எடுப்பவள். வீடு என்று எதுவுமே இல்லை. இங்கிருந்து ஒரு கிலோமீட்டர் சென்றால் ஒரு பெரிய காலி இடம். அதற்குப் பக்கத்தில் ஒரு பாழடைந்த வீட்டின் திண்ணைதான் அவளது இருப்பிடம். பெரும்பாலான நாட்களில் கோயிலுக்கு எதிரே ரோட்டிலே ஒரு பையில் வைத்திருக்கும் போர்வையைப் போர்த்திக்கொண்டு படுத்துவிடுவாள்.

மானாமதுரைக்குப் பக்கத்திலுள்ள கந்தனூர் கிராமம்தான் அவளுடைய சொந்த ஊர். தந்தை விவசாயக் கூலியாக இருந்தார். ஒரு சின்ன வீட்டில் குடியிருந்தார்கள். அம்மாவும் கூலி வேலைக்குப் போவாள். பெரியநாயகிக்குக் கூடப் பிறந்த தங்கையின் பெயர் சின்னநாயகி. அண்ணன், தம்பி கிடையாது. பெரியநாயகி பெரிய பெண்ணான சில வருடங்களில் தந்தை மாரடைப்பில் காலமாகிவிட்டார்.

அவர் இருந்தவரைக்கும் பெரியநாயகியின் அம்மா, அதாவது தனது மனைவியிடம் திட்டு வாங்கிக்கொண்டேயிருப்பார். அவருக்கு அவ்வளவு விவரம் போதாது. "கேணப்பய மாதிரி இருக்கியே" என்று அடிக்கடி திட்டுவாள். அவர் எதிர்த்துப் பேசுவதே கிடையாது. மௌனமாகவே இருப்பார். சில நேரங்களில் சிரித்துவிடுவார். அவள் கையில் கிடைத்ததை அவர்மேல் படாமல் அவரை நோக்கி வீசுவாள். தந்தை இறந்த பிறகு அம்மாவின்

அதிகாரம்தான். பெரியநாயகியையும் சின்னநாயகியையும் அடிக்கடி திட்டிக்கொண்டேயிருப்பாள். பள்ளிக்கூடம் செல்வதை நிறுத்திவிட்டாள். விவசாய வேலைக்குக் கூட்டிச் செல்வாள். "அங்கே நிற்காதே, இங்கே நிற்காதே, அவனோட ஏன் சிரிச்சுப் பேசறே, அந்தப் பக்கம் ஏன் போறே, இந்தப் பக்கம் போனா என்ன" என்று இருவரையும் படுத்திக்கொண்டேயிருப்பாள்.

திடீரென்று ஒருநாள் பெரியநாயகியிடம் அவளுக்குத் திருமணம் நிச்சயமாகிவிட்டது என்றாள் அம்மா. மாப்பிள்ளை யாரென்று கேட்டால் மீசைக்கார வேலு என்றாள். மீசைக்கார வேலுவை அவள் பார்த்திருக்கிறாள். பார்ப்பதற்குக் கொலைகாரனைப் போலவே இருப்பாள். அவனுக்கு ஏற்கனவே திருமணமாகி மனைவி இறந்துவிட்டிருந்தாள். மனைவியை மீசைக்கார வேலுதான் கொன்றான் என்று ஊருக்குள்ளே பேச்சு இருந்தது. மீசைக்கார வேலுவுக்கு ஒரு மகள் வேறு இருந்தாள். அந்த மகள் அவளுடைய அம்மாச்சி வீட்டில் வளர்ந்து வருகிறது. இந்த அடங்காப்பிடாரி அம்மாவுக்கு வேறு மாப்பிள்ளை கிடைக்கவில்லையா, இவன்கூட எப்படி வாழ்வது, பார்த்தாலே பயமாக இருக்கிறது என்று இரவு முழுவதும் சரியாகத் தூங்காமல் கவலைப்பட்டுக்கொண்டிருந்தாள் பெரியநாயகி.

இந்த மாப்பிள்ளை வேண்டாம் என்று அம்மாவிடம் பெரிய நாயகி கூறினாள். "உங்க அப்பன், கேனயன் செத்துப்போயிட்டான். உங்களை எப்படிக் கரையேத்தறது. கையிலே காசு வேணாமா. நல்ல மாப்பிள்ளை இளவட்டமா இருக்கணும்னா காசு செலவழிக்கணும். நாமளே வக்கத்துப் போயிருக்கோம். இந்த லச்சணத்துலே இன்னொருத்தியையும் கரையேத்தணும்" என்றாள் அம்மா.

மீசைக்கார வேலுவைத் திருமணம் செய்துகொள்ள மாட்டேன் என்று பெரியநாயகி அம்மாவிடம் சண்டை போட்டாள். அம்மா அவளை ஆபாசமாகத் திட்டினாள். விளக்குமாற்றை எடுத்து அடிக்க வந்தாள். சின்னநாயகி விலக்கி விட்டாள். அம்மாவின் முடிவை மாற்ற முடியாது என்று பெரியநாயகிக்குத் தெரிந்து விட்டது. பெண்ணாகப் பிறந்தால் வாழ்க்கையே துயரம்தான். இன்னும் எவ்வளவு துயரப்படப் போகிறோமோ என்று நினைத்து அவ்வப்போது அழுவாள். சின்னநாயகி அவளுக்கு ஆறுதல் சொல்வாள்.

திருமணம் முடிந்தது. ஒவ்வொரு நாளையும் பெரியநாயகி பயந்துபயந்தே கடத்திக்கொண்டிருந்தாள். சில நேரங்களில் உடல் நடுக்கம் கொள்ளும். மது வாசனையை சகிப்பது வேறு அவளுக்குக் கஷ்டமாக இருந்தது. எங்கோ வெறித்துப்

பார்த்துக்கொண்டே உட்கார்ந்திருப்பாள். அவளுக்கு ஏதோ ஆகிவிட்டது என்று பக்கத்து ஊருக்குச் சென்று மந்திரித்து வந்தார்கள். பெரியநாயகிக்குப் பெண் குழந்தை பிறந்தது. பெண் குழந்தைக்கு மாரியம்மாள் என்று பெயர் வைத்தார்கள்.

சின்னநாயகிக்கு டிராக்டர் ஓட்டுகிற செல்லக்கண்ணுவுடன் பழக்கம் ஏற்பட்டது. அதைக் காதல் என்று இருவரும் நினைத்தார்கள். செல்லக்கண்ணுவின் குடும்பம் சின்னநாயகியின் குடும்பத்தைவிட சற்று வசதியான குடும்பம். பெரியநாயகியிடம் சின்னநாயகி வந்து விஷயத்தைச் சொல்லி அம்மாவிடம் பேசுமாறு கூறினாள். பெரியநாயகியும் வந்து அம்மாவிடம் செல்லக்கண்ணுவை, சின்னநாயகிக்குக் கேட்குமாறு கூறினாள். அம்மாவிற்குக் கோபம் வந்துவிட்டது.

"அவுங்க எங்கே. நாம எங்கே. அவுங்கட்டே போயி மாப்பிள்ளை கேட்டா என் மூஞ்சியிலே காறித்துப்பமாட்டாங்களா. நம்ம தராதரத்துக்கு ஏத்த மாதிரிதான் நினைப்பு வரணும். இரு. சின்னவள் காலை ஒடிச்சாத்தான் சரியா வரும்போல... ஏண்டி சிறுக்கி" என்று சின்னநாயகியைப் பார்த்துத் திட்ட ஆரம்பித்தாள்.

அம்மா அவசர அவசரமாக சின்னநாயகிக்கு மாப்பிள்ளை பார்க்க ஆரம்பித்தாள். செல்லக்கண்ணுவாலும் ஒன்றும் செய்ய முடியவில்லை. பெரியநாயகியிடம் வந்து சின்னநாயகி அழுதாள். என்ன செய்வது. கஷ்டப்படுவதற்குத்தானே பெண்ணாகப் பிறந்தோம் என்று பெரியநாயகி சமாதானம் சொன்னாள். அம்மா பார்த்த மாப்பிள்ளை மாணிக்கத்திற்கும் சின்னநாயகிக்கும் திருமணம் நடந்தது. மாணிக்கம் ஒரு குடிகாரன். ஊரில் எல்லோரும் குடிகாரர்கள்தான். ஊரே குடியால் அழிந்துகொண்டிருக்கிறது. இவன் ரொம்ப மோசம். திருமணம் அன்றே ஒரு நிலையில் இல்லாமல் இருந்தான். திருமணத்திற்கு அடுத்த நாள் பெரிய நாயகியின் கையைப் பிடித்துக்கொண்டு சின்னநாயகி அழுதாள். கஷ்டப்படுவதற்குத்தானே பெண்ணாகப் பிறந்தோம் என்று அப்போதும் பெரியநாயகி கூறினாள்.

திருமணம் முடிந்த நாலாவது மாதம் சின்னநாயகி மண்ணெண்ணெய் ஊற்றித் தீ வைத்துக் கொண்டதாக பெரிய நாயகிக்குச் செய்தி கிடைத்தது. மீசைக்கார வேலு அப்போது ஊரில் இல்லை. குழந்தை மாரியம்மாளைத் தூக்கிக்கொண்டு ஓடினாள். சின்னநாயகி கரிக்கட்டையாகப் பிணமாகக் கிடந்தாள். அவளுக்கிருந்த ஒரு சொந்தம் போய்விட்டது. உயிரோடு இருந்தாலும் என்ன உதவி செய்திருக்க முடியும். சொந்தம் என்று சொல்லிக்கொள்ள ஒரு ஆள் இருந்திருக்கும். அம்மா

வந்து கத்தினாள். சின்னநாயகியின் கணவன் மாணிக்கம்தான் இதுக்குக் காரணம் என்றாள். யாரோ அதிகாரிகள் வந்தார்கள். போலீஸ் வந்தது. மாணிக்கம் தரப்பிலிருந்து வந்து அம்மாவிடம் சமரசம் பேசினார்கள். அம்மாவுக்கு ஏதோ பணம் கொடுத்தார்கள். சின்னநாயகியின் இறப்பைத் தற்கொலை என்று முடித்து விட்டார்கள்.

பெரியநாயகிக்கு அம்மா கொஞ்சம் பணம் கொடுத்தாள். அம்மா தைரியசாலிதான். ஆனால் அவளுக்கும் பயம் வந்து விட்டது. கரிக்கட்டை உருவம் ஒன்று தன்னைச் சுற்றிச்சுற்றி வருவதாகக் கூறினாள். பெரியநாயகியை மந்திரித்த இடத்திற்குக் கொண்டுபோய் மந்திரித்தார்கள். ஒன்றும் சரியாகவில்லை. கரிக்கட்டை உருவம் தென்படுவதாக திடீரென்று அலறுவாள். பயந்து சுவரோடு ஒண்டிக்கொள்வாள். அவளால் வேலைக்குப் போக முடியவில்லை. அம்மாவைக் கூட்டிக்கொண்டு வீட்டிற்கு வந்துவிடலாம் என்று பெரியநாயகி நினைத்தாள். ஏற்கனவே புருஷன் சரியில்லை. அம்மாவை வேறு வைத்துக்கொண்டால் என்ன ஆகும் என்று யோசித்து அம்மாவிற்கு அவள் இருந்த வீட்டிற்குச் சாப்பாடு கொண்டுபோய்க் கொடுத்துக் கொண்டிருந்தாள். ஒருநாள் அம்மாவும் வீட்டிற்கு வெளியே இருந்த புளிய மரத்தில் தூக்குப்போட்டு இறந்தாள்.

நெருங்கின சொந்தம் என்று யாருமில்லை என்ற நிலைக்குப் பெரியநாயகி வந்துவிட்டாள். புருஷன் இருந்தும் பிரயோசனமில்லை. நாளைக்கு ஏதாவது ஒன்று என்றால் என்ன என்று கேட்பதற்கு ஆள் இல்லை. கஷ்டப்படறதுக்குத்தானே பெண்ணாகப் பிறந்தோம் என்ற எண்ணம் அவள் மனத்தில் பாறாங்கல்லாக இறங்கியிருந்தது.

பெரியநாயகி வீட்டின் முன் ஒரு தொட்டி இருக்கும். குழாயடியில் குடத்தில் பிடிக்கும் தண்ணீரை அதில்தான் கொட்டிச் சேமித்து வைப்பாள். ஒரு நாள் வீட்டிற்குள்ளே சமைத்துக்கொண்டிருந்தாள். வெளியே மாரியம்மாள் விளையாடிக்கொண்டிருந்தாள். ரொம்ப நேரமாக வீட்டின் உள்ளே மாரியம்மாள் வரவில்லையே என்ற யோசனையால் வீட்டிற்கு வெளியே வந்து பார்த்தாள். தண்ணீர்த் தொட்டிக்குள் மாரியம்மாள் குப்புறச் சொருகியிருந்த நிலையில் இருந்தாள். தூக்கினாள். மூச்சுப்பேச்சு இல்லை. தூக்கிக்கொண்டு டாக்டரிடம் ஓடினாள். மாரியம்மாள் இறந்திருந்தாள். அவள் கதறி அழுதாள். புருஷன்காரன் தகவல் தெரிந்து வந்து கூடியிருந்தவர்களின் முன்னால் பெரியநாயகியைச் செருப்பைக் கழட்டி அடி அடி என்று அடித்தான்.

மீசைக்கார வேலு குழந்தை இறந்ததற்குப் பெரியநாயகிதான் காரணம் என்று நினைத்தான். அவள் ஜாக்கிரதையாக இருந்தால் இறப்பு எப்படி நடந்திருக்கும் என்பது அவனுடைய கேள்வி. ஏற்கனவே புருஷன் சரியில்லை. இப்போது அவனுக்கு அவள் மீது வெறுப்பு வந்துவிட்டது. வீட்டைவிட்டு வெளியே போகச் சொல்லிக் கத்தி வீட்டிற்கு வெளியே தள்ளிவிட்டான். தனியே தங்கிக் கூலி வேல பார்த்து கஞ்சி குடித்துக்கொண்டிருந்தாள். விவசாய வேலையும் நீர்வரத்து இல்லாததால் கிடைக்க வில்லை. கிடைத்த வேலையைப் பார்த்து அரைவயிற்றுக்குக் கஞ்சியோ, கூழோ குடித்துக்கொண்டிருந்தாள். நாளுக்கு நாள் உடலுக்கு நோவு வந்துகொண்டிருந்தது. வயதாகிக்கொண்டிருந்தது. வீட்டைவிட்டு வெளியே தள்ளிய புருஷன் எட்டிக்கூடப் பார்க்கவில்லை. கேரளாவிற்குப் பிழைக்கப் போய்விட்டதாகக் கூறினார்கள்.

அப்பா இல்லை. அம்மா இல்லை. தங்கச்சி இல்லை. மகள் இல்லை. புருஷன் இல்லை. அனாதை. வேலையும் இல்லை. உணவும் இல்லை. வேலை பார்க்கவும் முடியவில்லை. மயிலங்குளம் முருகன் கோயிலில் தான், மாரியம்மாளுக்குக் காது குத்தினார்கள். அந்த முருகன் பெரியநாயகியின் கனவில் வந்தார். அவளை வரச் சொல்வது போல் தோன்றியது. இனிமேல் ஊரில் இருக்க முடியாது என்றும் முருகன் கோயிலில் சென்று உயிரோடு உள்ளவரை பிழைத்துக்கொள்ளலாம் என்று தோன்றியது. இருந்த பாத்திரங்களை விற்றுத் துணிமணிகளை பையில் எடுத்துக் கொண்டு முருகன் கோயிலுக்கு வந்துவிட்டாள்.

ஏற்கனவே வாசலில் ஏழெட்டுப் பேர் இருந்தார்கள். புதிதாக ஒரு ஆள் வருவதை அவர்கள் விரும்பாதவர்களாக இருந்தார்கள். நாளடைவில் அவர்களின் போட்டி, பொறாமை தணிந்தது. ஏற்கனவே இருந்தவர்கள் நல்ல இடங்களில் உட்கார்ந்திருந்தார்கள். அவளுக்கு சரியான இடம் கிடைக்கவில்லை. நெருக்கமாக உட்காராமல் தனியாக ஒரு இடத்தைப் பார்த்து உட்கார்ந்தாள். என்ன ஆச்சரியம். அந்த இடம் நல்ல இடமாக மாறிவிட்டது. மற்றவர்களைக் காட்டிலும் அவளுக்குக் காசு அதிகம் கிடைத்தது. ஒருநாள் அவள் உட்காரும் இடத்தில் வேறு ஒருவர் உட்கார்ந்திருந்தார். அவளுக்கு அம்மா நினைவு வந்தது.

இந்த இடத்தைக் கைப்பற்றியே ஆக வேண்டும் என்று ஆக்ரோஷமாகச் சண்டை போட்டாள். கூட இருந்தவர்களும் அவளுக்கு சப்போர்ட் பண்ணினார்கள். அவள் அந்த இடத்தைத் தக்க வைத்துக்கொண்டாள். எல்லாம் முருகன் கிருபை என்று நினைத்துக் கொண்டாள். அந்தக் கோயிலில் மதியச் சாப்பாடு – அரசாங்கச் சாப்பாடு – போடுவார்கள் அவள் கூட்டத்தோடு

கூட்டமாக நின்று சாப்பிட்டுவிடுவாள். குஷ்டரோகி போன்ற நோயுற்ற ஆட்களைத்தான் அனுமதிப்பதில்லை. சில நாட்களில் யாராவது வந்து ஜிலேபியுடன் சாப்பாடு போடுவார்கள்.

பெரியநாயகி கையில் காசு சேர ஆரம்பித்தது. சில்லறையாக வரும் காசுகளை டீக்கடையிலும் ஹோட்டலிலும் கொடுத்து ரூபாயாக மாற்றி வைத்துக்கொண்டாள். சில்லறை நோட்டாக இருந்தால் செலவழிந்துவிடும் என்பதாலும் வைத்துக்கொள்ள வசதியாக இருக்கிறது என்பதாலும் எப்படியோ ஐந்து ஐநூறு நோட்டுகள் சேர்த்துவிட்டாள். இரண்டாயிரத்து ஐநூறு ரூபாய் பணம் அவளிடம் இருந்தது. அவள் தன்னைப் பாதுகாப்பாகவும் பணக்காரியாகவும் நினைத்தாள். தன்னிடம் இவ்வளவு பணம் இருப்பது அவளுக்கு மகிழ்ச்சியையும் தன்னம்பிக்கையையும் கொடுத்துக்கொண்டிருந்தது.

கோயில் வாசலில் உட்கார்ந்திருப்பவர்களில் ஒருவர் கால் இல்லாமல் இருப்பவர். அவர் தினமும் காலையில் டீக்கடையில் டீ குடித்துவிட்டு அங்கிருக்கும் காலைப் பேப்பர்களையும் படித்துவிட்டு வருவார். கூட்டம் இல்லாதபோது அரசியல் பேசுவார். அவர் ஒரு நாள் இன்றிலிருந்து ஐநூறு, ஆயிரம் ரூபாய் நோட்டுகள் செல்லாது. கவர்மெண்ட்டிலே உத்தரவு போட்டுட்டான் என்றார். பெரியநாயகிக்கு நம்பிக்கையில்லை. கஷ்டப்பட்டு சேத்து வைக்கிறோம் அதை எப்படி செல்லாதுன்னு சொல்ல முடியும்னு பெரியநாயகிக்கு நினைப்பு. அதனால அவள் அதைப் பெரிதாக நினைக்கவில்லை. ஆனால் அந்தக் கால் இல்லாதவர் ஜனங்கள் பணத்தை மாற்றத் தவிப்பதாக வும் பேங்கில் கூட்டமாக இருப்பதாகவும் பத்திரிகையில் படித்ததைக் கூறும்போது அவளுக்குக் கலக்கம் ஏற்பட்டது. தன்னம்பிக்கை, பாதுகாப்புணர்வு, தைரியம் இவை எல்லாமே இருந்த இரண்டாயிரத்து ஐநூறு ரூபாய் நோட்டுகளைச் சார்ந்து உருவாகியிருந்தது. இப்போது அந்த உணர்வுகள் எல்லாம் பறிக்கப்பட்டுவிட்டதுபோல் உணர்ந்தாள் பெரியநாயகி.

அந்தக் கால் இல்லாதவர்தான் தனக்கு உதவி செய்ய முடியும் என்று பெரியநாயகிக்குத் தோன்றியது. ஆனால் தன்னிடம் இவ்வளவு பணம் இருப்பது அவருக்குத் தெரிந்துவிடுமே, அது ஆபத்தாகப் போய்விடுமே என்ற யோசனையும் ஏற்பட்டது. பிறகு அந்தக் கால் இல்லாதவரிடம் சென்று, தன்னிடம் ஒரு ஐநூறு நோட்டு இருப்பதாகவும் அதை பேங்கிற்குச் சென்று மாற்ற உதவி செய்யுமாறும் அவருக்கு அதிலிருந்து நூறு ரூபாய் தருவதாகவும் கூறினாள். வழியைக் கண்டு பிடித்துவிட்டால் பிறகு அவர் இல்லாமல் தானே சென்று மீதி இரண்டாயிரம் ரூபாயை மாற்றிக்கொள்ளலாமே என்று அவள் நினைத்தாள்.

ஒரு கால் இல்லாதவர் கட்டையை அக்குளில் வைத்து நடந்து பெரியநாயகியை பேங்கிற்குக் கூட்டிச் சென்றார். ஒரே கூட்டம். வசதியானவர்களாக நின்றார்கள். கையில் ஒரு பேப்பர் வைத்திருந்தார்கள். இந்தப் பேப்பரை நிரப்பிக்கொடுத்தால்தான் புதுப்பணம் கிடைக்கும். வரிசையில் நிற்க வேண்டும் என்றார்கள். ஒரு கால் இல்லாதவர் அந்த பேப்பர் ஆங்கிலத்தில் இருப்பதால் என்ன விவரமென்று விசாரித்தார். “எந்தப் பேங்கில் கணக்கு வைத்திருக்கிறீர்கள். கணக்கு எண், ஆதார் கார்டு எண் விவரம் குறிக்க வேண்டும்” என்றார்கள். அப்படி என்றால் என்னவென்று பெரியநாயகிக்கு விளங்கவில்லை, தெரியவில்லை. ஒரு கால் இல்லாதவர் இதெல்லாம் இருந்தாத்தான் மாற்ற முடியும் போலிருக்கிறது. எனக்குக் கிடைக்க இருந்த நூறு ரூபாயும் கிடைக்காது போலிருக்கிறதே என்றார்.

சுருக்குப்பையில் ஒளித்து வைத்திருந்த இரண்டாயிரம் ரூபாயைத் தொட்டுப் பார்த்துக்கொண்டே ஒரு கால் இல்லாதவரைப் பார்த்து வேற வழியே இல்லையா என்றாள். அழுகை வரும்போல இருந்தது. அடுத்த நாள் பத்திரிகையைப் படித்து வந்த ஒரு கால் இல்லாதவர் பேங்கிலே கணக்கு வைத்திருக்கிற ஒருவரை உங்களுக்குத் தெரிஞ்சிருக்கணும். அவரிடம் இந்த ஐநூறு ரூபாய் நோட்டைக் கொடுக்கணும், அப்புறம் அவர் வரிசையிலே நின்று அவர் பணம் மாதிரி இதைக் கொடுத்துட்டுப் பின்னாடி ஏ.டி.எம். லே அதை எடுத்துக்கொடுக்கணும். யாரையாவது தெரியுமா என்று கேட்டார். அவளுக்கு அவர் சொல்வது எதுவுமே புரியவில்லை.

முருகன் கோயிலை நோக்கி நடந்தாள். இருந்த சில்லறைக் காசுகளைச் சேர்த்துக் கொடுத்து டீ வாங்கிக் குடித்தாள். எதுவும் பெரியநாயகிக்கு விளங்கவில்லை. என்ன சொல்கிறார்கள் என்றே அவளுக்குப் புரியவில்லை. இரண்டாயிரத்து ஐநூறு ரூபாய் கையில் இருக்கிறது என்ற நினைப்பில் கிடைத்த பாதுகாப்புணர்வு, தன்னம்பிக்கை, தைரியம் நொறுங்கியது. அவள் அனாதை. யாரும் இல்லாதவள். “கஷ்டப்படறதுக்குத்தானே நான் பெண்ணாய்ப் பிறந்திருக்கிறேன்” என்ற எண்ணம் பாறாங்கல்லாக மீண்டும் மீண்டும் இறங்க அவள் ரோட்டின் ஓரத்தில் உட்கார்ந்து குரல் எடுத்து அழ ஆரம்பித்தாள். ரோட்டில் சென்றுகொண்டிருந்த எவரும் அவளுடைய அழுகையைப் பொருட்படுத்தவில்லை. ஒரு கால் இல்லாதவர் தூரத்திலிருந்து அவளைப் பார்த்துக்கொண்டிருந்தார்.

2017

தோழிகள்

வீட்டின் உள்ளறையிலிருந்து காவிரியும் அவளுடைய கணவனும் வெளியே வந்தார்கள். காவிரி நெற்றியிலும் தலைமுடி வகிட்டிலும் குங்குமம் வைத்துத் தலையில் மல்லிகைப் பூக்கள் நிறையச் சூடியிருந்தாள். அவள் கணவன் தொப்பையில்லாமல் சட்டையை பேண்டுக்குள் இன் பண்ணிப் பார்ப்பதற்குத் திருத்தமாக இருந்தான். சோபாவில் அமர்ந்திருந்த வைகை அவர்களைப் பார்த்தாள். அவள் ஏற்கனவே வெளியே செல்வதற்கான ஆடைகளை அணிந்திருந்தாள். நெற்றியில் சிறுபொட்டு, அதற்குமேல் திருநீறு. தலையில் பூக்கள் இல்லை.

வைகையும் காவிரியும் தோழிகள். நதிகளின் பெயர்களைக்கொண்டிருப்பதால் இருவரும் தோழிகளாகிவிட்டனர் என்று இவர்களின் தோழமையை அறிந்தவர்கள் சொல்வது வழக்கம். காவிரி மும்பையில் கணவனுடன் வசிக்கிறாள். அவளுக்கு இரண்டு மகள்கள். இருவருக்கும் திருமணமாகி சென்னையில் வசிக்கிறார்கள். வைகைக்கு இரண்டு மகன்கள். இருவரும் வெளிநாட்டில் குடும்பத்துடன் வசிக்கிறார்கள். வைகையின் கணவர் சில ஆண்டுகளுக்கு முன் ஒரு விபத்தில் இறந்துவிட்டார். மதுரையில் தனியே வசிக்கும் வைகை மும்பையில் கணவருடன் வசிக்கும் காவிரியை மதுரைக்கு வந்து ஒரு வாரம் தங்குமாறு அழைத்ததால், காவிரியும் அவள் கணவனும் சென்னை வந்து மகள்களைப் பார்த்துவிட்டு, மதுரைக்கு வந்துவிட்டார்கள். வைகையின் வீட்டில் இருவரும் தங்கியிருக்கிறார்கள்.

அனைவரும் வெளியே கிளம்பினார்கள். கார் சாவியை வலது ஆட்காட்டி விரலில் நுழைத்து அதைச் சுற்றிக்கொண்டே வைகை நடந்தாள். காவிரியும் அவளின் கணவனும் வைகையின் பின்னே வந்துகொண்டிருந்தார்கள். வைகையின் இடை சிறுத்து பின்புறம் பெரிதாக இருந்ததைக் காவிரியின் கணவன் பார்த்துக் கொண்டே நடந்து வந்தான்.

வைகையும் காவிரியும் பள்ளியில் படிக்கும் காலத்திலேயே தோழிகள். பின்னர் கல்லூரியில் படிக்கும்போதும் தோழிகளாகத் தொடர்ந்தனர். ஒரே கல்லூரி. ஆனால் இருவரும் வெவ்வேறு பாடப்பிரிவில் படித்தனர்.

பள்ளியில் படிக்கும்போதே காவிரிக்கும் ஒரு காதலன் இருந்தான். இருவரும் காதல் கடிதங்கள் பரிமாறிக்கொள்வார்கள். அவளைச் சந்தித்துப் பேசும்போது வைகையையும் உடன் வைத்துக் கொள்வாள். வைகை சற்றுத் தள்ளி நின்றுகொள்வாள். ஆனால் அவர்கள் பேசிக்கொள்வது அவளுக்கும் கேட்கும். ஆரம்பத்தில் பள்ளி, பாடங்கள், ஆசிரியர்கள் பற்றிப் பேசிக் கொண்டிருந்தார்கள். பின்னர் காவிரியின் தோற்றத்தையும் அணிந்துவரும் ஆடைகளையும் பற்றி அவன் பேசலானான். காவிரி வெட்கத்தில் முகம் சிவந்து நிற்பாள்.

ஒருநாள் உடல்நிலை சரியில்லாததால் வைகை பள்ளிக்குச் செல்லவில்லை. அன்று மாலையில் காவிரி, வைகையின் வீட்டுக்கு வந்தாள். படபடப்பாகவும் பதற்றமாகவும் அவள் பேசுவதாக வைகைக்குத் தோன்றியது. பின்னர் வைகையைத் தனியே கூப்பிட்டு, இன்று அவன் தன்னைக் கட்டிப்பிடித்து முத்தமிட்டதாகவும் கை, கால் உடல் எல்லாம் நடுங்கிவிட்ட தாகவும் கூறினாள். "இன்னமும் நடுக்கம் போகவில்லை போலேருக்கு" என்று வைகை கேலி செய்தாள். அவன் காவிரியைத் தொட ஆரம்பித்துவிட்டான் என்றும் இது வாய்ப்புக் கிடைக்கும்போது தொடரும் என்றும் வைகைக்குத் தோன்றியது.

காரை வைகை ஓட்டினாள். அனைவரும் ஒரு மாலுக்குச் சென்றார்கள். வைகையுடன் மாலுக்குச் செல்வது காவிரிக்குச் சங்கடமாக இருந்தது. வைகை நிறையப் பொருட்கள் வாங்குவாள். அதுவும் விலையுயர்ந்த பொருட்களாகப் பார்த்து வாங்குவாள். குறைந்த விலையில் சின்னப் பொருட்களாக வைகையின் முன்னால் வாங்குவதற்குக் காவிரிக்குக் கூச்சமாக இருக்கும். அவ்வாறேதான் நடந்தது. வைகை விலையுயர்ந்த பொருட்களாக வாங்கினாள். காவிரி ஒன்றும் வாங்கவில்லை. எல்லாம் இருக்கிறது என்று சொல்லிவிட்டாள். ஆண்களுக்கான ஆயத்த ஆடைக் கடைக்குள் சென்று காவிரியின் கணவனிடம் சட்டைகள்

எடுத்துக் கொள்ளுமாறு கூறினாள். மூன்று சட்டைகளை அவளே தேர்ந்தெடுத்துக் கொடுத்தாள். அதில் இரண்டு சட்டைகளைக் காவிரியின் கணவன் எடுத்துக்கொண்டான்.

கல்லூரியில் படிக்கும்போது வைகை, காவிரி அவன் ஆகிய மூவரும் முதன்முறையாக மதிய சினிமாக் காட்சிக்குச் சென்றார்கள். ஆரம்பத்தில் சும்மா இருந்த அவன் சற்று நேரத்தில் காவிரியின் கைவிரல்களைத் தன் விரல்களினால் கோத்து இறுக்கினான். அவள் தொடையில் அவன் கை வைக்கும் போதெல்லாம் அவள் அதைத் தள்ளிவிட்டுக்கொண்டிருந்தாள். இனிமேல் மதிய சினிமாக் காட்சிக்கு இவர்களுடன் வரக்கூடாது என்று வைகைக்குத் தோன்றியது. அதற்குப் பின் வைகை இல்லாமல் அவர்கள் தனியே மதிய சினிமாக் காட்சிக்கு செல்ல ஆரம்பித்தார்கள்.

காவிரி கல்லூரியில் சேரும்போது அவன் வேறு கல்லூரியில் படித்துக்கொண்டிருந்தான். காவிரி கல்லூரிப் படிப்பை முடிக்கும் போது அவன் வேலை தேடிக்கொண்டிருந்தான். கல்லூரிப் படிப்பை முடித்த பின் இருவரும் சந்திப்பதற்கு வாய்ப்பு இல்லாமல் போய்விடுமே என்பதற்காகக் காவிரி கல்லூரியில் முதுகலைப் படிப்பில் சேர்ந்தாள். வைகையையும் வற்புறுத்தி அதே கல்லூரியில் முதுகலைப் படிப்பில் சேர வைத்தாள்.

காரில் வீட்டுக்குத் திரும்பிச் செல்லும்போது, கல்லூரிக்குச் செல்லாமல் மூவரும் மதிய சினிமாக் காட்சிக்குச் சென்றது பற்றியும் காவிரியின் காதல் பற்றியும் பேசிச் சிரித்துக்கொண்டார்கள். அவளின் காதல் நிறைவேறியதும், திருமணம் நடைபெற்றதும், மகள்களுக்குத் திருமணமானதும், கனவுபோல இருப்பதாகவும், கடவுள் அவள் பக்கம் இருப்பதை இவையெல்லாம் காட்டுகின்றன என்றும் வைகை கூறினாள். வயதான தோற்றம் தெரியாத கணவன் உடன் இருப்பதும் அவளுடைய அதிர்ஷ்டம் என்று சொல்லவந்ததை அவள் சொல்லவில்லை.

வைகையும் காவிரியும் கல்லூரிக்குச் சென்றுகொண்டிருக்க, காவிரியும் அவனும் வாய்ப்புகளை உருவாக்கி சந்தித்துக் கொண்டிருந்தார்கள். முதுகலைப் படிப்பில் இருபாலரும் சேர்ந்து படித்தார்கள். வைகைக்குத் தன் வகுப்பில் படிக்கும் ரவி என்ற ரவிச்சந்திரன் மீது ஈர்ப்பு ஏற்பட்டது. வைகையிடம் அவன் சகஜமாகப் பேசிக்கொண்டிருந்தானே தவிர வேறு வகையான பேச்சுகளைப் பேசுவதில்லை. அவள் புது ஆடைகள் அணிந்து வந்தாலும் அலங்கரித்து வந்தாலும் அவன் அதைப் பற்றிப் பேசுவதில்லை. ரவி தன்னைக் காதலிக்க வேண்டும் என்றும் காதல் மொழி பேச வேண்டும் என்றும் அவள் விரும்பினாள்.

தோழிகள்

ஒரு சமயம் அவளுக்கு அவனுடைய சாதி பற்றித் தெரியவந்தது. தனது எண்ணம் கூடிவராது என்றும் பிரச்சினைகள் உருவாகும் என்றும் அவளுக்குத் தோன்றியது. அவன் மீது அவளுக்கிருந்த ஆர்வம் குறையத் தொடங்கியது.

திடீரென்று வைகைக்குக் குணா என்ற குணசேகரன் மீது ஈர்ப்பு ஏற்பட்டது. அவன் அழகன். நன்றாகப் படிப்பவன். அவன் தனக்குப் பொருத்தமானவன் என்று வைகைக்குத் தோன்றியது. ஆனாலும், அவன் அவளைக் காதலிக்க வேண்டுமே. அதற்காக அவனைக் கவரும் வழிகளில் ஈடுபட்டாள். அவனுடன் கைகுலுக்கும் போது அவனுடைய உள்ளங்கையை விரல்களால் சுரண்டினாள். அவன் பதிலுக்குச் சுரண்டவில்லை. அவள் அவனை மனதாரக் காதலித்தாள். கற்பனையில் மதிய சினிமாக் காட்சிக்கு அவனுடன் சென்றாள். அவனைத் திருமணம் செய்து கொண்டாள். உறவு வைத்துக்கொண்டாள். குடும்பம் நடத்தினாள். பிள்ளைகள் பெற்றுக்கொண்டாள். ஆனால் குணாவிடமிருந்து எந்த வெளிப்பாடும் இல்லை. காதலைக் கூறுவதற்கு அவனுக்கு ஏதோ மனத்தடை இருக்கலாம் என்று நினைத்துத் தானே காதலைத் தெரிவித்துவிடலாம் என்று முடிவு செய்து அதற்கான தருணத்தை எதிர்பார்த்துக்கொண்டிருந்தாள். ஒருநாள் அந்தத் தருணம் வாய்த்தது. வைகை அவனிடம் சென்று – அன்று குணா நீல நிறச் சட்டை அணிந்திருந்தான் – காதலைச் சொன்னாள். அவன் நாளை மீண்டும் அவளைச் சந்திப்பதாகக் கூறினான். அன்று இரவு முழுவதும் அவளுக்குத் தூக்கம் வரவில்லை. அடுத்த நாள் அவளைச் சந்தித்துத் தன்னை மன்னிக்குமாறும் தன்னுடைய அத்தை மகளைக் காதலிப்பதாகவும் கூறினான். நிராகரிப்பின் அவமானத்தில் வைகைக்கு ஆத்திரமும் அழுகையும் வந்தன.

வைகையின் பெற்றோர் வசதியானவர்கள். வைகைக்கு வரன் பார்க்கத் தொடங்கினார்கள். அந்தக் காலகட்டத்தில் காவிரியின் காதலனுக்கு மத்திய அரசு அலுவலகத்தில் வேலை கிடைத்துவிட்டது. காவிரிக்கு ஒரே சந்தோஷம். அவனுக்கு வேலை கிடைத்ததைச் சொல்லும்போது, காவிரி அடைந்த பரவசம் வைகையின் நினைவில் இன்னும் உள்ளது. காவிரிக்கு மட்டும் எப்படி அவள் விருப்பப்படி எல்லாம் நடக்கிறது என்ற எண்ணம் ஏற்பட்டு வைகை வெறுமையை உணர்ந்தாள்.

காவிரியின் தந்தை ஒரு தனியார் நிறுவனத்தில் வேலை செய்து வந்தார். காவிரியின் காதல் வீட்டுக்குத் தெரியவந்தது. காவிரியின் தந்தை தொழிற்சங்க இயக்கத்தில் இருப்பவர். அவர் காதலைப் பிரச்சினைக்குரியதாக எடுத்துக்கொள்ளவில்லை. பையனும் மத்திய அரசு வேலையில் இருக்கிறான். சாதியிலும் உட்பிரிவு வித்தியாசம் தவிர ஒரே சாதியாக இருந்தார்கள்.

காவிரியின் காதல் விஷயம் அவர்கள் வீட்டுக்குத் தெரியவந்தபோது பெரிய பிரச்சினையாகி, காதல் முறிந்துவிடக்கூடிய சூழ்நிலை ஏற்பட வேண்டும் என்று வைகை மனதார நினைத்தாள். அப்படி எண்ணம் ஏற்படுவதை அவளால் தவிர்க்க முடியவில்லை. அவ்வப்போது தனக்கு ஏற்படும் பிரச்சினைகளையும் தீர்வுகளையும் வைகையிடம் காவிரி கூறும்போது வைகை அவற்றைப் போலி அக்கறையோடு கேட்டுக்கொள்வாள்.

எல்லாம் கூடிவர காவிரிக்குத் திருமணம் முடிவாயிற்று. அதை வைகையிடம் காவிரி சொல்லும்போது காவிரி பூரிப்பிலிருந்தாள். வைகையின் மனம் ஏமாற்றத்தை உணர்ந்துகொண்டிருந்தது. என்னமோ நடந்து ஏதோ பிரச்சினைகள் உருவாகும் என்று நினைத்திருக்க எல்லாம் நல்லமுறையில் நடப்பது வைகைக்கு நம்ப முடியாததாகவும் இருந்தது. காவிரியின் திருமணம் நடந்தது. மணப்பெண்ணின் தோழியாக வைகை இருந்தாள். மூன்று நாட்கள் கழித்து வைகையைச் சந்தித்தபோது, வெட்கத்துடன் சில விஷயங்களைக் காவிரி கூறினாள். தனக்கும் சீக்கிரம் திருமணம் நடக்க வேண்டும் என்ற எண்ணம் வைகைக்கு ஏற்பட்டது.

வைகை வீட்டில் வரன் பார்க்கத் தொடங்கியிருந்ததால் வைகையைப் பார்க்க வரன் வீட்டார் வந்துகொண்டிருந்தார்கள். வைகையின் பெற்றோர் வியாபாரம் செய்யும் வரன்களையே விரும்பினார்கள். மூன்று முறை பெண்பார்க்கும் நிகழ்ச்சி நடைபெற்றது. ஏதும் கூடிவரவில்லை. வந்த வரன்களையும் வைகைக்குப் பிடிக்கவில்லை. நான்காவது முறையாக அரிசி ஆலை நடத்திவரும் ஒரு வரன் வைகையைப் பார்க்க வந்தான். வைகைக்கு அவனைப் பிடிக்கவில்லை. ஆனால், அவள் பெற்றோருக்கு அவனையும், குறிப்பாக அவனுடைய குடும்பத்தினரையும் பிடித்துவிட்டது. வேறு வரன் பார்க்கலாம் என்று அவள் லேசாகச் சொல்லிப் பார்த்தாள். அவளுடைய பெற்றோர் கேட்கவில்லை. விருப்பமில்லாமல்தான் அவள் அந்த வரனைத் திருமணம் செய்து கொண்டாள். திருமணம் செய்துகொண்டவன் பணக்காரன். வசதிக்குக் குறைவில்லை. ஆனால் கணவனின் வீட்டைச் சேர்ந்தவர்கள் பழமையான எண்ணங்களை உடையவர்களாக இருந்தார்கள். கணவன் தன் தொழிலுக்கு அளித்த கவனத்தை வைகையிடம் செலுத்தவில்லை.

காவிரியின் கணவன் மத்திய அரசு வேலையிலிருந்தாலும் எப்போதும் பணத் தட்டுபாடு இருந்துகொண்டேயிருந்தது. வைகையோ கார், பங்களா என்று பணக்கார வாழ்வு வாழ்ந்துகொண்டிருந்தாள். தன் இரண்டு மகள்களுக்கும் திருமணம் செய்துவைக்க காவிரி திணறிவிட்டாள். வைகையின் இரண்டு மகன்களும் வெளிநாட்டில் வசித்தாலும் அங்கு சென்று இருக்க

அவளுக்குப் பிடிக்கவில்லை. மருமகள்கள் இருவரும் அவளுக்குப் பெரிய பிரச்சினையாக இருந்தார்கள். அவர்களின் ராஜ்யத்தில் அவர்களுக்குக் கட்டுப்பட்டவர்களாக இருப்பதில் வைகைக்குச் சங்கடம் இருந்தது. தனியாக இருப்பது சில சமயங்களில் சிரமமாக இருந்தாலும் இதில் மனநிறைவு இருப்பதாக வைகை உணர்கிறாள்.

வைகையின் பணக்கார வாழ்வுக்கு முன் தான் சிறுமையடைந் திருப்பதாகப் பல சந்தர்ப்பங்களில் காவிரி உணர்ந்திருக்கிறாள். அவளுடன் இருக்கும்போது அவள் செய்யும் செலவுகளை தன்னால் செய்ய முடியாமல் இருப்பது கூச்சத்தையும் சங்கடத்தையும் தரும். சாப்பிடச் செல்வதென்றால் பெரிய ஓட்டலுக்குத்தான் செல்வாள். அந்த ஓட்டலின் சாப்பாட்டுச் செலவைக் காவிரியால் ஏற்க இயலாது. சும்மா கூடச் செல்வது தன்னைத் தாழ்வாக உணர்வது போலிருக்கும் காவிரிக்கு.

காரிலிருந்து இறங்கி ஓட்டலுக்குச் சென்று உணவு உண்டார்கள். வீட்டை அடைந்து வீட்டிற்குள் நுழைந்தார்கள். ஆடைகளை மாற்றிக்கொள்வதற்காக அவரவர் அறைகளுக்குள் நுழைந்து கதவைச் சாத்திக்கொண்டார்கள். ஆடை மாற்றிக் கொண்டிருக்கும்போது காவிரியின் கணவன் சொன்னான்: "வைகை பணக்காரி." காவிரி சொன்னாள்: "பணக்காரிங்கிற திமிர் அவளுக்குக் குறையலை."

வைகை அவள் அறையில் ஆடை மாற்றும்போது, "வாழ்க்கையே வேஸ்ட். காவிரி கொடுத்துவைத்தவள். அவளுக்கு மட்டும் எல்லாம் நல்லா நடக்குது" என்று நினைத்துக்கொண்டாள். கதவைத் திறந்து கொண்டு, வெளியே வந்தார்கள். காவிரியின் கணவன் லுங்கி பனியன் அணிந்திருந்தான். சேரில் அமர்ந்தான். சோபாவில் காவிரியும் வைகையும் அமர்ந்திருந்தார்கள். காவிரியின் கணவனின் புஜங்களையே சற்றுநேரம் வைகை பார்த்தாள். பழைய கதைகளைப் பேசி மூவரும் சிரித்துக்கொண்டார்கள்.

காவிரியின் கணவன் ஓய்வு எடுப்பதாகக் கூறி அறை உள்ளே சென்றான். தொலைக்காட்சிப் பெட்டியைக் காவிரி இயக்கினாள். பழைய காதல் பாட்டு காட்சியாக ஓடியது. "நமக்கு வயதாகிக்கொண்டிருக்கிறது" என்றாள் காவிரி. பிறகு "காபி குடிக்கலாமா" என்று கேட்டாள். "சாப்பிடுவோம். நான் போட்டுத் தர்றேன்" என்று அடுக்களைக்குள் நுழைந்தாள் காவிரி.

காவிரி அடுக்களையிலிருந்து காபி தம்ளருடன் வெளியே வந்தாள். சோபாவில் உட்கார்ந்திருந்த வைகையின் முன் இருந்த டீபாயில் அந்தத் தம்ளரை வைத்தாள். அடுத்த கணம் வைகை மறைத்து வைத்திருந்த கத்தியை எடுத்துக் காவிரியின் நெஞ்சில் குத்தினாள். அதற்கடுத்த கணம் இடது கையால் நெஞ்சைப்

பிடித்துக்கொண்டு மறைத்து வைத்திருந்த கத்தியை வலது கையால் எடுத்து வைகையின் வயிற்றில் காவிரி குத்தினாள். இருவரும் சரிந்தார்கள். ரத்தம் தரையில் பரவியது.

டீபாயில் இருந்த காபியை எடுத்து, வைகை உறிஞ்சினாள். காபி நன்றாக இருப்பதாகக் கூறினாள். "நம்ம நட்பு பள்ளிக் கூடத்திலிருந்து இன்னும் தொடர்கிறது. கடைசி வரைக்கும் இப்படியே இருக்கணும்" என்றாள். "நிச்சயம் தொடரும்" என்று கூறி வைகையின் கையைக் காவிரி பற்றிக்கொண்டாள். இருவருக்கும் கண்களில் நீர் திரண்டது. தொலைக்காட்சியில் ஒரு காதல் பாட்டு காட்சியாக ஓடிக்கொண்டிருந்தது.

O

தி இந்து, தீபாவளி மலர், 2015

நடன மங்கை

சொப்பன வாழ்வில் மகிழ்ந்து...

ஆட்டோ சென்றுகொண்டிருந்தது. என் அருகில் பெரியவர் மயக்க நிலையில் இருந்தார். பஸ் நிறுத்தத்தில் பஸ்சுக்காகக் காத்து நின்று கொண்டிருந்தபோதுதான் அந்தப் பெரியவர் மயங்கி விழுந்தார். கூட்டம் கூடிவிட்டது. சோடா வாங்கி ஒருவர் பெரியவர் முகத்தில் பீய்ச்சியடித்தார். கண்களை லேசாகச் சுருக்கினாற்போல் தெரிந்தது. சிலர் பக்கத்தில் இருக்கும் ஏதோவொரு மருத்துவமனைக்குக்கொண்டு செல்லலாம் என்றார்கள். சிலர் அவரின் வீடு தெரிந்தால் வீட்டிற்குக்கொண்டு செல்லலாம் என்றார்கள். நான் அவர் சட்டைப் பாக்கெட்டில் கையை விட்டுப் பார்த்தேன். எழுபது ரூபாயும் ஒரு பேப்பரும் இருந்தது. பேப்பரில் அவரின் பெயரும் முகவரியும் எழுதியிருந்தது. சக்கரை நோயாளி என்றும் எழுதப்பட்டிருந்தது. நான் அதைக் கூட்டத்திடம் காண்பித்தேன். ஒருவர் சீனியைக் கொண்டுவந்து அவர் வாயில் போட்டார். வீட்டிற்குக்கொண்டு செல்லலாம் என்று சிலர் சொன்னார்கள். நான் அவரை வீட்டில் கொண்டு விட்டுவிட முன்வந்தேன். சாலையில் நின்ற ஆட்டோவை நிறுத்திப் பெரியவரை உட்கார வைத்தோம். அவர் மயங்கிய நிலையில் இருக்கையில் சாய்ந்திருந்தார். அருகில் நான். ஆட்டோ சென்றுகொண்டிருந்தது.

வீட்டையடைந்தோம். முகவரியை உறுதிப் படுத்திக் கொள்வதற்காக வீட்டுவாசலில் நின்று அழைப்பு மணியை அழுத்தினேன். சற்று வயதான சிவந்த நிறமுடைய பெண் வந்தார். “குருநாதன்ங்கிறவர்

வீடுதானே” என்றேன். “ஆமா உங்களுக்கு என்ன வேண்டும்” என்றார். நான் பதில் பேசவில்லை. நானும் ஆட்டோ டிரைவரும் பெரியவரைத் தூக்கினோம். அந்தப் பெண் “அய்யோய்யோ” என்று கத்தினார். “செளந்தர்யா இங்கே வாயேன்” என்று கத்தினார். நாங்கள் பெரியவரை வீட்டிற்குள் கொண்டுசென்று சோபாவில் கிடத்தினோம்.

“ஒண்ணுமில்லை, பயப்படாதீங்க. சுகர் குறைஞ்சிருக்கும். அவ்வளவு தான். கொஞ்சம் ஜீனி கொடுங்க” என்றேன்.

செளந்தர்யா வந்தாள். சிகப்பழகு. வலது பக்க மூக்கில் மூக்குத்தி குத்தியிருந்தாள். மின்விசிறியைப் போட்டாள். “ஹைப்போக்ளெசெமியா” என்றாள். “குளுக்கோஸைப் போட்டா மாமா எந்திரிச்சிருவாரு. தனியா போகாதீங்கன்னு சொன்னா கேக்கமாட்டேங்கிறாரு” என்றாள். எனக்குஅவளைப் பார்த்ததில் தடுமாற்றம் ஏற்பட்டிருந்தது. பெரியவருக்கு அவள் மருமகள் என்று நினைத்துக்கொண்டேன். உள்ளறையிலிருந்து ஒரு பெண் எட்டிப்பார்த்து அவளும் ஹாலுக்கு வந்தாள். அவளைப் பார்த்த கணத்தில் எனக்கு மயக்கம் வந்துவிடும் போலிருந்தது. இவளும் வலது மூக்கில் மூக்குத்தி குத்தியிருந்தாள். அவள் சிகப்புக்கும் மேற்பட்ட சிகப்பாக இருந்தாள். பெரியவர் சுமார் நிறத்தில்தான் இருந்தார். பெண்கள் இத்தகைய நிறத்தில் இருந்தார்கள்.

“லதா. போயி குளுக்கோஸ் எடுத்துட்டு வா” என்றாள் செளந்தர்யா. செளந்தர்யாவிற்கு லதா மைத்துனியா, சகோதரியா என்ற குழப்பத்திலிருந்தேன். லதா குளுக்கோஸை எடுத்து வந்தாள். டம்ளரில் குளுக்கோஸைக் கரைத்து வாயில் ஊற்றினார்கள். நான் இன்னொரு சோபாவில் அமர்ந்து லதாவையே பார்த்துக் கொண்டிருந்தேன். மெல்லிய உதடுகள், கூர்மையான நாசி, ஒல்லியான உடம்பு, சற்றுப் பருத்த மார்பு. அடடா, அடடா. என்னே இயற்கையின் கருணை. இப்படிப்பட்ட ஒரு பெண் இருக்கும் வீட்டில் என்னைக் கொண்டுவந்து சேர்த்திருக்கிறாயே என்று நினைத்துக்கொண்டேன்.

பெரியவர் கண்களை விழித்துப் பார்த்தார். பெரியவரின் மனைவி, “தனியா வெளியே போகாதீங்கன்னா கேக்கறாரா” என்று சாடினார். பெரியவர் எழுந்து என்னருகே வந்து என் கையைப் பற்றிக்கொண்டார். நானும் எழுந்து நின்றேன். பிறகு கைகூப்பி வணங்கி “தேங்க்ஸ்” என்றார். நானும் “தேங்க்ஸ்” என்றேன். அவரவர் இருக்கையில் அமர்ந்தோம்.

“நான் பஸ் ஸ்டாப்பில் நின்னுக்கிட்டிருந்தேன். மயக்கம் வர்றமாதிரி இருந்துச்சு. அப்புறம் ஒண்ணும் தெரியலை. என்ன நடந்துச்சு?” என்றார் பெரியவர். நான் நடந்ததைச் சொன்னேன்.

“மாமா, நான் சொன்னேன்ல. உங்களுக்கு இந்த மாதிரி மயக்கமா வரும், சட்டைப் பாக்கெட்லே எழுதி வைச்சுருங்கன்னு. அதான் உங்களுக்கு ஹெல்ப் பண்ணியிருக்கு” என்றாள் லதா. மாமா என்று அழைத்ததால் சௌந்தர்யாவின் தங்கையாக இருப்பாள் என்று நினைத்தேன். பெரியவரின் மனைவி “சொன்னா கேக்க மாட்டேங்கிறாரு. தனியா எதுக்குப் போறாரு. பிரண்டைப் போயிப் பாத்து என்ன ஆகப் போகுது” என்று மீண்டும் புலம்பினார்.

“உங்களை மாதிரி நல்லவங்க இருக்கறதினாலேதான் உலகம் அழியாம இருக்கு” என்றாள் சௌந்தர்யா. “ஆமாம். ஆமாம்” என்றார் பெரியவர். “ஆஹா, நான் எப்படிப்பட்ட நல்லவன்” என்று நினைத்துக்கொண்டே அந்த இரு பெண்களையும் மாறி மாறிப் பார்த்துக்கொண்டிருந்தேன்.

நான் அந்தப் பெரியவரிடம் “இவுங்க உங்க மகளா?” என்று சௌந்தர்யாவைக் காட்டிக் கேட்டேன். “இல்லை மருமக. மகன் ஒரு ப்ராஜெக்ட்க்காக யு. எஸ். போயிருக்கான். ஆறுமாசம் கழிச்சு வருவான். இந்தா அவ மருமகளோட தங்கை. இங்கே தங்கியிருந்து எஞ்சினீயரிங் படிக்கிறா” என்றார் பெரியவர்.

“எந்தக் காலேஜிலே” என்று லதாவைப் பார்த்துக் கேட்டேன். அவள் “அருள்தாஸ் எஞ்சினீயரிங் காலேஜிலே போர்த் இயர்” என்றாள். “அந்த ஏரியாவிலேதான் நான் வேலை பாக்குற டி.சி.எஸ். இருக்கு” என்றேன். லதாவின் கண்கள் மலர்ந்தன. “அங்கேதான் வேலை பாக்குறிங்களா” என்றாள். என் இருதயத் துடிப்பு கூடியது.

சௌந்தர்யா என்னைப் பாத்து “காபி சாப்பிடறீங்களா, கூல் டிரிங்க்ஸா” என்றாள். நான் “காபி” என்றேன். அவள் எழுந்து உள்ளே சென்றாள். பெரியவர் என்னைப் பற்றி விசாரித்தார்.

“என் அப்பா ரிட்டையர்டு எக்ஸைஸ் சூப்பரண்ட். அம்மா, குமரகுரு ஆர்ட்ஸ் காலேஜிலே தமிழ் டிபார்ட்மெண்ட்லே புரொபஸராக இருக்காங்க. ஒரு தங்கச்சி. அவ பிஸியோதெரபி படிச்சவ. ஒரு டாக்டருக்குக் கல்யாணம் பண்ணிக் கொடுத்திருக்கு. திருவண்ணாமலைல்ல இருக்காங்க” என்றேன். நான் சொல்லுவதை லதா கூர்ந்து கவனித்துக்கொண்டிருப்பதாக எனக்குத் தோன்றியது. சௌந்தர்யா காபி கொடுத்தாள். அழகான பெண் தயார் செய்த காபி சுவையாகத் தானே இருக்க வேண்டும். ரொம்ப சுமாராகத்தான் இருந்தது.

இவர்கள் எந்த சமூகத்தைச் சேர்ந்தவர்களாக இருப்பார்கள் என்ற கேள்வி என்னுள் எழுந்து அரித்தது. லதாவைப் பார்த்தேன். எங்கள் சமூகத்தைச் சேர்ந்தவர்களாக இருந்தால் நல்லது. எளிதாக வழி கிடைத்துவிடும் என்று எனக்குத் தோன்றியது.

"நீங்க எல்லோரும் ஒருநாள் எங்க வீட்டுக்கு லஞ்சுக்கு வரணும்" என்றாள் லதா. "ஆமாம், ஆமாம்" என்றாள் சௌந்தர்யா.

"உங்க அப்பா என்ன செய்யறார்னு சொன்னீங்க" என்று கேட்டார் பெரியவர்.

"எக்ஸைஸ் சூப்பரண்ட்டா இருந்து ரிட்டையர்டு ஆயிட்டாரு. சென்ட்ரல் கவர்ன்மெண்ட் வேலை. பெரிய வேலை. எக்ஸைஸ் இன்ஸ்பெக்டருக்கு மேலே உள்ள பதவி" என்றேன். "உங்க செல் நம்பரைக் கொடுங்க" என்றாள் சௌந்தர்யா. நான் கொடுத்தேன். அவள் செல்போனில் பதிவு செய்யும்போது என் பெயரைக் கேட்டாள். நான் "ரமேஷ்குமார்" என்றேன். அவள் பதிந்தபின், அவளிடம் "அந்த நம்பருக்கு அடிங்க" என்றேன். அவள் அடித்தாள். நான் அந்த எண்ணைப் பதிவு செய்துகொண்டேன்.

"நீங்க எப்படிப் போவீங்க. வீடு எங்கே இருக்கு" என்றாள், சௌந்தர்யா.

"இங்கேருந்து ஆட்டோவிலே. ஸார் மயக்கம் போட்டாருல்ல, அந்த பஸ் ஸ்டாப்புக்கு போயிருவேன். அங்கே என் பைக்கை, அப்பாச்சி பைக்கை ஒரு கடைக்கிட்டே நிறுத்தி வைச்சிருக்கேன். அதை எடுத்துக்கிட்டு வீட்டுக்குப் போயிருவேன். வீடு சாந்தி நகர்லே இருக்கு" என்றேன். லதா நான் பேசுவதைக் கவனித்துக் கொண்டிருப்பதால் என்னிடம் அப்பாச்சி பைக் இருப்பதைச் சொல்லிவிட்டேன்.

எழுந்து நின்று விடைபெற்றுக்கொண்டேன். அவர்கள் அனைவரும் எழுந்து நின்று விடை கொடுத்தார்கள். "தனியா போகாதீங்கன்னு அவர்ட்டே சொல்லுங்க தம்பி" என்றார் பெரியவரின் மனைவி. இந்தா சும்மாயிரு. திருப்பித்திருப்பி பேசுனதையே பேசிக்கிட்டு. தம்பி, நீங்க நல்லபடியா போயிட்டு வாங்க தம்பி" என்றார் பெரியவர்.

நான் ஆட்டோ பிடித்து, பஸ் ஸ்டாப்பிற்கு வந்து, கடைக்காரரிடம் சொல்லிவிட்டு, பைக்கை எடுத்துக்கொண்டு வீட்டுக்குச் சென்றேன். அன்று முழுவதும் லதா பற்றிய சிந்தனை யிலேயே இருந்தேன். அவளை எப்படி ஈர்ப்பது என்று பலவாறு திட்டமிட்டுக்கொண்டிருந்தேன்.

கல்லூரி பஸ்ஸில், கல்லூரி சுற்றுச்சுவருக்குள் மாணவ மாணவிகளை ஏற்றி இறக்கிக்கொண்டிருந்தார்கள். வெளியில் சாலையில் பஸ் நின்றிருந்தால், தற்செயலாகச் சாலையில் செல்வதைப் போல் சென்று அவளைச் சந்திக்கலாம். அதற்கு வழி இல்லை. தற்செயலாகச் சந்திப்பதுபோல் இருக்க வேண்டும்.

அதுதான் சரியாக இருக்கும் என்று யோசித்தேன். அதற்கான வழி இல்லாததால் சுற்றுச் சுவருக்குள் கல்லூரி விடும் நேரம் பார்த்து அவளைச் சந்திக்க வேண்டும் என்று முடிவு பண்ணினேன்.

அதன்படியே சென்றேன். அவள், தூரத்தில் வந்து கொண்டிருப்பதைப் பார்த்தேன். 'ஆஹா என்ன அழகு. அழகான பெண்கள் நடப்பதுகூட அழகுதான் என்று அவள் வருவதையே பார்த்துக்கொண்டிருந்தேன். என்னைப் பார்த்ததும் அவள் முகத்தில் ஆச்சரியம் ஏற்பட்டது. "என்ன இந்தப் பக்கம்?" என்றாள்.

"உங்களைப் பாக்கத்தான். எங்க வீட்டுக்கு லஞ்சுக்கு கூப்பிடறேன்னு சொன்னேன்ல... உங்க அக்கா நம்பரை ஸ்டோர் பண்ணி வைச்சிருந்தேன். என்னையறியாமே அழிச்சுருக்கேன். அதான் உங்களைப் பாத்து சொல்லிட்டுப் போகலாம்னு வந்தேன். நீங்க வீட்லே சொல்லி எனக்குத் தகவல் சொல்லுங்க" என்றேன்.

"சரி. நாளைக்கி இந்த நேரத்துலே வர்ரீங்களா. நாங்கள்லே உங்களுக்கு லஞ்ச் கொடுக்கணும். வீட்லே அக்காட்டே பேசிட்டுச் சொல்றேன்" என்றாள்.

என்மீது அவளுக்கு நல்ல அபிப்ராயம் நிச்சயம் ஏற்பட்டிருக்கும். யார் என்று தெரியாத ஒரு பெரியவரை முகவரியைப் பார்த்து, ஆட்டோ பிடித்து, அவர் வீட்டுக்குக் கூட்டிச் சென்று விட்ட உத்தமன் அல்லவா நான்.

அடுத்த நாள். மாலை அவளைச் சந்தித்தேன். "நீங்கதான் உங்க பேமிலியோட முதல்லே எங்க வீட்டுக்கு சாப்பிட வரணும்னு அக்கா சொல்றா" என்றாள் லதா.

"சரி. நான், எங்க அப்பா, அம்மாட்டே கேட்டுட்டு சொல்றேன். நீங்க ரொம்ப அழகா இருக்கீங்க" என்றேன்.

அவள் என்னைப் பார்த்துவிட்டுத் தலைகுனிந்தாள். முகத்தில் ஒரு பரவசம். லேசான சிரிப்பில் உதடு நெளிந்தது. மார்பு விம்மித் தணிந்தது போலிருந்தது.

அடுத்த நாளும் அவளைப் பார்க்க வந்தேன். வீட்டருகே பைக்கில் கொண்டுபோய் இறக்கி விடுவதாகக் கூறினேன். அவள் 'மாட்டேன்' என்று சொல்லிவிட்டாள். இரண்டு நாட்கள் கழித்து மீண்டும்அவளைச் சந்தித்தேன். என் அப்பா, அம்மா இருவரும் சாப்பிட வருவதற்கான தேதி சமீபத்தில் அமைந்து வரவில்லை என்றும் பிறகு தெரிவிப்பதாகவும் கூறினேன். மீண்டும் அவளிடம் பைக்கில் அவள் வீட்டருகே கொண்டு சென்று இறக்கிவிடுவதாகக் கூறினேன். அவள் சரி என்று ஏறி உட்கார்ந்துகொண்டாள். எனக்கு ஆச்சரியமாக இருந்தது. நான் சந்தோஷத்துடன் பைக்கை

ஓட்டிச் சென்றேன். என் பின்னால் அவள். சில திருப்பங்களில், வேகத்தடைகளில் அவள் உடல் என் உடலுடன் உரசியது.

அவளிடம் பேசும்போது எப்படியோ ஒரு கோமாளித்தனம் எனக்கு வந்துவிடுகிறது. அதை அவள் ரசிக்கிறாள் என்பதால் என்னையறியாமல் நானும் அந்தக் கோமாளித்தனத்தைக் கூட்டிக்கொண்டே சென்றேன். அவளும் நானும் ஒரே சமூகத்தைச் சேர்ந்தவர்கள் என்பதை அறிந்துகொண்டேன். பெரிய தடங்கலாக வரும் என்று நான் நினைத்தது அகன்றுவிட்டது. இனி திருமணத்தை நோக்கிக் காயை நகர்த்த வேண்டியதுதான்.

நான் என் பெற்றோருடன் அவர்கள் வீட்டிற்குச் சாப்பிடச் சென்றேன். அவர்கள் ஒரு நாள் எங்கள் வீட்டிற்குச் சாப்பிட வந்தார்கள். லதா எங்கள் வீட்டை நன்றாகச் சுற்றிப் பார்த்தாள். திருமணமாகி வீட்டிற்கு வருவதற்கு முன்னோட்டமாகப் பார்ப்பது போல் தோன்றியது. எங்கள் பழக்கத்தில் நாலைந்து தடவை லதாவுக்கு முத்தம் கொடுத்துவிட்டேன். உதட்டில் முத்தம் கொடுக்க அவள் விடுவதில்லை. கன்னத்தைக் காண்பித்தாள். நான் அவள் தோள் பட்டையில் முத்தம் கொடுத்தேன். கைவிரல்களுடன் பின்னிப் பிணைந்து கொள்வது என்பது வழக்கமாகிவிட்டது. இப்படியாக எங்கள் காதலும் குடும்ப உறவும் தொடர்ந்தது.

நான் திருமணத்தை நோக்கிக் காயை நகர்த்தினேன். என் அப்பா அந்தப் பெரியவருக்குப் போன் பண்ணி லதாவின் ஜாதகம் கேட்டார். அதற்கு அவர் லதாவின் அப்பாவிற்குத் தகவல் சொல்லி, அவர் வந்தபின், அவர் மூலமாக அனுப்பிவைப்பதாகச் சொன்னார். லதாவின் அப்பாவும் சேலத்திலிருந்து வந்தார். பஸ் ஸ்டாப்பில் மயங்கிக்கிடந்த பெரியவரை வீட்டில் கொண்டுவந்துவிட்ட நல்ல மனசுக்காரன் என்ற அறிமுகம் எனக்கு இருந்ததால் லதாவின் அப்பாவுக்கும் என் மீது விருப்பம் இருந்தது. அவர் என்னைப் பார்க்க வேண்டும் என்று சொன்னதால், நான் ஒரு மாலை வேளையில், ஸ்டைலாக ஆடை அணியாமல், நல்ல, அடக்கமான பையனுக்குரிய தோற்றமான வெள்ளைச் சட்டை, பிரௌன் கலர்பேண்ட் அணிந்து சென்றேன். அவர்கள் எல்லோரும் நான் பெரியவரை ஆட்டோவில் கொண்டுவந்து வீட்டில் சேர்த்த நிகழ்ச்சியைப் பற்றியே பேசினார்கள். நான் நல்ல பையனாக உட்கார்ந்திருந்தேன்.

ஜோசியர்கள் கெடுத்துவிட்டாலும் கெடுத்துவிடுவார்கள் என்று பயந்து முதலிலேயே ஒரு ஜோசியரைப் பார்த்துப் பொருத்தம் கேட்டேன். பொருந்தி இருக்கிறது என்று தெரிந்த பின்னால் அதைப் பற்றிக் கவலைப்படவில்லை. ஜாதகப் பரிமாற்றம் நடந்தது.

இரு வீட்டாரின் ஜோசியர்களும் பொருத்தம் பிரமாதம் என்று சொல்லிவிட்டார்கள்.

திருமணத்தை உறுதி செய்யும் நிகழ்வு நடந்தது. தை மாதத்தில் மண்டபம் கிடைக்கும் ஒரு நல்லநாளில் திருமணம் நடைபெற வேண்டியது என்று எழுதி இரு குடும்பத்தாரும் வைத்துக்கொண்டோம். நானும் லதாவும் பைக்கில் சுற்றிக் கொண்டிருந்தோம். திருமணம் உறுதியானாலும் கன்னத்திலும் தோள் பட்டையிலும்தான் முத்தம் கொடுக்க அனுமதித்தாள். உதட்டில் முத்தம் கொடுக்க அனுமதிக்கவில்லை. "இருடி ... இரு..." என்று நினைத்துக்கொண்டேன்.

திருமண நாள் குறித்தாகிவிட்டது. நாட்கள் கடந்துகொண் டிருந்தன. ஆடைகள், நகைகள் வாங்கியாகிவிட்டது. திருமண ஏற்பாடுகள் நடந்துகொண்டிருந்தன. அடுத்த நாள் திருமணம். என் மனம் மகிழ்ச்சியில் பொங்கிக்கொண்டிருந்தது.

இடையே வருவதற்கு மன்னிக்கவும்... எழுத்தாளனாகிய நான் இக்கதையின் இரண்டாவது பாராவில் நுழைந்து, கோமாளிபோல என் விருப்பத்திற்குக் கதையைக்கொண்டு சென்றுவிட்டேன். நான் வெளியேறிவிட்டேன். கதை அதன் போக்கில் செல்லட்டும்.

ஆட்டோ சென்றுகொண்டிருந்தது. பெரியவரின் அருகில் அமர்ந்திருந்த நான், வேகத்தடையைக் கடக்கும்போதெல்லாம் பெரியவர் சரிந்துவிடாமல் அவரைப் பிடித்துக்கொண்டேன். ஆட்டோ சென்றுகொண்டிருந்தது. திடீரென்று பெரியவர் முகத்தைச் சுருக்கினார். கண்கள் திறந்தது. என்னைப் பார்த்தார். சுற்றிலும் பார்த்தார்.

"வண்டியை நிறுத்து" என்று கத்தினார். ஆட்டோ டிரைவர் ஆட்டோவை ஓரத்திற்குச் செலுத்தி நிறுத்தினார்.

"யார் நீ... என்னை எங்கே கொண்டு போறே?" என்று கத்தினார்.

"நீங்க பஸ் ஸ்டாப்பிலே மயங்கிட்டீங்க. சட்டைப் பாக்கெட்லே அட்ரஸ் வெச்சிருந்தீங்க. உங்களை வீட்லே கொண்டு போய் விட்ரலாம்னு." முடிப்பதற்குள் பெரியவர் கத்தினார்.

"யார்ரா நீ என்னைக் கொண்டுபோயி வீட்லே விட்றதுக்கு. எறங்குடா கீழே."

"நான் உங்களுக்கு உதவி பண்ணணும்னு."

"எனக்கு ஒன்னும் உதவி பண்ணவேணாம். எனக்கு வூட்டுக்குப் போக வழி தெரியும். முதல்லே நீ எறங்குறீயா இல்லையா" என்றார் பெரியவர்.

நான் கீழே இறங்கினேன். பெரியவர் ஆட்டோவை ஓட்டச் சொன்னார். ஆட்டோ கிளம்பி ஓடியது. நான் தெருவில் நின்றுகொண்டிருந்தேன்.

O

தி தமிழ் இந்து, தீபாவளி மலர், 2013

வீடு திரும்புதல்

இந்த வீட்டிற்கு வந்து எட்டு மாதங்கள் இருபத்து நான்கு நாட்கள் ஆகிவிட்டன. ராமநாதன் இப்படி அல்பாயுசில் போய்விடுவான் என்று யாரும் நினைத்திருக்க மாட்டார்கள். ஏதோ விஷக்காய்ச்சல் என்றார்கள். ஒருவாரம் படுத்திருந்தான். சரியாகி விடும் என்றுதான் லலிதா நினைத்திருந்தாள்.

லலிதாவைக் கூட்டிச் செல்வதற்கு அவளுடைய அப்பா இன்னும் சிலமணி நேரங்களில் வந்து விடுவார். லலிதா அவளுடைய பொருட்களையும் துணிகளையும் பெட்டியில் அடுக்கி வைத்துவிட்டாள். அதில் ஒரு டிரான்ஸிஸ்டரும் இருந்தது. அதை எடுத்துச் செல்வதற்கு அனுமதிப்பார்களா என்ற தயக்கம் அவளுக்கு இருந்தது. மாமனார் சற்று யோசித்துவிட்டு மகனின் நினைவாக அவளிடம் இருக்கட்டும் என்று நினைத்தாரோ என்னமோ சரி என்று சொல்லிவிட்டார்.

ராமநாதனும் அவளும் படுக்கையறையில் டிரான்ஸிஸ்டரைக் குறைந்த சப்தத்துடன் வைத்து சிலோன் நிலையத்திலிருந்து ஒலிபரப்பப்படும் சினிமாப் பாடல்களை விரும்பிக் கேட்பதுண்டு. தனக்கு வரும் கணவனை நகைச்சுவையாகப் பேசும் ஜாலியான நபராக லலிதா கற்பனை செய்து வைத்திருந்தாள். ஆனால் அவன் அப்படி இல்லை. அப்பாவிற்குப் பயந்தவனாக இருந்தான். அப்பா, அம்மா முன்பாக லலிதாவிடம் பேசுவதற்கே ஆரம்பத்தில் ரொம்பக் கூச்சப்பட்டான்.

படுக்கையறையில் இருக்கும்போது பேசுவது கேட்டுவிடக்கூடாது என்று மெதுவாகப் பேசச் சொல்வான்.

அவனின் தங்கையைப் பக்கத்து ஊரில் ஏற்கனவே கட்டிக் கொடுத்திருந்தார்கள். திருமணத்திற்கு முன்பு அவளைப் பார்த்த போது, அவளால் தனக்குப் பிரச்சினை எற்படும் என்று லலிதாவிற்குத் தோன்றியது. திருமணத்திற்குப் பின், மாமனார், மாமியாரிடம் ஏதேதோ பேசி அவர்கள் மனதைத் தனக்கு எதிராகத் திரும்ப எப்போதுமே அவள் திட்டமிட்டுக் கொண்டிருப்பதாக லலிதாவிற்குத் தோன்றும். குண்டாக இருக்கும் அவள், கொலுசு சத்தம் ஒலிக்க நடக்கும்போது லலிதாவிற்கு எரிச்சலாக இருக்கும். தங்கள் குடும்பம் உயர்வானது என்ற ரீதியில் முன்னோர்களைப் பற்றிப் பேசிக்கொண்டிருப்பாள். கால், கை விரல்களில் பாலிசு போடுவது கெடுதல் என்பாள். ரவிக்கை தோள்பட்டையில் இவ்வளவு இறங்கியிருக்கக் கூடாது என்பாள். இப்படி ஏதாவது சொல்லிக்கொண்டிருப்பாள். அவள் வந்து சென்றபின்னர், மாமியாரின் குணமும் சற்று மாறுதல் அடைந்துவிட்டதாகத் தோன்றும். ‘இதை ஏன் அங்கே வைச்சே. இதை ஏன் இங்கே வைச்சே. எங்களுக்கு இப்படி எல்லாம் நடந்து பழக்கம் இல்லை’ என்கிற ரீதியில் பேசுவாள். ஒருநாள் கனவில்கூட அந்த குண்டுப்பெண் வந்தாள். இரண்டு பேருக்கும் வாக்குவாதம் ஏற்பட்டு அந்தக் குண்டுப்பெண் அவள் நெஞ்சில் கைவைத்துத் தள்ளிவிடுவதாகக் கனவு கண்டு விழித்துக்கொண்டாள்.

சமையல்கட்டை லலிதா கைப்பற்றிவிடக்கூடாது என்ற கவனத்துடனேயே மாமியார் இருப்பதால் லலிதா ஒத்தாசையாக மட்டும் வேலைகள் செய்ய வேண்டியிருந்தது. பாத்திரங்களைக் கழுவுவது அவள் வேலைதான். மாமியார் கழுவுவதில்லை. ஒரே ஒரு தடவை மாமனாரும் மாமியாரும் வெளியூர் சென்றிருந்தார்கள். அப்போது திரும்பி வரும்வரை என்னென்ன சமையல் செய்யவேண்டும் என்று லலிதாவிற்குப் பட்டியல் கொடுத்துவிட்டுத்தான் சென்றாள். லலிதாவிற்கு வேறு சமையல் செய்ய ஆசையிருந்தது. ஆனாலும் மாமியார் சொன்னதற்கு மாற்றாக வேறு சமையல் செய்யப் பயமாக இருந்தது.

அன்று அவளுக்குப் படபடப்பாக இருந்தது. சமையலைச் சாப்பிட்டுவிட்டு ராமனாதன் என்ன சொல்வானோ என்ற ஆவல் இருந்தது. அவள் சமையல் நன்றாகயிருக்கிறதா என்று கேட்கவும் செய்தாள். ஆனால் அவன் அதைப் பெரிதாக எடுத்துக்கொள்ளவில்லை. சும்மாவாவது நன்றாகயிருக்கிறது என்று அவன் சொல்லித் தொலைத்திருக்கலாமே என்று அவளுக்குத் தோன்றியது. ஆனால் ஒரு வித்தியாசமான சம்பவம் நடந்தது. அவன் வீடு திரும்பும்போது மல்லிகைப்பூ வாங்கி

வந்தான். இருவருமே சந்தோஷமாக இருந்தார்கள். அவன் ஏதோ நகைச்சுவையாக வேறு பேசினான். தனிக்குடித்தனம் போனால் நன்றாகயிருக்குமே என்று அவளுக்குத் தோன்றியது.

மாமனாரும் மாமியாரும் ஊரில் இல்லாத இரண்டாவது நாள் மதியம் வந்தவன் வேலைக்குச் செல்லவில்லை. லீவு கொடுத்து விட்டேன் என்று சொன்னான். மதியச்சாப்பாட்டிற்குப் பின் அவன் அவளுடன் சேர்ந்தான். அன்றைய தினம் அவனுடன் சினிமாவிற்குச் செல்ல வேண்டும் என்ற ஆவல் லலிதாவிற்கு ஏற்பட்டது. 'அலிபாபாவும் நாற்பது திருடர்கள்' படம் ரிலீஸாகி சில நாட்கள் ஆகியிருந்தன. முதல் கலர்ப்படம் என்று விளம்பரப்படுத்தியிருந்தார்கள். ஆனால் அலுப்பில் படுத்துக் கிடந்தான். இரவுச் சாப்பாட்டிற்குப் பின் ஒருமுறை அவளுடன் சேர்ந்தான்.

மதிய உணவிற்கு வந்து சாப்பிட்டுவிட்டு லலிதாவைக் கூட்டிக்கொண்டு செல்வதாக அவளின் தந்தை மாமனாருக்குக் கடிதம் எழுதியிருந்தார். மாமனாரும் மாமியாரும், அவர் வரக்கூடிய நேரம் என்பதால் அவரை எதிர்பார்த்துக் கொண்டிருந்தார்கள். வாசலில் ரிக்ஷா வந்து நிற்பதுபோல் சத்தம் லலிதாவிற்குக் கேட்டது. வேகமாக ஓடுவதுபோல் லலிதா வந்ததில் கால் தடுக்கிற்று. மாமனார் "த்சு" என்று முகத்தைச் சுருக்கினார். "மெதுவா வந்தா என்ன ?" என்றாள் மாமியார். லலிதா வாசலுக்கு வந்தாள். ரிக்ஷா வந்திருக்கவில்லை. வீட்டுக்குள் திரும்பினாள்.

திருமணமாகி இந்த வீட்டிற்கு வந்தபோது, இந்த வீடு அவளுக்கு மனநெருக்கடியை ஏற்படுத்தியது. வீடு கடை வீதியில் இருந்தது. வாகனங்களும் மனிதர்களும் பகல் முழுவதும் சென்றுகொண்டிருப்பார்கள். மாலையில் மாமியார் வாசலில் உட்கார்ந்து போவோர், வருவோரை வேடிக்கை பார்த்துக் கொண்டிருப்பாள். ஆரம்பத்தில் லலிதாவும் அவள்கூட உட்கார்ந்து வேடிக்கை பார்த்தாள். வீதியில் செல்கின்றவர்கள் லலிதாவைப் பார்ப்பதை உணர்ந்த மாமியார் மூன்றாவது நாள் உள்ளே போகச் சொல்லிவிட்டாள். அவள் உள்ளே போய் டிரான்ஸிஸ்டரைத் திருகி ஏதாவது பாட்டுக் கேட்டுக் கொண்டிருப்பாள்.

அவள் பிறந்து வளர்ந்த வீடு வேறு வகையான அமைப்பில் இருந்தது. உள்ளடங்கிய தெருவில் வீடு இருந்தது. காம்பவுண்டிற்குள் வீட்டிற்கு இருபுறமும் இரண்டு வேப்ப மரங்கள் இருந்தன. காம்பவுண்டிற்கு வெளியே தெருவில் ஒரு வேப்ப மரமும் இருந்தது. காம்பவுண்டிற்குள் ஒருபுறம் வாழை மரங்கள் இருந்தன. மறுபுறம் இரண்டு கறிவேப்பிலை மரங்களும் ஒரு சீதாப்பழ மரமும்

இருந்தன. பக்கத்தில் மல்லிகைப் பூச் செடி வளர்ந்து அதை ஒரு சிறு பந்தல் போட்டுப் பராமரித்து வந்தனர். பின்புறம் நான்கு தென்னை மரங்களும், ஒரு மாதுளை மரமும், ஒரு கொய்யா மரமும், ஒரு பப்பாளி மரமும், ஒரு முருங்கை மரமும் இருந்தன. நொச்சிச் செடியும் இருந்தது. மருந்துக்காக அதன் இலைகளைத் தெருவிலுள்ளோர் பறித்துச் செல்வார்கள். முருங்கை இலைகளை அனுமதி கேட்டு சமையலுக்காகப் பறித்துச் செல்வார்கள்.

காம்பவுண்டிற்கு வெளியே, காம்பவுண்டை ஒட்டி ஒரு உயரமான பன்னீர்ப்பூ மரம் பூக்கள் சொரிந்து நிற்கும். இந்த மரத்தை லலிதாவின் தந்தை நட்டபோது லலிதாவுக்கு நான்கு வயது. அவள்தான் முதல் தண்ணீர் விட்டாள். வாசலெங்கும் காலையில் பூக்கள் தரையில் விழுந்து நிறைந்திருக்கும். அவற்றைப் பெருக்கி, வாசலில் தண்ணீர் தெளித்துக் கோலம் போடுவதே பெரிய வேலை.

மாமனாருக்கும் மாமியாருக்கும் மகன் இறந்தபோது லலிதாவின் ராசி சரியில்லை என்ற எண்ணம்தான் ஏற்பட்டது. அவன் இறந்தது லலிதாவுக்குப் பெரிய அதிர்ச்சியாக இருந்தது. தான் வந்த நேரம் இப்படி நடந்துவிட்டது என்றுதானே மாமனாரும் மாமியாரும் ஊர்க்காரர்களும் நினைப்பார்கள் என்ற எண்ணம் தோன்றியபோது மிகையாக அழ வேண்டும் என்று நினைத்தாள். பிரேதத்தின் அருகே அடிக்கடி மயக்கம் வருவதுபோல் விழுந்தாள். அவ்வாறு விழுந்தபோது ஒரு கிழவி அவள் காதருகே "உண்டாயிருக்கியா" என்று கேட்டாள். அவள் 'இல்லை' என்று தலையாட்டினாள்.

லலிதாவின் தந்தை நீலமேகம் ரிக்ஷாவிலிருந்து இறங்கினார். லலிதா சென்று அவரின் கையிலிருந்த பையை வாங்கினாள். மாமனாரும் மாமியாரும் வாசலுக்கு வந்து அவரை அழைத்துச் சென்றார்கள். நீலமேகம் செம்பில் தண்ணீர் வாங்கி முகம், கை, கால், கழுவிவிட்டு நாற்காலியில் அமர்ந்தார்.

"வெயில் ஜாஸ்தி. பஸ்சு சௌரியமா இருந்துச்சா" என்றார் மாமனார்.

"பஸ்சு சௌரியமா இருந்துச்சு. ஆனா டிரைவரு படு ஸ்பீடு. டிரைவருக்குப் பின்னாடி ஒக்காந்திருந்தேன். பக்பக்குன்னு இருந்துச்சு" என்றார் நீலமேகம்.

"மதினி நல்லா இருக்காங்களா?" என்று மாமியார் கேட்டாள்.

நீலமேகம் தலையாட்டினார்.

"சாப்பிடலாமா. பசியாயிருக்கும்."

"சாப்பிடலாம். நீங்களும் ஒக்காருங்க. சேந்து சாப்பிடலாம்" என்று மாமனாரைப் பார்த்துச் சொன்னார் நீலமேகம்.

சாப்பிடும்போது "எல்லாம் தெய்வ சங்கல்பம். நம்ம கையிலே என்ன இருக்கு. நல்லாத்தான் இருந்தான். டாக்டராலேயே என்னன்னு கண்டுபிடிக்க முடியவில்லை. நல்லாத்தான் வைத்தியம் பண்ணினோம்" என்றார் மாமனார்.

"என்ன செய்யறது. இவளை நெனைச்சாத்தான் கவலையா யிருக்கு" என்றார் நீலமேகம். லலிதாவிற்குக் கண்களில் நீர் முட்டிக்கொண்டு வந்தது.

சாப்பிட்டு முடித்து இருவரும் முன்னறைக்கு வந்து பேசிக்கொண்டிருந்தார்கள். மாமியாரும் லலிதாவும் உள்ளே சாப்பிட்டனர். இந்த வீட்டைவிட்டு உடனே செல்ல வேண்டும் என்ற அவசர உணர்வு லலிதாவுக்கு ஏற்பட்டது. பாத்திரங்கள் கழுவுவதிலும், பொருட்களை ஒழுங்கு செய்வதிலும் ஏற்படும் அவசர உணர்வை மாமியார்க்காரி அறிந்துவிடுவாளோ என்ற சஞ்சலம் லலிதாவின் மனத்தில் ஏற்பட்டது.

மாமனார் குதிரை வண்டியை அழைத்து வருவதற்காக வெளியே சென்றார். திடீரென்று லலிதாவின் மனத்தில் விளக்க முடியாத உணர்வு தோன்றியது. பெட்டியைத் திறந்து அதில் வைத்திருந்தடிரான்ஸிஸ்டரை எடுத்து அலமாரியைத் திறந்து அதில் வைத்து அலமாரிக் கதவை மூடினாள். தவறுதலாக விட்டுச் செல்வதுபோல் இருக்கட்டும் என்று நினைத்தாள்.

மாமனார் குதிரை வண்டியை அழைத்து வந்தார். வண்டியில் சாமான்களை ஏற்றியாயிற்று. அந்த நேரம் ஒரு தந்திரம் போல மாமனார், மாமியார் கால்களில் விழுந்து வணங்கிவிட்டுச் செல்ல வேண்டும் என்ற எண்ணம் லலிதாவுக்கு ஏற்பட்டது. உடனே இருவர் கால்களையும் தொட்டு வணங்கினாள். மாமனார் "நல்லா இரு" என்று சொல்ல மாமியாரைப் பார்த்தாள். "துன்னூறு எடுத்துட்டு வா" என்றார். அவள் உள்ளே சென்று விபூதித்தட்டை எடுத்து வந்தாள். லலிதா இடதுகையை மார்பில் வைத்து வலது கைவிரல்களைக் குவித்து, நெற்றிக்குக் கீழ் மூக்கின் மேலே வைத்து குனிந்து நின்றாள். மாமனார் லலிதாவின் நெற்றியில் விபூதியை இட்டு சட்டைப்பையிலிருந்த பர்ஸிலிருந்து ஐம்பது ரூபாய் எடுத்துக் கொடுத்தார். கால்களைத் தொட்டு வணங்கிய செயல், அவர்கள் இருவருக்கும் தன் மேல் இருந்த ஒருவகையான எதிர்மறை உணர்வை ஓரளவுக்கு சமன் செய்திருக்கும் என்று லலிதாவுக்குத் தோன்றியது.

குதிரை வண்டியிலிருந்து சாமான்களை இறக்கித் தயாராய் நின்றிருந்த பஸ்ஸில் ஏற்றினார்கள். பயணிகள் நிறையாததால்

செல்கின்ற ஊர்ப்பெயரைச் சொல்லிப் பயணிகளைக் கண்டக்டர் அழைத்துக்கொண்டிருந்தார். இரண்டு நபர்கள் அமரும் இருக்கையில் ஜன்னலோரமாக லலிதா அமர்ந்தாள். நீலமேகம், பஸ்ஸைவிட்டு இறங்கி அருகிலிருந்த பெட்டிக்கடைக்குச் சென்று நன்னாரி சர்பத் போடச் சொல்லி ஒரு கிளாஸை லலிதாவிடம் பஸ் ஜன்னல் வழியே கொடுத்தார். வாயை வைத்து உறிஞ்சியதும் இனிப்பு நாக்கில் ஏறி ருசித்தது. மடமடவென்று குடித்துவிட்டாள். வெற்று கிளாஸை வாங்கிக் கடையில் கொடுத்துவிட்டு, திரும்ப வந்து பஸ்ஸில் ஏறி லலிதா அருகே அமர்ந்தார் நீலமேகம்.

பஸ் சென்றுகொண்டிருந்தது. இனி தன்னுடைய நிலை என்ன என்று லலிதா யோசித்துக்கொண்டிருந்தாள். அவளுக்கு ஒரு அண்ணன் இருக்கிறான். அரசாங்க வேலையில் இருப்பதால் வெளியூரில் வசிக்கிறான். திருமணமாகி ஒரு மகனும் இருக்கிறான். அவனுக்கு அரசாங்க வேலை கிடைத்து வெளியூருக்குப் போனது நல்லதாகப் போய்விட்டது. இல்லாவிட்டால் அண்ணனும், மனைவியும் அவன் குழந்தையும் இருக்கும் வீட்டில் அவளும் இருப்பது சங்கடமாக இருக்கும். லலிதாவின் அண்ணன் திருமணமாகும் போது அரசாங்க வேலையில் இல்லை. பரீட்சை எழுதியிருந்தான். திருமணமாகி இரண்டு மாதத்தில் அரசாங்க வேலைக்கான உத்தரவு வந்துவிட்டது. எல்லாம் மனைவி வந்த வேளைதான் என்று ஊரே பேசியது. லலிதாவின் அப்பாவும் அம்மாவும்கூடப் பேசினார்கள். அண்ணன் பரீட்சை எழுதும்போது இந்தப் பெண்ணைப் பார்க்கக்கூட இல்லை. அவனுக்கு வேலைகிடைத்ததும் அவள்தான் காரணம் என்கிறார்கள். லலிதாவுக்கு அவள் பூரிப்பைப் பார்க்கும் போது எரிச்சலாக இருந்தது. அந்த முட்டாள் அண்ணனும் அவள் வந்த வேளைதான் வேலை கிடைத்தது என்று நம்புகிறான். லலிதா வந்தவேளைதான் கணவனைச் சாகடித்துவிட்டது என்றும்தான் நினைக்கிறார்கள்.

வீடு ஞாபகம் வந்ததும், பன்னீர் மரம் ஞாபகமும் வந்தது. “வாசல்லே பன்னீர்ப்பூக்கள் இன்னும் விழுந்துக்கிட்டிருக்கா” என்று நீலமேகத்திடம் கேட்டாள் லலிதா.

“இல்லை. வாசல்லே பூக்கள் அப்படி கொட்டிக் கிடந்துச்சு. சுத்தம் பண்ணவே முடியலே. அப்பறம் காம்பவுண்டுச் சுவரை ஒட்டி வளர்ந்ததுலே சுவரு விரிசலாகிக்கிட்டே இருந்தது. அதனாலே அந்த மரத்தை வெட்டியாச்சு” என்றார் நீலமேகம்.

வாசலில் பூக்கள் கொட்டிக்கிடக்காத அந்த வீடு அழகற்றதாக, தன்னைப் போல மூளியாக இருக்கும் என்று தோன்றியது. “ஏம்ப்பா. வெட்னீங்க. வீடே என்னமோ மாதிரி இருக்குமேப்பா” என்றாள்.

“வெட்னதுக்கப்புறம்தான் எனக்கும் தெரிஞ்சது. வெட்டாமலே இருந்திருக்கலாம்னு” என்றார் நீலமேகம். இருவரும் மௌனமாக ஜன்னல் வழியே காட்சிகளைப் பார்த்துக்கொண்டே வந்தார்கள்.

பஸ் ஓடிக்கொண்டிருந்தது. வீட்டிற்குச் சென்று என்ன செய்வது. வீட்டிற்குச் செல்லாமல் எங்கு செல்வது. இது யார் வீடு. வீட்டில் நான் யார். அப்பாவுக்குப் பிறகு அம்மா. அம்மாவுக்குப் பிறகு யார் அல்லது அம்மாவுக்குப் பிறகு அப்பா. அப்பாவுக்குப் பிறகு யார். சொல்லு யார். அண்ணன் மனைவி அந்தத் திமிர்பிடித்த மதினியா. அவள் சோறு போட்டுத் தின்பதா. நல்லா தின்பேன். வயிறு முட்டத் தின்பேன். அப்பாதான் என்ன செய்வார். அவரிடம் என்ன இருக்கிறது. இந்த வீடா. இது அண்ணனுக்குல்ல சொந்தம். அண்ணன் எப்படி நடத்துவான். அவன் மகன் எப்படி நடத்துவான். வாடா சண்டைக்கு. எல்லாம் குழப்பம். குழப்பத்துக்குள் குழப்பம். நான் யார். எட்டு மாதம் இருபத்து நான்கு நாட்களில் என்னை இப்படி ஆக்கிக்கொண்டு வந்து சேர்த்த பொம்பளைகளே நீங்க வெளங்குவீங்களா. நான் யார். எதற்காக என்னை இப்படிக் கட்டி வைத்தார்கள். ஹை ஹையா. வா. கள்ளன் போலீஸ் வெளையாடலாம். பல்லாங்குழி வெளையாடலாம். சாமி பாக்கப் போகலாம். பலூன் வாங்கிப் பறக்கவிடலாம். ஹை ஹையா டண்டனுக்கு டமுக்கு டிக்கு. ஹையா.

பஸ்ஸிலிருந்து இறங்கி, குதிரை வண்டியைப் பிடித்து வீடு நோக்கிச் சென்றார்கள். வீடு தூரத்தே தெரிந்தது. பன்னீர் மரம் இல்லை. மரம் மறைக்காததால் வீடு துலக்கமாகத் தெரிந்தது. வாசலில் அம்மா நின்றுகொண்டிருந்தாள்.

அம்மா லலிதாவின் கையைப் பிடித்து வீட்டிற்குள் அழைத்துச் சென்றாள். நீலமேகம் சாமான்களை இறக்கிக்கொண்டிருந்தார். அவள் பிறந்து, வளர்ந்து, விளையாடிய, திருமணம் பற்றிய நினைப்புகளுடன் சஞ்சரித்த வீடுதான். ஆனால் தற்போது இந்த வீடு அன்னியமாகத் தெரிந்தது.

பெட்டியைத் திறந்தாள். அதில் டிரான்ஸிஸ்டர் இருந்தது. “வேண்டாம் என்று அலமாரியில் எடுத்து வைத்த டிரான்ஸிஸ்டர் எப்படி பெட்டிக்குள் மீண்டும் வந்தது. அலமாரியில் எடுத்து வைத்தது கற்பனையா அல்லது அலமாரியில் வைத்ததை மீண்டும் எடுத்துப் பெட்டியில் வைத்துவிட்டேனா. டிரான்ஸிஸ்டர் என்பது வெறும் டிரான்ஸிஸ்டரா அல்லது அவனா.”

❍

(2013)

(கவிஞர் சுகுமாரனுக்கு)

எழுத்தாளன், நடிகை, காரைக்காலம்மையார்

என்னுடைய ஒரு சிறுகதை தொடர்பாக நடந்த ஒரு சம்பவத்தைக் கூற வேண்டிய நேரம் வந்துவிட்டது. என்னுடைய சிறுகதைத் தொகுப்பு, 'அவரவர் வழி' டிசம்பர் 2009இல் உயிர்மை வெளியீடாக வந்தது. வெளியீட்டு விழாவில் பிரபஞ்சன் கலந்துகொண்டு பேசினார். பிப்ரவரி 2010இல், தேதி நினைவில்லை, எனக்கு ஒரு செல்பேசி அழைப்பு வந்தது. மறுமுனையில் ஒரு பெண் பேசினாள். தன்னை ஒரு நடிகை என்று அறிமுகப் படுத்திக்கொண்டாள். தெலுங்குப் படங்களில் நடித்துக்கொண்டிருப்பதாகவும் தமிழ்ப்பட வாய்ப்பு வரப்போகிற நிலை இருக்கிறது என்றும், தமிழ் நன்றாக எழுதப்படிக்கத் தெரியும் என்றும் 'அவரவர் வழி' தொகுப்பில் உள்ள "நிகழ்காலமும் இறந்த காலமும்" கதையைப் படித்ததாகவும், அக்கதை பிடித்திருந்ததாகவும் தெரிவித்து, அக்கதை பற்றிப் பேச விருப்பப்படுவதாகவும், எப்போது சந்திக்கலாம் என்றும் கேட்டாள். நான் சென்னையில் வசிக்கவில்லை என்றும் சென்னை வரும்போது முன் தகவல் கொடுப்பதாகவும் தெரிவித்தேன்.

அவளைப் பற்றிய கற்பனைகள் எனக்கு ஏற்பட்டன. மார்ச் 2010இல் சென்னை செல்லும் வாய்ப்பு ஏற்பட்டபோது அவளை செல்பேசியில் தொடர்புகொண்டு சென்னை வரவுள்ளதாகத் தெரிவித்தேன். சென்னையில்தான் இருப்பதாகவும் செல்பேசியில் தெரிவித்தால் வந்து சந்திப்பதாகவும்

தெரிவித்தாள். நான் வழக்கமாக எக்மோர் இரயில் நிலையம் எதிரிலுள்ள டூரிஸ்ட் ஹோம் என்ற ஓட்டலில்தான் தங்குவது வழக்கம். அறைகள் சுமாராகத்தான் இருக்கும். இந்த அறைக்கு அவளை வரச்சொல்வதில் எனக்குச் சங்கடம் இருந்தது. அவளிடம் பேசக்கூடிய வசதியான சூழ்நிலை அறையில் இல்லை. எனவே, அவளிடம் செல்பேசியில் தொடர்புகொண்டு எனக்குப் பலவேலைகள் இருப்பதால், நானே வந்து அவளை மாலை 4.00 முதல் 4.30 மணிக்குள் அவள் தங்கியிருக்கும் இடத்தில் சந்திப்பதாகக் கூறினேன். அவள் கோடம்பாக்கம் கிரேண்ட் அய்யனார் ஓட்டலில் அறை எண் 403இல் தங்கியிருப்பதாகத் தெரிவித்து என்னை வரச்சொன்னாள். "உங்களுக்கு ஒன்றும் சிரமமில்லையே" என்றாள். நான் "இல்லை" என்றேன்.

கிரேண்ட் அய்யனார் ஓட்டல் புதிதாகக் கட்டப்பட்ட பெரிய ஓட்டலாக இருந்தது. லிப்ட்டில் ஏறி அறை எண் 403ஐ அடைந்தபோது எனக்குச் சற்றுப் பதற்றமாக இருந்தது. அவள் எப்படி இருப்பாள் என்ற சிந்தனையிலேயே அன்று முழுக்க இருந்தேன். இப்போது அவளைப் பார்க்கப் போகிறேன். ஆடைகளைச் சரி செய்துகொண்டு மணியை அழுத்தினேன். கதவு திறந்தது.

பளிச்சென்றிருந்தாள். சிவந்த நிறம். புருவம் அழகாகத் திருத்தப்பட்டிருந்தது. அவளின் பார்வையில் கவர்ச்சியும் உறுதியும் இருந்தன. நாணேற்றிய வில்போல் இருப்பதாக என் அல்ப மனத்திற்குத் தோன்றியது. படபடப்பாக இருந்தது. "இந்திரஜித்தா" என்று கேட்டாள். நான் உட்கார்ந்தேன். தனி அறை, ஒரு அழகான பெண்ணுடன் நான்.

அவள் எழுந்து சென்று படுக்கையில் கிடந்த ஆடைகளை எடுத்து ஒழுங்குபண்ணினாள். தினசரிப் பத்திரிகைகளை எடுத்து ஒழுங்குபண்ணினாள். பிறகு எனக்கெதிரே அமர்ந்தாள். என்னைப் பற்றி விசாரித்தாள். சென்னைக்கு வந்த நோக்கம் பற்றிக் கேட்டறிந்தாள். நான் அவளைப் பற்றி கேட்டேன்.

"பூர்வீகம் ஆந்திரா. பிறந்து வளர்ந்தது தமில்நாடு. தமில் நல்லா பேச எளுத வரும். தெலுங்குப்பட மார்க்கெட்டை புடிச்சுருவேன். தமில்லே ஸங்கர் ஸார் அஸிஸ்டெண்ட் ஒருத்தர் தனியா ஒரு படம் பண்ணப் போறார். நள்ள பையன். எல்லாம் அமைஞ்சுரும்னு நெனைக்கறேன். நீங்க உங்க கதையிலே வர்ர ரஞ்சிதத்தோட மனசு காரைக்காலம்மையார் கதையைக் கேட்ட பின்னாடி மாறுதுன்னு எளுதியிருக்கீங்க. காரைக்காளம்மையாரைப் பத்தி சொல்லுங்க."

"சின்னக்கதைதான். சொல்லிர்றேன். பரமதத்தர், புனிதவதி இருவரும் தம்பதிகள். ஒருநாள் பரமதத்தர் ரெண்டு மாம்பழங்களைப் புனிதவதியிடம் கொடுக்கிறார். அதை அவ வைச்சிருக்கும்போது ஒரு சிவனடியார் வாரார். அவ சிவ பக்தை. ஒரு மாம்பழத்தை சிவனடியார்ட்டே கொடுத்துர்றார். அப்புறம் பரமதத்தர் வந்து சாப்பிட மாம்பழம் கேட்க அவ ஒரு மாம்பழத்தை எடுத்துக் கொடுக்கறா. அவரு சாப்டுட்டு இன்னொரு மாம்பழத்தையும் கேக்கறாரு. அவ இன்னொரு மாம்பழத்துக்கு எங்கே போவா. சிவனைக் கும்பிடறா. சிவன் ஒரு மாம்பழத்தைக் கொடுக்கறார். அந்தப் பழத்தை பரமதத்தர்ட்டே கொடுக்கறா. அவர் சாப்டுட்டு இந்தப் பழம் தித்திக்குதே. ஏற்கனவே சாப்ட்ட பழம் மாதிரி இல்லையேங்குறார். புனிதவதி மாட்டிகிட்டா. உண்மையைச் சொல்லிடறா. சிவன் உனக்கு மாம்பழம் கொடுத்தது உண்மைன்னா எனக்கு இன்னொரு மாம்பழம் வாங்கிக்கொடுங்கிறார். அவ சிவனை வேண்டி இன்னொரு மாம்பழமும் பெற்று, அதைபரமதத்தரிடம் கொடுக்கிறா. அதை அவர் வாங்கி சாப்டப் போகும்போது, மாம்பழம் மாயமாக மறைந்துவிடுகிறது. சிவன் தோன்றி அவளுக்கு மாம்பழம் கொடுக்கும் அளவுக்கு சிவபக்தை என்ற உணர்வு ஏற்பட அவருக்கு அவள் மீது மன விலகல் ஏற்படுகிறது. அவள் தெய்வாம்ச அழகுள்ளவளாக, தெய்வ சக்தியுள்ளவளாகத் தோன்றுறா... அவர் அவளைவிட்டு நீங்கி பாண்டி நாட்டுக்குப் போயி அங்க ஒரு கல்யாணம் பண்ணிக்கிறார். அதை அறிஞ்ச புனிதவதி அங்கே போயி அவர்கிட்டே தன்னை ஏத்துக்கணும்னு கேக்கறா. தெய்வாம்ச அழகுள்ள, தெய்வ சக்தியுள்ள அவளை மனைவியாக ஏற்றுக்கொள்ள மனம் ஒப்பலைன்னு சொல்லி அவரு அவ கால்லே விழுந்து வணங்கறாரு. அவ மனம் அவருடைய இச்செயலினால் திடுக்கிடுகிறது. அவ திருவாலங்காட்லே வந்து தங்கி தன்னுடைய உருவைக் கெடுத்துப் பேயுருவாக்கி, எலும்புருவாக்கி சிவன் மீது பதிகங்களைப் பாடறா. திருவாலங்காட்டு சுடுகாட்டு சாம்பல்களுக்கிடையே வாழ்கிறாள். இதுதான் கதை."

நடிகையிடமிருந்து பெருமூச்சு வந்தது. "ஏழு கொண்டலவாடா" என்று வாய்விட்டுக் கூறினாள். "சினிமாவா யாரும் எடுக்கலையா ?" என்றாள்.

"கே.பி. சுந்தராம்பாள் நடிச்சு வந்த மாதிரி ஒரு ஞாபகம்" என்றேன்.

"சரி இந்தக் கதைக்கும் ரஞ்சிதத்தோட மனசு மார்றதுக்கும் என்ன ஸம்பந்தம்" என்றாள்.

“உள் மன மாறுதலுக்கு. ஏதோ ஒரு வகையிலே இந்தக் கதை காரணமாக இருந்துருக்கு.”

“அதான் எந்த வகையிளேன்னு கேக்கறேன். ரஞ்சிதத்துக்கு கொஞ்சம் கொஞ்சமாக மத்த ஆண்கலோடு தொடர்பு ஏற்படுது. கதாநாயகனிடம் சேரணும்னு ஆசை ஏற்படுது. அந்தச் சமயத்துலே இந்தக் கதையைக் கேட்டு அவளுக்கு உள் மன மாறுதல் ஏற்பட்டு இந்தமாதிரி எண்ணங்கலுக்கு முடிவு ஏற்படுது. அதான் எப்படின்னு கேக்கறேன்.”

“அது அப்படித்தான். அதை சைலன்ட்டா வுட்றோம்.”

“ஒரு தொடர்பு வேண்டாமா. அதான் எந்த வகையிலேள்ன்னு கேக்கறேன்.”

எனக்குத் திகைப்பு ஏற்பட்டது. அதை விளக்க என்னால் முடியாது என்று தோன்றியது. அந்த ‘நிகழ்காலமும் இறந்த காலமும்’ கதையைத் தெரிந்து கொண்டால்தான் அதன் தொடர்பான இந்த சம்பவத்தையும் புரிந்துகொள்ள முடியும். அந்தக் கதை 3 பகுதிகளாக உள்ளது. முதல் பகுதி, ரஞ்சிதம் என்பவளைப் பற்றியது. அவளுடைய கணவர் சினிமாவில் சிறுசிறு பாத்திரங்களை ஏற்று நடிப்பவர். பொருளாதார நெருக்கடியால் குழு நடனங்களில் ரஞ்சிதம் ஆடுகிறாள். டான்ஸ் மாஸ்டர் மாதவ மேனனுக்கும் அவளுக்கும் தொடர்பு ஏற்படுகிறது. கணவர் பம்பாய்க்குச் சென்றவர் திரும்பவில்லை. தன் மகள் சந்திரிகாவை ஹாஸ்டலில் சேர்த்துவிட்டு மாதவ மேனனுடன் சேர்ந்து வாழ்கிறாள். அவருடைய சிபாரிசில் அவளுக்குப் புதுமுகங்களை வைத்து எடுக்கும் படத்தில் கதாநாயகி வேடம் கிடைக்கிறது. தயாரிப்பாளரிடம் உடற்சேர்க்கை ஏற்படுகிறது. பின்னர் கதாநாயகனுடன் உடற்சேர்க்கை கொள்ளவேண்டும் என்ற எண்ணம் ஏற்படுகிற நேரத்தில் சிவானந்தம் என்னும் உதவி இயக்குநர் காரைக்காலம்மையார் கதையைச் சொல்கிறார். அவளுக்கு உள் மன மாறுதல்கள் ஏற்பட்டு இத்தகைய எண்ணங்கள் மறைந்துவிடுகின்றன. காலங்கள் கடக்கின்றன. ரஞ்சிதாவை மாதவ மேனன் பொருளாதார சிரமமில்லாமல் நன்றாக வைத்திருக்கிறார். திடீரென்று அவருக்கு உடல்நலக்குறைவு ஏற்பட முதல் குடும்பத்தார் அவரைப் பராமரிக்கிறார்கள். அவர் இறந்துவிடுகிறார். அவரது உடலைக் காணக்கூட ரஞ்சிதத்தால் முடியவில்லை. இதுதான் முதல் பகுதி.

இரண்டாம் பகுதியில் சந்திரசேகர் வருகிறார். அவர் பெண்ணாசை காரணமாக சினிமாவில் ஃபைனான்ஸ் செய்யும் தொழிலைச் செய்கிறார். ஒரு ஏஜெண்டு மூலம் அவருக்கு ரஞ்சிதத்தின் மகள் சந்திரிகா அறிமுகமாகிறாள்.

இருவரும் அடிக்கடி மகாபாலிபுரத்தில் தங்கி உடற்சேர்க்கை கொள்கிறார்கள். ஒருநாள் தன்னை நிரந்தரமாகச் சேர்த்துத் தனிக்குடும்பமாக வைத்துக்கொள்ளுமாறு கூறுகிறாள். அவர் சில சொந்தக் காரணங்களால் மறுத்துவிடுகிறார். அவளுக்கு ஏமாற்றமாக இருக்கிறது. அடுத்த நாள் நந்திமலையைக் காரில் சுற்றி வரும்போது தூரத்திலிருந்து பார்த்ததற்கும் அருகிலிருந்து பார்ப்பதற்கும் வெவ்வேறு விதமாக மலை தெரிவதைச் சுட்டிக் காண்பித்து, "எந்த இடத்திலே இருக்கோம்கிறதைப்ப பொறுத்து தோற்றம் அமையும். எது உண்மை என்று யாருக்கும் தெரியாது" என்று கார் டிரைவர் கூறுகிறான். இது அவளுக்கு உள் மன மாறுதலை ஏற்படுத்துகிறது. இப்படிக் கூறுபவன் அவளுடைய தாயாரின் உள்மன மாறுதலுக்குக் காரணமான சிவானந்தத்தின் மகன். பிறகு சில நாட்கள் கழித்து சந்திரிகாவை சந்திரசேகர் மகாபலிபுரத்திற்கு அழைக்கிறார். அங்கு அவள் அவர் காலில் விழுந்து வணங்கி தனக்குத் திருமணம் நடக்கவுள்ளது என்று கூறி ஆசீர்வாதம் வழங்குமாறு கேட்கிறாள். அவருக்குத் திகைப்பு ஏற்படுகிறது. இருவருக்குமிடையே உடற்சேர்க்கை ஏற்படுகிறது. காரில் வழக்கமாக இறக்கிவிடும் இடத்தில் அவளை இறக்கிவிடுகிறார். அவள் இறங்கி நடந்து செல்கிறாள். திரும்பிப் பார்ப்பாள் என்று நினைக்கிறார். ஆனால், அவள் திரும்பிப் பார்க்கவில்லை. இதுதான் இரண்டாம் பகுதி.

அக்கதையின் மூன்றாவது பகுதியில் ராஜ்மோகன் என்பவருடன் திருமணமான சந்திரிகாவின் வாழ்க்கையில் மெல்ல மெல்லப் பொருளாதார ரீதியாக நல்ல முன்னேற்றம் ஏற்படுகிறது. இடையில் இரண்டு தடவை வெவ்வேறு இடங்களில் சந்திரசேகரைச் சந்தித்துப் பேச வாய்ப்பிருந்தபோதிலும் தன் போக்கில் சென்றுவிடுகிறாள். சந்திரசேகரும் பிரபல அரசியல்வாதி யாகவும் தயாரிப்பாளராகவும் ஆகி, கால மாற்றத்தில் வீழ்ச்சி அடைந்து வாழ்கிறார். காலங்கள் கடந்ததில் சந்திரிகாவின் ஒரு மகன் டாக்டராக இருக்கிறான். மகளுக்குத் திருமணமாகி சென்னையில் வேறு பகுதியில் வசிக்கிறாள். இசையமைப்பாளர் பிரபாகர் ராவை தற்செயலாக சந்திரிகா சந்திக்கிறாள். சந்திரசேகர் உடல் நலமில்லாமல், ஞாபகசக்தியை இழந்து, ஆட்களை அடையாளம் தெரியாத நிலையில் ஏதோ உளறிக்கொண்டு மருத்துவமனையில் இருக்கிறார் என்ற செய்தி அவர் மூலம் கிடைக்கிறது. மிகுந்த மனத்தயக்கத்திற்குப் பின் வீட்டிற்குக் கூட்டிச் செல்லும் முன் அவரைப் பார்த்துவிட வேண்டும் என்று மருத்துவமனைக்குச் செல்கிறாள். சந்திரசேகர் முதுகைக் காட்டிப் படுத்திருக்கிறார். கூட துணைக்கு ஒரு பையன் இருக்கிறான். அவன் அவளிடம், "அவருக்கு யாரையுமே அடையாளம் தெரியலை" என்கிறான். பையன் அவரைத் தொட்டு அவள்

பக்கம் திருப்புகிறான். அவளை அடையாளம் தெரியவில்லை. முடியெல்லாம் நரைத்திருக்கிறது. கனத்த உடம்பு. "எங்கம்மா எனக்கு எக்ஸிபிஷன்லே பந்து வாங்கிக் கொடுக்க முடியாதுன்னு சொல்லிச்சு" என்கிறார். அவளுக்கு அங்கிருக்கப் பிடிக்க வில்லை. தடுமாற்றத்துடன் காரை ஓட்டி வீட்டிற்கு வருகிறாள். முகம் கழுவிய பின் நிதானம் ஏற்படுகிறது. இத்துடன் மூன்றாம் பகுதியும் கதையும் முடிந்துவிடுகிறது.

இப்போது அவள் கேட்ட கேள்விக்குச் சரியான பதில் சொல்ல முடியாத என் நிலைக்கு வருகிறேன்.

"காரைக்காளம்மையார் கதையைக் கேட்டபின்னே ஏதோ ஒரு உல் மன மாறுதல் ஏற்பட்டதை ஸைலன்ட்டா சொள்ளியிருக்கிறதா சொல்றீங்கலே. அத என்னன்னு சொள்ளுங்கள்."

"அதான் சைலன்ட்டான்னு சொல்லிட்டேன்ல, அவ்வளவுதான். லௌகீக வாழ்வின் வெற்றியைப் புறக்கணிக்கிற செயலுக்கு அவ கதை எப்படியோ காரணமாயிருக்கு."

"லௌகீக வாள்வுன்னா என்ன."

"மெட்டீரியல் வோர்ல்டுன்னு அர்த்தம்."

"சரி வாங்க. ரெஸ்டாரண்ட் போவோம்."

அவள் அறைக்கதவைப் பூட்டினாள். இருவரும் ரெஸ்டாரண்ட்டை நோக்கிச் சென்றோம். நான் அவளுடைய உச்சரிப்பில் ஏற்படும் லகர, சகர பிரச்சினைகளைப் பற்றி யோசித்துக்கொண்டிருந்தேன். நடக்கும்போது இருவரின் தோள்களும் கைகளும் உரசிக்கொண்டன.

அவள் சொன்னாள், "நந்தி மலையைச் சுற்றி வரும்போது மலை தூரத்தில் ஒரு மாதிரியும் பக்கத்திளே வேறே மாதிரியும் தெரிஞ்சு அவள் உள் மனசில் மாற்றம் ஏற்பட்டதை புரிஞ்சுக்க முடியுது. ஆனால், ரஞ்சிதம் உல் மன மாறுதல் ஏற்பட்டதைத்தான் என்னாளே புரிஞ்சுக்க முடியளே."

திரும்பத்திரும்ப அவள் இதையே சொல்லிக்கொண்டிருப்பது எனக்கு எரிச்சலை ஏற்படுத்தியது. நான் ஒன்றும் சொல்லவில்லை. ரெஸ்டாரண்டில் உட்கார்ந்தோம். அவள் "என்ன வேண்டும்" என்றாள். நான் "கட்லெட்டும் சூப்பும்" என்றேன். அவளுக்கும் அதையே கொண்டுவருமாறு ஆர்டர் பண்ணினாள்.

"இந்தக் கதையை எப்படி எளுதினீங்க. சும்மா சொள்ளுங்க."

"சந்திரசேகர்னு கதையிலே சொல்றேனே. அவரோட உண்மையான பேரு குணசேகர். அவரோட பிரண்டு ஒருத்தரு

என்னோட பிரண்டுக்கு பிரண்டு. அவரை ஒரு சந்தர்ப்பத்திலே சந்திக்க நேர்ந்தது. அப்ப அந்த பிரண்டு. குணசேகரோட கதைன்னு சில விபரங்கள் சொன்னாரு. அதைக் கொஞ்சம் மாத்தி, சேத்து இந்தக் கதையை எழுதினேன்.”

“சந்திரிகா, ராஜமோகன்ங்கிறவரை களியாணம் பண்ணி சௌக்கியமா காரு பங்கலாவோட இருக்கற மாதிரியும் அவுங்க புல்லைங்களும் நள்ளா இருக்கறமாதிரியும்... ஒரு மகன் டாக்டரு. ஒரு மகள் திருமணமாகி சௌக்கியமா இருக்கிற மாதிரியும் எளுதியிருக்கீங்கலே. அவுங்கலைப் பத்தி அந்த பிரெண்டும் அதைத்தான் சொன்னாரா?”

“இல்லை. அந்த சந்திரிகாவின் இயற்பெயர் சந்திரா. அந்த ராஜ்மோகனை இயற்பெயர் முத்துமோகனைக் கலியாணம் பண்ணிக்கிட்டா என்ற அளவில்தான் அந்த பிரெண்டு எங்கிட்டே சொன்னாரு.”

“உங்கலுக்கு என்ன தைரியம் இருந்தா அவ சௌக்கியமாக இருக்கற மாதிரி எளுதியிருப்பீங்க.”

“ஏன் இதிலே உங்களுக்கு என்ன பிரச்சினை”

“என்ன பிரச்சினையா, நான்தானே அந்த சந்திரா என்ற சந்திரிகாவோட மகள். எங்கம்மாவை அந்த அயோக்கியன் முத்துமோகன், உங்க ராஜ்மோகன், படுத்துனதை வெலியே சொள்ள முடியாது. நரகம். திருமணமாகி செட்டிளானதா எளுதியிருக்கிங்களே. அந்த மக நாந்தான். எனக்கு இன்னும் களியாணமே ஆகளே.”

“அது புனைவு” என்றேன்.

“நல்லா புனைஞ்சீங்க. நள்ளா புளுகியிருக்கீங்க.”

எனக்குத் திகைப்பாயிருந்தது. “கதைக்காக அப்படி எழுதுனேன். உண்மையிலே எனக்கு அவங்க திருமண வாழ்க்கை எப்படி அமைஞ்சதுன்னு தெரியாது. அந்த பிரெண்டுக்கும் தெரியலை. அது புனைவு” என்றேன்.

“ஒங்க புனைவைத் தூக்கி குப்பையிளே போடுங்க. நாங்க சீரலிஞ்ச வாள்க்கை வால்ந்துருக்கோம். நல்லா வால்ந்தோம்னு எளுதியிருக்கீங்கலே.”

“அது கதை. கதைக்காக எழுதினது” என்றேன்.

கட்லெட் சாப்பிட்டு, சூப் சாப்பிட்டோம். ரெஸ்டாரண்ட்டி லிருந்து மீண்டும் அறைக்குத் திரும்பினோம். எங்கள் தோள்களும் கைகளும் உரசிகொண்டே நடந்தோம்.

அறையை அடைந்தோம். "என் அம்மாவுக்கு அவ்வளவு கஸ்டம். ஒருவழியா புருஷனைவிட்டு என்னையும் அளைச்சிக்கிட்டு வெலியே வந்து கஸ்டப்பட்டு செத்துப் போயிட்டா. அந்த குணசேகரு. அதான் உங்க கதையிலே வர்ர சந்திரசேகரு. நீங்க ஞாபகம் இழந்து படுக்கையிளே இருக்கறதா எளுதின சந்திரசேகரு. இப்பவும் பிரியாணி ஸாப்பிட்டுக்கிட்டு கல்லுமாதிரி இருக்காரு. பேசாம எங்க அம்மா, அவரு கூப்பிடறப்ப போற வாள்க்கையையே வால்ந்திருக்கலாம். உல் மன மாறுதல் ஏற்பட்டு அவ வால்க்கையே நாஸமாப் போச்சு" என்றாள்.

நான் பேசாமல் இருந்தேன். "இன்னொரு நாள் சந்திப்போம்" என்றேன். சற்றுநேர மௌனத்திற்குப் பின் அவள் கை குலுக்கி எனக்கு விடைகொடுத்தாள். நான் அறையைவிட்டு வெளியேறினேன்.

தற்போது ஆகஸ்ட் 2013இல் ஊடகங்கள் மூலம் ஒரு செய்தி எனக்குக் கிடைத்தது. வெற்றியடைந்த தெலுங்குப்படங் களில் நடித்துக்கொண்டிருந்த நடிகை காஞ்சனமாலா, திருவாலங்காடு கோயிலில் தன் தோற்றத்தை உருக்குலைத்துப் பேய்போல் ஆக்கிக்கொண்டிருப்பதாக தொலைக்காட்சியில் ஒளிபரப்பினார்கள். அவளேதான். ஏன் இப்படி ஆனாள் என்று தெரியவில்லை.

○

உயிர் எழுத்து, நவம்பர் 2013

கோவில் பிரகாரம்

மேலே சுழலும் மின்விசிறியையே பார்த்துக் கொண்டிருந்தாள் பார்வதி. ஒரு உடம்பினுடைய பாரத்தை எப்படி ஒரு இறக்கை தாங்கும்; வளைந்துவிடாதா என்ற எண்ணம் ஏற்பட்டது. இரண்டு இறக்கையிலும் சேலையைப் போட்டால் ஒருவேளை தாங்கலாம். ஆனால், சரியான அமைப்பில் அமையுமா என்ற சந்தேகம் ஏற்பட்டது. சேலை நீளமாக இருப்பதால் அதை மடித்துத்தான் போடவேண்டுமா. சேலை மிருதுவாக இருப்பதால் சரியாக இறுக்காமல் போய்விடுமா. அரைகுறை யாகக் காரியம் அமைந்துவிட்டால் பெரிய சிக்கலாகி விடுமே. தாவணி என்றால் பொருத்தமாக இருக்கும். பழைய துணிகளுக்கிடையே தாவணியைத் தேட வேண்டும்; தவிர முடிச்சுப்போடக் கற்றுக்கொள்ள வேண்டும். இவ்வாறெல்லாம் பார்வதி யோசித்துக் கொண்டிருந்தாள்.

வெளியேயிருந்து ஆனந்தி கூப்பிடுவதுபோல் இருந்தது. எட்டிப் பார்த்தாள். ஆனந்தியேதான். ஆனந்தி திண்ணையில் உட்கார்ந்தாள். பார்வதியும் வந்து உட்கார்ந்தாள். ஆனந்தி காவல்துறையில் சப்இன்ஸ்பெக்டராகப் பணிபுரிகிறாள். இருவரும் பள்ளித்தோழிகள். ஆனந்திக்குத் திருமணமாகி ஆறுவயதில் ஒரு பையன் இருக்கிறான். பார்வதிக்கு இன்னும் திருமணப்பேச்சே எடுக்க முடியாத சூழ்நிலை இருக்கிறது.

"என்ன இன்னைக்கு ஸ்டேசனுக்குப் போகலையா?" என்றாள் பார்வதி.

“எல்லா நாளும் நமக்கு வேலை நாளுதானே. கூப்டா டிரஸ்ஸை மாட்டிக்கிட்டுப் போக வேண்டியதுதான்” என்று வலதுகையை நீட்டிநீட்டி மடக்கினாள்.

“கைக்கு என்ன பிரச்சினை?”

“நேத்து ஒருத்தனை அடி பின்னிப்புட்டேன். அதான் கை வலிக்குது. அவன் எருமை மாடு மாதிரி இருக்கான். லத்தியைத் தூக்கி அடிச்சா என் கைதான் வலிக்குது. சரி... அப்பா எங்கே.”

“அப்பா வேறெங்கே போவாரு. சிவன் கோவிலுக்குப் போயிருக்காரு. அங்கேயே இருந்துட்டு மத்தியானம் சாப்பாட்டுக்கு வருவாரு. அப்புறம் தூக்கம். அப்புறம் சர்வேஸ்வரர் கோயில். பொழுது சரியாப் போயிரும். ஆமா, நீ இப்படி ஆம்பிளைய அடிக்கிறியே. அவன் பின்னாடி எங்கேயாவது உன்னைப் பாத்து ஏதாவது செஞ்சுப்புட்டான்னா என்ன செய்வே?”

“போலீஸ்காரியை அப்படி எல்லாம் செய்ய மாட்டான்ங்க. செஞ்சா அதோட விளைவு பயங்கரமா இருக்கும்னு தெரியும். அவங்களுக்கும் பொண்டாட்டி புள்ளைக இருக்கத்தானே செய்யுது.”

ஆனந்தி, பார்வதியைச் சந்திக்கும் போதெல்லாம் எப்படியோ ஆண்களை அடிக்கும் நிகழ்ச்சியைச் சொல்லிவிடுவாள். அது அவளுக்குப் பெருமையாக இருக்கும். சில சமயங்களில் அடிப்பதை வருணிப்பாள். பூட்ஸ் காலால் மிதிப்பது, கைகளில் ஏறி நிற்பது பிடித்தமான செயல் என்று அவள் பார்வதியிடம் சொல்லியிருக்கிறாள்.

“புருஷனை அடிக்க முடியாதோல்லியோ... அதான் மத்த ஆம்பிளைகளை அடிக்கறச்சே ஒரு திருப்தி” என்று பார்வதி நினைத்துக்கொள்வாள்.

பார்வதியின் தாய் இறந்து பல ஆண்டுகள் ஆகிவிட்டன. அதற்குப் பின் தந்தை வழிப்பாட்டி இருந்து குடும்பத்தைக் கவனித்துக்கொண்டிருந்தாள். அவளும் போய்ச் சேர்ந்துவிட்டாள். அவளும் அப்பாவும்தான். அவளுடைய அப்பா ராஜசேகரனுக்கு வேலை என்று எதுவும் கிடையாது. ஒரு ஜவுளிக்கடை வைத்திருந்து அதையும் மூடிவிட்டார்கள். ராஜசேகரனின் அப்பா ஒரு காலத்தில் பெரிய நிலச்சுவான்தாராக இருந்தார். அவர் சில மனை இடங்களை விற்று கௌரவமாக வாழ்ந்து போய்ச்சேர்ந்து விட்டார். ராஜசேகரும் இரண்டு வீடுகளை விற்றுக் கிடைத்த பணத்தை வைத்துக் காலத்தை கடத்திவிட்டார். தற்போது அந்தப் பணமும் கிட்டத்தட்ட செலவழிந்து முடிந்துவிட்டது. வங்கியில்

முப்பதாயிரமோ என்னமோ கிடக்கிறது. இதை வைத்து எவ்வளவு காலம் தள்ள முடியும்.

இருபது ஏக்கர் நிலம் இருக்கிறது. ஆனால் நிலத்துக்குள் நுழைய முடியவில்லை. உழுதவர்கள் அந்த நிலத்தை வசப்படுத்தி வைத்திருக்கிறார்கள். அக்ரஹாரத்தில் இருந்தவர்களெல்லாம் நிலத்தைக் கைவிட்டு சென்னை, பெங்களூர், பாம்பே, டில்லி என்று சென்றுவிட்டார்கள். அக்ரஹாரத்தில், கோயிலில் அர்ச்சகம் பண்ணுகிறவர்கள் வீட்டையும் இவர் வீட்டையும் தவிர்த்து அனைவரும் வேறு ஊர்களுக்குச் சென்றுவிட்டார்கள். ஒன்றிரண்டு வீடு பூட்டிக்கிடக்கிறது.

ராஜசேகரன் சிறுவனாக இருக்கும்போது வீட்டுவாசலில் நெல்மூடைகள் வண்டி வண்டியாக இறங்குவதைப் பார்த்துக் கொண்டிருப்பார். அவருடைய அப்பா சதாசிவ அய்யர் மரநாற்காலியில் உட்கார்ந்திருப்பார். குத்தகைதாரர்கள் பணிந்து துண்டை கட்கத்தில் வைத்து நின்று பேசிக்கொண்டிருப்பார்கள்.

"இந்த மகசூலுக்கு மூடை குறைஞ்சாப்லே இருக்கே, குத்தகையை மாத்திரலாமா?" என்பார் சதாசிவ அய்யர்.

"அய்யா . . . சாமி . . . நாங்க உங்களை அண்டிப் பிழைக்கிறவங்க... வெளைச்சல் சரியா வராமப் போச்சு... அடுத்த மகசூல்ல சரி பண்ணிர்லாம்" என்பான் பெரியகருப்பன்.

ஏற்கனவே இருந்த குத்தகைதாரரை இரண்டு ஆண்டு களுக்கு முன் நீக்கிவிட்டு பெரியகருப்பனை நியமனம் பண்ணியிருந்தார் சதாசிவ அய்யர்.

வீட்டிற்குள் நெல்மூடைகளை அடுக்கி வைப்பதற்கென்றே தனி அறை இருந்தது. பெரியகருப்பன் சதாசிவ அய்யர் முன்பு உட்கார மாட்டான். அது, மரியாதைக்குறைவு என்ற நினைப்பு அவனுக்கு. பெரியகருப்பனின் முன்னால் தன்னுடைய பிம்பம் பெருமதிப்பிற்குரியதாகப் பெருகுவதால் அவன் தன்னைச் சந்திப்பதை விரும்பக்கூடியவராக சதாசிவ அய்யர் இருந்தார்.

சதாசிவ அய்யரைத் தேடி வரும்போது அவர் வீட்டிற்குள்ளே இருந்தால் வெளியே நின்னு "சாமீ... நான் பெரியகருப்பன் வந்திருக்கேன்" என்று கூவுவான். அவர் வரும்வரை வெளிவாசலில் நின்றிருப்பான். அய்யர் கை வைத்த பனியன் அணிந்திருப்பார். வந்து திண்ணையில் அமருவார். பெரியகருப்பன் வாசலில் நின்று கைகட்டிப் பணிந்து பேசுவான்.

குத்தகைதாரர் உழவடைப் பதிவுச்சட்டம் வந்தது. கிராமத்திற்கு வந்து உழவடைதாரர்களைப் பதிவு செய்தார்கள்.

உழவடைதாரர்களை நிலத்துக்காரர்கள் நீக்க முடியாது. நிலத்தை விற்றாலும் உழவடை உரிமை தொடரும் என்றார்கள். இதன் பிறகு எல்லாம் மாறியது. கொஞ்ச காலத்திற்கு வழக்கம்போல் பெரியகருப்பன் குத்தகை நெல் மூடைகளைக் கொடுத்து வந்தான். பிறகு அவன் நேரில் வராமல் வேறு ஆள் மூலம் கொடுத்துவிட ஆரம்பித்தான். பிறகு நிலத்தை சில காலங்களுக்கு விவசாயம் செய்யாமல் போட்டு வைத்தான். சதாசிவ அய்யர் கூப்பிட்டுவிட்டார். அவன் போகவில்லை. அடுத்தவருடம் விவசாயம் செய்வதாகப் பதில் சொல்லி அனுப்பினான்.

அடுத்து விவசாயம் செய்தான். ஆனால் சொற்ப நெல் மூடைகளை அனுப்பிவைத்தான். அடுத்த மகசூலுக்கு நெல்மூடைகள் அனுப்பவேயில்லை. நெல்மூடைகளை எதிர்பார்த்து ஏமாந்த சதாசிவ அய்யர் ஆள் அனுப்பிக் கேட்டார். விவசாயத்தில் நஷ்டம். அதனால் மூடைகள் அனுப்பவில்லை என்ற பதில் வந்தது. நாளடைவில் மூடைகள் வருவது நின்று விட்டது.

கணேஷ் பிராமணாள் ஓட்டலில் காபி சாப்பிடச் சென்றிருந்தபோது அங்கு வேறு ஒரு டேபிளில் பெரியகருப்பன் அமர்ந்து காபி குடித்துக்கொண்டிருந்ததைச் சதாசிவ அய்யர் பார்த்தார். அவன் அவரைப் பார்த்துவிட்டுப் பார்க்காததுபோல் காபி குடித்தான். சதாசிவ அய்யருக்கு ஆத்திரம் பொங்கியது. தன்னுடைய டேபிளைப் பெரியகருப்பன் கடந்து சென்ற போது பேச வேண்டுமென்று யத்தனித்தார். அவன் அவரை நெருங்கும் நேரத்தில் துண்டை உதறித் தோளில் போட்டான். அவர் பேசவில்லை. அவன் கடந்து சென்றுவிட்டான்.

பின்னர் குத்தகை நெல்மூடைகளை எதிர்பார்க்காமல் கொஞ்சமாக இருந்த மனை இடங்களை விற்று அதில் கிடைத்த தொகையைக்கொண்டு வாழ்க்கையை நடத்தினார். தொழில் தொடங்கினால் நல்லது என்று நினைத்து ஜவுளிக்கடையைத் தொடங்கினார். ஏதோ பெயருக்கு இயங்கிக்கொண்டிருந்தது. வாழ்க்கையைக் கண்டு பயந்தவராய் ராஜசேகரனை அரசாங்க உத்தியோகத்திற்கான பரீட்சைக்குத் தயாராகும்படி சொன்னார். ஆனால் ராஜசேகரனால் எந்தப் பரீட்சையிலும் தேர்வாக முடியவில்லை. சதாசிவ அய்யர் உயிருடன் இருந்தபோதே ராஜசேகரனுக்குத் திருமணம் செய்து வைத்துவிட்டார். பார்வதி பிறந்த சில ஆண்டுகளில் சதாசிவ அய்யர் இறந்துவிட்டார்.

காலங்கள் கடந்துவிட்டன. ராஜசேகரனால் பார்வதிக்குத் திருமணம் செய்துவைக்க முடியவில்லை. அவளுக்கும் வயதாகி விட்டது. இனி வரன் கிடைப்பது சிரமம். இருபது ஏக்கர் நிலம்

இருக்கிறது. அதை விற்றால் பல இலட்ச ரூபாய் கிடைக்கும். ஜவுளிக்கடை நஷ்டத்தில் போனதால் அதை மூடியாயிற்று. வீடுகளை விற்றுக் கிடைத்த பணத்தில் இவ்வளவு காலமும் செலவழித்தது போக மீதமிருக்கிற சொற்பப் பணத்தைக்கொண்டு எவ்வளவு காலத்தைக் கடக்க முடியும். அந்தப் பணமும் தீர்ந்து விட்டால் சாப்பாட்டிற்கான வழிகூட இல்லை. ராஜசேகரனுக்கு பயம் ஏற்பட்டது.

குத்தகைதாரர் உரிமை இருப்பதால் நிலத்தை விற்க முடியவில்லை. குத்தகைக்காரர்களை விடுவித்துவிட்டு வருமாறு கூறுகிறார்கள். குத்தகைதாரர்களுக்கு நிலத்தை விற்றுவரும் தொகையில் பாதியைக் கொடுக்கும் நடைமுறை ஏற்பட்டு விட்டது. ராஜசேகரும் ஏதோ பணம் வந்தால் சரி நடைமுறைப்படி எடுத்துக்கொள்ளட்டும் என்று சொல்லிவிட்டார். ஆனால், குத்தகைதாரரின் வாரிசுகளுக்குள் பங்காளிப் பிரச்சினைகள். பெண் வாரிசுகளுக்கும் ஆண் வாரிசுகளுக்குமிடையே பிரச்சினைகள். ஒன்று சேர்ந்து வரமாட்டேனென்கிறார்கள். பெண் வாரிசுகளும் உழவடை விடுதலைப் பத்திரத்தில் கையெழுத்துப் போட வேண்டும். அவர்களும் பணம் கேட்கிறார்கள். ஆண் வாரிசுகள் அவர்களுக்குப் பணம் தரத் தயாராக இல்லை. இப்படியே இழுத்துக்கொண்டு போகிறது. அவர்களுக்குள் ஏதாவது உடன்பாடு ஏற்பட்டு ஒத்து வந்தால்தான் நிலத்தை விற்க முடியும் என்ற நிலை ராஜசேகரனுக்கு ஏற்பட்டுவிட்டது.

பெரியகருப்பனின் மூத்த மகன் கருப்பண்ணனின் வீட்டை நோக்கி ராஜசேகரன் சென்றார். வாசலில் கருப்பண்ணன் மோட்டார்சைக்கிளைத் துடைத்துக்கொண்டிருந்தான். அவனுடைய மனைவி, ராஜசேகரன் வருவதைப் பார்த்து "அந்தா ... நிலத்துக்கார சாமி வந்துக்கிட்டிருக்கு" என்றாள். நிமிர்ந்தவன் அவளைப் பார்த்து, "சேரை எடுத்துப் போடு" என்றான். ராஜசேகரன் வருவதற்குள் இரண்டு பிளாஸ்டிக் சேர்களை எடுத்து அவன் மனைவி போட்டாள்.

"வாங்க சாமி... உக்காருங்க" என்றான் கருப்பண்ணன்.

ராஜசேகரன் நாற்காலியில் உட்கார்ந்தார். வியர்வையைக் கர்ச்சீப்பினால் துடைத்தார். "புள்ளைக எல்லாம் ஸ்கூலுக்குப் போயிருக்கா?" என்று கேட்டார்.

"ஆமா சாமி இப்பத்தான் போச்சுக..."

"நீங்க உங்களுக்குள்ளே சமாதானமா ஒண்ணு சேந்து வந்திங்கன்னா... எல்லோருக்கும் பிரயோஜனம்... எல்லாருக்கும் பணத்தேவை இருக்கில்ல."

“இன்னைக்கி இல்லாட்டியும் நாளக்கி பணந்தானே... எங்க அப்பாரும், நானும் என்கூடப் பொறந்தவங்களும், சம்பாதிச்சதைத் தானே செலவழிச்சு இந்த கூடப் பொறந்த பொம்பளைகளைக் கட்டிக் கொடுத்தோம். இப்ப கையெழுத்துப் போடறதுக்கு காசு கொடுன்னா என்ன அர்த்தம். ஒவ்வொரு வருக்கும் ஐம்பது பவுன் நகைபோட்டு சீர் வரிசை செஞ்சிருக்கு... நியாயம்னு ஒண்ணு இருக்குல்ல. கல்யாணத்துக்கு வாங்குன கடனை நாங்கள்ல ஓழைச்சு அடைச்சோம். இப்ப புருஷக்காரங்க பேச்சைக் கேட்டுட்டு ஆடுறாளுக. பாப்போம். ''

“உனக்குத் தெரியும். ஜவுளிக்கடையை அடைச்சாச்சி. நிலம் இருக்கு. வருமானம் இல்லை. என்ன இருந்தாலும் உடையவன் நான்தானே.”

“உடையவன் நீங்கதான் சாமீ. யாரு இல்லைன்னா. அந்த முண்டைக ஒத்துவரமாட்டேங்குதுகளே.”

“நீ பேசிப்பாக்க வேண்டியதுதானே”

“என்னத்தைப் பேசறது. எல்லாம் பேசியாச்சு. நிலம் கிடந்தா என்ன? விலை கூடத்தானே செய்யும்.”

“தங்கச்சிகளுக்கு ஏதாவது கொடுத்து முடிக்க வேண்டியதுதானே.”

“அதெப்படி நாலு முண்டைகளுக்கும் கல்யாணம், சீர் செஞ்சிருக்கோம். அதுக்கே எல்லாம் சரியாப்போச்சு.”

“இந்தக்காலத்துல அதெல்லாம் பாக்கலாமா? ஏதாவது பேசிப்பாரு.”

“பேசியும் பாத்தாச்சு. எங்க சித்தப்பாரு பேசிப்பாத்தாரு. ஏதாவது ஒரு தொகை மினிமம் கொடுக்கலாம்னுதான் பாத்தோம். ஆனா ஆளுக்கு ஒரு ஷேர் வேணுமாம். நாங்கள்லாம் வாயிலே வெரலை வைச்சிக்கிட்டு ஒக்காத்துக்கிட்ருக்கவா. கொஞ்சம் பொறுங்க சாமி. அவளுக இறங்கி வருவாளுக. பாப்போம். நான் குளிச்சிட்டு கடைக்குப் போகணும்.”

“சரி. சீக்கிரம் பேசிப்பாரு. எனக்கும் நெருக்கடியா இருக்கு.” என்று ராஜசேகரன் எழுந்தார்.

அவர் சென்ற பின் மனைவியிடம் “அய்யரு ரெக்கையைக் கட்டிக் கிட்டு பறக்காரு. இன்னும் கொஞ்ச காலத்துக்கு இழுத்தா அய்யருக்கு இன்னும் கொறைக்கலாம்டி” என்றான் கருப்பண்ணன்.

ராஜசேகரன் சிவன் கோயிலுக்குச் சென்றார். மனம் விரக்தியில் இருந்தது. பணத்திற்கு வழி தெரியாததால் பயம்

ஏற்பட்டது. பார்வதிக்குத் திருமணம் செய்யமுடியாத கையாலாகாதவனாக ஆகிவிட்டதை நினைக்கும்போது அவருக்குச் சுயவெறுப்பு ஏற்பட்டது. தன்னைத்தானே செருப்பாலடித்துக்கொள்ள வேண்டும் என்று தோன்றியது. சொத்து இருந்தும் பிச்சைக்காரனைப் போல இருக்கிறோமே என்ற பச்சாதாபமும் ஏற்பட்டது. அவர் பிரகாரத்தில் வேகமாக நடந்தார். பிரகாரத்திலுள்ள தூண்கள் இருளும் வெளிச்சமும் கலந்து நின்றன. தூண்களில் இருக்கும் உருவங்கள் பயமுறுத்தின. பரிகசித்தன. "சிவனே சிவனே நீ என்ன செய்கிறாய்" என்று அவருள் குரல் எழுந்தது. "அது என்ன செய்யும். அது நாம் வைக்கிற இடத்திலே இருக்கும். நகர்த்தி வைத்தால் நகரும். அது போக்கில் அது இருக்கும். கும்பிட வேண்டியது தானே நம் வேலை" என்று நினைத்துக்கொண்டார்.

இருளும் வெளிச்சமும் கலந்த பிரகாரத்தில் ஒற்றை ஆளாக நடந்தார். வேகமாக நடந்ததில் உடல் வியர்த்துக்கொண்டிருந்தது. ஒரு கணத்தில் சிந்தனை நின்று நடப்பதே பிரக்ஞை என்று ஆகிவிட்டது. நடந்துகொண்டிருந்தார். நடக்க நடக்க பிரகாரமும் கூடவே நடந்துவருவது போல் தோன்றியது. அவரையும் பிரகாரத்தையும் தவிர அக உலகில் ஏதும் இல்லை. சிந்தனை இல்லை, நடப்பதுதான் சிந்தனை. நடந்துகொண்டிருந்தார். எவ்வளவு நேரம் நடந்துகொண்டிருக்கிறோம் என்ற சிந்தனை இல்லை. திடீரென உடலில் குளிர்ச்சி ஏற்பட்டதை உணர்ந்தார். பிரக்ஞை ஏற்பட்டதுபோல் உணர்ந்தார். ஒரு பிரகாரத் தூணைக் கடக்கும்போது தாயார் லட்சுமி அம்மாள் தெரிந்தார். ஒரு பிரகாரத் தூணைக் கடக்கும்போது மனைவி மங்களேஸ்வரி என்ற மங்களம் தெரிந்தாள். "எல்லோரும் என்னைக் கைவிட்டு விட்டீர்களே" என்று வாய்விட்டுச் சொன்னார். அவருக்குத் திடீரென பெரும்பயம் ஏற்பட்டது.

சோர்ந்துபோய் நடப்பதை நிறுத்தி உட்கார்ந்தார். காற்று லேசாக அடித்தது. சற்று சௌகரியமாக உணர்ந்தார். டெலிபோன் பில் கட்டவில்லையே என்ற எண்ணம் ஏற்பட்டது. வீட்டை நோக்கி நடந்தார்.

தெருவில் சற்று தூரம் நடந்தபின் ஓர் உறவினர் "உன்னைத்தான் தேடிண்டு இருக்காங்க. எங்கே போய்த் தொலைஞ்சே. சீக்கிரமா வீட்டுக்குப் போ" என்றார் கலவரத்துடன். அவர் பேச்சில் தெரிந்த பதற்றம் ராஜசேகருக்கு மனக்குழப்பத்தையும் பயத்தையும் ஏற்படுத்தியது. வீடு இருக்கும் தெருவில் திரும்பியவுடனேயே அவர் வீட்டின்முன்பு கூட்டம் இருப்பதைப் பார்த்தார். பயம் அதிகமாகியது. வீட்டை நோக்கி ஓடினார்.

வீட்டை அடைந்தபோதே அவருக்கு அசம்பாவிதம் நடந்துவிட்டது என்று தோன்றிவிட்டது. மனம் உடைந்து அழுதுகொண்டே கூட்டத்தினூடே வீட்டுக்குள் நுழைந்தார்.

பார்வதியின் உடலை இறக்கிப் படுக்க வைத்திருந்தார்கள். மின்விசிறியின் இறக்கையில் பழந்தாவணி தொங்கிக்கொண் டிருந்தது. அவளுடைய இந்த முடிவுக்குத் தன்னைக் காரணமாக நினைத்து அவர் அழுதார். குடும்பத்தில் ஒற்றை ஆளாக நிற்கிறோமே என்று நினைத்து அழுதார். பயத்துடனும் மனம் உடைந்த நிலையிலும் இருந்தார். ஆனாலும், அவர் மனத்தில் ஒரு பிரச்சினை தீர்ந்துவிட்டது என்ற எண்ணமும் இருந்தது.

○

உயிர் எழுத்து, செப்டம்பர் 2013

கால்பந்தும் அவளும்

அவன் வெள்ளை நிறமாக, மொட்டைத் தலையுடன், பூனைக் கண்களுடன் இருந்தான். "பேரென்ன?" என்று கேட்டேன். அவன் பேசவில்லை. படுக்கையருகே நின்றுகொண்டிருந்த அவன் மனைவி "அவர் பேரு பிடரிக்" என்றாள். நூல் சேலை அணிந்திருந்தாள். கழுத்தில் அழுக்கான தாலிக்கயிறு. பளபளக்கும் கருப்பு நிறத்தில் உறுதியான உடலமைப்புடன் இருந்தாள்.

அவன் "பிரடெரிக் ஜான்சன்" என்றான். சரியான ஆங்கில உச்சரிப்பில். அந்தக் கணம் அவன் ஆங்கிலோ இந்தியன் என்று எனக்குத் தோன்றியது. அவன் தலையணைக்குப் பக்கத்தில் ஓர் ஆங்கில நாவல் படித்த நிலையில் பிரித்துக் கவிழ்க்கப்பட்டிருந்தது.

அவனுக்கும் அவளுக்கும் உள்ள வித்தியாசத்தை நான் உணர்ந்ததை அறிந்தவள் போலும், "என் வூட்டுக்காரரு" என்றாள். "எப்படி இருக்காரு"? என்றேன். "இப்ப குடி நெனைப்பில்லாமத்தான் இருக்காரு. ஆசுபத்திரியை விட்டுப் போக முடியாதுல்ல. வூட்டுக்குப் போனா எப்படி இருப்பாருனு தெரியலை. நல்லபடியா இருக்கணும்" என்றாள். "நல்லா கவனிச்சிக்கிறாங்களா" என்றேன். "நல்லா" என்று சொல்லிச் சிரித்தாள். உடம்பில் எண்ணெய் தேய்த்திருந்தாற்போன்ற பளபளப்பு. சிரித்ததில் அவள் வசீகரம் கூடியது.

நான் அடுத்த படுக்கைக்குச் சென்றேன். என் நண்பரான டாக்டர் தேவசகாயம் அவர்

நடத்தும் *De-addiction Centre*-க்கு வருமாறு என்னை அழைத்துக் கொண்டேயிருந்தார். இன்று அவருடைய மையத்தைச் சுற்றிப் பார்த்துக்கொண்டிருக்கிறேன். அங்கிருந்த அட்டெண்டரை அழைத்து அந்தக் குடும்பத்தைப் பற்றி விசாரித்தேன்.

“அவன் ஆங்கிலோ–இந்தியன் கலப்பு ஸார். அவன் வொய்ப் பேரு மாடத்தி. பாத்தீங்களா காம்பினேஷனை. அவனோட அப்பா தேவரு. சர்வேயரா இருந்திருக்காரு. அவன் அம்மா ஆங்கிலோ–இந்தியன். ரெண்டு பேருக்கும் எப்படியோ தொடுத்துக்கிச்சி. சொந்தக்காரங்கள்லாம் ஆஸ்திரேலியா போயிட்டாங்களாம். அவன் ஸ்கூல்ல வாட்ச்மேனா இருக்கான். அவன் பொஞ்சாதி ஸ்கூல்ல அடிசனல் பில்டிங் கட்றப்ப சித்தாளா வந்திருக்கு. தொடுத்துக்கிச்சி” என்று சிரித்தான்.

“ரிஜிஸ்தர்லே அவன் அப்பா பேரை எழுதியிருப்பீங்கள்ல. பாத்துச் சொல்லுங்க.” என்றேன்.

அவன் உள்ளே போய் ரிஜிஸ்தரைப் பார்த்துவிட்டு வந்து “அவுங்க அப்பா பேரு ஈஸ்வரன் என்ற டேவிட்சன்” என்றான்.

அட்டெண்டர் அவர்களுடைய குடும்பக்கதையைச் சொன்ன போதே மனத்தில் தோன்றிய விஷயம் தற்போது உறுதியானது. “அவுங்க அப்பாவை எனக்குத் தெரியும். ஏன்ட்டே வேல பாத்திருக்காரு. அவுங்க அம்மாவையும் பாத்திருக்கேன்” என்றேன் அட்டெண்டரிடம்.

பல ஆண்டுகளுக்கு முன் அப்போது நான் பணியிலிருந்தேன். அன்று என் சொந்த வேலைகளுக்காக ஜீப்பில் சென்றுவிட்டு அலுவலகத்துக்கு வந்திருந்தேன். வியர்த்திருந்தது. டீ கொண்டு வரச்சொல்லிவிட்டு மேசை டிராயரிலிருந்த நிலக்கடலைப் பொட்டலத்தை எடுத்தேன். ஜன்னலருகே சென்று நிலக்கடலையை இரண்டு கைகளாலும் கசக்கி ஊதினேன். மேல் தொலிகள் பறந்தன. ஜன்னலுக்கு வெளியேயும், உட்புறத்திலும் விழுந்தன. மேல் தொலிகள் இல்லாத கடலைகளைச் சேகரித்துப் பேப்பரில் வைத்து டிராயரில் வைத்துக்கொண்டேன். டிராயரைப் பாதி திறந்த நிலையில் வைத்துக் கடலையைக் கொறித்துக்கொண்டிருந்தேன்.

அலுவலக உதவியாளர் உள்ளே வந்து ஒரு சட்டைக்காரி என்னைப் பார்க்க வந்திருப்பதாகக் கூறினான். “என்னைப் பார்க்க சட்டைக்காரிக்கு என்ன வேலை” என்று நினைத்துக்கொண்டு, வரச்சொன்னேன். கவுன் அணிந்த ஓர் ஆங்கிலோ இந்தியப் பெண் உள்ளே நுழைந்தாள். கூட ஒரு பையன். லிப்ஸ்டிக் இட்டிருந்தாள். வெள்ளையாக இருந்தாள். சராசரி அழகு. இடது கன்னத்தில் ஒரு

கருப்பான மரு இருந்தது. முழங்காலுக்குக் கீழே முடியற்ற கால்கள் வெள்ளையாகத் தெரிந்தன. ஹை ஹீல்ஸ் அணிந்திருந்தாள்.

"நான் உங்களிடம் பணிபுரியும் ஈஸ்வரனின் மனைவி" என்று ஆங்கிலத்தில் கூறினாள். எனக்கு ஒன்றும் புரியவில்லை.

"நீங்க எந்த ஈஸ்வரனைச் சொல்றீங்க. அவரு தேவமாருல்ல."

"அவருதான் டேவிட்சன்னு மாறி என்னை மேரேஜ் பண்ணிட்டாரு. இதோ அவரு போட்ட ரிங்" என்று கைவிரலில் அணிந்திருந்த மோதிரத்தைக் காண்பித்தாள்.

"சரி, ஈஸ்வரன் ஏதோ செட்டப் பண்ணிட்டான்" என்று நினைத்துக் கொண்டே "என்ன விஷயம்" என்று கேட்டேன்.

"அவரு வீட்டுக்கு வரமாட்டேங்கிறார். பணமும் கொடுக்கலை. நீங்கதான் சொல்லி சரி பண்ணனும்" என்றாள்.

"நான் சொல்லிப் பாக்கறேன். என்னாலே முடிஞ்ச உதவி பண்றேன். அவரை எப்படிக் கல்யாணம் பண்ணினீங்க" என்றேன்.

"தேட்மேன் இஸ் எ புட்பால் பிளேயர். உங்களுக்குத் தெரியாதா?" இதைச் சொல்லும்போது அவள் முகம் ஒளிர்ந்தது. நான் "தெரியாது" என்றேன்.

அவளின் மொழி நடை அழகான ஆங்கிலத்திற்கு மாறியது. "அவர், தனது அழகான கால்களால் பந்தைத் தள்ளிக்கொண்டு செல்லும் காட்சியை நீங்கள் பார்த்ததில்லையா. என்ன ஒரு அழகான ஆட்டம். அவருடைய ஆட்டம் அவ்வளவு அழகாக இருக்கும். அரைக்கால் டிரவுசர் அணிந்திருப்பார். பந்தைத் தள்ளும்போது கால் தசைகள் அசையும். அவரிடமிருந்து எவரும் பந்தைக் கடத்திச் செல்ல முடியாது. பந்தும் அவருடைய கால்களும் இணைந்து செல்லும் அழகை என்னால் விவரிக்க இயலாது. பந்து அவருடைய கால்களுடன் கொஞ்சும். விருப்பப்பட்டு, அவரிடமிருந்து விடுபட்டு, கோலியிடம் சிக்காமல் கோலுக்குள் சென்று சிரிக்கும். என்ன ஒரு ஆட்டக்காரர்" என்றாள்.

எனக்கு ஆச்சரியமாக இருந்தது. நான் அவளுக்கு அன்னியன். அவருடைய கால்பந்தாட்டத்தைப் பற்றிப் பேசும்போது இப்படித்தான் பேசுவாள் என்றும் வாய்ப்பிருந்தால் இதைவிடக் கூடுதலாகவும் பேசுவாள் என்றும் தோன்றியது.

"அந்த ஈஸ்வரப் பையனுக்கு அதிர்ஷ்டம். பந்தை வைச்சு ஒருத்தியைக் கவுத்திப்புட்டானே" என்று எனக்குத் தோன்றியது.

சற்று நேரம் பொதுவாகப் பேசிக்கொண்டிருந்துவிட்டு விடைபெற்றுக்கொண்டாள். போகும்போது முழங்கால்களுக்குக்

கீழே தெரிந்த அவளுடைய வெள்ளைக் கால்களைப் பார்த்தேன். அவளுடைய மகன் என்னைப் பார்த்துக் கையை ஆட்டிவிட்டுச் சென்றான். பூனைக்கண்கள், செம்பட்டை மயிர், வெள்ளை நிறம், ஈஸ்வரனின் மகன்.

அன்றைக்கு ஈஸ்வரன் அலுவலகத்திற்கு வரவில்லை. அடுத்த நாள் வந்தான். நான் அவனை வரவழைத்து அமரச் சொன்னேன். அலுவலகத்தில் உள்ளவர்கள் அவள் வந்துபோனதைச் சொல்லியிருப்பார்கள் போல. அவன் நெளிந்து கொண்டே உட்கார்ந்தான். வெட்கப்படுவது போல இருந்தது. நான் அவளைப் பற்றி விசாரித்தேன்.

“பத்து வருஷத்துக்கு மின்னாடி நான் ரயில்வே காலனிக்கு புட்பால் வெளையாடப் போவேன். அப்ப கிரவுண்டிலே தினமும் புட்பால் ஆட்டம் நடக்கும். இப்ப எப்பவாவது மேட்ச் நடந்தாத்தான் உண்டு. நான் சின்ன வயசிலேயிருந்து புட்பால் ப்ளேயரு. இப்பத்தான் முன்ன மாதிரி வெளையாட முடியலை. அப்ப தினமும் அவ ப்ரெண்ட்ஸோட வேடிக்கை பாக்க வருவா. அவ வீட்லே தண்ணி வாங்கிக் குடிப்போம். ஆட்டம் முடிஞ்ச பொறகு அவுங்க வீட்லே டீ கொடுப்பாங்க. இஞ்சி டீ. அவ்வளவு ருசியாயிருக்கும். ஒருநாள் தனியா நான் வந்தப்ப என்னோட ஆட்டத்தைப் பாராட்டிப் பேசி கை கொடுத்துச்சு. அப்புறம் அடிக்கடி சந்திக்க ஆரம்பிச்சோம். ரீகல் டாக்கீஸிலே சினிமாவுக்குப் போனோம். அப்படியே தொடர்ந்திருச்சு. அவளைக் கலியாணம் பண்ணிக்கிட்டேன்.”

“ஒங்க வீட்டுக்காரம்மாவுக்கு இந்த விஷயம் தெரியுமா” என்றேன்.

“தெரியும். ஒருநாள் வரலைன்னா மூஞ்சியைச் சுளிச்சிக்கிட்டு டார்ச்சர் பண்றா.”

“அப்படித்தான் இருக்கும். யாரு விட்டுக்கொடுப்பா. சரி அந்தப் பொண்ணுக்குச் செலவுக்குப் பணம் கொடுக்க வேண்டாமா” என்றேன்.

“உங்களுக்குத் தெரியாதா. வருமானம் குறைஞ்சி போச்சு. அதனாலேதான் வேறே ஆபீசுக்கு டிரை பண்ணிக்கிட்டிருக்கேன்.”

“ஏதாவது கொடுங்க. அவுங்களும் உங்களை நம்பித்தானே இருக்காங்க.”

“அவ ஸ்கூல்ல வேல பாக்குறா. ஏதாவது பணம் வரும். வீட்ல கட்டி வைச்சது வீட்லேதான் இருக்கு. பணத்துக்கு எங்கே போகும். சரி. நான் அட்ஜஸ்ட் பண்ணிக் கொடுக்கறேன். அதான் ஜி.பி.எப். போட்டிருக்கேன். நீங்கதான் கையெழுத்துப் போடணும்.”

“எங்கே இருக்கு?”

“இங்கேதான் இருக்கு” என்று எடுத்துக் கொடுத்தான். கையெழுத்துப் போட்டு அவன் கையிலேயே கொடுத்தேன்.

ஒரு சில மாதங்களில் அவன் வருமானம் வரும் வேறு ஆபீசிற்கு மாறிவிட்டான். போகும்போது ‘ரெண்டு குடும்பங்களையும் கவனிச்சுக்குங்கன்னு’ சொன்னேன். சில மாதங்கள் கழித்து கிறிஸ்துமஸ்ஸிற்கு முந்திய நாள் என்னைப் பார்த்து, மதியம் வீட்டுக்கு வருமாறு கூறினான். நானும் வீட்டுக்குச் சென்றேன்.

வீடு கிறிஸ்துமஸ்ஸிற்காக சீரியல் மின் விளக்குகளால் அலங்கரிக்கப்பட்டிருந்தது. முன் அறையில் யேசு நாதர் படம் மாட்டப்பட்டிருந்தது. வீடு துப்புரவாகவும் அழகாகவும் இருந்தது. ஈஸ்வரனும் அவன் மனைவியும் திருமணக் கோலத்தில் இருக்கும் புகைப்படங்கள் மாட்டப்பட்டிருந்தன. அவளுடைய தந்தை நோயுற்றவராக ஓர் அறையில் இருந்தார். எனக்கு முகமன் கூறிவிட்டு அறைக்குள் சென்றுவிட்டார். வீட்டைக் காண்பித்தார்கள். எனக்கு ஆச்சரியமாக இருந்தது. படுக்கையறையில், படுக்கையின் மீது இரண்டு கால்பந்துகள் கிடந்தன. எனக்கு அந்தப் பந்துகள் பற்றியே சிந்தனையாக இருந்தது.

சாப்பாட்டிற்கு முன் அழகான ஒயின் கிளாஸில் அவள் ஒயின் ஊற்றி எனக்கும் ஈஸ்வரனுக்கும் கொடுத்தாள். அவளும் ஓர் ஒயின்கிளாஸை எடுத்து ஒயினை ஊற்றிக் கையில் வைத்து இருகைகளாலும் கிளாஸை உருட்டிக்கொண்டே பேசினாள்.

பிரியாணி தயார் செய்திருந்தார்கள். மோரும் சாதமும் இருக்கிறாற்போல் தெரியவில்லை. நானும் கேட்கவில்லை. தயிர்ப்பச்சடி இருந்தது. சாப்பிடும்போது அவனுடைய கால் பந்தாட்டத்தைப் பற்றி அவள் பேசுவதைக் கேட்க வேண்டும் போலிருந்தது. அவள் சரளமாகப் பேசும்போது ஆங்கிலத்தில் பேசினாள். அழகான உச்சரிப்புடன் சரளமாகப் பேசுவது என்னை ஈர்த்தது.

“அந்தக் காலத்தில் இவர் ஆட்டத்தைப் பார்க்க எனக்கு வாய்ப்பில்லாமல் போய்விட்டது” என்றேன் ஆங்கிலத்தில்.

“ஆமாம். அவர் கால்பந்தாடும் அழகே அழகு. அவரைத்தவிர மற்றவர்கள் எல்லாம் என் காட்சியிலிருந்து மறைந்துபோய்விடுவார்கள். கெண்டைக்கால் சதை அசைய அவர் பந்தைத் தள்ளிக்கொண்டு வருவார். யேசுவினால் பந்தாட்டக்காரனாக ஆசீர்வதிக்கப்பட்டவர். இவர் வழக்கமாக நீலநிற டிராயர் அணிவார். அது மேகத்தின் நிறத்தில் இருக்கும்.

அவர் மேகத்தில் கால்பந்து விளையாடும் ஆட்டக்காரர். எத்தனை கோல்கள். அவர் வந்து மைதானத்தில் இறங்கும்போது மைதானம் பூரிக்கும். மலர்கள் பூரிப்பதை நீங்கள் பார்த்திருக்கிறீர்களா? அதைப்போல. எதிர்த்து விளையாடுபவர்களிடம் அச்சம் கவிந்துகொள்ளும். அவர்களின் கால்கள் பின்னிக்கொள்வது போல் இருக்கும். அவரிடம் கால்பந்து கொஞ்சிக்கொஞ்சிச் செல்லும். பந்தின் மீது நடப்பார். நிற்பார். பந்தைப் பாதங்களால் மேலெழுப்பித் தலையினால் கோலுக்குள் தள்ளுவார். பந்து அவர் கால்களுக்கிடையே இருக்கும்போது கர்வமாகப் பார்க்கும். அவர் கால்பட்டு பந்து தானாகவே ஓடும். அவர் அதைத் தள்ளுகிறாரா என்றே தெரியாது. அவர் மீதுள்ள பிரியத்தில் பந்து ஓடும். காலால் தட்டினால் அந்தத் தட்டிற்கு ஏற்ப குறிப்பிட்ட தூரம்தானே பந்து ஓட வேண்டும். ஆனால், கூடுதலான தூரம் ஓடுவதை நான் அடிக்கடி பார்ப்பேன். எப்படி இந்த அதிசயம் நிகழ்ந்தது என்றே தெரியவில்லை. எல்லாம் யேசுவின் ஆசீர்வாதம்." அவள் ஒயினை அருந்திக்கொண்டே அந்த கிளாஸை இரண்டு கைகளினாலும் உருட்டிக்கொண்டே பேசிக்கொண்டிருந்தாள். ஈஸ்வரனுக்கு அவள் கூறுவது காதில் விழுகிறதா என்று தெரியவில்லை. மேலும், அவனுக்கு ஆங்கில அறிவு போதாது. அவன் பிரியாணியிலிருந்த எலும்புடன் இருந்த இறைச்சித்துண்டைத் தின்பதிலேயே குறியாக இருந்தான்.

அவர்களின் மகனைப் பற்றி விசாரித்தேன். பக்கத்து வீட்டுக்குச் சென்றிருப்பதாகவும், அங்கேயே எப்போதும் இருப்பதாகவும், அவளுடைய பெரியம்மா வீடு அது என்றும் கூறினாள். நான் கிளம்பும் சமயம் அந்தப் பையன் அவனுடைய நண்பனுடன் வந்தான். கோட், சூட், டை அணிந்திருந்தான். சுறுசுறுப்பான பையனாகத் தோன்றினான். என்னைப் பார்த்து "ஹை அங்கிள், கிளாட் டு மீட் யூ" என்று கை நீட்டினான். நான் அவன் கையைப் பற்றிக் குலுக்கினேன்.

பிறகு சில மாதங்களில் நான் வேறு ஊருக்கு மாறுதலில் சென்றுவிட்டேன். ஈஸ்வரனுடன் தொடர்பில்லை. அவன் நினைவு எனக்கு இல்லை. நான் பணி ஓய்வு பெற்று இரண்டு வருடங்கள் ஆகின்றன. ஏதோ ஒருநாள் சர்வே துறையில் வேலை பார்க்கும் ஒருவரைச் சந்தித்தபோது ஈஸ்வரனைப் பற்றிக் கேட்டேன். அவன் இறந்து சில வருடங்கள் ஆகிவிட்டன என்றார்.

நான் அட்டெண்டரிடம் பிரடெரிக் ஜான்சனை நன்றாகக் கவனித்துக்கொள்ளும்படி கூறிவிட்டு பிரடெரிக் ஜான்சனிடம் சென்றேன். அவன் ஆங்கில நாவல் படித்துக்கொண்டிருந்தான். ஸ்டூலில் உட்கார்ந்திருந்த மாடத்தி என்னைப் பார்த்ததும் எழுந்து நின்றாள்.

நான் அவனிடம், "உங்க அப்பா என்கூட வேலை பார்த்தவரு. இப்பத்தான் எனக்கு தெரிஞ்சது. ரொம்ப வருஷங்களுக்கு முன்னால் கிறிஸ்துமசுக்கு முந்தின நாள் உங்க வூட்டுக்கு வந்திருக்கேன். உங்க அப்பா என்னை விருந்துக்கு கூட்டி வந்தாரு. நீங்க அப்ப சின்னப் பையனா இருந்தீங்க. உங்க அம்மா இருக்காங்களா?" என்றேன்.

"அப்பா குடும்பத்தைக் கைவிட்டுட்டுப் போயிட்டாரு. அம்மா, அப்பாவுக்கு முன்னாடியே இறந்து போயிருச்சி. இறந்ததுக்குகூட அப்பா வரலை" என்று சொல்லிக்கொண்டே "இதோ என் மதர்" என்று தலையணைக்குக் கீழிருந்து பிரேம் போட்ட புகைப்படத்தை எடுத்துக் காண்பித்தான். புகைப்படத்தில் அவனுடைய அம்மா ஒரு கால்பந்தை நெஞ்சில் அணைத்தவாறு இருந்தாள்.

❍

உயிர் எழுத்து, ஆகஸ்டு 2013

அம்மாவின் சாயல்

இந்த அடுக்குமாடிக் குடியிருப்பில் நாங்கள் குடியிருக்கும் வீட்டிற்கு எதிர்வீட்டில் அந்தப் புதுத் தம்பதியினர் குடிவந்திருந்தனர். திருமணமாகி ஏழெட்டு மாதங்களாகியிருக்கும். இந்த ஊருக்கு மாற்றலாகி வந்திருந்தார்கள். அவன் வங்கியில் பணிபுரிந்துகொண்டிருக்கிறான். அவன் பெயர் ரகுராமன். அவள் பெயர் பிரியதர்சினி. பிரியா என்று தன்னை அறிமுகப்படுத்திக்கொண்டாள். லொடலொட என்று பேசிக்கொண்டிருப்பாள். புதுவாழ்வில் இருக்கிற, அவ்வாழ்வைக் கையாள்கிற மகிழ்ச்சியில் இருந்தாள்.

என் மனைவி இறந்து பல வருடங்களாகி விட்டது. மகளுடன் இருக்கிறேன். மாப்பிள்ளை துபாயில் இருக்கிறார். பேத்தியைப் பள்ளிக் கூடத்திற்குக்கொண்டு போய்விட்டுக் கூட்டி வரும் வேலையைச் சிரத்தையாகச் செய்துகொண் டிருக்கிறேன். இரண்டு ஆங்கில, இரண்டு தமிழ்ச் செய்தித்தாள்கள் வாங்குகிறேன். வாரப் பத்திரிகைகளும் வாரத்திற்கு இருமுறை வரும் பத்திரிகைகளும் வாங்குகிறேன். அடிக்கடி கர்நாடக சங்கீதம் கேட்பேன். பொழுது இவ்வாறு போய்க்கொண்டிருக்கிறது.

ரகுராமனும் அவ்வப்போது கர்நாடக சங்கீதம் கேட்கக்கூடியவன் என்று அறிந்தபோது எனக்கு அக்குடும்பத்தின் மீது ஒரு கவனம் ஏற்பட்டது. முதல் தடவையாக வசந்தகோகிலத்தின் பாட்டுக்களின் ஒலிபரப்பைக் கேட்டேன். வீட்டிற்கு வெளியே

அவனைச் சந்தித்தபோது அவனது சங்கீத விருப்பம் பற்றியும் கேட்டேன். அவன் கலகலப்பாகப் பழகக்கூடியவனாக இல்லை. சுருக்கமாகப் பேசக் கூடியவனாக இருந்தான். அவனுடைய மாமாவுக்குச் சங்கீதத்தில் விருப்பம் இருந்ததாகவும் அவரிடமிருந்து தனக்குத் தொற்றிக் கொண்டுவிட்டதாகவும் கூறினான்.

பிரியா எங்கள் வீட்டிற்கு வந்து என் மகளுடன் பேசிக்கொண்டிருப்பாள். “அதென்ன அங்கிள், ஊ ஊன்னு பாடினதையே பாடிக்கிட்டிருக்காங்க. ஆ... ஆன்னு இழுத்துக் கிட்டேயிருக்காங்க. இப்படித்தான் பாடணுமா? எப்படித்தான் கேக்குறீங்களோ. அவரும் இதைத்தான்கேக்குறாரு” என்றாள். எங்கள் வீட்டில் என் தாத்தா பெரியாருடன் சேர்ந்து இருக்கும் புகைப்படம் ஒன்று மாட்டப்பட்டிருக்கும். அதைப் பார்த்து அவள், “புகைப்படத்தில் இருப்பது யார்?” என்று கேட்டாள்.

நான் “அவரு பெரியார். அவர்கூட இருக்கறது என் தாத்தா” என்றேன்.

“அதானே பாத்தேன், பெரியார் மாதிரி இருக்கேன்னு. அவர் சாமி இல்லேன்னுல்ல சொன்னாரு. நீங்க சாமி பாட்டா கேக்கறீங்க.”

“நான் கேக்கறது சாமி பாட்டில்லை. சங்கீதம். நானும் சாமி இல்லேங்கறவன்தான். சங்கீதந்தானே கேக்கறேன். பாட்டு எதைப் பத்தி இருந்தா என்ன? பாட்டு சங்கீதமா இருந்தா கேக்கலாம். நல்ல பாட்டு இருந்து நல்லாவும் பாடிட்டாங்கன்னா, ஆஹா. ஆனந்தம்! சஞ்சய் சுப்ரமணியன் ஒரு சி.டி. கொடுத்திருக்காரு. ‘தமிழுக்கும் அமுதென்று பேர். இன்பத்தமிழ் எங்கள் உயிருக்கு நேர்’னு ரெண்டு வரிதான். முக்கா மணி நேரம் பாட்டு. அதுல சிவரஞ்சனியிலே ஒரு ஸ்வரம் வரும் பாரு. கேட்டுப் பாக்கிறியா?”

பிரியா என்னை நோக்கிக் கும்பிட்டாள். “அங்கிள், என்னை விட்ருங்க. அங்கிள், நமக்கு ‘டோலு டோலுதான்’ பாட்டுத்தான் புடிக்கும். அக்கா, இன்னைக்கி மதியம் என்ன சயைமல்” என்று என் மகளை நோக்கிச் சென்றாள்.

நான் பெரியாருடன் என் தாத்தா இருக்கும் புகைப்படத்தைப் பார்த்தேன். ஓரத்தில் செல்லரித்திருந்தது. கைலாஸ் ஸ்டூடியோ என்று ஓரத்தில் ஆங்கிலத்தில் எழுதப்பட்டிருந்தது. தாத்தாவின் நினைவுகள் எனக்கு ஏற்பட்டன. தாத்தாவின் கண்கள் கூர்மையாக இருக்கும். அடர்த்தியான வெள்ளை மீசை வைத்திருப்பார். வேட்டி சட்டை, தோளில் துண்டு இல்லாமல் வெளியே போகமாட்டார். கையில் வாக்கிங் ஸ்டிக் வைத்திருப்பார். வீட்டில் இருக்கும்போது வேட்டி, பனியனில் இருப்பார். வெற்று மேல் உடம்போடு நான்

அவரைப் பார்த்ததில்லை. பெரியார் லுங்கி கட்டுவார் என்பதால் தாத்தாவும் லுங்கி வாங்கி வந்து ஒருநாள் கட்டினார். என் அம்மா, பாட்டி எல்லோரும் கேலி செய்ததால் அவருக்கும் கூச்சமாக இருந்ததால் மீண்டும் வேட்டிக்கே மாறிவிட்டார். என் அம்மா என் தாத்தாவின் தங்கை மகள் என்பதால் அவள் மீது தாத்தா பாசமாக இருப்பார். தாத்தாவிற்கு என் தந்தை ஒரே மகன். மகள்கள் இல்லை. எனக்கு விவரம் தெரியாத சின்ன வயதிலேயே என் தந்தை, தாத்தாவிடம் சண்டை போட்டுவிட்டு மிலிட்டரியில் சேர்ந்துவிட்டார். எவ்வளவோ கெஞ்சிக் கூப்பிட்டும் வரவில்லை. என் தாத்தா நோய் வாய்ப்பட்டு இறக்கும் தறுவாயில்தான் மீண்டும் ஊருக்கு வந்தார்.

தாத்தா, பாட்டியை அண்டியே அம்மா இருந்தாள். கணவர் ஒழுங்கில்லாதவர் என்று அவளுக்கு எண்ணம் இருந்தது. தாத்தா பாட்டியுடனான வாழ்வு அவளுக்குச் சிரமமாக இல்லை. மகள் போலவேதான் இருந்தாள். அம்மாவை "வாயில்லாப்பூச்சி" என்று பாட்டி சொல்வாள். திருவிழாக் காலங்களில் திருவிழா நடப்பதே தெரியாத மாதிரி இருப்பார். தாத்தாவிடம் கேட்கச் சொல்லி, அம்மாவைப் பாட்டி தூண்டி விடுவாள். தாத்தாவிடம் போய் அம்மா நிற்பாள். நான் அவளுக்குப் பின்னே பாதி தெரியும்படியாக ஒளிந்திருப்பேன். 'திருவிழா' என்று அம்மா ஆரம்பிப்பாள். தாத்தா உர்ரென்று முகத்தை வைத்துக்கொண்டு "போயிட்டு வாங்க. காலா காலத்திலே வந்துருங்க. என்ன ... திருவிழாவையும் சாமியையும் ஒண்ணாச் சேத்துவைச்சுப்புட்டாங்க. சரி ... சரி" என்பார். நான் 'அய்' என்று கத்திக்கொண்டே ஓடி வெளிப்படியிலிருந்து குதிப்பேன். தாத்தா முகத்தில் சந்தோஷம் தெரியும்.

"சாமி இல்லேன்னா இந்த ஒலகம் எப்படி வந்துச்சாம்" என்பாள் பாட்டி. "இந்தா முட்டாப் பொம்பளை உனக்கு சொன்னாப் புரியாது. பேசாமக்கிட" என்பார். ஒரு கட்டத்தில், வினாயக சதுர்த்திக்கு கொழுக்கட்டை செய்து கொள்ளலாம். சரஸ்வதி பூஜைக்குச் சுண்டல் செய்து கொள்ளலாம். ஆனால் சாமி கும்பிடக்கூடாது என்றாகிவிட்டது. தீபாவளிக்கும் வெடி போட்டுக்கொள்ளலாம். புதுத்துணிகள் அணிந்து கொள்ளலாம். வீட்டில் சாமி படம் கிடையாது. பெரியார் படங்கள்தான் இருக்கும்.

எனக்கு ஒரு யோசனை தோன்றியது. சாமி படங்களைக் கும்பிடுவது போல பெரியார் படத்திற்கும் தீபாராதனை காட்டிக் கும்பிட்டால் என்ன என்று தோன்றியது. ஓடிப்போய் பாட்டியிடம் சொன்னேன். பாட்டி சிரித்துக்கொண்டே "நல்ல ஐடியா. தாத்தாட்டே சொல்லு" என்று தாத்தாவிடம் கூட்டிச் சென்று "உங்க பேரன் ஒரு ஐடியா சொல்றான் கேளுங்க"

என்றாள். எனக்குப் பெருமையாக இருந்தது. நான் தாத்தாவிடம் என் ஐடியாவைத் தயங்கிக்கொண்டே சொன்னேன். தாத்தா என்னைப் பார்த்தார். அவருக்குச் சிரிப்பு வந்தது. "போடா முட்டாப்பயலே. வெங்காயப்பயலே. போய் விளையாடுறா." என்று என் கன்னத்தில் செல்லமாகத் தட்டினார்.

தாத்தா பழந்தமிழ் இலக்கியங்கள் நிறைய வைத்திருந்தார். அவற்றைப் படிப்பார். திருவாசகத்தையும் படிப்பார். ஏதாவது நெருக்கடியில் இருக்கும்போது அல்லது அலைந்து திரிந்துவிட்டு விச்ராந்தியாக இருக்கும்போது, 'புல்லாகிப், பூண்டாகிப் புழுவாய், மரமாகிப் பல்விருட்சமாகி, பறவையாய், பாம்பாகி, கல்லாய், மனிதராய், எல்லாப் பிறப்பும் பிறந்திளைத்தேன்' என்ற திருவாசகத்தை வாய் விட்டுப்பாடுவார். ஆனால் கடவுளைக் குறிப்பிடும் வரியைப் பாட மாட்டார். விட்டுவிடுவார். நாங்கள் பார்த்துக்கொண்டிருக்கும் போதே கூச்சமின்றி வாய்விட்டுப் பாடுவார். "இது கவிதையல்ல. சாமியைப் பாடுறதுங்கிறதுக்காக கவிதையைக் குப்பைத் தொட்டியிலே எறிய முடியுமா" என்பார். அவரிடமிருந்து நான் நிறையக் கற்றுக்கொண்டேன். "சாதி, மதம், ஏற்றத்தாழ்வுகள் பார்க்கக் கூடாது. யாராக இருந்தாலும், நாம் இளைச்சவன் பக்கம்தான் நிக்கணும்" என்றெல்லாம் என்னை வெளியே கூட்டிச் செல்லும்போது உபதேசம் மாதிரி சொல்லிக்கொண்டிருப்பார்.

பெரியாரும் தாத்தாவும் இருக்கிற இந்தப் புகைப்படத்தைப் பிற்காலத்திலும் பத்திரமாக வைத்திருப்பார்களா என்ற கவலை எனக்கு ஏற்பட்டது. பிரியா என் மகளிடம் ஏதோ பேசிக்கொண்டிருந்துவிட்டுச் சென்றுவிட்டாள். அடிக்கடி அவள் என் மகளைச் சந்தித்துப் பேசுவதால் அவர்கள் குடும்பத்தைப் பற்றிய சில தகவல்களை அறிந்துகொள்ள முடிந்தது. ரகுராமனின் அப்பா அவன் குழந்தையாக இருக்கும்போதே அவன் அம்மாவை விட்டுவிலகி வேறு ஒரு பெண்ணைத் திருமணம் செய்து எங்கோ போய்விட்டார். அவனுடைய தாய்மாமனின் தயவிலேயே அவர்கள் வாழ்ந்து ஒரு நிலைக்கு வந்துள்ளார்கள். அத்தை சரியில்லை என்பதால் கூட வைத்திருக்காமல், தனியே வைத்துப் பணம் அனுப்பியிருக்கிறார் மாமா. அவருடைய மகளைத் திருமணம் செய்துகொடுக்க விருப்பப்பட்டிருக்கிறார். அத்தைக்கு விருப்பம் இல்லாததால் அது நடக்கவில்லை. அந்தப் பெண்ணிற்கும் வேறு இடத்தில் திருமணமாகிவிட்டது. பிரியாவின் தந்தையும் தாயும் பள்ளி ஆசிரியர்கள். வங்கி உத்தியோகம் என்பதாலும், மாமனார், நாத்தனார் பிரச்சினை இல்லை என்பதாலும் ரகுராமனுக்குத் திருமணம் செய்து கொடுத்திருக்கிறார்கள். திருமணமாகி நான்கு மாதங்களில்

ரகுராமனின் தாய் இறந்துவிட்டாள். ரகுராமன் தாயார் மீது பாசம் அதிகம் உள்ளவன். அவள் திடீரென்று இறந்ததால் அதைத் தாங்கிக்கொள்வதற்கு அவன் சிரமப்பட்டிருக்கிறான். அந்த ஊரில், அந்த வீட்டில் தாயார் நினைவுகள் வருவதால் மாற்றல் வாங்கிக்கொண்டு இந்த ஊருக்கு வந்திருக்கிறார்கள். இது பிரியாவின் யோசனையின் பேரில் நடந்துள்ளது. இப்போது ரகுராமன் சகஜநிலைக்கு வந்துவிட்டதாகப் பிரியா நினைக்கிறாள்.

எங்களுக்கும் அவர்கள் இருவரும் மகிழ்ச்சியாக இருப்பதில் மனநிறைவு இருந்தது. வெளியில் போய்விட்டுத் திரும்பி வரும்போது, இருவரும் சிரித்துப் பேசிக்கொண்டே மாடிப்படிகளில் ஏறிவருவதை நான் பலமுறை பார்த்திருக்கிறேன். அப்போதெல்லாம் ரகுராமன் "ஹலோ அங்கிள், நல்லா இருக்கிங்களா" என்று கேட்பான்.

இன்று காலையிலிருந்தே 'நாளைய உலகம்' என்ற தொலைக்காட்சி சேனலில் இலங்கை இறுதிப்போரில், தமிழ் மக்கள் மீது நடந்த அத்துமீறல்களின் வீடியோப் பதிவை மாலை ஆறு முப்பது மணிக்கு ஒளிபரப்பு செய்யவுள்ளதாக அறிவித்துக்கொண்டிருந்தார்கள். எனக்கு சினிமாவில் சோகக்காட்சிகளைப் பார்த்தாலே கண்கள் கலங்கும். என்னால் தாங்கமுடியாது. என் மகள் தைரியசாலி. பார்க்கக்கூடியவள். ஆனால், மகள், என் பேத்தி இருப்பதால் பார்க்க வேண்டாம் என்று நினைத்தாள். பிரியா தானும் கணவரும் அந்தப் பதிவைப் பார்க்கவுள்ளதாகக் கூறினாள்.

நாங்கள் வேறு ஏதோ தொலைக்காட்சிச் சேனலைப் பார்த்துவிட்டுப் படுத்துவிட்டோம். நள்ளிரவில் அழைப்பு மணி அடித்தது. இந்த நேரத்தில் வருவதற்கு எவரும் இல்லையே என்று நினைத்துக்கொண்டே பதைக்கும் மனத்துடன் எழுந்து கதவில் அமைக்கப்பட்டிருந்த கண்ணாடித் துவாரம் வழியே பார்த்தேன். பிரியா நின்றுகொண்டிருந்தாள். அவளைப் பார்த்தது எனக்கு அதிர்ச்சியாக இருந்தது. கதவைத் திறந்தேன். கலக்கத்துடன் நின்றிருந்தாள். தலைமுடி கலைந்திருந்தது. அவளுக்குச் சரியாகப் பேச வரவில்லை. "அவரு என்னமோ மாதிரி இருக்காரு. ஏதோ பாட்டு மாதிரி வரியைச் சொல்றாரு. எனக்கு பயமா இருக்கு" என்று அழலானாள். என் மகள் தூக்கக் கலக்கத்துடன் என் பின்னால் நின்றுகொண்டிருந்தாள். அவளையும் வரச்சொல்லி பிரியா வீட்டிற்குள் நுழைந்தோம்.

ரகுராமன் எதையோ வெறித்துப் பார்த்தவாறு சோபாவில் உட்கார்ந்திருந்தான். நாங்கள் அருகில் சென்றதும் அவன் முகம் கடுமையாக மாறிய அதே நேரத்தில் "காலைத் தூக்கி நின்றாடும்

தெய்வமே” என்று உரக்கக் கத்தினான். அமைதியாகி சற்று நேரத்தில் மீண்டும் அதே வரியைக் கத்தினான். பிறகு “என்னைக் கை தூக்கி ஆள் தெய்வமே” என்று கத்தினான். அவன் கண்களில் நீர் வடிந்துகொண்டிருந்தது. அழ ஆரம்பித்தான். கதறிக்கதறி அழுதான். நான் சமாதானப் படுத்திக்கொண்டிருந்தேன். பிரியா எனக்குப் பின்னால் என் மகளின் கையைப் பிடித்து நின்றுகொண்டிருந்தாள். கதறிக்கதறி அழுதுகொண்டிருந்தவனிடம் கொஞ்சம் கொஞ்சமாக அழுகை குறைந்து அப்படியே சோபாவில் படுத்துவிட்டான்.

“அங்கிள், எனக்குப் பயமா இருக்கு. அப்பாவுக்கு போன்லே பேசட்டா?” என்றாள் பிரியா.

“வேண்டாம். ஏதோ மனப்பாதிப்பில் இருக்கற மாதிரி தெரியுது. இந்த ராத்திரியிலே வேண்டாம். என்னமோ ஏதோன்னு நெனைப்பாங்க. காலைலே பாத்துக்கலாம்” என்றேன்.

அவன் தூங்கிக்கொண்டிருந்தான். நான் என்ன செய்வதென்று யோசித்தேன். பிரியா “பயமாருக்கு அங்கிள்” என்றாள். நான் என் மகளிடம் பேத்தியைத் தூக்கிக்கொண்டு கதவைப் பூட்டிவிட்டு வந்து, பிரியாவுடன் உள்ளறையில் படுக்குமாறு கூறினேன். என் மகள் வெளியேறினாள். நான் பிரியாவிடம் “என்ன நடந்தது” என்றேன்.

நாங்க ரெண்டு பேரும், ‘நாளைய உலகம்’ சேனல்ல இலங்கை போர்க்காட்சிகளைப் பாத்தோம். ரொம்ப கொடுமையாக இருந்துச்சு. அவரு அப்ப ஒண்ணும் சொல்லாமத்தான் இருந்தாரு. சாப்டறப்ப, “இரக்கமில்லாத பாவிங்க. இப்படி ஈவிரக்கமில்லாம கொன்னுருக்காங்களே”ன்னு சொன்னாரு. பெறகு ஏதோ பொஸ்தகத்தை எடுத்துப் படிச்சுக்கிட்டிருந்தாரு. நான் படுத்துட்டேன். திடீர்னு சத்தம் கேட்டு எழுந்து பாத்தா அவரு சோபாவிலே இருந்தபடியே இப்ப கத்தினாருல்ல அந்த வரியைச் சொல்லிக் கத்திக்கிட்டே அழ ஆரம்பிச்சிட்டாரு. நான் என்ன சொல்லியும் அது அவரு காதிலே விழுந்துச்சான்னே தெரியலே அந்த வரியைச் சொல்லியே கத்தினாரு. ஏன் அந்தவரியைச் சொல்றாருன்னு தெரியலையே” என்றாள்.

என் மகள் பேத்தியைத் தூக்கிக்கொண்டு வந்தாள். “கதவை நல்ல பூட்னியா” என்றேன். “ஆமாம்” என்றாள். “ஒரு பாய் இருந்தா கொடு. அவரு சோபாவிலேயே படுத்திருக்கட்டும் எழுப்ப வேண்டாம்” என்றேன், பிரியாவிடம்.

பொதுப்படையாக “அவருக்கு ஏதோ மனப்பிசகு ஏற்பட்டிருக்கு போல் இருக்கு. எனக்கு ஒரு டாக்டரைத் தெரியும். காலையிலே எல்லாம் சரியாப் போயிரும். தேவைப்பட்டா

டாக்டரைப் பார்ப்போம். நீங்க ரெண்டு பேரும் உள்ள போய்ப் படுத்துக்குங்க" என்றேன்.

பிரியா கொடுத்த பாயை விரித்துப் படுத்தேன். போர்க்காட்சி கள் கொடுமையாகத்தான் இருக்கும். அதுவும் மக்கள் மேலே ராணுவம் தாக்குதல் நடத்தினால் எப்படியிருக்கும். அதைப் பாத்துவிட்டு ஏதோ புத்தகத்தைப் படித்திருக்கிறான். 'காலைத்தூக்கி நின்றாடும் தெய்வமே' என்ற வரி ஒரு கீர்த்தனையின் முதல் வரி. யதுகுல காம்போதியில் அமைந்தது. அதை ஏன் சொல்கிறான். அந்த வரி இவன் மனத்தில் எதோடு சம்பந்தப்பட்டிருக்கிறது என்று தெரியவில்லையே என்று யோசித்துக்கொண்டே படுத்திருந்தேன்.

காலையில் எழுந்தபோது அவன் இன்னும் தூங்கிக் கொண்டிருப்பதைப் பார்த்தேன். பேத்தியைப் பள்ளிக்கு அனுப்பும் வேலை இருந்தது. பிரியாவை அழைத்து வங்கிக்குப் போன் போட்டு அவனுக்கு விடுப்புச் சொல்லிவிடுமாறு கூறினேன். அவனைத் தூங்கவிடுமாறும். எழுந்த பின் ஏதாவது பிரச்சினை என்றால் மனநல மருத்துவரிடம் கூட்டிச்செல்லலாம் என்றும் சொன்னேன்.

பேத்தியைப் பள்ளிக்கு அனுப்பிவிட்டுச் சாப்பிட்டுவிட்டு தினசரி செய்தித்தாளைப் படித்துக்கொண்டிருந்தபோது பிரியா வந்தாள்.

"அங்கிள் டிப்ரெஷன்லதான் இருக்காரு. ஆனா ஓங்கிக் கத்தலே. கக்கூஸ் போயிட்டு வந்தாரு. படுத்திருக்காரு. இப்படிக் கொன்னுட்டாங்களே, என்ன பாடுபட்டிருப்பாங்க. அப்படிங்கிறார். அப்புறம் அந்த வரியை முணுமுணுக்கிறாரு. டாக்டர்ட்டே காமிச்சுருவோம்" என்றாள்.

நான் என் பள்ளித் தோழனாக இருந்த மனநல மருத்துவர் சபேசனுக்குபோன் பண்ணினேன். அவர் வரச்சொன்னார். நாங்கள் மூன்று பேரும் ஒரு ஆட்டோ பிடித்து அவர் மருத்துவமனைக்குச் சென்றோம். அவர் அறை வாசலில் நின்றிருந்த பணியாள் உள்ளே சென்று நான் வந்ததைத் தெரிவித்தான். உள்ளேயிருந்த நோயாளி சற்று நேரத்தில் வந்ததும் பணியாள் எங்களை உள்ளே போகச் சொன்னான். அடுத்துச் செல்வதற்கு எழுந்த நோயாளியும் அவன்கூட வந்தவர்களும் மீண்டும் இருக்கைகளுக்குச் சென்றனர். பணியாள் அவர்களைச் சமாதானப்படுத்தினான். ரகுராமனை இருக்கச் சொல்லிவிட்டு நானும் பிரியாவும் மட்டும் உள்ளே நுழைந்தோம். சபேசனிடம் நாங்கள் இருவரும் நடந்த விவரங்களைக் கூறினோம்.

"இதற்கு முன் இப்படி நடந்திருக்கா? நீங்க சிவனைக் கும்பிடறவங்களா" என்றார்.

"கல்யாணமாகி எட்டு மாசம் ஆச்சு. இதான் மொத தடவை. கல்யாணமாவறதுக்கு முன்னாடி எப்படின்னு தெரியலை. அவரு அம்மா இறந்தப்ப ஒரு மாதிரியா இருந்தாரு. அப்புறம் சரியாயிட்டாரு. நாங்க சிவனைக் கும்பிடவறங்க. எங்க இரண்டு பேரோட ஊரும் சிதம்பரம் பக்கத்திலேதான்" என்றாள் பிரியா.

"சரி. அவரை வரச்சொல்லுங்க. நீங்க ரெண்டு பேரும் வெளியே இருங்க" என்றார் சபேசன். அவரை உள்ளே அனுப்பிவிட்டு, நாங்கள் இருவரும் வெளியே காத்திருந்தோம்.

பணியாள் எங்களை வரச்சொன்னதும் உள்ளே சென்றோம். "இந்த மாத்திரையை வீட்டுக்குப் போனதும் குடுங்க. பயப்பட வேண்டாம். டிப்ரஷன்தான். தூக்கம் வரும். இன்னைக்கி சாயந்தரம் நாலு மணிக்குத் திரும்பவும் கூட்டிக்கிட்டு வாங்க. வேற ஒரு நிலைக்குக் கொண்டுபோயித்தான் மனசில இருக்கறதை தெரிஞ்சுக்க முடியும். ஒண்ணும் பயப்படாதீங்க" என்றார் பிரியாவைப் பார்த்து. பிறகு என் குடும்பத்தைப் பற்றி அவரும் அவர் குடும்பத்தைப் பற்றி நானும் விசாரித்துக்கொண்டோம்.

சாயந்தரம் நாலு மணிக்கு மீண்டும் வந்தோம். ரகுராமனை உள்ளே அனுப்பிவிட்டு சுமார் ஒருமணிநேரம் காத்திருந்தோம். எங்களை அழைத்ததும் உள்ளே சென்றோம். உள்ளே சாய்வான ஒரு நாற்காலியில் ரகுராமன் தூக்க நிலையில் இருந்தான். அவர் எங்களிடம் ரகுராமனின் மனப்பிரச்சினைகளைக் கூறினார். தொடர்ந்து மாத்திரை சாப்பிட்டால் சரியாகிவிடும் என்றார். நாங்கள் ரகுராமனை அழைத்துக்கொண்டு ஒரு ஆட்டோவை அமர்த்தி வீட்டுக்குக் கிளம்பினோம்.

நான் சபேசன் கூறியவற்றைப் பற்றி யோசித்துக்கொண் டிருந்தேன். ரகுராமனுக்கு அவனுடைய அம்மாவின் மனம் பற்றிய கவலை இருந்திருக்கிறது. அம்மாவின் குடும்பத்திலுள்ளவர் களுக்குச் சங்கீதத்தில் ஈடுபாடு இருந்திருக்கிறது. ரகுராமன் குழந்தையாக இருக்கும்போதே அவனின் தந்தை அவர்களைவிட்டு விலகியதால் பாதுகாப்பற்ற உணர்வு ஏற்கனவே அவன் மனத்தில் இருந்துள்ளது. அவன் திருமணத்திற்குப் பின் பிரியா அவளுடைய தாய் வீட்டில் இருந்த ஒருநாள் உடல்நிலை சரியில்லாததால் அவன் வங்கியிலிருந்து மதியம் வீட்டிற்குச் சற்று முன்னதாகத் திரும்பியிருக்கிறான். வாசலில் நின்றபோது உள்ளிருந்து பாட்டுச்சத்தம் கேட்டுள்ளது. அவனுடைய அம்மா பாடிக்கொண்டிருக்கிறாள். அவள் பாடுவாள் என்பதே அவனுக்குத் தெரியாது. அவள் எந்த ஒரு பாட்டையும் முணுமுணுத்துக்கூட அவன் கேட்டதில்லை. அற்புதமான பாட்டு. அடக்கி வைத்து

வெளிவந்த பாட்டு. நல்ல சுதியோடு, ஏற்ற இறக்கங்களோடு, அருமையான சங்கதிகள், ஸ்வரங்களுடன் பாட்டு.

அவன் அதிர்ந்து போயிருக்கிறான். இப்படி ஒரு திறமையைப்பூட்டி வைத்திருக்கிறாளே என்று அவனுக்குப் பதற்றம் ஏற்பட்டது. அந்தக் குரல் அவனை என்னவோ செய்தது. அந்தக் குரல் அவனைத் தூக்கிக்கொண்டு பறப்பது போலவும் அவனை இம்சிப்பது போலவும் பலவாறான குழப்ப உணர்வுகள் அவனுக்குத் தோன்றியிருக்கின்றன. அவளின் 'பூட்டிய மனம்' பற்றிய எண்ணங்கள் அவனுள் தெளிவற்று உருவாகியது. அவனுக்குக் கண்கள் தெரியாத இருட்டில் தடுமாறும் உணர்வுகள் ஏற்பட்டு பெரும் பயம் ஏற்பட்டுள்ளது. அவளின் பூட்டிய மனத்தில் இன்னும் என்னென்ன உணர்வுகள் இருக்கின்றதோ என்று தோன்றத் தோன்ற அவனுக்கு மேலும் மேலும் பய உணர்வுகள் தோன்றின. அந்தப் பாட்டுத்தான் "காலைத் தூக்கி நின்றாடும் தெய்வமே" என்று தெய்வத்திடம் முறையிடும் பாட்டு. பாட்டு முடிந்ததும் அவன் வந்ததைக் காண்பித்துக்கொள்ளாமல் எங்கெங்கோ சுற்றிவிட்டு வங்கியிலிருந்து வரும் நேரத்திற்கு வீட்டிற்கு வந்திருக்கிறான். பாட்டைப் பற்றி அவன் ஏதும் அவளிடம் கேட்கவில்லை. அவள் பரிதாபத்திற்குரியவளாகத் தோன்றி அவளின் பூட்டிய மனம் அவனைத் தொந்தரவு செய்திருக்கிறது.

பிரியா ஊரிலிருந்து வந்தபின் அவளுடன் சேர்ந்து இருந்ததினால் அவன் மனநிலையில் மாற்றம் ஏற்பட்டு, பய உணர்வுகள் குறைந்து மறைந்திருக்கின்றன. பின்னர் அம்மா இறந்த சமயம் மீண்டும் தோன்றி மறைந்தது போல் ஒளிந்திருக்கின்றன. அன்று தமிழ் மக்கள் மீதான ராணுவத் தாக்குதல் சம்பந்தப்பட்ட வீடியோ பதிவில் ஒரு காட்சியில் கையில் குழந்தையை ஏந்தியவாறு ஒரு தாய் ஓலத்துடன் ஓடிவருவதைப் பார்க்கிறான். அந்தத் தாயின் சாயலில் அவனுடைய அம்மாவின் சாயலைக் காண்கிறான். அவனுடைய அம்மாவே ஓடி வந்ததாகத் தோன்றி நிலைகுலைந்த கணம், பூட்டிய அவள் மனத்தின் குரல் அந்தப் பாட்டாக அவனுள் ஒலித்திருக்கிறது. இதுதான் மனத்தின் விசித்திரம். அவன் மனம் உடைந்துவிட்டது.

ஆட்டோ வீட்டையடைந்தது. ரகுராமன் தூக்கம் வருவ தாகக் கூறி சாவியை வாங்கிக்கொண்டு முன்னால் சென்றான். ஆட்டோ டிரைவருக்குப் பணம் கொடுத்துவிட்டு, மாடிப்படிகளில் ஏறிக்கொண்டிருந்தோம். பிரியாவிடம் "அப்பாட்டே சொன்னியா?" என்று கேட்டேன்.

"இல்லை. அப்பா அம்மா வந்தாங்கன்னா, மனநோயை மறைச்சு அவருக்கு என்னைக் கட்டிவெச்சுட்டாங்கன்னு நெனைப்பாங்க. பேசவும் செய்வாங்க. நானே சமாளிச்சுக்கிறேன். அவரு பாவம். நல்ல மனுஷன்" என்றாள்.

அவள் திடீரென்று முதிர்ச்சியானவளாக மாறிவிட்டதாகத் தோன்றியது. எனக்குப் பெருமூச்சு ஏற்பட்டது. நான் அவளைப் பார்த்து, "நல்லா இரும்மா" என்று கூறிவிட்டு என் வீட்டிற்குள் நுழைந்தேன்.

O

உயிர் எழுத்து, ஜூலை 2013

கணவன் மனைவி

கணவனின் தோள்பட்டையில் அடி கொடுத்தாள் ரோசாப்பூ. அவர் ஏதோ உளறிக் கொண்டே உடலை நெளித்தார். அவளுக்கு மேலும் ஆத்திரம் ஏற்பட்டது. இடது கன்னத்தில் ஓங்கி அறைந்தாள். அவர் உளறிக்கொண்டே ஒரு நிலைக்கு வந்தார். அந்த நிலை ஓரளவுக்கு ரோசாப்பூவிற்கு வாகானதாக இருந்ததால் மேலும் அடிக்காமல் கரைத்து வைத்திருந்த கஞ்சியை வாயில் ஊற்றினாள்.

ரோசாப்பூவின் கணவர் ரங்கநாதன் வாதம் வந்து வலது பக்கம் பாதிக்கப்பட்டுக் கிட்டத்தட்ட ஓராண்டாகிவிட்டது. ஒரே மகன். ஹாஸ்டலில் தங்கிக் கடலூரில் படித்துக்கொண்டிருக்கிறான். ரங்கநாதன் இறந்துவிட்டால் இந்த வீட்டைக் காலி பண்ணிவிட்டு நல்லதுக்கோ, கெட்டதுக்கோ – வேறு வழி இல்லையே – அவனுடன் போய் இருந்துகொள்ள வேண்டியதுதான் என்று ரோசாப்பூ நினைக்கிறாள். ஆனால் ரங்கநாதன் இறக்க மாட்டேங்கிறார்.

ரோசாப்பூவின் இயற்பெயர் சௌந்தரவல்லி. அவள் சிவப்பாக இருந்ததால் சிறுவயதிலிருந்தே ரோசாப்பூ என்றழைக்கப்பட்டு எல்லோருக்குமே அவளை ரோசாப்பூ என்றால்தான் தெரியும் என்றாகிவிட்டது. ரோசாப்பூவின் தாயார் இரண்டு வீடுகளில் வீட்டுவேலை செய்துதான் வாழ்க்கையை நடத்திக்கொண்டிருந்தாள். ஒரு நாயக்கருக்கு அவள் வைப்பாட்டியாக இருந்தாள் என்றளவில் அவளுக்குத் தெரியும். ரோசாப்பூவிற்கு மூன்று வயதாகும் போதே அவர் வருவதை

நிறுத்திவிட்டிருந்தார். அவர் எங்கிருக்கிறார் என்பதே ரோசாப்பூவின் தாயாருக்குத் தெரியவில்லை. கார்ப்பரேஷனில் காண்ட்ராக்ட் வேலை பார்த்தார். எல்லிஸ் நகரில் வீடு என்றளவில்தான் அவளின் தாயாருக்கு விவரம் தெரிந்திருந்தது. மேலும் அவளுடைய தாயார் பயந்துகொண்டு அவரைத் தேடவில்லை. ரோசாப்பூவிற்கு அவளின் தந்தை உருவம் நினைவில் இல்லை. சிவப்பாக ஒரு நாயக்கர் வந்து செல்வார் என்று சொல்வார்கள்.

ஒரு கட்டத்தில் ரோசாப்பூவின் தாயார் வீட்டு வேலைகள் பார்ப்பதை விட்டுவிட்டு மெஸ்ஸில் வேலைக்குச் சேர்ந்தாள்.

அப்போது ரோசாப்பூவையும் ஒத்தாசையாகக் கூட வைத்துக்கொண்டாள். ரோசாப்பூ ஏற்கனவே பெரிய மனுஷியாகி யிருந்தாள். அந்த மெஸ்ஸை ரங்கநாதன் நடத்திவந்தார். அவருக்குத் திருமணமாகி இரண்டு மகன்கள் இருந்தார்கள்.

ரோசாப்பூவும் அவளுடைய தாயாரும் மெஸ்ஸிலேயே தங்கியிருந்தனர். உணவு தயாரிப்பதில் ஒத்தாசை, பாத்திரங்கள் கழுவுவது மற்றும் பிற வேலைகளை ரோசாப்பூவும் அவள் தாயாரும் சேர்ந்து பார்த்துக்கொள்வார்கள். வாடகைக்கும் சாப்பாட்டிற்கும் கழித்துக்கொண்டு ஒரு தொகையைக் கொடுத்து வந்தார்.

ரோசாப்பூவிற்கு வயது ஏறிக்கொண்டிருந்தது. ஆரம்பத்தில் சர்வசதாரணமாக ரோசாப்பூவைப் பார்த்துக்கொண்டிருந்த ரங்கநாதன் பின்னர் ஒரு காலகட்டத்தில் கவனித்துப் பார்ப்பதாக அவளின் தாயாருக்குத் தோன்றியது. இந்த மெஸ்ஸை விட்டுச் சென்றால் எங்கு செல்வது என்று ரோசாப்பூவின் தாயாருக்குத் தெரியவில்லை. மேலும் தங்கும் இடமும் சாப்பாடும் அது போக சம்பளமும் இந்த மாதிரி வேறெங்கும் கிடைக்காது என்று நினைத்தாள்.

ரோசாப்பூவின் உடல் நாளுக்கு நாள் பூரிப்படைந்து கொண்டிருந்தது. மெஸ்ஸிற்கு வந்து செல்பவர்கள் அவளைப் பார்த்தனர். அவளைப் பார்ப்பதற்கென்றே சிலர் வர ஆரம்பித்தனர். ஒருநாள் ரங்கநாதன் ரோசாப்பூவின் கையைப் பிடித்து இழுப்பதையும் அவள் அவரைத் தட்டிவிட்டுச் சென்றதையும் அவளின் தாயார் பார்த்தாள். எப்படி ஒருவனைக் கண்டுபிடித்து அவளைக் கட்டிக் கொடுப்பது என்ற கேள்விக்கு அவளிடம் பதில் இல்லை. உரித்தான உறவினர்கள் இல்லாத தன்னுடைய காலத்திற்குப் பின் ரோசாப்பூ என்னாவாள் என்று யோசித்தபோது அவளுக்கு பயம் ஏற்பட்டது. ரோசாப்பூவும் ஒரு பையனும் ரோட்டோரத்தில் நின்று பேசிக்கொண்டிருப்பதை ஒரு தடவை அவள் பார்த்தபோது அவள் பயத்தில் மனம் குழம்பினாள்.

இந்த நிலையில்தான் ஒருநாள் அவள் சட்னி அரைத்துக் கொண்டிருந்தபோது ரங்கநாதன் வந்து நாற்காலியை இழுத்துப் போட்டுக்கொண்டு உட்கார்ந்தார். அவரைப் பார்த்து எழுந்த அவளை அவர் உட்காரச் சொன்னார். அவள் தரையில் உட்கார்ந்தாள். அவர் பொதுவாக அவளிடம் பேசிவிட்டு ரோசாப்பூவைத் திருமணம் செய்து தனிக்குடித்தனம் வைத்துக் கொள்வதாகவும் ரோசாப்பூவுடன் அவளும் இருக்கலாம். அந்த வீட்டிற்குச் செல்லாமல் இருந்தால் பிரச்சினை ஏற்படும் என்பதால் அங்கும் சென்று வந்தால்தான் நமக்கு நல்லது என்றும் அவர் கூறினார். அவள் யோசித்துச் சொல்வதாகக் கூறினாள்.

அன்று சாயந்தரம் ரோசாப்பூவிடம் ரங்கநாதன் தன்னிடம் கூறியதைச் சொல்லி, நமக்கும் வேறு வழியில்லையே என்றாள். இப்படி ஒரு பேச்சு வரும் என்று ரோசாப்பூ எதிர்பார்த்துத்தான் இருந்தாள். ஆனால் தன்னைவிட இருபது வயது மூத்தவருக்கு அதுவும் வைப்பாட்டி போல் இருப்பதில் விருப்பம் இல்லாமலிருந்தாள். அந்த வீட்டுப் பையன்கள் வந்து சண்டை போட்டால் என்ன செய்வது என்ற எண்ணமும் ஏற்பட்டது.

பலசரக்குக் கடையில் வேலை பார்க்கும் கோபிக்கு அவளைத் தொடுவதில்தான் ஆர்வம் இருக்கிறதே தவிர ரோசாப்பூ கல்யாணப் பேச்சை எடுத்தால் தட்டிக்கழித்து விடுகிறான். நகை கொண்டு போக முடியாது. சீர் கொண்டு போக முடியாது. வசதியில்லை. கோபி எப்படித் தன்னைத் திருமணம் செய்துகொள்ள விரும்புவான் என்றும் அவள் நினைத்தாள். ரங்கநாதனைக் கல்யாணம் செய்துவிட்டு ரகசியமாக கோபியிடமும் உறவு வைத்துக்கொள்ளலாமா என்றும் யோசித்தாள். ஆனால் தெரிந்துவிட்டால் எல்லாமே குழம்பிப்போய்விடும். அதை அப்புறம் பார்த்துக்கொள்ளலாம் என்று நினைத்தாள்.

வேறு வழியில்லாமல் ரோசாப்பூவும் சரி என்று சொல்லி விட்டாள். ஊருக்கு வெளியே ஒரு வீடு பார்த்து வீட்டு உபயோகப் பொருட்கள் வாங்கிப் போட்டு ரோசாப்பூவிற்கு ஆடைகள் வாங்கிக்கொள்வதற்குப் பணம் கொடுத்து கோயிலில் வைத்துத் திருமணம் செய்துகொண்டார். ரோசாப்பூவிற்கு ரங்கநாதனின் அக்குள் வியர்வை நாற்றம் பெரும் பிரச்சினையாக இருந்தது. பவுடர் போட்டும் அதை மீறி வருவதாகத் தோன்றியது.

சிலகாலம் கழித்து ரங்கநாதன் வீட்டாருக்கு விவரம் தெரிந்து அந்த வீட்டாரைச் சேர்ந்த யாரோ வந்து வெளியே நின்று கத்திவிட்டுச் சென்றனர். அவள் கதவடைத்துக்கொண்டு

உள்ளேயே இருந்துவிட்டாள். அந்நிகழ்ச்சிக்குப் பின் வீட்டுக்கு வந்த ரங்கநாதனிடம் அவள் கோபித்துக்கொண்டாள். அன்று சேரத்துடித்த அவரை, அவள் சேரவிடவில்லை.

முதல் குடும்பத்திடம் என்ன பஞ்சாயத்துப் பண்ணினார் என்று தெரியவில்லை. பிறகு அவர்கள் தகராறுக்கு வரவில்லை. நாளடைவில் அவர் முதல் குடும்பத்தாரிடம் செல்லாமல் இங்கேயே இருந்துவிட்டார். ரங்கநாதன் தனக்கு வாழ்க்கையைக் கொடுத்திருக்கிறாரா என்று அடிக்கடி யோசிப்பாள்.

திடீரென்று ஒருநாள் குடித்துவிட்டு வந்தார். அவள் கோபித்துக் கொண்டும் பயனில்லை. அடிக்கடி குடித்துவிட்டு வர ஆரம்பித்து பிறகு தினமும் குடிக்க ஆரம்பித்தார். அவருக்கு வயதாக ஆக, இயலாமை கூடக்கூட அவளைத் திட்ட ஆரம்பித்தார். தனியாகப் படுத்துக்கொள்வதற்காக அவ்வாறு சண்டை போட்டார். அவளுடைய நடத்தையை சந்தேகித்துத் திட்டுவார். கொஞ்சம் கொஞ்சமாக அவர் மிருகமாக மாறினார்.

இடையில் ரோசாப்பூவின் அம்மா இறந்து போனாள். பையனை வெளியூரில் தங்கும் விடுதியில் சேர்த்துப் படிக்க வைத்தார். விடுமுறைகளில் வீட்டிற்கு வரும்போது அவனுக்கும் ரங்கநாதனுக்கும் சண்டை ஏற்படுவது சகஜமாகிவிட்டது. அதனால் பெரும்பாலும் அவன் வருவதில்லை.

அவர்களுக்குள் நடந்த சண்டையில் ஒருதடவை அவளுடைய கைவிரல்களை அவர் முறுக்கியதில் எலும்பு முறிவு ஏற்பட்டுவிட்டது. ஒரு தடவை தப்பிக்க ஓடியதில் பாதம் பிசகி அதைச் சரி செய்வதற்கும் பல நாட்கள் ஆகிவிட்டன.

அன்று சற்றுக் கூடுதலாக மது அருந்தியதால் மிகவும் சிரமப்பட்டுத்தான் இரு சக்கர வாகனத்தில் வீட்டுக்கு வந்தார். வரும்போதே அவர் மனத்தில் ஆசை எரிந்துகொண்டிருந்தது. அவளைப் பார்த்ததும் இன்னும் எரிந்தது. ஆனால் 'இயலாது' என்று அவர் மனதில் பட்டது. அவள் தளுக்கும் நிறமும் அவருக்கு ஆத்திரத்தை ஏற்படுத்தின. 'தேவடியாள் முண்டை இதை வைத்துத்தானே என்னைப் பாடாப் படுத்தறே' என்ற எண்ணம் தோன்றியது. "என்னத்துக்கு நீ அவனோட ஆட்டோவுல போறே?" என்றார். "எவனோடே?" "அதான் அந்த ரவியோட." "அவன் ஆட்டோ ஓட்றான். அவன் ஆட்டோவுலே கோயிலுக்குப் போனேன்."

"அவன் ஓட்ற ஆட்டோவுலேதான் போகணுமா? வேற ஆட்டோ இல்லையா?"

"அப்புறம் முருகேசன் ஆட்டோவுலே போனா... ஏன் அவன் ஆட்டோவுலே போறம்பே... இதே வேலையாப் போச்சு. பாவி மனுஷன்... ராத்திரி ஆனா சண்டைக்கு இழுக்கணும்னே வர்றியா?"

"சென்ட் அடிக்காதேன்னு சொன்னா கேக்குறியா. போற வர்றவனையெல்லாம் இழுக்கறதுக்குத்தானே அடிக்கறே."

"உன் கையைத் தூக்கு. அங்கேயிருந்து உன் உடம்பிலேருந்து வர்ற நாத்தம் தாங்காமத்தான் எம்மேலே சென்ட் அடிச்சுக்கறேன்."

ரங்கநாதனுக்கு ஆவேசம் வந்தது. "இந்த நாத்தம் புடிச்சவன் போடற சோறு மட்டும் மணக்குதா" என்று கெட்டவார்த்தை சொல்லி வைதுகொண்டே அவள் கன்னத்தில் தொடர்ந்து அறைந்தார். அவள் முடியைப் பிடித்து உலுக்கிக் கீழே தள்ளினார். காலால் அவள் இடுப்பிலும், தொடையிலும் மிதித்தார். அவள், அவரிடம் போராடினாள். பின்னர் அவள் சுருண்டு கிடந்தாள். அவர் நாற்காலியில் அமர்ந்து எதுவும் நடக்காதது போல தொலைக்காட்சி பார்த்துக்கொண்டிருந்தார். அப்போது அவருக்கு உடலில் ஏதோ மாறுதல் ஏற்படுவதுபோல் தோன்றியது. காட்சிகள் தடுமாறுவதுபோல் இருந்தது. எழுந்து நின்றார். அடுத்த கணம் கீழே சரிந்தார். வலது கை இருந்த நிலையிலேயே நின்றுவிட்டது. ரோசாப்பூ, பக்கத்து வீட்டுக்காரர்களின் துணையோடு மருத்துவமனையில் சேர்த்தாள். 'இப்படியேதான் இருக்கும். ஓரளவிற்குச் சரியாகலாம்' என்று கொஞ்ச நாட்கள் மருத்துவமனையில் வைத்திருந்துவிட்டு வீட்டுக்கு அனுப்பி விட்டார்கள்.

மெஸ் நொடித்திருந்தது. ஏதாவது ஒரு தொழில் பார்ப்பதாக இருக்க வேண்டும் என்பதற்காகத்தான் மெஸ்ஸை வைத்து அவர் இழுத்துக்கொண்டிருந்தார். அவருக்கு மாதச் செலவிற்கு வீட்டு வாடகை வந்துகொண்டிருந்தது. மேலும் அவ்வப்போது இடம், நிலம் முடித்துக் கொடுக்கும் வேலையையும் செய்து வந்தார். ரங்கநாதனுக்கு முடியாமல் போய்விட்ட பின்பு மெஸ்ஸை ஆட்டோ ரவி மூலம் வேறு ஆளுக்கு மாற்றிவிட்டு ஒரு தொகையைப் பெற்றுக்கொண்டாள். அவருக்கு ஒரு முடிவு வந்துவிட்டால் மகனுடன் வாழ்வை அமைத்துக்கொள்ளலாம் என்று நினைக்கிறாள். முடிவுதான் வரவில்லை.

லட்சுமி மருத்துவமனையில் வேலை பார்க்கும் காளீஸ்வரன் காலையில் வந்து மலம் எடுத்துவிட்டு, சிறுநீர் இருக்கும் பையைக் காலி செய்துமாட்டிவிட்டுப் போவான். இன்று காலையில் அவன் வரவில்லை. அவரைப் புரட்டி மலம் எடுப்பதற்குள் அவளுக்குப் பெரும் அவதியாகிவிட்டது. அவர் கனத்த உடம்புடன்

படுத்திருப்பதைப் பார்க்கும் போது எரிச்சலாக இருந்தது. திடீரென்று அவளுக்கு ஆத்திரம் ஏற்பட்டது. 'எத்தனை தடவை என்னை அடிச்சிருப்பே. மிதிச்சிருப்பே. அதுக்குத்தான் இப்படி கிடக்கறே...' என்று நினைத்துக் கொண்டாள்.

அவர் ஏதோ பேசுகிறார். ஆனால் வார்த்தை தெளிவில்லாமல் உளறல் போல் கேட்கிறது. அவர் முக அசைவிலிருந்து தன்னைத் திட்டுவதுபோல் உணர்ந்தாள். அருகில் வந்தாள். வியர்வை நாற்றத்தை உணர்ந்தாள். காலினால் அவர் நெஞ்சில் ஒரு மிதிவிட்டாள். கதவைச் சத்தமாகச் சாத்திவிட்டு வெளியே வந்து ஃபேனுக்குக் கீழ் உட்கார்ந்தாள். அடுக்களை வேலைகளை முடித்துவிட்டுக் கதவைத் திறந்தாள். அவர் ஒரே நிலையிலே இருப்பதாகத் தோன்றியது. தலையைத் தூக்கினாள். அவளுக்குத் தெரிந்துவிட்டது அவர் இறந்துவிட்டார் என்று.

இறந்துவிட்ட அவரைப் பார்க்கும் போது அவர் பரிதாபமாகத் தெரிந்தார். வியர்வை நாற்றம் அவளைத் தாக்கவில்லை. அவர் இனி இல்லை என்ற பின்னணியில் அவளை அவர் திருமணம் செய்த நாள் அவள் மனத்தில் தோன்றி மறைந்தது. அவள் பெருங்குரலெடுத்து அழலானாள். அக்கம்பக்கத்திலுள்ளவர்கள் அழுகுரலைக் கேட்டு ஓடி வந்தார்கள்.

◯

தீராநதி, ஜூலை 2013

புன்னகை

பாண்டியன் ஐ.ஏ.எஸ்.ஸின் தாயார் லலிதா இன்று அதிகாலை நான்கு மணியளவில் இறந்து விட்டார். இன்று காலையிலிருந்து உறவினர்களும், நண்பர்களும், அலுவலகத்தைச் சேர்ந்தவர்களும் வரத் துவங்கிவிட்டனர். லலிதாவிற்கு வயது 76. அவருடைய கணவர் சௌந்திரபாண்டியன் – பாண்டியனின் தந்தை – மறதி நோயினால் பாதிக்கப்பட்டுத் தனி அறையில் செவிலியரின் பராமரிப்பில் இருக்கிறார். அவருக்கு நடப்பது எதுவுமே தெரியாது.

லலிதாவிற்குப் பதினெட்டு வயதில் திருமணமாகி பத்தொன்பது வயதில் விதவையாகிவிட்டாள். லலிதா விதவையாகி வீட்டிற்குத் திரும்பி வந்ததிலிருந்து அவளின் தந்தை நீலமேகம் கவலை பீடித்தவராகயிருந்தார். தனக்கு வயதாகிக்கொண்டிருக்கிறது; தனக்குப்பின் லலிதாவின் கதி என்ன ஆகும் என்ற சிந்தனையிலேயே அவர் இருந்தார். வெளியூரில் வேலைபார்க்கும் அவருடைய மகன், லலிதாவின் அண்ணன், ஊருக்கு வரும்போதெல்லாம் தனக்குப் பின் அவளைக் குறையில்லாமல் பார்த்துக்கொள்ள வேண்டுமென்று சொல்லிக் கொண்டிருப்பார். ஆனால் மருமகளின் மீது அவருக்கு நம்பிக்கையில்லை. மகன், இந்த ஊருக்கு மாறுதல் வாங்கி வந்துவிட வேண்டாம் என்றுதான் நினைத்தார். மருமகளுக்கும் மகளுக்கும் ஒத்துக் கொள்ளாமல் போய்விடும் என்ற நினைப்பு அவருக்கு இருந்தது. மருமகள் வித்யாராணிக்கும் இந்த ஊருக்கு வந்து மாமனார், மாமியார், நாத்தனாருடன் கூட்டுக்

குடும்பமாக இருப்பதில் விருப்பமில்லாமல் இருந்தது. இதுவும் நல்லதுக்குத்தான் என்ற எண்ணம் நீலமேகத்திற்கு இருந்தது. ஆசிரியைக்குப் படிப்பதாக லலிதா சொன்னதையும் அவர் கேட்கவில்லை. இளம் வயதில் விதவையாகிவிட்ட அவளை வெளியே அனுப்பினால் ஏதாவது வில்லங்கம் வந்துவிட்டால் என்ன செய்வது என்ற பயம் அவருக்கு இருந்தது. இப்படியே நான்கு வருடங்கள் கழிந்துவிட்டன.

சந்திரசேகரின் வீட்டுத் திருமணத்திற்குச் சென்றுவிட்டுத் திரும்பி வீட்டுக்கு வந்துகொண்டிருக்கும் போதுதான் அவருக்கு மன மாறுதல்ஏற்பட்டு வேறுவிதமாக, புதிதாகச் சிந்தித்தார். அந்த சிந்தனை சார்ந்த கற்பனைக் காட்சிகளும் ஏற்பட்டன. அவருக்கு சிந்தனைப் பெருக்கம் ஏற்படும்போது நன்னாரி சர்பத் குடிக்க வேண்டும் என்று தோன்றும். ஒரு கடையில் நின்று சர்பத் போடச் சொல்லிக் குடித்தார். அப்போது ஒரு முடிவு எடுத்துவிட வேண்டும் என்ற முனைப்பு அவருக்கு ஏற்பட்டது. சந்திரசேகர் நீலமேகத்தின் பள்ளித்தோழர். அவர்கள் குடும்பம் சுயமரியாதை இயக்கத்தைச் சேர்ந்ததாக இருந்தது. சந்திரசேகரின் மகள் திருமணம் பெரியார் தலைமையில் நடந்தது. நீலமேகம் அப்போதுதான் முதன் முறையாகப் பெரியாரைப் பார்த்தார். என்ன இந்த மனிதன் திருமண வீட்டிற்கு வந்து திருமணம் கிரிமினல் நடவடிக்கை என்கிறார்; ஆண்கள் அடித்தால் பெண்கள் திருப்பி அடியுங்கள் என்கிறார்; மனைவி இறந்தால் கணவன் எப்படி மறுமணம் செய்துகொள்கிறானோ அதேமாதிரி மனைவி களும் மறுமணம் செய்துகொள்ள வேண்டும் என்கிறார்; இதற்கு ஆண்களைத் தயார் செய்வது நமது கடமை என்கிறார்; சொத்தில் பங்கு கொடுக்கவேண்டும் என்கிறார்; இவையெல்லாவற்றையும் திருமணவீட்டில் வேறு பேசுகிறார். எப்படி இப்படியெல்லாம் மாறுபட்டுப் பேச முடிகிறது என்று அவருக்கு ஆச்சரியமாக இருந்தது.

பெரியார் பேசியது அவர் மனதில் அலைந்துகொண்டிருந்தது. “ஆதலினால் தாய்மார்களே, நான் உங்களைத்தான் கேட்கிறேன். எதுக்காக கல்யாணம் பண்ணிக்கிறீங்க. புருஷனைக் காப்பாத்த... அவன் காலை அமுக்க . . . அவனுக்கு சமைச்சிப்போட . . . கூப்பிட்டப்ப ஆசையா நடந்துக்க . . . அவன் அடிச்சா. . . உதைச்சா . . . பட்டுக்க . . . இவ்வளவுதானே. நம்ம நாட்டிலே பெண்கள் சுதந்திரமா உலாவ என்னைக்கு முடியுமோ, அன்னைக்குத்தான் நம்ம சமுதாயம் முன்னேறும். கலியாணம் பண்ணினால் அதை கிரிமினல் ஆக்கணும். புருஷன் செத்துப் போனா பொண்டாட்டியைக் கொண்டுபோய் மூலைலே உக்கார வைச்சிர்றான். பொண்டாட்டி செத்துப்போயிட்டா இவன்

நல்லதாப் போச்சுன்னு இன்னொரு கலியாணம் பண்ணிக்கிறான். ஆதலினால் பெரியோர்களே, தாய்மார்களே... பொம்பளையை இன்னொரு கலியாணம் பண்ண ஊக்குவிக்கணும். அதே மாதிரி ஆம்பிளைகளையும் தயார் பண்ணனும்... நான் இதைச்சொன்னா பொம்பளைங்க மனசைக் கெடுக்கறேன்ங்கிறாங்க... ஏண்டா நீ மட்டும் இஷ்டப்படி நடக்கலாம்... பொம்பளை மட்டும் நடக்கக் கூடாதா? சமூகம் கெட்டுப்போயிரும்ங்கிறான். இப்ப என்ன உன் சமுதாயம் இருக்கற யோக்யதை தெரியாதா? வெங்காய சமுதாயம்... கேட்டா இந்திய நாடு... புனிதநாடு... பாருக்குள்ளே நல்ல நாடு... தேன்பாயும் வெங்காய நாடுங்கிறான். நேத்து வந்து ஒருத்தரு என்னைச் சந்திச்சாரு. எண்பத்து மூணு வயசாகுதே. கொஞ்ச நாளைக்கு சும்மாயிருங்களேன்னாரு. அட பயித்தியக்காரா. ரெண்டு ஆள் சோறு திங்கறேன். என் ஒருத்தனுக்கு செலவு நூத்து எண்பது ரூபாய் ஆகுது. ஒருவேளை காபி, ஒருவேளை பாலு, ஒரு நாளைக்கி அரைக்கிலோ கறி. கறி இல்லாம சாப்பிட மாட்டேன். முட்டை வேறே எப்படி செலவாகுதுன்னா இப்படித்தான். எட்டு மலைப்பழம். ஒரு பழம் ரெண்டனா. ஒரு டஜன் ஒண்ணரை ரூபாய். இந்த மாதிரி நான் சாப்பிடறது பொதுமக்கள் பணந்தானே. ஒரு மாசத்துக்கு ரூபாய் நூத்து எண்பதுக்கு தின்னுட்டு சும்மாயிருக்க வேணும்னா அது சரியில்ல."

நீலமேகத்தின் மனம் குழப்பமயமாக இருந்தது. லலிதாவிற்கு மறுமணம் பண்ணினால் என்ன என்ற எண்ணம் அவருக்கு முதன்முறையாக ஏற்பட்டதில்தான் அவர் குழம்பிப்போனார். வீட்டிற்குள் சென்று மனைவி ஏதோ சொன்னதைக் காதில் வாங்கிக்கொள்ளாமல் பாயை விரித்து, ஃபேனுக்குக்கீழ் படுத்தார். சிறிது நேரத்தில் தூங்கிவிட்டார். தூங்கி எழுந்ததும் காபி குடித்துவிட்டு சற்றுநேரம் கடைவீதிப்பக்கம் சென்று பொழுதைக் கழித்துவிட்டு வந்தார். உள்ளே லலிதா இரண்டு வீடுகள் தள்ளிக் குடியிருக்கும் போஸ்ட் மாஸ்டரின் மகள் மீனாவுடன் பல்லாங்குழி ஆடிக்கொண்டிருந்தாள். நீலமேகத்தின் மனைவி சுந்தரி வாசலில் அமர்ந்து தெருவை வேடிக்கை பார்த்துக்கொண்டிருந்தாள். நீலமேகம் வந்ததைப் பார்த்து ஒதுங்கி உட்கார்ந்தாள். அவளைத் தொட்டு எதிர்த்திண்ணையில் உட்காரும்படி கூறினார். அவர் தொடுகையில் அவள் உடம்பு திடுக்கிட்டது. லலிதா வீட்டிற்குத் திரும்பியதிலிருந்து, இருவரும் சேர்வது என்பது கிட்டத்தட்ட இல்லாமலாகிவிட்டது.

சுந்தரி எழுந்து அவர் எதிரே திண்ணையில் அமர்ந்தாள். உள்ளே பார்த்தாள். இப்படி இருவரும் எதிர்எதிரே உட்காந்திருப்பதுகூட அவளுக்கு சங்கோஜமாக இருந்தது.

"இன்னைக்கு சந்திரசேகர் வீட்டுக் கல்யாணத்துக்கு உன்னையும் அழைச்சுட்டுப் போயிருந்திருக்கணும். பெரியாரு எவ்வளவு புரச்சியா பேசுனாரு தெரியுமா. எனக்கே கூட அவரு கட்சியிலே சேந்திரணும் போல இருந்துச்சு."

"ஆமா நாம இருக்கற இருப்பிலே அதான் கேக்குதாக்கும்."

"எனக்கு ஒரு நெனைப்பு ஏற்பட்டிருக்கு. நா இன்னும் ஒரு அஞ்சு வருஷமோ, பத்து வருஷமோ, நீ ஒரு பத்து வருஷமோ, பதினஞ்சு வருஷமோ அல்லது நாளைக்கோ நாளைக் கழிச்சோ... யாரு கண்டா. எப்ப யாருக்கு என்ன நடக்கும்னு... அப்புறம் லலிதா கதி என்ன? யோசிச்சுப் பார்த்தியா?"

"யோசிச்சா என்ன கிடைக்கப் போகுது. கவலைதான் கிடைக்கும். அந்தந்த நேரத்துலே வழிபிறக்கும்."

"இப்பத்தான் நாட்லே எவ்வளவோ மாறுதல் ஏற்பட்டிருக்கு. லலிதாவுக்கு இன்னொரு கலியாணம் பண்ணினா என்னன்னு எனக்குத் தோணுது."

"என்னங்க நிதானமாகத்தான் பேசறீங்களா? ஊரு ஒலகத்துல இல்லாத வழக்கம். நம்ம சாதி சனங்க என்ன நினைக்கும்? இதைச் சொல்லத்தான் வந்தீங்களாக்கும். இத்தோட மறந்துட்டு வேற வேலையைப் பாருங்க."

"அப்படி ஒரு நெனைப்பு ஏற்பட்டுச்சு. அதான்."

"இத்தோட அந்த நெனைப்பை விட்ருங்க. எனக்கு வேறே வேலை கிடக்கு." சுந்தரி எழுந்து உள்ளே சென்றாள். அந்த நினைப்பை மனதிலிருந்து அகற்ற அவரால் முடியவில்லை. அதே நினைப்பாக இருந்தது. இரண்டு நாட்கள் கழித்து சந்திரசேகரைப் பார்க்க வேண்டும் என்று தோன்றி அவர் வீட்டிற்குப் போனார். சந்திரசேகர் வீட்டில் இல்லை. சென்னைக்குச் சென்றிருப்பதாகக் கூறினார்கள்.

ஒரு வாரம் கழித்து சந்திரசேகர் வீட்டில் இருப்பதை அறிந்து அவர் வீட்டிற்குச் சென்றார். ஈஸிசேரில் சாய்ந்து விடுதலை பத்திரிகை படித்துக்கொண்டிருந்தார். நீலமேகத்தைப் பார்த்ததும் எழுந்து நாற்காலியை எடுத்துப் போட்டு அமரச் சொல்லி ஈஸிசேரில் சாய்ந்தார். நீலமேகம், சந்திரசேகரின் திருமணமான மகளைப் பற்றி விசாரித்தார். மகளும் மருமகனும் திருநெல்வேலியில் வசிப்பதாகக் கூறினார். சந்திரசேகர், நீலமேகத்தின் குடும்பம் பற்றி விசாரித்தார். பொதுவாகக் குடும்பம் பற்றிக் கூறிவிட்டு ஆரம்பித்தார்.

"லலிதாவை நினைச்சாத்தான் எனக்குக் கவலையா இருக்கு. என்ன பண்றதுன்னே தெரியலை. எங்க காலத்துக்குப் பின்னாடி அவ நெலைமை என்னாகும்னு நெனைச்சா பயம்மா இருக்கு."

"என்ன செய்யறது? நம்ம சமூகத்துலேதான் இந்தமாதிரி கொடுமையெல்லாம் நடக்குது. பிராமணக் குடும்பத்துலே இன்னும் மோசம்."

சந்திரசேகர் தான் நினைத்த தீர்வை நோக்கி வருவார் என்று நீலமேகம் நினைத்தார். ஆனால் அவர் சமூகத்தில் நிலவும் மூட நம்பிக்கைகளைப் பற்றியே பேசிக்கொண்டிருந்தார். நீலமேகம் நேரடியாக விஷயத்திற்கு வந்தார்.

"நம்ம சாதியிலே கைம்பெண்ணுக்குத் திரும்பக் கலியாணம் செய்யுற வழக்கம் இல்லை. இப்பத்தான் என்னென்னமோ நடக்குதே. அப்படி ஏதும் பரவலா நடக்குதா?"

சந்திரசேகர் நிமிர்ந்து உட்கார்ந்தார். புரட்சிக்குத் தயாராகும் வேகம் அவரிடம் ஏற்பட்டது.

"நடத்திப்பிடுவோம். சரின்னு சொல்லுங்க. நம்ம சாதி சனங்களை ஒரு கலக்குக் கலக்கிருவோம். பெரியாரைக் கூட்டிட்டு வருவோம். ஒரு பய பக்கத்துலே வரமாட்டான்."

"இல்ல சேகரு, எங்க போயி மாப்பிள்ள பாக்கறது? யாரு ஒத்துக்குவா?"

"கட்சியிலே குடும்பவிளக்குன்னு ஒரு அமைப்பு இருக்கு. அங்கே கிடைப்பாங்க. நம்ம முதலியாரு சாதியிலே வேணுமா அல்லது வேற சாதியிலே பாக்கலாமா?"

"நீ வேற... இத நிறைவேத்தறதே கஷ்டம். இதுலே வேறே சாதின்னா அதுவேற புதுச்சிக்கல். நம்ம சாதியிலே கிடைக்குமா. நீ பாத்து வையி. இன்னார்னு இப்ப சொல்ல வேண்டாம். நா என் பொண்டாட்டி, மகன்கிட்டே நைஸாப்பேசி என்னவாகுதுன்னு பாக்கறேன். அப்பறம் எல்லாம் சரியா வந்துச்சுன்னா காரியத்துலே இறங்கலாம். இதை உன் மனசுலே வைச்சுக்க. நீ இருக்கற தைரியத்துலேதான் இப்படி ஒரு நெனைப்பே எனக்கு வந்துருக்கு."

சற்றுநேரம் பேசிக்கொண்டிருந்துவிட்டு, படிப்பதற்குப் புத்தகங்கள் கேட்டார். அவர் உள்ளே சென்று புத்தகங்களை எடுத்துக்கொடுத்தார். நீலமேகம் விடைபெற்றுக்கொண்டார். நீலமேகத்திற்குக் கொஞ்சம்கொஞ்சமாகத் தைரியம் வந்தது. வேறு உலகம், வேறு கருத்தோட்டங்கள் இருப்பதாகத் தோன்றியது. எதைச் சரி என்று பெருவாரியான மக்கள் கருதுகிறார்களோ அதைச் சரியில்லை என்று சொல்கின்ற கூட்டம் உள்ளது

என்று அவருக்குத் தோன்றியது. சுந்தரி அவளுடைய கணவர் மாறிவிட்டார் என்பதை உணர்ந்துவிட்டாள். தினமும் காலையில் சாமி கும்பிட்டுவிட்டு வெளியே செல்பவர் இப்போது சாமி கும்பிடுவதில்லை. இப்போது அவர் வேறுவிதமான பத்திரிகைகளைப் படிப்பதையும் பார்க்கிறாள். அன்றைக்கு சந்திரசேகர் வீட்டுத் திருமணத்திற்குப் போனதிலிருந்துதான் இவ்வாறு மாறிவிட்டார் என்று நினைத்துக்கொண்டாள்.

நீலமேகம், சுந்தரியின் மனதைக் கொஞ்சம்கொஞ்சமாகக் கரைத்துவிட்டார். மகன் தனியாக ஒரு தடவை ஊருக்கு வந்திருந்தபோது அவனிடம் பேசிப்பார்த்தார். அப்பாவின் போக்கும் சிந்தனையும் மாறிவிட்டிருந்ததை அவனும் பார்த்தான். ஆனால் அவன் ஒத்துக்கொள்ளவில்லை. 'சாமிக்குற்றம்' என்று அவன் நினைத்தான். மகனுடன் மேலும் பேசிப்பார்ப்பது, ஒத்துவரவில்லையென்றாலும் நடத்திவிடுவது என்ற எண்ணம் ஏற்பட்டது. ஒரு முற்போக்கான காரியத்தை சொந்த வாழ்க்கையில் நடத்தப் போகும் பரவசம் அவருக்கு ஏற்பட்டது.

'குடும்பவிளக்கு' அமைப்பு மூலம் அவருடைய சாதியைச் சேர்ந்த இரு வரன்கள் கிடைத்தனர். ஒரு வரனுக்குத் திருமணமாகி ஐந்து வருடங்கள் கழித்து மனைவி இறந்துவிட்டாள். ஒரு மகள் இருக்கிறாள். இன்னொரு வரனின் மனைவி திருமணமாகி இரண்டரை ஆண்டுகளில் இறந்துவிட்டாள். குழந்தை இல்லை. இந்த வரனை சந்திர சேகரனும் நீலமேகமும் தேர்வு செய்தார்கள்.

லலிதாவிடம் நீலமேகம் இதுவரை நேரடியாக மறுமணம் பற்றிப் பேசவில்லை. சுந்தரி அவளிடம் சொல்லிவிட்டாள். அவளும் அப்பாவின் நடவடிக்கைகள் மாறிவிட்டதையும் படிக்கும் பத்திரிகைகள், புத்தகங்கள் மாறிவிட்டதையும் அறிந்திருந்தாள். அவளுடைய மறுமணம் பற்றி அப்பா யோசித்துக் கொண்டிருப்பதாக சுந்தரி சொன்னவுடன் லலிதாவிற்கு ஏற்பட்ட உணர்வு – பெரும் பரவசஉணர்வு. ஆனால் உடனே அதை மறைக்க வேண்டும், வெளியே தெரிந்துவிடக் கூடாது என்று நினைத்தாள். உள்ளறைக்குச் சென்று கண்ணாடி முன்னால் நின்று தன் உருவத்தைப் பார்த்தாள். தற்செயலாக அந்த இடத்தைக் கடந்த சுந்தரி, லலிதா கண்ணாடி முன்நின்று பார்த்துக்கொண்டிருப்பதைக் கண்டு சஞ்சலமடைந்தாள். சுந்தரி பார்த்ததை லலிதா கவனிக்கவில்லை.

உள்ளுக்குள் ஆசை இருந்தாலும் வெளியே அதை மறுக்கவேண்டும்; அதேசமயம் ஒரேயடியாகவும் மறுத்துவிடக் கூடாது; விருப்பமில்லாமல் ஒத்துக்கொண்டது போலக் காண்பித்துக்கொள்ள வேண்டும் என்றெல்லாம் லலிதா

யோசித்துக்கொண்டிருந்தாள். சுந்தரி மதியச் சாப்பாட்டிற்குப் பின் படுத்திருந்தபோது லலிதா அவள் அருகில் உட்கார்ந்தாள்.

"அப்பா போக்கு எனக்குப் புடிக்கலை. அவர் படிக்கிற பொஸ்தகங்களும் சரியில்லை. நா இப்படியே இருந்துட்டுப் போறேன். நீதான் சொல்லுவியே, அந்தந்த நேரத்துலே வழி கிடைக்கும்னு. என் தலையெழுத்துப்படி இருந்துட்டுப் போறேன்."

"சொன்னா அந்த மனுஷன் காது கொடுத்துக் கேக்கவா செய்யறாரு. என்னைக்குத்தான் நா சொல்றதைக் கேட்டாரு."

"அப்பாவை நிப்பாட்ட முடியாதுங்கிறியா?"

"ஆமா. அப்படித்தான் தோணுது. சௌந்தரபாண்டியன்னு பேரு. கவர்மென்ட் ஸ்கூல்லே வாத்தியாரா இருக்காராம். கல்யாணமாகி இரண்டரை வருஷத்திலே பொண்டாட்டி விபத்துலே இறந்துருச்சாம். குழந்தை இல்லை. அவரைத்தான் உங்க அப்பாவும் சந்திரசேகரும் சேர்ந்து பாத்துருக்காங்களாம். அவுங்க ரெண்டு பேரும் இதை வைச்சு புரச்சி பண்ணப் போறாங்களாம்."

லலிதா ஒன்றும் பேசவில்லை. சற்றுநேரம் கழித்து 'எனக்கு இஷ்டமில்லை' என்று சொல்லிவிட்டு எழுந்து அறைக்குள் சென்று படுத்துக்கொண்டாள். சற்று நேரத்தில் அம்மா எழுந்து வருவாள் என்று நினைத்தாள். ஆனால் அவள் வரவில்லை. அந்த வாக்கியத்தைச் சொல்லியிருக்கக் கூடாதோ என்று நினைத்தாள்.

சாயந்தரம் காபி குடித்துக்கொண்டிருந்தபோது "நீ இஷ்டமில்லைன்னு சொல்லிட்டே. நானும் யோசிச்சுப் பார்த்தேன். காலம் எவ்வளவோ மாறிக்கிட்டிருக்கே. அந்தக் காலத்துலே புருஷன் செத்ததும் பொண்டாட்டியையும் சேத்து வைச்சு எரிச்சிருவாங்களாம். இப்ப உயிரோடு நடமாட விடறாங்க. இனி வருங்காலத்துலே திரும்பக் கலியாணம் பண்ணிக்கலாம்னுகூட கொண்டு வருவாங்க. யாரு கண்டா... அப்பா விருப்பப்படி நடக்கட்டும். உனக்கும் ஒரு வாழ்க்கை அமைஞ்சா நல்லதுதானே. நீ என்ன இங்கேயா வாழப்போறே? அவர் வேலை பாக்கிற ஊருக்குப் போகப் போறே. புது மனுஷங்கதானே இருக்கப் போறாங்க" என்றாள் சுந்தரி.

மேற்கொண்டு எதுவும் கூறி மறுக்கவேண்டாம்; இத்தோடு நிறுத்திக் கொள்வதுதான் புத்திசாலித்தனம் என்று லலிதா விற்குத் தோன்றியது. புதிய மாப்பிள்ளையுடனான வாழ்வு பற்றிய கற்பனைகள் அவளுக்கு ஏற்பட்டன.

பெண் பார்க்கும் படலம் இருக்கக் கூடாது என்று சந்திரசேகர் கூறிவிட்டார். சாதாரணமாக பெண் குடும்பத்தினரும் மாப்பிள்ளை

குடும்பத்தினரும் சந்திரசேகர் வீட்டில், பெண் மாப்பிள்ளையுடன் சந்தித்து காபி, பலகாரம் சாப்பிட்டுவிட்டு, பிறகு பிடித்திருந்தால் மேற்கொண்டு நடக்க வேண்டியது என்று முடிவு செய்தார்கள். அவ்வாறே சந்தித்தனர். பிடித்துவிட்டது. மேற்கொண்டு ஆக வேண்டியதைத் தொடர்ச்சியாகப் பேசி முடித்தனர்.

“ஆளாளுக்கு ஊர்லே பேசுவாங்க. பெரியாரைக் கூப்பிட்ருவோம். வந்து பேச்சைக் கேட்டு சாப்ட்டு போவான்ங்க. எல்லாத்தையும் பெரியாரு மறைச்சுருவாரு” என்றார் சந்திரசேகர். அப்படியே முடிவெடுத்தார்கள்.

திருமணத்திற்குப் பெரியார் வந்தார். மணமக்கள் வாழ்க்கை ஒப்பந்த உறுதிமொழி எடுத்துக்கொண்டார்கள். “திருமணத்தை கிரிமினல் என்று ஆக்க வேண்டும்; பெண்கள் சேலைக்குப் பதிலாக நாலு முழத்திலே லுங்கி கட்டி சொக்காய் போட்டுக்கொள்ள வேண்டும். தேவைப்பட்டால் ஒரு துண்டைக் குறுக்காப் போட்டுக் கொள்ளலாம். பெண்கள் வேலைக்குப் போய் சம்பாதிக்க வேண்டும். அப்போதுதான் புருஷனைத் திரும்ப அடிக்க தைரியம் வரும்” என்றெல்லாம் பேசிவிட்டுச் சென்றார். ஊர்க்காரர்களும் உறவினர்களும் பேச்சைக் கேட்டு கைதட்டி ரசித்துக் கேட்டுவிட்டு, சாப்பிட்டுவிட்டுச் சென்று விட்டார்கள். திருமணத்திற்கு வேண்டா வெறுப்பாக லலிதாவின் அண்ணன் குடும்பத்துடன் வந்தான்.

திருமணத்திற்குப் பின் சௌந்தரபாண்டியன், மனைவி லலிதாவை ஆசிரியர் படிப்பைப் படிக்க வைத்து அரசுப்பள்ளியில் வேலையும் வாங்கிக் கொடுத்துவிட்டார். ஒரு மகன், ஒரு மகள். அமெரிக்காவில் வசிக்கும் மகள் ரஞ்சனி இன்று விமானத்தில் ஏறுவதற்கு ஏற்பாடு பண்ணிக்கொண்டிருப்பதாகத் தகவல் தெரிவித்துவிட்டாள்.

அவள் வந்ததும் லலிதாவை எடுத்துவிடுவார்கள். தலைமைச் செயலர் வருவதைக் கண்டுபாண்டியன் எழுந்து நின்றார். அவருடன் லலிதாவின் அருகே சென்றார். ஏனோ இப்போதுதான் நன்றாகப் பார்த்தார். லலிதாவின் முகத்தில் புன்னகை நிலவியது. அந்தப் புன்னகை நிறையச் சேதிகளைச் சொல்லிக்கொண்டிருந்தது.

❍

உயிர்மை, ஜூலை 2013

கலந்துரையாடல்

என் பெரியப்பா தா.ச. மயில்வாகனன் தீவிர சைவர். 'நமசிவாய வாழ்க. நாதன் தாள் வாழ்க' என்று தொடங்கும் பாடலை ராகத்தோடு அடிக்கடி பாடிக்கொண்டிருப்பார். "ராமன் வழிபட்ட தெய்வம் அவன்" என்பார். "சிவன் தப்பு செய்துவிட்டு முழிக்கும்போது பெருமாள்தானே அவரைக் காப்பாற்றினார்" என்பார் பெரியம்மா.

பெரியப்பா என்றால் என் தாயாரின் உடன்பிறந்த அக்காவின் கணவர். தாயாரின் குடும்பம் சைவ சமய இலக்கியங்களில் பரிச்சயம் உடைய சிவ வழிபாட்டுக் குடும்பம். வைணவக் கடவுள் படங்கள் எதையும் நான் அவர்கள் வீடுகளில் பார்த்ததில்லை. தந்தையின் குடும்பம் நாத்திகக் குடும்பம். சாமி படங்களே கிடையாது. பழந்தமிழ் இலக்கியங்களிலும் ஓரளவு நவீன இலக்கியங்களிலும் பரிச்சயம் உடையவர்களாக இருந்தார்கள். பள்ளியில் படித்துக்கொண்டிருந்தபோது, மற்ற பையன்களிடம் 'கடவுள் இல்லை' என்று சொல்வது எனக்குப் பெருமையாக இருக்கும்.

"சிவகாசி ஆப்செட் யந்திரத்திலே சாமி படத்தை அச்சடிச்சு குடுக்கறான்லே. அதை ஃப்ரேம் பண்ணி வைச்சு சாமின்னு கும்பிடறாங்க. ஒருத்தன் உருவாக்குன சிலையை சாமின்னு கும்பிடறாங்க. சிந்தனை இல்லாதவங்க" என்பார் அப்பா. இறுதிக்காலத்தில் நோய்வாய்ப்பட்டு, படுக்கையில் இருந்தபோது "துன்பப்படற மனசை எங்கே கொண்டுபோய் ஆற்றுப்படுத்தறதுன்னு தெரியலையே. கடவுள் நம்பிக்கை இருந்தா நல்லா

இருக்கும் போல இருக்கே” என்றார் என்னிடம். ஆனால் அவருக்குக் கடவுள் நம்பிக்கையை உருவாக்கிக்கொள்ள முடியவில்லை. மனதை ஆற்றுப்படுத்த கர்னாடக சங்கீதம் கேட்பார். அதில் அவர் மனம் ஆற்றுப்பட்டது என்றே நினைக்கிறேன். எனக்கும், கடவுளுக்கும் மனிதர்களுக்கும் இருக்கும் உறவின் சூட்சுமம் புரிந்தது.

பெரியப்பா நெற்றியில் மூன்று விபூதிப்பட்டை அடித்திருப்பார். கழுத்தில் ருத்ராட்சம். அவர் மகனின் பெயர் சிவக்கொழுந்து. எல்லாம் சிவன் செயல் என்பார், முகச்சவரம் செய்யும்போது பிளேடு வெட்டியபோதுகூட. ராமன் வைணவக் கடவுள் என்பதால் கம்பராமாயணம் பக்கம் போகாமலிருந்தார். பொழுது போகாமல் ஒருநாள் வீட்டுவாசலில் உட்கார்ந்திருந்த போது சற்றுத் தொலைவில் கம்பன் கழகத்தின் சார்பாக நடத்தப்பட்ட சொற்பொழிவு அவர் காதில் விழுந்துகொண் டிருந்தது. ஏதோ சுவாரஸ்யம் ஏற்பட சட்டையை எடுத்து அணிந்துகொண்டு கூட்டம் நடக்கும் இடத்திற்குச் சென்று விட்டார். பிறகு தினமும் சென்றார். தொடர் சொற்பொழிவு முடியும்போது பெரியப்பா கம்பராமாயண ரசிகராகிவிட்டார். ஆனால் ராமனைப் பற்றிப் பேசமாட்டார். ராமனைப் பற்றி எழுதியுள்ள கம்பனின் கவித்திறனைப் பற்றித்தான் பேசுவார்.

என் மனைவி தலைப்பிரசவத்திற்காகத் தாய் வீட்டிற்குச் சென்றுவிட்டார். பெரியப்பா வீட்டில்தான் சாப்பிட்டுக் கொண்டிருக்கிறேன். இரவு சாப்பிடுவதற்காகப் பெரியப்பா வீட்டிற்கு வந்தேன். பெரியப்பா உணவை முடித்துவிட்டுத் தொலைக்காட்சி பார்த்துக்கொண்டிருந்தார். இலங்கைப் பிரச்சினை தொடர்பான செய்திகள் ஒளிபரப்பாகிக்கொண் டிருந்தன.

“இலங்கையிலே என்னதான்லே நடக்குது. சர்க்காரு ஒண்ணும் மசியமாட்டேங்குதே” என்றார். பிறகு, “அனுமன் மாதிரி ஒரு ஆளை அனுப்பிட்டு, அப்புறம் ராமர் மாதிரி படையெடுத்துப் போயிருக்கணும்லே. இப்ப எல்லாம் முடிஞ்சிபோச்சு” என்றார். மர அலமாரியைத் திறந்து கம்பராமாயணத்தை எடுத்து வந்தார். சம்மணம் போட்டு சுவரில் சாய்ந்து உட்கார்ந்தார். பருமனான புத்தகங்களை வைத்துப் படிக்கும் மர ஸ்டேண்டில் அப்புத்தகத்தை வைத்தார்.

“கம்பர் அனுமனை வருணிக்கிறார் பார்லே” என்றவர். “கிஷ்கிந்தா காண்டம்” என்று சொல்லி வாசிக்கலானார்.

> “மின் உருக்கொண்ட வில்லோர் வியப்புற வேதனல்நூல்
> பின் உருக்கொண்டது என்னும் பெருமை ஆம் பொருளும் தாழ

பொன் உருக்கொண்டமேரு புயத்திற்கு உவமை போதாதத்
தன் உருக்கொண்டு நின்றான் தருமத்தின் தனிமை தீர்ப்பான்”

என்று படித்துவிட்டு, “வில்லோர் என்றால் வில்லேந்தியவர்கள் என்று பொதுவாக நினைக்கக்கூடாது. அது ராம லெட்சுமணரைக் குறிக்குதில்லே. தருமத்தின் தனிமை தீர்ப்பான் என்றால் தருமம் என்பது ஒரு பண்புச்சொல்; பெயர்ச்சொல்; வினைச்சொல். மேலும் தருமம் என்பது ராம லெட்சுமணரை இந்த இடத்தில் குறிக்கிறது என்றும் கூறலாம்லே. அவர்களின் தனிமையைத் தீர்க்கக்கூடியவன் என்று பொருள்” என்று சொல்லிக்கொண்டிருக்கும்போதே ஜன்னலோரமாக குரங்கின் சாயலில் ஆஜானுபாகுவான ஒரு மனிதர் நின்று பார்ப்பதுபோல் தெரிந்தது. நான் எழுந்து சென்று பார்த்தேன். ஒருவரையும் காணோம். நிஜமா, பிரமையா என்ற குழப்பம் ஏற்பட்டது.

யோசித்துக்கொண்டே இருசக்கர வாகனத்தில் வீட்டுக்கு வந்து, படுக்கையில் சாய்ந்தேன். இருளில் ஜன்னல் பக்கம் ஏதோ மனித நடமாட்டம் தெரிந்தது. எழுந்து சென்று பார்த்தேன். ஒன்றும் தெரியவில்லை. டார்ச் விளக்கை அடித்துப் பார்த்தேன். வெளிச்சத்தைப் பார்த்ததும் ஓர் மனித உருவம் ஜன்னலை நோக்கி வந்தது. குரங்கின் சாயலில் ஒருவர் ஜீன்ஸ் பேன்ட்டும், டீ சர்ட்டும் அணிந்திருந்தார். “யார்” என்று கேட்டேன். “அனுமன்” என்றார். “அனுமனா !” என்றேன். “ஆம்” என்றார். பின் “கதவைத்திற, வாசலுக்கு வருகிறேன்” என்றார்.

நான் கதவைத்திறந்தேன். அனுமன் உள்ளே வந்தார். அணிந்திருந்த ஷூவையும் சாக்சையும் கழட்டி வைத்துவிட்டு வந்து சோபாவில் அமர்ந்தார் அனுமன்.

அனுமன் பேசினார். “கிஷ்கிந்தா காண்டத்தில், நட்புக் கோட் படலத்தில் என்னை வருணிக்கும் பாடலைக் கேட்டேன். உங்களுக்கு அவர் என்ன வேணும்?” அவர் குரல் நல்லா இருந்தது. “சுற்றிலும் கடல் உள்ளதால் இலங்கை இயற்கையழகு உள்ள நாடு. ஆனால் ஏதேனும் பிரச்சினையில் சிக்கிக்கொள்கிறது. நிறைய இடங்களில் மாணவர்கள் போராட்டம் நடப்பதைப் பார்க்கிறேன். இலங்கைப் பிரச்சினை என்ன நிலையில் இருக்கிறது? உன்னை மாதிரி இளைஞர்கள்கிட்டே கேட்டாத்தான் சரியான தகவல்கள் கிடைக்கும்.”

எனக்கு என்ன சொல்வதென்று தெரியவில்லை. யோசித்துப் பார்த்தால் நிறைய விஷயங்கள் இருப்பதாகத் தோன்றியது. எதைச் சொல்வது, எதை விடுவது, எங்கே ஆரம்பிப்பது, எங்கே முடிப்பது என்று தெரியவில்லை. மேலும் எனக்கு எல்லா விஷயங்களும் தெரியும் என்றும் சொல்ல முடியாது.

"மக்களின் கருத்துக்களைக் கேட்க விரும்புகிறேன். என்னால் ஏதாவது உதவ முடியுமா என்று யோசித்துக்கொண்டிருக்கிறேன்" என்றார் அனுமன்.

எனக்கு ஒரு யோசனை தோன்றியது. "அப்படியானால் ஒரு கலந்துரையாடலுக்கு ஏற்பாடு பண்ணுகிறேன். நீங்கள் கலந்துகொண்டு கருத்துக்களை அறிந்துகொள்ளுங்கள்" என்றேன்.

"அப்படியே ஆகட்டும்" என்றார். பிறகு "நயன்தாரா சீதாபிராட்டியாக நடித்த படம் பார்த்தேன். சீதா பிராட்டியார், நயன்தாராவைவிட அழகு. படாடோபமான ஆடை அணிகலன்கள் அணிந்துகொண்டு எல்லோரும் வருகிறார்கள். பார்க்க அசிங்கமாக இருக்கிறது. அந்த வகையில் 'காஞ்சன சீதா' படம் பரவாயில்லை" என்று கூறினார் அனுமன்.

"ஏதாவது சாப்பிடுகிறீர்களா?" என்று கேட்டேன்.

"வாழைப்பழங்கள் இருக்கிறதா" என்று கேட்டு வாங்கிச் சாப்பிட்டார்.

"எங்கே தங்கியிருக்கிறீர்கள்?" என்று கேட்டேன். நகரத்தி லுள்ள பிரபலமான ஒரு ஓட்டலைச் சொன்னார். "எப்படிப் போவீங்க" என்று கேட்டேன். "பறந்து செல்லலாம். ஆனால் டாக்ஸிதான் உத்தமம்" என்றார்.

"ஏற்பாடு செய்யுங்கள்" என்று கூறிவிட்டுச் சென்றார். எனக்கும் ஏதாவது கூட்டம் நடத்தி அதனால் ஏதாவது பயன் கிடைத்தால் நல்லதுதானே என்ற எண்ணம் ஏற்பட்டது.

கலந்துரையாடல் நடைபெறும் நாள் வந்தது. நான் ஓட்டலுக்குச் சென்று அனுமனை அழைத்து வந்தேன். கூட்டத்தை ஓர் ஒழுங்குக்குக் கொண்டுவந்து அவரவர்கள் தங்கள் கருத்துக்களைக் கூறலாம் என்று அறிவித்தேன். கூட்டம் தொடங்கியது.

"இலங்கையில் தேயிலைத்தோட்டங்களில் பணிபுரிய அழைத்துச் செல்லப்பட்ட தமிழர்களின் நிலையை 'பரதேசி' படத்தில் அழகாகச் சித்தரித்திருக்கிறார்கள். இலங்கைத் தமிழர்களின் நிலையை நினைத்தால் எனக்கு நெஞ்சம் பதறுகிறது."

"இல்லை, அழகாகச் சித்தரிக்கவில்லை. அவலத்தைக் கலையழகுடன் சித்தரித்திருக்கிறார்கள் என்று சொல்லுங்கள்."

"அந்தத் தமிழர்கள் வேறு, இந்தத் தமிழர்கள் வேறு. இவர்கள் பூர்வீகத் தமிழர்கள்."

"ஏன் அந்தத் தமிழர்களுக்காக இந்தத் தமிழர்கள் போராடவில்லை?"

“ரெண்டு தமிழர்களுக்கும் உள்ள பிரச்சினையைப் பேசவா வந்தோம். வடக்கு, கிழக்கில் உள்ள தமிழர்களின் பிரச்சினை களைப் பற்றிப் பேசுங்கள்.”

“‘பஃறுளியாற்றுடன் பன்மணையடுக்கத்து குமரிக் கோடும் கொடுங் கடல் கொள்ள’ என்று தொல்காப்பியத்தில் உள்ளது. தமிழ்நாட்டிலிருந்து பிரிந்து சென்ற பூகோளப்பகுதிதான் இலங்கை. மகாநாம எழுதிய சிங்கள ஆதிநூலில் குறிப்பிடப்படும் பூர்வகுடிகளின் தலைவி பெயர் குவேணி. இது தமிழ்ப்பெயர் என்பதால் பூர்வகுடிகளாகத் தமிழர்கள் இருந்தார்கள் என்பது உறுதியாகிறது.”

“ஆம். கி.மு. 200இல் அசோகனின் மகனும் மகளும் சந்தித்த இலங்கை அரசன் பெயர் தேவநம்பிய திஸ்ஸ. இது தமிழ்ப்பெயர். தலைநகர் பொலநறுவை. இதுவும் தமிழ்ப்பெயர்.”

“ஒன்றுபட்ட இலங்கையில் சுயாட்சி என்பதுதான் எங்கள் கட்சியின் நிலைப்பாடு.”

“உங்கள் கட்சி உள்ள நாடுகள் எல்லாமும்தான் இனவெறி அரசை ஆதரிக்கின்றன.”

“வர்க்கப்போரை நோக்கிச் செல்ல வேண்டும். வர்க்கப்போர் வெற்றியடைந்தால் இனமும் மொழியும் விடுதலையடையும்.”

“புலிகள் பயங்கரவாதிகள். போராளிகள் அல்ல.”

“அதெப்படிச் சொல்லலாம். அவர்கள் போராளிகள். ஒரு அரசைத் தமிழன் எதிர்க்கறதுன்னா சும்மாவா? அதுவும் எப்படி ...? வடக்கு – கிழக்கு முழுக்க அவுங்க கட்டுப்பாட்டில் இருந்தது. ஒரு குற்றம் கிடையாது. ஒழுக்கமானவர்கள். நல்லாட்சி நடந்தது.”

“அதான் எல்லாத்தையும் கொன்னாச்சே. மாற்றுக் கருத்து சொன்னால் அவர்கள் துரோகிகள். கூட இருந்த எல்லா இயக்கத் தோழர்களையும் கொன்னாச்சு. சர்வாதிகார ஆட்சியில் வெளியிலே உள்ளவர்களின் குற்றம் குறைவாகவும் உள்ளே உள்ளவர்களின் குற்றம் அதிகமாகவும் இருக்கும்.”

“ஏய், எப்படிச் சொல்லலாம்? தமிழனை விமர்சனம் பண்றியா?”

“பிரதமராக இருந்த ராஜீவை இந்திய மண்ணில் கொன்னதைப் பொறுக்கவே முடியாது.”

“அவர் ஏன் படையை அனுப்பிச்சாரு. எத்தனை தமிழ்ப்பெண்களைப் படைகள் கற்பழிச்சிருக்கு.”

"13வது சட்டத்திருத்தத்தை புலித்தலைவர் ஏற்றுக்கொண்டிருந்தால் இப்ப நிலையே மாறியிருக்கும்."

"அதுலே அதிகாரமே இல்லையே. அப்புறம் எப்படி அந்தத் திருத்தத்தை ஏத்துக்கிறது?"

"எடுத்த உடனே தனிநாடு கிடைக்குமா. படிப்படியா போகணும். சண்டை போட்டா போதுமா? சாமர்த்தியமா நடக்கத் தெரியணும். உலக சூழ்நிலை மாறியிருச்சுன்னா நாமளும் மாறணும். தெரிய வேண்டாமா? அப்பாபிள்ளை அமிர்தலிங்கத்தை அவர் வீட்லே சாப்பிட்டுட்டு அவரைக் கொன்னவங்கதானே."

"ஏய் நிறுத்து. அவர் துரோகி. துரோகிகளுக்கு இதுதான் தண்டனை."

"உங்களோட மாறுபட்டு நிக்கறவங்க எல்லாம் துரோகிகள் தானே உங்களுக்கு."

"அதனாலே இனப்படுகொலை சரியாயிடுமா?"

"சரின்னு யார் சொன்னா. புலிகளைப் பத்தி யாரும் எதுவும் சொல்லக் கூடாதா? சிறுவர் சிறுமிகளைப் படைகள்லே சேத்தது யாரு? மக்களுக்குள்ளே மறைஞ்சிருந்தது யாரு?"

"மக்களுக்குப் பாதுகாப்பு புலிகள் தான். அதனாலே மக்களுக்குள்ளே இருந்தாங்க."

"அதனால்தான் மக்கள் அழிஞ்சாங்க."

"மக்கள் வேறு, புலிகள் வேறு அல்ல. மக்கள் மேலே குண்டு போட்டு கொத்துக் கொத்தா அழிச்சது இனவெறி ராஜபக்சே அரசாங்கம். அவரை உடனே தூக்கிலே போடணும். இந்த வாக்கியம் உள்ள போஸ்டரை ஒட்டிட்டுத்தான் இங்க வாரோம்."

"எப்படிய்யா உடனே தூக்கிலே போட முடியும்? யார் போடறது?"

"நீ என்ன தமிழன் மாதிரியா பேசறே. சரி, கொள்கை லெவல்லே தூக்கிலே போடணும்ங்கிறதை ஒத்துக்கிறீங்களா?"

"சரி, கொள்கை லெவல்லே ஒத்துக்கறம்."

"எங்க கட்சி அந்தக் காலத்திலேயே தீர்மானம் போட்டிருக்கு."

"உங்க கட்சியைப் பத்தி பேசாதே. முள்ளிவாய்க்காலுக்கு முன்னமே விலகியிருந்தீங்கன்னா இப்படி மக்கள் செத்திருப்பாங்களா?"

"விலகியிருந்தா மக்கள் மேலே குண்டு போடாம இருந்திருப்பாங்களா?"

“விலகியிருந்தா ஆட்சி கவிழும்ங்கிற நிலையிலே இந்தியா கடுமையா நடவடிக்கை எடுத்து மக்கள் மேலே குண்டு போடறதைத் தடுத்து நிறுத்தியிருக்கும்.”

“கவிழும்ங்கிற கேள்வியே எழாது. ஏன்னா, அப்ப எலெக்‌ஷன் பல கட்டமா நடந்த நேரம். அப்ப இருந்த சர்க்காரே கேர் டேக்கர். அது எப்படிக் கவிழும். அப்புறம் எப்படி விலகி நெருக்கடி கொடுக்கறது?”

“எப்படியிருந்தாலும் விலகியிருக்கணும்.”

“விலகினா பதவிதான் போகும். வேறென்ன பிரயோசனம் இருக்கும். குண்டு போடறதை எப்படிய்யா அவன் நிப்பாட்டி யிருப்பான். இப்ப விலகி என்ன ஆச்சு? ஜெனிவா மாநாட்டிலே இந்தியா தீர்மானம் கொண்டு வந்துச்சா? அப்புறம் எப்படி அப்ப விலகியிருந்தா இந்தியா தலையிட்டு தடுத்திருக்கணும்னு சொல்ல முடியும்?”

“எங்க அம்மா சட்டசபையிலே தீர்மானம் கொண்டு வந்திருக்காங்க. சரித்திரத்திலே பொன்னாலே பொறிக்க வேண்டிய தீர்மானம்.”

“இங்க தீர்மானம் போட்டு என்ன செய்ய. ஆப்கானிஸ்தான்லே அமெரிக்கா தலைமைல இருக்கிற நேட்டோ படையை வாபஸ் வாங்கணும்னு தமிழ்நாடு சட்டசபையிலே தீர்மானம் போடுங்களேன். சட்டசபை தீர்மானத்தை ஐ.நா. சபையில்ல நிறைவேத்தணும். உங்க அம்மா புலித்தலைவரை அரெஸ்ட் பண்ணி இந்தியாவுலே தூக்கிலே போடணும்னு சொன்னவங்கதானே!”

“ராஜீவ் மரணத்திற்கு முன்னே, பின்னேன்னு இரு நிலைகள் இருக்கு.”

“எங்க தலைவர்தான் உண்மையா அக்கறை காண்பிக்கிறாரு. புதிய அமைப்பு அதுக்காகவே ஏற்படுத்தப்பட்டிருக்கு.”

“எல்லாம் நாடகம். கபட நாடகம்.”

“நீங்க ஆரம்பத்திலே இருந்து தமிழ் விரோதி. உங்களுக்கும் தமிழுக்கும் என்ன சம்பந்தம்?”

இதைத் தொடர்ந்து தள்ளுமுள்ளு ஏற்பட்டது. நானும் அனுமனும் விலக்கிவிட்டோம்.

“எங்க தலைவரும் அய்யாவும்தான் ஆரம்பத்திலேருந்து ஒரே மாதிரி அக்கறையோட இருக்கோம். மக்களுக்கும் அது தெரியும்.”

“உங்க தலைவருக்கு சுகர் கம்ப்ளெயின்டே வராது. ஏன்னா நடந்துக்கிட்டே இருக்காரு.”

"ஏய் நக்கலா பண்றே? பொதுமக்களுக்குத் தேவையான எல்லா விஷயங்களிலும் தலையிட்டு தன்னை உருக்கிக்கிட்டிருக்கிற தலைவர்."

"ஆமா, இப்படி நடந்துக்கிட்டே இருந்தா உருகித்தான் போவாரு."

"உங்களை மாதிரி சொகுசு வாழ்க்கை வாழணும்னு நெனைக்கிறியா?"

இதைத் தொடர்ந்து மீண்டும் தள்ளுமுள்ளு ஏற்பட, மீண்டும் விலக்கிவிட்டோம்.

"நான் ஒரு பேராசிரியர். இந்து மகாசமுத்திரத்தில் கேந்திர முக்கியத்துவம் வாய்ந்த இடம் திருகோணமலை. அந்த இடத்தை வைத்துக்கொண்டு சீனாவிடமும் அமெரிக்காவிடமும் கண்ணாமூச்சி ஆடிக்கொண்டிருக்கிறது இலங்கை. சீனாவிடம் நெருக்கம் கூடிவிடும் என்று தோரணை காட்டி இந்தியாவைத் தள்ளிப் போய்விடாமல் தக்கவைத்துக்கொண்டிருக்கிறது இலங்கை. புலிகள் இயக்கம் இந்தியாவில் மட்டுமல்லாமல் ஐரோப்பிய ஒன்றியத்திலும் அமெரிக்கா உள்ளிட்ட பல நாடுகளிலும் தடை செய்யப்பட்டிருக்கிறது. அந்த இயக்கத்திற்கும் ராணுவத்திற்கும் நடைபெற்ற சண்டை என்பது வேறு. இதில் பொதுமக்கள் இருதரப்பினாலும் பாதிக்கப்பட்டிருக்கிறார்கள். தற்போது தமிழர்களின் வாழ்வாதாரம்..."

"யோவ், என்ன ஹிஸ்ட்ரி கிளாஸ் நடத்தறியா? நடந்தது இனப் படுகொலை என்பதை ஒத்துக்க. போர்க் குற்றவாளி என்று அறிவிக்க வேண்டும்."

"நான் இல்லைன்னா சொல்றேன். நான் சொல்லவந்தது என்னன்னா, ஒரு விஷயத்தைப் பார்க்கிறப்ப எல்லாப் பரிமாணத்தையும் பாக்கணும். தற்போது அவுங்க வாழ்வாதாரத்தை முன்னேற்றப் பார்க்கணும்."

"என்னய்யா திரும்பப் பாடம் நடத்தறே. இனப் படுகொலைக்குப் பதில் வேண்டும்."

"இனப்படுகொலையில் இந்தியாவின் பங்கை ஆராய வேண்டும். ஆயுதங்கள் கொடுத்து இனப்படுகொலைக்கு இந்தியா துணைபோயிருக்கிறது. இதைத் தட்டிக்கேட்க வேண்டும்."

"இந்தியா ஆயுதங்கள் கொடுக்கவில்லை. ராடார்தான் கொடுத்தது."

"அது போதாதா. அதை வைத்துத்தானே இனப்படுகொலை நடந்தது."

"இலங்கை நட்பு நாடு. சார்க்கில் ஒரு உறுப்பினர்."

"என்னய்யா பேசறான் இந்த ஆள். இனப்படுகொலை செய்த நாடு நட்பு நாடா? எதிரி நாடு என்று அறிவிக்க வேண்டும்."

இந்த நேரத்தில் கூட்டத்தின் ஒரு பகுதியில் தகராறு ஏற்பட்டது. என்ன காரணம் என்று தெரியவில்லை.

"எங்க தலைவராலேதான் தீர்வு காணமுடியும்."

"எங்க தலைவினாலேதான் தீர்வு காணமுடியும்."

"எங்க தலைவர்தான் சுயநலமில்லாம பணியாற்றுகிறார். அவரால்தான் முடியும்."

"நீ நாடகமாடுறே!"

"நீ மாறிமாறிப் பேசறே. உள்ளத்திலே உனக்குப் பாசம் கிடையாது."

"உன்னாலே ஒண்ணும் செய்ய முடியாது."

"உன்னாலேதான் ஒண்ணும் செய்ய முடியாது."

"உங்க ரெண்டு பேராலையும் ஒண்ணும் செய்ய முடியாது."

"தலைவர் வாழ்க!"

"தலைவி வாழ்க!"

"அப்பழுக்கற்ற தலைவர் வாழ்க!"

"நீ ஒழிக!"

"நீதான் ஒழிக!"

"ரெண்டு பேரும் ஒழிக!"

அனுமன் திகைத்துப் போயிருந்தார். "ஒரே சிக்கலா இருக்கே" என்றார். அப்போது நாலைந்து புதிய நபர்கள் உள்ளே நுழைந்தார்கள். அதில் ஒருவர் அனுமனை நோக்கிக் கைநீட்டிப் பேசினார்.

"இராவணன் திராவிடன். இராமன் ஆரியன். திராவிடனைக் கொன்ன ஆரியனுக்குத் துணைபோன நீ எப்படி திராவிடத் தமிழர்களுக்காகக் கூட்டம் நடத்தலாம். உனக்கு என்ன தகுதியிருக்கு? என்னய்யா பாத்துக்கிட்டிருக்கீங்க."

உடனே கூட்டத்தில் சலசலப்பு ஏற்பட்டது. கூட்டம் அனுமனுக்கு எதிராகத் திரும்பிவிடுமோ என்ற கற்பனை ஏற்பட்டது. கூட்டத்தில் ஒழுங்கு குலைந்து அவரவர் தரப்பைப்

பேசிக்கொண்டிருந்தார்கள். ஒரே இரைச்சலாக இருந்தது. புதிதாக வந்தவர்களில் ஒருவர் அனுமனைத் தாக்க முன்னேறினார். நான் காவலர்கள் உதவியுடன் அனுமனைப் பாதுகாப்பாக வெளியில் காத்திருந்த டாக்ஸியில் ஏற்றி நானும் அவருடன் ஓட்டலை நோக்கிச் சென்றேன். வழியில் சென்றுகொண்டிருக்கும்போது "எல்லோருடைய நோக்கமும் ஒண்ணாத்தான் இருக்கு. ஆனா பல விருப்பு வெறுப்புக் கருத்தோட்டங்கள், பல தரப்புகள் இருக்கு. தங்களைத்தவிர மத்தவங்களுக்குப் பேர் வந்திரக்கூடாதுன்னு ஒவ்வொரு தரப்பும் நெனைக்கிற மாதிரி தெரியுது. உருப்புட்டாப்லதான்" என்றார் அனுமன்.

நான் ஜன்னல் வழியே வெளியே பார்த்துக்கொண்டிருந்தேன். அப்போது ஒரு கண் தெரியாத கிழவி, சாலையில் வருபவர்களிடம் யாசித்துக்கொண்டிருக்கும் காட்சியைப் பார்த்தேன். துயரமாக இருந்தது.

○

உயிர்மை, மே 2013

நடன மங்கை

அந்த நடன மங்கை அரங்க மேடைக்கு ஆடிக்கொண்டே வந்து தோன்றியபோது, அவளுடைய முக, உடலமைப்பு அவனை நிலை குலைய வைத்தது. அழகான பெண்கள் பலரை அவன் பார்த்திருக்ககிறான். ஆனால் இவளை அழகு என்று சொல்ல முடியாது. காம வடிவமாக இருந்தாள். இத்தகைய பெண்களை அவன் அபூர்வமாகத்தான் பார்க்கிறான். ஒரு வர்த்தகக் கண்காட்சியில் கூட்டத்திற்குள் ஒருத்தியை இவ்வாறு பார்த்திருக்கிறான். பிறகு ரயில் நிலையத்தில் அவன் பயணம் செய்த பெட்டியில் இருந்த ஒரு குடும்பத்தினரை வழியனுப்ப வந்த கூட்டத்திற்குள் ஒருத்தியை இவ்வாறு பார்த்திருக்கிறான்.

அவனுடைய உள்ளம் அவளை நாடி வழிவதை, அவள் அறிந்தவளே போலும், அவன் முன்னால் ஆடியபோது ரவிக்கையின் இடது பக்கத்திலிருந்து சிறு துணியை எடுத்து, அவன் மீது விசிறியடித்தாள். அந்தத் துணி மெல்லியதாக, செவ்வக வடிவில் பலவண்ணங்களில் இருந்தது. அவன் அதை மூக்கருகே கொண்டு சென்று ஏதோ யோசித்தவனாய், பேன்ட் பையில் வைத்துக்கொண்டான்.

அவள் விசிறியடித்த காட்சி அவன் மனத்தில் அழுத்தமாகப் பதிந்தது. அப்போது அவன் தன்னிச்சையாக உற்சாகம் கொண்டு, கைகளை விரித்துக் கத்தினான். அங்கு இருந்தவர்கள் ஆரவாரித்தனர். அவள் லாவகமாக வேறு மேசைகளின் பக்கம் சென்று மீண்டும் அவன் இருந்த மேசை அருகே நின்று ஆடினாள். அந்தக் கணம்

அவளை அணுக வேண்டும் என்று அவனுக்குத் தோன்றியது. அந்த கணத்தில் தனத்தானானா தனத்தானா என்று பின்னணி இசையின் பெரும் சத்தத்தடன் இசைக்குழுவிலிருந்த ஒருத்தி பாடிக்கொண்டிருந்தாள். அவளுக்கு முன்னாலும் பின்னாலும் வேறு சிலர் ஆடினர். ஆனால் அவளின் தோற்றம், மற்றவர்களின் தோற்றங்களை நினைவில் கொள்ளவிடாமல் மறைத்தது. இசைக்குழுவில் இருந்தவர்கள், இந்த மேசை, நாற்காலிகள், இந்த ட்ரம், கீபோர்டு பொறியாளர்களால்கட்டப்பட்ட பல மாடிகளுடைய இந்த வலுவான கட்டிடம், இருந்த மனிதர்கள் என அனைத்தையும் அவள் தோற்றம் மறைத்தது.

அவனுக்கு இரவு முழுவதும் சரியான தூக்கமில்லை. சிந்தையெங்கும் அவளே தோன்றினாள். இரவே ஒரு முடிவுக்கு வந்துவிட்டான். காலையில் அலுவலகத்திற்கு அலைபேசியில் தொடர்புகொண்டு, காய்ச்சலாக இருப்பதாகக் கூறி விடுப்பு எடுத்துக்கொள்வதாகக் கூறினான். நேற்று இரவு சென்ற அந்த ஹோட்டலுக்கு இருசக்கர வாகனத்தில் சென்றான்.

வரவேற்பில் இருந்தவனிடம் பேசினான். "நான் திர்ணவேலிலே இருக்கற கிராண்ட் ஓஸன் ஹோட்டலின் ஜெனரல் மானேஜர். நேத்து ராத்திரி டான்ஸ் ப்ரோக்ராம் பாத்தேன். அதுலே ஆடுன ஒருத்தரை எங்க ஹோட்டல் ப்ரோக்ராமுக்கு பிக்ஸ் பண்ணணும். நான் யார்ட்டே பேசணும்?"

வரவேற்பில் இருந்தவன் கணினியில் தட்டிக்கொண்டிருந்த ஒருவனிடம் சென்று ஏதோ பேசினான். பிறகு வந்து, "அதுக்கு பெர்னாண்டஸைப் பாக்கணும். அவரு மீட்டிங்ஹால் அரேஞ்ச்மெண்ட்டைப் பாக்கப் போயிருக்காரு. இப்படிப் போயி இடது பக்கம் திரும்புனா ஹால் இருக்கும். அங்கே பாருங்க" என்றான்.

அவன் சென்றான். மீட்டிங் ஹாலில் ஒருவன், நாற்காலியில் கால் மேல் கால் போட்டு அமர்ந்து அரங்கை அலங்கரிப்பவர்களிடம் ஏதோ சொல்லிக்கொண்டிருந்தான். அவனை நெருங்கி "பெர்னாண்டஸ்" என்றான். "ஆங்" என்று சொல்லி பெர்னாண்டஸ், எதிரிலிருந்த நாற்காலியில் அவனை அமரச்சொன்னான். அவன் வரவேற்பில் இருந்தவனிடம் கூறியதையே திரும்பக் கூறினான்.

"அந்த ஓட்டல் யார் நடத்தறாங்க? ஓப்பன் டான்ஸா, பெர்சனல் டான்ஸா? உங்க பேரென்ன" என்றான் பெர்னாண்டஸ்.

"எம் பேரு ஆனந்தகுமார். ஓனர் பேரு ஜான் துரைராஜ். பெரிய காண்ட்ராக்டர். இப்பத்தான் ஓட்டல் தொழில்லே

இறங்கியிருக்காங்க. பெர்சனல் டான்ஸ்தான்" என்றான் ஆனந்தகுமார்.

"உங்களுக்கு யார் வேணும்?"

"அவுங்க பேரு மஞ்சுன்னு சொன்னாங்க."

"நீங்க அவுங்களை புக் பண்றதுக்கு பாலா மாஸ்டரைத்தான் பாக்கணும். வெளியூருக்கு வருவாங்களான்னு தெரியலை. ட்ரை பண்ணிப் பாருங்க."

"அட்ரஸ், போன் நம்பர் கிடைக்குமா?"

"ஷ்யூர். போன்லே பேசினா காரியமாவது. நேர்லே போய்ப் பாருங்க" என்று பெர்னாண்டஸ், அலைபேசி எண்ணையும், முகவரியையும் கூறி, குறித்துக்கொள்ளச் சொன்னான். ஆனந்தகுமார் அவற்றைக் குறித்துக்கொண்டு அந்த முகவரியைத் தேடிக் கிளம்பினான். அந்த முகவரி நகரின் புறநகர்ப் பகுதியில் இருந்தது. அந்த முகவரியை அடைந்த போதுதான் அது ஒரு ஜிம் என்று தெரிந்தது. வெளியில் 'பாலா ஜிம்' என்று போர்டு இருந்தது. முன் உள்ள அறையில் மேசை, நாற்காலிகள் போடப்பட்டிருந்தன. வருபவர்கள் உட்காருவதற்குப் போடப்பட்டிருந்த நாற்காலிகளில் ஒருவர் உட்கார்ந்திருந்தார்.

மேசைக்குப் பின்னால் இருந்த சுழல் நாற்காலி காலியாக இருந்தது. அதுதான் பாலா மாஸ்டருக்கு உரியது. உட்கார்ந்திருந்தவரிடம் பாலா மாஸ்டரைப் பார்க்க வேண்டும் என்றான் ஆனந்தகுமார். என்ன விசயம் என்று அவர் கேட்டதற்கு, அவரிடம் சொல்லிக்கொள்வதாகக் கூறினான். பக்கத்தில்தான் எங்கோ சென்றிருப்பதாகவும் சீக்கிரம் வந்துவிடுவார் என்றும் அவர் கூறினார். ஆனந்தகுமார் உள்ளே ஹாலைப் பார்த்தான். உடற்பயிற்சி உபகரணங்கள் இருந்தன. இரண்டு நபர்கள் உடற்பயிற்சி செய்துகொண்டிருந்தார்கள். இந்த நேரத்தில் பொதுவாக உடற்பயிற்சி செய்யமாட்டார்கள். இந்த நேரத்தில் அந்த இரண்டு நபர்களும் வந்ததற்கு ஏதாவது காரணம் இருக்கும்.

காத்திருந்தான். வாசலில் கார் நிற்கும் ஓசை கேட்டது. ஒற்றைக்கால் இழந்த ஒருவர் கைகளின் அக்குளில் ஊன்றுகோலை வைத்து, சப்தமெழுப்பி வந்தார். கூட ஒருவர் பயில்வான் தோற்றத்தில் வந்தார். ஆனந்தகுமாரைக் காத்திருக்கச் சொன்னவர் மரியாதையுடன் எழுந்து நின்றார்.

ஈஸ்வரன் மாஸ்டரிடம்தான் பாலா ஆரம்பத்தில் இருந்தார். ஈஸ்வரன் மாஸ்டர் சில திரைப்படங்களில் கதாநாயகனும் கதாநாயகியும் வேடிக்கை பார்க்கும் குழு நடனங்களில்

பிரதான ஆட்டக்காரனாக ஆடியிருந்தார். குழு நடனத்திற்கு ஆட வரும் அபிராமியுடன் பழக்கம் ஏற்பட்டு இருவரும் திருமணம் செய்துகொண்டார்கள். ஈஸ்வரன் அவர் வசிக்கும் பகுதியில் ஜிம் நடத்தி வந்தார். குழு நடனக்காரர்களில் ஒருவராக இருந்த பாலாவின் ஆட்டத்தைப் பார்த்து ஒரு இயக்குனர், கதாநாயகனும், கதாநாயகியும் காமவயப்படும் காட்சியில் கவர்ச்சி நடிகை நூர்ஜஹானுடன் பாடல் காட்சியில் ஆடிப்பாடும் வாய்ப்பை பாலாவிற்குக் கொடுத்தார். அந்தப்பாடல் வெற்றியடைந்துவிட்டதால், பாலாவிற்கு வேறு படங்களில் தனியாக நடனமாடும் வாய்ப்புக் கிடைத்தது. இந்த நிலையில் ஈஸ்வரனிடமிருந்து தனியாகப் பாலா பிரிந்தார். இருவருக்கும் தொழில் போட்டி வந்துவிட்டது. சிலகாலம் கழிந்த பிறகுதான் பாலாவிற்கும் தன் மனைவி அபிராமிக்கும் பழக்கம் இருப்பதாக அவருக்குத் தெரியவந்தது. ஒருநாள் அவர்கள் இருவரும் மதியக் காட்சிக்கு சினிமா தியேட்டருக்குள் செல்வதைப் பார்த்துவிட்டார்.

ஒரு அரிவாளை விலைக்கு வாங்கி, சினிமா முடிந்து அவர்கள் இருவரும் வெளியே வரும்வரை காத்திருந்தார். வெளியே வந்ததும், ஒரு வாகான நிலையில் பாலா மேல் பாய்ந்து கீழே தள்ளி அவன் வலது தொடையில் பல தடவை வெட்டினார். அதனால் பாலாவின் வலதுகாலை எடுக்க வேண்டியதாகி விட்டது. அந்த வழக்கில் கைது செய்யப்பட்டு ஈஸ்வரன் சிறையில் அடைக்கப்பட்டார். ஆரம்பத்தில் சம்பவத்தைக் கண்ணால் கண்ட சாட்சியாக வாக்குமூலம் கொடுத்த அபிராமி கணவன் மீதான அபிமானத்தில் மாற்றிச் சொல்லியதால் ஈஸ்வரன் விடுதலை ஆனார். சிறையில் இருந்தபோதும், வழக்கு நடந்தபோதும் அபிராமி ஈஸ்வரனுக்கு அனுசரணையாகவே இருந்தாள். அவள் தற்போது ஈஸ்வரனுடன்தான் வாழ்கிறாள். குழந்தைகளும் இருக்கின்றன.

உள்ளே நுழைந்த பாலா மாஸ்டர் அவருக்கான பிரதான சுழல் நாற்காலியில் அமராமல், வருகிறவர்கள் அமரும் நாற்காலிகளில் ஒன்றில் அமர்ந்து ஊன்றுகோல்களை சுவரில் சாய்த்துவைத்துவிட்டு ஆனந்தகுமாரைப் பார்த்தார்.

ஆனந்தகுமார், “என் பெயர் ஜான்சன். நான் ‘இந்தியா வெல்கம்’ இங்க்லீஸ் பத்திரிகையிலே நிருபரா இருக்கேன். டான்ஸ் ஆடுறவங்களைப் பத்தி ஒரு ஆர்ட்டிக்கிள் பண்றோம். நேத்து ரெயின்போ ஓட்டல்லே மஞ்சுங்கிறவங்களோட டான்ஸ் பாத்தேன். அவுங்களைப் பேட்டி காணனும். நீங்கதான் ஏற்பாடு பண்ணிக்கொடுக்கணும்.”

“ஏன் அவளைத்தான் பேட்டி எடுக்கணுமா? வேற யாரையும் எடுக்கக்கூடாதா?”

“எங்க ஜி.எம்.மும் பாத்தாரு. மஞ்சுவைத்தான் எடுக்கணுங்கிறாரு.”

“என்ன பத்திரிகைன்னு சொன்னே?”

“இந்தியா வெல்கம்.”

“எங்கேருந்து வருது?”

“டெல்லி. சென்னையிலும் ஆபீஸ் இருக்கு.”

“இங்க்லீஸ் பத்திரிகைன்னா சரி. அவட்டே பேசிட்டுச் சொல்றேன்” என்று சொல்லிவிட்டு, தனியாகப் போய் அலைபேசியில் பேசினார்.

“நாளைக்கி பத்து டு பத்தரை அவளைப் பாருங்க. நல்லவிதமா எழுதுங்க. அட்ரஸ் குறிச்சிக்குங்க.”

ஜான்சன் குறித்துக்கொண்டான். “என்ன நம்பர்?” என்றான்.

“செல் நம்பர் கொடுக்கறதில்லை” என்றார் பாலா மாஸ்டர்.

ஜான்சன் அறைக்குத் திரும்பினான். பெட்டியிலிருந்த கேமிராவை எடுத்து மேசையில் வைத்தான். மனம் “மஞ்சு, மஞ்சு” என்று தளும்பிக்கொண்டே இருந்தது. சாயந்திரம் கடற்கரைக்குச் சென்று, வந்திருந்த பெண்களை வேடிக்கை பார்த்துக்கொண்டிருந்தான். அலுவலகத்திற்குப் போன் பேசி உடல் நிலை இன்னும் சரியாகாததால் நாளைக்கும் விடுப்பு வேண்டும் என்று கேட்டுக்கொண்டான். அவள் வீட்டுச் சூழ்நிலை எவ்வாறு இருக்கும் என்று பலவாறாக யூகித்தும் சரியாக அமையவில்லை. இரவில் தூக்கம் சரியாக வரவில்லை. தன்னை மறந்து அவன் தூங்கியபோது அவளின் வீட்டுச் சூழ்நிலை கிறிஸ்தவப் பின்னணியில் இருப்பதாகச் சில காட்சிகள் தோன்றின. ரவிக்கையின் இடப்புறத்திலிருந்து சிறு துணியை அவள் ஆடிக் கொண்டே விசிறியடித்த காட்சி சில தடவைகள் தோன்றியது. விழிப்பு வந்து, கடிகாரத்தைப் பார்த்தபோது மணி 5.15 காட்டியது. மீண்டும் படுத்துக் கண்களை மூடிக்கொண்டு, அவள் சிறு துணியை விசிறியடித்த காட்சியை நினைவுக்குக் கொண்டுவந்து அப்படியே தூங்கிவிட்டான்.

எழுந்து, குளித்து, சாமியைக் கும்பிட்டுவிட்டு மஞ்சுவைப் பார்க்கக் கிளம்பினான். அந்தப் பகுதிக்குச் சென்று வழி கேட்டபோது, அங்காள பரமேஸ்வரி கோயிலுக்கு எதிரே உள்ள தெருவில் திரும்பினால் உள்ள வீடுகளில் ஒன்று என்று சொன்னார்கள். அவ்வாறே சென்று திரும்பினான். வீட்டை அடைந்தான். வெளி கேட்டைத் திறந்து நுழைந்தான். இருபுறமும்

மரங்கள் இருந்தன. புறாக்கள் கீழே கிடந்த தானியங்களைக் கொத்திக்கொண்டிருந்தன. முயல்கள் ஓடிக்கொண்டிருந்தன. கோழிகளும் சேவலும் அலைந்துகொண்டிருந்தன. வாசலை யடைந்ததும் அவள் உள்ளறையிலிருந்து அவனை நோக்கி வந்தாள். அவனுக்குப் படபடப்பாக இருந்தது. அவள் முகமும் வடிவமும் அவனை மின்னலாகத் தாக்கியது. உடம்பில் மின்னல் பாய்ந்ததுபோல் உணர்ந்து தடுமாறினான். வீடு சுத்தமாக இருந்தது. சுவரில் பைபிள் வாசகங்கள் இருந்தன. யேசுநாதர் படம் இருந்தது. அவனை உட்காரச் சொன்னாள். அவன் உட்கார்ந்தான்.

அவ்வாறே சென்று திரும்பினான். வீட்டை அடைந்தான். வெளி கேட்டில் வெங்கடாஜலபதி டிசைன் இருந்தது. வாசலில் கலர் கோலம் போடப்பட்டிருந்தது. வெளிகேட்டைத் திறந்து நுழைந்தான். திருப்பதி இல்லம் என்று எழுதப்பட்டிருந்தது. வாசலில் நின்றிருந்த சிறுமி “அம்மா” என்று கத்திக்கொண்டே உள்ளே சென்றது. அவன் வாசலை அடைந்ததும் அவள் உள்ளறையில் இருந்த அவனை நோக்கி வந்தாள். அவனுக்குப் படபடப்பாக இருந்தது. அவள் முகமும் வடிவமும் அவனை மின்னலாகத் தாக்கியது. உடம்பில் மின்னல் பாய்ந்தது போல் உணர்ந்து தடுமாறினான். வருகிறவர்கள் நுழைந்தவுடன் காணும் விதத்தில் சுவரில் பெரிய வெங்கடாஜலபதி படம் மாட்டப்பட்டிருந்தது. முன் அறைக்கு வந்த அவள் உள்ளறைப் பக்கம் திரும்பி “அம்ம ஈட ரெண்ட” என்று குரல் கொடுத்தாள். அவனை உட்காரச் சொன்னாள். அவன் உட்கார்ந்தான்.

அவ்வாறே சென்று திரும்பினான். வீட்டை அடைந்தான். முன் அறையில் இருந்த பெரிய ஜன்னல் வழியாக அவனைப் பார்த்த ஒரு நடுத்தர வயதுப் பெண் உள்ளே சென்றாள். வாசலையடைந்ததும் அவள் உள்ளறையிலிருந்து அவனை நோக்கி வந்தாள். அவனுக்குப் படபடப்பாக இருந்தது. அவள் முகமும் வடிவமும் அவனை மின்னலாகத் தாக்கியது. உடம்பில் மின்னல் பாய்ந்ததுபோல் உணர்ந்து தடுமாறினான். அவள் “வாங்கோ, உங்களைத்தான் நெனைச்சுண்டிருந்தேன். கரெக்டா வந்துட்டேளே” என்றாள். சுவரை ஒட்டிப் புத்தக அலமாரி இருந்தது. சுவரில் விநாயகர் படம் மாட்டப்பட்டிருந்தது. உள்ளே சஹஸ்ரநாமம் சன்னமாக ஒலித்துக்கொண்டிருந்தது. அவனை உட்காரச் சொன்னாள். அவன் உட்கார்ந்தான்.

அவ்வாறே சென்று திரும்பினான். வீட்டை அடைந்தான். அது பல வீடுகளைக் கொண்ட காம்பவுண்டாக இருந்தது. கேட்டைத் திறந்து சென்றான். வரிசையாக வீடுகள் இருந்தன. எந்தவீடு என்று தெரியாமல் திகைத்தான். மூன்றாவது வீட்டின்

வாசலில் நின்றான். ஒரு பெரியவர் வந்து "யாரு" என்றார். "மஞ்சுங்கறவங்க" என்றான். அவன் முடிக்கும் முன்னே "கடைசி வீடு" என்றார். அவன் கடைசி வீட்டிற்குச் சென்றான். வாசலையடைந்ததும் அவள் உள்ளறையிலிருந்து அவனை நோக்கி வந்தாள். அவனுக்குப் படபடப்பாக இருந்தது. அவள் முகமும் வடிவமும் அவனை மின்னலாகத் தாக்கியது. உடம்பில் மின்னல் பாய்ந்ததுபோல் உணர்ந்து தடுமாறினான். உள்ளிருந்து ஒரு சிறுவன் சிறு மூன்று சக்கர சைக்கிளை உள்ளறையிலிருந்து ஓட்டிக்கொண்டு அவள் கூடவே வந்தான். அவள் கையில் ஏதோ உணவு இருந்தது. "வாங்க. பாலா மாஸ்டர் சொன்னாரு. இவன் சாப்டவே மாட்டேங்கிறான். பேஜாராக்கீது. டெய்லி போராட்டமாருக்கு.துன்றா" என்றாள். உள்ளே ஒருவர் இருமும் சத்தம் கேட்டது. அது தொடரவே "யாராவது வர்றப்பதான் இருமும். இன்னான்றே" என்று சொல்லிக்கொண்டே உள்ளே போய் ஏதோ அதட்டலாகப் பேசும் சத்தம் கேட்டது. மீண்டும் முன்னறைக்கு வந்தாள். அவனை உட்காரச் சொன்னாள். அவன் உட்கார்ந்தான்.

அவ்வாறே சென்று திரும்பினான். வீட்டை அடைந்தான். சற்று யோசித்தான். அந்தக் கணம் அவளைப் பார்க்க வேண்டாம் என்று தோன்றியது. இருசக்கர வாகனத்திலிருந்து இறங்காமலேயே வாகனத்தைத் திருப்பினான். அறையை நோக்கி வாகனத்தைச் செலுத்தினான். மனத்தை ஆக்கிரமித்திருந்த, விளக்க முடியாத ஓர் உணர்வு நீங்கிக்கொண்டிருப்பதாக அவனுக்குத் தோன்றியது.

O

உயிர்மை, மார்ச் 2013

நானும் ஒருவன்

மினுங்கும் கண்கள்

அந்தோணிராஜ் தன் நண்பர் இம்மானுவேல் திடீரென்று இறந்ததின் பாதிப்பிலிருந்து விடுபட இயலாதவராக இருந்தார். இருவரும் அடிக்கடி வேளாங்கண்ணிக்குச் சென்று வருவதை வழக்கமாகக் கொண்டிருந்தார்கள். தனியே வேளாங்கண்ணிக்குச் செல்வதை அவரால் நினைத்துக்கூடப் பார்க்க முடியவில்லை. இன்று காலையில் இம்மானுவேலை அடக்கம் பண்ணப்போகிறார்கள். தனது சந்தோஷங்களையும் பிரச்சினைகளையும் பகிர்ந்து கொள்வதற்கு ஆள் எவரும் இல்லை என்ற கவலை அவரைப் பீடித்திருந்தது.

'கண்ணீர் அஞ்சலி' என்று சுவரொட்டி அடித்து அப்பகுதியில் ஒட்ட வேண்டும் என்ற எண்ணம் ஏற்பட்டு அவ்வாறே ஒட்டுவதற்கும் ஏற்பாடு பண்ணினார். 'கண்ணீர் அஞ்சலி' என்பது 'கன்ணீர் அஞ்சலி' என்று அச்சாகிவிட்டது. அச்சகத்தில் சரியாகக் கவனித்தது போல்தான் அவருக்குத் தோன்றியது. அச்சகத்தில் சுவரொட்டிகளை வாங்கச் சென்றபோதுதான் தெரிந்தது, அவர்கள் அதை ஒட்டுவதற்கு ஏற்பாடு பண்ணமாட்டார்கள் என்பது. அவர்களிடம் விசாரித்தபோது போஸ்டர் முத்துச்சாமி என்பவனைப் பார்க்கும்படி கூறினார்கள். முகவரி தெரியவில்லை என்றும் செல்லூர் பகுதியில் இருப்பான் என்றும் தெரிவித்தனர். சுவரொட்டியை எடுத்துக்கொண்டு ஒரு ஆட்டோவில் செல்லூருக்குச் சென்றார். அப்போது இருட்டிவிட்டது. இரவோடு இரவாக ஒட்டிவிட வேண்டும்; காலையில் அடக்கம் பண்ணிவிடுவார்கள் என்று எண்ணிக்கொண்டே

செல்லூர் பகுதியில் அவனைத் தேடினார். ஒரு ஆட்டோ டிரைவர் சரியான வழியைச் சொன்னார்.

ஒரு சிறு மைதானம் மாதிரியான இடம். அதில் மரத்தடியில் ஒருவன் பிளாஸ்டிக் சேரில் கால்மேல் கால் போட்டு அமர்ந்திருந்தான். எதிரே இருந்த பிளாஸ்டிக் சேர்களில் அமர்ந்திருந்த இருவரிடம் பேசிக்கொண்டிருந்தான். சுவரொட்டிகளை எடுத்துக்கொண்டு ஆட்டோவிலிருந்து இறங்கினார் அந்தோணி ராஜ். அவரைப் பார்த்ததும் "வாங்க தலைவா, உக்காருங்க... போஸ்டர் ஒட்டணுமா? எத்தனை போஸ்டர்? எந்த ஏரியா?" என்றான் போஸ்டர் முத்துச்சாமி. அவர், அவன் எதிரே இருந்த பிளாஸ்டிக் சேரில் அமர்ந்து விவரம் கூறினார்.

ஒருபுறம் பசை காய்ச்சிக்கொண்டிந்தார்கள். போஸ்ட்டர் முத்துச்சாமி இடது கையில் பிரேஸ்லெட் அணிந்திருந்தான். கழுத்திலிருந்த தடிமனான சங்கிலி தெரியும்படியாக சட்டைப் பொத்தான்களைப் போடாமலிருந்தான். "ஜெய்ஹிந்துபுரம் காது குத்து போஸ்டர் போயிருச்சா? நாகமுத்து கொண்டு போயிருக்கானா... தீப்பொறி ஆறுமுகம் மீட்டிங் போஸ்டர் யார் கொண்டு போறா... டேய் சரவணன் நீ போ... அவன்தான் லாயக்கு... ஊர் பூரா ஒட்டணும்டா. நின்னுக்கிட்டிருக்கிற பஸ் எல்லாத்துலையும் ஒட்டணும். நெறைய போஸ்டர் கண்ணுக்குத் தெரியலைன்னா கட்சிக்காரங்க சண்டைக்கு வருவானுக... டேய் இந்த உக்காந்திருக்கிறவரோட கண்ணீர் அஞ்சலி போஸ்டரை... டேய் சேகர் நீ கொண்டு போ... தலைவா கேத வீட்டு அட்ரஸைக் கொடுங்க அதைச் சுத்தி ஒட்டச் சொல்லியிரல்லாம்" என்று கையை ஆட்டி ஆட்டிப் பேசினான். இரு கை நடுவிரலிலும் பெரிய மோதிரம் அணிந்திருந்தான்.

"எவ்வளவு பீஸ் கொடுக்கணும்" என்று அந்தோணி ராஜ் கேட்டார். அவரது முகத்தையும், தோற்றத்தையும், உட்கார்ந்திருக்கிற தோரணையையும் பார்த்துக்கொண்டிருந்தவனுக்கு இவரிடம் கூடக் கேட்டால் கொடுத்துவிடுவார் என்று தோன்றி தொகையைக் கூட்டிச் சொன்னான். அவன் கூறிய தொகை குறைவாக இருப்பதாக அந்தோணி ராஜுக்குத் தோன்றியது. பணத்தை எடுத்துக் கொடுத்தார்.

காலையில் இம்மானுவேல் வீட்டிற்கு வந்தபோது, அந்தப் பகுதியில் கண்ணீர் அஞ்சலி சுவரொட்டி ஒட்டியிருப்பதைப் பார்த்தார். வேலையைச் சரியாகச் செய்திருப்பதாக அவருக்குத் தோன்றியது.

அடக்கம் பண்ணி முடிந்தபின் தனியாக வீட்டை நோக்கி நடந்து சென்றுகொண்டிருந்தார்.

அந்தோணி ராஜுக்கு இரண்டு மகள்கள். மூத்தவள் ரோஸ்மேரியை அரசுப் பணியில் இருக்கும் ராஜனுக்கு திருமணம் செய்து வைத்தார். ராஜனின் தந்தை அரசுப் பணியில் இருக்கும்போது இறந்துவிட்டதால் கருணை வழி நியமனமாக ராஜனுக்கு அரசு வேலை கிடைத்திருந்தது. ராஜனின் தாயார் ஒரு பிரசித்தி பெற்ற தனியார் பள்ளியில் ஆசிரியையாகப் பணிபுரிகிறார். சொந்தவீடு. ராஜன் பாளையங்கோட்டையில் பணிபுரிந்ததால் அங்கு தனிக்குடித்தனம் வைத்தார்கள். சில மாதங்கள் கழிந்தபிறகுதான் தெரிந்தது. ராஜனின் தாயாருக்கும் இன்னொருவருக்கும் பழக்கம் இருந்தது என்பதும் ராஜனின் தந்தையின் மரணம் இயற்கையான மரணம் அல்ல என்பதும். ராஜனுக்குத் தாயார் மேல் அதிக வெறுப்பு இருந்தது. அவன் தாயாரின் முகம் பார்த்துப் பேச மாட்டான். வேறெங்கோ பார்த்துப் பேசுவான். இருவரும் சேர்ந்து இருக்க இயலாது என்பதாலோ என்னவோ வேலையைக் காரணம் காட்டி வெவ்வேறு ஊர்களில் இருக்கிறார்கள்.

ஒரு திருமணத்திற்குச் சென்று அங்கு உட்கார்ந்திருந்த போது, 'ரோஸ்மேரி… ரோஸ்மேரி' என்று யாரோ கூப்பிடுவது போல இருந்தது. திரும்பிப் பார்த்தால் நாலைந்து வரிசை தள்ளி ராஜனின் தாயார்தான் இவளைக் கூப்பிட்டுக்கொண்டிருந்தார். இருவரும் சந்தித்துக்கொண்டனர். மண்டபத்தின் பின் பக்கம் இருந்த மரநிழலுக்கு ரோஸ்மேரியை அழைத்து வந்தாள். "ஒண்ட்டே ஒரு விஷயம் சொல்லணும்… என்னைப் பத்தி ஏதேதோ பேசியிருப்பாங்களே… ஒன் காதுக்கும் எட்டியிருக்கும். நானும் ஒன்னைப்போல பெண்தானே… சைக்ரியாட்ரிஸ்ட் கொடுக்கற மாத்திரையை ஒழுங்கா சாப்பிடச் சொல்லு…' என்றார் ராஜனின் தாயார்.

ரேஸ்மேரிக்குத் திருமணமாகி ஆறுமாத காலமே ஆன போதிலும் எப்படி இந்தப் பந்தத்திலிருந்து வெளியே வருவது என்றே யோசித்துக்கொண்டிருந்தாள். திருமணமான அன்றே அவன் சரியில்லை என்று ஓர் உள்ளுணர்வு ஏற்பட்டது. சில நாட்களிலேயே அது ஊர்ஜிதமாகிவிட்டது. ஒரு நாளில் இரண்டு வரிகளுக்குமேல் அவளிடம் பேசுவது அரிது. சில நாட்களில் ஒன்றுமே பேசுவது இல்லை. பேச அவனிடம் விஷயம் இல்லை. தனியே அமர்ந்து ஏதோ சிந்தித்த நிலையிலேயே இருப்பான். மாத்திரை சாப்பிட்ட சில நிமிடங்களில் தூங்கிவிடுவான். எப்போதாவது உடலின் தேவையை யந்திரமயமாகப் பூர்த்தி செய்வான்.

பிறந்த வீட்டிற்கு வந்து தங்கிச் செல்லும்போது பிடித்தமில் லாமல் கணவனுடன் வாழ்வதைப் பற்றிக் கூற நினைத்து,

கூறாமலேயே சென்றுவிடுவாள். அந்தோணி ராஜ் இப்போது பணி ஓய்வு பெற்றுவிட்டார் அப்போது அரசு தொடக்கப் பள்ளியில் ஆசிரியராகப் பணிபுரிந்துகொண்டிருந்தார். அன்று ரோஸ்மேரியின் அம்மா ஜெபமேரி தரையில் அமர்ந்து முட்டைக்கோசைக் கத்தியால் வெட்டிக்கொண்டிருந்தாள். ரோஸ்மேரி தன்வாழ்க்கைக் கதையை அம்மாவிடம் கூறினாள். ஜெபமேரிக்கு சிந்தனைத்திறம் போதாது. அவள் அழத் தொடங்கி விட்டாள். ரோஸ்மேரி அவளைச் சமாதானம் பண்ணும்படி ஆகிவிட்டது. திரும்பவும் கணவன் வீட்டிற்குச் செல்லும் எண்ணமில்லை என்றும் இங்கேயே தங்கிவிடப் போவதாகவும் ரோஸ்மேரி கூறிவிட்டாள். பள்ளியிலிருந்து வந்த அந்தோணி ராஜிடம் ஜெபமேரி கோர்வையில்லாமல் தனக்குத் தோன்றிய விதத்தில் விவரத்தைக் கூறினாள். அந்தோணி ராஜுக்குக் கண்கள் கலங்கிவிட்டன. கர்த்தர் படத்தின் முன் மண்டியிட்டுப் பிரார்த்தித்தார்.

ரோஸ்மேரிக்கு அதிர்ஷ்டவசமாக அரசுவேலை கிடைத்தது. அவள் டீச்சர் பயிற்சி முடித்து வேலை வாய்ப்பு அலுவலகத்தில் பதிவு செய்திருந்தாள். பக்கத்து ஊரில் உள்ள பள்ளியிலேயே வேலைகிடைத்தது. தூரம் கருதி அந்த ஊரிலேயே ஒரு பெண்கள் விடுதியில் தங்கிவிட்டாள். விவாகரத்து வழக்கு நீதிமன்றத்தில் நடந்துகொண்டிருக்கிறது. ஒரு மத்தியஸ்தரின் உதவியால் இருதரப்பு இசைவு விவாகரத்து மனுபெற்று தாக்கல் செய்திருப்பதால் விரைவில் கிடைத்துவிடும் நிலை இருக்கிறது.

இடையில் ஒருநாள் ராஜன் தற்கொலை முயற்சி மேற்கொண்டு மருத்துவமனையில் அனுமதிக்கப்பட்டிருப்பதாக செய்தி கிடைத்தது. அவனின் தாயார் வேலையை விட்டுவிட்டு அவனுடன் தங்கியிருப்பதாகவும் தகவல் கிடைத்தது. நீதிமன்றத்தில் விவாகரத்து உத்தரவு பெறுவதற்கு முன் அவன் இறந்துவிட்டால் தான் 'விதவை' ஆகிவிடுவோமே என்ற கவலையும் அதேசமயத்தில் அவன் சொத்தில் ஒரு பங்கு கிடைக்குமே என்ற யோசனையும் ஏற்பட்டது. விவாகரத்து உத்தரவு பெற்றதற்குப் பின்னால் அவன் என்ன ஆனாலும் தன் நிலையை அது பாதிக்காது; அப்போது விவாகரத்துப் பெற்றவள் என்ற நிலையில் இன்னொரு திருமணம் செய்துகொள்வதற்கு வாய்ப்புள்ளது என்ற எண்ணமும் அவளுக்கு ஏற்பட்டது. விவாகரத்து உத்தரவு பெறுவதற்கு முன் அவன் இறந்துவிடக் கூடாது; அதுதான் தனக்கு நல்லது என்ற முடிவுக்கு வந்து கர்த்தரிடம் அவள் பிரார்த்தித்தாள்.

அந்தோணி ராஜின் இரண்டாவது மகள் தங்கமேரி தற்போது மும்பையில் கணவனுடன் வசிக்கிறாள். தங்கமேரி கல்லூரியில் படித்துக்கொண்டிருந்தபோது யாரோ ஒரு பையனுடன்

இருப்பதைச் சில இடங்களில் பார்த்ததாக அந்தோணி ராஜின் குடும்பத்திற்குத் தகவல் வந்து விசாரித்ததில் அந்தப் பையனின் பெயர் சையது அபுதாகிர் என்று தெரியவந்தது. அந்தோணி ராஜிற்கு அதை அறிந்த நொடியில் மயக்கம் வந்துவிட்டது. மயக்கம் தெளிந்து எழுந்த பின்னர் அவர் சில நாட்கள் பித்துப் பிடித்தது போல் இருந்தார். தேவாலயத்திற்கு அடிக்கடி சென்று பிரார்த்தித்துக்கொண்டிருந்தார். 'நாம் கர்த்தரின் விசுவாசிகள்' என்று அவர் எவ்வளவோ சொல்லியும் அவள் கேட்பதாக இல்லை. ஒரு நாள் வீட்டைவிட்டு வெளியே சென்ற அவள் வரவே இல்லை. அவள் அந்தப் பையனை மதம் மாறித் திருமணம் செய்துகொண்டதாகத் தகவல் கிடைத்தது. சில ஆண்டுகள் கழிந்த பின்னர் சென்னை விமான நிலையத்தில் பர்தா அணிந்த நிலையில் அவளைப் பார்த்ததாகவும் அப்போது தான் வசதியாகவும் மகிழ்ச்சியாகவும் இருப்பதாகவும் சொந்த வீடு வாங்கிவிட்டதாகவும், தனது பெயரை ஆயிஷா பேகம் என்று மாற்றிக் கொண்டதாகவும் தனது கையிலிருந்த மகனின் பெயர் கமால் பாட்சா என்று கூறியதாகவும், அப்பா, அம்மாவை ரொம்பவும் விசாரித்ததாகவும் அந்தோணி ராஜின் கூடப் பணி புரிந்த திவ்வியநாதன், அந்தோணி ராஜிடம் கூறினார். இதுதான் அவருக்குக் கிடைத்த கடைசித் தகவல்.

கர்த்தரிடம் பெரும் விசுவாசம் வைத்த நிலையிலும் ஏன் தன் வாழ்க்கை தன் விருப்பப்படி அமையாமல் போய்விட்டது என்று அவர் அடிக்கடி ஜெபமேரியிடம் புலம்புவதுண்டு.

அடக்கம் முடிந்து வீட்டிற்கு நடந்து வந்ததால் அவர் களைப்படைந்திருந்தார். குளித்து, மதிய உணவு உண்டுவிட்டு படுக்கையில் படுத்தார்.

மூன்று நாட்களுக்கு முன்னர் அவரும் இம்மானுவேலும் ஓய்வூதியர்கள் சங்கத்திற்குச் சென்று பழைய நண்பர்களைப் பார்த்துப் பேசினார்கள். அன்று இருவரும் மகிழ்ச்சியாக இருந்தார்கள். அவர் இம்மானுவேலை மதிய உணவிற்கு வீட்டிற்கு அழைத்துவந்தார். வீட்டில் அமர்ந்து பேசிக்கொண்டிருக்கும்போது வாசலில் ஒரு சிறுவன் ஒண்டியவாறு நின்றுகொண்டிருப்பதைப் பார்த்தார். அவன் டிரவுசர் மட்டும் அணிந்திருந்தான். சட்டை யில்லாத மேல் உடம்பு, வயிறு ஒட்டி, கண்கள் கருவளையத்துடன் குழிந்திருந்தது. பரட்டைத் தலை. அவன் உடம்பு வேர்வையில் பிசுபிசுத்திருப்பதை இங்கிருந்தே அவர் உணர்ந்தார். அவன் அருகில் சென்று விசாரித்தார். அவன் கேட்டைக் கையில் பற்றி யிருந்தான். நிற்பதற்கான உறுதிக்காக அவன் பற்றியிருப்பதுபோல் தோன்றியது. அவன் "பசி... பசி... பசிக்குது நிக்க முடியலை" என்றான்.

அவர் அவனை உள்ளே அழைத்து வந்தார் "பேனுக்கு கீழே உக்காரு" என்றார். அவன் தரையில் சம்மணமிட்டு அமர்ந்தான். மின்விசிறியின் காற்றிலும், தரையின் சில்லிப்பிலும் அவன் உடல் சிலிர்த்தது. தண்ணீர் கொண்டு வந்து கொடுத்தார். அவன் குடித்தான். இருவரையும் பார்த்தான். கண்கள் ஒளியிழந்திருந்தன. அவர் விசாரித்தார்.

"அப்பா, அம்மா சின்ன வயசுலே இறந்துட்டாங்க அத்தை கூட இருந்தேன். சொல்ற வேலையைச் செஞ்சக்கிட்டு இருந்தேன் ... அதுவும் ஒரு மாசத்துக்கு மின்னாடி இறந்து போச்சு ... மாமா வீட்டைவிட்டு விரட்டிட்டார் ... பசிக்குது. மயக்கமா வருது" என்று தரையில் அவன் படுத்துவிட்டான். அவர் எழுப்பி முகத்தைக் கழுவச் சொன்னார். ஜெபமேரியிடம் மூன்று பேர்களுக்கும் சாப்பாடு போடச் சொன்னார்.

மூன்று பேர்களும் ஒன்றாகச் சாப்பிட்டார்கள். அயிரை மீன் குழம்பும் பீன்ஸ் பொரியலும் இருந்தது. அந்தச் சிறுவன் அள்ளி அள்ளி உண்பதை அவர் கனிவோடு பார்த்துக்கொண்டிருந்தார். இம்மானுவேலுக்கு அந்த நிகழ்வு நெகிழ்வாகவும் கர்த்தருடைய ஆசீர்வாதத்தில் நடந்துகொண்டிருப்பதாகவும் தோன்றியது.

அந்தோணி ராஜுக்கு அந்தச் சிறுவனின் வாழ்க்கைக்கு ஏதாவது வழி பண்ணிக்கொடுக்க வேண்டும் என்று தோன்றியது. ஆனால் அவருக்கு வழி தெரியவில்லை. ஏதாவது செய்ய முடியுமா என்று இம்மானுவேலிடம் விசாரித்தார். அவரின் மனம் நெகிழ்வாக இருந்தபோதும் அதிக அக்கறை எடுத்து ஏதாவது சிக்கலில் மாட்டிக் கொள்வோம் என்ற பொதுப் புத்தியில் அந்தோணி ராஜிடம் கூறினார். "அந்தோணி, ஏதாவது செலவுக்கு கொடுத்து அனுப்பு... நீயே பல குழப்பத்திலே இருக்கே. தம்பீ ... இந்தா பாரு, இவர் கொடுக்கற பணத்தை வைச்சு ஏதாவது ஒட்டல்லே வேலை தேடு ... பெரிய ஒட்டலா போகாதே, மீடியம் ஒட்டலாப் பாரு... சாப்பாடும் கிடைக்கும்... தங்கறதுக்கு இடமும் கிடைக்கும் தம்பீ... கர்த்தர் காப்பாத்துவார்" என்றார். அவன் பேசாமல் இருந்தான். அவர் பணத்தை எடுத்துக் கொடுத்தார் அவன் வாங்கி டிரவுசர் பையில் வைத்து விட்டு அவர்கள் இருவரையும் பார்த்தான். அந்தச் சிறுவனின் கண்களில் தெரிந்த உணர்வுகளினூடே கர்த்தரே வந்து அவரை ஆசீர்வதிப்பதாக அந்தோணி ராஜுக்குத் தோன்றியது.

மூன்று நாட்களுக்கு முன்னர் தன்னுடன் இருந்த இம்மானு வேல், நேற்று காலையில் இறந்துவிட்டாரே, வாழ்வு இவ்வளவு அநித்தியமாக இருக்கிறதே என்று யோசித்துக்கொண்டே அந்தோணி ராஜ் படுத்திருந்தார். ஓய்வூதியர்கள் சங்கத்தில்

தமாஷாக அவர் பேசிக்கொண்டிருந்ததும் பின்னர் அன்று மதியம் பசித்திருந்த சிறுவனுக்கு உணவு கொடுத்தபோது அதை அவர் பார்த்துக்கொண்டிருந்ததும் கர்த்தர் ஏற்படுத்திக் கொடுத்த நல்ல நிகழ்வுகள் என எண்ணிக்கொண்டிருந்தவர் களைப்பினால் தூங்கிவிட்டார்.

தூக்கம் கலைந்து எழுந்து உட்கார்ந்தார். ஜெபமேரியிடம் காபி போட்டு கொடுக்கச் சொன்னார். முகம் கழுவி பின் காபி குடித்தார். உடைகளை மாற்றிக்கொண்டு தேவாலயத்தை நோக்கிச் சென்றார். இம்மானுவேலின் இறப்பினால் தத்தளித்துக் கொண்டிருக்கும் மனது பிரார்த்தனையால் சமாதானம் ஆகும் என்று அவருக்குத் தோன்றியது.

தேவாலாயத்தில் தனிமையில் பிரார்த்தித்தார். பிரார்த்தனை முடிந்து வெளியில் தேவாலயப் படிக்கட்டுகளில் வெகுநேரம் உட்கார்ந்த பிறகு வீட்டிற்கு வந்தார். சற்றுநேரம் தொலைக் காட்சி பார்த்துவிட்டு, இரவு உணவாக இரண்டு சப்பாத்திகள் சாப்பிட்டுப் படுத்தார்.

அரைகுறைத்தூக்கத்தில் புரண்டுகொண்டேயிருந்தார். ஏதோ பூனை நடமாடுவது போல் உள்ளுணர்வு தோன்றி விழித்துப் பார்த்தார். ஒன்றும் இல்லை. திரும்பவும் அரைத் தூக்கத்தில் இருந்தார். பீரோ திறக்கும் சத்தம் லேசாகக் கேட்டது. அவர் மெதுவாக நடந்து திரைச் சீலையை விலக்கிப் பார்த்தார். "அடப்பாவி ... கர்த்தரே" என்று அலறினார். அடுத்த கணம் அந்தச் சிறுவன் அவர் மீது பாய்ந்து அவரைக் கீழே தள்ளி, நெஞ்சின் மீது அமர்ந்து அவர் தொண்டையில் கத்தியை வைத்து அழுத்தினான் கத்திபட்ட இடம் சுர்ரென்றது. ரத்தம் வழிவதுபோல் தோன்றியது. அந்தச் சிறுவனின் கண்களை, அருகில், நேருக்கு நேர், அவர் கண்கள் பார்த்தன. அந்தக் கண்களில் அப்படி ஒரு பளபளப்பு. ஆக்ரோஷத்தின் மினுங்கல். இரவில் நாயின் கண்களிலும், பூனையின் கண்களிலும் அந்த மினுங்கலைப் பார்த்திருக்கிறார். சத்தம் கேட்டு எழுந்து வந்த ஜெபமேரி இந்தக் காட்சியைக் கண்டு அலறினாள். அந்தச் சிறுவன் நிதானமாக "கதவைத்திற... ம்" என்றான். அந்தோணி ராஜ் சைகை காட்டினார். அவள் சாவியை எடுத்துக் கதவைத் திறந்தாள். அடுத்த கணம் அவளைத் தள்ளி விட்டு, வாசல் வழியாக வெளியே ஓடினான் அந்தச் சிறுவன்.

அந்தோணி ராஜ் தொண்டை லேசாக அறுபட்ட நிலையில் கிடந்தார். ரத்தம் வழிந்துகொண்டிருந்தது. சத்தம் கேட்டு அண்டை வீட்டார்கள் வந்தார்கள். அந்தோணி ராஜ் மயங்கிய நிலையில் மருத்துவமனையில் சேர்க்கப்பட்டார். காவலர்கள் வந்தார்கள்.

வீட்டைச் சுற்றிப் பார்த்துவிட்டு, பகல் நேரத்தில் வீட்டிற்குள் நுழைந்து பதுங்கியிருக்க வேண்டும்; இரவில் திருடிவிட்டு, பகலில் வீடு திறந்திருக்கும்போது வெளியேற வேண்டும் என்று அந்த மைனர் திருடன் திட்டமிட்டிருப்பான் என்று இன்ஸ்பெக்டர் கூறினார்.

மருத்துவமனையில் படுத்திருந்த அந்தோணி ராஜ் கண் விழித்தார். கழுத்தைச் சுற்றி கட்டு போடப்பட்டிருந்தது. ஜெபமேரி "சாப்பாடு போட்டவர் கழுத்தை அறுத்துப் போட்டானே அவன் விளங்குவானா?" என்று வருகிறவர்களிடம் புலம்பிக் கொண்டிருந்தாள்.

அந்தோணி ராஜுக்கு அந்தச் சிறுவன் வேண்டுமென்றே கத்தியைத் தொண்டையில் அழுத்தி வெட்டாமல், லேசாகக் கீறியிருப்பதாகத் தோன்றியது. சாப்பாடு போட்ட நன்றிக்காக லேசாகக் கீறியிருக்கிறான் என்று நினைத்துக்கொண்டார். ஆனால் அவர் சந்தித்த அந்தச் சிறுவனின் மினுங்கும் கண்கள் அவரை அச்சப்படுத்திக்கொண்டிருந்தன

❍

***காலச்சுவடு*, டிசம்பர் 2012**

அந்த மனிதர்கள்

சந்திரன், இரண்டு நாட்களுக்கு முன்னரே மனைவியையும் குழந்தைகளையும் மனைவியின் அக்கா வசிக்கும் ஊருக்கு அனுப்பிவைத்துவிட்டான். ஊருக்குக் கிளம்பும் முன் அவன் மனைவி சாந்தி கூறினாள் "வேண்டாம் இந்தப் பொழப்பு . . . விட்ருங்களேன். எவ்ளவு நாளக்கி இப்படி ஒளிஞ்சி திரியறது... குழந்தைங்கவேற இருக்கு..."

"இதுதான் கடைசி. இத்தோட எல்லாம் முடிஞ்சது . . . இந்த ஒரு தடவை மட்டும் பொறுத்துக்கோ" என்றான், சந்திரன்.

எதற்காக அவன் ஊருக்குப் போகச் சொல்கிறான் என்று அவள் கேட்கவில்லை. கேட்டால் அவன் சொல்லப் போவதில்லை. அப்படியே அவன் சொன்னால் அது தனக்கு பயத்தை ஏற்படுத்தும் என்று அவள் நினைத்திருந்தாள்.

சாந்தி அவனுடைய அக்கா மகள்தான். கல்யாணமானால் அவன் திருந்தி வாழ்வான் என்று எண்ணியதாலும் சொந்தம் தொடர வேண்டும் என்று எண்ணியதாலும் அவனுக்கு சாந்தியைத் திருமணம் செய்து வைத்தார்கள். சாந்திக்கும் எங்கோ தெரியாத இடத்தில் போய் மாட்டிக்கொள்வதைக் காட்டிலும் இது பரவாயில்லை என்று திருமணத்திற்கு ஒத்துக்கொண்டாள்.

அவன் நல்லவனாக இருக்கிறான். மரியாதைக் குறைவாகப் பேசுவதில்லை. அசைவம் சாப்பிடுவதில்லை. எப்போதாவதுதான் மது குடித்துவிட்டு வருவான். இப்படிப்பட்டவன் எப்படித் தகாத

காரியம் பண்ணுகிறான் என்று சாந்திக்கு ஆச்சரியமாக இருக்கும். கூட்டாளிகளின் நட்புக்காக இப்படிச் செய்கிறான் என்று அவள் நினைத்துக் கொள்வாள்.

அவன் பெயருக்குத்தான் எலெக்ட்ரீசியன். பெரும்பாலான நேரங்களில் குட்டை கோவிந்தன் கூடத்தான் இருப்பான். அவர்தான் அவனுக்கு மாதச் சம்பளமும் தருகிறார்.

குட்டை கோவிந்தன் ஆரம்பத்தில் ஆட்டோ ஓட்டிக் கொண்டிருந்தார். ஒரு ஆளும் கட்சிக் கவுன்சிலருக்கு வாடிக்கையாக ஆட்டோ ஓட்டும் சந்தர்ப்பம் ஏற்பட்டது. அவர் மூலமாக மாவட்டச் செயலாளருடன் பழக்கம் ஏற்பட்டது. பிறகு மாவட்டச் செயலாளரைச் சுற்றியிருக்கும் கோஷ்டியில் ஒருவராக ஆனார். மாவட்டச் செயலாளர், சொந்த வேலை தவிர, பிற வேலைகளுக்குச் செல்லும்போது, அவர்கூட சுமோவில் சில ஆட்கள் செல்வார்கள். அவர்களில் ஒருவராகக் குட்டை கோவிந்தன் மாறினார். அனுபவத்தில் அவருக்கு ஒரு வாக்கியம் கிடைத்தது. அந்த வாக்கியம் அவர் மனதில் எப்படி உருவானது என்று கேட்டால் அவருக்குச் சொல்லத் தெரியாது. ஆனால் அவர் செல்வாக்கு மிக்கவராக உருவானதற்கு அந்த வாக்கியமும் கடவுளின் கிருபையும்தான் காரணம் என்று அவர் நினைக்கிறார்.

அந்த வாக்கியம் இதுதான்: 'நீ பயந்தா பயமுறுத்துவானுக. நீ தைரியமா நின்னா உன்னைப் பாத்து பயப்படுவானுக.' இந்த வாக்கியம் மந்திரம் போல அவரை இயக்கியது. ஒரு சூழலில் முன்னே வந்து குரல் கொடுப்பவராகவும் ஏதாவது தள்ளுமுள்ளு அடிதடி ஏற்பட்டால் முதன்மையானவராகவும் இருந்தார். ஆளும் கட்சிப் பிரமுகர்கள் மூலம் சிலருக்குக் காரியங்கள் செய்து கொடுத்துப் பணம் பெற்றார். அப்பணத்தில் ஆட்டோ வாங்கி வாடகைக்கு விட்டார். கொஞ்ச காலத்தில் பஞ்சாயத்து செய்யும் வேலை வந்தது. பணம் கொழித்தது. வட்டிக்குப் பணம் கொடுத்தார். இன்று அவருக்குப் பன்னிரெண்டு ஆட்டோக்கள்; நான்கு ஷேர் ஆட்டோக்கள்; பல வகையான கார்கள் உள்ள டிராவல்ஸ் கம்பெனி இருக்கின்றன. சில வீடுகளில் வாடகை வருகிறது.

அவருக்குத் துணையாக ஆரம்பத்தில் இருந்தவர்களில் கேரம் போர்டு சங்கர், ஆட்டோ ரவி, வஞ்சிநகரம் சுப்பையா ஆகியோர் முக்கியமானவர்களாக இருந்தனர். இதில் குட்டை கோவிந்தனுக்கு கேரம் போர்டு சங்கர் மிக நெருக்கமானவனாக இருந்தான். இரண்டு பேரும் பள்ளியில் கிளாஸ்மேட்டுகளாக இருந்தவர்கள். இருவரும் ஒரே சாதியைச் சேர்ந்தவர்கள். குட்டை கோவிந்தன் தன் தங்கையை கேரம் போர்டு சங்கருக்குத் திருமணம் செய்து கொடுத்தார்.

வஞ்சிநகரம் சுப்பையாவிற்கும் கேரம் போர்டு சங்கருக்கும் இடையே – என்னவென்று தெரியவில்லை – ஒரு புகைச்சல் இருந்துகொண்டேயிருந்து. இதுபோக, வஞ்சிநகரம் சுப்பையாவிற்கு, குட்டை கோவிந்தனின் தங்கை மீது மோகம் இருந்தது. ஒருநாள் அவன் ஜாடையாக குட்டை கோவிந்தனிடம் சொல்லிப் பார்த்தான். அவர் அடிக்க வந்துவிட்டார். அதற்குப் பிறகும் அவர்கூடத்தான் வஞ்சிநகரம் சுப்பையா இருந்தான்.

குட்டை கோவிந்தனின் தங்கை மீது மோகத்தையும் காமத்தையும் வளர்த்து வைத்திருந்த வஞ்சிநகரம் சுப்பையா விற்கு அவளை கேரம் போர்டு சங்கருக்குத் திருமணம் செய்து கொடுத்தது ஆத்திரத்தை ஏற்படுத்தியது. ஆனாலும் எல்லோரும் ஒன்றாகத்தான் காரியம் பண்ணிக்கொண்டிருந்தார்கள்.

திருமணமாகி ஆறுமாதம் கடந்திருக்கும். ஒருநாள் மதுக்கடையில் வஞ்சிநகரம் சுப்பையா, கேரம் போர்டு சங்கர், ஆட்டோ ரவி ஆகியோர் மது குடித்துக்கொண்டிருந்தபோது, வீட்டில் கேரம் போர்டு சங்கரின் மனைவி காத்துக்கொண் டிருப்பதாக ஏதோ பேச்சு வந்தது. வஞ்சிநகரம் சுப்பையா, கேரம் போர்டு சங்கரின் மனைவியைப் பற்றி ஏதோ மோகமாகச் சொல்லவும் இருவருக்குமிடையே தகராறு ஏற்பட்டுவிட்டது. ஆட்டோ ரவி விலக்கிவிட்டான். மேலும்மேலும் அவன் மனைவியைப் பற்றிப் பேசவும் இருவருக்குமிடையே சண்டை ஏற்பட்டது.

வஞ்சிநகரம் சுப்பையா இடுப்பில் மறைத்து வைத்திருந்த கத்தியை எடுத்து "கௌசல்யா தேவி இன்னைக்கோட தாலியறுத்தா" என்று கத்தியவாறு கேரம் போர்டு சங்கரின் வயிற்றுப் பகுதியில் குத்தினான். கீழே விழுந்த கேரம் போர்டு சங்கர் அங்கேயே உயிர் இழந்தான்.

அந்த வழக்கு இன்னும் நடந்துகொண்டிருக்கிறது. அந்த வழக்கில் ஜாமீனில் வெளிவந்த வஞ்சிநகரம் சுப்பையா குட்டை கோவிந்தனின் எதிர் கோஷ்டியான லாரி மனோகரன் கோஷ்டியில் சேர்ந்துவிட்டான். லாரி மனோகரனும் வஞ்சிநகரம் சுப்பையாவும் ஒரு சாதிக்காரர்கள். லாரி மனோகரனுக்கும் வஞ்சிநகரம் சுப்பையா மாதிரி ஒரு ஆள் தேவையாக இருந்தது.

குட்டை கோவிந்தனுக்கு கட்சி அபிமானமெல்லாம் கிடையாது. அவர் நெருக்கமாக இருந்த கட்சிக்காரர்கள் பிழைப்புக்கு உதவினார்கள் என்பதைத் தவிர வேறெதுவும் அவருக்குக் கிடையாது. அந்தக் கட்சி ஆளும் வாய்ப்பை இழந்த பின் அவர் அரசியலிலிருந்தே விலகி இருக்க ஆரம்பித்து விட்டார்.

லாரி மனோகரனுக்கு திருட்டுத்தனமாக ஆற்றில், கண்மாய்களில், மணல் எடுத்து விற்பதுதான் தொழில். வஞ்சி நகரம் சுப்பையா பூர்வீக நிலங்களை விற்று, லாரிகள் வாங்கி, லாரி மனோகரனுடன் பார்ட்னராகச் சேர்ந்துகொண்டான்.

நண்பன் கேரம் போர்டு சங்கரையும் இழந்து, தங்கையும் விதவையாகி – அவள் கர்ப்பமாகவும் இருந்தாள் – நிற்கும் நிலை குட்டை கோவிந்தனுக்கு ஆவேசத்தை உண்டாக்கியிருந்தது. எப்படியாவது வஞ்சிநகரம் சுப்பையாவைப் போட்டுத் தள்ளிவிட வேண்டும் என்று அதற்கான சந்தர்ப்பத்தை எதிர்பார்த்துக் கொண்டிருந்தார்.

அப்படி ஒரு சந்தர்ப்பமும் வாய்த்தது. லாரி மனோகரன், வஞ்சிநகரம் சுப்பையா கோஷ்டியில் முக்கியமானவர்களாக பாலாஜியும் கர்சீப் சுப்பிரமணியும் இருந்தனர். அந்தச் சந்தர்ப் பத்தில் ஏற்பட்ட சண்டையில் வஞ்சிநகரம் சுப்பையா தப்பித்து விட்டான். ஆனால் லாரி மனோகரன் குத்துப்பட்டு இறந்து விட்டான்.

அந்த வழக்கும் இன்னமும் முடியவில்லை. பழி வாங்கும் நடவடிக்கையாக வஞ்சிநகரம் சுப்பையா கோஷ்டியினர் ஆட்டோ ரவியைக் கொன்றுவிட்டனர். சில காலம் கழித்துப் பதிலுக்கு குட்டை கோவிந்தன் கோஷ்டியினர் வஞ்சிநகரம் சுப்பையா கோஷ்டியைச் சேர்ந்த பாலாஜியைக் கொன்று விட்டனர்.

குட்டை கோவிந்தன் தரப்பில் பழைய ஆட்கள் யாரும் இல்லை. புதிதாக கேரம் போர்டு சங்கரின் உடன்பிறந்த தம்பி பாண்டுரங்கன் சேர்ந்திருந்தான். பாண்டுரங்கன்தான் அவனுடைய கிளாஸ்மேட்டான சந்திரனைச் சேர்த்துவிட்டான். பாலாஜியைக் கொன்ற வழக்கில் குட்டை கோவிந்தன், பாண்டுரங்கன், சந்திரன் ஆகியோர்தான் முக்கியக் குற்றவாளிகள். இவர்கள் அனைவரும் ஜாமீனில் வெளிவந்துவிட்டனர்.

ஆட்டோ ரவியைக் கொன்ற வழக்கில் சிறையில் இருக்கும் முக்கியக் குற்றவாளிகளான வஞ்சிநகரம் சுப்பையாவும் கர்சிப் சுப்பிரமணியனும் இன்னும் சில நாட்களில் ஜாமீனில் வந்துவிடுவார்கள் எனத் தகவல் கிடைத்தது. அதைத் தொடர்ந்து குட்டை கோவிந்தன், தன் கோஷ்டியில் உள்ளவர்களை வரவழைத்திருந்தார். ஏற்கனவே குட்டை கோவிந்தனும் பாண்டுரங்கனும் வக்கீல் கிருஷ்ணப்பாவிடம் கலந்து பேசித் திட்டம் வகுத்திருக்க வேண்டும். பாண்டுரங்கன் திட்டத்தை விவரிக்க ஆரம்பித்தான்.

“எந்நேரம் ஜெயிலிலேருந்து வருவாங்கங்கிற தகவல் நமக்கு வக்கீல் மூலம் முன்னமே கிடைச்சிரும். டிரைவரைச் சேக்காம

நாம எட்டுப் பேர் வேன்ல இருப்போம். தலைவரு வேன்லேயே இருந்துக்குவாரு. செல்வேந்திரனும் வடைக்கடை நாகராஜனும் அவுங்க ரெண்டு பேரையும் கூட்டிட்டுப் போக வந்த வண்டியிலே இருக்கற டிரைவரையும் வந்தவங்களையும் தாக்கணும். முதல்லே டிரைவரைத்தான் தாக்கணும், மீதி அஞ்சு பேரும் சுத்தி வளைச்சு அந்த வஞ்சிநகரம் சுப்பையாவையும் கர்சிப் சுப்பிரமணியையும் வெட்டணும். சந்திரன், கர்சிப் காலை வெட்டணும். சம்சுதீன் வஞ்சிநகரம் காலை வெட்டணும். மீதி ஆட்கள் தலை, கழுத்துலே வெட்டணும்.

“நீளமான அரிவா ரெண்டு செட் வண்டியிலே இருக்கும். ஆளுக்கு ஒண்ணு எடுத்துக்கணும். பிச்சுவா கத்தி ஆளுக்கு ஒண்ணு. அதை இடுப்புலே வச்சுக்கணும். எப்ப ஜெயில் வாசல்லே இருக்கணுமோ அதுக்கு ஒன்றரை மணி நேரத்துக்கு முன்னாடி ரேஸ்கோர்ஸ் பிள்ளையார் கோயில்கிட்டே வந்திரணும். ஆளுக்கு ஆறு அவுன்ஸ் பிராந்தி, காரச்சேவு மட்டும்தான். பிரியாணிப் பொட்டலம் வண்டியிலேயே இருக்கும். எல்லை தாண்டினதுக்கப்புறம் சாப்பிடலாம். அப்புறம் வண்டி மாத்தி கிருஷ்ணகிரி போறம். அப்புறம் தோதுப்படி. ஒருவாரம் கழிச்சு வக்கீல் மூலமா கோர்ட்லே சரண்டர் ஆயிர்ரோம். ஒருசில மாதத்திலே ஜாமீன்லே வெளியே வந்திர்ரோம். ஆளுக்கு ஒரு லட்ச ரூபா நாளைக்கி காலைலே வந்து வாங்கிக்கங்க. எல்லோரும் சொன்ன நேரத்துக்கு கரெக்டா பிள்ளையார் கோயில்கிட்டே வந்திர்ரணும்.”

“கால்லே வெட்ரதுக்கு தோதா அமைப்பு இல்லேன்னா என்ன செய்யறது?” என்றான் சந்திரன்.

குட்டை கோவிந்தன் குறுக்கிட்டார். “உனக்கு மெயினா அந்த வேலை. தோதா அமையலைன்னா தோதா அமையற எடத்துல வெட்டு. ஆனா எனக்கு மெயின்குறி கால்தான். சம்சுதீன் ஒனக்குந்தான் சொல்றேன்.”

சம்சுதீன் தலையாட்டினான். “எல்லோரும் குடும்பத்தை வெளியூருக்கு அனுப்பிச்சிரணும். ஒரு வாரத்துலே சரண்டர் ஆயிருவோம் அதுக்கப்பறம் பிரச்சினை இருக்காது” என்றான் பாண்டுரங்கன்.

“இதோட பிரச்சினை முடிஞ்சது. அந்த ரெண்டு பேரையும் போட்டுத் தள்ளிட்டோம்னா அதுக்கப்பறம் அவுங்க சைடுலே ஆள் இல்லை. நாம நம்ம வேலையைப் பார்க்கலாம். கேஸ் சரியா வரலைன்னா நம்ம ஆயுள் வரைக்கும் இழுத்துக்கிட்டே போகலாம். அப்பீல் இருக்கு. சரி, அதையெல்லாம் இப்ப பேசக்கூடாது” என்ற குட்டை கோவிந்தன் பின் மேலே பார்த்து,

கையைக் கடவுளை நோக்கி மேலே குவித்து வணங்கி, 'அந்தனு தேவுடு சூஸ்குண்டுடு' என்றார்.

"ஒரு முக்கியமான விஷயம். எல்லோரும் செல்லே சிம்கார்டை எடுத்து வைச்சிரனும். புது சிம் கார்டு எல்லோருக்கும் வாங்கி வச்சிருக்கு. அதைப் போட்டுக்கொடுத்து நம்பரைச் சொல்லிர்ரேன். அதை நாம அப்புறம் பாத்துக்கலாம்" என்றான் பாண்டுரங்கன்.

எல்லோரும் கலைந்தனர். பாண்டுரங்கன் சந்திரனிடம் "கார் வொர்க்ஷாப்புலே இருக்கு. என்னை வீட்லே இறக்கி விட்ரு" என்றான். மோட்டார்சைக்கிளில் சென்றுகொண்டிருக்கும்போதே "சங்கரண்ணே வீட்டுக்குப் போயிட்டுப் போகலாம்" என்றான் பாண்டுரங்கன். கேரம் போர்டு சங்கரின் வீடு இந்தப் பகுதியில்தான் இருக்கிறது என்றும் அதில் அவனுடைய மனைவி கௌசல்யா தேவி வசிக்கிறாள் என்று மட்டுமே தெரியுமே தவிர வீடு எங்கே உள்ளது என்று சந்திரனுக்குத் தெரியாது. பாண்டுரங்கன் வழி சொல்ல சந்திரன் வீட்டையடைந்தான். வீட்டு வாசற்படியில் கௌசல்யா தேவி குழந்தையுடன் உட்கார்ந்திருந்தாள்.

சந்திரன், கௌசல்யா தேவியைக் கடைசியாகச் சில மாதங்களுக்கு முன் ஒரு விசேஷ வீட்டில் பார்த்ததுதான். தற்போது சற்று எடை போட்டிருப்பதாகத் தோன்றியது. கௌசல்யா தேவி பாண்டுரங்கனைப் பார்த்ததும் "ரெண்ட பாவா" என்று கூறி எழுந்துகொண்டாள். பாண்டுரங்கன் வாசலில் நின்றபடியே அவளிடம் சற்று நேரம் ஏதோ பேசி விட்டுத் திரும்பவும் வந்து மோட்டார் சைக்கிளில் ஏறிக்கொண்டான்.

கௌசல்யா தேவியைப் பேரழகி என்று சொல்ல முடியாது. ஆனால் ஏனோ வஞ்சிநகரம் சுப்பையாவிற்கு அவள்மீது ஆசை. அதற்கு அவள்தான் என்ன செய்வாள். அந்த ஆசையினால் ஏற்பட்ட பிரச்சினைதானே இத்தனை உயிர்களைப் பலி வாங்கியிருக்கிறது. இனியும் பலிவாங்கப் போகிறது.

கோஷ்டிகளுக்கிடையே ஏற்படும் தகராறுகளாகட்டும் கோஷ்டிக்குள் ஏற்படும் தகராறுகளாகட்டும். வீட்டுப் பெண்களை அவர்கள் எதுவும் செய்வதில்லை. யாரேனும் அவ்வாறு செய்தால் பதிலுக்கு அவர்களும் செய்தால் என்னாவது என்ற எண்ணமே இதற்குக் காரணமாக இருக்கும் என்றெல்லாம் சந்திரன் யோசித்துக்கொண்டே சென்றான்.

பாண்டுரங்கனை அவனுடைய வீட்டில் இறக்கிவிட்டு விட்டு வீட்டிற்குச் சென்று குளித்துவிட்டு, படுக்கையில்

படுத்திருக்கும்போது கர்சிப் சுப்ரமணியத்தின் கால்களை எப்படி அரிவாளால் வெட்டுவது என்ற சிந்தனை ஏற்பட்டது. உடலில் ஏதோ ஒரு பாகத்தில் வெட்டினாலும் எப்படி அவனால் நடக்க இயலும்; ஏன் கால்களில் வெட்டச் சொல்கிறார்கள் என்று நினைத்துக்கொண்டே தூங்கிவிட்டான். ஆனால் தூக்கத்தினூடே கால்களில் வெட்டுவது தொடர்பான எண்ணமே ஓடிக்கொண்டிருந்ததால் சரியாகத் தூங்கவில்லை என்று எழுந்தபோது தோன்றியது.

வஞ்சிநகரம் சுப்பையாவும் கர்சீப் சுப்பிரமணியும் ஜாமீனில் வெளிவரும் நாள் வந்தது. எத்தனை மணிக்கு ரேஸ்கோர்ஸ் பிள்ளையார் கோயிலுக்கு வர வேண்டும் என்று பாண்டுரங்கன் சொல்லிவிட்டான். சந்திரன் வசதியாக இருக்கும் பேண்ட், சட்டையையும் கான்வாஸ் ஷூவையும் அணிந்துகொண்டான்.

சந்திரன் ஆட்டோவில் சென்றுகொண்டிருந்தான். ஆட்டோ, புறநகர்ப் பகுதியிலிருந்து நகரை நோக்கிச் சென்றுகொண்டிருந்தது. வீடுகள் இல்லாததால் சாலையில் வாகனங்கள் வேகமாகச் சென்றுகொண்டிருந்தன. அப்போது இடதுபக்க ரோட்டோரம், ஒரு மோட்டார் சைக்கிள் கீழே கிடந்தது. சற்றுத் தள்ளி ஒருவன் காயம்பட்டுக் கீழே கிடந்து நெளிந்துகொண்டிருந்தான். ஒரு வாகனமும் நின்று அதிலிருந்த யாரும் அவனைக் காப்பாற்ற முன்வரவில்லை. அந்த இடத்திற்கு ஆட்டோ வந்ததும் கீழே விழுந்து கிடந்த மோட்டார்சைக்கிளையும் காயம்பட்டுக் கிடந்தவனையும் பார்த்த சந்திரன் ஆட்டோவை நிறுத்தச் சொன்னான். ஆட்டோ டிரைவரும் சந்திரனும் இறங்கிக் காயம்பட்டுக் கிடந்தவனின் அருகில் வந்தனர். சந்திரன், "பெரியாஸ்பத்திரிக்குக் கொண்டு போவோம்" என்று சொல்லி ஆட்டோ டிரைவர் உதவியுடன் அவனை ஆட்டோவில் ஏற்றினான். பெரிதாக ரத்தப்பெருக்கு இல்லை. தலையில் அடிபட்டு ரத்தம் கசிந்திருந்தது. கை, கால்களில் சிராய்ப்பு இருக்கும்போல. முனகிக்கொண்டிருந்தான். மது அருந்தியிருந்தான்.

"உங்க வீட்டைச் சேந்தவங்க போன் நம்பர் கொடு" என்றான் சந்திரன். அவன் பேண்ட் பையிலிருந்த சிறு போன் டைரியையும் செல்லையும் எடுத்துக்கொடுத்தான். அந்த செல் மூலமாக அதில் வீடு என்று எழுதியிருந்த நம்பருக்குப் போன் பண்ணினான். முதல் பக்கத்தில் முனியப்பன் என்று எழுதி முகவரியும் எழுதியிருந்ததால் முனியப்பன் மோட்டார் சைக்கிளுடன் கீழே விழுந்து கிடந்ததாகவும் அவரை பெரியாஸ்பத்திரிக்குக் கொண்டு செல்வதாகவும் அங்கு வந்து அவரைப் பார்க்குமாறும் கூறினான்.

பெரியாஸ்பத்திரிக்குச் செல்லும் வழியில் ரேஸ்கோர்ஸ் பிள்ளையார் கோயில் அருகே அனைவரும் காத்திருப்பார்களே என்ற எண்ணம் ஏற்பட்டது. சந்திரன் செல்லில் இருந்த சிம்கார்டைக் கழற்றி வீட்டில் வைத்துவிட்டு வந்ததால் அவர்கள் கூப்பிட்டார்களா என்று தெரியவில்லை. சந்திரனுக்குப் பதற்றம் ஏற்பட்டது. பெரியாஸ்பத்திரியில் அவசர சிகிச்சைப் பிரிவு அருகே ஆட்டோவை நிறுத்தச் சொன்னான். உள்ளே சென்று அங்கிருந்த செவிலியரிடம் விஷயத்தைக் கூறினான். ஒரு ஸ்ட்ரெச்சர் மூலம் காயம்பட்டுக் கிடந்தவனை உள்ளே கொண்டு சென்று படுக்கையில் கிடத்தினர்.

செவிலியர் சந்திரனிடம், அவனுடைய முகவரி, போன் நம்பர், காயம்பட்டுக் கிடந்தவனை ஏற்றிய இடம் ஆகியவற்றைக் கேட்டு ஒரு பதிவேட்டில் பதிவு செய்துகொண்டு, கையொப்பமிடச் சொன்னார். சந்திரன் கையொப்பமிட்டான். தனக்குக் காயம்பட்டுக் கிடந்தவனைத் தெரியாது என்றும் மனிதாபிமான அடிப்படையில் அவனை ஆட்டோவில் ஏற்றிவந்து இங்கே சேர்த்திருப்பதாகவும் அவனுடைய வீட்டாருக்கு போன் டயரியைப் பார்த்துத் தகவல் சொல்லியிருப்பதால் அவர்கள் வந்துவிடுவார்கள் என்றும் செவிலியரிடம் கூறிவிட்டு வெளியே வந்து ஆட்டோவில் ஏறி ரேஸ்கோர்ஸ் பிள்ளையார் கோயிலுக்கு வேகமாகப் போகச் சொன்னான்.

ரேஸ்கோர்ஸ் பிள்ளையார் கோயிலை அடைந்து, அங்கு நின்றிருந்த வேனின் அருகே சென்றான். கதவு திறந்தது. "ஏன் லேட்" என்று பாண்டுரங்கன் உட்பட வேறு சிலரும் சத்தம் போட்டனர். குட்டை கோவிந்தன் மது குடிப்பதில்லை. மற்றவர்கள் கையில் மது உள்ள பிளாஸ்டிக் டம்ளர் இருந்தது. "டிராபிக் ஜாமாயிருச்சு அதான் வர லேட்டு" என்று சொல்லிக்கொண்டே சந்திரன் வேனில் ஏறினான்.

சற்று நேரத்தில் வேன் கிளம்பியது. சிறையிலிருந்து ஜாமீனில் வெளியே வரும் அந்த இருவரையும் சந்திப்பதற்காக அவர்கள் சென்றுகொண்டிருக்கிறார்கள். சந்திரன் மதுவைக் குடித்துக் கொண்டே கீழே கிடந்த அரிவாள்களைப் பார்த்தான். போதை ஏறத் தொடங்கியது.

○

உயிர்எழுத்து, நவம்பர் 2012

மனைவிகள்

முன்னரே நானும் மனைவியும் ரயிலில் உட்கார்ந்திருந்தோம். ரயில் மதியம் இரண்டு மணிக்குச் சென்னையை அடையும். அதற்குள் எடுத்துவிடுவார்கள் என்று தோன்றியது. எனக்கு நேற்று நடு இரவுக்குப் பின்தான் தகவல் கிடைத்தது. ஒருவேளை வெளியூரிலிருந்த நெருங்கிய சொந்தத்திலிருப்பவர்களில் எவராவது வரத் தாமதமானால் எடுப்பதற்குத் தாமதமாகும். அப்படி அமையுமா என்று தெரியவில்லை.

எங்களுக்கு எதிர் இருக்கையில் ஜன்னலோரமாக உட்கார்ந்திருந்தவன் தொப்பி, கூலிங் கிளாஸ் அணிந்திருந்தான். நீலக்கலரில் கட்டம் போட்ட சட்டையும் ஜீன்ஸ் பேண்ட்டும் அணிந்திருந்தான். வாக்மேன் மூலமாகப் பாட்டுக் கேட்டுக்கொண்டிருந்தான். அவனுக்கு அடுத்தாற்போல் ஒருவரும் அவரின் மகளும் அமர்ந்திருந்தனர். மகளுக்குப் பத்து வயதிலிருந்து பன்னிரெண்டு வயதிற்குள் இருக்க வேண்டும். அவரின் மனைவி, அவர்கள் இருக்கையின் தொடர்ச்சியாக, நடைபாதையின் அந்தப் பக்கம் இருக்கும் இருக்கையில் அமர்ந்திருந்தாள். ரயில் கிளம்பும்போதே அவள் அந்தப் பையனிடம், அவளுக்கு ஒதுக்கப்பட்ட இருக்கையில் அமர்ந்து கொள்ளுமாறும் தாங்கள் அனைவரும் ஒன்றாக அமர்ந்துகொள்ள விரும்புவதாகவும் கூறினாள். அவன் ஜன்னலோர இருக்கையை விட்டுக்கொடுத்து

விட்டு அவளுக்கு ஒதுக்கப்பட்ட இருக்கைக்குச் செல்ல மறுத்துவிட்டான். அவள் ஏமாற்றத்துடன் அவள் இருக்கையில் அமர்ந்துகொண்டாள்.

அந்தச் சிறுமி, அம்மாவிடம் சென்று பேசிவிட்டு, அவள் கொடுக்கும் தின்பண்டங்களை வாங்கி வருவதும் செல்வதுமாக இருந்தாள். அதைக் கவனித்தால் தன் மனம் இந்த இடத்தை விட்டுக்கொடுக்கத் தூண்டும் என்பதால் அவன் இந்தப் பக்கம் திரும்பாமல் பாட்டுக் கேட்டுக்கொண்டே ஜன்னல் வழியே பார்த்துக்கொண்டிருந்தான்.

அந்தச் சிறுமியின் தாயாரை நான் கவனித்தேன். முதல் பார்வையில் அவள் என்னைக் கவரவில்லை. பிறகு அவள் கழுத்தில் இருந்த பெரிய கருமச்சம் என் பார்வையில் பட்டது. தற்போது அந்த மச்சத்துடன் அவளைப் பார்க்கும்போது அழகாகத் தெரிந்தாள். சுமாரான தோற்றத்திலிருக்கும் பெண்ணைக் கூர்ந்து கவனித்தால் அழகையும் கவர்ச்சியையும் கண்டுபிடிக்க முடியும். இதேபோல்தான் பெண்களுக்கும் இருக்கும் என்று நினைக்கிறேன். என் மனைவி நான் பெண்களைப் பார்ப்பதை சகஜமாக எடுத்துக்கொண்டு விட்டாள். இரு சக்கர வாகனத்தில் செல்லும்போது மட்டும் 'ரோட்டை கவனிச்சு ஓட்டுங்க' என்பாள்.

எனக்குச் சிறுநீர்ப் பாதையில் ஏற்பட்ட பிரச்சினை காரணமாக அறுவைசிகிச்சை மேற்கொள்ள நேர்ந்தது. அறுவை சிகிச்சை அறையில் நான் படுத்திருந்தேன். ஊசி போட்டு மரத்துப் போகச் செய்து அறுவை சிகிச்சை செய்து கொண்டிருந்தார்கள். அறுவை சிகிச்சை நடப்பது காட்சிப் பெட்டியில் ஓடிக்கொண்டிருந்தது. எனக்கு சற்று நேரத்தில் போரடித்து விட்டது. நல்ல வேளையாக இரண்டு செவிலியர்கள் என் பார்வையில் தெரிந்தனர். நான் அவர்களைப் பார்த்துப் பொழுதைக் கழித்துக்கொண்டிருந்தேன். அவர்கள் அறுவை சிகிச்சையைக் கவனித்து, தேவையான உபகரணங்களை மருத்துவருக்கு எடுத்துக் கொடுத்துக்கொண்டிருந்ததால் நான் பார்ப்பதை அவர்கள் கவனிக்கவில்லை. சுமார் முக்கால் மணி நேரத்தை இப்படியே கழித்துவிட்டேன். ஒருத்திக்குக் காதுகளும் இன்னொருத்திக்கு உதட்டு அமைப்பும் அழகாக இருந்தன என்பதை அப்போது நான் கண்டுபிடித்தேன்.

ஐ.சி.யூ.வில் இருந்தபோது மனைவி வந்தாள். 'என்னங்க முக்கா மணி நேரம் ஆபரேஷன் நடந்ததே ஏதும் பிரச்சினை இருந்துச்சா' என்றாள். 'டி.வி.யிலே ஆபரேசனைப் பாக்கறதுக்குச் சங்கடமா இருந்துச்சு. ரெண்டு நர்சுகளை பாத்துக்கிட்டிருந்தேன். பொழுது போயிருச்சு' என்றேன். 'அந்த நேரத்துலேகூடவா

பாத்துக்கிட்டிருந்திங்க ... இந்த ஆப்பரேசனுக்கெல்லாம் பொம்பளை நர்சையா வைச்சுக்கிறாங்க...' என்றாள். இப்படி ஒரு மனைவி வாய்த்திருப்பது பற்றி எனக்குச் சிறு மகிழ்வு ஏற்பட்டது.

என் மனைவியின் கைபேசி ஒலித்தது. அவள் எடுத்துப் பேசினாள். 'பன்ணெண்டு மணிக்கெல்லாம் பாடியை எடுத்துரு வாங்களாம். நம்ம ட்ரெயின் எத்தனை மணிக்குப் போகும்?' என்றாள்.

'ரெண்டு மணி ஆயிடும். அப்புறம் ரூம் போட்டு பேக்கை வைச்சிட்டு ஆட்டோ பிடிச்சு அவுங்க வீட்டுக்குப் போகும் போது மூணு, மூணரை ஆயிடும்' என்றேன்.

எனக்கு செத்தவர்களைப் பார்ப்பது தொந்தரவு தரக் கூடியது. சிலர் செத்தவர்களின் முகத்தை உற்றுப் பார்த்துக் கொண்டிருப்பார்கள். நான் பெரும்பாலும் முகத்தைப் பார்ப்பதைத் தவிர்த்துவிடுவேன். நான் முதன்முதலாகச் சுடுகாடு சென்றது அடுத்த வீட்டு அக்காவிற்கு இறந்து பிறந்த குழந்தையை எரிப்பதற்காக சுடுகாடு சென்றபோது நானும் கூடச் சென்றது தான். அந்தக் குழந்தை தலைச்சான் குழந்தை என்பதால் மந்திரவாதி வந்து மண்டையோட்டை எடுத்துச் சென்று விடுவான் என்று பேசிக்கொண்டார்கள். சாம்பலாகும் வரை அங்கேயே காத்திருந்து கடலில் கரைப்பதற்காக மண்டையோட்டை எடுத்துச் சென்றார்கள். அதற்குப்பின் உறவினர்கள், தாத்தா, பாட்டி, உள்ளிட்ட பல மரணங்கள்.

என் அப்பாவின் மரணம் எதிர்பாராமல் நிகழ்ந்த மரணம். நான் அப்போது தூங்கிக்கொண்டிருந்தேன். அம்மாவின் அலறல் சத்தம் கேட்டு விழித்தேன். எங்கள் வீட்டிற்குச் சற்றுத் தள்ளி இருந்த பள்ளி அருகே நடைப்பயிற்சிக்காகக் காலை ஐந்தரை மணியிலிருந்து ஆறு மணிக்குள் கூடுவார்கள். ஒரு குழுவாக – சுமார் பதினைந்திலிருந்து இருபது நபர்கள் வரை – இருப்பார்கள். அப்பா அவர்களுடன் சேர்ந்துகொள்வார். அவர்கள் வழக்கமாகச் செல்லும் பாதைகளில் நடந்து சுமார் ஒரு மணி நேரம் கழித்து பள்ளி அருகே மீண்டும் வந்து பிரிவார்கள். எவ்வளவு தாமதமாக இரவில் வந்து படுத்தாலும் அப்பா காலையில் சீக்கிரமாக எழுந்து நடைப்பயிற்சிக்குத் தயாராகி விடுவார். ஒரு மாதத்தில் சுமார் பதினைந்து நாட்கள் விட்டுவிட்டு இன்னொரு வீட்டில் தங்குவார். அப்போதும் அங்கு நடைப்பயிற்சிக்குச் செல்வார் என்றுதான் நினைக்கிறேன்.

வாசலுக்கு வந்து பார்த்தேன். ஆம்புலன்ஸ் நின்றிருந்தது. அப்பாவின் உடலை இறக்கினார்கள். நடைப்பயிற்சியின் போது மயங்கி விழுந்தவரை அருகிலுள்ள மருத்துவமனைக்குக்கொண்டு

சென்றிருக்கிறார்கள். மருத்துவர் அவர் ஏற்கனவே இறந்து விட்டார் எனத் தெரிவித்திருக்கிறார். வீட்டின் சூழ்நிலை மாறியது. உறவினர்களுக்கும் வெளியூரிலிருந்த அக்காவிற்கும் மாமாக்களுக்கும் தகவல் சொன்னேன்.

அப்பாவை ஐஸ் பெட்டியில் வைத்தாகிவிட்டது. வீட்டில் வாசலில் பந்தல் அமைத்து, வாடகைக்கு சேர்கள் எடுத்துப் போட்டாயிற்று. வாசலில் ஒருவன் சங்கு ஊதி, சிகண்டி அடித்துக்கொண்டிருந்தான். நான் என் நண்பர்களுடன் இருந்தேன். மதியம் வாக்கில் ஒரு வேன் வந்து நின்றது. ஒரு பெண் கத்திக்கொண்டே வேனிலிருந்து இறங்கி வீட்டை நோக்கி வந்தாள். கூட இரண்டு சிறுமிகள் வந்தனர். ஒருத்திக்குப் பதினாலு, பதினைந்து வயது இருக்கும். இன்னொருத்திக்குப் பதினொன்று, பன்னிரெண்டு வயது இருக்கும். கூட நாலைந்து ஆண்கள் வந்தார்கள். அதில் ஒருவர் கையில் பெரிய மாலை இருந்தது.

சிவநேசன் மாமா, அவர்களைத் தடுத்துக் கூட வந்தவர்களுடன் வாக்குவாதம் பண்ணிக்கொண்டிருந்தார். அந்தப் பெண்ணும் கூட வந்த சிறுமிகளும் அழுதுகொண்டிருந்தனர். சிறுமிகள் அழுகையினூடே ‘அப்பாவைப் பாக்கணும்’ என்று சொல்லிக்கொண்டிருந்தனர். வீட்டிற்குள் போகக் கூடாது என்றும், உடலை எடுத்துச் செல்லும்போது வெளியிலிருந்து பார்த்துக்கொள்ள வேண்டும் என்றும், எந்தச் சடங்கிலும் பங்கு பெறக் கூடாது என்றும் சிவநேசன் மாமா கத்திக்கொண்டிருந்தார்.

அந்தப் பெண்ணின் கூட வந்தவர்கள் அடக்கமாக இருந்தனர். கூட வந்தவர்களில் பெரியவரான ஒருவர் ‘இவளும் ஒரு பொண்டாட்டிதானே. வந்து பாத்துட்டு கொஞ்ச நேரம் இருந்துட்டு, கூட்டிட்டு போயிர்ரோம். செத்த வீட்லே பஞ்சாயத்து வேண்டாம்’ என்றார்.

சிவநேசன் மாமாவிற்குப் பஞ்சாயத்து என்ற வார்த்தை கோபத்தைக் கிளப்பிவிட்டது. ‘எப்படி பஞ்சாயத்துன்னு சொல்லலாம். நான் என்ன பஞ்சாயத்தா பண்றேன். அவருக்கு ஒரு பொண்டாட்டிதான். சேத்து வைச்சிருந்ததெல்லாம் பொண்டாட்டி ஆயிருமா ? வீட்டுக்குள்ளே போகக் கூடாதுன்னா போகக் கூடாதுதான்’ என்றார்.

மயங்கியவள் போல் கிடந்த அம்மா இந்தப் பரபரப்பைக் கண்டு, கூந்தலை அள்ளி முடிந்துகொண்டு வெளியே வந்தாள். அம்மாவும் அந்தப் பெண்ணும் இப்போதுதான் நேருக்கு நேர் பார்த்துக்கொள்கிறார்கள். அம்மாவிற்கு ஆவேசத்தில் மூச்சிரைத்தது. சிவநேசன் மாமாவைப் பார்த்து ‘அந்தத்

தேவ்டியாளை வந்து பாத்துட்டு போகச் சொல்லு' என்றாள், அம்மா.

அம்மா கூறியது அந்தப் பெண்ணிற்கும் பெரியவருக்கும் கூட வந்தவர்களுக்கும் கேட்டிருக்கும் என்றுதான் நினைக்கிறேன். அவர்கள் அமைதியாக இருந்தனர். எப்படியாவது என் அப்பாவின் உடலை அந்தப் பெண்ணும் அவளின் குழந்தைகளும் பார்க்க வேண்டும் என்பதற்காக அவர்கள் பொறுமையாக இருப்பதாகத் தோன்றியது.

சிவநேசன் மாமா அம்மாவிடம் சென்று ஏதோ கூறினார். அம்மா மீண்டும் கூறினாள். சத்தம் போட்டு சொன்னாள் 'அந்தத் தேவ்டியாளை வந்து பாத்துட்டு போகச் சொல்லு'. பெரியவர் முன் சென்று ஏதோ கூற யத்தனித்தார். அந்தப் பெண் பெரியவரை இழுத்துப் பேசாமல் இருக்கச் சொல்லி அவரைக் கும்பிட்டாள்.

அவளும் குழந்தைகளும் கூட வந்தவர்களும் உள்ளே நுழைந்தனர். அப்பாவின் உடலைப் பார்த்து அவளும் அந்தச் சிறுமிகளும் அழுதுகொண்டிருந்தனர். அந்தச் சிறுமிகள் 'அப்பா… அப்பா…' என்று கூறி அழுதனர். அந்தப் பெண் 'நான் என்ன செய்வேன். என்னை விட்டுப் போயிட்டீங்களே' என்று அழுகையினூடே சொன்ன அடுத்த கணம் அம்மா ஆவேசம் வந்தவள் போல எழுந்து 'என் நிம்மதியை கெடுத்தியே… நீ நல்லா இருப்பியா' என்று அவளை அடிக்க ஆரம்பித்தாள். கூட இருந்த பெண்கள் விலக்கிவிட்டனர்.

பெரியவர் 'இப்படி அவமானப்பட்டுப் பாக்கணுமா… நான்தான் சொன்னேன்ல வரவேண்டாம்னு… உன் வாழ்க்கையையும் கெடுத்து இப்படி அவமானப்பட்டு நிக்கறியே' என்று அவரும் அவளை அடித்தார். அந்தப் பெண் கூட வந்த மற்றவர்கள் விலக்கிவிட்டனர். அந்தச் சிறுமிகள் 'அம்மாவை அடிக்காதிங்க' என்று பெரியவரைக் கட்டிக்கொண்டு அழுதனர்.

அனைவரும் வெளியேறினார்கள். வெளியேறும்போது அவள் கூட வந்தவர்களில் ஒருவன் 'இதுக்குப் பதில் சொல்ற காலம் வரும்' என்றான். சிவநேசன் மாமா 'பாப்பம்டோய்' என்று குரல் கொடுத்தார்.

அவமானத்துடன் அந்தப் பெண் அழுதுகொண்டிருக்கும் குழந்தைகளை இழுத்துச் சென்றாள். இக்காட்சி எனக்குச் சங்கடத்தை ஏற்படுத்தியது. அம்மாவும் சிவநேசன் மாமாவும் நாகரிகமாக நடந்துகொண்டிருக்க வேண்டும் என்று தோன்றியது. மயானத்திற்கு அவர்கள் மீண்டும் வருவார்கள் என்று பேசிக் கொண்டனர். ஆனால் அவர்கள் மயானத்திற்கு வரவில்லை.

ஒரு காலகட்டத்தில் அப்பா, அடிக்கடி வீட்டுக்கு வராமல் இருந்தார். அப்போது ரியல் எஸ்டேட் தொழிலில் பணம் கொட்டிக்கொண்டிருந்த நேரம். வீட்டிற்குப் புதிய பொருட்கள், கார் வந்தன. அவர் அடிக்கடி வெளியில் தங்குவதை அம்மா பெரிதாக எடுத்துக்கொள்ளவில்லை. பிறகுதான் அவளுக்குக் கொஞ்சம்கொஞ்சமாக விஷயம் தெரிந்தது என்று நினைக்கிறேன்.

ஒருநாள் இரவு அப்பா, அம்மா தூங்கும் அறைக்குள் இருவரும் சத்தமாகப் பேசிக்கொள்வது இன்னொரு அறையில் படுத்திருந்த அக்காவிற்குக் கேட்டு, அவள் விழித்து என்னை எழுப்பினாள். நாங்கள் இருவரும் விளக்கைப் போடாமல் என்ன பிரச்சினை என்று தெரியவில்லையே என்று பேசிக் கொண்டிருந்தோம். திடீரென கதவு திறக்கும் சத்தம் கேட்டது. நாங்கள் இருவரும் அவரவர் இடத்திற்குச் சென்று படுப்பதற்குள் அம்மா வந்துவிட்டாள். அவள் அழுதுகொண்டிருந்தாள். எங்களுக்கு ஒன்றும் புரியவில்லை. 'அப்பா நம்மை விட்டுட்டுப் போயிருவாரு போல இருக்கு' என்று மட்டும் சொன்னாள். பிறகு கண்ணீரைத் துடைத்துவிட்டு அக்கா பக்கத்தில் படுத்துக்கொண்டாள். அப்பா வெளியே வரவில்லை.

அம்மா கூறியபடி அப்பா எங்களை விட்டுவிட்டுச் செல்ல வில்லை. இங்கேயும் அங்கேயுமாக இருந்தார். அப்பா, அம்மா நடவடிக்கைகளில் மாற்றம் ஏற்பட்டது. அம்மா புதிய ஆடைகள் உடுத்த ஆரம்பித்தாள். கண்களுக்கு மை தீட்டிக்கொண்டாள். அடிக்கடி பியூட்டி பார்லருக்குச் செல்ல ஆரம்பித்தாள். அப்பா எங்களை ஓட்டலுக்கும் வெளியூருக்கும் பிக்னிக்குக்கும் கூட்டிச் செல்ல ஆரம்பித்தார். சில நேரம் எங்கள் முன்னிலையிலேயே கூட வாய்த் தகராறு ஏற்படும். சில நாட்கள் இருவரும் பேசாமல் இருப்பார்கள். பிறகு அம்மா இறங்கி வந்து பேச ஆரம்பிப்பாள்.

அவர் இன்னொரு குடும்பம் வைத்திருப்பது எல்லோருக்கும் தெரிந்த விஷயமாகிவிட்டது. அவரையும் அந்தப் பெண்ணையும் அங்கே பார்த்தேன்; இங்கே பார்த்தேன் என்று யாராவது வந்து அம்மாவிடம் சொல்வார்கள். "நான் அவருக்கு என்ன கொறை வைச்சேன்... அந்தத் தேவ்டியா மயக்கிப் புட்டாளே..." என்பாள்.

ஒருநாள் சிவநேசன் மாமா "அந்த வீட்டிற்கு நான், கொஞ்சப் பேரைக் கூட்டிட்டுப் போயி அவளைச் சத்தம் போட்டுட்டு வரவா?" என்று அம்மாவிடம் கேட்டார். அம்மா வேண்டாம் என்று சொல்லிவிட்டாள். "அந்த வீடா, இந்த வீடான்னு பிரச்சினை ஏற்பட்டால், அவர் அந்த வீட்டுலயே போயி நிரந்தரமாக இருந்துட்டா என்ன பண்றது?" என்றாள்.

சிவநேசன் மாமாவிற்கும் பிரச்சினை செய்தால் அப்படி ஒரு வாய்ப்பு ஏற்படலாம் என்ற எண்ணம் இருந்தது. ஆனால் அவர் அம்மாவின் அண்ணன் என்ற முறையில் ஏதாவது நடவடிக்கை எடுக்கலாமா என்று கேட்டுக்கொண்டிருப்பார்.

அப்பா இந்த வீட்டில் இறந்தது நல்லதாகப் போயிற்று, அந்த வீட்டில் இறந்திருந்தால் அந்தப் பெண்தான் கொன்று விட்டாள் என்று எங்கள் வீட்டார் தூற்றியிருப்பார்கள். அப்பாதான் இல்லையே என்ற தைரியத்தில் அந்த வீட்டில் போய்த் தகராறு செய்திருப்பார்கள். எனக்கு அந்த வீட்டார் மீது அனுதாபமும் அவர்களுக்குப் பிரச்சினையோ கெட்டதோ ஏற்பட்டுவிடக் கூடாது என்ற எண்ணமும் ஆரம்பத்திலிருந்தே இருந்துகொண்டிருந்தது. அப்பா நல்லவர். அவருக்கும் அந்தப் பெண்ணிற்கும் ஏதோ ஈர்ப்பு ஏற்பட்டு வாழ்கிறார்கள்; இதில் என்ன இருக்கிறது என்று நான் சாதாரணமாக எடுத்துக்கொண்டு விட்டேன்.

அப்பா அந்தப் பெண்ணின் பெயருக்கு சொத்துக்கள் ஏற்படுத்திவைத்திருந்தார். முன்ஜாக்கிரதையாக அப்படிச் செய்திருக்கலாம். அவர்கள் அதை விற்று வேறு ஊருக்குச் சென்றுவிட்டார்கள். அந்தக் குழந்தைகளின் அப்பாவும் என் அப்பாவும் ஒருவர்தான். அக்குழந்தைகளின் பள்ளிச் சான்றுகளிலும் இதர ஆவணங்களிலும் அப்பா பெயர்தான் இருக்கும். அவர்களுக்குத் திருமணம் ஆகும்போது, திருமணப் பத்திரிகையில் அப்பாவின் பெயரைப் போட்டு, இன்னாரின் மகள் என்றுதான் போடவேண்டியிருக்கும். எனக்கு அவர்கள் சகோதரிகள் தானே. இப்படியெல்லாம் எனக்குத் தோன்றியது. இப்போது கழுத்தில் கருப்பு மச்சம் உள்ள இந்தப் பெண் கூட அந்தச் சகோதரியாக இருக்கலாம். அன்று அந்தப் பெண்தான் என் மனதில் பதிந்திருந்தாள். அந்தக் குழந்தைகளின் தோற்றம் மனதில் தெளிவில்லாமல் உள்ளது. அந்தக் குழந்தைகளில் ஒருத்தியின் கழுத்தில் மச்சம் இருந்ததா என்பதைக் கவனிக்கவும் இல்லை. இப்போது அப்பாவின் நினைவு வந்ததால் இப்படி யெல்லாம் தோன்றுகிறது போலும்.

ரயிலில் நாங்கள் உட்கார்ந்திருந்த வரிசையில் ஜன்னலோர மாக ஒரு வயதான பெண்ணும், அடுத்து என் மனைவியும் அதற்கடுத்து நானும் அமர்ந்திருந்தோம். நான் ‘ஸிஸ்டர், இந்த இடத்திலே உக்காந்துக்கோங்க... சவுர்யமா இருக்கும். நான் உங்க இடத்திலே உக்காந்துக்கிறேன்’ என்று அந்தச் சிறுமியின் தாயாரை – கழுத்தில் கருப்பு மச்சம் உள்ள அந்தப் பெண்ணை – பார்த்துச் சொன்னேன். அவள் மலர்ச்சியுடன் எழுந்தாள்.

என் மனைவி 'ரொம்ப வழியாதிங்க' என்றாள். 'இல்லை அவள் என் ஸிஸ்டர் மாதிரி' என்றேன்.

ரயில் சென்னையை அடைந்தது. ஸிஸ்டராக மாறி விட்டவளின் குடும்பத்திடம் விடைபெற்றுத் தங்கும் ஓட்டலையடைந்தோம். வரவேற்பில் இருந்தவன் எங்களுக்கு அறை கொடுக்கத் தயங்குவது போல் தெரிந்தது. நான் அடையாள அட்டையைக் காண்பித்த பின் ரிஜிஸ்டரைப் புரட்டி, அப்போதுதான் அறை காலியாக இருந்ததை அறிந்தவன்போல் பாவனை செய்து அறையை ஒதுக்கீடு செய்து சாவியைக் கொடுத்தான். அறைக்குச் சென்று பைகளை வைத்துவிட்டுக் கழிவறைக்குச் சென்றுவிட்டு, செத்த வீட்டிற்குச் செல்வதால், முகத்தைக்கூட கழுவாமல் இருவரும் தலைமுடியை மட்டும் சரிசெய்துவிட்டு, சோகத் தோற்றத்துடன், வெளியே வந்து ஆட்டோ பிடித்தோம்.

எனக்குக் குளிக்காமல், தோற்றப் பொலிவு இல்லாமல், மதிய வெயிலில் சென்றுகொண்டிருப்பது எரிச்சலாக இருந்தது. செத்த வீட்டிற்குச் செல்வதால் இதையெல்லாம் சகித்துக் கொண்டிருந்தேன். சற்று சிரமப்பட்டு வீட்டைக் கண்டுபிடித்து விட்டோம். வீடு கழுவி விடப்பட்டிருந்தது தெரிந்தது. வீட்டிற்குள் நானும் மனைவியும் நுழைந்தோம். துக்கம் விசாரிப்பதற்கு நான் சில வாக்கியங்களை யோசித்து வைத்திருந்தேன்.

இறந்தவரின் மனைவி அறையிலிருந்து வெளியே வந்தார். எங்களை சோபாவில் அமரச் சொன்னார். பளிச்சென்றிருந்தார். அவர் வழக்கமாக வைக்கும் பெரிய பொட்டை வைத்திருந்தார். தலைக்குக் குளித்திருந்ததினால் தலைமுடியைத் தொங்கவிட்டு கீழே முடிச்சிட்டிருந்தார். முகம் அப்படி ஓர் களையுடன் இருந்தது. எனக்கு இந்தச் சூழ்நிலையே வினோதமாக இருந்தது. இறந்ததாக எனக்குச் சொல்லப்பட்டது கூட பிரமைதானோ என்றும் ஒரு கணம் தோன்றியது.

உள்ளறையிலிருந்து வந்த, எனக்குத் தெரியாத – அவருடைய உறவுக்காரப் பெண்ணாக இருக்க வேண்டும் – ஒரு பெண், எங்களைப் பார்த்துவிட்டு உள்ளே சென்றுவிட்டாள். வீட்டில் வேறு யாரும் இருப்பதாகத் தெரியவில்லை. அவரின் மகள்கள் இந்த வீட்டின் அருகேயே சற்றுத் தள்ளி வசிப்பதால் அவரவர்கள் வீடுகளுக்குச் சென்றிருப்பார்கள் என்று நினைத்துக்கொண்டேன்.

இறந்தவரின் மனைவி 'மோர் சாப்பிடறீங்களா? காபி சாப்பிடறீங்களா?' என்றார்.

எனக்குத் திக்கென்றிருந்தது. நான் 'வேண்டாம்... விசாரிக்க வந்தோம்...' என்று மெல்லிய குரலில் சொல்லி, சம்பிரதாயமாக விசாரித்தேன். மனைவியும் சம்பிரதாயமாக ஏதோ விசாரித்தாள்.

'எடுக்கறப்ப நல்ல கூட்டம், வெடி எல்லாம் போட்டாங்க. அம்புட்டு கூட்டம்' என்றார். நான் அவர் சாவைப் பற்றிக் கேட்க, 'தூக்கத்திலேயே இறந்து போய்விட்டார்' என்று சொல்லிவிட்டு வந்த கூட்டத்தைப் பற்றியும் வந்த ஆட்கள் பற்றியுமே சொல்லிக்கொண்டிருந்தார். எனக்கு ஆயாசம் ஏற்பட்டது.

இறந்தவரின் மனைவி மீண்டும் 'மோர் சாப்பிடறீங்களா, காபி சாப்பிடறீங்களா?' என்றார்.

சூழ்நிலைக்கு ஏற்றாற்போல் போய்விட வேண்டியதுதான் என்று 'மோர்' என்றேன். மோர் வந்தது. பெரிய டம்ளரில் இருந்தது. வெயில் நேரமாக இருந்ததால் மோர் இதமாக இருந்தது.

நாங்கள்தான் சோபாவில் அமர்ந்திருந்தோம். இறந்தவரின் மனைவி அறையின் நிலைவாசலில் சாய்ந்து நின்று எங்களுடன் பேசிக்கொண்டிருந்தார். கைகளைப் பின்னால் வைத்து, ஒரு காலை நிலைவாசலில் மடக்கி வைத்து, ஒரு காலை தரையில் ஊன்றி நின்றிருந்தார். தோற்றப் பொலிவுடன் இருந்தார்.

ஆட்டோ வெயிட்டிங்கில் இருந்தது. நாங்கள் இறந்தவரின் மனைவியிடம் விடைபெற்றுக்கொண்டு வெளியே வந்தோம். ஆட்டோவில் ஏறினோம். ஆட்டோ ஓடிக்கொண்டிருந்தது.

இறந்தவரின் மனைவியின் உள்ளம் பெரிய பாரத்தை இறக்கிவைத்த உணர்வுடனும் விடுதலையடைந்த உணர்வுடனும் அதனால் ஏற்பட்ட மகிழ்ச்சியிலும் இருப்பதாக எனக்குத் தோன்றியது. ஆனால் அவர் துக்கத்தில் இருப்பவர் போல் ஏன் நடிக்கவில்லை என்பதுதான் எனக்குப் புதிராகவே இருக்கிறது.

○

உயிர்எழுத்து, அக்டோபர் 2012

கணியன் பூங்குன்றனார்

கணியன் பூங்குன்றனார் மேல்நிலைப் பள்ளிச் செயலாளர் அறிவழகனும் பொருளாளர் பெரியஅரசும் அடுத்த நாள் காலை சென்னை செல்ல வேண்டும் என்று திட்டமிட்டிருந்தார்கள். இருவரின் கார் ஓட்டுநர்களும் கூடப் பிறந்த அண்ணன் தம்பிகள். ஓட்டுநர்களின் தாயார் இறந்துவிட்டதாகக் காலையில்தான் செய்தி கிடைத்தது. இருவரும் வாடகைக்காரில் அவர்கள் வீட்டிற்குச் சென்று வந்தார்கள். "நாளைக் காலை சென்னை செல்ல வேண்டியிருக்கிறது. பெரும் பணத்தைக்கொண்டு செல்ல வேண்டியிருக்கிறது. வாடகைக்காரில் செல்வது உசிதமல்ல. ஒரு நல்ல ஓட்டுநரைக் கண்டுபிடித்து சொந்த வண்டியில் செல்வதுதான் உசிதமானது" என்று அறிவழகன் யோசித்துக்கொண்டே வந்தார்.

அறிவழகனும் பெரியஅரசும் காண்ட்ராக்டர்களாகத் தொழில் செய்கிறார்கள். இவர்கள் ஒப்பந்தம் எடுக்கும் துறையில் இவர்களை மீறி வேறு யாரும் ஒப்பந்தம் எடுக்க முடியாது. ஒப்பந்தப் படிவத்தைக் கணினியில் பதிவிறக்கம் செய்துகொள்ளலாம்; யார் வேண்டுமானாலும் துறையில் ஒப்பந்தப் படிவத்தைப் பெற்றுக்கொள்ளலாம் என்று விதிகளில் இருந்தாலும் நடைமுறையில் கடைப் பிடிக்கப்படுவதில்லை. பெரும் தொகை ஒப்பந்தம் அறிவழகனுக்குக் கிடைப்பதற்கான கமிஷன் தொகையை உரியவரிடம் சேர்ப்பதற்குத்தான் அவர்கள் இருவரும் நாளைக் காலை சென்னை செல்கிறார்கள். இது தவிர, கனடா செல்லும்

அறிவழகனின் தங்கை மகனிடம் தங்கை வீட்டிலிருந்து கொடுத்தனுப்பிய இரண்டு பெட்டிகளைச் சேர்க்க வேண்டும்.

நல்ல ஓட்டுநர் வேண்டும் என்று ஆல் இன் ஆல் முருகேசனிடம் கேட்போம் என்று அறிவழகனுக்குத் தோன்றியது. லௌகீகக் காரியங்களில் ஏதாவது உதவி தேவைப்பட்டால் முருகேசனைத்தான் அவர் தொடர்புகொள்வார். முருகேசனிடம் தொடர்புகொண்டபோது விவரத்தைத் தெரிந்துகொண்டு மீண்டும் கூப்பிடுவதாகச் சொல்லி அவ்வாறே கூப்பிட்டான்.

“அண்ணே வணக்கம்ணே ... ஒரு பையன் இருக்கான். சேகர்னு பேரு ... அய்யரு ... நல்லா பொறுமையா ஓட்டுவான். ஒரு இண்டிகா வைச்சு ஒரு டிராவல்ஸோட லிங்க் வைச்சு ஓட்றான். நாளைக்கு ஃப்ரீயாத்தான் இருக்கான் ... அய்யரு. பொறுமையா ஓட்டுவாண்ணே. பயமில்லாமல் போயிட்டு வரலாம்ணே ... ஒங்க போன் நம்பரைக் கொடுத்துப் பேசச் சொல்லவா ... சரிங்கண்ணே பேசச் சொல்றேண்ணே ...”

சொல்லியபடியே சேகர் அறிவழகனிடம் தொலைபேசியில் பேசினான். அவர் காலையில் ஆறு மணிக்கு வீட்டு அடையாளம் சொல்லி அவனை வரச்சொன்னார். பெரியஅரசு “அய்யருன்னா நாம கறிச் சாப்பாடு சாப்பிடறப்ப அவனுக்குச் சைவ ஓட்டல் தேடணுமே” என்றார். “அது பிரச்சினையில்லை ... ஒழுங்கா வண்டி ஓட்டிட்டு போயிட்டு வரணும் அதான் முக்கியம்” என்றார் அறிவழகன்.

காலையில் ஐந்தே முக்கால் மணிக்கு சைக்கிளில் வந்திறங்கினான் சேகர். அறிவழகனும் பெரியஅரசும் தயாராக இருந்தனர். சேகர் முடி நிறைய வைத்திருந்தான். அடத்தியான மீசை இருந்தது. ஒல்லியாக இருந்தான். போஷாக்கு இல்லாத உடல் போலத் தோன்றியது. அதே சமயம் முறுக்கேறி மெலிந்த உடல் போலவும் தோன்றியது. அவன் பேச்சில் பிராமண பாஷை இல்லை. தோற்றத்திலும் பேச்சிலும் பிராமணன் என்பது தெரியக் கூடாது என்று கவனமாக இருந்தான்.

காரில் பெட்டிகளையும் பைகளையும் ஏற்றியாயிற்று. பணப்பையைக் கால் வைக்குமிடத்தில் அறிவழகன் வைத்துக் கொண்டார். கார் கிளம்பியது. காரைக் கிளப்புவதற்கு முன் சேகர் ஏதோ ஸ்தோத்திரத்தை முணுமுணுப்பதை அறிவழகன் கவனித்தார். அவருக்கு எரிச்சலாக இருந்தது. கார் சற்றுத் தூரம் சென்றதும் பெரியஅரசு காரை நிறுத்தச் சொன்னார். நெளிந்து கொண்டே “அண்ணே ரொம்ப தூரம் போறோம். ஒங்களுக்குப் புடிக்காது ... சாமிக்கு ஒரு தேங்காயை உடைச்சிரலாம்” என்று பைக்குள்ளிருந்து ஒரு தேங்காயை எடுத்துக்கொண்டு

கீழே இறங்கினார். ஒரு அரசமரத்தின் முன் சில ஆயுதங்கள் வைக்கப்பட்டிருந்தன. மரத்தின் அடிப்பாகத்தில் சேலையைப் பாவாடை மாதிரி கட்டியிருந்தார்கள். மரத்தில் "சந்தனத்தையும் குங்குமத்தையும் அப்பியிருந்தார்கள். ஒரு பலகையில் 'சீலைக்கார அம்மன்' என்று எழுதப்பட்டிருந்தது. பெரியஅரசு சிதறு தேங்காய் உடைப்பதை அறிவழகன் எரிச்சலுடன் பார்த்தார்.

பெரியஅரசு காரில் ஏறியதும் அறிவழகன் கூறினார் "ஒங்க அப்பன் பெரிய சுயமரியாதைக்காரன் ... நீ என்னடான்னா ... மரத்துக்கு தேங்காய் ஒடைக்கிறே ... வண்டிலே பெட்ரோல் இருக்கா, ஆயில் இருக்கா, பிரேக் சரியா இருக்கா. எல்லாம் கண்டிசன்லே இருக்கான்னுதான் பாக்கணும். தேங்காய் வந்து வண்டிக்கு என்ன செய்யும்?"

"சாமி பாட்டு சி.டி. இருக்கா ... போடவா ..." என்று கேட்க நினைத்த சேகர் இந்த உரையாடலைக் கேட்டதும் பேசாமலிருந்துவிட்டான். "அண்ணே இளையராஜா சி.டி. கொண்டாந்திருக்கேன் ..." என்று இழுத்தார் பெரியஅரசு.

"அதை வையி அப்புறம் கேட்போம் ... டேய் தம்பி அங்க ஒரு சி.டி. இருக்கும். அத எடுத்துப்போடு" என்றார் அறிவழகன். "எங்கள் திராவிடப் பொன்னாடே" என்ற பாட்டு ஒலித்தது. அடுத்து "அச்சம் என்பது மடமையடா. அஞ்சாமை திராவிடர் உடமையடா" என்ற பாட்டு ஒலித்தது. பெரியஅரசு ஜன்னல் வழியே வெளியே வேடிக்கை பார்த்துக்கொண்டு வந்தார். நல்ல குரலில், நல்ல இசையில் பாட்டுக்கள் அமைந்திருப்பதாக சேகருக்குத் தோன்றிய அதே சமயம் இந்தப் பாட்டுகள் அவன் உள் மனத்தில் சங்கடங்களை ஏற்படுத்தியது.

வழியில் ஒரு ஓட்டலில் காலை உணவு சாப்பிட்டார்கள். தனியே வேறு ஒரு டேபிளில் உட்காரப்போன சேகரை அறிவழகன் தங்கள் டேபிளுக்கு வரச்சொல்லி உட்கார வைத்தார். காலை உணவு சாப்பிட்டுவிட்டுத் திரும்பவும் காரில் ஏறி சென்னையை நோக்கிச் சென்றார்கள். வெயில் ஏறிக்கொண்டிருந்தது.

பெரியஅரசு கண்களை மூடிக்கொண்டு ஓரமாய்ச் சாய்ந்து விட்டார். அறிவழகன் காரை நிறுத்தச்சொல்லி, முன் சீட்டிற்கு மாறி உட்கார்ந்தார். கார் ஓடிக்கொண்டிருந்தது. சற்று நேரம் பேசலாம் என்று தோன்றியதால் பாட்டை நிறுத்தச் சொன்னார்.

"ஓம் பேரென்ன மறந்து போச்சு ..."

"சேகர்."

"என்ன படிச்சுருக்கே?"

“ஏழாவது வரைக்கும்.”

“ஏன் மேலே படிக்கலை?”

“நான் ஏழாவது படிக்கிறப்ப அப்பா இறந்து போயிட்டாரு. நான் வேலைக்குப் போயி சம்பாதிச்சாத்தான் குடும்பத்தைக் காப்பாத்தணும்னு நெலைமை . . . அதனாலே படிப்பை விட்டுட்டேன்.”

“அப்பா என்ன வேலை பாத்தாரு?”

“சமையல் வேலை.”

“சரி. நீ எப்படிக் குடும்பத்தைக் காப்பாத்துனே. ஒங்க குடும்பத்துலே எத்தனை பேரு?”

“நான், அம்மா, எங்க அக்கா, ஒரு தங்கச்சி, ஒரு தம்பி. ஏழாவதுலே படிப்பை விட்டுட்டு ஒரு இரும்புக்கடைலே வேலை பாத்தேன். பிறகு ஒரு அரிசி மண்டியிலே வேலை பாத்தேன். அங்கே என்னை அய்யருன்னு கேலிபண்ணுவாங்க. புடிக்காம அத விட்டுட்டு ஒரு செங்கல்சூளையிலே மேஸ்திரி வேலை . . . அதுக்குப் பின்னாடி ஒரு தவிட்டுக் கடையிலே வேலை... இப்படிப் பல வேலை. வேலையை விட்டதும் அடுத்த வேலை கிடைக்கறவரைக்கும் பயங்கர கஷ்டம். அம்மா வடகம், அப்பளம், ஊறுகாய் போட்டு அரசாங்க ஆபீஸ்களுக்குப் போய் வித்துட்டு வருவா.”

“உங்க அக்காவுக்கு கல்யாணம் ஆயிருச்சா?”

“ஆயிருச்சு. அதுக்கு மின்னாடியே எனக்கு ஆயிருச்சு. என் வொய்ஃப் நகையை வாங்கிப் போட்டு அக்காவுக்குக் கல்யாணம் பண்ணிக்கொடுத்தோம். அதுலே ஒரு லட்ச ரூபா இன்னும் கடன் பாக்கி இருக்கு.”

“மாப்பிள்ளை என்ன பண்றாரு?”

“சமையல் வேலைதான். அக்கா அப்பளம், வடகம், ஊறுகாய் போட்டு விக்கறா.”

“ஒனக்கு எத்தனை குழந்தைக?”

“ஒரு பையன் ஒன்னாம் வகுப்பு படிக்கிறான். தங்கச்சி பி.ஏ. ஹிஸ்டரி படிச்சிருச்சு. கரெஸ்பாண்டன்ஸ்லே எம்.ஏ. ஹிஸ்டரி படிச்சு பாஸ் பண்ணிட்டா. தம்பி, சமையல் வேலைக்குப் போறான்...”

“தங்கச்சி வேலைக்குப் போகுதா?”

“இல்லை. வேலை கிடைக்கலை. சேல்ஸ் கேளா போகலாம். போனா வேலை நேரம் முழுக்க நின்னுக்கிட்டேயிருக்கணும். தவிர, பல பேர் பார்வையிலே படற மாதிரி இருக்கும்னு அம்மா வேண்டாம்ங்கிறாள்.”

“சொந்தமா இண்டிகா வைச்சிருக்கிறதா முருகேசன் சொன்னாரே ...?

“அது என் மச்சினனுக்குச் சொந்தம். பிழைக்கறதுக்காகக் கொடுத்திருக்கிறாரு. வண்டி ஓடுச்சுனா நான் அவருக்கு ஒரு தொகை கொடுக்கணும்.”

கார் ஓடிக்கொண்டிருந்தது. அறிவழகன் ஏசியைக் கூட்டினார். பணப்பை பின்னால் இருப்பது நினைவிற்கு வந்தது. மாறி உட்கார்ந்தபோது பணப்பையையும் எடுத்துக்கொண்டு வந்து காலுக்கருகில் வைத்திருக்கலாமே என்று தோன்றியது.

கார் சென்னையை அடைந்து அறிவழகனின் தங்கை மகன் வீட்டிற்குச் சென்றது. ஒரு அப்பார்ட்மெண்ட்டில் நான்காவது தளத்தில் அவர்கள் வீடு இருந்தது. இரண்டு பெட்டிகளையும் இறக்கி லிஃப்ட்டில் ஏற்றி நான்காவது தளத்தில் உள்ள வீட்டிற்குக்கொண்டு செல்ல வேண்டும். பெட்டிகளை இறக்கிக் கீழே வைத்ததும் பெரியஅரசு “இந்தா இந்தப் பெட்டிகளைத் தூக்கிட்டு எங்க கூட வா” என்று சேகரைப் பார்த்துக் கூறினார். அறிவழகன் அவரை முறைத்துப் பார்த்தார். “அவனை எதுக்கு இந்த வேலையைப் பாக்கச் சொல்றே... லிஃப்ட்லேதானே போறோம். அதுவரைக்கும் நாம தள்ளிட்டுப் போயிரலாம்” என்றபடியே அறிவழகன் பெட்டியை இழுத்தார். அவரால் பெட்டியை சுலபமாக நகர்த்த முடியவில்லை. அதைப் பார்த்த சேகர் அவரை விலகச் சொல்லி ஒரு லேசான புத்தகத்தை எடுத்துத் தோளில் வைப்பதுபோல அந்தப் பெட்டியைத் தூக்கித் தோளில் வைத்துக் கொண்டான். அவனது வலிமை அவருக்கு ஆச்சரியமாக இருந்தது. அந்தப் பெட்டியை லிஃப்ட்டில் ஏற்றி வீட்டில் இறக்கி வைத்துவிட்டு இன்னொரு பெட்டியையும் அதேபோல் சுலபமாகத் தோளில் வைத்து வீட்டில் இறக்கி வைத்துவிட்டு காருக்குத் திரும்பினான்.

தங்கை மகனிடம் பேசிக்கொண்டிருந்தபோது பணப்பை கீழே காரில் இருப்பது நினைவுக்கு வந்து பரபரப்படைந்தார். உடல் வியர்த்துவிட்டது. பெரியஅரசிடம் பணப்பை கீழே இருப்பதைச் சொல்லி கீழே போகச் சொன்னார். தங்கை மகனிடம் விடைபெற்றுக்கொண்டு கீழே இறங்கி கார்க் கதவைத் திறந்தார். பெரியஅரசு பணப்பையை மடியில் வைத்துக்கொண்டு

உட்கார்ந்திருந்தார். அறிவழகன் காரில் உட்கார்ந்து, அதை வாங்கித் தன் காலுக்கருகில் வைத்துக்கொண்டார்.

கமிஷன் தொகையை மாவட்டச் செயலாளரிடம் கொடுப்பதுதான் வழக்கமான நடைமுறையாக இருந்தது. போய்ச் சேர வேண்டிய இடங்களுக்குப் பணம் சேர்ந்துகொண்டிருந்தது. தற்போது என்ன பிரச்சினை என்று தெரியவில்லை. சென்னை அண்ணாநகரில் குறிப்பிட்ட முகவரியில் இருக்கும் ஜனார்த்தனன் ரெட்டி என்பவரைப் பார்த்து அவர் கைபேசி மூலம் வந்துள்ளவர் சரியான நபர்தானா என்பதை மாவட்டச் செயலாளரிடம் உறுதிசெய்த பிறகு பணத்தைக் கொடுக்க வேண்டும் என்று சொல்லப்பட்டது.

அண்ணாநகரில் இருக்கும் ஜனார்த்தனன் ரெட்டியின் வீட்டைக் கண்டுபிடிப்பதற்கு அலைச்சலாகிவிட்டது. பெரிய, புதிய வீடாக இருந்தது. கேட்டில் இருந்தவனிடம் விசிட்டிங் கார்டை அறிவழகன் கொடுத்துவிட்டார். கேட் திறந்தது. உள்ளே ஆங்காங்கே சிலர் நின்றுகொண்டிருந்தனர். இடது புறம் இருந்த அறையில் கறுப்பு பேண்ட், வெள்ளைச் சட்டை அணிந்த சிவந்த நிறமுடைய ஒருவர் இருந்தார். அவரிடம் இன்ன ஊரிலிருந்து, இன்ன வேலைக்காக வந்திருக்கிறோம் என்றார் அறிவழகன். அறையில் திராவிட இயக்கத் தலைவர்கள் படங்களும் காங்கிரஸ் இயக்கத் தலைவர்கள் படங்களும் மாட்டப்பட்டிருந்தன. அருகில் பார்த்தபோதுதான் அந்தச் சிவந்த நிறமுடைய மனிதரின் நெற்றியில் மெல்லிய ஒற்றை நாமக்கோடு இருந்தது தெரியவந்தது. 'நாமமும் போட்டுக்கிறான்ங்க... பெரியார் படத்தையும் வைச்சுக்கிறான்ங்க' என்று நினைத்துக்கொண்டார்.

அந்தச் சிவந்த மனிதர் உள்ளே சென்று திரும்பி வந்து, அவர்களை அழைத்துக்கொண்டு உள்ளே சென்றார். பெரிய ஆகிருதியுடன் ஜனார்த்தனன் ரெட்டி ஒற்றை சோபாவில் அமர்ந்திருந்தார். எதிரேயுள்ள சோபாவில் அறிவழகனும் பெரியஅரசும் அமர்ந்தனர். ஜனார்த்தனன் ரெட்டி நெற்றியிலும் ஒற்றை நாமக்கோடு இருந்தது. அவர்களைக் கூட்டி வந்தவர் நின்றுகொண்டிருந்தார். தெலுங்கில் ஏதோ பேசிக்கொண்டார்கள். கைபேசியில் மாவட்டச் செயலாளரைத் தொடர்புகொண்டு ஜனார்த்தனன் ரெட்டியிடம் கைபேசியை அந்தச் சிவந்த நபர் கொடுத்தார். மாவட்டச் செயலாளரும் தெலுங்கு பேசுபவர் என்பதால் இருவரும் தெலுங்கில் எதோ பேசிக்கொண்டனர். ஜனார்த்தனன் ரெட்டி கைபேசியை அறிவழகனிடம் கொடுத்தார். மறுமுனையில் பேசிய மாவட்டச் செயலாளர், 'ஏற்கெனவே பேசியபடி கொண்டு வந்திருக்கீங்களா, கொண்டு வந்ததை ரெட்டிகாருட்டே கொடுத்திருங்க' என்றார்.

அறிவழகன் பணப் பையை ஜனார்த்தனன் ரெட்டியிடம் கொடுத்தார். அவர் அதை அந்தச் சிவந்த மனிதரிடம் கொடுத்து அவர்களைக் கூட்டிக்கொண்டு சென்று பணத்தைச் சரிபார்த்து வாங்கிக்கொள்ளுமாறு கூறினார். அவர்கள் மூவரும் இன்னொரு அறைக்குச் சென்றார்கள். பணப்பையைத் திறந்து பணத்தை மேசையில் கொட்டும்போது சில கட்டுகள் கீழே விழுந்தன. பெரியஅரசு அவற்றை எடுத்துக் கொடுத்தார். அறையிலிருந்து வெளியே வந்து ஜனார்த்தனன் ரெட்டியிடம் விடைபெற்றுக் கொண்டார்கள். விடைபெற்றுக் கொள்ளும்போது "டென்டர் முடிஞ்சிடும்" என்றார் ரெட்டி.

இருவரும் காரை நெருங்கினார்கள். ஓட்டுநர் இருக்கையைச் சாய்த்து அதில் கண்மூடிப் படுத்திருந்தான் சேகர். சட்டை யில்லாத அவன் மேல் உடம்பில் கிடந்த பூணூலைப் பார்த்த கணத்தில் அறிவழகனுக்குள் எதிர்மறை உணர்வுகள் ஏற்பட்டன. பெரியஅரசு "அய்யரே . . . அய்யரே . . ." என்று அவனைத் தொட்டு எழுப்பினார். எதிர்மறை உணர்வுகள் பெருகியதில் அறிவழகனுக்குப் படபடப்பு ஏற்பட்டது. இருக்கையில் அமர்ந்து கண்களை மூடி ஆசுவாசப்படுத்திக் கொண்டார்.

பெல்ஸ் ரோடு நாயர் கடையில் இருவரும் மீன், சுறாப் புட்டு சாப்பிட்டார்கள். சேகர் பக்கத்திலிருந்த சைவக்கடையில் சாப்பிட்டான். வேறு வேலை இல்லாததால் ஊருக்குத் திரும்பினார்கள். இரவு ஒன்பது மணிக்கெல்லாம் ஊருக்கு வந்துவிட்டார்கள். சேகருக்குச் சற்றுக் கூட்டியே பணம் கொடுத்தார். சேகர் கிளம்பும்போது "நாளைக்கு ஒன் தங்கச்சியை கூட்டிகிட்டு ஸ்கூல்லே வந்து என்னைப் பாரு" என்றார் அறிவழகன்.

அடுத்த நாள் காலையில், பள்ளி அலுவலக அறையில் அமர்ந்து அறிவழகனும் பெரியஅரசும் காபி குடித்துக்கொண் டிருந்தபோது சேகர் தன் தங்கையுடன் நுழைந்தான். அறையில் மாட்டப்பட்டிருந்த பெரியார் படங்களைப் பார்த்தான். அறிவழகன் அவர்களை நாற்காலியில் அமரச் சொன்னார். தங்கை லட்சணமாக இருந்தாள். காது, கழுத்து, கைகளில் தங்க நகைகள் இல்லை. கழுத்தில் கறுப்புக் கயிறு. அதில் முருகன் படம் போட்ட டாலர். கைகளில் ரப்பர் வளையல்கள், வலது மூக்கில் ஒரு பொட்டுத் தங்கம், மூக்கு கூர்மையாக இருந்தது. சிவந்த நிறமாகச் சிறு பெண்ணாக இருந்தாள்.

"ஒம் பேரென்னம்மா... ஏன் காலைத் தாங்கித் தாங்கி நடந்து வர்றே... ஏதாவது அடிபட்டிருச்சா" என்றார் அறிவழகன்.

"இல்லை சார் . . . பிறவியிலேயே எனக்கு இடது பாதம் லேசா புரண்டிருந்தது. எம் பேரு காவேரி" என்றாள்.

சேல்ஸ் கேர்ளா போனால் வேலை நேரம் முழுக்க நிற்கவேண்டியிருக்கும் என்று சேகர் சொன்னதன் அர்த்தம் அவருக்கு இப்போது புலப்பட்டது.

“சரிம்மா… எங்க பள்ளிக்கூடத்துலே ஒரு கிளர்க் வேலை காலியாயிருக்கு. வேலைக்கு வர்றியா ?” என்றார்.

அவள் பயந்தவளாக, சேகரைப் பார்த்துவிட்டு “வர்றேன் சார்” என்றாள். சேகர் அவசரமாக “வேலைக்கு வர விருப்பந்தான் சார்” என்றான்.

ஒரு ஊழியரை அழைத்து, அவருடன் சென்று, அவர் அளிக்கும் வேலை விண்ணப்பப் படிவத்தைப் பூர்த்திசெய்து தலைமை ஆசிரியையிடம் கொடுக்குமாறு காவேரியிடம் கூறினார். அவளும் சேகரும் அந்த ஊழியருடன் சென்றார்கள்.

பெரியஅரசு “என்ன பாப்பாரப் புள்ளைக்கு வேலை கொடுக்கறேன்ங்கிறீங்க . . ? என்றார்.

“கஷ்டப்படறவங்களுக்குத்தானே கொடுக்கறோம். நீ என்ன செய்வே… வசதியா இருக்கற நம்ம சாதிக்காரங்களக் கூட்டியாந்து வேலைக்குப் போடச்சொல்வே . . .” என்றார் அறிவழகன்.

“நம்ம சாதியிலேயும் கஷ்டப்படறவங்க இருக்காங்களே…”

“இதச் சாதியா பாக்கக் கூடாது. பாப்பார சாதியை மட்டும் ஒழி. மித்த சாதியை வைச்சுக்கன்னா பெரியாரு சொன்னாரு. எல்லாச் சாதியையும்தான் ஒழிக்கச் சொன்னாரு.”

அறைக்குள் அந்த ஊழியரும் தலைமை ஆசிரியையும் நுழைந்தார்கள். தலைமை ஆசிரியையின் கையில் விண்ணப்பப் படிவம் இருந்தது.

“சாதிங்கிற காலத்திலே பிராமின்னு இருக்கு. போர்டு மீட்டிங்லே ஒத்துக்குவாங்களா” என்று தயங்கியவாறே கூறினார் தலைமை ஆசிரியை.

“ஆமா… போர்டு மீட்டிங்லே பிரச்சினை வரும்” என்றார் பெரியஅரசு.

“நீங்க கோயில் கோயிலா போயி சாமி கும்பிட்டுக்கிட்டிருக்கீங்க… இவரு கிடா வெட்டி சாமி கும்பிடறாரு… பெரியாரு சாமியும் இல்லேன்னுதானே சொன்னாரு” என்று கூறிக் கொண்டே அந்த விண்ணப்பப் படிவத்தை வாங்கி, மேசை டிராயரை இழுத்து அதில் போட்டு சத்தம் வரும்படி சாத்தினார். தலைமை

ஆசிரியரைப் போகச் சொன்னார். சேகரையும் காவேரியையும் வரச் சொன்னார்.

"அம்மா... போர்டு மீட்டிங்லே அப்ரூவ் பண்ணணும். நல்லது நடக்கும்னு போயிட்டு வாங்க" என்றார்.

அவர்கள் இருவரும் "ரொம்ப நன்றி சார்" என்று அவரை வணங்கி, வாசலை நோக்கிச் சென்றார்கள். காவேரி ஒரு காலைத் தாங்கித் தாங்கி நடந்து செல்வதைப் பார்த்தார். அவருக்கு வருத்தமாக இருந்தது.

❍

***தீராநதி*, ஆகஸ்ட் 2012**

பின்நவீனத்துவவாதியின் மனைவி

அந்தப் புத்தகக் கடையும் காபி ஷாப்பும் அடுத்தடுத்து இருந்தன. புத்தகக் கடையில் நவீனத் தமிழ் இலக்கியப் புத்தகங்களும் நவீனத் தமிழ்ச் சிந்தனைகள் தொடர்பான புத்தகங்களும் சிற்றிதழ்களும் கிடைக்கும். புத்தகக் கடையின் விற்பனையைக் கவனிக்கும் ராமய்யா, 'கடல்' என்ற பெயரில் கவிதைகள் எழுதிக்கொண்டிருக்கிறான். அநேகமாகப் புத்தகம் வாங்க வருபவர்களில் பெரும்பாலோர் எழுத்தாளர்களாகவும் இருப்பதால் அடிக்கடி ஏதாவது பொருள் சார்ந்த சர்ச்சை நடந்து கொண்டேயிருக்கும். போர்ஹேயின் 'Brodie's Report' சிறுகதைத் தொகுப்பையும் ஜோஸே சரமகோவின் 'The Gospel According to Jesus Christ' நாவலையும் சார்த்ரேயின் 'Saint Genet' நூலையும் ராமய்யா கடந்த ஆறுமாத காலமாக வைத்துக்கொண்டிருக்கிறான். ராமய்யாவிற்கு ஆங்கிலத்தில் சரளமாகப் படிக்க இயலாது. கடையை மூடிவிட்டு வீட்டிற்குச் செல்லும்போது, இந்த மூன்று புத்தகங்களையும் எடுத்து ஜோல்னாப் பைக்குள் வைத்துக்கொள்வான். காலையில் கடை திறக்கும்போது ஜோல்னாப் பைக்குள்ளிருந்து அந்த மூன்று புத்தகங்களையும் எடுத்து, வெளியே பலரும் பார்க்கிறமாதிரி வைத்துக்கொள்வான். அவ்வப்போது படிக்கவும் செய்வான். கண்கள் பக்கங்களைப் பார்த்துக்கொண்டிருக்கும். மூளைதான் சரியாக கிரகித்துக்கொள்ளாது.

'Brodie's Report' புத்தகத்தின் ஒரு பக்கத்தை ராமய்யாவின் கண்கள் பார்த்துக்கொண்டிருந்தபோது உள்ளே நுழைந்தான் மகாதர்மன். கார் சாவியைக்

கைவிரலில் மாட்டிச் சுழற்றிக் கொண்டே வந்தான். “என்ன கடல், காபி சாப்பிடறீங்களா?” என்றான். கடல் “சரி” என்றதும் அருகிலிருந்த காபி ஷாப்பிற்குள் நுழைந்து காபிக்கு ஆர்டர் கொடுத்து, கடலுக்கும் ஒரு காபி அனுப்பச் சொன்னான்.

மகாதர்மனின் இயற்பெயர் சங்கரலிங்கம். அவனின் தாய் கஸ்தூரிபாய் மகப்பேறு மருத்துவர். தந்தை குருமூர்த்தி உயர்நீதிமன்ற வழக்கறிஞர். சங்கரலிங்கம் அரசுக் கல்லூரியில் இயற்பியல் ஆசிரியராகப் பணிபுரிகிறான்.

அந்நேரம் வியர்வையைத் துடைத்துக்கொண்டே ஒருவன் புத்தகக் கடையின் கதவைத் திறந்துகொண்டு நுழைந்தான். நுழைந்தவன் சிற்றிதழ்கள் வைக்கப்பட்டிருந்த பகுதிக்குச் சென்று அவற்றைப் புரட்டிப் பார்த்துக்கொண்டிருந்தான். பிங்க் கலரில் டீ சர்ட் அணிந்திருந்தான். அவன் தலைமுடியை வலப்புறமாக உச்சி எடுத்து இடதுபுறமாகச் சீவியிருந்தான். சிற்றிதழை வலது கையில் வைத்து இடது கையால் பக்கங்களைப் புரட்டிக்கொண்டிருந்தான். அவன் புதியவனாகத் தெரிந்ததால் கடல் அவனருகே சென்று அவனைப் பற்றி விசாரித்தான். அவன் தனது பெயர் சூரியசந்திரன் என்றும் உயிர்மையில் இரண்டு கவிதைகளும் காலச்சுவடில் ஒரு கதையும் பிரசுரமாகி யிருப்பதாகவும் உயிர்எழுத்து பத்திரிகைக்கு இரண்டு கவிதைகள் அனுப்பியிருப்பதாகவும் கூறினான். எழுத்துலகிற்குப் புதியவன் என்றும் கூறினான்.

மகாதர்மன் காபி ஷாப்பிலிருந்து வெளியேறி புத்தகக் கடையில் நுழைந்து அங்கிருந்த சேரில் அமர்ந்து, “இன்று நாம் பார்க்க வேண்டிய பார்வை பின்நவீனத்துவப் பார்வை. எதிர்க்க வேண்டிய இலக்கு உலகமயமாதல்” என்றான். “உற்பத்தியையும் வினியோகத்தையும் சீராக்கினால் எல்லாப் பிரச்சினைகளும் சீராகிவிடும்” என்றான் கடல்.

“நான் என் நண்பன் கனகவேலிடம் பேசிக்கிட்டிருந்தேன். எல்லா நிலத்தையும் பொதுவிலே வைச்சு எல்லோரும் விவசாயம் பண்ணி எல்லாத்தையும் அரசாங்கத்துக்கிட்டே கொடுத்து நாம சம்பளம் மட்டும் வாங்கிக்கிட்டா எவ்வளவு நல்லா இருக்கும்னு சொன்னேன். அப்படின்னா எங்கிட்டே இருக்கற ரெண்டு ஏக்கர் விவசாய நிலத்தையும் எடுத்துக்கிட்டு என்னைச் சம்பளத்துக்கு வேலை பாக்கச் சொல்றியான்னு கேக்கறான். இந்த மாதிரி ஆட்களை வைச்சுக்கிட்டு எப்படிச் சமத்துவத்தை உருவாக்கறது?” என்றான் கடல்.

நாளை மறுநாள் கல்லூரியில் நடைபெறவுள்ள கருத்தரங்கில் பின்நவீனத்துவம் பற்றிப் பேச இருப்பதாகக் கூறிய மகாதர்மன்

பேண்ட்டின் பின்புற பாக்கெட்டில் வைத்திருந்த ஒரு கவரை எடுத்து, அதிலிருந்த பேப்பர்களை எடுத்தான். "நான் என் கட்டுரையை இவ்வாறு ஆரம்பிக்கிறேன்" என்று கூறிப் படிக்க ஆரம்பித்தான்.

"பின்நவீனத்துவம் என்பதை இன்னதுதான் எனத் துல்லியமாக வரையறுப்பதில் இடர்ப்பாடுகள் இருப்பினும், அதனை விளக்கிடும் முகத்தான் அத்துறை சிந்தனையாளர்களால் தரப்படும் கருத்துகள் ஓரளவேனும் இதனை வரையறைப்படுத்திச் சட்டமாக ஆக்கிடப் பெரிதும் உதவுகின்றன எனக் கூறிட அதிகம் இடமுண்டு. எனவே பின்நவீனத்துவம் குறித்து மேலும் தெளிவுபெற, இதுகுறித்துப் பல சிந்தனையாளர்களும் தந்துள்ள கருத்துக்களை நிரல்படுத்திக் காண வேண்டியது இன்றியமையாததாகிறது."

சூரியசந்திரன் ஒரு சிற்றிதழை எடுத்துக்கொள்வதாகக் கூறி இடது கைப் பாக்கெட்டிலிருந்து பர்ஸை எடுத்து, வலது கையினால் திறந்து இடது கையினால் பணத்தை எடுத்துக் கொடுத்தான். மகாதர்மன் வாசித்துக்கொண்டிருப்பதைப் பார்த்து அவனும் அங்கிருந்த திண்டு போன்ற இருக்கையில் அமர்ந்தான்.

மகாதர்மன் படித்துக்கொண்டிருந்தான். "குறுகி நிறுவனப் படாமல், தொடர் வர்ணனை பற்றிப் பிறிதொரு வர்ணனை செய்துகொண்டே, விழிப்போடு இருக்கும் ஒருவகை முரண்பாடே பின்நவீனத்துவம்.

பின்நவீனத்துவம் என்பது என்னவெனில் அது ஒரு பெருங் குழப்பம். பலநோக்குப் பார்வை கொண்டது. அடிப்படையில் எல்லாவற்றோடும் முரண்பாடு கொள்வது.

மேற்கு நாடுகளில் இதுவரை ஏற்றுக்கொள்ளப்பட்டவை களின் மீது கொண்டுள்ள பார்வையை வெறுப்போடு திருப்பிக் கொள்ளுதலே பின்நவீனத்துவம் என்பார் பார்த் என்ற சிந்தனையாளர்.

பின்நவீனத்துவம் என்பது விளையாட்டுத்தனமானது. எதனையும் முழுமையாக்கும் மையம் அல்லது புனைகதை, புராணங்களினின்று இது விலகிச்செல்லும்.

தன்னையே உணர்வதன் மூலம், அனைத்தையும் ஒருங்கிணைக்கும் மையம் எதனையும் ஒதுக்கி அல்லது தொடர்ந்து நேர்கோட்டிலேயே செல்லும் போக்கினைக் கொள்ளாது, பலப்பல வாய்ப்புகளைத் தருகிற ஒருபோக்கே பின்நவீனத்துவம்."

இந்தச் சமயத்தில் *'Brodie's Report'* புத்தகம் அவர்கள் முன் துள்ளி விழுந்து புத்தகத்திலிருந்த எழுத்துகள் உதிர்வது போல் தோன்றியது. அடுத்த கணத்தில் அந்தப் புத்தகம் மறைந்தது.

அந்த இடத்தில் போர்ஹே நின்றிருந்தார். ஷூ, கோட் சூட், டை அணிந்திருந்தார். “ஐ யாம் ஜோர்ஜ் லூயி போர்ஹே” என்று மூன்று பேரிடமும் கை குலுக்கினார். மூவரும் எழுந்து நின்று கைகுலுக்கிக்கொண்டனர். அனைவரையும் அமரச் சொல்லி, சோபா திண்டில் சூரியசந்திரன் பக்கத்தில் போர்ஹே அமர்ந்துகொண்டார்.

அவரின் காது நீளமாக இருந்தது. நாடிக்குக் கீழே சதை லேசாகத் தொங்கியது. மூக்கும் நீளமாக இருந்தது. மூக்கிற்கும் உதட்டிற்கும் இடையே சற்றுக் கூடுதலான இடைவெளி இருப்பது போல் தோன்றியது. புருவங்களில் கறுப்பும் வெளுப்பும் கலந்த முடிகள் அடர்த்தியாக இருந்தன. தலைமுடியை ஏற்றிச் சீவியிருந்தார். அதிக இடைவெளிகளுடன் கொஞ்சம் தலைமுடிகளே இருந்தன. முகத்தில் முதுமையின் சுருக்கங்கள். கண்களை இறுக மூடும்போது சுருக்கங்கள் அழுத்தமாகத் தெரிந்தன.

கடையில் வெளிச்சம் கூடியிருப்பதாக தனக்குத் தோன்றியது பிரமைதான் என்று தாவரங்கள், சிப்பி, முத்து, பாறைகள், மண், நண்டு, கணவாய் மீன், விராட்டு ஆகியவற்றையும் இன்ன பிறவற்றையும்கொண்டிருக்கும் கடல் என்பதைப் புனைபெயராகக் கொண்டவனுக்குத் தோன்றியது.

அவரது இருப்பின் முன் அவர்கள் தங்களை சிறுமதி படைத்தவர்களாக எண்ணினர். கடையில் விற்கும் இரண்டு ரூபாய், ஐந்து ரூபாய், பத்து ரூபாய், ஐம்பது ரூபாய் (மகாதர்மன் வசதியானவன்) பேனாவினால் மசி தீரும்வரை ஏதோ எழுதிக் கொண்டிருப்பவர்களாகத் தோன்றி வெட்கப்பட்டனர்.

சார்த்ரேயும் சரமாகோவும் தங்கள் புத்தகங்களின் பக்கங்களை உதிர்த்து, நாச்சியாரம்மாள் பதிப்பகத்தைச் சார்ந்த இந்த ‘நாச்சியாரம்மாள் அண்ட் கோ’ புத்தகக் கடையில் தோன்றி விட்டார்களென்றால் அவர்களை எப்படி சமாளிப்பது, உட்கார வைப்பதற்கு வேறு சேர்களுமில்லையே என்று யோசித்து பயந்தான் கடல். அவனுள் வாழும் உயிரினங்கள் வேறு ஒரேயடியாகக் கொந்தளித்துக்கொண்டிருந்தன. அவசரமாக எழுந்தான். எனவே பின்புறத்தில் இடித்துக்கொண்டான். நல்லவேளையாகப் புத்தகங்கள் விழவில்லை. விழுந்தால் அவற்றின் எழுத்துக்கள் இந்த வினோத வேளையில் உதிர்ந்து, அவற்றிலிருந்து அந்தந்த எழுத்தாளர்கள் உருவாகி வந்தால் என்ன செய்வது என்ற பிரச்சினை வேறு ஏற்பட்டிருக்கும். அவசரமாகப் பின்புறத்தில் இடித்துக்கொண்டு எழுந்தவன், சார்த்ரேயின் நூலையும் சரமாகோவின் நூலையும் எடுத்துப்

பெட்டியைத் திறந்து பெட்டிக்குள் வைத்துப் பெருமூச்சு விட்டான். போர்ஹே காலாட்டிக்கொண்டிருந்தார். மகாதர்மன் படிப்பதை நிறுத்தியிருந்தான். சூரியசந்திரன் போர்ஹேயைப் பார்த்த திகைப்பிலிருந்து மீளமுடியாதிருந்தான்.

"நான் இந்தியாவைக் களமாக வைத்து எழுதிய The Approach to Al-Mu'tasim என்ற கதையைப் படித்திருக்கிறீர்களா?" என்று கேட்டுக் கண்களை இறுக மூடிக்கொண்டார் போர்ஹே. எழுத்தாளரின் முகச்சுருக்கங்கள் என்பதால் அவை மிக அழகாகவும் வியப்புக்குரியதாகவும் இருந்தன.

சூரியசந்திரன் "நான் படித்திருக்கிறேன்" என்றான். அதில் வரும் ஒருவரியை எனக்கு மறக்க முடியாது. "The soul of an ancestor or teacher may enter into the soul of an unhappy or unfortunate man to comfort or instruct him" என்று இடதுகைப் பழக்கமுடைய அவன், தனது வலதுகையினால் இடது பக்க முடியைக் கோதியபடி கூறினான்.

போர்ஹே கடலைப் பார்த்தார். கடல் மாணவன்போல் எழுந்து நின்று, "நீங்கள் இப்போது உருவாகி வந்த 'Brodie's Report' தொகுப்பில் அந்தக் கதை இடம் பெறவில்லை" என்றான். சொற்பமாகவே போர்ஹேயின் எழுத்துகளைப் படித்திருந்த, மனதில் அவை பற்றிய பதிவுகள் ஏதும் இல்லாமலிருந்த மகாதர்மன் கூறினான்: "உங்கள் புத்தகங்களை நான் விரும்பிப் படித்திருக்கிறேன். ஆனால் நீங்கள் கூறியுள்ள அக்கதை என் நினைவில் இல்லை."

"உங்கள் பெயர் என்ன?" என்றார் போர்ஹே.

"மகாதர்மன்" என்றான்.

"மாசி மாதம் பௌர்ணமி தினத்தன்று சில விஷயங்கள் தர்மனுக்கு மறந்துபோகும் என்றும் அது எந்த விஷயங்கள் என்று அவனுக்கு முன்கூட்டியே தெரியாது என்றும் வியாசன் எழுதியிருப்பது நினைவிற்கு வருகிறது" என்று கூறிப் புன்னகைத்தார் போர்ஹே.

"நான் எழுதிய வாசகம் என்னிடம் திரும்பச் சொல்லப்படும் போது அந்த வாசகம் என்னை மீண்டும் சிந்திக்கத் தூண்டுகிறது. நான் சாதாரணமாக எழுதிய வாசகம் தற்போது பிரம்மாண்டமாக, பல அர்த்தங்களுடன் என் முன் இருப்பதாக உணர்கிறேன். இதுகுறித்து நான் மேலும் சிந்திக்க வேண்டியிருக்கிறது" என்ற போர்ஹே சூரியசந்திரனைப் பார்த்தார்.

"உன்னை எப்படி இந்த வாசகம் ஈர்த்தது" என்றார்.

"நான் சிக்கலிலும் சிரமத்திலும் இருக்கும்போது இறந்து போன என் தாத்தா என்னை மறைவில் நின்று வழி நடத்திச் செல்கிறார்" என்றான் சூரியசந்திரன்.

"காபி சாப்பிடுகிறீர்களா?" என்று வியாசனின் தர்மன் சார்ந்த புனைவை போர்ஹேவுக்கு உருவாகக் காரணமாக இருந்த மகாதர்மன் கேட்டான்.

"இட்டாலியன் காபி" என்றார் போர்ஹே.

மகாதர்மன் காபி ஷாப்பிற்குள் நுழைந்து, ஸ்பானிஷ் மொழியில் எழுதும் பிரபல எழுத்தாளர் ஒருவர் வந்திருப்பதாகக் கூறி காபியைக் கொண்டுவரச்சொல்லி, மீண்டும் வந்து புத்தகக் கடையில் அமர்ந்தான்.

அமைதி நிலவியது. அமைதி இந்த வினோத வேளையை இறுக்கியது. சார்த்ரேயின் நூலும் சரமாகோவின் நூலும் பெட்டி மூடியைத் திறந்து வெளியே வந்துவிடுமோ என்ற பிரமையால் உட்கார்ந்திருந்த இடத்திலிருந்து எழுந்து பெட்டியின் மீது அமர்ந்தான் கடல்.

"பின்நவீனத்துவம் என்ற பார்வை உருவாகும் முன்னரே நான் எழுதிய சிறுகதைகளை எவ்வாறு வகைப்படுத்துவீர்கள்" என்றார் போர்ஹே.

ஆழமான சிந்தனைகள் இல்லாமல் அடுத்த நொடியிலேயே "உங்கள் கதைகள் பின்நவீனத்துவக் கதைகள்தான்" என்றான் மகாதர்மன்.

"இருப்பதை இல்லாததாகவும் இல்லாததை இருப்பதாகவும் பாவிக்கும் மனிதர்கள் நிறைந்த பூமி இது" என்றார் போர்ஹே, கோட்டைத் தளர்த்திக்கொண்டே.

இந்த வாசகத்தைப் பற்றி வியாசனின் தர்மனை நினைவு படுத்திய மகாதர்மனும், போர்ஹேயின் வாசகத்தை அவரிடமே திருப்பிச்சொன்ன சூரியசந்திரனும், அடுத்தநாள் மீன் சாப்பிட வேண்டும் என்று தற்போது நினைத்துக்கொண்டிருக்கும் கடலும் யோசித்துக்கொண்டிருந்தனர். இட்டாலியன் காபி வந்தது. அதை போர்ஹே அருந்தினார்.

காபிக் கோப்பையைக் கீழே வைத்துவிட்டு "நான் இந்தக் கதைக்குள் நுழைந்ததும் கதையின் நடை மாறிவிட்டதாக உணருகிறேன். சரி, நடந்ததை நடக்க விதிக்கப்பட்டதாக நினைக்கும் மனங்களைப் பற்றி யோசித்துப் பாருங்கள்..." என்று சொல்லிக்கொண்டிருக்கும்போதே போர்ஹே நொறுங்கி எழுத்துகளாக மாறி, அவர் மறைய, புத்தகம் மட்டும் கீழே கிடந்தது.

அதை அவசரமாக எடுத்துப் பெட்டிக்குள் வைத்து மூடினான் கடல்.

சூரியசந்திரன் டி.வி.எஸ். 50 மொபெட்டில் வீட்டை நோக்கிச் சென்றுகொண்டிருந்தான். மொபெட்டிலிருந்து 'கிடுக் கிடுக்' என்று ஒரு சத்தம் வந்துகொண்டிருந்தது. வண்டியில் பல கோளாறுகள் இருப்பதால், அதைச் சரிசெய்ய வேண்டும் என்று அடிக்கடி நினைப்பான். ஆனால் பணம் இல்லாததால் அவனால் அவற்றைச் சரி செய்ய முடியவில்லை. அவன் ஒரு தனியார் கம்பெனியில் மாதம் ரூபாய் ஐயாயிரம் சம்பளத்திற்கு வேலை பார்த்துக்கொண்டிருக்கிறான். அப்பா, அம்மாவுடன் வசிக்கிறான். ஒரு தங்கை இருக்கிறாள். அப்பா சில கடைகளுக்குக் கணக்கு எழுதிக்கொடுக்கிறார். தங்கை பி.ஏ. புவியியல் படித்துவிட்டு வீட்டில் இருக்கிறாள். திருமணம் பண்ணிக்கொடுக்க வழியில்லை. சிறிய வீடு. சிறிய அறையில் அப்பா, அம்மா, தங்கையுடன் சிறிய இடைவெளிகளில் படுத்திருப்பது அவனுக்குச் சங்கடமாக இருப்பதால் மொட்டை மாடியில்தான் அவன் இரவு வேளையில் படுத்திருப்பான். தங்கை வேலைக்குச் செல்ல அனுமதிக்குமாறு கேட்டுக்கொண்டிருக்கிறாள். தந்தை அனுமதிக்காமல் இருக்கிறார். சர்வீஸ் கமிஷன் பரீட்சை எழுதி அவனாலும் அவளாலும் தேர்ச்சி பெறமுடிய வில்லை. தற்போது இருவரும் விண்ணப்பித்திருக்கிறார்கள். தீவிரமாகப் படித்துக்கொண்டிருக்கிறார்கள். மூன்றாம் ஆங்கில – மைசூர் போர் எந்த ஆண்டு துவங்கி, யார் யாருக்கு இடையே நடைபெற்றது என்று.

சூரியசந்திரன், மொபெட்டை நிறுத்திவிட்டு வீட்டுக்குள் நுழைந்தான். அவன் அம்மா முறுக்கு சுட்டுக்கொண்டிருந்தார். தங்கை உதவிக்கொண்டிருந்தாள். சுட்ட முறுக்குகளைப் பக்கத்துக் கடைகளில் கொடுத்து விற்றபின் கணக்கு வைத்துப் பணம் வாங்கி வருவார்கள். முறுக்கு சுட்டு முடித்தபின் தோசை ஊற்றித்தருவதாக அம்மா கூறியதால் அவன் பாய், தலையணையை எடுத்துக்கொண்டு மொட்டை மாடிக்குச் சென்றான். படுக்கையை விரித்துப்படுத்து வானத்து நட்சத்திரங் களைப் பார்த்தான். தங்கைக்கு எப்படித் திருமணம் நடக்கப் போகிறது என்ற துயரம் அவனைக் கவ்வியது. காதல் திருமணம் என்றால் குறைத்து செலவழிக்கலாம். அதற்கும் வழியில்லை. ஒருவழியும் தெரியவில்லையே என்று சிந்தித்துக்கொண்டிருந்தான்.

கடலின் வீடு புத்தகக் கடையிலிருந்து நடக்கும் தூரம்தான். அவனின் தந்தை பலசரக்குக்கடை வைத்திருக்கிறார். வீட்டின் முன் பகுதியில் பலசரக்குக்கடை உள்ளது. பின்பகுதியில் குடியிருக்கிறார்கள். அவனுடைய தந்தை முன்பு ஒரு மொத்த

வியாபாரக் கடையில் வேலை பார்த்து தற்போது தனியாக இந்தப் பலசரக்குக்கடை வைத்திருக்கிறார். கடலின் அண்ணன் பலசரக்குக் கடையில் தந்தைக்குத் துணையாக இருக்கிறான். கடலுக்கும் ஒரு கடை வைத்துக் கொடுக்க வேண்டும் என்ற எண்ணம் அவன் தந்தைக்கு உண்டு. காலம் கனியவில்லை.

கடல் வீட்டுக்குள் நுழைந்தான். கத்தரிக்காய் புளிக்குழம்பும் உருளைக்கிழங்கும் இருந்தன. உப்புக்கண்டத்தைப் பொரிக்கச் சொன்னான். நாளை மீன் சாப்பிட வேண்டும் என்ற எண்ணத்தை தாயாரிடம் சாப்பிடும்போது கூறினான்.

மகாதர்மன் ஹுண்டாய் காரில் நோக்கியா அலைபேசியில் மனைவியுடன் பேசிக்கொண்டிருந்தான். வரும்போது மல்லிகைப் பூ வாங்கி வருமாறு மனைவி கூறினாள். அவனின் மனைவி உலக வங்கியில் நல்ல பதவியில், நல்ல சம்பளத்தில் பணி புரிகிறாள். தனது மனைவி உலக வங்கியில் பணிபுரிவதை சிந்தனையாளர்களிடமும் நண்பர்களிடமும் கூறும்போது அவனுக்கு அவமானமாகவும் கூச்சமாகவும் இருக்கும். இதைப் பலமுறை அவன், மனைவியிடம் கூறியிருக்கிறான். இதில் சங்கடப்பட என்ன இருக்கிறது; பெருமைப்படத்தானே வேண்டும் என்று அவள் நினைத்துக்கொள்வாள். ஏதோ தப்பான புத்தகத்தைப் படித்துவிட்டுத் தப்பாகச் சிந்திக்கிறான் என்பதுதான் அவளின் நிலைப்பாடு. அவர்களுக்கிடையே அடிக்கடி சிந்தனைச் சண்டைகள் ஏற்பட்டாலும் காமத்தில் இருவரும் கெட்டிக்காரர்களாகவும் உடல்ரீதியாக ஒருவருக் கொருவர் ஈர்ப்புக்கொண்டிருப்பதாலும் அவர்களுக்குள் சமரசம் ஏற்பட்டுவிடும்.

மகாதர்மன் காரை நிறுத்தி கூர்க்காவிடம் கேட்டை அடைக்குமாறு கூறிவிட்டு பங்களாவுக்குள் நுழைந்தான். பெரிய ஹாலில், விலையுயர்ந்த சொகுசு சோபாவில் அமர்ந்து தொலைக்காட்சி பார்த்துக்கொண்டிருந்த அவன் தந்தை தொலைக்காட்சியை அணைத்துவிட்டு அவனிடம் கூறினார்.

“கிழக்குத் தாம்பரத்திலே ஒரு கிரவுண்ட் இடம் விலைக்கு வருது. நல்ல இடம். நான் பார்த்துட்டேன். வர்ற ஞாயிற்றுக் கிழமை ஆள் அனுப்பறேன். போய் பாத்துட்டு வந்துரு. சப் – ரெஜிஸ்ட்ரார் மதிப்புக்கும் நடப்பு மதிப்புக்கும் நல்ல வித்தியாசம் இருக்கு. ரெண்டாம் நம்பர் பணத்தைக் கணக்குக்குக்கொண்டு வந்திரலாம்” என்றார்.

“போன மாதம் வாங்கின இடத்தை பென்சிங் போடணும்னு பேசினோமே, போட்டாச்சா” என்றான் மகாதர்மன்.

அவர் "போட்டாச்சு" என்றார்.

ஆடைகளை மாற்றிவிட்டு டைனிங் டேபிளில் சாப்பிட அமர்ந்தான். சமையல் செய்யும் பெண் டேபிளில் உணவுகளை எடுத்துவைத்திருந்தாள். அப்பெண் தட்டை எடுத்துவைத்தாள். அவன் மனைவி மாடியிலிருந்து இறங்கிவந்தாள். வரும்போது அவள் மார்புகள் அசைவதை அவன் பார்த்தான், சமையல் பெண்ணைத் தள்ளி இருக்கச் சொல்லிவிட்டு அவள் பரிமாறி னாள். அவளும் சேர்ந்து சாப்பிட்டாள். அவள் குளித்து, பளிச்சென்று மலர்ச்சியுடன் இருந்தாள். அவள் நடவடிக்கைகளும் பாவனைகளும் இன்று இரவு அவள் காமத்தை வரவேற்கிறாள் என்று தோன்றியது.

அவன் படுக்கையில் சாய்ந்து நாளை வாசிக்கப்போகும் பின்நவீனத்துவம் பற்றிய கட்டுரையைப் பார்த்துக்கொண் டிருந்தான். அவள், அவன் வாங்கிவந்த மல்லிகைப்பூவைச் சூடி பெரிய நிலைக்கண்ணாடி முன் அழகு பார்த்தாள். பின் படுக்கையில் படுத்தாள். அவன் கட்டுரையைப் புரட்டிக் கொண்டிருந்தான். அவள் எழுந்து பாத்ரூம் போய்விட்டு வந்தாள். மேஜையில் இருந்த தண்ணீரை ஊற்றிக் குடித்தாள். "என்ன படிச்சிக்கிட்டிருக்கீங்க" என்றாள். அவன் "நாளை வாசிக்க வேண்டிய பின்நவீனத்துவம் பற்றிய கட்டுரை" என்றான்.

"பின்நவீனத்துவம்னா என்ன? குனிஞ்சு நின்னு பின் பக்கமா செக்ஸ் வைச்சுக்கிறதா? இந்தா இப்படியா?" என்று மேஜையில் கைகளை வைத்து, காலை அகட்டி பின்புறத்தைக் காட்டி நின்றாள். அவன் பின்நவீனத்துவக் கட்டுரையை எறிந்துவிட்டு அவளைப் பின்புறமாகச் சேர்ந்தான். கட்டுரை காற்றில் படபடத்துக்கொண்டிருந்தது.

இந்தக்கதையை என் மதிப்பிற்குரியவரும் பின்நவீனத்து வத்தை அறிந்தவரும் சென்ற ஆண்டு மார்ச் மாதம் லண்டனில் நடந்த சர்வதேசக் கருத்தரங்கில், *'Beyond the Author: A Post Modernistic Approach to Literature"* என்ற தலைப்பில் கட்டுரை வாசித்தவருமான பேராசிரியர் ஆல்பிரட் சின்னத்துரையிடம் காட்டினேன். அவர் 'இது சரியான பின்நவீனத்துவக் கதை' என்றார். உலக அளவில் பின்நவீனத்துவ சிந்தனையாளர்களால் கவனிக்கப் படும் சிந்தனையாளர்களில் ஒருவரான ஜெனிபர் மங்கையற்கரசியும் அப்போது உடனிருந்தார். அவரும் பேராசிரியர் கூறியதை ஆமோதித்தார்.

○

***உயிர்மை,* மே 2012**

மட்டாஞ்சேரி ஸ்ரீதரன்மேனன்

வெற்றிச்செல்வி அலுவலகத்திற்குச் செல்லத் தயாராகிக்கொண்டிருந்தாள். மருத்துவக் கல்லூரியும் பொறியியல் கல்லூரியும் அவள் நிர்வாகத்தின் கீழ் இயங்கிவருகின்றன. வேலை எனப் பெரிதாக ஒன்றும் இல்லை. அலுவலகத்திற்குச் சென்று அமர்ந்தால்தான் அனைத்து நிறுவனங்களும் கட்டுக்கோப்புடன் நடக்கும் என்று நினைப்பதால் தினமும் அலுவலகத்திற்குச் செல்கிறாள். கணவர் கோயிலுக்குச் செல்லத் தயாராகி விட்டாரா என்று அறைக்குள் எட்டிப்பார்த்தாள். அப்போது அவர் பிரா அணிந்துகொண்டிருந்தார். 'இந்நேரம் நிறைய பக்தர்கள் வந்திருப்பாங்க. சீக்கிரம் கிளம்புங்க' என்றாள். மூட்டுவலி அதிகரித்துள்ளதாகக் கணவர் கூறினார். 'தினமும் செல்வதைத்தான் புதன், சனி, ஞாயிறு என்று குறைத்தாகிவிட்டதே...' என்று அவள் கூறினாள்.

அவள் மீண்டும் எட்டிப்பார்த்தாள். கணவர் உதட்டிற்கு லிப்ஸ்டிக் போட்டுக்கொண்டிருந்தார். பிறகு கண்களுக்கு மை தீட்டினார். 'சீக்கிரம். நேரமாகி விட்டது' என்றாள் வெற்றிச்செல்வி. உதட்டுச் சிவப்பும் கண்களைச் சுற்றித் தீட்டியிருந்தமையும் அவருக்கு வழக்கம்போல் பெண் சாயலை ஏற்படுத்தின. பட்டுச்சேலையைப் பஞ்சகச்சம் மாதிரிக் கட்டியிருந்தார். வயிற்றை மறைக்கும் ரவிக்கை. கைகளில் ரோமங்கள் இல்லை. கால்களில் சலங்கை. உயரமாக இருந்தார்.

அவர்கள் இருவரும் வெளியே வந்தார்கள். பாதுகாவலர்கள் நால்வர் வெளியே நின்றிருந்தார்கள்.

அலுவலகத்திற்குச் செல்வதற்காக வெற்றிச்செல்வி தன் காரில் ஏறினாள். கணவர் ஒரு காரில் ஏறினார். பாதுகாவலர் ஒருவர் மட்டும் அக்காரின் முன்புற இருக்கையில் அமர்ந்துகொண்டார். ஏனைய பாதுகாவலர்கள் மூவரும் அடுத்து இருந்த காரில் ஏறி அவரது காரைப் பின்தொடர்ந்தார்கள்.

கோயில் இருந்த வளாகத்தின் முன்புறமுள்ள கேட்டின் முன் கார்கள் நின்றன. அவர் இறங்கி நடந்தார். பாதுகாவலர்கள் நால்வரும் பக்கத்திற்கு ஒருவராகப் பாதுகாப்பாக நடந்து வந்தனர். இருபுறமும் பக்தர்கள் கூட்டம். 'கிருஷ்ண கிருஷ்ண கிருஷ்ண கிருஷ்ண ராதாகிருஷ்ண வாழிய வாழியவே' என்று ஒலிபெருக்கியில் குரல் ஒலிக்கப் பாதையின் இரு புறமும் நின்றிருந்த பக்தர்களும் அதையே உரத்த குரலில் கூறினார்கள். அவருக்கு முன்னால் சென்ற பெண்கள் இருவர் மல்லிகை மலர்களைத் தூவிச் சென்றுகொண்டிருந்தார்கள்.

அவர் சாதாரணமாக நடந்துகொண்டிருந்தார். சலங்கைச் சத்தம் கேட்டுக்கொண்டிருந்தது. திடீரென அவர் நடையில் மாற்றம் தெரிந்தது. ஒரு பெண் அவருக்குள் புகுந்துகொண்டதைப் போலிருந்தது. நடை பெண் நடையாக மாறியது. உடலசைவுகள் பெண்ணுடையவை போல் மாறின. கழுத்தைச் சாய்த்துக் கண்களைச் சுழற்றி நாட்டியப் பெண்போலச் சுற்றியிருந்தவர்களைப் பார்த்துக்கொண்டே நடந்தார். திடீரென நடனமாடிக் கொண்டே மண்டபத்தின் மையத்தில் வைக்கப்பட்டிருந்த ராதாகிருஷ்ணன் விக்கிரகத்தை நோக்கிச் சென்றார். பக்தர்கள் அவர்மேல் விழுந்துவிடாமல் பாதுகாவலர்கள் பார்த்துக் கொண்டார்கள். மலர் தூவிச் சென்ற பெண்கள் அவர் நடன மாடும் வேகத்தைக் கண்டு பயந்து ஒதுங்கிக்கொண்டார்கள்.

அவர் பீடத்தில் வைக்கப்பட்டிருந்த மாலையை நடன மாடியபடியே எடுத்துக்கொண்டார். மாலையை அணிந்து கொண்டதும் நடனத்தின் வேகம் கூடியது. 'கிருஷ்ண கிருஷ்ண கிருஷ்ண கிருஷ்ண கிருஷ்ண ராதாகிருஷ்ண வாழிய வாழியவே' என்ற குரல் ஒலிபெருக்கியில் ஒலிக்கப் பக்தர்களும் அதையே பின்பற்றிக் கூறிக்கொண்டிருந்தார்கள். அவர் சுழன்று சுழன்று தனக்குத் தோன்றியவாறெல்லாம் நடனமாடிக்கொண்டிருந்தார். வியர்வையில் முகப்பவுடர் கலைந்து திட்டுத் திட்டாகத் தெரிந்தது. கூட்டத்தில் ஒரு பெண் சாமி வந்து அவளும் நடனமாடத் தொடங்கினாள். கூட்டம் பரபரப்படைந்தது. கூட்டத்தின் கவனம் அவளை நோக்கிச் செல்வதையும் கூட்டத்திலிருந்தவர்கள் அவளைப் பார்ப்பதற்கு முண்டியடித்ததையும் கவனித்த ஊழியர்கள் அவளைக் கூட்டத்திலிருந்து தனியே அகற்றிக்கொண்டு சென்றனர்.

அவரால் முடிந்த உச்ச வேகத்திற்கு நடனம் சென்றதும் ஒரு கட்டத்தில் அவர் சோர்ந்து தரையில் விழுந்தார். தரையில் கிடந்த நிலையில் அவருடைய உடல் மூச்சு வாங்கிக்கொண்டிருந்தது. சற்று நேரத்தில் எழுந்து அமர்ந்தார். ஒரு சொம்பில் நீர்மோர் கொண்டுவந்து ஒருவர் கொடுத்தார். அதை வாங்கிக் குடித்துவிட்டு எழுந்தார். பக்தர்கள் கூட்டத்திற்கிடையே அவர் செல்வதற்குத் தனியாகக் கல்பதிக்கப்பட்ட பாதை அமைக்கப்பட்டிருந்தது. அதன் வழியாகச் சென்றால் அனைவரும் ஓரளவிற்கு அவரைப் பார்க்க முடியும். அப்பாதை வழியே நடந்தார். முன்வரிசையில் நின்றிருந்தவர்கள் அவர் காலில் விழுந்தார்கள். பாதுகாவலர்கள் அவரைச் சுற்றிப் பாதுகாவலாகச் சென்றனர்.

பாதைவழியே தரிசனம் கொடுத்து மீண்டும் கிளம்பிய இடத்திற்கே வந்து சேர்ந்தார். சிறப்பு தரிசனத்திற்குப் பணம் கட்டியவர்கள் தனிவழியில் வந்து அவரைச் சந்தித்து ஆசியும் அருள்வாக்கும் பெறும் தருணம் ஆரம்பமாகியது. சிறப்பு தரிசனத்திற்கு அனைவரையும் அனுமதிக்க மாட்டார்கள். எண்ணிக்கை வரையறை உண்டு. அங்கிருந்த சிம்மாசனத்தில் அவர் அமர்ந்தார். உஷ் என்று வாய்வழியே காற்றைவிட்டு ஆசுவாசமானார். களைப்பும் தூக்கமும் கண்களைக் கட்டிக் கொண்டு வந்தன. ஆனால் மயக்க நிலையில் இருப்பவர்போல் உடல் மட்டும் ஆடிக்கொண்டிருந்தது.

முதலில் நுழைந்தவர் வயதானவராக இருந்தார். வந்தவர் கண்கலங்க அவர் காலில் நெடுஞ்சாண்கிடையாக விழுந்தார்.

‘அம்மையே எனக்கு ஒரே மகன். தறுதலையா இருக்கான். சொல் பேச்சுக் கேக்கமாட்டேங்கிறான். நீங்கதான் அவனைத் திருத்தணும்.’

அவர் மயக்க நிலையில் அந்த முதியவரிடம் கூறினார் ‘நான் திருத்தறேன். வரும் பௌர்ணமி அன்னைக்குப் பையனை விரதம் இருக்கச் சொல்லி, உங்க குடும்பத்தாரும் விரதம் இருந்து இரவு ஆறரை மணிக்கு உங்க குலதெய்வத்தை வணங்கினால் எல்லாம் சரியாகும். உங்க மகன் தங்கமா மாறுவான்.’ பக்கத்திலிருந்த பித்தளைப் பாத்திரத்தில் கையை விட்டுத் துளசி இலைகளை எடுத்து அவருக்கு அளித்தார். முதியவர் கையை விரித்துப்பார்த்தார். துளசி இலைகளினூடே ஒரு சிறிய ராதாகிருஷ்ணன் சிலை இருந்தது. எல்லோருக்கும் இவ்வாறு சிலை வராது. சிலருக்குத்தான் சிலை வரும். முதியவர் கண்களில் வழிந்த நீரைத் துடைத்துக்கொண்டே வெளியேறினார்.

அடுத்ததாக இளம்பெண் ஒருத்தி வந்தாள். ‘அம்மையே, எனக்குக் கல்யாணமாகி அஞ்சு வருஷமாச்சு. குழந்தைப் பாக்கியம் இல்லை.’

அவருக்குச் சிரிப்பு வந்தது. அடக்கிக்கொண்டார். “வரும் அமாவாசை அன்று நீங்களும் உங்க வீட்டுக்காரரும் மட்டும் ராமேஸ்வரம் சென்று அக்கினித் தீர்த்தத்தில் குளித்து அன்று அங்கேயே தங்கியிருந்து அடுத்த நாள் காலையில் ஊரைவிட்டு அகன்றுவிட வேண்டும். நினைத்தது நடக்கும்” என்று பாத்திரத்தில் கையை விட்டுத் துளசி இலைகளை அளித்தார். கையை விரித்துப்பார்த்தாள். சிலை இல்லை. அவள் கைகளில் நிறைய வளையல்கள் அணிந்திருந்தாள். அவள் பின்புறம் பெரியதாக இருந்தது கண்களுக்குத் தெரிந்தது. கண்களை வேறுபக்கம் திருப்பிக்கொண்டார்.

அடுத்ததாக நடுத்தரவயதுப் பெண்ணொருத்தி வந்தாள். “என் வீட்டுக்காரர் என்னைவிட்டுப் போயிட்டார். திரும்பி வர்றதுக்கு உதவிபண்ணுங்க” என்றாள்.

“திரும்பி வரமாட்டார்” எனச் சொல்லவிருந்தவர், “இன்னும் நான்கு வருடங்களுக்கு அவர் வர்றதுக்கு வாய்ப்பில்லை” என மாற்றிச் சொல்லிப் பாத்திரத்திலிருந்து துளசி இலைகளை எடுத்து அளித்தார். இப்பெண்ணிற்கும் சிலை வரவில்லை.

அவர் வலது பக்கம் திரும்பி அங்கு பவ்யமாக நின்றிருந்த பையனைப் பார்த்தார். அவன் ஏற்கனவே பெப்ஸி ஊற்றி வைத்திருந்த எவர்சில்வர் டம்ளரைக் கொண்டுவந்து அவரிடம் பவ்யமாகக் கொடுத்தான். டம்ளரின் வெளிப்புறம் முத்து முத்தாக வியர்த்திருந்தது. அதை அருந்தியதும் அவருக்கு சிறுநீர் கழிக்க வேண்டும்போல் இருந்தது. சிம்மாசனத்திலிருந்து இறங்கி சிறுநீர் கழிக்குமிடத்தை நோக்கிச் சென்றார். சிறப்புத் தரிசனத்திற்காகக் காத்திருந்தவர்களை அலுப்புடன் பார்த்துக் கொண்டே சென்றார்.

வெற்றிச்செல்வியின் தாய், தந்தையருக்கு நான்கு பெண்கள். அவள் நான்காவது பெண். அவளுடைய தந்தை தபால் அலுவலகத்தில் வேலையிலிருந்தார். மூன்று பெண்களுக்குத் திருமணம் முடித்தபோதே அவர் ஒன்றுமில்லாதவராகிப் பெரும் கடனாளியாகிவிட்டார். வேறுவழி இல்லாமல் தையல்காரரான தங்கவேலுக்கு வெற்றிச்செல்வியைத் திருமணம் செய்துவைத்தார். அவளுக்குத் தையல்காரரைத் திருமணம் செய்வதில் விருப்பமேயில்லை. திருமண சமயத்தில் அவள் சோகத்துடனேயே இருந்தாள். நல்ல மாப்பிள்ளை பார்க்க வசதியில்லாமல் போய்விட்டதே என்று வெற்றிச்செல்வியின் தந்தையும் வருத்தப்பட்டுக்கொண்டேயிருந்தார்.

தங்கவேல் மீசையில்லாமல் இருந்தான். உயரமாக இருந்தான். திருமணத்திற்குப் பிறகு மீசை வைத்துக்கொள்ளுமாறு

எவ்வளவோ சொல்லிப் பார்த்தாள். அவன் கேட்கவில்லை. சிறிய வீடு. ஒற்றை அறை; பின்னால் சமையலறை. அவ்வளவு தான். தங்கவேலின் அம்மா வீட்டிற்கு வெளியே கயிற்றுக் கட்டிலில் இரவில் படுத்துக்கொள்வாள். பெரும்பாலான இரவுகளில் இருமிக்கொண்டேயிருப்பாள்.

பத்தடிக்குப் பத்தடியில் தங்கவேல் ஒரு கடை வைத்திருந்தான். பெரும்பாலும் பெண்கள்தான் வாடிக்கையாளர்கள். பண்டிகை மாதங்கள் தவிரப் பிறநாட்களில் போதுமான அளவிற்கு உருப்படிகள் வருவதில்லை. வருமானமில்லாத நாட்களில் அப்பா வீட்டிற்குச் சென்று அரிசி எடுத்துவந்து வெற்றிச்செல்வி சமைப்பாள். சமயங்களில் செலவுக்கும் பணம் வாங்கிவருவாள். அப்போது அவள் மனம் மிகவும் கஷ்டப்படும்.

இரவில் வெற்றிச்செல்வியும் தங்கவேலும் கூடும்போது வெளியிலிருந்து பலத்த இருமல் சத்தம் கேட்டால் தங்கவேலு விலகிவிடுவான். இப்படிப் பல இரவுகளில் நடந்ததுண்டு. ஒரு நாள் பலத்த இருமல் சத்தம் கேட்டு விலகினான். அந்த இருமல் வழக்கமான இருமல் சத்தம் மாதிரிக் கேட்கவில்லை. அவள் அவன்மேல் விழுந்து இயங்கலாம் என்று பார்த்தாள். அவன் விலக்கித் தள்ளினான். 'வழக்கமான இருமல் மாதிரி இல்லயே' என்றான். வெளியிலிருந்து மூச்சிரைக்கும் சத்தம் கேட்டது. வெற்றிச்செல்வி ஆடைகளைச் சரிசெய்துகொண்டாள். கதவைத் திறந்து தங்கவேல் வெளியே வந்தான். பின்னாலேயே அவளும் வந்தாள். கயிற்றுக்கட்டிலில் படுத்திருந்த தங்கவேலின் தாயாரின் மார்பு மூச்சிரைப்பில் ஏறி இறங்கிக்கொண்டிருந்தது. சளியின் சத்தம் 'கரகர'வென்று கேட்டது. உயிருக்குப் போராடிக்கொண்டிருந்ததைப் போல் இருந்தது. பக்கத்துப் போர்ஷன்காரர்களின் துணையோடு ஒரு ரிக்ஷாவைப் பிடித்து, பெரியாஸ்பத்திரிக்குக் கொண்டுசென்றார்கள். அடுத்தநாள் விடிகாலையில் உயிர் அடங்கிவிட்டது. இறுதிச் சடங்குகள் செய்ய அவன் கையில் பணமில்லை. திருப்பிக் கொடுக்க வசதியில்லாதவர்கள் என்பதால் பக்கத்துப் போர்ஷன்காரர்களும் கடன் கொடுக்கத் தயங்கினார்கள். கடைசியில் விருதுநகரில் கட்டிக்கொடுத் திருக்கும் தங்கவேலின் அக்கா வந்து அவள் செலவிலேயே இறுதிச் சடங்குகள் நடந்தன.

அதற்குப் பின் வெளியில் இருமல் சத்தம் கிடையாது. ஒருநாள் தூங்கிக்கொண்டிருந்த வெற்றிச்செல்வி ஏதோ சத்தம் கேட்டு விழிக்க, தங்கவேல் பெண் உடைகளை அணிந்து கொண்டிருந்ததைப் பார்த்தாள். அவள் கேட்ட கேள்விக்கு அவன் பதில் சொல்லவில்லை. ஆடைகள் அணிவதிலேயே முனைப்பாக இருந்தான். அவனிடம் அப்படிப்பட்ட கிளர்ச்சியை அவள்

கண்டதில்லை. அத்தகைய மூர்க்கத்தையும் அவள் கண்டதில்லை. உடல் தந்த இன்பத்தில் மூழ்கி இறந்து போய் விடுவோமோ என்றுகூடத் தோன்றியது.

அடிக்கடி இரவில் பெண் ஆடைகளை அவன் அணிவது வழக்கமாகிவிட்டது. ஆரம்பத்தில் ஒருமாதிரியாக இருந்த போதும் நாளாவட்டத்தில் வெற்றிச்செல்விக்கும் அவனது நடத்தை பழகிவிட்டது.

வெற்றிச்செல்வியின் அப்பா பணியிலிருந்து ஓய்வு பெற்றதில் கிடைத்த பணத்தில் ஒரு தொகையை அவளுக்குக் கொடுத்திருந்தார். அதை வைத்து ராதாகிருஷ்ணன் கோயிலுக்குப் பக்கத்துத் தெருவில் இருந்த ஒரு கடையை வாடகைக்குப் பிடித்துத் தையற்கடையை ஆரம்பித்தார்கள். ஓரளவிற்கு வசதியானவர்கள் குடியிருக்கும் பகுதி என்பதால் கடையிலிருந்து சுமாரான வருமானம் வர ஆரம்பித்தது. வெற்றிச்செல்வி பி.ஏ. (பொருளாதாரம்) தமிழ்வழியில் படித்திருந்தாள். அவளுக்கு ஒரு கடையில் பில்போட்டுப் பணம் வசூலிக்கும் வேலை கிடைத்தது. அது பெரிய வேலையாக வெற்றிச் செல்விக்குத் தெரிந்தது. கடையில் விற்பனையாளர் வேலை என்றால் நின்று கொண்டே இருக்கவேண்டும். இந்தவேலை உட்கார்ந்துகொண்டே பார்க்கும் வேலை. கௌரவமான வேலையாகத் தோன்றியது.

தைப்பதற்குத் துணிகள் அதிகம் வர ஆரம்பித்ததால் தையற்காரன் ஒருவனை சம்பளத்திற்கு உடன் வைத்துக் கொண்டான் தங்கவேல். பக்கத்துத் தெருவில் இருக்கும் ராதா கிருஷ்ணன் கோயிலில் மாலை வேளையில் நடக்கும் பஜனைகளிலும் ஞாயிற்றுக்கிழமைகளில் பகல்வேளையில் நடக்கும் பஜனையிலும் தங்கவேல் கலந்துகொள்வான். விசாலமான மண்டபத்தில் ராதா கிருஷ்ணன் விக்கிரகத்தை வைத்து நாலைந்து பேர் பாடுவார்கள். பக்தர்களும் அவர்களைப் பின்பற்றிப் பாடுவார்கள். ஒரு ஞாயிற்றுக்கிழமை பகல் வேளையில் ஆந்திராவிலிருந்து ஒரு பஜனை கோஷ்டியினர் வந்து பாடி ஆடுவார்கள் என்றும் மதியம் கல்கண்டு சாதமும் சாம்பார் சாதமும் வழங்கப்படும் என்றும் தெரிவிக்கப்பட்டிருந்தது. தங்கவேலும் அந்த நிகழ்ச்சிக்குச் சென்றிருந்தான். ராதாகிருஷ்ணன் விக்கிரகத்தின் முன்பு அவர்கள் ஆடிக்கொண்டே பாடினார்கள். தெலுங்குப் பாடல்களையும் தமிழ்ப் பாடல்களையும் கலந்து பாடினார்கள். ஒருவர் கழுத்தில் மாட்டிய ஹார்மோனியத்தை வாசித்துக்கொண்டே ஆடினார். மற்றவர்கள் சப்ளாக் கட்டையை அடித்துக்கொண்டே ஆடினார்கள். ஒருவர் மட்டும் பெண்மையின் நளினத்தோடு அபிநயம் பிடித்து நடனமாடிக்கொண்டிருந்தார். தங்கவேல் அவரையே பார்த்துக்கொண்டிருந்தான். ஒரு

கட்டத்தில் கூட்டத்தில் சிலரும் அந்தக் கோஷ்டியுடன் இணைந்து ஆடினார்கள் தங்கவேலும் எழுந்து நின்று ஆடினான். அபிநயம் பிடித்து நடனமாடிக்கொண்டிருந்த வருடன் இணைந்து அவனும் ஆடலானான்.

ஆடும்போது அவன் நடைமாறியது. உடல் அசைவுகளில் மாற்றம் ஏற்பட்டது. இரவில் புகும் பெண்மை அவனுள் புகுந்தது. அவனது நடன ஆட்டத்தைக் கண்டு மற்றவர்கள் ஆடாமல் ஒதுங்கினார்கள். அபிநயம் பிடித்து ஆடிக்கொண்டிருந்தவரும் அவனும் மட்டுமே ஆடினார்கள். ஒரு கட்டத்தில் அவனது வேகத்திற்கு இசைவாக ஆட முடியாமல் அவரும் ஆட்டத்தை நிறுத்தினார். தங்கவேல் பெண்ணாகவே மாறி ஆடிக்கொண் டிருந்தான். கண்ணனை அழைக்கும் பாவனை... கண்ணனின் பிடியில் சிக்காமல் தத்தளிக்கும் பாவனை... கூட்டம் வியந்து பார்த்தது. திடீரென்று அருள் வந்த பாவனை அவனிடமிருந்து வெளிப்பட்டது. ஆந்திர கோஷ்டியும் கூட்டமும் பயபக்தி யுடன் அவனைப் பார்த்தன. நின்ற நிலையில் அவன் உடல் ஆடிக்கொண்டிருந்தது. சற்று நேரத்தில் சரிந்து விழுந்தான். அவன் முகத்தில் தண்ணீர் தெளித்தார்கள். அவன் எழுந்து உட்கார்ந்து ராதாகிருஷ்ணனைப் பெண் பாவனையில் அபிநயித்து நமஸ்கரித்தான். ஆந்திர கோஷ்டியிலிருந்த ஒரு பெரியவர் தாம்பாளத்தைக் கொடுத்து அதிலிருந்த துளசி இலைகளை மற்றவர்களுக்குக் கொடுக்கச் சொன்னார். ஒரு சிறுமி காலில் விழுந்து ஆசிபெற்றது. ஒவ்வொரு ஞாயிற்று கிழமைக் காலையிலும் நடனபூஜை என்ற நிகழ்ச்சியைப் புதிதாக ஆரம்பிப்பதாக முடிவுசெய்யப்பட்டது.

ஞாயிற்று கிழமை காலை நடைபெறும் நடனபூஜையின் முக்கியஸ்தராகத் தங்கவேலு உருவானான். அருள் வந்து சரிந்து விழுந்தபின் துளசி இலைகள் வழங்கும் நிகழ்ச்சியும் தொடர்ந்தது. சில நாட்களில் அருள் வரும்போது கூட்டத்திலிருந்த சிலர் குறிகேட்க அவனும் வாக்குச் சொல்ல ஆரம்பித்தான். அந்நேரத்தில் என்ன தோன்றுகிறதோ அதைச் சொல்ல ஆரம்பித்தான். தெய்வ கடாட்சம் பெற்றவனாகத் தன்னை மற்றவர்கள் நினைப்பதைப் பார்த்தபோது ஆரம்பத்தில் அவனுக்கு ஆச்சரியமாகவும் பெருமையாகவும் இருந்தது.

தனது பாவனைகள் மற்றவர்களை ஈர்க்கின்றன என்று தெரிந்ததால் அதில் நுட்பங்களையும் வசீகரங்களையும் கூட்டிக் கொண்டுபோனான். தனது வாக்கு பலிப்பதாகப் பலர் சொன்னதைக் கேட்டபோது முதலில் அவனுக்கு ‘என்ன வேடிக்கை உலகமடா இது!’ என்று தோன்றியது. நாளாக ஆக அந்தத் தெய்வமே தன்னிடம் இறங்கிவிட்டதாக நினைத்துக்

கொண்டான். சூழ்நிலை அவ்வாறு கொஞ்சம் கொஞ்சமாக மாறிக்கொண்டிருந்தது.

மட்டாஞ்சேரி ஸ்ரீதரன் மேனன் பெரிய தொழிலதிபர். பல தொழில்கள் இருந்தபோதிலும் நகைக்கடைகளின் அதிபராகவே பொதுமக்களிடம் அவர் அறிமுகம் பெற்றிருந்தார். அவர் காரில் வந்துகொண்டிருந்தபோது காரில் சிறு பழுது ஏற்பட்டதால், ராதாகிருஷ்ணன் கோயில் அருகே காரை நிறுத்தச் சொல்லி, டிரைவரைச் சரிபார்க்கச் சொல்லிவிட்டுக் கோயிலுக்குள் நுழைந்தார். அப்போது நடனபூஜை நடந்துகொண்டிருந்தது. தங்கவேல் பச்சைநிற சேலையைப் பஞ்சகஞ்சமாகக் கட்டி யிருந்தான்; பச்சை ரவிக்கை, பிங்க் கலரில் மாராப்பு அணிந்திருந்தான். காதுகளில் கடுக்கன்கள். அவருக்கு அந்த நிகழ்ச்சி புதுமையாகவும் பிடித்தும் இருந்தது. அவரின் குடும்பத்துக்குள் பாகப் பிரிவினை ஏற்பட்டிருந்தது. புதிதாகப் பொதுமக்கள் தொடர்புடைய தொழில் ஒன்றைத் தனியாகத் தொடங்கி வெற்றிகரமாக நடத்த வேண்டும் என்று நினைத்திருந்தார். பாகப்பிரிவினையில் தனக்குக் கிடைத்த பங்கு குறித்துத் திருப்தியில்லாமலிருந்தார்.

அருள் வந்து தங்கவேல் ஆடிக்கொண்டிருந்தபோது கூட்டத்திலிருந்து சிலர் வந்து வாக்குக் கேட்க அவன் சொல்லிக்கொண்டிருந்தான். மட்டாஞ்சேரி ஸ்ரீதரன் மேனன் அவரை நெருங்கி 'அம்மையே என்ன தொழில் தொடங்க?' என்று கேட்டார். அம்மை 'ஹோட்டல்' என்று சொன்னது. 'தங்கறது வேண்டாம்; சாப்பிடறது மட்டும்' என்று அம்மை மீண்டும் சொன்னது. பாத்திரத்திலிருந்து அம்மை துளசியை எடுத்து மேனனுக்கு வழங்கியது. அதில் ராதாகிருஷ்ணனின் சிறு சிலை இருந்தது. அவர் பயபக்தியோடு அம்மையை வணங்கி அதை ஜிப்பாவில் வைத்துக்கொண்டார்.

ஒரு மாதகாலத்திற்குள் எர்ணாகுளத்தில் அவர் தொடங்கிய 'அம்மை பவன்' பெரிய வரவேற்பைப் பெற்றுப் பின்னர் கேரளா முழுவதும் அனைத்து முக்கிய நகரங்களிலும் கிளைகள் தொடங்கப்பட்டு வெற்றிகரமாக நடந்துகொண்டிருக்கிறது. வெளிநாடுகளிலும் கிளைகள் தொடங்கப்பட்டுவிட்டன. அம்மையின் புகழ் பரவிப் பணக்காரர்கள் பலர் அம்மையின் பக்தர்களாக வர ஆரம்பித்தனர். மட்டாஞ்சேரி ஸ்ரீதரன் மேனன் கோயிலுக்குப் பெரும் புரவலராக மாறினார். அம்மையின் முதன்மையான பக்தரானார். கோயிலுக்குப் பக்கத்திலிருந்த காலி இடங்கள் வாங்கப்பட்டன. பக்தர்கள் கூட்டம் பெருக ஆரம்பித்தது. அம்மை தங்குவதற்கு பங்களா கட்டப்பட்டது. கோயிலுக்கு வருவதற்குக் கார் வாங்கப்பட்டது. காலப்போக்கில்

பல ஊழியர்கள் பணிபுரியும் நிறுவனமாகக் கோயில் மாறியது. அதைச் சார்ந்த துணை அமைப்புகளாகக் கல்லூரியும் மருத்துவ மனையும் உருவாயின.

அம்மை சிறப்பு தரிசனத்தை முடித்துவிட்டு வெளியே வந்து காரில் ஏறினார். பாதுகாவலர்கள் அவருடன் சென்றார்கள். பங்களாவை அடைந்ததும் பாதுகாவலர்கள் வெளியே நின்று கொண்டார்கள். அவர் அறைக்குள் சென்று ஆடைகளைக் களைந்து வேட்டியை உடுத்திக்கொண்டார். கடுமையான பசியில் இருந்தார். அவருக்குப் பிடித்த உணவு மட்டன். கொலஸ்ட்ராலுக்கு பயந்து அவர் அதிகம் மட்டன் சாப்பிடுவதில்லை. என்றாவது ஒரு நாள் ஆசைக்குச் சாப்பிடுவார். இன்று அந்த நாள். ருசித்துச் சாப்பிட்டார். வழக்கத்தைவிட அதிகமாகச் சாப்பிட்டார். சாப்பிட்டுவிட்டு அறைக்குள் சென்றார். அங்கு மட்டாஞ்சேரி ஸ்ரீதரன் மேனனின் படம் சுவரில் மாட்டப்பட்டிருந்தது. அம்மை தோளில் போட்டிருந்த துண்டை எடுத்து இடுப்பில் கட்டினார். நமஸ்காரம் செய்து அந்தப் படத்தின் முன் விழுந்து வணங்கினார். உள் அறைக்குச் சென்று மேஜை டிராயரைத் திறந்து, அங்கிருந்த சிகரெட் பாக்கெட்டிலிருந்து ஒரு சிகரெட்டை எடுத்துப் பற்றவைத்துக் கொண்டு, படுக்கையில் சாய்ந்து படுத்துப் புகையை ஊதினார். அவருக்குக் கால்கள் வலித்தன.

○

காலச்சுவடு, மே 2012

மூன்று பெண்கள்

அமிர்தவர்ஷிணி குளித்துக்கொண்டிருக்கிறாள். நான் வெளியே கிளம்புவதற்குத் தயாராகி இருந்தேன். அவள் குளித்து உடை தரித்து வந்தபின் கிளம்ப வேண்டியது தான். வாசலில் வாடகைக் கார் வந்து நிற்கிறது. எப்போதும் கிளம்புவதற்கு உத்தேசிக்கப்பட்ட நேரத்திற்கு அரை மணிநேரம் கழித்தே தயாராவது அமிர்தாவின் வழக்கம்.

எனக்குக் கடவுள் நம்பிக்கை கிடையாது. பூணூல் அணிவதில்லை. தமிழ்நாட்டிலுள்ள பெரும்பாலான கோயில்களுக்கு நான் சென்றிருக்கிறேன். கொடைக்கானல், நீலகிரி போன்ற இடங்களின் சீதோஷ்ண நிலை இதமாக இருந்தபோதிலும் மரம், செடிகொடிகள் நிறைந்த சூழலில் இயல்பாகவே எனக்கு ஈர்ப்பு இருந்ததில்லை. ஆனால் கோயில்கள்; அவற்றின் பிரம்மாண்டமும் உயரமும் பிராகாரத்தின் அகலமும் தூண்களும் குறிப்பாகக் காலைத்தூக்கி வாயைத் திறந்து நிற்கும் யாளி ஆகியவற்றில்தான் மனம் கிறுக்குப் பிடித்து அலைகிறது. திருச்சியில் ஒரே நாளில் ஸ்ரீரங்கம் கோயிலைக் காலையிலும் திருவானைக்காவல் கோயிலை மாலையிலும் பார்த்தோம். ஸ்ரீரங்கம் கோயிலில் அரங்கநாதர் படுத்திருந்தார். கண்களில் வெள்ளி பதித்திருந்தது. அர்ச்சகர்கள் சேவிக்கிறவர்களைக் கூட்டத்தைக் குறைப்பதற்காக – அனுப்பிவைப்பதிலேயே குறியாக இருந்தார்கள். "பெருமாளை ரொம்ப நேரமாகப் பார்க்காதிங்கோ பயந்துராதிங்கோ" என்று அர்ச்சகர்களில் ஒருவர் கூறிக்கொண்டிருந்தார். அவர் அவ்வாறு கூறியது எனக்குப் பிடிக்கவில்லை.

தெய்வத்தைப் பூச்சாண்டியாக ஆக்குவது மாதிரி எனக்குப் பட்டது. மேலும் நின்று நிதானித்துப் பார்க்கவும் விடுவதில்லை. அன்று மாலை பார்த்த திருவானைக்காவல் ஜம்புகேஸ்வரர் ஆலயம் எனக்கு பிரம்மாண்டமாகத் தெரிந்தது. கூட்டம் குறைவாக இருந்ததினால் ஏற்பட்ட வெற்றிடம் அந்தப் பிரம்மாண்டத்தை உருவாக்கியதா என்று தெரியவில்லை. ஆனால் பிரம்மாண்டத்தை உணர்ந்தேன். ஒரு மண்டபத்தில் கூட்டமாகச் சிலர் அமர்ந்து தேவாரம் பாடிக்கொண்டிருந்தார்கள். கோயிலிலிருந்த அகிலாண்டேஸ்வரியைப் பார்த்ததும் எனக்கு மனம் கலங்கி விட்டது. என்ன ஒரு கம்பீரம். எடுப்பான சிலை. எடுப்பான மார்பகங்கள். இந்த சிருஷ்டியை எவனாவது பார்த்திருப்பானா? வந்து எப்போதும் கும்பிட்டுவிட்டுச் செல்கிறார்கள். எனக்குப் பார்த்துக்கொண்டிருக்கும்போதே மனம் பொங்கி, மூச்சு இரைத்து, கண்களில் ஜலம் வந்தது. இப்படியான ஒரு சிருஷ்டி, உலகத்தை ஆளும் அகிலாண்டேஸ்வரியாக இருப்பதில் என்ன அதிசயம். ஆனால் அறிவு எல்லாவற்றையும் பதம் பார்த்துக்கொண்டிருக்கிறது. உணர்ச்சிகளுக்கு எதிரான கூர்மையைத்தானே அந்தக் கத்தி கொண்டுள்ளது. உன்னிலிருக்கும் கண்ணைக் கொண்டுதானே அதை சிருஷ்டியாகப் பார்க்கிறாய்; தன்னிலிருக்கும் பக்தியைக் கொண்டுதானே அதை தெய்வமாகப் பார்க்கிறார்கள். தன்னளவில் அது சிலைதானே என்கிறது அறிவு.

என்னுடைய தெய்வநிந்தனை அப்பாவைப் போல் என்னை ஆக்கிவிடுமோ என்று பயந்த அம்மா, என்னைக் கோயில் கோயிலாகக் கூட்டிச்சென்றாள். அவள் கூட்டிச் சென்ற கோயில்களெல்லாம் கூட்டம்கூட்டமாக, மந்தைமந்தையாக ஜனங்கள் கும்பிட்டுவிட்டுச் செல்லும் இடங்களாக இருந்தன. எனக்கு அதில் லயிப்பும் ஏற்படவில்லை. கூட்டத்தில் இடி படாமல் வருவதே என் அக்கறையாக இருந்தது. பக்தியும் வரவில்லை. 'உன் அப்பாவின் இரத்தம் உன் உடலில் ஓடறது' என்பாள் அம்மா. 'அவர் அம்மாவோட தாத்தா ஒருத்தர் கோட்டியா அலைஞ்சுண்டு இறந்தாராமே... அந்த இரத்தம்லா ஓடறது' என்பாள் அம்மா.

கோயில் எனக்குப் பிடித்ததற்கு இன்னொரு காரணம் கோயிலுக்கு வரும் பெண்கள். திருமண வீட்டிலும் கோயிலிலும்தான் பெண்கள் அழகாகத் தெரிகிறார்கள். பீச்சிலும் ஹோட்டல்களிலும் மற்ற நிகழ்ச்சிகளிலும் தெரியும் பெண்களுக்கு இல்லாத சோபை அதே பெண்களுக்குத் திருமண வீட்டிலும் கோயிலிலும் வருவது எப்படி என்ற விந்தைதான் புதிராக நிற்கிறது. கோயிலுக்கு வரும் பெண்களின் மூக்கு நுனி சிவந்திருக்கும். முகத்தில் ஒரு சுடர் எரியும்.

என் 40ஆவது வயதில் அமிர்தவர்ஷிணியைத் திருமணம் செய்தேன். அவளுக்கு அப்போது வயது 35. இப்போது எனக்கு 50 வயதாகிறது. அவளுக்கு 45 வயதாகிறது. அன்று அம்மா இறந்ததை அப்பாவிற்குச் சொல்லலாம் என்றால் அவரைக் கண்டுபிடிக்கவே முடியவில்லை. எந்த ஊரில் எவளுடன் படுத்திருந்து எங்கே போதையில் விழுந்து கிடந்தாரோ தெரியவில்லை. இரண்டு மாதம் கழித்து ஒருநாள் இரவு 11 மணியிருக்கும். கதவு தட்டப்படும் சத்தம் கேட்டுத் திறந்தால் அப்பா நின்றுகொண்டிருந்தார். பரட்டைத்தலை. அழுக்கு ஜிப்பா. "என்ன?" என்றேன் அதட்டலாக. நான் நெகிழ்வாகப் பேசினால் அவர் பூதமாக உருவெடுத்துவிடுவார். அம்மாவைக் கேவலமாகத் திட்டுவார். "கஸ்தூரி இறந்துட்டான்னு கேள்விப் பட்டேன்" என்றார். நான் அவரை வீட்டிற்குள் அழைக்கவில்லை. இங்கே வந்து இருந்துகொண்டால் அவரை யார் சமாளிப்பது. "அதற்கென்ன" என்றேன். "துக்கம் விசாரிக்க வேண்டாமா?" என்றார். "அதான் விசாரித்தாகிவிட்டதே" என்றேன். அவர் ஒன்றும் பேசவில்லை. வலக்கை கட்டை விரலை ஆட்காட்டி விரலில் சுண்டிக் காசு வேண்டும் என்ற பாவனையில் கேட்டார். அந்நிலையில் அவர் எனக்குப் பரிதாபமாகக் காட்சியளித்தார். என் மனம் நெகிழ்ந்தது. மேசையில் கிடந்த பர்ஸை எடுத்து வந்து பணம் கொடுத்தேன். அவர் உள்ளே வர எத்தனிக்காமல் வாசலிலேயே நின்றுகொண்டிருந்தார். பணத்தைக் கையில் வாங்கியதும் அவர் முகம் மிடுக்காக மாறியது. என்னை ஒரு பார்வை பார்த்தார். பரிதாபக் களை மாறியது. ஒன்றும் பேசாமல் திரும்பி நடந்தார்.

அம்மா நோய்வாய்ப்பட்டிருந்தபோது அதைக் கேள்விப் பட்டு அப்பா வந்துவிடக் கூடாது என்று கண்ட கடவுளை யெல்லாம் அம்மா பிரார்த்தனை செய்துகொண்டிருந்தாள். நல்லவேளையாக அப்பா வரவில்லை. எனக்கு நல்ல உத்தியோகம் இருந்தது. ஆனால் எனக்குத் திருமணத்தை எடுத்துச் செய்ய சரியான ஆட்கள் இல்லை. ஒரு மாமா பெங்களூருவிலும் இன்னொரு மாமா திருவனந்தபுரத்திலும் இருந்தார்கள். அம்மா இறந்ததற்கு வந்து, எனக்கு உபதேசம் பண்ணிவிட்டு, அப்பாவைத் திட்டிவிட்டுச் சென்றவர்கள்தான். அடுத்து பெங்களூரு மாமா மட்டும் என் திருமணத்திற்கு வந்து 'உன் அப்பா நல்லா இருந்திருந்தா, உனக்கு எப்பவோ நல்ல எடத்துலே கல்யாணம் நடந்திருக்கும்' என்று வருத்தப்பட்டு வாழ்த்தி விட்டுச் சென்றார்.

அப்பாவிடமும் திருமணம் நடக்க இருப்பதைச் சொன்னேன். அவர் கேள்விப்பட்டு வந்துவிடக் கூடாது என்ற எண்ணத்தில்

அவரைக் கண்டுபிடித்தேன். அவர் பாம்பே அல்வாக்கடைக்கு அடுத்துப் பூட்டியிருந்த ஒரு கடை வாசற்படியில் அமர்ந்திருந்தார். அன்று ஞாயிற்றுக்கிழமை. அல்வாக் கடைக்கு முன்பு அல்வா தின்றுவிட்டுப் போட்ட எண்ணெயோ நெய்யோ தோய்ந்த சதுரவடிவச் செய்தித்தாள், துண்டு காகிதங்கள் இரைந்து கிடந்தன. அவற்றின் மீது ஈக்கள் மொய்த்துக்கொண்டிருந்தன. அப்பா அந்தக் காகிதங்களையே நிலைகுத்திப் பார்த்துக்கொண்டிருந்தார். எனக்கு அப்பா என்று கூப்பிடக் கூச்சமாக இருந்தது. அவரே என்னைக் கவனிக்கட்டும் என்று நின்றுகொண்டிருந்தால் அவர் கவனிக்கிற மாதிரி இல்லை. நான் லேசாகச் செருமினேன். இரண்டாவது செருமலில் தலைநிமிர்ந்தார். இது அவர் இடம். நான் அவரைத் தேடி வந்தவன். அவர் புருவத்தை உயர்த்தித் தலையை மேல்தூக்கி என்ன என்று பாவனையிலேயே கேட்டார். 'ஒண்ணுமில்லே. ஒரு விஷயம். நான் கல்யாணம் பண்ணிக்கப் போறேன். வர்ற பதினெட்டாம் தேதி. அவா ஆசாரமான குடும்பம்...' நான் இந்த இடத்தில் நிறுத்தி, சட்டைப்பையில் வைத்திருந்த பணக்கவரை அவரிடம் கொடுத்துவிட்டுத் தொடர்ந்தேன். 'அவா ஆசாரமான குடும்பம்... அன்னைக்குத் தேதியிலே வெளியூர் போயிட்டா நல்லது' என்று நான் முடிக்க வில்லை. 'போடா நாயே... தேவடியாப்பயலே... உங்க அம்மா அஸ்தியை முன்னாடி வைச்சு கல்யாணத்தை நடத்து.' அவர் விட்டெறிந்த பணக்கவர் என் முகத்தில் அடித்தது. எனக்கு அவமானத்தில் கோபம் பொங்கியது. 'செருப்பு பிய்ஞ்சு போயிரும்' என்று கூறி கவரை எடுத்துக்கொண்டு நடந்தேன். பின்னால் யாரோ கைதட்டிக் கூப்பிடுவதுபோல் இருந்தது. நின்று திரும்பிப் பார்த்தேன். அப்பா வந்துகொண்டிருந்தார். 'அந்தக் கவரைக் கொடு' என்றார். நான் கொடுத்தேன். 'உன் கல்யாணத்தன்னிக்கு நான் ஊர்லே இருக்கமாட்டேன்' என்று சொல்லிவிட்டுச் சென்றார். அவர் நடையில் இருந்த தள்ளாட்டம் என்னை வருத்தியது. துக்கமாக இருந்தது. என் வாழ்க்கை ஏன் இப்படிக் கோணலாகிப் போனது என்று நொந்துகொண்டே நடந்தேன். சுமார் இரண்டு மணிநேரம் நடந்திருப்பேன். மனம் யோசனைகளற்றுக் கல்மாதிரி இருந்தது. நடக்கநடக்க வியர்த்து உடல் குளிர்ந்திருந்தது. எங்கெங்கோ நடந்தேன். எங்கெங்கு செல்லத் தோன்றியதோ அங்கெல்லாம் நடந்தேன். வீட்டிற்கு வந்தேன். சாப்பிடவில்லை. உடைகளை மாற்றவில்லை. சட்டையை மட்டும் கழற்றி எறிந்துவிட்டுப் படுக்கையில் விழுந்தேன்.

இடையில் விழிப்பே வரவில்லை. காலையில்தான் எழுந்தேன். திருமணம் ஆன புதிதில் அம்மாவும் அப்பாவும் ஸ்டூடியோவில் ஒன்று சேர்ந்து எடுத்துக் கொண்ட கருப்பு –

வெள்ளைப் படம் – பிரேம் போட்டு ஹாலில் மாட்டப்பட்டிருந்த படம் – கனவில் வந்தது மட்டும் நினைவில் இருந்தது. எவ்வளவோ முயன்றும் கனவில் கண்ட வேறு எதுவும் நினைவுக்கு வரவில்லை. அந்தப் படம் வெகுகாலமாக ஹாலில் மாட்டப்பட்டிருந்தது. அப்படத்தில் அப்பாவின் கண்கள் தீர்க்கமாக இருக்கும். அம்மா சிரித்துக்கொண்டிருப்பாள். பார்க்கிறவர்களுக்கு அருமையான ஜோடி, அருமையான புகைப்படம் என்று தோன்றும். அப்பா சென்ற பின்னும் சில காலத்திற்கு இருந்ததாக ஞாபகம். ஒருநாள் அந்தப் படத்தைக் காணவில்லை. அம்மா அதை அழித்து விட்டாளா அல்லது எங்கேனும் பழைய பெட்டியில் போட்டு வைத்திருக்கிறாளா என்று தெரியவில்லை.

எனக்குத் திருமண எண்ணம் தோன்றியபோது பார்க்கும் பெண்களையெல்லாம் இவள் எனக்குப் பொருத்தமாக இருப்பாளா, அவள் எனக்குப் பொருத்தமாக இருப்பாளா என்று மனம் கற்பனையாகச் சிந்தித்துக்கொண்டிருந்தது. என் வேலை நிமித்தமாக வக்கீல் அலுவலகத்திற்குச் செல்ல வேண்டியிருந்தது. அங்குதான் முதன்முதலாக ஜூனியர் வக்கீலாக இருந்த அமிர்தவர்ஷிணியைச் சந்தித்தேன். அவள் சற்று முற்றலாகத் தெரிந்ததால் திருமணமானவள் என்றுதான் நினைத்தேன். கழுத்தில் அணிந்திருந்த செயினில் மாங்கல்யம் இருக்கிறதா என்று – அவள் கைத்தறி ஆடை அணிந்திருந்த தால் – ஊடுருவிப் பார்க்க முடியவில்லை. காலில் மெட்டி இல்லை. அதை வைத்து மட்டும் திருமணமாகாதவள் என்று முடிவு செய்ய முடியுமா என்று யோசித்தேன். ஒருநாள் அவளிடம் பேசிக்கொண்டிருக்கும்போது பழைய தோழி ஒருத்தி அவளைப் பார்க்க வந்தாள். பார்த்தவுடனேயே அவர்கள் இருவரிடமும் உற்சாகம் பீறிட்டது. அப்போது அந்தத் தோழி ‘எப்போ கல்யாணச் சாப்பாடு போடப்போறே?’ என்று கேட்டாள். ‘நீ பட்டினிதான் கிடக்கணும்’ என்று இவள் பதில் சொன்னாள்.

அடுத்த தடவை அமிர்தவர்ஷிணியைச் சந்தித்தபோது, ‘நீங்க எந்த ஊர், என்ன கோத்ரம்’ என்று கேட்டேன். அவள் ‘திருச்சி, விஸ்வாமித்ர கோத்ரம்’ என்றாள். நான் அவள் கேட்காமலேயே ‘மாயவரம், காஸ்யப கோத்ரம்’ என்றேன். அதற்குப்பிறகு நான் பேசும்போது அவள் கண்களைப் பார்த்தே பேசினேன். இரண்டு கண்களும் கவ்விக்கொண்ட சற்றுநேரத்திலேயே அவள் கண்களை எடுத்துக்கொள்வாள்.

ஒருநாள் ஓட்டலுக்கு இருவரும் காபி சாப்பிடச் சென்றோம். பிறகு அடிக்கடி சென்றோம். நான்தான் முதலில் பிரஸ்தாபித்தேன். எனக்கு நாற்பது வயதாவது அவளுக்கு ஒரு

பொருட்டாகத் தெரியவில்லை. தனக்கு முப்பத்தைந்து வயதாவது குறித்து அவள் தாழ்வு மனப்பான்மையிலும் குழப்பத்திலும் இருந்தாள். தன் உடலின் வனப்பு உச்சத்தை அடைந்து, தற்போது சரிந்துகொண்டிருக்கும் தருணம் என்று அவளுக்குத் தோன்றியது. அவளுக்கு வேறு ஒரு வினோதமான பிரச்சினையிருந்தது. சந்ததியில்லாத அவளுடைய அத்தை குடும்பத்திற்கு அவள் தத்துப் போயிருப்பதாகக் கூறினாள். 'அதனால் என்ன ?' என்றேன். 'அது ஒரு சாபம்ங்கிறாங்க. பல தலைமுறையா சந்ததி இல்லை. எங்க தாத்தா என்னாலே விமோசனம் கிடைக்கும்னு சொல்லி, எங்க அப்பா அவர் தங்கைக்கு என்னைத் தத்துக் கொடுத்தார். ஆனா விமோசனம் கிடைக்காதுன்னு, என்னை மாட்டுப்பொண்ணா எவரும் ஏத்துக்கமாட்டேன்றா' என்றாள். எனக்கு அவள் கூறியது சரிவர விளங்கவில்லை. அவளும் விரிவாகக் கூற விரும்பவில்லை. 'நான் என் அப்பாண்டே விவரம் சொல்லிவைக்கறேன். நீங்க அடுத்த ஞாயிறு காத்தாலே வீட்டுக்கு வாங்கோ – அப்பாட்டே பேசிப்பாருங்க. அப்பறம் முடிவு பண்ணுங்க' என்றாள்.

அடுத்த ஞாயிறு அவள் வீட்டிற்குச் சென்றேன். அடுக்கு மாடிக் குடியிருப்பில் மூன்றாவது தளத்தில் இருந்தது. உள்ளே நுழைந்தேன். அமிர்தவர்ஷிணி முகமலர்ச்சியுடன் என்னை வரவேற்று சோபாவில் அமரச் சொன்னாள். அமர்ந்தேன். ஒரு பெரியவர் ஈஸிசேரில் சாய்ந்திருந்தார். கைபனியன் அணிந்திருந் தார். இடது கழுத்துக்கும் பனியனுக்கும் இடையே பூணூல் வெளித்தெரிந்தது. படித்துக்கொண்டிருந்த துக்ளக் பத்திரிகையை மார்பில் கவிழ்த்தியிருந்தார். கண்ணாடி அணிந்திருந்தார். டி.வி.யில் ஏதோ செய்திகள் ஓடிக்கொண்டிருந்தன. டி.வி.யை அணைத்தார். துக்ளக் பத்திரிகையை மடித்துக் கீழே வைத்தார். 'ஐயாம் கோடீஸ்வர அய்யர். ரிட்டயர்டு ஹெட்மாஸ்டர். பேர்தான் கோடீஸ்வரன். கோடி இல்ல ...' என்று சிரித்தார்.

பரஸ்பர அறிமுகத்திற்குப் பின் அவர் 'அமிர்தாவை என் தங்கைக்குத் தத்துக் கொடுத்திருக்கு. என் தோப்பனார் சத்யத்துக்குக் கட்டுப்பட்டு கொடுத்தேன்...' என்றார். 'அதற்கென்ன' என்றேன். 'தம்பி, அதனால்லியோ அவளுக்குக் கல்யாணம் ஆகாம போயிடுத்து ...' என்றார். 'தம்பி உங்களுக்கு விரிவாச் சொல்றேன்' என்று ஆரம்பித்தார்.

'வத்தலக்குண்டிலே சுந்தரேசப்பட்டர் பெரிய சுவான்தார். நா சொல்றது ஆயிரத்து எந்நூறாம் ஆண்டுவாக்கிலே. என்ன நான் சொல்றது. அவர் ருக்மணியம்மாளைக் கல்யாணம் பண்றார். அவாளுக்குக் குழந்தை பாக்கியம் இல்ல. ருக்மணியம்மாள் அவளுடைய அண்ணன் சங்கரசிவத்தோட மகன் நடேச அய்யரைத் தத்தெடுக்கிறார். நடேசய்யர் தாயம்மாள்ங்கிற வரைக்

கல்யாணம் பண்றார். அவாளுக்கும் குழந்தை பாக்கியம் இல்ல. நடேசய்யர் என்ன செய்றார்னா, அவர் பிரகதீஸ்வரனைத் தத்தெடுக்கிறார். ரெண்டாவது தலமுறை ஆச்சா. பிரகதீஸ்வரன், கமலம்மாள்ங்கிறவரைத் கல்யாணம் பண்றார். அவாளுக்கும் குழந்தை பாக்கியம் இல்ல. இவா மூணாவது தலமுறை. பிரகதீஸ்வரர் அவருடைய சித்தி மகன் சிதம்பரம் அய்யரைத் தத்தெடுக்கிறார். சிதம்பரம் அய்யர் ராஜேஸ்வரியம்மாளைக் கல்யாணம் பண்றார். இவாளுக்கும் குழந்தை பாக்கியம் இல்ல. நாலாவது தலமுறை ஆச்சா. இவா சதானந்த அய்யரைத் தத்தெடுக்கிறார். அவர் என் தங்கை சாரதாம்பாளைக் கல்யாணம் பண்றார். ஐந்தாவது தலமுறை ஆச்சா. சதானந்தய்யர் ஆயிரத்து தொள்ளாயிரத்து நாப்பத்தி ஆறாம் ஆண்டு ஜன்னி கண்டு இறக்கிறார். அப்ப என் தங்கைக்குப் பத்து வயசு. இன்னும் பெரிய பொண்ணாகலை. விதவையாயிட்டா... தலையைச் சிரைச்சு வீட்டுக்குப் பின்னாலே இருக்க வைச்சா. பத்து வயசு. என்ன கொடுமை. ஈஸ்வரா. அவ கொடுப்பினை, தலவிதி அவ்ளவுதான்னு சொன்னா. என் தோப்பனார் காண சகிக்காம இந்தச் சாபத்தை உன் பொண்ணுதான் மாத்துவா. சாரதாம்பாளுக்கு உன் பொண்ணைத் தத்துக்கொடு. அவ கல்யாணமாகி சந்ததியை விருத்தி பண்ணுவா. அப்படின்னாரு. நான் சத்யம் செய்து கொடுத்தேன். சாபத்தை நெனைச்சு பயந்து யாரும் வரன் வரலை. ஈஸ்வரா' என்று பெருமூச்சுவிட்டு முனகினார்.

'என்ன சாபம்?' என்றேன்.

'நான் ஆரம்பத்திலே சொன்னேன்லியோ, ஆயிரத்து எந்நூறாம் வருடம் குழந்தை பாக்கியம் இல்லாத முதல் தலமுறையைச் சேர்ந்த சுந்தரேசப்பட்டர். அவருக்கு சாரட் வண்டி ஓட்றதுனா இஷ்டமாம். அப்படி அவர் ஓட்டிண்டு வர்ற காலத்திலே ஒரு குழந்தை – அதுவா விழுந்ததோ இவர் தெரியாம ஏத்திட்டாரோ – சக்கரத்துலே மாட்டிண்டு இறந்துடறது. அந்தக் குழந்தையோட தாயாரு குடியானவப் பெண் – சந்ததி இல்லாம விளங்காமப் போயிருவேன்னு – சாபம் போட்டதா ஒரு கதை சொல்றா... இந்தக் காலத்திலே இதையெல்லாம் நம்ப முடியுமா...? சும்மா அந்தக் காலத்திலே தோதா கதை கட்டிட்டா... ஈஸ்வரா...' என்று முனகினார்.

'நேக்கு இதிலேல்லாம் நம்பிக்கையில்லை. எல்லாம் தற்செயல் நிகழ்வுகள். குழந்தை பாக்கியம் இல்லேன்னா என்ன? தத்தெடுக்கிறதும் குழந்தைதானே. அது நமக்குப் பிறக்கலை. மத்தபடி எல்லாம் ஒன்னுதானே. நேக்கு சம்மதம். அமிர்தா சொல்லியிருப்பாள். நேக்கு அம்மா காலமாயிட்டா. மாமாக்கள்கிட்டே சொல்லிடலாம்...' என்றேன்.

'மிக்க சந்தோஷம். ஈஸ்வரோ ரட்சது. அமிர்தா காபி கொடு' என்றார். கலவையான முகபாவங்களோடு அனைத்தையும் கேட்டுக்கொண்டிருந்த அமிர்தா இளம்பெண் போலப் பரவசத்துடன் எழுந்து ஓடினாள்.

சற்று சிந்தித்துவிட்டு, கோடீஸ்வரய்யர், உள்ளறையைப் பார்த்து, 'சாரதா இங்கே வா' என்றார். உள்ளறையிலிருந்து ஒரு கிழவி வந்தாள். 'இவ... என் தங்கை சாரதாம்பாள்' என்றார். அவள் கூன் விழுந்து 'ட' வடிவைத் தலைகீழாகப் போட்டாற்போலிருந்தாள். முகத்தில் சாந்தம் என்பது அறவே இல்லை. கல்முகத்தில் கடுமை தொனித்துக்கொண்டிருந்தது. மொட்டைத்தலை. ரவிக்கை இல்லை. காவிப்புடவையைக் கட்டி அப்புடவையில் தலையை முக்காடிட்டிருந்தாள். பத்து வயதில் விதவை. வீட்டின் பின்பக்கம் இருப்பு. நல்ல உணவு இல்லை. தலைமுடியைச் சிரைக்க வேண்டும். எனக்கு அவளைப் பார்க்கையில் மனம் குழம்பி உடல் அதிர்ந்துகொண்டிருந்தது. அவளைப் பார்க்காமல் கண்களை வேறுபக்கம் திருப்பிக் கொண்டேன். அவள் ஒன்றும் பேசவில்லை. என்னைப் பார்த்துவிட்டு உள்ளறைக்குச் சென்றாள்.

கோடீஸ்வர அய்யர் 'ஈஸ்வரா' என்று முனகினார். 'காலத்துக் கேற்ப மாத்திக்கலாம்னு எவ்வளவோ சொன்னேன்... கேட்க மாட்டேன்ட்டா... பழகிப் போச்சு... உக்காரவைச்சுட்டேள்... எதுக்கு மாத்தறேள். கேக்கறவாளுக்குப் பதில் சொல்ல முடியாதுன்னுட்டா... நானும் விட்டுட்டேன். ஆயிரத்து தொள்ளாயிரத்து நாப்பத்து ஆறாம் வருஷத்திலேயிருந்து வெளி உலகத்தையே பார்த்ததில்லை... ஊரிலிருந்து இந்த வீட்டுக்கு வர்றச்சே வெளியுலகத்தைப் பாத்ததுதான். அப்ப அவளுக்குக் கண்ணெல்லாம் கூசிருச்சு... துணியை எடுத்துக் கண்களைக் கட்டிண்டாள்' என்று கூறும்போதே அவருக்குக் குரல் அடைத்தது. 'ஈஸ்வரோ... ரட்சதோ...' என்று முனகினார்.

எனக்கும் அமிர்தாவிற்கும் திருமணம் நடந்தது. சாரதாம்பாள் திருமணத்திற்கு வரவில்லை. எங்களுக்கு அவள் ஆசி வழங்கக் கூடாது என்று தெரிவிக்கப்பட்டதால் நாங்கள் ஆசி வாங்க வில்லை. ஆண்டுகள் கழிந்துகொண்டேயிருந்தன. நான்காம் ஆண்டு இறுதியில் சாரதாம்பாள் உயிருக்குத் தவித்துக்கொண்டிருந்த வேளையில் அமிர்தாவின் கையைப் பற்றி 'என்னையும் பலி கொடுத்தா... உன்னையும் பலிகொடுத்தா. இன்னும் யாரைப் பழிவாங்கக் காத்துக்கிடக்கோ' என்று புலம்பினாள். அடுத்த சில மணி நேரங்களில் இறந்துவிட்டாள். அவள் இறந்த வருடம் கோடீஸ்வர அய்யரும் இறந்துவிட்டார்.

அப்பா என் திருமணத்தை முன்னிட்டு அன்று பணக் கவரை வாங்கிக்கொண்டு சென்றவர்தான், பிறகு அவரைப் பற்றிச் செய்தியேயில்லை. அவர் வழக்கமாகத் திரியும் கடை வீதிக்கு நான்கைந்து முறை சென்று தென்படுகிறாரா என்று ஒளிந்து நின்று பார்ப்பேன். அவர் தென்பட்டுவிடக் கூடாது என்று உள்ளிருந்து குரல் ஒலிக்கும். அவர் இருக்கிறாரா இறந்து விட்டாரா என்று தெரியவில்லை. வடக்கே காசிப்பக்கம் பார்த்ததாகப் பெங்களூரு மாமாவுக்குத் தூரத்து உறவினர்கள் யாரோ சொல்லி மாமாவும் என்னிடம் சொன்னார்.

அமிர்தா உடை மாற்றிக்கொண்டு வந்தாள். என் எதிரே அமர்ந்தவள் ‘எனக்குப் பயமா இருக்கு’ என்றாள். ‘பயப்படாதே, ஆண்பிள்ளையைத்தானே தத்து எடுக்கப்போறோம். அதுவும் அனாதைக் குழந்தையைத்தானே. நமக்குப் பிறக்கலை, அது மட்டும்தானே வித்தியாசம்’ என்றேன். ‘அதானே, வேறே வழி இல்லையே... ஈஸ்வரா...’ என்று முனகினாள்.

‘எல்லா ஏற்பாடும் பண்ணியாயிடுத்து. நான் அன்றைக்குச் சொன்னதுதான் இன்றைக்கும். எல்லாம் தற்செயல் நிகழ்வுகள் தான். பூமி உருண்டையா இருக்குன்றா ... அந்தரங்கத்திலே மிதக்குதுன்றா ... அது மேலே நதி, கடல், மலை, காடு, மனிதர்கள்... சூரியன் ஒரு பக்கம் அந்தரத்துலே மிதக்குது. அதை பூமி சுத்திச் சுத்தி வருது. நம்ப முடியுதா... பிரபஞ்சத்தினோட புதிர்களை அவிழ்க்க முடியுமா? சமயங்கள்லே வாழ்க்கையும் அப்படித்தான். பாரு, நம்ம பையன் சந்ததி சௌக்யமா வாழப்போறதை...’

‘இதையே ஆயிரம் தடவை சொல்லியாச்சு. நடக்குமா?’

நான் ரொமாண்டிக் பாவத்துடன் எழுந்து அவள் கன்னத்தைக் கிள்ளி ‘நடக்கும்டி’ என்றேன்.

வீட்டைப் பூட்டிவிட்டு, காரில் ஏறி இருவரும் அனாதை ஆசிரமத்தை நோக்கிச் சென்றோம்.

○

உயிர்மை, மார்ச் 2012

ஒரு திருமணம்

"அக்ரஹாரத்தில் பேசிக்கொண்டார்கள். கோதை பூப்பெய்திவிட்டாளாம்" என்றாள், அவள்.

"கோதையை எப்படிக் கவனித்துக் கொள்கிறார்கள் என்று தெரியவில்லை. இடைப் பெண்கள் அவளைக் கவனித்துக்கொள்வார்கள் என்று நினைக்கிறேன். என்ன இருந்தாலும் தாய் கவனிப்பதுபோல் ஆகுமா." இவளின் குரல் அடைத்தது.

"நீ அவளை நிராகரித்திருக்கக் கூடாது. துளசிச் செடியின் கீழ் நீ அவளைப் போட்டிருக்காவிட்டால் இந்நேரம் இந்த வீட்டில் அவள் அழகாகத் திரிந்து கொண்டிருப்பாள்."

"இல்லை. என் வாழ்வு அவளைப் பீடிக்கக் கூடாது. என்னைப் போல் அலைக்கழியக் கூடாது என்றுதானே நான் அவ்வாறு செய்தேன்."

"விஷ்ணுசித்தர், அவளுக்குக் கவிதை எழுதக் கற்றுக் கொடுத்திருக்கிறார். நன்றாகக் கவிதை எழுதி, பாடுவதாகக் கூறினார்கள்."

"அவளை யார் மணம் செய்வார்கள். அந்தண குலத்திலும் எடுக்க மாட்டார்கள். வேறு சாதியிலும் எடுக்க வழியில்லை. விஷ்ணுசித்தர் எந்தச் சாதியில் மணமகன் தேடுவார். அவளுக்குத் திருமணமே நடக்காது. கன்னியாகத்தான் காலம் கழிக்க வேண்டும் போலிருக்கிறது. என் மகளுக்கு இந்தக் கதிதான் ஏற்படுமா." இவள் கண் கலங்கினாள்.

"கோதை கவிதை எழுதுகிறாள். புத்திசாலி. அவள் கண்டுபிடிப்பாள், என்ன செய்வதென்று" என்றாள் அவள்.

O

விடிகாலை கோதையைச் சுற்றி ஆயர்பாடியைச் சேர்ந்த, அவள் வயதையொத்த சிறுமிகள். வணிகக் குடும்பத்தைச் சேர்ந்தவள் வரவில்லை. மாமன் மகள் என்று கோதையால் அழைக்கப்படுபவள் வரவில்லை. பேசி வைத்தபடி இன்னும் சிலர் வரவில்லை. "முதலில், வராத தோழியரை எழுப்புவோம். பின்னர் நாராயணனைத் துதிப்போம்" என்று கோதை தோழியரிடம் கூறினாள். "மார்கழித் திங்கள் மதிநிறைந்த நன்னாளில் நீராடப்போதுவீர்" என்ற வாசகங்கள் அந்தப் பன்னிரெண்டு வயதுக் கோதையின் மனத்தில் தோன்றின.

வயதில் மூத்தவளாக, இவர்களுக்குத் தலைவி போலிருக்கும் பெண் வீட்டிற்கு வரும்போது கீ கீ என்று குருவிகள் பேசும் ஒலி கேட்டது. கழுத்தில் அணிந்த அணிகலன்கள் சலசலக்க, ஆய்ச்சியர் மத்தினால் தயிர் கடையும் ஓசையும் கேட்டது. "தயிரரவம் கேட்டிலையோ நாயகப் பெண்பிள்ளாய்" என்று மனத்திற்குள் வார்த்தைகள் ஓடின. வாசலில் நின்று அவளை அழைத்தனர். ஏற்கனவே தயாராக இருந்த அந்தப் பெண் பிள்ளாய் இவர்களுடன் சேர்ந்துகொண்டாள்.

அவள் பணம்படைத்த குடும்பத்தைச் சேர்ந்தவள். அவள் குடியிருக்கும் மாளிகை போன்ற வீட்டில் மாடங்களில் விளக்குகள் எரிந்துகொண்டிருந்தன. மணிகள் பொருந்திய பெருங்கதவு தாழிடப்பட்டிருந்தது. "மாமான் மகளே மணிக்கதவம் தாழ் திறவாய்" என்று கோதையின் வாய் முணுமுணுத்தது. குரல் எழுப்பியும் கதவு திறக்கப்படவில்லை. "மாற்றமும் தாராரோ வாசல் திறவாதார்" என்று வாய்விட்டுக் கூறினாள்.

வணிக குலத்தைச் சேர்ந்த அந்தச் சிறுமி கவர்ச்சியானவள். அவளும் சொன்னபடி வரவில்லை. அவள் வீட்டின் முன் நின்று கூட்டாகக் குரல் எழுப்பியும் மறுமொழி சொல்லாமல் கூடத் தூங்குகிறாள். "புற்றரவல்குல் புனமயிலே போதராய் சுற்றத்துத் தோழிமார் எல்லாரும் வந்துநின் முற்றம் புகுந்து ..." என்ற வாசகங்கள் அவளுள் எழுந்தன.

இவர்களாவது பரவாயில்லை. வீரம் பேசவில்லை. இவள் எல்லாருக்கும் முன்னால் எழுந்து கோதை உட்பட அனைவரையும் எழுப்புவதாக வாய்வீரம் பேசினவள். அவளாவது நேரத்தில் எழுந்து வந்திருக்க வேண்டாமா. வெட்கமில்லையா அவளுக்கு. "எங்களை முன்னம் எழுப்புவான் வாய் பேசும் நங்காய் எழுந்திராய் நாணாதாய் நாவுடையாய்" என்ற வரிகள் அவளுள் உருவாகின.

சுரேஷ்குமார இந்திரஜித் சிறுகதைகள்

நிறையப் பேர்கள் வரவில்லை. "எல்லோரும் போந்தாரோ போந்தார்போந் தெண்ணிக் கொள்" என்று கூட இருந்த சிறுமிகளிடம் சொன்னாள். "உன் கவிதை வரிகளை உன்னுடனே வைத்துக்கொள். எங்களிடம் சாதாரணமாகப் பேசு" என்றார்கள். வந்தவரைக்கும் சரி. ஆனால், நந்தகோபன் தூங்கிக்கொண்டிருக்கிறானே அவனை எழுப்ப வேண்டாமா. ஆமாம். வாருங்கள் கோயிலுக்குச் செல்வோம். "எம்பெருமான் நந்தகோபாலா எழுந்திராய் கொம்பனார்க்கெல்லாம் கொழுந்தே குலவிளக்கே, அம்பரமே தண்ணீரே சோறே..." என்று கோதை சொல்லிக் கொண்டே தோழியருடன் கோயிலை நோக்கிச் சென்றாள்.

○

விஷ்ணுசித்தர், கோதை தொடுத்த மாலைகளைப் பெருமாளுக்குச் சாற்றுவதற்காகக் கொண்டுசென்று கொண்டிருந்தபோது, ஓரிடத்தில் கோபுரத்தை நோக்கிக் கும்பிட்டார். இந்த இடத்திற்கு வரும்போது மட்டும் இக்கோணத்தில் கோயில் பிரம்மாண்டமாகத் தெரிகிறது. அவரது அந்தண குல உறவினர் ஒருவர் அவரைக் கண்டு அருகில் வந்தார். இருவரும் பேசிக் கொண்டே கோயிலுக்குச் சென்றனர்.

அந்த உறவினர் கேட்டார். "கோதைக்கு இப்போதே வயது பன்னிரண்டாகிவிட்டதே. எப்படி அவளுக்குத் திருமணம் செய்வது? யார் முன் வருவார்?"

"எனக்கும் அதுதான் தெளிவில்லாமல் இருக்கிறது. அவள் எந்தக் குலத்துப்பெண் என்று தெரியவில்லை. யார் பெண் எடுக்க முன்வருவார்கள் என்றும் தெரியவில்லை. அந்தண குலத்தில் யாரும் எடுக்க மாட்டார்கள். நாம்தான் அவளுக்குத் திருமணம் நடத்த வேண்டும். தந்தை ஸ்தானத்தில் நான் இருந்து இன்னொரு குலத்தைச் சேர்ந்தவனுக்கு எப்படி இவளைத் தாரைவார்க்க முடியும்! நானே தகப்பன் ஸ்தானத்தில் இருக்க சம்பிரதாயம் சம்மதிக்குமா. கோதையின் நிலை அந்தரத்தில் இருக்கிறது. அவளுக்கு நன்றாகக் கவிதை எழுத வருகிறது. அறிவானவளாக இருக்கிறாள். நந்தகோபாலன் மீது அவ்வளவு பிரேமை. அந்த நந்தகோபாலன்தான் அவளுக்கு ஒரு தீர்வு காண வேண்டும்" என்றார் விஷ்ணுசித்தர்.

நந்தகோபாலனின் சிறப்புகளைப் பேசிக்கொண்டே இருவரும் கோயிலுக்குள் நுழைந்தனர். கருவறைக்கு முன் நெடுஞ்சாண்கிடையாக விழுந்தார். மாலையை அர்ச்சகரிடம் கொடுத்தார். அந்த அர்ச்சகர் அதை வாங்கிக் கருவறைக்குள் சென்று வடபத்தரசாயி பெருமாளுக்கு அதைச் சாற்றினார்.

கோயில் நந்தவனத்தில் பூக்கள் சேகரித்து, மாலை தொடுத்து, பெருமாளுக்குச் சாற்றும் கைங்கர்யம் விஷ்ணுசித்தருக்கு.

உறவினர் கேட்ட கேள்வி அவரைத் தொந்தரவு செய்தது. "திருமணமாகாமல் கோதை இப்படியே இருந்துவிட வேண்டியது தானா? அந்த நந்தகோபாலனை நினைத்துக்கொண்டே இருந்துவிட வேண்டியதுதானா? என் காலத்திற்குப் பின் அவள் கதி என்ன?... நாராயணா..." அவர் மனம் அலைக்கழிந்து கொண்டிருந்தது. மன அமைதிக்காகத் தூணில் சாய்ந்து அமர்ந்து நாராயணனைத் தியானம் செய்தார்.

கோதை தந்த மாலையை வாங்கிக்கொண்டு வழக்கமான இடத்தில் நின்று கோபுரத்தைத் தரிசனம் செய்து கோயிலை நெருங்கிக்கொண்டிருந்த சமயம்தான் விஷ்ணுசித்தர் பார்த்தார். மாலையில் ஒரு முடி சிக்கியிருப்பதை. கோதைக்கு நீண்ட கூந்தல். சௌகரியத்திற்காக, தலையின் இடதுபக்கம் கொண்டை யாக முடித்திருப்பாள். அந்த முடியை நீக்கினார். அறியாமல் ஏற்பட்டதாக இருக்க வேண்டும். மாலை தொடுக்கும்போது எச்சரிக்கையாகத் தொடுக்குபடி கூற வேண்டும் என்று நினைத்துக்கொண்டார். மாலையைக் கொடுத்துவிட்டுத் தூணில் சாய்ந்து அமர்ந்து தியானித்து, பின் தன் கவிதைகள் பற்றி யோசித்துக்கொண்டிருந்தார். கோதையின் கவிதைகளையும் நினைத்துப் பார்த்தார். நாராயணனை எழுப்பும் கவிதைகள் அச்சிறுமியிடமிருந்து அழகாக வந்திருப்பதை நினைத்தபோது அவருக்குப் புன்னகை ஏற்பட்டது. நாராயணனின் மேல் அவளுக்கு இருந்த ஈடுபாட்டை நினைத்தபோது அவர் மனதில் சஞ்சலம் ஏற்பட்டது. நாராயணனின் மேல் ஈடுபாடும் காதலும் கொண்ட கவிதைப் பெண் என்று நினைத்துக்கொண்டார். அப்போது அவளின் நீண்ட கூந்தல் நினைவிற்கு வந்தது.

அடுத்தநாள் காலை, கோதை மாலையைக் கொணர்ந்து தன்னிடம் கொடுப்பதற்கு முன்பாகவே, அவள் பூத்தொடுக்கும் அறைக்குச் செல்ல வேண்டும் என்று தோன்றி அவ்வாறே சென்றார். அங்கு அவர் கண்ட காட்சி அவரை அதிர்ச்சியடைய வைத்தது. கோதை. நாராயணனுக்குத் தொடுத்த மாலையை தன்னுடைய கழுத்தில் அணிந்து அழகு பார்த்துக்கொண் டிருப்பதைப் பார்த்தார். என்ன அபச்சாரம், என்ன துணிச்சல், என்ன அக்கிரமம், அவருக்குக் கோபம் மனதை ஆவேசமாக ஆட்டியது. அவர் கத்திக்கொண்டே மாலையைப் பிடுங்கி, தரையில் அடித்து, கோதையின் கன்னத்தில் அறைந்தார். கோதை சுவரோரம் சென்று சாய்ந்து குந்தி அமர்ந்துகொண்டாள். அவள் கண்களில் நீர் வழிந்தது. தவறைக் கண்டுபிடித்ததினால் அவள் மனம் பயந்தது. அவளை அனாதை என்றும் தெய்வ

பக்தி இல்லாதவள் என்றும் தெய்வநிந்தனை செய்பவள் என்றும் பலவாறாக இகழ்ந்து திட்டினார். சத்தம் கேட்டுக் கூட்டம் கூடிவிட்டது. கூட்டத்திடம் அவர் நடந்ததைக் கூறி அவளை மேலும் மோசமாகத் திட்டினார். அனாதையாகக் கிடந்த தன்னை வளர்த்து ஆளாக்கியவருக்குச் சங்கடங்கள் வரும்படி நடந்து அவரது கோபத்திற்கு ஆளாகிவிட்டோமே என்ற எண்ணம் அவளைப் பீடித்து வருத்தியது.

வேறு பெண்களை அழைத்து, புதிய மாலை தொடுத்து அளிக்குமாறு கூறித் தனது அறைக்குச் சென்றார். கூட்டத்தினர் அவரை ஆதரித்துத் தங்களுக்குள் பேசிக்கொண்டனர். கோதையின் தோழிகள் நடந்த நிகழ்ச்சிகளைக் கண்டு திகைத்துப் பயந்து நின்றனர். கோதை பயத்தில் உறைந்திருந்தாள்.

எவ்வளவு நாட்கள் இப்படி நடந்ததோ. அபச்சாரம் நிகழ்ந்துவிட்டது. இந்த அனாதைப் பெண்ணுக்கு அதிகம் இடம் கொடுத்துவிட்டோம். அது தன்னுடைய பிழைதான் என்று சிந்தித்துக்கொண்டே கோபாலனை நோக்கிப் புதிதாகப் பிறரால் தொடுக்கப்பட்ட மாலையுடன் விஷ்ணுசித்தர் சென்று கொண்டிருந்தார். அதேசமயம் கோதை அவமானத்தில் உறைந்து படுத்திருந்ததை நினைத்து வருத்தமும் கொண்டார்.

கோதையின் தோழிகள் அபவாதத்திற்கு அஞ்சி அவளைவிட்டு விலகினர். அவர்களில் சிலர் விஷ்ணுசித்தர் பார்க்குமாறு ஏன் அப்படிச் செய்தாள்; முட்டாள் பெண்; கதவை அடைத்துக்கொண்டு மாலையை அணிந்து அழகு பார்த்திருக்கலாமே என்று பேசிக்கொண்டனர்.

அன்று இரவு கோதை சாப்பிடாமல், சுருண்டு படுத்திருந்ததை விஷ்ணுசித்தர் பார்த்தார். “துளசிச்செடியின் கீழ் அனாதையாகக் கிடந்தவள். தாய், தந்தை யாரென்று தெரியாது. தான்தான் அவளுக்கு அடையாளம். வயதாகி விட்டது. மணம் முடிக்க வழியில்லை. நன்றாகக் கவிதை எழுதுகிறாள். நாராயணன் மேல் அவள் பிரேமை கொண்டதற்குத் தானும் பொறுப்புத்தானே” என்றெல்லாம் யோசித்து மனக்கலக்கமடைந்து கொண்டிருந்தார்.

இரவு ஒரு கனவு வந்தது. மிதமாகக் கடல்அலைகள் அலம்பும் கடலின் மேற்பரப்பில், ஆதிசேஷன் படுக்கையில் படுத்திருந்த நாராயணன் கண்களைத் திறக்கிறார். விஷ்ணுசித்தரால் அந்தக் கண்களின் கூர்மையைத் தாங்க இயலவில்லை. கீழே சின்ன உருவாக ‘நாராயணா’ என்று கைகளைத் தூக்கி வணங்கி நிற்கிறார். நாராயணனின் மேனி நீலநிறத்தில் தகதகக்கிறது. விஷ்ணுசித்தரை வரச்சொல்லிக் கண்களாலேயே சைகை செய்கிறார். திடீரெனக் காட்சி மாறுகிறது. விஸ்வரூபமெடுத்து

நிற்கிறார். தலையில் கிரீடம், கையில் சக்கரம், ஒரு கையில் கதாயுதம். விஷ்ணுசித்தர் அந்தப் பேருருவத்தின் முன்னே சின்னஞ்சிறு உருவாய் நிற்கிறார். நாராயணனின் கட்டை விரலை அவர் அண்ணாந்து பார்க்கிறார். பிறகு கண்ணன் இளவயதுடையவனாகக் கையில் குழல், தலையில் மயிற்பீலியுடன் மரக்கிளையின் மேல் அமர்ந்திருக்கிறார். இவரைக் கண்டதும் அவர் இறங்கி வருகிறார். "என் கோதை அனுப்பிய மாலையை ஏன் எனக்குச் சாற்றவில்லை. அவள் என் பிரியத்திற்குரியவள். அவள் சூடிய மாலையை நான் விரும்பிச் சூடினேன்" என்கிறார். விஷ்ணுசித்தர் அவர் காலில் விழுந்து வணங்குகிறார்.

காலையில் எழுந்து, தன் கனவில் நாராயணன் வந்ததையும் கோதை சூடிக்கொடுத்த மாலையைத் தான் விரும்பிச் சூடியதாக அவர் தெரிவித்ததையும் விஷ்ணுசித்தர் தன்னைச் சுற்றி நின்றவர்களிடம் கூறினார். நாராயணனே கனவில் வந்து மாலையை அணிய விருப்பப்பட்டதாகச் சொல்லிவிட்டதை வியந்தார். கூட்டத்தில் ஒருவர் ஆண்டவனையே ஆண்டாள் கோதை என்றார். இதைக்கேட்டு ஒரு சிறுமி கோதை இருந்த அறையை நோக்கி ஓடினாள். கோதையை எழுப்பி "நாராயணன், விஷ்ணு சித்தரின் கனவில் வந்து, நீ சூடிக் கொடுத்த மாலையை விரும்பி ஏற்றுக்கொண்டதாகத் தெரிவித்துவிட்டார்" என்று கூறினாள். விஷ்ணுசித்தரும் அவருடன் வந்த கூட்டமும் கோதை அருகே வந்துவிட்டது. கோதை எழுந்து கூந்தலை அவிழ்த்து, பின்னர் அதை இடதுபக்கத்தில் கொண்டையாக முடிச்சிட்டாள். பல்லி ஒன்று சுவரில் ஓடியதைப் பார்த்தாள். "கோதை... நாராயணனே வந்து நீ சூடிக்கொடுத்த மாலையை விரும்பி அணிந்துகொண்டதாகக் கூறினார். உன்னை அவர் ஏற்றுக்கொண்டுவிட்டார்" என்று கூறினார். கூட்டம் மகிழ்ச்சியுடன் ஆரவாரித்தது.

தோழியர் அவளை ஆண்டாள் என்று அழைக்கலாயினர். அவளின் மதிப்புக் கூடியது. "நடந்தவரை சரி; ஆண்டவன் விரும்பினாலும் இனிமேல் மானுடர் சூடிக்கொடுத்த மாலையைச் சாற்றக் கூடாது" என்று கோயிலில் கூறிவிட்டனர். கோதை சூடிக்கொடுக்காமல், தொடுத்த மாலையை விஷ்ணு சித்தர் கோயிலுக்கு வழங்கிக்கொண்டிருந்தார். நாராயணன் தான் சூடிக்கொடுத்த மாலையை விரும்பி ஏற்றுக்கொண்டதால் அவரையே தன் கணவனாக, கோதை மனதில் வரித்தாள்.

காலங்கள் ஓடிக்கொண்டிருந்தன. கோதைக்கு வயது ஏறிக்கொண்டேயிருந்தது. அவளும் நாராயணனைக் கணவனாக வரித்துவிட்டாள். தனக்கும் வயதாகிக்கொண்டிருக்கிறது. தனக்குப் பின் அவள் கதி என்ன என்ற சிந்தனை அவருக்கு

ஏற்பட்டது. ஒருவர் எழுதிய கவிதையை மற்றவர் படித்து சிலாகித்துக்கொண்டிருந்தனர்.

தீவிரமான சிந்தனையில் இருந்த அவருக்கு ஒருநாள் இரவில் மீண்டும் ஒரு கனவு வந்தது. அதில் ஸ்ரீரங்கம் அரங்கநாதர் காட்சி தந்தார். கோயிலின் பிரம்மாண்டமான கதவு திறந்தது. மேலும் மேலும் கதவுகள் திறக்க இறுதியில் மூலவர் இருக்கும் கதவும் திறந்தது. நீல நிறத்தில் அரங்கநாதர் சயனித்திருந்தார். முந்தைய கனவில் வந்ததுபோலவே நீலம் தகதகத்தது. அரங்கநாதர் கண்களைத் திறந்தபோது கோயில் அதிர்ந்தது. விஷ்ணுசித்தர் தன்னையறியாமல் தான் எழுதிய கவிதை வரிகளைக் கூறித் துதிக்கிறார். படுத்த நிலையிலேயே அவர் கூறினார். "கோதையை நான் மணம் முடித்துக்கொள்கிறேன்; அவளை இங்கு வரச்சொல்."

கனவு கலைந்து, தூக்கமும் கலைந்தது. கண் திறந்து சாளரம் வழியே வானத்தைப் பார்த்தார். எழுந்து வந்து சாளரம் வழியே ஏனோ நிலாவைப் பார்த்தார். குளிர்ச்சியை உணர்ந்தார். திரும்பவும் வந்து படுத்துக்கொண்டார். காலையில் வந்தவர்களிடம் அரங்கநாதர் கனவில் வந்து கோதையை மணம் முடிக்க அனுப்பி வைக்குமாறு கூறியதைத் தெரிவித்தார். தோழியர் கோதையைக் கண்டு அரங்கநாதர் தெரிவித்த சேதியைத் தெரிவித்தனர். வாரணம் ஆயிரம் சூழ வலம் செய்து நாரணன் நம்பி நடக்கின்றான் என்ற வரிகள் அவள் மனத்தில் தோன்றின. அவளுக்கு உடல் சிலிர்த்தது.

கோதை மகிழ்ச்சியாக இருந்தாள். தோழியர் அவளைக் கேலி செய்தனர். மணப்பெண்ணாக அரங்கன் சன்னிதியை அடையும்போது அந்த அரங்கநாதர் கோதையைக் கைப்பற்றி வானுலகத்திற்கு அழைத்துச்சென்றுவிடுவார் என்று கோதையும் விஷ்ணுசித்தரும் சுற்றத்தாரும் நம்பினர். ஸ்ரீரங்கம் செல்ல ஏற்பாடுகள் செய்யச் சொன்னார் விஷ்ணுசித்தர்.

பல்லக்குகள், பரிவாரங்கள், உணவுப்பொருட்கள், வண்டிகள் தயாராகிக்கொண்டிருந்தன. மணப்பெண் மனநிலையிலிருந்த கோதை கவிதைகள் எழுதுவதில் மும்முரமாக இருந்தாள்.

இந்த இடத்தில் கதை எழுதுபவனாகிய நான் சில விஷயங்களைக் கூற வேண்டியுள்ளது. ஆண்டாளின் கவிதைகளை – குறிப்பாக நாச்சியார் திருமொழியைப் படித்தபோது காதலினால் ஏற்பட்ட காமத்தெறிப்பையும் ஏக்கத்தையும் அவள் வெளிப்படையாக, எளிமையான மொழியில் கவிதையாக்கி யிருப்பதைக் கண்டேன். அச்சிறுமி 15 வயதில் மறைந்துவிட்டாள் என்று கண்ட செய்தி என்னை அதிர்வடையச் செய்தது. இந்த

வயதிற்குள் இத்தகைய மொழியில் கவிதை எழுதியுள்ளார் என்ற எண்ணம் என்னை ஆச்சரிய வெளியில் தள்ளியது.

சில வரிகளையாவது இங்கு கூறவேண்டும்.

தென்றலும் திங்களும் ஊடறுத்து என்னை
நலியும் முறைமை அறியேன்
என்றும் இக் காவில் இருந்திருந்து என்னைத்
ததைத்தாதே நீயும் குயிலே.

நாணி இனி ஓர் கருமம் இல்லை
நால் அயலாரும் அறிந்தொழிந்தார்

கொள்ளும் பயன் ஒன்று இல்லாத
கொங்கைதன்னைக் கிழங்கோடும்
அள்ளிப் பறித்திட்டு அவன் மார்பில்
எறிந்து என் அழலைத் தீர்வேனே.

பெண்ணின் வருத்தம் அறியாத
பெருமான் அரையில் பீதக
வண்ண ஆடை கொண்டு என்னை
வாட்டம் தணிய வீசிரே

பயண நாள் வந்தது. பரிவாரங்களுடன் கிளம்பினர். கோதையின் தோழியர் சிலர் குடும்பத்துடன் மணநிகழ்வைக் காண உடன் வந்தனர். வர இயலாத தோழியர் கோதையை வாழ்த்தி அனுப்பினர். நாட்கள் கடந்தன. ஆங்காங்கு இளைப்பாறி, உணவு உண்டு வழி கடந்து ஸ்ரீரங்கம் அடைந்தனர். கோதையும் விஷ்ணுசித்தரும் பரிவாரங்களும் அரங்கநாதர் காட்சி தந்து கோதையை மனைவியாக்கி அழைத்துச்செல்வார் என்றே கருதினர்.

ஸ்ரீரங்கம் மக்களுக்கு இந்த மணச்செய்தி அதிசயமாக இருந்தது. சிலர் அரங்கநாதர் காட்சி தருவார் என்று நினைத்தனர். சிலர் அரங்கநாதராவது காட்சி தருவதாவது என்று நினைத்தனர். முகூர்த்த நாள், நேரம் குறித்தாகிவிட்டது.

முகூர்த்த நாளிற்கு முந்தியநாள் விஷ்ணுசித்தருக்கு நாளைய நிதர்சனம் குறித்துப் பயமும் சஞ்சலமும் ஏற்பட்டது. அரங்கநாதர் காட்சி தந்து கோதையை அழைத்துச் செல்லாவிடில் என்ன செய்வது? அவளைத் தனக்குத்தானே திருமணம் செய்வித்து இங்கேயே விட்டுவிட்டுச் சென்றுவிடுவதா? அல்லது திரும்பவும் வில்லிப்புத்தூருக்கு அழைத்துச்செல்வதா? அவ்வாறு நடந்தால், ஊரார் கேலி செய்ய மாட்டாரா? என்ன செய்வது? நாளை எது நடக்கிறதோ அதுவே அரங்கநாதரின் விருப்பம் என்று சமாதானம் செய்துகொள்ள வேண்டியதுதான் என்றெல்லாம் விஷ்ணுசித்தருக்குச் சஞ்சலம் ஏற்பட்டது.

கோதையைப் பொறுத்தவரை, அரங்கநாதரை மணம் செய்யும் பெண்ணின் மனநிலையிலிருந்தாள். ஏக்கமும் காமமும் எதிர்பார்ப்பும் அவளைப் படுத்திக்கொண்டிருந்தன. அரங்கநாதர் காட்சி தந்து அவளைக் கைப்பற்றி வானத்திற்குச் சென்று மறைந்து விடுவதுபோல் அவளுக்கு அடிக்கடி கற்பனை ஏற்பட்டது.

முகூர்த்த நாளன்று கோதையை மணப்பெண்ணாக அலங்கரித்தனர். பெரும் கூந்தலை இடதுபக்கம் கொண்டையாக அமைத்தனர். பட்டுடை அணிவித்தனர். குங்குமக் குழம்பைக் கையில் தடவினர். குளிர் சந்தனத்தைப் பூசினர். அவளிடமிருந்து நறுமணம் வீசியது. முகூர்த்த நேரம் நெருங்கியது. சன்னிதியை நோக்கிக் கூட்டமாகச் சென்றனர். அரங்கநாதரின் சன்னிதி. அவர் முன் திரை. திரைக்கு முன் படபடக்கும் இதயத்துடன், பரவசத்துடன், பதற்றத்துடன் கோதை மற்றும் பரிவாரங்கள், விஷ்ணுசித்தர். வாத்தியங்களின் இசை, மணியின் ஒலி இணைந்து பேரோசையாகக் கேட்டுக்கொண்டிருந்தது. திரை விலகியது. அரங்கநாதர் படுத்திருந்தார். கண்களில் வெள்ளி பதிக்கப்பட்டிருந்தது. கை ஒய்யாரமாகச் சாய்ந்திருந்தது. அனைவரும் கோஷம் எழுப்பி வணங்கினர். அரங்கநாதரைப் பார்த்ததும் கோதைக்கு இன்பமும் பயமும் ஏற்பட்டது. எங்கும் அதிர அவளுள் அவர் புகுந்தார். அவள் நிலை குலைந்தாள். மயக்கம் போன்ற உணர்வு ஆட்கொண்டது. வாத்தியங்களின் இசையும் மணியின் ஒலியும் கலந்து ஒலித்த பேரோசையின் சத்தம் கூடியது. தள்ளாடிக்கொண்டிருந்த கோதையைத் தோழியர் தாங்கிப் பிடித்துக்கொண்டிருந்தனர். அவள் கையிலிருந்த மாலையை அர்ச்சகரிடம் கொடுக்க அவர் அரங்கநாதருக்கு அதைச் சாற்றி, பதில் மாலையை எடுத்து வந்தார். தள்ளாடிக்கொண்டிருந்த அவள் மாலையை வாங்கிக் கழுத்தில் அணிந்ததும் “கலப்பேன் அவரோடு” என்று கூவினாள். அடுத்த கணம் ஓர் ஆச்சரியம் நிகழ்ந்தது. பிரம்மாண்டமாகப் படுத்திருந்த அரங்கநாதரின் உடல் அசைந்தது. அவர் எழுந்து அமர்ந்து தலையைத் திருப்பிக் கூட்டத்தைப் பார்த்தார். கூட்டம் உச்சஸ்தாயியில் கோஷம் எழுப்பித் திகைத்துப் பார்த்துக்கொண்டிருந்தது. மூலக்கிரகத்திலிருந்து, தலை இடிக்கும் என்பதால் குனிந்து வெளியே வந்து நிமிர்ந்து நின்றார். அர்ச்சகர்கள் பயந்து ஒதுங்கினர். கூட்டம் நெடுஞ்சாண்கிடையாக விழுந்து வணங்கியது. அரங்கநாதர் நெருங்கத் தோழியர் பயந்து ஒதுங்கினர். கோதையின் தள்ளாட்டம் நின்றது. அரங்கனின் பேருருவைப் பார்த்தாள். “தேசம் முன் அளந்தவன்; திரிவிக்கிரமன் திருக் கைகளால் என்னைத் தீண்டும் வண்ணம் சாய் உடைவயிறும் என் தடமுலையும் தரணியில் தலைப்புகழ் தரக்கிற்றாயே” என்று நினைத்த அடுத்த கணம்

அரங்கநாதர் அவள் கையைப் பற்றினார். அவள் உடல் அதிர்ந்தது. அடுத்த கணம் இருவரும் மறைந்தனர்.

திருமணத்திற்கு முந்தையநாள் கோதை மலங்கழித்துக் கொண்டிருந்தபோது, மறைந்திருந்த நிசர்சனம், திடீரென பேருருக் கொண்டதுபோல் உணர்ந்தாள். "நாளை அரங்கநாதர் எப்படி வருவார்? அது சாத்தியம்தானா? வராவிட்டால்? என்னைப் பொருட்படுத்தி வர இயலுமா? வருவார் என்று நினைப்பதே மாயம்தானே? அது எப்படி அரங்கநாதராவது வருவதாவது என்றொருவர் கூறியது என் காதில் விழுந்ததே. அதுதானே நிதர்சனம்? ஆம். அப்படித்தான் நடக்கும், நான் என்ன செய்வது? எனக்கு நானே மணம் முடித்து சன்னிதியிலேயே உயிரைவிட்டு அவருடன் கலப்பதுதானே சிறப்பு. உயிர் போகாவிடில் என்ன செய்வது? மாய்த்துக்கொள்வதுதான் நன்று."

அவள் கால் கழுவி, அறைக்குள் நுழைந்து, பெட்டிக்குள் இருந்த விஷக் குப்பி இருக்கிறதா என்ற பார்த்தாள். திரும்பப் பழைய இடத்திலேயே வைத்துவிட்டுப் பெட்டியை மூடினாள். "கற்பனையில் இருப்பதுதான் இன்பம். மாயவன் உருக் காட்டான். நிதர்சனம் மாயையை மாய்க்கும். நிதர்சனத்தை ஒழித்துவைத்து ஆடிய ஆட்டத்திற்கு நாளை முடிவு" என்று அவள் மனத்தில் தோன்றியது.

பெட்டியை மூடி, எழுந்தபோது தோழியர் சூழ்ந்து கொண்டனர். கற்பனை இன்பம் அவளை ஆட்கொண்டது. "அவனோடும் உடன்சென்று அங்கு ஆனை மேல் மஞ்சனம் ஆட்டக் கனாக் கண்டேன் தோழீ" என்ற வரிகளைக் கூறினாள்.

முகூர்த்த நாளன்று கோதையை மணப்பெண்ணாக அலங்கரித்தனர். பெரும் கூந்தலை இடதுபக்கம் கொண்டையாக அமைத்தனர். பட்டுடை அணிவித்தனர். குங்குமக் குழம்பைக் கையில் தடவினர். குளிர் சந்தனத்தைப் பூசினர். அவளிடமிருந்து நறுமணம் வீசியது. முகூர்த்த நேரம் நெருங்கியது. சன்னிதியை நோக்கிக் கூட்டமாகச் சென்றனர். அரங்கநாதரின் சன்னிதி. அவர் முன் திரை. திரைக்கு முன் படபடக்கும் இதயத்துடன், பரவசத்துடன், பதற்றத்துடன் கோதை மற்றும் பரிவாரங்கள், விஷ்ணுசித்தர். ஆடைக்குள் விஷக்குப்பி இருக்கிறதா என்று கோதை தடவிப்பார்த்துக்கொண்டாள். வாத்தியங்களின் இசை; மணியின் ஒலி இணைந்து பேரோசையாகக் கேட்டுக் கொண்டிருந்தது. திரை விலகியது. அரங்கநாதர் படுத்திருந்தார். கண்களில் வெள்ளி பதிக்கப்பட்டிருந்தது. கை ஒய்யாரமாகச் சாய்ந்திருந்ததது. அனைவரும் கோஷம் எழுப்பி வணங்கினர். அரங்கநாதரைப் பார்த்ததும் கோதைக்கு இன்பமும் பயமும்

ஏற்பட்டது. எங்கும் அதிர அவளுள் அவர் புகுந்தார். அவள் நிலை குலைந்தாள். தள்ளாடினாள். மயக்கம் போன்ற உணர்வு ஆட்கொண்டது. வாத்தியங்களின் இசையும் மணியின் ஒலியும் கலந்து ஒலித்த பேரோசையின் சத்தம் கூடியது. தள்ளாடிக்கொண்டிருந்த கோதையைத் தோழியர் தாங்கிப் பிடித்துக்கொண்டிருந்தனர். அவள் கையிலிருந்த மாலையை அர்ச்சகரிடம் கொடுக்க அவர் அரங்கநாதருக்கு அதைச் சாற்றிப் பதில் மாலையை எடுத்து வந்தார். தள்ளாடிக்கொண்டிருந்த அவள் மாலையை வாங்கிக் கழுத்தில் அணிந்ததும் "கலப்பேன் அவரோடு" என்று கூவினாள். உயிரை நிறுத்த முயற்சித்தாள். உடலிலிருந்து உயிரைப் பிரிக்க மனவலிமையுடன் முயன்றாள். அரங்கநாதர் கைத்தலம் பற்றி வானத்திற்குக்கொண்டு செல்லும் கற்பனை கீழே விழுந்து இறந்தது. அடுத்த கணம் மறைத்து வைத்திருந்த விஷக்குப்பியை எடுத்து வாயில் உறிஞ்சினாள். "விளக்கினில் புக என்னை விதித்தாயே" என்று சரிந்து விழுந்தாள். அவள் உடல் நீலம் பாரிக்க ஆரம்பித்தது. கீழே விழுந்து கிடந்த அவளைச் சுற்றிக் கூட்டம். ஓர் அந்தணர் "நீலவண்ணக் கண்ணன் அவளுள் புகுந்து அவளைக் கூட்டிச் சென்றுவிட்டார். இது அவளது பூத உடல்" என்று கூறினார். கோதையின் உள்ளங்கையில் இருந்த புட்டியைத் தோழி ஒருத்தி அகற்றி எடுத்து வைத்துக்கொண்டாள். அரங்கநாதர் கோதையை மனைவியாக வரித்து அழைத்துச் சென்றுவிட்டார் என்று கூட்டம் பேசியது.

வேகமாக வந்ததில் அவளுக்கு மூச்சு இரைத்தது. "அரங்க நாதர் கோதையை மணம் முடித்து, அவளைக் கூட்டிச்சென்று விட்டார்" என்றாள் அவள்.

"கோதை மறைந்தாளா; மாய்ந்தாளா; மாய்க்கப்பட்டாளா; மாய்த்துக்கொண்டாளா" என்றாள், இவள் தழுதழுக்கும் குரலில்.

○

உயிர்எழுத்து, பிப்ரவரி 2012

நானும் ஒருவன்

எனக்குச் சின்ன வயதிலேயிருந்து சண்டைக்குச் செல்வதென்றால் மகிழ்ச்சியாக இருக்கும். ஒரு நிலையில் சண்டைக்கான புள்ளி உருவாகும். அப்படியே அதைப் பற்றி ஏறுவேன். சண்டை முகிழும் கணத்தில் எனக்குப் பரவச உணர்வு ஏற்படும். முடிந்தவரை மத்தியஸ்தர்களும் என்மேல் குறை சொல்லாத அளவுக்குச் சூழ்நிலையை உருவாக்கிவிடுவேன்.

எங்கள் ஏரியாவில் சைட் அடிக்க வந்தவர்கள்மீதுதான் என் முதல் தாக்குதல் அமைந்தது. அதற்கு முன் படிக்கும்போது சின்னச் சின்ன சண்டைகள். அவை எல்லாம் தற்போது சேர்த்தியில்லை. சைட் அடிக்க வந்தவர்களைப் பார்த்துக்கொண்டிருந்த நான் அவர்களைத் தனியாக நெருங்கினேன். அவர்கள் டைப் இன்ஸ்டியூட்டிற்குச் சென்று திரும்பும் செட்டியார் வீட்டுப் பெண் மீனலோசனியின் பின்னாலேயே வந்துகொண்டிருப்பவர்கள். அவர்கள் டீக்கடையில் டீ குடித்துவிட்டுப் பெட்டிக் கடையருகே நின்று கொண்டிருந்தார்கள். மூவரில் ஒருவன் சிகரெட் பிடித்துக்கொண்டிருந்தான். நான் அவர்களிடம் சென்று, "எங்க ஏரியாவுக்குள்ளே இந்த வேலை யெல்லாம் வச்சுக்காதீங்க" என்றேன். "நீ யாரு இதைக் கேட்க?" என்றான் ஒருவன். அடுத்த கணம் அவன் தாடையில் ஒரு அறை விட்டேன். பிற இரண்டு நபர்களும் கத்திக்கொண்டே என்னைத் தள்ளிவிட முயன்றபோது, நான் அவர்களைத் தள்ளிவிட்டுப் பெட்டிக் கடையில் இருந்த

இரண்டு கலர் பாட்டில்களை எடுத்துக் கீழே அடித்தேன். எனது பெல்ட்டைக் கழற்றிச் சுழற்றினேன். அவர்கள் ஓட்டம் பிடித்தார்கள். டீக்கடைக்காரனும் பெட்டிக்கடைக்காரனும் கடையை விட்டுவெளியே வந்தனர். நான் நிதானமாகப் பெட்டிக் கடையிலிருந்த வில்ஸ் பில்ட்டர் சிகரெட் பாக்கெட்டி லிருந்து ஒரு சிகரெட்டை எடுத்துக் கடையின் ஓரத்தில் தொங்கிக்கொண்டிருந்த கயிற்றின் நுனியில் இருந்த கங்கில் பற்றவைத்துக்கொண்டேன். பெட்டிக் கடைக்காரன் என்னிடம் எதுவுமே கேட்கவில்லை. பெரிய கண்ணாடிச் சில்லுகளை எடுத்து ஓரமாக வைத்துவிட்டு, விளக்குமாறால் கண்ணாடிச் சில்லுகளைக் கூட்டி எல்லாவற்றையும் ஓரிடத்தில் சேர்த்து வைத்தான். என்னிடம் ஒன்றும் பேசவில்லை. நான் அவனிடம் இன்னொரு வில்ஸ் பில்டர் கேட்டேன். அதே நேரத்தில் பொதுப்படையாகப் பேசுவது போல் “வந்துருவான்களா ஏரியாவுக்குள்ளே ... கொன்னுருவேன்” என்று சில கெட்ட வார்த்தைகளை விட்டு, அந்தச் சிகரெட்டை வாங்கிக்கொண்டேன். பெட்டிக் கடைக்காரன் காசு கேட்கவில்லை.

அடுத்தநாள் அந்தப் பையன்கள் வரவில்லை. பெட்டிக் கடைக்காரனிடம் சிகரெட் கேட்கலாம் என்று நினைத்தேன். அது முறையல்ல என்று தோன்றியது. ஒரு வாரம் கழித்து அவனிடம் சிகரெட் கேட்க வேண்டும். அதன் பிறகு பத்து நாட்கள் கழித்து சிகரெட் கேட்க வேண்டும். அதன் பின் நாலைந்து நாட்கள் கழித்து, காசு கொடுத்து சிகரெட் வாங்க வேண்டும். அதுதான் என் செல்வாக்கை நிலைநிறுத்தும் என்று திட்டமிட்டேன். பொதுப்படையாகப் பேசி கெட்ட வார்த்தை விட்டேன் என்று சொன்னேன் அல்லவா, அந்த உத்தி பல சந்தர்ப்பங்களில் உதவியிருக்கிறது. யாரிடம் விவகாரத்திற்குச் செல்வோமோ அவன் இதைக் கேட்டுப் பயந்துவிடுவான். நமக்குக் காரியங்கள் சுளுவாக முடிந்துவிடும்.

பிறகு எனக்கு ஏரியாவில் ஒரு தனிமரியாதை கிடைத்தது. என் அப்பா இப்போது ரிட்டயர்டு ஏட்டு. அப்போது அவர் சொன்னார் “இப்படித்தான் ஆரம்பிக்கும் ... பின்னாலே ரவுடியாகி ... எங்க டிபார்ட்மெண்ட்காரங்ககிட்டே மாட்டிச் சாகப் போறே. அப்ப நான் எட்டிக்கூடப் பாக்கமாட்டேன்.” என் அம்மா நான் எட்டாவது படிக்கும்போது இறந்துவிட்டாள். நான் பத்தாவது படிக்கும்போது அப்பா இரண்டாம் கல்யாணம் பண்ணிக்கொண்டார். வீட்டில் வளர்ந்த பையனை வைத்துக்கொண்டு கல்யாணம் பண்றோமேன்னு அவருக்குச் சிந்தனை இல்லை. சித்தியைக் குறை சொல்ல முடியாது. எனக்குத்தான் அவள் அருகில் வந்தால் கூச்சமாக இருக்கும்.

அப்பாவும் சித்தியும் குழைந்து பேசிக்கொள்வதே எனக்கு அருவருப்பாக இருக்கும். சாப்பிடறதுக்கும் தூங்கறதுக்கும்தான் வீட்டுக்கு வருவேன். அவர்களும் நல்லதாப் போச்சுன்னு நினைத்திருப் பார்கள்.

பெட்டிக்கடை சம்பவத்திற்குப் பின் சினிமா தியேட்டரில் அடுத்த சம்பவம் நடந்தது. படம் போடுவதற்கு முன்னால் வரிசையில் என்னைத் தாண்டி உட்கார்ந்திருந்த இருவர், தேவையில்லாமல் வரிசையைக் கடந்து போகவும் வரவும் இருந்தார்கள். எனக்கு எரிச்சலாக இருந்தது. சண்டைக்கான புள்ளி தயாராகிக்கொண்டிருப்பதுபோல இருந்தது. அந்தப் புள்ளி சண்டையாக உருவாகும் கணத்தில் என் மனநிலையை விவரிக்க இயலாது. அப்படியோர் ஆவேசமும் பரவசமும் கூடி நிற்கும். இடைவேளை சமயத்தில் என் காலை மிதித்துச் சென்ற நேரத்தில் நான், “ஏய்...” என்றேன். அவன் திரும்பிப் பார்த்தான். அதில் ஒரு முறைப்பு தெரிந்து, சண்டைக்கான புள்ளி விழுந்துவிட்டது. அது முகிழும் கணம் ஆரம்பமானது. நான் அவன் சட்டையை எட்டிப்பிடித்து ஒரு குத்துவிட்டேன். கூட்டம் கூடிவிட்டது. பொதுவாகத் தியேட்டருக்குள் சண்டை போடுபவர்களை, தகராறு செய்பவர்களை, தியேட்டரில் பணிபுரிபவர்கள் சும்மா விடுவதில்லை. மானேஜர் அறைக்கோ வேறு அறைக்கோ கொண்டு சென்று கும்மிவிடுவார்கள். என்னையும் மற்ற இருவரையும் மானேஜர் அறைக்குக்கொண்டு சென்றார்கள். எனது சட்டையை ஒருவனும் நான் அடித்தவன் சட்டையை இன்னொருவனும் பிடித்து இழுத்துக்கொண்டு சென்றனர். மானேஜர் அறைக்குச் சென்ற பின்னர், அடிபட்டவன் கத்திக்கொண்டிருந்தான், “தெரியாம காலை மிதிச்சதுக்கு அடிக்கிறான். சார்... சும்மா விடக் கூடாது. நான் யார் தெரியுமா?” இந்த மாதிரி இடத்தில் ‘சார்’ என்ற வார்த்தை செல்லுபடியாகாது. ‘அண்ணே’ என்ற வார்த்தைதான் செல்லுபடியாகும் என்பதால் நான் “அண்ணே... தியேட்டருக்கு சினிமா பார்க்க வந்தா ஒரு டிசிப்ளின் வேண்டாமாண்ணே. குறுக்கும் நெடுக்குமா எத்தனை தடவை போறது... பாக்கறவங்களுக்குச் சிரமமாயிருக்காது? வேணும்னே காலை மிதிச்சிட்டு போறது. என்னன்னு கேட்டா முறைச்சுட்டு அடிக்கவாறது... எவ்வளவுதான்னே பொறுக்கறது” என்றேன். அவர்களில் ஒருவன், “சார் அவன் சொல்றதை நம்பாதீங்க... தியேட்டருக்குள்ளேயே உக்காந்திருக்கணுமா... வெளியே போகக் கூடாதா... ஒன்னுக்குப் போக வேண்டாமா?” என்றான். உடனே தியேட்டர் பணியாளர்களில் ஒருவன் “ஒன்னுக்கு இருக்க ஒம்பது தடவை போவயா”ன்னு கேட்டான். என்னிடம் அடி வாங்கியவன் சூழ்நிலையைக் கணிக்கத் தெரியாமல் பேசியதால் சூழ்நிலை எனக்குச் சாதகமாக

இருப்பதை அறிந்துகொண்டேன். நான், "அண்ணே... கொஞ்சம் தனியா வாங்க பேசணும்" என்றேன். வந்ததும் "அண்ணே... நான் சொல்லக் கூடாது. இருந்தாலும் மனசு கேக்கலை... எங்க வரிசைக்கு முன்னாடி ஒரு புருஷன் பெண்டாட்டி, ரெண்டு வயசுப் பொண்ணுக உக்கார்ந்திருந்தாங்க... இவனுக ரெண்டு பேரும் காலைவிட்டு அவுங்க பின்புறத்தை நோண்ட்ராங்க... எனக்கு மனசு பொறுக்கலை. அவுங்க பாவம் பேமிலியோட சினிமா பாக்க வந்தா இந்தப் பாடா... அதைவைச்சு தகராறு பண்ணினா அவுனுகளுக்குத்தானே கேவலம்... அதாண்ணே... ரெண்டு அடிகொடுத்து விரட்டிருங்கண்ணே..." என்று ரீல் விட்டேன். அவ்வளவுதான். பெண்கள்மீதான சேட்டைகளைப் பொறுத்துக்கொள்பவர்களா நமது ஆண்கள்? அவர்கள் இருவரையும் போட்டு அடித்துக்கொண்டிருந்தபோது மானேஜர் வந்தார். அடியை நிறுத்தினார்கள். அந்தப் பையன்கள் சொன்னது எதுவுமே அவர்கள் காதில் ஏறவில்லை. மானேஜர் என்னிடம் "நீ யார் பையன்?" என்று கேட்டார். "ஏட்டு நடராஜன் பையன்" என்றேன். "அப்பா நல்லா இருக்காரா?" என்றார். "நல்லா இருக்கார்" என்றேன். "நீ போய்ப் படத்தப் பாரு" என்றார். "இல்லே மனசு சரியில்லை. வீட்டுக்குப் போறேன்" என்றேன்.

இப்படித்தான் அடுக்காகச் சம்பவங்கள். சூழ்நிலையைக் கையாள்வது எனக்கு நன்றாகக் கூடி வந்தது. எனக்கே ஆச்சரியமாக இருந்தது, எனக்கு எப்படி இவ்வளவு அறிவு வந்தது என்று. நான் வீட்டிற்கே செல்வதில்லை என் கூட்டாளி ரூமில் தங்கிக்கொள்வேன். சாப்பாட்டு வேளைக்கு வீட்டிற்குச் சென்று சாப்பிடுவேன். இரவில் வீட்டிற்குச் சாப்பிடச் செல்வது இல்லை.

ஒரு நாள், நில, வீடு புரோக்கர் செல்லக்கண்ணு என்னிடம் பேசிக்கொண்டிருந்தபோது "ரியல் எஸ்டேட் அதிபர் சந்தையூர் சக்ரபாணிக்கு ஆள் தேவைன்னு சொன்னாங்க... நீ சும்மா தானே இருக்கே... கேட்டுகிட்டு கூட்டிட்டுப்போறேன்" என்றான். நானும் "சரி..." என்றேன். ஒரு நாள் சக்ரபாணி அலுவலகத்திற்குக் கூட்டிக்கொண்டு சென்றான்.

சக்ரபாணியின் அலுவலகம் அண்ணா நகர் 60 அடி சாலையில் ஒரு கட்டடத்தின் முதற்தளத்தில் இருந்தது. கீழ்த் தளத்தில் ஒரு டிபார்ட்மெண்டல் ஸ்டோரும் ஒரு பைனான்ஸ் கடையும் இருந்தன. அலுவலகம் இரண்டு பகுதிகளாக இருந்தது. ஒரு பகுதியில் சக்ரபாணி இருக்கும் அறை. இன்னொரு பகுதியில் ஊழியர்கள் இருக்கும் அறை. செல்லக்கண்ணு என்னை சக்ரபாணி அறைக்குக் கூட்டிச்சென்றான். குளிர் சாதன வசதிகொண்ட அறை. சுழல் நாற்காலியில் ஆடிக் கொண்டே, எதிரே அமர்ந்திருந்த ஒருவரிடம் பேசிக்கொண்டிருந்தவர்

எங்களைப் பார்த்தார். செல்லக்கண்ணு என்னைப் பற்றிச் சொன்னான். அவர் என்னைப் பார்த்தார்.

"என்ன பண்றே" என்றார்.

"சும்மாதான் இருக்கேன்."

"அப்பா என்ன பண்றாரு."

"ஏட்டா இருந்தாங்க. இப்ப ரிட்டயர்ட் ஆயிட்டாரு."

"கடைசியாக எந்த ஸ்டேசன்லே இருந்தாரு."

"தட்டான்பட்டி ஸ்டேசன்லே."

"டிரைவிங் தெரியுமா ?"

"தெரியும்."

"நாளன்னக்கி வெள்ளிக்கிழமை, காலையிலே பத்தரை டு பன்னிரண்டரை ராகு காலம். அதுக்குப் பின்னாடி பள்ளிக்கூடத்து சர்ட்டிபிகேட், டிரைவிங் லைசென்ஸைக் கொண்டாந்து கணக்குப்பிள்ளைட்ட குடுத்துட்டுச் சேந்துக்க. மத்த விவரம் கணக்கப்பிள்ளை சொல்லுவாரு."

அழைப்பு மணியை அழுத்தி கணக்கப்பிள்ளையை வரவழைத்து என்னைக் காண்பித்து விவரம் சொன்னார். முடியை போலீஸ்காரர்போல் சம்மர் கிராப்பாக வைத்திருந்தார் சக்ரபாணி. மீசை இல்லை. வெள்ளை முழுக்கைச் சட்டை அணிந்திருந்தார். மூக்கு கூர்மையாக இருந்தது. வசதியானவர் களின் லட்சணத்தோடு இருந்தார்.

அவருக்குக் கொடுக்கல் வாங்கல் உள்ளிட்ட பல தொழில்கள் இருப்பதாகச் சொன்னார்கள். நான் அவர் கூறியபடி வேலையில் சேர்ந்தேன். முதல் மூன்று நாட்கள் சொல்லிக் கொள்ளும்படியான வேலை என்று ஏதுமில்லை. நான்காவது நாள் டிரைவர் வரவில்லை என்பதால், சக்ரபாணி வீட்டிற்குக் காலையில் போகச் சொன்னார்கள். நானும் போனேன்.

வீடு பெரிய பங்களாவாக இருந்தது. வாசலில் பெரிய கேட். கூர்க்கா இருந்தான். நான் போன சமயம் வாசலில் பள்ளி வேன் நின்றிருந்தது. கூர்க்கா என்னை யார் என்று கேட்டான். அந்தச் சமயம் கேட் திறந்தது. நான் அசந்து போனேன். அழகுன்னா அப்படியோர் அழகு. சிவப்புன்னா அப்படி ஒரு சிவப்பு. சிவப்பு என்று சொல்ல முடியாது. ரோஸ் கலர். காதில் தோடு இல்லை. வளையம் போட்டிருந்தாள். ஒருவன் ஒரு பெண் குழந்தையை – ஒன்பதாம் வகுப்புக்குக் கீழ்தான் படிக்க வேண்டும் – வேனில் ஏற்றினான். பின் உள்ளே சென்றுவிட்டாள். நான்

கூர்க்காவிடம் கோபால் வந்துள்ளதாகச் சொல்லச் சொன்னேன். உள்ளே சென்றுவிட்டு எந்தக் கோபாலு என்று கேட்பதாகக் கூர்க்கா கூறினான். நான், "புதிதாக வேலைக்குச் சேர்ந்திருக்கிற கோபாலு" என்று சொன்னேன். சற்று நேரத்தில் கார் சாவி வந்தது. நான் காரைத் துடைத்து சுத்தம்செய்து நின்றிருந்தேன். சக்ரபாணி வந்தார். கூட இருவர் வந்தனர். அவர் முன் சீட்டிலும் பிற இருவர் பின் சீட்டிலும் அமர்ந்துகொண்டனர். பல இடங்களுக்குச் சென்றோம். மதியம் புகழ்பெற்ற ஓர் அசைவ ஓட்டலில் உணவு. வேண்டியதை வாங்கிச் சாப்பிடச் சொன்னதால் நானும் நன்றாகச் சாப்பிட்டேன். நான் நன்றாகக் கார் ஓட்டுவதாகச் சக்ரபாணி கூறினார். நான் இந்த சந்தர்ப்பத்தில்தான் கவனித்தேன். அவருக்கு இடது கையில் ஆறு விரல்கள் இருந்தன.

அவர் வீட்டில் இரண்டு கார்கள் இருந்தன. சக்ரபாணியின் மனைவியான அந்த ரோஸ் கலர் அக்காவிற்கென்று ஒரு காரும் தனியாக ஒரு டிரைவர் பையனும் இருந்தனர். அந்தப் பையன் வீட்டு வேலையையும் டிரைவர் வேலையையும் சேர்த்துப் பார்த்துக்கொண்டிருந்தான். சக்ரபாணியின் டிரைவருக்கு உடல்நலம் சரியில்லாத நாட்களில் நான் கார் ஓட்டுவேன். அந்த டிரைவருக்குச் சிறுநீரகம் பழுதாகிவிட்டது. சக்ரபாணிதான் மருத்துவமனையில் சேர்த்து செலவழித்துப் பார்த்தார். அவர் இறந்தபின் நான் சக்ரபாணியின் டிரைவராகி விட்டேன். சக்ரபாணி தன் மனைவி, குழந்தைகளுடன் வெளியே செல்வதென்றால் நான் ஓட்டும் காரில்தான் செல்வார்.

ஒரு நாள் என் அப்பா என்னைத் தேடி வந்தார். இறந்து போன என் தாயாரின் அண்ணன் இறந்துவிட்டதைத் தெரிவிக்க வந்திருந்தார். நானும் விடுப்பு எடுத்து கிராமத்திற்குப் போய்த் திரும்பிவந்தேன். அப்போது என் அப்பா, "சக்ரபாணி கூட இருக்கே... அரசியல்வாதிங்க கூட உரசினா அவருக்கும் கூட இருக்கிறவங்களுக்கும் பிரச்சினை வரும். அல்லது வேறே குரூப்போட மோதினா பிரச்சினை வரும். பட்டும் படாமலும் இருந்துக்க..." என்று புத்தி சொன்னார். நான் தலையாட்டினேன்.

எனக்குப் பல விஷயங்கள் தெரிந்துவிட்டன. நகரின் குறுக்கே ஓடும் ஆற்றுக்கு வடக்குப் பக்கம் சக்ரபாணி அதிகாரத்திலும் தெற்குப் பக்கம் ஒன்றரைக்கண் மாரி என்ற மாரியப்பன் அதிகாரத்திலும் இருந்தன. இருவரும் ஆளும் கட்சியின் மாவட்டப் பிரமுகருக்கு நெருக்கமாக இருந்தனர். தெற்குப் பக்கம் சக்ரபாணியும் வடக்குப் பக்கம் ஒன்றரைக்கண் மாரியும் தலையிடுவதில்லை. தெற்குப் பக்கம் ஏதாவது பிரச்சினையில் தொடர்பு ஏற்பட்டால் ஒன்றரைக்கண் மாரியிடம் சொல்லித்தான்

நடவடிக்கை எடுக்க வேண்டும். அதேபோல் வடக்குப் பக்கம் சக்ரபாணியிடம் சொல்லித்தான் நடவடிக்கை எடுக்க வேண்டும்.

ரோஸ் கலர் அக்காவிற்கு கார் ஓட்டும் டிரைவர் விடுப்பு எடுத்தால் நான்தான் கார் ஓட்டுவேன். சக்ரபாணி அலுவலகக் காரை எடுத்துக்கொள்வார். ரோஸ் கலர் அக்கா, ஒரு குறிப்பிட்ட டிபார்ட்மெண்டல் ஸ்டோருக்கும் ஒரு குறிப்பிட்ட ஜவுளிக்கடைக்கும் சந்தான ஈஸ்வரர் கோயிலுக்கும் வழக்கமாகச் செல்வார். என்னை மரியாதையாக நடத்துவார். காபி குடிக்க நூறு ரூபாய் கொடுப்பார். "முதலாளியிடம் சொல்லமாட்டேன். பயப்படாதே" என்பார். ஒரு நாள் என் குடும்பப் பின்னணி பற்றி விசாரித்தார்.

ஒரு நாள் அலுவலகத்தில் சக்ரபாணி ஊழியர்களிடம் கத்திக்கொண்டிருந்த சத்தம் கேட்டு அவசரமாகப் படியேறி அலுவலகத்திற்கு வந்தேன். சக்ரபாணிக்கும் ஒன்றரைக்கண் மாரிக்கும் ஏதோ பிரச்சினை போலிருக்கிறது. அது சம்பந்தமாக முதலாளி கோபமாக இருப்பதாகக் கூறினார்கள். என்ன உள் விவகாரம் என்று தெரியவில்லை. ஆனால் ஏதோ பெரிய விவகாரம் நடந்திருப்பதுபோல் தோன்றியது. சக்ரபாணியின் முகம் சரியில்லை. காரில் ஏறும்போது என்னிடம் சிடுசிடு என்று பேசினார். காரின் குறுக்கே ஒரு டூவிலர் வந்தபோது "என்ன கார் ஓட்றே… செவுட்லே அறைஞ்சேன்னா… ஒழுங்கா ஓட்றா முட்டாப் பயலே" என்று என்னைத்தான் திட்டினார். இறங்கும் போது கார்க் கதவைச் சத்தம் வரும்படி ஓங்கிச் சாத்தினார். ரோஸ் கலர் அக்காவிற்கும் திட்டு கிடைக்கும் என்று நினைத்துக்கொண்டேன்.

அடுத்த நாள், சக்ரபாணி வீட்டிற்கு வழக்கம்போல் சென்றபோது, வீட்டிற்குச் சற்றுத் தள்ளியிருந்த வேப்ப மரங்களின் கீழ் சேர் போட்டு அலுவலக ஊழியர்கள் உட்கார்ந்திருந்தனர். குசு குசு என்று பேசிக்கொண்டிருந்தனர். எனக்கு விவரம் தெரிந்தது. இன்று காலையில் ரோஸ் கலர் அக்கா வழக்கம்போல் சந்தான ஈஸ்வரர் கோயிலுக்குச் சென்று வெளியேறும்போது மோட்டார் சைக்கிளில் வந்த ஹெல்மெட் அணிந்த இருவர், "உன் புருஷனை ஒழுங்கா இருக்கச் சொல்லு… நடந்துக்கற விதம் சரியில்லை" என்று எச்சரித்துவிட்டுப் போயிருக்கிறார்கள். எனக்கு சண்டையிடுவதற்கான புள்ளி விழுந்துவிட்டது. என் உடலும் மனமும் பரபரத்தன. அந்தப் புள்ளி தன்னைப் பற்றி ஏறுமாறு துடித்துக்கொண்டிருந்தது. கணக்குப்பிள்ளை உள்ளேயும் வெளியேயும் சென்று வந்துகொண்டிருந்தார். அவர் முகம் களையிழந்து பெரும்பாரத்தைச் சுமந்துகொண்டிருப்பவர்போல்

இருந்தார். அன்று முழுவதும் சக்ரபாணி வீட்டைவிட்டு வெளியே வரவில்லை.

அன்று எனக்குத் தூக்கம் வரவில்லை. சண்டைக்கான புள்ளி துடித்துக்கொண்டேயிருந்தது. நள்ளிரவுக்குப் பின் எனக்கு ஒரு முடிவு தோன்றியது. ஒன்றரைக்கண் மாரி குரூப்பைச் சேர்ந்த ஒருவன் வேல் நகரில் குடியிருக்கிறான். காலையில் டீக்கடையில் டீ குடித்துத் தினசரி பேப்பர்களைப் படித்துக் கொண்டிருப்பதைப் பார்த்திருக்கிறேன். அவனைக் கத்தியால் குத்த வேண்டும். சாகக் கூடாது. எனக்கு நல்ல பெயர் கிடைக்கும் என்று தோன்றியது. இந்த முடிவு தோன்றியவுடன் எனக்குப் பரவசம் ஏற்பட்டது. இரவு முழுவதும் சரியாகத் தூங்கவில்லை.

காலையில் சீக்கிரமாக எழுந்து குளித்துவிட்டுத் தூசி படிந்திருந்த ஹெல்மெட்டை ஈரத்துணியால் சுத்தம்செய்தேன். மோட்டார் சைக்கிளின் நம்பர் பிளேட்டை அகற்றினேன்.

மோட்டார் சைக்கிளில் ஹெல்மெட் அணிந்து அவன் வருவதற்காகக் காத்திருந்தேன். அவன் பெயர் தெரியவில்லை. அன்று வெளிவரும் மாலை முரசில் பார்த்துத்தெரிந்துகொள்ளலாம் என்று தோன்றியது. தூரத்தே அவன் வந்துகொண்டிருந்தான். சண்டைக்கான புள்ளியைப் பற்றி ஏறிக்கொண்டிருந்தேன். அவன் சாமிக்கு மாலை போட்டிருந்ததால் கலர் வேட்டி கட்டியிருந்தான். சாமியைக் குத்திவிட்டால் இன்னும் புகழ் கூடும் என்று நினைத்துக்கொண்டேன். அருகில் வந்ததும் வண்டியுடன் அவனை நெருங்கி, வண்டியை நிறுத்தி, “உங்க முதலாளியை ஒழுங்கா இருக்கச் சொல்றா… நாயே” என்று கத்திக்கொண்டே அவன் தாடையில் இடதுகையால் அறைந்து, வலது கையால் அவன் இடுப்புக்குக் கீழே தொடைக்குச் சற்று மேலே குத்தி, அதே சமயம் அவன் காலை என் காலால் தட்டிவிட்டேன். அவன் கத்திக்கொண்டே கீழே விழுந்தான்.

நான் எங்கெங்கோ சுற்றிவிட்டு, வீட்டுக்கு வந்து நம்பர் பிளேட்டை மாட்டிவிட்டு மீண்டும் ஒருமுறை குளித்துவிட்டு, வழக்கம்போல் சக்ரபாணி வீட்டுக்கு வேலைக்கு வந்தேன். மத்தியானவாக்கில் செய்தி பரவியிருக்கும்போல. ஒன்றரைக்கண் மாரியோட ஆளை யாரோ கத்தியால் குத்திவிட்டார்களாம் என்று பேசிக்கொண்டனர். அவனுக்குத்தான் நிறைய எதிரிகள் இருப்பார்களே யார் கொன்றார்கள் என்று தெரியவில்லையே என்று மரத்தடியில் உட்கார்ந்திருந்த அலுவலக ஊழியர்கள் பேசிக்கொண்டனர். நான் எதுவும் தெரியாததுபோல் காரைச் சுத்தம் செய்துவிட்டு அவர்களுடன் உட்கார்ந்திருந்தேன்.

மாலையில் மாலை முரசை ஒருவன் வாங்கிக்கொண்டு வந்தான். குத்துப்பட்டுக் கிடப்பவனின் படம் போட்டிருந்தார்கள்.

அவன் பெயர் முருகேசு என்றும் குற்றவாளியைப் போலீஸ்காரர்கள் தேடிக்கொண்டிருக்கிறார்கள் என்றும் செய்திகள் இருந்தன. நான் கணக்குப் பிள்ளையைத் தனியே அழைத்து "நான்தான் குத்தினேன்... உங்க முதலாளியை ஒழுங்கா இருக்கச் சொல்றா நாயே... என்று சொல்லிக் குத்தினேன்" என்று சொன்னேன். அவர் திடுக்கிட்டு என்னைப் பார்த்தார். அடுத்த கணம் அவர் முகத்தில் புன்னகை மின்னல்போல் தோன்றியது. தேங்க்ஸ் என்று கூறி என் கையைப் பிடித்துக் குலுக்கினார்.

சுமார் ஒரு மணிநேரம் கழித்துக் கையில் செல்போனுடன் கணக்குப்பிள்ளை வேகமாக வந்தார். "முதலாளி பேசறாரு" என்று செல்போனைக் கொடுத்தார். "இன்னும் ரெண்டு மூணு நாளைக்கி ஆபீஸ்லே படுத்துக்க. ரூமுக்குப் போக வேண்டாம். பணம் தேவைப்படறதை கணக்குப்பிள்ளை கிட்ட வாங்கிக்க. மத்ததை அப்புறம் பாத்துக்கலாம்" என்றார். 'மத்ததை அப்புறம் பாத்துக்கலாம்' என்பதை மட்டும் குரலைத் தணித்து அழுத்தமாகக் கூறினார்.

நான் அவர் கூறியபடியே அலுவலகத்தில் தங்கினேன். நான் ஓட்டும் காரில்தான் சக்ரபாணி வந்தார். கூட நால்வர் துணைக்கு வந்தனர். உருட்டுக்கட்டைகள், அரிவாள் போன்றவற்றை ஸீட்டுகளுக்குக் கீழே மறைத்து வைத்தோம். ரோஸ் கலர் அக்கா வெளியே சென்றதாகத் தெரியவில்லை. குழந்தைகள் இரண்டு நாட்கள் பள்ளிக்குச் செல்லாமல் இருந்தனர். அதன் பிறகு பள்ளி வேனில் அல்லாமல் அலுவலகக் காரில் இரண்டு நபர்கள் பள்ளியில் இறக்கிவிட்டுத் திரும்பக் கூட்டி வந்தார்கள்.

போலீஸ் என்னைத் தேடி வரவில்லை. அவர்கள் விசாரணை வேறு பக்கம் போய்க்கொண்டிருப்பதாகக் கணக்குப் பிள்ளை கூறினார். கொஞ்சம் கொஞ்சமாக நாங்கள் வழக்க மான வேலைகளுக்குத் திரும்பிக்கொண்டிருந்தோம். இரவு படுத்திருந்தபோது உள்ளுணர்வில் எனக்கு ஒரு சந்தேகம் தோன்றியது போலீஸில் என்மேல் சந்தேகம் இருப்பதாகச் சொன்னால், நான் கைதுசெய்யப்பட்டுப் போலீஸின் பாது காப்பில் அல்லது சிறைக்குப் பாதுகாப்பாகப் போய்விடுவேன் என்பதால் வேறுபக்கம் போக்குக்காட்டி என்னைப் போட்டுத் தள்ளிவிடுவார்கள் என்று தோன்றியது. இந்த சந்தேகத்தைக் கணக்குப்பிள்ளையிடமோ முதலாளியிடமோ கூறினால் என்னைப் பலவீனமானவனாக, பயந்தவனாக நினைத்து விடுவார்களோ என்றும் தோன்றியது.

இந்த எண்ணம் தோன்றியதும் எனக்குப் பயம் ஏற்பட ஆரம்பித்தது. உஷாராக இருக்க வேண்டும் என்று தோன்றியது. வழக்கமான முறைமைக்கு சக்ரபாணியும் ஊழியர்களும்

மாறிக்கொண்டிருந்தனர். ரோஸ் கலர் அக்கா டிபார்ட்மெண்டல் ஸ்டோருக்குப் போய்ப் பொருட்கள் வாங்கி வந்தார். என் வங்கிக் கணக்கில் வரும் ஒன்றாம் தேதி ஒரு பெருந்தொகை போட உள்ளதாகக் கணக்குப்பிள்ளை கூறினார். என் திருமணத்திற்கு அது உதவியாக இருக்கும் என்றும் அவர் கூறினார். நான் என் அறையில் படுக்க ஆரம்பித்தேன். ஒன்றும் பிரச்சினை இல்லை. போலீஸிலும் தேடவில்லை. அதேசமயம் பழிக்குப் பழி வாங்கியாகிவிட்டது. வேலை செய்யும் இடத்திலும் நல்ல பெயர்; பெரும் பணம் வேறு கிடைக்கப்போகிறது என்று மனத்திற்கு மகிழ்ச்சியாக இருந்தது. "நல்ல காரியம் செய்தேடா கோபாலு" என்று என்னை நானே பாராட்டிக்கொண்டேன்.

இப்படி ஒரு புறம் தோன்றினாலும் இன்னொரு பக்கம் உஷாராக இருக்க வேண்டுமென்ற எண்ணம் ஏற்பட்டு, லேசாகச் சத்தம் கேட்டாலும் திடுக்கிட ஆரம்பித்தேன். தூக்கம் சரியாக வரவில்லை. இறந்துபோன அம்மா, மாமா, மற்றும் அப்பா, சித்தி, சித்தியின் குழந்தைகள், செண்பகா டீச்சர் என்று மனம் அலம்பிக்கொண்டே இருந்தது. மற்ற வாத்தியார்கள் எல்லாம் என்னைத் திட்டிக்கொண்டும் முட்டிக்கால் போட வைத்தும், பிரம்பால் அடித்துக்கொண்டிருந்தும் இருந்த வேளையில் செண்பகா டீச்சர் ஒருவர்தான் அன்பாக இருந்தார். "கூடப் படிக்கிறவங்களை அடிக்காதே... அப்புறம் நீயும் அடிப்பட்டுத்தான் சாவே... ஒழுங்கா இரு" என்பார். அவர் ஒரு டப்பாவில் கடலை மிட்டாய் வைத்திருப்பார். எனக்கும் கொடுப்பார். இவ்வளவு நாட்கள் இல்லாமல் இப்போது செண்பகா டீச்சர் நினைவு எதற்காக வருகிறது என்று தெரியவில்லை. மனரீதியாக ஏதோ கணக்கு இருக்கும் போலிருக்கிறது.

காலையில் நான் மோட்டார் சைக்கிளில் வேலைக்குச் செல்லும்போது தெருமுனையில் ஒருவன் மோட்டார் சைக்கிளில் வந்து மறித்தான். அடுத்த கணம் சண்டைக்கான புள்ளி என் மனத்தில் உருவாகியது. மனமும் உடலும் பரபரத்தன. அந்தப் புள்ளியைப் பற்றி ஏறினேன். வண்டியை விட்டுவிட்டு அவனைத் தூக்கி எறிய நெருங்கினேன். அதே நேரம் வலப் பக்கமிருந்து ஒருவனும் இடப்பக்கமிருந்து ஒருவனும் அரிவாளுடன் ஓடிவந்தனர். நான் கைகளால் தடுக்க அரிவாள் வெட்டு கைகளிலும் தோள்பட்டைகளிலும் விழுந்தது. அரிவாள் வெட்டு விழுந்த கணம் என் மனத்தில் உருவாகிய புள்ளியும் துடித்து விழுந்து தவிக்க ஆரம்பித்தது. அடுத்த கணம் புள்ளி மறைந்தது. நான் கீழே சரிந்தேன். என்னால் ஒன்றும் செய்ய முடியவில்லை. என் உடல் துடிப்பதை உணர்ந்தேன். துடிப்பு அடங்கிவிடும் என்று தோன்றியது. அவ்வாறே அடங்கியது. இதுதான் இறப்பு என்பதோ என்று நினைத்து இறந்தேன்.

காலையில் நான் மோட்டார் சைக்கிளில் வேலைக்குச் செல்லும்போது, தெருமுனையில் ஒருவன் மோட்டார் சைக்கிளில் வந்து மறித்தான். அடுத்த கணம் சண்டைக்கான புள்ளி என் மனத்தில் தோன்றியது. உடலும் மனமும் பரபரத் தன. வண்டியைவிட்டு இறங்கினேன். அடுத்த கணம் வலப்பக்கமிருந்து ஒருவனும் இடப்பக்கமிருந்து ஒருவனும் அரிவாளுடன் வருவதைப் பார்த்தேன். மோட்டார் சைக்கிளில் வந்தவனை அப்படியே தூக்கி இடது பக்கம் வந்தவன் மேல் வீசினேன். அவன் அரிவாளுடன் வந்தவன் மேல் விழுந்து, இருவரும் கீழே விழ எனது மோட்டார் சைக்கிளை வலது பக்கம் வந்தவன் மேல் தள்ளினேன். அவனும் கீழே விழுந்தான். இடப்பக்கம் விழுந்தவன் வைத்திருந்த அரிவாளைப் பிடுங்கிக்கொண்டேன். அவன் கைகளில் அரிவாள் கீறியது. வலப்பக்கம் மோட்டார் சைக்கிள் மோதி விழுந்தவன் எழ முடியாமல் கிடந்தான். நான் அந்த அரிவாளையும் எடுத்துக் கொண்டேன். "வாங்கடா வந்து பாருங்கடா" என்று கூச்சலிட்டேன். கூட்டம் கூடியது. இரண்டு அரிவாள்களையும் எடுத்து மோட்டார் சைக்கிளின் முன் பையில் வைத்துக்கொண்டு கிளம்பினேன். சக்ரபாணியின் வீட்டிற்குச் செல்லாமல் அலுவலகத்திற்குச் சென்றேன்.

கணக்குப்பிள்ளையிடம் விவரத்தைச் சொன்னேன். அவர் ஆச்சரியப்பட்டார். "வீரண்டா... நீ..." என்றார். போலீஸ் வந்து இரண்டு பக்கமும் வழக்குப் போட்டார்கள். ஆளும் கட்சியின் மாவட்டப்பிரமுகர், இரண்டு தரப்பிற்குமிடையே மத்தியஸ்தம் பேசி சமரசம் செய்துவைத்தார். எனக்கு சக்ரபாணியின் ஆட்களிடம் மதிப்பு கூடியது. சக்ரபாணியின் வீட்டில் ஒருநாள் சாப்பிட்டேன். ரோஸ் கலர் அக்கா பரிமாறினார். அப்போது அவரின் காதுவளையம் ஆடியது அழகாக இருந்தது.

இப்போது நான் காண்ட்ராக்ட் தொழில்செய்கிறேன். தனியாக அலுவலகம் வைத்திருக்கிறேன். திருமணம் ஆகி விட்டது. மனைவியிடம் காதில் வளையம் போடச் சொல்லி அவளும் போட்டுக்கொண்டிருக்கிறாள். அது ஆடும் அழகைப் பார்த்துக்கொண்டிருக்கிறேன். அடிப்பவன் அடிபட்டுச் சாவான் என்று சொல்கிறார்கள். சாகாமல் நன்றாக இருக்கிற எத்தனைபேரைப் பார்த்துக்கொண்டிருக்கிறார்கள். அவர்களில் நானும் ஒருவன்.

○

காலச்சுவடு, பிப்ரவரி 2012

உறையிட்ட கத்தி

நான் ஒரு உறையிட்ட கத்தியை இடுப்பில் செருகி மறைத்து வைத்திருக்கிறேன். மருமகள் வீட்டிலிருந்து சாப்பாடு வருகிறது. எங்கள் குடும்பம் உருக்குலைந்து போய்விட்டது.

நான் முதலிலேயே மேகலாவிடம் கூறினேன். அந்தப் பையன் சரியில்லை. அவன் அப்பன் ஒச்சாத்தேவர் வம்பு தும்புக்குப் போகிற ஆள். ஊருக்குள்ளே நல்ல பெயர் கிடையாது. அவர் மகன் எப்படியிருப்பான்; வேண்டாம் என்று சொன்னால் அந்த முண்டை கேட்டால்தானே. தாயில்லாத பிள்ளை தறிகெட்டுப் போகும் என்பது சரியாகிவிட்டது. என் மருமகளிடம்தான் அவள் முதலில் சொல்லியிருக்கிறாள். என் மருமகள் செவத்தாள் தயங்கித்தயங்கிச் சொன்னாள். நில புலன் நிறைய இருப்பது எனக்குத் தெரியும். பையன் டிராக்டர் ஓட்டிக்கொண்டு போகும்போது பார்த்திருக்கிறேன். ஆள் வாட்டசாட்டமாக இருப்பான். தலைமுடியை உச்சி எடுக்காமல் பின்னால் தூக்கிச் சீவியிருப்பான். அவன் அப்பன் போலீஸை அடிச்சு ஜெயிலுக்குப் போனவன். அடிதடிக்கு அஞ்சாதவன். எனக்கு யோசனையா இருந்தது. செவத்தாள்கிட்டே சொன்னேன். "அந்த குடும்பம் நமக்கு லாயக்கப்பட்டு வராது. உள்ளே போனா மாட்டிக்கிடுவோம். இந்தச் சம்பந்தம் நடக்காதுன்னு அந்த முண்டே கிட்டே சொல்"ன்னு சொல்லிட்டேன். இந்த முண்டைக்குச் செவத்தாள் உடந்தை.

நான் பெரும்பாலும் என் வீட்டுத் திண்ணைகளில்தான் இருப்பேன். விசாலமான திண்ணைகள். இரண்டு திண்ணை களிலும் மூங்கில் தப்பை அடித்திருக்கும். ஒரு திண்ணையில் படுக்கை. இன்னொரு திண்ணையில் ஈஸி சேர், நாற்காலிகள் கிடக்கும். படுக்கும் திண்ணையில் மூங்கில் தப்பையில் திரை போட்டு மறைத்திருப்பேன். தேவைப்படும்போது திரையை விலக்கிக்கொள்வேன். ஹாலில் உள்ள மர பீரோவிலும் ஒரு பெட்டியிலும் என் ஆடைகள், மற்ற பொருட்களை வைத்திருப்பேன். உள்ளறைகளுக்குச் சென்று பல காலமாகிவிட்டது. இரண்டாம் நாள் செவத்தாள் நிலைப்படியருகே நின்று கூறினாள்.

“மாமா, மேகலா சோறு, தண்ணியில்லாம கிடக்கா.”

“ஏன், உடம்புக்கு என்ன?”

“உடம்புக்கு நல்லாத்தான் இருக்கு. மனசு சரியில்லாம கிடக்கா...”

“என்ன மெரட்றாளா” என்று கோபத்துடன் திண்ணை யிலிருந்து இறங்கி உள்ளறைக்குச் சென்றேன்.

“வேண்டாம் மாமா” என்று கூவியபடி என் உடவே செவத்தாளும் வந்தாள். உள்ளறையில் நுழைந்தேன். மேகலா வெறும் தரையில் தலையணையைத் தலைக்கு வைத்து சுவரோரமாக சுருண்டு படுத்திருந்தாள்.

“எந்திருடி முண்டே” என்று காலால் அவளை எத்திய அதே கணத்தில் என் மனைவி காவேரியுடனும் குழந்தைகளுடனும் எடுத்துக்கொண்ட சுவரில் மாட்டப்பட்டிருந்த புகைப்படம் என் கண்களில் பட்டது. மேகலா, திடுக்கிட்டு எழுந்து, உட்கார்ந்த நிலையில், கைகளைத் தூக்கிக்கொண்டு “அப்பா ... வேண்டாம்...” என்று கதறினாள். நான் திகைத்து நின்றேன். அந்தக் கணத்தில், காலத்தின் பின் நகர்ந்து, காவேரி இருந்துகொண் டிருக்கும் வீட்டில் இருந்துகொண்டிருப்பது போலவும் காவேரி வந்து என்னை இழுத்துக்கொண்டு சென்றுவிடுவாள் போலவும் தோன்றியது.

நான் உள்ளறையிலிருந்து வெளியே வந்து, சுவர் ஆணியில் மாட்டியிருந்த சட்டையை எடுத்து அணிந்துகொண்டு, திண்ணையின் கீழ் கிடந்த செருப்பைப் போட்டுக்கொண்டு நின்றேன். என் மனம் அடைத்தாற்போலிருந்தது. பேச்சு வரவில்லை. செவத்தாளைப் பார்த்து சைகையில் தண்ணீர் கேட்டேன். அவள் கொண்டுவந்த செம்புத் தண்ணீரைக் குடித்துவிட்டு வெளியே நடந்தேன்.

நேரே கண்மாய்க்கரையில் பெரிய ஆலமரத்தின்கீழ் இருக்கும் அய்யனார் கோயிலுக்குச் செல்ல வேண்டும் என்ற உணர்வு ஏற்பட்டது. அங்கு சென்றபோது வெளிக்கி இருக்க வேண்டும் என்ற உணர்வு ஏற்பட்டது. வெளிக்கி இருந்துவிட்டு அய்யனார் கோயிலுக்கு வந்து உட்கார்ந்தேன். காற்று வீசுவது சுகமாக இருந்தது. படுத்தேன். தூக்கம் அமுக்கியது. தூங்கி விட்டேன்.

தூங்கி எழுந்ததும் மனம் தெளிவடைந்தது போலிருந்தது. "ரெண்டும் ஓடிப்போய்க் கலியாணம் பண்ணிக்கிட்டா என்ன செய்யறது? கண்ணீரும் கம்பலையுமா இவளைக் கொண்டுபோய் இன்னொருத்தனுக்குக் கட்டிக்கொடுத்தா அது சரியா வருமா? விதிப்படி நடக்கட்டும்" என்று தோன்றியது.

ஒரே சாதி சனம் என்பதால் பிரச்சினை ஏதும் இல்லை. ஊர்ப் பெருசுகளை வைத்து எல்லாம் பேசி முடித்தாகி விட்டது. ஒச்சாத்தேவருக்கு எங்கள்கூட சம்பந்தம் பண்றதிலே பெருமை. என் மகன் சந்திரன்தான் ஓடியாடி கல்யாண வேலை எல்லா வற்றையும் பார்த்தான். பி.எட். படிக்க வைத்தேன். ஸ்கூலில் வாத்தியார் வேலை. அவர்கள் கேட்டதெல்லாம் வாங்கிக் கொடுத்துத் திருப்தியாக முடித்தாகிவிட்டது.

இரண்டு மாதங்கள் எல்லாம் சரியாகத்தான் சென்றது. மூன்றாவது மாதம் ஒருநாள் மதியம் சாப்பிட்டு முடித்து செம்பில் தண்ணீர் வாங்கிக் குடித்தபோது செவத்தாள் சொன்னாள். "மாப்பிள்ளே, அம்மா பேச்சை கேட்டுக்கிட்டு மேகலாவை மட்டமா நடத்தறாராம்." நான் சொன்னேன். "எல்லாம் போகப் போகச் சரியாப் போயிரும். புது எடத்துக்குப் போனா நம்ம இஷ்டத்துக்கு எல்லாம் நடக்காது." ஒரு நாள் வீட்டிற்கு வந்த மேகலா மாப்பிள்ளை வீட்டிற்குப் போவதைத் தள்ளிக் கொடுத்துக்கொண்டேயிருந்தாள். கேட்டால், "அவரு அம்மா பேச்சைத்தான் கேக்கிறாரு. என்னை மதிக்கிறதில்லை" என்றாள். மகன் சந்திரன், மேகலாவை அழைத்துக்கொண்டு பக்கத்து ஊரில் இருக்கும் அவர்கள் வீட்டிற்குக்கொண்டு சென்றுவிட்டு வந்தான். செவத்தாளும் கூடச் சென்றாள்.

சந்திரன் என்னிடம் அதிகம் பேசமாட்டான். செவத்தாள் எட்டாவது படித்திருந்தாலும் சூட்டிகையான பெண். "அங்க சூழ்நிலை சரியா இருக்கறமாதிரி தெரியலை... மாமாய்" என்றாள். எனக்குக் கவலை ஏற்பட்டது. மேகலா அவனிடம் ஏமாந்து விட்டாள் என்று தோன்றியது. "இங்க உங்க மகன் டீஸண்டு; நீங்களும் டீஸண்டு . . . அங்க எல்லாம் போக்கிரித் தனமா இருக்கு. ஒருத்தரும் சரியா பேசலை. மாப்பிள்ளை 'வாங்க . . . பேசிக்கிட்டிருங்க... சித்த வந்துருவேன்னு' சொல்லிட்டுப் போனவரு

நாங்க கிளம்பற வரைக்கும் வரலை. புகுந்த வீட்டுக்கு வந்துட்டு பிறந்த வீட்டு பவுசை நெனைச்சுக் கிட்டேயிருந்தா... எப்படின்னு அவ மாமியாக்காரி கேட்டா. அதுக்கு நான் சொன்னேன். 'சின்னச்சிறுசு போகப் போகப் பக்குவம் வந்துரும்' அப்படின்னேன். 'ஆமா... சிறுசு. வாய் மட்டும் நீளம்' அப்படிங்கிறாள்.

"நான் சமாதானம் சொல்லிட்டு வந்தேன்" என்றாள், செவத்தாள்.

"நீயும்தானே சொன்னே... இப்ப மாட்டிக்கிட்டோம் போலேயிருக்கே."

"நான் என்ன மாமா செய்யறது. அவ புத்திசாலித்தனமா முடிவெடுத்திருப்பான்னு நெனைச்சேன். தாயில்லாப் புள்ளே... ஏதாவது விபரீதமா நடந்தா என்னைத்தானே எல்லாரும் குறைசொல்லுவாங்க... நடக்கப் போறதைப் பாருங்க" என்றாள் செவத்தாள். நான் பொறுத்துப் பார்ப்போம் என்று நினைத்தேன்.

ஒருநாள் மத்தியானம். திண்ணையில் படுத்திருந்தேன். எங்கள் சின்னாத்தா பேரன் நல்லுச்சாமி ஓடிவந்து "மேகலாவை ஆஸ்பத்தரியிலே சேத்திருக்கு, வீட்டுக்குள்ளே ஏதோ தகராறு" என்றான். நான் உள்ளறைக்குச் சென்று வீச்சரிவாளை எடுத்துக்கொண்டு 'இன்னைக்கோடு அவனுக தொலைஞ்சாங்க... அவன் இருந்தாலும் எம் மக விதவை மாதிரிதானே இருக்கணும். அவன் செத்துப்போயி விதவையா இருக்கட்டும்னு' கிளம்பினேன். செவத்தாள் தடுத்தாள். "கூடக் கொஞ்சம் பிரச்சினையைக் கிளப்பப் போறீங்களா... என்னன்னு பார்ப்போம். அப்புறம் வைச்சுக்குவோம்" என்றாள்.

நான் அவளுக்குத் தெரியாமல் மர பீரோவைத் திறந்து உறையிட்ட பிச்சுவாவை இடுப்பில் செருகிக்கொண்டேன். சந்திரனுக்குத் தகவல் சொல்லுமாறு நல்லுச்சாமியிடம் சொல்லிவிட்டு ஆஸ்பத்திரிக்குச் சென்றோம். ஆஸ்பத்திரிக்குள் நுழையும் போதே சந்திரனும் நல்லுச்சாமியும் மோட்டார் சைக்களில் வந்துவிட்டார்கள். கூட ஒரு நாதி இல்லை. என் சின்னாத்தா மட்டும் தலைமாட்டிலே உட்கார்ந்திருந்தாள்.

மேகலாவிற்குப் பல் உடைந்து, கன்னம் வீங்கியிருந்தது. உதடும் வீங்கியிருந்தது. ரத்தக்கசிவு இருந்தது. இடது கை எலும்பு முறிவுக்கு மாவுக்கட்டுப் போட்டிருந்தார்கள். அவளால் பேச முடியவில்லை.

எங்கள் எல்லோருக்கும் கொந்தளிப்பாக இருந்தது. சாதுவான சந்திரன்தான் ரொம்ப கொந்தளித்துக்கொண்டிருந்தான்.

“தட்டிக் கேட்கணும்... சும்மா விடக் கூடாது” என்று கத்திக்கொண்டிருந்தான். நல்லுச்சாமியைக் கூட்டிக்கொண்டு அவர்கள் வீட்டிற்குச்சென்று நியாயம் கேட்பதாகக் கூறினான். அவன் கத்திக்கொண்டிருந்ததால் நான் நிதானமாக இருந்தேன். அவர்கள் இருவரும் செல்லத் தயாராக இருந்த போது, நல்லுச்சாமியைத் தனியாகக் கூப்பிட்டு பிச்சுவாவைக் கொடுத்து இடுப்பில் வைத்துக்கொள்ளுமாறு கூறினேன். “தைரியத்துக்காக இதை வைச்சுக்கோ. எதுக்கும் இருக்கட்டும். சண்டியர்த்தனம் பண்றேன்னு வெளியே எடுக்காதே. பாதுகாப்புக்கு வைச்சுக்கோ” என்றேன்.

நீண்ட நேரம் ஆகியும் அவர்கள் வரவில்லை. எனக்கு உள்ளம் பதைக்க ஆரம்பித்தது. செவத்தாள் புலம்ப ஆரம்பித்தாள். ஏதோ அசம்பாவிதம் நடந்துவிட்டது என்று உள்ளுணர்வு கூறியது. இரண்டு போலீஸ்காரர்கள் வந்தார்கள். கூட எங்கள் உறவுக்காரப் பையன் ஒருத்தனும் வந்தான். அவன் “அய்யா... சந்திரனைக் கொலை பண்ணிட்டாங்கய்யா...” என்று அலறினான். நின்றுகொண்டிருந்த நான் நாற்காலியில் உட்கார்ந்தேன். நெஞ்சடைப்பதைப் போலிருந்தது. அடக்க முடியாமல் அழுதேன். செவத்தாள் பெருங்குரலெடுத்துக் கதறினாள். மேகலா படுக்கையிலிருந்த இறங்கிச் செவத்தாளைக் கட்டிக்கொண்டு அழுதாள்.

உறவுக்காரர்கள் சேர்ந்துவிட்டார்கள். எல்லோரும் கோபமாகப் பேசிக் கொந்தளித்துக்கொண்டிருந்தார்கள். சடலத்தை அரசாங்க ஆஸ்பத்திரியில் வைத்திருப்பதாகவும் நல்லுச்சாமிக்கு இடதுகையில் வெட்டுக்காயம் என்றும் அவன் கையில் பிச்சுவா வைத்திருந்ததால் பிழைத்துக்கொண்டான் என்றும் சொன்னார்கள். ஒச்சாத்தேவர், அவர் மகன் ராஜேந்திரன் இன்னும் இரண்டு பேரை போலீஸார் கைது செய்துவிட்டதாகவும் தெரிவித்தார்கள். வெளியே இருந்தால் பாதுகாப்பில்லை என்று அவர்கள் வலியக்க போலீஸில் தங்களை ஒப்படைத்துக்கொண்டதாக ஒருத்தன் சொல்லிக் கொண்டிருந்தான். உறவுக்காரப் பெண்கள் மேகலாவைத் திட்டிக்கொண்டிருந்தனர். அவளால்தான் நன்றாக இருந்த குடும்பம் இந்தக் கதிக்கு உள்ளாகிவிட்டது என்று ஏசினார்கள். செவத்தாள் பெருங்குரலில் புலம்பி அழுதுகொண்டேயிருந்தாள். இரண்டு தடவை மயக்கநிலைக்குச் சென்று, மீண்டும் எழுந்து கதறிக்கொண்டிருந்தாள்.

தாலியைக் கழட்டும் நிகழ்வின்போது அவள் விடாமல் தாலியைக் கையில் பிடித்துக்கொண்டு சாமி வந்தவள் போல் ஆடினாள். “முடியாது. அந்த ஒச்சாத்தேவரைக் கொன்னாத்தான் நான் தாலியை எடுப்பேன். ஏண்டா தம்பிமார்களே

கேட்டுக்குங்க... பாஞ்சாலி கூந்தலை முடிஞ்ச மாதிரி அப்பத்தான் நான் தாலியை எடுப்பேன்" என்று பிடிவாதமாக இருந்துவிட்டாள். கிழவிகளும் உரித்தான பெண்களும் எவ்வளவோ சொல்லியும் அவள் மறுத்துவிட்டதால், சரி, இன்னொரு நாளைக்கு அவளைச் சமாதானப்படுத்திக்கலாம் என்று விட்டுவிட்டார்கள். அவள் தம்பிமார்கள் அப்பவே கத்தியைத் தூக்க ஆரம்பித்து, பெரியவர்கள் சமாதானப்படுத்திச் சடலத்தைச் சுடுகாட்டுக்குக்கொண்டு சென்று எரித்தாகிவிட்டது.

என் மனம் என்னிடம் இல்லை. எப்போதும் எதையோ வெறித்துப் பார்த்துக்கொண்டிருந்தேன். பேச்சு குறைந்துவிட்டது. மகன் இறந்த பத்தாவது நாள், கருமாதிக்கு முன்னால், தலையாரி ஓடிவந்து "அய்யா நம் மேகலாம்மா கிணத்துலே விழுந்து கிடந்தாங்க... வெளியே எடுத்துட்டோம். உயிரில்லை. போலீசுக்குச் சொல்லியிருக்கோம்" என்றான். எனக்கு இருந்த இடமே தலைகீழாகச் சுற்றுவது போலிருந்தது பிறகு என்னை இழந்தேன்.

விழித்துப் பார்த்தபோது சுற்றிலும் ஆட்கள் இருந்தனர். மனைவி ஏற்கனவே இறந்துவிட்டாள். மகன் கொலை செய்யப் பட்டான். மகள் தற்கொலை பண்ணிக்கிட்டாள். அவள் எடுத்த ஒரு முடிவாலே மொத்தக் குடும்பமும் நாசமாய்ப் போய் விட்டது. எப்படிக் கீர்த்தியாக இருந்த பரம்பரை. எனக்கு வாழ்வின் இருப்பு பயத்தைத் தந்தது.

எங்கள் தாத்தா பெரியகாவல் சண்முகத்தேவர் பரம்பரை முடிந்து போய்விட்டது என்று நினைத்துக்கொண்டிருக்கையில், செவத்தாள் மாசமாக இருப்பதாகத் தகவல் வந்தது. இருட்டிலே உட்கார்ந்திருந்த எனக்கு வெளிச்சம் கிடைத்தது போலிருந்தது. செவத்தாள் கழுத்திலே தாலி தொங்கிக்கொண்டுதான் இருந்தது.

அவர்கள் ஜெயிலில் இருந்து ஜாமீனில் வெளிவந்துவிட்ட தாகத் தகவல் கிடைத்ததும் எனக்குப் பதற்றமும் ஆத்திரமும் ஏற்பட்டது. யாராவது அவர்களைக் கொலை செய்துவிட்டு அந்தத் தகவலை யாராவது வந்து சொல்லமாட்டார்களா என்று இருந்தது.

இப்போது கொலை செய்ய வேண்டியது எங்கள் முறை. அதனாலே அவர்கள்தான் பயப்படணும். இருந்தாலும் பாதுகாப்புக்காகக் கத்தியை இடுப்பிலேதான் வைத்திருக்கிறேன். நான் தனியாகவே கண்மாய்க்கரை அய்யனார் கோயிலில் மதியம் சாப்பாட்டு நேரம் தாண்டியும் உட்கார்ந்திருந்தேன்.

கண்மாய்க்கரையில் காவேரி நடந்து வருவது போலிருந்தது. இடுப்பில் மேகலாவை வைத்துக்கொண்டு, சந்திரனைக் கையில்

பிடித்துக்கொண்டு வந்துகொண்டிருக்கிறாள். காவேரி சிவப்புக் கலரில் கருப்புக்கட்டம் போட்ட சேலை கட்டியிருக்கிறாள். சந்திரன் வெள்ளைச் சொக்காய் டிரவுசர் போட்டிருக்கிறான். மேகலா கவுன் போட்டிருக்கிறாள். நெருங்கி வந்தவள் திடீரென்று மீண்டும் தூரத்திற்குப் போய் அங்கிருந்து மீண்டும் நெருங்கிவந்து, மீண்டும் தூரத்திற்குப் போகிறாள். நல்லுச்சாமி ஓடிவருகிறான். ஆடைகள் நனைந்து அவன் உடலுடன் ஒட்டியிருந்தன. "அண்ணே ... செவத்தாளோட ரெண்டாவது தம்பி அந்த ஒச்சாத்தேவரையும் ராஜேந்திரனையும் போட்டுத் தள்ளி விட்டான்னே" என்கிறான் சந்தோஷமாக. ஆகப் பெரிய சந்தோஷம் என்னை ஆட்கொள்கிறது. என் மனக்காட்சியில் மழையினூடே காவேரியும் நல்லுச்சாமியும் மறைகிறார்கள்.

மழை நின்றுவிட்டது. நான் வீட்டிற்குத் திரும்பினேன். திண்ணையில் நாற்காலியில் உட்கார்ந்திருந்தேன். செவத்தாள் வழக்கமாக நின்று பேசும் நிலைப்படியருகே நின்று பேசுவதற்குத் தயார் பண்ணிக்கொண்டிருப்பதுபோல் இருந்தது. அவள் கழுத்தில் தாலி தொங்கிக்கொண்டிருந்தது. "என்ன புள்ளே" என்றேன். "நாளைக்கி உறவுக்காரங்களையெல்லாம் வரச் சொல்லுங்க... தாலியை எடுத்துப் பால் சொம்பிலே போட்ரலாம்... அவுங்க எல்லாம் ஜாமீன்ல. வந்துட்டதா சொல்றாங்க ... அவர் செத்ததுக்குப் பின்னாடிதான் நான் உண்டாயிருந்தது தெரிஞ்சது.அவர் வாரிசு என் வயத்துலே இருக்கு, நல்லபடியா வெளியே வந்து வாழட்டும் ..." என்றாள். அவள் எட்டாவது வரைதான் படித்திருக்கிறாள். ஆனால் விவேகி. எனக்குத்தான் ஏமாற்றமாக இருந்தது. அவள் சொன்னபடியே உறவுக்காரங்களை வரச்சொல்லித் தாலியை எடுத்தாகிவிட்டது.

என் மகனைக் கொன்றவர்களுக்கு நல்ல சாவு கிடையாது. விபத்திலேதான் செத்துப் போவார்கள் என்று மனதார நம்பினேன். ஆனால் என்ன நடந்தது தெரியுமா? செவத்தாள்தான் விபத்திலே மாட்டி வயிற்றிலே குழந்தையோடு இறந்து போனாள்.

நான் சாதாரணமாக வீட்டில் இருக்கும் போதும், வெளியே செல்லும் போதும், தூங்கும் போதுகூட ஒரு உறையிட்ட கத்தியை இடுப்பில் வைத்திருக்கிறேன். குளிக்கும்போது கூட என் கைக்கு எட்டும் தூரத்தில்தான் கத்தியை வைத்திருப்பேன். கத்தியை என்னிடமிருந்து பிடுங்கிவிட்டால் நான் தைரியமிழந்து இறந்துவிடுவேன் அல்லது பைத்தியமாகிவிடுவேன் என்று தோன்றுகிறது. எனக்கு சாப்பாடு மருமகள் வீட்டிலிருந்து வருகிறது.

○

***குமுதம் தீராநதி*, ஜனவரி 2012**

ரெட்டைக் கொலை

வக்கீல் அலுவலகத்திற்கு முன் ஒரு பெரிய அரசமரம் இருப்பது, அந்த அலுவலகத்திற்கு ஒரு தோற்றத்தையும் நிறைய வாடிக்கையாளர்களையும் ஏற்படுத்திக்கொடுத்துள்ளது என்று மந்தைவீரன் நினைத்துக்கொண்டான். அங்கு இருந்த கூட்டத்தைப் பார்த்ததும் ஜெயித்துவிடலாம் என்று தோன்றியது. பணம் நிறைய செலவாகுமோ என்ற எண்ணமும் ஏற்பட்டது. கருப்புக்கண்ணாடி அறைக்குள் வக்கீல் இருந்தார். வெளியே போடப்பட்டிருந்த நாற்காலிகளில் ஒன்றில் மந்தைவீரன் அமர்ந்திருந்தார். வரவேற்பில் இருந்த பெண் அடிக்கடி வரும் தொலைபேசி அழைப்புகளுடன் பேசிக்கொண்டே, வருகிறவர்கள் பெயர்களைப் பதிவேட்டில் குறிப்பதையும் சுறுசுறுப்பாகச் செய்துகொண் டிருந்தாள். அவள் இடது புருவத்திற்கு மேல் ஒரு மரு இருந்தது.

மருத்துவமனையில்தான் இதுபோல் டோக்கன் கொடுத்து ஒவ்வொருவராக அனுப்புவதை மந்தைவீரன் பார்த்திருக்கிறார். இப்படிச் செயல்படும் ஒரு வக்கீல் அலுவலகத்தை அவர் இப்போதுதான் பார்க்கிறார். கண்ணாடி அறை வாசலில் இருந்த பையன் 'ஆறு' என்று கூவினான். மந்தைவீரனின் எண் '10'. அவர் டோக்கனை மீண்டும் ஒருமுறை பார்த்துக்கொண்டார். மந்தைவீரன் வாசலில் நின்றிருந்த காளை என்ற சின்னச்சாமியை அழைத்து "எங்கேயும் போயிராதே. கூப்ட்ருவாங்க" என்றார். காலியாக இருந்த நாற்காலியைக் காண்பித்து உட்காரச் சொன்னார். "எசமான்... அது மருவாதி இல்லை" என்றான், அவன்.

டோக்கன் எண் 'பத்து' என்று அழைக்கப்பட்டதும் மந்தை வீரன் காளை என்ற சின்னச்சாமியுடன் உள்ளே நுழைந்தார். "நான் புதுக்குடி பிரஸிடெண்ட்" என்று அறிமுகப்படுத்திக் கொண்டார். காளை நின்றுகொண்டிருந்தான். மந்தைவீரன் கைவசம் கொண்டுவந்திருந்த கட்டுகளை வக்கீலிடம் கொடுத்தார். "ஒன்றியக் கவுன்சிலர் குருநாதன் உங்களைப் பார்க்கச் சொன்னார். பையன் நம்ம ஊரு. போக்கத்தவன். நம்ப வீட்லேதான் பரம்பரையா வேலை பாத்து வாராங்க. எஸ்.ஸி. ஆட்கள். கொலக்கேஸ். ஜாமீன்லே எடுத்தாச்சு. இவனுங்ககிட்ட ஒரு இருநூறு, முந்நூறு ஓட்டு நமக்கு இருக்கு. பக்கத்து வீட்டுப் பொம்பளைங்கக் கூடத் தகராறு இருந்துருக்கு. இவன் கொல்லலைங்கிறான். போலீசு பிடிச்சு கேஸ் போட்டிருச்சு. நீங்க நடத்திக் கொடுங்க" என்று கட்டைக் கொடுத்தார்.

"ஆமா, குருநாதன் நீங்க வருவீங்கன்னு சொன்னாரு" என்று வக்கீல் கட்டை வாங்கிப் பார்த்தார். மேசையில் வழக்குக் கட்டுகள் சாய்வாக அடுக்கிவைக்கப்பட்டிருந்தன. அவர் இருக்கையின் பின்புறம் சுவரில் காந்திபடம் மாட்டப்பட்டிருந்தது. மேசையில் ஸ்டேண்ட் உள்ள வெங்கடாஜலபதி படம் இருந்தது. அதன்முன் மல்லிகைப் பூக்கள் கிடந்தன. காளைக்கு, அறையின் குளிர்ச்சியினால் சிறுநீர் கழித்தால் தேவலாம் என்று இருந்தது.

"டபுள் மர்டர் கேசால்ல இருக்கு" என்றார் வக்கீல்.

"ஆமாங்க."

"எப்படிக் கொல பண்ணினான்."

"கொல பண்ணலைங்கிறான்."

"குற்றவாளிக்கும் கொலை பண்ணப்பட்டவங்களுக்கும் முந்தின நாள் வீட்டு எல்லை சம்பந்தமா சச்சரவு நடந்துச்சு. அடுத்த நாள் தோட்டத்திலே குருவம்மாளைக் கத்தியாலே குத்திக் கொல பண்ணியிருக்கான். அதைப் பாத்த மாரியாத்தாவையும் குத்தி டபுள் மர்டர் பண்ணிட்டதா ரெக்கார்டு பண்ணியிருக்காங்களே?"

"டே, சொல்றா நடந்ததை..." என்றார் மந்தைவீரன்.

ஏதோ நினைப்பிலிருந்த காளை திடுக்கிட்டு, "அய்யா, நா கொல பண்ணலை. எனக்கும் அவுங்களுக்கும் இடத் தகராறு இருந்துச்சு. முந்தின நாள் சண்டை நடந்துச்சு. ஓம் மக அவுசாரி, அவளை வுட்டு சம்பாதிச்சி இடம் வாங்குன்னு அந்தக் குருவம்மா ஏசினா. அதுக்கு அந்த மாரியாத்தா சப்போர்ட்டு. நா சண்டைக்குப் போனேன். விலக்கிவிட்டாங்க. அன்னைக்கித்

தண்ணி அடிச்சுட்டுப் படுத்துட்டேன். அடுத்தநாள் நைட்டு போலீசு புடிச்சுட்டுப் போயி அடி பின்னிப்புட்டாங்க. நீட்ன எடத்துலே கையெழுத்துப் போட்டேன். அவ்வளவுதான் சாமி தெரியும்" என்றான்.

"வக்கீல்ட்டேயும் டாக்டர்கிட்டேயும் உண்மையைச் சொன்னாத்தான் பிழைக்க முடியும்" என்றார் வக்கீல்.

"அய்யா. நா உள்ளதைத்தானே சொன்னேன்" என்றான் காளை.

மந்தைவீரனைப் பார்த்து, "நீங்க கொஞ்சம் வெளியே இருங்க" என்றார் வக்கீல். மந்தைவீரன் வெளியேறினார்.

"சொல்லு" என்றார் வக்கீல்

"என்னத்தை சொல்ல?" என்றான் காளை.

"கத்தி உன் கத்தியா?"

"அய்யா சாமி, அந்தக் கத்தியவே நான் பாக்கலை. என் கத்தி வீட்லேயில்ல இருக்கு."

"ஒனக்கும் அவுங்களுக்கும் என்ன தகராறு?"

"அய்யா, நாங்க ரெண்டு பேரும் பக்கத்துப் பக்கத்து வீடு. இதுல பரம்பரையா நாங்க இருக்கற எடத்துலே அவுங்க எடம் வருதுன்னு அவுளுக தகராறு பண்றாளுக."

"சரி, நீ கொல்லலை. வேறே யார் கொன்னாங்க?"

"அய்யா, அது எப்படி எனக்குத் தெரியும்?"

"உண்மையைச் சொன்னாத்தான் கேஸ்லே ஜெயிக்க முடியும்."

"அய்யா, உண்மையைத்தானே சொல்றேன்."

"அடிச்சு கையெழுத்து வாங்கினாங்க. நீ கொல்லலை. அப்படித்தானே?"

மணியடித்து, வந்த பையனிடம், வெளியே இருக்கும் மந்தைவீரனையும் ஜூனியர் இராமச்சந்திரனையும் வரச் சொன்னார். இருவரும் வந்தனர்.

"ஆளு கல்லுளிமங்கன். இந்தா இராமச்சந்திரன், கட்டைப் படிச்சுப்பாரு. டிபென்ஸ் என்ன பண்ணலாம்னு பாரு. இந்த அக்யூஸ்டுகிட்டே சம்பவம் நடந்த அன்னிக்கு எங்கேயிருந்தான், என்னன்னு கேட்டுக்க. நம்ம குருநாதன் அனுப்பிச்ச கேசு" என்ற வக்கீல் "பாத்துச் செய்யலாம். ஆனா ஆளு கல்லுளிமங்கன்" என்று மந்தைவீரனைப் பார்த்துச்சொன்னார்.

ஜூனியர் இராமச்சந்திரன் அவர்களைக் கூட்டிக்கொண்டு சென்றான்.

○

மணியைப் பார்த்தார் மந்தைவீரன். வெளியில் காத்திருந்த போதே சாப்பாட்டுக்கு வருவதாகவும் ரெடியாக இருக்குமாறும் அலைபேசி மூலம் மரகதத்திடம் பேசியிருந்தார். அவர் மதிய வேளையில் மரகதம் வீட்டுக்குச் செல்வதையே வழக்கமாகக் கொண்டிருந்தார். மதியம் அடிக்கடி அவள் வைக்கும் கறிக் குழம்பைச் சாப்பிட்டுவிட்டு, அவளிடம் கூடிவிட்டு, சற்றுத் தூங்கிவிட்டு வெளிவேலைக்கோ அல்லது வீடு இருக்கும் கிராமத்துக்கோ செல்வதுதான் அவருக்கும் பிடித்தமானதாக இருந்தது. மந்தைவீரன் அரச மரத்தடியில் நின்று சிகரெட் பற்றவைத்தார்.

"ஏண்டா காளை, முந்தின நாள் என்னடா தகராறு?"

"எசமான் என் மகளை அவுசாரின்னு சொன்னாளுக. நா சண்டைக்குப் போனேன். பாத்துக்கிட்டிருந்தவனுங்க விலக்கிவிட்டாங்க."

"சரி, எப்படிக் குருவம்மாளைக் கொன்னே? அவளைக் கொன்னதைப் பார்த்ததினாலே மாரியத்தாவையும் கொன்னுட்டதாகத்தானே ரிப்போர்ட் ஆகியிருக்கு."

"ஆமா எசமான். ஆனா நான் கொன்னதாவுலே சொல்றாங்க."

"ஏண்டா, உண்மையைச் சொல்லமாட்டியா?"

"எங்க அப்பா, அம்மா சத்தியமா நா கொல பண்ணலை. எம்மவளை அவுசாரின்னு பேசுனான்னுதானே சண்டைக்குப் போனேன். அதை வைச்சு இந்தப் போலீஸ்காரங்க கதை கட்டிட்டாங்க எசமான்..."

"சரி, நீ கொல்லலைங்கிற. வேற யார் கொன்னுருப்பாங்க... குருவம்மாளுக்கு வேற தொடுப்பு இருந்து அதுல ஏதாவது பிரச்சினை ஆயிருக்குமா?"

"எனக்கு என்ன எசமான் தெரியும்? நா உண்டு என் வேலை உண்டுன்னு இருக்கேன்."

"பரம்பரையா வேலை பாக்குறீங்க. அதுக்கோசரம்தான் நா போனாப் போகுதுன்னு கூட்டி வந்தேன். இந்தா பிரியாணி சாப்பிட்டுட்டு வீட்லே போய்ப்படு" என்று மந்தைவீரன் பணத்தை எடுத்துக் கொடுத்துவிட்டுக் காரை நோக்கிச் சென்றார்.

காளை பெட்டிக்கடைக்குச் சென்று சிகரெட் வாங்கினான். சிகரெட்டைப் பற்றவைத்து, சற்று தள்ளிச் சாலையோரத்தில் உட்கார்ந்து ஓடிக்கொண்டிருக்கும் சாக்கடைக் கால்வாயில் சிறுநீர் கழித்தான். சாலையில் வாகனங்களும் பாதசாரிகளும் சென்றுகொண்டிருக்க பெட்டிக்கடைக்கு மீண்டும் வந்து டாஸ்மாக் கடை இருக்குமிடத்தை விசாரித்தான்.

காளை டாஸ்மாக் கடையில் இரண்டு குவார்ட்டர் 'ரம்' வாங்கி, கடையை ஒட்டியிருந்த மது அருந்துமிடத்திற்குச் சென்றான். மது அருந்துமிடத்தின் மேற்கூரை தகரத்தில் இருந்தது. நின்றுகொண்டே குடிக்க ஒரு அமைப்பும், உட்கார்ந்து குடிக்கக் கல்லினால் ஆன மேசை, நாற்காலி அமைப்பும் இருந்தன. தரையில் சிதறிக் கிடந்த நொறுக்குத்தீனிகளின் மேல் ஈக்கள் பரவலாக அமர்ந்திருந்தன. தகரத்தில் வெளியான வெப்பம் மின்விசிறிக்காற்றின் மூலம் அறையில் பரவியிருந்தது. காளை உட்கார்ந்து இரண்டு குவார்ட்டர் 'ரம்' பாட்டில்களை எடுத்து மேலே வைத்தான். எதிரே இரண்டு நபர்கள் உட்கார்ந்து குடித்துக்கொண்டிருந்தனர். ஒருவன் தாடி, மீசையுடன் இருந்தான். இன்னொருவன் பெரிய மீசையுடன் இருந்தான். அவர்கள் இருவரும் பேசிக்கொண்டிருப்பதைக் காளை பார்த்துக் கொண்டிருந்தான்.

"என்னைக்கி கிடா வெட்டி சாமி கும்பிடப் போறே?"

"இந்த மாசக் கடைசிக்குள்ளே வைக்கணும்."

"காரியம் நிறைவேறி ரெண்டு மாசம் ஆச்சே."

"ஆமா, இன்னும் லேட் பண்ணக் கூடாது."

"எனக்குக் கூட கொஞ்சம் சந்தேகம்தான். மூணு தடவை ஜெயிச்சவன் உள் வெவகாரம் தெரிஞ்சவன். அதனாலே ஜெயிச்சுருவான்னு நெனைச்சேன்."

"நம்ம குலசாமி பவரான சாமியில்ல... வேண்டிக்கிட்டா நிறைவேறித்தானே தீரும்."

"அவனும் இதே சாமிகிட்டே வேண்டிக்கிட்டா என்ன நடக்கும்?"

"அவனுக்கு வேற குலசாமி. அவன் வந்து முறையிட்டான் னாலும் நம்ம குலசாமி நமக்குத்தானே ஹெல்ப் பண்ணும். அவனுக்கு எப்படிப் பண்ணும். எவனொருவன் குலசாமிக்கு விசுவாசமா இருக்கானோ அவனுக்குப் பழுதில்லை. மத்தபடி சாமிகள் எல்லாம் ஒன்னுக்கொன்னு பங்காளிக, மாமன், மச்சினன்தானே."

“அந்த வழுக்கைத்தலையன் அன்னைக்கு எம்பி எம்பி சண்டைக்கு வந்தானே… அவனை ஒரு வழி பண்ணனும்.”

“பண்ணணும். மனசுலே வைச்சுருக்கேன். சந்தர்ப்பம் வரப்ப கையைக் காலை உடச்சிடனும்.”

“நாமன்னு தெரியப்படாது.”

“காலம் வந்தா எல்லாம் கூடி வரும்.”

காளை எழுந்தான். எதிரே இருந்தவர்கள் தொடர்ந்து பேசிக்கொண்டிருந்தார்கள். ஏதோ மனசஞ்சலத்தில் ஒரு குவார்ட்டரைத் தண்ணீரில் கலந்தும் இன்னொரு குவார்ட்டரை எதுவும் கலக்காமல் கச்சாவாகவும் குடித்திருந்தான்.

வெளியேறி, சற்றுத் தள்ளியிருந்த வாழை மர பிரியாணிக் கடை என்று பெயரிடப்பட்டிருந்த கடைக்குள் நுழைந்தான். கடை வாசலில் வாழை மரம் கட்டப்பட்டிருந்தது. தினமுமோ அல்லது இரண்டு நாளைக்கொரு முறையோ புதிதாக வாழை மரம் கட்டுவார்கள் போலிருக்கிறது. சற்றுத் தள்ளி வாழை மரத்தைப் பார்த்து ஏங்கிக்கொண்டிருந்த மாட்டை ஒரு சிறுவன் விரட்டிக்கொண்டிருந்தான். அவன் மனதில் அவர்களின் குலசாமி ‘குகைச்சாமி’ உட்கார்ந்திருந்தார். அவர் காலடியில் ஆயுதங்கள் இருந்தன. பிரியாணியை எடுத்துச் சாப்பிட ஆரம்பித்தான். உடல் வியர்த்திருந்தது.

சுற்றிலும் செடிகளும் மரங்களும் இருந்தன. இரண்டு நபர்கள் பறையடித்துச் சென்றுகொண்டிருந்தனர். ஒற்றையடிப் பாதை. நடக்கும்போது முள் பார்த்து நடக்க வேண்டும். இருபுறமும் உள்ள மரங்களின் கிளைகளைக் கைகளால் தள்ளித்தள்ளி நடக்க வேண்டும். முன்னால் அரிவாளுடன் செல்பவர்கள் சில கிளைகளை வெட்டிச் சாய்த்தபடி செல்கின்றனர். சில மரங்களின் உயரத்தை அண்ணாந்து பார்க்க வேண்டும். பருத்த மரங்களின் நிறம் முதுமையைக் காட்டிக்கொண்டிருந்தது. சில இடங்களில் வேரோடு பெயர்ந்த மரங்களின் வேர்கள் வானத்தைப் பார்த்துக்கொண்டிருந்தன. சில மரங்களின் பருமன் மூன்று பேருக்கு மேல் சேர்ந்து கட்டிப்பிடிக்க முடிவதாக இருந்தது. ஒற்றையடிப்பாதை சமமாக இல்லாமல் ஏற்றமாக இருந்தது. பறையின் சத்தத்தில் பறவைகள் ஒலி எழுப்பி வானத்தில் பறந்துகொண்டிருந்தன.

பறவைகளின் ஒலி, பறைகளின் சத்தத்தில் கலந்தன. பாதை அகலக் குறைவாக இருப்பதால் நீள் வரிசையில் செல்கின்றனர். ஓரிடத்தில் சமதளமாகப் பெரும் பாறைத்திட்டு அமைந்த

இடத்தில் பத்திரமாக இறங்க வேண்டும். இந்தப் பாதை தடமற்று இருப்பதால் வழி தெரிந்த முதியவர் முன் செல்ல அவர் பின்னே நீள வரிசையாகச் செல்ல வேண்டும். மலைக்குகை கண்ணுக்குத் தெரிந்த உடனே முதியவரின் உடல் தூக்கித்தூக்கிப் போடும்; உதறும். பெரும் கூச்சல் எழுப்புவார். பறை ஒலி கூடும். தாளத்தின் இடைவெளி குறைந்து ஒலியின் சத்தம் கூடுவதில் உடல் ஆட்டம் கொள்ளும். பெண்கள் குலவையிடுவார்கள். முதியவரின் பின்னால் வரும் சிலர் சாமியாடுவர். ஆடும் ஆண், பெண்களின் மீது ஒருவர் விபூதியை அள்ளி வீசி அடிப்பார். சாமி உக்கிரமானது.

பத்து வயதுக்கு மேற்பட்டவர்கள்தான் சாமியைப் பார்க்க முடியும். கீழ்ப்பட்டவர்கள் பார்த்தால் பயந்துவிடுவார்கள் என்பது ஐதீகம். பாறை இடுக்கின் முன்னே இருக்கும் பாறை வெளியில் வந்தவர்கள் உடலை முறுக்கி ஆடுவார்கள். சிலர் வீழ்ந்து புரள்வார்கள். சிலர் அழுவார்கள். ஒரு கட்டத்தில் முதியவர் கையுயர்த்தி பறை ஒலியை நிறுத்துவார். ஆடிக்கொண்டும் புரண்டுகொண்டும் இருந்தவர்கள் கொஞ்சம்கொஞ்சமாக சகஜ நிலைக்கு வருவர். 'குகைச்சாமி' தோளில் அரிவாளுடன் நின்றுகொண்டிருப்பார். அவர் காலடியில் துருப்பிடித்த பலவிதமான ஆயுதங்கள். முதியவர் தட்டில் சூடத்தைக் கொளுத்திக் கையுயர்த்திக் காண்பிப்பார். கொஞ்சம் கொஞ்சமாக ஆட்கள் வந்து சாமியை வணங்குவர். காளை, தந்தையுடன் ஒட்டி நின்று கொண்டிருந்தான். அவன் கை அவர் கையைப் பிடித்திருந்தது. 'சாமி, குலசாமி. குலத்தைக் காப்பாத்து. புள்ளைகளைக் காப்பாத்து. எசமானுக்கு விசுவாசமா இருக்கப் பலத்தைக் கொடு சாமி.' தந்தையும் காளையும் உடல்படியக் கீழே விழுந்து வணங்கினர்.

பிரியாணிக் கடையிலிருந்து வெளியே வந்து, மீண்டும் சிறுநீர் கழிக்கச் சாலையோரமாகச் சென்றவனின் சிந்தனை திடீரென்று முடங்க அவன் கீழே விழுந்தான். சற்றுத்தள்ளி சாக்கடைக் கால்வாய் ஓடிக்கொண்டிருந்தது. சாலையில் வாகனங்கள் சென்றுகொண்டிருந்தன. மனிதர்கள் பார்த்தும் பார்க்காமலும் சென்றுகொண்டிருந்தனர். மந்தைவீரனின் கார் மரகதம் வீட்டை நோக்கிச் சென்றுகொண்டிருந்தது.

○

உயிர்மை, டிசம்பர் 2011

அப்பத்தா

ரத்தினகுமார் அந்த பரதநாட்டிய நிகழ்ச்சிக்குச் செல்லத் தயாராகிக்கொண்டிருந்தார். வைஜயந்தி மாலா வாழ்த்துரை வழங்குவதாக அந்த நிகழ்ச்சி அமைக்கப்பட்டிருந்தது. அவரின் நண்பர் செல்வின் ராஜதுரை வைஜயந்திமாலாவின் ரசிகர். ராஜ்கபூரும் வைஜயந்திமாலாவும் நடித்த சங்கம் திரைப்படத்தை இருவரும் பலமுறை பார்த்திருக்கிறார்கள்.

மனைவி லலிதா இறந்தபின், தனிமை எவ்வளவு சிக்கலானது என்று ரத்தினகுமார் உணர்ந்துகொண் டிருக்கிறார். மகன்களுக்கும் தனக்கும் இடையே ஊடக மாக லலிதா இருந்திருக்கிறாள் என்று தோன்றியது. அவள் இல்லாத நிலை தனக்கும் மகன்களுக்கும் இடையே இடைவெளியையும் வெற்றிடத்தையும் மேலும் உருவாக்கியுள்ளதை அவர் உணர்ந்திருந்தார். இனி போகப்போக இந்த வெற்றிடமும் இடைவெளியும் கூடிக்கொண்டே போகுமே என்ற எண்ணம் அவர் மனத்தில் எழுந்தது. மனைவி இருந்தபோது அவளின் இருப்பு தனக்கு அத்தியாவசியமானது என்று அவருக்குத் தோன்றவில்லை. தற்போது அவள் இல்லாத நிலையில் நிர்க்கதியாக இருப்பதாக அவருக்குத் தோன்றியது. மூத்த மகன் சென்னையிலும் இளைய மகன் கோவையிலும் குடும்பத்துடன் இருக்கிறார்கள்.

அவருக்கு மீண்டும்மீண்டும் பழைய நினைவுகள் மனத்தை அலைக்கழித்துக்கொண்டிருக்கின்றன. இரு சக்கரவாகனத்தில் செல்லும்போதும் வேறு வாகனத்தில் செல்லும்போதும் விபத்துக்குள்ளாகி

விடுவோமோ என்ற தேவையற்ற அச்சம் அவர் மனத்தைக் கவ்விக் கொண்டிருக்கிறது. தனியாக இருக்கும் தனக்குத் திடீரென்று உடல் நலக்குறைவு ஏற்பட்டுவிடுமோ என்ற பயமும் அவரை பாதித்துக்கொண்டிருக்கிறது. வீட்டை வாடகைக்கு விட்டுவிட்டு முதியோர் இல்லத்தில் தங்கிக்கொள்ளலாமா என்ற எண்ணமும் ஏற்பட்டுக்கொண்டிருக்கிறது.

கடந்த காலத்தைப் பரிசீலிக்கையில் அவர் மகன்களை நல்லவிதமாகத்தான் நடத்தியிருந்தார். ஆனால் எதனாலோ மகன்கள் இருவருக்கும் தேவைப்படும்போது உதவிசெய்ய வேண்டிய கடமைக்குரியவராக மட்டுமே ரத்தினகுமார் தோன்றினார். அதை ரத்தினகுமாரும் உணர்ந்திருந்தார். சிறு வயதிலிருந்தே லலிதாதான் அவர்களின் தேவைகளைக் கவனித்துப் பூர்த்தி செய்துகொண்டிருந்தாள். அவர்களும் சிறுவயதிலிருந்தே தங்களின் தேவைகளை லலிதாவிடம்தான் முறையிட்டுக்கொண்டிருந்தார்கள். ரத்தினகுமார் தூரத்தேதான் இருந்தார்.

மனைவி இருந்தபோது சிலகாலம் இரண்டு மகன்கள் வீட்டிலும் மாறிமாறி இருந்து பார்த்தார்கள். அவர்களுக்கு மனநிறைவு ஏற்படவில்லை. இரு மகன்களுமே நன்றாகப் படித்திருந்தாலும் வேலைக்குச் செல்லாமல் சொந்தமாகத் தொழில் செய்து வந்தார்கள். நிலத்தை விற்று அவர்கள் தொழில் தொடங்க ஏற்பாடு செய்துகொடுத்திருந்தார். அவர்களின் பணத்தேவை ரத்தினகுமாரை அச்சுறுத்திக்கொண்டேயிருந்தது.

இரு மகன்களுக்கும் இன்னும் குழந்தைகள் பிறக்க வில்லை. மகன்கள் இருவருமே ரத்தினகுமாருக்குச் சற்றுத் தாமதமாகத்தான் பிறந்தனர். மூத்தமகன் சூர்யப்பிரகாஷின் மனைவி பெரியநாயகியைப் பார்க்கும்போது ரத்தினகுமாருக்கு மன சஞ்சலம் ஏற்படும். பெரியநாயகியின் உடல் அமைப்பும் முக அமைப்பும் அவரின் விருப்பத்திற்குரியதாக இருந்தன. பெண் பார்க்கும்போதே தன்னைத் தொந்தரவு செய்யும் உடலமைப்பும் முக அமைப்பும் உடையவளை எதற்காக மருமகளாக்கிக்கொள்ள வேண்டும் என்று உள்மனக் குழப்பம் அவருக்கு ஏற்பட்டது. லலிதாவிற்கும் சூர்யப் பிரகாஷிற்கும் அவள் அழகு பிடித்திருந்து பிற விஷயங்களும் கூடி வந்து விட்டதால் திருமணம் நடந்து விட்டது.

சூர்யப்பிரகாஷின் வீட்டில் இருக்கும்போது, அவர் பெரியநாயகியைப் பார்த்துப் பேசுவதையே தவிர்த்துவிடுவார். குறிப்பாக, பெரியநாயகி குளித்துவிட்டு ஈரக்கூந்தலில் துண்டைச் சுற்றிக் காட்சியளிக்கும்போது அவர் மனம் தன்னையறியாது

கிளர்ச்சியடையும். 'இதென்ன சோதனை, கடவுளே' என்று கவனத்தை வேறு பக்கம் திருப்பிக்கொள்வார்.

லலிதா எப்போதும் பண விஷயத்தில் கவனமாக இருப்பாள். அவ்வாறு இருந்ததினால்தான் ரத்தினகுமாருக்கு சொத்து சேர்க்க முடிந்தது. பெரியநாயகியை சூர்யப்பிரகாஷுக்குத் திருமணம் செய்தபோது, பண விஷயத்திலும் நகை விஷயத்திலும் கறாராக இருந்ததால் லலிதா மீது பெரியநாயகிக்கு வெறுப்பு ஏற்பட்டிருந்தது.

'தொழிலை அபிவிருத்தி செய்ய கணவன் பணம் கேட்டால், சொத்தை விற்றுப் பணம் கொடுக்க வேண்டியதுதானே. இவர்களுக்குப் பின் கணவனுக்கும் அவர் தம்பிக்கும்தானே சொத்து வந்து சேரும். ஆபத்திற்கு உதவாத சொத்து இருந்து என்ன பயன். அதை விட்டுவிட்டு மாமனார் வீட்டிலிருந்து கொண்டு வா என்றால் எங்கிருந்து கொண்டுவருவது. திருமணம் முடித்தபோது எங்கள் பொருளாதார நிலை தெரியாதா? அழகாக இருக்கிறாள் என்று அவர்கள்தானே வந்து வந்து விழுந்தார்கள்.' இப்படிப் பலவாறான எண்ணங்கள் ஓடிப் பெரியநாயகிக்கு, லலிதா மீதான வெறுப்பு கூடியிருந்தது.

இளைய மகன் சந்திரபிரகாஷின் திருமணம் காதல் திருமணம். அவனது மனைவி செந்தாமரையை ரத்தினகுமாருக்கும் லலிதாவிற்கும் பிடிக்கவில்லை. மெத்தப்படித்தவள் போலவும் மேலானவள் போலவும் கர்வமாக நடந்துகொள்வதாக இருவருக்கும் தோன்றியது. மூத்த மகனுக்குத்தான் பெரிய சொத்துக்கள் பின்புலமாக இல்லாத இடத்தில் அழகாக இருக்கிறாள் என்பதற்காகப் பெண் எடுத்துவிட்டோம்; இளைய மகனுக்குப் பெரிய சொத்துக்கள் உள்ள இடத்தில் பெண் எடுக்க வேண்டும் என்று லலிதா நினைத்திருந்தாள். ஆனால் பல பிரச்சினைகள் உருவாகி வேறு வழியில்லாமல், செந்தாமரையைத் திருமணம் செய்துவைக்க வேண்டிய நிலை ஏற்பட்டு விட்டது. லலிதா எதிர்பார்த்திருந்ததற்கு சம்பந்தமில்லாத வகையில்தான் திருமணம் நடந்தது.

லலிதாவும் ரத்தினகுமாரும் சில நாட்கள் சந்திரபிரகாஷின் வீட்டில் தங்கியிருக்கும்போது, செந்தாமரை தங்களை நடத்திய விதம் அவர்களுக்குப் பிடிக்கவில்லை. மாமனார், மாமியாரை அதிகம் பொருட்படுத்தாது, அலட்சியமாக நடத்தினால்தான் தன்மீது அவர்கள் அதிகாரம் செலுத்தமாட்டார்கள் என்று செந்தாமரை கருதி அவ்வாறே நடந்துகொண்டிருந்தாள். கணவன் அவள் மீது கொண்ட மோகத்திற்குப் பிரதியாகக் கிடைத்த

அதிகாரத்தைக் கணவன் மீதே செலுத்துவதில் செந்தாமரை கெட்டிக்காரியாக இருந்தாள்.

'எப்படி இருந்த பையன், இப்படி அந்தக் கருவாச்சியைச் சுற்றியே, அவள் சொன்னதைக் கேட்டு நடக்கிறானே, என்ன சொக்குப்பொடி அவளிடம் இருக்கிறதோ. நம்மைக்கூட மதிக்க மாட்டேன் என்கிறானே. அவள்தான் அவனுக்கு முக்கியமாகப் போய்விட்டது' என்று லலிதா தனது கணவனிடம் அடிக்கடி புலம்பியிருக்கிறாள்.

ரத்தினகுமாரைப் பொறுத்தவரை விருந்தாளிகளை வைத்துக் கொண்டு, அவரைக் கடைக்குச் சென்று பாலும் நொறுக்குத் தீனிகளும் வாங்கி வரச் சொல்லிப் பணம் கொடுத்தது அவரைப் பாதித்துவிட்டது. வருகிறவர்களுக்குக் கொடுக்க வீட்டில் ஏதாவது வைத்திருக்க வேண்டும். பாலும் வைத்திருக்க வேண்டும் அல்லது ஏதாவது சமாளித்து அனுப்பி வைக்க வேண்டும். அப்படி இல்லாமல் அவரைக் கூப்பிட்டு வாங்கி வரச் சொல்லி அவரும் கடைக்குச் சென்று வாங்கி வந்தார். கடைக்குச் சென்று வரும்போது செந்தாமரை தன்னை அவமதித்துவிட்டாள் என்று நினைத்துக்கொண்டார். செந்தாமரை இதையெல்லாம் யோசிக்கக் கூடிய ஆளாக இல்லை.

இருமகன்களும் குடும்பத்துடன் விநாயக சதுர்த்திக்கு வருவதாகத் தெரிவித்ததும் அவர்கள் இருவரும் ஏதோ காரியமாகத்தான் வருகிறார்கள் என்று ரத்தினகுமாருக்கும் லலிதாவிற்கும் தோன்றியது. சொத்தை விற்றுப் பணம் கொடுக்குமாறு கேட்டால் அந்த நெருக்கடியை எவ்வாறு சந்திப்பது என்று குழம்பிக்கொண்டிருந்தார். லலிதாவோ சொத்து பிறக்கப் போகும் பேரக்குழந்தைகளுக்குத்தான், இவர்களுக்கு இல்லை; சொத்து அழிந்துவிடக் கூடாது என்பதில் உறுதியாக இருந்தாள்.

விநாயக சதுர்த்தி அன்று சாயங்காலம் அமர்ந்து பேசிக் கொண்டிருக்கும்போது, இரு மகன்களும் தொழிலை அபிவிருத்தி செய்யக் கூடுதல் முதலீடு தேவைப்படுகிறது என்றும் கையிருப்பு பணம் இல்லாததால் சொத்தை விற்று முதலீடு செய்யலாம் என்றும் தெரிவித்தனர். 'சொத்து பேரக்குழந்தைகளுக்குத்தான் போய்ச்சேர வேண்டும். விற்றால் மீண்டும் வாங்க முடியாது. இது பூர்வீகச் சொத்து அல்ல. உங்கள் அப்பா சம்பாத்தியத்தில் வாங்கியது. பணம் வேண்டுமென்றால் அவரவர்களின் மாமனார்களிடம் கேட்டுப் பாருங்கள்' என்று லலிதா பேசினாள்.

'திருமணம் செய்யும்போதே எங்கள் பொருளாதார நிலைமை அறிந்துதானே திருமணம் செய்தீர்கள். நீங்கள்தான்

உங்கள் மகன்களுக்கு உதவ வேண்டும்' என்று பெரியநாயகி பேசினாள். பெரியநாயகி பக்கவாட்டுத் தோற்றத்தில் மிக அழகாக இருப்பதாக ரத்தினகுமாருக்குத் தோன்றியது. நீண்ட கூந்தலை அவள் குறைத்து வெட்டியிருந்ததுதான் அவருக்குக் குறையாக இருந்தது. அவரும் பக்குவமாக 'உங்கள் அம்மா சொல்வதுதான் சரி, வருங்கால சந்ததிகளுக்குச் சொத்தை விட்டுச் செல்ல வேண்டும்' என்றார்.

'அப்படியென்றால், எங்களால் சந்ததிகளுக்கு சொத்து வாங்க முடியாது என்று சொல்கிறீர்களா?' என்று மூத்தவன் கேட்டான். மௌனம் நிலவியது.

'சொந்த மகன்கள் மீது பாசம் இல்லாத பெற்றோரை இப்போதுதான் பார்க்கிறேன்' என்றாள் செந்தாமரை.

'நீ ஒண்ணும் எனக்குப் பாசத்தைக் கற்றுத்தர வேண்டாம்' என்றாள் லலிதா.

இருவரும் கடுமையாகப் பேசிக்கொண்டனர். அடுத்த நாள் காலையில் இருமகன்களின் குடும்பமும் அவரவர்கள் ஊருக்குக் கிளம்பின. போகும்போது 'யோசித்துச் சொல்லுங்கள்' என்று மூத்தவன் கூறிவிட்டுச் சென்றான்.

ரத்தினகுமாருக்கும் சொத்தை விற்றுப் பணம் கொடுப்பதில் விருப்பம் இல்லை. லலிதா உறுதியாக இருப்பதால், அவளிடம் வேண்டுமென்றே 'சொத்தை விற்றுக் கொடுக்கலாம்' என்று சும்மாவாக, பின்னால் எதற்காவது உபயோகப்படும் என்று சொல்லி வைத்தார். ஆனால் அதற்கான அவசியம் ஏற்படவில்லை. இச்சம்பவம் நடந்து ஒரு மாதம் கழிந்து ஒருநாள் காலையில் அவள் படுக்கையிலிருந்து எழாதது கண்டு அவளைப் பதற்றத்துடன் எழுப்பினார். சற்றுத் தள்ளிப் படுத்திருக்கும் தனக்குத் தெரியாமல் எவ்வாறு அவள் உயிர் பிரிந்தது என்று அவருக்குப் புதிராகவும் அதிர்ச்சியாகவும் இருந்தது.

காரியம் முடிந்தது. இரு மகன்களும் அப்பாவைத் தங்களுடன் வந்து இருக்கச் சொன்னார்கள். சின்ன மகனுடன் அதுவும் செந்தாமரையுடன் இருந்தால் தனக்கு மதிப்பு இருக்காது என்று அவர் அறிந்திருந்தார். மூத்த மகனுடன் இருக்கலாம் என்றால் அவன் இல்லாத நேரங்களில் பெரியநாயகியுடன் வீட்டில் இருப்பது மனச்சிக்கலையும் குழப்பத்தையும் ஏற்படுத்தும் என்பதால் அவர் அதையும் விரும்பவில்லை. தனியாக இருப்பது என்று முடிவெடுத்தார். ஊரைவிட்டு வருவதில் தனக்கு விருப்பம் இல்லை என்றும் உடல்நிலை பாதிக்கும் சமயத்தில் மகன்களிடம் வருவதாகவும் பொதுவாகச் சொல்லிவிட்டார்.

ஒரு மெஸ்ஸில் சாப்பிட்டுக்கொண்டிருக்கிறார். வீட்டிலிருந்து மெஸ்ஸிற்குச் சென்று ஒவ்வொரு வேளையும் சாப்பிட்டு வருவது அவருக்குச் சங்கடமாக இருக்கிறது. இரவில் தனியாகப் படுப்பதும் அவருக்குச் சங்கடமாக இருக்கிறது. லலிதா உயிருடன் இருக்கும்போதே அவர்கள் காலத்திற்குப்பின் சொத்துக்கள் பேரக் குழந்தைகளுக்குச் சேரும் என்று உயில் எழுதிப் பதிவு செய்து விட்டார்.

இன்று பரதநாட்டிய நிகழ்ச்சிக்குச் செல்வதற்காக செல்வின் ராஜதுரைக்காகக் காத்திருந்தார். செல்வின் ராஜதுரை மோட்டார் சைக்கிளை வாசலில் நிறுத்திவிட்டு கைக்கடிகாரத் தைப் பார்த்து 'நேரமாகிவிட்டது' என்று கூறிக்கொண்டே வந்தார். அவர் வைஜயந்திமாலாவைப் பார்க்கச் செல்லும் பதற்றத்திலிருந்தார். இருவரும் ஆடிடோரியத்திற்குச் சென்றனர். பெரிய இடம். சுமார் ஆயிரம் பேர் உட்காரக்கூடிய இடம். அதில் சுமார் இருநூறு நபர்களே உட்கார்ந்திருந்தனர். நிகழ்ச்சி ஆரம்பிக்கும் நேரத்திற்குச் சற்று முன்பாக வைஜயந்திமாலா வந்து முதல் வரிசையில் அமர்ந்தார்.

சங்கம் படத்தில் கட்டிலில், படுக்கையின் மீது ஏறி நின்று ஆட்டம் போடும் காட்சியை நினைவுபடுத்தி, இப்போது இவ்வளவு வயதாகிவிட்டாரே என்றார் செல்வின் ராஜதுரை. ரத்தினகுமாருக்கும் சங்கம் படத்தில் கண்ட ஆட்டமும் பல தமிழ்ப்படங்களில் கண்ட வைஜயந்திமாலாவும் நினைவுக்கு வந்தன. அவரைப் பக்கவாட்டில் பார்க்கும்போது ஒரு கோணத்தில் தன்னுடைய அப்பத்தா நினைவும் ரத்தினகுமாருக்கு வந்தது. ஏனென்று தெரியவில்லை. அவர் மனம் துணுக்குற்றது. இவ்வளவு காலமாக நினைவுக்கு வராத அப்பத்தாவை நினைவு படுத்தும் விதத்தில் வைஜயந்திமாலா இருப்பது அவருக்குப் புதிராக இருந்தது.

தனக்கு வயதாவது தெரியாது; பிறருக்கு வயதாவதுதான் தெரியும் போலிருக்கிறது என்றும் இக்கணத்தில் அவருக்குத் தோன்றியது. அப்பத்தா நினைவு வந்துகொண்டேயிருந்தது. சிறுவயதில் அவரிடம் பாசமாகவும் அன்பாகவும் இருந்த ஒரே ஆள் அப்பத்தாதான். அவரின் மடியில் தலை வைத்துப் படுத்திருந்த வேளையில் பாதுகாப்பாக உணர்ந்தது நினைவுக்கு வந்தது.

அவர் பார்த்துக்கொண்டிருக்கும்போதே வைஜயந்தி மாலா அப்பத்தாவாக மாறி மேடையில் ஏறிக்கொண்டிருந்தார். அப்பத்தா வாழ்த்துரை வழங்கினார். வாழ்த்துரை வழங்கிவிட்டு இறங்கிய அப்பத்தா என்னும் வைஜயந்திமாலாவை அல்லது வைஜயந்திமாலா என்னும் அப்பத்தாவைப் பார்வையாளர்களில்

சிலர் சூழ்ந்துகொண்டு பேசினர். அப்பத்தாவை அவர் அருகில் பார்த்தார். 'போய் வருகிறேன்' என்று சொல்லி அப்பத்தா காரை நோக்கிச் சென்றார்.

செல்வின் ராஜதுரை வேறு மனநிலையில் இருந்தார். ரத்தினகுமார் அதற்குச் சம்பந்தமில்லாத மனநிலையில் இருந்தார். வீட்டிற்குச் சென்றுகொண்டிருக்கும்போது, உயிலை ரத்து செய்து, சொத்துக்களை விற்று மகன்களுக்குக் கொடுக்க முடிவெடுத்திருப்பதாக ரத்தினகுமார் செல்வின் ராஜதுரையிடம் தெரிவித்தார். எப்படித் திடீரென்று மனம் மாறியது என்று செல்வின் ராஜதுரை கேட்டார். வைஜயந்திமாலா தனது மனத்தை மாற்றிவிட்டதாக ரத்தினகுமார் கூறினார்.

○

டைம்ஸ் இன்று, தீபாவளி மலர் 2011

அவரவர் வழி

அழியாத சித்திரங்கள்

மருத்துவரின் ஆலோசனைக்குக் காத்திருந்த பலரின் முகங்கள் சகஜமற்று இருந்ததைக் கவனித்தான். தனது முகமும் அவ்வாறுதான் இருக்கிறதோ எனத் தோன்றிக் குழம்பினான். மருத்துவரின் அறைக்குள் செல்வபவர்கள் வெளியே வரக் குறைந்தது அரை மணிநேரமாவது ஆனது. தன் முறைக்காகக் காத்திருந்தான் மயில்வாகனன்.

உள்ளே நுழைந்தான். மருத்துவர் இளவயதினராக இருந்தார். அவர் மேசையில் தண்ணீர் பாட்டில் இருந்தது. மருத்துவர் "என்ன பிரச்சினை?" என்றார். அவன் "குடிக்கத் தண்ணீர் வேண்டும்" என்றான். "எனக்குத் தண்ணீர் வேண்டும். தொண்டையை நனைத்துக் கொள்ளுங்கள்" என்று மருத்துவர், பாட்டிலைக் கொடுத்தார். அவன் இரண்டு மடக்குக் குடித்துவிட்டுக் கொடுத்தான். சுவரில் வெங்கடாஜலபதி படம் மாட்டப்பட்டிருந்தது. அதைப் பார்த்ததும் அவனுக்கு முருகன் படம் மாட்டப்பட்டிருந்தால் நன்றாக இருந்திருக்குமே என்று தோன்றியது.

"சொல்லுங்க..." என்றார் மருத்துவர்.

அவன் ஆரம்பித்தான்.

"வேலை செய்ய முடியலை. கவனம் இல்லை. தூக்கம் வரமாட்டேங்குது. அவ ஞாபகமா வருது"

"அவள்ங்கிறது யாரு?" என்றார் மருத்துவர்.

"பொய்கைக்கரையாள்" என்றான்.

"என்னது?"

"அது அவுங்க குலதெய்வம் பேரு. பொய்கைக்கரைப் பட்டியிலே இருக்கு அந்தக் குலசாமி. பொய்கைன்னு அவளைக் கூப்பிடுவாங்க. அவளை சின்ன வயசுலேருந்து தெரியும். அவளை நான் காதலிச்சேன். ரிக்ஷாவுலே ஸ்கூலுக்குப் போவா. திரும்ப ரிக்ஷாவுலே ஸ்கூல்லேருந்து வருவா. கல்லூரிக்கு பஸ்லே போய்ட்டு வருவா. தனியா எங்கேயும் போகமாட்டாள். அதனாலே என் விருப்பத்தை அவளுக்குச் சொல்ல முடியலே. ஒருதலைக் காதலா ஆகிப்போச்சு. திடீர்னு ஒருநாள் அவளுக்குக் கல்யாணமாயிருச்சு. அதுலேருந்து என் மனசும் உடலும் கெட்டுப்போச்சு."

"கல்யாணம் எப்ப நடந்தது?"

"ஆறுமாசம் ஆச்சு"

"மேற்கொண்டு என்ன பிரச்சினை?"

மயில்வாகனன் அழ ஆரம்பித்தான்.

மருத்துவர் அவனை சமாதானப்படுத்தினார்.

"இப்ப அவ கர்ப்பமா இருக்கா" அவன் மீண்டும் அழ ஆரம்பித்தான்.

"கல்யாணமானா கர்ப்பமாகத்தானே செய்வாங்க."

"என்னாலே அதைத் தாங்க முடியலை டாக்டர்" என்றான் மயில்வாகனன்.

"உங்க கூடப்பிறந்தவங்க எத்தனைபேர்?"

"ஒருத்தருமில்லை. நான் ஒண்டி ஆள்"

"அப்பா என்ன பண்றார்?"

"எலிமெண்டரி ஸ்கூல் எச். எம்."

"நீங்க என்ன பண்றீங்க?"

"நான் பொதுப்பணித்துறையிலே கிளர்க்காக இருக்கேன்."

"பாசனத்துக்கு எந்த மாசம் தண்ணீர் திறந்து விடுவாங்கன்னு தெரியுமா?"

"தெரியும்."

மருத்துவர் மருந்துகள் எழுதிக் கொடுத்து "நல்லா தூக்கம் வரும். பகலில் தூக்கம் வர்ரமாதிரி இருந்துச்சுன்னா ஒரு டீ குடிங்க. ஒரு வாரம் கழிச்சு வாங்க."

"டாக்டர், பொய்கை என் மனசுலே குடியிருக்காள். என்ன ஒரு அறிவான முகம்" என்றான்.

மருத்துவர் அடுத்தவர் வருவதற்காக மணியை அழுத்தினார். மணி ஒலித்தது. மயில்வாகனன் வெளியே வந்தான்.

மேற்குக் கோபுர வாசலில் நுழைந்ததும் உள்ள திறந்தவெளிப் பிரகாரத்தில், மன உளைச்சலோடு காராச்சேவைத் தின்று கொண்டிருந்தான் வணங்காமுடி. அவன் உட்கார்ந்திருந்த இடம் அரையிருட்டாக இருந்தது. மன உளைச்சல் ஏற்படும் சமயங்களில் இவ்வாறு ஏகாந்தமாக இந்த இடத்தில் அமர்ந்து காராச்சேவு சாப்பிடும் வழக்கம் அவனுக்கு ஏற்பட்டிருந்தது. இன்று காலை இரு சக்கர வாகனத்தில் மன உளைச்சலுடன் சென்றுகொண்டிருக்கும்போது, பெருமாள் கோயில் பஸ்ஸ்டாப் அருகே சைக்கிளில் சென்றுகொண்டிருந்த பியூன் சின்னமுனியாண்டியை பஸ் தட்டிவிட்டதைப் பார்த்தும் நிறுத்தாமல் சென்றுவிட்டான். வணங்காமுடி வேலை பார்க்கும் பிரிவிற்கு அடுத்த பிரிவில் சின்னமுனியாண்டி பியூனாக வேலை பார்க்கிறான்.

எதனால் அவ்வாறு கவனிக்காத மாதிரிச் சென்றுவிட்டோம் என்று அவனுக்குச் சிந்தனை ஏற்பட்டது. அவனுக்குக் குழப்பமாக இருந்தது. ஓட்டலில் சாப்பிட்டுவிட்டு அலுவலகத்துக்குச் சென்ற சில மணி நேரத்தில் சின்னமுனியாண்டி விபத்தில் இறந்துவிட்டதாகத் தகவல் வந்தது. உடலை மார்ச்சுவரியில் வைத்திருப்பதாகவும் கூறினார்கள். பஸ் அவனைத் தட்டி விட்டதைப் பார்த்ததாகவும், தான் நிற்காமல் சென்றுவிட்ட தாகவும் யாரிடமும் அவன் வாயைத்திறந்து கூறவில்லை. மார்ச்சுவரிக்கும், வீட்டிற்கும், சுடுகாட்டிற்கும் சென்றுவந்தான். சின்ன முனியாண்டிக்கு மூன்று சிறு குழந்தைகள். இறந்த வீட்டிலும் மார்ச்சுவரியிலும் அந்த மூன்று குழந்தைகளும் அழுதுகொண்டிருந்ததைப் பார்த்தான்.

அனைத்திற்கும் காரணம் மனைவி பொய்கைதான் என்று அவன் நினைத்தான். அன்று காலையிலேயே தகராறு ஆரம்பித்துவிட்டது. பஸ்ஸில் போவதில்லை; ஆட்டோவில்தான் செல்வேன் என்கிறாள். எப்போது பார்த்தாலும் பணம், பணம் என்று பிடுங்கிக்கொண்டே இருக்கிறாள். அவள் கூட வெளியே சென்று வருவதில் அவனுக்குக் கூச்சம் இருந்தது. எங்கு சென்றாலும் அவளையே எல்லோரும் பார்ப்பது அவனுக்குச் சங்கடத்தை ஏற்படுத்தியிருந்தது. அன்று ஒரு ஓட்டலில் சாப்பிடச் சென்றிருந்தபோது அவனது நண்பன் ஒருவன் அவனைக் கவனிக்காமல் பொய்கையையே பார்த்துக்கொண்டிருந்ததைக் கவனித்தான். பிறகுதான் வணங்காமுடியைக் கவனித்துப்

பார்வையை மாற்றிக்கொண்டு அவனிடம் பேசவந்தான். தனக்குப் பொருத்தமானவனில்லை என்று நினைத்துத்தான் அவள் தன்னை உதாசீனப்படுத்துகிறாளோ என்று அவனுக்குத் தோன்றிக்கொண்டேயிருந்தது.

வணங்காமுடியின் தந்தை அவனுடைய சிறு வயதிலேயே இறந்துவிட்டார். பள்ளி ஆசிரியையாக இருந்த தாயார்தான் அவளுடைய சம்பாத்தியத்தில் குடும்பத்தைப் பராமரித்து அவனையும் அவன் அக்காவையும் படிக்க வைத்து ஆளாக்கித் திருமணம் செய்துகொடுத்திருக்கிறாள். அவள் சிக்கனமாக இருந்ததினால்தான் குடும்பத்தை இந்த அளவுக்குப் பராமரிக்க முடிந்தது. இந்தப் பொய்கைக்கு அவளை அனுசரித்துப்போகத் தெரியவில்லை. வயதானவர்களுக்கு இளவயதுக்காரர்களின் மனம் தெரியாதுதான். இளையவர்கள்தான் அதைப்புரிந்து கொண்டு நடக்கவேண்டும். இந்தப் பொய்கை மடச்சிறுக்கியாக இருக்கிறாள். அக்காவுக்குப் பிரசவம் பார்த்த டாக்டரிடம் காண்பிக்கலாம் என்றால் வேறு ஒரு அதிகச் செலவு ஏற்படுத்தும் டாக்டரிடம்தான் காண்பிக்கவேண்டும் என்கிறாள். இவளைக் கல்யாணம் செய்தது தான் செய்த தவறு என்று நினைத்துக் கொண்டான்.

வணங்காமுடிக்கு அவனுடைய அத்தை மகள் பூமாலையைத்தான் கல்யாணம் செய்துகொள்ள வேண்டும் என்ற ஆசை இருந்தது. ஆனால் அவர்கள் பணக்காரர்களாக இருந்தார்கள். அவர்கள் சிந்தையில் அவனோ அவன் குடும்பமோ பொருட்படுத்தத்தக்க நிலையில் இல்லை. அவளுக்கும் அவன்மேல் ஆசை இருந்ததாகத் தெரியவில்லை. நண்பர்கள் பேச்சைக் கேட்டு ஒரு விசேஷவீட்டில் அவள் தனியாக இருந்த சந்தர்ப்பத்தில், அவளைக் கட்டிப்பிடித்து முத்தமிட்டான். அவள் அவனை உதறித்தள்ளிவிட்டு ஓடிவிட்டாள். அதற்குப்பிறகு அவர் அவனைக் கண்டுகொள்வதில்லை. சரியான முறையில் அவளை அணைக்காததினால் தன்மேல் அவளுக்கு விருப்பம் ஏற்படவில்லை என்று அப்போது நினைத்துக்கொண்டான்.

காலை உணவைப் பொய்கை தயார் செய்து வைத்திருந்த போதும் மனம் வெறுத்து வேண்டாம் என்று சொல்லிவிட்டு வேகமாக இருசக்கர வாகனத்தில் ஓட்டலை நோக்கிச் சென்று கொண்டிருந்தபோதுதான் சின்ன முனியாண்டியை பஸ் தட்டிவிட்டுச் சென்றதைப் பார்த்தான். பிரச்சினைக்குள் மாட்டிக்கொள்ள வேண்டாம் என்று நினைத்துத்தான் வாகனத்தை நிறுத்தாமல் சென்றுவிட்டேனோ என்றும் யோசித்தான். பொய்கையிடம் சண்டை போடாமலிருந்திருந்தால் நல்ல மனோநிலையில் வாகனத்தை நிறுத்தி சின்னமுனியாண்டியைக்

கவனித்திருப்பேனோ என்றும் யோசித்தான். கீழே விழுந்தவனை தான் கவனித்து உடனே மருத்துவமனைக்குக் கொண்டு சென்றிருந்தால் ஒருவேளை அவன் உயிரோடு இருந்திருப்பானோ என்றும் யோசித்தான். அவனுக்குக் குழப்பமாக இருந்தது.

பொய்கைக்கு ஆத்திரமாக இருந்தது. இந்தக் குடும்பத்தில் வந்து மாட்டிக் கொண்டேன் என்று நினைத்தாள். ஒரு மடப்பையனுக்கு மனைவியாகிவிட்டோமே என்று ஆத்திரப்பட்டாள். பெண்கள் எல்லோருமே இப்படித்தான் கல்யாணமாகி மாட்டிக்கொள்கிறார்கள். வெளியே வரவும் வழியில்லை. இந்த லட்சணத்தில் குழந்தை உண்டாகிவிட்டது. என்ன செய்வது; இருந்துதான் ஆகவேண்டும் என்ற எண்ணம் ஏற்பட்டு அவளுக்கு அழுகை வந்தது.

அவள் பீரோவைத் திறந்தாள். ஆல்பத்தில் இருந்த, கல்லூரியில் படித்தபோது எடுத்த புகைப்படம் ஒன்றை எடுத்தாள். அவளும் அவள் தோழி இருவரும், இன்னும் இரண்டு பையன்களுடன் சேர்ந்து இருந்த புகைப்படம் அது. புகைப்படத்தில் இருந்த ஒரு பையனின் முகத்தை விரல்களால் தடவி முத்தமிட்டாள்.

அந்தப் பையனின் பெயர் சுந்தரேசன். படிப்பில் கெட்டிக்காரனாக இருந்தான். அய்யர் வீட்டுப் பையன். பொய்கைக்கு அவனைப் பார்த்த மாத்திரத்திலேயே பிடித்துவிட்டது. அவனிடம் பாடம் கேட்கும் பழக்கத்தை ஏற்படுத்திக்கொண்டிருந்தாள். சுந்தரேசனின் வீட்டிற்கு அவள் சென்றிருக்கிறாள். வீட்டின் பழமைத்தன்மை அவளுக்குப் பிடிக்கவேயில்லை. வீட்டிலுள்ள அனைத்துப் பொருட்களும் பழைய பொருட்களாக இருப்பதாகத் தோன்றியது. வீட்டிற்குள் வெளிச்சம் இல்லை. ஒரு மொட்டைத்தலைப் பாட்டியை வீட்டிற்குள் பார்த்தாள். வீட்டிலிருந்து வெளியே வந்தபின்தான் அவளுக்கு சகஜ நிலை ஏற்பட்டது. இந்த வீட்டிற்குள் இருந்து கொண்டு எப்படி இவ்வளவு அறிவாளியாக இருக்கிறான் என்று அப்போது நினைத்துக் கொண்டாள். வீட்டின் பழமைத்தன்மையைப் பற்றி அவள் அவனிடம் கூறியபோது அந்த வீடு பூர்வீக வீடு என்றும் அதை விற்க முடியாது என்றும், சென்னை, பெங்களூர் அல்லது தில்லியில் வேலை வாங்கி அங்கேயே இருந்துவிடுவேன் என்றும் கூறினான்.

அவனுடன் தனியாக இருந்த ஒரு சந்தர்ப்பத்தில் அவள் அவனைக் காதலிப்பதாகக் கூறினாள். தனக்கும் அவள் மேல் காதல் இருப்பதாகவும் ஆனால் நடைமுறையில் இந்தக் காதல் கல்யாணத்தில் கூடிவராது என்பதால் அதைக் கைவிட்டு

விடுவதுதான் இருவருக்கும் நல்லது என்றும் அப்போது கூறினான். ஒரு பெண் கிடைக்கிறாளே என்று 'சரி' சொல்லிவிட்டு அவளைத் தொட்டுவிட்டு, பின்னர் என்ன செய்வது, காதல் நிறைவேறாது போலிருக்கிறது என்று பிரியாமல் வெளிப்படையாக சுந்தரேசன் பேசியது அவளுக்குப் பிடித்திருந்தது. சுந்தரேசன் தற்போது தில்லியில் வேலை பார்த்துக்கொண்டிருக்கிறான். இன்னும் திருமணமாகவில்லை. கல்யாணத்திற்குப் பத்திரிகை அனுப்பியிருந்தாள். ஆனால் அவன் வரவில்லை.

பூமாலைக்கு வாழ்க்கை வெறுத்துப் போயிருந்தது. பணத்திற்கும் வசதிக்கும் குறைவில்லை. மூன்று கார்கள் இருக்கின்றன. ஆனால் கணவன் சரியாக அமையவில்லை. அவளது பெற்றோர்கள், பணக்காரப் பையனாகப் பூமாலைக்குக் கல்யாணம் செய்து வைக்கவேண்டும் என்றுதான் ரியல் எஸ்டேட் தொழில் செய்துகொண்டிருந்த மொக்கச்சாமிக்குக் கல்யாணம் செய்துவைத்தார்கள். அவர்கள் பழக்க வழக்கமே வேறுவிதமாக இருந்தது. அற உணர்வே இல்லாத குடும்பமாக இருப்பதை சில நாட்களிலேயே உணர்ந்துகொண்டாள். தவறான இடத்திற்கு வந்துவிட்டோமே என்று அவள் மனதில் பயம் ஏற்பட்டது. அவர்கள் கர்வமும், பெருமையும், வன்முறையும் உடையவர்களாக இருந்தார்கள்.

சிறுவயதிலிருந்து பூமாலை தந்தையிடமோ, தாயிடமோ, அண்ணன்களிடமோ அல்லது ஆசிரியரிடமோ அல்லது வேறு யாரிடமோ அடி வாங்கியதில்லை. முதல் அடி அவளுக்குக் கணவனிடமிருந்து கிடைத்தது. சமயங்களில் கூப்பிட்டு சற்று தாமதமாக வந்தால்கூட கன்னத்தில் அடி. எப்போது, எதற்காக அடிவிழும் என்று யூகிக்க முடியாது. அவளுக்கும் அடி வாங்குவது பழகிவிட்டது.

மொக்கச்சாமிக்கு ஒரு சின்னவீடு இருப்பதும் அவ்வப்போது கூலிக்கு வேலைக்கு வரும் பெண்களுடன் அவன் தொடர்பு வைத்துக்கொள்வதும் அவளுக்குத் தெரியும். பூமாலைக்கு அடிக்கடி தற்கொலை எண்ணம் ஏற்படுகிறது. குழந்தைகளை நினைத்துத் தள்ளிப்போட்டுக்கொண்டே வருகிறாள். சிறிது காலமாகக் கார் ஓட்டுநர்மீது அவளுக்கு கவனமும் ஈர்ப்பும் ஏற்பட்டுக்கொண்டிருக்கிறது. அவன் என்றாவது ஒருநாள் தொடும்போது அவனிடம் படிந்துவிடுவோம் என்று அந்த நாளை நினைத்து பூமாலை பயந்துகொண்டிருக்கிறாள்.

சுந்தரேசன் பீர் குடித்துக்கொண்டிருந்தான். அவன் எதிரே அமர்ந்திருந்த அமிர்தாவும் பீர் குடித்துக்கொண்டிருந்தாள்.

அவர்கள் இருவரும் கல்யாணம் செய்துகொள்ளாமல் சேர்ந்து வாழ்ந்து வருகிறார்கள். குழந்தை பெற்றுக்கொண்டால் உறவு கணவன் மனைவி என மாறிவிடும் என்பதால் அவர்கள் குழந்தை பெற்றுக் கொள்வதில்லை என்று முடிவு செய்திருந்தனர்.

சுந்தரேசனுக்கு தில்லியில் வேலை கிடைத்தது மிகவும் வசதியாக இருந்தது. தனது பழைமையான சூழலிலிருந்து விடுபடுவதற்குத் தவித்துக்கொண்டிருந்த அவனுக்கு பெரிய வாய்ப்பாக அது அமைந்துவிட்டது. அவன் விருப்பம்போல் வாழ்க்கையை அமைத்துக்கொண்டான். பொய்கைக்கு அவன் மீது காதல் இருந்தபோதிலும் அவனுக்கு அவள் மீது ஈடுபாடு இல்லாமலிருந்தது. அவள் தன்னுடைய காதலை அவனிடம் கூறியபோது, நடைமுறையில் சாத்தியமில்லை என்று கூறி அந்த எண்ணத்தைக் கைவிடுமாறு கூறினானே தவிர, அவள் மீது அவனுக்குக் காதல் இல்லை. அவனுடைய ஈடுபாடு கலாவதியின் மீதுதான் இருந்தது. கலாவதி, கல்லூரியில் அவர்களுடன் படித்தவள். அவள் தலித் குடும்பத்தைச் சேர்ந்தவள். பளபளக்கும் கருமை நிறம் கொண்டவள். சுந்தரேசனுக்கு அவள் வித்தியாசமான தோற்றம் கொண்ட அழகியாகத் தோன்றினாள். தமிழ் வகுப்பில், சிலப்பதிகாரம் பாடப்பகுதியில் வந்த ‘கொலைவேல் நெடுங்கண்’ என்ற வார்த்தையைக் கடந்தபோது கலாவதியை நினைத்துக் கிளர்ச்சியடைந்தான். அவள் கண்கள் கொலைவேலுக்குச் சமமானது என்று அவனுக்குத் தோன்றியது. அவளுடன் பேசக்கிடைத்த சந்தர்ப்பத்தில் அடைந்த படபடப்பையும் பரவசத்தையும் மீறிய அனுபவத்தை இதுவரை அவன் அடைந்ததில்லை.

அவனுடைய சூழலின் பழமையும் ஆசாரமும் அவனுக்கு தொந்தரவாக இருந்தது. அவனுடைய பாட்டி அதாவது அப்பாவின் சித்தி பன்னிரண்டு வயதிலேயே விதவையாகிவிட்டாள். ஒதுக்குப்புற இருட்டறையிலேயே அவள் இளமைக்காலத்தைக் கழித்திருக்க வேண்டும். ஆசாரத்தை மீறினால் தெய்வக்குற்றம் என்ற எண்ணத்தில் வாழ்ந்துகொண்டிருப்பவள். அவளை நினைத்து சுந்தரேசன் பாவப்பட்டான். அவளது பேச்சும் நடவடிக்கைகளும் அவள் மனது கோணலாகி விட்டதைக் காண்பித்துக்கொண்டிருந்தது என்பதை அவன் அறிந்திருந்தான்.

அவனுடைய நண்பன் ராகவன் சதா பெண்களைப்பற்றியே பேசிக்கொண்டிருப்பவன். பெண்களின் படங்கள் கொண்ட செக்ஸ் பத்திரிகைகளை எங்கிருந்தோ வாங்கிக்கொண்டு வந்து சுந்தரேசனிடமும் காண்பிப்பான். அவனுடைய சிறிய தந்தை ஒரு கோயிலில் அர்ச்சகராக இருந்தார். அவருக்கு குழந்தைகள் இல்லை. அவர் திடீரென்று இறந்த பிறகு ராகவன் அர்ச்சகராகி

விட்டான். அவன் அர்ச்சகராகி சுமார் ஒருமாதம் கழித்து ஒருநாள் சுந்தரேசனைச் சந்தித்தான். பெண்கள் கோவிலுக்கு வரும்போது அழகாகிவிடுகிறார்கள் என்றான். இந்த உத்தியோகத்திற்கு வந்ததில் மகிழ்ச்சி என்றான். பெண்களின் கையைத் தொட முடிகிறது; அருகிலிருந்து பார்க்க முடிகிறது; தலையைத் தொட்டு ஆசீர்வதிக்கமுடிகிறது; நெற்றியில் பூசமுடிகிறது; கூட்டமிருந்தால் தோள்களைத் தொட்டுத் தள்ளிவிடமுடிகிறது என்று மகிழ்ச்சி யாகக் கூறினான். சுந்தரேசனுக்குத் தனக்கும் அப்படி ஒரு வாய்ப்புக் கிடைத்தால் நன்றாக இருக்கும் என்று தோன்றியது.

அவனுக்குப் பாட்டி மீது பேரன்பும் பரிதாப உணர்வும் இருந்தது. சிறுவர்கள் 'மொட்டைப் பாப்பாத்தி' என்று கூவும்போது அவன் மனம் துக்கமடையும். மதத்திலிருந்தும் ஆசாரத்திலிருந்தும் அவன் மனது சிறுவயதிலிருந்தே கொஞ்சம்கொஞ்சமாக விலகிக்கொண்டிருந்தது.

கல்லூரியில் படித்துக்கொண்டிருக்கும்போது, ஒருநாள் மாலை புத்தகம் கொடுக்கிற சாக்கில் கலாவதி வீட்டிற்குச் சென்றான். வீடு பூட்டிக்கிடந்தது. பக்கத்து வீட்டில் விசாரித்தான். ஆறு மணி வாக்கில் வந்துவிடுவதாகச் சொல்லிச் சென்றதாகக் கூறினர். அவள் வீடு இருந்த பகுதி விரிவாக்கப்பகுதி. சுந்தரேசன் சற்று தூரம் நடந்து சென்று திரும்பி வருவோம் என்று நினைத்து நடந்தான்.

அவன் நடந்து சென்ற பகுதி சிறுவீடுகள், குடிசைகள் உள்ள பகுதிகளாக இருந்தது. எப்படி இந்தப் பகுதி கிராமப்பகுதியாக இருக்கிறது என்று ஆச்சரியமடைந்தான். சிறு கண்மாயை அதன் கரையில் கடந்தான். சீமைக்கருவேல மரங்கள் இருபுறமும் இருந்த பகுதியைக் கடந்த பின்னர் கூடாரங்களில் மக்கள் வசிப்பதைப் பார்த்தான். வெட்ட வெளியில் கற்களை வைத்து அடுப்பு ஏற்படுத்தி சமையல் செய்துகொண்டிருந்ததைப் பார்த்தான். அங்கிருந்த நாய்கள் அவனைப் பார்த்துக் குரைத்தன. அங்கிருந்தவர்கள் நாய்களைத் தெலுங்கில் அதட்டினர். சற்றுக் கடந்ததும் பெரிய அய்யனார் சிலையைப் பார்த்தான். பயமுறுத்துவதற்காகத்தான் இப்படி சிலைகளை உருவாக்குகிறார் களோ என்று நினைத்துக்கொண்டே வந்தபோது தார் ரோடு வந்துவிட்டது. திரும்பிவிடலாம் என்று தோன்றி வந்த வழியே திரும்பினான். இருள் கவிந்துகொண்டிருந்தது. கடந்து வந்த பகுதி இருளில் வேறுவிதமாகத் தோற்றம் தந்தது. கூடாரங்களில் மக்கள் வசித்த பகுதியைக் கடந்தபோது நாய்கள் குரைக்கவில்லை. குழந்தைகளின் அழுகுரல்கள் கேட்டன. தூரத்தே ஒரு சாமியார் வருவதுபோல இருந்தது. அருகில் வந்ததும்தான் தெரிந்தது, அவர் சாமியார் இல்லை என்று. அவர் காவிக் கலர் துண்டைப்

போர்த்தியிருந்தார். கையில் அரிவாள் வைத்திருந்தார். 'கையில் அரிவாள் இருக்கும்போது காற்று கருப்பு அண்டாது' என்று அவனிடம் சொல்லிச் சென்றார். சாமி ஏன் இப்படி மனிதர்களை பயமுறுத்துகிறது என்று நினைத்துக்கொண்டே நடந்தான். உடல் வேர்த்திருந்தது. திடீரென்று அவனுக்குத்தோன்றியது வழி மாறிவிட்டோம் என்று. கண்மாய்க்கரையைக் காணோம். இப்பகுதி அழகான வீடுகள் கொண்ட பகுதியாக இருந்தது. தார்ரோட்டில், கம்பங்களில் விளக்குகள் எரிந்துகொண்டிருந்தன. குழந்தைகள் சிரிக்கும் ஒலிகள் கேட்டன. அழும் குழந்தைகள் சிரிக்கவேண்டும்' என்று கவிதைபோலும் வரிகள் அவன் மனதில் தோன்றின. கலாவதியின் நெடுங்கண்களை நினைத்துக் கொண்டான்.

மாறியவழியில் அவள் வீட்டை அவன் தூரத்தில் கண்டான். அவள் வீட்டின் பின்புலத்தில், வானத்தில் சூரியன் சிகப்புக்கலரில் கலங்கி அழகான தோற்றம் தந்தது. வீட்டின் மொட்டை மாடியில் ஒரு பெண் தோற்றம் தெரிந்தது அருகில் வரவர அவள் கலாவதி என்று கண்டான். பெரிய உருவாக அவள் தோன்றினாள். பின்னால் சிகப்புச்சூரியன். அவனுக்கு அந்தத் தோற்றத்தை வணங்கவேண்டும் என்று தோன்றியது.

அவன், அவள் வீட்டையடைந்தான். அவள் வீட்டுவாசலுக்கு வந்து அவனை எதிர்கொண்டாள். அவள் அப்பா வீட்டில் இல்லை. அவன் கொண்டு வந்திருந்த புத்தகத்தை அவளிடம் கொடுத்துவிட்டுத் திரும்பிக்கொண்டிருந்தான். 'கொலைவேல் நெடுங்கண்' என்று அவன் மனம் பிதற்றியது.

சிகரெட்டைப் பற்றவைத்துக்கொண்டு புகையை இழுத்து விட்டாள் அமிர்தா. அவள் கையில் பீர் கோப்பை இருந்தது. "கொலைவேல் நெடுங்கண்ணழகி – உனக்கு ஞானத்தைக் கொடுத்தவள் – எங்கிருக்கிறாள்?" என்றாள்.

"நான் அவளைப் பார்க்க விரும்பவில்லை. அவளைப் பற்றிய சித்திரம் கலைந்துவிடும்" என்றான் சுந்தரேசன்.

வேறுசாதிப் பையனைக் காதலித்துக் கல்யாணம் செய்த கலாவதியை கல்யாணத்தை எதிர்த்த அந்தப் பையனின் தந்தை மற்றும் உறவினர்கள் நடுரோட்டில் வைத்து வெட்டியதில் அவள் இறந்துவிட்டாள் என்று சுந்தரேசனுக்குத் தெரியாது.

❍

உயிர்மை, டிசம்பர் 2009

நிகழ்காலமும் இறந்தகாலமும்

இசையமைப்பாளர் பிரபாகர் ராவ் சொல்லித்தான் சந்திரசேகர் உடல்நலமில்லாமல் இருக்கிறார் என்று சந்திரிகா அறிந்தாள். சந்திரிகா ஆந்திரத்தைச் சேர்ந்தவள். அவருடைய தந்தை தமிழ்ப் படங்களில் சிறுசிறு கதாபாத்திரங்களில் நடித்து வந்தார். அவளுடைய தாயார் ரஞ்சிதம் ஆரம்பத்தில் வீட்டு மனைவியாகத்தான் இருந்தாள். பின்னால் பொருளாதார நெருக்கடியினால் அவள் துணை நடிகையானாள். அவளுக்கு ஆரம்பத்தில் விருப்பமில்லாமல்தான் இருந்தது. குழு நடனங்களில் சில படங்களில், குளோசப்பில் தெரிந்த பின்னர் அவளுக்கு ஈடுபாடு வந்துவிட்டது.

டான்ஸ் மாஸ்டர் மாதவ மேனனுக்கும் அவளுக்கும் தொழில்ரீதியாக ஏற்பட்ட தொடர்பு நெருக்கத்தைக் கூட்டிக்கொண்டிருந்தது. ஒரு படத்தில் கதாநாயகியுடன் தோழி ஆடிப்பாட வேண்டிய காட்சியில் மாதவ மேனன் ரஞ்சிதத்தை சிபாரிசு செய்து, அந்தப் பாத்திரத்தை வாங்கிக் கொடுத்துவிட்டார். அந்தப் பாடல் பிரபலமானதும் ரஞ்சிதத்திற்கு விரைவில் கதாநாயகியாகிவிடுவோம் என்ற எண்ணம் ஏற்பட்டது. கணவரிடம் ஒதுக்கம் ஏற்பட்டது. அவருக்கு வாய்ப்புகள் வருவது அரிதாக இருந்தது. மாதவ மேனனுக்கும் ரஞ்சிதத்தின் மீது ஈர்ப்பு இருந்தது. இருவருக்கும் நெருக்கம் கூடிக்கொண்டேயிருந்தது. மாதவமேனன் எப்படியும் தன்னைக் கதாநாயகியாக ஆக்கிவிடுவார் என்ற எண்ணம் ரஞ்சிதத்திற்கு ஏற்பட்டது. சந்திரிகா அப்போது சிறுமியாக இருந்தாள். ரஞ்சிதத்தின்

கணவர் சினிமா வாய்ப்புக்காக பம்பாய் செல்வதாகச் சொல்லிச் சென்றவர் திரும்பவேயில்லை. ரஞ்சிதமும் அவரைப் பற்றி லேசாக விசாரித்து விட்டுவிட்டாள்.

மாதவ மேனன் வீடு பார்த்து வைத்திருந்தார். முக்கியமான கதாநாயகர்களின் படங்களுக்கு அவர்தான் டான்ஸ்மாஸ்டராக இருந்தார். மலையாளத்திலும் அவருக்கு வாய்ப்புகள் இருந்தன. பார்த்து வைத்திருந்த வீட்டில் ரஞ்சிதத்தைக் குடிவைத்தார். ஒரு மலையாளப் படத்தில் இரண்டாவது கதாநாயகி பாத்திரம் வாங்கிக் கொடுத்தார். ரஞ்சிதம் மிக மகிழ்ச்சியாக இருந்த காலகட்டம் அது. மாதவ மேனன் மிகுந்த பண வசதியுடன் இருந்தார். சந்திரிகாவைப் பார்த்துக்கொள்வதற்கும் வீட்டு வேலைகளுக்கும் ஆட்களை நியமித்திருந்தார். இரண்டாவது கதாநாயகியாக ரஞ்சிதம் நடித்த மலையாளப்படம் சரியாக ஓடவில்லை.

மாதவ மேனனின் நண்பர் புதுமுகங்களை வைத்து எடுக்கும் படத்தில் கதாநாயகியாக ரஞ்சிதம் ஒப்பந்தம் ஆனாள். மகள் சந்திரிகா வீட்டில் இருப்பது பொருத்தமில்லை என்று கருதி, வெளியூரில், விடுதியில் சேர்த்து படிக்க வைத்தாள். மாதவ மேனனுக்கு ஒரு குடும்பம் ஏற்கனவே இருந்த போதிலும் ரஞ்சிதத்திடம் பிரியமாகவும் அவள் வளர்ச்சியில் அக்கறையுள்ளவராகவும் இருந்தார்.

வெளியூரில் படப்பிடிப்பு இருந்த சமயம் ஒருநாள் அவள் அறைக்கு வந்து படத்தின் வளர்ச்சி பற்றியும் அவளுடைய திறமை பற்றியும் பேசிக்கொண்டிருந்த தயாரிப்பாளர், கிளம்பும்போது அவளை அணைத்து உதட்டில் முத்தமிட்டுச் சென்றார். தனியாக இருக்கும் சந்தர்ப்பம் அமையும்போது அவர் அவளைத் தொடுவது என்பது பழக்கமாகிவிட்டது.

மாதவ மேனனுக்கு மதுப்பழக்கம் இருந்தது. ரஞ்சிதத்திடம் சில வேளைகளில் குடிக்கச் சொல்லி கேட்டுக் கொள்வார். அப்போது ஒப்புக்கு கொஞ்சமாகக் குடித்துவிட்டு செக்ஸில் ஆவேசம் வந்தவள்போல் காட்டிக்கொள்வாள். அவளுக்கு அந்தக் கசப்பான பானம் குடிப்பதற்கு மிகக் கஷ்டமானதாக இருந்தது. ஆனால், படத் தயாரிப்பாளர் கொடுத்த பானம் இனிப்பும் சற்றுத் துவர்ப்பும் கலந்து இருந்தது. இதுதான் ஒயின் என்று அப்போது அவர் கூறினார். வெளியூர் படப்பிடிப்பு நாட்களில் இருவரும் உடற்சேர்க்கை கொள்ளும் சந்தர்ப்பத்தை உருவாக்கிக்கொள்வார்கள்.

படத்தின் கதாநாயகனுடன் காதல் காட்சியில் நடிக்கும்போது அவனுடன் உடற்சேர்க்கை கொள்ளவேண்டும் என்ற அவா

திடீரென்று அவளுக்கு ஏற்பட்டது. அப்போது காரைக்கால் அருகே ஒரு இடத்தில் படப்பிடிப்பு நடந்துகொண்டிருந்தது. சாப்பாட்டு நேரத்தில் உதவி இயக்குநர் சிவானந்தம் காரைக்காலம்மையார் பற்றிக் கூறினார். ரஞ்சிதத்திற்கு அப்போதுதான் காரைக்காலம்மையார் பற்றித் தெரிந்தது. தெய்வாம்ச அழகுள்ளவள் என்று கணவர் விலகிச் செல்ல, தன் தோற்றத்தைக் கெடுத்துப் பேய்போல ஆக்கிக்கொண்டு வாழ்ந்தவள் காரைக்காலம்மையார் என்பதை அறிந்தபோது ரஞ்சிதத்திற்கு ஆச்சரியமும், அதிர்ச்சியும் விளங்கிகொள்ளமுடியாத உள்மன மாறுதல்களும் ஏற்பட்டன. அவளுக்கே ஏன் என்று தெரியவில்லை. அவளுக்குக் கதாநாயகன் மீது ஏற்பட்ட அவா பிறகு மறைந்துவிட்டது.

அவள் கதாநாயகியாக நடித்துக்கொண்டிருந்த படம் சற்று வளர்ந்த நிலையில் பொருளாதாரப் பிரச்சினையால் தடுமாறி பிறகு நின்றுவிட்டது. படத் தயாரிப்பாளரும் கடன் பிரச்சினையில் சிக்கி நலிந்துபோனார். மாதவ மேனன் அவளை நன்றாகவே பொருளாதார சிரமமில்லாமல் வைத்திருந்தார். அவள் வீட்டில் மாதவ மேனன் தங்கும் நாட்களில் அவள் வேறு ரஞ்சிதமாக மாறிவிடுவாள். மாலையில் தலைக்குக் குளித்து கூந்தலை விரித்து முடிச்சுப் போட்டிருப்பாள். முகத்தில் லேசாக மஞ்சள் நிறம் கூடியிருக்கும். பளிச்சென்று இருப்பாள். ஒரு மோகினி அவளுக்குள் புகுந்துகொள்வாள். மாதவ மேனனுக்கு ஊட்டிவிடுவாள். கன்னத்தைக்கிள்ளுவாள். பேசிக்கொண்டிருக்கும் போதே கட்டியணைத்து முத்தமிடுவாள். மாதவ மேனன் அவள் பெயருக்கு ஒரு வீட்டை வாங்கி அதிலிருந்து வரும் வாடகை ரஞ்சிதத்திற்குக் கிடைக்கும்படியாக ஏற்பாடு பண்ணியிருந்தார்.

சந்திரிகா வயதுக்கு வந்துவிட்டாள். ஒரு காலகட்டத்தில் இனிமேல் தனக்கு சினிமாவில் எதிர்காலம் இல்லை என்ற முடிவிற்கு ரஞ்சிதம் வந்துவிட்டாள். சந்திரிகாவை அழைத்து வந்து உள்ளூரிலேயே ஒரு கல்லூரியில் விடுதியில் சேர்த்துப் படிக்க வைத்தாள்.

மாதவ மேனனுக்கு உடல்நலம் சரியில்லாமல் போனால் முதல் குடும்பத்திலேயே வைத்துப் பராமரிக்குமாறுதான் ஆகிவிடும் என்று அவள் அறிந்திருந்தாள். அந்தக் காலகட்டத்தை நினைத்து பயந்துகொண்டிருந்தாள். அந்தக் காலகட்டமும் வந்தது. அவருக்கு சிறுநீரகக் கோளாறு ஏற்பட்டது. சிறுநீரகம் பழுதாகிவிட்டது என்றார்கள். அவள் அந்த வீட்டிற்குச் சென்று அவரைப் பார்க்க முடியவில்லை. ஒரு நாள் மாதவ மேனன் இறந்துவிட்டதாக அவளுக்குத் தகவல் கிடைத்தது.

சந்திரசேகர் வசதியான குடும்பத்தைச் சேர்ந்தவர். அவருடைய தந்தை குவாரி தொழிலில் ஈடுபட்டிருந்தார். தந்தையின் மறைவிற்குப் பின் குவாரி தொழிலையும் கவனித்துக்கொண்டு சினிமாவில் ஃபைனான்ஸ் செய்யும் தொழிலையும் செய்து வந்தார். சினிமாவில் அவர் நுழைந்ததற்குக் காரணம் பெண்ணாசை. அழகான பெண்களைப் பார்க்கலாம், விதவிதமான பெண்களோடு தொடர்புவைத்துக் கொள்ளலாம் என்ற ஆசையே அவரை சினிமாவை நோக்கித் தள்ளியது.

சினிமாவிற்கு ஃபைனான்ஸ் செய்யும் தொழிலில் இறங்கிய சமயத்தில் சினிமாவிற்குத் துணை நடிகைகளை அனுப்பும் பஞ்சாட்சரம் அறிமுகமானான். பஞ்சாட்சரம் மூலமாக பல பெண்கள் அறிமுகமானார்கள். அவன் மூலம் அறிமுகமான பெண்களில் மோகினி அவருக்குப் பிடித்தமானவளாக இருந்தாள். அவள் முகவெட்டும், உடலமைப்பும், அவள் பேசுவதும் அவருக்குப் பிடித்திருந்தது. அவளை அழைத்துக்கொண்டு அடிக்கடி வெளியூர் செல்வது அவருக்கு வழக்கமாகிவிட்டது. அவர்கள் இருவரிடமும் நெருக்கம் கூடியது. அந்தரங்கமாக ஒருவர் மீது ஒருவர் காமமும் அன்பும் கொண்டவர்களானார்கள். இருவரும் ஒருவருக்கொருவர் தவிர்க்க முடியாதவர்களாகி விட்டனர். மாமல்லபுரத்தில் ஓட்டலில் தங்கியிருந்தபோது தன்னுடைய பெயர் மோகினி இல்லை என்றும், சந்திரிகா என்பது தன்னுடைய பெயர் என்றும், தன் தாயார் பெயர் ரஞ்சிதம் என்றும், தந்தை சிறுவயதிலேயே வீட்டை விட்டுச் சென்றுவிட்டார் என்றும் கூறினாள். அன்று மதியத்திற்குமேல் உடற்சேர்க்கை முடிந்த சற்று நேரத்தில், சந்திரிகா தன்னை சந்திரசேகர் வைத்துக்கொள்ளவேண்டும் என்றும் அவருக்கு ஆயுள் முழுவதும் விசுவாசமாக இருப்பதாகவும் தெரிவித்தாள்.

சந்திரசேகரின் மனைவிக்கு மூன்று சகோதரர்கள். மூன்று பேருமே வில்லங்கமானவர்கள். ஒருவர் மதுக்கடை உரிமம் எடுத்து நடத்திவந்தார். ஒருவர் நகராட்சித் தலைவராக இருந்தார். இன்னொருவர் காவல்துறையில் இன்ஸ்பெக்டராக இருந்தார். மனைவி சந்திரகாந்தா அவரை அனுசரித்துப்போகக் கூடியவளாக இல்லை. அடிக்கடி அவரை வம்புக்கு இழுத்துக் கொண்டேயிருப்பாள். சந்திரிகாவை தனிக் குடும்பமாக வைத்தால், மனைவியின் சகோதரர்களினால் தனக்கும் சந்திரிகாவிற்கும் பிரச்சினை ஏற்படும் என்ற எண்ணம் அவருக்கு இருந்தது. சந்திரிகாவினால் அந்தப் பிரச்சினையைத் தாங்க முடியாது என்றும் தோன்றியது. எனவே, சந்திரிகா கேட்டபோது, அவர் உடனே பதில் சொல்லவில்லை. அப்போதைய நிலையில் அவளுக்கு

மனச்சுருக்கத்தை ஏற்படுத்த விரும்பாததினால் யோசித்து நல்ல பதில் கூறுவதாக அவளிடம் அவர் கூறினார்.

தூங்கி எழுந்து குளித்துவிட்டு சிற்றுண்டி சாப்பிட்டுக் கொண்டிருந்தபோது அவர் அவளிடம் "நீ சொன்னது நல்ல யோசனை. எனக்கும் அதில் விருப்பம்தான். ஆனால் என் மனைவியின் சகோதரர்கள் அக்கிரமக்காரங்க. அவுங்க அடாவடியை சமாளிக்கிறது கஷ்டம். அவனுக உன் வாழ்க்கையையே கெடுத்துருவாங்க" என்றார். அவளுக்கு முகம் மாறியது. தொடர்ந்து அவளால் சாப்பிட முடியவில்லை. கை கழுவிவிட்டு ஜன்னலோரமாக நின்று வெளியே பார்த்தாள்.

சந்திரசேகருக்கு வாழ்க்கை இன்பமயமாகத் தோன்றியதற்குக் காரணம் சந்திரிகாதான். அவருக்கு பெண் அன்பு என்றால் என்னவென்றே தெரியாது. அவருக்குப் பத்து வயதாகும்போதே தாயார் இறந்துவிட்டார். சகோதரிகள் கிடையாது. மனைவி யிடம் பேசிக்கொள்வதற்கு அவரிடம் விஷயங்கள் இல்லை. அவளுக்கும் சாப்பாடு பரிமாறுவது; வீட்டுச் செலவுக்குப் பணம் கேட்பது; உடற்சேர்க்கைக்கு அழைக்கும் நேரங்களில் ஒத்துழைப்பது ஆகியவற்றைத் தவிர அவரிடம் வேறு தொடர்புகள் அரிது. சந்திரிகா அவர் வாழ்க்கையில் நுழைந்த பின்னர் அவள் மூலமாக, பெண் அன்பை அவர் அறிந்தார். சந்திரிகா அவரைக் குளிப்பாட்டிவிடுவாள்; துடைத்துவிடுவாள்; ஊட்டிவிடுவாள்; தன்மடியில் அவரைத் தலைவைத்துப் படுக்கச் சொல்லித் தலை முடிக்குள் கைகளை அளையவிடுவாள்; அடிக்கடி முத்தமிடுவாள். அவருடைய நலனில் அக்கறை கொண்டு விசாரிப்பாள்.

அடுத்த நாள் காரில் நந்தி மலையைச் சுற்றியுள்ள சிலகோயில்களுக்குச் செல்வது என்று முடிவு செய்தார்கள். அவள் மனம் ஒரு நிலைக்கு வந்திருந்தது. ஏமாற்றத்தை அவள் தாங்கிக் கொண்டாள். எதுவும் நடக்காததுபோல் இருந்து அவரை மகிழ்விக்க வேண்டும் என்று நினைத்தாள். நகைச்சுவையாக அவரிடம் பேசினாள். மிகையாக நடந்து கொள்வதாகத் தோன்றி சில நேரம் அமைதியாகவும் இருந்தாள்.

நந்திமலை தூரத்தில் இருந்து பார்க்கும் போது நந்தி போலத் தோன்றும். காரில் வரும்போது நந்தி மலை, நந்தித் தோற்றத்தை இழந்து ஒவ்வொரு இடத்திலும் ஒவ்வொருமாதிரித் தோற்றம் தந்ததை காரின் ஓட்டுநர் காட்டிக்கொண்டே வந்தார். தூரத்தில் வால் போலத் தோன்றிய பகுதியை அதற்கு அடுத்தாற்போல் இருந்த சாலையில் கடக்கும்போது அந்த வால் பகுதி அவ்வாறு இல்லாமல் சிறு சிறு கற்குவியலாக இருந்ததை

ஓட்டுநர் சுட்டிக் காண்பித்தார். "தூரத்தில் பார்க்கும் போது ஒரு மாதிரியா தோணும். பக்கத்துலே பார்க்கறப்ப வேறு மாதிரி தோணும். ஒவ்வொரு இடத்திலே இருந்து பார்க்கும் போதும் ஒவ்வொரு மாதிரி தோணும். எந்த இடத்திலே இருக்கோம்கிறதைப் பொறுத்து அதன் தோற்றமும் அமையும், எது உண்மை என்பது யாருக்கும் தெரியாது" என்றார் ஓட்டுநர். அவர் சொன்னது அவள் மனதைத் திடுக்கிட வைத்து அவள் உள் மனதிற்குள் மாறுதலை ஏற்படுத்தியது.

சந்திரசேகர் சிரித்துக்கொண்டே சொன்னார். "நீ இவனை டிரைவர்னு நெனைக்காதே ஒருநாள் பெரிய கதாசிரியனா வரப்போறான். தயாரிப்பாளர்களை சந்திச்சுக் கதை சொல்றான். வசனம் எழுதிக் காண்பிக்கிறான். இவன் அப்பா சிவானந்தம் அஸிஸ்டெண்ட் டைரக்டராக இருந்தார். அறிவாளி. நல்லா வரவேண்டிய ஆள். ஆக்ஸிடெண்டுலே இறந்துபோயிட்டார்". சந்திரிகா ஓட்டுநர் கூறியதை யோசித்துக்கொண்டே வந்தாள். விளங்கிக்கொள்ள முடியாத உள் மாறுதல்கள் ஏற்பட்டன.

சந்திரசேகர், தொழில் விஷயமாக பம்பாய் சென்று ஒரு மாதம் தங்கியிருந்தார். பம்பாயிலிருந்து திரும்பிய பின் இரண்டு நாட்கள் கழித்து சந்திரிகாவிடமிருந்து அவருக்குத் தொலைபேசி அழைப்பு வந்தது. "சந்திக்க முடியுமா?" என்று கேட்டாள். வழக்கமாக சந்திக்கும் இடத்தில் அவளைக் காரில் ஏற்றிக்கொண்டு மாமல்லபுரம் சென்று திரும்புவதாக ஏற்பாடு செய்து கொண்டார்கள். அறைக்குள் நுழைந்த சற்று நேரத்திலேயே அவள், அவர் காலைத்தொட்டு வணங்கினாள். இவ்விதமாக நாடகத்தன்மையுடன் ஆரம்பிக்கவேண்டும் என்று அவள் ஏற்கெனவே முடிவு செய்திருந்தாள். எழுந்து அவரை வணங்கிக் கொண்டே, "நான் ஒருத்தரை திருமணம் செய்து கொள்ளப் போறேன். ஆசீர்வாதம் பண்ணுங்க" என்றாள்.

அவர் திகைத்தார். சுதாரித்துக்கொண்டு கட்டிலில் அமர்ந்து, அவளையும் அமரச் சொல்லி விவரம் கேட்டார். சினிமா சம்பந்தப்பட்டவரல்ல என்றும் அந்த நபருக்கு விசுவாசமாக இருக்க முடிவு செய்திருப்பதாகவும் கூறினாள். அவளை அணுகுவதில் அவருக்குத் தடுமாற்றம் ஏற்பட்டது. இதுபோன்ற தடுமாற்றம் அவருக்கு இதற்குமுன் ஏற்பட்டதில்லை. அவளிடம் வருங்காலக் கணவர் பற்றிய விவரங்களைக் கேட்டறிந்தார்.

உடற்சேர்க்கை முடிந்தபின் அவருக்கு சரியாகத் தூக்கம் வரவில்லை. அடுத்தநாள் காலை இருவருமே ஏதோ யோசனை செய்துகொண்டிருந்ததால் சரியாகப் பேசிக்கொள்ள முடிய வில்லை. அவளை வழக்கமாக இறக்கிவிடும் இடத்திற்கு வந்தபோது

அவள் காரினுள் அமர்ந்திருந்த நிலையில் அவரை வணங்கினாள். அவரும் பதிலுக்கு வணங்கினார். அவள் இறங்கித் திரும்பிப் பார்க்காமல் நடந்தாள். திரும்பிப் பார்ப்பாள் என்று சற்றுநேரம் காரை நிறுத்தச் சொன்ன சந்திரசேகர், 'பெரிய இழப்பு' என்று நினைத்துக்கொண்டே காரை எடுக்கச் சொன்னார்.

இசையமைப்பாளர் பிரபாகர் ராவ் சொல்லித்தான் சந்திரசேகர் உடல் நலமில்லாமல் இருக்கிறார் என்று சந்திரிகா அறிந்தாள். சந்திரிகாவின் கணவர் ராஜ்மோகன், இயந்திரங்களுக்கு ரப்பரினால் ஆன பாகங்கள் தயாரிக்கும் சிறிய தொழிற்சாலை வைத்திருந்தார். சந்திரிகாவைத் திருமணம் செய்த பிறகு தொழில் வளர்ந்தது. வெளிநாட்டிற்கு ஏற்றுமதி செய்து தற்போது மிகுந்த பண வசதியுடன் மன நிறைவான வாழ்க்கை நிலையில் இருக்கிறார். சந்திரிகாவின் கவனிப்பும், அக்கறையும், ராசியும்தான் தன்னை இந்த நிலைக்குக்கொண்டு வந்தது என்ற நினைப்பு அவருக்கு உள்ளது.

சந்திரிகாவை ராஜ்மோகன் திருமணம் செய்த அன்று அவருக்கு இறுதிவரை விசுவாசமாக இருப்பது என்று வைராக்கியமாக முடிவு செய்தாள். நெற்றி வகிட்டில் குங்குமம் வைக்கும் போது அந்த வைராக்கியம் அவள் நினைவிற்கு வரும். ராஜ்மோகனைத் திருமணம் செய்யும் போது சிறிய வீட்டில் இருந்தார்கள். இன்று பெரிய பங்களா, கார்கள் என்று வசதிகள் ஏற்பட்டுவிட்டன. அவரது தொழில் பற்றி அவளுக்கு ஏதும் விளங்காது. ஆனால் அவரை அக்கறையுடன் கவனித்துக் கொள்வது; அவரின் மனம் அறிந்து சந்தோஷமாக வைத்திருப்பது அவளது இயல்பான குணங்களாக இருந்தன. அவள் தந்த அன்பும், காமமும் அவருக்கு சக்தி கொடுத்து, தொழிலில் அவரைக் கெட்டிக்காரராக்கிவிட்டது என்று நினைத்துக்கொள்வாள். ஒரு மகன் டாக்டராக இருக்கிறான். இன்னும் திருமணமாகவில்லை. பெண் பார்த்துக்கொண்டிருக்கிறார்கள். மகளுக்குத் திருமணமாகி சென்னையிலேயே வேறு பகுதியில் தனியாகக் குடியிருக்கிறாள்.

ராஜ்மோகனுடன் திருமணமாகி சில வருடங்கள் கழிந்த நிலையில், ஒரு திருமண நிகழ்ச்சியில், அவள் சந்திரசேகரைப் பார்த்தாள். வணக்கம் சொல்லிவிட்டு அவள் போக்கில் சென்றாள். அவர் அவளிடம் பேச முற்படுவதைக் கவனித்தபோதும் அவள் அதைப் பொருட்படுத்தாமல் சென்றுவிட்டாள். அவர் அதை எதிர்பார்க்கவில்லை. அவள் வாழ்க்கை மாறிவிட்டது என்று நினைத்துக்கொண்டார். பிறகு ஒருதடவை முக்கியமான மருத்துவமனைக்குச் சென்றிருந்தபோது அவர் பார்வையாளர்கள்

இடத்தில் அமர்ந்திருந்ததைப் பார்த்தாள். அவர் கவனித்தாரா என்று தெரியவில்லை. அவள் தன் போக்கில் சென்றுவிட்டாள்.

சந்திரசேகரின் வாழ்விலும் பெரிய பொருளாதார ஏற்றம் ஏற்பட்டது. ஃபைனான்ஸியராக இருந்த அவர் சினிமா தயாரிப்பாளராக மாறினார். புதுமுகங்களை வைத்து எடுத்த படம் வெற்றியடையவே, பிரபலமான கதாநாயகனை வைத்து படங்கள் எடுத்தார். சினிமா உலகிலும் சமூகத்திலும் முக்கியப் பிரமுகர்களில் ஒருவரானார். அந்நிலையில் அரசியல் கட்சியில் சேர்ந்து சட்டமன்ற உறுப்பினரானார். மந்திரி பதவி கிடைக்கும் என்ற சூழ்நிலைகூட இருந்தது.

காலமாற்றத்தில் சினிமா சூழ்நிலை மாறி அவர் தயாரித்த பழைய பாணிப் படங்கள் தோல்வியடைந்தன. அரசியலிலும் மாற்றங்கள் ஏற்பட்டன. அவர் இருந்த அரசியல் கட்சி எதிர்க்கட்சியானது. அரசியலிலும் புதிய ஆட்கள் உருவாகி யிருந்தனர். காலம் செல்லச் செல்ல, வயதும் ஆகஆக அரசியலும், சினிமாவும் தனக்குப் பொருந்தாத வகையில் மாறிவிட்டது என்று நினைத்தார். குவாரித் தொழிலிலும் குடும்ப உறுப்பினர்களின் நலனிலும் கவனத்தைச் செலுத்த ஆரம்பித்தார்.

இசையமைப்பாளர் பிரபாகர் ராவ், ஹைதராபாத்தில் குடியிருக்கிறார். சென்னை வந்திருந்த அவரைத் தற்செயலாக ஒரு கடையில் சந்திரிகா சந்திக்குமாறு ஆகிவிட்டது. அப்போதுதான் சந்திரசேகர் மருத்துவமனையில் இருப்பதாகவும், மனைவி, மகள், மகன் யாரையும் அவருக்கு அடையாளம் தெரியவில்லை என்றும் ஏதோ பழைய ஞாபகங்களை உளறிக்கொண்டிருக்கிறார் என்றும் அவர் கூறினார். சந்திரிகாவிற்கு மன சஞ்சலம் ஏற்பட்டது. மனம் பழைய நினைவுகளை நோக்கிச் சென்றது. அடுத்த நாள் காரில் நந்தி மலையைச் சுற்றியிருக்கிற கோயில்களுக்குச் சென்று விட்டு மலையைச் சுற்றி வந்தாள். ஒரே குழப்பமாக இருந்தது.

வீட்டிற்குக் கூட்டிச் செல்வதற்கு முன் மருத்துவமனையில் அவரைப் பார்த்துவிடவேண்டும் என்று அவளுக்குத் தோன்றியது. காரில் கடைகளுக்குச் சென்று சில பொருட்களை வாங்கினாள். யோசிப்பதற்கு அவகாசம் வேண்டும் என்பதுபோல் ஊரைச் சுற்றி வந்தாள். பிறகு மருத்துவமனையை நோக்கிக் காரை செலுத்தினாள். தன்னை யாரென்று கேட்டால் என்ன சொல்வது என்று யோசித்தாள். சந்திரசேகரின் நண்பரான தன் கணவர் வெளியூர் சென்றிருப்பதால் தான் மட்டும் பார்க்க வந்துள்ளதாகப் பொய் சொல்லலாம் என்று அவளுக்குத் தோன்றியது.

மருத்துவமனைக்குள் நுழைந்தாள். ஏதோ திருட்டுத்தனம் செய்வது போல் மனம் இருந்தது. அறை எண்ணை விசாரித்து,

அறையின் கதவைத் தட்டினாள். அறை திறந்தது. நல்லவேளையாக பள்ளியில் படிக்கும் தோற்றத்தில் ஒரு பையன் மட்டும் இருந்தான். என்ன உறவென்று தெரியவில்லை. தயார் செய்திருந்த பொய்யைக் கூறினாள். அவர் முதுகைக் காட்டிப் படுத்திருந்தார். பையன் அவரைத் தொட்டு இந்தப் பக்கம் திருப்பினான். வயதாகியிருந்தது. தலை, மீசை, தாடி வெள்ளை நிறத்தில் இருந்தது. உடல் கனத்திருந்தது. அவரை இந்தக் கோலத்தில் பார்ப்பது பயமாக இருந்தது. வாழ்க்கையை அவரது கோலம் பகடி செய்வதாகவும் தோன்றியது. அவர் சந்திரிகாவைப் பார்த்து விழித்தார். "யாரையும் அடையாளம் தெரியலை" என்றான் அந்தப் பையன்.

"எங்கம்மா எனக்கு எக்ஸிபிஷன்லே பந்து வாங்கிக்கொடுக்க முடியாதுன்னு சொல்லிச்சு" என்றார் சந்திரசேகர். சந்திரிகாவிற்கு அங்கிருக்கப் பிடிக்கவில்லை. வெளியில் வந்தாள். காரை ஓட்டும்போது தடுமாற்றம் ஏற்பட்டது. வீட்டிற்குள் நுழையும்போது, அவளின் கணவர், ராஜ்மோகன் "எங்கே போயிருந்தே?" என்று கேட்டார். அவள் "கடைக்குப் போயிருந்தேன்" என்று சொல்லி வீட்டிற்குள் சென்றாள். முகத்தைக் கழுவியபின் அவளுக்கு சற்று நிதானம் ஏற்பட்டது.

○

தீராநதி, ஆகஸ்ட் 2009

பங்குப் பணம்

எப்படிக் கால் பிசகியதென்று தெரியவில்லை. விளக்குக் கம்பத்திலிருந்து குதித்து விழுந்த திருமலை நம்பியினால் இடது காலைத் தூக்கி வைக்க முடியவில்லை. எலும்பு முறிவு ஏற்பட்டதென்று எண்ணினான். எப்படியாவது சுவர் மீது ஏறி நின்று விளக்குக் கம்பத்தைப் பிடித்துவிட்டால் கீழே இறங்கிவிடலாம். இவ்வளவு காலம் எளிதாகச் செய்து வந்த காரியம் தற்போது செய்யவே முடியாத காரியமாக மாறிவிட்டது. அதற்கான முயற்சியில் ஈடுபட்டவன் வலி தாங்க முடியாமல் காலைப் பிடித்துக்கொண்டான். மணி விடிகாலை 3. 30 மணி. இன்னும் ஐந்து மணி நேரமோ ஆறு மணி நேரமோ கழித்துத் தான் பிடிப்படப் போவதை எண்ணிக் கலங்கினான். அடிவாங்குவது பற்றிய கற்பனையில் மனம் நடுங்கியது. பூங்குளம் பெருமாள் கோயில் உண்டியலில் கடந்தமுறை பெருமாள் பங்குப் பணத்தைப் போடாததுதான் இப்படி எலும்புமுறிவு ஏற்பட்டதற்குக் காரணம் என்று திருமலை நம்பிக்குத் தோன்றியது.

திருமலைநம்பியின் அப்பா, அம்மா திருட்டுத்தொழில் செய்து சிறைக்குப் போனதால் உறவினர்கள் யாரும் வீட்டிற்கு வருவதில்லை. எஸ். மலைப்பட்டி கிராம வெளிப்புறத்தில் அவர் களுக்கு சொந்தமாக தோட்டம் இருந்தது. அந்தத் தோட்டத்தில் விவசாய வேலை பார்த்துக்கொண்டு குடியிருந்தனர். திருமலைநம்பி பள்ளிக்கூடத்தில் படிக்கும்போது கூடப் படித்தவர்கள் அவனை ஒதுக்கி வைத்திருந்தனர். யாரும் சகஜமாகப்

பேசுவதில்லை. வகுப்பில் ஏதாவது காணாமல் போனால் எல்லோரும் அவனைத்தான் சந்தேகப்படுவார்கள். ஒரு நாள் மேட்டுத்தெரு காரை வீட்டுக் கஸ்தூரி வைத்திருந்த கலர் பென்சில் டப்பா காணாமல் போனதை அவன்தான் எடுத்துவிட்டான் என்று புரளியாகி விட்டது. கலர் பென்சிலைப் பார்த்தே இராத அவன் அன்று வாத்தியாரிடம் பிரம்படி வாங்கினான்.

கூடப்படித்த பிள்ளைகளின் புறக்கணிப்பு காரணமாகப் பள்ளிக்கூடம் போக மறுத்து அழுவான். அவனுடைய அப்பா பள்ளிக்கூடம் போகாமலிருந்தால் அடிப்பார். ஆறாவது படிக்கும்போது ஒருநாள் அப்பா சட்டைப்பையிலிருந்து பணத்தை எடுத்துக்கொண்டு திருச்சிக்கு ஓடிவிட்டான். பணம் ரூ. 4000/- இருந்தது. இந்தப் பணத்தைச் செலவு செய்து சுற்றித்திரிந்தான். பணம் குறைந்துகொண்டே வந்து இரண்டு நாள்தான் தாங்கும் என்ற நிலையில் சக்திபவன் ஓட்டலில் இலை எடுக்கிற வேலைக்குச் சேர்ந்தான். அப்போது அங்கு சப்ளையராக இருந்த லோகநாதனுடன் அவனுக்குப் பழக்கம் ஏற்பட்டது. வடை, மிளகாய் பஜ்ஜி, பானிபூரி வியாபாரம் செய்யும் சன்னாசியிடம் அவனும் லோகநாதனும் வேலைக்குச் சேர்ந்தனர். பெரிய ஊர்களில் நடக்கும் பொருட்காட்சியில் கடை போடுவார்கள். அவர்கள் இருவரையும் சன்னாசி கூட்டிச்செல்வார். பணம் நிறையப் புழங்கும். அவர் சட்டைப்பையிலிருந்து பணத்தை எடுத்து சிகரெட், பிராந்தி சாப்பிடுவது, பெண்களிடம் செல்வது என்ற பழக்கங்கள் திருமலை நம்பிக்கு ஏற்பட்டன.

சன்னாசிக்கு எழுதப்படிக்கத் தெரியாது. பணம் சம்பந்தப் பட்ட கணக்கு வழக்குகளை சரியாகக் கையாளத் தெரியாது என்பதால் அவ்வப்போது திருமலை நம்பி பணம் எடுப்பது பற்றி அவருக்குத் தெரியாமலிருந்தது. ஒரு நாள் கடையில் ஒரு சிறுமி பிச்சையெடுத்துக்கொண்டிருந்தபோது அவனுக்குத் தங்கை மங்கையற்கரசி நினைவு வந்தது. ஊருக்குப் போய் அப்பா, அம்மா, தங்கையைப் பார்த்து வர வேண்டும் என்று சன்னாசியிடம் பணம் கேட்டான். அப்போது கரூர் பொருட்காட்சி ஸ்டாலில் இருந்த நேரம். "போய் வேலையைப் பாரு. அப்பா, அம்மாவைத் தானே பார்க்கணும். என்னமோ, பொண்டாட்டியைப் பார்க்கப் போற மாதிரி தவிக்கிறே" என்று சொல்லித் திட்டினார்.

அன்று இரவு திருமலை நம்பிக்குத் தூக்கம் வரவில்லை. சமீபகாலமாகவே திருமலை நம்பியை சன்னாசி திட்டிக் கொண்டேயிருந்தார். வேலையிலிருந்து நிறுத்தப்போவதாகவும் மிரட்டியிருந்தார். ஆறு, ஏழு வருஷம் கடைக்கு உழைத்து என்ன பிரயோசனம்; முதலாளியைப் பழிவாங்க வேண்டும் என்ற எண்ணம் அவனுக்கு ஏற்பட்டது. சன்னாசி பணம் வைக்கும்

மேசை டிராயரை உடைத்துத் திறந்து, இருந்த பணக்கட்டுகளில் சிலவற்றை எடுத்துக்கொண்டு ஊட்டிக்குச் சென்றுவிட்டான். பணம் இரண்டரை லட்சம் இருந்தது. ரூம் போட்டுத் தங்கி செலவு செய்தான். பெண்களைத் தேடிச் சென்றான். கோயம்புத்தூர் வந்து செலவு செய்து சுற்றித் திரிந்தான். பணம் குறைந்துகொண்டே வந்த போதுதான் வீட்டு நினைவு வந்தது. எஸ். மலைப்பட்டி கிராமத்திற்கு வந்தபோது தங்கை மங்கையற்கரசி மட்டும் வீட்டில் இருந்தாள். அப்பாவும் அம்மாவும் சிறையில் இருப்பதாக மங்கையற்கரசி சொன்னாள். மங்கையற்கரசி வளர்ந்திருந்தாள். பெரியம்மாவின் பாதுகாப்பில் இருந்தாள்.

மீதி இருந்த பணத்தை நண்பர்களுடன் கறி, மீன் சாப்பிட்டு, பிராந்தி குடித்து பெண்களிடம் சென்று செலவு பண்ணினான். செலவுக்குப் பணம் இல்லை என்ற நிலைமை வந்த பின் திருச்சிக்குச் சென்று திருடலாம் என்ற எண்ணம் ஏற்பட்டது. பஸ் ஏறி திருச்சி வந்து இரண்டாவது ஆட்டம் சினிமா பார்த்துவிட்டுத் திலகர் திடலுக்குப் பக்கத்துச் சந்திலே இருந்த விளக்குக் கம்பத்திலே ஏறி மாடியிலே குதித்தான். கொண்டுவந்திருந்த ராடர் கம்பியினால் பேட்லாக்கை நெம்பித் திறந்து உள்ளே போய் அலமாரியையும், மேஜை டிராயரையும் உடைத்துப் பார்த்தான். அதில் ஒன்றும் இல்லை. சாமி அறையில் ஒரு உண்டியல் இருந்தது. எடுத்துப் பார்த்தான். கனமாக இருந்தது. அதை எடுத்த இடத்திலேயே வைத்துவிட்டு வந்தவழியே மாடியிலிருந்து இறங்கி ஊருக்குச் சென்றுவிட்டான்.

இது நடந்து மூன்று மாதங்கள் கழித்துத் திரும்பவும் திருச்சி வந்து இரண்டாம் ஆட்டம் சினிமா பார்த்தான். ஒரு பெரிய பர்னிச்சர் கடையைப் பார்த்தான். விளக்குக் கம்பம் மூலம் பக்கத்துவீட்டு மாடியில் ஏறி அந்தக் கடை இருக்கிற கட்டிடத்து மாடியில் இறங்கி, கொண்டு வந்திருந்த ஆக்ஸா பிளேடால் ஜன்னல் கம்பியை அறுத்து உள்ளே இறங்கினான். பர்னிச்சர் நிறைய இருந்தது. கீழே கடைக்குப் போகும் மரக்கதவைத் திறக்கமுடியவில்லை. அங்கிருந்த ஜெனரேட்டருக்கு ஊற்றும் டீசலை எடுத்து கதவில் ஊற்றித் தீ வைத்தான். அப்படியும் கதவைத் திறக்க முடியாமல் இருந்ததினால் மேலே ஏறி வெளியே வந்து ஊருக்குச் சென்றுவிட்டான்.

இரண்டு தடவையும் காரியம் நடக்காததினால் திருச்சி டவுன் பூங்குளம் பெருமாள் கோயிலுக்குச் சென்று பெருமாளுக்குப் பத்து சதவீதம் பங்குப் பணம் தருவதாக வேண்டிக் கொண்டான். ராயல் தியேட்டரில் இரண்டாம் ஆட்டம் சினிமா பார்த்துவிட்டுக் கோயில் பக்கமாகச் சென்றான். ஒரு புதுக்கட்டிடம் இருந்தது. அதன் பக்கத்து விளக்குக்கம்பத்தில் ஏறி பக்கத்து வீட்டு மாடியில்

இறங்கி அங்கிருந்து புதுக்கட்டிடத்துக்கு வந்தான். சின்னக் கதவை உடைத்து உள்ளே நுழைந்தான். அங்கே இருந்த ஷோ கேஸை உடைத்தான். உள்ளே இருந்த வெள்ளிச் சங்கிலிகளை எடுத்துக் கொண்டான். கீழ்த்தளத்திற்கு வந்தான். அங்கேயிருந்த கல்லாப்பெட்டியை உடைத்துப் பணத்தை எடுத்தான். ஒரு ஐநூறு ரூபாய்க் கட்டும் மூன்று நூறு ரூபாய்க் கட்டுகளும் இருந்தன. அவற்றை எடுத்துக்கொண்டான். வந்தவழியே இறங்கி திருச்சி ரயில்வே நிலையத்திற்கு வந்து படுத்துக் கொண்டான். காலையில் ஊருக்குத் திரும்பிவிட்டான். அன்று சாயந்தரமே பூங்குளம் பெருமாள் கோயிலுக்குச் சென்று பெருமாள் பங்குப் பணம் எட்டாயிரம் ரூபாயை உண்டியலில் போட்டுப் பெருமாளை சேவித்தான்.

ஒரு மாதம் கழித்து வழக்கம்போல் இரண்டாம் ஆட்டம் சினிமா பார்த்து விட்டு அம்பாள் பேக்கரிக் கடைக்கு எதிர்த்தாற்போல் இருக்கும் சந்தில் ஒரு விளக்குக்கம்பம் மேலே ஏறி மொட்டை மாடிக்குப் போனான். அங்கு ஜெனரேட்டர் ஸ்டார்ட் செய்யும் ஸ்டார்ட்டர் கிடந்தது. அதை எடுத்து மாடிச் சுவரில் இருந்த சிமெண்ட் கிராதியை உடைத்து உள்ளே இறங்கி முதல் தளத்தில் பார்த்தான். இரண்டு பீரோக்களை ராடால் நெம்பித் திறந்தான். ஒரு பீரோவில் நகைகளும் இன்னொரு பீரோவில் பணமும் இருந்தன. அவற்றை எடுத்து வைத்துக் கொண்டு வந்த வழியே இறங்கி ரயில் நிலையம் சென்று அங்கே தங்கியிருந்து காலையில் ஊருக்குச் சென்றுவிட்டான். பணம் ரூபாய் ஒரு லட்சத்து எண்பத்தெட்டாயிரம் இருந்தது. நகையை தண்டபாணிகிட்டே கொடுத்து திருச்சிக்குச் சென்று கடை பார்த்து சில நகைகளை விற்று வரச் சொன்னான். அவன் போய்விட்டு வந்து 32 1/2 பவுன் இருந்ததாகக் கூறி அதில் பத்தரைப் பவுனை விற்றுவிட்டதாகக் கூறி நாற்பதாயிரம் ரூபாயையும் மீதி நகைகளையும் கொடுத்தான். அவன் எவ்வளவு கமிஷன் அடித்தான் என்று திருமலை நம்பி கேட்கவில்லை. அவன் கொடுத்த நாற்பதாயிரம் ரூபாயிலிருந்து பத்தாயிரம் ரூபாய் எடுத்துக் கொடுத்தான். பணமாகக் கிடைத்த ஒரு லட்சத்து எண்பத்தெட்டாயிரம் ரூபாய், நகை விற்றதில் கிடைத்த முப்பதாயிரம் ரூபாய் ஆக மொத்தம் இரண்டு லட்சத்துப் பதினெட்டாயிரத்தில் பெருமாள் பங்குத் தொகையான இருபத்தோராயிரத்து எண்ணூறு ரூபாயைப் பூங்குளம் பெருமாள் கோயில் உண்டியலில் போட்டுப் பெருமாளை சேவித்து வந்தான்.

கீழமங்கலத்திலே வெட்டுச்சீட்டு, மூணுசீட்டு விளையாடுகிற இடத்திற்குச் சென்றான். பெரிய மாந்தோப்பு வாசலில் பெரிய கேட். கேட்டில் இருந்தவன் பெரிய நாட்டாண்மை சொன்னால்தான்

உள்ளே விடமுடியும் என்று சொல்லிவிட்டான். திருமலை நம்பி பெரிய நாட்டாண்மையைச் சென்று பார்த்தான். பெரிய நாட்டாண்மை வெற்றிலையைக் குதப்பிக்கொண்டேயிருந்தார். அகன்ற வாயுள்ள பித்தளைக் கிண்ணத்தில் எச்சிலைத் துப்பிக் கொண்டிருந்தார். திருமலை நம்பி வந்ததின் நோக்கத்தைச் சொன்னான். வாடகைக்கார் வெளியே நின்றிருந்தது. ஊர், சொந்த நிலங்கள் பற்றி விசாரித்தார். புதிய வெளியூர்க்காரர்களைச் சேர்ப்பதில்லை என்றார். அவன் 20 ஏக்கர் நிலம் 10 ஏக்கர் தென்னந்தோப்பு என்று அளந்து விட்டான். நுழைவுக்கட்டண மாக கீழமங்கலம் கன்னி மாரியம்மன் கோயிலுக்குப் பத்தாயிரம் ரூபாய் கொடுக்க வேண்டும் என்று பெரிய நாட்டாண்மை கூறினார். திருமலை நம்பி பணத்தைக் கொடுத்தான். பெரிய நாட்டாண்மை சிகரெட் அட்டையில், டிரஸ்டி, கன்னிமாரியம்மன் கோயில், கீழமங்கலம் என்ற சீலைப் போட்டு இதைக் கொடுங்கள் என்றார்.

மாந்தோப்பின் நடுவே அமைந்திருந்த கூரைக்கொட்டகை யில் குழுக்களாக, தரையில் அமர்ந்து வெட்டுச் சீட்டு, மூணுசீட்டு விளையாடிக்கொண்டிருந்தனர். கணக்கப்பிள்ளை மாதிரி நின்றுகொண்டிருந்த ஒருவர் திருமலை நம்பி கொடுத்த சிகரெட் அட்டையை வாங்கி வைத்துக்கொண்டார். திருமலை நம்பி டிராயர் பாக்கெட்டில் வைத்திருந்த பிராந்தி பாட்டிலை வெளியே எடுத்தான். கணக்கப்பிள்ளை மாதிரி நின்றிருந்தவர் "இங்கே டாஸ்மாக் சரக்கை யூஸ் பண்ணக் கூடாது. கள் மட்டும்தான் அனுமதி" என்றார். "சுப்பம்மாள்" என்று அழைத்தார். வந்தவளிடம் "சாருக்கு ஒரு கிளாஸ் கொடு" என்றார். அவள் கிளாஸைக் கொடுத்தாள். அவள் கண்கள் பூனைக் கண்கள் போல இருந்தன. இத்தகைய கண்களைப் பார்த்தால் அவனுக்குக் காமம் ஏற்படுவது வழக்கம். தோப்பைப் பார்த்துக்கொள்ளுகிற பெண்போலத் தோன்றினாள். அணுகிப் பார்க்கலாம் என்று தோன்றக்கூடிய நிலையில் தற்போதுதான் பூனைக்கண் கொண்ட பெண்ணைப் பார்க்கிறான். காமம் அவனை அலைக்கழிக்கத் துவங்கியது.

அவனுக்கு மூணுசீட்டு விளையாட்டில் மூன்றாம் நம்பர் குழுவில் இடம் கிடைத்தது. காதில் கடுக்கன் அணிந்திருந்த, முடி வளர்த்திருந்த ஒருவன் குறைந்த மதிப்புள்ள சீட்டுகளை வைத்திருக்கிறானா, பெரிய மதிப்புள்ள சீட்டுகளை வைத்திருக்கிறானா என்று அறிய முடியாதவாறு தைரியமாக விளையாடிப் பணத்தை அடைந்துகொண்டிருந்தான். அவனது உறுதியைப் பார்த்து பெரிய மதிப்புள்ள சீட்டுகளை வைத்திருப்பவர்கள் விலகிவிடுவார்கள். இறுதியில் பார்த்தால் குறைந்த மதிப்புள்ள சீட்டுகளை வைத்திருப்பான். குறைந்த

மதிப்புள்ள சீட்டுகளை வைத்திருந்து நடிக்கிறான் என்று நினைத்துப் பணத்தைக் கூட்டிக் கொண்டே இருந்தால், இறுதியில் மற்றவர்களைக் காட்டிலும் பெரிய மதிப்புள்ள சீட்டுகளைக் காண்பித்து பணத்தை அள்ளிக்கொள்வான். சீட்டுகள் அவனுக்குக் கட்டுப்பட்டு நடந்தன. திருமலை நம்பி பெரும்பணத்தை இழந்திருந்தான். சுப்பம்மாளைப் பார்ப்பதற்காக அடிக்கடி கள்ளை வாங்கிக் குடித்துக்கொண்டிருந்தான். கை, அவள் கையில் படும்படியாக கிளாஸை வாங்கினான். பணம் கரைந்துவிட்டது. ஆட்டத்திலிருந்து விடுபட்டுக் கிளம்பும்போது சுப்பம்மாளின் அருகில் சென்று மெதுவாக 'வர்ரியா' என்றான். அவள் முறைத்தாள். திருமலை நம்பி காரில் ஏறி ஊருக்குத் திரும்பினான்.

மீதி நகைகளை தண்டபாணி மூலம் விற்று, அவனுக்கும் தனியாகப் பணம் கொடுத்து, மீதிப் பணத்தில் பெருமாள் பங்குத் தொகை போக மிஞ்சிய பணத்தைச் செலவு பண்ணினான். கையில் பணம் குறைந்துகொண்டே வந்தது. திருச்சிக்கு வந்து வழக்கம் போல இரண்டாம் ஆட்டம் சினிமா பார்த்துவிட்டு சங்கர் மெடிக்கல்ஸ் பக்கத்தில் விளக்குக் கம்பம் மூலம் ஒரு கடையின் முதல் மாடிக்குச் சென்று கதவின் பூட்டை ராடால் உடைத்து உள்ளே சென்று கல்லாப் பெட்டியை உடைத்துப் பார்த்தான். அதில் ஆயிரத்து நானூற்று ஐம்பது ரூபாய் இருந்தது. அடுத்த நாள் பெருமாள் பங்குத் தொகை நூற்றி நாற்பத்தைந்து ரூபாயை பூங்குளம் பெருமாள் கோயில் உண்டியலில் போட்டு, சேவித்தான். மறுநாள் திருச்சிக்குச் சென்று வழக்கம்போல் இரண்டாம் ஆட்டம் சினிமா பார்த்துவிட்டு காந்திஜி சாலையில் உள்ள சந்தில் இருந்த விளக்குக் கம்பத்தின் வழியாக ஏறி துணிக்கடை மொட்டை மாடிக்கு வந்து ராடால் கதவை உடைத்து உள்ளே போய் அங்கிருந்த கல்லாவை உடைத்துப் பார்த்தான். உள்ளே பணம் இல்லை. வந்த வழியே ஏமாற்றத்துடன் திரும்பி வந்துவிட்டான். அடுத்தநாள் பூங்குளம் பெருமாள் கோயிலுக்குச் சென்று பெருமாளை சேவித்து நீண்ட நேரம் உட்கார்ந்திருந்தான். மங்கையர்கரசி திருமணத்திற்குப் பணம் சேர்க்க வேண்டும் என்றும் அப்பா, அம்மாவை ஜாமீனில் எடுக்க வேண்டும் என்றும் நினைத்துக்கொண்டான்.

அடுத்த நாள் திருச்சிக்குச் சென்று வளர்மதி தியேட்டரில் இரண்டாம் ஆட்டம் சினிமா பார்த்தான். தியேட்டரின் பின்பக்கத்தில் உள்ள பார்வதிபுரம் குறுக்குச் சந்தில் இருந்த பாத்திரக் கடையில் திருட ஏற்கனவே நோட்டம் பார்த்திருந்தான். விளக்குக் கம்பத்தில் ஏறிப் பக்கத்தில் இருந்த ஓட்டு வீட்டு வழியாகப் போய் அங்கிருந்த ஒரு புதுக்கட்டிடத்தின் சாரம் வழியாக ஏறி

அந்தப் பாத்திரக்கடையின் மொட்டை மாடிக்குச் சென்றான். மொட்டை மாடியில் இருந்த ஜெனரேட்டர் ஸ்டார்ட்டரை எடுத்துக் கதவை உடைத்து உள்ளே இறங்கி முதல் தளத்தில் பார்த்தான். பாத்திரங்கள் மட்டும்தான் இருந்தன. கீழ்த்தளத்திற்குச் சென்றான். அங்கு ஒரு சார்ஜ் லைட் இருந்தது. அதை எரியவிட்டுக் கல்லாப்பெட்டியை உடைத்தான். அதில் பணக்கட்டுகள் இருந்தன. அங்கே ஒரு பையும் இருந்தது. அதில் பணக்கட்டுகளை வைத்து எடுத்துக்கொண்டு நேரே பஸ் ஸ்டாண்ட் வந்து பஸ்ஸில் ஏறி ஊருக்கு வந்து விட்டான். பணத்தை எண்ணிப் பார்த்தான். ரூபாய் எட்டு லட்சத்து ஐம்பதாயிரம் இருந்தது.

மங்கையற்கரசி திருமணத்திற்காக மூன்று லட்ச ரூபாயை ஒதுக்கி, அதை பிளாஸ்டிக்பையில் வைத்து தோட்டத்தில் ஒரு இடத்தில் புதைத்து வைத்தான். மங்கையற்கரசியைக் கவனித்துக் கொள்ளும் பெரியம்மாவிடம் சென்று சோதிடரைப் பார்த்ததாகவும் ஆறுமாதம் கழித்து மாப்பிள்ளை தேடினால் அமையும் என்று கூறியதாகவும் கூறினான். திருச்சிக்கு வந்து வக்கீலைப் பார்த்து அப்பா, அம்மா ஜாமீனில் வருவதற்கான ஏற்பாடுகளைச் செய்தான்.

சுப்பம்மாளின் பூனைக்கண்கள் அவனை அலைக்கழித்தபடி இருந்தன. வெட்டுச்சீட்டு, மூணுசீட்டு ஒவ்வொரு புதன் கிழமையும், மாத முதல் வார ஞாயிறு அன்றும், பௌர்ணமி அன்றும் நடக்காது. முதல் வார ஞாயிறு சந்தை கூடும் நாள். அவன் திருச்சிக்கு வந்து வழக்கமான வாடகைக்காரை எடுத்துக்கொண்டு கீழமங்கலம் சென்றான். வெட்டுச் சீட்டில் இரண்டாம் நம்பர் குழுவில் இடம் கிடைத்தது. ஆரம்பத்தில் பணம் சேர்ந்தது. கொஞ்சம் கொஞ்சமாகப் பெரும் பணத்தை இழந்தான். கள் கொடுத்த சுப்பம்மாளிடம் அடுத்து வரக்கூடிய சந்தையில் சந்திப்பதாக மெதுவாகக் கூறினான். சந்தையில் சுப்பம்மாளை சந்திப்பதான கற்பனை அவனுக்குத் தொடர்ந்து இருந்து கொண்டே இருந்தது.

சந்தையில் காலையிலிருந்து அலைந்து திரிந்தான். அவள் வருவாள் என்று உறுதியாக நம்பினான். சுப்பம்மாள் தூரத்தில் வந்துகொண்டிருந்ததைப் பார்த்தான். ஏனோ நடுக்கம் ஏற்பட்டது. அவள் அவனைக் கடந்து போகும்போது முறைத்தாள். அவன் அவள் பின்னாலேயே கூட்டத்தோடு கூட்டமாக அவளைப் பின்தொடர்ந்துகொண்டேயிருந்தான். இப்போது அவன் பார்க்கும்போது, அவள் லேசாகச் சிரிக்க அரம்பித்தாள். அவளை நெருங்கிய சந்தர்ப்பத்தில் "ரொம்ப அழகாயிருக்கே. கார் அந்தக் கோடியிலே இருக்குது. நான் அங்கேயிருக்கேன்" என்றான்.

அவன் கார் அருகே நின்றுகொண்டிருந்தான். அவள் வந்து கொண்டிருந்தாள். அருகில் வந்ததும் கார்க் கதவைத் திறந்து உள்ளே செல்லுமாறு முகபாவனை காட்டினான். “கூப்டா வந்திருவேன்னு நெனச்சிங்களா?” என்றாள் அவள். திருமலை நம்பி அவளை நெருங்கித் தொடக்கூடாத இடத்தைக் கையால் பிடித்துவிட்ட அதேசமயம் “உள்ளே ஏறு” என்றான். அவள் திடுக்கிட்டுக் கட்டளைக்குக் கீழ்ப்படிபவள் போல் காரில் ஏறினாள். “யாரும் பாத்துருவாங்களா?” என்றாள். “யாரும் பாக்கமாட்டாங்க, கண்ணாடிக்கு வெளியே இருக்கறதுதான் தெரியும்; உள்ளேயிருக்கறது வெளியே தெரியாது” என்றான் திருமலை நம்பி.

அன்று அவள் மனம்விட்டுப் பேசினாள். தோப்பில் விருப்பமில்லாமல் இருப்பதாகக் கூறினாள். குழந்தை பிறந்து இறந்துவிட்டதாகவும், கணவன் சம்பாதிக்கத் துப்பில்லாதவன் என்றும், அவனை மனதார வெறுப்பதாகவும் கூறினாள். அந்த நரகத்தைவிட்டு வெளியேற வேண்டும் என்றும் கூறினாள். “என்னை அனுபவிச்சிட்டு விட்டுட்டுப் போயிருவீங்களா?” என்று கேட்டாள். அவனுக்கு அவள் மீது காமம் பொங்கிக்கொண்டு வந்தது. தன்னைப் பெரிய நிலச்சுவான்தார் என்று பொய் கூறினான். திருமணமாகவில்லை என்றும் பின்னால் திருமணம் ஆனாலும் அவளைக் கைவிடமாட்டேன் என்றும் கூறினான். அவளின் பூனைக்கண்களுக்கு அடிமை என்றான்.

கிடைத்த எட்டு லட்சத்து ஐம்பதாயிரம் ரூபாயில் கடைப்பிடித்துக்கொண்டிருக்கும் நியமப்படி பெருமாள் பங்குப்பணம் எண்பத்தைந்தாயிரம் ரூபாய். இவ்வளவு பெரிய தொகையை உண்டியலில் போடுவது பற்றி அவனுக்குத் தடுமாற்றம் ஏற்பட்டிருந்தது. பத்து சதவீதம் என்பதை இனிமேல் குறைத்துக்கொள்ளலாமா என்றும் எண்ணினான். இத்தகைய எண்ணங்களினால் பெருமாள் பங்குப் பணத்தை உண்டியலில் போடாமலிருந்தான். தற்போது பணமும் கரைந்துவிட்டது. மங்கையர்கரசி திருமணம்; திருச்சியில் அட்வான்ஸ் கொடுத்திருந்த வீட்டில் சுப்பம்மாளுடன் குடியேற வேண்டும்; அப்பா, அம்மாவை ஜாமீனில் எடுக்க மீண்டும் வக்கீலைப் பார்க்கவேண்டும் என்ற திட்டங்கள் அவன் முன் இருந்தன. வரும் பௌர்ணமி அன்று சுப்பம்மாளை ஒரு குறிப்பிட்ட இடத்திற்கு வரச் சொல்லி யிருந்தான்.

அடுத்து பணம் சம்பாதிப்பது பெரிய இடமாக இருக்க வேண்டும் என்று நினைத்து, திருச்சி டவுனில் நோட்டமிட்டான். தொலைக்காட்சிப் பெட்டி, குளிர் சாதனப்பெட்டி,

எலெக்ட்ரானிக்ஸ் பொருட்கள் விற்பனை செய்யும் ஒரு கடையைத் தேர்ந்தெடுத்தான். அக்கடையில் உள்ளேயும் சென்று நோட்டமிட்டான். இந்தத் தடவை பெரும்பணம் கிடைக்கும் என்று நினைத்தான். வழக்கம்போல் இரண்டாம் ஆட்டம் சினிமா பார்த்துவிட்டு, விளக்குக் கம்பத்தில் ஏறி அக் கடையின் மாடியில் குதிக்கும் போதுதான் கால் எலும்பு முறிந்துவிட்டது.

அடி வாங்கப் போவதும் போலீஸில் மாட்டிக் கொள்வதும் நிச்சயம் என்று நினைத்தான். முதன்முறையாக போலீஸில் மாட்டிக் கொள்வதை நினைத்து அவனுக்கு பயம் ஏற்பட்டது. பௌர்ணமி அன்று சுப்பம்மாள் அந்தக் குறிப்பிட்ட இடத்திற்கு வந்து நின்று ஏமாந்து போகப் போவதை நினைத்தான். அப்பா, அம்மாவை ஜாமீனில் எடுக்கும் வேலை பாதியில் நிற்பதை நினைத்தான். மங்கையர்க்கரசி திருமணத்திற்காகத் தோட்டத்தில் புதைத்து வைத்த பணத்தையும் வீட்டில் இருந்த மீதிப் பணத்தையும் போலீஸில் மீட்டுவிடுவார்கள் என்று நினைத்தான். அவனுக்கு துக்கமாக இருந்தது. இடதுகாலை அசைத்தால் தாங்கமுடியாத வலி ஏற்பட்டது. கடந்தமுறை கிடைத்த பணத்தில் பெருமாளுக்குரிய பங்குப் பணத்தை உண்டியலில் போடாததுதான் இவ்வளவு பிரச்சினைகளுக்கும் காரணம் என்று நினைத்தான். மல்லாந்து படுத்து வானத்தைப் பார்த்தான். பொழுது விடிந்துகொண்டிருந்தது.

○

உயிர்மை, மே 2009

புதுவிதமான செடிகளும் வர்ணப் பூக்களும்

1

அவன் சென்னை செல்வதற்காக ஏற இருந்த ரயில் பெட்டியில் அவர்களும் ஏற உள்ளார்கள் என்ற நினைப்பு அவனுக்குப் பரவசத்தைத் தருவதாக இருந்தது. அவர்களில் இளையவள் ஒடிசலாக இருந்தாள். மூத்தவளின் வலப்பக்க முகவெட்டு அருமையாக இருந்தது. வலப்பக்கத்திலிருந்த மூக்குத்தி வசீகரத்தைக் கூட்டியது. அவள் கண்கள் அவனை ஆட்கொண்டிருந்தன. அவள் கண்களைக் காணும்போது அவன் தன்னையறியாமல் அவள் வசப்பட்டான். இன்று மாலை கேட்ட அவர்களின் சங்கீதம் இந்நிகழ்வின் பின்னணியில் கேட்டுக்கொண்டிருந்தது. சங்கீதம் அவளிடமிருந்து வெளிப்பட்டு அவளை அழகுபடுத்தியதால் அவள் நாதவடிவானவள் போலவும் அப்போது தோன்றிக்கொண்டிருந்தாள். அவன் 'படைப்பும் குழந்தையும்' என்ற தலைப்பில் பேசுவதற்காகச் சென்றுகொண்டிருக்கிறான். எப்படி ஒரே ரயில் பெட்டியில் அந்த சங்கீதக்காரிகளுடன் செல்லும் வாய்ப்பு ஏற்பட்டதென்று வியப்புடனிருந்தான். ரயில் பெட்டியில் ஏறி எண்ணைச் சரிபார்த்து அவர்கள் எதிரே அமர்ந்தான். எதிரே எண் அமைந்திருந்தது கூடுதல் வாய்ப்பு. மூத்தவளின் உடல் மொழியைக் கவனித்துக்கொண்டிருந்தான். சங்கீதம் உடல் வடிவம் எடுக்கும் போலிருக்கிறது என்று நினைத்துக்கொண்டான். கண்கள் அவனை அள்ளிச் சென்றுகொண்டிருந்தன.

ரயில் சென்றுகொண்டிருந்தது. டிக்கெட் பரிசோதகர் அவனிடம் டிக்கெட் கேட்டார். எடுத்துக் கொடுத்தான். “இந்த கோச் எஸ் 6. உங்க டிக்கெட் எஸ் 9, தப்பா உக்காந்திருக்கீங்க” என்றார் பரிசோதகர். அவன் திகைத்து டிக்கெட்டை வாங்கிப் பார்த்தான். எஸ் 9 என்றுதான் இருந்தது. அவள் கண்கள் எவ்வாறு எஸ் 9–ஐ எஸ் 6–ஆக சிந்தையில் மாற்றியது என்று குழம்பினான். அவள் அவனைப் பார்த்தாள். அவள் கண்களைச் சந்தித்ததில் நிலைகுலைந்து, எழுந்து எஸ் 9 பெட்டியை நோக்கிச் சென்றான்.

எஸ் 9 பெட்டியிலிருந்த இருக்கையில் அமர்ந்தான். மாலையில் கேட்ட சங்கீதம், அவள் கண்கள், படித்த ஒரு கவிதை, ஒரு குழந்தையின் முகம் ஆகியவை கலந்த உணர்வுகளுடன் ஜன்னல் வழியே பார்த்துக்கொண்டிருந்தான். ‘படைப்பும் குழந்தையும்’ என்ற தலைப்பை சொல்லிப் பார்த்துக்கொண்டான். ரயில் சென்றுகொண்டிருந்தது

2

எங்கள் போலீஸ் பார்வையைக் கண்டதும் ஓட முயன்ற, பின்னால் விசாரித்துத் தெரிந்து கொண்ட, பர்மா பாபு என்ற பாபு. வயது 27, த/பெ சுப்புராமன் என்பவரைப் பிடித்து விசாரித்த போது எதிரி தானாக முன்வந்து கொடுத்த ஒப்புதல் வாக்குமூலம் பின்வருமாறு:

என்னுடைய பெயர் பாபு. என் முன்னோர்கள் பர்மாவி லிருந்து வந்ததால் என்னை பர்மா பாபு என்று கூப்பிடுவார்கள். என் அப்பா பெயர் சுப்புராமன். தாயார் பெயர் தவமணி தேவி. என்னோட ஒரே அக்கா சுசிலாவை நாகப்பட்டினத்தில் பர்னிச்சர் கடை வைத்திருக்கும் ராமையாவிற்குக் கட்டிக் கொடுத்துவிட்டோம். என்னுடைய தம்பி தணிகாசலம் கந்தவிலாஸ் பஸ் கம்பெனியிலே கண்டக்டராக இருக்கிறான். அப்பா வாதம் வந்து ஒரு கை, ஒரு கால் விளங்காமல் வீட்டிலே இருக்கிறார். அம்மா பக்கத்துலே இருக்கிற முறுக்குக் கம்பெனியிலே வேலைக்குப் போகும். நான், என் பெரியப்பா மகன் சுப்பிரமணி, ஒறவுமுறையிலே மாப்பிள்ளையான சொக்கக் கொத்தன் ஆகியோர் மோகனா தியேட்டரிலே படம் பார்த்துக்கொண் டிருந்தபோது அலப்பற பண்ணினோம். அதைக் கண்டித்துக் கேட்ட வாட்ச்மேனை பின்னாலே நாங்க அடிச்சுக் காயப்படுத்தின கேசுலே மூன்று மாதத்துக்கு முன்னாலே விடுதலை ஆனோம். போன வருடம் பஞ்சாயத்து எலெக்சன்லே என் பெரியப்பா மகன் சுப்பிரமணிக்கும் பிரஸிடெண்டாக இருந்த நாகலிங்கத்துக்கும் பிரஸிடெண்டாக யார் நிக்கிறதுங்கற தகராறுலே என்னோட இன்னொரு மாப்பிள்ளை ஒன்றைக் கண் சக்தி என்ற சக்திவேலை

வெட்டியதாலே பதிலுக்கு நாகலிங்கத்தோட ஆட்களை அவங்க ஏரியாவுக்குள்ளே போய் வெட்டிக் காயப்படுத்திய கேஸ் ஒண்ணு ஸ்டேசன்லே இருக்கு. இப்ப போன வியாழக் கிழமை, பெரியபாளையத்திலே மணி நாடார் டீக்கடைக்குப் பக்கத்திலே, சரஸ்வதி பள்ளிக்கூடம் பக்கத்துலே நடந்து போய்க்கிட்டிருந்தேன். அப்ப மாணிக்கம் மகன் புரோக்கர் ரத்தினமும் அவனோட நண்பன் சுந்தரும் பள்ளிக்கூடத்துக்கு எதிர்த்தாலே நின்னு பேசிக் கிட்டிருந்தாங்க. எனக்குத் தண்ணியடிப்பது, செக்ஸ் படம் பார்ப்பது பிடிக்கும். நான் புரோக்கர் ரத்தினத்திடம் தண்ணியடிக்கப் பணம் கேட்டேன். அவன் இல்லைன்னு சொன்னான். நம்ம ஏரியாவிலே நான் பெரிய ரவுடி. ஏங்கிட்டே இல்லேன்னா சொல்றேன்னு, சத்தம் போட்டு சட்டைக்குள்ள முதுகுலே மறைச்சு வைச்சிருந்த வாளை எடுத்து ரோட்டுலே தேய்ச்சிக்கிட்டே எனக்கே பணம் இல்லேன்னா சொல்றிங்கன்னு சத்தம் போட்டேன். ரோட்லே போன ஜனங்க பயந்து ஓடினாங்க. வண்டிகள் போக முடியாம பயந்து நின்னு போச்சு. புரோக்கர் ரத்தினத்துக்கு, நிலம் வாங்கி விக்கிற பிஸினஸ்லே நல்ல சம்பாத்தியம். அவனும் அவன் நண்பன் சுந்தரும் ஓடப்பார்த்தானுங்க. அவுங்களை விடாம வழி மறிச்சு தண்ணியடிக்கப் பணம் இல்லேன்னா சொல்றீங்க, இத்தோட செத்துப்போங்கடான்னு புரோக்கர் ரத்தினத்தைத் தோள் பட்டையிலும் காதிலேயும் மாறிமாறி வெட்டினேன். காப்பாற்ற வந்த சுந்தரை வாளால் வெட்டும்போது அவன் கையாலே மறிச்சான். அவன் இரண்டு கையிலேயும் வெட்டினேன். யாராவது பிடிக்க வந்தா வெட்டிப் போடுவேன்னு மிரட்டிக்கிட்டே வாளோடு தப்பி பார்த்திபனூர் போயிட்டேன். சரியா சாப்பிட்டு ரெண்டு, மூணு நாளாச்சு. சின்னப்பட்டியிலே இருக்கிற அப்துல் ரஹ்மானைப் பார்த்துப் பணம் கேட்கலாம்னு அந்த ஊருக்குப்போயி அவனைக் காளியம்மன் கோயில் பக்கத்துலே இருந்த டீக்கடையிலே வைச்சுப் பார்த்து சாப்பிட்டு நாளாச்சு. தண்ணியடிக்கணும், சாப்பிடணும், பணம் கொடுன்னு கேட்டேன். அவன் எகத்தாளமாகப் பேசினான். மரியாதையாப் பணம் கொடுத்துருன்னு சொல்லி அவன் சட்டைப் பாக்கெட்டுக்குள்ளே கையை விட்டேன். அவன் தட்டிவிட்டான். ஏண்டா பெரிய ரவுடின்னு உனக்கு நல்லாவே தெரியும். பணம் இல்லையின்னா சொல்றேன்னு சத்தம் போட்டுக்கிட்டே வாளையெடுத்து தொடையிலே வெட்டினேன். வாளை எடுத்து கையாலே சுழட்டிக்கிட்டே மிரட்டினேன். ஆம்பள, பொம்பள, பசங்க எல்லோரும் பயந்து ஓடினாங்க. பக்கத்துலே இருந்த கடைகளை அடைச்சிட்டாங்க. அப்துல் ரஹ்மான் கால்ல வெட்டுப்பட்டதாலே கீழே விழுந்து கிடந்தான். இதுதான் சமயம்னு அவன் பாக்கெட்லே

கைவிட்டு இருந்த பணத்தை எடுத்துக்கிட்டுத் தப்பி ஓடினேன். பணம் மொத்தம் எண்பது ரூபாய் இருந்துச்சு. அங்கேருந்து தப்பி மதுரை ரிங்ரோடு வந்து அங்கேயிருந்த ஒரு பரோட்டாக் கடையிலே பரோட்டாவும் சுக்கா வருவலும் சாப்பிட்டு பஸ் ஸ்டாப்புலே நின்னுக்கிட்டு இருக்கும்போது, என்னைப் பிடிச்சிட்டீங்க. நான் ரத்தினத்தையும் சுந்தரையும் வெட்டப்பயன்படுத்தியதும் அப்துல் ரஹ்மானை வெட்டப் பயன்படுத்தியதும் ஒரே வாள்தான். அதை உங்ககிட்டே ஒப்படைக்கிறேன். ஒப்பம், பர்மா பாபு என்ற பாபு.

3

இவ்வழக்கின் எதிரியான தோட்டக்காரன் என்ற வடிவேலன் த/பெ. முனியப்பன் வயது 26. எவ்விதத் தூண்டுதலோ, அச்சுறுத்தலோ இல்லாமல் தானாகவே முன்வந்து கொடுத்த வாக்குமூலம்:

நான் 8ஆம் வகுப்பு வரை படித்துள்ளேன். என் அப்பா இறந்துவிட்டார். என் அம்மா பெரிய நாயகி வீட்லே டெய்லரிங் வேலை செய்கிறது. எனக்கு இரண்டு அண்ணன்கள். மூத்த அண்ணன் முருகப்பன் பெயிண்டு வேலை பார்த்துவருது. அவருக்கு தொப்புலாபுரத்தைச் சேர்ந்த தமயந்தி என்பவரைக் கல்யாணம் செய்து வைத்து எங்களுக்கு ரெண்டு வீடு தள்ளி அவுங்க தனிக்குடித்தனம் நடத்தறாங்க. இரண்டாவது அண்ணன் கந்தசாமி டவுன்லே ஹோட்டல்லே சப்ளையரா இருக்கு. ஒரு தங்கச்சி தெய்வானையை டவுன்லே வாடகை சைக்கிள் கடை வைச்சிருக்கும் மாரியப்பனுக்குக் கட்டிக் கொடுத்திருக்கு. எனக்கும் என் இரண்டாவது அண்ணனுக்கும் கல்யாணமாகலை. நான் பெரிய கருப்பத்தேவர் தோட்டத்துலே தோட்டவேலை பார்த்துக்கிட்டிருந்தேன். நான் சின்னக்குளம் கருப்பு, சண்முகம், ஓட்டவாய் என்ற சந்திரன் இவர்களுடன் திருச்சி ரோட்டில் ராபரி செய்து அறு மாதம் ஜெயிலில் இருந்தேன். என் மூத்த அண்ணன் வந்து பெயில்லே எடுத்தார். வெளியே வந்து வாடகை ஆட்டோ ஓட்டிவந்தேன். எங்க வீடு ஏழு வீடு சேர்ந்து இருக்கற காம்பவுண்டு. ஒரு வீட்லே நான், என் இரண்டாவது அண்ணன், அம்மா இருந்தோம். இரண்டு வீடு தள்ளி என் மூத்த அண்ணன் இருந்தார். இடையிலே இருந்த ஒரு வீடு காலியானப்ப, கட்டையம்பட்டியான் என்ற மலைச்சாமி என்பவர் உசிலம்பட்டியைச் சேர்ந்த காட்டு ராஜா என்பவருக்கு வாடகை பேசிக் குடியமர்த்தினார். காட்டு ராஜா பெரிய குடிகாரன். அவன் மனைவி பெயர் சந்திரா. அவங்களுக்கு நாலு வயசிலே ராணின்னு ஒரு பெண் குழந்தை. அதை நான் ஸ்கூலுக்குக்கொண்டு போய் விட்டுவருவேன். காட்டுராஜா குடிச்சிட்டு வந்து மனைவியைக்

கொடுமைப்படுத்துவான். கெட்ட வார்த்தையிலே திட்டுவான். அடிப்பான். நான் ஒரு தடவை இதைத் தட்டிக் கேட்டப்ப என்கூட சண்டைக்கு வந்தான். காட்டுராஜா வேலைபார்த்து வந்த முதலாளி வீட்லே இருந்து திருடிய ரூ 27,000-த்தை காட்டுராஜாவும், கட்டையம்பட்டியானும் பங்கு போட்டுக் கிட்டாங்க. பின்னாலே ஒத்துவராம காட்டுராஜா திருட்டைப் போட்டுக்கொடுத்துவிட்டான். அதனாலே ரெண்டு பேரும் சண்டை போட்டுக் கொண்டார்கள். நான் என் கூட்டாளிகளுடன் ராபரி செய்துவிட்டு நல்ல பிள்ளை மாதிரி இருந்துக்குவேன். இரண்டு மாதத்திற்கு முன்னால் காட்டுராஜா குடித்துவிட்டு, ரோட்லே பல பேர் முன்னால் அடித்து கையை முறுக்கிட்டான். எனக்கு அவமானமாக இருந்தது. பிறகு என்னிடம் வந்து மன்னிப்புக் கேட்டான் அவன் குடித்துவிட்டுப் பெண்டாட்டியை அடிக்கிறான், என்னை அடிக்கிறான், கட்டையம்பட்டியானை யும் அடிக்கிறான் என்பதால் இவனைத் தீர்த்துக்கட்ட நானும் கட்டையம்பட்டியானும் நேரம் பாத்துக்கிட்டிருந்தோம். அன்னைக்கி நான், காட்டுராஜா, கட்டையம் பட்டியான் மூணுபேரும் பொன்னையா டீக்கடையிலே உட்கார்ந்திருந்தோம். கட்டையம்பட்டியான் டீயும் சிகரெட்டும் வாங்கிக் கொடுத் தான். காட்டுராஜா நல்லா குடிச்சிருந்தான். அப்போது சாயங்காலம் சுமார் 6.30 மணியிருக்கும். கட்டையம்பட்டியான் என்னைப் பாத்து ஜாடை காட்டினார். நான் ஆத்துக்குப் போகலாமா என்று காட்டுராஜாவிடம் கேட்டேன். அவன் முன்னால் சென்றான். நான் அவன் பின்னால் சென்றேன். எனக்கு அவன் குடித்துவிட்டு சண்டியர்த்தனம் பண்ணுவது ஆத்திரம் ஆத்திரமாக வந்தது. அவன் அங்கிருந்த செடிகளுக்குப் பின்னால் அமர்ந்து வெளிக்கி இருந்தான். கால் கழுவிவிட்டு மணல் மீது குத்தவைத்து உட்கார்ந்தான். நிலா வெளிச்சம் இருந்தது. இரவு சுமார் 7.30 மணி அளவில் அவனுக்குப் பின்புறம் இருந்த செடிகளின் மறைவில் வெளிக்கி இருக்கச் செல்வது போல் சென்றேன். அங்கு சிகப்பு, ஊதா கலந்த கட்டம் போட்ட என் கைலியைக் கழட்டி கயிறுபோலத் திரித்து அவன் கழுத்தில் இறுக்கித் திமிராமல் பிடித்துக்கொண்டேன். உயிர் போனபின் கைலியைப் பிரித்து உடுத்திக்கொண்டேன். அவன் வெள்ளைச் சட்டையும் வேட்டியும் அணிந்திருந்தான். ஜட்டி போட்டிருந்தான். அவனைத் தூக்கிக் கொஞ்ச தூரம் சென்று அங்கிருந்த செடி மறைவில் போட்டேன். நான் என் கையைக் கழுவி விட்டு பொன்னையா டீக்கடைக்கு வந்து, அங்கேயிருந்த கட்டையம்பட்டியானிடம் குளோஸ் பண்ணிட்டேன் என்று சொல்லிவிட்டு வீட்டுக்குப் போயிட்டேன். அடுத்த நாள் சாயங்காலம் நான் வீட்டில் இருக்கும்போது சந்திரா வந்து என் வீட்டுக்காரரைப் பார்த்தியா என்று கேட்டது. நான்

இல்லை என்று சொல்லிவிட்டேன். அதற்கடுத்த நாள் விவரம் தெரிந்து எல்லோரும் ஓடினார்கள். போலீஸ் நின்றிருந்தது. நானும் கூட இருந்து வேடிக்கை பார்த்துவிட்டு வந்து விட்டேன். இந்தக் கொலை சம்பந்தமாக போலீஸார் என்னைத் தேடிக்கொண்டிருப்பதாலும் என் மனசாட்சி உறுத்தியதாலும் நான் கிராம நிர்வாக அதிகாரியிடம் ஆஜரானேன். நான் போலீஸாரிடம் கொலை நடந்த இடத்தைக் காட்டினேன். கொலை செய்யப் பயன்படுத்திய கைலியை எடுத்துத் தங்கள் முன் ஆஜர் செய்கிறேன். கட்டையம்பட்டியான் தற்போது இருக்கும் இடத்தையும் காட்டுகிறேன். ஒப்பம், தோட்டக்காரன் என்ற வடிவேலன்.

4

இவ்வழக்கின் எதிரியான தங்கராசு, த/பெ. பாலுச்சாமி வயது 28 எவ்வித வற்புறுத்தலும், அச்சுறுத்தலும் இன்றித் தானாக முன்வந்து கொடுத்த ஒப்புதல் வாக்குமூலம்:

என் பெயர் தங்கராசு. என் அப்பா பாலுச்சாமி வேன் டிரைவராக இருக்கார். அம்மா ரொம்ப வருஷத்துக்கு முன்னாடி இறந்துபோச்சு. என் அப்பா ரெண்டாம் கல்யாணம் பண்ணிக்கிட்டார். என் சின்னம்மாவுக்குப் பிள்ளை இல்லை. எனக்கு ஒரு தம்பி. பெயர் நல்லதம்பி. அவனும் வேன் ஓட்றான். தங்கச்சி கல்யாணியை மிச்சர் கடை வைச்சிருக்கும் முத்துச்சாமிக்குக் கட்டிக்கொடுத்துத் தனியா எங்க ஏரியாவுலேயே குடியிருக்கு. என் தம்பிக்குக் கல்யாணமாகல. எனக்குக் கல்யாணமாகி மலர் என்ற மனைவியும் ரெண்டு வயசுலே பிரியாங்கிற மகளும் இருக்கு. நான் சென்னைக்கு லாரி ஓட்டறேன். போகும் இடங்களில் வண்டியை நிறுத்திப் பெண்களிடம் ஜாலியாக இருந்துவிட்டுப் போவேன். லாரிக்குப் போகாமல் வீட்டில் இருக்கும்போது, தண்ணியடித்துவிட்டு ஜாலியாக இருப்பேன். காசு இல்லைன்னா கத்தியைத் காட்டி மிரட்டி பவுஸ் வாங்குவேன். என் மேலே இரண்டு அடிதடி கேசும், மூன்று பவுஸ் வாங்கிய கேசும் கோர்ட்டில் நடந்து வருகிறது. அன்றைக்கு சிங்காரபுரம் பஸ் ஸ்டாப்புலே பின்னால் பெயர் கேட்டுத் தெரிந்த நாகேந்திரன் மகள் கௌரி, கன்னியப்பன் மகன் சேகர் நின்னிருந்தாங்க. நான், என் கூட்டாளிங்க சித்தப்பா என்ற மோகன், ராமர் எதிர்த்தாப்லே நின்னு நோட்டம் போட்டோம். நாங்க மூணு பேரும் போய் விசாரிச்சோம். சேகர் தன் காதலி கௌரியுடன் நின்றிருப்பதாகவும் திருமணம் செய்யக்கொண்டு போறேன் என்றும் சொன்னான். நானும் மோகனும் அந்தப் பொண்ணை எங்களிடம் விட்டுறு இல்லைன்னா கொன்னுருவோம் என்றோம்.

சேகர் விடமுடியாதுன்னு போல்டா பேசினான். நாங்க ரெண்டு பேரும் அவனைக் காலைத்தட்டிக் கீழே விழுத்தாட்டினோம். முனியாண்டியை ஆட்டோ எடுத்து வரச்சொல்லிக் கத்தியைக் காட்டி கௌரியை ஏறுடின்னு மிரட்டினோம். அவள் மாட்டேன்னு சொன்னாள். ராமர் அவள் கையை முறுக்கி ஆட்டோவுக்குள்ளே தள்ளினான். முனியாண்டி ஆட்டோவை ஓட்டினான். நாங்க மூணு பேரும் அவளைக் கத்தவிடாம கத்தியைக் காட்டி மிரட்டிக்கிட்டே சர்ச்சுக்குப் பின்னாலே இருந்த புறம்போக்கு நிலத்திற்குக்கொண்டு போனோம். அங்கே கருவேல மரத்திற்குக் கீழே நாங்க சீட்டு வெளையாட விரிச்சு வைச்சிருந்த சாக்கில் கௌரியை நிக்க வைச்சு, நாங்க ஏற்கனவே வாங்கி வைத்திருந்த பிராந்தி, பீரைக் குடிக்கச் சொல்லி மிரட்டினோம். மறுத்தாள். ட்ரெஸ்ஸை அவுக்கச் சொன்னோம். மறுத்தாள். வலுக்காட்டாயமாக சட்டை சுடிதாரைக் கழட்டி னோம். மல்லாக்க சாக்கில் படுக்க வைச்சு வயிற்றில் கத்தியை வைச்சு பிராந்தியைக் குடி என்று மிரட்டினோம். சாக்கின் சைடு பக்கம் கத்தியால் மாறிமாறிக் கிழிச்சு பயமுறுத்தினோம். அப்பவும் பிராந்தியைக் குடிக்க மறுத்துக் கத்தினாள். மத்தரெண்டு பேரும் அவளை வாயைப் பொத்திக் கையைப் பிடிச்சுக்க, நான் கற்பழிக்க முயலும்போது ஒரு கல் வந்து என் முதுகிலே விழுந்தது. திரும்பிப் பார்த்தா எங்க காலனியைச் சேர்ந்த பாண்டி மகன் அய்யனார், எப்படிடா எங்க வீட்டுக்கு வந்த பொண்ணைக்கொண்டு வரலாம் என்று மீண்டும் கல்லை எறிந்தான். அது என் இடது பக்கத் தொடையில் பட்டது. நாங்க அவளை விட்டுவிட்டு வெளியே வந்து பங்சர் கடை வெளிச்சத்தில் வைத்து, ஏண்டா அய்யனார், அந்தப் பொண்ணை உனக்குப் பட்டா போட்டு வைச்சிருக்கான்னு சத்தம் போட்டேன். அவன் பதிலுக்குச் சத்தம் போட்டான். நான், உன்னை உயிரோட விட்டாத்தானே தடுப்பே, கல்லைவிட்டு எறிவே, உன்னை நான் கொன்னுட்டு அவளை அனுபவிக்கிறேன்டா என்று அய்யனாரின் அடி வயிற்றில் கத்தியால் குத்தினேன். அப்ப மோகன், அய்யனாரை ஓடாம பிடிச்சிக்கிட்டான். ராமர் அவன் கத்தியாலே வலது தோள் பட்டையில் வெட்டினான். அப்ப மணி இரவு சுமார் 10.30 இருக்கும். கௌரி எங்க பின்னாடி நிர்வாணமா வந்தது. இதைப் பார்த்துக் கத்தினாள். அதுக்குள்ளே ஆட்டோவிலே வந்து இறங்கின அய்யனாரோட அப்பா பாண்டி, ராசா, சங்கிலி ஆகியோர் எங்களைப் பிடிக்க வந்தாங்க. அய்யனார் வெட்டுக்காயம் பட்டிருந்தாலும் கைலியைக் கழட்டி கௌரிக்குக் கொடுத்து போர்த்தச் சொன்னான். நாங்க கத்தியைக் காட்டி மிரட்டிக்கிட்டே ஆட்டோவிலே ஏறித் தப்பிச்சிட்டோம். அங்கிருந்து மானாமதுரைக்குப் போய் அங்கே ராமர் மோதிரத்தை

வித்துப் பணம் வாங்கிட்டு மதுரைக்கு வந்து, வேப்பன்தோப்பு வேட்டைச் சாமி கோயில்ல உட்கார்ந்து வக்கீலைப் பார்த்து கோர்ட்லே சரணடையனும், போலீஸ்ல மாட்டிக்கக் கூடாதுன்னு நாங்க பேசிக்கிட்டிருந்தப்ப தாங்கள் பார்ட்டியோட வந்து எங்களைப் பிடிச்சிட்டீங்க. சம்பவத்திற்குப் பயன்படுத்திய கத்தியை எடுத்து தங்கள் முன் ஆஜர் செய்கிறேன். ஒப்பம், தங்கராசு.

5

இவ்வழக்கின் எதிரியான தாண்டவராயன் த/பெ. மாணிக்கம், வயது *29*, எவ்வித வற்புறுத்தலும் அச்சுறுத்தலும் இன்றி, தானாக முன்வந்து கொடுத்த ஒப்புதல் வாக்குமூலம்:

என் பெயர் தாண்டவராயன். என் அப்பா மாணிக்கம் பூக்கடை வைச்சிருக்கார். அம்மா காமாட்சி அப்பாவுக்குத் துணையா பூக்கடையிலே இருக்கும். என் அண்ணன் கருப்பசாமி பிளாஸ்டிக் கம்பெனியிலே வேலை செய்யறான். என் அக்கா கவிதாவை சிங்கம்புணரியிலே ஸ்டேட் பாங்குலே பியூனா இருக்கற சுந்தரபாண்டிக்குக் கட்டிக் கொடுத்திருந்தோம். அவ கல்யாணமாகி ரெண்டு வருசத்திலே தூக்குப்போட்டு இறந்துபோயிட்டாள். என் மேலேயும் என் கூட்டாளிங்க செந்தில், குலசேகரன், தண்டபாணி ஆகியோர் மேலேயும் திருநெல்வேலி, நடராஜ முதலியார் தெருவில் உள்ள நகைக் கடையில் கொள்ளையடித்த கேஸ் விசாரணையில் இருந்து வருகிறது. மாணிக்கபுரம் பகுதியிலே நானும் செந்திலும் செயின் அத்த கேஸ் ஜி.கே.புரம் காவல் நிலையத்தில் விசாரணையில் இருந்துவருகிறது. அண்ணாநகர் காவல் நிலையத்தில், நான் பவுஸ் கேட்டதாக வழக்குப் பதிவு செய்யப்பட்டு விசாரணையில் இருந்துவருகிறது. நான், செந்தில், குலசேகரன் இவுங்களோட, நான் ஏற்கனவே திருடி வைச்சிருந்த பைக்கில் பழைய பேட்டைப் பக்கம் வந்துகொண்டிருந்தோம். அப்போது பகல் *1.00* மணி இருக்கும். பஸ் ஸ்டாப்பிலே இறங்கி சுமார் *45* வயசுப் பொம்பளை ஒண்ணு நடந்து போய்க்கொண்டிருந்தது. செந்தில் ஓடிப்போய்க் கத்தியைக் காட்டி செயினை அத்துக்கிட்டு பைக்கில் ஏறிக் கொண்டான். பெரியபாளையத்திலே நகைக்கடை வைத்திருக்கும் அழகப்பனிடம் கொடுத்து எடை போட்டதில் ஐந்து பவுன் இருக்கு என்று சொல்லி இருபதாயிரம் ரூபாய் கொடுத்தார். அதை நாங்க பிரிச்சிக்கிட்டோம். தண்ணியடிச்சும், பொம்பளைட்டே போயும் செலவு பண்ணினேன். சந்தைக்குளம் ரோட்டில் டி.வி.எஸ். *50*இல் வந்த ஒருத்தரை, கத்தியைக் காட்டி மிரட்டி செல்போன், ஒரு மைனர் செயின், மோதிரம், கைக்கடிகாரம், பணம் ரூ *350*—ஐ ராபரி பண்ணினோம். மணிமங்கலம் ரோட்டிலே

மூணு பெண்கள் நடந்து போய்க்கிட்டிருந்தாங்க. நான் பைக்கை நிறுத்தி, செந்திலையும், குலசேகரனையும் இறக்கி விட்டேன். செந்தில் ஒரு பொம்பளை கழுத்தில் கிடந்த செயினை அத்துட்டான். குலசேகரன் இன்னொரு பொம்பளையிடம் செயினை அக்கும்போது, சத்தம் போடவும் அக்காம ஓடிவந்துட்டான். நாங்க பைக்குலே ஏறி, பெரியபாளையம் அழகப்பனிடம் கொடுத்து அவர் எடை போட்டுப் பார்த்து ரூ 15,000 கொடுத்தார். அதை வாங்கித் தண்ணியடிச்சி, பொம்பளைட்டே போயி செலவு பண்ணினோம். ஜெயில்லே எங்களுக்குப் பழக்கமான மணிகண்டன், மச்சக்காளை, ஆட்டோ மோகன் எங்களை வந்து பார்த்தாங்க. பைபாஸ் ரோட்டிலே ஒரு ஒதுக்குப்புற மான வீட்லே பணமும் நகையும் நிறைய இருப்பதா துப்புக்கிடைச்சிருப்பதாக ஆட்டோ மோகன் சொன்னான். மணிகண்டன் டாக்ஸியோட மாரியம்மன் கோயில் பக்கத்துலே நிக்கிறேன், நீங்க திருடிக்கிட்டு வாங்கன்னு சொன்னான். நான், ஆட்டோ மோகன், செந்தில், மச்சக்காளை நான்கு பேரும் அந்த வீட்டுக்குள்ளே நுழைந்தோம். ஒரு கிழவியும் ஒரு நடுத்தரவயது ஆளும் இருந்தாங்க. நாங்க அவுங்க ரெண்டுபேரோட கையையும் காலையும் கட்டி ஒரு ரூமுக்குள் அடைச்சோம். அந்தக் கிழவி கழுத்தில் போட்டிருந்த இரட்டைவடச் செயினை செந்தில் எடுத்துக்கொண்டான். பீரோக்களைத் திறந்து நகை, பணத்தை எடுத்து முடிக்கும் போது வாசக்கதவைத் தட்டுற சத்தம் கேட்டது. திறக்காம இருந்தா பிரச்சினைங்கிறதுனாலே கதவை மச்சக்காளை திறந்தான். வந்த நபருக்கு 55 வயது இருக்கும். கதவைச் சாத்திவிட்டு, சத்தம் போட்டால் கொன்னுருவோம்னு சொன்னேன். வந்தவர் சத்தம் போட்டார். ஆட்டோ மோகன் அவர் கைகளைப் பின்புறமா வந்து பிடிச்சுக்கிட்டான். சத்தமா போடுறே செத்துப்போடான்னு அவன் வயித்திலே கத்தியாலே குத்தினேன். அவர் சரிந்து விழுந்தார். அவரை அப்படியே போட்டுவிட்டு வெளியேறி கார்லே ஏறி மதுரைக்கு வந்து செகண்ட் ஷோ படம் பார்த்தோம். பின்னர் மறைவா ஒரு இடத்திலே உட்கார்ந்து நகைகளையும், பணத்தை யும் பார்த்தோம். ரொக்கம் ரூ. 85, 000 இருந்தது. அழகப்பனிடம் போய் நகைகளைக் கொடுத்தோம், 65 பவுன் இருந்தது. ரூ. 2 லட்சம் கிடைத்தது. என் பங்குக்கு ரூ. 50, 000 கிடைத்தது. என் தங்கச்சி கவிதா வீட்லே ரெண்டு நாள் தங்கியிருந்தேன். பாண்டிச்சேரிக்குப்போய் தண்ணியடிச்சு, பொம்பளைட்டே போயி செலவு பண்ணினேன். மதுரைக்கு வந்து புட்டுத்தோப்புப் பக்கம் பஸ் ஸ்டாப்லே நின்றுகொண்டிருக்கும்போது போலீஸ் பார்ட்டியுடன் வந்து என்னைப் பிடித்துக் கொண்டார்கள். என் உடம்பில் மறைத்து வைத்திருந்த நீளக்கத்தியை எடுத்து ஆஜர் செய்தேன். ஒப்பம், தாண்டவராயன்.

6

பர்மா பிரபு என்ற பிரபு, தோட்டக்காரன் என்ற வடிவேலன், தங்கராசு, தாண்டவராயன் ஆகிய நான்கு பேர்களும் அவரவர் வழிகளில் பயணம் செய்து, சிறைச்சாலையில் பழக்கமாகி, கூட்டாகக் காரியங்கள் செய்துகொண்டிருக்கின்றனர்.

அந்தக் கூட்ட அரங்கைவிட்டு வெளியே வந்த அவர்களின் மனோநிலை இதற்குமுன் அவர்கள் அனுபவித்தறியாததாக இருந்தது. அந்த எழுத்தாளன் 'படைப்பும் குழந்தையும்' என்ற தலைப்பில் பேச ஆரம்பிப்பதற்கு முன் இருந்தவர்களாகத் தாங்கள் இப்போது இல்லை என்று உணர்ந்திருந்தார்கள்.

பர்மா பாபுவிற்குக் குழந்தைப் பிராயத்தில் தாய்மூலமாக அனுபவித்த கொடுமைகள் ஒவ்வொன்றாக நினைவுக்கு வர ஆரம்பித்தன. அப்பாவை அவள் அவமதித்துத் தான் தோன்றித்தனமாக இருந்தது, அப்பா அவனை அணைத்துக் கொண்டு, கண்ணீர்விட்டுப் படுத்திருந்தது. மூன்று குழந்தைகளின் மேலேயும் அவளுக்குப் பாசம் இருந்ததில்லை. தன்மேல் அவளுக்கு வெறுப்பு இருந்ததினால் சேட்டைகள் செய்தோமா, சேட்டைகள் செய்ததினால் அவள் வெறுப்பாக இருந்தாளா என்று புதிராக இருந்த உணர்வு தற்போது மிகுதியாகி அவனுக்குக் குழப்பம் ஏற்பட்டது. குச்சியால் அடிவாங்கி, திண்ணையில் படுத்திருந்த சிறுவயது நினைவுகள் அலைக்கழித்துக்கொண்டிருந்தன.

தோட்டக்காரன் என்ற வடிவேலனுக்கு ஆரம்பப் பள்ளிக்கூடத்தில் கூடப்படித்த பரிமளா என்ற சிறுமி நினைவுக்கு வந்தது. ஐந்தாவது வரைக்கும் அவள் கூடப் படித்தாள். அவளோடு சேர்ந்துதான் அவன் விளையாடுவான். கொடுக்காப்புளி மரத்திலிருந்து விழும் பழங்களை எடுத்து இருவரும் பகிர்ந்து சாப்பிடுவார்கள். ஒரு நாள் ஒரு குச்சி ஐஸ் வாங்கி இருவரும் சாப்பிட்டார்கள். பின்னால் அவன் தந்தை பிழைப்புத் தேடி குடும்பத்துடன் எங்கோ சென்றுவிட்டார். சந்திராவின்மீது கொண்ட ஈடுபாடு, அபிமானம் காரணமாகத்தான் அவள் கணவன் காட்டுராஜாவைக் கொலை செய்தோம் போலிருக்கிறது என்ற எண்ணம் அவனுள் ஓடிக்கொண்டிருந்தது.

தங்கராசுக்குப் பர்வதம் நினைவுக்கு வந்தாள். பர்வதம் குடும்பத்தினர் இரண்டு வீடு தள்ளிக் குடியிருந்தனர். பர்வதத்தின் கணவன் பஸ் டிரைவராக இருந்தான். இவன் சிறுவனாக இருந்தபோது பெரும்பாலும் அவர்கள் வீட்டிலேயே இருப்பான். அவள் இவனுக்குத் தாயார் போல சவரட்சணை செய்துவந்தாள். அவள் கணவன் சமயங்களில் இரவு வேலைக்குச் செல்லும்போது,

இவன் அவள் வீட்டில் துணைக்குப் படுத்துக்கொள்வான். அவள் மூலமாகத்தான் அவன் சிறு வயதிலேயே செக்ஸை அறிந்தான். பெண்களின் மீது மோகம் கொண்டு ஏன் அலைகிறோம் என்ற கேள்வி அவனுள் பெரிதாகிக்கொண்டிருந்தது.

தாண்டவராயனுக்கு அக்கா நினைவு ஏற்பட்டது. அவன் அக்காவிற்கும் அவனுக்கும் 15 வயது வித்தியாசம். அக்காவையே சுற்றிக் கொண்டிருப்பான். அப்பா, தகுதிக்கு மீறி ஸ்டேட் பாங்குலே பியூன் வேலை பார்க்கிறவனுக்குக் கட்டிக் கொடுத்தார். அவராலே வாக்குக்கொடுத்தபடி நகை பணம் கொடுக்க முடியவில்லை. தாண்டவராயன், அக்கா வீட்டில் இருந்தபோது, நகை, பணம் கொண்டு வரச்சொல்லி கணவன் அடிக்கும்போது பயந்துகொண்டே பார்த்துக்கொண்டிருப்பான். ஒருநாள் அவள் தூக்குப்போட்டு இறந்துவிட்டதாகச் செய்தி வந்தது. ஒரு சுழலுக்குள் சென்றுகொண்டிருப்பதுபோன்ற உணர்வு தாண்டவராயனுக்குத் தற்போது ஏற்பட்டுக்கொண்டிருந்தது.

இவர்கள் நால்வரையும் அழைத்த உருவம் பேசியது அவர்களுக்கு அப்போது புரியவில்லை. இப்போதும் புரிந்த மாதிரியும் புரியாத மாதிரியும் இருக்கிறது. அட்வான்ஸ் கொடுத்ததினால் இவர்கள் பெரிதாக எதையும் யோசிக்கவில்லை.

அந்த உருவம் அப்போது சொன்னது: "அந்த எழுத்தாளன் லூஸ் மாதிரி இருப்பான். லூஸ் மாதிரிதான் நடந்துகொள்வான். அவன் புதுவிதமான சிருஷ்டியை எழுத்தில் கொண்டு வந்துகொண்டிருக்கிறான். வன்முறையில் அந்த சிருஷ்டியை நசுக்கவேண்டும்."

"சிருஷ்டி என்றால் என்ன" என்று தாண்டவராயன் கேட்டான்.

"உங்களுக்கு விளங்குகிற மாதிரி எனக்குச் சொல்லத் தெரியாது. புது விதமாக விவசாயம் பண்ணுகிற மாதிரி என்று நினைத்துக் கொள்ளுங்கள். உருவாக்கிறவனை அழித்தால் சிருஷ்டி வளராது" என்றது உருவம்.

"அப்படியானால் அட்வான்ஸ் கொடுங்கள்" என்றான் தாண்டவராயன்.

அட்வான்ஸ் பணம் எடுத்து வைக்கப்பட்டது. அந்த எழுத்தாளன் கூட்டத்தில் கலந்துகொள்ள வரும் இடம், நேரம் பற்றிய விவரங்களைக் கூறி, அவனைப் பார்த்து வைத்துக் கொண்டு, பின்னர் உங்கள் வசதிப்படி செய்துகொள்ளுங்கள் என்றது அந்த உருவம்.

“நாம் இப்போது என்ன செய்வது” என்றான் பர்மா பாபு.

“உருவத்தைப் போட்டுத் தள்ளுவோமா?” என்றான், தாண்டவராயன்.

நால்வரும் கூடிப்பேசி அட்வான்ஸைத் திருப்பிக் கொடுத்து விட்டு ஊருக்குச் சென்று விடுவது என்று முடிவு செய்தனர்.

7

அவன் சென்னையிலிருந்து, ஊருக்குத் திரும்பிக்கொண்டிருந்தான். ‘படைப்பும் குழந்தையும்’ என்ற தலைப்பில் இன்னும் சில விஷயங்களைப் பேசியிருக்கலாம் என்று யோசித்துக்கொண்டிருந்தான். ரயில் சென்றுகொண்டிருந்தது.

அவனுக்குக் கீழ்ப்படுக்கை ஒதுக்கப்பட்டிருந்தது. நடுப்படுக்கை ஒதுக்கீடு செய்யப்பட்ட முதியவருக்குக் கீழ்ப்படுக்கையைக் கொடுத்து விட்டு, அவன் நடுப்படுக்கையில் படுத்திருந்தான். விளக்குகள் அணைக்கப்பட்டன. அரைத்தூக்கம் போலத் தூங்கிக்கொண்டிருந்தான்.

தூக்கத்தில் அடர்த்தியான வர்ணங்களில் புதுவிதமான செடிகள், வர்ணப்பூக்கள் தோன்றின. அவற்றைப் பார்த்துக் கொண்டிருப்பதே பரவசமாக இருந்தது. அழகு, அழகான குழந்தைகள். அவை கண்ணைக் கவரும் அடர்த்தியான வர்ணங்களில் இருந்தன. குழந்தைகள் மறைந்து, தோன்றிய ஆண்கள், பெண்கள் வர்ணங்களின்றி இருந்தனர். ஒரு தூரிகை, வர்ண டப்பாக்கள் இருந்தன. ஒரு கை தூரிகையை எடுத்தது. இரண்டு கண்கள் ஆண்களையும் பெண்களையும் பார்த்துக்கொண்டிருந்தன.

தூக்கம் கலைந்துவிட்டது. அவன் எழுந்து சிறுநீர் கழிக்கக் கழிப்பிடத்திற்குச் சென்றான். அங்கு ஜன்னல் விளிம்பில் ஒரு பர்ஸ் இருப்பதைப் பார்த்தான். ரயில் செல்வதில், அதிர்வில், பர்ஸ் கீழேவிழுந்து கழிப்பிடக் குழிக்குள் சென்றுவிடுமோ என்ற எண்ணம் ஏற்பட்டது. அவன் அவசரமாக வெளியேறி அடுத்த பெட்டியிலிருந்த காவலரை அணுகி விவரத்தைக் கூறினான். அவர், அவன் கூட வந்து பர்ஸை எடுத்தார். இதை எஸ்.ஐ.யிடம்தான் காண்பித்துக் கொடுக்க வேண்டும் என்றும் பர்ஸைத் திறந்து பார்க்காமல் கொண்டு செல்வதற்கு அவன்தான் சாட்சி என்றும் கூறி அவனையும் அழைத்துக்கொண்டு இரண்டு, மூன்று பெட்டிகளைக் கடந்து அங்கு அமர்ந்திருந்த எஸ்.ஐ.யிடம் பர்ஸைக் கொடுத்து விவரம் கூறினார் காவலர்.

எதிர்பார்த்தாற்போல் இல்லாமல் எஸ். ஐ. குட்டையாக, ஒல்லியாக இருந்தார். கீச்சுக்குரலில் பேசினார். பர்ஸைத் திறந்து பார்த்தார். உள்ளே இருந்த விசிட்டிங் அட்டையை எடுத்தார். அதில் இருந்த பெயரைக் கூறினார். அவனுக்கு அதிர்ச்சியாக இருந்தது. விசிட்டிங் அட்டையில் இருப்பதாக அவனது பெயரை எஸ்.ஐ. கூறியிருந்தார். அவன் விசிட்டிங் அட்டையை வாங்கிப் பார்த்தான். அவன் பெயர்தான் இருந்தது. தனது பர்ஸ் எப்படி வேறொரு பர்ஸாக மாறியது என்று ஆச்சரியம் அடைந்தான்.

தனது பர்ஸ் போன்ற எண்ணத்தை இந்தப் பர்ஸ் தோற்றுவித்தாலும் இந்த பர்ஸ் தன்னுடையதில்லை என்றும் ஆனால் அந்த விசிட்டிங் அட்டை தன்னுடையது என்றும் கூறினான். தான் இரண்டு நபராக மாறி இன்னொரு நபர் இதே ரயிலில் பயணம் செய்துகொண்டிருக்கின்றானோ என்ற எண்ணம் அவனுக்கு ஏற்பட்டது.

பேசச் சென்ற இடத்தில் பலருக்கு விசிட்டிங் அட்டையைக் கொடுத்தது திடீரென நினைவுக்கு வந்தது. வாழ்வு, இப்படித்தான் புனைவுகள் போலும் நிகழ்வுகளை உருவாக்கும் என்று எஸ்.ஐ.யிடம் கூறினான். விசிட்டிங் அட்டை தன்னுடையது என்றும் பர்ஸ் தன்னுடையது அல்ல என்றும் கூறினான். இன்னாருக்குச் சொந்தமானது என்பதற்கு பர்ஸில் அடையாளமில்லையே என்று எஸ்.ஐ. கூறினார்.

பர்ஸில் இருந்த பணத்தை, எஸ்.ஐ. எண்ணினார். இவ்வளவு இருக்கிறது என்று சொல்லி பர்ஸுக்குள் வைத்தார். யாரை எழுப்பி இந்த பர்ஸ் யாருடையது என்று கேட்பது என்று தெரியாததால் காவல் நிலையத்தில் ஒப்படைக்கப்போவதாக எஸ்.ஐ. கூறினார்.

அவன் நன்றி கூறிவிட்டுத் தனது பெட்டிக்கு வந்து நடுப்படுக்கையில் படுத்தான். தூக்கத்தில் அடர்த்தியான வர்ணங்களில் புதுவிதமான செடிகள், வர்ணப்பூக்கள் உருவாகிக் கொண்டிருந்தன.

❍

***உயிர்மை,* பிப்ரவரி 2009**

புதிர் வழிப் பயணம்

ஒரு பழைய பத்திரிகைச் செய்தி: வானில் பறந்த பருந்தின் பிடியிலிருந்து நழுவிய பாம்பு, பம்பாயில் ஷாலிமார் பஜார் வீதியில், சைக்கிளில் சென்றுகொண்டிருந்த மோதிலால் மீது விழுந்து கொத்தியதில், இறந்துவிட்டான். அவனுக்கு ரோகிணி என்ற மனைவியும் கிருஷ்ணா என்ற மகனும் உள்ளனர். தற்செயலாக நடந்த இந்த அபூர்வ நிகழ்ச்சியால் பஜாரில் பரபரப்பு ஏற்பட்டது.

ஒரு வழக்கின் சுருக்கம்.

பர்வதவர்த்தினிக்கும் ராகவேந்திரனுக்கும் பெரியோர்களால் திருமணம் நிச்சயம் செய்யப் பட்டு, திருமணம் நடப்பதற்கு முந்திய நாள் திடீர் திருப்பமாக, ராகவேந்திரன் காணாமல் போய்விடுகிறான். திருமணத்தை நிறுத்தவேண்டாம் என்று பெரியோர்கள் முடிவு செய்து, திருமணத் திற்கு வந்திருந்த சூரியமூர்த்தியின் சம்மதத்தைக் கேட்டு அவனை மணமகனாக்கிவிடுகிறார்கள். சீதனமாக ஐந்து லட்சம் ரூபாய் கொடுப்பதாக ஏற்பாடு. திருமணம் நடந்துவிட்டது.

முதலிரவு அன்று பர்வதவர்த்தினி அவனைத் தொடவிடவில்லை. விஷயம் என்னவென்றால் பர்வதவர்த்தினி முருகானந்தம் என்பவனைக் காதலித்திருக்கிறாள். சாதி வேறுபாடு, பொருளாதார சமத்துவமின்மை காரணமாக, காதலைப் பெற்றோர் களுக்கு வெளிப்படுத்த இயலவில்லை. குடும்பத்தாரின் வற்புறுத்தலின் பேரில் சம்மதிக்கிறாள். ஆனால்

இருவரும் சேர்ந்து ஒரு திட்டம் போட்டிருக்கிறார்கள். மணமகன் ராகவேந்திரனை முருகானந்தம் சந்தித்துக் காதல் விவகாரத்தை தெரியப்படுத்துவது. அதன் பின்விளைவுகள் மூலம் காதல் பகிரங்கப்பட்டு நல்ல முடிவு கிடைக்க வாய்ப்பு ஏற்படும் என்று நினைத்து அதன்படி முருகானந்தம் ராகவேந்திரனைச் சந்தித்து காதல் பற்றிக் கூறியிருக்கிறான்.

இச்சமயம் ஒரு புதுத்திருப்பம் ஏற்பட்டது. ராகவேந்திரனுக்கும் ஒரு காதல் இருந்துள்ளது. காதலி பெயர் சுமித்ரா. ஏற்கனவே குழப்பத்தில் இருந்த ராகவேந்திரன் ஒரு முடிவு எடுக்கிறான். அதன்படி சுமித்ராவை அழைத்துக்கொண்டு ஓடி விடுகிறான். எங்கு சென்றான் என்று தெரியவில்லை. நல்ல வேளையாகத் திருமணம் நின்றுவிட்டது என்ற மகிழ்ச்சியில் இருந்த முருகானந்தத்திற்கும், பர்வதவர்த்தினிக்கும் திடீர் திருப்பமாக, சூரிய மூர்த்தி மணமகனாக மாறித் திருமணம் நடக்கும் சூழ்நிலை ஏற்பட்டது அதிர்ச்சியைத் தந்தது. ஏனோ அந்தச் சூழ்நிலையிலும், காதலைப் பகிரங்கப்படுத்த இருவருக்கும் முடியவில்லை. திருமணம் நின்று, சூழ்நிலை மாறிய நேரத்தில் திடீர்த் திருப்பமாக, சூரியமூர்த்தி உள்ளே நுழைந்து மணமகனாகச் சம்மதம் தெரிவித்து எல்லாக் காரியத்தையும் கெடுத்துவிட்டதாகவும் அவனை மனதார வெறுப்பதாகவும் அவன் தன்னைத் தொடவே கூடாது என்றும் முதலிரவில் கூறியிருக்கிறாள்.

சூரியமூர்த்திக்குப் பெரிய அதிர்ச்சி. அந்தப் பெண்ணிற்கும் அவரது குடும்பத்தினருக்கும் சமயத்தில் உதவி செய்ததாக நினைத்துப் பெருமையுடன் இருந்த அவன் இந்தத் திருப்பத்தை எதிர்பார்க்கவிலலை. ஒருவாரம் ஆகிவிட்டது. அவள் அவனைத்தொட அனுமதிக்கவில்லை. இதற்கிடையில் அவர்கள் இருவரும் விருந்திற்குச் செல்கிறார்கள். அவர்களை சினிமாவிற்கு அனுப்பி வைக்கிறார்கள். எட்டாவது நாள் அவர்களை ஊட்டிக்கு அனுப்பி வைக்கிறார்கள். சூரியமூர்த்தி தொட்டால் மலையிலிருந்து விழுந்து, தற்கொலை செய்துகொள்வதாக மிரட்டுகிறாள். சூரியமூர்த்தி விவாகரத்து கேட்டு வழக்குத்தொடர, பர்வதவர்த்தினியின் தரப்பு அதை எதிர்க்க, குடும்பநல நீதிமன்றத்தில் சூரியமூர்த்திக்கு விவாகரத்து கிடைத்துவிடுகிறது. பர்வதவர்த்தினியின் தரப்பில் உயர்நீதிமன்றத்தில் மேல்முறையீடு செய்து மனு தள்ளுபடி செய்யப்பட்டு விவாகரத்து ஊர்ஜிதம் செய்யப்படுகிறது.

இந்த வழக்கில் நான் உயர்நீதிமன்றத்தில் சூரியமூர்த்தியின் வழக்கறிஞராக ஆஜரானேன். இந்த வழக்கு பற்றி என் தோழி வசந்தமாலையுடன் விவாதித்துக்கொண்டிருக்கும்போதுதான் அவள் பம்பாய் ஷாலிமார் பஜாரில் பாம்பு கொத்தி ஒருவன்

இறந்த பத்திரிகைச் செய்தியைக் கூறினாள். வாழ்க்கைப் போக்கில் எதிர்பாராமல் ஏற்படுகிற திடீர் திருப்பங்களைப் பற்றியும் தற்செயல் நிகழ்வின் அபத்தங்களைப் பற்றியும் பேசிக்கொண்டிருந்தோம்.

வசந்தமாலை சென்னை உயர்நீதிமன்றத்தில் வழக்கறிஞராக இருந்தாள். தற்போது தில்லி உச்சநீதிமன்றத்தில் வழக்குகளுக்கு ஆஜராகிக்கொண்டிருக்கிறாள். நான் தற்போது என் சொந்த ஊருக்கு வசந்தமாலையுடன் காரில் சென்றுகொண்டிருக்கிறேன். சொந்த ஊரில் தொடர்புகள் எதுவும் எங்களுக்கு இல்லை. நான் பள்ளியில் படிக்கும்போது ஊரைவிட்டு வந்துவிட்டோம். வீடு, நிலங்களையும் விற்றுவிட்டோம். அதன் பின் ஒரு கல்யாணத்திற் காக ஒரு தடவையும், பின் இரு தடவைகள் ஊரைச் சுற்றிப்பார்க்க வந்து, பிள்ளைகளுக்கும் மனைவிக்கும் பூர்வீக வீட்டைக் காண்பித்தேன். சில காலமாகவே ஊரைப்பார்க்கவேண்டும் என்ற எண்ணம் ஏற்பட்டுக்கொண்டேயிருந்தது. வசந்தமாலை தில்லியிலிருந்து வந்த வேளையில் இந்தத்திட்டம் அமைந்து விட்டது.

இன்று வெயில் இல்லை. வசந்தமாலை தற்செயல் என்பது அபத்தம் என்று தத்துவார்த்தமாக எக்ஸிஸ்டென்ஷியலிசத்தைப் பற்றிப் பேசிக்கொண்டிருந்தாள். திடீரென்று, தற்செயலாக லாரி மோதி ஏதாவது ஆனா என்ன செய்வது? இப்ப உனக்கு முத்தம் கொடுக்கவா என்று சொல்லி எனக்கு முத்தம் கொடுத்தாள். வசந்தமாலை அவள் விருப்பப்படிதான் நடப்பாள். அவள் என் கன்னத்தில் தட்டலாம். தோள் மீது கைபோட்டுக்கொள்ளலாம். ஆனால் பதிலுக்கு இதேபோல செய்யமுடியாது. அவள் நாடகத் தன்மையை விரும்பக் கூடியவள் என்பதை அறிந்திருந்தேன். அதனால்தானோ என்னவோ சொந்த ஊர் செல்லும் திட்டம் வசந்தமாலையுடன் அமைந்துவிட்டது.

சொந்த ஊருக்கு மனைவி, குழந்தைகளுடன் வந்து கடைசியாக ஊரையும் வீட்டையும் பார்த்து சுமார் பத்து வருடங்களாகியிருக்கும். அந்த வீட்டை கமலா டீச்சர் எங்களிடம் வாங்கியிருந்தார். நானும் வசந்தமாலையும் வீட்டையடைந்து காரைவிட்டு இறங்கினோம். வீட்டின் மேற்புறத்திலிருந்த சேவல் பொம்மையைப் பார்த்தேன். வீட்டு நிலை வாசலில் என் தந்தை பெயரைச் செதுக்கியிருந்ததைக் காண்பித்தேன். வாசலில் நின்றபோது உள்ளேயிருந்து பேரழகி ஒருத்தி வந்தாள். என்னால் சகஜமாக இருக்க முடியவில்லை. இப்படி ஒருத்தியா என்ற பிரமிப்பு ஏற்பட்டது. அவள் எங்களை விசாரித்தபோது எனக்குத் தடுமாற்றம் ஏற்பட்டது. வசந்தமாலை என்னைப் பார்த்தாள். நான் சொன்னபிறகு வீட்டிற்குள் அழைத்துச் சென்றாள். வீட்டின் அமைப்பு மாறவில்லை. அமர்ந்தபிறகு கமலா டீச்சரைப் பற்றி

விசாரித்தேன். கமலா டீச்சர் ரத்தப் புற்றுநோயால் பாதிக்கப்பட்டு இரண்டு வருடங்களுக்கு முன் இறந்துவிட்டதாகக் கூறினாள். அவளைப் பற்றி விசாரித்தேன்.

“கமலா டீச்சர் மகனும் எங்க வீட்டுக்காரரும் ப்ரெண்ட்ஸ். ஹைதராபாத்லே ரெண்டுபேரும் ஒரே கம்பெனியிலே வேலை பாத்தாங்க. எங்க ரெண்டு பேர் குடும்பமும் அடுத்தடுத்த தெருவிலே ஹைதராபாத்லே குடியிருந்தோம். எங்க வீட்டுக்காரரோட சிகிச்சைக்காக, இங்கே உள்ள ஆஸ்பத்திரியிலே காண்பிக்கிறதுக் காக இங்கே வந்து தங்கியிருக்கோம்” என்றாள். நான், “என்ன சிகிச்சை” என்றேன். அவள் உள்ளே அழைத்தாள். சாய்வு நாற்காலியில், அடர்ந்த தாடி, மீசையுடன் ஒருவர் சாய்ந்திருந்தார். கண் தெரியாதவர்போல இருந்தார்.

பேரழகி எங்களை அறிமுகம் செய்தாள். சம்பிரதாயமாகப் பேசி, சற்று மௌனத்திற்குப் பிறகு, என்ன சிகிச்சைக்காக வந்திருக்கிறீர்கள் என்று அவரிடம் கேட்டேன்.

“ஒரு கலவரத்துலே தலையிலே பலமாக அடிபட்டது. எல்லாம் தற்செயலாக நடந்ததுதான். நாங்க ஹைதராபாத்லே இருந்தப்ப திடீர்னு இந்து, முஸ்லீம் கலவரம் வெடிச்சது. என்ன காரணம்னு சரியா யாருக்கும் தெரியலை. ஒரு இந்துப்பையன், ஒரு முஸ்லீம் பெண்ணோட பர்தாவை நீக்கி முகத்தைப் பார்த்துட்டான்னு சொன்னாங்க; இந்து இட்லிக்கடையிலே ஒரு முஸ்லீம் காசு கொடுக்காம சாப்பிட்டதினாலேன்னு சொன்னாங்க; நடந்து போய்க்கிட்டிருந்த ஒருத்தர் மேலே பள்ளத்திலே கிடந்த சேற்றை, ரோட்லே போன கார் அடிச்சுருச்சு, இதுலே சிலர் கார் ஓட்டினவரை இந்துங்கிறாங்க, சிலர் இல்லை அவர் முஸ்லீம்ங்கிறாங்க. எது சரின்னு யாருக்கும் தெரியலை இன்ன காரணம்னு யாருக்கும் தெரியலை. நான் அந்தப் பக்கம் தற்செயலா ஸ்கூட்டர்லே போய்க்கிட்டிருந்தேன். ஒரு கும்பல் நிறுத்தி. என்னை அடிக்க ஆரம்பிச்சாங்க. ஒருத்தன் கட்டையிலே என் தலையிலே அடிச்சான். நான் ‘முருகப்பான்னு’ கத்தினேன். கட்டையிலே அடிச்சவன், ‘அடப்பாவி மகனே, ஏண்டா முஸ்லீம் மாதிரி தாடி வைச்சிருக்கே’ன்னு என்னை அடிச்சவங்களைத் தடுத்து ரோட்டோரத்திலே என்னைப் படுக்க வைச்சுட்டுப்போனான். எனக்குக் கண் மங்கியிருச்சு. அப்புறம் வைத்தியம் பண்றப்ப கண் பார்வை மங்கிக்கிட்டே வந்து. இப்ப நீங்க இருக்கிறது மங்கலா தெரியுது” என்றார் அவர்.

நான் அவருடைய சொந்த ஊர் பற்றி விசாரித்தேன். அவர் சொந்த ஊர் பற்றிக் கூறினார். நான் அந்த ஊர் பற்றி நல்லவிதமாகக் கூறினேன். அவர் தான் அந்த ஊருக்குச் செல்லமுடியாத

நிலையில் இருப்பதாகக் கூறினார். வாசலில் யாருடனோ பேரழகி பேசிக்கொண்டிருந்தாள். அவர், “சுமித்ரா, வந்தவங்களுக்கு காபி போடு” என்றார். இந்தப் பெயரைக் கேட்டதும் எனக்கு திடுக்கென்றது. திடீர்த் திருப்பம் என்ற எண்ணம் ஏற்பட்டது. அவர் பெயர் ராகவேந்திரனாக இருக்கும். திருமணத்துக்கு முந்திய நாள் காதலியுடன் ஓடிப்போனவர் இவராகத்தான் இருக்கும் என்று தோன்றியது. நான் அவருடைய பெயரைக் கேட்டேன். அவர் ராகவேந்திரன்” என்றார்.

நான் காரில் ஏறி அமர்ந்ததும் வசந்தமாலையிடம் அந்த திருப்பத்தைப் பற்றிக் கூறினேன். அவளுக்கும் ஆச்சரியமாக இருந்தது. அவர் ஓடிப்போகாமல் இருந்திருந்தால் என்ன ஆகியிருக்கும், பேரழகி, யாரைக் கல்யாணம் பண்ணியிருப்பாள். ஹைதராபாத்தில் வசிக்காமல் வேறு ஊரில் வசித்திருந்தால் என்ன ஆகியிருக்கும், இவர் ஸ்கூட்டரில் சென்ற நேரமும், கலவரக்காரர்கள் வந்த நேரமும் சந்திக்காமல் இருந்திருந்தால் என்ன ஆகியிருக்கும் என்றெல்லாம் நானும் வசந்தமாலையும் பேசிக்கொண்டிருந்தோம்.

இந்தத் தெருவின் முடிவில் ஒரு குளம். அதன் அருகே ஒரு பெரிய அரசமரம். குளத்தில் நான் சிறு பையனாக இருந்த போதே தண்ணீரைப் பார்த்ததில்லை. மழைக்காலங்களில் குட்டைபோலத் தண்ணீர் தேங்கி நிற்கும். அரசமரம் பிரமாண்டமாக இருக்கும். அண்ணாந்து பார்க்கும்போது அதன் உயரமும், கிளைகளின் எண்ணிக்கையும், இலைகளும் பெரும் மலைப்பை ஏற்படுத்தும். அந்த அரசமரத்தை வசந்தமாலைக்குக் காண்பித்தேன். அவளுக்கு அந்த மரம் நான் எதிர்பார்த்த பரவசத்தை ஏற்படுத்தவில்லை. அவளுடைய மனநிலைக்கு இந்த அரசமரம் வேறுவிதமான சிந்தனைகளைத்தான் ஏற்படுத்தும். அரசமரம் என்றதும் அவளுக்குப் பிள்ளையார் நினைவும் புத்தர் நினைவும் ஏற்படும். புத்தர் ஞானம் பெற்ற மரம் என்பதால் பதிலுக்குப் பிள்ளையாரைக்கொண்டு வந்து அரசமரத்தின் கீழ்வைத்துவிட்டார்கள். அரசமர இலையிலிருந்து வரும் ஆக்ஸிஜன் கர்ப்பஸ்திரிகளுக்கு நல்லது என்று விஞ்ஞானரீதியாகச் சொல்வதுபோல் புரூடா விடுகிறார்கள் என்றெல்லாம்தான் அவளுக்குச் சிந்தனைகள் ஏற்படும்.

நாங்கள் நின்றிருந்த இடத்திற்கு அருகிலிருந்த வீட்டின் திண்ணையில் ஒரு கிழவி போர்வை போர்த்தி அமர்ந்திருந்தார். வாசற்படியில் ஒரு நடுத்தர வயதுப் பெண் அமர்ந்திருந்தார். அவர் என்னைப் பார்த்து விசாரித்தார். நான் சொன்னேன். “சேவல் பொம்மைவீட்டுக்காரங்களா . . . பாட்டி இவுங்க சேவல் பொம்மைவீட்டுக்காரங்க” என்றார் அவர். பாட்டி

எங்களைத் திண்ணையில் அமரச் சொன்னார். அவர் தலை ஆடிக்கொண்டிருந்தது. "நீ யாரு மகன்" என்றார். "நான் முத்துக்காமாட்சி மகன்" என்றேன். "இது யாரு பொஞ்சாதியா" என்றார். நான், "எங்கூடவேலை பார்க்கிறாங்க ... டில்லி சுப்ரீம் கோர்ட் வக்கீல்" என்றேன். "உங்க ஆத்தா செண்பகம் எப்படியிருக்கா?" என்றார். "அவுங்க கீழே விழுந்து கால்லே அடிபட்டு படுத்த படுக்கையாகக் கிடக்கிறாங்க" என்றேன். "நீ என் வயித்திலே பிறந்திருக்கவேண்டியவன்" என்றார். நான் இந்தப் பாட்டியை இதற்கு முன் பார்த்த ஞாபகம் இல்லை. "உங்க அப்பாவை முதல்லே எனக்குத்தான் பார்த்தாங்க. நல்லா சிவப்பா மூக்கும் முழியுமா இருப்பார். பாட்டு நல்லாப் பாடுவார். நிச்சயம் பண்றதுக்குப் புடவையோட உங்க அப்பத்தா வந்தப்ப கல்லுத்தடுக்கி, கீழே விழுந்து அவுங்க சில்லு மூக்கு உடைஞ்சி போச்சு, சகுனம் சரியில்லைன்னு உங்க அப்பத்தா திரும்பிப் போயிருச்சு. அப்புறம் என்ன நினைச்சிதோ வேண்டாம்னு சொல்லிருச்சு. நான் ஒரு பாடாவதி மனுசனுக்கு வாக்கப்பட்டு, அவரும் இறந்துபோய், குழந்தையும் இல்லாம இவ வீட்லே வந்து கிடக்கேன்" என்றார் பாட்டி.

என் அம்மாவுக்கு எனக்கு முன்னால் ஒரு பெண் குழந்தை பிறந்து ஐந்து வயதில் இறந்துவிட்டது. என் அப்பா என்னுடைய பதினாறு வயதில் இறந்துவிட்டார். அப்பா இறந்தபின் அம்மா அந்தப் பெண் குழந்தை இறந்த நாளில் அவளைத் தெய்வமாக்கிப் படையல் செய்து வழிபட ஆரம்பித்துவிட்டாள். ஏன் என்று கேட்டதற்கு முத்துப் பேச்சியின் சாபத்திற்குப் பரிகாரம் என்று அந்தம்மா சொல்லியிருக்கிறாள்.

காரில் சென்றுகொண்டிருந்தபோது முத்துப்பேச்சியை நிச்சயம் செய்ய வரும்போது கல் தடுக்காமல் இருந்திருந்தால் என்ன ஆகியிருக்கும் என்று வசந்தமாலையிடம் கேட்டேன். "என்ன ஆகியிருக்கும். கல்யாணம் நடந்திருக்கும். ஆனால் இப்ப இங்க அப்பாவை நினைச்சு உருகிண்டிருக்காளோல்லியோ அந்த மாதிரி உருகமாட்டாள்" என்றாள். பிறகு பூக்கோ, சார்த்ரே, தெரிதா என்று பேச ஆரம்பித்துவிட்டாள். இதுதான் இவளிடம் உள்ள பிரச்சினை. தத்துவத்தை நுழைத்துத்தான் எல்லாவற்றையும் பார்ப்பாள். இதை அவளிடம் சொன்னேன். "என்ன செய்யறது அதுதான் நான். போரடிக்கிறதா கண்ணா, முத்தம் கொடுக்கவா" என்றாள். "என்ன இன்றைக்கு ஒரே முத்தமயமா இருக்கிறது" என்றேன்.

வழியில் ஒரு ஓட்டலில் காரை நிறுத்தச் சொன்னாள். டிரைவர் காரை நிறுத்தினார். நெடுஞ்சாலையில் கார்களில்

செல்பவர்களுக்காகக் கட்டப்பட்ட ஓட்டல். புல்வெளி, மரம், செடி, கொடிகள் இருந்தன. சிறுசிறு குடில்களால் சாப்பிடும் இடத்தை அமைத்திருந்தனர். டிரைவரை சாப்பிடச் சொன்னேன். டிரைவர் ஏதோ சொல்லத் தயங்கி நின்றார். பிறகு சாப்பிடச் சென்றார். சாப்பிட்டு காருக்குத் திரும்பும் வழியில் டிரைவர் என்னுடன் ஏதோ சொல்ல விரும்புபவர் போலத் தயக்கத்துடன் நின்றிருந்தார். நான் என்னவென்று கேட்டேன். “ஸார்... என் பெயர் முருகானந்தம். நான்தான் பர்வதவர்த்தினியோட காதலன். நான் இன்னும் கல்யாணம் பண்ணிக்கலை. அவ இன்னும் கன்னி கழியாம இருக்கா. எனக்கு சத்தியம் பண்ணிக் கொடுத்திருந்தாள். நாங்க ரெண்டு பேரும் சேர்ரதுக்கு இன்னும் எங்களுக்கு வழி தெரியலை” என்றான்.

எனக்குத் திகைப்பாக இருந்தது. இன்று முழுவதும் புனைகதை போல விஷயங்கள் நடந்துவருவது எனக்குப் பயத்தை ஏற்படுத்தியது. நான் வசந்தமாலையின் கைவிரல்களைப் பற்றினேன். “நாம் இன்று முழுவதும் புதிர் வழிகளில் பயணம் செய்துண்டிருக்கோம்” என்றாள். இன்னும் செல்ல வேண்டிய புதிர்வழிகள் எத்தனை என்ற பயம்தான் எனக்கு ஏற்பட்டது. வழியில் தற்செயலாக லாரிகளும், பஸ்களும், கார்களும், பிற வாகனங்களும் சென்றுகொண்டிருந்தன.

○

***டைம்ஸ் இன்று*, 2008**

மாய யதார்த்தம்

மூன்றுமுறை மணி அடித்த போதும் அலைபேசியை சூர்யகுமாரி எடுக்கவில்லை. கணவர் இறந்தபின் பலமுறை இவ்வாறு அடித்த போதும் அவள் எடுக்காமலிருந்தாள். ஒருமுறை மட்டும் எடுத்துப் பிறகு பேசுவதாகக் கூறினாள்.

சூர்யகுமாரிக்கு சந்திரகுமாரி, பூமிகுமாரி என்று இரண்டு மகள்கள். கணவர் மகாராஜனுக்கு நல்ல உத்தியோகம் என்பதால் பொருளாதாரப் பற்றாக்குறை இல்லை. மகாராஜனுக்கு நெருக்கடியான சூழ்நிலைகளைக் கையாளவும் முடிவுகள் எடுக்கவும் தெரியாது என்பதால் சூர்யகுமாரியை மையமாகக்கொண்டு குடும்பம் இயங்கிவந்தது.

சந்திரகுமாரிக்கு வரன் பார்த்துக்கொண்டிருந்தபோது ஐந்தாவதாக வந்த வரன் சுமாராக இருந்தான். பெங்களூரில் உத்தியோகம். இந்த வரனை முடித்துவிடலாம் என்று எண்ணி காரியங்கள் நடந்துகொண்டிருந்தபோது, சந்திரகுமாரி தனிமையில் சூர்யகுமாரியிடம் செபாஸ்டியன் தங்கமுத்து என்பவரை விரும்புவதாகவும், அவரைத் திருமணம் செய்துகொள்ள விருப்பப்படுவதாகவும் கூறினாள். சூர்யகுமாரி இந்தத் திருப்பத்தை எதிர்பார்க்கவில்லை.

மகாராஜனுக்கு விவரம் தெரியவந்தபோது அவர் கடுமையாக எதிர்த்தார். மகள் மதம் மாறித் திருமணம் செய்வதை அவர் சற்றும் விரும்பவில்லை. சந்திரகுமாரியைத் திட்டவும், அவளிடம் கடுமையாக

நடக்கவும் ஆரம்பித்தார். அவரின் குணாதிசயங்களே மாறிக் கொண்டிருப்பதாக சூர்யகுமாரிக்குத் தோன்றியது. இவ்வளவு காலம் அவரிடம் கண்டிராத மூர்க்கம் அவளைத் திகைப்படைய வைத்தது. மகாராஜனின் நடத்தையால் இந்த விவகாரம் நெருங்கிய உறவினர்களுக்குத் தெரிய ஆரம்பித்தது.

சூர்யகுமாரிக்கு முடிவு எடுக்க வேண்டிய நிலை ஏற்பட்டபோது கணவருக்குத் தெரியாமல், செபாஸ்டியன் தங்கமுத்துவைப் பார்க்க ஏற்பாடு செய்யுமாறு கூறினாள். அதன்படி செபாஸ்டியன் தங்கமுத்துவின் குடும்ப நண்பர் கிறிஸ்டோபர் தம்பித்துரையின் வீட்டில் செபாஸ்டியன் தங்கமுத்துவைப் பார்த்தாள். பார்த்த உடனேயே அவனை சூர்யகுமாரிக்குப் பிடித்துவிட்டது. எழுத்தாளர் சுஜாதாவின் முன்நெற்றியில் முடிக்கற்றை விழுந்திருப்பதுபோல் அவன் முன் நெற்றியில் முடிக்கற்றை விழுந்திருந்தது. இவ்வாறு முன்நெற்றியில் முடிக்கற்றை விழுந்திருப்பவர்களின் மேல் அவளுக்கு எதனால் எனத் தெரியாத ஒரு மதிப்பும் பிரியமும் ஏற்படுவது உண்டு. பையனின் படிப்பு, உத்தி யோகம் பொருத்தமாக இருந்தது. அவனின் பெற்றோர் இருவரும் ஆசிரியர்களாக இருந்தனர். பையனைப் பார்த்தால் ஒரு கணிப்பு ஏற்படும் என்பதால் பார்த்துவிட்டு ஒரு முடிவுக்கு வரலாம் என நினைத்திருந்தாள். தற்போது பார்த்ததும் பிடித்துவிட்டது.

கிறிஸ்டோபர் தம்பித்துரையின் வீடும் அவர்கள் வீட்டைப் பராமரித்து வந்த விதமும் அவளுக்கு ஈர்ப்பாக இருந்தது. வீட்டைச்சுற்றி மலர்ச்செடிகளும் வாழைமரங்களும் இருந்தன. கோழிகள் திரிந்துகொண்டிருந்தன. பெரிய கூண்டில் சிறு பறவைகள் கீச்சிட்டுக்கொண்டிருந்தன. கிறிஸ்டோபர் தம்பித்துரையின் நடையுடை பாவனைகள் வித்தியாசமாகவும் வசீகரமாகவும் இருந்தன. அனைத்தும் புதிதாக இருந்தன. கிறிஸ்டோபர் தம்பித்துரையின் இடது கன்னத்தில் ஒரு தழும்பு இருந்தது. போருக்குச் சென்று திரும்பிவந்தவர் போலவும் சாகசக்காரர் போலவும் அவர் தோன்றினார். அவரால் சாதிக்க முடியாத விஷயங்கள் இருக்காது என்றும் தோன்றியது. அவர் சில இயந்திரங்களுக்கான உதிரி பாகங்கள் தயார் செய்யும் சிறு தொழிற்சாலை வைத்திருந்தார். வசதியான வாழ்க்கை என்று தோன்றியது.

நிர்ப்பந்தப்படுத்தி, இருவரையும் பிரித்து, அதனால் ஏற்படும் விளைவுகளையும் திருமணம் நடப்பதால் ஏற்படும் பிரச்சினைகளையும் யோசித்துப் பார்த்தபோது மகள் மதம் மாறி அவனைத் திருமணம் செய்வதைத்தவிர வேறு வழியில்லை என்று

அவளுக்குத் தோன்றியது. கணவர் மூர்க்கமாகவும் பிடிவாத மாகவும் இருப்பதால் அவரை எப்படி வழிக்குக்கொண்டு வருவது என்று யோசித்தாள்.

வீட்டிற்கு அருகிலுள்ள முருகன் கோவிலுக்குச் சென்று கும்பிட்டுக்கொண்டிருக்கும்போது அவளுக்கு ஒரு தீர்வு போலத் திடீரென ஓர் எண்ணம் ஏற்பட்டது. மனஉளைச்சல் இருப்பதால் திருச்செந்தூருக்குச் சென்று ஒருநாள் தங்கியிருந்து அடுத்த நாள் விடிகாலை சுவாமி தரிசனம் செய்துவிட்டுத் திரும்பி வரலாம் என்றாள். மகாராஜன் தள்ளித் தள்ளிப்போட்டுப் பின்னர் இருவரும் திருச்செந்தூர் சென்றனர். திருமணமான புதிதில் இருவரும் தனியாக ஒரு திருமணத்தில் கலந்துகொள்ள ஈரோட்டிற்கும் சேலத்திற்கும் சென்றிருக்கிறார்கள். பின்னர் இவ்வளவு காலத்தில் தனியாக எந்த ஊருக்கும் சென்றதில்லை. பிள்ளைகள் பெரியவர்களாகிவிட்டதால் இருவருக்குமிடையே அன்யோன்யம் குறைந்திருந்தது. சூர்யகுமாரி காமத்தைத் தூண்டும் வகையில் நடந்துகொண்டாள். கடற்கரையில் அமர்ந்திருந்தார்கள். ஓட்டலில் சாப்பிட்டார்கள். ஓட்டல் அறை மனத்திற்குப் பிடித்தமாதிரி அமைந்திருந்தது. விடிகாலையில் சுவாமி தரிசனம் செய்தார்கள். சில நாட்களில் சூர்யகுமாரியின் முடிவுதான் சரியானது என்ற எண்ணம் மகாராஜனுக்கு ஏற்பட்டுவிட்டது.

கிறிஸ்டோபர் தம்பித்துரை மத்தியஸ்தராக இருந்து இருதரப்பினரிடமும் பேசி பிரச்சினைகளைச் சரி செய்தார். அவரின் பேச்சு சாதுரியம் ஈர்ப்பதாக இருந்தது. தேர்ந்தெடுத்த சொற்களில் மனமுடிச்சுக்களை அவிழ்த்துக்கொண்டிருந்தார். அவர் அருகில் சென்றால் அவர் உபயோகிக்கும் வாசனைத் திரவியத்தின் வாசனையில் சூர்யகுமாரிக்குக் கிறக்கம் ஏற்படும். அவளுக்கு ஒரு கனவு ஏற்பட்டது. காரில் அவருக்கு அருகில் அவள் அமர்ந்திருக்கிறாள். அவரின் கன்னத்துத் தளும்பை அவள் தடவிப் பார்க்கிறாள். அவளை அவர் அணைத்துக்கொள்கிறார். அவளின் கன்னத்தையும் உதட்டையும் லேசாகக் கிள்ளுகிறார்.

சந்திரகுமாரி, ஜெஸிந்தாகுமாரியாக மதம் மாறி தேவாலயத் தில் திருமணம் நடந்தது. மதம் சார்ந்த பழக்க வழக்கங்கள் வேறுபட்டிருந்தன என்பதைத் தவிர மனித குணங்கள் சார்ந்த பிரச்சினைகள் ஏற்படவில்லை. ஜெஸிந்தாகுமாரியும், செபாஸ்டியன் தங்கமுத்துவும் கணவன் மனைவியாகவும் தோழர், தோழியராகவும் இருப்பதைப் பார்க்கும்போது சூர்யகுமாரிக்கு சந்தோஷமாக இருக்கும். நல்ல முடிவு எடுத்தோம் என்று நினைத்துக்கொள்வாள். செபாஸ்டியன் தங்கமுத்துவின்

முன்னெற்றியில் விழும் முடிக்கற்றை அவன் மீது பிரியத்தையும் வாஞ்சையையும் ஏற்படுத்தியிருந்தது.

ஒருமுறை சூர்யகுமாரி குடும்பத்தினர் செபாஸ்டியன் தங்கமுத்து, ஜெஸிந்தாகுமாரி, செபாஸ்டியன் தங்கமுத்துவின் பெற்றோர்கள், கிறிஸ்டோபர் தம்பித்துரையின் குடும்பத்தினர் என அனைவரும் சேர்ந்து ஒரு சுற்றுலா சென்றார்கள். ஓர் அருமையான இடத்தில் வேனை நிறுத்திச் சாப்பிட அமர்ந்தார்கள். பெரிய நீர்வெளி, அதற்கு அப்பால் மலைத்தொடர்கள் என அருமையான இடம். சாப்பிட்டு முடித்து அவரவர்கள் இஷ்டத்திற்கு அலைந்து கொண்டும் பேசிக்கொண்டும் இருந்தனர். சூர்யகுமாரி மரத்தில் சாய்ந்து நின்று நீர்வெளியையும் மலைத்தொடர்களையும் பார்த்துக்கொண்டிருந்தபோது, கிறிஸ்டோபர் தம்பித்துரை அருகில் வந்தார். நீங்கள் மிகவும் அழகாக இருக்கிறீர்கள் என அவளிடம் கூறினார். அவள் பதிலுக்கு நீங்களுந்தான் என்று கூறினாள். அன்று இரவு அவளுக்கு ஒரு கனவு ஏற்பட்டது.

அவளுடைய கணவர் கார் ஓட்டிக்கொண்டிருக்கிறார். பின் இருக்கையில் சூர்யகுமாரியும், கிறிஸ்டோபர் தம்பித்துரையும் அமர்ந்திருக்கின்றனர். முன் இருக்கைக்கும் பின் இருக்கைக்கும் இடையே நீளக் கண்ணாடி இருக்கிறது. சிக்கலான மலைப்பகுதி. சாலைகளிலும் நெளிவுகள் அதிகம். கண்ணாடியில் சூர்யகுமாரி, கிறிஸ்டோபர் தம்பித்துரை பிம்பங்கள் தெரிகின்றன. நீங்கள் அழகாக இருக்கிறீர்கள் என்கிறார். அவள் நீங்களுந்தான் என்கிறாள். கார் பெரிய நீர்ப்பரப்பிற்குள் இறங்குகிறது. காருக்குள் தண்ணீர் வரவில்லை. மகாராஜன் காரை நீருக்குள் ஓட்டிக்கொண்டிருக்கிறார். நீர்ப்பரப்பு கடல் போல மாறுகிறது. கடலுக்கு அடியில் தாவரங்களினூடே தரைப்பரப்பில் கார் செல்கிறது. இருவரும் காரின் கண்ணாடி ஜன்னல் வழியே மீன்களையும் தாவரங்களையும் வேடிக்கை பார்க்கின்றனர். வாசனைத் திரவியத்தின் வாசனை கிறக்கத்தைத் தருகிறது. நீர்ப்பரப்பிலிருந்து கரை ஏறி, கார் மலைத் தொடரினூடே தடங்கலின்றிச் செல்கிறது. பெரிய பெரிய மரங்களின் இடைவெளியில் கார் செல்கிறது. பிறகு மலைத்தொடரிலிருந்து இறங்கி தரைப்பாதையில் வேகமாகச் செல்கிறது. மகாராஜன் கார் ஓட்டுவதிலேயே கண்ணும் கருத்துமாக இருக்கிறார். பின்னால் இருப்பவர்களைப்பற்றி அறியாமலேயே ஓட்டிக்கொண்டிருக்கிறார். ஜெஸிந்தாகுமாரியும், செபாஸ்டியன் தங்கமுத்துவும் எதிரே சாலையில் பேசிக் கொண்டே வருகிறார்கள். கார் வருவதை அவர்கள் கவனிக்கவில்லை. அவர்கள் இருப்பதைக் கவனித்த மகாராஜன் காரை ஒடிக்கிறார். கார் மரத்தில் மோதி நிற்கிறது.

காரிலிருந்த நீளக்கண்ணாடி பிம்பங்களுடன் நொறுங்குகிறது. ஸ்டீயரிங்கில் விழுந்து இறந்து கிடக்கிறார் மகாராஜன். அருகிலிருந்த கிறிஸ்டோபர் தம்பித்துரையை காரிலிருந்து தள்ளிவிட்டு சூர்யகுமாரி சாலையில் தன்னந்தனியே நிற்கிறாள்.

கனவு கலைந்து விழிப்பு ஏற்பட்ட பின்னர் மகாராஜன் படுத்திருந்த அறைக்குச் சென்று அவர் உயிருடன் இருக்கிறாரா என்று பார்த்தாள். பிறகு அவளுக்குத் தூக்கம் வரவில்லை. சுற்றுலா முடிந்து வந்தபிறகு அவளுக்கு மனச்சஞ்சலமும் மனக்குழப்பமும் ஏற்பட்டது. மனம் அவள் வசத்தில் இல்லாதது போல் உணர்ந்தாள்.

கிறிஸ்டோபர் தம்பித்துரை வீட்டிற்கு ஒரு காரணத்தை உருவாக்கிச் சென்றாள். அவருடனும் அவருடைய மனைவியுடனும் பேசிக்கொண்டிருந்துவிட்டு வந்தாள். வரும்போது அலைபேசி யில் மணி அடித்து எடுத்தாள். மறுமுனையில் கிறிஸ்டோபர் தம்பித்துரை பேசினார். அவள் அணிந்திருந்த சேலையைப் பற்றிப் பேசினார். பிறகு வேறு சில பேசினார். அவளுக்குப் படபடப்பாக இருந்தது.

காலம் சென்றுகொண்டிருந்தது. மகளின் திருமணம் நன்றாக முடிந்து அவர்கள் மகிழ்ச்சியாக இருப்பது; இன்னொரு மகளுக்கு பொறியியற் கல்லூரியில் விரும்பிய பாடம் கிடைத்தது; கணவருக்கு வருமானம் கூடியிருந்தது எனப் பல வகைகளில் சூர்யகுமாரி மகிழ்ச்சியாக இருந்த காலக்கட்டம். அன்று கார் பழுதாகியிருந்தது. குழந்தையுண்டாகியிருந்த ஜெஸிந்தாகுமாரியின் வற்புறுத்தலின்பேரில் மகாராஜனும், செபாஸ்டியன் தங்கமுத்துவும் சினிமாவுக்கு டிக்கெட் பதிவு செய்ய இருசக்கரவாகனத்தில் சென்றார்கள்.

சூர்யகுமாரியும் ஜெஸிந்தாகுமாரியும் பத்திரிகையில் படித்த ஒரு சிற்றுண்டி செய்முறையை நடைமுறைப்படுத்தி, தயார்செய்துகொண்டிருந்த நேரத்தில், மகாராஜனும் செபாஸ்டியன் தங்கமுத்துவும் சென்ற இருசக்கரவாகனம் விபத்துக்குள்ளான செய்தி கிடைத்தது. மருத்துவமனைக்குக் கொண்டுசென்ற வழியிலேயே இறந்துவிட்ட அவர்களைப் பிணமாகத்தான் சூர்யகுமாரியினால் பார்க்க நேர்ந்தது.

எல்லாம் முடிந்துவிட்டபின் திக்கற்றநிலையில் இருப்பதாக சூர்யகுமாரிக்குத் தோன்றியது. குழந்தையுண்டாகியிருந்த ஜெஸிந்தாகுமாரிக்கும் திருமணம் செய்யவேண்டிய பூமிகுமாரிக்கும் பாதுகாப்பாக இருக்க வேண்டிய நிலை அவளுக்கு பெரும் மன உளைச்சலை ஏற்படுத்திக்கொண்டிருந்தது.

மூன்று முறை அலைபேசி மணி அடித்ததும் எடுக்காத சூர்யகுமாரி அலைபேசியை எடுத்து பெயரைப் பார்த்தாள். அவளுக்கு அன்று ஒரு நாள் கண்ட கனவில் கார்விபத்தில் கணவர் இறந்தபின், காரிலிருந்த கிறிஸ்டோபர் தம்பித்துரையைத் தள்ளிவிட்டு, தான் மட்டும் சாலையில் தனியே நின்றிருந்தது நினைவிற்கு வந்தது. மீண்டும் மணி அடித்தது. எரிச்சலுடன் அலைபேசியை எடுத்து, "பேசுவதை நிறுத்திக் கொள்ளுங்கள்" என்று கூறி துண்டித்துக் கொண்டாள். ஜெஸிந்தாகுமாரியும் பூமிகுமாரியும் தினசரிப்பத்திரிகையைப் படித்துக்கொண் டிருந்ததைப் பார்த்தாள். வாழ்க்கையில் செல்லவேண்டிய தூரத்தை நினைத்துக் கொண்டபோது மனதில் வைராக்கியம் ஏற்பட அவிழ்ந்திருந்த கூந்தலை முடிச்சுப் போட்டு எழுந்தாள்.

O

உயிர் எழுத்து, ஜூன் 2008

ஒரு காதல் கதை

உள்ளே நுழைந்ததும் அதியமானிடம், பதற்றத்துடன் இருந்த நர்ஸ் கூறினாள். நோயாளி இறந்துவிட்டார் என்று. அதியமானுக்கு அதிர்ச்சியாக இருந்தது. கால்மணி நேரத்திற்கு முன்னதாகத்தான், துரைசாமியிடம் பேசிக்கொண்டிருந்தார். உப்புப்போடாத இட்லியும், காபியும் வாங்கிவரச் சொல்லியிருந்தார். அதியமான் காபி குடித்துவிட்டு உப்புப் போடாத இட்லியும் காபியும் வாங்கிவந்த நேரத்தில் துரைசாமி இறந்திருக்கிறார்.

துரைசாமியை இன்று காலையில்தான் மருத்துவமனையில் சேர்த்தார்கள். அவருக்கு நீரழிவு நோய் இருந்தது. சிறுநீர் பிரியாமல் இருந்ததால் அவரை மருத்துவமனையில் சேர்த்தார்கள். மதியத்திற்கு மேல்தான் அதியமானுக்கு அவரை மருத்துவமனையில் சேர்த்துள்ள தகவல் கிடைத்தது. அவரைப் பார்த்து அரைமணி நேரம் பேசியிருப்பார். நோயைப்பற்றி அவர் பெரிதாக அலட்டிக் கொள்ளவில்லை. தைரியமாக இருந்தார். "எல்லாம் சரியாகிவிட்டது. வீட்டுக்கு சீக்கிரமாகப் போகவேண்டியதுதான்" என்று கூறினார். ஆனால் அங்கிருந்த ஒரு நர்ஸைப் பற்றித்தான் அவர் பேசிக்கொண்டிருந்தார். அவளிடம் ஆர்.கே.யின் சாயல் இருப்பதாகக் கூறியிருந்தார். அவளுடைய உடல் மொழியும் முகவெட்டும் வசீகரிப்பதாகக் கூறியிருந்தார்.

அதியமானும் துரைசாமியும் படிக்கும் காலத்திலிருந்தே நண்பர்கள்தான். துரைசாமிக்கு

வயது 62. அதியமானுக்கு அவரைவிட ஒரு வயது அதிகம். துரைசாமியின் மகன் திருமணமாகி அமெரிக்காவில் பொறியாளராக இருக்கிறான். மனைவியும் இவரும் மட்டும்தான் இங்கு இருக்கிறார்கள்.

ஒவ்வொரு காலகட்டத்திலும் அவர் ஒரு பெண்ணை நினைத்து வந்திருக்கிறார். அந்த மாதிரி அனுபவம் அதியமானுக்குக் கிடையாது. மனைவிமீது துரைசாமிக்கு ஈடுபாடு இருந்ததில்லை. துரைசாமியும் அதியமானும் சேர்ந்து சில பெண்களிடம் சென்றிருக்கிறார்கள். பெங்களூர் சென்றிருந்தபோது அவர்கள் ‘மினி’ என்று பெயர் சொல்லிக் கொண்ட ஒரு பெண்ணுடன் சுற்றினார்கள்; தங்கினார்கள். அவர்களுக்கு அது புதுவிதமான அனுபவமாக இருந்தது. அவளை இருவருக்குமே பிடித்துப் போயிற்று. அவள் கூந்தல் முழங்கால்வரை இருந்தது. அவர்கள் மினியைப் பற்றி, அழகைப்பற்றி, நடந்துகொண்ட விதம் பற்றி பின்னர் அடிக்கடி பேசிக்கொண்டனர். துரைசாமி மீண்டும் அவளைச் சந்திக்கவேண்டும் என்று விரும்பி அதியமானை அழைத்தபோது, அதியமான் அதில் ஆர்வம் காட்டவில்லை. துரைசாமியை வழியனுப்பி வைத்தார். பெங்களூரிலிருந்து திரும்பி வந்தவரை அதியமான் சந்தித்தபோது துரைசாமியின் முகம் விசனத்திலிருந்தது. துரைசாமி அவளை மிகவும் கஷ்டப்பட்டுத் தேடிச் சந்தித்திருக்கிறார். அவளிடம் கூந்தல் இல்லை. மொட்டையடித்து முளைத்த முடியுடன் இருந்திருக்கிறாள். அவள் முகத்தில் வசீகரம் இல்லை. காவல்துறையில் சிக்கி, அவர்கள் இவளை மொட்டையடித்திருக்கின்றனர். சிறைச்சாலையிலிருந்து திரும்பி வந்த நேரம். இவர் அவளிடம் பணம் கொடுத்துவிட்டு, பேசிக்கொண்டிருந்து திரும்பிவிட்டார். பிறகு அவளை இருவருமே சந்திக்கவில்லை.

துரைசாமிக்கும் அவர் அலுவலகத்தில் பணிபுரிந்து கொண்டிருந்த ஒரு பெண்ணுக்கும் ஒரு பயிற்சிக்குச் சென்றிருந்த நேரத்தில் பழக்கம் ஏற்பட்டது. துரைசாமியின் மகன் அப்போது எட்டாவது படித்துக்கொண்டிருந்தான். அந்தப் பெண்ணின் மகன் ஐந்தாவது படித்துக்கொண்டிருந்தான். அந்தப் பெண்ணின் கணவர் வெளியூரில் பணிபுரிந்துகொண்டிருந்தார். அந்தப் பெண்ணுடன் கொண்டிருந்த பிணைப்பு அவருக்கு அதிகக் கிளர்ச்சியூட்டுவதாக இருந்தது. அவள் ஒருவருக்கு மனைவி என்பதால் அதிகக் கிளர்ச்சி ஏற்படுகிறதா என்று அதியமானிடம் அவர் பேசியிருக்கிறார். துரைசாமி தனது மனைவிக்குத் தெரியாமலும் அந்தப் பெண் தனது கணவனுக்குத் தெரியாமலும் லாவகவமாக அந்த உறவைக் கடைசிவரை கையாண்டார்கள். சமயங்களில் அந்தப் பெண்ணின் கணவர் வீட்டிலிருக்கும்போதே

சென்று சாதாரணமாகப் பேசிவிட்டு வருவார். அவளின் கணவருக்கு சிறு சந்தேகம்கூட ஏற்பட்டது கிடையாது.

அந்தப் பெண்ணும் அவரும் பிணைந்திருந்த அந்தக் காலகட்டத்தில் இருவரும் மிகவும் மகிழ்ச்சியாக இருந்தார்கள். அந்தப் பெண்ணுக்கு உடலநலக் குறைவு ஏற்பட்டு, பரிசோதனையில் ரத்தப் புற்றுநோய் என்று அறியவந்தது. அவள் மருத்துவமனையில் இருக்கும்போது, அன்யோன்யத்தை மறைத்து மூன்றாம் மனிதன் போல் சென்று பார்த்து வருவார். அதியமானிடம் அனைத்தையும் பகிர்ந்துகொள்வார். புற்றுநோய் என்று அறிந்தபின்னர், இதுதான் கடைசி அன்யோன்யம் என்று அவள் அவரை அழைத்து நடந்துகொண்டதை அவர் ஓரளவிற்கு அதியமானிடம் பகிர்ந்துகொண்டிருக்கிறார்.

அந்தப் பெண் இறந்தபின்னர் அவருக்கு மனச்சோர்வு ஏற்பட்டது. வேலைகளைச் சரியாகச் செய்யமுடியவில்லை. அதியமான் அவரை மனநல மருத்துவரிடம் அழைத்துச் சென்றார். தலைமுடி உதிர்ந்து மெலிந்து நோயாளியாக, பின் பிணமாக அவள் கிடந்த தோற்றமும் கடைசி அன்யோன்ய அலங்காரத் தோற்றமும் நினைவுக்கு வந்து குழப்புவதாகக் கூறிக்கொண்டிருந்தார்.

காலத்தின் நீட்சியில் அவர் மீண்டு சகஜமானார். நாளடைவில் அவருக்கு பெண் சிநேகம் இருந்தால்தான் மனதிற்கு சக்தி கிடைக்கும் என்ற எண்ணம் ஏற்பட்டது. இயற்கையாகவே அவர் மனதிற்குப் பெண் தோற்றம் தேவைப்பட்டது. பஸ் நிறுத்தத்தில் வழக்கமாக நிற்கும் பெண், அவர் கணக்கு வைத்திருக்கும் வங்கியில் வேலை பார்க்கும் பெண், ஒரு குறிப்பிட்ட தெருவில், வாசலில் உட்கார்ந்திருக்கும் பெண், டாக்டரம்மா என்று பல பெண்கள் அவர் மனதில் நிறைந்திருந்தனர்.

அவர் வேலை பார்க்கும் துறையில் பணிபுரிந்த வழக்கமாகப் பழகிக்கொண்டிருந்த ஒரு பெண் மீது ஒரு திருப்பம்போல் அவருக்குக் காமம் ஏற்பட்டது. அந்தப் பெண்ணிற்கும் இவர்மீது காமம் ஏற்பட்டது. இருவரும் காமத்தை நோக்கித்தான் தங்களையறியாமல் பந்தைத் தள்ளிக்கொண்டிருந்தனர். அவளுக்கு வயதுக்கு வந்த மகள் இருந்தாள். அவள், அதை துரைசாமியிடம் சொல்லி தன்னைக் கிழவி என்று பரிகாசம் செய்து கொள்வாள் துரைசாமி, அவளைக் குமரி போல் இருக்கிறாய் என்று சொல்லிக் கிளர்ச்சியூட்டுவார். அவள் அப்படியா என்று கேட்பாள். அவர் காமம் ததும்ப ஏதாவது கூறுவார். இப்படியாக அவர்களின் விளையாட்டு நடந்துகொண்டிருந்தது. நேரிலும், தொலைபேசியிலும் இருவரும் காமமாகப் பேசிக்கொள்வதைப் பழக்கமாகக் கொண்டிருந்தனர். ஆனால் தனியிடத்திற்குச்

செல்வதை அவள் தவிர்த்துவிடுவாள். ஒருநாள் சந்தோஷமாக அதியமானிடம் வந்தார். அவளின் கைவிரல்களை தன் கைவிரல் களுடன் கோர்த்துவிட்டதாகவும், அவள் சிறிதுநேரம் இருந்து, பின்னர் விடுவித்துக் கொண்டதாகவும் சந்தோஷமாகக் கூறினார். பெரும் பரவசம் என்றும் வாழ்க்கையில் மறக்கமுடியாத பெரும் செக்ஸ் இன்பம் என்றும் அந்நிகழ்வை அவர் கூறினார்.

அவள் வேறு ஊருக்கு மாற்றலாகிச் சென்றுவிட்டாள். அவர் பலவாறாக அவளிடம் பேசமுயற்சி செய்தும் அவள் கொஞ்சம் கொஞ்சமாக அவரைத் தவிர்த்துவிட்டாள். ஒருநாள் அவள் மகளின் திருமணப் பத்திரிகை அவருக்கு தபாலில் வந்தது. "ஞாபகம் வைத்திருந்து அனுப்பியிருக்கிறாள்" என்றார் துரைசாமி. ஆனால் அவர் ஏனோ திருமணத்திற்குப் போகவில்லை.

துரைசாமிக்கு படிக்கும் காலத்திலிருந்தே ஒரு நடிகையின் மீது ஈர்ப்பு இருந்தது. அதியமானுக்கு அந்த நடிகையின் மீது ஈர்ப்பு இல்லை. அதியமானையும் அழைத்துக்கொண்டு அந்த நடிகை நடித்த படங்களுக்குச் செல்வார். அந்த நடிகையின் தோற்றம், பாவனைகள், துரைசாமிக்குக் காம ஊட்டத்தைக் கொடுத்துக்கொண்டிருந்தது. அவள் இளம் பெண்ணாகத்தோன்றி, கிளர்ச்சியூட்டும் பேரிளம் பெண்ணாகத் தோன்றிப் பின் அடுத்த கட்டத்திற்கு அவள் தோற்றம் வந்தபோது அந்த நடிகையைக் காண்பதில் அவருக்கு மனத்தொந்திரவு ஏற்பட்டது.

ஒருநாள் என்ன நினைத்தாரோ தெரியவில்லை. அவருக்கு அந்த நடிகையைப் பார்க்கவேண்டும் என்ற எண்ணம் ஏற்பட்டது. அதியமானை அழைத்தபோது அவர் ஏதோ காரணம் சொல்லித் தவிர்த்துவிட்டார். துரைசாமி தனியாக சென்னைக்குக் கிளம்பிவிட்டார். ஒரு வாரம் தங்கி அவளைப் பார்த்துவிட்டுத்தான் வந்தார். கூர்க்காவிற்கு ஆயிரம் ரூபாய் கொடுத்தேன் என்றார். அவர் உள்வாசலுக்குச் சென்றபோது அந்த நடிகையே தற்செயலாக வந்துவிட்டார்.

அவரை யார் என்று கேட்டு விசாரிக்க அவர் பதில் சொல்லி யிருக்கிறார். அவள் லேசாகச்சிரித்து தனக்கு வேறு வேலை இருப்பதாகவும் இன்னொரு நாள் சந்திப்பதாகவும் கூறியிருக்கிறார். அவளை நேரில் பார்த்ததே போதும் என்று திரும்பிவிட்டார். அவர் வெளிவாசலைத் தாண்டும்போது அவள் கூர்க்காவை அதட்டிக் கூப்பிடுவது அவருக்குக் கேட்டது. ஆனால் அவர் அதியமானிடம்கூட, அந்த நடிகை தன்னை அமரவைத்து காபி கொடுத்து குடும்பம் பற்றி விசாரித்ததாகப் பொய்யாகக் கூறினார். சினிமாவில் பார்த்த அளவு வசீகரமாக இல்லை என்றாலும் அழகாக இருந்தாள் என்றும் அவளைப் பார்த்திருக்கா விட்டால்

தன் வாழ்வில் அது ஒரு குறையாகவே இருக்கும் என்றும் அவர் அதியமானிடம் கூறினார்.

சமீபகாலமாக அவர் கணக்கு வைத்திருக்கும் வங்கியில் பணிபுரிந்த ஒரு பெண் மீது அவருக்கு அதிக ஈர்ப்பு ஏற்பட்டது. வங்கிக்கு அடிக்கடி செல்ல ஆரம்பித்தார். தேவாலயத்திற்கு ஒவ்வொரு ஞாயிறு அன்றும் வரும் உயரமான, திடமான பெண்ணைக் கவனித்துக்கொண்டிருந்தார்.

இத்தகைய நிலையில்தான் அவருக்கு உடலநலைக்குறைவு ஏற்பட்டு, சிறுநீர் பிரியாததால் அவரை மருத்துவமனையில் சேர்த்திருந்தார்கள். அதியமான் அவரைப்பார்க்க வந்த நேரத்தில்,துரைசாமியின் மனைவி அவரைத் துணைக்கு இருக்கச் சொல்லிவிட்டு வீட்டிற்குச் சென்றிருந்தார். அப்போதுதான் துரைசாமி அந்த நர்ஸ் பற்றிப் பேசினார்.

துரைசாமியும் அதியமானும் கல்லூரியில் படித்துக் கொண்டிருந்த போது துரைசாமிக்கு பள்ளியிறுதி வகுப்புப் படிக்கும் ஒரு பெண் மீது காதல் ஏற்பட்டது. அந்தப் பெண் படிக்கும் பள்ளியைக் கடந்துதான் அவர் படிக்கும் கல்லூரிக்குச் செல்லவேண்டும். அவருக்கு அப்போது தைரியம் போதாது. அவர் ஏதோ கற்பனைகள் செய்துகொண்டு, அவளைப் பார்த்து ஒரு தலையாகக் காதலித்துக்கொண்டிருந்தார். விடுமுறை நாட்களில் அவளைக்காண அவள் வீட்டுப்பக்கம் காத்திருப்பார். அவளின் பெயரில் வரும் இரு எழுத்துக்களைச் சேர்த்து ஆர். கே. என்று துரைசாமியும், அதியமானும் பேசிக்கொள்வார்கள்.

ஒருநாள் அவள் வீட்டு வாசலில் முகூர்த்தக்கால் நடப்பட்டிருந்ததைப் பார்த்த பின்னர்தான் அவளுக்குத் திருமணம் நிச்சயிக்கப்பட்டிருப்பதை இருவரும் அறிந்தனர். துரைசாமிக்கு அதுதான் முதல் காதல்; ஒருதலைக்காதல். விரக்தியடைந்தவரை அதியமான்தான் தேற்றினார். அவளின் திருமணத்திற்கு கூட்டத்தோடு கூட்டமாக துரைசாமியும், அதியமானும் அமர்ந்து ஆர்.கே.யை மணமகளாகப் பார்த்தனர். அன்று இரவு முழுவதும் துரைசாமிக்குத் தூக்கம் வரவில்லை. தொடர்ந்து பல நாட்கள் தூக்கமின்றிக் கஷ்டப்பட்டார். தூங்கினால் அவளுக்குக் கெடுதல் நடப்பதுபோல் கனவுகள் வந்தது. நீண்டநாட்கள் கழித்துத்தான் சகஜநிலைக்கு வந்தார்.

அவருக்கு வயதாகி, வாழ்க்கையில் உத்தியோகம், திருமணம் என்று மாற்றம் ஏற்பட்டுக்கொண்டிருக்க, வெவ்வேறு காலகட்டங்களில் ஆர்.கே.யை, புதுப்பெண்ணாக, குழந்தைக்குத் தாயாக, தூரத்தில் நின்று கவனித்து வந்திருக்கிறார். ஒருகட்டத்திற்கு மேல்

அவள் எங்கு சென்றாள், எங்கு வசிக்கிறாள் என்று அவருக்குத் தெரியவில்லை.

பல பெண்கள் அவர் வாழ்க்கையில் வந்து சென்றாலும், பல பெண்கள் கற்பனையில் வந்து சென்றாலும் ஆர்.கே.யின் மீதான அவரின் நினைவுகளே அவரின் மன ஆழத்தில் இருந்தது. சஞ்சல வேளையிலும், துயருற்ற வேளையிலும் அவள் தோற்றமும், அவளின் நினைவுகளும் வருவதன் சூட்சுமத்தை யாரும் அறிய மாட்டார்கள்.

மனைவி வீட்டுக்குப் புறப்பட்டுச் சென்ற பின்னர் அதியமானிடம் துரைசாமி ஒரு நர்ஸைக் காண்பித்து அவளைக் கவனிக்குமாறு கூறினார். "அந்த நர்ஸ் நடக்கிறவிதம், உட்கார்ர விதம் எல்லாம் ஆர்.கே. மாதிரி இருக்கு. ஒருவேளை மகளா இருப்பாளோ? அல்லது அவள் சாயல்லே வேறே எவளோ ஒருத்தியாகவும் இருப்பாள்" என்று பேசிக்கொண்டிருந்தார். அதியமானுக்கு ஒன்றும் தெரியவில்லை. அவருக்கு ஆர்.கே.யின் தோற்றமே மறந்துவிட்டது. துரைசாமியின் உடல் நிலை பற்றி விசாரித்துவிட்டு, அவர் கேட்டுக் கொண்டபடி உப்பில்லாத இட்லியும், காபியும் வாங்கச் சென்றுவிட்டார்.

இப்போது பிணமாகக் கிடக்கும் அவரைப் பார்க்கும்போது, அதியமானுக்கு ஒருவிதமான அநித்திய உணர்வுகள் ஏற்பட்டன. மனதில் பெரும் சங்கடம் ஏற்பட்டு, நெஞ்சுவலி வருவதுபோல உணர்வு ஏற்பட துரைசாமியின் மனைவியும் உறவினர்களும் வந்துவிட்டனர். சூழ்நிலை அழுகைக் குரல்களுடன் மாறியது. அதியமான் அந்த இடத்தைவிட்டு அகன்றார். மருத்துவமனை வாசலில் ஆம்புலன்ஸ் நின்றிருந்தது. திடீரென ஏற்பட்ட மாரடைப்பால் இறந்துவிட்டதாக மருத்துவமனையில் கூறினார்கள்.

துரைசாமி குறிப்பிட்டுச் சுட்டிக்காட்டிய நர்ஸிடம் அதியமான் சென்று நடந்ததை விசாரித்தார். அவளைப் பற்றியும், அவள் குடும்பத்தைப் பற்றியும், அவளின் தாய் தந்தையர், கணவன், குழந்தைகள் பற்றியும் துரைசாமி விசாரித்ததாக அந்த நர்ஸ் கூறினாள். பின்னர் அடுத்த அறைக்குச் சென்றுவிட்டதாகவும், திரும்பி வந்தபோது அவர் இருந்த நிலையைப் பார்த்து டாக்டரை அழைத்து வந்ததாகவும் டாக்டர் பரிசோதித்துவிட்டு அவர் மாரடைப்பால் இறந்துவிட்டதாகத் தெரிவித்ததாகவும் கூறினாள். "உங்க அப்பா, அம்மா எங்கே இருக்காங்க" என்று அதியமான் கேட்டார். "அவங்க ரெண்டுபேருமே இறந்து போய்ட்டாங்க" என்றாள் நர்ஸ். அந்த நர்ஸ் தாயார் பெயர் என்ன என்று கேட்டுத் தெரிந்துகொள்வதில், அதியமானுக்கு

சங்கடமும் கூச்சமும் ஏற்பட்டது. எனினும் மன நிர்ப்பந்தத்தில் கேட்டார். "உங்க அப்பா அம்மா பெயர் என்ன?" அவள், அவரை வித்தியாசமாகப் பார்த்துவிட்டு "எதுக்குச் சொல்லணும்" என்று கூறி அந்த இடத்தில் இருந்து சென்றுவிட்டாள்.

துரைசாமியின் பிணத்தை, ஆம்புலன்ஸில் ஏற்றினார்கள். மனைவியும், உறவினர்களும் உடன் ஏறிக்கொண்டனர். ஆம்புலன்ஸ் கிளம்பியது. அதியமான் நின்றுகொண்டிருப்பதே அவர்கள் கவனத்தில் இல்லை. அவர் தனியாக நின்றுகொண்டிருந்தார். அந்த வழியாக வந்த ஆட்டோவை நிறுத்தி, ஏறி ஆம்புலன்ஸிற்குப் பின்னால் போகச் சொன்னார். துரைசாமி, அவரிடம் பகிர்ந்துகொண்ட பல விஷயங்கள் நினைவிற்கு வந்தன. அதியமானுக்கு கண்கள் கலங்கின. அநித்தியமான உணர்வுகள் ஏற்பட்டன.

○

உயிர் எழுத்து, ஏப்ரல் 2008

மர்மக் கதை

1

தனுஷ்கோடிக்கு சிறை என்றதும் பயமாகத்தான் இருந்தது. ஆனால் சிறைச்சாலைக்குள் நுழைந்த பின்தான் விசாரணைக் கைதிகளுக்கான சிறை என்பது ஒரு பெரிய மண்டபம் அல்லது கூடம் என்று தெரிய வந்தது. மின்விசிறி இல்லாததும் கொசுக்கடியும் பெரிய கஷ்டமாக இருந்தது. ஒருநாள் உடல்நலமில்லாததால் சிறை மருத்துவமனைக்குக் கொண்டு செல்லப்பட்டபோதுதான் தண்டனைக் கைதிகளுக்கான சிறை என்பது ரோஜா இல்லம், செம்பருத்தி இல்லம் என்ற பெயர்களில் கூடங்களாக அமைக்கப்பட்டிருப்பதைப் பார்த்தான். சுற்றிலும் பூங்கா போல மரம், செடிகள் இருந்தன. தனியாக அமைக்கப்பட்டிருந்த செல்தான் மோசமான இடம் என்று கேள்விப்பட்டிருந்தான்.

விசாரணைக் கைதிகளில், குற்ற இயல்பு கொண்டவர்களின் பேச்சுக்களும் நடவடிக்கைகளும் வித்தியாசமாக இருந்தன. தனுஷ்கோடி அந்தக் கொலைக்கும் தனக்கும் சம்பந்தமில்லை என்று சொல்லியிருந்ததினால், பலருக்கும் அவன்மேல் அனுதாபம் ஏற்பட்டிருந்தது. இந்த வழக்கை காவல்துறை ஜோடித்ததையும் சாட்சிகளை உருவாக்கியதையும் பார்க்கும்போது அவனுக்கு பெரும் குழப்பம் ஏற்படுகிறது. கொலை நடந்த காலையில் மந்திராவைப் பார்க்கச் சென்றதும்,

அவளிடம் பாடங்களைப் பற்றியும் கல்லூரியைப் பற்றியும் பொதுப்படையாகப் பேசிக்கொண்டிருந்ததும் உண்மை. வெளியே வந்து பழனிமுருகன் ஓட்டலில் காலை உணவாக நான்கு இட்டிலியும் ஒரு தோசையும் சாப்பிட்டுவிட்டு அறைக்குச் சென்றதும் உண்மை. காவல்துறை அவன் வீட்டிலிருந்த பழம் வெட்டும் கத்தியை எடுத்துச் சென்றார்கள். அவன் வீட்டிலிருந்து கொலைக்கு உபயோகப்படுத்தப்பட்ட துணி கட்டும் பிளாஸ்டிக் கயிற்றையும் அந்தக் கத்தியையும் மீட்டதாகக் காண்பித்தனர். அவள் அறை மாடியில் இருந்தது. மாடியிலிருந்து தனுஷ்கோடி பதற்றத்துடன் இறங்கி ஓடிவருவதைப் பார்த்ததாக பெட்டிக்கடைக்காரன் கோவிந்தசாமியும், டூவீலர் வொர்க்ஷாப்பில் வேலை பார்க்கும் ரத்தினமும் சாட்சி சொன்னார்கள். தனுஷ்கோடியிடமும் வெள்ளைப் பேப்பர்களில் கையெழுத்து வாங்கியிருந்தனர்.

காவல்துறையினரின் விசாரணையில் அந்தக் காலை வேளையில் தனுஷ்கோடியைத் தவிர வேறு யாரும் மந்திராவின் வீட்டிற்கு வந்ததாகத் தெரியவில்லை. இருவரும் ஒரே கல்லூரியில் படிப்பவர்கள். மந்திராவின் பெற்றோர் பெங்களூரில் வசிக்கிறார்கள்; வசதியானவர்கள். இங்கு ஒரு மாடி அறையில் அவள் மட்டும் வாடகைக்குக் குடியிருக்கிறாள். கீழ்வீட்டில் வீட்டின் உரிமையாளர் குடியிருக்கின்றார். காவலர்களின் விசாரணையில் அவளுக்குப் பகைவர்களோ, சந்தேகப்படும் நபர்களோ இருப்பதாகக் கண்டறியவில்லை. அவர்களது சந்தேகம் தனுஷ்கோடியைச் சுற்றியே வந்தது. கொலை நடந்த காலை வேளையில் அவனைத்தவிர வேறு யாரும் அவள் அறைக்கு வந்ததாகத் தெரியவில்லை. சந்தேகம் அவன் மீது விழுந்ததும் அவனைத் தனியிடத்திற்குக் கூட்டிச்சென்று கதறக்கதற அடித்தனர். இந்தக் கொலை பற்றிப் பத்திரிகைகளில் பரபரப்புச் செய்திகள் வந்துவிட்டதால் குற்றவாளியை விரைவில் பிடிக்கவேண்டிய கட்டாயம் ஏற்பட்டிருந்தது. பணத்தேவை இருந்ததாகவும், பணம் கொடுக்காததால் அவளைக் கொலை செய்ததாகவும் ரூபாய் இருபதினாயிரத்தை எடுத்து வந்ததாகவும் அதைச் செலவு செய்துவிட்டதாகவும் பொய்யாக ஒப்புக் கொண்டான். அந்தச் சூழ்நிலையில் வலியிலும், பயத்திலும் அவனுக்கு மனமயக்கங்கள் ஏற்பட்டன. தன்னையறியாமல் அவளைக் கொலை செய்து, அதை மறந்துவிட்டோமோ என்றுகூட அவனுக்குத் தோன்றியது. அவளைக் கொலை செய்யாதது பொய் என்றும் காவலர்கள் கூறியபடி அவளைக் கொலை செய்ததுதான் உண்மை போலிருக்கிறது என்ற எண்ணம்கூட அவனுக்கு ஏற்பட்டது. தனுஷ்கோடியின் பெற்றோர் ஸ்ரீலங்காவில் கல்முனையில் வசிக்கிறார்கள். இங்குள்ள ஒரு தூரத்து

உறவினர், அவனுக்கு தங்க இடம் பார்த்தும், வேறு சில உதவிகளும் செய்தாரே தவிர இந்தக் கொலைப் பிரச்சினை ஏற்பட்டதும் அவர் எந்த உதவிக்கும் வரவில்லை. தனுஷ்கோடியின் நண்பர் ஒருவருக்குத் தெரிந்த சட்ட உதவிக்குழு உதவிக்கு வந்தது. அந்தக் குழு புலனாய்வில் உள்ள சில பிரச்சினைகளை சுட்டிக்காட்டி மறு புலனாய்விற்கு உயர் நீதிமன்றத்தில் வழக்குத்தொடர்ந்து, ஒரு டி.எஸ்.பி. இந்த வழக்கை மறுபுலனாய்வு செய்ய வேண்டும் என்றும் உத்தரவு பெற்றுவிட்டார்கள்.

2

சந்திரமோகன் டி.எஸ்.பி.யாக நேரடி நியமனம் பெற்ற இளைஞர். அவருக்கு தமிழ்நாடு காவல்துறைக்கு புத்திசாலித்தனம் இல்லை என்ற எண்ணம் இருந்தது. மேம்போக்காகக் கிடைக்கக் கூடிய தகவல்களின் அடிப்படையிலேயே குற்றவாளிகளைத் தீர்மானிக்கிறார்கள் என்றும் குற்றவாளிகள் என்று சந்தேகப்படுபவர்களை காவலர்கள் புலனாய்வு அதிகாரிகள் கையாளும் விதத்தில் அவர்கள் பொய்யாகக் குற்றத்தை ஒப்புக் கொள்ளும் வாய்ப்பு இருப்பதாகவும் அவருக்கு எண்ணம் இருந்தது. கீழ்மட்டத்தில் அறிவார்ந்த முறையில் சம்பவங்களைக் கணிக்கக் கூடிய திறமையுடையவர்கள் குறைவு. அவர்கள் ஏற்கனவே பழக்கப்பட்ட முறையிலேயே கணிக்கிறார்கள் என்று தன் நண்பர்களிடம் சந்திரமோகன் அடிக்கடி கூறுவதுண்டு.

பயிற்சிக்காலம் முடிந்து இந்த ஊருக்குப் பணியில் சேர வந்த நாள் செவ்வாய்கிழமையாக இருந்தது. அந்தக் கிழமையில் பணியில் சேரவேண்டாம் என்று அலுவலகத்தில் கூறியதை ஆத்திரத்துடன் மறுத்துவிட்டார். அவருடைய தாயாருக்குக் கடவுள் நம்பிக்கை அறவே கிடையாது. தந்தைவழித் தாத்தா இராமலிங்க வள்ளலாரை மட்டும் வணங்குபவர். தந்தையும் அதே வழியில் இருந்தார். வீட்டில் கடவுள் படங்கள் இல்லை. வள்ளலார் படம் மட்டும் இருக்கும். சந்திரமோகன் பதவியேற்று, அவர் அறைக்குள் நுழைந்ததும் அங்கு மாட்டியிருந்த கடவுள் படங்களைப் பார்த்ததும் அவருக்கு எரிச்சல் ஏற்பட்டது. அதை உடனே வெளிக்காண்பிக்காமல், அடுத்தநாள் காவலரை அழைத்து, "இந்தியா மதச்சார்பற்ற நாடு. என்னத்துக்கு அரசு ஆபிசிலே மதம்... சாமி. இதை எடுத்து வேறே இடத்துலே வைச்சுக்கங்க. என்னோட சொந்த அபிப்ராயம் இந்த ஆபிசிலே எந்த சாமி படமும் இருக்கக்கூடாது என்பதுதான்" என்று நாசூக்காகச் சொல்லிவிட்டார். ஆனால் அந்தப் படங்கள் அலுவலகத்தை விட்டு வெளியேறவில்லை. வேறொரு இடத்தில் வைக்கப்பட்டு விட்டன.

இதற்கிடையே தனுஷ்கோடி, ஜாமீனில் வெளிவந்து விட்டான். புலனாய்வு ஆவணங்கள், மறுபுலனாய்வுக்காக சந்திரமோகனிடம் ஒப்படைக்கப்பட்ட பின்னர் புலனாய்வு அதிகாரியாக இருந்த இன்ஸ்பெக்டரிடம் சில கேள்விகள் கேட்டார்.

"அக்குயூஸ்ட்மேலே சந்தேகம் எப்ப ஏற்பட்டது?"

"கொலை நடந்ததற்கு அடுத்த நாள்."

"எப்ப அரெஸ்ட் பண்ணினீங்க?"

"அதற்கடுத்த நாள்."

"வேறு யார் மீது சந்தேகம் ஏற்பட்டது?"

"ஒருவரும் இல்லை. அவனைத்தவிர வேறு யாரும் அவளைப் பார்க்க வரவில்லை."

"வேறு பழக்கம் கொலை செய்யப்பட்டவருக்கு இருந்ததா?"

"விசாரணையில் அப்படி ஒன்றும் தெரியவில்லை."

"திருடுன இருபதினாயிரம் பணத்தை அக்குயூஸ்டு என்ன செஞ்சான். ரெகவரி பண்ணினீங்களா?"

"இல்லை. அவன் செலவழிச்சிட்டான்."

"ஒருநாள்ல எப்படி செலவழிச்சிருப்பான்னு கோர்ட்லே கேட்டாங்கன்னு சொன்னாங்ளே?"

"ஆமா. கொலை செய்யப்பட்டவள் கொலைக்கு முந்தின நாள் இருபதினாயிரம் ரூபாயை பேங்கிலேயிருந்து எடுத்திருக்கா. ஆனா அந்தப் பணம் வீட்லே இல்லை. அதனாலே அக்குயூஸ்டு எடுத்திருக்கான்னு கொண்டுபோயிட்டோம். அவன்ட்டே பணம் இல்லை."

"இருபதினாயிரம் ரூபாயை ரெகவரி காண்பிச்சிருக்க வேண்டியதுதானே?"

"உண்மையிலேயே பணம் வீட்டில் இல்லை. அதை நாங்க எடுக்கலை."

தனுஷ்கோடியை அழைத்துத் தனியாக சந்திரமோகன் விசாரித்தார். அடிக்குப் பயந்துகொண்டு ஒப்புக்கொண்டதாகக் கூறினான். யார் மேலாவது சந்தேகம் உள்ளதா என்று சந்திரமோகன் கேட்டதற்கு அவன் "தெரியவில்லை" என்று கூறிவிட்டான். மந்திராவிற்கு எதில் ஈடுபாடு என்று கேட்டார். அவன் "பிஸிக்ஸிலே ஈடுபாடு" என்றான். "அதைக் கேட்கலை. பாடத்தைத் தாண்டி

கேக்கிறேன்" என்றார். "பக்கத்தில் இருக்கின்ற ஈஸ்வரன் கோயிலில் சனிப்பெயர்ச்சிக்காக நவக்கிரகங்களை சுத்திட்டு வர்ரேன்னு அன்றைக்கு அவ சொன்னாள்" என்றான்.

3

காவேரிக்கு காய்ச்சலும் தலைவலியும் விட்டுவிட்டு வந்து கொண்டிருந்தது. கை, கால் சோர்வு வேறு இருந்தது. கை, கால் செயலற்றுப் போய்விடுமோ என்றும் தோன்றிக்கொண்டிருந்தது. டி.எஸ்.பி. தனியாக விசாரணை செய்தபோது அதைச் சொல்லி யிருக்கக்கூடாது; தவறிப் போய் சொல்லிவிட்டோமே; அவர் வாக்கை மீறி சாட்சியாய்ப் போட்டுவிட்டால் என்ன செய்வது என்று அவளுக்குத் தோன்றிக்கொண்டிருந்தது.

சந்திரமோகனுக்கு காவலர் துணை ஏதுமில்லாமல் சிலரைத் தனியாக அழைத்து கனிவாக விசாரிப்பதில் உண்மை வந்துவிடும் என்ற நம்பிக்கை இருந்தது. அப்படித்தான் காவேரியிட மிருந்து ஒரு தகவலைப் பெற்றுவிட்டார். அவளுடைய முகக்குறிப்பைக் கவனித்த பின்னர் அவளுக்குத் தெரிந்த தகவலைக் கூறலாம் என்றும், அவளை சாட்சியாகக் கூப்பிட்டு அலைக்கழிக்க மாட்டேன் என்றும், உண்மையான குற்றவாளியைக் கண்டுபிடிக்க உதவி செய்யவேண்டும் என்றும் கூறினார். அவளின் தயக்கத்தைப் பார்த்து அவளை சாட்சியாகக் குறிப்பிட மாட்டேன்; வேறு வகையில் சாட்சியை உருவாக்கிக் கொள்வேன் என்றும் சத்தியம் செய்தார். காவேரி கூறிவிட்டாள்.

அன்று காலை அவள் துணிகளைத் துவைத்துக்கொண் டிருந்தபோது மேலே அண்ணாந்து பார்த்தாள். மொட்டை மாடியில் மந்திரா தங்கியிருந்த அறையும் சற்று வெற்றிடமும் இருந்தது. அந்த மாடிச்சுவரிலிருந்து எட்டிப் பார்த்தால் துணி துவைக்கிற இடம் தெரியும். அவள் அண்ணாந்து பார்த்தபோது மாடிச்சுவரில் ஈஸ்வரன் கோயில் அர்ச்சகர் தலை தெரிந்தது. அவள் தொடை தெரிய வழிந்திருந்த சேலையை சரி செய்துகொண்டாள். கொலை நடந்த பின்னர் ஏற்பட்ட பயச்சூழலில் அவள் வெளியே யாரிடமும் சொல்லவில்லை. அவளுடைய கணவர் இறந்து மூன்று வருடங்களாகிறது. பிள்ளைகளிடம் கூறினால் பிரச்சினையாகிவிடும் என்பதனால் அவர்களிடமும் கூறாமல் மனதிற்குள் பயந்துகொண்டேயிருந்தாள். இன்ஸ்பெக்டரும் காவல்துறையினரும் தனுஷ்கோடிதான் குற்றவாளி என்று கைது செய்த பின்னர் அவளுக்கு சற்று ஆறுதல் ஏற்பட்டது. அர்ச்சகரின் தலை தெரிந்தது பிரமைதானோ என்ற எண்ணமும் ஏற்பட்டது. காவல் துறையினர் சரியான ஆதாரங்கள் இல்லாமலா

தனுஷ்கோடியை கைது செய்திருப்பார்கள் என்று நினைத்துக் கொண்டாள்.

தற்போது மாடிச்சுவரில் அர்ச்சகர் தலை தெரிந்ததை ஏன் டி.எஸ்.பி.யிடம் சொன்னோம் என்று குழம்பிக்கொண்டிருக்கிறாள். அடிக்கடி அவளுக்குத் தலைவலிக்கிறது. மாத்திரையைப் போட்டுக்கொண்டு படுத்துவிடுகிறாள்.

4

அதிகாலையில் இரண்டு காவலர்களின் துணையுடன் அந்த அர்ச்சகர் வீட்டிற்கு சந்திரமோகன் சென்றுகொண்டிருந்தார். காவேரியை விசாரித்த அன்றே சந்திரமோகன் சாதாரண உடையில் ஈஸ்வரன் கோயிலுக்குச் சென்று ஓர் இடத்தில் அமர்ந்து அந்த அர்ச்சகரைக் கவனித்தார். அவரிடம் தனிமையில் கேட்கவேண்டிய கேள்விகளைத் தற்போது மனதில் தொகுத்துக்கொண்டிருந்தார்.

வீட்டு வாசலில் பெரிய கோலம் போட்டிருந்தது. வீட்டிலுள்ளோர் அனைவருமே அந்த அதிகாலை வேளையிலேயே குளித்து சுத்தமாகப் பளிச்சென்று இருந்தார்கள். சந்திரமோகன் ஒரு காவலர் துணையுடன் வீட்டிற்குள் நுழைந்தார். ஒரு பூஜை சம்பந்தமாக அர்ச்சகரிடம் பேச வேண்டும் என்றார். அவர் பூஜை செய்து கொண்டிருப்பதாகவும் அதுவரை முன் அறையில் அமர்ந்திருக்குமாறும் கூறினார்கள். காபி கொடுத்தார்கள். காபி நன்றாக இருந்தது. அர்ச்சகர் அறையினுள் வந்து அமர்ந்தார். ஒரு மேலதிகாரி குழந்தை வேண்டி ஒரு பூஜை செய்ய உத்தேசித்திருப்ப தாகக் கூறி அது தொடர்பாக சந்திரமோகன் விசாரித்தார்.

பிறகு மந்திராவைப் பற்றி அவர் கேள்விகள் எழுப்பினார். அர்ச்சகர் முகம் மாறியது. அவர் எழுந்து அலமாரியைத் திறந்தார். பின் திரும்பினார். அவர் முகம் விகாரமாக இருந்தது. அவர் கையில் வாள் இருந்தது. "சாமி இல்லேன்னா சொல்றே" என்று கத்தினார். சந்திரமோகன் கை இடுப்பு பெல்ட் பக்கம் சென்றது. "சாமி இருக்குன்னா சொல்றே" என்று பதிலுக்குக் கத்தினார். அவர் வாளை ஓங்கினார். சந்திரமோகன் எழுந்து துப்பாக்கி யால் சுட்டார்.

சந்திரமோகன் ஏற்பட்ட பிரச்சினையை உணர்ந்து கொண்டார். வாளை எடுத்துக் காவலரிடம் கொடுத்தார். தனது கையைக் கீறும்படி சொன்னார். காவலர் பதற்றத்துடன் சந்திரமோகன் கையைக் கீறினார்.

சந்திரமோகன் மருத்துவமனையில் இருந்தார். விசாரணை துவங்குவதற்கு முன்னரே அர்ச்சகர் இறந்தது பற்றிய

குழப்பத்திலிருந்தார். காவல் துறையினரிடமிருந்த மந்திராவின் போட்டோக்களை அர்ச்சகரின் அறையிலிருந்து கைப்பற்றியதாக ஆவணங்கள் உருவாக்க ஏற்பாடு செய்தார். மந்திரா மீது ஆசைப்பட்டு அவள் இணங்காததால் ஏற்பட்ட பிரச்சினையில் அர்ச்சகர் அவளைக் கொலை செய்துவிட்டார் என்ற அடிப்படையில் வழக்கைத் தயாரித்தார்.

பத்திரிகைகள் வழக்கம்போல் கற்பனை வளத்துடன் இவ்வழக்கு பற்றிய கதைகளை உருவாக்கிக்கொண்டிருக்கின்றன.

O

உயிர் எழுத்து, ஜனவரி 2008

ஒரு காரும் ஐந்து நபர்களும்

அந்தக் காரில் ஐந்து நபர்கள் பயணம் செய்துகொண்டிருந்தனர். காரை ஓட்டிக்கொண் டிருப்பவர் நீலராஜ். அருகில் அவருடைய 16 வயது மகள் நீலச்செல்வி. பின்னால் மனைவி மகிஷா, தாயார் நீலவேணியம்மாள், மாமியார் பஞ்சரத்தினம்மாள். நீலராஜ் அவருடைய தங்கை நீலகுமாரி வீட்டிற்குச் சென்று அங்கு ஒரு வாரம் குடும்பத்துடன் தங்கியிருந்து, அங்கிருந்த தாயாரை அழைத்துக்கொண்டு, தன் ஊருக்குச் சென்றுகொண்டிருக்கிறார்.

நீலகுமாரியின் வீட்டிற்கு அவர் சென்றது, கடன் வாங்கும் நோக்கில் தான். ஆனால் அங்கு நிலவிய சூழ்நிலை அந்த நோக்கத்தைத் தூண்டும் விதத்தில் இல்லை என்பதால் நோக்கத்தை வெளிப்படுத்தாமல் திரும்பிக்கொண்டிருக்கிறார். நீலகுமாரியைத் திருமணம் செய்த சமயம் அவளது கணவர் சாதாரண எலெக்ட்ரிஷியனாக இருந்தார். பின்னர் காண்ட்ராக்டராகமாறி, தற்போது வசதியாக இருக்கிறார்கள். நீலகுமாரியின் உடல்மொழியிலும், பேச்சு மொழியிலும், பாவனைகளிலும் பணக்காரி என்ற கர்வம் வெளிப்பட்டுக்கொண்டிருப்பது, நீலராஜுக்கு எரிச்சலாக இருந்தது. நீலராஜுக்கு அங்கு தங்கியிருந்த நேரங்களில் பொழுதுபோக்குவது சிரமமாகஇருந்தது.நீலகுமாரியின்ஐந்தாவதுபடிக்கும் மகனுடன் சதுரங்கம் ஆடினார். அவர் சதுரங்கம் ஆடிப் பலகாலமாகியிருந்தது.தோற்றுப்போவோமோ என்ற எண்ணம்கூட ஏற்பட்டது. ஆனால் சிறுவனின் அனுபவக்குறைவு காரணமாக அவர் வெற்றி

பெற்றுவிட்டார். இரண்டாவது தடவை ஆடியபோது சுலபமாக வெற்றிபெற்றுவிட்டார். சிறுவனின் முகவருத்தத்தைக் கண்டு பிறகு அவனுடன் சதுரங்கம் ஆடுவதை நிறுத்திவிட்டார். இன்று காலையில் விருந்தினர்கள் வந்திருந்தார்கள். சிறுவனைப் பற்றியும் சிறுவனின் திறமைகள் பற்றியும் பேச்சு வந்தது. அப்போது அவன் சதுரங்கம் ஆடும் திறமை பற்றிக் கூறும்போது, நீலகுமாரி, "என் அண்ணனுடன் செஸ் ஆடும்போது பையன் ட்ரா பண்ணி விட்டான்" என்று கூறினாள். ஏன் அவ்வாறு நீலகுமாரி கூறினாள் என்று யோசித்தார். மதியம் மீன் குழம்பு நன்றாக இருந்தது. தங்கையிடம் கடன் கேட்கும் எண்ணம் மறைந்துவிட்டது. இப்போது கார் ஓட்டிக்கொண்டிருக்கும்போது பொருளாதார நெருக்கடியை எப்படிச் சந்திப்பது என்று வழிதெரியாததினால் குழப்பமும் பயமும் ஏற்பட்டுக்கொண்டிருந்தது.

பின்னால் அமர்ந்திருந்த அவருடைய மனைவி "பார்த்து ஓட்டுங்கள்; தூங்கிக்கொண்டே ஓட்டுற மாதிரி இருக்கு" என்றாள். "பேசாம கிட, நான் என்ன தூங்கிக்கிட்டா ஓட்றேன், குறட்டை விடறேனா, மக்கு..." என்றார் நீலராஜ்.

நீலராஜின் மாமியார் பஞ்சரத்தினம்மாளுக்கு மருமகன் சரியில்லை என்று பல காலமாக எண்ணம். நல்ல பொறுமையான பெண்ணை இப்படிக் கட்டிக் கொடுத்துவிட்டோமே என்று அவளுடைய கணவர் உயிருடன் இருந்தபோது கூறிக்கொண்டே யிருப்பார். பெண்ணுக்கும் சமர்த்து போதவில்லை. இல்லா விட்டால் கணவனை இப்படி ஊதாரியாகத் திரியவிடுவாளா. ஒரு இடத்திலே நிலையாக வேலை பார்க்காமல் மாறிக்கொண்டே இருக்கிறார். அப்புறம் தொழில் பண்ணுகிறேன் என்று கூறிப் பணத்தை விரயம் பண்ணி, தொழிலையும் மாற்றிக் கொண்டேயிருக்கிறார். கணவனைக் காமத்தால் கட்டிப்போட வேண்டாமா. அந்தக் கலையெல்லாம் இவளுக்குச் சொன்னாலும் விளங்கவில்லை. காதிலே வாங்குவதேயில்லை. கணவனை தன் வழிக்குக்கொண்டு வருவதற்கு பஞ்சரத்தினம்மாளுக்குக் காமமும் உணவும்தான் மந்திரம்போல உதவி செய்தது. அவரை வழிக்குக்கொண்டு வரவேண்டுமென்றால், அந்தக் காலகட்டத்தில் காமத்தைத் தூண்டும்படியாக நடந்துகொள்வாள். அந்தக் காலகட்டத்தில் உணவிலும் கூடுதலாகக் கவனம் செலுத்துவாள். காமமும் உணவும், அவர் கால்களைத் தடுக்கி, இவள் வழிக்கு வந்துவிடுவார். இந்த வித்தையை மகளுக்கு மறைமுகமாகவும் வெளிப்படையாகவும் சொன்னாலும் ஏறவில்லை. இவள் இப்படி இருந்தால் அவர் ஊதாரியாகத்தானே திரிவார் என்று பஞ்சரத்தினம்மாள் யோசித்துக்கொண்டிருந்தார். அப்போது

சுரேஷ்குமார இந்திரஜித் சிறுகதைகள்

காரில் சென்றுகொண்டிருக்கும்போது மருமகன் காரை ஒழுங்காக ஓட்டவில்லை என்று தோன்றியது.

தன் மகள் மகிஷாவிடம் மெதுவாக இதைக் கூறினாள். "நான் சொன்னா கேக்கவா போறாரு. ஏதாவது ஆனால் எல்லோரும் மேலே போகவேண்டியதுதான்" என்று மெதுவாகக் கூறினாள். நீலராஜ் பின்னால் திரும்பிப் பார்த்து, திரும்பிக் கொண்டார்.

நீலராஜின் தாயார் நீலவேணியம்மாளுக்கு, சம்பந்தி பஞ்சரத்தினம்மாள் அருகில் உட்கார்ந்திருந்தது எரிச்சலாக இருந்தது. விதவையாகி பல ஆண்டுகளாகியும் பஞ்சரத்தினம்மாள் இன்னும் தளுக்கிக்கொண்டேயிருப்பதாக நீலவேணியம்மாளுக்குத் தோன்றிக்கொண்டேயிருக்கும். பஞ்சரத்தினம்மாளிடமிருந்து திரவியங்களின் வாசனை வந்துகொண்டிருந்தது. கணவரை இழந்து ஓராண்டு ஆன தான் நெற்றியில் விபூதி வைத்திருக்க, அவள் குங்குமம் வைத்து, பெரிய பெரிய பூப்போட்ட புடவை கட்டி மருமகன் முன்னால் தளுக்கிக்கொண்டே திரிகிறாள். அவள் கணவர் ஒரு அப்பாவி. பெண்டாட்டி புடவையை பிடித்துக் கொண்டே போனவர். அவர் ஆஸ்பத்திரியிலே கிடந்தபோதும், அவள் மேக்கப் போட்டு தளுக்கிக்கொண்டு திரிந்ததைப் பார்த்து ஆஸ்பத்திரியே சிரித்ததே. மருமகள் மகிஷாவிற்கும் திறமை போதவில்லை. எப்போதும் டி.வி. பார்த்துக்கொண்டே உட்கார்ந்திருக்கிறாள். நீலராஜ் சம்பாதிக்காத பணமா. அவ்வளவு பணம் சம்பாதித்து என்ன செய்ய. மகிஷாவிற்குப் பணத்தை சேர்த்து வைக்கத் தெரியவில்லை. நீலராஜ் தேவையில்லாமல் செலவு பண்ணினால் இவள்தானே தடுத்து நிறுத்தவேண்டும். பணம் வர, செலவு பண்ண, பிறகு பணம் சம்பாதிக்க அலைய, இதுவே இவர்களுக்குப் பிழைப்பாய்ப் போய்விட்டது. அப்போதே மகிஷாவை வேண்டாம் என்று சொல்லியும் நீலராஜுடைய அப்பா கேட்கவில்லை. அவருக்கு, அவர் நண்பர் வீரநாயகம் சொன்னதுதான் முக்கியமாகப் போய்விட்டது. வீரநாயகம் பேச்சைக் கேட்டுத்தான் மகிஷாவை முடித்தது. ஒருவேளை பஞ்சரத்தினம்மாளின் தளுக்கைப் பார்த்து வீரநாயகம் விழுந்திருப்பார்.

நீலவேணியம்மாளுக்கு, மகன் சீராகக் காரை ஓட்டவில்லை என்று தோன்றியது. ஆனால் இதைக் கூறி, பிரயோசனமில்லை என்று தோன்றியதால் பேசாமலிருந்தாள்.

மகிஷாவிற்குத் தூக்கம் வரும் போலிருந்தது. ஆனால் தூங்கக்கூடாது என்று பிடிவாதமாக இருந்தாள். இன்னும் எவ்வளவு காலம் பணப் பற்றாக்குறையுடன் கழிப்பது என்று சலிப்பு ஏற்பட்டது. எப்படிப் பணம் வருகிறது. எப்படிப் பணம்

செலவாகிறது என்பதை நீலராஜ் சொல்வதில்லை. ஏதாவது புத்திமதி சொன்னாலும் கேட்கக் கூடியவராக இல்லை. மகள் நீலச்செல்வி பிறக்கும் வரை ஒழுங்காகத்தான் இருந்தார். பின்னால்தான் அவருக்கு லிண்டாவுடன் தொடர்பு ஏற்பட்டது. அவர் அடிக்கடி வெளியூர் செல்வதாகக் கூறிச் சென்றதும், செக்ஸில் அவருக்கு ஈடுபாட்டுக் குறைவு ஏற்பட்டதும் அவர்மீது நுட்பமான சந்தேகத்தை ஏற்படுத்தியது. நீலராஜின் நண்பரொருவர் ஒருநாள் வீட்டிற்கு வந்திருந்தார். நீலராஜின் நலன் கருதியும் அவர் குடும்பத்தார் நலன் கருதியும் ஒரு விஷயத்தைச் சொல்ல வந்திருப்பதாகக் கூறினார். நீலச்செல்வியைப் பற்றி விசாரித்தார். அவள் பள்ளிக்குச் சென்றிருப்பதாகக் கூறினாள். காப்பி குடித்தார். நறுக்கி வைக்கப்பட்டிருந்த ஆப்பிள் துண்டுகளைக் கையில் வைத்துப் பார்த்துக்கொண்டே மகிஷா அதிர்ச்சியடைய வேண்டாமென்றும், மகாலட்சுமி போல் இருக்கும் அவளுக்குத் துரோகம் செய்ய நீலராஜிற்கு எப்படி மனது வந்தது என்று தெரியவில்லை என்றும் மகிஷாவின் கண்களைப் பார்த்துக் கூறினார். பின்னர் நீலராஜிற்கும் லிண்டாவிற்கும் உள்ள தொடர்பு பற்றியும், அவள் வசிக்கும் இடம் பற்றியும், அவளுக்கு அவர் செலவழிப்பது பற்றியும் விரிவாகக் கூறினார். நுட்பமாக அவள் மனதில் உறுத்திக்கொண்டிருந்தது வெளிப்படையாகத் தற்போது தெரிந்துவிட்டது. தன்னையும் நீலச்செல்வியையும் தவிக்கவிட்டுச் சென்றுவிடுவார் என்பதுபோல் கலங்கலாக ஒரு மனநிலை ஏற்பட அவளுக்குக் கண்கள் கலங்கின. நறுக்கிவைக்கப்பட்டிருந்த ஆப்பிள் துண்டுகள் தீர்ந்து விட்டதைப் பார்த்து, தட்டை எடுத்துக்கொண்டு திரும்பியபோது, அந்த நண்பர் மகிஷாவின் பின்புறமாக வந்து அவளைக் கட்டிப்பிடித்தார். அவள் அவரிடமிருந்து திமிறி விடுவித்துக்கொண்டு அவரை வெளியே போகச் சொல்லிக் கத்தினாள். பின்னால் அந்த நண்பரை இதுவரை அவள் பார்க்கவில்லை. ஒருநாள் நீலராஜும் லிண்டாவும் ஓட்டலுக்குள் நுழைவதை, அருகிலுள்ள கடையில் இருந்தபோது பார்த்தாள். லிண்டா கவர்ச்சியும், கர்வமும் உள்ள பெண்ணாகத் தோன்றினாள். லிண்டா தன்னைவிட கூடுதல் கவர்ச்சியும், அழகும் உடையவளாக இருந்தது அவளுக்கு ஏமாற்றமாகவும், வருத்தமாகவும் இருந்தது. லிண்டா விவகாரம் தெரிந்த பின்னரும் இவள் அதை நீலராஜிடம் கேட்காமல் இருந்தாள். மகிஷாவின் நடவடிக்கையிலிருந்து நீலராஜும் நுட்பமாக, மாற்றத்தை உணர்ந்திருந்தார். இருவரும் இந்த விவகாரத்தைப் பற்றிப் பேசிக்கொள்ளாமலே இருந்தனர். மகிஷா மனதிற்குள்ளே குமுறிக்கொண்டிருந்தாள். நீலச்செல்விக்கு கல்விக்கட்டணம் செலுத்த தாமதாகிக்கொண்டேயிருந்தது. அவரிடம் பலமுறை சொல்லியும் பணம் தரவில்லை. பள்ளி நிர்வாகம் அழைத்துக் கட்டணம் செலுத்துமாறு கூறியதாக,

நீலச்செல்வி அழுதுகொண்டே மகிஷாவிடம் கூறினாள். அன்றுதான் முதன் முறையாக லிண்டா விவகாரத்தைத் தொட்டுப் பணத்தையெல்லாம் அங்கு கொண்டு கொட்டுவதாக சண்டையிட்டாள். நீலராஜ் தடுமாறினார். பதிலுக்கு ஏதோ நியாயம் பேசினார். கோபமாகப் பேசினார். அன்று இரவு இருவரும் இதற்குமுன் இல்லாத வகையில் ஆவேசமாக உடல்மொழியில், காமம் நிறைந்து வழிய, ஒருவர் உடலுக்குள் இன்னொருவர் நுழைந்துகொண்டனர். அதை நினைத்தால் இப்போதும் மகிஷாவிற்குப் பரவசம் ஏற்படுகிறது. அன்று நீலராஜ் சக்கையாகக் கிடந்தார். லிண்டாவைத் தோற்கடித்துவிட்டதாக அவளுக்குத் தோன்றியது. அடுத்த நாள் கல்விக்கட்டணம் கட்டப் பணம் கொடுத்துவிட்டார். மகிஷாவிற்கு இரண்டு சேலைகள் வாங்கி வந்திருந்தார். அந்த வாரம் முழுவதும் தொடர்ச்சியாக உடலின்பம் அடைந்தனர்.

காலம் ஆக, ஆக அவருக்குத் தன் உடல் மீதான ஈடுபாடு குறைந்து வருவதாக மகிஷாவிற்குத் தோன்றிக்கொண்டே யிருந்தது. உடலும் முன்பு போல் இல்லை; வயதின் காரணமாக கட்டுக்குலைவு ஏற்படுவது சகஜம்தானே என்ற எண்ணம் ஏற்படும்போது அவளுக்கு மனச்சோர்வு ஏற்படுகிறது. அன்று நீலராஜின் நண்பர் பின்புறமாகக் கட்டிப்பிடித்தபோது உடன்பட்டிருந்தால் என்னவாகியிருக்கும் என்ற சிந்தனை அவளுக்கு அவ்வப்போது ஏற்படுகிறது. காமத்தைத் தணியாமல் தக்கவைத்துக்கொள்ள ஆணுக்கும் பெண்ணுக்கும் வேறு ஒரு உறவு தேவைதானோ என்ற எண்ணமும் அவளுக்கு ஏற்படுகிறது.

கார் சென்றுகொண்டிருந்தது.

நீலராஜுக்கு பணப் பிரச்சினையை எவ்வாறு சமாளிப்பது என்று தெரியவில்லை. கையிலிருக்கும் பணம் செலவழிந்த பின்னர் என்ன செய்வது? தெரிந்தவர்களிடம் கடன் வாங்கியாகி விட்டது. கடன் தொகையே பெருந்தொகையாக இருக்கிறது. வட்டி கட்ட வழியில்லை. பணம் தீர்ந்த பின்னர் உணவுக்குக்கூட வழியில்லை. கார் ஒன்றுதான் சொத்து. காரை விற்றால் அனைத்துக் கடன்காரர்களும் மொய்த்துவிடுவார்கள். லிண்டா கையில் பணமில்லாமல் தவிக்கிறாள். மகிஷாவிற்காவது சகோதரர்கள் இருக்கிறார்கள். தாயார் இருக்கிறார். லிண்டாவிற்குத் தாய் தந்தை இறந்துவிட்டனர். சகோதரர்கள் கிடையாது. ஒரு தங்கை கஷ்டத்துடன் வாழ்ந்துகொண்டிருக்கிறாள். முறையாகத் திருமணம் செய்துகொண்டு வாழ்ந்திருந்தால் லிண்டா நன்றாக வாழ்ந்திருப்பாள். பொருளாதாரம் சரியில்லாத நிலையில், இரண்டு குடும்பங்கள் வைத்தது சரியா?

நீலராஜுக்குப் பெரும் மனக்குழப்பம் ஏற்பட்டது. தற்கொலை செய்துகொள்வதுதான் வழியா? தற்கொலை செய்துகொண்டால் எங்கு செய்து கொள்வது. லிண்டா வீட்டிலா, மகிஷா வீட்டிலா அல்லது வெளியிலா? அவ்வாறு செய்து கொண்டால் லிண்டா என்ன செய்வாள்? அவளுக்கு என்ன பாதுகாப்பு இருக்கிறது? நீலச்செல்வி எப்படி வளர்வாள்? அவருக்கு லிண்டா, நீலச்செல்வி வாழ்வு குறித்து கவலை ஏற்பட்டது.

கார் சீராகச் செல்வது போலத்தான் நீலராஜுக்குத் தோன்றியது. பின்னால் இருந்த மகிஷா கத்தினாள். "எல்லோரையும் சாகடிச்சிருவீங்க போலிருக்கே. காரை நிறுத்துங்க. ரெஸ்ட் எடுத்துட்டு ஓட்டுங்க. என்ன காரா ஓட்றீங்க." பதிலுக்கு நீலராஜ் கத்தினார், "நான் ஒழுங்காத்தான் ஓட்றேன். பேசாம இருடி. என்ன... தேவையில்லாம என்னை கண்ட்ரோல் பண்றே. ஒழுங்கா இருந்துக்கோ."

கார் சென்றுகொண்டிருந்தது. நீலச்செல்வி "அப்பா காரை நிறுத்து, என்ன காரா ஓட்றே. புதுசா பழகுறவன் மாதிரி ஓட்றே. இறங்கு. நிறுத்திட்டு இறங்கி வா. நான் ஓட்றேன்" என்று கடுமையாகக் கூறினாள். நீலராஜ் காரை நிறுத்தினார். ஒன்றுமே பேசவில்லை. அவளுக்குக் கட்டுப்பட்ட சிறுவன் போல் கதவைத் திறந்து இறங்கினார். நீலச்செல்வியும் இறங்கினாள். நீலச்செல்வி ஓட்டுநர் இருக்கையில் அமர்ந்து கதவைச் சாத்தினாள். நீலராஜ், நீலச்செல்வி அமர்ந்திருந்த இருக்கையில் அமர்ந்து கதவைச் சாத்தினார்.

காரை நீலச்செல்வி ஓட்டினாள். கார் சீராக, லாவகமாகச் சென்றுகொண்டிருந்தது. காரிலிருந்த அனைவருக்கும் – நீலராஜ் உட்பட – நிம்மதி ஏற்பட்டது. அவருக்கு ஏற்பட்ட தற்கொலை எண்ணம் மறைந்துகொண்டிருந்தது.

○

உயிர் எழுத்து, நவம்பர் 2007

அவரவர் வழி

வசதியாகவும் சுதந்திரமாகவும் பயணம் செய்துகொண்டிருந்த ரயில் பெட்டியில் இந்த நிலையத்தில் ஆட்கள் ஏறுவதைக் கண்டு நாகநந்தனுக்கு எரிச்சல் ஏற்பட்டது. அவன் மனைவி எதிரில் உள்ள உட்காருமிடத்தில் படுத்திருந்தாள். அவன் ஜன்னல் ஓரமாக உட்கார்ந்திருந்தான். அவன் மகள் அவனுக்குச் சற்று தள்ளி அமர்ந்து ஆங்கிலப் புத்தகம் படித்துக்கொண்டிருந்தாள். வெள்ளை நிறத்தில் ரத்தம் இல்லாதவள் போல் அவள் இருந்தாள். ஒரு பெண், ஒரு பையன், ஒரு சிறுமி அவன் இருந்த பெட்டியில் ஏறி அருகில் வந்தனர். அவன் மனைவியை எழச் சொன்னான். அவள் எரிச்சலுடன் எழுந்து ஜன்னல் ஓரமாக அமர்ந்து கொண்டாள். அவர்கள் உட்கார்ந்த பிறகுதான் கவனித்தான், அவள் ரஞ்சனி என்று.

ஆடைகளை சரிசெய்து நன்றாக உட்கார்ந்து கொண்டான். எதிர்பாராத இந்தச் சந்திப்பினால் அவள் முகம் குழம்பியிருந்தது. கண்களை கீழே இறக்கி ரவிக்கையை சரி செய்துகொண்டாள். எப்படி ஆரம்பிப்பது என்று தெரியாமல், "ஞாபகம் இருக்கா" என்றான். அவள் லேசாகச் சிரித்தாள். தன் மனைவியைப் பார்த்து, "இவங்க எங்க ஊர்க்காரங்க... எங்க அம்மாவும் இவங்க அம்மாவும் நல்ல பழக்கம். கோயம்புத்தூரில் இருக்காங்க" என்றான். "இல்லை... திருநெல்வேலியில்..." என்றாள் ரஞ்சனி. அவன் மனைவி அசமந்தமாகக் கொட்டாவி விட்டுக்கொண்டே கேட்டுக்கொண்டிருந்தாள்.

ரஞ்சனியின் ஒரு மகளுக்குத் திருமணம் ஆகிவிட்டது. பையன் எஞ்சினியருக்குப் படித்துக்கொண்டிருக்கிறான். விடுமுறைக்கு பேத்தியை வீட்டுக்கு அழைத்து வந்து மீண்டும் மகளிடம் விடுவதற்காக மதுரைக்கு வந்துகொண்டிருக்கிறார்கள். வீட்டுக்காரர் வியாபாரத்தில் பிஸியாக இருக்கிறார்.

நாகநந்தனுக்கு ஒரு மகள், ஒரு மகன். மகன் சென்னையில் கேட்டரிங் படித்துக்கொண்டிருக்கிறான். இந்தப் படிப்பு வேண்டாம் என்று சொல்லிக் கண்டித்தும் கேட்காமல் படித்துக் கொண்டிருக்கிறான். மகள் எம்.எஸ்.ஸி. கணக்கு படித்துக் கொண்டிருக்கிறாள்.

இந்த விசாரிப்புகளுக்குப் பின்னர் என்ன பேசுவதென்று தெரியவில்லை. ரஞ்சனி எழுந்து கழிவறைக்குச் சென்றாள். அங்கிருந்த கண்ணாடியில் பார்த்தாள். கூந்தலைச் சரிசெய்தாள். முகத்தை அலம்பினாள். முந்தானையால் துடைத்துக்கொண்டாள். பொட்டை சரியாக வைத்துக்கொண்டாள்.

நாகநந்தன் ஜன்னல் வழியே பார்த்துக்கொண்டிருந்தான். காலம் கடந்துகொண்டே இருக்கின்றது. நாகநந்தனுக்கும் ரஞ்சனிக்கும் வயதாகிவிட்டது. அவளுக்குப் பேத்தியிருக்கிறாள். மகன் தடிமாடு மாதிரி உட்கார்ந்திருக்கிறான். தூக்கி வளர்த்த மகள் கல்லூரி மேற்படிப்புப் படித்துக்கொண்டிருக்கிறாள். கடந்த காலமும் எதிர்காலமும் எல்லை தெரியாத துக்கக் கடலாகத் தெரிகிறது.

ரஞ்சனி உட்கார்ந்தாள். அவள் முகம் கழுவியிருந்ததை நாகநந்தன் கவனித்தான். காதோரங்களில் நரைத்திருந்தது. ரஞ்சனி பாட்டி, நாகநந்தன் தாத்தா என்ற வரிகள் மனத்தில் தோன்றின. ரயில் நின்றது. ஒரு பெரிய ஆலமரம் விழுதுகளுடன் நிற்பது ஜன்னல் வழியே தோன்றியது. அதன் கீழ் சிறுசிறு கூடாரங் களில் நாடோடிகள் தங்கியிருந்தனர். எவ்வளவு மனிதர்கள், மனுஷிகள் இந்த ஆலமரத்தடியில் என்னென்ன மனநிலைகளுடன் இருந்திருப்பார்கள். ரயில் கிளம்பியது.

எதிரெதிரே உட்கார்ந்திருப்பவர்கள் கண்கள் சந்தித்துக் கொள்ளாமல் இருப்பது முடியாத காரியமாகிக்கொண்டிருந்தது. கண்கள் சந்திப்பதில் மனத்தில் பெரும் ஞாபகக் குழப்பங்கள் ஏற்பட்டன. ஜன்னல் வழியாகவே பார்த்துக்கொண்டு வந்ததால் கழுத்து வலி ஏற்படுகிறது. அவளுடைய கூந்தல் நீளமானது.

நாகநந்தனின் மனைவிக்குக் கழுத்து என்று ஒன்று இருப்பதாகவே தெரியவில்லை. தடிமனாக இருந்தாள். 'மகளை யாருக்குக் கட்டிக் கொடுத்தீர்கள், எத்தனை பவுன் போட்டீர்கள்,

என்னவேலை, என்ன படிப்பு...' என்று ரஞ்சனியிடம் விசாரித்துக் கொண்டிருந்தாள்.

மோட்டார்சைக்கிளின் பின்னால் உட்கார்ந்திருக்கும் பெண், ஓட்டுபவனின் இடுப்பையோ தோளையோ பற்றியிருக்கும்போது எப்படி அவனால் ஒழுங்காக ஓட்டமுடியும் என்ற எண்ணம் நாகநந்தனுக்கு அப்போது ஏற்பட்டிருந்தது. ரஞ்சனி பின்னால் உட்கார்ந்து தோளைப் பற்றியிருக்கும்போது அப்படி ஒன்றும் தடுமாற்றம் ஏற்படவில்லை. மோட்டார்சைக்கிள் எப்படி எப்போதும் இல்லாத வகையில் லாவகமாக ஓடியது என்பதுதான் ஆச்சரியம். இது போன்று தனியாக வருபவர்களுக்கு வசதியாக இருக்கும் என்றுதான் அரசாங்கத்திலிருந்து பைபாஸ் சாலை அமைக்கிறார்கள் போல் இருக்கிறது. அவர்கள் இருவரும் ஒரு சிறுபாலத்தில் அமர்ந்தனர்.

"எங்கள் வீட்டில் உங்களைக் கல்யாணம் செய்து கொள்ளவிட மாட்டார்கள். சாதிவிட்டு சாதி பண்ண விரும்பமாட்டார்கள்" என்றாள் ரஞ்சனி.

"அப்படியென்றால் இந்த மோட்டார்சைக்கிளில் ஓடிப்போய் திருமணம் செய்து கொள்ளவேண்டியதுதான், அதற்காகத்தானே எங்கப்பா வாங்கிக் கொடுத்திருக்கிறார்" என்றான்.

"அதை நினைச்சால் பயமா இருக்கு, ரொம்ப கஷ்டப் படணுமே, ஏங்க ப்ரெண்ட்ஸ்கள் உதவி பண்ணுவார்களா?" "கஷ்டப்பட்டாத்தான் இன்பமாக இருக்கும்" மோட்டார் சைக்கிளில் வந்த இரண்டு காவலர்கள் வண்டியை நிறுத்தி இவர்கள் அருகில் வந்தார்கள், அதிகாரமாக விசாரித்தார்கள். "தள்ளிட்டு வந்திருக்கியா" என்றனர். அவன் முகவரியையும் அவள் முகவரியையும் வாங்கிக் கொண்டனர். "அப்பா என்ன செய்கிறார், எங்கு வேலை பார்க்கிறார்" என்று கேட்டனர். இருவரது சாதியையும் விசாரித்தனர். "இந்தச் சாதியும் அந்தச்சாதியும் சேருமா" என்றனர். "இந்தப் பெண்ணைக் காணோம் என்று இவள் அப்பன் புகார் கொடுத்தால் என்ன ஆகும் தெரியுமா?" என்று அவனைக் கெட்ட வார்த்தையில் திட்டினர்.

ரஞ்சனி பயந்துகொண்டே வீட்டிற்குத் திரும்பினாள். அடுத்தநாள் அவள் அஞ்சியபடியே வீட்டுச் சூழ்நிலை மாறிவிட்டது.

"உங்களைக் கடைசியா பாத்து இருபத்தியஞ்சு வருஷம் இருக்குமா?" என்றான் நாகநந்தன். "இருக்கும்" என்றாள் ரஞ்சனி. கூந்தலை முன் புறம் தூக்கிப் போட்டாள். கூந்தல் அடர்த்தியாக

இருந்தது. அவள் உடல் தளர்ந்துவிட்டது. முகத்தில் சுருக்கங்கள்; கூந்தல் குறையவில்லை. அவளிடம் இருந்த வனப்பைக் காண்பிக்க என இந்த அடர் கூந்தலைத் தூக்கிப் போட்டாளா என்று தெரியவில்லை.

அவன் எழுந்து கழிவறைப் பக்கம் இருக்கும் கதவைத் திறந்து காற்று உடலில்பட நின்றான். சுகமாக இருந்தது. வாழ்க்கை சந்தோசமாக இல்லை என்ற உணர்வு அவன் மனத்தை அலைக்கழித்தது.

இரு குடும்பமும் இறங்கும் நேரம் நெருங்கிக்கொண்டிருந்தது. இந்த மன நெருக்கடியிலிருந்து விடுதலை அடையவேண்டும் என விரும்பியதால், விரைவில் இறங்கும் நிலையம் வரவேண்டும் என்று நினைத்தான். நிலையத்தை ரயில் நெருங்கும்போது இங்கிருந்து சென்று அவள் எதிரே உட்கார்ந்துகொள்ளலாம் என்றும் தோன்றியது.

நிலையம் நெருங்கியது, அவள் எதிரே உட்கார்ந்தான். அவள் ஜன்னல் வழியே பார்த்துக்கொண்டிருந்தாள். 'பல ஆண்டுகள் கழித்துப் பார்த்திருக்கிறேன், இனி நீ இறந்ததைக் கேட்பேனோ, அல்லது இன்னும் பல ஆண்டுகள் கழித்து இதேபோல் ஒரு சந்திப்பில் இன்னும் முற்றிய கிழவனாக, முற்றிய கிழவியாக உன்னைப் பார்ப்பேனோ' என்ற எண்ணம் அவனுள் ஓடி ரயில் நின்றதும் நின்றது.

மனைவியையும் மகளையும் கொண்டுவந்திருந்த சாமான்களை எடுத்துக்கொண்டு போகச் சொன்னான். ரஞ்சனியின் மகனிடம் முன்னால் போகச் சொன்னான், பின்னர் ரஞ்சனியைப் போகச் சொன்னான். ரஞ்சனி நடக்கும்போது அவள் பின்புறத்தில் லேசாகத் தட்டினான். அவள் திரும்பிப் பார்த்து அவனை முன்னால் போகச்சொல்லி இடம் விட்டாள். அவன் முன்னால் சென்றபோது அவள் அவன் பின்புறத்தில் லேசாகத் தட்டினாள்.

ரயிலை விட்டிறங்கினர், விடைபெற்றுக்கொண்டு அவரவர் வழியில் சென்றனர்.

❍

உன்னதம், ஜூன்–ஜூலை 2006

மாபெரும் சூதாட்டம்

ஓர் இடத்திற்குப் பல வரைபடங்கள் ஒரு காலத்திற்குப் பல சரித்திரங்கள்

1

சில நாட்களாகவே அவளைப் பார்க்க வேண்டும் என்று அம்மையப்பனுக்குத் தோன்றிக் கொண்டே யிருந்தது. மனைவி, பையன்களுடனான பிரச்சினைகள், தாங்க முடியாத மன உளைச்சலை அவனுக்கு ஏற்படுத்தி யிருந்தன. இந்தத் திருவிழாக் காலத்தில் சாமி சுற்றி வரும் தெருவில் அவள் வீடு இருப்பதால், சாமி வரும் சமயத்தில் வெளியூரிலிருந்து திருவிழாவுக்காக வரும் அவளைப் பார்க்க முடியும். ஒரு நாள் வந்தபோது சாமி ஏற்கனவே சென்றிருந்தது. இன்னொரு நாள் வந்த பிறகுதான் தெரிந்தது அன்று சாமி வராத நாள் என்று.

இன்று மதியத்திற்கு மேல் ஆரம்பித்த சண்டை, பெருங்கூச்சல், அழுகைகளுடன் முடிந்தது. அம் மையப்பனுக்கு சுயபச்சாதாபமும் அவமானமும் ஏற்பட்டன. பிறந்ததிலிருந்து உறவுகள் எதுவும் சரியாக அமையாமல் ஏன் இவ்வாறு துயரங்கள் ஏற்படுகின்றன என்பது அவனுக்குப் புதிராக இருந்தது. வீட்டிலிருந்து கிளம்பியவன் பார்க் ஹோட்டலுக்குச் சென்றான். அங்கு சுவரில் ஒரு பெண், குழந்தையைத் தூக்கி வைத்திருக்கும் பெரிய வண்ணப்படம் இருக்கிறது. அந்தப் படத்தில் குழந்தை அனுபவிக்கும் ஆதரவும் தாய்மை உணர்வும் அவனுக்கு மனச்சாந்தியை அளிப்பதாக இருக்கும். சர்வரிடம் டீ கொண்டுவரச் சொன்னான். அவன் அந்தப் படத்தையே பார்த்துக் கொண்டிருந்தான். அவனுடைய கண்கள் கலங்கின.

அம்மையப்பனின் தந்தை அவனுக்கு நினைவு தெரியும் முன்னரே விபத்தில் இறந்துவிட்டார். பாட்டி, தாயார், சகோதரிகளுடன் வாழ்வு. தாயாரை நினைத்தால் அவனுக்கு மனத்தொந்தரவும், பயமும், இரக்கமும்தான் ஏற்படுகின்றன. அவனுக்கு நினைவு தெரிந்த நாளில் அவரை மனநோயாளியாக அறிந்தான். சிறுவனாக இருக்கும்போது மந்திரவாதிகள் வீட்டிற்கு வந்துகொண்டிருந்தார்கள். சில நாட்களில் கழுத்து அறுபட்ட சேவல்கள் வீட்டு வாசலில் கிடக்கும். சில நாட்களில் இரவில் சத்தம் கேட்டு விழித்துப் பார்த்தால் பாட்டி, குச்சியால் அவனுடைய தாயாரை அடித்துக்கொண்டிருப்பாள்.

அவன் ஹோட்டலைவிட்டு வெளியே வந்தான். இன்று எப்படியும் அவளைப் பார்த்துவிட வேண்டும் என்று தோன்றியது. நகரத்திலுள்ள கோபாலசுவாமி கோயிலுக்குச் சென்றான். இக்கோயிலுக்குள் நுழைந்து முப்பது வருடங்களாகின்றன. முப்பது வருடங்களுக்கு முன் இந்தக் கோயிலில்தான் அவள் திருமணம் நடந்தது. கோயிலைப் புதிதாகப் பார்ப்பதுபோல் இருந்தது. எந்த இடத்தில் மேடை போடப்பட்டுத் திருமணம் நடந்தது என்பதை அம்மையப்பனால் அறிய முடியவில்லை. மேடை போடப்பட்டு அவளுக்குத் திருமணம் நடந்த இடம் ஒரு மாயம்போல் காணாமல் போயிருந்தது அவனுக்குப் பதற்றத்தை ஏற்படுத்தியது. கடைசியாக அவளை அம்மையப்பன் பார்த்தது அவளுடைய மகள் திருமணத்தில். அப்போதும் நேருக்குநேர் சந்தித்துப் பேசவில்லை. அவளை நேருக்குநேர் சந்தித்துப் பேச அவனுக்குச் சக்தி இல்லை. சற்று தூரத்தில் அவளைப் பார்த்ததோடு சரி. அவள் சிரிப்புத் தோற்றம் மனத்தில் தோன்றிக் கொண்டேயிருந்தது. முப்பது வருடங்கள் மறைந்து உடலில் திடீரெனப் பரவச நிலை ஏற்பட்டது. அவள் தோற்றத்தை அணைத்துக் கொண்டான்.

கோயிலைவிட்டு வெளியே வந்தான். இருள் உறைத்தது. அங்கிருந்து வழக்கமாக முடிவெட்டிக் கொள்ளும் கடைக்குச் சென்றான். முடிவெட்டிக் கொண்டான். சாமி எப்போது அந்தக் குறிப்பிட்ட வீதிக்கு வரும் என்று முடிவெட்டுபவனைக் கேட்டான். "இரவு ஒன்பதரை மணிக்கு வரும்" என்றான். மணி அப்போது 7:45 ஆகியிருந்தது. யோசனை செய்தான். ஹோட்டல் கார்டனில் உள்ள பாருக்குச் செல்லலாம் என்று தோன்றியது. இதுவரை அந்த பாருக்கு அவன் சென்றதில்லை.

அந்த பாரின் பெயர் 'டிரம்'. அதற்கேற்றாற்போல் அந்த பாரில் டிரம் ஒலி கலந்த மேற்கத்திய இசை கேட்டுக்கொண்டிருந்தது. டிரம் ஒலி மனதிலும் உடலிலும் பரபரப்பை ஏற்படுத்தியது. அம்மையப்பன் அமர்ந்திருந்த மேஜையில் எட்டு நபர்கள்

உட்காரலாம். அவன் மட்டும் அமர்ந்திருந்தான். ஐந்து இளைஞர்கள் வந்து அந்த மேஜையில் அமர்ந்தார்கள். செல்ஃபோனில் ஒருவன் பேசினான். அந்த செல்ஃபோன் மற்ற இளைஞர்களிடமும் சுற்றி வந்தது. அனைவரும் மறு முனையில் உள்ள குரலுடன் பேசினார்கள். அனைவரும் மகிழ்ச்சியாக இருந்தார்கள். அவர்கள் மகிழ்ச்சியாக இருந்தது இவனுக்கும் மகிழ்ச்சியை ஏற்படுத்தியது. அம்மையப்பனுக்கு போதை ஏறிக்கொண்டிருந்தது. இசைக்கேற்ப மனமும் தலையும் அசைந்தன. அவளைத் திருமணம் செய்துகொண்டான். மலைப் பிரதேசங்களுக்குச் சென்று வந்தான். படுக்கையைப் பகிர்ந்துகொண்டான். குழந்தை பிறந்து வளர்ந்து பள்ளியில் சேர்க்கிறான். எடுத்த காரியத்தில் அவள் துணை நிற்கிறாள். இடையிடையே அந்த மேஜைக்குரிய சர்வர் வந்து சென்று கொண்டிருந்தான். மணியைப் பார்த்தான். 9:20. அவசரமாக பாரைவிட்டுக் கிளம்பினான்.

பையன்போல ஆர்வம் கொண்டு சென்றுகொண்டிருப்பது அம்மையப்பனுக்கு மனக்கூச்சத்தை ஏற்படுத்திக்கொண் டிருந்தது. சாலையின் இருபுறத்திலும் மக்கள் சாமி பார்க்கக் கூடியிருந்தார்கள். அவள் வீடு இருந்த பிளாட்பாரத்திற்கு எதிர் பிளாட்பாரத்தில் மக்களுடன் நின்றுகொண்டான். இந்த வீடு அவள் பிறந்த வீடு. அவள் இப்போது எந்த ஊரில் வசிக்கிறாள் என்பது தெரியவில்லை. ஆனால் திருவிழாக் காலங்களில் அவள் வருவது வழக்கம். சாமி வரும் நேரம் நெருங்கிக்கொண்டிருந்தது. காளை மாட்டில் அமர்ந்து ஒரு பையன் தமுக்கடித்துச் சென்றுகொண்டிருந்தான். இரண்டு ஒட்டகங்கள் சென்றன. பெரிய உண்டியல்கள் தள்ளுவண்டியில் சென்றன. இரண்டு யானைகள் சென்றன. அவள் வீட்டு மாடிப்படியிலிருந்து ஆட்கள் இறங்கி வந்துகொண்டிருந்தார்கள். செண்டை வாத்தியக்காரர்கள் அதிரஅதிர வாசித்துக்கொண்டிருந்தார்கள். அவளின் தாயார், சகோதரன் உருமாறி மாடிப்படியிலிருந்து இறங்கிக்கொண்டிருந்தார்கள். செண்டை வாத்தியங்கள் அதிரஅதிர முழங்கின. ஒரு கணத்தில் காலம் எப்படிப் பின்னுக்குச் சென்றதெனக் குழப்பம் ஏற்பட்டது. அவளைக் காணோம். தீப ஒளியில் வலப்பக்கம் மூக்குத்தி மின்ன அவள் முகம் ஜொலித்தது. இதென்ன சோதனை? ஜென்மாந்தரமாக அவள் முகம் தொடருமா? எங்கே அவள்? இருந்து, இல்லாதது போல் மாயம்கொண்டிருக்கிறாளா?

2

அம்மையப்பன் மருத்துவமனைப் படுக்கையில் இருந்தான். நெற்றியில் கட்டுப்போடப்பட்டிருந்தது. செண்டை வாத்தியக் காரர்கள் அதிரஅதிர வாசித்துக்கொண்டு சென்ற பின்னர்,

நெற்றியில் காவித் துணி கட்டியிருந்த ஒரு குழு “இந்திய நாடு இந்துக்களுக்கே” என்று கோஷமிட்டுச் சென்றது. அதன் பின்னர் நாதஸ்வரக் குழு வாசித்துச் சென்றது. அதன் பின்னர் சாமி வந்தது. சாமி சென்ற பின்னர் கூட்டம் கலைந்தது. அவன் சாமி பின்னால் சென்றான். திடீரென்று சாமி நின்றது. நாதஸ்வர ஓசையும் நின்றது. அம்மையப்பன் கூட்டத்தினூடே புகுந்து பார்த்தான். நடைபாதையில் ஒரு குழு “இந்திய நாடு இந்தியருக்கே” என்று கோஷமிட்டுக்கொண்டிருந்தது. இரு குழுக்களைச் சேர்ந்தவர்களுக்கிடையே வாய்ச்சண்டை ஏற்பட்டது. கூட்டம் ஓட ஆரம்பித்தது. என்ன நடந்ததென்று தெரியவில்லை. ஒரு கல் தலையைத் தாக்கியது.

போலீஸ் அதிகாரி அம்மையப்பனின் முன் நின்றுகொண்டிருந்தார். “நீ எந்த குருப்?” என்றார். “வேடிக்கை பார்க்க வந்தவன்” என்றான். “எந்த குரூப்பிற்கு சப்போர்ட்” என்றார் போலீஸ் அதிகாரி. “இல்லை, நான் சாமி கும்பிட வந்தவன்” என்றான்.

போலீஸ் அதிகாரி கடுப்புடன் கீழ் அதிகாரிகளைப் பார்த்தார். “என்னய்யா, எல்லாத்தையும் ஒரே இடத்துலே போட்டு வைச்சிருக்கிறே? அந்த குரூப்பைச் சேர்ந்தவங்களையும் இந்த குரூப்பைச் சேர்ந்தவங்களையும் பிரிங்க. சப்போர்ட்டர்களையும் பிரிங்க. அப்பாவிகளைத் தனியாப் பிரிங்க. அந்தந்த குரூப்பைச் சேர்ந்தவங்களைப் பாக்க வரும் கட்சிக்காரங்களுக்கு மாத்தி காமிச்சிராதீங்க. புதுச் சிக்கலை உருவாக்கிராதிங்க” என்றார். அப்போது சாமியாரின் தலைமையில் ஒரு கூட்டம் வந்தது. அடிபட்டுக் கிடந்தவர்களில் சிலர் எதிர்த்துக் கோஷமிட்டார்கள். போலீஸ்காரர்கள் பதற்றமடைந்தார்கள்.

ரத்தம் அதிகமாக வெளியேறியதே தவிர அம்மையப்பனுக்குப் பெரிய காயமில்லை. மருத்துவமனையைவிட்டு வெளியேறுவதைப் பற்றி யோசித்தான்.

அம்மையப்பனின் மனைவி மகனுடன் நுழைந்தாள். அவனருகில் வந்தவள், “என்ன ஆச்சு?” என்றாள். அவன் ஒன்றும் பேசாமல் இருந்தான். மகனைப் பார்த்து, “இப்படித் தாண்டா ஏதாவது பிரச்சினையிலே மாட்டிக் கிட்டேயிருக்காரு. என்னத்துக்கு அங்கே போய் அடிபடணும்” என்றாள். மகன் வயதுக்கு மீறி குண்டாக இருந்தான். “வெளியே விடுவாங்களா?” என்றான்.

இருவரும் அங்கிருந்த போலீஸாரிடம் சென்றார்கள். போலீஸார் டி.எஸ்.பி.யைப் பார்க்கச் சொன்னார்கள். அவள் டி.எஸ்.பி.யிடம் சென்று, “ஒன்றிய மகளிர் அணித் தலைவி” என்றாள். இரண்டு நாட்களுக்கு முன் எம்.எல்.ஏ.வையும் நான்கு

நாட்களுக்கு முன் எம்.பி.யையும் அவர்கள் பகுதியில் சாலைகள் அமைப்பதற்காகப் பார்த்ததாகத் தெரிவித்தாள். டி.எஸ்.பி. "சரோஜா கண்ணபிரானைத் தெரியுமா?" என்று கேட்டார். அவள் "தெரியும்" என்றாள்.

அவர் போலீஸாரைப் பார்த்து, "ரேஷன் கார்டு ஜெராக்ஸ் காப்பி வாங்கிட்டு ஒரு வெள்ளைப் பேப்பரில் எப்ப விசாரணைக்குக் கூப்பிட்டாலும் வருவேன்னு எழுதி வாங்கிக்கிட்டு விட்டுருங்க" என்றார்.

3

அம்மையப்பனுக்கு மனம் குழம்பியிருந்தது. பெரிய சுவரொட்டிகள் அழைத்துக்கொண்டிருந்தன. மக்கள் சென்றுகொண்டிருந்தார்கள். அம்மையப்பன் பேருந்திலிருந்து இறங்கி, திறந்திருந்த பெரிய கேட் வழியே நுழைந்தான். வழியில் பக்திப் புத்தகங்களை விற்றுக்கொண்டிருந்தார்கள். மகா குருவும் சிறிய குருவும் நின்று கொண்டிருக்கும் பெரிய படங்கள் ஒட்டப்பட்ட தட்டிகள் வைக்கப்பட்டிருந்தன. ஒரு வங்கியிலிருந்து மகா குருவுக்குப் பூஜை செய்யும் நிகழ்ச்சி. பெரிய வெற்றிடத்தில் ஒரு பகுதியில் பந்தல் போடப்பட்டிருந்தது. பந்தலுக்கருகே விழுதுகளுடன் பெரிய ஆலமரம் இருந்தது. பந்தலில் போடப்பட்டிருந்த நாற்காலிகள் ஆண்களாலும் பெண்களாலும் நிரம்பியிருந்தன. பந்தலை ஒட்டி நின்றிருந்த கூட்டத்துடன் சேர்ந்து நின்றுகொண்டான். வலப்பக்கம் நின்றிருந்த பெண், அம்மையப்பனைப் பார்த்தாள். அவன் அவள் கண்களைச் சந்தித்தான். அவள் கண்களை விலக்கிக்கொண்டு மேடையைப் பார்த்தாள். மேடையில் போடப்பட்டிருந்த ஒரே நாற்காலியில் மகா குரு அமர்ந்திருந்தார். கீழே பலகையில் சிறிய குரு அமர்ந்திருந்தார். மேலே வெற்றுடம்புடன் ஒரு பெரியவர் மைக்கில் சிவகுருநாதன் என்னும் சிவனடியாரைப் பூஜைக்குத் தலைமைதாங்க வருமாறு அழைத்தார். சிவனடியார் காவி வேட்டி, காவி ஜிப்பா சகிதம் கூட்டத்திலிருந்து எழுந்து வந்தார். தாடி வளர்த்திருந்தார். மேடையில் ஏறி மக்களுக்கு வணக்கம் தெரிவித்து, நாற்காலியில் அமர்ந்திருந்த மகா குருவின் பாதத்தைப் பணிந்து காலடியில் அமர்ந்தார்.

"பூஜை தொடங்குகிறது" எனப் பெரியவர் பரவசமாக அறிவித்தார். சிவனடியாரைத் தவிர மேடையில் மகா குருவிற்குப் பின்னால் நின்றிருந்த அனைவரும் மேல் சட்டையில்லாமல் வெற்றுடம்போடு இருந்தனர். தாம்பாளத்தைச் சிறிய குருவிடம் கொடுக்க அவர் எழுந்து வாங்கி மகா குருவின் பாதத்திற்கு அடியில் வைத்தார். சிறிய குரு வெள்ளிச் செம்பிலிருந்து நீரையூற்றிப் பாதங்களைக் கழுவினார். மைக்கில் கோஷங்கள் எழுப்பப்பட்டன.

சிறிய குரு பக்தியுடன் மகா குருவின் கால்களைக் கழுவுவதைச் சிவனடியார் பார்த்துக்கொண்டிருந்தார்.

பெரிய மாலையைச் சுமந்துகொண்டு இருவர் வந்தார்கள். பின்னர் மலர்க் கூடைகளைச் சுமந்துகொண்டு சிலர் வந்தார்கள். சிறிய குரு மாலையைப் பிறர் துணையோடு நாற்காலியில் அமர்ந்திருந்த மகா குருவிற்கு அணிவித்தார். மகா குரு நாற்காலியில் வசதியாக அமர்ந்துகொண்டார். ஒருவர் மலர்க் கிரீடங்களை எடுத்துவந்தார். சிறிய குரு, மகா குருவின் தலையில் மலர்க் கிரீடத்தை வைத்தார். மைக்கில் கோஷங்கள் உக்கிரமாக எழுந்தன. மலர்க் கிரீடத்திற்கு மேல் இன்னொரு மலர்க் கிரீடத்தைச் சிறிய குரு வைத்தார். மகா குரு சலனமில்லாமல் நாற்காலியில் அமர்ந்திருந்தார். கூடையில் கொண்டுவந்திருந்த மலர்களைச் சிறிய குரு, மகா குருவின் தலையில் கொட்டினார். மகா குரு உடலை அசைக்காமல் உட்கார்ந்திருந்தார். சிறிய குரு கொட்டிக் கொண்டே இருந்தார். ஏழு கூடை மலர்கள் கொட்டப்பட்டன. மகா குருவின் உடல் மலர்களால் மூடப்பட்டது. தலையில் கிரீடங்களுடன் கழுத்தில் மாலையுடன் மலர்கள் உடலை மூடியிருக்கக் கண்களை மூடி நித்திரையில் இருப்பவர்போல் அசையாதிருந்தார். தலை லேசாகச் சாய்ந்திருந்தது. மகா குரு கைகளை அசைத்தார். மலர்கள் கீழே விழுந்தன. மார்பில் நிரம்பியிருந்த மலர்களையும் கையிடுக்குகளில் இருந்த மலர்களையும் தள்ளிவிட்டார். மகாகுருவின் முன்பு வாழைப் பழங்கள், ஆப்பிள்கள், ஆரஞ்சுப் பழங்கள், பேரீச்சம் பழங்கள் தனித்தனியே பெரிய கூடைகளில் வைக்கப்பட்டன. சிறிய குரு பலகையின் மீது அமர்ந்தார். மைக்கில் கோஷங்கள் நிறுத்தப்பட்டன. தேவாரப் பாடல்கள் பாடப்படும் என்றும் அதன்பின் நாலாயிர திவ்வியப் பிரபந்தத்திலிருந்து பாடல்கள் பாடப்படும் என்றும் தெரிவிக்கப்பட்டது. பந்தலுக்கு முன்பாகத் தரையில் உட்கார்ந்திருந்த ஒருவர் வயர் இல்லாத மைக்கில் தேவாரப் பாடல்களைப் பாட ஆரம்பித்தார். மகா குரு தலையை ஆட்டினார். பின்னர் கண்களை மூடியபடி இருந்தார். அவரிடமிருந்து கொட்டாவி வந்தது. சிறிது நேரத்தில் சிறிய குருவிடமிருந்து கொட்டாவி வந்தது. பிறகு மகா குருவிடமிருந்து கொட்டாவி வந்தது. இருவரும் மாறிமாறிச் சற்று இடைவெளி யுடன் கொட்டாவி விட்டனர். தேவாரம் ஒலித்துக்கொண்டிருந்தது.

அம்மையப்பனுக்கு அலுப்பாக இருந்தது. மகா குரு வலது கையைப் பின்னுக்குக்கொண்டு சென்று முதுகில் ஒட்டியிருந்த மலர் இதழ்களைத் தள்ளிவிட்டுக்கொண்டிருந்தார். மனக்குழப்பம் கூடியது போலிருந்தது. கூட்டத்திலிருந்து வெளியே வந்தான்.

4

அப்போது அம்மையப்பன் பள்ளியில் படித்துக்கொண்டிருந்தான். மேட்டிலிருந்து தாவிக் கோயிலின் மேல்தளத்தில் ஏறினான் அம்மையப்பன். காற்று வேகமாக வீசியது. முக்கிய கோபுரங்கள் அல்லாத சிறு கோபுரங்களில் ஒன்றை நோக்கி நடந்தான். அந்த கோபுரத்தில் மூன்று வாயில்கள் இருந்தன. இரண்டாம் வாயில்தான் இவர்களுடைய ஜாகை. காற்று நுழைந்து செல்லக்கூடிய இடமாகையால் தரை சுத்தமாக இருந்தது. காற்று வெள்ளம்போல வந்துகொண்டிருந்தது. அங்கே தம்பிரான் கால்மேல் கால்போட்டுப் படுத்திருந்தான். இவனைக் கண்டதும் எழுந்து உட்கார்ந்து, "சிகரெட் வாங்கி வந்தாயா?" என்றான். அம்மையப்பன் வாங்கிவந்திருந்த பாஸிங் ஷோ சிகரெட்டைக் கொடுத்தான். அங்கேயே ஓரிடத்தில் வைத்திருந்த தீப்பெட்டியை எடுத்து சிகரெட்டைப் பற்றவைத்தார்கள். இன்று மாலை நான்கு மணிக்குப் பள்ளி மைதானத்தில் உள்ள மரத்தடிக்கு அசோகனும் தாசனும் வரச் சொல்லியிருப்பதாக அவர்கள் கூறினார்கள். ஐந்து மணிக்குத் தகடூர் ராஜபால சாஸ்திரிகள் மாணவர்களைச் சந்திக்க வரச் சொல்லியிருப்பதால் அங்கு சந்தித்து அனைவரும் செல்ல ஏற்பாடு என்றார்கள். தகடூர் ராஜபால சாஸ்திரிகள் கம்யூனிஸ்ட் கட்சியைச் சேர்ந்தவர். "அவர் இந்தி ஆதரவாளரா?" என்றான் தம்பிரான். ஜான்சனின் அப்பா கம்யூனிஸ்ட். வார்டு மெம்பர். "பாட்டாளிவர்க்கப் போராட்டத்தைத் திசை திருப்பும் செயல்னு அப்பா சொல்றாரு. இந்தியைப் படிச்சுப் பாத்தாத்தானே தெரியும் எவ்வளவு கஷ்டம்னு" என்றான் ஜான்சன். "ரூபாய் நோட்டிலே இந்தி எழுத்து இருக்கே, அதை ஏன் அழிக்காமல் இருக்கிறாங்கன்னு கேட்டால் என்ன பதில் சொல்வது" என்ற சிந்தனையில் அம்மையப்பன் ஆழ்ந்திருந்தான். தம்பிரான் அணைத்துப் போட்ட சிகரெட்டைத் தேடி எடுத்துப் பற்ற வைத்துக்கொண்டான்.

அன்று சாயந்திரம் பள்ளி மைதான மரத்தடியில் கூடினார்கள். தாசன், "இன்னும் அசோகனைக் காணோமே" என்று கூறிக்கொண்டேயிருந்தான். தூரத்தே அசோகன் வந்து கொண்டிருந்தான். அசோகன் அருகே வந்ததும், "தமிழ் வாத்தியார் காம்பவுண்டு சுவர்கிட்டே நிக்கிறாரு, பாத்துட்டுப் போகச் சொல்றாரு" என்றான். அனைவரும் கிளம்பினார்கள். தமிழ் ஆசிரியர் சைக்கிளுடன் நின்றிருந்தார். "என்னைப் பாத்ததா வெளியிலே சொல்ல வேண்டாம். எந்தக் கட்சியிலே இருந்தாலும் பார்ப்பானை நம்பாதே. உங்களை மாத்தி விட்டுவிடுவான். பாவேந்தர் பாரதிதாசன் சொன்னதை ஞாபகம் வைச்சுக்கோங்க.

பொங்கு தமிழர்க்கின்னல் விளைத்தால் சங்காரம் நிஜமென்று சங்கே முழங்கு. நான் வாரேன்" என்று கூறிவிட்டுத் தமிழ் ஆசிரியர் சைக்கிளில் ஏறிச் சென்றார்.

அனைவரும் சாஸ்திரிகள் வீட்டிற்குச் செல்ல ஐந்தேகால் மணியாகிவிட்டது. சாஸ்திரிகள் பெரிய திண்ணையில் பாய் விரித்து வெற்றிலைப் பெட்டியுடன் இவர்களை எதிர்பார்த்து அமர்ந்திருந்தார்.

அனைவரும் டீக்கடையில் டீ அருந்திக்கொண்டிருந்தார்கள். சாஸ்திரிகள் அவர்களிடம் வாதம் செய்வார் என்று நினைத்த அவர்களுக்குப் பெரிய ஏமாற்றம். அவர்களை ஊக்குவிக்கும் வகையில் அவர் பேசினார். அவர் சார்ந்துள்ள கட்சியின் லட்சியம் வேறு என்பதால் இத்தகைய ஆதரவினைத்தான் வழங்க இயலும் என்று கூறினார். டீக்கடையிலிருந்து அசோகன் உண்டியல்களை எடுத்து வந்தான். ஒரு உண்டியலுக்கு இரண்டு நபர்கள். உண்டியல் பூட்டுப் போடப்பட்டிருந்தது. அம்மையப்பனுக்கும் ஜான்சனுக்கும் ஒரு உண்டியல். அனைவரும் உண்டியல் எடுத்துக்கொண்டு கடை வீதிக்குள் நுழைந்தார்கள். உண்டியல் வசூல் முடிந்ததும் அனைவரும் காந்தி சிலைமுன் கூடினார்கள். தாசன் டீக்கடையிலிருந்து சாவிக் கொத்தை வாங்கி வந்து உண்டியல்களின் பூட்டுகளை அனைவர் முன்பாகவும் திறந்தான். உண்டியல்களிலிருந்த நாணயங்கள் எண்ணப்பட்டு, ஒரு நோட்டுப் புத்தகத்தில் கணக்கு வரவு வைக்கப்பட்டது. மாணவர் தலைவன் மகுடேஸ்வரனை வைத்துப் பொதுக்கூட்டம் நடத்துவதற்காக உண்டியல் வசூல் செய்வதாக தாசன் அனைவருக்கும் கேட்கும்படியாகக் கூறினான்.

அடுத்த நாள் பக்கத்து ஊரில் உண்டியல் வசூல். ரயில் ஏறித்தான் அடுத்த ஊருக்குச் செல்ல வேண்டும். அனைவரும் ரயிலில் உண்டியலுடன் ஏறி அமர்ந்தார்கள். டிக்கெட் பரிசோதகர் வந்தபோது ஜான்சன், "இந்தி எதிர்ப்பு ஸ்டூடன்ஸ்" என்றான். அவர் புன்னகைத்துத் தலையாட்டிச் சென்றுவிட்டார். அந்த ஊரில் நல்ல வரவேற்பு. நல்ல உண்டியல் வசூல். அம்மையப்பனுக்கும் தம்பிரானுக்கும் ஒரு உண்டியல் கொடுத்திருந்தார்கள். அனைவரும் சந்திக்கும் இடத்தை நோக்கி வரும் வழியில் தம்பிரான் உண்டியலைக் கைகளால் நெம்பிக்கொண்டேயிருந்தான். சின்ன இடைவெளி ஏற்பட்டது. யாரும் இல்லாத இடத்தில் கொட்டினான். கைகளில் நாணயங்கள் நிறைந்தன. டிரவுசர் பையில் போட்டுக்கொண்டான். திரும்பவும் நாணயங்களைக் கொட்டி அம்மையப்பனிடம் கொடுத்தான். அம்மையப்பனும் டிரவுசர் பையில் போட்டுக்கொண்டான். "வசூல் ஏன் குறைஞ்சுபோச்சுன்னு கேட்டா என்னடா சொல்றது?" என்றான் அம்மையப்பன்.

"அவ்வளவுதான் வசூல்னு சொல்ல வேண்டியதுதான்" என்றான் தம்பிரான். பரோட்டாக் கடையைப் பார்த்ததும் தம்பிரான், "பசிக்குது, வாடா சாப்பிடலாம்" என்று அம்மையப்பனையும் கூட்டிக்கொண்டு நுழைந்தான். பரோட்டாவும் சுக்கா வறுவலும் சாப்பிட்டார்கள். டிரவுசர் பாக்கெட்டிலிருந்த சில்லறையை எடுத்துக் கொடுத்தார்கள். பெட்டிக் கடையில் பாஸிங் ஷோ சிகரெட் வாங்கிப் புகைத்தார்கள்.

சந்திக்கும் இடத்தில் இவர்களைத் தவிர அனைவரும் ஏற்கனவே வந்திருந்தனர். தாசன், அவர்கள் இருவரையும் தனியே அழைத்துச் சென்று, "பரோட்டாக் கடையில் சில்லறைக் காசைக் கொடுத்துச் சாப்பிட்டது, உண்டியல் காசை எடுத்துத்தானா?" என்றான். இருவரும் பதில் சொல்லாமல் இருந்தார்கள். "நீங்க உண்டியல் காசை எடுத்துச் சாப்பிட்டதாகச் சொல்லி ஒரு வீட்லே காசு கொடுக்க மாட்டேன்னு சொல்லிட்டாங்க" என்றான் தாசன். ஜான்சன் இவர்களை நோக்கி வந்தான். "ஊர்லே போய்ப் பேசிக்குவோம்" என்றான் தாசன். ரயிலில் வரும்போது ஜான்சன் திடீரென எழுந்து, "பொதுக் காசுலே பரோட்டா திங்கறியாடா" என்று தம்பிரானின் சட்டையைப் பிடித்துச் சண்டை போட்டான். "பசிக்கும்னு எங்க அம்மா சேத்துவைச்ச சில்லறைக் காசைக் கொடுத்துச்சு" என்றான் தம்பிரான். அம்மையப்பன் மெது வாக எழுந்து கழிவறைக்குச் சென்று டிரவுசர் பையிலிருந்த நாணயங்களைக் கழிவறைத் துவாரங்களில் போட்டான்.

ஒரு நாள் அம்மையப்பன் மொபட்டில் சென்று கொண்டிருக்கும்போது ஒரு அம்பாஸிடர் கார் அருகில் நெருங்கி வந்துகொண்டிருப்பதையும் அதனுள்ளிருந்து ஒருவர் கை அசைப்பதையும் பார்த்து மொபட்டை நிறுத்தினான். நிறுத்தப்பட்ட காரிலிருந்து தம்பிரான் இறங்கி வந்தான். விலையுயர்ந்த பேண்ட், சட்டை அணிந்திருந்தான். பணக்காரக் களையுடன் இருந்தான். காரிலிருந்து இறங்கியவுடன் கிங்ஸ் பில்டர் சிகரெட்டைப் பற்ற வைத்துக்கொண்டான். சேலத்தில் இன்சூரன்ஸ் கம்பெனியில் வேலையில் இருப்பதாகத் தெரிவித்து விசிட்டிங் கார்டைக் கொடுத்தான். அம்மையப்பனின் முகவரியைக் கேட்கவில்லை. அவனுடைய மனைவி கூலிங்கிளாஸ் அணிந்திருந்தாள். அவள் டாக்டராக இருப்பதாகத் தெரிவித்தான். அவள் காரைவிட்டு இறங்கவில்லை. தொலைபேசியில் தெரிவித்துவிட்டு சேலம் வருமாறு கூறினான்.

தொடர்பு அறுந்துபோன ஊருக்குச் சென்றிருந்த போது ஜான்சனைச் சந்தித்தான். அவன் டீக்கடை உரிமையாளராக இருந்தான். மார்க்ஸிஸ்ட் கம்யூனிஸ்ட் கட்சியில் பொறுப்பில்

இருப்பதாகத் தெரிவித்தான். டீக்கடைக்கு 'வெண்மணி டீக்கடை' என்று பெயர் வைத்திருந்தான். "இன்னும் திருமணம் செய்துகொள்ளவில்லை" என்று சிரித்துக்கொண்டே கூறினான்.

தாசனைக் கண்டுபிடிப்பதற்கு மிகவும் சிரமப்பட வேண்டி யிருந்தது. மீனவ கிராமத்திற்குச் சென்று விசாரித்தபோது அந்தப் பெயரில் வேறு சிலரும் இருந்ததால் கண்டுபிடிக்கச் சிரமமாக இருந்தது. இந்தி எதிர்ப்புப் போராட்டத்தில் மாணவர் தலைவராக இருந்தான் என்று சொன்னது எவருக்கும் ஒரு அடையாளமாகத் தெரியவில்லை. அம்மையப்பன் சொன்ன வேறு அடையாளங்களின்படி அவன் கருவாட்டுக் கடை தாசனாக இருக்கக்கூடும் என்று ஒருவர் யூகமாகக் கூறினார். அவன் சென்ற சமயம் தேவாலயத்திலிருந்து ஆட்கள் வந்து கொண்டிருந்தனர். யூகம் பண்ணியவர் கையைக் காட்டினார். அவனேதான். வயதுக்கு மீறிய முதுமை. லுங்கி கட்டியிருந்தான். தோளில் துண்டு போட்டிருந்தான். அவன் மனத்தில் அம்மையப்பன் பற்றிய நினைவுகள் பெரும்பாலும் அழிந்திருந்தன. அவனுக்கு நான்கு மகள்கள். ஒருத்திக்கு மட்டும் திருமணம் முடித்திருந்தான். மூன்று பெண்கள் திருமணமாகாமல் இருக்கின்றனர். மனைவி இறந்து இரண்டு வருடங்களாகின்றன. கருவாட்டு வியாபாரம் செய்துகொண்டிருக்கிறான். அசோகனைப்பற்றி விசாரித்தபோது கடலில் மீன் பிடிக்கச் சென்றபோது சிறீலங்கா ஆர்மிக்காரர்களால் சுடப்பட்டு இறந்துவிட்டதாகத் தெரிவித்தான்.

5

தம்பிரானின் இருப்பிடம் பெரிய பங்களாவாக இருந்தது. உள்ளே நுழைவதற்கு அம்மையப்பனுக்குக் கூச்சமாக இருந்தது. பள்ளியில் படிக்கும்போது தம்பிரானின் அப்பா ஒரு கடையில் கணக்கு எழுதிக்கொண்டிருந்தார். அவனுடைய அம்மா முறுக்கு சுட்டுக் கடைகளில் கொடுத்துக்கொண்டிருந்தாள். அம்மையப்பன் வேலையில் இருந்தபோதுகூடத் தம்பிரான் ஒரு மிக்சர் கடையில் பொட்டலம் மடித்துக்கொண்டிருந்தான். அவனுடைய வளர்ச்சி அதிசயமாக இருந்தது.

அழைப்பு மணியை அழுத்தினான். கதவு திறந்தது. வேலைக்காரி நின்றுகொண்டிருந்தாள். "நான் தம்பிரானின் ப்ரெண்ட்" என்றான். அவள் உள்ளே சென்றாள். அவன் நின்றுகொண்டிருந்தான். தம்பிரானின் மனைவி செல்ஃபோனில் பேசிக்கொண்டே வந்தாள். அவன் அருகில் வந்தும் சற்று நேரம் பேசிக்கொண்டிருந்தாள். "யார்?" என்றாள். "நான் தம்பிரானின் ப்ரெண்ட்" என்றான். அவள் திரும்பவும் உள்ளே சென்றாள்.

சற்று நேரத்தில் தம்பிரான் வந்தான். "எப்ப ஊருக்கு வந்தே? எங்கே தங்கியிருக்கே?" என்று கேட்டபடி உள்ளே அழைத்தான். அம்மையப்பன் சோபாவில் அமர்ந்தான். வீட்டின் அமைப்பு, பொருள்கள் பணக்காரத்தனமாக இருந்தன. அந்தச் சூழ்நிலையில் அன்னியனாக உணர்ந்தான். தம்பிரானின் மனைவி அவர்களைக் கடக்கும்போது அவன் அம்மையப்பனைக் காண்பித்து, "ஸ்கூல்ல க்ளாஸ்மேட்" என்றான். அவள் தயாரிப்புப் புன்னகையைக் காண்பித்துக் கடந்து சென்றாள். "நான் டிரஸ் மாற்றி வருகிறேன். நம்ம ரெஸ்ட்ஹவுசுக்குப் போவோம்" என்றான் தம்பிரான்.

காரைத் தம்பிரான் ஓட்டிக்கொண்டு வந்தான். அம்மையப்பன் அருகில் அமர்ந்திருந்தான். இருவருக்கும் பால்யகால நினைவுகள் வந்தன. அந்த நினைவுகளே ஒரு சுமையாகத் தோன்றின. தம்பிரானுக்குக் காலத்தில் பின்னோக்கிச் செல்வது சஞ்சலத்தை ஏற்படுத்தியது.

ரெஸ்ட்ஹவுஸ் அழகான அமைதியான சூழலில் எளிமை யாக, வசதியாக அமைந்திருந்தது. தம்பிரான் அயல்நாட்டு மதுவை உள்அறைக்குள் நுழைந்து எடுத்து வந்தான். சம்பிரதாயமாகப் பேசிக்கொண்ட பின்னர், பேசுவதற்கு எதுவுமே இல்லாதது போல் தோன்றியது. மௌனம் அவர்களுக்கிடையே பெரும் சங்கடத்தை ஏற்படுத்திக்கொண்டிருந்தது.

இருவருக்குமிடையே நிலவும் மௌனத்தின் உள்ளே நுழைந்தான் அம்மையப்பன். தம்பிரானின் மனைவி சாப்பிட்டுக் கொண்டிருந்தாள். அம்மையப்பனை சோபாவில் அமரச் சொன்னாள். "நான் தம்பிரானின் ப்ரெண்ட்" என்றான். "சாப்பிட்டு முடியுங்க" என்று அவன் சொன்னதையும் கேட்காமல் சாப்பாட்டை அப்படியே வைத்துவிட்டுக் கை கழுவி வந்தாள். வந்தவள் தரையில் வலது காலை மடக்கி இடது காலைக் குத்திட்டு அமர்ந்தாள். மூச்சு இரைத்துக்கொண்டிருந்தது. "உங்க ப்ரெண்ட் பணக்காரனான கதை தெரியுமா? அவள் டாக்டர். அவரு சிகிச்சைக்குப் போனாரு. ஒரு பெண்ணை இடம் பொருள் பார்த்து ஆண் தொட்டால், ஒன்று அவள் பணிந்து விடுவாள் அல்லது செருப்படி கொடுப்பாள். ஒரு கணம்தான். இப்படியும் ஆகும். அப்படியும் ஆகும். அவள் பணிந்தாள். அவர் பணக்காரனாயிட்டாரு. என்னையும்தான் தொட்டார். நானும் பணிந்தேன். ஆனா எங்கிட்டே பணமா இருக்கு. தரித்திரம்தான் இருக்கு. இரண்டு பிள்ளைகள் இருக்கு. காரு, பங்களா எல்லாம் அவள் பேர்லதான் இருக்கு. அவரு கடைசிக் காலத்திலே என்கிட்டேதான் வரணும்" என்றாள். மூச்சு இரைப்பில் அவள் உடல் ஆடிக்கொண்டிருந்தது.

6

நம்பிராஜனைப் பற்றி விசாரித்தபோது அவன் சென்னையில் உள்ள புரசைவாக்கம் செயிண்ட் ஆண்ட்ரூ கல்லூரியில் உளவியல் துறைப் பேராசிரியராக இருப்பதாக அம்மையப்பனுக்குத் தெரியவந்தது. அந்தக் கல்லூரியை அடைந்து அவனைப் பற்றி விசாரித்தான். ஜவஹர்லால் நேரு பல்கலைக்கழகத்தில் நடைபெறும் ஒரு கருத்தரங்கிற்காக அவன் தில்லி சென்றிருப்பதாகத் தெரிவித்தார்கள். அவனைச் சந்திக்க முடியாதது அம்மையப்பனுக்கு ஏமாற்றமாக இருந்தது. பஸ் நிலையத்திற்குச் சென்றான். என்ன செய்வது என்று தெரியாமல் திருப்பறம்பு என்னும் ஊருக்குச் செல்லும் பஸ்ஸில் ஏறினான்.

ஜன்னலோர இருக்கை. கொண்டுவந்திருந்த ஆங்கிலப் பத்திரிகையை வாசிக்க மனம் செல்லவில்லை. ஜன்னல் வழியாகப் பார்த்துக்கொண்டிருந்தான். ஏதோ ஒரு நிறுத்தத்தில் ஏறிய ஒரு முதியவர் அவன் அருகே அமர்ந்தார். மெலிந்த தேகம். கண்ணாடி அணிந்திருந்தார். ஒரு நிறுத்தத்தில் பக்தர்கள் கூட்டம் பஸ்ஸில் ஏறியது. அவரை இடித்துக்கொண்டு ஒரு பக்தர் நின்றார். அவர் எழுந்து அந்த பக்தரை அமரச் சொன்னார். அவர் பார்த்துக்கொண்டிருக்கையிலேயே கூட்டத்தினூடே சென்றுகொண்டிருந்தவர் காணாமல் போனார்.

முதியவர் அவனிடம் கூறிக்கொண்டிருந்தார், “கும்பிடறது ரொம்ப சுலபம். கும்பிட்டுக்கிட்டே இருப்பது ரொம்பரொம்ப சுலபம். எல்லோருக்கும் துயரங்கள் இருக்கு. காரணங்கள் அறிய முடியாத துயரங்கள். பீச்சுக்குப் போறமாதிரி, பார்க்குக்குப் போறமாதிரி, வழிபாட்டு இடத்துக்கும் போகலாம். மந்தையிலே ஒருத்தனா இருந்தால் என்ன செய்யறது?”

ஒரு நிறுத்தத்தில் பக்தர்கள் கூட்டம் இறங்கியது. ஒரு விளம்பரப் பலகையில் ஊரின் பெயர் திருக்காட்டுவாசல் என்று இருந்தது. அம்மையப்பன் இறங்கினான். பக்தர்கள் செல்லும் வழியில் சென்றான். “மந்தையிலே ஒருத்தனா இருந்தால் என்ன செய்யறது?” என்ற வாசகம் ஒலித்துக்கொண்டிருந்தது.

உலகளந்த பெருமாள் கோயில் அழைத்துக்கொண்டிருந்தது. பெரிய கோயில். பெரிய கதவு. அகன்ற திறந்தவெளிப் பிரகாரங்கள். உலகளந்த பெருமாள் பிரம்மாண்டமாக இருந்தார். இவ்வளவு பிரம்மாண்டத்தை அவன் பார்த்ததேயில்லை. அர்ச்சகர் கருவறையில் நின்று மணியடித்துத் தமிழில் தோத்திரம் சொல்லிக் கொண்டிருந்தார். “உலகளந்த பெருமாள் ஒரு காலினால் உலகத்தை அளந்தார்…” அப்போது உலகளந்த பெருமாளின் கையிடுக்கில்

இருந்து ஒரு கரப்பான் பூச்சி வந்து அவர் மார்பில் ஊர்ந்தது. அம்மையப்பனுக்கு திகிலாக இருந்தது.

அவன் கோயிலுக்கு வெளியே, சாலைக்கு வெளியே, திறந்த வெளியில் விழுந்தான். உடல் சக்தியற்று இருந்தது. ஒரு தொடுகையை உணர்ந்து விழித்தான். ஒரு பெண். பார்க் ஹோட்டல் வண்ணப் படத்திலிருந்து உயிர் பெற்று வந்த அந்தப் பெண், அவனை எடுத்து மடியில் கிடத்தினாள். தலை முடியைக் கோதிவிட்டாள். அவன் குழந்தைபோல் சுருண்டு கிடந்தான்.

○

காலச்சுவடு 61, ஜனவரி 2005

திருமண வரவேற்பு

'குடும்பம் மகிழ்ச்சியாக இருக்க என்ன செய்ய வேண்டும்?' என்ற கேள்வியை எழுப்பி, அதற்கான யோசனைகளைத் தெரிவிக்கும்படி, தன் மகன்கள் இருவரிடமும், மனைவியிடமும், அவன் கூறியிருந்தான். அவன் இருக்கும் ஊரில் கடற்கரை இல்லாததால் உட்கார்ந்து பேசுவதற்கான இடத்தைத் தேர்வு செய்வது கடினமானதாக இருந்தது. பிறகு, மீனாட்சியம்மன் கோயில் ஆடி வீதியில் இருக்கும் அரச மரத்தின் கீழ் அமர்ந்து பேசலாம் என்று நினைத்தான். குடியிருக்கும் இடத்திலிருந்து கோயிலுக்குச் செல்வதில் அசௌகரியம் ஏற்பட்டு, அதனால் காரியம் கெட்டு விடும் எனத் தோன்றியதால் கார் அமர்த்தினான். காரில் சென்றுகொண்டிருக்கும்போது, நண்பர் உறங்காப்புலியின் கடைக்குச் சென்று, அவருடைய மகன் திருமண வரவேற்புக்குச் செல்லாததால், குடும்பத்தினருடன் அவரைச் சந்திக்கலாம் என்று நினைத்தான். பரிசுப் பொருள் வாங்க வேண்டும் என்ற எண்ணமும் இருந்தது. காரில் சென்றுகொண் டிருந்தபோது குடும்பத்தினருடன் பேச வேண்டிய விஷயங்கள் குறித்து யோசனை ஏதும் இல்லை. காரை நிறுத்துவதற்கான இடம் கோயிலிலிருந்து தூரமாக இருந்தது. கோயிலுக்குள் செல்லும் நுழைவாயிலில் அவன் கூடப் படித்த ஜான் குப்புசாமியின் தேங்காய் – பழக்கடை இருந்தது. நல்லவேளையாக அவன் கடையில் இல்லை. இருந்திருந்தால் சம்பிரதாயமாகப் பேசிக்கொள்வதில் சலிப்பு ஏற்பட்டிருக்கும். வழிக் குழப்பத்தைச் சரி செய்து ஆடி வீதியில் பிச்சைக்காரர் களைக் கடந்துகொண்டிருக்கும்போது, நாதஸ்வர இசை கேட்டது. இடது பக்கம் திரும்பியதும், தங்கத்தேர் நின்றுகொண்டிருக்க, நாதஸ்வர வாசிப்பு நடந்து

கொண்டிருந்தது. எவ்வளவு பணம் கட்டினால் தங்கத்தேரை இழுக்க அனுமதி என்று தெரியவில்லை.

குடும்பத்தினருடன் முக்கியமான விஷயம் பேச வந்து கொண்டிருக்கையில், தங்கத்தேர் உற்சவர் எதிரே வருவது நல்ல சகுனம் என்ற எண்ணம் அனைவருக்கும் ஏற்படும் என்று நினைத்தான். வந்த காரியம் சுபமாக முடிந்தால், தங்கத்தேர் எதிரில் வந்ததினாலேயே சுபமாக முடிந்தது என்ற எண்ணம் ஏற்படுமே என்ற கவலையும் ஏற்பட்டது. தங்கத்தேரின் அருகில் குடும்பத்தினருடன் சென்றான். ஆச்சரியமாக இருந்தது. தங்கத்தேரை இழுப்பதற்கு நுகத்தடி இருந்தது. வடமும் இருந்தது. நுகத்தடியை வெளிநாட்டவர்கள் தாங்கியிருந்தனர். நுகத்தடியைக் கஷ்டப்பட்டு, சுமந்து இழுத்தார்கள். தேர் கடந்து சென்றது. அரச மரத்தின் கீழ் அமர்ந்தார்கள். குடும்பத்தினருடன் பேசிக்கொண்டிருக்கும் போதே சற்றுத் தள்ளி அமைந்திருந்த இசைத் தூண்களை யாரோ தட்டியதால் ஏற்பட்ட ஓசை கேட்டது. முதல் ஓசையில் இடையூறெனத் தோன்றினாலும் பின்னர் விட்டுவிட்டு ஏற்பட்ட ஓசை, காற்றில் ஏற்படும் இயற்கை ஓசைபோல ஒலித்துக்கொண்டிருந்தது.

கோயிலுக்கு வெளியே வந்தார்கள். பிச்சைக்காரர்கள் கூட்டத்திற்கிடையே தேர் இழுத்த வெளிநாட்டவர்கள் சிக்கியிருந்தனர். போலீஸ்காரர் பிச்சைக்காரர்களை விரட்டிக் கொண்டிருந்தார். உறங்காப்புலியின் கடைக்குச் செல்வதற்கு முன்னர், பரிசுப் பொருள் வாங்கச் சில கடைகளுக்குச் சென்றனர். ஒன்றும் அமையவில்லை. உறங்காபுலியின் கடையில் ஒரு விசேஷம் என்னவென்றால் விதவிதமான கத்திகளையும் அரிவாள்களையும் அங்கு பார்க்கலாம்.

உறங்காப்புலி கல்லாவில் இருந்துகொண்டே சிகரெட் புகைப்பவன். சிகரெட் புகைத்துக்கொண்டிருந்தவன் அவர்களைக் கண்டதும் சிகரெட்டை எறிந்துவிட்டு, எழுந்துநின்று வரவேற்றான். டைபாய்டு காய்ச்சலில் இருந்ததால், அவருடைய மகன் திருமணத்திற்கு வரமுடியவில்லை என்றான். காபி குடித்துவிட்டு விடைபெற்றுக் கொண்டனர்.

❍

அன்று மதியம் மீன் சாப்பாடு சாப்பிட்டு, தூங்கி எழுந்து, சாயந்திரம் எங்கு செல்வது என்ற யோசித்துக்கொண்டிருக்கும் போது உறங்காப்புலியின் மகன் திருமண வரவேற்பு இருப்பது நினைவிற்கு வந்தது. உள்ளதிலேயே நல்ல ஆடைகளை அணிந்துகொண்டான். ஆட்டோவை வரச் சொல்லி, திருமண மண்டபத்திற்குப் போகச் சொன்னான். வழியில் பரிசுப் பொருளை வாங்கிக் கொண்டான். திருமண மண்டபத்தை நெருங்கும்போது,

நிகழ்ச்சி நடைபெறுவதற்கான தடயம் ஏதும் திருமண மண்டபத்தில் தெரியாததால், யோசனை ஏற்பட்டது. ஆட்டோ திருமண மண்டபம் அருகே நின்றது. ஆட்டோ டிரைவரிடம் "இன்று என்ன கிழமை?" என்று கேட்டான். டிரைவர் "திங்கட்கிழமை" என்றான். விடுப்பில் இருந்ததால் அவனுக்கு இன்று ஞாயிற்றுக்கிழமை என்று மயக்கம் ஏற்பட்டுவிட்டது. நேற்று நடைபெற்ற வரவேற்பைத் தவற விட்டதற்கு வருத்தம் அடைந்தான்.

○

காப்ரியல் கார்ஸியா மார்க்வெஸ் பில் கிளிண்டனைச் சந்தித்த பகுதியைப் படித்துக்கொண்டிருக்கும்போது, அவர்களுக்கிடையே வில்லியம் பாக்னரைப் பற்றி நடந்த உரையாடல் அவனுக்கு ஆச்சரியத்தை ஏற்படுத்தியது. வில்லியம் பாக்னர் என்ற பெயரைக் கேட்கும்போதும் படிக்கும் போதும் அவனுக்கு உறங்காப்புலியின் நினைவு ஏற்படுகிறது. அவன் அப்போது பக்கத்து ஊரில் பணிபுரிந்துகொண்டிருந்தான். உறங்காப்புலியை ஒருநாள் சந்தித்தபோது அவன் பணிபுரியும் ஊரில் உள்ள ஒருவரிடம் சேர்ப்பித்துவிடுமாறு ஒரு காசோலையைக் கொடுத்தார். பணிபுரியும் ஊருக்கு அவன் வழக்கமாக ரயிலில் சென்று கொண்டிருந்தான். அந்தக் காசோலையை அன்று ரயிலில் படிப்பதற்கு எடுத்துச் சென்ற வில்லியம் பாக்னரின் புத்தகத்தில் வைத்திருந்தான். ரயிலில் செல்லும்போது அன்று கூட்டமாக இருந்ததனால் புத்தகத்தை ரயிலில் பொருட்கள் வைக்கும் ஆட்கள் படுத்துறங்கும் காலியான மேல் தட்டில் வைத்துவிட்டு நின்றான். ரயில் நிலையத்திலிருந்து சென்றுகொண்டிருக்கும்போது வில்லியம் பாக்னரின் புத்தகத்தை எடுக்காமல் மறதி ஏற்பட்டது நினைவுக்கு வந்தது. அதில் செக் இருந்ததனால் அவனுக்குப் பதற்றம் ஏற்பட்டது. உடனே உறங்காப்புலிக்குத் தொலைபேசியில் தொடர்பு கொண்டு அவர் வங்கிக்குப் பேசி, அந்தப் பிரச்சினைக்கு முடிவு ஏற்பட்டது. அதிலிருந்து வில்லியம் பாக்னர் என்றாலே உறங்காப்புலியின் நினைவு அவனுக்கு வந்துவிடுகிறது.

இப்போது காப்ரியல் கார்ஸியா மார்க்வெஸ், பில் கிளிண்டனைச் சந்தித்த பகுதியில் வில்லியம் பாக்னரைப் பற்றி அவர்களுக்கிடையே நடந்த உரையாடலை வாசித்துக் கொண்டிருக்கும்போது, உறங்காப்புலியின் நினைவும், அவருடைய மகன் திருமண வரவேற்பும் நினைவுக்கு வந்தன. திருமண அழைப்பிதழை எடுத்துப் பார்த்தான். நிகழ்ச்சிக்கு இன்னும் பல நாட்கள் இருந்தன. தவறாது செல்ல வேண்டும் என்று அப்போது நினைத்தான்.

○

தீராநதி, செப்டம்பர் 2003

நள்ளிரவில் சூரியன்

பதிப்பாளர்கள், பத்திரிகையாளர்கள் தந்த நெருக்கடியிலிருந்து தப்பிக்க நேற்று இரவு இராமேஸ்வரம் வந்தேன். நான் நிஜ உலகில் இருக்கிறேனா என்ற சந்தேகம் எனக்கு அடிக்கடி ஏற்பட்டுக்கொண்டிருக்கிறது. நான் வேறு ஒரு ஆளாகத் தோற்றம்கொண்டிருக்கிறேன் என்று சில சமயமும் மக்கள் எப்படி இப்படி மாற்றம் கொண்டனர் என்று சில சமயமும் தோன்றுகிறது. அன்று சென்னை கிறிஸ்தவக் கல்லூரியில் கூட்டம் முடிந்து மேடையைவிட்டு இறங்கும்போது ஆட்டோகிராப் வாங்க வந்தவர்களின் கூட்டத்தில் சிக்கிக்கொண்டபோது எனக்குப் படபடப்பும், தலைக் கிறுகிறுப்பும் ஏற்பட்டன. ஒரு நாவல் எப்படி மனிதக் கூட்டத்தை என்னை நோக்கித் திரும்பிப் பார்க்கும்படி செய்யும் மந்திரத்தைக் கொண்டிருக்கிறது என்ற ரகசியம் மர்மமாகவே இருக்கிறது.

நான் வேலைக்கான போட்டித் தேர்வுகளில் கலந்துகொண்டிருந்த காலத்தில் 'நள்ளிரவில் சூரியன் உதிக்கும் நாடு – நார்வே' எனப் படித்திருந்தேன். அப்போது எனக்கு இந்தப் பெயர் ஆவலைத் தூண்டுவதாக இருந்தது. கற்பனைகளைத் தூண்டிய இந்தப் பெயர் நள்ளிரவில் சூரியன் என்ற சொற்களாக மாறியபோது, நான் இதையே என் நாவலுக்குத் தலைப்பாக்கினேன். 'நள்ளிரவில் சூரியன்' என்ற பெயர் பல கதவுகளைத் திறந்துகொண்டே சென்றது. திறந்த கதவுகளின் வழியே செல்லச்செல்ல நாவல் உருவாகியது.

இந்த நாவல், இவ்வளவு வாசகர்களை ஈர்க்கும் என்று நான் ஒருபோதும் நினைக்கவேயில்லை. மந்திரம் போல இந்த நாவல் மாறி வாசகர்களை ஈர்த்த விதத்தை என்னால் விளங்கிக்கொள்ள முடியவில்லை. நான் ஒரு மந்திரக்காரனாக மாறிவிட்டேனா என்றும் எனக்குத் தெரியவில்லை. என் முதல் சிறுகதைத் தொகுப்பு எத்தனை பிரதிகள் தயாரானது என எனக்குத் தெரியவில்லை. அவை தற்போது கிடைக்கவில்லை. இரண்டாவது சிறுகதைத் தொகுப்பு ஆயிரம் பிரதிகள் தயாரிக்கப்பட்டு ஐந்து ஆண்டுகளுக்குப் பின்னும் கடைகளில் கிடைத்துக்கொண்டிருந்தது. 'நள்ளிரவில் சூரியன்' நாவலும் முதலில் ஆயிரம் பிரதிகள்தான் தயாரிக்கப்பட்டது. பின்னர் அந்நாவலுக்கான தேவை அதிகரிக்க, கொஞ்சம் கொஞ்சமாகப் பெருகி ஒரு லட்சம் பிரதிகள் தயாரிக்கப்பட்டு விற்பனை நடந்துகொண்டிருக்கிறது.

பதிப்பாளர்கள் என்னிடம் முன்பணம் கொடுத்து ஒப்பந்தம் செய்ய வந்தனர். பிரபல பத்திரிகைகளைச் சேர்ந்தவர்கள் வாரம் ஒரு பக்கம் எழுதச் சொல்லிக் கேட்டனர். தொலைபேசி மூலம் வரும் தொந்தரவுகளைத் தாங்க முடியாமல் ரிசீவரை எடுத்துக் கீழே வைத்துவிட்டேன். ஒரு பத்திரிகையாளர், கல்லூரியில் படிக்கும் என் மகளை அதே கல்லூரியில் படிக்கும் அவர் மகள் மூலமாக அணுக, என் மகளும் அந்தப் பத்திரிகையாளருக்காகச் சிபாரிசு செய்தாள். இந்நிலையில் 'நள்ளிரவில் சூரியன்' பதிப்பாளரிடம் அடுத்த நாவலுக்கான முன்பணம் வாங்கி விட்டேன்.

அவரிடமிருந்து தப்பிப்பதற்காகத்தான் நான் இராமேஸ்வரம் வந்து தங்கியிருக்கிறேன். ஜன்னல் வழியே கடல் அலைகள் கொந்தளித்து உருவாவதைப் பார்த்துக்கொண்டிருந்தேன். ரூம் பாய் என்னைப் பார்த்ததும் சற்று திகைத்து நின்றான். 'நீங்கள் நள்ளிரவில் சூரியன் எழுதியவர்தானே? போட்டோவில் பார்த்தது போலவே இருக்கிறீர்களே...?' என்றான். நான் புன்னகைத்தேன். டீ கொண்டு வரச்சொன்னேன். நேற்று இரவு பஸ்ஸில் வந்தபோது கண்டக்டர் என்னை அடையாளம் கண்டு பணம் வாங்க மறுத்து டிக்கெட் கொடுத்தார்.

அறையைவிட்டு வெளியே வந்தேன். ரிசப்ஷனில் இருந்தவன் அருகில் வந்து, 'ஸார் நேற்று இரவு உங்களை அடையாளம் தெரியவில்லை. இந்த ரூபாய் நோட்டில் உங்கள் கையெழுத்தைப் போட்டுக் கொடுங்கள். என் மனைவி உங்கள் ரசிகை' என்றான். கையெழுத்திட்டு விட்டு, ஹோட்டலிலிருந்து வெளியே வந்தேன். கடற்கரையில் நின்றேன். காற்று வேகமாக வீசிக்கொண்டிருந்தது. நான் தங்கியிருக்கும் ஹோட்டல் இருந்த நிலத்தில் முன்பு நிறைய

பனைமரங்களும் சோழி சங்குகள் விற்கப்படும் சிறு மண்டபமும் இருந்திருந்தன. பல்லாங்குழியில் விளையாட அக்காவிற்குச் சோழிகள் வாங்கிச் சென்றது நினைவிற்கு வந்தது.

கடற்கரையிலிருந்து விலகி தெருக்கள் பக்கம் வந்தேன். என் முன்னால் தெரியும் இத்தெருவிற்குப் பெயர் வடக்குத் தெரு. இதில் சென்று இடது பக்கம் பிரியும் இரண்டாவது தெருவில் சென்றால் அங்கு ஒரு பிள்ளையார் கோயில் இருக்கும். நான் அதை நோக்கிச் சென்றேன். எனக்கு இருதயத் துடிப்பு கூடியது. பிள்ளையார் கோயிலை நோக்கிச் செல்ல வேண்டாம் என்று தோன்றியது.

அப்பா, அக்கா, நான் மூவரும் பிள்ளையார் கோயில் உள் பிரகாரத்தைச் சுற்றி வருகிறோம். 'பிள்ளையாரப்பா . . . எடுத்த காரியம் விக்கினம் இல்லாமல் முடியணும்ப்பா' என்று அப்பா வாய்விட்டுக் கூறுகிறார். கோயிலைவிட்டு வெளியே வருகிறோம். அக்கா, அப்பா கையைப் பிடித்துக்கொண்டிருக்கிறாள். வேன் வந்து நிற்பதை நான் பார்த்தேன். அதிலிருந்தவர்கள் கத்திக்கொண்டே கையில் ஆயுதத்துடன் ஓடி வந்தனர். என்ன நடந்தது என்று தெரியவில்லை. அக்கா, அப்பா காலைக் கட்டிக்கொண்டு கத்தினாள். அக்காவை உதறிவிட்டு அப்பா இங்கும் அங்கும் ஓட, அடுத்த பார்வையில் அப்பா தரையில் ரத்தத்துடன் துடித்துக்கொண்டிருந்தார். சற்றுத் தள்ளி அக்கா ரத்தத்துடன் கிடந்தாள். நான் தேங்காய் – பழக் கடைக்குள் இருந்தேன். கடையில் இருந்தவர்கள் கடையை அடைப்பதிலேயே முனைப்பாக இருந்தனர். நான் அழுதுகொண்டிருந்தேன். வந்தவர்கள் கூச்சலுடன் வேனில் ஏறிச்சென்றனர். கடைக்காரர் களும் பூ விற்பவர்களும் பரபரப் புடன் கடைகளை அடைத்துக் கொண்டிருந்தார்கள். என் முன்னால் இரண்டு பிணங்கள்.

கோயிலை நெருங்கும்போது, நாதஸ்வர ஓசை கேட்டது. 'தத்வமறிய தரமா' என்ற அப்பாடலுடன் என் மனம் சஞ்சரித்தது. கோயிலும், தெருவிலுள்ள வீடுகளும், சுற்றுப்புறங்களும் மாறியிருந்தன. கோயில் வாசலில் நின்றேன். எந்த இடத்தில் இரண்டு பிணங்கள் கிடந்தன; இங்கேயா, அங்கேயா, அங்கேயில்லை இங்கேயா என்று மாறிமாறித் தோன்றியது. சற்று நேரம் அஞ்சலி செலுத்துவது போல் மௌனமாக நின்றேன். கடைக்காரர் என்னை வணங்கி தேங்காய் – பழத் தட்டைக் கொடுத்தார். 'நள்ளிரவில் சூரியன் படித்திருக்கிறேன் ஸார், தனியாக வந்திருக்கிறீர்களா ? வாங்கிக் கொள்ளுங்கள்' என்றார். நான் மறுத்து விட்டேன். அன்று ஒண்டி நின்ற கடை எது என்று யோசித்தேன். ஏற்பட்டிருந்த மாறுதலில் தெரியவில்லை.

கோயிலினுள் சென்றேன். ஒரு முதியவர் தனியாக நாதஸ்வரம் வாசித்துக்கொண்டிருந்தார். நான் பிள்ளையாரைப் பார்த்துவிட்டு, கோயிலைச் சுற்றி வந்தேன். நாதஸ்வரம் வாசிக்கிறவரைப் பார்க்கிற மாதிரி ஒரு இடத்தில் உட்கார்ந்தேன். வாசித்த பாடலை முடித்ததும், நாதஸ்வரத்தை நட்டக் குத்தலாக வைத்தார். நான் அவரிடம் சென்று, 'கல்யாண வசந்தம் – நாதலோலுடை வாசிக்க முடியுமா' என்று கேட்டேன். அவர் கண்களைச் சுருக்கி என்னைப் பார்த்தார். நான், 'ரீதிகௌளை நன்றாக வாசித்தீர்கள்' என்றேன். உடனே அவர் நாதஸ்வரத்தை எடுத்து ஆலாபனையை ஆரம்பித்தார்.

என்னைப் பற்றி விசாரித்தார். நான் 'கதை எழுதுகிறவன்' என்றேன். 'சினிமாவுக்கா?' என்றார். நான் அவரைக் குழப்ப வேண்டாம் என்று 'ஆமாம்' என்றேன். 'மெட்ராஸ் வந்தால் ஷூட்டிங் பார்க்கலாமா?' என்றார்.

தெருவில் சென்றுகொண்டிருந்தபோது, கயிறறுந்து வானில் மிதக்கும் பலூன் படிமம் தோன்றியது. ஞாபகத்தில் இருந்ததற்குச் சம்பந்தமில்லாத, மாறியிருந்த தெருவில் சென்று கொண்டிருந்தேன். சமீப காலமாக, என்னைத் தெரிந்து பார்க்கிறார்களா தெரியாமல் பார்க்கிறார்களா, என்னைத் தெரிந்து பேசுகிறார்களா தெரியாமல் பேசுகிறார்களா என்று அறிய இயலாத நிலையில் இருக்கிறேன்.

பெட்டிக் கடைக்குச் சென்று சிகரெட் வாங்கிப் பற்ற வைத்தேன். அருகே ஸ்டூலில், ராணுவ உடையில் இளைஞனின் மார்பளவு பிரேம் பண்ணிய படம் வைக்கப்பட்டிருந்தது. அதன் முன் வைக்கப்பட்ட வாழைப் பழத்தில் சொருகப்பட்டிருந்த ஊதுபத்திகளின் புகை படத்தின் மேல் அலைந்துகொண்டிருந்தது. அருகே 'கார்கில் போரில் வீரமரணம் அடைந்த கேப்டன் சந்திரபோஸ் வாழ்க' என்று தட்டியில் எழுதி வைக்கப்பட்டிருந்தது. நான் கேப்டன் சந்திரபோஸைப் பற்றி விசாரித்தேன். பெட்டிக் கடைக்காரர், உற்சாகமாக, கேப்டன் சந்திரபோஸ் இந்தத் தெருவைச் சேர்ந்த சுகு என்ற சுகந்தியின் மகன் என்றும், திருச்சிராப்பள்ளியில் அவளைக் கட்டிக் கொடுத்தார்கள் என்றும், அவருடைய ஒரே மகன் என்றும் தெரிவித்தார்.

சுகு என்ற சுகந்தி பேரழகி. அவளைப் பார்த்திருந்த சுற்றுத் தெருவிலுள்ளவர்கள் கற்பனைகளையும், காமத்தையும், மனதின் தவிப்புகளையும் வளர்த்துக்கொண்டிருந்தார்கள். அவளுக்கு என் அக்கா வயது அல்லது சற்றுக் கூட இருக்கலாம். அவள் அழகைக் கண்டு பயந்த பெற்றோர் படிப்பைப் பாதியிலேயே

நிறுத்திவிட்டார்கள். அவளை வெளியில் பார்ப்பது அரிதான விஷயமாகிவிட்டது. நான் அவளைச் சில விசேஷங்களில் பார்த்திருக்கிறேன். அவள் அழகின் பிரகாசத்தைக் கண்டு பிரமிப்பு ஏற்பட்டிருக்கிறது. கூட இருக்கிறவர்களை, பார்ப்பவர்கள் பொருட்படுத்தாது மறைத்துவிடும் அழகு. இருக்கும் இடத்தில் இவளே பிரதானம்.

என் அப்பா ஒரு வாளை உறையிட்டு வைத்திருந்தார். விசேஷ நாட்களில் பூஜையின்போது வாளை உறையிலிருந்து எடுப்பார். பளபளப்பும் கூர்மையும் கலந்து மின்னும் அந்த வாளைப் போலிருந்தாள் அவள்.

நான் பெட்டிக்கடைக்காரனிடம் கேப்டன் சந்திரபோஸின் பெற்றோர்களைப்பற்றிக் கேட்டேன். அவரின் தந்தை கேன்ஸரில் இறந்து பலகாலமாகிவிட்டது என்றும் தாயார் திருச்சிராப்பள்ளியிலும் இங்குமாகவும் இருப்பார் என்றும் கூறினார். திடீரென சாவி முடுக்கப்பட்ட பொம்மைபோல 'அதோ சுகு வர்றாங்க' என்றார். தலைமுடி முழுவதும் வெள்ளையாக நரைத்து, புருவங்களும் வெள்ளையாக நரைத்து, கடுமை தொனிக்கும் சூனியக் கிழவி போல் தோன்றிய அவள் கடையை நோக்கி வந்துகொண்டிருந்தாள். கடைக்கு வந்து அங்குவிலாஸ் புகையிலையும், கொட்டப்பாக்கும், வெற்றிலையும் கேட்டாள்.

நான் ஹோட்டலுக்குத் திரும்பிக்கொண்டிருந்தேன். வானில் பலூன் அலைந்துகொண்டிருக்கும் படிமம் தோன்றிக் கொண்டேயிருந்தது. இந்தத் தெரு வழியே வந்தபோது, ஒரு காலத்தில் முன்புறம் பூவரசு மரம் நின்றிருந்த அந்த வீட்டைக் கவனமாகச் சற்று நேரம் நின்று பார்த்து நடந்தேன். மனம் கலங்கியது. அனுமார் தீர்த்தம் என்ற இடத்தை நோக்கி நடந்தேன். குளமும், சுற்றி மரங்களும், சிறு விக்கிரகங்கள் உள்ள சிறு கோயில்களும் உள்ள அழகான இடம் அது. அந்த இடத்தைத் தற்போது நெருங்கும்போது காய்ந்த இலைகள் தரையை மறைத்து நிரம்பியிருந்தன. நடக்கும்போது சரசரவென சப்தம் பரவியது. உதிர்வதற்காகவே இலைகள் முளைப்பது போல் அவ்வளவு இலைகள் கீழே கிடந்தன. குளம் பாசி படர்ந்திருந்தது. ஒரு மரத்தினடியில் ஒரு பெண் அழுக்கான துணி மூட்டையுடன், வெறித்த பார்வையுடன் சாய்ந்து உட்கார்ந்திருந்தாள்.

அந்த மரத்தில் மட்டுமல்லாது சுற்றியுள்ள மரங்களிலும் பல இடங்களில் மூர்த்தி என்ற பெயர் கல்லினால் செதுக்கப் பட்டிருந்ததைப் பார்த்தேன்.

நான் மீண்டும் கடற்கரைக்கு வந்தேன். நிறுத்தி வைத்திருந்த செல்போனை இயக்கி டயல் செய்தேன். பதிப்பாளர் ஜூலியஸ்

பால் கரிகாலனிடம் பேசினேன். என்னைத் தேடிக்கொண் டிருப்பதாகக் கூறினார். ‘என்னைத் தேட வேண்டாம். நான் இங்கிருந்து திருவனந்தபுரம் சென்று மனமாறுதலுக்காக மாலத்தீவுகளுக்குச் செல்ல இருக்கிறேன். திரும்பி வரும்போது உங்களுக்கு நாவல் தயாராக இருக்கும்’ என்றேன்.

ஹோட்டலுக்குத் திரும்பினேன். என்னைக் கடந்து சென்ற ரிசப்ஷனிஸ்ட் ‘நள்ளிரவில் சூரியன்’ எனக் கூறிக் கையசைத்துச் சென்றான். வானில் பலூன் பறந்துகொண்டிருந்தது.

❍

குமுதம் தீபாவளி மலர், 26.10.2000

புனைவுகளின் உரையாடல்

நானும் நண்பர் கிளாடியஸ் குலோத்துங்கனும், அந்த ஹோட்டலின் மொட்டை மாடியில் அமர்ந் திருந்தோம். குளிர் சாதன வசதி செய்யப்பட்ட அறைக்குள் மது அருந்துவதைக் காட்டிலும், உயரமான மொட்டை மாடியில் மது அருந்துவதே பிரியந்தரக்கூடியதாக உள்ளது.

நண்பர் நகரிலுள்ள ஸ்டார் ஹோட்டல் ஒன்றின் நிர்வாக இயக்குநர். தெருவோரக் கடைகளில் உணவு சாப்பிடுவதும் இதைப்போன்ற இடங்களில் மது அருந்துவதுமே அவருக்கு உண்மையில் பிடிக்கும். ஸ்டார் ஹோட்டலின் உடைமையாளர், இப்படி சாப்பிடுவதிலும் மது அருந்துவதிலும் உள்ள பிரச்சினை காரணமாக அதைத் தவிர்த்து விடுவது வழக்கம். வெளியூர் என்றால் பிரச்சினை இல்லை. நண்பர் எனக்காக வந்திருந்தார். தவிர புறாத்தோப்பிலுள்ள இந்த ஹோட்டலில் உள்ளவர்களுக்கு அவரைத் தெரியவும் செய்யாது. ஊழியர்களை நிர்வகிப்பதில் அவருக்குள்ள உளவியல் பிரச்சினைகள் பற்றியும் ஆங்கிலோ இந்திய ரிசப்ஷனிஸ்ட் பெண்ணின் பாவனைகள் பற்றியும் பேசிக்கொண்டிருந்தார். நான் அவருடன் பேசிக்கொண்டே அடுத்த டேபிளில் எனக்கெதிரே அமர்ந்திருந்த அன்னிய நாட்டுப் பெண்ணைப் பார்த்துக்கொண்டிருந்தேன். அறிவான முகம், நிறம் வெள்ளை அல்ல; பளபளக்கும் மாநிறம். தலைமுடி கறுப்பாக இருந்தது. அழகாக இருந்தாள். அவளுக்கு எதிரே அமர்ந்திருந்த அன்னிய நாட்டு மனிதன் வெள்ளையாக இருந்தான்.

அன்னிய நாட்டு மனிதர்களைச் சந்திக்கும் சூழலில் அவர்கள் எந்த நாட்டைச் சேர்ந்தவர்கள் என விசாரிப்பது என் வழக்கம். நான் படித்துக்கொண்டிருந்தபோது தெலுங்கு டப்பிங் சினிமா பார்க்கச் சென்ற தியேட்டருக்கருகே இருந்த டீக்கடையில் பார்த்த ஜெர்மனியைச் சேர்ந்த இருவரைப் பற்றி ஏற்கனவே 'பீஹாரும் ஜாக்குலினும்' என்ற சிறுகதையில் எழுதியிருந்தேன். நான் பாரிஸில் இருந்தபோது யதேச்சையாக வாங்கிய புத்தகத்தின் ஒரு பகுதியில் நான் அவர்களை அப்போது சந்தித்த விவரம் பற்றி அப்புத்தகத்தின் ஆசிரியர்களான அவர்கள் குறிப்பிட்டிருந்ததைப் பார்த்து எனக்கு ஆச்சரியம் ஏற்பட்டதையும் பீஹாரில் கணவரைக் கலவரத்தில் இழந்து அழுதுகொண்டிருந்த பெண்ணும் ஜாக்குலின் என்ற பெயர் கொண்ட அவளும் ஒருவர்தானா என்ற சந்தேகம் ஏற்பட்டதையும், அவளைச் சந்திக்கும் வாய்ப்பை ஒரு இழையில் தவறவிட்டதையும் அச் சிறுகதையில் நான் குறிப்பிட்டிருந்தேன்.

நான் நண்பரிடம் 'எக்ஸ்க்யூஸ் மி' என்று நாடக பாணியில் கூறிவிட்டு, கை கழுவச் செல்வதான பாவனையில் அவர்களைக் கடந்து சென்று, கைகளையும் கழுவிவிட்டு, திரும்பி வரும்போது அவர்கள் டேபிளருகே நின்று சிகரெட் பற்ற வைத்தேன். அவனையும், அவளையும் பார்த்துப் புன்னகைத்தேன். பிறகு அவனருகே அமர்ந்தேன். அவனைப் பற்றி விசாரித்தேன். அவன் பிரான்ஸ் நாட்டைச் சேர்ந்தவன் என்றும் ஓவியன் என்றும் கூறினான். அந்தப் பெண்ணிடம் அவளைப் பற்றி விசாரித்தேன். அவள் மொராக்கோ நாட்டைச் சேர்ந்தவள் என்றாள். சில வருடங்களுக்கு முன் நான் 'க்ரையோஜெனிக்ஸ்' தொடர்பான கருத்தரங்கில் கலந்துகொள்ள பாரிஸ் வந்தது பற்றி இப்போது ஏதும் கூறவில்லை (இவ்விஞ்ஞானத்தில் தற்போது எனக்கு நாட்டமில்லை.) எனக்கு ஓவியங்கள் பற்றி அதிக அறிவு கிடையாது. அச்சமயத்தில் எனக்கு 'டாலி' என்ற ஓவியர் பெயர் நினைவிற்கு வந்தது. அவர், இத்தாலியா, பிரான்ஸா, ஸ்பானிஷா அல்லது வேறு நாட்டவரா என்று எனக்குத் தெரியவில்லை. எனவே ஜாக்கிரதையாக டாலி ஓவியங்களைப் பற்றி விசாரித்தேன். எனக்குத் தெரிந்த சில பிரெஞ்சு நாவலாசிரியர்களின் பெயர்களைக் குறிப்பிட்டேன். அவனுக்கு ஆச்சரியமாக இருந்தது. இதுதான் எனக்குத் தேவை. இந்தியாவில், தமிழ்நாட்டில், மதுரையில் புறாத்தோப்பு தெருவிலுள்ள கந்தசாமிக் கோனார் ஹோட்டலின் மொட்டை மாடியில் ஒருவர் வந்து டாலி ஓவியங்களைப் பற்றி விசாரித்தார் என்றும் பிரெஞ்சு நாவலாசிரியர்களைப் பற்றிக் குறிப்பிட்டார் என்றும் பேசுவான்; எழுதவும் செய்வான். மொராக்கோ நாட்டைப் பற்றி எதுவும் தெரியாத துர்பாக்கிய நிலையில் நான் இருந்தேன். அவளிடம் மொராக்கோ நாட்டைப்

பற்றி விசாரித்தேன். மொராக்கோ நாடு பிரெஞ்சுக் காலனியாக இருந்து மார்ச் 2, 1956ஆம் ஆண்டு விடுதலை பெற்றது என்றும், இஸ்லாம் மதத்தினைச் சேர்ந்தவர்கள் அதிகம் என்றும், அரசர் பெயர் ஹாசன் மிமி என்றும், பிரதம மந்திரி பெயர் அப்துல் ரஹ்மான் யூசுப் என்றும், பார்லி, கோதுமை, பேரீச்சம்பழம் ஆகியவை முக்கியப் பயிர்கள் என்றும் கூறினாள். மொராக்கோ நாட்டின் சரித்திரத்தையும், பூகோளத்தையும் அறிந்தவனாக விடைபெற்று என் நண்பனிடம் மீண்டும் வந்தேன்.

அந்தப் பெண்ணின் வித்தியாசத் தோற்றம் நண்பரையும் கவர்ந்திருக்க வேண்டும். அந்தப் பெண்ணைக் குறிப்பிட்டு 'எந்த நாடு?' என்று கேட்டார். நான் 'மொராக்கோ' என்றேன். 'வித்தியாசமாக இருக்கிறாள்' என்றார்.

அடுத்த ரவுண்டுக்குப் போனோம். இந்தச் சந்தர்ப்பத்தில் 'பீஹாரும் ஜாக்குலினும்' சிறுகதை நினைவிற்கு வந்து கொண்டேயிருப்பதற்கான காரணங்களை யோசித்துக் கொண்டிருந்தேன். அத்துடன் மது அருந்தும் சந்தர்ப்பங்கள் பற்றி அடிக்கடி கதைகளில் வர நேர்வது பற்றியும் யோசித்துக் கொண்டிருந்தேன். நண்பரிடம் இவை பற்றிக் கூறினேன். 'வாழ்வில் மது அருந்தும் சந்தர்ப்பங்கள் அதிகமானால் கதைகளிலும் அவை வரத்தானே செய்யும்? மது அருந்தும் சந்தர்ப்பங்கள் கிரியேட்டிவானவை' என்றார். நல்ல சாக்கு என்று எடுத்துக் கொள்வதா, நல்ல காரணம் என்று எடுத்துக் கொள்வதா என்று யோசனை ஏற்பட்டது.

சர்வர், ஆர்டர் பண்ணியிருந்த சூடான எலும்புகளற்ற கோழித்துண்டுகளையும், முட்டைப் பொரியலையும் கொண்டு வந்து வைத்தான். நண்பர், ஹோட்டலுக்கு அவர் வாங்கியுள்ள சோபாக்களைப் பற்றிப் பேச ஆரம்பித்தார். தற்போது, ஹாங்காங்கிலிருக்கும் என் கஸினின் மார்க்கெட்டிங் திறமை பற்றி நானும் கூறினேன். அவருடன் நான் கோவையில் தங்கியிருந்த போது ஏற்பட்ட ஒரு நிகழ்ச்சி என் நினைவுக்கு வந்தது.

நானும் என் கஸினும், ராபர்ட் என்பவருக்காக மதுவும், கொறிப்பதற்கான காரங்கள், சுண்டல் ஆகியவற்றையும் வாங்கி வைத்திருந்தோம். அவர் மாலை ஆறு மணிக்கு வருவதாகக் கூறியிருந்தார். மணி ஆறேகால் ஆகியிருந்தது. நான் 'நாம் ஆரம்பிப்போம்; அவர் வந்து கலந்துகொள்ளட்டுமே' என்றேன். 'அவரிடம் பிஸினஸ் பேச வேண்டியிருக்கிறது. அவர் வந்தபின் ஆரம்பித்தால் அவருக்கு முக்கியத்துவம் கொடுப்பது போல் இருக்கும்' என்றார் கஸின். அவர் ஆறரை மணிக்கு வந்து அனைவரையும் போல மன்னிப்புக் கேட்டார்.

ஆரம்பமாகியது. சற்று நேரத்திலேயே பிஸினஸ் படிந்து விட்டது. இனி சற்று இறுக்கமின்றி இருக்கலாம். வந்திருந்தவன் அதிக மதுப்பழக்கம் இல்லாதவன் எனத் தோன்றியது. மது அவனுக்குப் பரவசத்தை ஏற்படுத்திக்கொண்டிருந்தது.

'என் மனைவி மிக அழகானவள்; ஆனால் அவள் இப்போது உயிருடன் இல்லை, தெரியுமா?' என்றான் ராபர்ட். அவனுக்குப் போதை ஏறிவிட்டது என்ற எண்ணத்தை நானும் கஸினும் ஒருவரையொருவர் பார்த்துப் பரிமாறிக்கொண்டோம்.

'நான் கல்லூரியில் மூன்றாமாண்டு படித்துக்கொண்டிருந்தபோது அவள் ஒரு பெண்கள் கல்லூரியில் முதலாமாண்டு படித்துக்கொண்டிருந்தாள். 27சி நல்லூர் பஸ்ஸில் அவள் ஏற வேண்டும். பஸ் ஸ்டாப்பில்தான்... ஸார்... எங்கள் காதல் வளர்ந்தது. நாங்கள் இருவரும் ஒரே மதம். ஆனால் அவர்கள் பிள்ளைமார். நாங்கள் கவுண்டர். எவ்வளவு கடிதங்கள்! இன்னும் பத்திரமாக வைத்திருக்கிறேன். இரு வீடுகள் எதிர்ப்புகளுக்கிடையே நாங்கள் பதிவுத் திருமணம் செய்துகொண்டோம். முதல் குழந்தை பிறந்ததும் அவர்கள் வீட்டில் உள்ளோர் சேர்ந்துகொண்டார்கள். அதுவரை பயங்கரக் கஷ்டம். எனக்குச் சரியான வேலையில்லை. பிரசவச்செலவுக்குக் கையில் காசில்லை. அவள் வீட்டிலுள்ளோர் சேர்ந்த பின்னர்தான் என் கஷ்டம் தீர்ந்தது. இரண்டு குழந்தைகள்... இரண்டும் பெண் குழந்தைகள். திடீரென்று இருதய நோய் ஏற்பட்டு இறந்துபோய் விட்டாள் ஸார். இரண்டு பெண் குழந்தைகளை வைத்துக்கொண்டு அவர்களை நான் எப்படி வளர்த்துத் திருமணம் செய்து கொடுக்க முடியும். வாழ்க்கை என்பதே கஷ்டம்தான். இப்படி என்னை விட்டுப் போய்விட்டாள். அவளை மறக்க முடியவில்லை. அவள் எனக்கு எழுதிய காதல் கடிதங்கள்தான் எனக்கு ஆறுதல் தருகின்றன.'

இப்படி ஒரு நிலைமை அவனுக்கு ஏற்பட்டதற்காக நாங்கள் வருந்தினோம். அவனுடைய வெள்ளை மனது எங்களைக் கவர்ந்ததாகக் கூறினோம். பார்ட்டி போதுமென்று முடித்துக் கொண்டோம். ராபர்ட் எழுந்து நின்ற நிலையில் தள்ளாடினான். அவனைப் பத்திரமாகக் காருக்குச் செல்லும்படி கூறினோம். 'கூட வரவா' என்று கேட்டதற்கு, 'வர வேண்டாம்' என்று கூறி தள்ளாடியபடி நடந்து சென்றான். நாங்கள் அவன் சென்ற பின்னர் வருத்தங்களைப் பரிமாறிக் கொண்டோம்.

இரண்டு நாட்கள் கழித்து நானும் என் கஸினும் காரில் சென்றுகொண்டிருந்தபோது ராபர்ட்டும், ஒரு பெண்ணும், இரு பெண் குழந்தைகளும் காரிலிருந்து இறங்கி ஒரு ரெஸ்டாரன்டுக்குள் செல்வதைப் பார்த்தோம். எனக்கும் கஸினுக்கும் பெரிய

ஆச்சரியமாக இருந்தது. காரை நிறுத்திவிட்டு ராபர்ட்டின் கார் டிரைவரை அழைத்தோம். எங்களை அறிமுகப்படுத்திக்கொண்டு ஒரு மாதிரியாக ராபர்ட்டின் குடும்பத்தைப் பற்றி விசாரித்தோம். மனைவி, குழந்தைகளுடன் ராபர்ட் சாப்பிடச் செல்வதாக டிரைவர் கூறினான். மனைவி இறந்துவிட்டதாகக் கேள்விப்பட்டதாகக் கூறியதற்கு டிரைவர் எங்களை முறைத்து, 'அதுதான் உயிரோடு போறாங்களே ஸார்' என்றான்.

கஸின் கார் ஓட்டிக்கொண்டு வந்தார். 'ஏன் பொய் சொன்னான்?' என்றார். 'புனைவு மர்மம் மிகுந்தது' என்றேன். கார் சென்றுகொண்டிருந்தது.

இந்தச் சம்பவத்தைத் தற்போது கிளாடியஸ் குலோத்துங்க னிடம் கூறினேன். 'ஏன் இப்படிக் கூறினான்?' என்றார். நான் மௌனமாக இருந்தேன். நண்பர் எழுந்து கை கழுவி வந்தார். பேப்பரில் கையைத் துடைத்துவிட்டு சிகரெட் பற்ற வைத்தார்.

'நடந்த சம்பவமாக நான் கூறியது அனைத்தும் புனைவு' என்று கூறினேன். நண்பர் சிகரெட்டை இழுத்துப் புகையை விட்டார். 'உண்மையைச் சொல்லிவிட்டுப் புனைவு என்று ஏமாற்றுகிறீர்களா?' என்றார். 'இல்லை; புனைவை உண்மை போலச் சொன்னேன்' என்றேன். நண்பர் மௌனமாக சிகரெட் பிடித்துக்கொண்டிருந்தார்.

மொராக்கோ நாட்டுப் பெண்ணும், பிரான்ஸ் நாட்டு ஆணும் எங்களிடம் கை குலுக்கி விடைபெற்று மறைந்தார்கள்.

○

ஆரண்யம், சித்திரை–வைகாசி–ஆனி 2000

வெற்றுப் படகுகள்

துர்க்கா பவன் ஓட்டல் முதலாளி சிகாமணி வீட்டில் சில லட்சங்கள் திருடப்பட்டு, அவர் கத்தியால் குத்தப்பட்ட தகவல் காவல் நிலையத்திற்குக் கிடைத்தபோது இன்ஸ்பெக்டர் ஆற்றங்கரையானும் கான்ஸ்டபிள் ஜானும் ஒரு கொலை வழக்கிற்காக கோர்ட்டில் ஆஜராகியிருந்தனர்.

வழக்கு விவரம்: லேட் ராக்கப்பன் மனைவி பௌர்ணமியம்மாள் (வயது 65) மதியம் வீட்டில் படுத்திருந்தபோது அவர் அணிந்திருந்த நகைகளைப் பெரிய யானை மகன் சின்ன யானை பறித்தபோது ஏற்பட்ட தகராறில் அவரைக் கொன்று நகைகளை எடுத்துக்கொண்டு ஓடிவிட்டான். சின்னயானை கைது செய்யப்பட்டு, சாட்சி வழிவிட்டான் முன்னிலையில் நகைகளும் கொலை செய்ய உபயோகித்த ஆயுதமும் கைப்பற்றப்பட்டன.

அன்று கண்ணுச்சாமி மகன் வழிவிட்டான் அப்போது இன்ஸ்பெக்டராக இருந்த செபாஸ்டியன் செல்வராஜ் அழைத்து வரச் சொன்னதன் பேரில் காவல் நிலையத்திற்குள் நுழைந்திருந்தான். "ரொட்டிக்கடை வழிவிட்டான் வந்திருக்கார்... அவருகிட்டே காசு வாங்கிட்டுப் போய் எல்லோருக்கும் அய்யாவுக்கும் சேர்த்து டீ வாங்கிட்டு வா" என ரைட்டர் அருகிலிருந்த பையனிடம் கூறினார். வழிவிட்டான் பையனிடம் இருபது ரூபாய் கொடுத்தான். பிறகு இன்ஸ்பெக்டரிடம் சென்று சலாம் வைத்தான். இன்ஸ்பெக்டர் வழிவிட்டானின்

ரொட்டிக்கடையில் அடிக்கடி ரொட்டி, ஜாம் வாங்குவதன் மூலம் வழிவிட்டானுக்கு சற்று மதிப்பு கூடியிருந்தது.

இன்ஸ்பெக்டர் கூறினார்: "அந்தக் கிழவி பௌர்ணமியம்மாள் கொலை சம்பந்தமா எதிர்வீட்டு சின்னயானையைத் தேடிக் கிட்டிருந்தோமில்லையா... இப்ப அவனைப் பிடிச்சுட்டோம். குற்றத்தை ஒப்புக்கிட்டான். நகைகள், ஆயுதம் எல்லாத்தையும் கைப்பத்தியாச்சு. இன்றைக்கு மதியம் இரண்டு மணிக்கு பஸ் ஸ்டாண்டிலே அவனைப் பிடிச்சு விசாரிச்சிக்கிட்டிருந்தப்ப நீங்க வந்ததாகவும் அப்புறம் உங்களைக்கூட கூட்டிக்கிட்டே போய், நகைகளையும் ஆயுதத்தையும் கைப்பத்தினதாகவும் சாட்சியாக கேஸ்ல சேத்துருக்கோம். ஒண்ணும் பயப்பட வேண்டியதில்லை. கோர்ட்லே ஒரு நாள் சாட்சி சொல்ல வேண்டியிருக்கும். உங்களுக்கு ஏதாவது காரியம் ஆகணும்னா எங்கிட்டே நீங்க வரலாம்." வழிவிட்டான் உடனே சரியென்று சொல்லிவிட்டான்.

கேஸ் விசரணைக்கு வரும்போது செபாஸ்டியன் செல்வ ராஜ் மாறி ஆற்றங்கரையான் இன்ஸ்பெக்டராக வந்துவிட்டார். ஆற்றங்கரையானுக்கு ரொட்டி, ஜாம் உணவுப் பொருள்களாகவே தெரியவில்லை. ஒரு தடவை வழிவிட்டான் சாயந்திர நேரம் காவல் நிலையத்திற்குச் சென்றபோது, மற்றவர்கள் பஜ்ஜி, டீ சாப்பிட்டுக்கொண்டிருக்க, இன்ஸ்பெக்டர் சிக்கன் 65ம், டீயும் சாப்பிட்டுக்கொண்டிருந்தார். பழைய இன்ஸ்பெக்டர் போல இவர் இல்லை. நிறைய செலவு இழுத்துவிடுபவராக இருந்தார்.

கூண்டில் வழிவிட்டான் நின்றிருந்தான். வக்கீல் வழிவிட்டானைப் பார்த்துக் கேட்டார்.

"சின்ன யானையைப் போலீசார் பிடித்த போது மணி என்ன இருக்கும்?"

"மத்தியானம் ரெண்டு மணி இருக்கும்."

"எந்த எடத்திலே பிடிச்சாங்க?"

"பஸ் ஸ்டாண்டிலே."

"நீங்க ஏன் அந்தப் பக்கமா போனீங்க?"

"சாப்பிட வீட்டுக்குப் போய்க்கிட்டிருந்தேன்."

"பிறகு போலீசார் என்ன பண்ணாங்க?"

"சின்ன யானையோட வீட்டுக்குக் கூட்டிட்டுப் போனாங்க."

"அங்கே என்ன நடந்துச்சு."

நீதிபதி அவனைப் பார்த்தார்.

வக்கீல் கூறினார்: "அங்கே அரிவாளை எடுத்ததா சொல்றாங்க. அதை எங்கிருந்து எடுத்தாங்க?"

பானைக்குள்ளிருந்து எடுத்ததாகச் சொல்வதா, கூரையில் சொருகியிருந்ததாகச் சொல்வதா, வீட்டின் பின்புறம் புதைத்து வைத்ததாகச் சொல்வதா என வழிவிட்டானுக்குக் குழப்பம் ஏற்பட்டது.

"சொல்லுங்க" என்றார் வக்கீல்.

"கூரையிலிருந்து" என்றான் வழிவிட்டான்.

வக்கீல் லேசாகச் சிரித்தார். "பிறகு உங்களைக் கூட்டிக்கிட்டு நகைக்கடைக்குப் போனாங்க."

"ஆமாங்க."

"நகைக்கடை கீழ்ப்பகுதியிலிருந்ததா அல்லது இரண்டாவது மாடியிலிருந்ததா?"

நகைக்கடையையே பார்த்திராத வழிவிட்டானுக்கு வியர்த்துவிட்டது.

"முதல் மாடி" என்றான்.

"நகைக்கடை எந்தத் திசைப் பக்கம் பார்த்து இருந்தது?"

"கிழக்குப் பக்கம்" என்றான்.

"நகையை எங்கிருந்து எடுத்தாங்க? ஷோகேசிலிருந்து எடுத்தாங்களா? மேஜை டிராயரிலிருந்து எடுத்தாங்களா?"

"மேஜை டிராயரிலிருந்து."

கான்ஸ்டபிள் ஜான் இன்ஸ்பெக்டரிடம் கூறினான். "அய்யா சாட்சி சொதப்பிக்கிட்டேயிருக்கான்."

"நீ என்னத்தைச் சொல்லிக் கூட்டியாந்தே..." என இன்ஸ்பெக்டர் அவனை முறைத்தார்.

"அப்ப மணி என்ன இருக்கும்?" என்றார் வக்கீல்.

"நாலு மணி இருக்கும்."

"ரெண்டு மணிக்கு வீட்டுக்குச் சாப்பிடப் போறப்ப பார்த்ததா சொன்னீங்க. நாலு மணி வரைக்கும் சாப்பிடலையா?"

சாப்பிட்டுவிட்டு வந்தபோது பார்த்தோம் என்று சொல்லி யிருக்கலாமே என வழிவிட்டானுக்குத் தோன்றியது.

"இல்லை... சாப்பிடலை" என்றான்.

வக்கீல் நீதிபதியைப் பார்த்துச் சிரித்தார். நீதிபதி ஆயாசத்துடன் இருக்கையில் சாய்ந்து உட்கார்ந்தார். ஆற்றங்கரையானும் ஜானும் கிளம்ப ஆயத்தமானார்கள்.

ஓட்டல் முதலாளி சிகாமணி இருபத்தோரு வயதில் துர்க்கா பவனில் சர்வராக வேலையில் சேர்ந்தான். அவனுடைய அம்மா, வீட்டு வாசலில் இட்டிலி சுட்டு விற்றுக்கொண்டிருந்தாள். அவனுடைய சுறுசுறுப்பைப் பார்த்த முதலாளி சேட் அவனைத் தன் உதவியாளன் போல் அமர்த்திக்கொண்டார். அவருக்குக் கார் ஓட்டியாகவும், காலைப் பிடித்து விடுபவனாகவும், வீட்டிற்குப் பொருள் வாங்கித் தருபவனாகவும் அவன் மாறினான். வீட்டிற்குள் சகஜமாக வந்து செல்ல அவனால் முடிந்தது.

சேட்டிற்கு இரண்டு மகன்கள். ஒரு மகள். மாதுரி என்ற பெயருடைய அவள் கல்லூரியில் படித்துக்கொண்டிருந்தாள். அவன் அவளைக் காரில் கல்லூரிக்கு அழைத்துச் சென்றுகொண்டிருந்தான். ஒரு நாள், தன்னுடைய அறையைச் சுத்தம் செய்ய சிகாமணியை அழைத்தாள். அவளுடைய அறையில் இந்தி நடிகர்களின் படங்களையும், படங்களின் பேப்பர் கட்டிங்குகளையும், சில இந்திப் புத்தகங்களையும் அவன் பார்த்தான். அவன் ஸ்டூலில் ஏறி மின்விசிறியைச் சுத்தம் செய்துகொண்டிருந்தபோது அவனுடைய கெண்டைக் காலில் மாதுரி கிள்ளினாள். அடுத்த நாள் அவன், அறைக்கு வந்தபோது நகவெட்டியைக் கொடுத்து தன் நகங்களை வெட்டிவிடக் கூறினாள். இன்னொருநாள் கால்களை அமுக்கிவிடும்படி கூறினாள்.

சேட்டிற்கு விஷயம் தெரிந்த போது நிலைமை மீறிவிட்டிருந்தது. சேட் அதிர்ச்சியில் நிலைகுலைந்தார். வேறு வழியின்றி நெருங்கிய உறவுக்காரர்களை வைத்து ஒரே மகளின் திருமணத்தை ரகசியமாக முடித்தார். சேட்டிற்கு நகரில் மொத்தம் நான்கு ஓட்டல்கள் இருந்தன. இரண்டு மகன்கள் இரண்டு ஓட்டல்களின் நிர்வாகத்தையும் சேட் இரண்டு ஓட்டல்களின் நிர்வாகத்தையும் கவனித்துக்கொண்டிருந்தனர். சிகாமணி ஒரு ஓட்டலில் கல்லாவில் அமர்ந்தான். சேட் இதய நோய் ஏற்பட்டு இறந்தார். இரண்டு ஓட்டல்களை இரண்டு மகன்களுக்கும், ஒரு ஓட்டலை இரண்டு மகன்களுக்கும் மகளுக்கும், ஒரு ஓட்டலைத் தனியே மகளுக்கும் சேட் எழுதி வைத்திருந்தார். சிகாமணி ஓட்டல் முதலாளியானான்.

அப்பெரிய மருத்துவமனையில் குளிர் சாதன வசதி செய்யப்பட்ட தனிப்பிரிவில் சிகாமணி சிகிச்சையில் வைக்கப் பட்டிருந்தார். சிகாமணி ஏதோ முணுமுணுப்பதாகக் கூறி

அவர் குடும்பத்தினரை அழைத்தனர். அங்கு இருந்த ஜானும் உள்ளே நுழைந்தான். அவன் முணுமுணுத்த வார்த்தைகள் அவர்களுக்கு விளங்கவில்லை. பிறகுதான் அவன் "கோமளவல்லி... கோமளவல்லி..." என்று முணுமுணுப்பது தெரிந்தது.

ஜான் மாதுரியிடம் இதுபற்றி விசாரித்தபோது, ஏற்கனவே மூச்சிரைத்துக்கொண்டிருந்த அவளுடைய தடி சரீரத்தில் மேலும் மூச்சிரைப்பு ஏற்பட்டது. அருகிலிருந்த சிகாமணியின் அம்மா "அவன் மருங்குளம் பெருமாள் கோயிலில் உள்ள கோமளவல்லித் தாயாரைச் சொல்றான் போல" என்றாள். மாதுரி அவளை முறைத்தாள். "அடிக்கடி வெளியூர் போறேன்னு போவார்" என்றாள்.

○

ஊஞ்சலில் அமர்ந்திருந்தாள் கோமளவல்லி. அவள் பளுவில் ஊஞ்சல் லேசாக அசைந்துகொண்டிருந்தது. பணிப்பெண் அவள் கூந்தலைத் தூக்கிப் பிடித்துக்கொண்டிருந்தாள். அடர்த்தியான கூந்தல். கோமளவல்லியின் தாய் செண்பகம் சாம்பிராணி தூபத்தைக் கூந்தலுக்குக் கீழே காட்டிக்கொண்டிருந்தாள். கழுத்து, திண்மையான தோள்களின் நிறம் மினுமினுத்தது. பணிப்பெண் தூபத்தை அறைக்கு எடுத்துச் சென்றாள். கோமளவல்லி கூந்தலைப் பாதி முதுகு வரை தொங்கும்படியாக முடிச்சுப்போட்டாள். புகை கூந்தலிலிருந்து லேசாகப் பிரிந்து மறைந்தது. கோமளவல்லி காலைத் தரையில் ஊன்றி உந்தினாள். ஊஞ்சல் அசைந்தது.

கதம்பவனம் உள்ளே நுழைந்தான். "சிகாமணியைக் குத்திப்புட்டாங்க. வீட்ல திருட்டுப் போயிருச்சு, திருட்டுப் பணம் இரண்டு லட்சம்கிறாங்க; அஞ்சு லட்சம்கிறாங்க" என்றான். கோமளவல்லி திடுக்கிட்டு அவனைப் பார்த்தாள். அவளுடைய தாய் பதறினாள்.

வெளியே ஜீப் நிற்கும் சத்தம் கேட்டது. கதம்பவனம் எழுந்து வாசலுக்கு வந்தான். ஜீப்பிலிருந்து இன்ஸ்பெக்டர் ஆற்றங்கரையான் இறங்கிக்கொண்டிருந்தார்.

○

ஆற்றங்கரையானுக்குப் படபடப்பாக இருந்தது. உடல் கொந்தளித்துக்கொண்டிருந்தது. ஜீப்பை ஒரு கடையருகே நிறுத்தி குண்டு சோடா வாங்கி வரச்சொல்லிக் குடித்தார். சோடாவைக் கொஞ்சம் உள்ளங்கையில் ஊற்றி முகத்தில் தெளித்துக்கொண்டார்.

"நீயும் நானும் பிறவியெடுத்து என்ன புண்ணியம் ஜான்? சிகாமணியைப் பாரு. எப்பேர்ப்பட்ட அழகியை வைச்சிருக்கான்.

நாள் பூராவும் கெடக்கலாமய்யா... நீயும் நானும் பிறவியெடுத்து என்ன புண்ணியமய்யா” என்றார் ஆற்றங்கரையான்.

ஆவேசமாகத்தான் உள்ளே நுழைந்தார் ஆற்றங்கரையான். கோமளவல்லியைப் பார்த்ததும் ஸ்தம்பித்துவிட்டார். ‘என்ன சிவப்பு என்ன சிவப்பு, சுண்டினால் ரத்தம் கன்றி நின்றுவிடும். அய்யோ அய்யோ’ என்று மனம் புலம்ப தடுமாறிவிட்டார். தன் உடல் அசிங்கமாக இருப்பதாகத் தோன்றி உடல் கூசினார். சுதாரித்துக்கொள்ள கையிலிருந்த பிரம்பினால் ஊஞ்சலில் தட்டினார். ஊஞ்சல் சீறி முனகியது. செண்பகம் உதட்டுச் சுருக்கங்களில் படிந்திருந்த வெற்றிலைக் காவியைத் துடைத்துக்கொண்டு முகமெல்லாம் பொய்ச் சிரிப்புடன் அமரச் சொன்னாள். கதம்பவனத்தை காபி வாங்கி வரச் சொன்னாள். ஒரு அறையின் நிலை வாசலில் கோமளவல்லி ஒய்யாரமாகச் சாய்ந்து நின்றிருந்தாள். அவள் விழிகள் இவருடைய கண்களைச் சந்தித்ததில் இவர் சுழன்றுகொண்டிருந்தார். கோபமாக விசாரிக்க நினைத்த வார்த்தைகள் அவளை நெருங்க இயலாது, சக்தியற்று விழுந்துகொண்டிருந்தன. சிகாமணிக்கும் கோமளவல்லிக்கும் இருந்த தொடர்பை விசாரித்தார்.

“ஏதோ எங்க நேரம்... இவ அப்பா விட்டுட்டுப் போயிட்டாரு. இப்படி ஆயிப்போச்சு. சிகாமணி வருவாரு, போவாரு. எங்களுக்கு என்ன விரோதம் அவர் மேலே... நல்லாத்தான் வச்சிருந்தாரு. கொஞ்சம் அபின் சாப்பிடுவாரு. அவரு குடும்பத்தைப் பத்தியோ, வீட்டைப் பத்தியோ ஒண்ணும் சொல்லமாட்டாரு, அவரோட மச்சினன் ராம்லால் இவரை மதிக்காமல் நடந்துகொள்வதாகச் சொல்வார். ஆனா திருட்டுப் பசங்க குத்தின மாதிரியில்ல சொல்றாங்க... இப்பப் பாருங்க, எங்களுக்கு வேண்டியவருதான். போய்ப் பாக்க முடியுமா சொல்லுங்க.”

கோமளவல்லி நின்றுகொண்டிருந்த இடத்தைவிட்டு முன்னுக்கு வந்து ‘பேசியது போதும்’ என சைகை செய்தாள். திடீரென ஆற்றங்கரையானிடம் மூர்க்கம் எழுந்தது. தன்னுடைய பதவி மதிப்பிழப்பதாகத் தோன்றியது. உட்கார்ந்திருந்தவர் எழுந்து, “அப்ப சிகாமணியைக் குத்தினது யாருன்னு சொல்ல மாட்டீங்களா முண்டைகளா?” என்றவாறு காலினால் ஊஞ்சலை உதைத்துத் தள்ளினார். ஊஞ்சல் அலறிக் கொண்டே சென்று கோமளவல்லி காலில் மோதியது. அவள் தடுமாறி நிலை குலைந்தாள். ஆற்றங்கரையான் ஓடிச் சென்று அவளைத் தாங்கிக்கொண்டார். இதை எதிர்பாராத கோமளவல்லி சற்று சுதாரித்து ஆற்றங்ரையானை வேண்டுமென்றே தழுவி, விட்டுவிட்டாள். ஆற்றங்கரையானுக்கு உடல் நடுக்கம் கண்டது.

செண்பகம் இடையில் வந்து, "இன்னொரு நாள் பாத்துக்குவோம்" என்றாள். "இன்னொரு நாள் விசாரணைக்கு வாரேன்" என்று கூறி ஆற்றங்கரையான் கிளம்ப ஆயத்தமானார். "கதம்பவனத்தை உங்களைப் பாக்கச் சொல்றேன்" என்றவாறு அறைக்குள் நுழைந்து பீரோவைத் திறந்தாள் செண்பகம். காபியுடன் உள்ளே நுழைந்தான் கதம்பவனம்.

ஆற்றங்கரையான் வெளியே வந்தார். இந்த வயதில் உடல் இப்படி நடுக்கம் கொண்டிருப்பது வெட்கத்தை ஏற்படுத்தியது. ஜீப்பில் ஏறி அமர்ந்தார். கதம்பவனம் ஜானிடம் நெருங்கி ஒரு மஞ்சள் பையைக் கொடுத்தான். ஜான் ஆற்றங்கரையானை நெருங்கி, "அய்யா அந்த அம்மா பணம் கொடுத்துவிட்டுருக்காங்க" என்றான். சன்னமான குரலில் "எவ்வளவு" என்று விசாரித்தார். இவ்வளவு என்று சொன்னான். நிறைவடைந்தவராக, "ஜான் உனக்குத் தனியா கொடுத்திருக்காங்களா?" என்றார். "அய்யா, இல்லீங்க அய்யா" என்று ஜான் கூறியதும், "சரி நான் பாத்துத்தாரேன் ... யப்பா டிரைவர் உனக்கும் சேர்த்துத்தான். வண்டியைக் கிளப்பு" என்றார் ஆற்றங்கரையான். 'மனிதப் பிறவியெடுத்து என்ன புண்ணியமய்யா' என்று மனம் புலம்பிக்கொண்டிருந்தது.

O

வீடு சூன்யமாக இருந்தது. கோமளவல்லி சோகமாகப் படுத்திருந்தாள். செண்பகம் அவமானத்தில் இறுகிய முகத்துடன் கதம்பவனத்திடம் புலம்பிக்கொண்டிருந்தாள்.

"எல்லாம் போச்சு. நகைகள் எல்லாம் லாக்கரில் இருந்தத னாலே தப்பிச்சுச்சு. போனது போகட்டும். அந்த ராம்லால், தெருவிலே வைச்சு அவமானப்படுத்திப்புட்டானே ... நீ இல்லாமப் போனாயேடா கதம்பவனம். நீ இருந்திருந்தா ஏதாவது சமாளிச்சிருப்பே."

"நான் என்ன செய்யறது? என் குடும்பத்தையும் பாக்க வேண்டியிருக்கு. உத்தியோகத்தையும் பாக்க வேண்டியிருக்கு. கடன்காரங்களையும் சமாளிக்க வேண்டியிருக்கு. இப்ப என்ன சிகாமணிதான் போய்ட்டானுல்ல, ஏன் கவலைப் படறே? முருகவிலாஸ் பஸ் ஓனர் மகன் ஜோடி தேவைன்னு கேட்டதா கேள்வி. இது முடிஞ்சால் எல்லா வகையிலும் நல்லது. பாதுகாப்பாகவும் இருக்கும். இல்லைன்னா எவனாவது வந்து ராவடி பண்ணுவான். நமக்கும் கிரிப்பு போயிரும்" என்றான் கதம்பவனம்.

சிகாமணியைத் தகனம் பண்ணியதற்கு அடுத்த நாள் அவனுடைய மைத்துனன் ராம்லால் ஒரு காரிலும் மற்ற

அடியாட்கள் ஒரு டெம்போ வேனிலும் வந்துவிட்டார்கள். ராம்லால் வீட்டு வாசற்படியில் நின்று தெருவில் உள்ளோர் எல்லாம் கேட்கும்படியாக கேவலமாகப் பேசினான். சிகாமணி கொடுத்த பொருள்கள் எல்லாம் வேண்டும் என்று கேட்டான். அடியாட்களை உள்ளே நுழைந்து எடுத்து வரச் சொன்னான். செண்பகம் கெஞ்சிப் பார்த்தாள். பிறகு எதிர்த்து நின்று பார்த்தாள். ஒன்றும் நடக்கவில்லை. ஆனால் அந்தக் களேபரத்தில் எப்படியோ கோமளவல்லியை ஆட்டோ ரிக்ஷாவில் ஏற்றிக் கரிசல் குளத்திலுள்ள தங்கை வீட்டிற்கு அனுப்பிவிட்டாள்.

கதம்பவனத்திடம் செண்பகம் பேசிக்கொண்டிருந்தபோது கோமளவல்லி அறைக்குள் படுத்திருந்தாள். அழுகை வந்தது. அழுதாள். தன்னுடைய வாழ்க்கையையும் குழந்தைப் பருவத்தையும் நினைக்கும்போது அவளுக்குப் பெரும் துக்கம் ஏற்பட்டது.

திருமணக் கோலாகலம், மணமகளாக அலங்கரிக்கப் பட்ட கோமளவல்லி. மூக்குத்தி மின்னுகிறது. மகிழ்ச்சி. பரவசம். மாப்பிள்ளை திறந்த காரில் வருகிறார். மகிழ்ச்சியில், சிறு வயதில் ஆடிய நடனமொன்றை அபிநயத்துடன் ஆடுகிறாள். மண்டபத்தினுள் அவர் நுழைந்தவுடன் பெருங்கூட்டம் அவரை மறைக்கிறது. மறிக்கும் கைகளை ஒதுக்கிவிட்டுக் கூட்டத்தினுள் மாப்பிள்ளையைத் தேடுகிறாள். பல முகங்கள் வந்து போகின்றன. கூட்டத்தினுள் மாப்பிள்ளையைத் தேடும் வேலை, ஓடும் ரயிலைப் பார்த்துக்கொண்டேயிருப்பதுபோல் தலைசுற்றலை ஏற்படுத்துகிறது. திடீரென ஆவேசத்தில் ஒருவனை "மாப்பிள்ளை" என இழுக்க, இளித்துக்கொண்டிருந்த அவன் உதறிவிட்டு ஓடுகிறான். "வாங்க மாப்பிள்ளை" என முந்தானையைக் கீழே போட்டு ஒருவனை அணைக்கிறாள். அணைத்துக்கொண்டிருக்கையில் பெண் நாயாக மாறுகிறாள். ஆண் நாய்க் கூட்டம் தரையை முகர்ந்துகொண்டு இவளை நோக்கி வந்துகொண்டிருக்கிறது.

"அம்மா, தலைசுற்றல் ஆரம்பித்து விட்டது" என்று கோமளவல்லி கத்தினாள்.

○

அந்த ரகசிய இடத்திற்கு ஆற்றங்கரையானும் ஜான் தவிர மேலும் இரண்டு கான்ஸ்டபிள்களும் சென்றனர். பூட்டிய அறையைத் திறந்தனர். கண்கள் கூச உள்ளேயிருந்த இருவரும் அவர்களைப் பார்த்தனர். "லைட்டைப் போடு" என்றார் ஆற்றங்கரையான். ஜான் லைட்டைப் போட்டான். "வேறெங்கே ஒளிச்சு வைச்சிருக்கீங்க" என்றார் ஆற்றங்கரையான். அவர்கள் இருவர் கைகளும் ஒருவர் கையோடு மற்றொருவர் கை சேர்க்கப்பட்டு விலங்கிடப்பட்டிருந்தது.

"அவ்வளவுதான் அய்யா. இனி அடி தாங்க முடியாது; பசி தாங்க முடியாது; ஒளிச்சு வைச்சதைப் பூராவும் சொல்லியாச்சு. எங்களை கோர்ட்டுக்குக்கொண்டு போயிடுங்க...நீங்க சொன்னபடி சொல்றோம்" என்றான் அவர்களில் சற்றுத் தெம்பிருந்த ஒருவன்.

"அதுக்குத்தான்யா வந்திருக்கோம்... இந்தா இட்டிலி சாப்பிடு" என்று கூறியபடி ஜான் கைவிலங்கை அவிழ்த்தான்.

மொத்தம் மூன்று லட்சம் பணம் ரொக்கமாகக் கைப்பற்றியாகிவிட்டது. ரெக்கவரி ஒரு லட்சம் என்று பதிவு செய்வதாக முடிவாகிவிட்டது. மீதி இரண்டு லட்சத்தைக் கீழிருந்து மேல்வரை எவ்வாறு பகிர்ந்து கொள்வது என முடிவும் செய்தாகிவிட்டது. மீதி ரொக்கம் ஒரு லட்சத்தையும் பிற இடங்களில் திருடிய நகைகளையும் நிருபர்களின் பார்வைக்கு வைக்கவும் முடிவு செய்தாகிவிட்டது.

இந்தத் திருடர்கள் பிடிபட்ட விதமே சுவாரசியமானது. சில நாட்களுக்கு முன் ஒரு கிணற்றுப் பக்கம் நாய் ஒன்று தரையைத் தோண்டி எதையோ கடித்துக்கொண்டிருப்பதைப் பார்த்த ஒரு விவசாயிக்கு அருகே வந்தபின்தான் அது லேசாகச் சதைகள் ஒட்டிக்கொண்டிருந்த மனிதக் கை என்று தெரிந்தது. பின்னர் போலீசுக்கு விவரம் தெரிந்து தாசில்தார் முன்னிலையில் தோண்டி எடுத்தாயிற்று. கிட்டத் தட்ட எலும்புக் கூடுதான் மிஞ்சியிருந்தது. அதே ஊரில் பல நாட்களுக்கு முன் காணாமல்போன சிவன் என்பவரைத்தான் யாரோ கொலை செய்து புதைத்திருக்கிறார்கள் என்று ஊரில் பேச்சுக் கிளம்பியது. சிவனின் பெற்றோர் பெரிய இடத்திலெல்லாம் மனு கொடுக்க, அவனுடைய புகைப்படத்தையும் கிடைத்த மண்டை ஓட்டையும் சென்னையில் உள்ள தடயவியல் துறை மூலமாக ஒப்பிட்டுப் பார்த்துக் கண்டறிவது என முடிவாயிற்று. அதற்காக மண்டை ஓட்டைக்கொண்டு செல்வதற்கு, பிரத்யேகமாகத் தயார் செய்யப்பட்ட பேட்லாக் வைக்கப்பட்ட மரப்பெட்டியைத் தச்சர் தயார் செய்து கொடுத்திருந்தார்.

முத்திரையிடப்பட்ட அந்த மரப் பெட்டியை பிரத்யேக மாகச் செய்யப்பட்ட ஒரு பையில் வைக்கச் சொல்லி ஜான் மூலமாகச் சென்னைக்குக்கொண்டு செல்ல ஏற்பாடு பண்ணி யிருந்தார்கள். முதலில் பஸ்ஸில் போவதாகத்தான் இருந்தது. ஆற்றங்கரையானிடமும் அப்படியே சொல்லிவிட்டு, பிறகு முதுகு வலிக்கும் என்று, ரயில்வே ஸ்டேஷன் சென்ற ஜான், அங்கு ஒரு போர்ட்டரைப் பிடித்து மப்டியிலிருக்கும் போலீஸ் என்று சொல்லி அவனுக்குப் பணமும் கொடுத்து பொதுக் கோச்சில், படுத்துக்கொள்வதற்குத் தோதாக மேல் இடத்தையும் பிடித்துவிட்டான். ரயில் விருத்தாசலம் தாண்டி சென்று

கொண்டிருந்தது. யாரோ கைவிட்டு அண்டக் கொடுத்திருந்த பெட்டியை நிமிண்டி எடுப்பது போல் ஜானுக்குத் தோன்றியது. அவன் கையைப் பிடித்துவிட்டான். களேபரமாகி, ரயில்வே போலீஸில் ஒப்படைத்து, மண்டை ஓடு உள்ள பெட்டியைத் திருடும் அவனுடைய உள்நோக்கம் பற்றியும் அவனே கொலையாளி என்றும் அல்லது கொலையாளிக்கு உடந்தையாக இருந்தவன் என்றும் விசாரணைக்கு உட்படுத்த, திருட வந்தவன் கொலைப் பட்டத்திற்கு, திருட்டுப் பட்டமே மேல் என்று நினைத்து சிகாமணி வீட்டில் திருடியதை ஒப்புக்கொண்டான். ஜானிற்கு அதிர்ஷ்டம் அடித்தது. நல்ல வருமானம்.

○

தூக்கில் தொங்கிக்கொண்டிருந்த கதம்பவனத்தை இறக்கித் தரையில் கிடத்தியிருந்தார்கள். ஆற்றங்கரையான் அந்த இடத்தைச் சுற்றிப் பார்த்தார். கதம்பவனத்தின் மனைவி அழுதுகொண்டிருந்தாள்.

கதம்பவனம் ஒரு அரசாங்க அலுவலகத்தில் வேலை பார்த்துக்கொண்டிருந்தான் என்பது பலருக்குத் தெரியாது. முதலில் பியூனாகச் சேர்ந்து, பின்னர் இளநிலை உதவியாளராகப் பதவி உயர்வு பெற்றுவிட்டான். அவனுக்கு அந்தப் பதவிக்குரிய வேலை தெரியவில்லை. மேலும் அவனுடைய பழக்கவழக்கங்கள் வேறு திசையில் இருந்தன. மது அருந்துவதற்கும் பெண்களிடம் செல்வதற்கும் அவனுடைய சம்பளமே போதவில்லை. வயதுக்கு வந்த மகள் வீட்டில் இருக்கிறாள். ஒரு மகன் எட்டாவது படித்துக்கொண்டிருக்கிறான். அவனுடைய மனைவி சத்துணவுக் கூடத்தில் வேலை பார்த்துக்கொண்டிருப்பதால் குடும்பத்தை ஓரளவுக்குச் சமாளித்துக்கொள்ள முடிந்தது. வட்டிக்குக் கடன் கொடுத்த முரடர்கள் வட்டியைப் பெற முடியாததால், அலுவலகத்திற்கும் வீட்டிற்கும் வந்து கேவலமாகப் பேசி அவமானப்படுத்திக்கொண்டிருந்தார்கள். அவர்கள் எந்த நிலைக்கும் செல்வார்கள் போலிருந்தது. இவனுக்குத்தான் கடனை அடைக்க முடியவில்லை.

எப்படியோ காரியங்களை முடித்து, செண்பகத்தையும் கோமளவல்லியையும் திருவனந்தபுரத்திற்கு வழியனுப்பி வைத்துவிட்டான் கதம்பவனம். முருகவிலாஸ் பஸ் அதிபரின் மகனைத்தான் கோமளவல்லிக்கு முடிக்க நினைத்திருந்தான். ஆனால் அவர்கள் அனைவரும் முரட்டுக் குணமுடையவர்களாக இருந்தனர். அப்போதுதான் அய்யாவுச் செட்டியாரின் மகனுக்கு ஜோடி தேவை என்று அறிந்து அவரைப் பார்த்தான். நகைக்கடை வியாபாரம். சாதுவாகத் தெரிந்தார். கதம்பவனத்திற்கு இது

பொருத்தமான இடமாகத் தோன்றியது. செட்டியார், ஆச்சிக்கும் அப்பாவுக்கும் பயந்தவராக இருந்தார். கோமளவல்லியைப் பார்த்ததுமே அவருக்குப் பிடித்துப் போயிற்று. ஒரு நல்ல நாளில் பிற லௌகீக விஷயங்களைப் பேசி முடித்து ஒரு கோயிலில் மாலை மாற்றிக்கொண்டார்கள்.

கதம்பவனம் இறப்பதற்கு இரு நாட்களுக்கு முன் ஆற்றங்கரையான் வரச் சொன்னதாக ஜான் தெரிவித்ததன் பேரில் அவன் அவரைப் பார்த்திருந்தான்.

ஆற்றங்கரையான், கதம்பவனத்தின் சடலத்தைச் சுற்றி வந்தார். ஜானிற்கு களையுடன் கிடக்கும் சடலத்தைப் பார்க்கும் போதெல்லாம் இயேசுநாதர் ஞாபகம்தான் வரும். அவன் சிலுவைக் குறியிட்டுக்கொண்டான்.

○

இந்தியா டுடே, ஜூன் 2000

மாபெரும் சூதாட்டம்

என் நண்பன் சூரி கொடுத்திருந்த நோட்டுப் புத்தகத்தை நான் இரண்டு நாட்களுக்கு முன் படித்தேன். அதில் கறுப்பு மசியினால் எழுதப் பட்டிருந்த பழைய எழுத்துக்கள் ஈர்ப்பைத் தந்தன. சூரியின் பாட்டன், அல்பாயுளில் இறந்த – தன் ஒரே மகனான – சூரியுடைய தந்தையின் ஜாதகத்தை எழுதி, அது தொடர்பான குறிப்புகளையும் அதில் எழுதியிருந்தார். சில ஜோதிட நூல்களின் பெயர் களும் கிரகங்களின் தொடர்பைக் கணக்கிடும் விளங்கிக்கொள்ள முடியாத கணக்குகளும் அடுத்த சில பக்கங்களில் இருந்தன. மகா உத்தம ஜாதகம் என்று அவரால் குறிப்பிடப்பட்டிருந்த, அந்த ஜாதகத்துக்குரிய ஒரே மகன் – சூரியின் தந்தை – ஒரு அரசியல் தலைவர் இறந்த துக்கம் தாளாது அவருடைய ஆதரவாளர்கள் கல்லெறிந்து கொண்டிருந்தபோது தலையில் கல்லடி பட்டு இறந்தார். கல்லடிபட்டபோது அவர் மதுரை யிலிருந்து திருச்சி சென்றுகொண்டிருந்த பஸ்ஸில் ஜன்னலோரமாக அமர்ந்திருந்தார். அருகில் அமர்ந்திருந்த சூரியைக் கருக்கொண்டிருந்த அவருடைய மனைவி என்ன செய்வதென்று தெரியாது பயத்துடன் திண்டாடிக்கொண்டிருந்த போது அவர் இறந்தார்.

இது ஒரு புறம் இருக்க, அக்குறிப்புகளின் இறுதியாகக் குறிப்பிட்டிருந்த வாசகங்கள், இவை:

'எந்தப் போக்கும், வாழ்வினுடைய காலத்தினுடைய சூதாட்டங்களினால் கணிப்பிற்குட்படுவதில்லை. நடந்த காரியத்தின்

காரணங்களை ஆராய்ந்து அடுக்குவது சுலபம். வலுவான காரணங்கள் இருக்க, அவற்றிற்கான காரியங்கள் ஏன் நடக்கவில்லை என்பதை எவரும் அறிய முடியாது. நடந்ததை நடக்க விதிக்கப்பட்டதாக நினைத்து ஏற்றுக் கொள்ள சூதாட்டம் வெற்றிகரமாக ஆட்டத்தை நடத்திக்கொண்டிருக்கிறது.'

இவ்வாசகங்களைத் தொடர்ந்து, நான்கு பக்கங்கள் எதுவும் எழுதப்படாமல் விடப்பட்டிருந்தன. அடுத்து எழுதப் பட்டவை கட்டுரை, சிறுகதை, குறிப்பு ஆகிய எந்த வகையிலும் அடங்காத எழுத்துக்கள். தொண்ணூறு பக்கங்களில் இவை எழுதப்பட்டிருக்கின்றன.

சீட்டாட்டம், சதுரங்கம் ஆகியவற்றின் ஒவ்வொரு நடவடிக்கையிலும் ஆட்டம் மாறிக்கொண்டே வருவதை, பலவித உதாரணங்களுடனும் கணக்குகளுடனும் விரிவாகக் கூறுகிறார். கடற்கரையில் நிற்கும் பெண் என்ற பிம்பம் அடிக்கடி திடீரென்று எழுத்துக்களில் வருகிறது. அப்பெண்ணைப் பற்றிய வர்ணனைகள் வெவ்வேறு இடங்களில் வெவ்வேறு விதமாக வருகின்றன. கடற்கரையில் நின்று கடலைப் பார்த்துக் கொண்டிருக்கும் அப்பெண் ஒவ்வொரு முறையும் ஒவ்வொரு வர்ணத்துடன் தோன்றுகிறாள்.

சதுரங்கம் பற்றிய கணக்குகள் மிகவும் சிக்கலானவை. அவற்றைப் பற்றிக் கூற முயன்றால் நான் தோல்வியையே அடைய நேரிடும். மேலும், அந்தக் கணக்குகள் சதுரங்கத்தை வைத்துக்கொண்டு ஆடிப்பார்த்தால் மட்டுமே அறியக்கூடிய சூட்சுமங்களை உடையவை. சீட்டாட்டம், சதுரங்கத்துடன் ஒப்பிடும்போது பெரும்பாலோருக்குப் பரிச்சயமானது. விளையாடும் ஏழு நபர்கள் வைத்திருக்கும் சீட்டுகளுக்குள் உள்ள தொடர்புகள் பற்றியும் கட்டுக்குள் இருக்கும் சீட்டுகளுக்கும் அவற்றுக்கும் உள்ள தொடர்புகள் பற்றியும் விவரித்துக்கொண்டு செல்லும் பகுதி வாசிக்க மிகவும் சிக்கலாக இருக்கிறது.

மூன்று கட்டுகள் கலந்து கலைக்கப்பட்ட சீட்டுக்கட்டி லிருந்து, ஒரே நிறத்தையுடைய சீட்டுக்களை விளையாடும் நபர்கள் எடுத்துத் திருப்பிப் போடுகின்றனர். எண்களின் வரிசைக்கிரமத்திற்கேற்ப எடுத்த நபர்கள் அமரும் நிலை அமைகிறது. குறைந்த எண் எடுத்தவன் சீட்டைக் கலைக்கிறான். கலைத்து முடித்து வைக்கும்போது அவரவர்களுக்கு வரக்கூடிய சீட்டுக்கள் ஒரு புதிர் போல சேர்ந்தமைகின்றன. விளையாடும் நபர்கள் ஏழு என்றால், முதல் நபருக்கு வரும் சீட்டுகள் 1, 8, 15 என்ற முறையில் அமைகின்றன. ஆனால் சீட்டுக்களைப் போடும் முன் அடுத்து இருப்பவன் கட்டை வெட்டி மாற்றி

வைத்து ஜோக்கரை எடுக்கிறான். இப்போது ஏற்கனவே இருந்த அமைப்பு மாறிப் புது அமைப்பு ஏற்படுகிறது. இப்போது 1, 8, 15 வேறு வகையில் அமைகிறது. கையில் சீட்டுக்களை வைத்திருப்பவன் எவ்விதம் அதை அமைத்துச் சேர்க்கிறான் என்பது அப்போதைய மனோநிலை, உள்ளிருந்து வரும் சீட்டு, இடக்கைப் பக்கம் இருப்பவன் இறக்கும் சீட்டு, வலக்கைப்பக்கம் இருப்பவன் இறக்கும் சீட்டு ஆகியவைகளைப் பொருத்து அமைகிறது. கையிலிருக்கும் பதிமூன்று சீட்டுகளும் ஜோக்கரைப் பார்த்ததும் மாறுகின்றன. ஒன்றுக்கும் உதவாத சீட்டுக்கள் ஜோக்கராக மாறியதும் உயிர் பெறுகின்றன. ஜோக்கர் இன்றி ஜெயிப்பது கடினம். நிறைய ஜோக்கர்கள் இருந்தாலும், ஒரிஜினல் ரம்மி இல்லாமல் ஜெயிக்க முடியாது. கிளாவர் ஐந்து வேண்டும் என்றால் தனக்கு ஐந்து தேவையில்லை என்ற பாவனையில் இஸ்பேட் ஐந்தை இறக்கிவிட்டு உட்கார்ந்திருக்கிறான். (உதாரணமாக, இந்த இடத்தில் கடற்கரையில் நிற்கும் பெண் வயலட் நிறமாக இருக்கிறாள். ஒடுங்கிய கூர்மையான முகம். கூர் நாசி. உடலில் சதைப்பற்று இல்லை.) இவனுக்கு வேண்டிய சீட்டு எனப் பக்கத்தில் இருப்பவன் பிடித்து வைத்திருக்கும் சீட்டு இவனுக்குத் தேவைப்படாத சீட்டு. இறங்கிய சீட்டை எடுக்கும்போது உள்ளே இருக்கும் சீட்டின் வரிசை மாறி விடுகிறது. சீட்டைப் பிடித்து வைப்பதால் சீட்டு சேராமலும் போகிறது. அனைவருக்கும் ஜெயிப்பதில் குறி. சீட்டு வருவதும் சேர்வதும், புதிர்மயமாக உள்ளது. சீட்டுகள் சேர்ந்து ஜெயிக்கும்போது பிற சீட்டுகள் செத்து விழுகின்றன.

பிறகு உயர்நீதிமன்றத்தில் உதவிப் பதிவாளர் (குற்றங்கள்) என்பவரைச் சந்திக்கச் செல்வதைப் பற்றிய விவரிப்பு இடம் பெறுகிறது. உயர்நீதிமன்றம் பெரிய நிலப்பரப்பில், பல வாசல்களுடைய, பெரிய மாடிகளுடைய கட்டடமாக விவரிக் கப்படுகிறது. இந்த விவரிப்பு மட்டும் ஒன்பது பக்கங்களில் வருகின்றது. பல வாசல்களும், பல அறைகளும், பல உள்வாசல் களும், பல உள் அறைகளும், அவற்றின் குழப்பக்கூடிய வழிகளும் விரிவாக விவரிக்கப்பட்டிருக்கின்றன. பிரதான வாசல் வழியாக உள்ளே நுழையும் ஒருவன் பக்கத்து அறையில் நுழைந்து வெளியேறினால், மீண்டும் கட்டடத்திற்கு வெளியே வந்து விடுவான். ஒரு அறையிலிருந்து இன்னொரு அறைக்குச் சென்றால் அந்த அறை பல அறைகளுக்கு அழைத்துச் செல்கிறது. அறைகளின் நிறம் அறைகளிலிலுள்ள பழங்கால மேஜை நாற்காலிகள், பெரிய ஜன்னல்கள், உயரத்திலிருக்கும் மேற்கூரை ஆகியவை லகுவற்ற உணர்வுகளை ஏற்படுத்திக்கொண்டிருக்கின்றன. கறுப்புக் கோட்டுச் சீருடையில் அலைந்துகொண்டிருக்கும் வக்கீல்கள், தென்படும் இடங்களில் எல்லாம் ஒரே சாயலில்

தோன்றி, மேலும் வழியைக் குழப்பிக்கொண்டிருக்கின்றனர். உதவிப் பதிவாளர் (குற்றங்கள்) அவர்களைக் காண, வழி கேட்க, நேராகச் சென்று, வலப்பக்கமாகத் திரும்பி, கடைசிப்பகுதிக்குச் செல்லுமாறு ஒருவர் கூறுகிறார். அந்த இடத்தை அடைந்து விசாரிக்கும்போது, அங்கிருந்தவர் வலப்பக்கமாகவே திரும்பி, மீண்டும் வலப் பக்கம் திரும்பிச் செல்லுமாறு கூற, அவ்வாறே செல்ல, புறப்பட்ட இடத்திற்கே மீண்டும் வந்து சேர்கிறார். மீண்டும் வழிகேட்டுப் புதிய வழிகளில் அலைந்துகொண்டிருக்கும்போது கையில் குடையுடன் களைத்த முகத்துடன் ஒருவர், இவரிடம் உதவிப் பதிவாளர் (குற்றங்கள்) அவர்களைக் காண வழி கேட்கிறார். அவரைக் காண்பதற்கே அலைந்துகொண்டிருப்பதாக இவர் கூற, களைத்து வந்தவர் இவ்வாறு கூறுகிறார்: 'உதவிப் பதிவாளர் (குற்றங்கள்) அவர்களை ஒரு மணி நேரத்திற்கு முன் இங்குள்ள அறை ஒன்றில் நான் பார்த்தேன். அவர் ஒரு மணி நேரம் கழித்து மீண்டும் வரச்சொன்னார். நான் வெளியே சென்று, டீ குடித்து பொழுதைக் கழித்து இப்போது மீண்டும் அவரைப் பார்க்க வந்தேன். அவரை எந்த இடத்தில் பார்த்தேன் என்பதை அறிய முடியவில்லை.'

இருவருமாகச் சேர்ந்து பல வழிகளில் அலைந்து சிரமப்பட்டு அறையைக் கண்டு பிடிக்கிறார்கள். வாசலில் நின்ற தலைப்பாகை அணிந்திருந்தவனைத் தாண்டி அறைக்குள் செல்வதற்கு அரை மணி நேரமாகிறது. அறைக்குள் நுழைகிறார்கள். அங்கிருந்த ஒருவர் உதவிப் பதிவாளர் (குற்றங்கள்) அவர்கள் வெளியே சென்றுவிட்டதாகவும், எப்போது வருவார் என்று தெரியாது என்றும், வராமலேயே கூட இருக்கலாம் என்றும் தெரிவிக்கிறார்.

இதற்கு அடுத்தாற்போல் ஒரு திருமணக் காட்சி விவரிக் கப்படுகிறது. பெரிய மண்டபத்தில் திருமணம் நடக்கிறது. சமையற்காரர்கள், வேலைக்காரர்கள், பந்தல்காரர்கள், ஒலி பெருக்கி சம்பந்தப்பட்டவர்கள், உறவினர்கள், சம்பந்திகள், நாத்தனார்கள், தோழர்கள், தோழிகள், நெருங்கிய உறவினர்கள், மணமகன் உடன் பிறந்தவர்கள், மணமகள் உடன் பிறந்தவர்கள், மணமகன், மணமகள் இத்யாதி... எனப் பலர் வருகின்றனர்.

மணமகள் பெயர் ராணி, மணமகன் பெயர் நாகராஜன். இந்தப் பகுதி நாற்பத்தைந்து பக்கங்களில் வருகிறது. பிரதானமாக மணமகன், மணமகள், கணவன் மனைவியாக மாறுவதும், அவர்களின் மன நாடகங்களும், மற்றவர்கள் அவற்றை அனுசரிக்கும் விதங்களும், நாடகங்களுக்குப் பின் இருக்கும் காமம், சுயநல உணர்வுகளும், மிகுந்த சிக்கல்களினூடே காண்பிக்கப்பட்டுள்ளன. மனைவி கணவனிடமும், கணவன் மனைவியிடமும் பேசும் வசனங்களில் உள்ள ஜோடனைகளும் காண்பிக்கப்படுகின்றன.

ராணியின் மனதில் காம உணர்வுகள் தோன்றியதிலிருந்து, இதுவரையில் வரித்துப் பார்த்துள்ள, பொருட்படுத்தக் கூடிய ஆண்களைப்பற்றியும், அவளின் இச்சைகளைப்பற்றியும் விரிவாகக் குறிப்பிடப்பட்டுள்ளது. பெண் மனம், ஆண் மனம் போல் இயங்காது என பாவித்துக்கொண்டிருப்பவர்களைக் கவனத்தில் கொண்டதால், இப்பகுதிக்கு அழுத்தம் கொடுத்திருப்பதாகக் குறிப்பிடப்பட்டுள்ளது.

கால்களைக் கணவன் கொஞ்சிக்கொண்டிருக்கையில், காமத்தின் மூலம் அவனைப் பணிய வைக்க முடியுமென்று அவளுக்குத் தோன்றுகிறது. அவனைக் காமத்திற்குத் தூண்டும் தோரணைகளையும் சந்தர்ப்பங்களையும் அவளால் கண்டறிந்து கொள்ள முடிகிறது. மனதின் இச்சைகளுக்கு வடிகால் என அவள் இருந்து மகிழ்விப்பது, அவனுக்கு மேலும்மேலும் அவள் மேல் ஈர்ப்பை ஏற்படுத்துகிறது. தொன்று தொட்ட தொடர்புப் பொருளான அல்வாவும் மல்லிகைப் பூவும் நன்றாக நடித்து தங்கள் கடமையைச் செய்கின்றன.

கணவனும் மனைவியும் சீட்டாட ஆரம்பிக்கின்றனர். அக்கறையும், தீவிரமும் இன்றி விளையாட்டாக ஆடுகின்றனர். வெற்றி தோல்வி பற்றி அக்கறையின்றி ஆடுகின்றனர். அவன் வெற்றியடைவது பற்றி இவளுக்குக் கவலையில்லை. இவள் வெற்றியடைவது பற்றி அவனுக்குக் கவலையில்லை. பின்னர் இருவரும் பணயம் வைத்து ஆடுகின்றனர். ஆட்டம் தீவிரமாகிறது. இருவரும் தோல்வியடையக் கூடாது என்று நினைக்கின்றனர். சீட்டைப் பிடித்து வைத்து ஆடுகின்றனர். அவனுடைய வெற்றி அவளுக்கு ஆத்திரத்தையும் அவளுடைய வெற்றி அவனுக்கு ஆத்திரத்தையும் தருகின்றன. கண்ணுக்குத் தெரிந்தும் தெரியாமலும் ஒருவரையொருவர் காயப்படுத்துகின்றனர். ஆத்திரம் காமரூபம் கொண்டு மோதுகின்றது.

குழந்தைக்குத் தாய் தந்தையாக உறவு மாற்றம் அடைந்த பின்னர், இருவரின் மனநிலையிலும் பெருத்த மாற்றம் ஏற்படு கிறது. இப்பொழுது, ஆடும் சீட்டாட்டத்தில் பெரும் சிக்கல் ஏற்படுகிறது. சீட்டுக்களைச் சேர்ப்பது கஷ்டமான காரியமாக இருக்கிறது. சேரும் என்று நினைத்து வைத்திருக்கும் சீட்டுக்கள் சேர்வதில்லை. ஜோக்கர் வருவது கடினமாக இருக்கிறது. சமயங்களில் வரவேமாட்டேனென்கிறது. சீட்டுக்கள் சேர்ந்து வெற்றி பெறுவது தாமதமாகிக் கொண்டேயிருக்கிறது. சீட்டாட்டம் அலுப்புத்தரக்கூடிய ஆட்டமாக மாறுகிறது. ஆட்டத்தின் நீட்சியில் வெற்றி பெற்றவருக்கும் களைப்பு ஏற்படுகிறது.

பிறகு ஆடும் சீட்டாட்டத்தில் ஒருவர் சீட்டுக்களை மற்றவர் பார்க்கும் போக்கு ஏற்படுகிறது. மற்றவர் சீட்டுக்களை தான்

பார்க்கலாம் என்றும் தன் சீட்டுக்களை மற்றவர் பார்க்கக்கூடாது என்றும் இருவரும் முனைய, பெரும் குழப்பமும் சண்டையும் ஏற்படுகின்றன. சீட்டாடாமலும் இருக்க முடியவில்லை. இக்கட்டத்துடன் இப்பகுதி முடிவுறுகிறது.

இறுதிப் பகுதியில், இறக்கும் தறுவாயில் உள்ள ஒருவன் எதிரில் ஆள் இல்லாமல், தனியே சீட்டாடிக்கொண்டிருக்கிறான். அவனே இரண்டு நபர்களாய் மாறி ஆடுகிறான். இருவருக்கான சீட்டுக்களும் அவனுக்குத் தெரிகிறது. அந்தந்தச் சீட்டுக்களை வைத்திருப்பவனாக மாறி அந்தந்தச் சீட்டுக்களுக்கு நியாயம் செய்பவனாக ஆடுவது மிகக்கடினமான காரியமாக இருக்கிறது. அடுத்த சீட்டுக்களுக்குத் தேவையான சீட்டு இருக்கும்போது, தேவையில்லை என்றாலும், அந்தச் சீட்டை இறக்கும் மனநிலை ஏற்பட மாட்டேனென்கிறது. எனவே அந்தச் சீட்டுக்களுக்கு நியாயம் செய்யும் முறையில் ஆட முடிவதில்லை. இரண்டு சீட்டுக்களையும் ஒருவரே ஆடும் போது இருபக்கமும் நியாயமாக ஆட முடியுமா என்ற கேள்வி விடை தெரியாமல் அலைகிறது.

நான், சூரியிடம், இந்தத் தொண்ணூறு பக்கங்களைப் புத்தகமாக்கலாமா எனக் கேட்டேன். "இத்தகைய எழுத்துக்களுடைய புத்தகத்தை என்ன என்று அழைப்பது? நாவல் என்று அழைத்து விடலாமா?" என்றான் சூரி. அவன், 'புரட்சிகர பிட்சு' என்ற பெயர் கொண்ட மதுபானத்தைக்கொண்டு வந்திருந்தான். அதை அருந்திக் கொண்டே புத்தகப் பிரசுரம் பற்றியும் புத்தகத்தை எப்படி அழைப்பது என்றும் பேசிக்கொண்டிருந்தோம்.

சூரி சீட்டுக்கட்டைக் கலைத்துப் போட்டான். ஒரு அதிசயம் பாருங்கள். நானும் சூரியும் சீட்டாடும் போது முதல் இரண்டு ஆட்டங்களில் எனக்குப் போடப்பட்ட சீட்டுக்கள் அனைத்தும் சேர்ந்தே இருந்தன. இத்தகைய அபூர்வத்தைக் காப்பாற்றிக் கொள்வதற்காக மூன்றாவது ஆட்டம் விளையாடாமல் ஆட்டத்தை முடித்துக் கொண்டோம். சூதாட்டத்தின் போக்கையும் புதிரையும் யாரறிவார்? பிற விஷயங்களைப் பின்னர் முடிவு செய்யலாம் என்றும் 'மாபெரும் சூதாட்டம்' என்ற தலைப்பில் புத்தகமாகக்கொண்டு வரலாம் என்றும் அன்று முடிவு செய்தோம்.

○

காலச்சுவடு 29, ஏப்ரல்–ஜூன் 2000

காலத்தின் அலமாரி

1

மேஜையிலிருந்த இன்டர்காம் ஒலித்தது. ஜெனரல் மிகிமா படுக்கையிலிருந்து எழுந்து அதை எடுத்தார். மறுமுனையிலிருந்து பேசிய உதவியாளர், நிர்வாகச் செயலர் ஜெனரலைப் பார்க்க வந்திருப்பதாகத் தெரிவித்தார். 'அவசரமா?' என்று கேட்டார். மேற்குப்பகுதியில் கலவரம் ஏற்பட்டு, அது தொடர்பான செய்தியுடன் வந்திருப்பதாக உதவியாளர் தெரிவித்தார். 'சரி. இருக்கச்சொல், அழைக்கிறேன்' என்று இன்டர் காமை வைத்துவிட்டார். அலுப்புடன் படுக்கையில் உட்கார்ந்தார். நேற்று இரவு அவருக்குச் சரியான தூக்கமில்லை. எழுந்து முகத்தைக் கழுவினார். பதக்கங்களுடன் கூடிய கனத்த ஆடைகளை அணிந்து கண்ணாடியில் தோற்றத்தைச் சரிசெய்து கொண்டார். அறையிலிருந்த ஒரு கதவைத் திறந்து இன்னொரு அறைக்குச் சென்றார்.

கதவைத் திறந்து நிர்வாகச் செயலர் உள்ளே நுழைந்தார். மேஜைக்குப் பின்னே, கம்பீரத்தையும் பீதியையும் உருவாக்கும் தோற்றத்தில் அமர்ந்திருந்தார் ஜெனரல் மிகிமா. நிர்வாகச் செயலர் வணக்கம் தெரிவித்து அசௌகரியமான முறையில் அமர்ந்தார். முகத்தில் புன்னகைக்க முயற்சி செய்தபடி, 'மேற்குப் பகுதியில் கலவரம் ஏற்பட்டு, தற்போது அமைதி நிலவுகிறது. கலவரத்தில் ஈடுபட்ட இருபத்தி ஐந்து நபர்களும், நம் தரப்பில் ஒரு இராணுவ வீரரும் இறந்துவிட்டனர்' என்றார்.

ஜெனரலின் முகத்திலிருந்து அவரை அறியத் தடுமாறிய நிர்வாகச் செயலர் கையிலிருந்த சில குறிப்புகளைப் பார்த்தவாறு கூறினார். 'இந்த மாதத்தில் இது வரை கலவரம் ஏற்படவில்லை. மாதம் முடிய இரண்டு தினங்கள் இருக்கும் போது இவ்வாறு நடந்துவிட்டது. இதற்கு முந்தைய மாதங்களில் கலவரங்களில் இறந்தவர்களின் எண்ணிக்கையை ஒப்பிடும்போது இது குறைவு. கடந்த இரண்டு மாதங்களாகக் கலவரங்களில் இறப்பு இல்லை. அதற்கு முன்பு ஐம்பத்தி ஏழு நபர்களும், அதற்கு இரண்டு மாதங்களுக்கு முன்பு முப்பத்தி ஆறு நபர்களும் இறந்துள்ளனர்' என்றார். ஜெனரல் 'எப்படி சம்பவம் நடந்தது?' என்று கேட்டார். 'சிலர், ஒரு இராணுவ வீரரைக் கேலி செய்ததைத் தொடர்ந்து வாக்குவாதம் ஏற்பட்டு, பின்னர் பெரிதாகிவிட்டது' என்றார் நிர்வாகச் செயலர்.

'கலவரத்திற்குக் காரணமானவர்களைக் கண்டறிந்து கைது செய்யச் சொல்லுங்கள். மீண்டும் கலவரம் ஏற்படாமல் பார்த்துக்கொள்ளச் சொல்லுங்கள். மேற்குப் பிராந்தியத் தளபதியிடமும் மாவட்ட நிர்வாகத்திடமும் என் அதிருப்தியைத் தெரிவியுங்கள். அரசின் திட்டங்கள் பற்றி அதிக அளவில் விளம்பரம் செய்யுங்கள்' என்றார் ஜெனரல்.

2

மாவட்டத் தளபதியும் மாவட்ட நிர்வாகியும் பதற்றத்துடன் தங்கள் கீழுள்ள அதிகாரிகளை விரட்டிக்கொண்டிருந்தனர். மேற்குப் பிராந்தியத் தளபதி இன்று பிற்பகல் வருவதாகத் தகவல் வந்திருந்தது. மாவட்ட நிர்வாகி அதிகாரிகளைத் திட்டிக்கொண்டிருந்தார். 'மேலிடம் வரைக்கும் தகவல் சென்றுவிட்டது. தற்போது போராட்டம் செய்தவர்களில் இறந்தவர்களின் எண்ணிக்கை இருபத்தி ஐந்து நபர்கள் அல்ல; இருபத்தி நான்கு நபர்கள்தான் என்றால் என்ன செய்வது? நிர்வாகத்தின் திறன் கேலிக்குரியதாகிவிட்டது. பிழை என்று சொல்வதற்குப் பதிலாக நான் இறந்துவிடலாம்' என்றார் மாவட்ட நிர்வாகி.

'எப்படிப் பிழை ஏற்பட்டதென்றே தெரியவில்லை. எப்படியோ, எங்கோ பிழை ஏற்பட்டுவிட்டது. மேற்குப் பிராந்தியத் தளபதி வருவதற்குள் அனைத்தையும் சரிசெய்து விடலாம்' என்றார் ஓர் அதிகாரி.

'மேற்குப் பிராந்திய இராணுவத் தளபதி இன்று பிற்பகல் மூன்று மணிக்கு வருகிறார்' என்றார் மாவட்டத் தளபதி.

3

Experiences of Famous Reporters என்ற புத்தகம் லண்டனில் உள்ள *Swan Publication* வெளியீடு. அப்புத்தகம் பல நாட்டு நிருபர்களின் வித்தியாசமான அனுபவங்களின் தொகுப்பு. அதில் போர்ச்சுகல் நாட்டைச் சார்ந்த பிலிப் சில்வி, கம்பாதிரா நாட்டைப் பற்றியும் ஒரு குறிப்பிட்ட நிகழ்ச்சியில் தனக்கு ஏற்பட்ட அனுபவங்கள் பற்றியும் எழுதியிருக்கிறார். கம்பாதிரா நாடு, மொஸாம்பிக் நாட்டிற்கும் மடகாஸ்கர் நாட்டிற்கும் இடையே அமைந்துள்ள ஒரு குட்டித்தீவு. பேசப்படும் மொழி கமஸ் மற்றும் போர்ச்சுகிஸ். அவர் எழுதியிருந்ததில் ஒரு பகுதி வருமாறு:

'...மொஸாம்பிக் நாட்டிலிருந்த என் நண்பன் ஆடம்சனைப் பார்த்துவிட்டு, அங்கிருந்து கம்பாதிரா நாட்டிற்கு, அந்நாட்டில் இருபத்தியேழு ஆண்டுகளுக்கொரு முறை நடை பெறும் பாறைமிதித் திருவிழா பற்றி செய்திகள் சேகரிக்கச் சென்றிருந்தேன்.

கம்பாதிரா நாட்டு மக்களின் பழக்க வழக்கங்கள், அவர்களின் மதம் சார்ந்த ஈடுபாடுகள் எனக்கு வினோதமாகத் தெரிந்தன. அனேகமாக எல்லா இடங்களிலும், சிகரெட் விற்கப்படும் டீக்கடை இருந்தது. டீக்கடைகளில் நேரங்காலம் இல்லாமல் மக்கள் டீ குடித்துக்கொண்டிருந்தனர். எந்த நேரத்திலும் யாராவது ஒருவன் டீ குடித்துக்கொண்டிருந்தான். குக்கிராமத்தில்கூட டீக்கடை இருந்தது. பல இடங்களில், குடித்த கிளாஸை வாளித்தண்ணீரில் முக்கி நனைத்து எடுத்து அடுத்தவனுக்கு டீ கொடுத்துக்கொண்டிருந்தனர். குடித்த கிளாஸைக் கழுவுகிற வேலையே இருப்பதாகத் தெரியவில்லை.

அந்நாட்டு மக்கள் பலவகையான கடவுள்களை வணங்கிக் கொண்டிருந்தனர். தென்னை மரங்கள், பப்பாளி மரங்கள், பனை மரங்கள், ஆலமரங்கள், வேப்ப மரங்கள், அரச மரங்கள் ஆகியவையும் அவர்கள் வழிபாட்டுக்குரியனவாக இருந்தன. இதே போல் எலி, நாய், யானை, சிறுத்தை, சிம்பன்ஸி, பசு, பாம்பு, மயில், புறா, குதிரை, சேவல் ஆகியவற்றின் உருவங்களும் வழிபாட்டுக்குரியனவாக இருந்தன. இந்த மிருகங்களையும் பறவைகளையும் வழிபட்ட போதிலும், இவற்றை வேட்டையாடிக் கொண்டும் இருந்தனர். இரண்டும் ஒன்றுக்கொன்று தொடர்பில்லாதது என்ற மனோநிலையை மக்கள் கொண்டிருந்தனர். பல கடவுள் வடிவங்கள், மனித மிருக உருவங்களின் இணைப்பாக இருந்தன. உதாரணமாகப் பாம்புத்

தலையும் பெண் உடம்பும் கொண்ட வடிவம். மனித முகமும் சிறுத்தை உடலும் கொண்ட வடிவம்.

மனித உருவங்களாகவே காணப்பட்ட கடவுள்களுடன் ஏற்கனவே குறிப்பிடப்பட்ட ஏதேனும் ஒரு பறவை அல்லது மிருகம் இருந்தது. சில மனித உருவங்கள் ஆடை ஆபரணங்களுடனும், சில வேடர்களின் நாடோடித் தோற்றங்களுடனும் இருந்தன. அனைத்து மனித உருவங்களுடைய கடவுள்களும் ஏதேனும் ஓர் ஆயுதத்தைக் கையில் ஏந்தியிருந்தனர். பெரும்பாலும் ஈட்டி காணப்பட்டது.

நான்கு கடவுள்கள் முக்கியமாகக் கருதப்பட்டனர். இந்நான்கு கடவுள்களும் நான்கு சகோதரிகளைத் திருமணம் செய்துகொண்டவர்கள். இந்நான்கு சகோதரிகளும் ஒருவருக் கொருவர் பூசலிட்டுக் கொண்டது பற்றிய கதைப்பாடல்கள் புழக்கத்திலிருந்தன. நான்கு கடவுள்களில் சிங்கத்தைக் கையிடுக்கில் வைத்திருக்கும் கடவுள் ஜிகாபியே பிரதானமான கடவுளாகக் கருதப்பட்டிருந்தார். மனைவியைத் தோளில் சுமந்திருக்கும் கடவுள் பகாருமா அடுத்தாற்போல் பிரதானமாகக் கருதப்பட்டிருந்தார். நான்கு கடவுள்களின் மனைவிகளான சகோதரிகள் நால்வரும் கடவுள்களாகக் கருதப்பட்டனர். இச்சகோதரிகளின் அழகு பற்றிப் புழக்கத்திலிருக்கும் பாடல்கள் ரசமானவை. நான்கு சகோதரிகளும் வெவ்வேறு வகையான நடனங்களில் தேர்ச்சி பெற்றவர்களாகவும், அவற்றிற்கான குறியீடாகவும் கருதப்பட்டு வழிபடப்பட்டனர். வழிபாட்டு ஸ்தலங்களில் ஆண் கடவுளையும் பெண் கடவுளையும் இரவில் ஒரே கட்டிலில் வைத்து கதவைப் பூட்டி விடுவார்கள்.

நான்கு கடவுள்களும், இரண்டாவதாக ஒரு பெண்ணைக் காதலித்துத் திருமணம் செய்துகொண்டிருந்தனர். இக்காதல் சம்பவங்களை நாடகங்களாக நடத்தியும் பாடல்களாக இயற்றியும் மக்கள் ரசித்துக்கொண்டிருந்தனர்.

பூசாரிகள் சமூகத்தில் செல்வாக்கும் அதிகாரமும் உடையவர்களாக இருந்தனர். அவர்கள் நிலப்பிரபுக்களாகவும் இருந்தனர். ஒரு குடும்பத்தில் நடைபெறும் சுப நிகழ்ச்சிகள் அனைத்தும் பூசாரியின் ஆசீர்வாதத்துடனேயே நடக்கிறது. தங்கள் சின்னமான ஈட்டியை அடையாளத்திற்காகக் கன்னங்களில் வரைந்து கொள்ளும் பழக்கம் அவர்களுக்கு இருந்தது.

சில பிரிவு மக்களிடம் கணவன் இறந்ததும் அவனுடைய மனைவி அல்லது மனைவிகள் உயிருடன் சவப்பெட்டியில் அடைக்கப்பட்டு, இறந்த கணவனின் அருகிலேயே புதைக்கப் படும் பழக்கமிருந்ததாக நான் அறிந்தேன். இச்சடங்கைத்

தெய்வத்திற்கான சடங்காக நடத்தி சம்பந்தப்பட்ட பெண்ணிற்கு உன்னத பதவியேற்கும் மனோநிலை உருவாக்கப்படுவதாகவும் அறிந்தேன்.

ஏப்ரல் 27ஆம் தேதி பாறை மிதித் திருவிழா நடைபெற இருந்தது. கமாஜியா என்ற நகரின் வெளிப்புறப் பகுதியில் விஸ்தீரணமான பாறைத்தொடர் உள்ளது. அதிக உயரமற்ற இந்தப் பாறைத்தொடர் ஒரு காலத்தில் மிக உயரமான மலைத் தொடராக இருந்ததாகவும், திடீரென அம்மலையிலிருந்து நெருப்பு பொங்கி விழத் துவங்கியதாகவும் பெருங்கடவுளான ஜிகாபியே தோன்றி தன் கால்களால் மிதித்து அம்மலைத் தொடரைப் பூமிக்குள் அழுத்திவிட்டதாகவும் கதை புழக்கத்தில் இருந்தது. இருபத்தியேழு ஆண்டுகளுக்கொரு முறை நடைபெறும் இவ்விழாவில் குறிப்பிட்ட நாளன்று, லட்சக்கணக்கான மக்கள் கூடி அப்பாறைத் தொடரில் மிதித்துக் குதிப்பார்கள். இதன் மூலம் தங்களைப் பிடித்துள்ள தீமைகள் விலகி நன்மைகள் ஏற்படும் என்ற நம்பிக்கை அவர்களுக்கு இருந்தது.

பாறை மிதித் திருவிழா நடைபெற இருந்த நாளுக்கு மூன்று மாதங்களுக்கு முன்பிருந்தே பாறைத்தொடரில் இருந்த முட்செடிகள், தாவரங்களைச் சுத்தம் செய்யும் வேலைகள் துவக்கப்பட்டிருந்தன. லட்சக்கணக்கான மக்கள் கூடுவார்கள் என்ற எதிர்பார்ப்பு இருந்தது. மக்களிடையே பாறை மிதித் திருவிழா பரபரப்பை ஏற்படுத்திக்கொண்டிருப்பதை உணர்ந்தேன். மக்கள் கூட்டத்தினரிடையே அசம்பாவிதம் ஏதும் நிகழக்கூடும் என்று என் உள்ளுணர்வு கூறிக்கொண்டிருந்தது.

‘அவ்வாறே நிகழவும் செய்தது. கேமிரா நொறுங்கி, நான் கை எலும்பு முறிவிற்கான சிகிச்சைக்காக மொஸாம்பிக் திரும்ப நேர்ந்தது. 351 நபர்கள் மரணமும் 657 நபர்கள் காயமும் அடைந்தார்கள் ...’

இவ்வாறு அவருடைய கட்டுரை சென்றுகொண்டிருக்கிறது.

4

ஒப்பாரியின் ஓலத்தில் விழித்தெழுந்தார் கிழவர் மது மிகா. வழக்கம் போல ஓலம் அவரை அதிரவைத்தது. அருகே சென்று சமாதானம் சொன்னார். ‘என் பேரன் வந்து விடுவான். அவனுக்கு ஒன்றும் ஆகாது. ஜிகாபியே நம்மைக் கைவிடமாட்டார்’ என்றார். அவள் ஓலம் அடங்கினாற்போல் இல்லை. ‘இன்றொடு அவன் போய் ஆறு மாதமாகிவிட்டது’ என்றாள் ஓலத்தினூடே.

கிழவருக்கு ஒரே மகள். அவளுக்குத் திருமணமாகி ஐந்து வருடத்திலேயே கணவன் இறந்துவிட்டான். குழந்தையுடன்

கிழவரிடம் வந்து வருடங்கள் ஓடிவிட்டன. கிழவருக்கு எழுதப்படிக்கத் தெரியாது. ஓர் இயக்கத்தில் பேரன் இருப்பதாகச் சொல்லி, ஒரு நாள் இராணுவத்தினர் அவனை அழைத்துச் சென்றனர். எங்கு விசாரித்தும் சரியான பதிலில்லை. யாரோ சொன்னார்கள் என்று யாரையோ எழுதச் சொல்லி கைநாட்டு வைத்து அனுப்புவார். எந்தச் சலனமும் இல்லை. ஆனால் அவருக்கு அசைக்க முடியாத நம்பிக்கை. தான் வணங்கும், சிங்கத்தைக் கையிடுக்கில் வைத்திருக்கும் ஜிகாபியே தன்னைக் கைவிடமாட்டார்; பேரனுக்கு அசம்பாவிதமாக எதுவும் நடக்க அவர் விடமாட்டார் என்பதில் அவருக்கு எந்தவித சந்தேகமுமில்லை.

மாடத்தில் வைத்திருந்த உடுக்கையை எடுத்து அடிக்க ஆரம்பித்தார். உடுக்கின் 'விண்... விண்...' என்ற தோல் ஓசை அவர் மனதை ஆக்கிரமித்தது. மகள் ஓசை கேட்டு நிமிர்ந்தாள். உடுக்கையுடன் கிழவரைப் பார்த்த நிலையில் அவளுக்குத் துக்கம் கூடியது. கிழவரின் சிந்தையில் உடுக்கையின் ஓசை நிறைந்திருந்தது. உடுக்கையை அடித்துக்கொண்டே வீட்டைவிட்டு வெளியேறினார். அக்கம்பக்கத்திலுள்ளவர்கள் ஓசை கேட்டு வெளியே வந்து தெருவில் செல்லும் கிழவரைப் பார்த்தனர். வாசலில் நின்று கிழவரைப் பார்த்த மகள் தலையிலடித்துக் கொண்டு வீட்டிற்குள் ஓடினாள்.

உடுக்கையின் வேகம் அதிகரித்தது. உடுக்கை ஓசையின் பின்னணியில், அவர் சிந்தையில் கையிடுக்கில் சிங்கத்துடன் ஜிகாபியே தோன்றினார். மிகுந்த பிரகாசத்துடன் தங்கம் போல ஜொலித்தார். தன்னுணர்வின்றி கிழவர் உடுக்கையை அடித்துக்கொண்டு நடந்துகொண்டிருந்தார். 'உன் பேரனுக்கு ஒன்றும் ஆகாது' என்ற குரல் மெல்லியதாக அவர் காதில் ஒலித்தது. நீரை ஊற்றியதுபோல் உடலில் வியர்வை வழிந்து கொண்டிருந்தது. வலியை உணராது கைவிரல்கள் உடுக்கையை அடித்துக்கொண்டிருந்தன. 'ஜிகாபியே... நான் என்ன செய்ய... என் பேரனைக் காக்கும் உனக்கு நான் என்ன செய்ய...' என்றார் கிழவர். 'என்னை நோக்கி உருண்டு வா' என்று அவருள் குரல் ஒலித்தது. கிழவர் உடுக்கையை அடிப்பதை விடாது கீழே விழுந்து உருள ஆரம்பித்தார். உடுக்கையின் ஓசையில் தாளம் தவறியது. மண்ணில், சிறு செடிகளின் மீது கிழவர் உருண்டுகொண்டிருந்தார். ஆலமரத்தடியில் வீற்றிருந்த ஜிகாபியேயைக் கிழவர் நெருங்கிக்கொண்டிருந்தார். கிழவரின் உடலில் பல இடங்கள் சிராய்ந்து இரத்தம் கசிந்துகொண்டிருந்தது. ஜிகாபியேயை அடைந்து எழுந்து நின்று ஆடிக்கொண்டே உடுக்கையை அடித்தார். 'என் பேரன் நன்றாக இருக்கிறான்.

ஜிகாபியே காப்பாற்றிவிட்டார்’ என்று கூவிக்கொண்டே உடுக்கையடித்துக்கொண்டு கிழவர் உற்சாகத்துடன் ஆடினார்.

5

சிறைக்கு முன் நின்றிருந்த இராணுவத்தினர், சகாரி என்ற பெயர் உள்ளவனைக் கூட வருமாறு அழைத்தனர். மயான அமைதி நிலவியது. உயிரை அழித்து நினைவுகளை இல்லாமல் ஆக்கிவிடும் மரணம் துப்பாக்கியின் விசையில் இராணுவத்தினரின் கையில் நின்றுகொண்டிருந்தது.

வெளுத்துப்போன இறுகிய முகத்துடன் சகாரி முன்னே வந்தான். கூட இருந்தவர்கள் ‘வேண்டாம்... வேண்டாம்’ என்று கத்தினர். இராணுவத்தினரில் ஒருவன் கூறினான் : ‘அவனை விசாரணைக்காக அழைத்துச் செல்கிறோம். விடுதலைகூட அடையலாம்.’ ‘இந்த உலகத்திலிருந்து விடுதலையா’ என்று சிறையிலிருந்த ஒருவன் கத்தினான். இராணுவத்தினரில் ஒருவன் துப்பாக்கியைத் திருப்பி அவனை அடிக்கக் கிளம்பினான்.

சகாரியை வெளியே இழுத்து சிறைக்கதவைப் பூட்டினான். சூழலின் கதிக்குப் பழகியிருந்த சகாரி சிறையிலிருந்தவர்களைத் திரும்பிப் பார்த்துவிட்டு நடந்தான். பிற சிறைவாசிகள் கம்பிகளருகே நெருங்கி நின்று சகாரியையும் இராணுவத்தினரையும் பார்த்தனர்.

சகாரி இருந்த சிறையிலிருந்து கூட்டுக்குரல் எழுந்தது. ‘நண்பர்களே, தோழர்களே . . . மனதில் பதிய வைத்துக் கொள்ளுங்கள். அவன் பெயர் சகாரி. கமுசா கிராமத்தைச் சேர்ந்தவன். தந்தை இல்லை. தாத்தா பெயர் மது மிகா. சரித்திரத்தில் பதிவு செய்வோம். சகாரியின் பெயரை மனதில் பதியவைத்துக் கொள்ளுங்கள்.’

மாவட்டத் தளபதியிடம் பட்டியலைக் கொடுத்துவிட்டு ஓர் இராணுவ அதிகாரி நின்றுகொண்டிருந்தான். பட்டியலைப் பார்த்துக்கொண்டிருந்தவருக்கு, பெயர்கள், உருவங்களைத் தராது குழப்பத்தை ஏற்படுத்திக்கொண்டிருந்தன. தனக்குப் பிடிக்காத மனிதர்களின் பெயர்களை நினைவுக்குக்கொண்டு வந்தவாறே பட்டியலை நோட்டமிட்டார். சகாரி என்ற பெயரைப் பார்த்ததும், அப்பெயர் அவர் மனதில் பதிந்தது. மாவட்டத் தளபதி, பள்ளியில் படித்துக்கொண்டிருந்தபோது அவரை அடித்தும், முழங்கால் போட்டு நிற்கச் செய்தும் துன்புறுத்தி, வெறுப்பைக் காண்பித்த பூகோள ஆசிரியரின் பெயர் சகாரி. அந்த நொடியில் அவருக்கு ஒரு முடிவு ஏற்பட்டது. கையிலிருந்த பேனாவினால் சகாரியின் பெயரை அவர் ‘டிக்’ செய்திருந்தார்.

மேற்குப் பிராந்தியத் தளபதியின் நிகழ்ச்சி நிரல் கீழ்க் கண்டவாறு உத்தேசமாகத் திட்டமிடப்பட்டிருந்தது.

'மேற்குப் பிராந்தியத் தளபதி அவர்கள் பகல் 12.00 மணிக்குச் சாலை வழியே காரில் விருந்தினர் மாளிகைக்கு வருகிறார்கள். விருந்தினர் மாளிகையில் மாவட்டத் தளபதியும், மாவட்ட நிர்வாகியும் சந்தன மாலை அணிவித்து வரவேற்கிறார்கள். தங்குவதற்குக் குளிர்சாதன அறை ஒதுக்கப்பட்டுள்ளது. ஹோட்டல் ஆசியாவின் தலைமைச் சமையல்காரர் வரவழைக்கப்பட்டுள்ளார். அவர் இங்குள்ள அரசு ஹோட்டலில் சமையல் செய்கிறார். தளபதிக்குக் கோழிக்கறி பிடிக்கும் என்பதால் அதில் விசேஷ கவனம் செலுத்தும்படி தலைமைச் சமையற்காரர் கேட்டுக் கொள்ளப்பட்டுள்ளார். உணவிற்குப்பின் சற்று ஓய்வு. பிற்பகல் 3.00 மணியளவில் இறந்த இராணுவ வீரருக்கு அஞ்சலி செலுத்தி மற்ற பிணங்களைப் பார்வையிடுகிறார். பின்னர் விருந்தினர் மாளிகைக்குத் திரும்புகிறார். மசாலா பால், வறுத்த முந்திரிப்பருப்பு சாப்பிடுகிறார். மாலை 4.30 மணிக்கு புதிதாகக் கட்டப்பட்டுள்ள இராணுவ வீரர்கள் தங்குமிடத்தைத் திறந்து வைக்கிறார். அங்கிருந்தே காரில் தலைமை நிலையத்திற்குச் சென்று விடுகிறார்.'

வேன் வந்து நின்றது. வெள்ளைத் துணியால் போர்த்தப் பட்ட பிணம் ஸ்ட்ரெச்சரிலிருந்து இறக்கப்பட்டது. இராணுவ வீரரின் பிணம் தவிர்த்து இருந்த இருபத்தி நான்கு பிணங்களின் எண்ணிக்கை இருபத்தி ஐந்தாக மாறியது. மாவட்டத் தளபதி காரில் வந்திறங்கினார். பிணங்கள் வைக்கப்பட்டிருக்கும் பகுதியைச் சுற்றிப் பார்த்தார். இராணுவ வீரரின் பிணம் மட்டும் அஞ்சலி செலுத்த வசதியாகச் சற்று உயரமான மேடை மீது வைக்கப்பட்டிருந்தது. ஏற்பாடுகள் கச்சிதமாக இருப்பதாக அவருக்குத் தோன்றியது.

6

தொலைக்காட்சி பார்ப்பது, பாட்டுக் கேட்பது, உண்பது, தூங்குவது என வாழ்க்கை ரெஜினாவிற்குச் சோம்பலை ஏற்படுத்தி யிருந்தது. மிகிமா வரும் நாட்களைத் தவிர, பிறநாட்கள் அனைத்தும் அநேகமாக ஒரே மாதிரியான நாட்கள். மகளும், கணவரும், தாயாரும் நினைவில் தூரப்போய்க் கொண்டிருந்தனர். நினைவின் பாதையை மிகிமா அடைத்துக்கொண்டிருந்தார். மிடுக்குகளும் அதிகாரங்களும் உடைய மிகிமா. அவை அற்ற மிகிமா. குழந்தையும் மிருகமும் கலந்த மிகிமா.

பெண் உதவியாளர் ஓடிவந்தாள். ரெஜினா முன்னால் பதற்றத்துடன் நின்றாள். வார்த்தைகள் சரியாக வரவில்லை. ரெஜினா பெண் உதவியாளரைக் கூர்ந்து பார்த்தாள். 'இன்னும் ஒரு மணி நேரத்தில் ஜெனரல் வருவதாக போனில் செய்தி வந்தது' என்று பதற்றத்துடன் கூறினாள். 'இரவு உணவுக்கு ஏற்பாடு செய்யச் சொல்லுங்கள்' என்றாள் ரெஜினா. பின் துண்டை எடுத்துக்கொண்டு பாத்ரூமிற்குள் நுழைந்தாள்.

பல வருடங்களுக்கு முன் மிகிமா, நகரின் விஸ்தரிப்புப் பகுதியில் உள்ள குடியிருப்பில் ஒரு நண்பரைப் பார்த்துவிட்டு டீ அருந்த, இனிப்புகள் விற்கும் சிறிய உணவு விடுதிக்கு வந்தபோது அங்கு கைக்குழந்தையுடன் வாட்டசாட்டமாக நின்றுகொண்டிருந்த ரெஜினாவைப் பார்த்தார். பார்த்த கணத்தில் ஏன், எதற்கு என்று தெரியவில்லை. அவர் மனதில் அவள் தோற்றம் பதிந்து செல்வாக்கு செலுத்தியது. அவளையே பார்த்துக்கொண்டிருந்தார். ஐந்து நிமிடம் கூட இருக்காது. அவள் இனிப்புகளை வாங்கிக்கொண்டு சென்றுவிட்டாள். அவர் சென்றுகொண்டிருக்கும் அவளின் பின் தோற்றத்தைப் பார்த்துக்கொண்டிருந்தார். பின் சில நாட்களில் அவள் வீட்டைக் கண்டுபிடித்தாகிவிட்டது. அவள் ஞாயிற்றுக்கிழமைகளில் சர்ச்சில் நடக்கும் பிரார்த்தனைக்குக் காலை 7.30க்கு வந்து 8.45க்குத் திரும்புவதைக் கண்டுபிடித்தாகிவிட்டது. தன்னைக் காட்டிக்கொள்ளாது அவர் அவளைப் பார்த்துக்கொண்டிருந்தார். அவள் கவனத்தைக் கவராமல் அவளைப் பார்த்துக்கொண்டிருக்க வேண்டும் என அவர் விரும்பினார். ஒருநாள் நண்பர் ஒருவரின் காரை எடுத்து வந்து, அதற்குள்ளிருந்து வியர்வை வழிய அவள் சர்ச்சிலிருந்து வரும் வழியில் அவள் அறியாமல் அவளைப் புகைப்படம் எடுத்தார். அச்சந்தர்ப்பத்தில் அவருக்கு மிகுந்த பரவசம் ஏற்பட்டது.

பெண் உதவியாளர் இப்பணிக்குப் புதிது. பதறிக்கொண் டிருந்தாள். 'ஜெனரல் என்னிடம் ஏதாவது கேட்பாரா? நான் என்ன செய்ய வேண்டும்' என்று பாதுகாப்பு அதிகாரியிடம் கேட்டாள். 'யார் யாரிடம் என்ன கேட்பார்கள் என்று யாருக்குத் தெரியும்' என்றான் பாதுகாப்பு அதிகாரி. பெண் உதவியாளர் மனதைப் பதற்றமில்லாத நிலைக்குக் கொண்டுவர முயன்றுகொண்டிருந்தாள். தண்ணீர் குடிக்க டம்ளரை எடுத்தாள். எப்படியோ கீழே விழுந்து சத்தம் கேட்டது. பாதுகாப்பு அதிகாரி சத்தம் கேட்டுத் திரும்பிப் பார்த்தான். தம்ளரை எடுத்துத் தண்ணீர் குடித்துவிட்டு, செய்தித்தாளைப் படிக்க ஆரம்பித்தாள். இரண்டாம் பக்கத்தில் ஜெனரலின் படம் இருந்தது.

வருடங்கள் ஓடின. சரித்திரம் சுழன்றது. மிகிமா நாட்டின் அதிபரானார். அப்பெண்ணின் தோற்றம் அவ்வப்போது அவருடைய இச்சையின்றி ஏற்பட்டுக்கொண்டிருந்தது. ஒருநாள் மிகிமா மனைவியின் அறைக்குச் சென்றபோது அவள் குளித்துக் கொண்டிருந்தாள். படுக்கையில் அவளுடைய ஆடைகள் இறைந்து கிடந்தன. அவர் அவற்றின் மீது படுத்தார். அந்த நேரத்தில் அவர் மனம் புரண்டது. அம்மா நினைவு வந்தது. 'இவள்தான் உன் அம்மா' என்று தாத்தா காட்டினார். உதட்டு லிப்ஸ்டிக்தான் முதலில் தெரிந்தது. ஒரு ஆடவனுடன் கை கோர்த்துக் காரை நோக்கிச் சென்றுகொண்டிருந்தாள். சிறுவனுக்கு ஆத்திரம் ஏற்பட்டது. சிறுத்தையின் உறுமல் உருவாகிக் கண்கள் ஜொலித்தன. சிறுத்தையின் முகத்திலிருந்து இறங்கி வந்தார் மிகிமா. ஆவேசத்துடன் எழுந்து பாத்ரூம் கதவைத் தட்டினார். கதவு திறக்கும்வரை காத்திருக்காமல் துப்பாக்கியை எடுத்துக்கொண்டு காட்டுப்பன்றிகளை அடைத்து வைத்திருக்கும் பகுதிக்குச் சென்றார். அதிகாரிகளும் உடன் சென்றனர். கீழே பரந்த நிலத்தில் இயற்கைச் சூழ்நிலையில் காட்டுப்பன்றிகள் அலைந்துகொண்டிருந்தன. மேலே சுவரில் கைவைத்து காட்டுப்பன்றிகளைப் பார்த்தார். அன்று முப்பத்தி இரண்டு காட்டுப்பன்றிகளைச் சுட்டுக் கொன்றார். கூட இருந்தவர்களிடம், 'நம் எதிரிகளை இது போல் அழிக்க வேண்டும்' என்றார். அன்று அவருக்கு ஒரு எண்ணம் தோன்றியது. இரவு முழுவதும் தூங்கவில்லை. காலையில் தனக்கு நம்பிக்கையான ஒருவரை வரவழைத்து அவள் புகைப்படத்தைக் காண்பித்து, அவளுடைய வீட்டாருக்கோ கணவருக்கோ சேதம் ஏதும் இல்லாமல், அவளைக்கொண்டு வந்து ஒரு தனி பங்களாவில் வைக்க ஏற்பாடு செய்தார்.

அன்று மிகத் தடுமாற்றத்துடன்தான் தனி பங்களாவில் வைக்கப்பட்டிருந்த அவளைச் சந்திக்கச் சென்றார். பல காலங்களுக்குப்பின் அவளை, அதுவும் அருகில் இருந்து முதன்முறையாகப் பார்க்கும் நினைப்பில் பதற்றம் ஏற்பட்டது. அவளைப் பார்த்ததும் இதயத்துடிப்பு அதிகரித்தது. அவள் தோற்றத்தில் பேரிளம்பெண்ணாக மாறியிருந்தாள். தோற்றத்தில் ஏற்பட்டிருந்த மாற்றம் அவருக்கு மேலும் ஆர்வத்தைத் தூண்டுவதாக இருந்தது. தாய்மை மோகினியாய் மாறி நின்றிருப்பது போல் அவள் இருந்தாள். அவள் முக பாவத்திலிருந்து அவள் மிகவும் பயந்துள்ளதாகத் தோன்றியது. அன்று அவர் ஏதோ பேசினார். சென்று விட்டார். மறுநாள் வந்தார். சிலநாட்கள் இடைவெளிவிட்டு மீண்டும்மீண்டும் வந்து சென்றார். ஒருநாள் விடிகாலையில் ரெஜினா மண்டியிட்டுப் பிரார்த்தனை செய்துகொண்டிருந்தாள்.

கார்கள் வந்தன. மிகிமா இறங்கினார். மேற்கத்திய உடையில் இருந்தார். பெண் உதவியாளர் அடையாளம் கண்டு பார்ப்பதற்குள் அவர் வீட்டிற்குள் சென்றுவிட்டார். ரெஜினா அவரை வரவேற்றுப் புன்னகைத்தாள். இருக்கையில் அமர்ந்தார். 'இன்று வெப்பம் குறைந்து நல்ல சீதோஷ்ண நிலை இருக்கிறது' என்றார். 'ஆமாம்' என்றாள் ரெஜினா.

'வேலைகள் கடுமையாக இருக்கின்றன. போராட்டங்கள் ஆங்காங்கு நடந்துகொண்டிருக்கின்றன. அரசின் ஸ்திரத் தன்மைக்கு ஆபத்து ஏதும் இல்லை. ஆனாலும் அரசில் இருப்பவர்கள் எந்நேரமும் ஆபத்தை எதிர்நோக்கித்தான் இருக்க வேண்டும். உனக்குத் தெரியாததா? எப்போதும் நீ புதிராகவே இருக்கிறாய் . . .' அவர் தொடர்ந்து பேசிக்கொண்டிருந்தார். அவள் கேட்டுக்கொண்டிருந்தாள். அவருடைய வார்த்தைகள் அவளுக்குப் பழகிப் போயிருந்தன. புலம்பல்கள் இன்னும் சற்று நேரத்தில் அடங்கிவிடும். மனம் விசித்திரமானது.

பெண் உதவியாளர், 'இனி நான் என்ன செய்ய வேண்டும்?' என்று பாதுகாப்பு அதிகாரியிடம் கேட்டாள். 'பேசாமல் உட்காருங்கள்' என்று அவன் அதட்டினான். கதவு அடைக்கப் பட்ட சத்தம் கேட்டு இருவரும் திரும்பிப் பார்த்தனர்.

7

உளவுத்துறைத் தலைமை அதிகாரி ஜெனரல் முன் அமர்ந்திருந்தார்.

'அரசின் ஸ்திரத்தன்மைக்கும், பாதுகாப்பிற்கும் ஆபத்தில்லை. ஆனால் மூன்று நபர்கள் மீது அரசு எச்சரிக்கையாக இருக்க வேண்டும். தலைமறைவு இயக்க மக்கள் போராட்டக் குழுத் தலைவர் ஜங்கியா ஆயுதத்தை நம்பி உள்ளார். நம் அரசின் இராணுவ பலத்துடனும், ஆயுதங்களுடனும் அவர்கள் போட்டியிட்டு வெல்ல முடியாது. அருள்வாக்கு சொல்லும் மதத்தலைவர் மரிகியாவிற்குத் தற்போது ஆதரவு பெருகி வருகிறது. அவர் அரசின் நடவடிக்கைகளை மறைமுகமாக விமரிசித்து வருவதாகச் செய்தி கிடைத்துள்ளது. ஆண்டவனையும் சாத்தானையும் பற்றிப் பேசுவது போல் அவர், தன்னையும் அரசையும் பற்றிப் பேசுகிறார். அடுத்து பாடகர் நருமா. இவர் பாடும் நிகழ்ச்சிகளுக்கு மக்கள் லட்சக்கணக்கில் கூடுகிறார்கள். அரசை விமரிசித்து இவர் பாடுகிறார் என்று நாங்கள் கருதும் பாடல்களுக்குப் பலத்த வரவேற்பு இருக்கிறது. தனிச் சக்தியாக உருவெடுக்க முடியாத ஒரு பாடகரை அல்லது மதத் தலைவரை நமக்கு ஆதரவாகக் களத்தில் இறக்க வேண்டும். அப்போதுதான் சமநிலைக்கு வரும்' என்றார் உளவுத்துறைத் தலைமை அதிகாரி.

‘மதத் தலைவர் மரிகியாவும் பாடகர் நருமாவும் ஒன்று சேரும் வாய்ப்பு உண்டா?’ என்றார் மிகிமா.

‘நிச்சயமாய் இல்லை.’

‘இருவரில் யாரைக் கைது செய்தால் பெரிய அளவில் பிரச்சினைகள் ஏற்படும் என்று நினைக்கிறீர்கள்?’

‘பாடகர் நருமாவைக் கைது செய்தால் பெரும் பிரச்சினைகள் ஏற்படும் என்று நினைக்கிறேன்.’

ஜெனரல் சிந்தனைவயப்பட்டார்.

8

ரெஜினாவிற்குத் தன்னுடைய வாழ்க்கை திசை திரும்பிப் போய்க்கொண்டிருப்பதற்குச் சரியாகப் பிரார்த்தனை செய்யாததுதான் காரணமோ என்று தோன்றி ஆரம்பகாலத்தில் பிரார்த்தனை செய்தாள். நீர் சூழ்ந்த ஒரு திட்டு. அதில் பெரிய வீடும் தோட்டமும் இருக்கின்றன. காலையிலும் மாலையிலும் தோட்டத்தில் பொழுதைக் கழித்தாள். மரம், செடி, கொடிகளின் தோற்றங்களும் பூக்களும் அன்யோன்யமாகின்றன. பறவைகள் நீருக்கு மேல் பறந்துகொண்டிருக்கின்றன. சுவையான அசைவ உணவுகள் நாசியை ஈர்க்கின்றன. நோக்கும் திசையெங்கும் நீர். நீர் அலையும் சத்தத்தைத் தவிர பெரும் நிசப்தம். ஜெனரல் நீரில் நடந்து வருகிறார். இருபுறமும் துப்பாக்கி ஏந்திய இயந்திர மனிதர்கள். வீட்டிற்குள் நுழைந்த ஜெனரல் குழந்தையாக மாறுகிறார். குழந்தைதானே என நினைத்தால் மிருகமாக மாறுகிறார். கணவனின் முகம் மறந்துகொண்டிருக்கிறது. மகள் கிளாரா எப்படி இருக்கிறாள் என்று தெரியவில்லை. ‘உன்னை விடமாட்டேன். நீ எனக்குச் சொந்தம். எனக்கு மட்டுமே சொந்தம்’ என நெருக்கத்தில் அவள் கழுத்துக்குக் கீழே முகம் வைத்து ஜெனரல் பிதற்றிக்கொண்டிருக்கிறார். ரெஜினாவிற்கு மகள் கிளாரா நினைவு வருகிறது.

9

பாடகர் நருமா காதலியுடன் அமர்ந்து மது அருந்திக் கொண்டிருந்தார்.

‘நேற்றைய நிகழ்ச்சி அற்புதம்! எவ்வளவு கூட்டம்! எனக்கு எவ்வளவு மகிழ்ச்சியாக இருந்தது தெரியுமா?’ என்றாள் காதலி.

‘எல்லாம் கடவுள் ஜிகாபியேயின் அருள்’ என்றார் நருமா.

'இந்தச் செல்வாக்கை ஏன் அரசியலுக்கு மாற்றக் கூடாது? உங்களைவிட யாருக்குச் செல்வாக்கு இருக்கிறது?'

'இங்கு என்ன தேர்தலா நடக்கிறது? இராணுவத்தை எதிர்த்து என்ன செய்ய முடியும்?'

'நீங்கள் கடவுளால் ஆசீர்வதிக்கப்பட்டவர். மக்களுக்குத் துரோகம் செய்பவர்களை விமர்சிக்கும் பாடலுக்கு எவ்வளவு வரவேற்பு இருந்தது பார்த்தீர்களா? மக்கள் எழுச்சி முன் இராணுவம் என்ன செய்யும்? உங்களுக்காக உயிர் கொடுக்க மக்கள் தயாராக இருக்கிறார்கள். நீங்கள் அரசை எதிர்த்துக் குரல் கொடுத்தால் உங்கள் புகழ் மேலும் பரவும். இந்த நாட்டின் சரித்திரத்தில் உங்கள் பெயர் இடம் பெறும். சர்வதேச நாடுகளின் கவனம் உங்கள் மீது விழும்.'

'எல்லாம் சரிதான். அரசு எனக்குத் தொந்தரவு தருவதில்லையே. நான் எதற்கு அதை எதிர்க்க வேண்டும்?'

'உங்கள் பெயர் சரித்திரத்தில் இடம் பெறுவதற்காக.'

'காலமும், அந்தக் கடவுள் ஜிகாபியேயும் நினைத்தால் எதுவும் நடக்கும்' என்று அவளை அணைத்தார் நருமா.

போராட்டக்காரர்கள் வந்திருக்கிறார்கள் என்ற செய்தி கிராமம் எங்கும் பரவியது. வந்திருந்த போராட்டக்காரர்களுக்குத் தலைமை வகித்தவன் பேசினான். 'நாங்கள் நாட்டின் விடுதலைக்காக சபதம் எடுத்திருக்கிறோம். எங்கள் தலைவர் ஜங்கியா அரசுக்கு சவாலாக இருக்கிறார். இரண்டு நாட்களுக்கு முன் நடந்த சண்டையில் ஏழு இராணுவ வீரர்கள் கொல்லப்பட்டுள்ளனர். எங்களுக்கு இரத்தமும் தேவை, நிதியும் தேவை. அரசை எதிர்த்துப் போராட, நாடு விடுதலை பெற ஆயுதங்கள் தேவை. நீங்கள் அளிக்கும் நிதி நாட்டின் விடுதலைக்குத் தேவைப்படும் துப்பாக்கிகளாக, பீரங்கிகளாக மாறும். நாங்கள் சென்ற பின் இராணுவம் இங்கே வரலாம். எங்களைப்பற்றி விசாரிக்கலாம். நாங்கள் சென்ற திசையை நோக்கி எங்களை வேட்டையாட வரலாம். எங்கள் பிணங்களின் மீதுதான் நாட்டின் சுதந்திரம் எழுதப்படும் எனில் அவ்விதமே நடக்கட்டும். நிதி தந்து போராட்டத்திற்கு உதவுங்கள்.'

மரிகியா உடல் ஆடிக்கொண்டிருந்தது. சிங்கத்தைக் கையிடுக்கில் வைத்திருக்கும் ஜிகாபியேயின் சன்னிதி. அருள் வாக்கு கேட்கவும் அருள்வாக்கு வழங்குவதை வேடிக்கை பார்க்கவும் பெருங்கூட்டம் கூடியிருந்தது. மரிகியா கையில் அரச இலைகளை வைத்து ஆடிக்கொண்டிருந்தார்.

ஒருவர் குனிந்து பவ்யமாக, 'என் கடன்கள் தீர்ந்து நான் எப்போது நல்ல நிலைக்கு வருவேன்?' என்றார்.

'பாவி. உன் பாவத்தைத் தொலைக்க தரிகாவில் உள்ள சமுத்திரத்தில் குளித்து எழு. பாவங்கள் தொலையும். இன்னும் 97 நாட்களில் கடன் தீர்ந்து செல்வம் பெருகும்.'

'என் மகளுக்கு எப்போது திருமணம் நடக்கும்' என்றார் ஒருவர்.

'ஜிகாபியேயின் சன்னிதியில் காலையிலும் மாலையிலும் ஒரு முறை உருளச் சொல். திருமணம் கூடி வரும்.'

'என் தாயாருக்கு நோய் குணமாகுமா?' என்றார் ஒருவர்.

'முருங்கை இலையை அரைத்து ஐம்பது நாட்கள் சாப்பிடச் சொல்' என்றார்.

அருள்வாக்கு கேட்கத் தேர்ந்தெடுக்கப்பட்டவர்கள் வரிசையாக வந்துகொண்டிருந்தனர்.

அருள்வாக்கு நிகழ்ச்சி முடிந்தபின் மரிகியா மேடைக்கு அழைத்துவரப்பட்டார். பெருங்கூட்டம். மேடை மீது இருந்த சிம்மாசனத்தில் அமர்ந்தார். ஒரு பெண், அவர் கால்களைத் தாம்பாளத்தில் வைத்துக் கழுவினாள். ஒருவர் மரிகியாவிற்குக் கிரீடம் சூட்டினார். கூட்டம் பக்தி ஆரவாரம் செய்தது.

10

கம்பாதிரா நாட்டில் நடந்துகொண்டிருக்கும் சம்பவங்கள் பற்றிப் பலவிதமான செய்திகள் வந்துகொண்டிருந்தன. ஜெனரல் மிகிமா அவருடைய காதலி வீட்டில், மேற்குப் பிராந்தியத் தளபதியின் ஆதரவாளர்களால் சுட்டுக் கொல்லப் பட்டார் என்றும், மேற்குப் பிராந்தியத் தளபதி ஆட்சியைக் கைப்பற்றியுள்ளார் என்றும் ஒரு தகவல். ஜெனரல் மிகிமா கொல்லப்படவில்லை என்றும், இராணுவத்தில் கலகம் ஏற்பட்டதைத் தொடர்ந்து தலைமறைவாக உள்ளார் என்றும் ஒரு தகவல். ஜெனரல் மிகிமா கொல்லப்பட்டதைத் தொடர்ந்து ஜங்கியாவின் மக்கள் போராட்டக் குழுவைச் சேர்ந்தவர்கள், நாட்டின் பகுதிகளைக் கைப்பற்றி வருவதாக ஒரு தகவல். பாடகர் நருமாவும் மதத்தலைவர் மரிகியாவும் தலைமறைவாகிவிட்டதாகவும், இருவருக்கும் மக்களிடையே பெரும் ஆதரவு இருப்பதாகவும், இராணுவத்தால் மக்கள் எழுச்சியைக் கட்டுப்படுத்த முடியவில்லை என்றும், ஆயிரக் கணக்கான மக்கள் இறந்துவிட்டதாகவும், இராணுவத்தினருக்கு மனமாற்றம் ஏற்பட்டு மக்களுடன்

சேர்வதாகவும் ஒரு தகவல். நருமாவிற்கும் மரிகியாவிற்கும் இடையே ஒற்றுமை இல்லை என்றும் நருமாவிற்கு மக்கள் ஆதரவு அதிகம் இருப்பதால் இருவரின் ஆதரவாளர்களுக்குமிடையே மோதல் ஏற்படும் என்றும் ஒரு தகவல். ஜெனரல் மிகிமாவின் ஆட்சிக்குப் பின்னணியில் அவருடைய காதலி ஒருத்தி இருந்ததாகவும் அவளும் சுட்டுக்கொல்லப்பட்டதாகவும் ஒரு தகவல்.

இந்நிலையில், கம்பாதிரா நாட்டிற்கு ரகசியமாகச் சென்று திரும்பி வந்த பத்திரிகையாளர் பிலிப் சில்வி, அங்கு எடுத்த அரிய புகைப்படங்களை லண்டனிலிருந்து வெளியாகும் 'டெய்லி மிர்ரர்' பத்திரிகைக்கு வழங்கிப் பேட்டி அளித்திருந்தார்.

அப்பேட்டியின் ஒரு பகுதி:

கேள்வி : ஜெனரல் மிகிமா சுட்டுக் கொல்லப்பட்டார் என்ற செய்தி உண்மையா?

பதில் : ஆம். அவர் இராணுவத்தின் ஒரு பிரிவினரால் சுட்டுக் கொல்லப்பட்டார். அங்கு அதிகாரத்தைக் கைப்பற்ற போட்டி நிலவிக்கொண்டிருக்கிறது.

கேள்வி : அவருடைய காதலிக்கு இதில் என்ன பங்கு?

பதில் : அவருடைய காதலியின் வீட்டில்தான் மிகிமா சுட்டுக் கொல்லப்பட்டதாகத் தகவல். காதலியின் பெயர் ரெஜினா. அவளை, அவர் மிகுந்த செல்வ வளத்துடன் வைத்திருக்கிறார். சமீபகாலமாக, நடந்த மக்கள் போராட்டங்களை ஜெனரல் அடக்கியது இவளுடைய யோசனைப்படிதான் என்று சொல்லப்படுகிறது.

கேள்வி : கம்பாதிரா நாட்டின் தற்போதைய நிலை என்ன?

பதில் : பெருங்குழப்பம் நிலவுகிறது. மேற்குப் பிராந்தியத் தளபதி நாட்டிற்கும் இராணுவத்திற்கும் தலைமை ஏற்றிருக்கிறார். மக்கள் போராட்டக் குழு கிராமங்களைக் கைப்பற்றி வருகிறது. சட்டமும் ஒழுங்கும் நாட்டில் செயலிழந்துவிட்டன. பஸ்களும் இரயில்களும் எரிக்கப்பட்டதை நான் பார்த்தேன். கடைகள் உடைக்கப்பட்டு கொள்ளையடிக்கப்படுகின்றன. இவர்களுக்குள் மக்களும், ரௌடிகளும், நருமாவின் ஆதரவாளர்களும், மரிகியாவின் ஆதரவாளர்களும் இருக்கிறார்கள். இராணுவம் மக்களைச் சுடமுடியாமல் இருக்கிறது. மக்களில் பெரும்பகுதியினரும், இராணுவத்தில் பலரும் நருமாவை விரும்புகிறார்கள்.

மரிகியா நிச்சயம் அவருக்குப் பெரும் சவாலாக இருப்பார்.

கேள்வி : இராணுவம் அதிகாரத்தை எப்படி விட்டுக் கொடுக்கும்?

பதில் : விட்டுக் கொடுக்காது. விட்டுக் கொடுக்கும் நிர்ப்பந்தமான சூழ்நிலை ஏற்பட்டால், தேர்தல் நடத்தி அதிகாரத்தை மாற்றிக் கொள்வதாகக் கூட இராணுவம் கூறலாம். நிலைமை தற்போது தெளிவாக இல்லை.

கேள்வி : ஜெனரல் குடும்பத்தின் நிலை என்ன?

பதில் : தெரியவில்லை. கொல்லப்பட்டிருக்கலாம் அல்லது சிறை வைக்கப்பட்டிருக்கலாம்.

கேள்வி : இராணுவத்திலுள்ள ஜெனரல் மிகிமாவின் ஆதரவாளர்கள் என்ன செய்கிறார்கள்?

பதில் : திடீரென்று ஏற்பட்ட மாற்றத்தில் அவர்களால் அமைப்பு ரீதியாகவோ, தகவல் தொடர்பு மூலமாகவோ ஒன்றுமே செய்ய முடியவில்லை. மேற்குப் பிராந்தியத் தளபதி அமைப்பு ரீதியாக, திட்டமிட்டுச் செயல்பட்டிருப்பதால் பெரிய அளவில் இராணுவத்தில் மோதல் இல்லை. மிகிமாவின் ஆதரவாளர்கள், தங்களைக் காட்டிக் கொள்ளாமல் இராணுவத்திற்குள்ளேயே இருக்கிறார்கள். இவர்கள் அமைப்பு ரீதியாகத் திரளும் வாய்ப்பு தற்போது இருப்பதாகத் தெரியவில்லை.

கேள்வி : காதலி ரெஜினா பற்றி என்ன கருத்து நிலவுகிறது? அவர் யார்?

பதில் : அவளைப்பற்றி பலவிதமான கதைகள் நிலவுகின்றன. அவள் நட்சத்திர ஹோட்டலில் நடனம் ஆடிக்கொண்டிருந்தவள் என்றும், ஒரு விருந்தில் அறிமுகமாகி ஜெனரலை வசியப்படுத்திவிட்டாள் என்றும், வெளி நாட்டிலுள்ள ஒரு நிறுவனத்திடம் அவள் இரகசியப் பேரம் பேசி ஏகப்பட்ட பணம் கைமாறிவிட்டதாகவும், அதன் காரணமாக ஏற்பட்ட உணவுப்பொருள் ஏற்றுமதிக் கொள்கையின் காரணமாகவே நாட்டில் உணவுப்பொருள் விலையேற்றம், பற்றாக்குறை ஏற்பட்டதாகவும் ஒரு பொருளாதாரப் பேராசிரியர் என்னிடம் கூறினார். அழகான பெண்களிடம் சிக்கி அழிந்து போன ராஜாக்களில் ஜெனரலும் ஒருவர் என்று அருகிலிருந்த சரித்திரப் பேராசிரியர் கூறினார்.

11

காலத்தின் முட்கள் நிற்காது ஓடிக்கொண்டிருக்கின்றன. கொத்துக் கொத்தான சாவிகளுடன் பூட்டைத் திறக்கும் கூவலுடன் சென்றுகொண்டிருக்கிறான் ஒருவன். விழுதுகள் தொங்கும் ஆலமரம் போல் அமர்ந்திருக்கிறார் ஒரு பெரியவர். ஒரு குருடன் வழி தேடி அலைகிறான். ஆண்களும் பெண்களும் முகமூடிகள் அணிந்து கைகுலுக்குகிறார்கள். பசி உடலில் எரிகிறது. புதிர்களைத் திறக்கும் சாவிகள் அமையாமல் மனிதர்கள் நிம்மதியற்று அலைகின்றனர். எதிர்பாராத திருப்பங்களில் மோதி மனிதர்கள் விழுகின்றனர்.

கோஷங்கள் ஒலிக்கின்றன. மக்கள் கூட்டங்கூட்டமாகச் சென்றுகொண்டிருக்கின்றனர். ஒருவர் மேல் ஒருவர் இடித்துக்கொண்டும், நெருக்கிக்கொண்டும், கீழே விழுந்தவர்களை மிதித்துக்கொண்டும் கூட்டங்கள் சென்றுகொண்டிருக்கின்றன...

○

காலச்சுவடு 22, ஜூலை–செப்டம்பர் 1998

பீஹாரும் ஜாக்குலினும்

க்ரையோஜெனிக்ஸ் பற்றிய ஒரு கருத்தரங்கில் கலந்துகொள்ள பாரீஸ் வந்திருந்த நான் அங்கிருந்த ஒரு புத்தகக் கடையில் India: A Mysterious Country என்ற புத்தகத்தை வாங்கினேன். இந்தப் புத்தகம் ஹெர்மன் ஸ்டாடிங்கர், ஜாக்குலின் ஆகிய இருவர் ஜெர்மன் மொழியில் எழுதி ஆங்கிலத்தில் மொழிபெயர்க்கப்பட்டது. அதில் 18ஆம் பக்கத்தில் காணப்பட்ட பகுதி என்னைத் திடுக்கிட வைத்தது.

"...கோயில் பெரியதாக இருந்தது. கோபுரங்கள் கண்களை உறுத்தும் செயற்கையான வண்ணப் பூச்சுகளால் அழகற்றதாக இருந்தன. கோயிலில் இருந்த சிற்பங்களின் அழகு, நுட்பங்கள் பற்றிய பிரக்ஞை யின்றி மக்கள் வணங்கிச் சென்றுகொண்டிருந்தனர். வெளி மதிற்சுவர் ஓரம் ஒரு சாமியார் ஒன்றுக்கிருந்து கொண்டிருந்தார். கோயிலின் ஒரு பகுதியில் கடைகள் இருந்தன. கடைக்காரர்கள் எங்களைக் கண்டதும் தத்தம் கடைகளுக்கு வருமாறு அழைத்தனர். அவர்கள் அழைப்பில் நாகரீகமற்ற தன்மை இருந்தது. கோயிலுக்கு வெளியே எங்களைப் பிச்சைக்காரர்களும் சிறுவர் சிறுமியர்களும் சூழ்ந்து கொண்டனர். காசுகொடுத்தால் கூட்டம் கூடித் தப்பிக்க வேண்டிய நிலை ஏற்படும் என்பதை அனுபவத்தில் உணர்ந்திருந்ததால் நாங்கள் காசு கொடுப்பதில்லை. வெள்ளையர்களை மக்கள் ஏன் வேடிக்கைப் பொருளாகப் பார்க்கிறார்கள் என்று கல்லூரிப் பேராசிரியரை நேற்று சந்தித்தபோது கேட்டோம். 'உங்களின் நிறம், உயரம், தோற்றம். தவிர வெள்ளையர்கள் எங்களை ஆண்டார்கள்' என்றார்.

நெருக்கடி மிகுந்த இந்தச் சாலையில் மக்கள் நின்று கொண்டும், நடந்துகொண்டும், சாப்பிட்டுக்கொண்டும், குடித்துக்கொண்டும், தூங்கிக்கொண்டுமிருந்தனர். இடையே மாடுகளும், நாய்களும் அலைந்துகொண்டிருந்தன. சாப்பிட்டவர்கள் இலைகளையும் கழிவுகளையும் சாலைகளில் எறிந்துகொண்டிருந்தனர். பொரிகடலைக் கடை ஒன்றில் ஸ்டாலின் படமும், காந்தி படமும் அருகருகே பெரிய வடிவத்தில் மாட்டப்பட்டிருந்தன. ஜாக்குலின் இதை எனக்குச் சுட்டிக் காட்டினாள். அக்கடைக்கு அருகே இருந்த டீக்கடையில் இந்துக் கடவுள் படம் பெரியதாகவும், ஒரு புறத்தில் கிறிஸ்து படமும், இன்னொரு புறத்தில் மசூதி படமும், சிறியதாக மாட்டப் பட்டிருந்தன. அக்கடையில் டீ சாப்பிட இருவரும் சென்றோம். இங்குள்ள டீக்கடைகளில் அனைத்து நேரங்களிலும் யாராவது குடித்துக்கொண்டிருப்பதை நாங்கள் பார்த்திருந்தோம். அந்த டீக்கடையருகே 'எம்போரியம்' என்ற பெயரில் வீடு போன்றிருந்த அந்தக் கட்டடம் ஒரு சினிமா தியேட்டர் என்பதைச் சுவரொட்டி மூலமாக அறிந்தோம். ஒரு இந்துக் கடவுளின் முன் சதைப்பிடிப்பான ஒரு பெண் கேளிக்கை விடுதியில் ஆடும் பெண்ணின் உடைகளுடன் ஆடிக்கொண்டிருக்கும் பெரிய சுவரொட்டி சுவரில் ஒட்டப்பட்டிருந்தது. நுழைவுச் சீட்டு கொடுக்கும் இடத்தில் மக்கள் கும்பலாக நெருங்கி நின்றுகொண் டிருந்தார்கள்.

டீ குடித்துக்கொண்டிருந்தபோது அக்கடையின் ஓரத்தில் நின்று புகைத்துக்கொண்டிருந்த லுங்கி, அரைக்கைச் சட்டை அணிந்த ஒரு பையன் எங்களை நோக்கி வந்தான்.

'நீங்கள் எந்த தேசத்திலிருந்து வருகிறீர்கள்?' என்றான்.

'நாங்கள் ஜெர்மனி' என்றாள் ஜாக்குலின்.

'கிழக்கு ஜெர்மனியா?' என்றான்.

'அங்கிருந்து வெளியே வருவது சுலபமல்ல. நாங்கள் மேற்கு ஜெர்மனி'.

'அப்படியானால் நீங்கள் சார்த்தர் பிறந்த தேசத்திலிருந்து வந்திருக்கிறீர்கள். வாழ்த்துக்கள்' என்றான்.

ஜாக்குலின் சொன்னாள்: 'சார்த்தர் பிரான்ஸைச் சேர்ந்தவர். ஜெர்மனி அல்ல.'

அவன் சிகரெட்டைக் கீழே போட்டு அணைத்துவிட்டு, 'இந்தியாவை நீங்கள் விரும்புகிறீர்களா?' என்று கேட்டான்.

'இந்தியாவைப் பற்றி இன்னும் அறியவில்லை' என்றாள் ஜாக்குலின்.

"அவன் கையசைத்து விடைபெற்றுக்கொண்டு அருகிலிருந்த சினிமா தியேட்டரின் கவுண்ட்டரை நோக்கிச் சென்றான்..."

இப்பகுதி என்னைத் திடுக்கிட வைத்ததற்குக் காரணம் இதில் குறிப்பிடப்பட்டிருந்த பையன் நான்தான். 1975ஆம் ஆண்டு இந்தச் சம்பவம் நடந்தது. அப்போது நான் பட்டமேற்படிப்புப் படித்துக்கொண்டிருந்தேன். எங்கள் ஊரின் மிக மோசமான சினிமா தியேட்டரான எம்போரியத்தில் தெலுங்கு டப்பிங் படம் பார்க்க வந்தபோது இந்தச் சம்பவம் நடந்தது.

அந்தச் சமயத்தில் தொலைபேசி ஒலித்தது. எடுத்தேன். இரண்டு மாணவர்கள் சந்திக்க வந்திருப்பதாகத் தெரிவித்தார்கள். நான் வரட்டும் என்றேன். கருத்தரங்கிற்குத் தயார் செய்ததிலிருந்து கருத்தரங்கு முடியும்வரை ஏற்பட்டிருந்த பதற்றத்திலிருந்து தற்போது விடுதலை பெற்றுக் கேளிக்கையை விரும்பும் மனோநிலையிலிருந்தேன். இந்தச் சமயத்தில் மாணவர்களைச் சந்திப்பது எனக்கு அலுப்பூட்டியது. வந்திருந்தவர்களில் அடால்ப் வின்டாஸ் என்ற பெயர் கொண்டிருந்தவன் ஹீலியம் வாயு பற்றி ஆய்வுக் கட்டுரை எழுதியிருப்பதாகக் கூறி அக்கட்டுரையை என்னிடம் தந்து அதை நான் படித்துப் பார்க்க வேண்டும் என்று விரும்புவதாகத் தெரிவித்தான். அவனுடைய ஆர்வம் எனக்குப் பிடித்திருந்தது. அவர்கள் விடைபெற்றுச் சென்ற பின்னர் சற்று நேரம் சும்மா உட்கார்ந்திருந்தேன்.

பிறகு, தொலைபேசி மூலம் எனக்குப் பெண் துணை வேண்டும் என்றும் இந்தியப் பெண்ணாக இருக்கவேண்டும் என்றும் தெரிவித்தேன். முயற்சி செய்கிறோம் என்று பதில் வந்தது.

சற்று நேரத்தில் அழைப்புமணி. கதவைத் திறந்தேன். ஒரு பெண் நின்றுகொண்டிருந்தாள். அவள் மரியாதையுடனும் புன்னகையுடனும் எனக்கு முகமன் கூறி உள்ளே வந்தாள். தயாரிக்கப்பட்ட உற்சாகத்துடன் அவள் பேசினாள்.

'நீங்கள் இந்தியாவின் எந்த மாநிலத்தைச் சேர்ந்தவர்?' என்று கேட்டேன். தனது பூர்வீகம் தமிழ்நாடு மாநிலத்திலுள்ள திருநெல்வேலி மாவட்டம் என்றாள். தன்னுடைய பாட்டி பாண்டிச்சேரியிலிருந்தபோது ஒரு பிரஞ்சுக் கனவானை மணந்து பிரான்ஸ் வந்து குடியமர்ந்ததாகத் தெரிவித்தாள். தமிழ் தெரியுமா என்று நான் கேட்டதற்கு, தெரியாது என்றும் தமிழ்நாட்டுடன் தொடர்பில்லை என்றும் தெரிவித்தாள்.

நான் வங்காள மாநிலத்திலுள்ள பங்குரா மாவட்டத்தைச் சேர்ந்தவன் என்றும், எனது கொள்ளுத் தாத்தா தாதாபாய் நௌரோஜியிடம் உதவியாளராக இருந்தவர் என்றும், என் தந்தை அமர்தியா ஒரு கவிஞர் என்றும், தாயார் ஒரு நாடக நடிகை என்றும் தெரிவித்தேன். பிறகு நான் இங்கு வந்ததற்கான காரணம் பற்றி சுருக்கமாகக் கூறினேன்.

'...சுப்பிரமணிய பாரதி, தாகூர் ஆகிய இரு கவிஞர்களைத்தான் தெரியும்' என்றாள் அவள். நான் மிக்க நல்லது என்று கூறினேன்.

தொலைபேசி ஒலித்தது. எடுத்தேன். மறுமுனையில் என் நண்பன் ராமச்சந்திர மேனன் பேசினான். அவன் இந்தியாவின் ஒரு மத்திய இணை அமைச்சரின் கூடுதல் செயலாளராகப் பதவி வகிப்பவன். 'எப்போது பாரீஸ் வந்தாய்?' என்று கேட்டேன். 'இன்று காலையில்தான்' என்றான். 'எப்படி என் இருப்பிடத்தைக் கண்டு பிடித்தாய்?' எனக் கேட்டேன். 'அரசாங்கத்தி லிருப்பவர்களுக்கு இதெல்லாம் கடினமில்லை' என்றான். 'வருகிறாயா ஒயின் சாப்பிடுவோம்' என்றான். 'திருநெல்வேலி மாவட்டத்தைப் பூர்வீகமாகக் கொண்ட இந்தோ – பிரெஞ்சுப் பெண் ஒருத்தி இங்கிருக்கிறாள்' என்றேன். அவள் இதைக் கேட்டுப் புன்னகைத்தாள். 'அவளையும் கூட்டிக்கொண்டு வருகிறாயா?' என்றான் மேனன். 'அவள் முன்னால் நான் கேலிச்சித்திரமாக மாறிக்கொண்டிருக்கிறேன். நீயும் அவ்வாறு ஆக விருப்பமா?' என்று நான் மலையாளத்தில் கூறினேன். 'அத்தகைய ஒருத்தியை நான் பார்க்க விரும்புகிறேன்' என்றான் மேனன். 'நீ இங்கு வருகிறாயா?' என்றேன். 'என்னைச் சந்திக்க இன்னும் சற்று நேரத்தில் ஒரு எழுத்தாளர் வருகிறார்' என்றான். 'யார் அவர்?' என்றேன். 'அவர் பெயர் ஜாக்குலின். ஆய்வுக் கட்டுரைகள் எழுதுபவர். இந்தியாவைப் பற்றிச் சில புத்தகங்கள் எழுதியிருக்கிறார். தற்போது *Criminal Face of Indian Politics* என்ற புத்தகம் எழுத உத்தேசித்திருக்கிறார். அது சம்பந்தமாக என்னைச் சந்திக்க விரும்புகிறார். அரசாங்கத்திலிருந்துகொண்டு நான் என்ன உதவி செய்ய முடியும் என்று தெரியவில்லை' என்றான்.

'*India: A Mysterious Country* என்ற புத்தகம் எழுதியவரா? அவர் இன்னொருவருடன் சேர்ந்து அப்புத்தகத்தை எழுதினாரா?' என்றேன்.

'ஆமாம். அவர் ஜாக்குலினின் கணவர் ஹெர்மன் ஸ்டாடிங்கர். *Religion and Caste in Indian Politics* என்ற புத்தகத்திற்கான களப்பணியில் இருந்தபோது பீஹாரில் அவர் கொல்லப்பட்டு விட்டார். ஜாக்குலின் காயங்களுடன் தப்பினார். அப்போது இந்திய அரசாங்கம் ஜாக்குலினுக்கு உதவி செய்தது. அந்தச்

சந்தர்ப்பத்தில் அவருடன் எனக்குப் பழக்கம் ஏற்பட்டது' என்றான் மேனன்.

'நான் அவரைப் பார்க்க முடியுமா?' என்றேன். 'தாராளமாகப் பார்க்கலாம். அப்படியானால் இந்தோ பிரெஞ்சுக்காரியை என்ன செய்வது?' என்றான் மேனன். 'நான் பிறகு அதற்கு ஏற்பாடு செய்கிறேன்' என்று தொலைபேசியை வைத்தேன்.

நான் அவளைப் பார்த்து இந்தியாவின் மத்திய இணை அமைச்சருடன் ஒரு குறிப்பிட்ட இடத்திலிருந்து தொடர்புகொள்ள வேண்டியிருப்பதால் வெளியே செல்ல வேண்டியிருக்கிறது என்றும், மீண்டும் அவளைச் சந்திக்க மிகவும் விருப்பம் கொண்டிருப்பதாகவும், கண்டிப்பாக அழைப்பதாகவும், தற்போது அவளை விட்டுச் செல்லும் சூழ்நிலை மிக்க வருத்தத்தை எனக்கு ஏற்படுத்துவதாகவும் கூறினேன்.

அவள் அலுப்புடன் எழுவதாகத் தோன்றியது. ஆனால் பேசும்போது எப்போதும் புன்னகையுடனேயே பேசும் வழக்கத்தை அவள் கொண்டிருந்தாள்.

நான் காரில் சென்றுகொண்டிருந்தேன். 1975ஆம் ஆண்டு நான் டீக்கடையில் சந்தித்த அந்த வெள்ளைப் பெண்ணை நினைவு கூர முயன்றேன். சுவரில் சாய்ந்து டீயை உறிஞ்சிக்கொண்டிருக்கும் வெள்ளைப் பெண்மணியின் குதூகலமான தோற்றம் மட்டும் நினைவுக்கு வந்தது.

பீஹாரில் பாட்னாவில் வாடகைக்காரில் நான் சென்று கொண்டிருந்தபோது கும்பலால் மறிக்கப்பட்டுக் கொல்லப்பட்ட டிரைவர் என் நினைவுக்கு வந்தார். நான் அப்போது உயிர் தப்பி ஓடினேன். அடுத்தடுத்து வாகனங்களைக் கொளுத்துவதில் கும்பல் ஆசையும் உற்சாகமும் கொண்டிருந்தது. வாகனங்கள் ஓட்டி வருபவர்களையும் தாக்கிக்கொண்டிருந்தது. தாக்குதலில் ஏதோ ஓர் நிலையில் உயிர் இழப்பு ஏற்பட்டுக்கொண்டிருந்தது. நான் கால்கள் வெடவெடக்க ஷட்டர் இழுக்கப்பட்ட ஒரு கடையின் உள்ளே அங்கிருந்த மூன்று நபர்களுடன் நின்றுகொண்டிருந்தேன். ஒருவரோடு ஒருவர் பேசாமல், வியர்வை வழிய இருந்தோம். கும்பலில் யாரோ ஒருவன் இந்தக் கடையை நோக்கிக் கும்பலின் கவனத்தைத் திருப்பினால் எங்கள் உயிருக்கும் உடலுக்கும் என்ன வேண்டுமானாலும் ஏற்படலாம். ஷட்டரைத் தூக்கினால் கும்பலின் கவனம் திரும்பலாம் என சுற்றிலும் திகில் அதிர மற்ற மூன்று நபர்களைப் பார்த்துக்கொண்டிருந்தேன். பிறந்த ஊரின் நினைவு, உறவுகளின் நினைவு, என் அலுவலகத்தில் பாக்கி வைத்திருந்த வேலை நினைவு ஏற்பட்டன. திடீரென ஏற்பட்ட

சப்த மாறுதலிலிருந்து காவலர்கள் வந்ததை உணர்ந்தேன். கும்பலைக் காவலர்கள் சந்திப்பதை சப்தங்கள் உணர்த்தின. சப்தங்களின் ஆரவாரம் குறைந்து நிலைமை மாறிவிட்டது என்பதை நாங்கள் உணர்ந்த சமயம், மற்ற மூவரும் தங்களுக்குள் மெதுவான குரலில் பேசிவிட்டுப் பின் என்னைப் பார்த்து இந்தி மொழியில் ஒருவர் பேசினார். அவர் சைகையிலிருந்து, அவர் என்னை ஷட்டரைத் தூக்கச் சொல்கிறார் என்று உணர்ந்தேன். நான் தயங்கினேன். மீண்டும் அவர் அவ்வாறே கூறினார். நான் மேலும் யோசிக்காமல் ஷட்டரைத் தூக்கினேன். நான் எதிர்பாராதபடி ஓசையுடன் ஷட்டர் சுருண்டது. வெளியே தெரிந்த காட்சியின் வெளிச்சத்தில் கண்கள் கூசின. காவலர்களின் தலைகள் இந்த இடம் நோக்கித் திரும்பின. துப்பாக்கி, லத்தியுடன் இருந்தவர்கள் என்னை நோக்கி ஓடி வந்தனர். நான் கைகளை உயரே தூக்கிக்கொண்டேன்.

புத்தரைக் கண்ட, மௌரியர்களைக் கண்ட, அசோகரைக் கண்ட, ஷெர்ஷாவைக் கண்ட, பின்னர் வங்காள நவாபிற்குச் சொந்தமாகி, 1764ஆம் ஆண்டு நடைபெற்ற பக்ஸார் போரில் பிரிட்டிஷாருக்குக் கை மாறி, தற்போது சுதந்திர இந்தியாவில் உள்ள இந்த பூமியில் நான் கைகளைத் தூக்கிக்கொண்டே வெளியே வந்தேன்.

கார் நின்றது. ராமச்சந்திர மேனன் இருக்கும் அறையை விசாரித்து, அந்த அறையை அடைந்தேன். மேனன் கதவைத் திறந்தான். அறைக்குள் சென்று உட்கார்ந்த சில நொடிகளில் 'ஜாக்குலின் எப்போது வருவார்?' என்றேன். 'இப்போதுதானே செல்கிறார்' என்றான் மேனன். நான் பதற்றத்துடன் அவரைப் பார்க்க வேண்டுமென்றுதான் வேகமாக வந்ததாகக் கூறினேன். மேனன் வேகமாக எழுந்து ஜன்னலருகே சென்றான். என்னை அழைத்தான். ஜன்னலினூடே காரை நோக்கிச் சென்று கொண்டிருந்த மெலிந்த, தலை நரைத்த ஒரு பெண்ணைக் காண்பித்தான். 'நல்லவேளை இன்னும் போகவில்லை. ஜாக்குலினைப் பார்த்துவிட்டாய்' என்றான். மெலிந்த, தலை நரைத்த அந்தப் பெண் காரினுள் நுழைந்துகொண்டிருந்தாள்.

கைகளைத் தூக்கிக்கொண்டே வெளியே வந்த என்னைக் காவலர்கள் சூழ்ந்துகொண்டனர். ஒருவர் என் கையை முறுக்கினார். நான் அவர்களிடம் ஆங்கிலத்தில் நான் யாரென்பதை விளக்க முயன்றேன். கையை முறுக்கியவர் விட்டுவிட்டார். வெள்ளை ஆண் ஒருவர் கத்திக்குத்துக் காயங்களுடன் கிடந்த இடத்தில் காயங்களுடன் அழுதுகொண்டிருந்த ஒரு வெள்ளைப் பெண்ணிடம் பேசிக்கொண்டிருந்த அதிகாரி முன்னால்

என்னை அழைத்துச் சென்று நிறுத்தினார். அவரிடம் நான் என்னைப் பற்றிக் கூறினேன். அப்போதிருந்த நிலையில் நான் அந்த வெள்ளைப் பெண்ணை சரியாகக் கவனிக்கவில்லை.

நான் தற்போது ஜாக்குலினைச் சந்தித்திருந்தாலும் அல்லது இனிமேல் சந்தித்தாலும் அந்த வெள்ளைப் பெண்தான் இவரா என்று என் நினைவிலிருந்து கூற இயலாது. ஆனால் 1975ஆம் ஆண்டு டப்பிங் சினிமா பார்க்கச் சென்ற சமயம் ஜாக்குலின் சுவரில் சாய்ந்து நின்றிருந்த அந்தக் குதூகலமான தோற்றத்தை என்னால் மறக்க இயலாது.

O

தினமணி பொங்கல் மலர், 1996

அந்த முகம்

‘டீ சொன்னியா இல்லியா . . . இன்னுமா கொண்டாரான்?’ என்று அதட்டலாகக் கரியமால் கேட்டுக்கொண்டிருந்தபோது ஒரு பையன் டீயுடன் அறைவாசலில் தோன்றினான். சலாமடித்து அவர் முன் டீயை வைத்து சலாமடித்துச் சென்றான். டீயை எடுத்து உறிஞ்சினார், கரியமால்.

‘கூட்டி வந்துட்டேன்’ என்று உள்ளே நுழைந்த 747 சொன்னான். கரியமால் கூர்ந்து பார்த்தார். மலங்க விழித்துக்கொண்டு நின்றிருந்தாள். மூக்குத்தி இரண்டு மூக்கிலும் இருந்தது. தலை முடியை முடிந்திருந்தாள். வயது முப்பதை நெருங்கிக் கொண்டிருக்கும். கறுப்பு நிறம். பிசுக்கேறிய கயிறு கழுத்தில் கிடந்தது. கரியமாலின் கண்கள் அவளின் மேலாடையைத் துளைத்தன. 747–ஐப் பார்த்து, ‘கொண்டு வா அவனை’ என்றார்.

கைகள் முதுகுப்புறமாக கட்டப்பட்ட ஒருவனை இழுத்து வந்தனர். அவன் ஜட்டியுடன் இருந்தான். அவனைப் பார்த்தவுடனே வந்திருந்தவள் கதறி அழுதாள். கரியமால் அவளைத் தோளைப் பிடித்துத் தள்ளி சுவரோரத்தில் போய் உட்காருமாறு அதட்டினார். ‘கையக் கட்டி வாயைப் பொத்து’ என்றார். அவள் பேசாமலிருந்தாள். ‘என்ன . . . சொன்னா செய்ய மாட்டியா’ என்றதும் பயந்து போய் மாணவியைப் போல் கையைக் கட்டி, வாய் பொத்தி சுவரோரமாய் உட்கார்ந்தாள்.

கரியமால் ‘அடிங்க’ என்றார். இருவர் அவனைக் கெட்ட வார்த்தைகளில் திட்டிக்கொண்டே அடித்தனர். கரியமால் அவள் முகத்தையே

பார்த்துக்கொண்டிருந்தார். அவள் முகத்தில் தெரிந்த பீதி அவருக்குக் கிளர்ச்சியைத் தந்தது. அவள் கண்களில் நீர் வழிந்துகொண்டிருந்தது. அவன் அடியினால் ஏற்பட்ட வலியில் கத்திக்கொண்டிருந்தான். திடீரென்று அவள் எழுந்து கதறிக் கொண்டே கரியமாலின் காலில் விழுந்தாள். அவள் வாய் 'அடிக்காதீங்க சாமி' என்று சொல்லிக்கொண்டிருந்தது. அவள் கைகள், அவர் பாதங்களைப் பிடித்திருந்தன. கரியமால் 'நிறுத்து' என்றார்.

'நாங்க அடிக்காம பின்னே நீ அடிக்கனுங்கிறீயா? அந்தப் பய மூஞ்சியிலே வெளக்குமாத்தாலே அடி. அவன் செஞ்சதுக்குக் கொன்னு காணாமப் போட்டுருக்கணும்' என்றார். அடித்தவர்களைப் போகச் சொன்னார். அவளைப் பார்த்து, 'பொண்டாட்டி கையாலே அடி வாங்கினாத்தான் திருந்துவான்' என்றார். அவன் தரையில் முனகிக்கொண்டு கிடந்தான். அவர் எழுந்து சென்று கட்டை அவிழ்த்தார். அவன் தடுமாறியபடி எழுந்து நின்றான்.

'இவன் பொண்டாட்டி கையாலே அடி வாங்கினாத்தான் திருந்துவான்' என்றார் மீண்டும். அவளைப் பார்த்து 'இங்கே வா' என்றார். அவள் குழம்பியபடி பயந்துகொண்டே வந்தாள். நாற்காலியில் சாய்த்து வைத்திருந்த லத்தியை எடுத்து நீட்டினார். 'அவனுக்கு அடி கொடு' என்றார். அவள் தயங்கி, புரியாதவளாக நின்றுகொண்டிருந்தாள்.

'ஒம் புருஷனைக் கூட்டிட்டுப்போகணும்னு நெனைக்கிறியா இல்லியா?' என்றார். அவள் 'ஆமாம்' என்று தலையசைத்தாள். 'அப்ப அடிகொடு' என்று அதட்டினார். 'நான் எப்படி சாமி...' என்று ஆரம்பித்தவள் அவர் முகத்தைக் கண்டு பயந்து லத்தியை வாங்கிக் கொண்டாள்.

'இப்படியா அடிக்கிறது. ஓங்கி அடி... இன்னும் ஓங்கி... ம் அப்படித்தான். இன்னும் ஓங்கி...' என்றார் கரியமால். அவன் கைகளினால் தன்னிச்சையாகத் தடுக்க முயன்றுகொண்டிருக்க அவள் அடித்துக்கொண்டிருந்தாள். கரியமாலின் கண்கள் இக்காட்சியைக் கண்டு மின்னின.

கரியமால் ஆட்டோவில் ஏறி ஜெயந்தி நகருக்குப் போகச் சொன்னார். அங்கு அம்பாசடர் கார் நிறுத்தப்பட்டிருந்த ஒரு வீட்டின் அருகே ஆட்டோவை நிறுத்தச் சொல்லி வீட்டினுள் நுழைந்தார். வேலையாள் அவரை மரியாதையுடன் உட்காரச் சொல்லிவிட்டு உள்ளே சென்றான். சற்று நேரத்தில் ஆஜானுபாகுவான ஒருவர் தோன்றிக் கரியமாலை வரவேற்றார்.

‘நானே வரணும்னு இருந்தேன். ஊர்லேயிருந்து இன்னைக்கி காலைலேதான் வந்தேன்’ என்றார்.

‘அதனாலென்ன. ஓங்கள்ட்டேதான் எப்பவும் வாங்கிக்க லாமே’ என்றார் கரியமால்.

வேலையாள் குளிர்பானம் கொண்டு வந்து கொடுத்தான். குளிர்பானத்தை உறிஞ்சிக் கொண்டே ‘பார்ட்டி வச்சு நாளாச்சு’ என்றார் கரியமால். ‘ஒண்ணும் தாக்கல் இல்லேயேன்னு பார்த்தேன்’ என்றார் வீட்டிலிருந்தவர். ‘நாளக்கி பிக்ஸ் பண்ணினா நல்லது’ என்றார் கரியமால். ‘நாளைக்கா’ யார் இருக்கான்னு தெரியலை, ஸார் கோபிச்சிக்கக் கூடாது. சிகரெட்ல சுடறதா சொல்லுதுகள் ...’ என்று தயங்கினார். ‘அது ஏதோ போதைலே... சும்மா ஜாலிக்கி ஏதாவது நடந்திருக்கும். அது பார்த்துக்கலாம்’ என்றார் கரியமால். ‘நாளக்கி சிரமப்படும் போல இருக்கே’ என்றார் வீட்டிலிருந்தவர். ‘ஓங்களாலே முடியாததா ... நீங்க எவ்வளவு பெரிய ஆள்’ என்றார் கரியமால். ‘சரி நாளக்கி சாயந்திரம் ஹோட்டலுக்கு வந்திருங்க, ரிசப்ஷனிலே சொல்லியிரேன். பார்த்து நடந்துக்குங்க’ என்றார் வீட்டிலிருந்தவர். கரியமால் எழுந்தார். ‘கொஞ்சம் இருங்க. கவர் வாங்கிக்கிறீங்களா?’ என்றார் வீட்டிலிருந்தவர். ‘நாளக்கி ரிசப்சனிலே வாங்கிக்கிறேனே’ என்று கரியமால் விடை பெற்றுக்கொண்டார்.

○

வீட்டுக் கதவை வேலைக்காரச் சிறுமிதான் திறந்தாள். அவர் உள்ளே நுழைந்ததும் படுக்கையிலிருந்து எழுந்து அவர் மனைவி வந்தாள். அவள் ஆடைகள், கூந்தல் கலைந்த தோற்றத்துடன் இருந்தாள். அவள் நடந்து வந்த விதத்திலே தளுக்கு இருப்பதாகத் தோன்றி அவருக்கு எரிச்சல் ஏற்பட்டது. ‘சாப்பிடுறீங்களா’ என்றாள், அவள். அவர் ‘. . . ம் . . . ம்’ என்றபடி அறைக்குள் ஆடைமாற்றிக் கொள்ளச் சென்றார்.

கரியமாலின் முதல் மனைவி திருமணமாகிச் சில காலத்திலேயே அவள் வீட்டிற்குச் சென்றுவிட்டாள். அதற்குப் பிறகு சுபத்திராவைத் திருமணம் செய்து கொண்டார். அவளிடம் அவருக்குத் தெரிந்த தளுக்குதான் அவரைப் பாடாய்ப்படுத்தியது. இப்போது அவருக்கு சமயங்களில் எரிச்சல் ஏற்படுகிறது. சுபத்திராவிடம் அவர் ஆசைக்கிழத்தியுடன் கொண்டிருக்கும் மனோநிலையைக் கொண்டிருந்தார். அவருக்குக் குழந்தைகள் இல்லை.

அவளை அவர் குடிக்கப் பழக்கியிருந்தார். போதையில் அவளுடைய வேட்கை வெளிப்படும் ஆவேசம் அவருக்குப்

பிடித்திருந்தது. சாப்பிட்டுக்கொண்டிருக்கையில் டேபிளருகே நின்றுகொண்டிருந்த அவளைப் பார்த்தார். அவள் தேகம் அவருக்குக் கிளர்ச்சியை ஏற்படுத்தியது. அவளுடைய வேட்கைக்கு உட்பட வேண்டும் என்று நினைத்தார். அவள் உபயோகித்திருந்த வாசனைத் திரவியம் அவர் நாசியைத் தாக்கிக்கொண்டிருந்தது. சாப்பிட்டு முடித்து எழுந்து கை கழுவினார்.

○

கரியமாலின் உடல் சக்தியிழந்து கிடந்தது. வலது கையைத் தூக்க முயன்றார். முடியவில்லை. உடல் அவர் இச்சைக்கு உட்படாது கிடக்க, அதன்மேல் பெண்கள் சிறு உருவத்துடன் சஞ்சரித்துக்கொண்டிருந்தனர். பெரும்பாலான பெண்கள் மூக்குத்தி ஒளிரும் கிராமப்பெண்களாக இருந்தனர். வலது உள்ளங்கையில் ஒரு பெண் விறகுக்கட்டை இறக்கி வைத்துவிட்டு வெற்றிலை போட்டுக்கொண்டிருந்தாள். இழுத்துச்செருகிய சேலைக் கட்டுடன் ஒரு பெண் அவர் தோள்பட்டையில் துணி துவைத்துக்கொண்டிருந்தாள். அவர் காலில் ஒரு பெண் படுத்து உறங்கிக்கொண்டிருந்தாள்.

பார்க்க வருபவர்களிடம் சுபத்திரா பேசும் பாவனைகளை யும், அவள் அணியும் ஆடைகளையும் அவர் பார்வை ஊடுருவிக்கொண்டிருக்க, அவள் தொலைதூரம் சென்று கொண்டிருந்தாள். கடந்த கால சம்பவங்கள் வரிசைகளை மறந்து தோன்றி மறைந்துகொண்டிருக்க மருத்துவர் இடையிடையே வந்துகொண்டிருந்தார்.

சுபத்திரா மேலாடைகளற்றுத் தோன்றினாள். அவள் மார்புகளில் சிகரெட் நெருப்பினால் சுட்ட வடுக்கள் இருந்தன. சிகரெட் புகைத்துக்கொண்டிருக்கும் வேசிகள் தோன்றி அவர் முகத்தில் புகையை ஊதினர். சிகரெட்களினால் அவர் நெஞ்சைச் சுட வந்தனர். சில பெண்கள் தோன்றுவதைக் கண்டதும் அவர் ஓட்டமெடுத்தார். அவர்கள் துரத்திக்கொண்டிருந்தனர். அவர் சாலையில் வேகமாக ஓடிக்கொண்டிருந்தார். கேட்டைத் தாண்டி ஒரு வீட்டிற்குள் புகுந்து தாழிட்டுக் கொண்டார். இதயத்துடிப்பு அதிகரித்துக்கொண்டிருந்தது. வீட்டிற்குள் ஒருவருமே தென்படவில்லை. 'வீட்ல யாரு?' என்று குரல் கொடுத்தவாறு ஹாலில் நின்றார். ஒரு அறைக்கதவைத் திறந்து நுழைந்தபோது அவருக்குப் பின் தோற்றம் தெரிய ஜன்னல் வழியாகப் பார்த்தவாறு ஒரு பெண் நின்றுகொண்டிருந்தாள். அவள் திரும்பினால், அதிர்ச்சியூட்டும்படியாக ஏதாவது நடக்கும் என்று பயந்து அறையைவிட்டு வெளியேற முயன்றார்.

அறைக்கதவு தானாகவே மூடிக்கொண்டது. அவள் திரும்பும்போது தனக்கு அழிவு ஏற்பட்டுவிடும் என்று அவருக்குத் தோன்றிது.

மூச்சு முட்டுவதுபோல் இருந்தது. தொண்டையில் ஏதோ அடைப்பது போன்ற உணர்வு ஏற்பட்டது. பெண்ணின் பின்தோற்றம் தெரிந்தது. அவர் எதிர்பார்த்த அந்த முகம் கோரைப்பற்களுடன் பயங்கரமாக மாறியிருக்கும் என்று தோன்றியது. அவள் திரும்பும்போது தனக்கு மரணம் சம்பவிப்பதை யாராலும் தடுக்கமுடியாது என்று தோன்றியது. அவர் 'திரும்பாதே' என்று கத்த முயன்றார். கத்துவதாக நினைத்துக் கொண்டிருந்தார். ஆனால் குரல் வரவில்லை. குரல் வராமலேயே அவர் கத்திக்கொண்டிருந்தார்.

○

காலச்சுவடு 11, ஏப்ரல்–ஜூன் 1995

சுழலும் மின்விசிறி

அஞ்சலையின் மனம் நிலைகொள்ளாமல் தவித்துக்கொண்டிருந்தது. அவள் வேலை செய்யும் வீட்டையடைய நடந்துகொண்டிருந்தாள். வெயில் இன்னும் சரியாக வரவில்லை என்ற போதிலும் அவளுக்கு வியர்த்துக்கொண்டிருந்தது. யாரும் இல்லாத வேளையில் இப்போதுதான் முதன்முறையாக வீட்டில் இருக்கப் போகிறாள். இன்று ஊருக்குப் போய்விட்டு இரவு வந்து விடுவதாகவும், எதிர் வீட்டில் கொடுத்திருக்கும் சாவியை வாங்கி வீட்டைத் திறந்து வழக்கமான வேலைகளைச் செய்து முடித்து சாவியைக் கொடுத்துவிட்டுப் போய்விட வேண்டும் என்றும், வாழ்க்கைக்கு நம்பிக்கைதானே அவசியம் என்றும், மற்ற வீட்டுக்காரர்களைப் போல் தாங்கள் இல்லை என்றும் அவள் எஜமானி நேற்று சொல்லியிருந்தாள்.

வீட்டுக்காரர்கள் இல்லாத வீட்டைப்பற்றிய நினைப்பு அவளுக்கு ஆனந்தத்தை அடையப் போகும்போது ஏற்படும் மனப் படபடப்பை ஏற்படுத்திக்கொண்டிருந்தது. வீடு காதலனாய் மாறி நின்று அழைத்தது. வீட்டை நெருங்கநெருங்க மனப் படபடப்பு கூடுவது போலிருந்தது. திடீரென அவளுக்கு வேறொன்று தோன்றியது. வீட்டிலுள்ளோர் ஏதாவதொரு பொருளைத் தொலைத்துவிட்டு, காணாமல் போனதற்கு தானே காரணம் என்று கூறும் சந்தர்ப்பத்தினை ஆளில்லாத வீடு உருவாக்கி விடுமோ என்று சந்தேகம் தோன்றியது. இந்த சந்தேகம் ஒருபுறம் ஆனந்தத்தைக் குலைக்க ஆரம்பித்தது. ஆனந்தம்

வாயைத் திறக்க, சந்தேகம் அதன் வயிற்றுக்குள் சென்று அமர்ந்து கொண்டது. ஆனந்தம் அவளைத் தொற்றிக்கொள்ள அவள் நடந்துகொண்டிருந்தாள்.

பார்வைக்குத் தெரிந்த வீடு அவளை வா வா என்று கட்டியணைக்கத் துடிப்பது போல் நின்றுகொண்டிருந்தது. வீட்டின் தோற்றம் புதிய பொலிவுடன் இருந்தது. வீடு அளவுக்கு அவள் வளர்ந்து வீட்டின் தோள்மீது கை போட்டு நின்றாள். வீடு வெட்கத்தில் சிரித்துக்கொண்டிருந்தது.

எதிர் வீட்டின் முன் போய் நின்றாள். வீட்டிலிருந்து வந்த வாலிபன் ஒருவன் கேள்விக்குறியோடு அவளைப் பார்க்க, அவள், தான் எதிர் வீட்டு வேலைக்காரி என்றும், அம்மாவைப் பார்க்க வேண்டும் என்றும் கூறினாள். அவன் உள்ளே சென்றான். ஒரு பெண்மணி வந்தார். ‘ரவி அம்மா சொல்லிட்டுப் போயிருக்காங்க. இந்தா சாவி, வேலையை முடிச்சிட்டுப் போறப்ப கொடுத்துட்டுப் போ, என்ன தெரியுதா ... ?’ என்று சொல்லிக்கொண்டே சாவியைக் கொடுத்தார்.

சாவி கையில் ஜில்லென்றிருந்தது. ஆனந்தம் படபடக்க வீட்டை நோக்கி எஜமானி போல் சென்றுகொண்டிருந்தாள். கேட்டைத் திறக்கும்போது அவளிடம் அதிகாரம் எழுந்தது. வீட்டுக் கதவருகே திகைத்து நின்றாள். சற்றுத் தயங்கி பூட்டைத் திறந்து, கதவைத் திறந்தாள். ஆள்களற்ற வீட்டின் மதர்ப்பின் மீது அவள் புது மணப்பெண்போல் காலடி வைத்தாள். வீடு இதற்கு முன் அவள் அடைந்திராத அன்யோன்யத்தைத் தந்தது. சோபாவில் அமர்ந்தாள். கால் மேல் கால் போட்டுக் கொண்டாள். ஞாபகம் வந்தவளாய் எழுந்து மின்விசிறியின் ஸ்வீட்சைப் போட்டு, மீண்டும் வந்து கால் மேல் கால் போட்டு அமர்ந்து வீட்டைச் சுற்றிப் பார்த்தாள். வீடு தன் ஆளுகைக்கு வந்துவிட்டது என்ற உணர்வு விகசித்தது. எழுந்து சென்று கதவைச் சாத்தி உட்புறம் தாளிட்டாள். வீடு அவள் கட்டுப்பாட்டிற்குள் ஒடுங்கியது.

ஃபிரிஜ்ஜைத் திறந்தாள். இவ்வளவு காலமும் அவள் கைப்பட ஃபிரிஜ்ஜைத் திறந்ததில்லை. எஜமானி ஃபிரிஜ்ஜைத் திறக்கும்போது பார்த்ததுதான். ஃபிரிஜ்ஜினுள் முட்டை, காய்கறிகள், பழங்கள், பழரச பாட்டில்கள் இருந்தன. சில மாத்திரைகளும் இருந்தன. முட்டையைத் தொட்டுப் பார்த்தாள். ஜில்லென்றிருந்தது. பழரச பாட்டிலைக் கையில் எடுத்தாள். ஃபிரிஜ்ஜைச் சாத்தினாள். பாட்டிலின் மூடியைத் திறந்து முகர்ந்து பார்த்தாள். ஒரு டம்ளரை எடுத்து அதில் சற்று ஊற்றி பின் ஃபிரிஜ்ஜைத் திறந்து பாட்டிலை எடுத்த இடத்தில் இருந்த

நிலையில் வைத்தாள். டம்ளரில் ஊற்றிய பழரசத்தில் விரல் விட்டு, நாக்கில் வைத்து ருசி பார்த்தாள். பிறகு நினைவு வந்தவளாய் மீண்டும் ஃபிரிஜ்ஜைத் திறந்து குளிர்ந்த நீர் உள்ள பாட்டிலை எடுத்து நீர் ஊற்றி, மீண்டும் அதை ஃபிரிஜ்ஜில் வைத்துவிட்டு, டம்ளரை எடுத்துக்கொண்டு சோபாவில் அமர்ந்து சாவகாசமாக ருசித்துக் குடிக்கலானாள். குடித்து விட்டு, 'ரவி அம்மா இங்கே வா, இதைக் கழுவி வை...' என்றாள். பிறகு எழுந்து அவளே வாஷ்பேசினில் கழுவி டம்ளரை சேலை முந்தானையால் துடைத்து, இருந்த இடத்தில் வைத்தாள்.

பூஜை அறை பூட்டப்பட்டிருந்தது. அதற்குள் உள்ள பீரோவில்தான் முக்கியப் பொருட்கள் இருக்கும் போலிருக்கிறது. அந்த அறையைப் பெருக்க அவளை அனுமதித்ததில்லை. அருகிலிருந்த படுக்கை அறைக்குள் அஞ்சலை நுழைந்தாள். கட்டில் மெத்தையில் விழுந்து புரண்டாள். எஜமானியின் சேலை, ரவிக்கை, உள்ளாடைகள், நைட்டி தொங்கிக்கொண்டிருந்தன. அய்யாவின் ஆடைகளும் தொங்கிக்கொண்டிருந்தன. சற்று நேரம் படுத்திருந்தவள் எழுந்து பீரோவிலிருந்த கண்ணாடியில் உருவத்தைப் பார்த்தாள்.

அய்யா டீஸண்ட்டானவர். ஆரவாரமில்லாதவர். அஞ்சலையை மரியாதையுடன்தான் அழைப்பார். எஜமானி இதற்கு நேர்மாறானவள். அதிகாரத்தின் மூலம் தன் இருப்பை உணர்ந்துகொண்டிருப்பவள். அஞ்சலைக்கு வாய்த்த புருஷனோ அவளை அடிப்பதன் மூலமே புருஷன் என்று உணர்ந்துகொண்டிருப்பவன். அய்யாவைப் போல் புருஷன் அமைந்திருந்தால்... என்று கண்ணாடியைப் பார்த்துக் கொண்டிருப்பவளுக்குத் தோன்றியது.

எஜமானியின் நைட்டியைப் பார்த்தாள். ஆடைகளைக் களைந்து மனம் படபடக்க நைட்டியை அணிந்து கண்ணாடியில் பார்த்தாள். வாழ்வின் வெறுமை இந்நேரத்தில் அவளைக் கவ்வியது. யாராவது வந்து கதவைத் தட்டுவார்களோ என்று தோன்றியது. அவசரமாக நைட்டியைக் களைந்து தன் ஆடைகளுக்கு மாறினாள். நைட்டியை இருந்த இடத்தில் வைத்தாள். நேரமாகிவிட்டதென உணர்ந்து பரபரத்தாள். எஜமானியாக இருந்தவள் வேலைக்காரியாக மாறுவதில் மனம் ஒத்துழைக்க மறுக்க, வேறு வழியின்றி விளக்குமாறை எடுத்தாள். பெருக்கினாள். பாத்திரங்களைக் கழுவினாள். ஈடுபாடின்றி ஏதோ வேலை செய்தாள். நேரமாகிவிட்டதாகத் தோன்றியது.

வேலைகளை முடித்து சோபாவில் சாய்ந்து படுத்தாள். மின்விசிறி மேலே சுழன்றுகொண்டிருந்தது. கண்களை

மூடிக்கொண்டிருந்தாள். எஜமானி அஞ்சலையாக மாறி வீட்டைப் பெருக்கிக்கொண்டிருந்தாள். கதவைத் திறந்து சூட்கேஸுடன் அய்யா நுழைந்துகொண்டிருந்தார். கண்களைத் திறந்தாள். 'இதே போல் அடுத்து எப்போது வருவாய்' என்று வீடு கேட்டது. பூட்டு, சாவியை எடுத்துக்கொண்டு வீட்டை ஒரு தடவை நன்றாகப் பார்த்தாள். கதவைத் திறந்து வெளியே வந்து கதவைச் சாத்திப் பூட்டினாள். எதிர்வீட்டை நோக்கி நடந்தாள். மனம் வீரியமிழந்ததைப் போல் கிடந்தது. எதிர்வீட்டுப் பெண்மணியிடம் சாவியைக் கொடுத்துவிட்டு நடந்தாள். முக்கியச் சாலையிலிருந்து விலகி, குப்பைகளைத் தாண்டி, கத்திப் பேசும் மனிதர்களின் இரைச்சலினூடே தன் குடிசையை நோக்கி நடந்துகொண்டிருந்தாள். குடிசையை நோக்கிச் செல்லச் செல்ல அவள் உருவம் சிறுத்துக் குள்ளமாகிக்கொண்டே வந்தது. குடிசை வாசலில் அவள் புருஷன் குத்துக் காலிட்டு பீடி புகைத்துக்கொண்டிருந்தான். திடீரென அவள் மனதில் பீதி ஏற்பட்டது. ஓடிக்கொண்டிருந்த மின் விசிறியை நிறுத்தாமல் வந்து விட்டோமோ என்ற சந்தேகம் அவள் மனதில் ஏற்பட்டிருந்தது. பீதி பரவ ஆரம்பித்தது.

○

***சுபமங்களா,* மார்ச் 1995**

கடந்துகொண்டிருக்கும் தொலைவு

அவன் மோட்டார் சைக்கிளை வாசலில் நிறுத்தி ஆபீசிற்குள் நுழைந்ததும், அவனுக்கு இரண்டு முறை போன் வந்ததாகவும், ஒரு பெண் பேசியதாகவும் பியூன் தெரிவித்தான். இருக்கையில் அமர்ந்த அவனுக்கு மிருணாளினி ஞாபகம் வந்தது. மனம் சஞ்சலப்பட்டது. ஓடும் குதிரையில் லாவகமாக, கையில் கடிவாளத்துடன் சவாரி செய்பவனாக ஒரு காட்சியும், புல்வெளியும், ஏரியும், குளிர்ந்த சூழ்நிலையில் மரங்களும், பறவைகளும், மலர்களும் கலந்த காட்சிகளும் அடுக்கடுக்காய் தோன்றின. மனம் சக்தி கொண்டு உறுதியடைந்தது. போன் வந்திருப்பதாக பியூன் சொன்னதும் எழுந்தான். போன் மாடியில் உள்ளது. போனை நோக்கிச் சென்று கொண்டிருந்தான்.

மிருணாளினி பேசினாள். விடிகாலையிலேயே வீட்டைவிட்டு கணவன் விரட்டி விட்டதாகவும், கையில் ரந்தீருடன் ஒரு ஏர்பேக்குடன் வெளியே வந்து, போக இடமில்லாமல் கோயிலுக்குச் சென்று பொழுதைக் கழித்துவிட்டு போன் செய்வதாகவும், இன்று ஆபீசிற்குச் செல்லவில்லை என்றும், உடனே அவன் வரவேண்டும் என்றும் அவள் கூறினாள். அவள் இருக்குமிடத்தை மனத்தில் குறித்துக் கொண்டான். ஆபீசில் விடுப்பு எழுதிக் கொடுத்துவிட்டு வெளியே வந்து மோட்டார் சைக்கிளைக் கிளப்பினான்.

வேகத்தில் காற்று கிழிந்துகொண்டிருப்பதைக் காதுகள் உணர்ந்தன. அவளை எங்கு தங்க வைப்பது, அடுத்து என்ன செய்வது என்ற கேள்விகள் அவனுள் மோதிக்கொண்டிருந்தன. விடைகள் மர்ம

முகங்களுடன் அலைந்தன. அவள் காத்திருக்கும் இடத்தை நெருங்கநெருங்க மோட்டார் சைக்கிளின் வேகத்தைக் குறைத்தான். ஒரு பெட்டிக்கடையருகே நிறுத்தினான். சிகரெட் வாங்கிப் பற்ற வைத்தான். ஒன்றும் தோன்றாமல் ஆனால், யோசித்துக் கொண்டிருந்தான். ஒன்றும் தோன்றாத மனத்துடனேயே மோட்டார்சைக்கிளைக் கிளப்பினான்.

அவளை அடைய நெருங்கிக்கொண்டிருப்பது பதற்றத்தை ஏற்படுத்தியது. ஜன சந்தடியில் துலக்கிய விளக்குபோல அவள் தெரிந்தாள். அருகே வர, சோகம் கப்பியிருந்த அவள் முகம் சம்பிரதாயமாகப் புன்னகை கொண்டது. "என்ன செய்வது?" என்று பதிலை அவளிடமே எதிர்நோக்கிக் கேட்டான். "தங்க வேண்டும்; தங்குவதற்கு ஒரு இடம் வேண்டும்" என்றாள். "உடனே எப்படி முடியும். தற்போது ஹோட்டலில் தங்கலாமா" என்றான். அவள் தலையசைத்தாள். "நான் அவசரமாக பாத்ரூம் போகவேண்டும்" என்றாள். அவன், ரந்தீரின் கன்னத்தை லேசாகத் தட்டி விட்டு, மோட்டார்சைக்கிளைக் கிளப்பினான். அவள் குழந்தையுடன் பின்னால் ஏறிக்கொண்டாள்.

போக்குவரத்து நெருக்கடி மிகுந்த சாலையில் சென்று கொண்டிருக்கும் போது, நெருக்கடி அற்ற நெடுஞ்சாலையில் சென்றுகொண்டிருக்க மனம் அவாவ, அவள் காற்றில் கூந்தல் அலைய நெருக்கத்துடன் தோள் பற்றி அமர்ந்திருந்தாள். எரிச்சலை ஏற்படுத்திய போக்குவரத்து நெருக்கடி, வேகத்திற்கு இடைஞ்சல் ஏற்படுத்தியது. அவள் ஏர்பேக், குழந்தையுடன் அசௌகரியமாக உட்கார்ந்திருந்தாள்.

வெளியூரிலிருந்து வந்திருக்கும் பாவனையில் ஏர்பேக்கைத் தோளில் போட்டுக்கொண்டு அறைக் கதவைத் திறந்தான். அவன் பின்னால் மிருணாளினி குழந்தையுடன் நுழைந்தாள். அறைக் கதவை அடைத்துவிட்டு சேரில் சாய்ந்து அமர்ந்து அவளைப் பார்த்தான். தூங்கும் குழந்தையைப் படுக்கையில் கிடத்திவிட்டு அவனையே பார்த்துக்கொண்டிருந்த மிருணாளினி அழுகை வெடித்து அழுதாள். அவன் அவளை நெருங்கி ஆறுதலாக அவள் தலையைத் தடவினான்.

அவள் கையில் தடிப்பாகக் கோடுகள் தெரிந்தன. அவன் கை லேசாக அந்த இடங்களை ஸ்பரிசித்தன. அழுகையினூடே, "ஒடம்பு பூரா இருக்கு" என்றாள். பிறகு விலகி, கர்சீப்பில் மூக்கைச் சிந்தினாள். குழந்தையைப் பார்த்துவிட்டு பாத்ரூமிற்குள் நுழைந்தாள்.

அவன் எழுந்து ஜன்னல் வழியாக வெளியே பார்த்தான். இது மூன்றாவது தளம். பார்வையில் சாலையும் லாட்டரிச் சீட்டுக்

கடையும் தெரிந்தன. அடுத்து என்ன செய்வது என்று யோசித்தான். பெண்கள் தங்கும் விடுதிகளை எங்கெங்கு பார்த்திருக்கிறோம் என்று யோசித்துப் பார்த்தான். இடம் கிடைக்குமா, இவளை இங்கே தனியே விட்டுவிட்டு, தான் மட்டும் எப்படி வெளியே செல்வது என்றெல்லாம் குழம்பிக்கொண்டிருந்தான். பெண்கள் விடுதிகளின் தரம் பற்றிப் பலவிதமான கற்பனைகள் தோன்றின.

பாத்ரூமிலிருந்து முந்தானையில் முகத்தைத் துடைத்துக் கொண்டே மிருணாளினி வெளியே வந்தாள். அவள் அவலத்தின் நிலையை மீறி மனம் கிளர்ச்சியடைவது பற்றி அவனுள் கேள்வி ஏற்பட்டது.

"திரும்ப அடிக்க வேண்டியதுதானே" என்று அவளைப் பார்த்துச் சொன்னான். "அப்படின்னா நான் ரத்தத் காயத்தோட ஆஸ்பத்திரியில்தான் கிடக்கணும் அல்லது பிணமாகக் கிடக்கணும்" என்றாள். ஜன்னலருகே வந்து திரையை நீக்கி வெளியே பார்த்தவள், "அதைப் பாத்தீங்களா?" என்றாள். அவன் லாட்டரிச் சீட்டுக் கடையையே மீண்டும் பார்த்தான். "எதை?" என்றான். "இங்கே இந்தப் பக்கம்... இது இல்லை... மேலே... அந்தப் படம் வரையறதை..." என்றாள். அவன் பார்த்தான். ஒரு பிரம்மாண்ட போர்டில் பெண்ணின் நெருங்கிய முகத்தை வரையும் ஆயத்தத்தில் ஓவியன் ஒருவன் அவளின் கன்னப்பகுதியில், சாரத்தில் அமர்ந்து காதைத் தீட்டிக்கொண்டிருந்தான். அக்காட்சியைக் கண்ட தருணத்தில் வியப்பு ஒன்று ஏனோ அவனைத் தொற்றிக் கொள்ள, அவளை நோக்கினான். அவளின் காதையும் காதோர முடிச்சுருள்களையும் பார்த்தான்.

"என்ன நடந்தது?" என்று கேட்டான். "காரணமா முக்கியம். திருமணம் ஒரு விலங்கு. இன்றோடு உறவு முறிந்தது. வக்கீலைப் பாருங்கள். தங்க இடம் பாருங்கள்" என்றாள்.

"என்ன நடந்தது? விளக்கமாகச் சொன்னால்தானே அதற்கு ஏற்றாற்போல் காரியம் செய்ய முடியும்" என்றான். அவள் சற்று நேரம் அமைதியாக இருந்து யோசித்தாள். பிறகு தன்னுடைய மனத்தின் தன்மையையும், இயல்பையும், அவற்றிற்குப் பொருந்தாத சூழ்நிலைகளையும், அவள் கணவன் பற்றியும் சொல்லி நடந்ததைக் கூறினாள். அவள் முகம் சிவந்து அழுகை ததும்பி நிற்பது போல் தோன்றியது. அவள் எழுந்து சென்று ஜன்னலோரமாக நின்றாள். அவன் சிகரெட் புகைத்துக்கொண் டிருந்தான். திரும்பி வந்தவள் இதோ பாருங்கள் என்று வலது காலைக் கட்டிலில் வைத்து சேலையை இழுத்துக் காண்பித்தாள். பெல்ட் வரிகள் தெரிந்தன.

"ஒரு வாரத்திற்குள் வீடு ஒன்று பார்த்துவிடலாம். அதுவரை யாராவது தெரிந்தவர் வீட்டில் தங்கிக்கொள்ள

முடியுமா?" என்று அவன் கேட்டான். மிருணாளினி யோசித்தாள். பிறகு, "உறவினர் ஒருவர் வீட்டிற்குச் சென்று நிலையை விளக்கி ஒருவார காலம் தங்க வேண்டியதுதான். வேறென்ன செய்வது? உங்கள் வீட்டிற்கா வரமுடியும்?" என்றாள்.

அவள் இதைக் கூறிக் கொண்டிருக்கும்போதே அடுக்களை யில் கை வேலையாக இருக்கும் மனைவி ஞாபகம் வந்தது. மனைவியைப் பற்றி நினைப்பு எற்படுகையில் பிரிக்க முடியாமல் அடுக்களையும் சேர்ந்தே நினைவுக்கு வருகிறது.

"குழந்தை தூங்கும்போதே குளித்துவிட்டு வந்து விடுகிறேன்" என்று மாற்று உடைகளையும், துண்டையும், சோப்பு டப்பாவை யும் எடுத்துக்கொண்டு பாத்ரூமிற்குள் நுழைந்தாள்.

அவனுடைய குழந்தைகள் தோன்றி, 'அப்பா ... எங்களை விட்டுப் போய்விடாதீர்கள்' என்றன. பையன் அவன் கழுத்தைக் கட்டிக் கொள்ள, பெண் அவன் முதுகைக் கட்டிக்கொண்டாள். ஜன்னலோரம் சென்று நின்றான். ஓவியன் காதோர முடிச்சுருள் களைச் செம்மை செய்துகொண்டிருந்தான்.

பாத்ரூம் கதவைத் திறந்து மிருணாளினி பளிச்சென்று வெளியே வந்தாள். கூந்தலைத் துண்டினால் கசக்கிக்கொண் டிருந்தாள். துண்டைப் படீரென்று உதறி, தலையை லேசாக உலுக்குவது போல் அசைத்தாள். கூந்தல் இடுப்புவரை இருந்தது. தலையைக் குனிந்து கூந்தலை முதுகுப் புறத்திலிருந்து முன்புறத்திற்கு தூக்கிப் போட்டு துண்டினால் கசக்கினாள். அவன் அவள் பிடரியைப் பார்த்தான். மழையில் நனைந்த மலர்ச்செடி போலிருந்தாள். இன்று காலையில்தான் கணவனால் வீட்டைவிட்டு விரட்டப்பட்டிருக்கிறாள். அடி வாங்கியிருக்கிறாள். 'என்ன சோதனை இது' என்று தன்னைக் கட்டுப்படுத்திக்கொள்ளும் முயற்சியில் பார்வையை அவளிடமிருந்து எடுத்தான். "ஒரு வாரத்திற்குள் வீடு பார்த்து விடலாம். கவலை வேண்டாம். பல விஷயங்கள் பற்றி உன்னிடம் பேச வேண்டும்" என வார்த்தைகள் ஏதோ யோசனையில் அவனிடமிருந்து வந்தன.

அவள் கூந்தலை முதுகுப்புறம் தள்ளி அவனைப் பார்த்துச் சிரித்தாள். கூந்தலின் கருமையும், அடர்த்தியும், நீளமும் அவனைத் தாக்கின.

போன் வந்திருப்பதாக பியூன் சொல்லி எழுந்தவன் போனை நோக்கி இன்னும் நடந்துகொண்டிருந்தான். தொலைவு கடக்க முடியாதது போல் நீண்டுகொண்டே இருந்தது.

○

***இந்தியா டுடே*, நவம்பர் 1994**

உயிருள்ள பிணம்

சிறை போன்றதொரு அறையில் அவள் கட்டிலில் சம்மணமிட்டு அமர்ந்திருந்தாள். சுவர்களும், வெளியே பார்க்க முடியாத கண்ணாடிக் கதவுகளும், நீலவண்ணத் திரைகளும் அறையைச் சிறை என உணரவைத்துக்கொண்டிருந்தன. அதிர்ஷ்டவசமாக முதல் தளத்தில் இருந்த இந்த அறையாகிய சிறையிலிருந்த ஒரு திரையிட்ட மரச்சட்டத்தின் ஓர் இடைவெளியில் தெரிந்த அந்த மரத்தைப் பார்த்துக்கொண்டிருந்தாள். அந்த மரமே அவனாக மாறி நின்றுகொண்டிருந்தது. ஒளிரும் கண்களுடன். சிரித்த முகத்துடன். கறுத்த மீசையுடன். இந்த மரம் மட்டும் தெரியவில்லை யெனில் சிறை போன்ற இந்த அறை சிறையாகவே மாறியிருக்கக் கூடும்.

மரமே நீ காற்றைத் தருகிறாய். உனது கிளை களின் வினோதங்கள் வசீகரமாக இருக்கின்றன. அடர்ந்த இலைகள் உன்னைப் புதிர் என நினைக்கத் தூண்டுகின்றன. உனது இலைகளின் பசுமை நிறம் வசீகரமாக மனத்தைக் குதூகலப்படுத்துகிறது. நீ வெளி உலகத்தின் ஒரு பிரதிநிதி. எனக்கும் வெளி உலகத்திற்குமான இணைப்பு. நீ அசையும்போது எழும் காற்று இந்த அறைக்குள்ளும் பரவி என் சுவாசத்தில், நெஞ்சின் உள்ளே சென்று வெளியேறிக் கொண்டிருக்கிறது. இடைவெளியினூடே நீ என்னைக் கவனித்துக்கொண்டிருக்கிறாய். என் முகத்தின் பக்கவாட்டுத் தோற்றத்தை. என் புருவத்தை. என் நீண்ட கைவிரல்களை. நான் சம்மணமிட்டு அமர்ந்திருப்பதை. நான் சாய்ந்து

படுத்து மூச்சு விட்டுக்கொண்டிருப்பதை. நான் ஆடைகள் மாற்றுவதை. நான் உறங்குவதை. உறங்கும் என் முகத்தை. முகத்தில் படரும் புன்முறுவலை. மரமே, உன்னைத் தொட விரும்புகிறேன். உன் இலைகளினூடே என் கைகள் அலைவதை விரும்புகிறேன். வினோதக் கிளைகளினூடே சரளமாக நடந்து செல்ல விரும்புகிறேன். எங்ஙனம் நான் உன்னை அடைவது? சுவர்கள் இறுக்குகின்றன. நீல வண்ணத் திரைகளைத் தாண்ட இயலாது கைகள் தவிக்கின்றன. மனிதர்களும் மனுஷிகளும் அறையினுள் நுழைந்து உன் தோற்றத்தை நான் காணுவதைத் தடுத்து மறைக்கிறார்கள். இலைகளினூடே சூரியன் மிளிருவதைக் காண நான் துடிப்பதை எவ்வாறு கூற இயலும்? மரமே, நீயே எனது தோழன். நீயே எனக்கு நிழல் கொடுக்கிறாய். நீயே சந்தோஷத்தை உருவாக்கி இலைகளை அசைத்து நிற்கிறாய். உன்னருகே நான் வந்து தீண்ட இயலாது. தூரத்தே இடை வெளியில் அந்தரத்தில் தெரிகிறாய். மரமே, என் தோழனே அங்கே நின்று என்னைப் பார்த்துக்கொண்டிரு. செயற்கையான நீலவண்ணத் திரைகளை யும், சிமிண்டு, செங்கற்களால் கொத்தனார்களால் கட்டப்பட்ட இந்த ஆஸ்பத்திரிச் சுவர்களையும் தாண்டி உன்னை அடைகிறேன். அந்தரத்தில் என்னை உன்னோடு சேர்த்து வானத்திற்குக்கொண்டு சென்று மேகங்களுள் நுழைந்துகொள்.

திடீரென நீ மின்னல் வெட்டி, இடித்துக்கொண்டே மழையாய்ப் பொழிகிறாய். சாரலாய் விழுகிறாய். நான் அறையைவிட்டு வெளியே வந்து உன்னை ரசிக்கிறேன். பல நாட்கள் குடையை மடித்துவிட்டு சாரலில் நனைந்திருக்கிறேன். என்மீது விழுந்த நீரால் என் பாதாதி கேசத்தை நனைக்கிறாய். உன்னோடு கைகோர்த்து சாரலில் நனைந்த நாட்கள் என் மனதில் பசுமைகொண்டு அலைகின்றன. கடல் அலையாய் மாறி என் கால்களை நனைக்க வருகிறாய். பெரிய அலையாக நீ வருவது கண்டு நான் மலைக்கையில் சுருண்டு கடலுக்குள் செல்கிறாய். எதிர்பாராத அலையில் என் பாதங்களை நனைத்து முழங்காலுக்குக் கீழேயும் நனைத்து விடுகிறாய். நீ கூறியிருக்கிறாய். என் கைவிரல்களும் முழங்காலின் கீழ்ப்பகுதி யும் சிற்பி செதுக்கியிருக்கிறான் என்று. மியூசியத்தில் பார்த்த நடனச் சிற்பத்தின் காலைக் காட்டி என்னைப் புன்முறுவலுடன் பார்த்தாய். நான் முழுவதுமாக நனைந்து உன் கிளைகளின் இலைகளில் குடியேறுவது எப்போது? என்னை நோக்கிக் கூரிய கத்தியுடன், பாதி மறைத்த முகத்துடன், கையுறையுடன் ஆட்கள் வந்துகொண்டிருக்கும் போது? மரமே, சாரலே, கடலே, பொறுத்திரு. சொஸ்தமாகி வருகிறேன். உன்னை நாடி.

○

தோழியே, நான் இலைகளை அசைத்து உன் சுவாசத்தின் காற்றில் பரவி உன் நெஞ்சிற்குள் சென்று வெளியேறிக்கொண்டிருக்கிறேன். உன்னைப் பார்த்துக்கொண்டிருக்கிறேன். உன் அசைவுகளைக் கவனித்துக்கொண்டிருக்கிறேன். உனக்குப் பாதுகாப்பாக உன் பார்வையில் படும்படி இடை வெளியினூடே உன் கண்களுக்குத் தெரியும்படியாக இலைகளை அசைத்து நின்றுகொண்டிருக்கிறேன். என் கிளைகள் அறையினுள் நுழைய இயலாது பாறைச் சுவர்கள் என்னை மறித்து நிற்கின்றன. ஜன்னலுக்குள் நுழைய யத்தனிக்கும் கிளைகளை வெட்ட அரிவாள்கள் அலைந்து கொண்டிருக்கின்றன.

உனக்குப் பிடித்த மலர்கள் இல்லாத மரமாய் நான் தற்போது நின்ற போதிலும் உன்னை என் கிளைகளில் ஏற்றி மலர்கள் நிறைந்த நந்தவனத்திற்கு நான் கூட்டிச் செல்வேன். நீ மலர்கள் அருகில் நிற்பதைக் காண்பேன். சூடிக்கொண்டு முறுவலிப்பதைக் காண்பேன். நீளும் நீண்ட விரல்களைக் காண்பேன். என் கிளைகளினூடே அணில்கள் தாவி ஓடுவதை நீ கவனித்துக்கொண்டிருக்கிறாயா? அணில்கள் கொறிப்பதும் துள்ளித் திரிவதும் உன் கண்களுக்குத் தெரிகிறதா? இலைகளைச் சரி செய்து உன் பார்வைக்குத் தெரியும்படியாக அமைத்துத் தருகிறேன். தோழியே, உன்னுடன் ஒரு நாள் தங்கியிருந்தபோது காலை உணவாக ரொட்டித்துண்டுகளைச் சாப்பிட்டுக்கொண்டிருந்தோம். உன் தோளில் கை போட்டு ரொட்டியைக் கொடுத்துக்கொண்டிருந்தேன். கண்ணாடியில் கண்டு சிரித்தாய். மீந்த ரொட்டித் துண்டுகளைத் தூக்கி எறியச் சொன்னேன். நீ என்ன செய்தாய்? மெல்லிய காம்பவுண்டுச் சுவரின் மீது அவற்றை வைத்துவிட்டு, ‘அணில் வந்து சாப்பிடும் பாருங்கள்’ என்றாய். அணிலுக்கும் உனக்கும் என்ன உறவென்று தெரியவில்லை. நீ கூறியபடியே அணில் ஒன்று வந்து மலங்கமலங்க விழித்துக் கொறித்து ஓடிப்போய் மீண்டும்மீண்டும் கொறித்து ஓடிக்கொண்டிருந்ததை ஜன்னல் வழியாகக் காண்பித்துப் பார்த்துக்கொண்டிருந்தாய். இதோ, என் இலைகளைச் சரி செய்கிறேன். அணில்கள் ஓடி விளையாடுவதையும் கொறிப்பதையும் பார். மனத்தைக் களிப்பாக வைத்துக்கொள். என் சட்டையை விருப்பமுடன் அணிந்துகொண்டு நானாக மாறி நின்றவளே. என்னை வசீகரிக்கப் பல தோற்றங்கள் கொண்டவளே. காத்திரு. நானும் வருகிறேன். பயணிகள் பார்க்கக் கை கோர்த்து அலைவோம். தலையில் ஓலைத்தொப்பிகள் அணிந்துகொண்டு வேடிக்கையாய்த் திரிவோம். உன் நீண்ட விரல்களைப் பற்றிக்கொண்டு கால்கள் நனைவதற்காகக் கடற்கரையில் நிற்போம். அலைகள் என் கால்களையும் உன் சிற்பக் கால்களையும் நனைக்கட்டும். கூரிய கத்தியுடன் வந்துகொண்டிருப்பவர்கள், வந்து செல்லட்டும்.

சொஸ்தமாகி, பின் காத்திருக்கும் உன், நீண்ட விரல்களைப் பற்றிக் கொள்கிறேன். கருமேகங்களுக்குள் நுழைந்துகொள்வோம்.

○

உயிருடனிருந்தபோது காணாத களையுடனும், வசீகரத்துடனும், பிரகாசத்துடனும் அவள் பிணமாகக் கிடந்தாள். உயிருள்ள பிணமாக அவள் எப்போது மாறினாள்? உறங்கும் முகத்தில் களையும் வசீகரமும் பிரகாசமும் எப்படி இப்போது பளீரிடுகின்றன? மூச்சு நிற்கும்போது எதைக் கண்டு அவள் பிரகாசமடைந்தாள்? மரமாக நின்று மனிதனாக மாறிய அவனின் சித்தம் குலைந்து கண்கள் கலங்கி நீர் வடிந்தது. பிணத்திற்கு உயிர் இருக்கிறதென்று கூறினால் நம்புவதற்கு யார் இருக்கிறார்கள்? அவன் பரபரப்படைந்தான்.

கடற்கரையைப் பார்த்திருந்த அந்தத் தனி வீட்டில் உயிருள்ள பிணத்துடன் அவன் வந்திருந்தான். நீலம் பாரித்திருந்த கைவிரல்கள் அவன் ஸ்பரிசிக்க விரல்களிலிருந்த நீலம் மறைந்து மீண்டும் அழகான விரல்களாக மாறின. அவளைப் போர்த்தியிருந்த துணியை விலக்க முயன்றான். அவள் கைவிரல்கள் உயிர்பெற்று அவனைத் தடுத்தன. கைவிரல்களின் உயிரில் அவன் திடுக்கிட்டு, ஆச்சரியத்துடன் குதூகலமடைந்தான். அவள் எழுந்து அமர்ந்து போர்த்தியிருந்த துணியைச் சுற்றிக்கொண்டாள். ஒட்டியிருந்த உதடுகள் பிளந்து அவன் பெயரை உச்சரித்தன.

என்னால் என் கண்களைத் திறக்க இயலவில்லை. ஜீவனில்லை போலிருக்கிறது. உயிருள்ள பிணமாக நான் உன்னுடன் வாழ்வேன். என் உடல் அழுகாது. நாற்றமெடுக்காது. உன்னை அணைத்துக் கொள்வேன். மடியில் தலை வைத்துப் படுத்துக்கொள்வேன். என் கூந்தலின் சுருள்களைச் சரி செய்து களிப்பை உருவாக்கு. என் கண்களின் இருளில் நான் கண்டிருந்த உனது பிம்பங்கள், தோற்றங்கள் தருகின்றன. என் கற்பனைக்கொத்த வடிவங்களில் நீ உலவுவாய். எப்போதும் எனக்கு இருள்தான். உனக்குத் தெரியும் இருளில் என் மீது படரு. நான் உனக்காகக் காத்திருப்பவள். நாம் இருவரும் வாழ்வோம். மலர்களைக் காண என்னால் இயலாது. அறையின் இறுக்கத்தினூடே கண்டுகளித்த மரத்தைக் காண இயலாது. உன்னை ஸ்பரிசிக்க என்னால் இயலும். ஸ்பரிசத்தில் காணும் உள்தோற்றம் வினோதங்கள் கொண்டு களிப்பைத் தரட்டும். வா, என் தோழனே என் அருகில் வா, என்னை அணைத்து என் கூந்தலைத் தடவிக் கொடு.

தோழியே, நீ மரணமடைந்து விட்டாய். உயிருள்ள பிணமாக என் முன்னால் கிடந்து தற்போது துணியைப் போர்வையாய்ச் சுற்றிக்கொண்டு உட்கார்ந்திருக்கிறாய்.

நாற்றமும் அழுகலும் உன் உடலை அண்டாது. பசுமையாய் இருப்பாய். உன் கண்களின் இருளில் எவ்விதம் அழகுகளைக் காண இயலும். ஓடும் நீரையும் பூத்த மலர்களையும் எவ்விதம் காண்பாய். துணியைப் போர்த்திக்கொண்டு சிறுபெண்ணைப் போல் நீ உட்கார்ந்திருக்கிறாய். என் கண்கள் உன்னைக் கண்டு மின்னுகின்றன. இருள் கவிந்த பின் உன் கையின், காலின் பூனை மயிர்களோடு சம்பாஷிக்க விரும்புகிறேன். உன் அழைப்பிற்கு நான் காத்திருக்கிறேன்.

இரு மூங்கில் கம்புகளுக்கிடையே கட்டப்பட்ட பச்சை ஓலையில் அவள் கிடந்தாள். புடவையின் ஒழுங்கற்ற விசிறலில் அவள் முகம் பாதி இருளடைந்து பார்க்க பயங்கொள்ளும்படித் தோன்றியது. வாய்விட்டு யாரோ ஒருவர் கூற புடவை சரி செய்யப்பட்டு முகம் வசீகரமாய், களையுடன் பிரகாசத்துடன் மின்னியது. சிதை தயாராகியிருந்தது. எவரெவரோ ஏதேதோ கூற என்னென்னவோ நடந்துகொண்டிருந்தன. அவளின் கணவன் கொள்ளியுடன் நின்றிருந்தான். சிதையில் தூக்கி வைக்க முயன்றனர். அவன் கையில் அவள் கன்னம் பட்டு, அதன் ஜில்லிப்பு அவன் நரம்புகளில் ஊடுருவியது. எருக்கள் அடுக்கப்பட்டு ஏதேதோ நடந்தன. முகம் மட்டும் விடுபட்டு மின்னிக்கொண்டிருந்தது. முகத்தில் எருவை வைக்கும் முன், யாரும் அறியாது அவள் கண்கள் ஒருகணம் திறந்து அவனை மட்டும் பார்த்து மூடிக்கொண்டன.

○

சுபமங்களா, ஜனவரி 1994

மறைந்து திரியும் கிழவன்

சிறுமியும் வண்ணத்துப்பூச்சிகளும்

நான் சிங்கப்பூரிலிருந்து தாய்லாந்திற்கு விமானத்தில் சென்றுகொண்டிருக்கும் போது, அதிர்ஷ்டவசமாக எனக்கு அடுத்த இருக்கையில் ஜப்பான் எழுத்தாளர் டோகுடோ ஷோனினைச் சந்தித்தேன். முதலில் அந்தப் பெயரைப் பார்த்ததும் 'சிறுமியும் வண்ணத்துப் பூச்சிகளும்' என்ற நாவல் எழுதியிருந்த டோகுடோ ஷோனின் ஞாபகமே எனக்கு வந்தது. அதனால் அவரை விசேஷமாகக் கவனித்துக்கொண்டிருந்தேன். என்னருகே அவர் அமர்ந்த சற்று நேரத்திற்கெல்லாம் அவரிடம் விசாரித்து இவர்தான் அவர் என்று அறிந்து கொண்டேன். நான் விசாரித்தது அவருக்கு மிகவும் ஆச்சரியமாக இருப்பதை அவர் முகம் காட்டியது. 'நீங்கள் இந்தியாவா ஸ்ரீலங்காவா?' என்று அவர் கேட்டார்.

ராபர்ட் அகஸ்ஸி மொழிபெயர்த்திருந்த அவரின் 'சிறுமியும் வண்ணத்துப் பூச்சிகளும்' நாவல் என்னை மிகவும் ஈர்த்திருந்தது. ஒரு சிறுமியின் இயற்கையான அறிவுக்கூர்மையும் சிருஷ்டிகரமும் எவ்விதம் அவள் பெற்றோர், சுற்றத்தார், பள்ளி ஆசிரியைகள் ஆகியோரினால் நாசமாக்கப்படு கின்றது என்பதை வெவ்வேறு கோணங்களில் அந்நாவலில் அவர் சித்தரித்திருக்கிறார். நாவலில் வரும் சிறுமிக்குப் பெயர் கிடையாது. அவள் மனம் இயற்கையாகக் கட்டமைக்கப்படுவதைச்

சுற்றியுள்ளவர்கள் காலங்காலமாகச் சொல்லப்பட்டு வரும் கருத்துக்கள் ஆக்கிரமிப்பதையும், பள்ளிக்கூடங்கள் பயத்தை உருவாக்கி மதத்தைச் சாரும் மனத்தை உருவாக்குவதையும் ஆழமான பார்வையுடன் பார்த்திருந்தார். வீட்டின் பின்புறத்தி லுள்ள நந்தவனத்தில் திரியும் வண்ணத்துப்பூச்சிகளுக்கும் சிறுமிக்கும் உள்ள உறவை அவர் சித்தரிக்கும் இடங்களில் இயற்கையான கவித்துவம் வெளிப்பட்டிருந்தது.

நான் டோகுடோ ஷோனிடம் இந்த நாவலைச் சிலாகித்துப் பேசினேன். தான் எழுதிய நாவல்களில் பிடித்தமான நாவலாக இதைக் கருதுவதாகவும், ஆனால் பெரும்பாலோர் 'சுழலும் காலம்' என்ற நாவலையே முக்கியமானதாகக் கருதுவதாகவும் அவர் தெரிவித்தார். அவர் எழுத்துத்துறைக்கு வந்த விதம் பற்றிக் கேட்டேன். அவர் கூறியதன் சுருக்கத்தைக் கூறுகிறேன்.

நான் எழுத்தாளர் யாசுனாரி கவாபட்டாவின் எழுத்துக்களி னால் ஈர்க்கப்பட்டிருந்தேன். அதன் விளைவாக எழுத முற்பட்ட எனக்கு என் ஆசிரியர் கரஷீமாவின் வழிகாட்டல் உதவியாக இருந்தது. அவர் மது அருந்தும் சந்தர்ப்பங்கள் என் விருப்பத்திற்குரியனவாக இருந்தன. அவருக்குத் தெரிந்த எந்த ஒரு விஷயம் பற்றியும் கூர்மையான பார்வையுடன் வித்தியாசமாகப் பேசுவார். நான் எழுதியிருந்த கதையை முதலில் அவரிடம் காட்டியதும், அவர் அதைப் படித்துவிட்டு, 'இந்தக் கதையைக் கிழித்து உன் வீட்டில் இருக்கும் ஏதாவது ஒரு மலர்ச் செடியின் கீழே புதைத்துவிடு' என்று கூறினார். சில நாட்கள் கழித்து என்னைக் கூட்டிக்கொண்டு மியூசியம் சென்றார். அங்கு இருந்த சில சிலைகளை அவர் சுட்டிக் காட்டிய பின்னே அவற்றின் சிருஷ்டிகரம் என்னைத் தாக்கியது. அவர் கூடச் சென்றுகொண்டிருக்கும் போது திடீரென்று ஒரு மரத்தையோ, செடியையோ, கல்லையோ, காட்சியையோ சுட்டிக் காண்பித்துப் பார்க்கச் சொல்வார். அவற்றின் அழகு என் மனதில் பதியத்தக்கதாக இருக்கும். அவர் கூட ஒரு நாள் சென்றுகொண்டிருந்தபோது வழியில் ஒரு வாடகைக் கார் டிரைவர், அவரைப் பார்த்து ஓடிவந்தான். அந்த டிரைவர் தன்னுடைய குடும்ப விவகாரங்களை ஏற்கனவே இவருக்குத் தெரிவித்திருப்பான் போலிருக்கிறது. மனைவியை இழந்த இரண்டு குழந்தைகளையுடைய அவனை மறுமணத்திற்கு உறவினர்கள் வற்புறுத்திக்கொண்டிருந்த போதிலும் மறுத்துக் கொண்டிருக்கிறான் என்று தெரிந்தது. நோயுற்ற மனைவி உயிரோடு இருந்தவரை அவளது நலனுக்காகவும் தற்போது குழந்தைகளின் நலனுக்காகவும் தன்னை ஒப்படைத்துக் கொண்டுள்ளவனாகத் தோன்றினான். தியாகியாக பாவித்து

இயங்கிக்கொண்டிருப்பது மனதிற்குச் சோர்வைத் தரும் என்றும், உட்புறமாக மறுமணத்தின் விருப்பத்தை மனம் வற்புத்திக் கொண்டேயிருப்பதால் வெளிப் புறத்தில் மனம் அதை மறுத்துக் கொண்டேயிருக்கிறது என்றும், மறுமணம் செய்வதன் மூலம் மனம் சோர்விலிருந்து விடுதலையடைந்து உற்சாகமுறும் என்றும், ஆனால் மறுமணத்திற்குப் பின்னாலும் ஏதாவது ஒரு தியாகத்தைத் தேடி மனம் அலைந்தால் அதை அவன் பரிசீலனை செய்யவேண்டும் என்றும் கரஷீமா கூறினார்.

அவருக்குப் பல வகையான மனிதர்கள் நண்பர்களாக இருந்தனர். எவ்வாறு இத்தனை வகையான மனிதர்களிடம் இவர் நட்புறவு கொண்டிருக்கிறார் என்று நான் ஆச்சரியமடைவதுண்டு. சமூகத்தின் அந்தஸ்து மிக்க மனிதர்கள், வட்டாரப் போக்கிரிகள், சிறுவியாபாரிகள், கெய்ஷா பெண்கள் என்று அவருடைய உலகம் பெரியதாக இருந்தது. ஒரு நாள் நான் அவரைக் காணச் சென்றிருந்தபோது வெளியே கிளம்பிக்கொண்டிருந்தார். ஒரு கெய்ஷா பெண்ணைப் பார்க்கச் செல்வதாகக் கூறி, நான் மறுத்த போதும், விடாது என்னையும் கூட்டிச் சென்றார். கரஷீமா மீது மிகுந்த மரியாதையுடையவளாக அவள் தோன்றினாள். அவளுக்கு லௌகீகக் காரியங்களில் இவர் பல உதவிகள் செய்திருக்கிறார் என்று என்னால் யூகம் செய்துகொள்ள முடிந்தது. அவர்களுடைய பேச்சு, பிரதானமாகக் குழந்தைகளுக்கும், பெரியவர்கள், சூழல், சமூகம் ஆகியவற்றிற்கும் இடையேயுள்ள உறவைப் பற்றியதாக இருந்தது. ஒரு சுற்றுலா மையத்தில் மரங்கள் சூழ்ந்திருந்த குளக்கரையில் சிறுமியான தன் மகளுடன் அமர்ந்திருந்த போது, பளபளக்கும் நீரைப் பார்த்துக்கொண்டிருந்த அந்தச் சிறுமி கையில் இருந்த சிறு தட்டை அக்குளத்தில் மிதக்கும்படியாக வீசி எறிய வேண்டும் போல் இருப்பதாகத் தெரிவித்த சம்பவத்தை அப்பெண் கூறினாள். இதே போல் இன்னொரு நாள் டேபிள் வெயிட்டான கண்ணாடிக் கோளத்திற்குள்ளே செல்ல வேண்டும் போல் இருப்பதாகக் கூறியதாகவும், மற்றொரு நாள் வண்ணத்துப்பூச்சி களுடன் பறந்து திரியும் கனவு கண்டதாகக் கூறியதாகவும், இவை எல்லாம் மனத்தின் சிருஷ்டிகர அடையாளங்கள் என்றும், இவற்றை நாசப்படுத்தும் சக்திகளே குழந்தைகளைச் சுற்றிலும் உள்ளதாகவும் அந்தப் பெண் தெரிவித்தாள். அனைத்து விஷயங்களிலும் பெரியவர்களின் கருத்துத் திணிக்கப்படும் நிலையில், குழந்தைகளின் இயற்கையான கூர்மை அறிவு நிலையில் சிதைக்கப்படுவதாக கரஷீமா கூறினார். அந்தப் பெண்ணின் பெயர் எனக்கு நினைவில் இல்லை. இது நடந்து பல காலம் ஆகிவிட்டது. கரஷீமாவும் இறந்துவிட்டார். இந்த உரையாடல் எனக்குள் மிகுந்த தாக்கத்தை ஏற்படுத்தியிருந்தது. அப்போது அந்த

அறையில் இருந்த சில பொருட்கள் அவற்றின் வடிவம், நிறம், அவர்கள் உட்கார்ந்திருந்த தோரணை ஆகியவை தற்போதும் அப்படியே நினைவில் உள்ளன. எழுத ஆரம்பித்தபின் இந்த உரையாடல் என்னைத் தொந்தரவு செய்துகொண்டேயிருந்தது. கலைவடிவமாக எழுத இயலாமல் தள்ளிப்போட்டுக்கொண்டே வந்தேன். தொந்தரவைத் தாள இயலாமல் எப்படியோ எழுத ஆரம்பித்து முடித்துவிட்டேன். அதுதான் நீங்கள் விரும்பும் 'சிறுமியும் வண்ணத்துப்பூச்சிகளும்' என்ற நாவல்.

– டோகுடோ ஷோனின் கூறியதன் சுருக்கத்தை மேலே கொடுத்திருக்கிறேன். அவரின் தொழில் பற்றி விசாரித்ததற்கு, ஒரு எலெக்ட்ரானிக் கம்பெனியில் பணிபுரிவதாகக் கூறி அது சம்பந்தப்பட்ட விஷயங்களைக் கூறினார். அதில் எனக்குச் சிறிதளவிற்கு மேல் விளங்கவில்லை. தவிர அவை இந்தக் கதைக்கு அவசியமானவையுமல்ல.

○

1993

சந்திக்கும் இரு உலகங்கள்

சாராய வியாபாரியான ஜடாமுனி, தனது நண்பன் இந்திரஜித்தைக் காணாது அந்த மூன்று நட்சத்திர ஹோட்டல் வாசலில் வாட்சில் நேரத்தைப் பார்த்துத் தவித்துக்கொண்டிருந்தான். அந்த ஹோட்டலில் ஓர் அமைப்பு சார்பில் நடக்க இருக்கும் வீணைக் கச்சேரியைக் கேட்டுவிட்டு பாருக்குச் சென்றுவிட்டு இரவு சென்னை செல்லவேண்டும் என்று திட்டமிட்டிருந்தார்கள். ஜடாமுனிக்கு சங்கீதத்தில் எந்தவித ஈர்ப்பும் கிடையாது. இந்திரஜித்திற்காக வந்திருந்தான். ஆறு மணிக்கு வருவதாகக் கூறியிருந்த இந்திரஜித்தை இன்னும் காணோம். ஒருவேளை தன் பார்வையில் படாது தன்னைத் தேடிவிட்டு உள்ளே சென்றிருப் பானோ என்றும் ஜடாமுனிக்குத் தோன்றியது. ஹோட்டலின் பிரம்மாண்டமும், நடமாடும் மனிதர்களும், ஹோட்டலின் உள்ளே நுழைவதற்கும் விசாரிப்பதற்கும் அவனுக்கு மிகுந்த தயக்கத்தை ஏற்படுத்திக்கொண்டிருந்தது. மனதைத் தயார் செய்துகொண்டு வரவேற்புப் பகுதியில் இருந்தவனிடம், சங்கீதக் கச்சேரிக்கு வந்திருப்ப தாகவும் டிக்கெட் வேண்டுமென்றும் கேட்டான். தமிழில் அவன் பேசுவானா என்ற சந்தேகத்துடன் நின்றிருந்த ஜடாமுனியிடம் அவன் மாடிப்படிகளைச் சைகையால் காட்டினான். 'மாடியிலேயா?' என்று ஜடாமுனி கேட்டான். 'ஆமாம்' எனத்தொனிக்க அவன் தலையாட்டினான். ஜடாமுனிக்குத் திரும்பச் சென்றுவிடலாமா என்று தோன்றியது. அந்த எண்ணத்தை மீறி மாடிப்படி ஏறினான். லிப்ட் அருகே

சிலர் நின்றுகொண்டிருப்பதைப் பார்த்தான். லிப்டில் செல்வதற்கு ஜடாமுனிக்குத் தடுமாற்றம் இருந்தது.

முதல் மாடியில் தெரிந்த ஒரு குளிர்சாதன அறைவாசலில் நிறைய செருப்புகள் கிடந்தன. டிக்கெட் கொடுப்பவராக வெளியே ஒரு முதியவர் உட்கார்ந்திருந்தார். டிக்கெட் விலை பற்றித் தெரியாததனாலும் அனுமானிக்க முடியாததாலும் நூறு ரூபாய் நோட்டை எடுத்து 'ஒரு டிக்கட்' என்று நீட்டினான். அவர் டிக்கெட்டையும் மீதி ரூபாய்களையும் கொடுத்தார்.

உள்ளே நுழைந்தான். மேடையில் அழகான பெண் வீணை வாசித்துக்கொண்டிருந்தாள். அவளைச் சுற்றி ஜமுக் காளத்தில் வந்திருந்தவர்கள் அமர்ந்திருந்தனர். அவனும் அமர்ந்து இந்திரஜித்தைத் தேடினான். காணவில்லை. வீணை வாசித்துக் கொண்டிருந்தவள் சிந்தையைக் கவர்ந்துகொண்டிருந்தாள். அவள் சருமத்தின் நிறம் வேகவைத்து உரித்த உருளைக் கிழங்கின் நிறத்தை அவனுக்கு நினைவுபடுத்தியது. பிராந்தி சாப்பிட்டுவிட்டு வந்திருக்கலாமே என்று தோன்றியது.

அவள் வீணை வாசித்துக்கொண்டிருந்தாள். சுற்றி உட்கார்ந்திருந்த ஆண்களில் தன்னையும் சேர்த்து மூன்று நபர்களே மீசையுடன் இருந்ததைக் கவனித்தான். வந்திருந்தவர்கள் உயர் ஜாதியைச் சேர்ந்தவர்களாகவும் பணக்காரர்களாகவும் தெரிந்தார்கள். ஒரு பாட்டு உச்சஸ்தாயிக்குச் சென்று இறங்கி முடிந்தது. ஒருவரும் கைதட்டவில்லை. கை தட்டுவது நாகரிகக் குறைவு போலும் என நினைத்துக்கொண்டான். அவள் அடுத்த பாட்டை வாசிக்க ஆரம்பித்தாள்.

மேடையில் அவள் அமர்ந்து வாசிக்க, சுற்றி ஆட்கள் அமர்ந்திருப்பது அவனுக்கு காபரே ஆட்ட அரங்கை நினைவு படுத்தியது. அவள் எழுந்து நின்றாள். மைக்கில் ஒருவன் பாட அவள் ஆடலானாள். வீணையின் ஒலி அவனுக்கு லகரியை ஏற்படுத்த உரித்த உருளைக்கிழங்கு நிறத்தையுடையவள் ஆடலானாள். அங்கங்கள் ஆங்காங்கு கிளர்ச்சியூட்ட, சிரித்தவாறு ஆடினாள். கறுப்பு நிற மனைவி அவ்வப்போது நினைவிற்கு வந்தாள். ஜமுக்காளம் மறைந்து டேபிள் சேர்கள் தோன்ற மீசையற்ற பளபள ஆண்களும் பளபள பெண்களும் சேர்களில் அமர்ந்திருந்தனர். அவர்கள் முன் இருந்த மேஜையில் பிராந்தி ஊற்றிய கிளாஸ்கள் இருந்தன. தட்டுகளில் இறைச்சி வகைகள் இருந்தன. அவர்கள் பிராந்தியைக் குடித்து இறைச்சி வகைகளைச் சுவைத்துக்கொண்டிருக்க அவள் ஆடிக்கொண்டிருந்தாள்.

ஒரு பெரியவர் தலையாட்டிக்கொண்டே தாளம் போட்டுக்கொண்டிருந்தார். கூட்டம் இசையைப் பெருமையுடனும்

மரியாதையுடனும் ரசித்துக்கொண்டிருந்தது. ஜடாமுனியோ, அவள் கைவிரல்களின் மீட்டலிலிருந்து எவ்விதம் வீணையின் ஒலி லகரியை ஏற்படுத்தும்படியாக உருவாகிக்கொண்டிருக்கிறது என ஆச்சரியமடைந்துகொண்டிருந்தான். பெங்களூர் ஆட்ட ஆரங்கில் பார்த்த காமினியின் நினைவு வந்தது. அன்று காமினியை அடைந்து அவளுடன் இரவைக் கழித்தான்.

இப்போதும் காமினி அவனுக்கு ஓர் அபூர்வமான பெண்ணாக நினைவில் இருக்கிறாள். சொந்த ஊர் சேலம் பக்கத்தில் என்றாள். நான்கு சகோதரிகளில் தான் மூன்றாவது என்றாள். இவன் கொடுத்திருந்த பணத்தில் முக்கால் பகுதி கிறிஸ்டோபருக்கும், விடுதிக்காரர்களுக்கும் சென்றுவிட கால்பகுதியே தனக்குக் கிடைக்கும் என்றும், பார்ட்டி தனியாக விருப்பப்பட்டுத் தனக்குக் கொடுக்கும் பணத்தையும் சேர்த்துத்தான் காலந்தள்ள வேண்டியிருக்கிறது என்றும் கூறினாள். ஜடாமுனி அவள் சந்தோஷப்படுகிற மாதிரி தனியாகப் பணம் கொடுப்பதாகக் கூறினான். அவன் விசாரித்தபோது அவள் தன்னைப் பற்றிக் கூறினாள்.

அவளுக்கும் தனியார் நிறுவனத்தில் வேலைபார்க்கும் ஒருவனுக்கும் திருமணம் நடந்தது. அவன் ஒரு மடையன். பெண்டாட்டியை வைத்துக்கொள்ளத் தெரியாதவன் சினிமாவுக்குக்கூட கூட்டிக்கொண்டு போனதில்லை. எலக்டிரிக் வேலைபார்க்கும் – அவன் பெயரை மறைத்தே சொன்னாள் – ஒருவனுடன் தொடர்பு ஏற்பட்டு அவனுடன் சென்னைக்கு வந்துவிட்டாள். அவன் ஒரு சினிமாக் கம்பெனியில் எலெக்ட்டிரிக் வேலை பார்த்தபோது அவளும் எக்ஸ்ட்ரா நடிகையாகி விட்டாள். அவளுக்கு ஆசைகாட்டி மயக்கமருந்து கொடுத்து கிறிஸ்டோபர் இங்கு கூட்டி வந்துவிட்டான். இரண்டு ஆண் குழந்தைகள் இருப்பதாகவும், அவர்களுக்கு விவரம் தெரிவதற்கு முன்னால் எங்காவது சென்று செட்டில் ஆகிவிட வேண்டுமென்றும், ஆனால் வழிதான் தெரியவில்லை என்றும் கூறினாள்.

அனுதாபப்படும்படியாக ஒரு கதையைச் ஜோடித்துப் பசப்புகிறாள் என்று ஜடாமுனிக்குத் தோன்றியது. அதே சமயம், அவனிடம் அவள் தனிப்பிரியங்கொண்டிருப்பதாகவும் தோன்றியது. அவள், அவனைப் பற்றிக் கேட்ட போது, பெயர், ஊர், தொழில் உட்பட எல்லாவற்றையும் மாற்றிப் புளுகினான்.

சிலகாலம் கழித்து அவன் பெங்களூர் வந்திருந்தபோது, ஹோட்டலின் அறைகளைக் கூட்டிச் சுத்தம் செய்துகொண்டிருந்தவரிடம் காமினியைப்பற்றி விசாரித்தான். அவளைச் சில மாதங்களுக்கு முன் சிலர் கொலை பண்ணிவிட்டதாக

அவர் கூறினார். இவன் அவரைத் துருவித்துருவி விசாரித்த போதும் மேற்கொண்டு தகவல் கிடைக்கவில்லை.

உருளைக்கிழங்குக்காரி அணுகுவதற்கு அப்பாற்பட்டவளாகத் தோன்றி ஆவலைத் தூண்டி அபிமானத்தை உருவாக்கிக் கொண்டிருந்தாள். திடீரென பயங்கரச் சத்தம் கேட்டது. உட்கார்ந்திருந்த அறையிலுள்ள கண்ணாடிக்கதவுகள் உடைந்து நொறுங்க, ஓலமும், கூச்சலும் எழும்பி அங்குமிங்கும் ஓடினர். அவன் மேல் யாரோ விழ, எழுந்து ஓடித் தள்ளி நின்று பார்த்தான். சிலர் ரத்தக் காயங்களுடன் இருந்தார்கள். ஹோட்டலின் கீழே பெருங்கூச்சலும், அலறலும் கேட்டன. கரும்புகையும் நெருப்பு ஜுவாலையும் தெரிந்தன. ஒன்றும் புரியவில்லை. அனைவரும் அறையைவிட்டு உடைந்த கண்ணாடித் துண்டுகளைத் தாண்டி வெளியேற முண்டியடித்துக்கொண்டிருந்தனர். களேபரமாக இருந்தது. பளபள ஆண்களும், பெண்களும் நாசூக்கை விட்டு, வெளியேற முண்டிக்கொண்டும் தவித்துக்கொண்டும் இருந்தனர். ரத்தம் வழியும் காலைப் பிடித்துக்கொண்டு உருளைக்கிழங்குக்காரி துணையற்றுத் தவித்துக்கொண்டிருந்தாள். அவளை நெருங்கி, ‘கையைப் பிடியுங்கள்’ என்றான் அவன். கட்டளைக்குக் கீழ்ப்படிபவளைப் போல் அவன் கையைப் பற்றினாள். ‘தவறாக நினைத்துக் கொள்ளாதீர்கள்’ என்று அவளைத் தூக்கிக்கொண்டு கண்ணாடித்துண்டுகளைக் கடந்தான். கண்ணாடித்துண்டுகளுக்கு அந்தப்பக்கம் ரத்தச்சுவடுகள் பதிந்திருந்தன. உள்ளங்கால்களில் வலியும், பிசுபிசுவென்ற உணர்வும் ஏற்பட்டது. அவளைத் தூக்கிக்கொண்டு மாடிப்படிகளில் கூட்டத்தினூடே இறங்கிக்கொண்டிருந்தான். நாசூக்கை விட்டு, தங்களைக் காப்பாற்றிக்கொள்ளக் கூட்டம் முனைப்பாக முண்டியடித்து இறங்கிக்கொண்டிருந்தது.

○

1993

பறக்கும் திருடனுக்குள்...

வேன் ஒன்று ரப்பர் மாதிரி வளைந்து சென்றுகொண்டிருந்தது. உட்கார்ந்த நிலையிலிருந்த போதிலும் மஞ்சக்காளைக்குச் சுற்றுப்புறம் சுழன்று கொண்டிருப்பதாகத் தோன்றியது. புகையை நெஞ்சின் ஆழத்திற்கு இழுத்து விட்டான். கஞ்சாவின் மணம் இதத்தை அளித்தது. இருள் விரைவாகக் கவிழ்ந்துகொண்டிருந்த வேளையில், அந்தச் சாலையில் பூட்டப்பட்டிருந்த கடைவாசலில் அமர்ந்து புகையை இழுத்துக்கொண்டிருந்தான். இன்று ஞாயிற்றுக்கிழமை. ஆட்கள் நடமாட்டம் அதிகமில்லை. எதிரே உள்ள வீட்டு வாசலில் ஒரு பெண் அமர்ந்து புத்தகம் படித்துக்கொண்டிருக்க அவள் குழந்தை வாசற்படிகளில் விளையாடிக் கொண்டிருந்தது. எப்போது படிகளிலிருந்து விழுந்துவிடுமோ என்றிருந்தது. மஞ்சக்காளைக்கு அந்தப் பெண்ணைக் கண்டு ஆத்திரம் ஏற்பட்டது. சமயங்களில் அவள் சரியற்ற கண்ணாடியில் தெரிவது போல் நெளிந்து தெரிந்தாள்.

மஞ்சக்காளை மூன்று நாட்களுக்கு முன் சிறையிலிருந்து வெளிவந்திருக்கிறான். நேற்று பஸ்ஸில் பிக்பாக்கெட் அடித்ததில் நாற்பத்தியிரண்டு ரூபாய் கிடைத்திருந்தது. இரவு நன்றாகச் சாப்பிட்டான். நேற்று பிக்பாக்கெட் அடித்தபின், சற்று நேரத்திற்கெல்லாம், பர்ஸ் காணாமல் போய்விட்டதையறிந்து பறி கொடுத்தவன் பரக்கக் கத்திக்கொண்டிருந்தான். ஒரு சோப்ளாங்கியைப் பிடித்து அவனைச் சோதனையிட்டான். பஸ் அதன் போக்கில் ஓடிக்கொண்டிருக்க, பயணிகள் ஒருவரும் சிரத்தை எடுக்கவில்லை. கண்டக்டர் எவ்வளவு

ரூபாய் இருந்தது என்று கேட்டுவிட்டு விரல்களை எச்சில்படுத்தி டிக்கெட் கொடுக்கும் வேலையிலிருந்தார். அவனுக்கு மிகுந்த சௌகரியமாகப் போய்விட்டது. பறிகொடுத்த ஆளின் துணிச்சலையும், கண்டுபிடிக்கும் திறமையையும் பொறுத்தே மாட்டிக்கொண்டு அவதிப்படவேண்டும். மாட்டிக்கொண்டு விட்டால், சத்தம் கொடுத்தால் பறந்து போகிறவனுக்கெல்லாம் அடிப்பதற்கு ஆசை வந்துவிடும். அவ்வாறு ஒருதடவை மாட்டிக்கொண்டு அடிவாங்கியதில் உதடு கிழிந்து, காய்ச்சல் வந்து அவதிப்பட்டுப் போனான்.

மஞ்சக்காளைக்குத் தாயார் யாரென்று தெரியாது. குஷ்டரோக நோயுடையவர் என்று பின்னால் தெரிய வந்த சொந்தமற்ற ஒரு தாத்தாவின் பராமரிப்பில் வளர்ந்து, அவர் இறந்த பின், இவ்விதம் என்று சொல்ல முடியாத வகைகளில் உருவாகி சுயேச்சையாகத் திரிகின்றான். ஒருநாள் தாத்தாவின் குஷ்டரோக உடலை ஒட்டிப் படுத்திருந்து எழுந்தவன், அவர் எழுந்திருக்காதது கண்டு திகைத்து பயந்தான். முனியாண்டி ஓடிவந்து பார்த்து அவர் இறந்து விட்டதாகக் கண்கலங்கக் கூறினான். தாத்தாவின் மூட்டையில் கொஞ்சம் ரூபாய்களும், ஒரு சிறுமி நின்றுகொண்டிருக்கும் பிரேம் போடப்பட்ட ஒரு புகைப்படமும் இருந்தது. அந்தப் புகைப்படத்தைப் பார்த்து தாத்தா சிலநேரங்களில் அழுவதை மஞ்சக்காளை பார்த்திருக்கிறான். அந்த பிரேம் போட்ட புகைப்படத்தை மஞ்சக்காளை பத்திரப்படுத்தினான். இடமற்று அலைந்து ஜெயிலுக்குச் செல்ல ஆரம்பித்த பின் அந்தப் புகைப்படத்தை மாதாகோயில் பின்புறம் இருக்கும் ஒரு புளிய மரத்தடியில் பள்ளம் தோண்டிப் புதைத்து வைத்தான். ஜெயிலிலிருந்து வந்த சில வேளைகளிலும் வாழ்க்கையின் சோகம் தாளாது குமுறும் வேளைகளிலும் அவன் அந்த இடத்திற்குச் சென்று அந்தப் புகைப்படத்தை எடுத்துப் பார்த்து, அழுது மனச்சாந்தியடைவான். யாரென்று அறியாத அச்சிறுமியின் புகைப்படத்திற்கும் அவன் மனத்திற்கும் இடையே தாத்தாவை ஊடகமாகக் கொண்டிருந்த உறவின் புதிர்களை யாரால் அறிய இயலும்?

குழந்தை அழுதுகொண்டிருக்க, அந்தப் பெண் கையிலிருந்த புத்தகத்தைப் படிப்பதில் கவனமாக இருந்தாள். மஞ்சக் காளைக்கு, தான் அக்குழந்தையைத் தூக்கி வந்து இங்கே உட்காரவைத்ததாகத் தோன்றியது. எரிச்சலுடன் புத்தகத்தை வைத்துவிட்டுக் குழந்தையைத் தூக்கி அப்பெண் சமாதானப் படுத்திக்கொண்டிருந்தாள். அப்பெண்ணின் உடல் மீது பாலியல் ரீதியாக ஆதிக்கம் செலுத்த வேண்டுமென்று மஞ்சக்காளைக்குத் தோன்றியது.

சுமார் ஆறு மாதங்களுக்கு முன் நல்லூர் பாலத்தின் கீழ் சரோஜாவைப் பார்த்து அவர்கள் இருவரும் ஒதுக்குப்புறமாகச் சென்றார்கள். அவள் தொடையில் நீளமான, ஆறிப் பொருக்கு நிலையிலிருந்த சூட்டுக் காயத்தைப் பார்த்தான். 'சண்டையிலே அந்தாளு வைச்சது' என்றாள். 'ஒங்கூட வந்திரவா' என்றாள். அவன் பதில் பேசவில்லை. பிறகு, 'பாதி நாள் உள்ளே, பாதி நாள் வெளியேன்னு இருக்கேன். பெரிசா ஏதாவது கிடைச்சதுனா வாரேன்' என்றான் மஞ்சக் காளை.

மஞ்சக்காளைக்குத் தலை சுற்றியது. குழந்தையின் தாயாரான அப்பெண்ணின் கைகோர்த்துப் பறந்து சென்றான். 'நீதான் என் கணவன்' என்று அவள் கூறினாள். குழந்தையைக் காணோம். பறக்கும் போதே ஆடைகள் ராஜா ராணி ஆடைகளாக மாறின. தர்பார் மண்டபத்தில் ராஜாவும் ராணியுமாக இருவரும் அமர்ந்திருந்தனர். மந்திரிகள் வரிசையாக உட்கார்ந்திருந்தனர். இருபுறமும் பெண்கள் சாமரம் வீசிக்கொண்டிருந்தனர். ராஜாவாக இருந்த மஞ்சக்காளை ஒரு பீடியை எடுத்துப் பற்ற வைத்தான். ஈட்டியுடன் நின்றிருந்த ஒருவனை அழைத்து சாராயம் கொண்டு வரச்சொன்னான். மந்திரி ஒருவரை அழைத்து நாட்டியத்திற்கு ஏற்பாடு செய்யச் சொன்னான். சாராயம் வந்தது. சாராயக்கோப்பை அருகே மாமிச வகைகள் தட்டில் இருந்தன. இவை மாதா கோயில் அந்தோணி கடையில் வாங்கப்பட்டவைதானா என்று விசாரித்தான். கொண்டு வந்தவன், 'ஆமாம் அரசே' என்றான். சாராயத்தை அருந்தி மாமிசத்தைச் சுவைத்தான். நாட்டியமாடும் மங்கை அரங்கத்திற்கு வந்து அனைவரையும் வணங்கினாள். அவள் முகம் நிமிர்ந்ததும்தான் தெரிந்தது அவள் சரோஜா என்று. 'சரோஜா உன் தொடையில் ஏற்பட்ட காயம் சரியாகிவிட்டதா?' என்று கேட்டான். சரியாகி விட்டதாக அவள் பணிவுடன் தெரிவித்தாள். உன்னைக் காயப்படுத்திய அந்த ஆள் பற்றிய விவரங்களை என் தளபதியிடம் கூறு என்றான். அவள் தளபதியினருகே சென்று கூறினாள். தளபதி அவருகே இருந்த சேவகர்களிடம் கூற, சற்று நேரத்தில் அந்த ஆள் கைவிலங்கிடப்பட்டு சபைக்குக்கொண்டு வரப்பட்டான். 'ஆட்டம் முடியும் வரை இவனைத் தூணில் கட்டி வையுங்கள். பிறகு மாதா கோயில் சரக போலீஸ்காரர்களைக் கொண்டு அடிக்கச் செய்து சிறையில் தள்ளுங்கள். ஆட்டம் துவங்கட்டும்' என்றான்.

சரோஜாவின் ஆட்டம் ஆரம்பமானது. நையாண்டி மேளம் சகிதம் அவள் ஆடிய ஆட்டத்தைச் சாராயத்தை அருந்திக் கொண்டே அவன் பார்த்தான். ஆட்டம் முடிந்ததும், 'இவளை மரியாதையுடன் கூட்டிச்சென்று அந்தப்புரத்தில் வைக்கவும்.

கேட்கும் வசதிகளைச் செய்து தரவேண்டும். அந்த ஆளை இழுத்துச் சென்று நான் சொன்னபடி செய்யவும்' என்றான்.

மந்திரியைப் பார்த்து, 'இன்று ஏதாவது வழக்கு உள்ளதா? என்றான். 'ஆமாம் அரசே, நகைக்கடைச் செட்டியார் வீட்டில் வேலைபார்த்த வேலைக்காரன் அவர்கள் வீட்டிலிருந்த நிறைய பணம், நகைகளைத் திருடிச்சென்றுவிட்டான். அவனைப் பிடித்தாயிற்று, விசாரணை நடத்தி நீதி வழங்குங்கள் அரசே' என்றான் மந்திரி.

வேலைக்காரன் கொண்டுவந்து நிறுத்தப்பட்டான்.

'நீ நகைகளையும் பணத்தையும் திருடினாயா?'

'ஆமாம் அரசே.'

'ஏன் திருடினாய்? இதற்கு முன் திருடியிருக்கிறாயா?'

'சௌகரியமாக வாழ ஆசைப்பட்டேன். அதனால் திருடினேன். இதற்குமுன் திருடியதில்லை!'

'திருடிவிட்டு வேலைக்கு வராமல் போனால் உன்மேல் சந்தேகம் ஏற்படும் என்று உனக்குத் தோன்றவில்லையா?'

'தெரியும், தப்பித்து விடலாம் என்று நினைத்தேன். ஆனால் மாட்டிக்கொண்டேன்.'

'உனக்குத் தப்பிப்பதற்குரிய திறமை போதாது. உனக்குத் திருடுவது தவிர வேறு தொழிலும் தெரியும். எனவே திருடுவது தவறு. மேலும் நகைகளையும் பணத்தையும் பார்த்தபின்தான் அந்த எண்ணம் உருவாகியிருக்கிறது. எனவே நீ இயற்கையான திருடனில்லை. நீ தண்டனைக்குரியவன். மந்திரி, இவனுக்கு மூன்று மாதம் சிறைத்தண்டனை வழங்கி உத்தரவிடுகிறேன். அடுத்த வழக்கைக்கொண்டு வாருங்கள்.'

'அரசே, இவன் காரை மறித்து வழிப்பறி செய்தவன். இவனை விசாரித்து நீதி வழங்குங்கள்' என்றான் மந்திரி.

வழிப்பறி செய்வதன் கொண்டுவந்து நிறுத்தப்பட்டான்.

'நீ வழிப்பறி செய்தாயா?'

'ஆமாம்.'

'இதற்கு முன் செய்திருக்கிறாயா?'

'இதற்கு முன் பலதடவை வழிப்பறி செய்திருக்கிறேன். ஆனால் மாட்டிக் கொண்டதில்லை.'

'ஏன் வழிப்பறி செய்கிறாய்?'

‘இது எனக்குத் தொழில். எனது உலகில் இதுவே ஜீவனமாக உள்ளது. நான் எவ்வாறு ஜீவனத்தைக் கைவிட இயலும்?’

‘ஆமாம், நீ அரசன் ஆகும் பாக்கியம் கிடைத்தாலல்லவா கைவிட இயலும். மந்திரி, இவனுக்கு நல்ல சாப்பாடும், ஆடைகளும் வழங்கி அனுப்ப உத்தரவிடுகின்றேன். இத்துடன் இன்றைய தர்பாரை முடித்துக் கொள்ளலாம்’ என்று எழுந்து நடந்தான்.

போகும் வழியில் மகராஜாவாக வரையப்பட்டிருந்த குஷ்டரோகத் தாத்தாவின் ஓவியத்தின் அருகே நின்று வணங்கினான். பிறகு நடந்து சென்றுகொண்டிருக்கும் போது கூடவே வந்துகொண்டிருந்த ராணியிடம், ‘எங்கே குழந்தை?’ என்று கேட்டான். ‘குழந்தை தாதியிடம் உள்ளது’ என்றாள், ராணி. ‘போய் குழந்தையைக் கவனி. என் கூட ஏன் வருகிறாய்?’ என்று கத்தியபடி ராணியின் கன்னத்தில் அறைந்தான். ‘அவ்வாறே செய்கிறேன், அரசே’ என்று ராணி கூறினாள்.

தூரத்தே சரோஜா மோகப் பார்வையுடன் நின்றுகொண்டிருந்தாள். அவன் அவளை நோக்கிச் சென்றுகொண்டிருந்தான். இந்த அரசு, அரண்மனை அதிகாரம் ஆகியவற்றைக் கொண்ட மஞ்சக்காளை என்ற அரசனாகிய நான் உன்னை அடைவதை யாரால் தடுக்க முடியும். நான் உனக்கு நல்ல சாப்பாடு வழங்குவேன். நல்ல சேலைகள் தருவேன். நகைகள் தருவேன். பணம் தருவேன். நான் உன்னை அடைவேன். அவன் அவளை நோக்கிச் சென்றுகொண்டிருந்தான்.

மங்கிய வெளிச்சத்தில் நிறைய நகைகள் கழுத்தில் மின்ன இரு பெண்கள் அவனைக் கடந்தனர். ‘சரோஜா… சரோஜா…’ என்று நகைகள் கூவின. கூந்தலில் இருந்த மல்லிகைச் சரங்கள் ‘வா… வா’ என அழைத்தன. காற்றில் மிதந்து செல்வது போல் அவன் மிதந்து சென்று அந்த நகைகளைக் கைப்பற்றினான். பற்றிய நகைகளுடன் பறக்க ஆரம்பித்தான். திடீரென அவன் மேல் விழுந்த அடிகள் பறப்பதைத் தடுத்தன. பறக்க இயலாது கீழே விழுந்தான். வலி உறைத்தது. முகத்தில் விழுந்த உதையில் அவனுக்குப் போலீஸ் நினைவு வந்தது. ‘அம்மா’ என்று அலறினான். சிறுமியின் புகைப்படம் பிரக்ஞையின் அடியிலிருந்து மேலே வந்துகொண்டிருந்தது.

○

1993

மறைந்து திரியும் கிழவன்

TCX 6838 என்ற எண்ணுள்ள என் ஸ்கூட்டரில் விருமாண்டியைப் பார்க்கச் சென்றுகொண்டிருந்தேன். சாலையின் இருபுறமும் தென்னந்தோப்புகளும், வயல்வெளிகளும் மாறிமாறி வந்துகொண்டிருந்தன. விருமாண்டி என் நண்பன். ஓடும் ஆற்றின் கரைகளில் விருமாண்டித்தேவர் குடும்பத்திற்குச் சொந்தமான தென்னந்தோப்புகள் இருக்கின்றன. தென்னந்தோப்புக்குள் ஒரு அழகான வீடும் அவர்களுக்கு இருந்தது. அநேகமாக விருமாண்டி மட்டுமே அங்கு இருப்பான். அவன் குடும்பத்தினர் ஊருக்குள் குடியிருந்தனர். தென்னந்தோப்பு வீட்டிலிருந்து ஒரு கிலோ மீட்டர் தொலைவில் ஒரு கள்ளுக்கடை உண்டு. அங்கே அயிரை மீன் குழம்பு கிடைக்கும். ஆற்றில் வெகு நேரம் குளித்துவிட்டு விருமாண்டியின் தோப்பு வீட்டில், வாங்கி வைத்திருந்த கள்ளைக் குடித்துவிட்டு அயிரை மீன் குழம்புச் சாப்பாடு முடித்துத் திரும்பி வருவது ஆனந்தமான அனுபவம்.

சாலையில் ஓர் உருவம் வண்டியை நிறுத்தும் சைகையுடன் கைநீட்டி நின்றுகொண்டிருந்தது. சற்று அருகில் வந்ததும்தான் நின்றுகொண்டிருக்கும் உருவம் இந்திரஜித் என்று தெரிந்தது. ஸ்கூட்டரை நிறுத்தினேன். விருமாண்டியைப் பார்த்துவிட்டு வரும் வழியில் தன்னுடைய மோட்டார் சைக்கிள் பழுதடைந்து நின்று விட்டதாக இந்திரஜித் கூறினான். தற்செயலாக நான் வந்தது நல்லதாகப் போயிற்று என்றும் மெக்கானிக்கை எனது வண்டியில் போய் அழைத்து வருவதாகவும் கூறினான். 'உன்னுடைய மோட்டார் சைக்கிளுக்கு நான் காவலா?' என்று கேட்டேன். 'அந்த மோட்டார் சைக்கிளை எவனும் எடுத்துச் செல்ல முடியாது. அப்படி ஒரு கோளாறு. நீ

இங்கு காத்திருக்க வேண்டாம். அதோ தெரிகிறதே ஒரு இடிந்தவீடு. அதுவரை நடந்துசென்றுவிட்டு வா. பொழுது போகும்' என்று கள் வாசனையடிக்கக் கூறினான் இந்திரஜித். 'எதற்கு அங்கே போக வேண்டும்?' என்று நான் கேட்டதற்கு, 'போய்ப் பார் தெரியும்' என்றவாறே என் ஸ்கூட்டரை வாங்கிக்கொண்டான். அவன் ஸ்கூட்டரை ஸ்டார்ட் செய்யும் போது, ஞாபகம் வந்து, விருமாண்டி தோப்பு வீட்டில் இருக்கிறானா என்று கேட்டேன். விருமாண்டி, தென்னை மரங்களுக்கு உரம் வைக்கும் வேலையைச் செய்துகொண்டிருப்பதாகக் கூறிவிட்டு இந்திரஜித் கிளம்பினான். வயல் வெளியைப் பார்த்தேன். சற்று தூரத்தில் இடிந்த வீடு தெரிந்தது. அதை ஏன் பார்க்கச் சொல்கிறான் என்று எனக்குப் புரியவில்லை. போய்ப் பார்க்கலாம் என்று தோன்றியது. தென்னந்தோப்பையும், கதிர்கள் நிற்கும் வயல்களையும் கடந்து அந்த இடத்திற்குச் செல்ல வேண்டும். நடக்க ஆரம்பித்தேன். தென்னந்தோப்பைத் தாண்டி வயல்வரப்புகளில் செல்லும் போது எனக்குத் தடுமாற்றமாக இருந்தது. இரண்டு பெரிய புளிய மரங்களும் இடிந்த வீடும் திடல் போன்று காணப்பட்ட அந்த இடத்தில் இருந்தன. ஆள் அரவமற்ற இடம். நான் இடிந்த வீட்டை நோட்டமிட்டுக் கொண்டே உள்ளே ஜாக்கிரதை உணர்வுடன் நுழைந்தேன்.

உடைந்து கிடந்த சுவர்களின் மீது ஏறி நின்று உள் அறையை நோக்கினேன். உத்திரம் ஒன்று குறுக்காக விழுந்து கிடந்திருந்தது. உள் அறையின் ஜன்னலைப் பார்த்ததும் எனக்குத் திகில் ஏற்பட்டது. துருப்பிடித்த ஜன்னல் கம்பிகளைப் பிடித்துக்கொண்டு நிலைத்த பார்வையுடன் ஒரு கிழ உருவம் நின்றுகொண்டிருந்தது. நிலைத்திருந்த கண்கள் அசைந்து என்னை நோக்கின. பைத்தியம் போல எனக்குத் தோன்றியது. உள் அறையின் வாசலில் கிடந்த செங்கற்குவியலின்மீது ஏறி நின்று அந்தக் கிழ உருவம் என்னை நோக்கியது. குளித்துப் பல காலம் ஆகியிருக்கும் போல அப்படி ஓர் அழுக்குத் தோற்றம். அடர்ந்த வெள்ளைத் தாடி, மீசை. தலை முடிகளுக்கிடையே கண்கள் அசைந்துகொண்டிருந்தன.

கிழவன் என்னை நோக்கிக் கேட்டான்: 'நீ யார்?' நான் என் பெயரைச் சொன்னேன். 'நீ வெள்ளைக்காரன் உளவாளியா? உண்மையைச் சொல், யார் நீ?' என்றான் கிழவன். எனக்கு ஒன்றும் புரியவில்லை. 'எந்த வெள்ளைக்காரன்?' என்றேன். 'எந்த வெள்ளைக்காரனா? அன்னியனை ஒப்புக் கொண்ட துரோகியா நீ?' என்றான் கிழவன். 'அன்னியன் போனது உங்களுக்குத் தெரியாதா?' என்றேன். கிழவன் என்னைச் சற்றுநேரம் உற்றுப் பார்த்தான். 'அப்படித்தான் சிலர் சொல்கிறார்கள். ஆனாலும் நம்புவதுதான் சிரமமாக இருக்கிறது. நம்பி வெளியே வந்தால் திரும்பவும் சூடு வைத்து விடுவார்களோ என்றுதான் இப்படித்

திரிந்துகொண்டிருக்கிறேன். அன்னியர்களின் சூழ்ச்சியையும், தாட்சண்யமற்ற தன்மையையும் நான் நன்கு அறிந்திருக்கிறேன். அதனால்தான் நான் யோசித்துக்கொண்டிருக்கிறேன்' என்றான் அவன்.

'நீங்கள் எவ்வளவு காலமாக மறைந்திருக்கிறீர்கள்?' என்று கேட்டேன். 'பல வருடங்கள் ஆனது போன்ற உணர்வை ஏற்படுத்தக் கூடியவை அந்தப் பத்து நாட்களும்!' என்றான் கிழவன். 'பத்து நாட்கள் என்பது என்ன கணக்கு?' என்றேன். 'பத்து நாட்கள் என்பது ஓர் யுகம்தான். 1942 ஆகஸ்டு 18-ந்தேதி பிடிபட்டு, ஒரு பத்து நாட்களைப் பல வருடங்களெனக் கழித்தேன். பத்து நாட்களிலும் நான் நரகவேதனையில் இருந்தேன் என்பதை அறிய வேண்டும். என் நண்பர்களைச் சித்திரவதையில் இழந்தேன் – இதோ பார் சூடுபட்ட காயங்களை...' என்று சட்டையைக் கழட்டி நெஞ்சையும் முதுகையும் காட்டினான். குறுக்கும் நெடுக்குமாகச் சூடுபட்ட வடுக்கள் குரூரமாகக் காட்சி தந்தன.

நான் கிழவனை அமரச் சொன்னேன். 'நீங்கள் என்னைக் கண்டு அஞ்ச வேண்டாம். நான் உங்கள் நண்பன். நீங்கள் வெளியே வரலாம். அன்னியன் இங்கு இல்லை என்பதுதான் உண்மை' என்றேன். 'அன்னியன் இங்கு இல்லை என்றால் சுபாஷ் சந்திரபோஸ் வந்து விட்டாரா? 1941 ஜனவரி 26-ந்தேதி வீட்டுச்சிறையிலிருந்து தப்பித்த போஸ் வந்து விட்டாரா? அவரிடமிருந்து கடிதம் கொண்டு வந்தால் நான் மறைவிலிருந்து வரலாம். திரிபுரா காங்கிரஸ் மாநாட்டில் நான் அவரைச் சந்தித்துப் பேசியிருக்கிறேன். போஸ் அன்று கோபத்திலும் வருத்தத்திலும் இருந்தார். நான் மிகவும் கொந்தளித்துப் போயிருந்தேன். அவர் என்னைச் சமாதானப்படுத்தும் நோக்கில் பேசினார், என்றான் கிழவன்.

நான் போஸ் இறந்துவிட்டதாகக் கூறப்படுவதைக் கூறலாமா என்று நினைத்து, பிறகு கூறாமல் பேச்சை மாற்றும் விதமாக, 'நீங்கள் எந்தக் கட்சியில் சேர்ந்திருந்தீர்கள்?' என்று கேட்டேன். அதற்குக் கிழவன் 'நான், சங்கரய்யர், பெருமாள் ஆகியோர் நாராயணசாமி தலைமையில் இயங்கும் தலைமறைவு இயக்கத்தின் முக்கிய உறுப்பினர்களாகச் சேர்ந்தோம். நீங்கள் பெயரைக் கேள்விப்பட்டிருக்கலாம்' என்று சொல்லி 'யுவபாரத்' என்ற பெயரை ரகசியமாகச் சொன்னான். அந்தப் பெயரைக் கேள்விப்பட்டிருப்பதாக ரகசியத்தைக் கேட்கும் பொறுப்பில் நானும் பாவனை செய்தேன்.

'குதிராம் போஸ் என்னைத் தனிப்பட்ட முறையில் கவர்ந்திருந்தார். அறுபத்து மூன்று நாட்கள் உண்ணாவிரதமிருந்து

இறந்த ஜதீன் தாஸ், சிட்டகாங் ராணுவத்தளவாடப் பாசறையைச் சூறையாடிய சூர்யா சென் ஆகியோர் எங்கள் அனைவரையும் ஈர்த்திருந்தார்கள். இவற்றையெல்லாம், ஏன் சொல்கிறேன் என்றால் இவற்றையெல்லாம் பலர் மறந்திருக்க லாம். பலருக்குத் தெரியாமலேயே இருந்திருக்கலாம். பலருக்கு இட்டிலி தின்றுகொண்டேயிருக்க வேண்டும் என்று தோன்றிக்கொண்டேயிருக்கும். வேறு விஷயங்கள் நினைவிலிருக்காது. யுவபாரத் பற்றி உங்களுக்கு என்ன தெரியும்?' என்றான் கிழவன். 'தலைமறைவு இயக்கம் என்று நீங்கள் சொல்லும்போது அது பற்றி விபரங்கள் எனக்கு எப்படித் தெரியும். அதைப் பற்றிக் கேள்விப்பட்டிருக்கிறேன் என்பதைத்தான் நான் ஏற்கனவே கூறிவிட்டேனே' என்றேன்.

'சொல்கிறேன். யுவபாரத் நாராயணசாமி தலைமையில் துவங்கியது. பெங்காலைச் சேர்ந்த அஜாய் போஸ் என்பவருக்கும் அவருக்குமிடையே தொடர்பு இருந்தது. நானும், என் நண்பர்கள் சங்கரய்யரும், பெருமாளும் அவரைத் தேவகோட்டையில் ஓரிடத்தில் ரகசியமாகச் சந்தித்தோம். எங்கள் மீது அவருக்கு நம்பிக்கை ஏற்பட்டது. அந்த நம்பிக்கை தொடர்ந்தது. நான் மிகுந்த துணிச்சல்காரன் என்பதுதான் உங்களுக்குத் தெரியுமே. காட்டுக்குள் போலீஸ் பட்டாளத்திடமிருந்து, சாமோன் ஆர்னால்டிடமிருந்து நான் மட்டும் தப்பித்து வந்தது மட்டுமே என் துணிச்சலைக் காண்பிக்காதா? அதுகூட தப்பு. அதிர்ஷ்டம் என்றுதான் சொல்ல வேண்டும். நாகனாறு பாலத்தை நாங்கள் வைத்த குண்டுதான் தகர்த்தது. சூப்பிரண்டு பெஞ்சமினைச் சங்கரய்யர்தான் சுட்டுக் கொன்றான். சங்கரய்யர் காங்கிரஸ் கட்சியிலும் உறுப்பினராக இருந்துகொண்டு யுவபாரத்திலும் உறுப்பினராக இருந்தான். நாங்கள் ரகசியமாகக் கூடி ஒரு இடத்தில் மறைந்திருந்தபோது எங்களைப் போலீஸ் சுற்றிக்கொண்டது. பெருமாள் எல்லோரும் இறந்து விடலாமா என்று கேட்டான். பிறகு நாங்கள் கைதாகி நீதிமன்றத்தின் மூலம் சுதந்திர உணர்வை மக்களுக்கு உருவாக்கலாம் என்று நினைத்துக் கைதானோம். அது என்ன சந்தர்ப்பம் என்று தெரியுமல்லவா. காந்தி ஆகஸ்டு 8–ந்தேதி வெள்ளையனே வெளியேறு இயக்கத்தை ஆரம்பித்திருந்தார். நாங்கள் 18–ந்தேதி கைதானோம். ஆனால் நாங்கள் போலீஸ் ஸ்டேசனுக்கோ நீதிமன்றத்திற்கோ கொண்டு செல்லப்படவில்லை. எங்கள் கண்களையும் கைகளையும் இறுகக் கட்டி எங்கோ அழைத்துச் சென்றனர். ஓரிடத்தில் கண்கட்டுகளை அவிழ்த்தனர். காடுபோலத் தோன்றியது. பிறகு கால்களில் விலங்கு போட்டனர். போலீஸ் அதிகாரி ஆர்னால்டு எங்கிருந்தோ வந்தான். அவன் வந்ததும், எங்களைத் தனித்தனியே மரத்தில் கட்டினர். அதற்கு முன் எங்கள் ஆடைகளை அவிழ்த்து விட்டனர். கையில்

வைத்திருந்த லத்தியினால் முதலில் நாங்கள் பார்க்கப் பெருமாளை அடித்தான். வலி பொறுக்க முடியாமல் பெருமாள் அலறியதை நாங்கள் கேட்டுக்கொண்டும், பார்த்துக்கொண்டுமிருந்தோம். கை ஓய்ந்ததும் சாவகாசமாகத் தண்ணீர் குடித்து ஓய்வெடுத்தான். ஆர்னால்டு. பெருமாளின் முகம், உடம்பெல்லாம் தடியினால் அடிபட்டு வீங்கிச் சிவந்திருந்தது. வலியில் முனகிக்கொண் டிருந்தான். ஓய்வெடுத்த பின் சங்கரய்யரை அடித்தான். என்னை அடிக்கும் முறை வருவதற்குள் நான் இறந்துவிட வேண்டும் என்று நினைத்தேன். ஆனால் இறக்கவில்லை. சங்கரய்யரை அடித்து ஓய்வெடுத்த பின் என்னருகே வந்து என்னை அடித்தான். அதைப் போன்றதொரு இம்சையை உங்களால் கற்பனை பண்ண முடியாது. வலியை அனுபவிக்காமல் இறந்துவிட வேண்டும் என்று மனம் விரும்பியது. வலியில் உயிர் துடித்தது. அப்படியே எங்களை விட்டுவிட்டு ஆர்னால்டும் அவரது பட்டாளமும் சென்றுவிட்டன. வலியில் எங்களுக்குப் பேசுவதுகூட இயலாத காரியமாகிவிட்டது. பசி கொன்றுகொண்டிருந்தது. நா வறட்சியில் தொண்டை தவித்துக்கொண்டிருந்தது. இரவு முழுக்கக் குளிர் பயங்கரமாகத் தாக்கியது. ஏதேதோ பூச்சிகள் உடம்பில் ஊர்ந்தன. உயிர் சீக்கிரம் போக வேண்டும் என்பதே பிரார்த்தனையாக இருந்தது. சூடு வாங்கித்தான் ஆக வேண்டும் என்று இருக்கும் போது என்ன செய்வது? அடுத்த நாள் ஆர்னால்டு பட்டாளத்துடன் வந்தான். சாவகாசமாக சிகரெட் பிடித்துக்கொண்டே, நெருப்பை உருவாக்கச் சொன்னான். கையோடு கொண்டு வந்திருந்த இரும்புக் கம்பியை அதில் பழுக்கக் காய்ச்சச் சொன்னான். அவன் காரியம் எல்லாம் பதற்றமின்றி நிதானமாக இருந்தது. ஆத்திரப்பட்டோ ஆவேசம் கொண்டோ காரியம் செய்யவில்லை. மிகவும் நிதானமாக, காய்ச்சிய இரும்புக் கம்பியை எடுத்து வந்து சங்கரய்யரின் உடம்பில் இழுத்தான். கடைசியாக சங்கரய்யரின் வயிற்றில் குத்தினான். ஓர் அலறலில் சங்கரய்யரின் கழுத்து சாய்ந்தது. உயிர் போக வேண்டும் என்று என்னையறியாது அவசரமாகவும் வேகமாகவும் பிரார்த்திக்கொண்டிருந்தேன். ஆர்னால்டு கம்பியை நெருப்பில் காய்ச்சக் கொடுத்துவிட்டு, ஓய்வெடுத்துக்கொண்டிருந்தான் பிறகு சாவகாசமாக எழுந்து, அதை எடுத்து பெருமாளின் வயிற்றில் மாறி மாறிச் சொருகினான். அதற்குப் பிறகு கம்பியைக் காய்ச்சக் கொடுத்துவிட்டு ஓய்வெடுத்தான். பின் கம்பியை வாங்கிக்கொண்டு என்னை நோக்கி வந்தான். அவன் முகத்தில் அப்படி ஓர் அமைதி தவழ்ந்தது. என் உயிர் எழுந்து அவன் குரல்வளையை நோக்கிப் பாய்ந்தது. பிறகு சூன்யத்திற்குள் உயிர் சுருண்டது. கம்பியின் இழுப்பில் அலறினேன். உடம்பெல்லாம் எரிந்தது. சாவகாசமாகக் கம்பியினால் என் உடலில் கோடுகள் வரைவது போல் இழுத்தான். உயிர் அலறித் துடித்தது. சற்று நேரத்தில் கோடுகள் வரைவது

நின்றது. கண்களைத் திறந்தேன். சாவகாசமாக சிகரெட் பிடித்துக்கொண்டு ஆர்னால்டு நின்றிருந்தான். பின் சிகரெட்டைக் கீழே போட்டுவிட்டுத் தன் பட்டாளத்துடன் வாகனத்தில் சென்றுவிட்டான். என்னை ஏன் கொல்லாமல் விட்டுச் சென்றான் என்று தெரியவில்லை. நினைவுகள் மங்கிக்கொண்டிருந்தன. உயிர் சாகத் துடித்துக்கொண்டிருந்தது. யாரோ போலீஸ்காரர் வெள்ளையாக இருந்தார். வானத்திலிருந்து வந்த வெள்ளைப் போலீஸா அல்லது இயேசுநாதரா என்று தெரியவில்லை. என் கட்டுகளை அவிழ்த்தார். என் கால் விலங்குகளை உடைத்தார். மடியில் கிடத்தி, வாயில் நீரூற்றினார். மருந்து போட்டார். என் காதருகே பிராயச்சித்தம் என்றார். போர்வையால் போர்த்தினார். வானத்தில் பறந்து மறைந்து சென்றார். பிறகு தோன்றினார். எனக்கு உணவூட்டினார். மறைந்தார். தோன்றினார். ஒரு நாள் மறைந்தேவிட்டார். ரணத்தோடு எழுந்தேன். வெகு தூரம் நடந்து, பிச்சை எடுத்து உண்டு, அந்தப் புதிய இடத்தில் ஓர் அரசாங்க ஆஸ்பத்திரியில் சேர்ந்தேன். என்னை யாருக்கும் தெரியவில்லை. வானத்திலிருந்து வந்த வெள்ளைப் போலீஸ் அல்லது இயேசுநாதர் எனக்கு அப்படி ஓர் பாதுகாப்பை அளித்திருந்தார். அவரை என்னால் தெளிவாகப் பார்க்க முடியவில்லை. 'மறைந்திரு' என்றார். நானும் மறைந்திருக்கிறேன். இன்னும் மறைந்துகொண்டேயிருக்கிறேன். சுதந்திரத் தாய் வெற்றிகொண்ட பின் வரலாம் என்றிருக்கிறேன்.' கிழவன் பேச்சை முடித்துவிட்டு வெறித்துப் பார்த்துக்கொண்டிருந்தான்.

பிறகு எழுந்து, 'உன்னிடம் சொன்னதை யாரிடமும் சொல்லாதே. நான் மறையப் போகிறேன். யாரிடமும் சொல்லாதே' என்று எழுந்து என்னைப் பார்த்து மலங்க விழித்துப் பார்த்துக்கொண்டிருந்தான். பிறகு 'வருகிறேன்' என்று சொல்லிவிட்டு வயல்களினூடே ஓடிப் பார்வையிலிருந்து மறைந்தான்.

நான் திகைத்து நின்றிருந்தேன். கண்டதெல்லாம் கனவா அல்லது நினைவா என்ற பிரமை ஏற்பட்டது. மனம் துயரமாக இருந்தது. சிந்தனையிலேயே தென்னந்தோப்பையும் வயல் வெளிகளையும் கடந்து சாலைக்கு வந்தேன். சாலையில் என் ஸ்கூட்டர் மட்டும் நின்றிருந்தது. சாவி ஸ்கூட்டரிலேயே இருந்தது. இந்திரஜித் என்னைச் சந்தித்ததும் என் ஸ்கூட்டரை வாங்கிச் சென்றதும் உண்மைதானா என்று சந்தேகம் ஏற்படும்படியாக ஸ்கூட்டர் சாவியுடன் நின்றுகொண்டிருந்தது. சாலையில் ஒருவரும் இல்லை.

❍

புதிய பார்வை, 16–30 ஜூன் 1993

கஜூரி ரிடாகாவின் பேட்டி

'நகாரோ சரோமா' பத்திரிகை அலுவலகத்திற்கு, அங்கு துணை ஆசிரியராகப் பணிபுரியும் நண்பர் தொம்பராவைக் காணச் சென்றிருந்த சமயம், அவர் வெளியே கிளம்பிக்கொண்டிருந்தார். என்னைக் கண்டதும் அறைக்குள் அழைத்துச் சென்று அமர்ந்து டீ கொண்டு வரச் சொன்னார். அவர் வெளியே கிளம்பிக்கொண்டிருந்ததைப் பற்றிக் கேட்ட போது, பத்திரிகைக்காக கஜூரி ரிடாகாவைப் பேட்டி காணச் சென்றுகொண்டிருப்பதாகக் கூச்சத்துடன் கூறினார். கஜூரி ரிடாகா சஜூரியா நாட்டின், குறிப்பாகத் தளகர் மொழி சினிமாவின் பிரபல கவர்ச்சி நடிகை. ரிடாகா சரியாகப் பத்தரை மணிக்கு வரச் சொல்லியிருப்பதாகவும் தற்போது மணி பத்து ஆவதாகவும், இன்னும் வராத போட்டோகிராபர் மடையனை ஸ்டூடியோ சென்று அழைத்துக்கொண்டு செல்ல வேண்டியிருப்பதாகவும், தற்போது கிளம்பினால்தான் நேரம் சரியாக இருக்கும் என்றும், ஆட்சேபணை இல்லையென்றால் நானும் வரலாம் என்றும் நண்பர் கூறினார். நான் சற்று யோசித்துவிட்டுக் கூட வருவதாகக் கூறினேன்.

வெளியே வந்தோம். தொம்பராவிற்கு உதவியாளன் போல் தோன்றிய ஒருவன் டேப்ரிக்கார்டருடன் வந்தான். அனைவரும் தயாராய் நின்றிருந்த 5555 என்ற எண்ணுள்ள வேனில் ஏறிக்கொண்டோம். போட்டோகிராபர் மடையன் ஏன் வரவில்லை என்று அவர் உதவியாளனிடம் கேட்க, அவன் பதில் கூறிக்கொண்டிருந்தான். பின், அவர் என் பக்கம் திரும்பி என்னிடம்

சாவகாசமாகப் பேச முடியாத சூழ்நிலையில் இருப்பதற்கு வருந்துவதாகக் கூறினார்.

சமூரியாவின் அரசியல் திரைமறைவு சூழ்ச்சிகளுக்கு ஆட்பட்டிருந்த சமயம் அது. பலவித யூகங்களுக்கு இடமிருந்தது. அதுபற்றித் தொம்பராவிற்குத் தெரிந்தவற்றை அறிந்து கொள்ளலாம் என்பதற்காகத்தான் பிரதானமாக அவரைக் காண வந்திருந்தேன். பொருத்தமற்ற ஒரு சந்தர்ப்பத்தில் நான் வந்துவிட்டேன். தற்போது லட்சக்கணக்கான ஆண்களின் ஆகர்ஷணக் கேந்திரமான ரிடாகாவைக் காணச் சென்றுகொண்டிருக்கிறேன்.

வேன் ஒரு இடத்தில் நிற்க, உதவியாளன் இறங்கி ஸ்டூடியோவிற்குள் சென்றான். சற்று நேரத்தில் தொப்பை வயிறும், குறுந்தாடியுமாக கழுத்தில் காமிரா தொங்க வந்த ஒருவனுடன் உதவியாளன் ஸ்டூடியோவிலிருந்து வெளியே வந்தான். போட்டோகிராபர் தொம்பராவை அணுகி ஏதோ சமாதானம் கூறினார். அதைக் காதில் வாங்கிக்கொள்ளாத அவர் டிரைவரை அவசரமாகச் செல்லும்படி கூறினார். இருவரும் வேனில் ஏறிக்கொண்டனர். வேன் விரைந்தது.

ரிடாகாவின் பங்களாவை அடைந்தபோது நேரம் 10.35 ஆகியிருந்தது. பங்களா வாசலில் துப்பாக்கி ஏந்திய காவலர் வேனை நிறுத்தி விசாரித்தார். தொம்பரா தனது பத்திரிகை வழங்கியிருந்த அடையாள அட்டையைக் காண்பித்ததும் செல்ல அனுமதித்தார். வேனிலிருந்து இறங்கி உள்ளே நுழைந்தோம். இடதுபுறம் இருந்த அறைக்கு ஒருவர் அழைத்துச் சென்றார். அந்த அறை டைப்ரைட்டர்கள் சகிதம் ஓர் அலுவலகமாகக் காட்சி தந்தது. அதனுள் இருந்த இன்னொரு அறைக்கு அழைத்துச் சென்றார். சுழல் நாற்காலியில் மேஜைக்குப்பின் உட்கார்ந்திருந்த மிடுக்கான தோற்றம் உடைய ஒரு நடுத்தர வயது நபர் – ரிடாகாவின் காரியதரிசியாக இருக்க வேண்டும் – எங்களைக் கண்டதும் எழுந்து நின்று அனைவரிடமும் கை குலுக்கி வரவேற்று அமரச் சொன்னார். சற்று நேரத்தில் குளிர்பானங்கள் வந்தன. மேடம் தயாராகிக்கொண்டிருப்பதாக அவர் கூறினார். இண்டர்காமில் தொடர்பு கொண்டார். என்ன செய்தியைப் பெற்றார் என்று தெரியவில்லை. போனை வைத்துவிட்டு ரிடாகா முன்னணி நடிகர்களுடன் நடித்து வரவிருக்கும் படங்களின் சிறப்புத் தன்மைகளைக் கூறிக்கொண்டிருந்தார். சுவரில் பெரிய அளவில் பொருத்தி வைக்கப்பட்டிருந்த அரசாங்க, அரசியல், சினிமா பிரமுகர்களுடன் ரிடாகா காட்சியளிக்கும் பெரிய படங்களை நான் வேடிக்கை பார்த்துக்கொண்டிருந்தேன். சமூரியாவின் ராணுவ ஜெனரலும் ரிடாகாவும் கையில் மதுக் கோப்பைகளுடன் பேசிக்கொண்டிருப்பதைக் காட்சியாகக் கொண்ட படம் என்

கவனத்தை ஈர்த்திருந்தது. அடுத்தாற்போல் என் கவனத்தை ஈர்த்திருந்த படம், சமூரியாவின் பிரபல ஆன்மீகப் பிரசங்கியான சகோதரர் ஜெகாரியா, ரிடாகாவிற்கு ஆசிதரும் காட்சியைக் கொண்டது. இவை தவிர ரிடாகாவின் முகத்தை குளோசப்பில் காட்டும் படங்களும் பிரபல நடிகர்களுடன் இருக்கும் படங்களும் இருந்தன.

இண்டர்காம் ஒலித்தது. காரியதரிசி பேசிவிட்டுப் புன்னகை முகத்துடன், மேடம் தயாராக இருப்பதாகக் கூறி பங்களாவுக்குள் அழைத்துச் சென்றார். உட்புறம் அழகும், ஆடம்பரமும் மிக்க சுத்தத்துடன் காட்சியளித்தது. சோபாவில் அமர்ந்தோம். சற்றுநேரத்தில் மாடிப்படிகளிலிருந்து ரிடாகா இறங்கி வந்தார். உதவியாளர் எனத் தோற்றம் தந்த ஒரு பெண் கூடவே வந்தார். எங்கள் அனைவரிடமும் ரிடாகா கைகுலுக்கினார். சம்பிரதாய மான அறிமுகங்களுக்குப் பிறகு பேட்டி ஆரம்பமாகியது. தொம்பரா கேள்வி கேட்க ரிடாகா பதிலளித்தார்.

கேள்வி : நீங்கள் நடிக்க வந்திருக்காவிட்டால் என்னவாக இருந்திருப்பீர்கள்?

பதில் : குறைந்த வருவாய் உள்ள ஒருவரின் மனைவியாக இருந்திருக்கலாம்.

கேள்வி : எந்தச் சூழ்நிலையில் நீங்கள் நடிக்க வந்தீர்கள்?

பதில் : உங்களுக்குத் தெரியும். என் தந்தை சினிமா வாய்ப்புகளை முற்றிலும் இழந்த நிலையிலிருந்தார். அவரது கனவுகள் அனைத்தும் கலைந்து போயிருந்தன. அன்றாடச் செலவுக்கே மிகவும் கஷ்டமான நிலை. மோசமான குடிகாரனாகவும் மாறியிருந்தார். எங்கள் மீது அவர் மிகுந்த பாசத்துடன் இருந்தார். குடும்பத்தைக் கஷ்டமின்றி வைத்திருக்க இயலாத தன் நிலையை எண்ணி நொந்து புலம்புவார். அந்தச் சூழ்நிலையில் படித்துக்கொண்டிருந்த நான் சம்பாதிக்கத் தயாரானேன். சினிமா உலகில் புகுந்தேன்.

கேள்வி : உங்களுக்கு எப்படி சினிமா வாய்ப்புக் கிடைத்தது?

பதில் : ஆண்களின் உலகில், அவர்கள் விரும்பும் வகையில் அமைந்த பெண்ணின் கவர்ச்சி, அப்பெண் விரும்பி னால் பல சாதனைகளை நிகழ்த்தும்.

கேள்வி : நீங்கள் கவர்ச்சி நடிகையாகப் புகழ் பெற்றுவிட்ட பின், உங்கள் தந்தை அதை விரும்பினாரா?

பதில்	:	உண்மையில் நான் நடிப்பதையே அவர் விரும்பவில்லை. ஆனால் வேறு வழியில்லாது போயிற்று, குடித்துத் தன் தோற்றத்தை விகாரமாக்கிக்கொண்ட ஒருவருக்கு யார் சினிமா வாய்ப்புக் கொடுப்பார்கள்? சமயங்களில் நான் படப்பிடிப்பு முடிந்து வரத் தாமதமானால், நான் வரும்வரை விழித்திருப்பார். 'உன்னைச் சுரண்டி வாழும் நிலையை உருவாக்கியதற்கு எனக்கு மன்னிப்பே கிடையாது' என்று கூறுவார்.
கேள்வி	:	நீங்கள் பாதகமான சூழ்நிலையில் நடிக்க வந்திருக்கிறீர்கள். இந்தச் சூழ்நிலைமேல் ஏற்பட்ட வெறுப்பைத் தற்போது உங்கள் கவர்ச்சியினால் பழிவாங்குகிறீர்களா?
பதில்	:	பழிவாங்கவில்லை. ஆனால் என் ஈகோ மகிழ்கிறது என்பது உண்மை.
கேள்வி	:	கவர்ச்சி நடிகை என்ற திட்டத்துடன்தான் சினிமா உலகில் நுழைந்தீர்களா? அல்லது அவ்வாறு நேர்ந்து விட்டதா? ஆரம்ப நாட்களில் நீங்கள் கூச்சத்தையும் சங்கடத்தையும் உணர்ந்தீர்களா?
பதில்	:	சினிமா உலகில் நிலை பெற வேண்டும் அல்லது சாக வேண்டும் என்ற வெறியில்தான் சினிமாவில் நான் நுழைந்தேன். குடும்பச் செலவு, தந்தையின் உடனடி மருத்துவ சிகிச்சைக்கான செலவு என்ற நிர்ப்பந்தம் எனக்கு இருந்தது. தயாரிப்பாளர்களும் இயக்குநர்களும் என் தோற்றம் கவர்ச்சிகரமானது என்று கருதியிருந்தனர். ஆரம்ப நாட்களில் சங்கடமாகத்தான் இருந்தது. நான் நடித்த முதல் படம் பெரிய வெற்றியடைந்த பின் எனக்குக் கிடைத்த பணம், புகழ், மதிப்பு என் மனநிலையைச் சரிசெய்துவிட்டது.
கேள்வி	:	நீங்கள் நடிக்க வருவதற்கு முன் உங்களுக்கு இருந்த நெருங்கிய நண்பர்கள், தோழிகள் தற்போது சினிமா உலகில் உள்ள நெருங்கிய நண்பர்கள், தோழிகள் பற்றிக் கூறுங்கள்.
பதில்	:	நான் பள்ளியில் படித்துக்கொண்டிருந்த போது கஜிரா என்பவன் என்னுடன் படித்துக்கொண் டிருந்தான். சாதுவான, அழகான புத்திசாலியான பையன். அவன் மேல் எனக்கு ஆகர்ஷணம்

இருந்ததுண்டு. என் மனதிற்கு நெருக்கமானவனாக அவன் இருந்தான். அவன் இப்போது எங்கிருக்கிறான் என்று தெரியாது. சில நெருங்கிய தோழிகளும் எனக்கு இருந்தனர். நடிக்க வந்த பின்னர் மிகவும் மாறிவிட்ட என் சூழ்நிலை பெரிய இடைவெளியை உருவாக்கிவிட்டது. தற்போது அவர்களைச் சந்தித்து நீண்ட காலமாகி விட்டது. சினிமா உலகில் நெருங்கியவர்களென்று உடனடியாக யாரையும் சொல்ல முடியவில்லை. வெவ்வேறு சந்தர்ப்பங்களில் வெவ்வேறு ஆட்கள் நெருக்கமாக இருந்து உதவி செய்திருக்கின்றனர்.

கேள்வி : உங்களால் மறக்க முடியாத சம்பவம்?

பதில் : ஒரு தலைவரை அல்பமாகப் பார்க்க நேர்ந்த சம்பவம்.

கேள்வி : தற்போதைய உங்கள் நிலை பற்றி உங்களின் அபிப்பிராயம் என்ன?

பதில் : கேளிக்கை சினிமாவுடன் தொடர்புடைய எனக்குத் தற்போது கிடைத்துள்ள அனைத்துச் சிறப்புகளும் அந்தக் கேளிக்கை மனோநிலையின் பின்னணியில்தான் என்பதையறிந்துள்ளேன். ஆனால் தற்போதைய புகழ், அங்கீகாரம் நிலைத்திருக்கவே நான் விரும்புகிறேன். வெற்றிகரமான பெண்ணாக இருக்க என் சகல சாமர்த்தியங்களையும் சோர்வின்றிப் பயன்படுத்திக்கொண்டே இருப்பேன்.

கேள்வி : ஏன் அவ்வாறு நடந்துகொள்ள வேண்டும்?

பதில் : இல்லாவிட்டால் 'நகாரோ சரோமா' பத்திரிகையிலிருந்து பேட்டி காண வரமாட்டார்களே?

கேள்வி : உங்கள் தற்போதைய நிலை ஒரு கட்டத்தில் காலாவதியாகி விடுமே?

பதில் : ஆம். அப்போது நான் வேறு ஒரு நிலையில் செல்வாக்குள்ளவளாக ஆகியிருப்பேன்.

கேள்வி : உங்களுக்குப் பிடித்த நிறம்?

பதில் : வான் நீலம்.

ரிடாகா வாட்சைப் பார்த்துவிட்டுத் தன் உதவியாளரைப் பார்த்தார். அவள் தொம்பராவிடம், ரிடாகா தற்போது ஜி.என். ஸ்டுடியோவிற்கு ஒரு படப்பிடிப்புக்காகச் செல்ல

நேரம் நெருங்கிக்கொண்டிருப்பதாகக் கூறினாள். ரிடாகா, 'முடித்துக் கொள்ளலாம்' என்று கூறி அனைவரிடமும் மீண்டும் கை குலுக்கினார். ரிடாகா உதவியாளரிடம் ஏதோ சொல்ல அவள் தன் கைப்பையிலிருந்து இரண்டு போட்டோவை எடுத்து தொம்பராவிடம் அளித்து, இவற்றைப் பிரசுரித்தால் நல்லது என்றாள். நாங்கள் கிளம்பினோம்.

நான் தொம்பராவைச் சந்தித்ததும், 5555 என்ற எண்ணுள்ள வேனில் ஏறியதும், ஸ்டூடியோ சென்று போட்டோ கிராபரை ஏற்றிக்கொண்டதும், கமூரி ரிடாகாவைப் பேட்டி காணச் சென்றதும், அவர் பேட்டி கொடுத்ததும் மிக்க உண்மை. ஆனால் பேட்டிதான் மேற்கண்டவாறு இருக்கவில்லை.

(சமூரியா நாட்டைச் சேர்ந்த எழுத்தாளர் Gadarieயின் 'Beyond The Words' என்ற புத்தகத்திலிருந்து.)

O

புதிய நம்பிக்கை 52, மே 1993

அறிக்கை

அமெரிக்காவிலிருந்து விமானத்தில் வந்த சரவணன், ஒரு நீளமான காரில் வீட்டை நோக்கிச் சென்றுகொண்டிருந்தான். சாலையின் இருபுறமும் வயல்கள் இருந்தன. தலையில் புல்லுக்கட்டுடன் சாலையில் பிருஷ்டத்தை ஆட்டியபடி சென்று கொண்டிருந்தாள் ஒரு பெண். திடீரென்று மாடு ஒன்று மிரள, கார் வர, கிட்டத்தட்ட காரில் மோதியபடி அவள் கீழே விழ, அவன் காரை நிறுத்தி இறங்கி வர, அவள் திரும்ப, நல்ல சிவப்பாக, ஒழுங்கு செய்யப்பட்ட புருவங்களுடன் அவள் இருந்தாள். அவள் அவனை நோக்கிக் கிராமிய பாஷையில் திட்டினாள். அவன், 'ஓடிக்கொண் டிருக்கும் காரின் முன்னால் வந்து விழுந்ததும் அல்லாமல், பேச வேறா செய்கிறாய்?' என்றான். இவ்விதமாக மேலும் பேசினர். அவள், தான் கட்டியிருந்த பட்டுப் புடவையில் சேறு படிந்ததைப் பார்த்து மேலும் கத்தினாள்.

வீட்டிற்குள் நுழைந்ததும் அம்மா எதிர் கொண்டு வர, அவன் அவள் காலைத் தொட்டு வணங்கி, தழுவிக்கொண்டான். அம்மா அழுதாள். இருவரும் மாலையிடப்பட்ட அவன் தகப்பனாரின் படம் அருகே சென்றனர். அவன் கண்களும் கலங்கி யிருந்தன. மானேஜர், அலுவலக அறைக்கு அழைத்துச் சென்று சில பைல்களைக் காட்டினார். அவன் சில செலவுகள் பற்றி விசாரித்தான்.

நகர சாலையில் அவன் நீளமான காரை பாட்டுக் கேட்டபடி ஓட்டி வந்துகொண்டிருந்தான்.

திடீரென்று மாடு ஒன்று சாலையில் காருக்கு முன்னால் வர, கார் கிறீச்சிட்டு நின்றது. சாலை ஓரத்திலிருந்து முன்னர் அவன் காரின் முன் விழுந்த பெண் ஆடிக்கொண்டே ஓடிவந்தாள். கார் முன் வந்து ஆடினாள். பாட்டு ஒன்று பாடினாள்.

    தில்லாட்டாங்கு தாங்கு
    நீ மாட்டிக்கிட்டா ஏங்கு
    எங்கிட்டே வந்தா
    தாங்குமா உடம்பு
    ஆடுவேன் நானும்
    தாண்டிக்குடி கள்ளு
    தில்லாட்டாங்கு தாங்கு
    நீ மாட்டிக்கிட்டா ஏங்கு

சாலையின் இருபுறமிருந்தும் வண்ண ஆடைகள் அணிந்த பெண்கள் சாலையின் நடுவே ஆடினர். விசிலடித்துக் கொண்டே வந்த ஒரு நோஞ்சான் போக்குவரத்துக் காவலரின் பிருஷ்டத்தை, ஆடிக்கொண்டே, தனது பிருஷ்டத்தால் இடித்தாள் அவள். காவலரும் அவர்களுடன் சேர்ந்து ஆடினார். அவள் காரின் பேனட்டில் படுத்துக்கொண்டே பாட, சில பெண்கள் காரின் மேல் நின்று ஆடினர்.

லாரி டிரைவர் ஒருவரிடம் மானேஜர் ரகசியமாக ஏதோ பேசினார். பின்னர் லாரி ஒன்று வேகமாக வந்துகொண் டிருந்தது. பல்லைக் கடித்தபடி முகத்தைக் கோணிக்கொண்டே டிரைவர் லாரியை ஓட்டிக்கொண்டிருந்தார். லாரி இவர்கள் ஆடிக்கொண்டிருந்த இடத்தை நெருங்கியது. லாரியைக் கவனித்த சரவணன், விலக, காரை இடித்துவிட்டு லாரி செல்ல, அவள் எவ்விதமோ கீழே விழுந்து பிளாட்பாரத்தில் மோதி அவள் நெற்றியில் ரத்தமும் வந்தது.

அந்தப் பக்கம் ஆட்டோ ஓட்டிக்கொண்டு வந்த ஆட்டோ டிரைவர், ஆட்டோவை நிறுத்தி இறங்கி விழுந்தவளை நோக்கி ஓடி வந்தான். நாடித்துடிப்பைப் பார்த்தான். கைக்குட்டையை எடுத்து அவள் தலையில் கட்டினான். சரவணனைப் பார்த்து, கார் சேதமடைந்திருப்பதால் ஆட்டோவில் சென்று விடலாம் என்றான். அவள் கூட ஆடியவர்கள் எல்லாம் காணாமல் போயிருந்தனர். ஆட்டோவில், அவளைக் கிடத்தி சரவணனும் அமர்ந்துகொண்டான்.

அழகான ஆஸ்பத்திரி வராண்டாவில் ஆட்டோ டிரைவராக வந்தவன் ஸ்டெதாஸ்கோப்பை மாலையாகப் போட்டுக்கொண்டு வர, அருகில் சரவணன் வந்துகொண்டிருந்தான். 'டாக்டராக இருந்தும் நீங்கள் ஏன் முத்து ஆட்டோ ஓட்ட வேண்டும்' என்று

சரவணன் கேட்க, 'உழைப்பின் பெருமையை உலகுக்கு எடுத்துக் காட்டத்தான்' என்று முத்து பதில் கூறினான். 'உங்களைப் போன்றவர்கள் இருப்பதுதான் உழைப்பாளிகளுக்குப் பெருமை' என்று சரவணன் நெகிழ்ந்து கூறினான்.

மரிக்கொழுந்து – அதுதான் அவள் பெயர் – கண் விழித்தாள். அருகே ஒரு கிழவர் நின்றுகொண்டிருந்தார். 'அப்பா' என்று அழைத்த அவள், அவரருகே நின்றுகொண்டிருந்த சரவணனைக் கண்டு நாணினாள். பிறகு அப்பாவிடம் அவரை அறிமுகப்படுத்த முயல, அவரோ, 'தம்பியைத் தூக்கி வளர்த்த தோள் அம்மா இது; தர்ம தேவனாகப் பார்த்து அனுப்பி வைத்த தங்கம் அம்மா; இவர் வீட்டுக்கு மட்டும் அல்ல, இவருக்கும் நான் வாட்ச்மேன் அம்மா' என்றார் வாட்ச்மேனான அவர். சரவணன் நெகிழ்ந்து அவரைத் தட்டிக் கொடுத்தான்.

அவள் கண்கள் எதிரேயிருந்த ஒரு இயற்கைக்காட்சிப் படத்தில் லயிக்க, எவ்விதமோ புகை சூழ்ந்த ஒரு பூங்காவின் நடுவேயிருந்த மணிமண்டபத்தில், ஆபணரங்கள், கச்சையணிந்த தோற்றத்தில் அவள் தோன்ற, கிரீடமணிந்த ராஜா தோற்றத்தில் அவளை நோக்கி சரவணன் வந்தான். அவன் வாய் அசைய பாட்டுப் பாடினான். அவளும் பாடினாள்.

சரவணன் : எங்கேயும் உன் எண்ணம்
இங்கேயும் உன் வண்ணம்

மரிக்கொழுந்து : தர்மராஜா நீ என் ரோஜா
தலைவனே என் புரட்சி மணவாளனே

இவ்விதமாக அவர்கள் ஆரம்பித்து சரசமாடி முடித்தனர்.

தொழிற்சாலையில் தொழிலாளர்களைக் கூலி வாங்குமாறு ஒருவன் அலட்சியமாக அழைத்தான். கண்ணாடி அணிந்த ஒரு வயதானவர் மேஜையில் பணப்பெட்டியை வைத்து வழங்கத் தயாராக இருந்தார். காக்கி ஆடைகள் அணிந்த தொழிலாளர்கள் கூட்டத்திலிருந்து ஒரு பெரிய மனிதர், அனைத்துத் தொழிற்சாலைகளிலும் கூலி அதிகமாகக் கொடுப்பதாகவும், இங்கு மட்டும் கொடுக்கும் குறைவான கூலியை நாம் வாங்கக் கூடாது என்றும் பேசினார். 'ஆமாம் கூலி உயர்வு வேண்டும்' என்று தொழிலாளர்கள் கோஷமிட்டனர். இந்த நேரம் அங்கு தோன்றிய மானேஜர், 'செங்கோடா' என்று அழைத்தார். உடனே ஆஜானுபாகுவான தோற்றமுடைய ஒரு முரட்டு மனிதன் தோன்றினான். அவன் முதலில் பேசிய அந்தப் பெரிய மனிதரை நோக்கி முன்னேறினான். அவரும், தொழிலாளர்களும் பின் நகர்ந்தனர். அவன், அவரை நெருங்கும் சமயம், 'நிறுத்து' என்று

ஒரு குரல் ஒலித்தது. சரவணன் அங்கு தோன்றி அவர்களை நோக்கி வந்தான்.

மானேஜர் முகம் மாறியது. சரவணனைக் கண்டதும், 'சின்ன முதலாளி' என்று அனைவரும் அவனைச் சூழ்ந்து கொண்டனர். மற்ற தொழிற்சாலைகளில் தொழிலாளர்களுக்கு நாளொன்றுக்கு ரூ. 40 கொடுப்பதாகவும், இங்கு ரூ. 25 தான் கொடுப்பதாகவும் தொழிலாளர்கள் அவனிடம் கூறினார்கள். சரவணன் மானேஜரை அழைத்து விசாரித்தான். மானேஜர் சமாளித்தார். சரவணன், தொழிலாளர்களிடம், 'இன்று முதல் நாளொன்றுக்கு ரூ. 50 வழங்கப்படும்; தொழிற்சாலையில் கிடைக்கும் லாபத்தில் தொழிலாளர்களுக்கும் பங்கு கொடுக்கப்படும்' என்று அறிவித்தான். 'சின்ன முதலாளி வாழ்க! தொழிலாளர் தலைவர் வாழ்க! மக்கள் தலைவர் வாழ்க!' என்று தொழிலாளர்கள் கோஷமிட்டார்கள். மானேஜர் இடது கை உள்ளங்கையில், மடக்கப்பட்ட வலது கைவிரல்களால் குத்திச் சலித்துக் கொண்டார்.

ஒரு வீட்டின் ஜன்னலின் வழியே ஒரு பெண் கடைக் கண்ணால் பார்த்துக்கொண்டிருந்தாள். எதிர் வீட்டு ஜன்னலின் வழியே ஆட்டோ டிரைவர் – கம் – டாக்டரான முத்து அவளிடம் ஏதோ சைகை செய்துகொண்டிருந்தான். சந்திக்க வேண்டிய இடம் பற்றிய சைகைப் பரிமாற்றமாக அவை இருந்தன. 'தெய்வானை' என்ற குரல் ஒலித்ததும் அவள் 'என்ன அப்பா' என்று ஓடினாள். தொழிலாளர்களிடையே பெரிய மனிதராகத் தோற்றம் தந்து பேசிய அவர் – மாணிக்கம் அண்ணன் – 'கொஞ்சம் தண்ணீர் கொண்டு வாம்மா' என்றார். தெய்வானை தண்ணீர் கொண்டு வந்து கொடுத்தாள். மாணிக்கம் அண்ணன், 'எப்போது கல்யாணக் கோலத்தில் உன்னைப் பார்க்க எனக்குக் கொடுத்து வைத்திருக்கிறதோ' என்று பெருமூச்செறிந்தார். அவள் வெட்கப்பட்டு ஓடி, ஜன்னலருகே நின்று கடைக்கண்ணால் பார்த்தாள்.

O

பூங்காவின் ஒருபுறம் சரவணன் தோன்றிப் பாடினான்.

    வெற்றிக் கொடி நாட்டி வா – திருமகளே
    என் மனதில் புகுந்தவளே
    விழி வாள் வீசி வென்றவளே
    வா ... வா ... வா ...

மரிக்கொழுந்து இடுப்பை அசைத்து அசைத்து நடந்து வந்தாள்.

திடீரென இன்னொருபுறம் முத்து தோன்றிப் பாடினான்.

எட்டுத் திக்கும் பாடிவா – என்னவளே
என் இதயத்தில் நின்றவளே
வான் அதிரவே நடனமாடி வா
வா ... வா ... வா ...

தெய்வானை இதற்கேற்றாற்போல் வந்தாள்.

ஒருபுறம் பாடி ஆடிக்கொண்டிருந்த ஜோடிக்கு, இன்னொருபுறம் ஒரு ஜோடி பாடி ஆடிக்கொண்டிருப்பது தெரியாது. ஆட்டமும் பாட்டமும் தொடர்ந்து நடைபெற்று முடிந்தது. சரவணனும் மரிக்கொழுந்தும் கைகோர்த்து ஓடிவந்துகொண்டிருந்தபோது 'சின்ன முதலாளி' என்று ஒரு குரல் ஓலமிட்டது. மாணிக்கம் அண்ணன் ரத்தம் கசியும் வயிற்றைப் பிடித்தபடி தள்ளாடியபடி அவனை நோக்கி வந்தார். 'மாணிக்கம் அண்ணே' என்று கத்தியபடி சரவணன் அவரைத் தாங்கிக்கொண்டான்.

மாணிக்கம் அண்ணன் கூறினார், 'தம்பி நீ மக்கள் தலைவன். நான் ஒரு ரகசியம் சொல்றேன். உங்க அப்பா இயற்கையா சாகலை. இந்த மானேஜர் கொன்றுவிட்டு விபத்துலே இறந்ததா எல்லோரையும் நம்ப வைச்சுட்டான். இன்னிக்கு செங்கோடன்கிட்டே அவன் பேசிக்கிட்டிருந்ததை நான் கேட்டுட்டேன். அதைப் பார்த்த செங்கோடன் என்னைத் துரத்திக் கத்தியாலே குத்திட்டான். அது மட்டுமில்லை. கழுகு மலைக் காட்டிலே தேசத் துரோகக் கும்பலோடு சேர்ந்து ஆயுதங்கள் தயாரிச்சு நாட்டின் அமைதியை நாசமாக்கத் திட்டம் போட்டிருக்கான்; இந்த நாட்டை, தம்பி நீதான் காப்பத்தணும்...

முத்துவும் தெய்வானையும் அவரைப் பார்த்துவிட்டனர். 'அப்பா' என்று அழுதுகொண்டே தெய்வானை ஓடிவந்தாள். மாணிக்கம் அண்ணன், அவள் கையைப் பற்றி சரவணனிடம் கொடுத்து, 'இனிமே நீதான் தம்பி இவளைக் காப்பாத்தணும், தகப்பன் இல்லாத குறையை நீதான் தீக்கணும். தம்பி, உன் தங்கச்சியா நினைச்சு, இவளுக்கு ஒரு கல்யாணத்தை...' அவரின் உயிர் போய்விட்டது. தெய்வானை 'அப்பா' என்று அலறினாள்.

போர் வீரர்களுக்குரிய உடைகளுடன் சரவணனும் முத்துவும் ஜீப்பில் கழுகுமலைக் காட்டிற்குள் சென்றுகொண்டிருந்தனர். சரவணன் அருகே மரிக்கொழுந்து பான்ட் சட்டை அணிந்து உட்கார்ந்துகொண்டிருந்தாள். பாதையில் வழியை அடைத்து விழுந்து கிடந்த ஒரு மரத்தினை அகற்ற சரவணனும், முத்துவும் இறங்கி மரத்தைத் தூக்கினர். திடீரெனப் பெருங்கூச்சல் கேட்டது. அவர்களைச் சுற்றி ஆதிவாசிகள் நின்றிருந்தனர்.

அவர்கள் கையில் ஈட்டி இருந்தது. முகத்தில் வண்ணங்களில் ஏதோ வரைந்திருந்தார்கள். தலையில் எதையோ கிரீடம் போல அணிந்திருந்தனர். மூவரும் அவர்களிடம் சிக்கிக்கொண்டனர்.

'ஜும்மக ஜும்மா...ஜும்மக ஜும்மா' என்று கூச்சலிட்டவாறு அந்த ஆதிவாசிகள் சிம்மாசனத்தில் அமர்ந்திருந்த தலைவனிடம் அழைத்து வந்தனர். ஒருவன், 'தலைவா, நகரத்தைச் சேர்ந்த இவர்கள் நம் எல்லைக்குள் வந்துவிட்டனர்' என்றான். கனத்த சரீரமுடையவனாக இருந்த தலைவன், 'இவர்களைப் பலியிடுங்கள்' என்றான். ஆதிவாசிகள் உற்சாகக் குரல் எழுப்பினர்.

முரசங்கள் முழங்கின. 'தொய்யர தொய்யோ... தொய்யர தொய்யோ' என்று ஆதிவாசிப் பெண்கள் கவர்ச்சிகரமான உடையில் சீராக அசைந்து ஆடினர். மூவரும் தனித் தனி மரத்தில் கட்டப்பட்டிருந்தனர். முரசங்கள் முழங்கின. ஆதிவாசிப் பெண்கள் ஆடிக்கொண்டிருந்தனர். திடீரென இடி இடித்தது. மின்னல் வெட்டியது. மழை பெய்ய ஆரம்பித்தது. மழையில் நனைந்து கொண்டே ஆதிவாசிப் பெண்கள் ஆடிக்கொண்டிருந்தனர். சரவணனும், முத்துவும், மரிக்கொழுந்தும் மழையில் நனைந்தனர். டோப்பா முடியிலும் பவுடர் முகத்திலும் மழை விழுவது அவர்களுக்கு மிகுந்த அசௌகரியமாக இருந்தது. வாளைக் கையில் வைத்துக்கொண்டு ஒருவன் ஆடிக்கொண்டிருந்தான். இன்னும் சற்று நேரத்தில் தெய்வானை, ஆதிவாசிப் பெண்கள் உடையில் தோன்றிப் பாடிக் கொண்டே, மது அருந்திய பாவனையில் கையில் மதுக் குடுவையுடன் வந்து ஆதிவாசிகள் அனைவருக்கும் மது விநியோகித்து மயக்கலாம், அல்லது ஆதிவாசிப் பெண் உடையில் கையில் கத்தியுடன் பாடிக் கொண்டே வந்து ஆதிவாசிகளுக்குத் தெரியாமல் அவர்கள் கைக்கட்டுகளை அறுத்துவிடலாம் என்று நினைத்துக்கொண்டே, சரவணனும், முத்துவும், மரிக்கொழுந்தும் இன்னும் மழையில் நனைந்துகொண்டிருந்தனர். நேரம் நெருங்கிக் கொண்டிருந்தது. முரசங்கள் முழங்கிக்கொண்டிருந்தன. மழை பெய்துகொண்டிருந்தது. ஆனால் இன்னும் பாட்டுச் சத்தம் கேட்கவில்லை.

அதே சமயம் சென்னை பல்லாவரம் பகுதியில் ஒரு பிரியாணிக் கடையருகே கிடந்த சில காகிதங்களைக் குப்பை பொறுக்கும் ஒரு சிறுவன் எடுத்துக் கோணிப்பைக்குள் திணித்தான். அந்தக் காகிதங்கள் 1991 ஆகஸ்டு மாதத்திய 'ப்யூச்சர் இந்தியா' பத்திரிகையின் பக்கம் 39 முதல் 42 வரையுள்ள பகுதிகளாகும். அதில் குறிப்பிட்டிருந்த சில தகவல்கள் மட்டும் வருமாறு:

1991–1992ஆம் நிதியாண்டிற்கு மூன்றுவித பற்றாக்குறைகள் இருப்பதாக மதிப்பிடப்பட்டுள்ளது. நிதிப் பற்றாக்குறை மதிப்பீடு

ரூ. 37, 727 கோடி, வருவாய்ப் பற்றாக்குறை ரூ. 13, 584 கோடி. வழக்கமான பட்ஜெட் பற்றாக்குறை ரூ. 7, 719 கோடி. நிதிப் பற்றாக்குறை என்பது அரசு செலவு செய்யத் திட்டமிட்டுள்ள தொகைக்கும் வரி மற்றும் வரியில்லா வருவாய்க்கும் உள்ள வித்தியாசம். இதைச் சரிக்கட்ட அரசு கடன் வாங்கவேண்டும் அல்லது நோட்டு அச்சடிக்க வேண்டும் அல்லது இரண்டையும் செய்தாக வேண்டும். வெளிநாடுகளிடம் அரசு பட்டுள்ள கடன் ரூ. 1, 20, 000 கோடி. இது செலாவணி மதிப்பை குறைத்ததற்கு முன் இருந்த தொகை. உலகவங்கி கூறும் தொகை இன்னும் அதிகம். உள்நாட்டில் தன் மக்களிடம் அரசு வாங்கியிருக்கும், வாங்கவிருக்கும் கடன் ரூ. 3, 20, 000 கோடி. அத்தனை கடன்காரர் களும் ஒரே நாளில் வந்து கடனைத் திருப்பிக் கேட்டால் நம் தேசீய வருமானத்திற்குச் சமமான தொகையை அரசு கொடுக்க வேண்டியிருக்கும். அதாவது இந்த நாட்டின் ஒவ்வொரு ஆணும் பெண்ணும் குழந்தையும் தனது ஒரு ஆண்டுச் சராசரி வருமானத்தைத் தியாகம் செய்ய வேண்டியிருக்கும்.

❍

விருட்சம் 18–19, அக்டோபர் 92, மே 93

எலும்புக்கூடுகள்

என் பெயர் லூயி பெர்டினாண்ட். நான் 1875ஆம் ஆண்டு ஏப்ரல் 29-ந் தேதி பாரிஸில் பிறந்தேன். என் படிப்பு மானிட இயல் சம்பந்தப்பட்டிருந்ததாலும், அந்த இயலில் நான் ஆர்வம் கொண்டிருந்ததாலும், 1897ஆம் ஆண்டு ஆஸ்திரேலியா சென்று, பின் அங்கிருந்து கரேஷியா சென்றேன். என் ஆராய்ச்சி நீக்ரோ – ஆஸ்திரேலிய இனம் சம்பந்தப்பட்டதாக இருந்தது. ஐரோப்பிய நாட்டைச் சேர்ந்தவர்களால், நீக்ரோ – ஆஸ்திரேலிய இனத்தினர் வாழும் ஆஸ்திரேலியா, கரேஷியா, மரேலியா நாடுகள் ஆக்கிரமிக்கப்பட்டிருந்தன.

கரேஷியாவிலேயே நான் என் வாழ்க்கையை அமைத்துக்கொண்டேன். 1901ஆம் ஆண்டு ஜனவரி 22-ந் தேதி ஜெனிஃபரை நான் மணந்தேன். அதே நாளில்தான் பிரிட்டனின் ராணி விக்டோரியா இறந்தார் என்பதை என் மனைவி அடிக்கடி சொல்லிக்கொண்டிருப்பாள். எங்கள் மண வாழ்க்கை மகிழ்ச்சியாக இல்லை. மானிட இயல் பற்றிய என் ஆர்வங்கள் அவளுக்கு ஏனோ வெறுப்பை ஏற்படுத்திக்கொண்டிருந்தன. என்னிடம் சொல்லிக் கொள்ளாமலேயே ஒரு நாள் எங்கள் மகன் பெர்னார்டு ரேன்ஸையும் அழைத்துக்கொண்டு பிரிட்டன் சென்றுவிட்டாள்.

நான், என்னுடைய இரண்டு உதவியாளர்களுடன் நீக்ரோ – ஆஸ்திரேலியா இனம் பற்றிய ஆராய்ச்சியில் ஈடுபட்டிருந்தேன். நீக்ரோ – ஆஸ்திரேலிய இனம் பின்வரும் அடையாளங்களை இயல்பாகக் கொண்டது. தோல், மயிர், கண்கள்

ஆகியவற்றின் கருமை நிறம். சுருண்ட அல்லது அலை படிந்த தலைமுடி. முகத்தின் மேலும், உடம்பின் மேலும் மிகவும் அருகிய, ஆனால் சிலருக்கு அடர்த்தியான மயிர். முகம், தாடைப்புறம் ஓரளவு அகன்றிருக்கும். மூக்குத் துவாரங்கள் அகலமானவை. மேல்தாடை கொஞ்சம் துருத்தியிருக்கும். தடித்த உதடுகள். உடலுடன் ஒப்புநோக்கும் போது பெரும்பாலோருக்குக் கால்கள் நீளமானவை.

நீக்ரோ – ஆஸ்திரேலியா வகைத் தன்மைகொண்ட குழு இந்தியாவிலோ, சீனாவிலோ, தெற்கு ஆசியாவின் ஒரு பகுதியிலோ பின் தொன்மைக் கற்காலத்தின் ஆரம்பத்தில் வசித்தது என்றும், பிற்காலத்தில் இது மேற்குக் கிளையாகவும், கிழக்குக் கிளையாகவும் பிரிந்தது என்றும், பின்னர் இந்தக் கிளைகள் பிரதேசத் தொடர்பைத் தமக்குள் இழந்துவிட்டன என்றும் நான் அபிப்பிராயம் கொண்டிருந்தேன்.

1930ஆம் ஆண்டு செப்டம்பர் 28 –ந் தேதி நாங்கள் அதிர்ச்சியும், ஆச்சரியமும் அடையும்படியாக ஏகப்பட்ட எலும்புக்கூடுகள், ‘கம்பக்டி டமரு’ என்ற நகரின் வெளிப்பகுதியில் கிடைத்தன. இவற்றின் நீளம், கபாலத்தின் கொள்ளளவு, மண்டையோடு ஆகியவற்றைக் கொண்டு, இவை கரேஷியர்களின் எலும்புக்கூடுகள் என்ற அபிப்பிராயத்திற்கு வந்தேன். இவ்வளவு எலும்புக்கூடுகள் அந்தக் குறிப்பிட்ட இடத்தில் கிடைப்பதற்கான காரணம் எனக்கு விளங்கவில்லை. தோண்டத்தோண்ட எலும்புக்கூடுகள் வெளிவந்து கொண்டிருந்தன. இன்னதென்று கண்டறிய இயலாத காரணங்களினால் அதிகமானோர் இறந்திருக்கலாம் என்ற பொதுவான அபிப்பிராயத்திற்குத்தான் வரவேண்டியிருந்தது.

ஆஸ்திரேலியா, கரேஷியா, மரேலியா நாடுகள் ஒன்றுக்கொன்று அருகிலுள்ள நாடுகள். பிரிட்டன் மற்றும் ஐரோப்பியர்களின் குடியேற்றம் ஏற்படுவதற்கு முன்பும் தற்போதும் கரேஷியாவில் மக்கள் தொகை விகிதத்தில் கரேஷியர்களே பெரும்பான்மையானவர்களாக இருந்தார்கள்.

எனினும் மரேலியர்களின் நெடுங்கால ஆட்சியின் கீழ்தான் கரேஷியா இருந்தது. மரேலிய பிரிவைச் சேர்ந்த நரோமா பரம்பரையே கரேஷியாவை ஆண்டு வந்தது. பிரிட்டனின் ஆட்சி ஏற்பட்ட பின் அரசர் குடும்பே நரோமா பொம்மையாக்கப் பட்டார். இக்காலகட்டத்தில் கரேஷியாவில், பெருமளவு பிரிட்டன் சார்ந்த ஐரோப்பியக் குடிகளின் எண்ணிக்கை மொத்த எண்ணிக்கையில் பதினைந்து சதவீதமாக இருந்தது.

பெருமளவில் எலும்புக்கூடுகள் கிடைத்தது பற்றி அடுத்த நாள் பத்திரிகைகளில் செய்திகள் வெளிவந்தன. மூன்று நாட்கள்

கழித்து, ஒரு ராணுவ அதிகாரி என்னைச் சந்தித்தான். தொப்பியைக் கழற்றியதும் அவனுடைய பொன்னிற முடி பளபளத்தது. அதற்காகவே அவன் தொப்பியைக் கழற்றினானோ என்றும் தோன்றியது. ராணுவச் செயலகத்தின் உதவி அலுவலர் என்னைச் சந்திக்க விரும்புவதாகவும் கையோடு அழைத்து வரச் சொல்லி உத்தரவு என்றும் கூறினான். நான் உடைகள் மாற்றிக்கொண்டு அவன் கூடச் சென்றேன். பாதுகாப்பு நிலைகளையும் ஆங்காங்கே ஓர் ஒழுங்குக்கு உட்பட்டு நின்றுகொண்டிருந்த ராணுவத்தினரையும் கடந்து அந்த அலுவலரின் அறைக்குச் சென்றோம். உள்ளே நுழைந்து திரும்பி வந்து, என்னை அழைத்துச் சென்றவன் அலுவலர் அழைப்பதாகக் கூறினான். நான் மட்டும் உள்ளே சென்றேன்.

இந்தச் செயலகக் கட்டிடம் என் சுதந்திரத்தைப் பறித்துக் கொண்டிருப்பதாகத் தோன்றியது. அலுவலர் என்னை வரவேற்று அமரச் சொன்னார். எனது கண்டுபிடிப்புகளும் ஆராய்ச்சிகளும் பேரரசின் பெருமையைக் காட்டுவதாகக் கூறினார். பெருமளவில் கிடைக்கும் எலும்புக்கூடுகள் தொடர்பாக விசாரித்தார். நான் உற்சாகமாக விவரிக்க ஆரம்பித்தேன். ஆரம்பித்த சற்றைக்கெல்லாம் அவர் பொறுமையின்றி ஆனால் அதை அடக்கிக் கேட்டுக்கொண்டிருப்பதாகத் தோன்றியதால் நான் விரைவிலேயே நிறுத்திவிட்டேன். இந்த எலும்புக்கூடுகள் எப்படி அந்த இடத்தில் வந்தன என்றும் அந்த எலும்புக் கூடுகளின் பின்னணி பற்றியும் கேட்டார். அந்த எலும்புக் கூடுகள் அனைத்தும் கரேஷியர்களுடையவை என்று அறிய வந்திருப்பதாகக் கூறினேன். இன்னதென்று அறிய இயலாத இயற்கையின் உற்பாதங்களினால் ஏற்பட்ட அழிவின் காரணமாக இருக்கலாம். பாதுகாப்புக் கருதி ஒரே இடத்தில் குழுமியிருந்த போது அழிவு ஏற்பட்டிருக்கலாம். கரேஷியர்களின் வெவ்வேறு குழுக்களிடையே ஏற்பட்ட சண்டை காரணமாக அழிவு ஏற்பட்டிருக்கலாம். அழிவுக்குட்பட்ட குழுவினர் ஏதோ சதிக்கு உட்படுத்தப்பட்டு அல்லது ஒரே இடத்தில் குழும வைக்கப்பட்டு அழிக்கப்பட்டிருக்கலாம். சரியான காரணம் பிடிபடவில்லையென்று கூறினேன். நான் கடைசியாகக் கூறிய காரணம் மிக சுவாரஸ்யமாக இருப்பதாகவும், மரேலியர்களால், கரேஷியர்கள் தாக்கப்பட்டிருக்கலாம் என்ற கருதுகோளுக்கு வரச்சான்றுகள் உண்டா என்றும் கேட்டார். இந்தக் கருதுகோளுக்கு வர வாய்ப்பில்லை என்றும், மரேலியர்களின் குடியேற்றக் காலம் பிற்காலத்தியது என்றும், அதற்கு முற்பட்ட காலத்தைச் சேர்ந்தவை இந்த எலும்புக்கூடுகள் என்றும் கூறினேன். இதில் மாற்றம் ஏற்பட வாய்ப்புண்டா என்று கேட்டார். நான் இல்லை என்றேன்.

அவர் பேசினார்: 'கரேஷியாவில் நமது அரசுக்கு எதிரான போராட்டங்கள் பற்றி உங்களுக்குத் தெரியும். உங்களுடைய கண்டுபிடிப்புகள் சரித்திர முக்கியத்துவம் வாய்ந்தவை. சரித்திரப் பதிவுகள் பெற்ற சில சம்பவங்கள் மாறாத தழும்புகளாக மக்கள் மனங்களில் இடம் பிடித்திருக்கும். நம்மை ஸ்திரப்படுத்திக் கொள்ள நாம் பல தந்திரங்களிலும் ஈடுபட வேண்டியிருக்கிறது. எதைக் காட்டிலும் நமது பேரரசின் பெருமை மிக முக்கியமானது. மரேலியர்களுக்கும் கரேஷியர்களுக்குமான பிளவை ஆழப்படுத்துவதன் மூலம் சச்சரவுகள் ஏற்பட்டு மக்களின் வாழ்வை ஒழுங்கு செய்வதற்கான சக்தி என்ற தேவையில் நாம் ஸ்தாபிதம் பெறலாம். மேலும் இவர்களுக்கு இடையேயான ஒற்றுமை நமக்கு எதிரான செயல் என்பதையும் நாம் அறிந்திருக்கிறோம். நமது பாதுகாப்பிற்காகச் சில சமயம் நாம் சிலவற்றைத் தியாகம் செய்ய வேண்டியிருப்பது நமது இனத்திற்கு நாம் செய்யும் அஞ்சலி. இவற்றையெல்லாம் உத்தேசித்து, தேசபக்தியைக் கணக்கிலெடுத்துக்கொண்டு யோசித்தால், மரேலியர்களின் தாக்குதலுக்கு உட்பட்டு இறந்த கரேஷிய ஆண்கள், பெண்கள், குழந்தைகளின் எலும்புக்கூடுகளே அவை என்று சொல்வதில் எந்தத் தவறும் இல்லை என்று தோன்றும். நீங்களும் அவ்வாறே செயல்பட வேண்டும் என்று நான் விரும்புவது நமது நலன் கருதியே என நீங்கள் விளங்கிக்கொள்ள வேண்டும்.'

சூசகமாகத் தெரிந்த வலை தற்போது கண்களுக்கு முன்னாலேயே வெளிப்பட்டு விட்டது. என்னால் அவ்வாறு கூற இயலாது என்றும் மானிட இயலுக்கு உண்மையானவனாகவே நான் இருக்க விரும்புகிறேன் என்றும் கூறினேன். நாங்கள் அரசுக்கு உண்மையாக இருக்க விரும்புகிறோம். முடிவை பரிசீலனை செய்யுங்கள் என்றார் அலுவலர். எனது முடிவில் மாற்றம் இல்லை என்றேன்.

இறுகிய முகத்துடனிருந்த அலுவலர் என்னைச் சற்று நேரம் வெளியே இருக்கும்படி கூறினார். நான் வெளியே வந்து ஜன்னல் வழியே வந்த காற்றைச் சுவாசித்தேன். பொன்னிற முடிகொண்ட இளைஞன் என்னைப் பார்த்துச் சிரித்தான். கதவைத் திறந்துகொண்டு அலுவலர் வெளியேறினார். பொன்னிற முடி இளைஞன், அவரைக் கண்டதும் உடல் விறைப்புற்று, அவர் பின்னாலே சென்றான். நான் என் கவனத்தையும் சிந்தனையையும் கட்டுப்படுத்தி என் பதற்றத்தைத் தளர்த்த முயற்சித்துக்கொண்டிருந்தேன். ஜன்னல் வழியாகத் தெரிந்த ராணுவத்தினரின் நடவடிக்கைகளைச் சாதாரணமாகப் பார்க்க முயன்றுகொண்டிருந்தேன்.

சுமார் அரைமணி நேரம் கழித்து அலுவலர் திரும்பி வந்து அறைக்குள் நுழைந்தார். சற்றுநேரத்தில் பொன்னிற முடி இளைஞன் அலுவலர் என்னை அழைப்பதாகக் கூறினான். நான் உள்ளே நுழைந்து இருக்கையில் அமர்ந்தேன். மரேலியர்களின் தாக்குதலுக்குட்பட்டு இறந்த ஆண்கள், பெண்கள், குழந்தைகளின் எலும்புக்கூடுகளே அவை என்று ஒரு அறிக்கை மானிட இயல் வல்லுநர் லூயி பெர்டினான்ட் பெயரில் இன்று வெளியிடப்படும் என்று கூறினார். இது மிகவும் அக்கிரமமானது என்றேன். யாரிடம் பேசுகிறீர்கள் என்பதைக் கவனத்தில் கொள்ளுங்கள் என்றவர் பொன்னிற முடி இளைஞனை அழைத்து சங்கேதமொழியில் ஏதோ சொன்னார். அடுத்த விநாடி அவன் என்னைக் கோட்டைப் பிடித்துத் தூக்கித் தள்ளினான். நான் கீழே விழுந்தேன். அலுவலர் சங்கேதமொழியில் ஏதோ சொன்னார். அந்த இளைஞன் என்னை வெளியே அழைத்துச் சென்றான்.

வன்முறை பற்றிய கற்பனைகள் என்னைப் பீதியில் உலுக்கிக்கொண்டிருந்தன. தனி அறைக்கு அழைத்துச் சென்ற இளைஞன், ‘உங்களிடம் சில வெற்றுத்தாள்களில் கையொப்பம் வாங்க உத்தரவு’ என்றான். நான் அவனிடம் என் நிலையை விளக்க முயன்றேன். அவன் அதைக் கேட்க விரும்பவில்லை. ‘கையொப்பமிடுவதுதான் உங்களுக்கு நல்லது. அதுதான் விவேகம். உங்களைக் கையொப்பமிட வைப்பது சிரமமான காரியமில்லை. எதற்காக உங்களைத் துன்பப் படுத்திக்கொள்ள விரும்புகிறீர்கள். உங்களைத் துன்பப்படுத்திக்கொண்டு இந்தச் சூழலில் எதுவும் சாதிக்க இயலாது’ என்றான்.

என்னைத் துன்பப்படுத்திக்கொண்டு நிர்பந்தத்தினால் கையொப்பமிடும் நிலை வரை சென்று பார்க்கலாமா என்று தோன்றியது. இப்போதே இருதயத் துடிப்பு அதிகரித்து உடல் வியர்த்திருந்தது. தலைச்சுற்றல் வேறு தோன்றியிருந்தது. எப்படியிருந்தாலும் கையொப்பம் வாங்கித் தீருவது என்ற நிலையில், துன்பப்படுத்திக்கொள்ளாமல் கையொப்பமிடுவது உசிதம் என்றும், பின்னால் சந்தர்ப்பம் வாய்க்கும் போது உண்மையை வெளியிட்டுக் கொள்ளலாம் என்றும் என் நோஞ்சான் மனதில் எண்ணங்கள் தோன்றின. அவனிடமிருந்த சில வெற்றுத் தாள்களில் கையொப்பமிட்டுக் கொடுத்தேன். கையொப்பமிடும்போது ‘மாற்றிக் கையொப்பமிடக்கூடாது’ என்றான் இளைஞன். நான், அவ்வாறு செய்யவில்லை என்றேன்.

அறைக்கதவைத் திறந்து இரண்டு இராணுவத்தினரை என்னைப் பார்த்துக்கொள்ளும்படி கூறிவிட்டு, இளைஞன் உற்சாகத்துடன் சென்றான். இரண்டு இராணுவத்தினரையும் பார்த்து, அறைக்கு வெளியே சற்று நேரம் ஜன்னலோரமாக

நிற்கலாமா என்று கேட்டேன். அவர்கள் ஒருவரையொருவர் பார்த்துக்கொண்டு, இளைஞன் வரும்வரை காத்திருக்குமாறு கூறினார்கள். இளைஞன் உற்சாகமாக வந்தான். என்னை வீட்டிற்கு அழைத்துக் செல்வதாகக் கூறினான். நான் உடன் சென்றேன். என் வீட்டைச் சுற்றி இராணுவத்தினர் நின்றிருந்தனர். நான் அதுபற்றி விசாரித்தபோது, எனது நடவடிக்கைகள் பாதுகாப்பிற்கு உட்படுத்தப்பட்டு இருப்பதாக இளைஞன் தெரிவித்தான். அத்துடன் எனது ஆராய்ச்சிக் கூடமும் உதவியாளர்களும், பாதுகாப்பிற்கு உட்படுத்தப்பட்டிருப்பதாகவும் தெரிவித்தான்.

அடுத்த மூன்று நாட்கள் மிகுந்த மனக்குழப்பத்துடன் இருந்தேன். என் நிலை பற்றியும், உதவியாளர்கள் மற்றும் ஆராய்ச்சிக் கூடத்தின் நிலை பற்றியும் பீதி அடைந்திருந்தேன். மூளையும் உடலும் சோர்வுற்றபோது உறங்கினேன். விழிப்பு வந்தபோது விழித்துக்கொண்டிருந்தேன். இதனால் நேரங்கள் எனக்குக் குழம்பிக்கொண்டிருந்தன. நான்காம் நாள் காலை ஒருவன் வந்து செய்தித்தாள்களைக் கொடுத்துச் சென்றான். எனக்குச் செய்தித்தாள்களைக் கொடுக்கும்படி அவனுக்கு உத்தரவாகியிருக்க வேண்டும் என்று நினைத்துக்கொண்டேன். நான்கு நாட்களின் செய்தித்தாள்களை அவன் கொடுத்துச் சென்றிருந்தான்.

செய்தித்தாள்களில் இருந்து எனக்குக் கிடைத்த தகவல்கள் மேலும் குழப்பங்களையும் அதிர்ச்சியையும் ஏற்படுத்துவதாக இருந்தன. கண்டுபிடிக்கப்பட்ட எலும்புக்கூடுகள் மரேலியர்கள், கரேஷியாவைக் கைப்பற்றிய காலத்தைச் சேர்ந்தவை என்றும், ஆண்கள், பெண்கள், குழந்தைகள் கொண்ட கரேஷிய மக்கள் ஒரே இடத்தில் சேர்க்கப்பட்டு மரேலியர்களால் அழிக்கப்பட்டுள்ளனர் என்றும் இவை லூயி பெர்டினாண்டின் ஆராய்ச்சியில் அறிய வந்துள்ளதாகவும், அதற்கான மானிட இயல், புவியியல் ஆதாரங்களுடன் முதல் நாள் பத்திரிகைகளில் செய்திகள் வந்திருந்தன. மற்ற நாட்களின் பத்திரிகைகளில் பல நகரங்களில் மரேலியர்களுக்கும், கரேஷியர்களுக்கும் ஏற்பட்ட மோதல்கள், சொத்துச் சேதங்கள் மற்றும் உயிர் அழிவு பற்றிய விரிவான செய்திகளும் அரசு அமைதியையும், சட்டத்தையும், ஒழுங்கையும் ஏற்படுத்துமாறு விடப்பட்ட அறிக்கைகளும் இருந்தன. மோதலினால் ஏற்பட்ட மனித அழிவுகள் துக்கத்தை ஏற்படுத்துவதாக இருந்தன. கற்பழிக்கப்பட்ட பெண்கள் மற்றும் கொலை செய்யப்பட்ட குழந்தைகள் ஆகியோரின் எண்ணிக்கை மோதலில் தாட்சண்யமற்ற தன்மை அதிகரித்துக்கொண்டே போவதைக் காட்டிக்கொண்டிருந்தன. பொறுப்பான தகப்பனின் பாவனையில் அரசு மக்களுக்கு அறிவுரைகள் வழங்குவதும், ஆங்காங்கு

காணப்பட்டது. 'கம்பக்டிடமரு படுகொலை' என்ற சொற்றொடர் உபயோகப்படுத்தப்பட்டிருந்தது. மரேலியர்களிடமிருந்து காப்பாற்றுவதற்காக லூயி பெர்டினாண்டிற்கு அரசு பாதுகாப்பு வழங்கப்பட்டிருப்பதாகவும் அரசு அறிக்கை காணப்பட்டது.

எனக்கு ஆயாசமும் தலைச்சுற்றலும் ஏற்பட்டன. உண்மையைக் கண்டுபிடிக்க முடியாதபடி சிக்கல்கள் மறைத்து விட்டன என்று தோன்றியது. உண்மை வெளிப்பட்டாலும், மரேலியர்களுக்குச் சாதகமாக இட்டுக்கட்டப்பட்ட பொய் என்ற பெயரையே அது அடையும் என்றும் தோன்றியது. இவ்வாறு தோன்றியதும் எனக்கு பீதி ஏற்பட்டது.

என் உதவியாளர்களின் நிலை பற்றி இராணுவத்தினரிடம் நான் விசாரித்து அறிந்துகொள்ள செய்த முயற்சி பயனளிக்க வில்லை. பிறகு எனக்குப் பத்திரிகைகள் அளிக்கப்படவில்லை. பொன்னிற முடி இளைஞனுக்குப் பதிலாக, கன்னத்தில் தழும்பு கொண்ட இளைஞன் வந்திருந்தான். அவன் தற்போது இருக்கும் இடம் பற்றி இவனுக்குத் தெரிந்திருக்கவில்லை. சுற்றியுள்ள மனிதர்கள் உத்தரவுகளுக்கு உட்பட்டு யந்திரமாக இயங்கிக் கொண்டிருந்தனர். கடிகாரம் இருந்தாலும் நேரங்களைப் பற்றிய குழப்பங்களும், நாட்களைப் பற்றிய குழப்பங்களும் ஏற்பட்டுக் கொண்டிருந்தன. சிறிது நாட்களாக என் மகன் பெர்னார்டு ரேன்ஸைப் பற்றிய நினைவுகள் வந்துகொண்டிருந்தன. அவனைப் பார்த்துவிட வேண்டும் என்றும் ஏனோ தோன்றிக்கொண்டிருந்தது.

நாளாவட்டத்தில், தலைச்சுற்றலும் வாந்தியும் ஏற்பட்டுக் கொண்டிருந்தன. நான் சந்தித்த அந்த அலுவலர் ஒரு மாந்திரீகவாதியாக மாறி வாளால் சரித்திரத்தில் காயங்கள் ஏற்படுத்திக்கொண்டிருப்பதாக ஒரு எண்ணம் எல்லா நேரங் களிலும் அச்சுறுத்திக்கொண்டிருந்தது. சரித்திரம் அலற, மக்கள் கூட்டம் கூட்டமாகத் தங்களுக்குள் தாட்சண்யமற்று சண்டை யிட்டு மடிவது எங்கோ பார்த்த ஓவிய அல்லது படக்காட்சி போலத் தோன்றிக்கொண்டிருந்தது. எண்ணமும் காட்சியும் என் சிந்தனையைச் சக்தியுடன் ஆக்கிரமித்துக்கொண்டிருந்தன. தூக்கம் வருவது சிரமமாக இருந்தது. நேரங்கள், நாட்கள் பற்றிய குழப்பங்கள் அதிகரித்துக்கொண்டே போயின. பகல் மூன்று மணிக்கு ஏன் இருட்டாக இருக்கிறது என்று எனக்குப் புரியவில்லை. நான்தான் நேரங்களைக் குழப்புகிறேன் என்று நினைப்பு ஏற்பட்டு நான் மேலும் பீதியடைந்தேன். அலுவலர் ஒரு மாந்திரீகவாதியாக மாறி என்னை அச்சுறுத்திக்கொண்டே யிருந்தார். என் செயல், என் மனம், மாந்திரீகவாதியின் கட்டளைக்கு உட்பட்டது என்று தோன்றியது. மாந்திரீகவாதி கட்டிலுக்குக்

கீழே படு என்று உத்தரவிட்டதும், நான் அவ்வாறே கட்டிலுக்குக் கீழே படுத்தேன். காகிதங்களைத் தின்ன உத்தரவிட்டதும் காகிதங்களைத் தின்ன ஆரம்பித்தேன். தலைகீழாக நிற்க உத்தரவிட்டதும் நான் அவ்வாறு நிற்க இயலாமல், உத்தரவிற்குப் பணிய வேண்டும் என்ற நினைப்பில் பலமுறை மன்னிப்புக் கேட்டுக்கொண்டு, கீழே விழுந்துகொண்டிருந்தேன். வார்த்தைகள் உருவாகி என்னைக் குழப்பிக்கொண்டிருந்த நேரத்தில் மாந்திரீகவாதி என்னை வார்த்தைகளை விழுங்க உத்தரவிட, அவ்வாறே நான் செய்ய ஆரம்பித்தேன். எப்போது நான் இல்லாமல் போனேன் என்பது என் நினைவில் இல்லை.

◐

சுபமங்களா, ஆகஸ்ட் 1992

சந்திப்பு

சமூரியா நாட்டில் தளகர் என்னும் மாநிலத்தைச் சேர்ந்த நான் இன்னொரு மாநில மான மெஜிதாவில் 1980 டிசம்பர் மாதம் சுற்றுப் பயணம் மேற்கொண்டிருந்தேன். நான் தளகர் மொழி பேசுபவனாக இருந்த போதிலும், மெஜிதா மொழியையும் சரளமாகப் பேச அறிந்திருந்தேன். ஆனாலும் மெஜிதா மாநிலத்திற்குள் இதற்கு முன் வந்ததில்லை. அங்குள்ள மக்கள் பெரிய தலைப்பாகை யுடன் நீண்ட அங்கிகளை அணிந்திருந்தனர். நான் டிசம்பர் மாதத்தில் சென்றிருந்ததினால் கடுமையான குளிரில் மக்கள் அங்கிகளுக்கு மேல் கனத்த போர்வையைப் போர்த்திக்கொண்டு இருந்ததைக் காண முடிந்தது. நடுத்தர உயர்தர மக்கள் அங்கிகளுக்கு மேல் கம்பளி அணிந்திருந்தனர். நான் இந்த மாநிலத்திற்கு வந்ததற்கான காரியம் என்று எதுவுமில்லை. சமூரியா நாட்டின் பிற மாநிலங்களைச் சுற்றிப் பார்க்க எண்ணி அத்திட்டத்தின் ஒரு பகுதியாக மெஜிதா மாநிலத்திற்கு வந்திருந்தேன். நான் தங்கியிருந்த மாநிலத் தலைநகரில் மக்கள் நெருக்கம் அதிகமிருந்ததாகத் தோன்றியது. ஒரு நடுத்தர ஓட்டலில் நான் தங்கியிருந்தேன். உணவுதான் பெரும் பிரச்சினையாக இருந்தது. இங்குள்ள மக்களின் உணவுப் பழக்கம் வேறாக இருந்தது. அசைவ உணவு வகைகளையும் ரொட்டியையும் வைத்துச் சமாளித்துக்கொண்டிருந்தேன். அந்த ஓட்டலில் இருந்த மதுபான பாருக்கு அங்கு தங்கியிருந்தவர்கள் மட்டுமில்லாது வெளியிலுள்ளவர்களும் வந்து கொண்டிருந்தனர்.

1980 டிசம்பர் 14ஆம் தேதி ஞாயிற்றுக்கிழமையன்று – டைரியில் குறித்துவைத்திருக்கிறேன் – பிற்பகல் நாலரை மணியளவிற்கு பாருக்குச் சென்றேன். என்னை வழக்கமாக உபசரிக்கும் ஊழியரின் டேபிளுக்குச் சென்று உட்கார்ந்தேன். நான் வழக்கமாக அருந்தும் மது வகைக்கும் அசைவ உணவுகளுக்கும் சுட்ட அப்பளங்களுக்கும் ஆர்டர் செய்தேன். சற்று நேரத்தில் என் எதிரே ஆஜானுபாகுவான தோற்றம் உடைய ஒருவர் வந்து அமர்ந்து என்னைப் பார்த்துப் புன்னகைத்தார். ஊழியர் அவரருகே வந்து வேண்டியதைக் கேட்டுச் சென்றதும் மீண்டும் புன்னகைத்தார். நான் பதிலுக்கு இருமுறையும் புன்னகைத்திருந்தேன். அவர்தான் முதலில் பேச்சை ஆரம்பித்தார். நீங்கள் எந்த ஊரைச் சேர்ந்தவர் என்று அவர் கேட்டார். நான் தளகர் மாநிலம் என்று சொன்னதும் அவருக்கு ஆச்சரியம் தாளவில்லை. என் நிறமும் தோற்றமும் மெஜிதா மொழி பேசுபவர்களைப் போல இருப்பதாகவும் அதனால்தான் மெஜிதா மொழியில் என்னிடம் பேசியதாகவும் தெரிவித்தார். நான் கம்பையில்[1] வேலை நிமித்தம் சில காலம் இருக்க நேரிட்டபோது அங்கு மெஜிதா மொழியைக் கற்றுக்கொண்டதாகவும் அம்மொழிக்காரர்கள் பலர் தற்போதும் நண்பர்களாக இருப்பதாகவும் நான் அவரிடம் கூறினேன். நான் அவரைப் பற்றி விசாரித்ததற்கு ராணுவத்தில் பணிபுரிவதாகவும் தற்போது விடுப்பில் வந்துள்ளதாகவும் கூறினார்.

மதுபானம், எங்கள் இருவருக்கும் வந்தது. கோப்பைகளை உரசி ஒருவருக்கொருவர் வாழ்த்துச் சொல்லி அருந்தினோம். என் அளவைப் போல பல மடங்கு குடிப்பவர் என்பதை அறிந்து கொண்டேன். எளிய குடிகாரனாக அவர் முன்னால் நான் அடைந்த தோற்றம் எனக்கு வெட்கத்தை ஏற்படுத்தியது. நான் அவரிடம் ஏதாவது போர் முனைக்குச் சென்றிருக்கிறீர்களா என்று விசாரித்தேன். ராணுவம் 1974–லிருந்து 1977 வரை ஜம்புரோ[2] நாட்டில் இருந்தபோது அங்கிருந்த கொரில்லாக்களுடனான சண்டையில் ஈடுபட்டிருந்ததாகக் கூறினார். இதைக் கூறும்போது இரண்டாவது சுற்றுப் பானத்தை அருந்திக்கொண்டிருந்த அவர் முகம் சிவந்து மாறியது. ‘அதை நினைவுபடுத்தாதீர்கள்; அங்குதான் என் நண்பன் சோமாவை நான் இழந்தேன்’ என்று கூறினார். ஆனால் அந்த ஞாபகத்தையே விரும்பியவர் போலப் பேச

கம்பை[1] – தனிமா என்ற மாநிலத்தின் தலைநகர். தனிமா மொழி அம்மாநிலத்தில் பேசப்பட்டாலும் கம்பையில் மெஜிதா மொழிக்காரர்கள் நிறைய உள்ளனர்.

ஜம்புரோ[2] – சமூரியாவின் அண்டை நாடு. அந்நாட்டில் உள்ள கொரில்லாக்களுக்கு எதிரான சண்டையில் சமூரியா நாட்டின் ராணுவம் ஈடுபடுத்தப்பட்டிருந்தது.

ஆரம்பித்தார். அவருடைய வெளிப்பாட்டில் உள்ள குறைகளை முழுவதும் களையாமல் அவர் கூறியதை நான் இங்கு தருகிறேன்.

சோமா எனது உயிர் நண்பன். உங்களுக்கென்று அந்தரங்க நண்பர் யாராவது இருப்பார் அல்லவா, அதுபோல் எனக்கு சோமா இருந்தான். அவனைப் போன்ற நல்லவனைப் பார்ப்பது அரிது. நான்கு வயதிலேயே தந்தையை இழந்தவன். பத்து வயதில் தாயையும் இழந்தான். ஒரு பாதிரியாரின் கருணையினால் விடுதியில் தங்கிப் பள்ளிப் படிப்பை முடித்தான். பின்னர் அவரும் இறந்து விடவே ராணுவத்தில் சேர்ந்தான். குழந்தைகளைக் காணும்போதெல்லாம் அவன் வியாகூலம் அடைவான். குழந்தைகள் ஏதேனும் நெருக்கடிகளுக்குள்ளாகும் சந்தர்ப்பத்தைக் காண நேரிட்டால் அவன் மிகுந்த வேதனையடைவான். குழந்தைகளின் இயலாமை தன்னைத் துன்புறுத்திக்கொண்டே யிருப்பதாக, மது அருந்தும் பல சந்தர்ப்பங்களில் என்னிடம் கூறியிருக்கிறான். இத்தகைய அவனது தன்மை காரணமாக நான் என்னையறியாமலேயே அவனுடைய பாதுகாவலன் என்ற நிலைக்கு உள்ளாகிவிட்டேன். யாருமற்ற அவனை விடுப்பிற்கு நான் ஊருக்குச் செல்லும்போது அழைத்துச் சென்று திருமணம் செய்து வைத்துவிட வேண்டும் என்று ஆசைப்பட்டேன். என் மனைவிக்கும் கடிதம் எழுதியிருந்தேன். அந்தச் சமயத்தில்தான் நாங்கள் இருந்த அணி ஜம்புரோ நாட்டிற்குச் செல்ல வேண்டிய தாயிற்று.

எதிர்எதிரே ராணுவத்துடன் போராடப் பயிற்சி பெற்றிருந்த எங்களுக்கு ஜம்புரோ நாட்டின் அனுபவம் புதியதாக இருந்தது. மக்களுக்குள் கொரில்லாக்கள் இருந்ததால் எங்களுக்கு முன் சென்றிருந்த அணி புது அனுபவத்தின் தடுமாற்றத்தில் கடுமை யாகப் பாதிப்படைந்திருந்தது. நாங்கள் சென்ற போது மக்கள் அனைவரும் ராணுவத்தின் கட்டுப்பாட்டுக்கு உள்ளாயிருந்தனர். ராணுவத்தைச் சேர்ந்த எவனும் எந்த வீட்டிற்குள்ளும் நுழைந்து எதுவும் செய்யலாம் என்ற நிலை இருந்தது. நானும் சோமாவும் இன்னும் சிலரும் கொரில்லாக்களைத் தேடி ஒரு வீட்டிற்குள் சென்றிருந்தபோது, குழந்தைகள் நடுக்கத்துடன் பயந்து கட்டிலுக்குக் கீழே ஒளிந்திருந்ததைக் கண்டோம். அந்த வீட்டிலிருந்தவன், தன் மனைவியை ஒன்றும் செய்துவிட வேண்டாம் என்று கெஞ்சினான். வீட்டிலுள்ள பொருட்களில் வேண்டியதைத் தாராளமாக எடுத்துக் கொள்ளுமாறு கூறினான். ரசூமா என்பவன் அவன் மனைவியைக் கட்டிப்பிடிக்க சோமா அவனைப் பிடித்து இழுத்து வந்துவிட்டான். இதனால் சோமாவுக்கும் ரசூமாவிற்கும் இடையே பெரிய அளவில் வாய்த் தகராறு நடந்தது. அடுத்த நாள் மது அருந்தும் நேரத்தில்

ரசூமா வந்து இன்று காலை வேறு சிலருடன் சென்று அந்தப் பெண்ணைப் பாழாக்கிவிட்டதாக சோமாவிடம் கூறினான். சோமா ஒன்றுமே கூறவில்லை. நிறையக் குடித்தான். நாளடைவில் பெண்களைப் பாழாக்கும் நிகழ்ச்சி அதிகரித்துவிட்டது. ஓய்வு நேரங்களில் பேசிக்கொண்டிருக்கும்போது குழந்தைகள் முன்னால் பெண்களைப் பாழாக்காதீர்கள் என்று கூறுவதற்கு மேல் சோமாவிற்குச் செய்வதற்கு ஒன்றுமில்லை என்ற நிலைமை ஆகிவிட்டது. ஒரு தடவை முக்கிய கொரில்லா ஒருவன் எங்கள் அணியிடம் உயிருடன் சிக்கிவிட்டான். கொரில்லாக்களின் மறைவிடத்தை அறிவதற்காக அவனைக் கடுமையாகச் சித்திரவதைக்குள்ளாக்கினர். சதாரா என்பவன் எங்கிருந்தோ ஒரு பருத்த எலியை உயிருடன் பிடித்து ஒரு தகர டப்பாவில் போட்டுக் கொண்டுவந்தான். அந்தக் கொரில்லாவைக் கை, கால்களை அசைக்க முடியாமல் கட்டிப்போட்டு அவனுடைய வெறும் வயிற்றில், எலியுடன் டப்பாவைக் கவிழ்த்தி இறுக்கக் கட்டிவிட்டனர். எலி அவன் வயிற்றில் துளையிடும் போது அவன் பயங்கரமாக அலறுவான். அவனுடைய அலறல் தன்னைத் தற்கொலை செய்து கொள்ளத் தூண்டுவதாக சோமா கூறினான். அவன் மிகவும் நிம்மதியற்றுக் கலவரமடைந்திருந்தான். அவன் மனம் மிகுந்த துயரத்திற்கும் சோர்வுக்கும் உள்ளாகியிருந்தது. அவனை நினைத்து எனக்குப் பயம் ஏற்பட்டது. அந்த கொரில்லா கடைசி வரை மறைவிடத்தைக் கூறாமலேயே இறந்து போனான்.

ஒரு குடியிருப்புப் பகுதியில் கொரில்லாக்கள் மறைந்திருப்பதாக வந்த ரகசியத் தகவலினால் எங்கள் அணியினர் அந்தக் குடியிருப்புப் பகுதியைத் தாக்க ஆரம்பித்தோம். அதே சமயத்தில் விமானத் தாக்குதலும் நடந்தது. கண்ணுக்குத் தெரிந்தவர்கள் எல்லாம் சுடப்பட்டு வீழ்ந்தனர். குழந்தையுடன் ஓடி வந்த ஒரு பெண் சுடப்பட்டுக் கீழே விழுந்தாள். அவளுடன் கீழே விழுந்த அவளின் கைக்குழந்தை உயிருடன் அலறிக்கொண்டிருந்தது. துப்பாக்கியைப் பிடித்திருந்த சோமா திகைத்து நின்றிருந்தான். அந்தச் சமயம் விமானத்திலிருந்து விழுந்த ஒரு குண்டில் குழந்தை சிதறிக் காணாமல் போயிற்று. சோமாவுக்கு என்ன ஆயிற்று என்றே தெரியவில்லை. அவன் முகம் இருளடைந்திருந்தது. தேவையான போது மட்டும் ஓரிரு வார்த்தைகளே பேசினான். பெரும்பாலான நேரங்களில் தனியனாய் மௌனத்துடன் உட்கார்ந்திருக்க ஆரம்பித்தான். அவனை எப்படித் தேற்றுவது என்று எனக்குத் தெரியவில்லை. அவனை உற்சாகமாக்கும் நோக்கில் அவனுடனே என் பெரும்பாலான நேரத்தைக் கழித்து ஏதேதோ பேசிக்கொண்டிருந்தேன். தன்னால் யாரையும் கொல்ல முடியாது என்று ஒரு நாள் கூறினான். கொரில்லாக்களுக்கு

எதிரான தாக்குதல் நடக்கும் சமயங்களில் அவன் சுடுவதாகப் பாசாங்கு செய்துகொண்டிருப்பதையும் ஆட்களில்லாத வெற்று வெளியில் சுட்டுக்கொண்டிருப்பதையும் கவனித்தேன். தாக்குதல் நேரத்தில் இவ்வாறு இருக்கக் கூடாது என்றும் அதனால் நாம்தான் உயிரிழக்க வேண்டியிருக்கும் என்றும் கூறினேன். தன்னால் யாரையும் கொல்ல முடியாது என்று தோன்றுவதாக மீண்டும் அவன் கூறினான். அடுத்த நாள், 1977ஆம் ஆண்டு ஜூன் 16ஆம் தேதி குடியிருப்புப் பகுதியின் மீதான ஒரு தாக்குதலில் கொரில்லாக்களின் குண்டுகள் தனியே நின்றிருந்த சோமாவின் தலையைத் தாக்க மூளை சிதறி விழுந்து அவன் மரண மடைந்தான். அவன் முகம் உருக்குலைந்திருந்தது. அருமையான என் நண்பனை நான் இழந்து விட்டேன். அவன் ராணுவத்திற்குப் பொருத்தமில்லாத பிறவி. என் வாழ்நாள் முழுவதும் அவன் என்னைத் துயரப்படுத்திக்கொண்டேயிருப்பான்.

— அவர் இதை முடிக்கும் போது மது அருந்தும் மூன்றாவது சுற்றில் இருந்தார். கண்களில் நீர் வழிந்துகொண்டிருந்தது. எனக்கு அவரைச் சமாதானப்படுத்த வார்த்தைகள் கிடைக்கவில்லை.

○

மீட்சி 35, டிசம்பர் 1991

பின்குறிப்பு:— சமூரியா நாட்டைச் சேர்ந்த எழுத்தாளர் கடாரி *(Gadarie)* அந்நாட்டைவிட்டு நீங்கி கனடாவில் சிலகாலம் தங்க நேர்ந்தபோது எழுதிய 'Witness' என்ற புத்தகத்தின் முதல் அத்தியாயமே இது.

உறவு

சந்திரப்பிரபு அவளுடைய வீட்டைக் கண்டுபிடித்துவிட்டான். தெருவிலுள்ள வீடுகள் அனைத்தும் அடுத்த தெருவைப் புழக்கடை வாசல்களாகக்கொண்டு நீண்டு கிடந்தன. தெருவாசிகளின் பூர்வீக வீடுகளாக அவை தோற்றம் தந்தன. அவன் வீட்டையடைந்தான். சற்றுத் தயக்கமாக இருந்தது. இப்போதுதான் முதன்முறையாக வருகிறான். வீட்டில் அவளைக் காண்பது, அவளின் இன்னுமொரு பக்கத்தைக் காண்பதாக இருக்கும் என்று தோன்றியது. காலிங்பெல்லைத் தேடினான். காணவில்லை. 'ஸார் … ஸார்' என்று அழைத்தான். பல நிலைவாசல்களைக்கொண்டு வீடு நீண்டு கிடந்தது. முதல்நிலை வாசலை அடுத்து வேட்டி கட்டிய பையன் ஒருவன் தோன்றி சந்திரப்பிரபுவைப் பார்த்து விழித்தான். சௌதாமினியைப் பார்க்க வந்திருப்பதாக சந்திரப்பிரபு கூறினான். வராந்தாவில் இருந்த ஒரு ஸ்டூல் சேரில் உட்காரும்படி கூறிவிட்டு பல நிலைவாசல்களைக் கடந்து தூரத்திலிருந்த புழக்கடைக்கு அப்பையன் சென்றான். இப்போது புழக்கடையிலிருந்த துளசிமாடம் பார்வைக்குத் தெரிந்தது. தன்னை இங்கு திடீரென்று எதிர்பாராமல் பார்க்க நேரிடுவதில் அவளின் சலனத்தை யோசித்துக் குழம்பினான்.

துளசி மாடத்திலிருந்து முளைத்தாற்போல் பாதி அவளாகவும், பாதி துளசிமாடமாகவும் அவள் தூரத்தே தோன்றினாள். சட்டென்று தோன்றிய இந்தத் தோற்றம் சட்டென்றே கலைந்து துளசிமாடத்தை மறைத்துத் தோன்றினாள். அவள்

நின்றிருந்த இடம் வெளிச்சமாகவும், அவளுக்கும் அவனுக்கும் இடையேயான இடம் அரையிருட்டாகவும் இருந்தது. அவள் வந்துகொண்டிருந்தாள். அரையிருட்டு விலக நிலை வாசல்களூடே வந்துகொண்டிருந்தாள். அவன் பார்வை அவ்வாறே நிற்க, பனிச்சூழலில் புல் தரையில், கூந்தலில் மலர்கள் தொங்க அவள் வந்துகொண்டிருந்தாள். தூரத்தைக் கடந்து அவன் முன் தோன்றினாள்.

எதிர்பாராமல் அவனைக் கண்ட தடுமாற்றத்தினூடே முகத்தில் ஆச்சரியம் பளீரிட முன் அறைக்கு அழைத்துச் சென்றாள். அறையைச் சற்று ஒழுங்கு செய்தாள். வீடற்ற நிலைகளில் அவளிடம் அவன் கண்ட குதூகலத்தை வீடு கட்டுப்படுத்திக்கொண்டிருந்தது. கட்டுப்பாட்டை மீறிக் குதூகலம் கொள்ள முயன்று அவள் சிரித்தாள்.

சம்பிரதாயமாகப் பேசிக்கொண்ட பின் அந்த அறையிலிருந்த ஒரு கதவைத் திறந்தாள். இன்னொரு அறை தெரிந்தது. அவள் வரச் சொல்லிச் சென்றாள். பின் தொடர்ந்த அவன் தொட்டிலைப் பார்த்தான். இரட்டைக் கட்டில், அறையின் இடத்தை அடைத்திருந்தது. சுவரில் கணவனுடன் அவள் இருக்கும் புகைப்படம் மாட்டப்பட்டிருந்தது. அவன் அங்கிருந்த ஒரு கூடைச் சேரில் உட்கார்ந்தான். செளதாமினி, குழந்தையைக் கையில் எடுத்து அவனிடம் கொடுத்தாள். தன் கைகள் அவள் கைகளின் மீது படும்படியாக அவன் குழந்தையை வாங்கினான்.

குழந்தை அவனைப் பார்த்துச் சிரித்தது. அருகில் நின்று கொண்டிருந்த அவளைப் பார்த்தான். அறை மாறி இந்த வீடற்ற ஒரு வீட்டில் அவள் நின்றுகொண்டிருந்தாள். குழந்தையுடன் அவளும், அவனும். குழந்தை தொட்டிலில் இருக்க அவள் மடியில் தலை வைத்து அவன் படுத்திருந்தான். அவள் மீண்டும் குழந்தையை வாங்கித் தொட்டிலில் கிடத்தினாள். சற்று நேரத்தில் வந்து விடுவதாகக் கூறி உள்ளே சென்றாள்.

அறையில் தொட்டில் குழந்தையுடன் அவன் தனித்திருந்தான். சேரிலிருந்து எழுந்து தொட்டிலில் கிடந்த குழந்தையைப் பார்த்தான். அவனைப் பார்த்துச் சிரித்த குழந்தை – இரண்டு மாதக் குழந்தை –'யார் நீ?' என்றது. அவன் மௌனமாக இருந்தான். சேரில் சென்று உட்கார்ந்தான். மீண்டும் 'யார் நீ?' என்ற குரல் குழந்தையிடமிருந்து ஒலித்தது.

'நான் யாரென்று உன் தாயார் அறிவாள். நான் அறிவேன். அவள் வாழ்க்கையின் சிக்கல்கள் பற்றி உனக்குத் தெரியாது. அவளின் தவிப்புகள் பற்றி உனக்குத் தெரியாது. அவளின்

அலைக்கழிப்புகள் பற்றி உனக்குத் தெரியாது. அவள் மனதின் விசேஷங்கள் பற்றியும் உனக்குத் தெரியாது. அந்த விசேஷங்கள் வெளிப்படும் சூழல் பற்றியும் உனக்குத் தெரியாது. உன் கேள்விக்கு நான் என்ன பதில் கூறுவது? உண்மையில் உனக்கும் எனக்கும் உள்ள இடைவெளி எனக்குக் குழப்பத்தை ஏற்படுத்துகிறது. என்னை மன்னித்துக்கொள். இந்த இடைவெளி ஏற்படுத்தும் வேதனையை எனக்குக் கூறத் தெரியவில்லை. உன் தாயாரின் திடசித்தம் எனக்குக் கிடையாது. அவளைப் புரிந்து கொள். ஆதரவு கொடு. நான் இறந்தபின் உன் கையில் கொள்ளி இருக்காது. உன் தாயார் கூப்பாடு போட்டு அழ முடியாது.'

அறையில் தோன்றிய சௌதாமினியின் ஒரு கையில் இருந்த தட்டில் மைசூர்பாகும் மிக்சரும், இன்னொரு கையில் தண்ணீர் டம்ளரும் இருந்தன. அவன் முன்னால் இருந்த ஸ்டூலில் அவற்றை வைத்தாள். கட்டிலில் உட்கார்ந்தாள். இப்போது இயற்கையான சகஜ சூழல் உருவானதாக அவனுக்குத் தோன்றியது. அத்துடன் அவள் மேல் கொண்ட ஆகர்ஷணத்தின் சக்தியும் அவனுள் சுழன்றது.

குழந்தையிடம் இவ்வளவு நேரமும் பேசிக்கொண்டிருந்த தாகக் கூறினான். அவள் என்ன பேசிக்கொண்டிருந்தீர்கள் என்று கேட்டதற்கு அவன், இடைவெளி பற்றிப் பேசியதாகக் கூறினான். ஆரம்பத்திலிருந்தே இதுதானே உங்களுக்குச் சிக்கல் என்று சொல்லி யோசனை வயப்பட்டாள். பிறகு இனிப்பைச் சாப்பிடுமாறு கூறினாள். இனிப்பை விண்டு வாயில் போட்டான்.

அவள் கட்டிலில் சம்மணமிட்டு சகஜமாக உட்கார்ந்திருந் தாள். அவனுள் ஆகர்ஷணம் சுழன்றது. அவள் தோற்றத்தின் பொலிவு ஈர்த்தது. இந்தச் சூழலில் ஆகர்ஷணத்தின் வசப்படாத பிடிவாதத்துடன் அவள் உட்கார்ந்திருப்பதாக அவனுக்குத் தோன்றியது. அவன் அவளை நோக்கிக் கையை நீட்டினான். அவள் கையைப் பற்றிக் குலுக்கினாள். அவன் பிடி இறுகுவதற்கு முன் கையை விடுவித்துக்கொண்டாள்.

பேசுவதற்கு நிறைய இருப்பது போலவும் பேசுவதற்கு எதுவுமே இல்லாதது போலவும் தோன்றியது. கட்டுப்பாடு இறுகிக்கொண்டிருப்பது போல் தோன்றியது. இந்தச் செங்கற்கள், சிமிண்ட் தரை, சுவர், சுவரில் அடிக்கப்பட்ட ஆணிகள், தொங்க விடப்பட்ட புகைப்படங்கள், பின்கட்டிலுள்ள மனிதர்கள், கட்டில், கூடைச்சேர், ஸ்டூல், டம்ளர், டம்ளரில் இருக்கும் தண்ணீர் ஆகிய எல்லாமே கட்டுப்பாட்டை இறுக்கிக்கொண்டிருப்பது போல் தோன்றியது. வீடற்ற வெளியில் அவளைக் காண மனம் அவசரம் கொண்டது.

சூன்யத்தில் உட்கார்ந்திருப்பது போல் தோன்றியது. இனிமேலும் இப்படி உட்கார்ந்திருந்தால் தங்கள் உறவுக்குள்ளும் சூன்யம் புகுந்து விடும் என்று தோன்றியது. சூன்யத்தை முடிவுக்குக் கொண்டுவரத் தற்போது பிரிந்து விடுவதுதான் வழி என்று அவளுக்குத் தோன்றியதென அவசரப்பட்டு ஏதோ பேசினாள். பிறிதொரு இடத்தில் சந்திக்கலாம் என்றாள். இடைவெளி வேறு அவனைத் தொந்தரவுக்கு உள்ளாக்கியிருந்தது.

அவன் விடை பெற்றுக் கொண்டான். அவள் குழந்தையை எடுக்கத் தொட்டிலில் பார்க்க, அது தூங்கிக்கொண்டிருந்ததால், அவள் மட்டும் வாசல் வரை வந்து வழியனுப்பினாள். செல்லும் வழியில் அவன் மனதில் இடைவெளி, சூன்யம், ஆகர்ஷணம் ஆகியவை அலைந்தவாறு இருந்தன.

○

காலச்சுவடு மலர், 1991

காத்திருந்தவன்

தாயாருடன் சென்றுகொண்டிருந்த அவளின் பின்புறம் தெரிந்தது. அவள் நடையில் சிரமம் இருந்தது. கால்களைச் சற்று அகட்டி நடந்து கொண்டிருந்தாள். சிசு வயிற்றில் தலை கீழாய்ச் சுருண்டிருக்க வேண்டும். இருவரும் தெருக்கடைசியில் இருந்த மருத்துவமனைக்குள் நுழைந்திருந்தனர். ராம் பெட்டிக்கடையருகே நின்று சிகரெட் பிடித்துக் கொண்டிருந்தான். ஒரு நாள் சிகரெட் பிடிப்பது பற்றி அவள் விசாரித்தபோது, ராம் சிகரெட் பிடிக்கும் பழக்கம் இருப்பதை ஒப்புக்கொண்டாலும், அவள் முன்னால் சிகரெட் பிடிப்பது ஒவ்வாதது போல் தோன்றுவதாகப் பதில் சொன்னான். ரிக்ஷா வரும் நேரம் நெருங்கியிருந்ததினால் அவன் சிகரெட்டைப் பாதியிலேயே அணைத்துவிட்டிருந்தான். ரிக்ஷா கடந்தபோது கிடைத்த சந்திப்பு நேரத்தில் அவள், ராமைப் பார்த்துச் சிரித்தாள். அவன் மீண்டும்மீண்டும் நிற்க, ரிக்ஷா கடக்கும் சந்திப்பு நேரத்தில் மீண்டும்மீண்டும் சிரித்துச் சென்று கொண்டிருந்தாள். அவன் பெட்டிக்கடையருகே நின்று சிகரெட் பிடித்துக்கொண்டிருந்தான். அவளை முதன் முதலாக முத்தமிட்டதில் உடல் உஷ்ணமாகி நடுங்கிக்கொண்டிருந்தது. நடுக்கத்தை மறைத்து நடந்துகொண்டிருந்தான். அவளும் நடந்துகொண் டிருந்தாள். மௌனம் மதுரவெளியில் அலைந்தது. உணர்வுகளின் சிலிர்ப்பு மதுரவெளியினூடே பின்னோக்கிச் சென்றது. யாருடைய கைகள் யாருடைய கைகளைப் பற்றின என்று தெரியவில்லை. பிணைந்த விரல்களில் கடந்தன கணங்கள். பெட்டிக்கடையில்

வியாபாரம் நடந்துகொண்டிருந்தது. சாலையில் வாகனங்களின் இரைச்சலும், விரைவும், மனித நடமாட்டமும் நாடகக் காட்சி போலத் தோன்றியது. பூங்கா ஓட்டலில் சப்பாத்திக்கும் டீக்கும் சர்வர் வெகுநேரம் எடுத்துக்கொண்டான். புல்வெளியில் பூங்காச் செடியருகே இருந்த சேர்களில் அமர்ந்திருந்தனர். யார் எனத் தெரியாத சிலர் வேடிக்கை பார்த்துக்கொண்டிருந்தனர். மலர்ச் செடிகள், மரங்கள், லேசான குளிர். அவள் திரும்பும் நேரம் பற்றிய நிச்சயம் இல்லாத போதிலும் நின்றுகொண்டிருக்கத் தோன்றியது. பஸ்ஸில் நின்றுகொண்டிருந்த மனிதர்களுக்கிடையே, ஜன்னலோரம் உட்கார்ந்திருந்த அவள் விழிகள் அலைந்தன. சாலையில் அவள் எனத் தோற்றம் தந்து எவளோ ஒருத்தி ஏமாற்றினாள். ஒரு மோசமான எமோஷனல் சினிமாக் காட்சியை அப்பா நிகழ்த்திக்கொண்டிருந்தார். தனது அந்தரங்கம் ஒரு மோசமான எமோஷனல் சினிமாக் காட்சியாக நிகழ்ந்துகொண்டிருப்பது பெரும் பாரங்களுடன் அவன் மனதைக் குழப்பத்தில் சரித்தது. பூங்காவில் ராமும் அவளும் உட்கார்ந்திருந்தனர். தாவரங்கள் அவர்களை வேடிக்கை பார்த்துக்கொண்டிருந்தன. முளைத்திருந்த பிரச்சினையில் அவர்கள் இருவரும் கலங்கியிருந்தனர். நிம்மதியற்ற பாவங்களை வெளிப்படுத்திக்கொண்டிருந்தனர். ஏன் வழக்கத்திற்கு மாறாக எல்லாம் நடக்கிறது என்று புரியாமல் வேப்பமரம் திகைத்துக்கொண்டிருந்தது. கடற்கரையில் தனியனாய் அமர்ந்து கடலலைகளைப் பார்த்துக்கொண் டிருந்தான். கடலலைகள், மன அலைகளைப் போல புறப்பட்டுக் கலைந்துகொண்டிருப்பதைப் பார்த்துக்கொண்டிருந்தான். கடலின் பிரம்மாண்டம் கிலேசத்திற்குள்ளாக்கியது. அவர்கள் இருவர்களுக்கிடையே கடல் உருவாகிக்கொண்டிருந்தது. இங்கிருந்து பார்க்கையில் கடலின் எல்லை தெரியாது, கடல் நீலம், வான் நீலத்துடன் ஐக்கியமாகியிருந்ததைக் கண்டான். திரும்பி வரும் அவள், எப்போது வருவாளென நிச்சயமில்லாது வெகுநேரம் நின்றுகொண்டிருப்பதில் சோர்வு ஏற்பட்டது. ராம் கடற்கரையில், வலு இல்லாத, நோயுற்றவன் போல் கை கால்களைச் சுருட்டிப் படுத்திருந்தான். கடற்கரையில் மனித நடமாட்டமே இல்லை. எழுந்து அமர்ந்து கடலைப் பார்த்தான். பிறகு எழுந்து நடக்க ஆரம்பித்தபோது உடலில் சற்று வலு ஏறியிருப்பதாக உணர்ந்தான். கடல் அருகே சென்று கால்கள் கடல் அலைகளில் நனைய நின்றான். கடலுக்குள் இறங்கிய பின், எங்கிருந்தோ, கடலுக்குள் தோன்றிய நண்பன், இவனை வரச்சொல்லிச் சைகை செய்து தனது முதுகில் ஏற்றிக்கொண்டான். ராம் முதுகில் அமர்ந்திருக்க நண்பன் கடலுக்குள் நீந்திச் சென்றான். நடுக்கடலுக்குள் வந்துவிட்டோம் என்று தோன்ற, கரை தெரியாத நடுக்கம் ஏற்பட்டது. கடல்

எங்கும் ததும்பிக்கொண்டிருந்தது. வந்த வழியே திரும்ப வேண்டியதுதான் என்ற நினைக்கையில் எங்கும் கடல் என்பதால் எங்கிருந்து வந்தோம் என்பதும் தெரியவில்லை. வந்த திசையை அனுமானம் பண்ணித்தான் செல்ல வேண்டியிருந்தது. கை கால்கள் சோர்ந்து கடற்கரையில் வந்து விழுந்தனர். திடீரென நண்பனைக் காணோம். கடல் நீரில் நனைந்திருந்த உடலுடன் மீண்டும் அந்த மரத்தடியில் படுத்தான். படுத்திருந்தவன் நேரம் நெருங்கிக்கொண்டிருப்பதை உணர்ந்து வலு ஏற்றிக்கொண்டு எவ்விதமோ மண்டப வாசலுக்கு வந்துவிட்டான். வெளியே பந்தல் இருந்தது. ஸ்பீக்கர் அலறிக்கொண்டிருந்தது. கூட்டம் நிறைய இருந்தது. போடப்பட்டிருந்த சேர்களில் எல்லாம் ஆட்கள் அமர்ந்திருந்தனர். திடீரென அவனருகே நண்பன் தோன்றினான். வருகிறவர்கள், செருப்புகளை வெளியில் இருந்த ஒருவன் முன்பாகக் கழட்டி வைத்துவிட்டு டோக்கன் வாங்கிச் சென்றுகொண்டிருந்தனர். செருப்பை இங்கே வைத்துவிட்டுச் சென்றால், உள்ளுக்குள் திடீரென ஏதாவது அசம்பாவிதம் நிகழ்ந்து ஓடிவரும்போது செருப்பை எடுக்க முடியாமல், செருப்பில்லாமல் ஓட வேண்டியிருக்கும் என்று தோன்றியதால் செருப்புடனேயே இருவரும் உள்ளே சென்றனர். உள்ளே இருந்த கூட்டத்தினுள் பதுங்கிச் சென்றனர் இருவரும். கூட்டத்தினுள் நன்றாகப் பார்த்தபோது, அவளின் மாமா காணக்கிடைக்கவில்லை. கூட்டத்தில் இருந்த யாரும் தன்னைப் பொருட்படுத்தவில்லை என்பது ராமிற்கு ஆச்சரியமாக இருந்தது. கூட்டத்திலிருந்து சற்று முன்னுக்கு வந்தான். மணமேடை நன்றாகத் தெரிந்தது. புரோகிதர் ஏதோ மந்திரம் கூறிக்கொண்டிருந்தார். சிறு சதுரப் பள்ளத்தில் நெருப்பு எரிந்துகொண்டிருந்தது. மணமேடையில் மணமகன் அமர்ந்திருந்தான். ராம் அவனையே பார்த்துக் கொண்டிருந்தான். பூங்காவில் வேப்பமரத்தின் கீழே அவளும் ராமும் இருந்தனர். திடீரென ஒரு பரபரப்பு ஏற்பட்டுக் கூட்டம் ஒதுங்கி வழிவிட மணமகளாக அவள் தலைகுனிந்து வந்து கொண்டிருந்தாள். நெஞ்சம் படபடக்க அவளைப் பார்த்துக் கொண்டிருந்தான். அவள் மணமேடையில் அமர்ந்து நிமிர்ந்தாள். அவள் கண்களின் கருமணிகள் மாறி நீல வளையத்துடன் பச்சை நிறத்தில் இருந்தன. அவள் முகத்தில் பயங்கரம் தொனித்தது. அவள் திரும்பி வரக்கூடிய நேரம் நெருங்கிக்கொண்டிருப்பதாகத் தோன்றியது. திடுமெனத் தோன்றுவாள் என்று தோன்றியது. அவள் எனத் தோன்றி எவளோ ஒருத்தி மீண்டும் ஏமாற்றினாள். அவனுடைய மனதில், அவள் முகமும் வடிவமும் அசதியுடன் சீர்குலைந்திருப்பதாகப் படிந்தன. அவள் கண்கள் நீல வளையத்துடன் பச்சை நிறத்தில் இருக்குமோ என்று திடுமெனத் தோன்றியது. வெகு நேரமாக நின்றுகொண்டிருப்பது அவளுக்குத்

தெரியாத போதிலும், தன் முகம் அதைக் காட்டிக் கொடுத்து பரிதாபத்திற்குரியவனாகத் தன்னை ஆக்கிவிடும் என்று சஞ்சலமடைந்தான். அவள் தாயார் கூட வருவதால் ஒளிந்திருந்து பார்க்கலாம் என்றுகூடத் தோன்றியது. தூரத்தே தோன்றுவது அவள்தானென்று தோன்றியது. காத்திருந்தது போதுமென்று அவன் நடக்க ஆரம்பித்தான்.

O

முன்றில் 12, டிசம்பர் 1991

சரித்திரம்

ஒரு பெரிய ஹாலில் இவ்வளவு நபர்கள் – மொத்தம் நூறு நபர்கள் இருக்கக்கூடும் – குழுக்களாகச் சீட்டு விளையாடி சாத்யகி பார்த்ததில்லை. தரையில் அமர்ந்திருந்தனர். லுங்கி பனியனோடும், மேல் ஆடையில்லாமலும் பல நபர்கள் இருந்தனர். எந்நேரமும் ஏதாவது அசம்பாவிதம் நேரலாம் என தொனித்துக்கொண்டிருந்தது. சாத்யகிக்கு ஆட்டம் பிடிக்கவில்லை. இருநூறு ரூபாய்க்கு மேல் தோற்றிருந்தான். கொஞ்ச நேரத்திற்குத் தனக்குச் சீட்டுப் போடவேண்டாம் எனக் கூறி எழுந்தான். பால்கனியில், சாலையைப் பார்க்கும்படியாக முகத்தில் காற்றடிப்பதை விரும்பி நின்றான். திடீரெனக் கூச்சல் கேட்டுத் திரும்பினான்.

மேல் சட்டையில்லாமல் லுங்கி அணிந்திருந்த ஒருவனும், பேண்ட் சட்டை போட்டிருந்த ஒருவனும் வாய்ச் சண்டையிட்டுக் கொண்டிருக்க, சிலர் வாய் திறந்து ஏதோ சொல்லிக்கொண்டிருந்தனர். லுங்கி அணிந்திருந்தவனுக்கு எதிராகக் குழுவிலுள்ளோர்களின் வாய்கள் சத்தமிட்டுக் கொண்டிருந்தன. மற்ற குழுக்களில் உள்ள சிலர் திரும்பி மட்டும் பார்த்துவிட்டு சகஜமாயினர். லுங்கி அணிந்திருந்தவன் மடியில் போட்டிருந்த சட்டையை எடுத்து அணிந்துகொண்டே சத்தமிட்டபடி இவன் இருக்குமிடத்தை நோக்கி வந்தான். தன்னை நோக்கி ஏன் வருகிறான் என்று சாத்யகி விழிக்க, வந்தவன் அருகிலிருந்த வாஷ்பேஸினில் முகம் கழுவினான். லுங்கியினாலேயே முகத்தைத் துடைத்துவிட்டு சாத்யகியிடம் தீப்பெட்டி கேட்டான். இவன்

தீப்பெட்டி கொடுக்க, அவன் வாங்கிக் கொண்டே பேசியதில் சாராய வாசனை அடித்தது.

காற்று முகத்தில் அடித்தது. லுங்கிக்காரன் போயிருந்தான். தூரத்தே சாலையில் செல்லும் வாகனங்களைப் பார்த்துக் கொண்டிருந்த சாத்யகி உள்புறம் திரும்ப, நாட்டுப் புற சேலைக்கட்டு – அகல முகம் – பெரிய குங்குமப் பொட்டு – கோடாலிக் கொண்டை ஆகியவற்றுடன் நடுத்தர வயதுப் பெண்மணி கண்ணில் தெரிந்தாள். இவள்தானா அவள் என நினைத்துக்கொண்டான். அவளுடன் தெரிந்த நான்கைந்து தடி ஆட்கள் அவள் சொல்வதைச் செய்பவர்கள் எனத் தோற்றம் தந்தனர். அவர்கள் வருகை சூழலில் ஒரு அலாதியான பணிவைத் தொனிக்க வைத்தது. அவள் வாய் அசைய ஒருவன், இவனை நோக்கி வந்து, 'அம்மா கூப்பிடறாங்க' என்றான். இவன் சூழலின் தொனிக்குக் கட்டுப்பட்டவனாக வர, அந்தப்பெண், 'ரோட்டைப் பாத்து நிக்காதே... சீட்டு சரியாப் புடிக்கலைன்னா கீழே போய் உட்காரு... இங்கே நிக்காதே... கவுன்டர்லே பணம் கட்டினியா?' என்றாள். இவன் தலையாட்டினான். அவர்கள் படிகளில் இறங்கிச் சென்றனர்.

அவள் இந்த இடத்திற்கு ஏறி வந்த படிகள் முன்புறமிருக்க, இவர்கள் சென்ற இந்தப் படிகள்தான் அந்த இடத்திற்குச் செல்கிறது என நினைத்துக்கொண்டு, சற்று தாமதித்துப் படிகளில் இறங்கினான். கண்ணில் தென்பட்ட, நெற்றியில் விபூதிப்பட்டையடித்த, உப்பிய முகம் ஜிப்பாவுடன் இருந்தது. இப்போது டேபிள் சேர்களும் மனிதர்களும் தெரிந்தனர். மரபெஞ்சு ஆட்களிலிருந்து டேபிள் சேர் ஆட்கள் மாறுபட்டிருந்தனர். விபூதிப் பட்டையைச் சுற்றி சில பாத்திரங்களும் நேரே அடுப்பும் இருக்க, அடுப்பின் மேலிருந்த முட்டையைப் புரட்டிப் போட்டார். ஓர் அடைப்பின் நடுவில் இருந்த சதுரத்திற்குப் பின் நின்றிருந்த மனிதர்கள், வெளியே நின்ற மனிதர்களுக்கு கிளாசைக் கொடுத்துக் கொண்டிருந்தனர். நெடி குமட்டியது. இன்னொரு புறம் வரிசையாக அடுக்கப் பட்டிருந்த கவர்ச்சியான பாட்டில்கள்முன் ஒருவன் உட்கார்ந்திருந்தான். மரபெஞ்சுகளுக்கும், டேபிள் சேர்களுக்கும் இடையே திரை ஆடியது. திரை இவ்விடத்திற்குப் பொருத்தமின்றி அழகாக இருந்தது.

சாத்யகி சேரில் உட்கார்ந்தான். வந்தவனிடம் சாத்யகி சொல்ல அவன் அகன்றான். கண்களை மூடி சற்று நேரம் இருந்து பின் கண்களைத் திறந்து விழிக்க, எதிர்த்தாற்போல் ஒரு சந்தனப் பொட்டு உட்கார்ந்திருந்தான். நிறைய சேர்கள் சும்மா கிடக்க இவனைத் தேடி வந்தவன் போல எதிரே உட்கார்ந்திருந்தான். ஒரே புழுக்கமாக இருக்கிறது என்று தேவையற்ற விதமாக

ஆரம்பித்து, சொல்லவந்த விஷயத்தைக் கூறினான். சூழலின் இழுப்பில் செல்வதற்கு மனம் விழைந்தாலும், ஏற்க மறுத்து விருப்பமின்மையை சாத்யகி கூறினான். விநோதமான இணைப்பு எனத் தோன்றியது. டேபிள் மேல் இரண்டு கிளாஸ்கள் வந்தன. வாய் வழியே வயிற்றுக்குள் ஊற்ற ஆரம்பித்தான்.

கூச்சல் கேட்டுத் திரும்ப, சர்வர்களெனத் தெரிந்த சிலர் வாயிற்பக்கம் ஓடினர். சாத்யகி எழுந்து அவர்கள் சென்ற திசைப்பக்கம் பின்னால் சென்றான். ஒரு ஆளைச் சிலர் சேர்ந்து அடித்து இழுத்தவாறே ஒற்றை நாற்காலியில் அமர்ந்திருந்த அந்த நாட்டுப்புறச் சேலைக்கட்டுப் பெண்மணியிடம்கொண்டு வந்தனர். அவள் கோபத்தில் ஏதோ கத்திய வாறே எழுந்து, கத்திக்கொண்டே அந்த ஆளைக் கன்னத்தில் அறைந்தாள். பின்னர் வாசலில் நின்ற இரண்டு கார்களில், ஒரு காரில் அந்தப் பெண்மணியும் சிலரும், இன்னொரு காரில் அடித்து இழுத்து வந்த ஆளை உள்ளே தள்ளிச் சிலரும் ஏறிக்கொள்ள, கார்கள் கிளம்பின. சர்வர்கள் எனத் தெரிந்த சிலரை சாத்யகி விசாரிக்க, அவர்கள் பயந்த தோரணையில் ஒன்றுமே பேசாததைப் பதிலாக அடைந்தான். உள்ளே வந்து அவரவர்கள் தத்தம் நிலையில் சகஜமாயினர். இவன் இரண்டு ஆம்லெட் சாப்பிட்டான்.

வெளியேறி சாலைக்கு வந்தான். சந்தனப் பொட்டு ஆசாமி ஒரு பெட்டிக்கடையருகே நின்று பீடி புகைத்துக்கொண்டிருந்தான். செல்ல வேண்டிய இடம் பற்றிய குழப்பத்தோடு சாத்யகி பஸ் ஸ்டாப்பில் நின்றுகொண்டிருந்தான். அருகில் உள்ள ஒரு ஸ்தலத்தின் பெயரைக் குறிப்பிட்ட பலகையோடு வந்த பஸ்ஸில் ஏறினான். கண்டக்டர், பணத்தை வாங்கி, டிக்கெட் கொடுத்துவிட்டு மீதிச் சில்லறை கொடுக்காமல், சில்லறை இல்லை என்பதால் பிறகு தருவதாகவும் சொல்லாமல் வேறிடத் திற்குச் சென்று விட்டான்.

அடிக்கடி ஜன்னல் வழியாகத் தெரிந்த மரங்களுடன், பஸ்ஸைத் துறந்து செல்வது போல இருந்தது. ஸீட்டுகளில் அமர்ந்திருந்த மானுடர்களுடன் பஸ் சாலைக்கு மேல் பறந்து கொண்டிருப்பதாகத் தோன்றியது. மல்லிகைப் பூக்கள் நிறைய வைத்திருந்த – ஆவலைத் தூண்டும் – பின்னந்தலையொன்று சில முகங்களை உருவாக்கியது.

பஸ் நின்று, ஏறுகின்றவர்களுடன் கண்டக்டர் விரோத பாவத்துடன் நடந்துகொண்டிருந்தான். பஸ்ஸில் ஏறும் ஒருவருடன் தகராறு ஏற்படும் என்று தோன்றிக்கொண்டேயிருந்தது.

தோன்றியபடியே நடக்கவும் செய்தது. சாத்யகி இருந்த இடத்தில் அவர்களின் வாய்கள் சத்தமிடுவதுதான் கேட்டது.

சில்லறைகொடுப்பது தொடர்பாக எழுந்த தகராறு என்று தெரிந்தது. சற்று நேரத்தில் தகராறு ஓய்ந்துவிட்டது. கண்டக்டரின் விரோதபாவம் முடுக்கிவிடப்பட்டதாக மாறி, சந்தர்ப்பம் ஏற்படும் நபரின் மேல் பாய ஆயத்தம் கொண்டிருப்பதாகத் தோன்றியது.

சில்லறை கேட்காமல், கண்டக்டர் தானாகவே தர மாட்டான் என்ற அனுபவத்தில், ஸ்டாப் வருமுன் கேட்டால் தன்மேல் பாயலாம் என்பதால், ஸ்டாப் வரும்போது கேட்டு வாங்க வேண்டும் என்று நினைத்து மரங்களையும் மல்லிகைப்பூத் தலையையும் பார்த்துக்கொண்டே வந்தான். ஸ்டாப் அருகே பஸ் வந்ததும் அந்தக் கடைசியில் நின்றிருந்த கண்டக்டரிடம் இவ்வளவு பணம் திரும்பத் தர வேண்டும் என்று கூற, வேண்டா வெறுப்பாக எடுத்துத் தர, சாத்யகி நின்றிருந்த பஸ்ஸிலிருந்து இறங்கினான். சில்லறையைச் சரி பார்த்தபோது பத்து பைசா குறைந்திருந்தது.

சத்தம் கேட்டுத் திரும்ப, தென்பட்ட ஒரு பெண் கொய்யாப் பழங்கள் விற்கும் ஒரு பெண்ணிடம் தகராறு பண்ணிக் கொண்டிருந்த காட்சி தெரிந்தது. கையில் கொய்யாப் பழங்களை வைத்துக்கொண்டு, விற்கும் பெண்ணிடம் ஏதோ கத்திக்கொண் டிருந்தாள். சாத்யகி அருகில் சென்றான். நின்றுகொண்டிருந்த பெண், இதே கொய்யாப் பழங்கள் சற்றுத் தள்ளி, இவள் கொடுத்த விலையைக் காட்டிலும் குறைவாக விற்பதாகவும், அதே விலைக்கு இந்தப் பழங்களைக் கொடுக்க வேண்டும் அல்லது பழங்களைத் திருப்பி எடுத்துக் கொள்ளவேண்டும் என்றும் கூறிக் கொண்டிருப்பதையும், பழங்கள் விற்கும் பெண் இரண்டு இடத்திலும் விற்கும் பழங்களின் தரங்கள் வேறு என்று கூறிக்கொண்டிருப்பதையும் அறிந்தான்.

டீ குடித்துக்கொண்டிருக்கும்போது, டீ ஆற்றுவது ரசமான காட்சியாகத் தெரிந்தது. கைப்பிடி உள்ள பெரிய டம்ளருக்கும் கைப்பிடி உள்ள பெரிய கப்புக்கும் இடையே டீயை ஆற்றிக்கொண்டிருந்தான். கையை அதிகபட்ச அளவுக்குத் தூக்கி அவன் டீயை ஆற்றும்போது டீ ஒரு திரவமாக இல்லாமல் சவ்வு மாதிரி தோற்றம் தந்தது. அதை அவன் எப்படியும் வளைத்துவிடுவான் போன்ற தோற்றத்தைத் தந்தது.

கோயிலைப் பார்த்துவிட்டு பஸ்ஸிற்குச் செல்லும் குடும்பங்களும் ஆங்காங்கு மரத்தடியில் ஓய்வுகொள்ளும் குடும்பங்களும் கொத்துக்கொத்தாகத் தெரிந்தன. கோயிலுக்கு முன்னால் இருந்த மண்டபத்தில் ஒரு குடும்பம் அமர்ந்திருந்தது. மண்டபத்திற்கு வெளியே ஒரு காவியுடைப் பிச்சைக்காரக்

கிழவன் உட்கார்ந்திருந்தான். மண்டபத்திற்குச் சற்று தூரத்தில் குடிசைகள் தெரிந்தன.

அப்போது மண்டபத்திற்கும் குடிசைகளுக்கும் இடையே ஓரிடத்தில் ஒரு சிறுவன் அழுதுகொண்டே நின்றிருப்பதை சாத்யகி கண்டான். சுற்றும் முற்றும் பார்த்து யாருமில்லாததால் அவனருகே சென்று 'ஏன் அழுகிறாய்... உன் பெயரென்ன?' என்று கேட்டான். அந்தச் சிறுவன் அழுகையினூடே 'சாத்யகி' என்று சொன்னான்.

O

நிகழ் 16, டிசம்பர் 1990

திரை

குமார் வாட்சைப் பார்த்தான். மணி ஒன்பது. டிபன் கொண்டுவரச் சொல்லவா என்று குமார் பார்வதியிடம் கேட்டான். அவள் இரண்டு இட்டிலி, ஒரு தோசை போதும் என்றாள். குமாருக்குப் பிரியாணி சாப்பிட வேண்டும் என்று ஆசை எழுந்தது. தான் பிரியாணி சாப்பிடுவது பற்றி அவளுக்கு ஏதும் சங்கடங்கள் உண்டா என்று அவளிடம் கேட்டான். அவள் இதையெல்லாம் ஒரு பொருட்டாக எடுத்துக்கொள்ளவில்லை என்ற தோரணையில், சங்கடங்கள் ஏதும் இல்லை என்றாள். மணி அழுத்தி வந்த பையனிடம், அவளுக்கான டிபனுடன் பிரியாணியும் வாங்கி வரக் கூறினான்.

தனக்காக சிகரெட் பிடிக்காமலிருக்கிறீர்களா என்று – இதையும் தான் பொருட்படுத்தவில்லை என்ற பின்னணியில் – அவள் கேட்டபோது சாப்பிட்ட பின் சிகரெட் பிடிக்கலாம் என்று இருப்பதாகவும் பொதுவாக தற்போது சிகரெட் பிடிக்கத் தோன்றவில்லை என்றும் குமார் பதில் கூறினான். பிரியாணி சாப்பிட்டபின், சிகரெட் பிடித்தபின், வாய் மணத்தை மாற்றுவதற்கு மிட்டாயோ பாக்கோ வாங்கி வருமாறு ரூம் பையன் வரும்போது மறக்காமல் சொல்ல வேண்டும் என்று நினைத்துக் கொண்டான்.

அவள் கட்டிலில் அமர்ந்து, எதிரேயிருந்த நிலைக் கண்ணாடியில் தன் தோற்றத்தைப் பார்த்துக் கொண்டிருந்தாள். கண்ணாடியில் காணும் காட்சி அவள் மனதில் பதியட்டும் என்று அந்நிலையில்

குமார் அவள் கழுத்தில் முத்தமிட்டான். ஜன்னலை மறைத்துத் தொங்கிக்கொண்டிருந்த திரை ஆடியது. திரை விலகலில் அவள் கணவனின் முகம் தெரிந்தது.

பையன் கதவைத் தட்டி பிரியாணி, டிபன் பொட்டலங் களைக் கொடுத்தான். குமார் அவனிடம் மிட்டாய்களும், பாக்கும் வாங்கி வரச் சொன்னான். அவளுக்கு அருகில் அமர்ந்து எவ்வாறு பிரியாணி சாப்பிடுவது என்று அவன் சங்கடத்திற்குள்ளானான். இதையெல்லாம் ஏற்றுக் கொள்ளக் கூடிய மனதுடையவளாக அவள் தோற்றம் கொடுத்துக் கொண்டிருந்தாள். கொண்டு வந்திருந்த குழம்பை அவளே இவனுக்குப் பரிமாறினாள். குமார், பார்வதியுடன் அறையில் தங்குவது இது இரண்டாவது தடவை.

ஒருவாரத்திற்கு முன்னதாக அவர்கள் இருவரும் ஓர் அணைக்கட்டுக்குச் சென்றிருந்தார்கள். பஸ்ஸில் செல்லும் போது, ஜன்னலோரம் உட்கார்ந்திருந்த அவள், வழியில் தெரியும் அழகான காட்சிகளையெல்லாம் சுட்டிக் காட்டிக்கொண்டே வந்தாள். வரிசையாய்ச் செல்லும் வெள்ளைப் பறவைகள் அவள் கண்களுக்கு மட்டும் எவ்விதமோ தெரிந்து அதைக் காட்டிக்கொண்டே வந்தாள். ஓடும் நீரைக் கண்ட போதெல்லாம் அவள் குதூகலமடைந்து கொண்டிருந்தாள். ஒரு பஸ் நிறுத்தத்தில் தென்னந்தோப்பைத் தாண்டி, அதன் ஊடே தெரிந்த, சூரியன் நீரில் விழுந்து பளபளக்கும் ஆற்றில் ஒரே ஒரு காவியுடை சாமியார் இடுப்பளவில் நீரில் கடந்து கொண்டிருந்ததைச் சுட்டிக்காட்டினாள். தனது அழகுணர்ச்சியை ஸ்தாபிப்பதற்காக பார்வதி இவ்வாறு நடந்து கொள்கிறாளோ என்று நினைத்து, அதை எவ்வாறு எதிர்கொள்வது என்ற குழப்பமும் அலுப்பும்கூட குமாருக்கு ஏற்பட்டது. ஆனால் கோயிலில் பார்த்த ஒரு வெண்கலச் சிற்பத்தின் உதட்டோரம் தெரிந்த சூட்சுமப் புன்னகையை அவள் சுட்டிக்காட்டியது இன்னும் குமாருக்குத் தாக்கத்தை ஏற்படுத்திக்கொண்டிருக்கிறது. அவளுடைய வசீகரத்தின் பயங்கரம் என அந்த வெண்கலச் சிற்பத்தின் புன்னகை அவனுள் தோற்றம் கொடுத்துக்கொண்டிருக்கிறது. பஸ்ஸிலிருந்து இறங்கியதும் நெருக்கமாக வளர்ந்திருந்த இரண்டு நெட்டைப் பனைமரங்கள், தலையில் சூரியனைத் தாங்கியிருந்த காட்சியைச் சுட்டிக்காட்டினாள். தான் காணும் காட்சிகளைப் பதிவு செய்வதற்கெனவே குமாரை இங்கு அழைத்து வந்திருந்தவள் போல மொத்தக் காட்சியிலிருந்து சில காட்சிகளைப் பிரித்து அடிக்கடி காண்பித்துக்கொண்டிருந்தாள். அணைக்கட்டின் மேல் பகுதியில் நின்று ஒரு புறம் குளமாகத் தெரியும் நீரையும், மறுபுறம் மதகு வழியாக நுரையுடன் உற்சாகமாகப் பீறிடும் நீரையும் மாறிமாறி அவனையும் அழைத்துக்கொண்டு பார்த்தாள்.

நுரையுடன் பீறிடும் நீரைக் காண்பித்து, குமாருடன் இருக்கும் போது இவ்விதம் இருப்பதாகவும், அவனுடன் இல்லாதபோது தூரத்தே சாவதானமாகச் செல்லும் நீரைப்போல் இருப்பதாகவும் கூறினாள். அணைக்கட்டிலிருந்து நீங்குவதற்கு முன்பாக மதகு வழியே நுரையுடன் பீறிடும் நீரைப் பார்த்துக்கொண்டிருந்தபோது, அவள் இன்று தங்கிச் செல்லலாம் என்று பிரஸ்தாபித்தாள். இருவரும் அன்று முதன்முறையாகத் தங்கினார்கள்.

சாப்பிட்டு முடித்து அவன் சிகரெட்டைப் பற்ற வைத்தான். ரூம் பையன் பாத்திரங்களை எடுத்துச்சென்றான். பார்வதி இரவு ஆடைக்குத் தன்னை மாற்றிக் கொண்டாள். திடீரென ஞாபகம் வந்தவளாய்ப் பல வகையான பூக்களைப் பறித்து வைத்திருந்த பாலிதீன் பையை எடுத்து வந்து பூக்களை மேஜை மீது கொட்டினாள். பின் ஒவ்வொரு பூவாகப் பார்க்க ஆரம்பித்தாள். குமார், அவள் செய்கையை வேடிக்கை பார்த்துக்கொண்டிருந்தான்.

ஒரு நெருக்கமான சந்தர்ப்பத்தில் பார்வதி அவனிடம் அவனைப் போல், அவன் நினைவாக ஒரு குழந்தை வேண்டும் என்று கூறினாள் இருவருக்குமிடையேயுள்ள பிணைப்பு இறுக்கமடைய வேண்டும் என்ற பின்னணி இதற்குக் காரணமாக இருக்கலாம் என்று இதைப் புரிந்துகொள்வதாகவும் ஆனால் தனக்கு விருப்பமில்லை என்றும் குமார் கூறினான். அவள் அதற்கான காரணத்தைக் கேட்டபோது குழந்தையிடம் தான் உரிமைகொள்ள முடியாத நிலை தனக்கு மிகுந்த மனச் சிக்கல்களையும் மனத் தொந்தரவுகளையும் அளிக்கும் என்று கூறினான். அக்குழந்தையிடம் தன்னைத் தகப்பன் என்று கூற முடியாத நிலையில், குழந்தை அவளது கணவனைத் தகப்பன் என்றும், அவள் கணவன் அக்குழந்தையைத் தன் குழந்தை என்றும் பாவிக்கும் நிலை அவளுக்கு ஏதும் மனச் சங்கடத்தை அளிக்காதா என்று கேட்டான். அவள் பதில் கூறவில்லை. சுழலும் மின்விசிறியை வெறித்துப் பார்த்துக் கொண்டிருந்தாள்.

ஜன்னலை மறைத்துத் தொங்கிக்கொண்டிருந்த திரையை விலக்கி அவள் கணவன் வெளியே வந்தான். குமார் அவனைப் பார்த்து எழுந்தான். அவளின் மனோபாவம் காரணமாக அவள் கண்களுக்கு அவளின் கணவன் தெரியவில்லை. குமாரை வரச்சொல்லி அவன் சைகை செய்தான். குமார் அவளிடம் விரைவில் வந்து விடுவதாகக் கூறிவிட்டு அவனுடன் அறையிலிருந்து வெளியேறினான். குமாரை அழைத்துக்கொண்டு அந்த விடுதியிலிருந்து அவன் வெளியே வந்தான். வீதி ஒரே இரைச்சலாக இருந்தது. வாகனங்களும், மனிதர்களும் ஒழுங்கில்லாமல், கிடைக்கும் இடைவெளிகளில் சென்றுகொண்டிருந்தனர். ஒலிபெருக்கிகள் அலறிக்கொண்டிருந்தன. வீதியில் நிற்கும்,

நடக்கும் மனிதர்களில் பாதிக்கு மேல் ஏதோ பேசிக்கொண் டிருந்தனர். வாகனங்கள் மனிதர்களை விலகச் சொல்லி சத்தமிட்டவாறு சென்றுகொண்டிருந்தன. வீதி மிகவும் அசுத்தமாக இருந்தது. அவள் கணவன் குமாரை அழைத்துக்கொண்டு நடந்துகொண்டேயிருந்தான். அவள் கணவன் முதலில் பேசிய பிறகு விஷயங்களை அவதானித்துப் பின்னர், தான் பேசலாம் என்ற நினைப்பில் குமார் ஒன்றும் பேசாமல் அவனுடனே நடந்துகொண்டிருந்தான். அசுத்தமும், இரைச்சலும் மிகுந்த இடத்தில் பிரிந்த ஒரு சந்துக்குள் குமாருடன் அவன் நுழைந்தான். சந்து பல சந்துகளையும் பல உட்சந்துகளையும் கொண்டிருந்தது. அந்த உட்சந்துகள் பல பெரிய சந்துகளுக்குச் செல்வதாகவும் தோற்றம் கொடுத்துக் கொண்டிருந்தன. அதிக வித்தியாச மில்லாத சந்துகள் வழியைக் குழப்பக்கூடியதாக இருந்தன. ஆள் அரவமற்ற கட்டிடங்கள் மட்டுமே இருந்த சந்துகளில் பாதை எங்கு செல்லும் என்று தெரியாத நிலையில் இருவரும் நடந்துகொண்டிருந்தனர். அவன் வேகமாக நடக்க ஆரம்பித்தால் அவனுடன் நடக்க இயலாமல், தான் ஆயாசம் கொள்ளக்கூடும் என்று குமாருக்குத் தோன்றியது. சந்துகள் பின்னிப்பின்னி ஒரே இடத்திற்கு மீண்டும்மீண்டும் வந்து கொண்டிருக்கிறோமோ எனத் தோன்றவைத்தது. ஆவேசம் வரும் தருணம்வரை இவ்வாறு அவன் நடந்துகொண்டேயிருப்பானோ என்று குமாருக்குத் தோன்றியது. ஆவேசம் வந்தபின் தன்னைத் தாக்க ஆரம்பிப்பான் என்றும் தோன்றியது. திடீர்த் தாக்குதல் இருக்கக்கூடும் என்பதால் எந்நேரமும் அதைச் சந்திப்பதற்கான ஆயத்தத்தில் இருக்க வேண்டும் என்றும், எதிர்த்தாக்குதல் வலுவாக இருக்க வேண்டும் என்றும் நினைத்துக்கொண்டான். அவன் வாயைத் திறக்கக் கூடும்; தாக்கக்கூடும் என்ற எதிர்பார்ப்பில் எந்நேரமும் விழிப்பில் இருப்பது மிகுந்த சிரமத்தைத் தருவ தாகவும் இருந்தது. இவ்வாறு விழிப்பைப் பேணுவதில் சிரமம் ஏற்பட்டு விழிப்பைத் தவறவிடும் சந்தர்ப்பத்தில் தாக்குதல் நிகழ்ந்து விடுமோ என்றும் தோன்றியது. விழிப்பைத் தவறவிடும் சந்தர்ப்பத்தை மிகக் கவனமாக எதிர்நோக்கியே இவ்விதம் ஒன்றும் செய்யாமல் நடந்து வருகிறானோ என்றும் தோன்றியது. திடீரென குமாருக்கு வேறு விதமாகவும் தோன்றியது. தாக்கப்படுவோம் என்ற நினைப்பில் முன் பாதுகாப்பாகத்தான் அவனைத் தாக்கும் சந்தர்ப்பத்தை அவன் எதிர்பார்த்துக் கொண்டிருக்கிறானோ என்று தோன்றியது. அத்தகைய ஒரு சந்தர்ப்பத்தில் முதல் தாக்குதலுக்குரிய பதில் தாக்குதல் என்ற நியாயத்தில் வலுவான தாக்குதல் நடத்தி தன்னை நொறுக்கி விடுவானோ என்றும் தோன்றியது. அத்தகைய வலுவை மறைத்து அவன் நடந்துகொண்டிருக்கிறானோ என்ற சந்தேகமும்

தோன்றியது. அவன் தன்னைக் காட்டிலும் வலுவானவனாக இருப்பானோ என்ற சந்தேகம் குமாரின் மனதில் தோன்றியவுடன், பயம் படர ஆரம்பித்தது. உடல் ரீதியான மோதல் தனக்குப் பழக்கமில்லை – எதிராளிக்கும் பழக்கமிருக்காது – என்ற போதிலும் எதிராளிக்குத் தன்னைக் காட்டிலும் உடல்வலு இருந்த போதிலும் தனது தைரியம் அவனை நிலைகுலைய வைத்துவிடும் என்று நினைத்துக்கொண்டான். எதுவும் நடக்காமல் இவ்விதம் சிந்தித்துக்கொண்டேயிருப்பதில் ஆயாசம் ஏற்பட்டது. தன் மனம் இவ்விதம் இடையறாது விழிப்புடன் சிந்தித்து ஆயாசம் அடைய வேண்டும் என்பதற்காகவே அவன் தன்னை அழைத்துச் செல்கிறானோ என்ற சந்தேகமும் ஏற்பட்டது திடீரென பழைய வீதிக்கே வந்துவிட்டதை உணர்ந்தான். எப்படி வந்தோம் என்று தெரியாத நிலையில் ஒரு சந்து அவர்களைப் பழைய வீதிக்கேகொண்டு வந்து சேர்த்திருந்தது. வீதியில் வாகனங்களின், மனிதர்களின், ஒலிபெருக்கிகளின் இரைச்சல். வீதி முன்னைக் காட்டிலும் அசுத்தமாக இருந்தது. மனிதர்களின் நடமாட்டம் பெருகிக்கொண்டேயிருந்தது. திடீரென தங்கியிருந்த விடுதி தென்பட்டது. அருகில் பார்த்த போது, வந்துகொண்டிருந்த அவளின் கணவனைக் காணோம். சுற்றி நன்றாகப் பார்த்த போதும் அவனைக் காணவில்லை. பெருகிக்கொண்டிருக்கும் மனிதக் கூட்டத்தோடு அவன் கலந்திருப்பான் என்று தோன்றியது. கூட்டம் மேலும் பெருகிக்கொண்டேயிருந்தது. குமாருக்குக் கால்கள் சோர்ந்து உடல் வியர்த்திருந்தது. அறையை அடைந்து கதவைத் தட்டினான்.

கதவு திறந்தது. அவள் நின்றுகொண்டிருந்தாள். ஜன்னலை மறைத்துத் தொங்கிக் கொண்டிருந்த திரை வெறுமனே ஆடிக்கொண்டிருந்தது.

○

மீட்சி 33, செப்டம்பர் 1990

பிம்பங்கள்

சூரியன் மங்கிக்கொண்டிருந்த நேரம். கரு மேகங்கள் நகர்ந்துகொண்டிருந்தன. ஒரு பெரிய, வயதான மரத்தின் கீழ் சந்திராஜித் நின்றுகொண்டிருந்தான். ஆளரவமற்ற இடத்தில் தனியனாய் நின்றுகொண்டிருப்பது வீசும் காற்றையும் நகரும் கருமேகங்களையும் அவன் இயக்குவது போல் ஒரு தோற்றத்தைத் தந்தது. ஆனால் கூர்ந்து பார்த்தால் அவன் சிகரெட் புகைத்துக்கொண்டிருப்பது தெரியவரும். உண்மையில் அவன் ஒரு மசாலாப் படத்தைப் பார்த்துவிட்டு இந்தப் பக்கம் வரும் போது காற்று பலமாக அடித்துக் கொண்டிருக்கவே இந்த இடத்தில் சற்று இளைப்பாறும் பொருட்டு நின்றுகொண்டிருந்தான். மசாலாப் பட ஆட்டக்காரியின் நினைவில் மனம் பாய்ந்து கொண்டிருக்கும்போது ஏனோ அவனுக்குக் காவியுடை நினைவுக்கு வந்தது.

சந்திராஜித் காவி வஸ்திரங்களை அணிந்திருந்தான். நாசி கூர்மையாகவும் கண்கள் ஒளி மிகுந்தும் தோன்றின. காவி வஸ்திரங்களை அணிந்திருக்காவிட்டால் அக்கூர்மையும் ஒளியும் தோன்றியிருக்குமா என்று தெரியவில்லை. கீழே வேஷ்டியும், வெற்றுடம்பு மேலே வஸ்திரத்தையும் போர்த்தியவாறு காட்சியளித்தான். வஸ்திரங்களின் புத்தம்புது நிறம் அவனுக்குப் பிரமையை ஏற்படுத்தியிருந்தது. பார்க்கும் மானுடர்கள் அவனது தேஜஸ் ஈர்க்கும் விதத்தில் இருப்பதாக நினைத்துக் கொண்டனர். இவ்வாறாக அவன் சாலையில் நடந்து வந்துகொண்டிருந்தான்.

பங்களாக்களாக இருந்த பகுதியில் வீதிகளின் வழியே சென்று கொண்டிருந்தான். ஒரு பங்களா அருகே நின்று கூர்ந்து பார்த்தான். கூர்க்காவோ நாயோ இருப்பதாகத் தெரியவில்லை. கேட்டைத் திறந்து உள்ளே நுழைந்தான். ஈஸிசேரில் சாய்ந்திருந்த ஒரு பெரியவர் சந்திராஜித்தைக் கண்டு அருகில் வந்தார். பெரியவரிடம் தான் ரிஷிகேஷில் இருந்து வந்திருப்பதாகக் கூறினான். இந்த வீதியின் வழியே சென்றுகொண்டிருக்கும்போது, இந்த வீட்டிலிருக்கும் ஏதோ தெய்வசக்தி தன்னை அழைத்ததாகவும், தன்னையறியாமல் தன் கால்கள் திரும்பி இந்த வீட்டிற்கு வந்துவிட்டதாகவும் கூறினான். உடனே பெரியவர் ஆறு வயதில் இறந்து போன தன் பேத்தியைத் தெய்வமாக வழிபடுவதாகவும், பூஜை அறையில் உள்ள தெய்வப்படங்களோடு அவள் படமும் இருப்பதாகவும் கூறினார். கால்கள் தன்னையறியாது திரும்பி இந்த வீட்டிற்கு வந்ததற்குக் காரணம் இதுவாகத்தானிருக்க வேண்டும் என்றும், அந்தச் சிறுமி பார்வதி அல்லது லக்ஷ்மியின் அம்சங்கள் உள்ளவளாக இருந்திருக்க வேண்டும் என்று தோன்றுவதாகவும் அவன் கூறினான். உடனே பெரியவர் அவனை நமஸ்கரித்தார்.

உள்ளே சோபாவில் சந்திராஜித் அமர்ந்திருக்க, குடும்பத்தி லுள்ளவர்கள் அனைவரும் நின்றுகொண்டிருந்தனர். அவன் பெரியவரை மட்டும் அமரச் சொன்னான். அவர் அடக்கத்துடன் சோபாவில் உட்காராமல் தரையில் அமர்ந்தார். பெரியவர் பூஜை அறைக்குச் செல்லலாம் என்று கூற அவன் ஒரு டம்ளர் பால் கேட்டான். பால் வரும் வரை பெரியவரும் குடும்பத்தினரும் இறந்துபோன சிறுமியின் விசேஷ அம்சங்களைக் கூறிக்கொண்டிருந்தனர். பால் வந்ததும் அதை அருந்திவிட்டு எழுந்தான். அனைவரும் பூஜை அறைக்குள் சென்றனர். பூஜை அறையில் தெய்வப் படங்களுடன் ஒரு சிறுமியின் படம் நெற்றியில் குங்குமம் அப்பியிருந்தபடி காட்சியளித்தது. சந்திராஜித் கண்களை மூடி அமர்ந்தான். அமைதி நிலவியது. அவன் கண்களிலிருந்து நீர் வழிந்தது. குடும்பத்தினர் அனைவரும் விவரிக்க இயலாத ஒரு பரவச நிலையிலிருந்தனர். அவன் கண்களைத் திறந்தான். கண்கள் கலங்கியிருந்தன. இறந்துபோன சிறுமி பார்வதியின் அம்சங்கள் உள்ளவள் என்றும், தெய்வாம்சம் பிறவியிலேயே உள்ளவர்கள் நீண்டகாலம் இக்கலிகாலத்தில் வாழ இயலாது என்றும், அவ்விதம் வாழ்ந்தால் அவளின் ருத்ரத்தை அவள் குடும்பத்தினரோ அல்லது இந்தப் பூவுலகமோ தாங்க இயலாது என்றும், அவள் நற்கதியை அடைந்து பார்வதியுடன் ஐக்கியமாகிவிட்டாள் என்றும் அவன் கூறினான். குடும்பத்தினர் நெகிழ்ந்து நின்றனர். அவன் கற்பூரத்தைக் கொளுத்தி தீப ஆராதனை செய்து அனைவருக்கும் காட்டினான்.

பூஜை அறையிலிருந்து வந்து சோபாவில் அமர்ந்ததும் ரிஷிகேஷ் பற்றியும் தனது பிரயாணத்தின் போது கண்ட காட்சிகள் மற்றும் தனது அற்புதங்கள் பற்றியும் கூறலானான். முக்கியமாக, தன்னிடம் வந்த இரண்டு திருடர்களை வசப்படுத்தி நல்வழிக்குத் திருப்பிய சம்பவத்தை விவரித்துக் கூறினான். பெரியவர் அவனைச் சிரம பரிகாரம் செய்துவிட்டுச் செல்ல வேண்டும் என்று கூறினார். அவன் அரை மனதுடன் ஒப்புக்கொண்டான். அவனுக்கு ருசிகரமான விருந்து படைக்கப்பட்டது.

உணவிற்குப்பின் தாம்பூலம் தரித்துக்கொண்டிருந்த போது தான் மீண்டும் ரிஷிகேஷ் செல்ல உத்தேசித்திருப்பதாக அவன் கூறிக்கொண்டிருந்தான். பெரியவர் பேஷாகச் சென்று வரலாமே என்று கூறினார்.

பெரியவரின் காரில் பஸ்நிலையம் நோக்கிச் செல்லும் போது சந்திராஜித் சுவர்களில் ஒட்டப்பட்டிருந்த வால்போஸ்டர்களைப் பார்த்துக்கொண்டே வந்தான்.

ஜீன்ஸ் பேண்ட், டீ சர்ட்டு, கூலிங்கிளாஸ், சிகரெட் சகிதம் சந்திராஜித் கேட்டைத் திறந்து புல்வெளியில் அமர்ந்திருந்த பெண்மணியிடம் அந்த வீடு டோர் நெ. 27 தானே என்று கேட்டான். அவள் அதை ஆமோதிக்க, மிஸ் மேனகா இருக்கிறார்களா என்று கேட்டான். அந்தப் பெயரில் இங்கு யாருமில்லையே என்று அவள் கூறினாள். கண்டிப்பாக இருக்க வேண்டும் என்றும், அந்த ரசிகை தனக்கு எழுதிய கடிதத்தில் தெளிவாக விலாசத்தைக் குறிப்பிட்டிருப்பதாகவும் அவன் தெரிவித்தான். ரசிகையா? அப்படி என்றால் நீங்கள் என்ன செய்து கொண்டிருக்கிறீர்கள் என்று அந்தப் பெண் மணி கேட்டாள். அவன் தான் ஒரு சினிமா நடிகன் என்றும் அந்த ரசிகை தனக்கு எழுதிய கடிதத்தில் டோர் நெ. 27, சாரதி நகர் என்று குறிப்பிட்டிருந்ததாகவும் தெரிவித்தான். அந்தப் பெண்மணி, இது டோர் நெ. 27 பாலாஜி நகர் என்றும் இதற்கு அடுத்தாற்போல் சாரதி நகர் இருப்பதாகவும் தெரிவித்தாள். மேலும், உங்கள் பெயரென்ன என்றும் எந்தப் படத்தில் நடித்திருக்கிறீர்கள் என்றும் அந்தப் பெண்மணி கேட்டாள். இரண்டு கன்னடப் படங்களில் நடித்து இரண்டும் சூப்பர் ஹிட் என்றும், தற்போது சங்கரசுப்பு ஸார் படத்திலும் நந்தகோபாலன் ஸார் படத்திலும் கதாநாயகனாக நடிக்க ஒப்பந்தம் ஆகியிருப்பதாகவும், தனது பெயர் சந்திரசூடன் என்றும் கூறினான். அவள் வெளியே நிற்கிறீர்களே உள்ளே வாருங்கள் என்று அழைத்துச் சென்று புல்வெளியில் உள்ள சேரில் அவனை உட்கார வைத்துவிட்டுத் தனது கணவனை அழைத்து வருவதாகச் சொல்லி வீட்டினுள் சென்றாள்.

சற்று நேரத்தில் கணவனும் மனைவியுமாக வந்தனர். அவள் கணவர் மிக்க மகிழ்ச்சியுடன் மிஸ்டர் சந்திரசூடன் என்று

அவன் கையைக் குலுக்கினார். மூவரும் அமர்ந்தனர். கணவர் கன்னடப் படங்கள் பற்றித் தனக்குத் தெரியாதென்றும் ஆனால் சந்திரசூடன் முகத்தைத் தமிழ்ப்படங்களில் பார்த்த ஞாபகம் இருக்கிறதென்றும் தெரிவித்தார். உடனே அவன் அவரின் ஞாபகம் சரிதானென்றும் கன்னடப் படங்களில் கதாநாயகனாக நடிப்பதற்கு முன் சில தமிழ்ப் படங்களில் சண்டைக் காட்சி களில் ஸ்டண்ட் நடிகராகத் தோன்றியிருப்பதாகவும் கூறினான். தற்போது பெரிய நடிகராகிவிட்டாலும், தன்னைப் போன்ற மனிதர்களிடம் மறைக்காது சிறு வேடங்களில் நடித்ததைக் கூறியது, அவனது பெருந்தன்மையைக் காட்டுவதாக அவள் கணவர் நெகிழ்ச்சியுடன் கூறினார். பிறகு அந்தத் தமிழ்ப்படங் களின் பெயர்களைத் தெரிவிக்குமாறு கூறினார். 'சூரியனைத் தொடாத கடல்', 'தீச்சட்டி கோவிந்தன்', 'பாதாளக் குகை' ஆகிய படங்களில் சண்டைக் காட்சிகளில் தோன்றியிருப்பதாகவும், இன்னும் சில படங்களின் பெயர்கள் நினைவில் இல்லை என்றும் கூறினான். நிறைய தமிழ்ப்படங்கள் வருவதால் பெயர்கள் நினைவில் இருப்பதில்லை என்றும், சந்திரசூடன் சண்டைக் காட்சிகளில் தோன்றிய, தற்போது அவன் நினைவில் இல்லாத சினிமாப்படங்களில் ஒருவேளை அவனைப் பார்த்திருக்கலாம் என்றும் அவள் கணவர் கூறினார்.

அந்தப் பெண்மணி எழுந்து உள்ளே சென்றாள். அவள் கணவர், சங்கரசுப்புவின் படத்தில் ஒப்பந்தமாகியிருப்பது பற்றி விசாரித்தார். அந்தப் படத்திற்கு இன்னும் கதாநாயகி முடிவாகவில்லை என்றும், அநேகமாக புதுமுகமாக இருக்கலாம் என்றும், சங்கரசுப்பு ஸார் படம் என்பதால் பூஜை போட்ட அன்றே அனைத்து ஏரியாக்களும் விற்றுவிட்டதாகவும் கூறினான். நந்தகோபாலன் ஸார் படத்திலும் கதாநாயகி புதுமுகந்தான் என்றும், தேர்ந்தெடுத்துவிட்டார்கள் என்றும், ஸ்வீடிஷ் தகப்பனுக்கும் இந்தியத் தாய்க்கும் பிறந்த பெண் என்றும், இத்தகைய அழகியைத் தமிழ் உலகம் கண்டிருக்காது என்றும் இப்படம் வெளிவந்தபின் தற்போது முன்னணியிலிருக்கும் கதாநாயகிகள் அனைவரும் பாதிக்கப்படுவார்கள் என்றும், இத்தகைய அழகியுடன் தான் நடிப்பதால் எவ்வளவு நன்றாகச் செய்தாலும் தனது பெயர் அமுங்கிவிடும் என்றும், சங்கரசுப்பு ஸார் படத்தில்தான் தனக்கு பெரியப் 'பிரேக்' கிடைக்கும் என்று எதிர்பார்த்திருப்பதாகவும், இவற்றையெல்லாம் நட்பிற்காக வெளிப்படையாகக் கூறுவதாகவும் வெளியே கூற வேண்டாம் என்றும் அவன் கேட்டுக்கொண்டான். தன்னை நண்பனாகக் கருதிச் சொல்லும் இந்த விஷயங்களைச் சொல்வதற்கு எவ்வாறு தனக்கு மனம் வரும் என்று அவள் கணவர் கூறினார். சங்கரசுப்பு ஸார் பட சூட்டிங் இன்னும் ஆரம்பமாகவில்லை என்றும்,

நந்தகோபாலன் ஸார் படத்திற்கு ஒரு டூயட் காட்சியும் டான்ஸ் காட்சியும் படமாகியிருப்பதாகவும் அவன் தெரிவித்தான். அவள் கணவர் அந்தக் காட்சிகள் பற்றி விசாரிக்க அவன் டூயட் காட்சி, எகிப்தின் பிரமிடுகளுக்கிடையே நடைபெறும் கனவுக்காட்சி என்றும், அந்தப் பேரழகி கூட காதல் காட்சியில் நடிப்பதற்குத் தனக்கு நடுக்கம் ஏற்பட்டு வியர்த்து வழிந்ததாகவும் குறிப்பிட்டான். டான்ஸ் காட்சியில் யாருடன் நடிக்க வேண்டியிருந்தது தெரியுமா என்று அவன் அவரைக் கேட்டான். அவர் ஆர்வத்துடன் 'பிருந்தாவா?' என்றார். அவன், அவளேதான் என்றும் அவளைப்போன்ற உடலும், பாஸ்ட் மூவ்மெண்ட்டும் உள்ள ஒரு டான்ஸரைப் பார்க்கவே முடியாதென்றும் கூறினான். மேலும், சினிமா உலகம், வசீகரமான உலகம் என்றும், கையில் சொற்ப பணம் இருந்தால் யாரும் படமெடுக்கலாம் என்ற நிலை ஏற்பட்டிருப்பதாகவும், பைனான்ஸ் செய்ய பலர் மடியில் பணத்தைக் கட்டிக்கொண்டு தயாராக இருப்பதாகவும் தெரிவித்தான். அவர் அவனுடைய விலாசத்தைக் கேட்க, தற்போதைய விலாசம் மாறும் நிலையில் இருப்பதாகவும், அவருடைய விலாசம் தற்போது தெரிந்து விட்டதால் அவனே கடிதம் எழுதுவதாகவும், குடும்பத்துடன் ஷூட்டிங் பார்க்க அழைப்பதாகவும் தெரிவித்தான்.

வீட்டிற்குள் சென்றிருந்த அந்தப் பெண்மணி ஸ்வீட், காரம் குளிர்பானத்தை அவர்கள் எதிரிலிருந்த டீப்பாயில் வைத்துவிட்டு அமர்ந்தாள். அவன் அவற்றை உண்டு குளிர் பானத்தை அருந்தினான். விலாசம் தவறி வந்ததினால் ஏற்பட்டு விட்ட இந்த நட்பு மிகவும் அதிசயமானது என்று மூவரும் சிலாகித்துக்கொண்டனர். தற்போது நேரமாகி விட்டதால் ஏற்கெனவே தேடிவந்த விலாசத்திற்குச் செல்ல தற்போது முடியாதென்றும், அவசியம் கடிதம் எழுதுவதாகவும் கூறி அவன் விடைபெற்றுக் கொண்டான்.

வெளியில் நின்றிருந்த பைக்கை உதைத்துக் கிளப்பி, கையை ஆட்டிக்கொண்டு சென்றான். அப்போது கிரிக்கெட் விளையாடிவிட்டுச் சிலர் திரும்பிக்கொண்டிருக்கும் காட் சியை சந்திராஜித் கண்டான்.

○

கனவு 13, ஜூன் 1990

விரித்த கூந்தல்

இவ்வளவு பெண்கள் விரித்த கூந்தலுடன் இருப்பது அவனுக்குத் திகிலை ஏற்படுத்திக் கொண்டிருந்தது. பெண்கள் விரித்த கூந்தலுடன் உட்கார்ந்திருந்தார்கள்; நின்றுகொண்டிருந்தார்கள். நடந்துகொண்டிருந்தார்கள். பலர் நனைந்த ஆடைகளுடன் இருந்தார்கள். அருவி பிரம்மாண்டமான தோற்றத்துடன் இருந்தது. சுமார் இருபதுக்கும் மேற்பட்ட ஆண்கள் நீர்வீழ்ச்சியில், பாறையுடன் தேனடை போல அப்பியிருந்தனர். மிகவும் குறுகிய ஒரு நீர்வீழ்ச்சியில் – ஒரு நபர் மட்டுமே நிற்கலாம் – வரிசையாய்ப் பெண்கள் நின்று தலையையும் உடலையும் நனைத்து வெளியேறிக்கொண்டிருந்தனர். நிற்கும் ஒவ்வொரு பெண்ணின் தலையிலும் நீர் விழுந்து முகத்திலும் உடலிலும் வழிந்து ஓடிக்கொண்டிருந்தது. வீழும் நீரினூடே தெரியும் முகங்கள் தூய்மையடைந்து மின்னிக்கொண்டிருந்தன. அவன் கண்ணெதிரே பிருஷ்டம் வரை மறைத்த நீண்ட விரித்த கூந்தலுடன் ஒரு பெண் சென்றுகொண்டிருந்தாள். இந்த இடத்திற்கு வந்ததிலிருந்து விரித்த கூந்தல் ஏற்படுத்தும் தொந்தரவுகளை அவன் தன் நண்பரிடம் அவருக்கு விளங்கியும் விளங்காத வகையிலும் கூறிக்கொண்டுதானிருக்கிறான்.

விரித்த கூந்தலுடன் நான்கு பெண்கள் தங்கள் ஆடவர்களுடன் அவனைக் கடந்து சென்றனர். சாலையோரத்தில் குஷ்டரோகி ஒருவன், காசு விழுந்த தகர டப்பாவை ஆட்டி ஓசையை ஏற்படுத்திக் கொண்டிருந்தான். பாறையில் அமர்ந்திருந்த ஒரு குரங்கு எதையோ நக்கிக்கொண்டிருந்தது. அவன்,

தன் நண்பரிடம் விரித்த கூந்தல் ஒரு குறியீடு போலத் தன்னைத் துரத்திக்கொண்டிருப்பதாகக் கூறினான். 'எல்லாம் நீங்கள் பாவித்துக் கொள்வதுதான்' என்று நண்பர் கூறினார். 'விரித்த கூந்தல் கோபத்தையும் பிடிவாதத்தையும் காட்டுகிறது' என்றான் அவன். இருவரும் நடந்து ஒரு அடர்த்தியான மர நிழலின் கீழ் இருந்த பாறையில் அமர்ந்தனர்.

நண்பர், அவனிடம் அவளைத் தற்போது அடிக்கடி சந்திப்பதுண்டா என்று கேட்டார். சந்தர்ப்பம் அடிக்கடி கிடைப்பதில்லை என்றும், அபூர்வமாகச் சந்தர்ப்பம் கிடைப்பதாகவும் அவன் பதில் கூறினான். அவளின் மண வாழ்க்கையைப் பற்றி நண்பர் விசாரித்தபோது அவன், 'அவளின் பிடிவாதம் பற்றி உங்களுக்குத் தெரியாது, அது மிகவும் கடின மானது, இந்தப் பாறையைப் போல. தன்னுடைய பிடிவாதத்தால் அவள் தன் மண வாழ்க்கையைச் சிக்கலாக்கிக்கொண்டாள். அவளின் பிடிவாதம் அவள் கணவனைச் சில எல்லைகளுக்குக் கொண்டு சென்றிருக்கவேண்டும், ஆனால் அவ்வாறு நடக்க வில்லை. பிடிவாதம் ஏற்படுத்தும் சினம் அவரிடமிருந்து பல வகைகளில் வெளிப்பட்டு அவள் பிடிவாதம் மேலும் உறுதியா கிறது என்றே தோன்றுகிறது' என்றான். தொடர்ந்து இருவரும் மௌனமாய் அமர்ந்திருந்தனர்.

அவளின் கைவிரல்களும், கால்களும், கழுத்தும், முகத்தின் பக்கவாட்டுத் தோற்றமும் மிகவும் அழகானவை. அவள் மெலிந்திருந்ததினால் அவள் இடுப்பு எலும்பு துருத்திக் கொண்டிருந்ததைக் கண்டு, அதை அவன் ஒரு சந்தர்ப்பத்தில் கூறினான். அந்தச் சந்தர்ப்பத்தின் தொடர்ச்சியான ஒரு நிகழ்வில்தான் அவள் முதன் முதலாக மண வாழ்க்கை பற்றி அறிவதாகக் கூறியிருந்தாள். அன்று இரவில் இன்றுதான் தனக்கு முதன் முதலாக மணமானதாகக் கூறினாள்.

நண்பர், 'விரித்த கூந்தல் உங்களைத் துரத்துவதாக நினைப்பது ஏன்?' என்று கேட்டார். அவன் ஒன்றும் கூறவில்லை. நண்பருக்கு அவ்வப்போது அவன் கூறும் விஷயங்களிலிருந்து ஏதோ ஒரு வகையில் கோர்வைப்படுத்த முடிந்தாலும் பல விஷயங்கள் புரிபடாமல் யூகவெளியில் அழைத்துச் செல்வதாகவே தோன்றியது.

மலைமேல் இருக்கும் ஒரு அருவியைக் காண எண்ணி இருவரும் எழுந்து நடந்தனர். சிகரெட் பற்றவைத்துக் கொண்டனர். சாலைக்குச் சென்று அங்கிருந்து பிரியும் மலைப் பாதையில் செல்லவேண்டும். ரோட்டில் சென்றுகொண்டிருக்கும்போது பாழடைந்த ஒரு தேரின் அருகில் தரையில் அலங்கோலமான

ஆடைகளுடன் ஓர் இளவயதுப் பெண் அமர்ந்திருந்தாள். தலையில் கலர் காகிதங்களைப் பூப் போலச் செருகியிருந்தாள். அவனுக்குத் தன் மனதில் அவள் உருவம் ஓர் இடம் பிடிக்க முயல்வதாகத் தோன்றியது. இவன் உதறஉதற அவள் உருவம் தடுமாற்றமின்றி சகஜமாக நுழைவதாகத் தோன்றியது. நண்பர் அந்தப் பெண்ணைக் கவனித்திருந்தாரா என்பதும் அவனுக்குத் தெரியவில்லை. அவரிடம் விசாரித்தால் அப்போதுதான் அவர் கவனத்துக்கே வருவதாக இருக்குமோ என்று தோன்றியதால் அவன் மௌனமாகவே நடந்து வந்தான்.

மலைப் பாதையின் இருபுறமும் உயரமான மரங்கள் வினோதமான வடிவங்களில் இருந்தன. சமதளமற்ற பிரதேசங்களில் இஷ்டத்திற்கு அழகாக வளர்ந்திருந்தன. மரங்களினூடே ஒரு பெண் மறைந்திருந்து தோன்றினால் நன்றாக இருக்கும் என்று அவனுக்குத் தோன்றியது. மற்ற ஆண்களின் வாழ்க்கையும் இவ்விதமாகவே இருக்குமோ என்ற சம்சயமும் அவனுக்குத் தோன்றியது. பின்னோக்கிப் பார்க்கையில் இரண்டு பெண்கள் வலை விரித்து, தான் சிக்கிக்கொண்டதை நினைவு கூர்ந்தான். அவள்கூட ஒரு தடவை, 'நீங்கள் என்னிடம் சிக்கிவிட்டீர்கள்' என்று தன்னிச்சையாகக் கூறியிருந்தாள். ஆனால் தற்போதுள்ள மனோரீதியான உறவு இதையெல்லாம் பொருட்படுத்த இயலாத வகையில் வளர்ந்து விட்டது. பால்ய காலத்தில் தன் மனம் தன்னிச்சையாக நாடிய ஒரு பெண்ணுக்கும் தனக்கும் ஸ்தூலமான உறவு ஏதும் நிகழவில்லை என்பதை அவன் இப்போது நினைத்துக் கொண்டான். மரங்களினூடே அப்பெண்ணின் முகம் தெரியுமானால் சந்தோஷமாக இருக்குமென்று அவன் நினைத்துக் கொண்டான். இந்த எண்ணம் தோன்றியவுடன் தேர் அருகில் பார்த்த பெண்ணின் முகம் மரங்களினூடே தோன்றி மறைந்தது.

எதிரே வந்த ஒரு குடும்பத்தினர் அவர்களைக் கடந்து சென்றபோது 'டி.வி., மகாபாரதம்' என்ற வார்த்தைகள் அவன் காதில் விழுந்தன. 'இது டி.வி.யில் மகாபாரதம் திரையிடும் நேரமா?' என்று நண்பரிடம் கேட்டான். நண்பர் வாட்சைப் பார்த்துவிட்டு 'ஆமாம்' என்றார். அதைத் தொடர்ந்து சிந்தனையில் திடீரென்று அவனுக்கு ஒன்று தோன்றியது. அது அவனுக்குப் புதிதாகவும் இந்த இடத்திற்கு வந்ததிலிருந்து இதுவரை தோன்றாத விஷயமாகவும் தோன்றியது. எப்படி தனக்குத் தோன்றாமல் போனது என்று மிகவும் ஆச்சரியமும் அடைந்தான். விரித்த கூந்தல் தொந்தரவு தருவதற்கான காரணம் விளங்கிவிட்டது போலவும் தோன்றியது. திரௌபதியின் விரித்த கூந்தல் நினைவுக்கு வந்ததே இதற்குக் காரணம். ஒரு ஆஸ்திரேலியருக்கோ ஒரு

அமெரிக்கருக்கோ விரித்த கூந்தல் இவ்விதமான தாக்கத்தை ஏற்படுத்தாது என்று அவனுக்குத் தோன்றியது.

தற்போது மனம் லேசாகிவிட்டதுபோல் அவனுக்குத் தோன்றியது. உற்சாகத்துடன் ஒரு சிகரெட்டைப் பற்றவைத்துக் கொண்டு நடந்தான். அவனும் நண்பரும் ஏதேதோ அளவளாவிக்கொண்டு அருவியை அடைந்தனர். சுற்றிலும் உயரமான மரங்கள் அமைந்திருந்த ஒரு பெரிய பாறையின் தலையிலிருந்து நீர் வீழ்ந்து பாறைகளினூடே ஓடையாக ஓடிக் கொண்டிருந்தது. ஆண்களும் பெண்களுமாக மூன்று நான்கு குடும்பத்தினர் குளித்துக்கொண்டிருந்தார்கள். பெண்களின் விரித்த கூந்தலைப் பார்த்துக்கொண்டிருந்தான். நண்பர் குளிக்கச் செல்ல, அவன் ஒரு மர நிழலில் உட்கார்ந்திருந்தான். நண்பர் குளித்து முடித்து ஆடையணிந்த சற்று நேரத்தில் பசி எடுக்கவே இருவரும் கீழே இறங்க ஆரம்பித்தனர்.

வழியில் சென்றுகொண்டிருந்த இரண்டு விரித்த கூந்தலை இருவரும் கடந்து சென்றனர். மலைப் பாதை முடிந்து சாலையை அடைந்தனர். சாலையில் சென்றுகொண்டிருக்கும் போது, தேருக்கு எதிர்ப்புறம் உள்ள திருமண மண்டபத்திலிருந்து நாதஸ்வர இசை ஒலித்துக்கொண்டிருந்தது. அவன் தேர்ப்பக்கம் பார்வையைச் செலுத்தினான். தேரின் அருகில் ஏற்கெனவே இருந்த இடத்தில் அந்தப் பெண்ணைக் காணோம். நன்றாகப் பார்த்தபோது பெரிய சக்கரங்களுக்கு இடையே தேரின் அடியில் அந்தப் பெண் காய்ந்த மாலையைக் கழுத்தில் அணிந்து கொண்டு, ஒரு காலை மடித்து, மறு காலைக் குத்துக்காலிட்டு மணமகள் போல் அமர்ந்திருந்ததைக் கண்டான். சாலையில் தென்பட்ட பெண்களின் விரித்த கூந்தல் அவனுக்கு இப்போது பயத்தை ஏற்படுத்தியது.

○

விருட்சம் 11, ஜனவரி–மார்ச் 1990

பிரம்மாண்டம்

எல்லாமே பிரம்மாண்டமாக இருந்தது. மன எழுச்சியில் பிரம்மாண்டத்தை உள்ளடக்கி இரண்டு நாட்களாகக் கலை நிகழ்த்திக்கொண் டிருக்கிறார்கள் அரங்கில். நான் வெண்புரவியாய் மாறிய சைக்கிளில் வந்திறங்கினேன். கட்டிடத்தின் பிரம்மாண்டம் என்னை ஈர்த்தது. வாசலில் பளிங்குத் தரையில் நின்றிருந்த வேளை காற்று உற்சாகத்தைத் தூண்டும்படியாக, பிரம்மாண்ட கட்டிடத்தை எதிர்கொள்ளும் முறையில் வீசியது. காற்றில் குதூகலித்த புல்லாங்குழல் இசையில் என் சிந்தை சென்றது. புல்லாங்குழல் இசை தன் இடத்தை நோக்கி என்னை இழுத்துச் சென்றது. மாடிப்படிகளின் வழியே நான் ஓடினேன். இசையின் இடத்தை நெருங்கிவிட்டேன். அறை வாசலில் நிதானித்து உள்ளே பார்த்தேன். இருள்வெளியைத் தன் இயற்கையாகக் கொண்டிருந்தவன், ஆற்றலை இசையாக்கிக் கொண்டிருந்தான். இருள்வெளி குதூகலித்துக்கொண்டிருக்க வேண்டும். எதிரே ஒரு பெண். ஆனந்தபைரவி. நான் ஏற்படுத்திய சலனத்தில் திரும்பி என்னைப் பார்த்தாள். ராகமே அவளென வடிவெடுத்திருந்தாள்; உற்சாக வெளியில் நான். வாசிப்பவனின் வலப்பக்கத்தில் அவன் பின்னே சென்று அமர்ந்தேன். அவளைப் பார்க்க என்னால் இயலாது என்று தோன்றியது. என் நலன் கருதிய விசித்திர சக்தியொன்று பெரிய நிலைக் கண்ணாடியொன்றை வாசிப்பவனின் இடப்பக்கச் சுவரையொட்டி வைத்திருந்தது. கண்ணாடியில் அவள். இரண்டு டியூப்லைட்களின் வெளிச்சத்தில்

கண்ணாடி மின்னியது. மின்னும் கண்ணாடிக்குள் ராகமென அவள்.

இருளில் வாசிப்பவன் இசையை முடித்து, புல்லாங்குழலை வைத்துவிட்டுக் கைகளினால் தரையைத் தடவி அதைக் காட்டிலும் பெரிய புல்லாங்குழலை எடுத்து வைத்துக் கொண்டான். ராகமென நின்றிருந்தவள் ஒரு பாடலை வாசிக்கச் சொன்னாள். இருள்வெளி மீண்டும் குதூகலித்தது. கானடா. மின்னும் கண்ணாடியில் அவள். கண்ணாடியுள் நான் நுழைந்தேன். எங்கும் அவள் பிம்பமெனக் கண்ணாடி ஜொலித்தது. இசை, அவளின் முழங்கையாக, பின் விரல்களுமாக மாறியது. பாறைகளில் வெண்மையாய் சிதறிக்கொண்டு நதி பாய்ந்து வருகிறது. பசும்புல்வெளி எங்கும் படர்ந்தது. திரும்பும் திசையெங்கும் அவளின் மின்னும் கண்ணாடிப் பிம்பங்கள்.

கண்ணாடியுள்ளே, அவள் என்னைப் பார்த்துவிட்டால், நான் அதைத் தாங்க இயலாது நொய்ந்து விடுவேன் என்றும் தோன்றியது. கண்ணாடியின் ஜொலிப்பில் கண்கள் கூசின. அவளின் மின்னும் கண்ணாடிப் பிம்பங்கள் என்னைச் சுற்றிச் சுழன்றன. இசையின் ஒரு கட்டத்தில் அவள் கண்களை மூடினாள். அவள் சிந்தையெங்கும் இசையே ஆனதான பிரகாசத்தை முகம் கொண்டது. மேகமண்டலம், பனிமலை, எங்கு நோக்கினும் பனி படர்ந்த குன்றுகள். சன்னிதியின் முன் தோன்றுவது அந்த பாவம். ஆஹா ஆஹா என்று கோஷமிட்டு தேவராட்டம் ஆடினர், மனிதர்கள். திரைவிலக சூத்ரதாரி கூத்தனாய் ஆடினான். அரங்கில் கேட்ட பாகேஸ்வரி இப்பாட்டிற்குள் ஊடுருவியது. கண்களைத் திறந்தாள். கண்கள் ஒளிர்ந்தன. பரவசத்தில் முகம் வசீகரம் கூடிப் பிரகாசித்தது. பறைகள் முழங்கின.

மனிதர்கள் வினோத ஆடைகளுடன் ஒரு சேர ஒழுங்காக ஆடிக்கொண்டே பாடினர். மீண்டும் கண்ணாடிக்குள் நான். அவள் முகம். அவள் வடிவம். அவள் முழங்கை. அவள் விரல்கள். கண்ணாடியின் ஜொலிப்பு. ஆனந்த பைரவியும் அவளே; கானடாவும் அவளே; பாகேஸ்வரியும் அவளே. புலம்பாதே மனமே. அதீத கற்பனை வயப்படாதே. நான் கற்பனை வயப்படுவேன். குதூகலிப்பேன். இது போன்ற சந்தர்ப்பங்கள் எனக்கு அரிது. சிறு குருவியெனக் காற்றைக் கிழிப்பேன். கிளைகளில் அமருவேன். மரம்விட்டு மரம் பறப்பேன். ஸாக்ஸபோனின் கல்யாணவசந்தமாகக் காற்றில் படர்வேன் இருளில் வாசிப்பவன், வாசிப்பை நிறுத்தினான்.

அவள் கூட வந்திருந்த மனிதர் கிளம்புவதற்கு சமிக்ஞை காட்டினார். இருளில் வாசிப்பவனையும் சாப்பிடக் கூப்பிட

ஆட்கள் வந்தனர். இக்குழப்பத்தில் அவள், அவனிடம் சொல்லிக்கொண்டு விடைபெற்றாள். மாயம் போல மறைந்தாள். கண்ணாடி வெறுமையாய் மின்னியது. சாப்பிடக் கூப்பிட வந்தவர்களைப் பொருட்படுத்தாது அவன் தேஷை வாசிக்க ஆரம்பித்தான். நிர்ப்பந்தத்தால் நிறுத்தி விட்டுப் புல்லாங்குழலை உறையில் வைத்துவிட்டுக் கழியைத் தேடினான். நான் அறையைவிட்டு வெளியே வந்தேன். பிரம்மாண்டமான கட்டிடம். அதற்கேற்ற காற்று. ஒன்றிரண்டு நண்பர்களே நின்றிருந்தனர். விடைபெற்று என் வெண்புரவியில் ஏறி, முன்னால் சாக்கடை ஓடும் என் வீட்டை நோக்கிச் சென்றுகொண்டிருக்கிறேன். அப்போது பிரம்மாண்டங்களை விழுங்கி இருள்வெளி விகசிக்க ஆரம்பித்தது.

கனவு 11, அக்டோபர் 1989

வெளியேயுள்ள மனிதன்

மழை பெய்துகொண்டிருந்தது. தரையில் மல்லாந்து கிடந்தவனின் மேல் மழை பெய்து கொண்டிருந்தது. மழை துவங்கிய நேரத்தில், இந்தக் கல் கட்டிடத்தருகே வந்துகொண்டிருந்த துரதிர்ஷ்டம் என்னைத் தாக்கியது. மழையை வாங்கிக்கொண்டு மல்லாந்து கிடப்பவன் எழுந்து ஒதுங்குமிடம் தேடி இங்கு வரக்கூடும் என்ற கற்பனை நடக்க முடியாதென்ற பின்னணி யுடனேயே தோன்றியது. என்னுடன் ஒதுங்கி யவர்கள் மழையை ஏதேதோ கோணங்களில் பார்த்துக்கொண்டிருந்தனர்.

திடீரென மழைக்குள், சாலையிலிருந்து நுழைந்தவனாகத் தோன்றியவன், இந்த ஒதுங்கு மிடம் நோக்கிப் பாய்ந்து வந்துகொண்டிருந்தான். ஒதுங்கியிருந்தவர்களிடையே இவன் வேக வருகை சலனத்தை ஏற்படுத்தியது. வந்தவன் வளர்த்தியாக இருந்தான். பல் லேசாக எற்றியிருந்தது. நெற்றியில் வழிந்த நீரைச் சுரண்டினான். ஒதுங்கியிருந்தவர் களைச் சுற்றிப் பார்த்தான். நீளமான கையை மல்லாந்து கிடப்பவனை நோக்கி நீட்டி என்னவென்று பக்கத்திலிருந்தவரைக் கேட்டான். அவரோ தனது அக்கறை அதுவல்ல என்றும் மழை நிற்க வேண்டும் என்பதே தனது அக்கறை என்றும் வேறுவிதமாக வார்த்தைகளை அமைத்துச் சொன்னார். நீயும் மனுஷன்; நானும் மனுஷன்; அவனும் மனுஷன் என்ற பொருளில் வார்த்தைகளை அமைத்து வளர்ந்தவன் பதில் கூறினான்.

ஒரு குரல் கேட்டுத் திரும்ப, தென்பட்ட ஒருபெரியவர், இறந்து கிடப்பவனின் மேல் மழை பெய்கிறது என்றார். வளர்ந்தவன் மூக்கைச் சிந்தினான். எச்சில் துப்பினான். நிம்மதியற்ற அசைவுகளைக் கொண்டிருந்தான். நான் என் கையையோ காலையோ கொடியில் தொங்கப்போட்டுக் கொண்டிருந்தேன். மழையில் நனையாமல் தாழ்வாரத்தில் சிகரெட் பிடித்துக் கொண்டே, இறந்தவனை இரு கைகளாலும் தன்னந்தனியாகத் தூக்கிக்கொண்டு, மழையில் நனைந்து வந்து தாழ்வாரத்தில் கிடத்திக்கொண்டிருந்தேன்.

வளர்ந்தவன் வாய் திறக்க, வார்த்தைகள், 'யாராவது கூட வந்தா அதைத் தூக்கி இங்க போடலாம்' என்றன. கையையும், காலையும் இதற்காகக் கொடியில் தொங்கப்போட வேண்டிய தில்லை என்று 'வாங்க நான் கூட வாரேன்' என்ற வார்த்தைகளைச் சொன்னேன்.

இருவரும் மழையினுள் சென்றோம். மழை முகத்தில் விழுந்தது. ஆடைகளை நனைத்தது. மல்லாந்து கிடப்பவனின் பாதம் என் கண்ணில் பட்டதும் மனம் உதறியது. அருகில் செல்ல இயலாது உடலியக்கம் ஸ்தம்பித்தது. பாதத்தைத் தொடர்ந்து சென்ற பார்வையில் சிதைந்த உடல் தெரிந்தது. வளர்ந்தவன் உடலின் அருகில் சென்று நின்று என்னைப் பார்க்க, நான் 'வியாதிக்காரன் வேண்டாம்' என வார்த்தைகளை மழையினூடே செலுத்தினேன். அவன் தூக்க உதவுமாறு சமிக்ஞை காட்ட, நான் பயந்து வேறு ஒதுங்குமிடம் நோக்கி ஓடினேன். வேறு ஒதுங்குமிடத்தில் நின்று திரும்பிப் பார்த்தேன். வளர்ந்தவன், தன்னந்தனியாக, மல்லாந்து கிடந்தவனைத் தூக்கிக்கொண்டு தாழ்வாரத்தை நோக்கிச் சென்று கொண்டிருந்தான்.

நான் என்னைச் சவுக்கால் அடித்தேன். என் கையையோ காலையோ கொடியில் தொங்கப்போட்டேன். மழையின் சத்தம் விசனமாக இருந்தது. இப்புதிய இடத்திலிருந்து தாழ் வாரம் பார்வையில் படவில்லை. சிதைந்த உடலைத் தூக்கிய வளர்ந்தவன் மீண்டும் மின்னலென மழையினூடே தோன்றி மறைந்தான். மழையில் நின்று நான் முழுவதுமாகக் கரைந்து போய்விடவேண்டுமென்று நினைத்தேன்.

மழையில் நனைந்துகொண்டிருந்த சைக்கிள் குறுகுறுப்பான மகிழ்ச்சியுடன் என்னைப் பார்த்தது. அதன் உடல் சுத்தமாகிக் கொண்டிருந்தது. மழைக்கோடுகளுக்கிடையே தெரிந்த குடை மனிதர்களையும், கடைகளையும், பஸ்களையும் பார்த்துக் கொண்டிருந்தேன். சைக்கிள் மழையில் நனைந்த மகிழ்ச்சியில் இருந்தது.

மழை வேகம் குறைந்து, தூறலாய் மாறி, பின் நின்றது. சைக்கிளருகே சென்றேன். சைக்கிள் என்னைப் பார்த்துச் சிரித்தது. ஸீட்டைக் கர்ச்சிப்பினால் துடைத்துவிட்டு, சைக்கிளைத் தள்ளிக்கொண்டு செல்லும்போது தாழ்வாரத்தைப் பார்த்தேன்.

சாலைக்குச் சென்றதும் சைக்கிளில் ஏறி மிதித்தேன். குஷியில் சைக்கிள் ஓடியது. கால் மிதிக்க, சக்கரம் சுழல, சைக்கிளின் ஒரு பாகமாய் மாறினேன். சைக்கிள் என்னை இழுத்துச் சென்றது. குளிர்ந்த காற்று முகத்தில் அடித்து சைக்கிளின் பாகமாய் ஆனவனை மூச்சுவிட வைத்தது. லாகவமாய் நெளிவுசுளிவுகளைக் கடந்து சென்றது சைக்கிள். திடீரென ஒன்றும் புரியாத ஒரு கணத்தைக் கடந்து பிரக்ஞை ஏற்பட, நான் சேற்றில் இருந்தேன். சட்டை கிழிந்து தொங்கிக்கொண்டிருந்தது. தலைமுடி கலைந்திருந்தது. ஹேண்ட்பார் வளைந்து சைக்கிள் பெருமூச்சு விட்டுக் கொண்டிருந்தது. எழுந்து நின்றபோது, உடம்பிலிருந்தும், ஆடைகளிலிருந்தும் சேற்று நீர் வழிந்தது. இத்தோற்றத்தில் எனக்கு நானே குறியீடென பயந்தேன். அகத்தில் இத்தோற்றம் பதிந்தது. மெதுவாக நடந்து, சைக்கிளைத் தூக்கியபோது முழங்கையில் ஏற்பட்ட வலி, சிராய்ப்பில் ஏற்பட்டதென நான் அறியும்படியாக ரத்தம் வழிந்தது. சாலையில் மனித நடமாட்டம் இல்லை. வளர்ந்தவனின் உருவம் மூளைக்குள் ஊடுருவியது.

❍

மீட்சி 31, ஜூலை 1989

பயணம்

இப்போது நினைத்துப் பார்க்கையில், அவளைத் தவிர, அவள் கூட வந்த தோழியும், சாலையின் மற்ற இயக்கங்களும் கண்ணுக்குத் தெரியாதிருந்த நிலை புலப்பட்டது. அவள்தான் கண்ணுக்குத் தெரிந்திருந்தாள். நான் கறுப்பு முகமூடி அணிந்திருந்தேன். டிரைவர் முகம் தெரிய வில்லை. ஏற்கெனவே திட்டமிட்டிருந்தபடி கார் அவளருகில் நின்றதும், நான் இறங்கி அவளைத் தொட்டு இழுத்து, போராடி, சற்று நேரத்திலேயே காருக்குள் இழுத்துக்கொண்டேன். கார் சீறிக் கொண்டு கிளம்பியது. பின்னால் கூக்குரல் கேட்டது. நான் அவள் கைகளிரண்டையும் திமிறாமல் இறுகப் பற்றியிருந்தேன். என்னருகில் அவள். அவளை ஸ்பரிசித்த, ஸ்பரிசித்துக்கொண்டிருக்கும் உணர்வு என்னைத் தாக்கிக்கொண்டிருந்தது. அவள் கலவரத்தில் மலையாளத்தில் கத்திக் கொண்டிருந்தாள். எனக்கு மலையாளம் தெரியாததால், அவள் பேசியவை அனைத்தையும் தமிழிலேயே நினைவுகூரமுடிகிறது.

கார் ஆள் நடமாட்டமற்ற நல்ல சாலையில் பறந்துகொண்டிருந்தது. நான் அவளைப் பிடித்திருந்த பிடியை விட்டு, முகமூடியைக் கழற்றினேன். அவள் என்னைப் பார்த்து, 'எங்கே என்னைக்கொண்டு போறீங்க?' என்று கேட்டாள். அவள் கலவரம் தற்போது மட்டுப்பட்டிருந்தது. அந்த இடத்தைப் பற்றிய கற்பனை எனக்கு இருந்ததைத் தவிர, அது என்ன இடம் என்று எனக்கும் தெரியாது. எனவே 'அது ஒரு இடம்' என்பதைத்தான் பதிலாகக் கூற முடிந்தது.

அவள் அழகின் வசீகரம் விவரிக்க இயலாதது. என்னுள் ஊடுருவி அதிர்வுகளைத் தன்னிச்சையாக உருவாக்குவது. உண்மையை ஒளிக்காமல் சொல்கிறேன். அவள் என்னருகில் இருப்பது விவரிக்க இயலாத சுக உணர்வுகளை எழுப்பியது. 'என்னை ஏன் கொண்டு வந்தீங்க' என்று அவள் கேட்டாள். இக்கேள்விக்குப் பதில் சொல்வது சிக்கலான காரியமாக இருந்தது. எனினும், நான் உணர்ந்ததைச் சொல்லவும் செய்தேன். இதற்கான பதிலைத் தெளிவாகக் கூற முடியாதென்றும், எனக்கே சரிவரத் தெளிவில்லை என்றும் கூறினேன். பிறகு, அவள் அழகின் வசீகரம், மனதில் அலைக்கழிப்பு இவை இரண்டும் ஆதாரமான காரணங்கள் என்றேன். அவள் என்னைப் பார்த்தாள். அவள் அழகின் வசீகரம் ருசிகரமாக இருந்தது. இந்த நேரத்தில் என்னை ஒரு அல்பன் என்று உணர்ந்தேன்.

சாலை நன்றாகயிருந்ததால் காரில் செல்வது சுகமாக இருந்தது. டிரைவரின் முகம் இன்னமும் எனக்குத் தெரியவில்லை. அவன் திரும்பிப் பார்த்து விடுவானோ என்றும் தோன்றியது. அவன் முகம் ஒருவேளை குரூரமாக இருந்து, அவன் திரும்பிப் பார்த்து அதனால் என் மனோநிலை சிதைந்து விடுமோ என்றும் பயமாக இருந்தது.

'என்னை என்ன பண்ணப் போறீங்க?' என்றாள், அவள். அவளருகில் நான் இருப்பது எனக்குப் பிடித்திருப்பதாகவும், என்ன செய்வது என்பது பற்றி முடிவு எதுவும் தற்போது என்னிடத்தில் இல்லை என்றும், ஆனால் அபாயகரமாக ஒன்றும் பண்ணப் போவதில்லை என்றும் கூறினேன். அவள், குழப்பத்துடன் என்னைப் பார்த்து விட்டு, 'நீங்கள் ஒரு முட்டாள்' என்றாள். பிறகு ஜன்னல் வழியாக வெளியே பார்க்க ஆரம்பித்தாள். மரங்களைத் தவிர, வெளியில் எதுவும் தெரியவில்லை.

கார் நான் தேர்ந்தெடுத்த இடத்தில் நின்றது. அருமையான சோலை. நிழல்தரும் பெரிய மரங்களும், கண்ணைப் பறிக்கும் வண்ண மலர்களுடன் சிறுசிறு செடிகளும், கொடிகளும் – மல்லிகையும், பிச்சிப்பூவும்கூட இருந்தன – சிற்றோடையும், கொஞ்சும் பறவைகளுமாக அருமையான இடம். காரிலிருந்து இறங்கியிருந்த அவள், இந்த இடத்தைப் பார்த்ததும் குதூகலம் அடைந்தாள். 'அய்யோ, எவ்வளவு நல்ல இடம்' என்று தன்னிச்சையாகக் கூறியபடி ஓடையில் ஓடும் தண்ணீரில் சேலையை மிகக் கொஞ்சமாகத் தூக்கிக் காலை நனைத்தாள். கால் பளீரிட்டது. நான் என் வாழ்க்கையில் ஒரு சௌந்தர்யமான கட்டத்தில் இருப்பதாகத் தோன்றியது. ஓடும் நீரின் ஸ்படிகத் தன்மையையும் அடியில் தெளிவாகத் தெரியும் கூழாங்கற்களையும் காட்டி, வாய்விட்டுக் கூறிச் சந்தோஷப்பட்டாள். நீர், அப்படி

ஒரு தெளிவு. ஓடாமல் தேங்கியிருந்தால் முகம் பார்க்கலாம். மரங்களில் இருந்த பறவைகளில் இரண்டு கிளிகளைப் பார்த்து என்னிடம் சுட்டிக் காட்டினாள். மலர்களுக்கருகில் சென்று அவைகளைப் பார்த்துக் களித்தாள். சில மலர்களைப் பறித்துத் தலையில் சூடிக்கொண்டாள். மலர் சூடிக்கொண்ட நிலையில் அவள் வடிவம் அழகாகயிருந்தது.

'இந்த இடம் எப்படி உங்களுக்குத் தெரியும்?' என்று அவள் அதிசயித்தாள். நான், இதுதான் சாக்கு என்று அவளைத் தொட்டு, இன்னொரு மரத்தில் இருந்த கிளியைக் காட்டினேன். அவள், நான் தொட்டதைப் பொருட்படுத்தாமல் கிளியைக் கவனித்தாள். நான் அவளிடம், அவளுடைய இந்த மனோ நிலையை எனக்குச் சாதகமாக ஆக்கிக்கொள்ளத் தோன்றுகிறது என்றும், எனக்கு அவள் கையுடன் கைகோர்த்துச் செல்ல வேண்டும் என்று தோன்றுவதாகவும் கூறினேன். 'முட்டாளே, இதையெல்லாம் சொல்லிச் செய்யக் கூடாது' என்றாள் அவள். திட்டமிட்டதை தன்னிச்சையாக நடப்பதாக நினைத்து நானோ, மற்றவர்களோ ஏமாறுவது உண்மையை மறைக்கும் செயல்தானே என்றேன்.'நீங்கள் இப்படிப் பேசினால் வாழ்க்கையை இழந்து போவீர்கள்' என்றாள். நான், 'அதுவும் ஒரு வகையில் உண்மைதான்' என்றேன்.

ஓடை நீரைக் காண்பித்து, 'குடிக்கலாமா?' என்றாள். நான் தலையாட்டினேன். அவள் இரண்டு கைகளினாலும் ஏந்திக் குடித்துவிட்டு, 'இனிப்பாக இருக்கிறது' என்றாள். நானும் நீரைக் குடித்துவிட்டு, கைகளினால், நீரை ஏந்தி அவள் மேல் தெளித்தேன். உடனே, அவளும் குனிந்து கைகளில் நீரை எடுத்து என்மீது தெளித்தாள். இந்த ஜல விளையாட்டு விபரீதத்திற்குக்கொண்டு சென்றுவிடும் தன்மை வாய்ந்தது என்று உணர்ந்ததால், மேற்கொண்டு தொடராமல் நிறுத்திக்கொண்டேன். நீரில் நனைந்தும் திவலைகள் சூரிய ஒளியில் பிரகாசித்திருந்ததுமான நிலையில் அவள் வசீகரம் மேலும் கூடியது. எனக்கு, இந்நிலையில் அவளைக் கட்டிக்கொள்ள வேண்டும் என்று ஆசை உந்தியது. அவள்,'என்ன யோசனை?' என்றாள். நான் என்னை உந்தித்தள்ளும் ஆசை என்னவென்பதைக் கூறினேன். அவள் ஒன்றும் கூறாமல் சுற்றியிருந்த மரம், செடி, கொடிகளை வேடிக்கை பார்த்தாள்.

இந்த இடத்தில் ஒரு ஊஞ்சல் அமைக்கப்பட்டிருந்ததை அப்போதுதான் நாங்கள் பார்த்தோம். அவள் உற்சாகத்துடன் ஊஞ்சலில் ஏறி அமர்ந்துகொண்டு ஆடலானாள். நான் சற்றுத் தொலைவில் கையைக் கட்டிக்கொண்டு அவள் ஆடுவதைப் பார்த்துக்கொண்டிருந்தேன். அவள் ஆடுவது எனக்குத் தலை கிறுகிறுத்தது. ஆட்டவேகம் அதிகரிக்க, போதை ஏறியது போல்

என் சிந்தையெங்கும் அவள், ஆட்டத் தோற்றம் பலவாய்ப் பெருகி நிறைந்தது. அவள் ஆட்ட வேகத்தை மிதப்படுத்தி, கால்களினால் ஊஞ்சலை நிறுத்தி இறங்கியபோது தள்ளாடினாள். தள்ளாட்டம் ஏற்படுத்திய சிரிப்புடன், என்னைப் பற்றி நின்று, பிறகு தரையில் அமர்ந்தாள். எனக்கும் சிரிப்பாய் வந்தது. நான் திடீரென சிரிப்பை நிறுத்தினேன். ஆனால், அவள் சிரித்துக்கொண்டே, என்னைப் பார்த்து, 'நான் உங்களிடம் எதுவும் கேட்கவில்லை. நீங்கள் நினைப்பதையும் கூறவேண்டாம். நீங்கள் பேசியே விரயமாகிற ஆள்' என்றாள்.

எனக்கு உண்மையில் ஒரு இக்கட்டான நிலை இப்போது தோன்றியது. அவள் கூறிய வார்த்தைகள் என்னைச் சீண்டி யிருந்தன. இந்த இக்கட்டான நிலையில் நான் எதைத் தேர்வது? 'என்ன அப்படிப் பார்த்துக்கொண்டேயிருக்கிறீர்கள்' என்றாள், அவள். உடனே நான் அவளுடைய மனோ நிலை என்னவென் பதை என்னால் ஊகிக்க முடியவில்லையென்றும், அவளது வார்த்தைகளிலிருந்து நான் எவ்வாறு நடக்க வேண்டும் என்பதை முடிவு செய்ய முடியவில்லையென்றும், அவள் என்னை எடை போடப் பொறிவைத்திருக்கிற மாதிரியும், இல்லாத மாதிரியும் தோன்றுகிறது என்றும் கூறினேன். அவள் 'அடக் கடவுளே' என்று உட்கார்ந்த நிலையிலேயே தலையில் கைவைத்துக்கொண்டாள்.

நான் அவளைக் குழப்பிக்கொண்டிருக்கிறேன் என்பதை உணர்ந்தேன். இதிலிருந்து அவளை எப்படி விடுவிப்பது என்றும் எனக்கு வழி புலப்படவில்லை. அவளைக் குழப்ப வேண்டும் என்பது என்னுடைய விருப்பமில்லை என்றும், உளநிலையைச் சித்தரிப்பது சமயங்களில் இப்படித்தான் சிக்கலில் கொண்டுவந்து விட்டுவிடும் என்றும், எனினும் உண்மை இதனுள்தான் காணக்கிடக்கிறது என்றும் நயமாகக் கூறினேன். அவள் முகம் வெளுத்துப் போனது. எனது நிலை பரிதாபமாக ஆகிக் கொண்டிருப்பதாக எனக்குத் தோன்றியது. நான் மேலும் பேசுவது சரியல்ல என்றும் உடனே கவனத்தை வேறு திசைகளில் திருப்ப வேண்டும் என்றும் தோன்றியது. யோசித்துப் பார்த்ததில், ஓடையும், கிளியும், மலர்களும், ஊஞ்சலும் பழகிப் போய் விட்டதாகவும், கவனத்தைத் திருப்பப் புதிதாக எதுவும் இல்லாதது போலவும் தோன்றியது.

அவள் 'வாங்க, கிளம்புவோம்' என்று எழுந்தாள். நானும் அவளைப் பின் தொடர்ந்தேன். நல்லவேளையாக, அப்போது, சற்றுத்தள்ளி என் பார்வையில் ஒரு மான் தெரிந்தது. நான் அவளிடம், 'அதோ மான்' என்றேன். அவள் மானைப் பார்த்து அதனருகில் சென்றாள். நல்ல வேளையாக அது ஓடாமல் நின்றது. அதைத் தடவிக்கொடுத்தாள். எனக்குச் சகுந்தலை

ஞாபகம் வந்தது. அவள், 'மான் அழகா இருக்கு' என்றாள். நான் சிரித்துக்கொண்டே தலையாட்டினேன். அவள் கொஞ்ச நேரத்தில் சிரித்துக்கொண்டே, 'போகலாம்' என்றாள். நானும் சிரித்த முகம் மாறாது பின் தொடர்ந்தேன்.

நாங்கள் இருவரும் காரினுள் ஏறிக்கொண்டோம். ஏற்கெனவே அமர்ந்திருந்த டிரைவர் காரைக் கிளப்பினான். 'இந்த இடம் நன்றாக இருந்தது. எவ்வளவு ரம்யமான இடம்' என்றாள். நான் 'தேங்ஸ்' என்றேன். 'நான் இவ்வளவு நேரம் உங்களோடு இருந்ததில் மகிழ்ச்சிதானே?' என்றாள். மகிழ்ச்சிதான் என்றேன். 'உங்களை எனக்குப் பிடித்திருக்கிறது. ஆனால், அதற்கு மேல் நாம் இருவரும் நெருங்கும் சாத்தியமில்லை' என்றாள். நான் மௌனமாக இருந்தேன். அவள் ஒரு இடத்தில் காரை நிறுத்தச் சொல்லி, 'நான் இப்படியே நடந்து போய்க் கொள்கிறேன்' என்று இறங்கினாள். நானும் இறங்கினேன். அவள் சிறிது தூரம் சென்று திரும்பிப் பார்த்து, கையசைத்து விட்டு, மீண்டும் நடந்தாள். நான் மீண்டும் காருக்குள் நுழையத் திரும்பினேன். டிரைவரின் முகம், சட்டென என்னை நோக்கித் திரும்பியது. நான் அதிர்ந்தேன். முகம் அவ்வளவு குரூரமாக இருந்தது.

○

கொல்லிப்பாவை 20, ஜூன் 1988

இருள்

சிவாவின் தொந்தி அருவருப்புத் தரும் படியாக, பெரியதாக இருந்தது. அறையில் உள்ள பொருட்கள் ஒழுங்கற்று, அலங்கோலமாக இறைந்து கிடந்தன. விஸ்கி உள்ள பாட்டிலும், காரநொறுக்குத் தீனி வகைகளும் மேஜையில் விழித்துக்கொண்டிருந்தன. அவனுக்கு ஏற்கனவே இதே சூழ்நிலையில் அனுபவம் கொண்டிருந்த உணர்வு ஏற்பட்டது. இவ்விதம் ஒரு சூழ்நிலையில் ஏற்கெனவே அனுபவம் கொண்டிருக்கிற உணர்வு அடிக்கடி என்று சொல்லத் தக்க வகையில் அவனுக்கு நேர்கிறது.

ஒன்றும் புரியும்படியாக இல்லை. எது அவனை இங்கு கொண்டுவந்து தள்ளியது என்று தெரியவில்லை. இது கூடத் தவறாக இருக்கலாம். அவனாகத்தான் வந்திருக்கிறான் என்றே வைத்துக் கொள்ள வேண்டும்.

முன்னிரவில், பெண் தன் ஆடைகளைக் களையும் நடனத்தைப் பார்த்தாகிவிட்டது. அதற்குப்பின் விஸ்கி அருந்துதல். போக்கிரித்தனமான பேச்சுக்கள். பின் தூக்கம். எல்லோரும் எப்படித்தான் தூங்குகிறார்களோ? பின்னிரவில் விழித்துக்கொண்டு புலம்புவதே வழக்கமாகிவிட்டது.

கிளர்ச்சி அலைக்கழிந்து, அவனையும் அலைக்கழித்துக்கொண்டிருந்தது. அவள் முகத்தின் அழகும் – முக்கியமாக எடுப்பான மூக்கு – கட்டான ஆகிருதியும், மனதைத் தொல்லைப்படுத்த உகந்தவைதாம். அவளுடன் கை குலுக்கிக் கொண்டபோது உணர்ந்த அவள் கையின் சொரசொரப்புத் தன்மை இன்னமும் அவன் மனதில் நெருடுகிறது. அப்போது, பின்னால் நாலைந்து முரட்டு மனிதர்கள் பாட்டிலைத் திறந்து கிளாஸில் ஊற்றிக்கொண்டிருந்தார்கள். அவனும் அவன் நண்பர்களும் ஏற்கெனவே குடித்துவிட்டுத்தான் வந்திருந்தார்கள்.

சுற்றியிருந்தவர்களையெல்லாம் தன்னை நோக்கி ஈர்த்து, அவள் ஆடிக்கொண்டிருந்தாள். சற்று நேரம் கழித்துத்தான், அவள் பாத விரல்களில் அணிந்திருந்த மெட்டியும், அவள் கழுத்தை ஒட்டி அணிந்திருந்த கறுப்புக்கயிற்றில் தொங்கிய சிறு சிலுவையும், சுவரில் மாட்டியிருந்த மகாபாரத கீதோப தேசக்காட்சி ஓவியமும், ஒன்றன்பின் ஒன்றாக அவன் கண்களுக்குத் தெரிந்தன. கிளர்ச்சிக்குத் தடைகளென எழுந்து நின்றன இவை மூன்றும். கிளர்ச்சியோ தடைகளினால் தடைப்பட்டும், தடைகளை மீறியும், தடைகளினூடு அலைந்தும், தடைகளை மீற முடியாமலும் அவனை அலைக்கழித்துக் கொண்டிருந்தது. போக்கிரித்தனமான பேச்சுக்களின் போதும், அவன் தடைகளைப் பற்றிக் கூறவில்லை. இப்போதோ தடைகள் உறுத்தலை ஏற்படுத்தியும், கிளர்ச்சியும் ஓயாமல், தூக்கமும் வராமல், தலையைக் கழற்றி மேஜை மேல் இருக்கும் விஸ்கி பாட்டில் அருகில் வைத்தால் நன்றாகயிருக்குமோ என்ற எண்ணத்தில் அவன் குழம்பிக்கொண்டிருந்தான்.

படுக்கையைவிட்டு எழுந்தான். 'நான் ஒரு போக்கிரி; நான் ஒரு போக்கிரி' என்று கூறிக்கொண்டான். மேஜை மேல் இருந்த விஸ்கியைக் கொஞ்சமாக கிளாஸில் ஊற்றி, சோடாவையும் ஊற்றிக் குடித்து, காரபூந்தியை அள்ளி வாயில் போட்டான். எரியும் வயிற்றுடன், தரையில் படுத்துக் கிடந்த நண்பர்களைத் தாண்டி ஒரு நாற்காலியை எடுத்து ஜன்னலோரமாகப் போட்டு, அதில் உட்கார்ந்து வெளியே இருளைப் பார்த்தான்.

கதவைத் திறந்து, அவன் வெளியே வந்தான். இங்கிருந்து சுமார் அறுபதடி தூரத்தில் இருந்த வரவேற்பு ஹாலில் சோபாவில் அவள் அமர்ந்திருந்தாள். குழல் விளக்குகள் அந்த இடத்தில் நல்ல வெளிச்சத்தை ஏற்படுத்தியிருந்தன. ஏன், இங்கு இந்த நேரத்தில் உட்கார்ந்திருக்கிறாள் என்று தெரியவில்லை. இங்கிருந்து பார்க்க முடியாத இடத்தில் இன்னும் வேறு யாராவது இருக்கலாம். அவன் நடந்தான். அவள் நடந்து வந்த அவனைப் பார்த்தாள். முன்பு பார்த்திருந்ததற்கு, சேலையில் இருந்த அவள் மாறுதலாகத் தெரிந்தாள். ஒரு சிறுவன் மட்டும் வரவேற்பு கவுண்ட்டரில் அமர்ந்திருந்தான்.

அவன் சிறுவனிடம் சென்று, இந்த நேரத்திற்கு வெளியில் சிகரெட் வாங்கக் கடை திறந்திருக்குமா என்று கேட்டான். சிறுவன் திறந்திருக்காது என்றான். அவன் எப்படியோ உருவாகிய துணிச்சலுடன் சோபாவில் அமர்ந்திருந்த அவளைப் பார்த்து 'என்ன இங்கே உக்காந்திருக்கீங்க...' என்றான். அவள் 'சும்மாதான்' என்று சொல்லியபடி சிகரெட் பெட்டியைத் திறந்து ஒரு சிகரெட்டை எடுத்து வாயில் வைத்துப் பற்றவைத்துக்கொண்டு, அவனிடம் சிகரெட் பெட்டியையும் தீப்பெட்டியையும் நீட்டினாள். அவன் ஒரு சிகரெட்டை எடுத்துப் பற்றவைத்துக்கொண்டான்.

'உங்க டான்ஸ் நல்லா இருந்துச்சு' என்றான். 'நான் நல்லா ஆடலியே. அப்புறம் டான்ஸ் எப்படி நல்லா இருக்கும்' என்றாள், அவள். அவன் சுதாரித்துக்கொண்டு, 'சம்பிரதாயமாகச் சொன்னேன்' என்றான். 'வேறே ஏதாவது பேசு' என்றாள், அலட்சியமாக.

அவன் கிண்டலாக 'சத்யஜித்ரே தெரியுமா? அவரைப் பத்திப் பேசுவோமா?' என்றான். 'பேசுவோம். கோடார்டையும் ஐஸன்ஸ்டைனையும் பத்தியும் பேசுவோம்' என்றாள். அவனுக்குத் திக்கென்றது. அவனுக்கு சத்யஜித்ரேயைப் பற்றிக் கூட விபரமாகத் தெரியாது. 'எப்படி உங்களுக்கு...' என்ற வாசகத்தை அவன் முடிக்கு முன்னரே, 'பயப்படாதே, பெயரைத் தெரிந்து வைத்தால் விளையாட்டுக் காண்பிக்கலாம்!' என்றாள்.

அவன் இந்த உரையாடலின் போதே அவள் பாத விரல்களில் அணிந்திருந்த மெட்டியையும் கழுத்தை ஒட்டி அணிந்திருந்த கறுப்புக் கயிற்றில் தொங்கிய சிறு சிலுவையும் கவனித்திருந்தான். அவன் அவளிடம் 'ஆடும்போது சிலுவைக் கயிற்றையும், மெட்டியையும் கழற்றியிருந்திருக்கலாமே' என்றான். 'ஏன்?' என்றாள். 'எனக்கு ரொம்ப தொந்திரவா இருந்துச்சு' என்றான் அவன்.

'சிலுவையைப் பத்தி எனக்கு ஞாபகம் இல்லை. இருந்ததிலே ஒண்ணைக் கட்டிக்கிட்டேன். இப்பதான் சிலுவையைப் பத்தி கான்ஸியஸ் வருது. மெட்டியை நான் கழட்டறதில்லை. இன்னுஞ் சொல்லப் போனால், மெட்டியோட ஆடறது, ரொம்பப் பேருக்குப் பிடிக்கும்னு நினைக்கிறேன்' என்றாள். பிறகு, 'உனக்குப் பொருத்த மில்லாத இடத்துக்கெல்லாம் வந்து ஏன் தொல்லைப்படறே' என்றாள்.

'அப்படியெல்லாம் இல்லை; நான் ரொம்பக் கெட்டவன், போக்கிரி' என்றான்.

'கெட்டவனுக்கும் போக்கிரிக்கும் இப்படியெல்லாம் உறுத்தாது' என்று சொல்லி சிகரெட்டை அணைத்துவிட்டுச் சிரித்தாள்.

அவன் கண்களுக்கு இருள் தெரிந்தது. நாற்காலியைவிட்டு எழுந்தான். ஆள் உயரக் கண்ணாடி முன் நின்று தன்னைப் பார்த்துக்கொண்டான். அவனுக்குக் கண் எரிந்தது. மேஜை மேல் விஸ்கி விழித்துகொண்டிருந்தது. சிவா அசைந்து நிலை மாற்றிப் படுத்தான். மற்ற நண்பர்கள் ஆழமான தூக்கத்தில் இருந்தார்கள். படுக்கையில் தூக்கம் வராத ஆத்திரத்துடன் விழுந்தான். முன்னிரவில் கண்ட ஆட்டம், நினைவில் தெரிந்தது. கூடவே, மெட்டி, சிலுவை, ஓவியம் தெரிந்தன. தூக்கத்திற்கு இறைஞ்சியபடி அவன் கண்களை மூடிக்கொண்டான்.

○

மீட்சி 26, ஜூலை-செப்டம்பர் 1987

அலையும் சிறகுகள்

கனவு

எல்லாமே வினோதமாகத்தான் இருந்தது. கூடியிருந்தவர்களுள் பெண்களே அதிகமிருந்தனர். வினோதமான சூழ்நிலைக்கு ஆட்பட்டவர்களாகச் சிறுசிறு குழுக்களாகக் குழுமியிருந்தனர். மாலதி ரூமினுள் கைக்குழந்தையுடன் உட்கார்ந்து தன்னைச் சார்ந்திருந்தவர்களுடன் பேசிக்கொண்டிருந்தாள். அவர்களின் முகங்கள் எனக்குத் தெரியவில்லை. ஆனால் அவர்கள் மனுஷிகளாக மட்டும் தெரிந்தார்கள். மாலதியின் அம்மா மட்டும் ஒரு மூலையில் இனி செய்வதற்கொன்றும் இல்லை என மனதுள் முடங்கிக் கிடப்பவளான தோற்றத்தில் உட்கார்ந்திருந்தாள்.

வெளியில் மாலதியின் கணவன் தனதியல்பான அசட்டுக் களையுடன் துக்கமாக ஒரு பெஞ்சில் உட்கார்ந்திருந்தான். அவனுடைய அப்பா வேட்டி மட்டும் அணிந்து மேலே வெற்றுடம்போடு கையை ஆட்டியபடி சொல்லிக்கொண்டிருந்தார். "நா அப்பவே சொன்னேன். இந்த வீட்டுப் பொம்பளைக கேட்டாளுகளா ... நான் பாத்துப் பண்ணி வைச்சதுகள்ளாம் எப்படியிருக்கு. இவளுக பாத்து நடத்திவைச்சாளுக. இப்ப இப்படி வந்து நிக்குது. பெரிய மகாராணின்னா ஒனக்கு நெனைப்பு ... நீ கஷ்டப்படப் போறதை நானும் பாக்கத்தான் போறேன் ..." உள்ளே மாலதி சொல்லிக் கொண்டிருந்தாள். "எனக்கென்ன விதியா இங்கே இருக்கணும்னு. நடக்கிறது நடக்கட்டும். நா இவுங்களுக்கு அடிமையா இருக்க முடியாது. எவ்வளவு நாள்தான் அவமானப்பட்டுக்கிட்டு இருக்கறது ..."

அவள் சாதாரண ரவிக்கை, சேலை அணிந்து பிசுபிசுக்கிற சருமத்தோடு இருந்தாள். இது எனக்கு அவளை அன்யோன்யமாக உணருவதாக இருந்தது. இந்த வினோதமான சூழல் மாலதி வழியாக என்னை இலக்காக வைத்திருப்பதை உணர்ந்திருந்தவனாதலால் நான் தனித்துவிடப்பட்டவனாக இருந்தேன். அவள் எனக்கு நெருங்கிய உறவினள்தான். ஆயினும் எங்கள் இருவருக்கும் உறவினர்கள் யாரையும் காணோம். என் அக்கா கூட இல்லை.

இன்னும் யோசனை கலைந்து தெளிவடையாத நிலையிலிருந்தேன். ஜி.எஸ்.கேயும், சண்முகமும் கூட சூழலில் இல்லாமற் போயிருந்தார்கள். சண்முகம் நான் என்ன சொன்னாலும் கேட்டுக் கொள்வார். ஜி.எஸ்.கே. இருந்தால் மனம் தெளிவடைய வசதியாக இருக்கும். ஆனால் அவரும் இல்லை. யோசிப்பதற்காகச் சற்று தூரம் நடந்து கடையில் சிகரெட் வாங்கிப் பற்றவைத்துக் கொண்டேன். அருகில் டீக்கடை இருந்தது. ஒரு லைட் டீ வாங்கி இடையிடையே சிகரெட் புகைத்துக்கொண்டே அதைக் குடித்தேன். பின் ஒரு மசால்வடை சாப்பிட்டேன். அதற்குப்பிறகு இரண்டு தம்முக்கு சிகரெட் பாக்கியிருந்தது. அதை அணைத்த பிறகு என்ன செய்வதென்று தெரியவில்லை. இன்னும் மனம் தெளிவடையவில்லை. சூழலில் சுசிலாவும் இல்லை.

வருகிறவர்களுக்குப் பணம் செலவழிப்பதிலும் கேட்பவர்களுக்குப் பணம் கொடுப்பதிலும் பணநெருக்கடியை உண்டு பண்ணிக்கொண்டு இயந்திரமயமான வாழ்க்கையில் சலிப் படைந்து வாழ்க்கை குறித்து ரஸமில்லாமல் மனசில் நிம்மதி யில்லாமல் இருக்கிற என்னை திருமணத்திற்கான தேடல் நடக்கப் போகிறது என்கிற விஷயம் கலவரப்படுத்துவதாகவே இருந்தது.

திருமணம் பற்றி யோசிக்கும்போது வாழ்க்கை பயத்தைத் தருவதாக இருக்கிறது. தவிர, புரோகிதர் இல்லாமலும், மீட்டிங் மாதிரி இல்லாமலும் எப்படித் திருமணம் நடத்துவது என்ற பிரச்சனை வேறு வந்துவிடுகிறது. திருமணத்தில் தளைப்படாமல், திருமணம் பண்ணிக்கொள்ளாமல் சேர்ந்து வாழும்படியாக ஒரு பெண் கிடைத்தால் நன்றாகயிருக்கும், ஆனால் அதற்கும் சாத்தியமிருப்பதாகத் தெரியவில்லை.

நடைமுறையில் ஒரு பொம்மையாக நகர்த்தப்பட்டு ஒரு பெண்ணுக்குக் கணவனாகும்படிதான் நேரும். வாழ்க்கை பலபுறங்களில் நெருக்கித்துன்புறுத்தும். மனம் கலவரமடையத்தான் செய்கிறது.

இதெல்லாம் ஒரு புறமிருக்க, சமீபத்தில் சொந்த ஊர் போனபோது திருமணம் பற்றிய மனோரீதியான பரிசீலனையில்

சுசிலா ஞாபகம் வந்தது. அவளைப் பார்க்கலாம் என்று தோன்றி அவள் படிக்கும் காலேஜ் பக்கம் போய்ப் பார்த்தேன். அவள் அகப்படவில்லை.

மாலதி வீட்டுக்கும் அப்போது நான் போனேன். அவள் கணவன் வீட்டில் இல்லை. சாதாரணக் கோலத்தில் சமையல் வேலையிலிருந்தாள். காப்பிக்குப் பால் இல்லையென்று வெந்நீரில் ஹார்லிக்ஸ் கலந்து கொடுத்தாள்.

இப்போது நான் ரயிலில் ஜன்னலோரமாக உட்கார்ந்து வெளித்தெரியும் காட்சிகளை வேடிக்கை பார்த்துக்கொண்டே யோசித்துக்கொண்டிருந்தேன். பிறகு பனை மரங்கள் நிறைந்திருந்த இடத்திலிருந்து யோசித்தேன். சூழலில் முறுக்கு அதிகரித்த படியும் வினோதம் தொனிப்பதாகவும் இருந்தது. பெஞ்சில் எனதருகில் மாலதி உட்கார்ந்திருந்தாள். "... ப்ளீஸ் என்னைக் காப்பாத்துங்க, நான் உங்களைத்தான் நம்பியிருக்கேன் ... மாட்டேன்னு சொல்லிராதீங்க ..." என்று இறைஞ்சினாள். அவள் உடலும் வியர்த்திருந்தது. சாமன்யமான நிலையில் எனக்கு நெருக்கமாக அவள் உட்கார்ந்திருப்பது என்னை அவள் வசப்படுத்துவதாக இருந்தது. "நான் உங்களைத்தான் நம்பியிருக்கேன் ... ப்ளீஸ் ..." என்று மீண்டும் சொல்லியபடி என் தொடையைப் பிடித்து உலுக்கினாள்.

நான் அந்நிலையிலிருந்து விடுபட்டு ஜன்னலோரமாகப் போய் நின்றேன். சூழலில் முறுக்கு அதிகரித்துக்கொண்டேயிருந்தது. ஜன்னல் வழியே பார்த்துக்கொண்டிருந்த நான் திரும்பி அவளைப் பார்த்து 'சரி' என்றேன். அவள் முகத்தில் மலர்ச்சி ஏற்பட்டது. பின் நானும் அவளும் மணப்பந்தலில் உட்கார்ந்திருந்தோம்.

○

1982

மரங்கள்

காலுக்குக் கீழே பூமி ஓடிக்கொண்டிருந்தது. கால்கள்தான் நடக்கின்றனவா அல்லது பூமிதான் ஓடிக்கொண்டிருக்கிறதா என்ற ஐயப்பாட்டில் சற்று நின்றான். நின்ற பிற்பாடு பூமி சற்று நேரம் ஓடி நின்றதாகத் தோன்றியது. நடந்துகொண்டேயிருக்க ஒரே இடத்தில் நிற்பதாகத் தோன்றும் உணர்வு மிகுந்த அலுப்பைத் தருவதாக இருந்தது. இவ்வித உணர்வைத் தரும், குறிப்பிட்ட இடைவெளியில் வரிசையாக ஒரே மாதிரி தோற்றத்தோடு நெடுந்தூரத்திற்கு நின்றிருந்த மரங்களைப் பார்த்தான். மரங்களுக்கு அந்தப்புறம் வரிசையாக இருந்த ரூமாகக் கட்டி விடப்பட்டிருந்த ஒரே மாதிரியான கட்டிடங்களைப் பார்த்தான். பின்னால் திரும்பிப் பார்த்த போது, இவ்வளவு தூரம் கடந்துவந்தும் அங்ஙனம் தோன்றாதது சலிப்பை ஏற்படுத்தியது. இனி முன்னால் தெரியும் தூரத்தை எங்ஙனம் கடப்பது இத்தகைய உணர்வுடன் என்ற கவலை ஏற்பட்டது. கூட வந்த நண்பரிடம் சொல்ல அவரும் அதை ஆமோதித்தார்.

நடக்க ஆரம்பித்தான். நண்பருந்தான். பூமி ஓடிக்கொண்டிருந்தது. ஓடுவது எந்த ரயில்? உட்கார்ந்திருக்கும் ரயிலா? ஜன்னல் வழியே தெரியும் ரயிலா? பிரக்ஞை வழுக்கிப் பிறகுதான் சுதாரிக்கிறது.

கடந்த இடமும் கடக்கின்ற இடமும் ஒன்றா? எல்லா இடமும் ஒரே இடமாகத் தோன்றிக் கடத்தலைப் பரிகசித்து நின்றது. ஒரே மாதிரியான

கட்டிடங்களின் வாசல் வராண்டாவில் கிடந்த இரும்புக் கட்டில்கள் வேறு, ஆஸ்பத்திரி என அவ்விடத்தை ரூபம்கொள்ள வைத்து மனதைத் தொந்தரவு செய்தது. காட்சிகள் தரும் இம்சையோ சொல்லி மாளாததாக இருக்கிறது.

அவன் பால்கனியில் நின்றிருந்தான். கீழே காம்பவுண்டுச் சுவருக்குள் ஆரம்பப் பள்ளிக்கூடம். ரீஸஸ் விட்டிருந்த நேரம். ஒரு சிறுவன் சட்டையில் பித்தான்கள் இருந்தும் அவைகளைப் போட்டுக்கொள்ளாமல் தனது வலுவுக்குக் குறைவாக உள்ள பிற சிறுவர்களை அடித்தும் உதைத்தும் சண்டியரெனத் திரிந்தான். இன்னொரு சிறுவன் ஒரு சிறுவனைப் பிடித்து வைத்துக்கொண்டு, நோஞ்சானாகத் தெரிந்த ஒரு சிறுவனைக் கூப்பிட்டு அடிக்கச் சொன்னான். ஒரு சிறுமியைப் பரிகசித்துக் கொண்டே வந்த ஒருவன் மண்ணை வாரி அவள் முகத்தில் தூற்றிவிட்டு ஓடினான். ஒரு சிறுவன் சேகரித்து வைத்திருந்த கற்களைப் பிறர் மேல் வீசியெறிந்துவிட்டு ஒன்றும் அறியாதவன் போல் நின்றான். ஒரு சிறுமி அழுதுகொண்டிருந்தாள், காரணம் தெரிய வில்லை. கேட்பார் இல்லை. பிறர் தத்தம் போக்கிலிருந்தனர்.

ஆனால் நேற்றுக் கண்ட காட்சிதான் நேற்று என்பதனால் இன்னும் மனதில் கலவரத்தை மட்டுப்படுத்தாததாக இருந்தது. பஸ் ஸ்டாப் அருகே ஒரு பெண்ணைப் பார்த்தான். பதினாறு அல்லது பதினேழு வயதுதானிருக்கும். அவள் ஆடைகள் அலங்கோலமாக இருந்தன. பைத்தியமா? தெரியவில்லை. பைத்தியமாக்கப்பட்டவளா? அவள் இடுப்பில் கை வைத்து சற்று அகம்பாவமாகவே நின்றிருந்தாள். எதை மறுக்கிற விதமாய் இந்த அகம்பாவம்? அவள் கால்களில் பிணைக்கப்பட்டிருந்த இரும்புச் சங்கிலியைப் பார்த்து அவன் அதிர்ச்சியடைந்தான். ஒரு காலுக்கும் இன்னொரு காலுக்கும் இடையே ஆன இரும்புச் சங்கிலியின் நீளம் ரொம்பவும் குறைச்சல். சொற்ப இடைவெளியுடன் கால்களை நகர்த்திநகர்த்தித்தான் அவள் செல்ல முடியும். எதனால் இப்படி என்று யோசித்த போது திடீரெனக் காரணம் புலப்பட்டது. அதுதானா? மனம் ஏதேதோ யோசனையில் சிக்கிக் குழம்பியது.

மத்தியானம் சாப்பாட்டிற்கு வரும் நேரம். எருமை மாடுகள் கட்டப்பட்டிருக்கிற, மூத்திரமும் சாணியுமாக உள்ள இடத்தில் ஒரு நடுத்தர வயதுப் பெண் வைக்கோல் பரப்பில் மிகுந்த துயரத்தில் இருப்பவளாக முட்டியில் தலைகவிழ்த்தும், கையைத் தலையில் வைத்தும் உட்கார்ந்திருப்பாள். அவளைப் பொறுத்தவரை அங்ஙனம் உட்கார்ந்திருப்பதில் அவளுடையும் அர்த்தத்தை யாரும் அறிவார்களா என்பது தெரியவில்லை. ஒரு நாள் இரண்டாம் ஆட்டம் சினிமா முடிந்து சைக்கிளில்

வரும் போது ஆள் நடமாட்டமில்லாத அவ்வேளையில் அப்பெண் அதே இடத்தில் அதே போல் உட்கார்ந்திருக்கக் கண்டான்.

ஒரு கண் தெரியாத கிழவி பால ஏற்றம் ஆரம்பமாகும் தொந்திரவான இடத்தில் உட்கார்ந்து, 'அய்யா, அய்யா' என்று பிச்சை கேட்பாள். காசு தருகிற மனோநிலை உள்ள இவனுக்கே சைக்கிளை அவ்விடத்தில் நிறுத்திக் காசு போடுவதற்கு அசௌகரியமாக இருக்கும். அசௌகரியத்தைத் தவிர்க்க மனோநிலை இருந்தும் காசு போடாமல் செல்ல வேண்டிய நிலையை ஏற்படுத்தும்படியான இடம். அவள் குரல் காசு தேவைப்படுத்துவதன் தீவிரத்தை உள்ளடக்கியதாக இருந்து இவனைத் தொந்தரவு செய்யும்.

ஒரு நாள் இந்த இடத்தில் இருந்தால் காசு கிடைக்காது; வேறே இடம் பாருங்கள் என்று சொல்லியும் விட்டான். ஆனாலும் அவள் அதே இடத்தில்தான் இருக்கிறாள். அவளது அக நிலை, ஆள் சத்தம் கேட்டுப் பரபரப்பு நிலை, டப்பாவில் காசு விழுந்ததும் ஆர்வத்துடன் கைவிட்டுத் துழாவும் மனோநிலை, வெறும் டப்பாவை நப்பாசையில் துழாவும் மனோநிலை, கைக்குக் கிடைத்த காசின் பயனைப் பற்றிய மனோநிலை... என்று இங்ஙனமாக எங்கோ மொட்டை மாடியில் படுத்துக் கிடக்கும் வேளையில் நுழைகிறதே.

எங்கு நோக்கினும் அபத்தம் – மனிதனின் அக அவஸ்தை, மனித உறவின் சிதைவு, மனிதனின் சிதைவு – எனக் கூரிய அம்புகள் பல காட்சிகளினுள் பாயக் காத்துக்கிடக்கின்றன.

இவன் கறுப்பாய் சூழ்ந்திருக்கும் இருளினுள் வழி தெரியாது நிற்க ஏதேதோ கறுப்பு உருவங்கள் தத்தம் திக்கு நோக்கி இழுக்கின்றன. மூளை வழி – நினைப்பா? சிந்தனையா? யோசனையா? – பெருகி ஓடுகிறது நீர். ஓடுகின்றது வெள்ளமா? பெருஞ்சுவர் தடுக்க நீர் தத்தளிக்கிறது. அலைகிறது.

சுவர் உடையுமா? நீர் தத்தளிப்பதைத் தாளமுடிய வில்லை. வழி தெரியவில்லை. கைகள் நடுங்குகின்றன. வலியைத் தாங்குகிற அவதியில் முகம். அழுகை வருகிறது. அழுகிறான். முகத்தில் வலி.

இரண்டாம் உலகப் போரின் மனிதன் குரூரமென எழுகின்றான். குண்டு விழுகுது. மனுஷன் மனுஷன் மேல வீசறான். எல்லோரும் ஓடறாங்க. சிதறிச்சிதறி ஓடறாங்க. அப்பன் ஒரு பக்கம். ஆத்தா ஒரு பக்கம். புள்ளை ஒரு பக்கம். வயசானவங்க அலர்றாங்க. மனுஷன் மனுஷனைச் சுடறான். ஒளிஞ்சிருந்து

சுடறான். ஒரே பீதி. குரூரம். குழந்தை கையிலிருக்கிற ரொட்டியை அம்மாக்காரி பிடுங்கித் திங்கிறாள்.

முகத்தில் வலி. அழுகிறான்.

நண்பர் பதறிப் போனார். ஒன்றும் விளங்காமல் ஆசுவாசப் படுத்தினார். மெதுவாக அழுகை நிற்க ஆசுவாசமானான். 'என்ன? என்ன?' என்று நண்பர் வினவ, பிறகு சொல்வதாகக் கூறினான்.

நடந்த போது கீழே பூமி ஓடிக்கொண்டிருந்தது. ஓடிக்கொண் டிருக்கும் பூமியை எதிர்த்தேறி நடப்பது சிரமமாக இருக்கிறது. இவனும் நடக்கத்தான் செய்தான், நடப்பதே வியர்த்தம்தானோ என்று நினைத்தபடி.

○

1982

ஆகிருதி

மழை தூறிக்கொண்டிருந்தது. எனவே சாலை அசிங்கமாக இருந்தது. அவன் எதனாலோ ஓடி வந்துகொண்டிருந்தான். சாலையில் உள்ள பள்ளத்தில் இடறி விழுந்தான். மீண்டும் ஓடி வந்தான். மீண்டும் பள்ளத்தில் விழுந்தான். எழுந்து மீண்டும் ஓடி வந்தான். மீண்டும் பள்ளத்தில் விழுந்தான். மீண்டும் மீண்டும் நடந்த இச்செயல் ஆத்திரமூட்டுவதாக இருந்தது. பள்ளத்தில் விழாமல் ஓடவே முடியாது போலிருந்தது.

கண்களைத் திறந்து பார்த்தான். மேலே தென்னங்குலைகள், கீற்றுகள். இடைவெளியில் வானம் தெரிந்தது. கண்களை மூடினான். தானும் தோப்பும் சுற்றுவது போல் இருந்தது. மற்றவர்களைப் பற்றி எண்ணம் வந்து மீண்டும் கண்களைத் திறந்து பக்கவாட்டில் பார்த்தான். சிவாவும் காசியும் தூங்கிக்கொண்டிருந்தனர். இந்தப் பக்கம் தென்னையில் சாய்ந்து ரகு உட்கார்ந்திருந்தான்.

'என்னய்யா படுக்கலையா?'

'இதான் நல்லாயிருக்கு.'

'என்னய்யா இப்படிச் சுத்துது.'

அவன் எழுந்து உட்கார்ந்தான். பக்கவாட்டில் திரும்பிப் பார்த்து, "இதுகளைப் பாரு வெயிலடிக்கிறதுகூடத் தெரியலை. இந்த இடம் நல்ல இடம்ய்யா. பக்கத்திலே ஆறு ஓடுது. அங்கே பச்சையா இருக்கு. இங்கிட்டு தென்னந்தோப்பு. சை – என்னமா சுத்துது." அவன் மீண்டும் படுத்துக் கண்களை மூடினான்.

அவன் கிடந்த பூமியே சுற்றுவதாகத் தோன்றியது. மீண்டும் அவன் சாலையில் ஓடிவந்து பள்ளத்தில் விழுந்து, எழுந்து மீண்டும் ஓடிவருகிறான். திடீரென காலரியுடன் மனிதர்கள் முளைத்துக் கைகொட்டிக் கெக்கலிக்கிறார்கள்.

சூது, வஞ்சனை, துரோகம், தந்திரம், புறக்கணிப்பு இன்னும் பலவற்றால் தனது சிரம் அடிக்கடி துண்டிக்கப்படுவதாகத் தோன்றியது. நான் யார் என்று எழுந்த கேள்விக்கு முட்டாள், மடையன், ஏமாளி, அயோக்கியன். உருப்படாதவன், யூஸ்லெஸ் பெல்லோ என்று பதில் எழுந்தது.

'சை என்ன வாழ்க்கையா இது' என்று முணுமுணுத்துக் கொண்டே மீண்டும் எழுந்து உட்கார்ந்தான். மரத்தில் சாய்ந்தபடியிருந்த ரகு திரும்பிப் பார்த்தான்.

'என்னய்யா ஒரே சலிப்பா இருக்கு; வாழ்க்கையே பிடிக்கலை.' ஒரே கசப்பா இருக்கு. எப்படியா நீ வாழ்றே. எல்லாம் ஒரே எழவா கிடக்கு. என்ன செய்யறதுன்னும் தெரியலை.'

'சரி... வா ஆத்துப்பக்கம் போயிட்டு வருவோம்.'

'போ இப்ப எந்திரிக்க முடியாது. இன்னுங் கொஞ்சம் சாப்டுறீயா?'

'இதுவே ஜாஸ்தி... வெளியேகிளியே தள்ளியிருச்சுன்னா வம்பு.'

'கொஞ்சம்.'

'சரி குடு.'

இருவரும் கேனிலிருந்ததைக் கொஞ்சமாகக் குடித்தார்கள்.

அவன் குடித்தவுடன், 'அந்த முறுக்கை எடு. புளிச்ச வாசனை குமட்டுது' என்று ரகுவிடம் முறுக்கு வாங்கிச் சாப்பிட்டான்.

'சரி அப்படியே கொஞ்சம் நடப்போம்... என்னமோ மாதிரி இருக்கு' என்றான் அவன்.

ரகு எழ, அவன் கைகொடுத்து உதவினான். இருவரும் நடந்தார்கள். ஆறு தெரிந்தது. நாணல்கள் ஆடின.

'யோவ், ஆறு ஓடுற எடத்துக்குப் பக்கத்திலே, தென்னந்தோப்புலே ஒரு ஆசிரமம் மாதிரிக் குடிசை போட்டு ரெஸ்ட் ஹவுஸ் மாதிரி வச்சிக்கிட்டா எவ்வளவு நல்லா இருக்கும், நிம்மதியா இருக்கும் – த்தா – டவுனுக்குள்ளேயே கிடந்து சாகவேண்டியிருக்கு' என்றான் அவன்.

ரகு, 'இரு வயித்தைக் கலக்குது' என்றபடி ஜட்டியைக் கழற்றித் தோளில் போட்டுக்கொண்டு தள்ளிப் போய் நாணல் மறைவில் உட்கார்ந்தான்.

அவன் ஜொலிக்கின்ற ஆற்றைப் பார்த்தான். தாவரங் களின் பச்சை நிறம் இதமாக இருந்தது. போதை ஏறியது. உடல் மரத்துப் போனாற்போலிருந்தது. இரவில் தான் சவாரி செய்த ரிக்ஷாக்காரனுடன் பேசிக்கொண்டு சென்றது நினைவுக்கு வந்தது. போதையில் உடல் நடுங்க அவன் ரிக்ஷா இழுத்தான். அவன் ஒரு சிகரெட் பற்ற வைத்துக்கொண்டான். வேலை என்பது பணம் சம்பாதிப்பது என்று ஆகிவிட்டது. வாழ்வது பணத்துக்காகவா, பணத்தால் அடையும் பயன்களுக்காகவா?

ரகு ஆற்றில் கால் கழுவி வந்தான். 'யோவ் முந்தா நாளு ராத்திரி ரொம்ப நேரமாயிருச்சு. ரிக்ஷாவுலே வந்தேன். ரிக்ஷாக்காரன் தண்ணிலே இருந்தான். நான் பேச்சுக் கொடுத்தவுடனே அவன் பேசிக்கினே வந்தான். பால் வாங்கிக் கொடுத்தேன். நம்ம மேலே ரொம்ப அன்பாயிட்டான். அவன் சொன்னான், "காசு என்ன ஸார் காசு... அன்புதான் ஸார் வேணும்... நான் பணத்துக்கா கட்டுப்படுவேன்... உன் பணம் என் கெண்டைக்காலு மயித்துக்குச் சமானம். அன்புக்குத்தான் ஸார் மனுஷன் கட்டுப்படுவான்," அப்டீன்னான். எனக்கு ஒரு ஆசை இந்தக் காசை அவமானப் படுத்தணும். ரூபாய் நோட்டை மண்தரையிலே போட்டு அது மேலே ஒண்ணுக்கு இருக்கணும். செஞ்சா பைத்தியக்காரத்தனம் – ஒரு டிராமா மாதிரி தோணும். ஆனா செஞ்சாத்தான் எனக்கு மனசு ஆறும். ஒன்றும் கண்டுக்காதே. இப்ப எனக்கு ஒண்ணுக்கு வருது.'

அவன் பர்ஸிலிருந்து ஒரு இரண்டு ரூபாய் நோட்டை எடுத்துக் கசக்கி எறிந்தான். அதனருகே சென்று அதன் மேல் ஒன்றுக்கு இருந்தான். 'த்தா, இப்பத்தான் மகிழ்ச்சியா இருக்கு' என்று அதன் மேல் மண்ணைத் தள்ளிவிட்டு வந்தான்.

'நான் நல்லவனா, கெட்டவனா? நல்லவன் தான்யா, ஆனா எனக்கு என்னைப் புடிக்கலை. எப்படி நடந்துக்கறதுன்னு தெரியலை. சரி இது கிடக்கட்டும். அந்த ரிக்ஷாக்காரன், 'பணம் என் கெண்டைக்காலு மயித்துக்குச் சமானம்'னு சொன்னானே பின்னாடி நான் ரெண்டு ரூபாகூடக் கொடுத்தவுடனே என் கையைப் பிடிச்சிக்கிட்டு நெகிழ்ந்து போனானே ஏன்? ஏன் இப்ப ரெண்டு ரூபாயைப் போட்டு ஒண்ணுக்கு இருந்தேனே... எங்கிட்டே அஞ்சு ரூபாயும் இருக்கு, பத்து ரூபாயும் இருக்கு. ஏன் ரெண்டு ரூபாயைப் போடணும்? இதுக்கு என்ன அர்த்தம்? காசு நம்ம எல்லாத்தையும் வரிசையா நிப்பாட்டி தலையிலே

ஒண்ணுக்கு இருக்குதுன்னு அர்த்தம். அதானேயா... ஆனா ஒண்ணு நிச்சயம். நம்ம எல்லாத்திலேயும் நான்தான் உருப்படாமப் போகப் போறேன். நான் சாப்பிடறப்ப மட்டும் சிந்தும், நான் அப்படிப்பட்ட ஆள். ஒரு நாள் காலையிலே ஒரு காட்சி பார்த்தேன். என்னைப் பத்திய குறியீடு மாதிரி தோன்றித் திகிலடைஞ்சுட்டேன். வீட்லே மேஜை மேலே புஸ்தகமா கன்னா பின்னான்னு வைச்சிருப்பேன். என் ஜட்டியை இவ்வளவு காலமும் அது மேலேதான் கழட்டிப் போட்டிருக்கேன். திடீர்னு ஒருநாள் பாத்தப்ப என்னைப் பத்திய குறியீடுன்னு தோணி திகிலாயிப்போச்சு...'

'என்னப்பா என்னென்னமோ சொல்லிப் பயமுறுத்தறே' என்றான் ரகு.

'ஆமா... எல்லாம் கோணல் மாணலா கை கால்களை முறுக்கிக்கிட்டு ஒக்காந்திருக்கு' என்றபடி அவன் ஒரு கல்லை எடுத்து ஒரு தென்னைமரத்தை நோக்கி வீசினான். அது அவனே ஆச்சரியமடையும்படி சரியாகவே மரத்தில்பட்டது.

◯

விழிகள், 1982

தொடர்பு

கட்டிலுக்குக் கீழே படுத்திருந்தவளுக்கு இடது கையில் ஆறு விரல்கள் இருந்தன. இன்னொரு புறம் தெரிந்த ஒரு கிழவியின் முகம் கோணி யிருந்தது. கட்டிலின் மேலே படுத்திருந்த சியாமளா நான் வந்ததும் சத்தம் கேட்டுக் கண்ணைத் திறந்து பார்த்தவள்தான். பெரியம்மா பேசிக்கொண் டிருந்தாள்.

கொஞ்ச நாட்களுக்கு முன் பஸ் ஸ்டாண்டில் கையையும் கழுத்தையும் பிணைத்த இரும்புச் சங்கிலியுடன், கோணிய கை, கால்களுடன் வாயில் எச்சில் ஒழுக குளறிய ஓலத்துடன் டப்பாவையும் இழுத்துக்கொண்டு தவழ்ந்து வந்தான் ஒருவன். மிருகம் போலத் தோன்றினான். அவனது அகத்தை நினைத்துப் பார்க்க பீதியாக இருந்தது. இவ்விடத்தின் வாசல் வராண்டாவில் கால் முழுவதும் சிவப்பாக ரணத்துடன் ஒருவனை நான் பார்த்திருந்தேன். ரொம்ப மனிதர்கள் உருக் குலைந்து போயிருக்கிறார்கள் என்று எனக்குத் தோன்றியது.

'நெஞ்சு படபடங்குது. ஒடம்பெல்லாம் உதறு தய்யா' என்றாள் அவள். அவளுக்கு நடுத்தர வயதிருக்கும். வெகு அருகில்தான் அவன் நாற்காலி யில் உட்கார்ந்திருந்த போதும், கவனிக்காதவனாக இருந்தான். அவன் கால்கள் ஆடிக்கொண்டிருந்தன. வெகு நேர நிகழ்வின் இடைப்பட்ட கட்டமாக அக்காட்சி இருந்தது. அறையில் கிராமத்து ஜனங்களே நிறைய இருந்தனர். சுவர் ஓரங்களிலும் கட்டிலுக்குக் கீழேயும் கிடந்தனர். கட்டிலுக்கு மேலேயும் கிடந்தனர்.

அந்த அம்மாள், 'அய்யய்யோ … பொறுக்கலையே' என்று அலறினாள்.

அவன் இவள் பக்கம் திரும்பி, 'ஒன்னைச் சேத்துக்க முடியாது. எந்திரி இப்ப பெரிய டாக்டர் வந்திருவாரு' என்றான்.

'அய்யா உள்காச்சய்யா … நா பொய்யா சொல்றேன். தலை சுத்துதய்யா.'

'இந்த பாரு, இங்கே இருக்கிறதிலே ஒன்னும் இல்லை. நாளைக்கிக் காலை ஓ. பி. சீட்டு வாங்கிட்டு, டாக்டர்ட்டே காமி. சேத்துக்கச் சொன்னா சேத்துக்கறேன்.'

மீண்டும் அந்த அம்மாள், 'பெரிய மனசு பண்ணுங்கய்யா' என்றாள்.

'நீ இங்கேயே கிட. இதென்ன சத்திரமா?' என்று சொல்லி விட்டு எழுந்து வெளியே வந்து நின்றான்.

நான் பெரியம்மாவிடம் இதைப்பற்றிக் கேட்டேன். அவள் ரொம்ப நேரமாக இங்கே உட்கார்ந்து அடம் பிடிப்பதாகக் கூறினாள். இவளை இப்போது சேர்த்துக்கொள்ள முடியாது என்றாள். இங்கு இலவசமாகச் சாப்பாடு கிடைப்பதால் அவள் இப்படி நடந்துகொள்வதாகவும் கூறினாள்.

பிறகு, சியாமளாவுக்கு, பாட்டிலிலிருந்து குளூகோஸ் லேசாக இறங்கிக் கொண்டிருப்பதாகக் கூறினாள். ஸ்டேண்ட் இல்லை போலிருக்கிறது. மர ஸ்கிரீனின் மேல் சட்டத்தில் துணியைக் கட்டி, அதில் பாட்டிலின் கொக்கியைச் செருகி யிருந்தார்கள். சற்றுத் தள்ளிக் கிடக்கும் கிழவிக்கு ஸ்டேன்டில் வைக்கப்பட்ட பாட்டிலிலிருந்து குளூகோஸ் வேகமாக இறங்கிக் கொண்டிருப்பதைப் பெரியம்மா காண்பிக்க நான் பார்த்தேன். நாலு பாட்டில்கள் ஏற்ற வேண்டியிருப்பதாகவும் இம்மாதிரி குளூகோஸ் இறங்கினால் என்ன ஆவது என்று பெரியம்மா கேட்டாள். 'உன் பெரியப்பாவைப் பார்த்தாயா, இன்னும் வந்துசேரவில்லை' என்று கவலையுடன் பிரலாபித்தாள். குளூகோஸ் இப்படி இறங்குகிற விஷயத்தை மீண்டும் சொன்னாள்.

தூய வெள்ளாடையும், தலையில் இறக்கை போன்ற துணியையும் கொண்டவள், ஒரு கிழவியின் முன் கையில் மாத்திரையை வைத்துக்கொண்டு 'ம் வாயைத்திற' என்று அதட்டிக் கொண்டிருந்தாள். கையிலிருந்த மாத்திரையைப் பார்த்துவிட்டுக் கிழவி மிரண்டாள்.

‘ரெண்டு ரெண்டாப் போடலாம்... வாயைத்திற... ம்... முழுங்கு... ரெண்டு மாத்திரையைப் போடறதுக்கு என்னமோ உயிரே போற மாதிரி... திற வாயை.’

பெரியம்மா அவளிடம் சென்று விஷயத்தைச் சொன்னாள்.

‘அதான் படிச்சிட்டு வந்திருக்காங்களே... டாக்டருக்கு... அவுங்கட்டே சொல்லுங்க. நாங்க ஏதாவது செஞ்சு அதனாலேதான் போச்சுன்னு செல்லுவாங்க... நர்ஸ் ஊசி போட்டா அதனாலேதான் செத்துப் போச்சுன்னு சொல்லு வாங்க...’ என்றாள், அவள்.

பெரியம்மா திரும்பி என்னிடம் வந்தாள். வராண்டாவில் நின்றுகொண்டிருந்த அவன் திரும்பி வந்து நாற்காலியில் உட்கார்ந்தான். தரையில் நாற்காலியருகே உட்கார்ந்திருந்த அந்த அம்மாள் அவனையே பரிதாபமான முகத்தோடு பார்த்துக் கொண்டிருந்தாள். நான் அவனருகே சென்று ஒரு புன்னகையை அவனுக்குத் தந்து, ‘குளூகோஸ் எறங்கவே மாட்டேங்குது டாக்டர்... கொஞ்சங் கொஞ்சமா விழுகுது... கொஞ்சம் வந்து பாத்தீங்கன்னா...’ என்றேன்.

‘அப்படியா’ என்று கேட்டு அவன் உடனே எழுந்து என்னுடன் கட்டிலருகே வந்தான். பாட்டிலைச் சற்று நிமிர்த்தி, துணியைச் சற்று இறக்கி, ‘இப்ப நல்ல எறங்கும், பாத்தீங்களா எறங்குதுல்ல’ என்றான்.

நான் தலையாட்டினேன். பெரியம்மாவும் தலையாட்டி னாள். உண்மையில் பழைய மாதிரியே இறங்குவதாகத்தான் எனக்குத் தெரிந்தது. பெரியம்மாவுக்கும் அப்படியேதான் தெரிந்திருக்கவேண்டும். சற்று நேரத்தில் இருவரும் அந்த எண்ணத்தைப் பகிர்ந்துகொண்டோம்.

சில நோயாளிகள் தங்கள் வீட்டிலிருந்து வந்த உணவை உண்ண ஆரம்பித்திருந்தனர். வாசலில் நின்ற தள்ளு வண்டியிலிருந்து உணவு வகைகளை, ஆஸ்பத்திரி உணவை உண்ணும் நோயாளிகளுக்காக எடுத்து வைத்துக்கொண்டிருந்தனர்.

அவன் தனது இடத்திற்கு வந்ததும் அந்த அம்மாள், ‘அய்யா பெரிய மனசு பண்ணி...’ என்று ஆரம்பித்தாள். அவன் உணவு வகைகளைத் தள்ளிக்கொண்டு வந்திருந்தவனைப் பார்த்து, ‘இந்தா பாருப்பா இந்த அம்மாவை என்னன்னு கேளு... பெட்லே சேத்துக்கன்னு உயிரை வாங்குது’ என்றான்.

அவன், அவளருகே வந்து, ‘எந்திரி... இப்ப எந்திரிக்கிறியா இல்லை தூக்கி வெளியே போடவா... எந்திரி... இங்கே என்ன

சும்மாவா சோறு போடறாங்க...' என்று அவளைத் தூக்கப் போகிற நெருக்கத்தில் விரட்டினான்.

'இரு. எந்திரிக்கவா முடியுது. நோயாளின்னு சொன்னா கேக்கமாட்டேங்குறங்கப்பா, என்று அவனிடம் முறையிடுகிற மாதிரி சொல்லிவிட்டு, தள்ளாடி நடந்து வெளியே வராந்தாவில் உட்கார்ந்தாள்.

பெரியம்மா ஆரஞ்சுப் பழங்களும் தனக்கு உண்ணத் தயிர் சாதமும் வாங்கி வரச் சொன்னாள். பெரியப்பாவை, பொறுப்பில்லாத மனுஷன் இன்னும் வரவில்லையே என்றும் கவலையுடன் பேசினாள்.

வெளியே வந்தேன். ஆரஞ்சுப்பழ வியாபாரி அதிக விலை சொல்வதாகத் தோன்றியது. நான் ஆரஞ்சுப்பழம் வாங்கி ரொம்ப காலமாகியிருந்தது. தயிர் சாதமும் வாங்கிக்கொண்டு திரும்பி னேன். பெரியம்மாவிடம் கொடுத்துவிட்டுப் பேசிக்கொண்டு உட்கார்ந்திருந்த போது ஞாபகம் வந்து வராந்தாவைப் பார்த்தேன். அந்த அம்மாள் அந்த இடத்தில் இல்லை. நான் பெரியம்மாவிடம் சொல்லிக்கொண்டு கிளம்பினேன். வராந்தாவில் நின்று நன்றாகப் பார்த்தேன். அவளைக் காணோம்.

வீட்டுக்கு வந்து சாப்பிட்டுவிட்டு மத்தியான வெயிலில் நடந்து பஜார் வீதிக்குச் சென்றேன். அங்கு தாவூதிடம் பெரியப்பாவைப் பற்றிக் கேட்டேன். உஸ்மான் பாயும் அவரும் அவசரமாகக் கீழக்கரைக்குப் போயிருப்பதாகச் சொன்னார்.

சற்று நேரம் நின்றேன். சாலையைப் பார்த்தேன். சாலையில் சென்றுகொண்டிருந்த யாரும் எனக்குப் பரிச்சயமான மனிதர்களாக இல்லை. இது ஒன்றும் அதிசயமில்லை என்ற பிரக்ஞையை மீறி இது தீவிரமாக என்னுள் பாய்ந்தது. மனவெளி யில் மனிதத் தலைகளாக நிரம்பி வழிந்தது. நான் தலையை உலுக்கி மனவெளியைக் கலைத்தேன். கையில் கிள்ளிப் பார்த்தேன். வலித்தது. சாலையில் கோடு போட்ட சட்டை அணிந்த ஒருவன் சைக்கிளைத் தள்ளிக்கொண்டு போவது தெரிந்தது. நான் நடக்க ஆரம்பித்தேன்.

❍

***விழிகள்*, அக்டோபர் 1982**

அலங்கோலம்

அவன் பல்லை நறநறவென்று கடித்துக் கொண்டிருந்தான். சகிப்புத்தன்மை மிகுந்த தொல்லைக்குட்படுத்தும் சமயங்களில் அவன் இப்படிக் கடிப்பதுண்டு. அந்தப் பக்கம் திரும்பிப் பார்க்க வேண்டாம் என்று நினைக்கிறதினாலேயே அந்தப் பக்கம் திரும்பிப் பார்க்கவைக்கிற உந்துதல் ஏற்படுவதாக இருக்கிறது. மழை லேசாகப் பெய்துகொண்டிருந்தது.

கிழவி கம்பத்தைப் பற்றிக்கொண்டு நடுக்கத் துடன் பிடியை விடாமல் உட்கார்ந்திருந்தாள். மழை நீர் அவள் உடலில் வழிந்துகொண்டிருந்தது. அது செருப்புத் தைக்கும் ஒருவனின் இடமாக இருந்து அவன் எதனாலோ அவ்விடத்தில் கொஞ்ச நாட்கள் காணாமல் இருந்ததில் அவள் இப்படி உட்கார்ந்திருக்கின்ற இடமாக ஆகியிருந்தது.

இரண்டு நாட்களுக்கு முன்னே பஸ் ஸ்டாப் கல் பெஞ்சில் உடல் தெரியாது ஈ மொய்க்கப் போர்த்திக் கிடந்தது இவளாகத்தானிருக்க வேண்டுமென ஞாபகம் வர, பக்கத்திலிருந்தவரிடம் கேட்டான். 'தெரியல்லை. அனாதை எங்கே யிருந்தோ வந்திருக்கு' என்றார் அவர். கூர்ந்து பார்த்ததினால்தான் அவள், மலத்தின் மேல் உட்கார்ந்திருப்பது புலப்பட்டது.

நேற்று இரவு பயங்கரமான குளிரினால், தூக்கத்திலிருந்து எழுந்து எல்லா ஜன்னல் கதவுகளையும் நன்றாக அடைத்துவிட்டுத்தான் சுருண்டு படுத்தது நினைவுக்கு வந்து வெட்ட

வெளியில் கிடந்த கிழவியை நினைத்துத் தொந்தரவு அடைந்தான். அவனுக்குப் பார்வையைத் தவிர்ப்பது சிக்கலாகி சீக்கிரம் பஸ் வரவேண்டுமென்று பதற்றப்படலானான்.

இன்று சாயந்திரம் ஒரு பரதநாட்டியம் பார்க்க நினைத்திருந்த தால் அந்த மனோநிலைக்குக் குந்தகம் ஏற்படுத்தும் வகையில் ஆபீஸ் செல்வதா என்று அல்லாடிக்கொண்டிருந்த மனதிற்கு இப்போது ஆபீஸ் போகத் தோன்றியது.

பஸ் வர, பின் வாசலில் ஜனங்கள் இறங்க, ஏற, இவன் முன் வாசல் வழியாகப் பஸ்ஸினுள் நுழைந்தான். பேரதிருஷ்டமாக அடுத்த ஸ்டாப்பிங்கில் உட்கார்ந்திருந்த ஒருவன் இறங்க அவ்விடத்தை இவன் ஆக்கிரமித்துக்கொண்டான். மழை தூறிக்கொண்டிருந்தது. காற்று குளுமையாய் அடித்துக் கொண்டிருந்தது. பஸ் சென்றுகொண்டிருந்தது.

காலையில் ஆபீசுக்கு மட்டம் போடுகிற மனோநிலை உருவாகி அலைக்கழிந்த போது, இன்று என்னென்ன பீரியட்ஸ் என்று பார்க்கத் தோன்றியது, இடைப்பட்ட ஆறு வருட காலங்களை அழித்ததென அவனை வியப்புக்கொள்ள வைத்திருந்தது. இவ்விநோதத்தைப் பற்றிய ஞாபகத்தின்போது இந்தப் பக்கம் மழை பெய்யாதிருந்த வினோதமும் சேர்ந்து கொண்டது. கண்டக்டரிடம் டிக்கெட் வாங்கும் போது விரும்புகிற இடத்தில் இறங்கிக்கொள்ள வசதியாகப் பஸ் சேருமிடம் வரை டிக்கெட் வாங்கினான்.

போன வாரமும் ஒரு நாள் ஆபீஸிற்கு மட்டம் போட்டான். ஆனால் அன்று வேறுவிதமான மனோநிலையிருந்தது. இரவு மேலதிகாரி ஞாபகத்தில் வந்து இவன் தூக்கம் கலைந்தான். மேலதிகாரி என்பவர் அதிகாரிக்கும் மேலானவர், விசாலமான தனி அறையில் இருப்பவர். பெரிய மேஜையும், மேஜை மேல் பேனும், சுழலும் நாற்காலியும் கொண்டவர். பின்புறச் சுவரில் தேசத்தந்தை படத்தையும் முன்புறச் சுவரில் புள்ளிவிவரப் படங்களையும் கொண்டவர். அவர் அழைத்ததின் பொருட்டு இவன் அவர் அறையில் கால் மணி நேரத்திற்கு மேல் இருந்தான். அவர் வார்த்தைகளின் தொனி குரூரநுனி கொண்டது. அன்று இரவுதான் அவனுக்குத் தூக்கம் கலைந்தது. எரிச்சல் காற்று உடலுள் புரண்டு அலைக்கழிந்து காமரூபக் காற்றாக மாறியது. காமரூபக் காற்றை உடலில் வாங்கி வழியவிட அவனுக்குப் பெண்டாட்டி இல்லை. அடுத்த நாள்தான் ஆபீஸிற்கு மட்டம் போட்டுவிட்டு குறிப்பிட்ட கவர்ச்சி நடனக்காரி உள்ள சினிமாவிற்குச் செல்வதா அல்லது குறிப்பிட்ட குடும்பப் பாங்கான கவர்ச்சி நடிகை உள்ள சினிமாவிற்குச் செல்வதா என்று

மனதில் அலைக்கழிந்து சென்று கொண்டிருந்தபோது, வழியில் ஒரு நண்பனைப் பார்க்க அவன் இலக்கியங்களைப் பற்றியும் இலக்கியவாதிகளைப் பற்றியும் சுவாரஸ்யமாக உரையாடிப் பொழுதைக் கழித்துவிட்டு வீடு திரும்பினான்.

பஸ் அவனது ஆபீஸிற்கான ஸ்டாப்பில் நின்றது. ஜன்னல் வழியாக ஆபீஸைப் பார்த்தான். ஆபீஸ் அசூயை தருவதாக இருந்தது. பஸ் கிளம்பியது. காற்று அடித்தது. வெயில் இன்னும் வரவில்லை. கடற்கரையில் இறங்கி பிளாட்பாரத்தை ஒட்டி அமைந்திருந்த புல்வெளியில் அமர்ந்தான்.

விஸ்தீரணமான மணல்வெளிக்கு அப்பால் கடல் தெரிந்தது. குழந்தைகளைப் பற்றி நினைக்கும்போது மலர்களுக்கருகில் வைத்துப் பார்ப்பது அவனுக்குப் பொருத்தமாகத் தெரிகிறது. ஆனால் மனிதன் என்று நினைக்கையிலோ பரந்த மணல் வெளியில் ஏகாந்தமாக நிற்பதாக நினைப்பதுதான் பொருத்தமாக இருக்கிறது. அதுவும் கடற்கரை எனில் மணல் வெளியும், ஆகாயவெளியும், கடல்வெளியும் இணைந்த இடமென்பதினால் மனிதன் ஏகாந்தமாக நிற்க பிரத்யேகமான இடமாகத் தோன்றுகிறது. கடல் தூரத்தே ஆரவாரித்துக்கொண்டிருந்தது. விஸ்தீரணமான மணல்வெளி, பக்கத்தில் இந்தப்புறம் சாலை. வாகனங்கள் ஓடுகின்றன. சாலையின் மறுபுறம் பெரிய பெரிய கட்டிடங்கள். உட்கார்ந்திருக்கிற இடம் புல்வெளி. முதுகு ஒரு மரத்தில் சாய்ந்திருக்கிறது. யார் யாரோ மனுஷர்கள், மனுஷிகள், குழந்தைகள், ஒரு பஸ், மொட்டையடித்த சிலர், ஆந்திராவிலிருந்து வந்த பஸ்ஸா? ஆம்.

கொண்டு வந்திருந்த புத்தகத்தை எடுத்துப் படிக்க ஆரம் பித்தான். சற்று நேரம் புத்தகத்தைக் கிடத்திப் பார்வை சாலையில், புல்வெளியில், கடலில், மணல்வெளியில், மனுஷ மனுஷிகளின் மேல்... பொழுது இப்படியே கழிந்தது. சாப் பாட்டு வேளை. கறி சாப்பிட்டால் நன்றாகயிருக்கும் என்று அவனுக்குத் தோன்றியது. கறி என்பது ஆட்டைக் கொன்று அதன் தசையை அரிந்து எண்ணெயில் வறுத்தெடுத்ததுண்டு. ஆடு பாவம். ஆட்டுமந்தை புல்வெளியில் அழகானது. ஊருக்குள் சாலையில் எனில் மந்தை ஒரு சோர்வைத் தருவது. ஆட்டுக்குட்டி அழகானது. ஆட்டை உரித்தெடுத்த தோலில் பல பொருட்கள் செய்யலாம். ஆட்டின் அலறல் பரிதாபமானது. ஆட்டின் தசை, குடல்கள் சுவையானவை. உலகம் விநோதமாக இருப்பதாகத் தோன்றியது அவனுக்கு.

அவன் ஆட்டின் குடல்களைச் சாப்பிட விரும்பி எழுந்தான். ஓட்டலில் நல்ல கூட்டம். தாவரங்களைக் காட்டிலும்

பிராணிகளின் உடலை விரும்பிச் சுவைக்கிறவர்கள் அதிகமெனத் தோன்றியது. சாப்பிட்டுவிட்டு ஒரு நண்பரின் வீட்டிற்குச் சென்று படுத்துக்கிடக்கலாம் என்று தோன்றிச் சென்றான். அவன் அங்கு சாமான்யமான மனோநிலையே கொண்டிருக்க வேண்டிய தாயிற்று. நண்பரையும் கூட்டிக்கொண்டு நாட்டியத்திற்குச் செல்வது மனத்திற்கு உவப்பாகப்படவில்லை. நாட்டியம் குறித்து இவ்வித நுட்ப மனோநிலை கொண்டிருக்கிறவன் இங்கு வந்திருக்க வேண்டியதில்லை என்றும் தோன்றியது. நண்பரும் நாட்டியத்திற்கு வந்தார். கார்களில் வந்திறங்கிய செழிப்பான உடல்களைக்கொண்ட மனுஷ மனுஷிகள் நிறைந்த அவ்விடத்தில் பத்து ரூபாய் டிக்கெட்டு வாங்கி உள்ளே நுழைந்து இருக்கையில் அமர்ந்தனர். மேடை தூரத்தே இருந்தது. தூரத்தில் ஆடுவது ஒரு பெண் உருவமென மட்டும் தெரிந்தது.

அடுத்தநாள் காலை எழுந்து ஆபீஸ் சென்று வந்தான். அதற்கடுத்த நாளும் அப்படியே. குறிப்பிட்டுச் சொல்லும் மனோ அனுபவம் ஏதுமில்லை. அதற்கடுத்த நாள் ஆபீஸ் செல்ல பஸ் ஸ்டாப்பில் நின்றிருந்தபோது அவ்விடத்தில் துணியால் மூடிக்கிடந்த பொருள் அக்கிழவியென ஞாபகத்தில் வர, இரண்டு நாட்களும் இந்த இடத்திலேயே பஸ் ஏறியிருந்தும் இதைக் கவனிக்காது போனதெப்படி என்று புரியாமல் குழம்பியபோது, நேற்றுக்கு முந்தியநாள் பஸ் போயிருக்கக் கண்டு மெயின்ரோட்டிற்குச் சென்று பஸ் ஏறியதும், நேற்றுத் தான் வந்தவுடன் பஸ் வர ஏறியதும் ஞாபகத்திற்கு வந்தது. இறந்திருப்பாளோ என்ற எண்ணம் துணியினுள் ஏற்பட்ட அசைவினால் இல்லாமற் போனது. அசைவு தலையைத் தூக்குகிறதினால் ஏற்பட்டதாகத் தோன்றியது. சகிக்கமுடியவில்லை. அவள் சீக்கிரம் செத்துப் போனால் நல்லது. பஸ் வந்ததும் ஏறி ஆபீஸ் சென்றான்.

அதற்கடுத்த நாள் காலை பஸ் ஸ்டாப்பிற்கு வந்தபோது பாடையில் புதுச்சேலையுடுத்தி மாலையணிந்து அக்கிழவி கிடந்தாள். பார்க்கச் சகிக்க முடியாதபடி கிடந்தவள் இப் போது பார்க்கும்படியாகக் கிடந்தாள். 'என்ன எல்லாம் முடிஞ்சுதா?' என்று கேட்டுக்கொண்டே ஒருவர் சைக்கிள் கடைக்காரரிடம் வந்தார். 'வசூல் பண்ணினதுல பாதி செலவழிச்சிருக்கானுக, பாதி குடிச்சிருக்கானுக . . . எடுத்துற வேண்டியதுதான்' என்றார் சைக்கிள் கடைக்காரர். சடலத்தருகே இருவர் குடித்த தோரணையில் நின்றிருந்தனர். சடலம் மரியாதையுடன் பாடையில் கிடந்தது.

○

***விழிகள்,* செப்டம்பர் 1982**

பூமி

நான் என் தலையை வாளினால் சீவிக் கையில் வைத்துக்கொண்டிருக்கிற காட்சியை முதன் முதலில் கண்டது கனவிலா அல்லது நினைவிலா என்பதை எத்தனை முறை யோசித்துப் பார்த்தும் கண்டறிய முடியவில்லை. இதை நானே எனது இன்னொரு நானாக மாறிச் செய்வேன். நின்று கொண்டிருக்கிற நிலையில் ஒரு காலை ஸ்டூலின் மேல் வைத்து அதன்மேல் வைக்கப்பட்டிருக்கிற இன்னொரு நானின் கையில் என் தலை இருக்கும். நான் இன்னும் உயிரைத் துறக்கவில்லை. துறந்திருந் தால் நான் இப்படி சினிமாக் கொட்டகையில் உட்கார்ந்திருக்க முடியாது.

லொடலொடவென்று பெருமூச்சு விட்டுக் கொண்டு நகரும், எப்போதும் கூட்டம் பிதுங்கி வழிகிற, ஒரு ஊதா நிற பஸ்ஸை – ஆளில்லாத வெறும் பஸ்ஸை – இரண்டு கைகளினாலும் தூக்கி ராமேஸ்வரம் கடலில் நான் போட்டிருக்கிறேன். அலட்சியமாக, புறங்கையினால் பஸ், லாரிகளைத் தள்ளிவிட்டு ரோட்டைக் கிராஸ் பண்ணியிருக்கி றேன். ஒரு தடவை ரோட்டில் மஞ்சள் கோட்டில் நிற்கும்போது வந்த ஒரு காரை நான் காலினால் நெட்டித்தள்ள அது பின்புறமாகவே கொஞ்சதூரம் ஓடியிருக்கிறது.

ஊரிலிருந்து வந்திருக்கிற சகோதரி இன்று காலையில் எனக்குக் கூனல் விழுந்திருப்பதாகச் சொன்னாள். அத்தோடு முன்பெல்லாம் நெஞ்சைத் தூக்கிக்கொண்டு நடப்பதை நினைவுபடுத்தி னாள். எனக்கு உறைத்துவிட்டது. நான் நிறைய

இழந்திருப்பதை அடிக்கடி யோசித்துக்கொண்டிருந்தாலும் கூனல் வழியாக யோசித்திருக்கவில்லை. பொருளாதாரமும் எலும்புக் கூட்டைத் துருத்திய நெஞ்சாகக் கொண்டவர்களும் நிமிர்ந்த நெஞ்சுடன் இருப்பவர்களை சாமான்யத்தில் விடுவதில்லை.

காங்கேயன் நடந்து கொள்கிற விதத்தில் அவனுக்கு இன்னும் கூனல் விழவில்லை என்பது நன்றாகத் தெரியும். இது விஷயத்தில் ஏற்கனவே கூனல் விழுந்தவர்களின் இதயங்கள் அவனுக்கு அனுதாபம் காட்டுகின்றன. இங்ஙனம்கூட எனக்கு அக்காலத்தில் ஆள் கிடைக்கவில்லை. மீண்டும் சொல்கிறேன். பொருளாதாரமும் எலும்புக்கூட்டைத் துருத்திய நெஞ்சாகக் கொண்டவர்களும் பயங்கரமானவை.

சினிமாவில், தனது திருமணப் பத்திரிகையைக் கதாநாயகி கொடுக்க வந்திருக்க, கதாநாயகன் அதை அறியாது தனது காதலை அவளிடம் முதன் முறையாக வெளிப்படுத்திக் கொண்டிருக்கிறான். கதாநாயகி அழுகிறாள். நான் அவள் நாடியில் ஒரு குத்துவிட்டேன். நியாயமாக நான் கதாநாயகனின் வீணான அசைவுகளுக்காகவும் பேசும் வசனங்களுக்காகவும் அவனைத்தான் தாடையில் அறைந்திருக்கவேண்டும். இதற்கு முந்தைய காட்சிகளில் கதாநாயகியையே பார்த்த ஞாபகம் இருந்ததால் அவளைத் தாக்கிவிட்டிருக்கிறேன். சரி, அதனால் பாதகமில்லை.

எனக்கு உட்கார்ந்திருக்க முடியவில்லை. நல்லவேளை யில் இடைவேளை விடுகிற சந்தர்ப்பமாக இது இருந்தது. தியேட்டரில் லைட் எரிந்தது. பார்க்க விரும்புகிற மாதிரி யாராவது பெண் தென்படுகிறதா என்று பார்த்தேன். ஒருத்தியும் இல்லை. ஒன்றுக்கு இருந்துவிட்டு ஒரு சிகரெட் பற்ற வைத்துக் கொண்டு படிக்கட்டில் உட்கார்ந்தேன். காலையில் காந்தி மண்டபத்திற்குப் போயிருந்தபோது அங்குள்ள கழிவறைக்கு ஒன்றுக்கு இருக்கச் சென்றேன். நான் இருந்த இடத்தில் ஆணின் பிறப்பு உறுப்புப் படம் வரைந்து, இது ரஜினியுடையது என்று கரியில் எழுதப்பட்டிருந்தது. நான் அடுத்த இடத்தைப் பார்த்தேன் அதிலும் இதேபோல் படம் வரைந்து, இது கமலுடையது என்று எழுதப்பட்டிருந்தது. அதற்கடுத்து சிவகுமார். அதற்கடுத்து ஜெய்சங்கர். இதேபோல் அருகிலிருந்த பெண்கள் கழிவறையில் என்ன எழுதப்பட்டிருக்கும் என்று நான் யோசித்தேன்.

சினிமாவுக்கும் மக்களுக்கும் இடையேயுள்ள காமாந்தகார உறவைப்பற்றி யோசித்துக்கொண்டிருக்கும்போது தியேட்டரினுள் லைட் அணைந்து படம் போட ஆரம்பித்துவிட்டார்கள். உள்ளே வந்து உட்கார்ந்தேன். கதாநாயகியைக் கல்யாணம் பண்ணிக்கொண்ட வில்லன் ஓர் அபத்தமான காரணத்தை

வைத்துக்கொண்டு அவளை மோசமாக இம்சிக்கிறான். ஜனங்களுக்கு ரசனையாக இருப்பது தெரிந்தது. தியேட்டரினுள் இருப்பது சகிக்க முடியாமல் போயிற்று. வெளியே போக வேண்டியதுதான். வெளியே வரும்போது தியேட்டர் சுவரின் விளிம்பைக் கைகளினால் செங்கல் தெரியும்படியாக உடைத்தேன்.

வெளியே சாலையில் மனிதர்களே இல்லை. ஒரு லாரி கடந்து போயிற்று. இரவு பன்னிரண்டு மணியைச்சுற்றி ஏதாவதொரு நேரம் இருக்கும். மூளை ரொம்பவும் உபத்திரவத்திற்கு உள்ளாகியிருந்தது. பணம் மனிதனைப் பிடுங்குகிறது. சித்திரவதை செய்கிறது. அழகுகளை அழிக்கிறது. மூடத்தனங்கள் பெருகிவிட்டன. எல்லாமே தலைகீழாக இருக்கின்றன. இதை நேராக நிமிர்த்துவதற்கு நெம்புகோலுடைய மனிதன் எங்கிருக்கிறான்? நெம்புகோலுடைய மனிதன் என்கிறபோது தோளில் நீண்ட துடைப்பக்கம்பைச் சாய்த்து நிற்கிற தலைப்பாகை கட்டிய தோட்டி ஞாபகத்திற்கு வருகிறான். வேறு யாரும் இவ்வளவு நீளக்கம்பைத் தனது தொழிற்கருவியாக உபயோகப்படுத்துவதாக எனது ஞாபகத்தில் இருக்கவில்லை.

மனதில் கலவரத்தைப்போக்க சாந்திக்காக எங்கு போய் எதனிடம் சரணடைவது? கடவுளிடமா? மதுரை மீனாட்சி சுந்தரேஸ்வரிடம் கர்ப்பக்கிருஹத்தில் நான் அவருக்கு அருகில் நாற்காலியில் உட்கார்ந்து சம்பாஷித்திருக்கிறேன். அவரிடமா?

இப்போது நான் நடந்துகொண்டிருக்கிற சாலை மெயின் ரோட்டிலிருந்து பிரிந்து உட்செல்லும் நீண்டசாலை. மனிதர்களை மட்டுமல்லாது லாரிகளையும் இங்கு பார்க்க முடியாது. பகல்வேளையிலே கூட இந்தச் சாலையில் அதிக மனித நடமாட்டம் இருக்காது. இருக்கின்ற தெருவிளக்குகளில் சில மட்டும் எரிந்துகொண்டிருந்தன. எனக்கு அமானுஷ்ய பயம் எதுவும் கிடையாது. ஆனால் நாய்களைப்பற்றிய பயம் யதார்த்தமானது என்பதால் அதுமட்டும் உண்டு.

சற்று தூரத்தில் மூன்று நாய்கள் சாலையின் மையத்திலேயே உட்கார்ந்திருப்பது தெரிந்தது. சற்று நெருங்க நிறைய நாய்கள் தெரிந்தன. ஏழு நாய்களாவது இருக்கக்கூடும். இவை குழுவாக அமைந்து செயல்படுபவையாகத் தோற்றம் தந்தன. நான் பவ்யமாகவும், ரொம்பவும் அமரிக்கையாகவும் அவற்றைக் கடந்தேன்.

நல்லவேளையாய் அந்த நாய்கள் அமைதியாகவே இருந்துவிட்டன. ஒருவேளை என்மேல் கோபம் கொண்டிருந்தால் தங்கள் எண்ணிக்கையை மனோபலமாகக்கொண்டு என் மிரட்டலுக்குப் பணியாமல் என்னைக் குதறியிருக்கக்கூடும்.

சற்றுதூரம் நடந்து வந்ததும் வெள்ளையாய் ஒரு பிராணி குறுக்கே ஓட முதலில் நான் அதை நாய் என்றே நினைத்தேன். அவ்வளவு பெரியதாக இருந்தது. பிறகுதான் அது பூனையென்று தெரியவந்தது. மனிதர்கள் இருப்பிடங்களில் அடங்கி விட்டதனால் இரவில் மிருகங்கள் ஆளுகின்றன. மனிதர்கள் இப்படியே தங்கள் இருப்பிடங்களில் அடங்கிப்போய்விடுவது மிருகங்களுக்கு உகந்தது. அப்போது நாய்கள் பூனைகளோடு, கரடிகளும் புலிகளும் யானைகளும் சாலையில் நடமாடும். அப்படியும் நடக்குமா? நவீன ஆயுத யுகத்தில் ஒன்றும் சொல்ல முடியாது.

அப்படியானால் மிருகங்கள்கூட இருக்காது. மண் மூடி விடும். பிறகு நாலாயிரம் வருடங்களுக்குப் பின்னால் ஒரு மனிதன் வந்து மண்ணைத்தோண்டி, இன்றைக்கு நாலாயிரம் வருடங்களுக்கு முன்பே நமது முன்னோர்கள் மிகுந்த நாகரீகத்தோடு வாழ்ந்தார்கள். சாலைகள் நீர்வடிவதற்கு ஏற்ற முறையில் அமைக்கப்பட்டிருந்தன. அங்கு கிடைத்த ஒரு நடன மாதின் சிலை அவர்கள் கலைப்பொருட்களில் கொண்ட ஈடுபாட்டுக்கு ஓர் எடுத்துக்காட்டு. மக்கள் நெல், கோதுமைகயைப் பயிர்செய்து உணவாக உட்கொண்டனர். மின்சாரத்தின் பயனை அறிந்திருந்தார்கள். அவர்கள் பருத்தி ஆடைகளையும் செயற்கை நூலிழையால் ஆன உயர்வகை ஆடைகளையும் அணிந்திருந்தார்கள் என்று சொல்வான். இவ் விஷயங்கள் தோஸ்தாரோ, செங்கஜ்தாஸ்தோ ஆகிய இடங்களை ஆய்ந்து அகழ்ந்தபோது தெரியவந்தன என்று சிறுவர், சிறுமியர் சரித்திரப் புத்தகத்தில் படிப்பார்கள்.

டீக்கடை தெரிந்தது. அந்தப் பக்கம் சில தோல் பதனிடும் தொழிற்சாலைகள் உள்ளன. சிலர் டீ குடித்துக்கொண்டிருந்தனர். இந்த டீக்கடையை ஒட்டிப் பிரியும் சாலையில்தான் நான் போகவேண்டும். நான் ஒரு லைட் டீ குடித்தேன். இந்நேரத்திற்கு அவ்விடத்தில் பரிச்சயமில்லாத முகமாக நான் இருந்ததால், ஒருவன் என்னைக் குறிப்பாகப் பார்த்தான். டீ குடித்துக்கொண் டிருக்கும் போதே நான் போகவேண்டிய சாலையில் நாய்கள் குரைத்துக்கொண்டிருக்கிற சத்தம் கேட்டது. இப்படி நாய்கள் ரொம்ப நேரம் குரைத்துக்கொண்டிருப்பதை நான் அடிக்கடி இரவு வேளைகளில் கேட்டிருக்கிறேன். அதில் ஒரு நாயின் குரல் ஓலமிடுவது போல் இருக்கும்.

இன்னும் குரைப்பொலி ஓயவில்லை. அதிக நேரம் டீ குடிப்பதை நீட்டிக்க முடியவில்லை. இந்தச் சாலையில் விளக்கு களும் கிடையாது. கொஞ்ச தூரம் நடந்து பிறகு வலதுபக்கம் திரும்பி இரண்டாவது கட்டிடத்திற்கு நான் போகவேண்டும், கொஞ்சமாகத் தெரிந்த நிலவொளியில் ஒழுங்கற்று நாய்கள்

கூட்டமாகக் குரைத்துத் திரிந்துகொண்டிருந்தன. நாய்களுக்குப் பின்னால் ஒரு மனிதன் இந்த நாய்களை மேய்ப்பவன் போலவும் அல்லது இந்த நாய்கள் அவனைப் பார்த்துதான் குரைக்கின்றனவோ என்பது போலவும் தெரிந்தான். பாதிதூரம் வந்த நான் தொடர்ந்து செல்லத் துணிவற்றுத் திரும்பினேன். திரும்பி எங்கு செல்வது? திரும்பி டீக்கடைக்கு வந்து இரண்டு பிஸ்கட்டுகள் வாங்கினேன். என்னைக் குறிப்பாகப் பார்த்த ஒருவன் மீண்டும் அப்படியே பார்த்தான். இப்போது குரைப்பொலி ஓய்ந்திருந்தது. பார்த்தபோது நாய்களைக் காணோம். இதுதான் சமயமென்று நடக்க ஆரம்பித்தேன்.

கைகளைப் பின்னால் கட்டியபடி எதிரே வந்த அந்த மனிதன் முதியவனாக இருந்தான். நான் அவனை உற்றுப் பார்த்தேன். அவன் எது குறித்தும் சலனப்படாத பாவனையில் போய்க்கொண்டிருந்தான். நான் நடந்து வலப்பக்கம் திரும்பிய போது நாய்க்கூட்டம் அங்கு இருப்பது அருகில் தெரிந்தது. ஒரே ஒரு நாய் மட்டும்தான் குரைத்தது. அது என் வீட்டுச் சோறு சாப்பிடும் கறுப்பு நாயாக இருந்தது. நான் அதனுடைய பெயர் சொன்னதை அது காதில் வாங்கிக் கொள்ளவில்லை. மற்ற நாய்கள் குரைக்காதிருந்தது ஏன் என்று தெரியவில்லை. நான் அவசரமாக கேட்டைத் திறந்துகொண்டு உள்ளே வந்து கேட்டைச் சாத்தினேன். கால்கள் வெடவெடத்தன. இந்தக் கறுப்பு நாய்க்கு நான் சோறு போடுவதில்லை என்றாலும் என் அம்மா சோறு போடும்போது பல நேரங்களில் அருகிலிருந்திருக்கிறேன். இந்த நாயின் கண்கள் பழுப்பு நிறத்திலிருந்தன. ஒரு சமயம் என் கண்களும் இந்நாயின் கண்களும் சந்தித்துக்கொண்டபோது நான்தான் பார்வையை எடுத்துக்கொள்ள வேண்டியிருந்தது.

கதவைத் தட்டினேன். இது நான் காசை வாடகையாகக் கொடுத்துக் குடியிருக்கும் வீடு. அம்மா கதவைத் திறந்தாள். என்னைப் பெற்றுவிட்டதால் அம்மாவாக இருக்கிறாள். அதே காரணத்திற்காக நானும் மகனாக இருக்கிறேன். உள்ளே வந்தேன். வெளியே நாய்களின் குரைப்பொலி கேட்டது. நான் காசு கொடுத்து வாங்கி, விரித்து வைத்திருக்கிற படுக்கையில் படுத்தேன். இது எனக்குச் சற்று பாதுகாப்பான இடந்தான்.

○

விழிகள், நவம்பர் 1981

இடைவெளி

வேன் நின்று வேனினுள்ளிலிருந்து போலீஸ்காரர்கள் குதித்து என்னை நோக்கி விரைந்து வந்து என்னைச் சுற்றிக்கொண்டார்கள். நான், "எதுக்கு, எதுக்கு" என்றேன். அவர்கள் யந்திரகதியில் இருந்தார்கள். "ஏறு, ஏறு" என்றார்கள். நான் வேனினுள் ஏறி உட்கார்ந்தேன். போலீஸார் தவிர்த்து நான் மட்டுமே இருந்தேன். நான்தான் முதல் ஆள். டிரைவர், "எங்களையா மொறைச்சே" என்கிற மாதிரி இடையில் இருந்த கம்பி வலைகளினூடே என்னைப் பார்த்தான்.

அவர்கள் எல்லோரும் முரட்டுத்தோற்றத்தில் இருந்தார்கள். எல்லோர் முகத்திலும் பெரிய மீசை இருந்தது. சாந்தம் முகத்தில் கொஞ்சங்கூட தொனிக்கக்கூடாது என்பதில் அவர்கள் மிகுந்த அக்கறையுடையவர்களாகயிருக்க வேண்டும். முகங்கள் கடுமை நிறைந்தவையாயிருந்தன. கண்கள் அந்தக் கடுமைக்கு எடுப்பாக இருந்தன. தங்களைப் பார்த்து மற்றவர்கள் பயப்படவேண்டும் என்று பிரியப்படுகிறவர்கள்.

வேன் கிளம்பியது. ஓர் இடத்தில் முன்னால் உட்கார்ந்திருந்த சப் – இன்ஸ்பெக்டர் பரபரத்து நிறுத்தச் சொன்னார். போலீஸார்கள் எல்லோரும் கீழே இறங்கினார்கள். சாலையில் சிறுநீர் கழித்துக் கொண்டிருந்த ஒருவனைச் சட்டையைப் பிடித்து இழுத்துக்கொண்டு வந்தனர். வேனினுள் தள்ளி எல்லோரும் அடிக்க ஆரம்பித்தனர். அவன் உட்கார்ந்த நிலையில் முதுகை வளைத்துக் கவிழ்ந்திருந்தான். அடிகள் முதுகிலும் விலாவிலும் விழுந்தன. ஒருவன் ஒரு கையினால் அவன் தோளைப் பற்றிக்கொண்டு இன்னொரு கையின்

முழங்கையினால் குத்தினான். பின் இரண்டு கைகளாலும் முழங்கையினால் குத்தினான்.

அடித்து முடித்து அவர்கள் ஸீட்டில் உட்கார்ந்தனர். அடிபட்டவன் கீழே உட்கார்ந்திருந்தான். இப்போதுதான் நான் அவனை நன்றாகப் பார்க்க முடிந்தது. வாழ்க்கையில் தனது ஜீவிதத்திற்காக உழல்கிறவனாக அவன் இருந்தான். தாடி வளர்ந்திருந்தது. வேஷ்டியும் சட்டையும் அழுக்காக இருந்தன. கண்கள் குழிவிழுந்து, முகத்தில், வாழ்க்கையில் நொந்து போன களை. திகிலடைந்து போயிருந்தான்.

வேன் ஒரு சினிமா தியேட்டர் வாசலில் நின்றது. சப்–இன்ஸ்பெக்டர் தவிர்த்து எல்லோரும் இறங்கி தியேட்டருக்குள் போனார்கள். சப்–இன்ஸ்பெக்டர் புகைபிடித்துக்கொண்டிருந்தார். நான் வேனைவிட்டு இறங்கி அவரருகே சென்று, “மைக்லே அவர் அப்படிச் சொன்னதுனாலேதான் நான் அப்படி நடந்துக்கிட்டேன். இல்லாட்டி சும்மாதான் இருந்திருப்பேன் ஸார்” என்றேன்.

அவர் முகம் சிடுசிடுத்தது. கடுமையான முகத்துடன் என்னை அதட்டினார். “போடா போய் ஒக்கார்ரா ... நியாயம் பேச வந்துட்டான். தோலு பிஞ்சு போயிரும் போடா.”

நான் ஒன்றும் பேசாமல் வேனினுள் ஏறி உட்கார்ந்து கொண்டேன்.

சற்று நேரங்கழித்து, தியேட்டரினுள் சென்றிருந்த போலீஸ் காரர்கள் மூன்று பேர்களைக்கொண்டு வந்தனர். இருவர் வேனினுள் ஏறி கீழே உட்கார்ந்திருந்தவனுடன் சேர்ந்து உட்கார்ந்துகொண்டனர்.

இன்னொருவர் தூய்மையான வெள்ளை வேஷ்டியும் சட்டையும் அணிந்திருந்தார். அழகான வாட்ச் கட்டியிருந்தார். வேனினுள் ஏறத் தயங்கி சப்–இன்ஸ்பெக்டரிடம் அடக்கமாக நின்று, “தெரியாம ஸ்மோக் பண்ணிட்டேன். இனிமே இல்லை. நீங்க பாத்து ...” என்று இழுத்தார்.

அவர் கறாராகப் பதில் சொன்னார். “மரியாதையா சொல்றேன், வண்டியிலே ஏறுங்க. இல்லேன்னா மரியாதை கெட்டுப் போயிரும்.”

அவர் சொன்ன விதத்தில் அவர் செய்யக்கூடியவராகத் தான் தோன்றினார். அந்த நபர் வேனினுள் ஏறி என் அருகில் உட்கார்ந்தார்.

வேன் கிளம்பியது.

இவர்கள் எனக்குள் சினிமாப் படத்தில் குதிரைகளில் வந்து பிரஜைகளைச் சிதறடித்துப் பொருட்களை எடுத்துச்

செல்லும் கொள்ளைக்காரர்கள்போல் உருவகப்படுவதும் உண்டு. பிளாட்பாரத்தில் கடை பரப்பியிருக்கும் சிறு வியாபாரிகள் மீதும், தள்ளுவண்டியில் பழவியாபாரம் செய்பவர்கள் மீதும் இவர்கள் பலசமயங்களில் போக்குவரத்திற்கு இடைஞ்சல் என்று நடவடிக்கை எடுப்பது உண்டு. அந்தச் சமயங்களில் தள்ளுவண்டியில் வைக்கப்பட்டிருக்கும் பழங்கள் தள்ளிவிடப் பட்டு ரோட்டில் சிதறி ஓடும் காட்சியையும் கண்டதுண்டு. அந்தச் சிறு வியாபாரிகளின் உடைமைகள் பறிமுதல் செய்யப்பட்டு வேனினுள் அடைக்கப்படுவதையும் பார்த்ததுண்டு.

ஓர் இடத்தில் இப்படி நடப்பதைப் பார்த்ததும் அவ்விடத்தி லுள்ள பிற நடைபாதை வியாபாரிகள் தங்கள் கடைகளை அப்படியே போட்டுவிட்டு ஜனங்களோடு கலந்துவிடுவார்கள். அந்த நடவடிக்கைச் சமயங்களில் அவர்கள் இப்படி உருவகப் படுவார்கள்.

வேன் சென்றுகொண்டிருந்தது. “ஏய் மஞ்சச் சட்டை பிளாட்பாரத்துலே ஏறிப்போ...” “டேய் ரிக்ஷா எடுறா வண்டியை. இடதுபுறம் பிளாட்பாரத்தில் ஓரமாகச் செல்லவேண்டும். இந்தாம்மா ஒழுங்கா போகத் தெரியலை” – என்பன மைக்கில் அறிவிக்கப்பட்டவைகளில் சில வசனங்கள்.

வேன் நின்றது. எட்டிப்பார்த்தேன். என்னைப் போலவே, பிளாட்பாரத்தில் சாலையில் பாதசாரிகள் இறங்கமுடியாமல் இருக்க அமைக்கப்பட்ட இரும்புக்கம்பியில் உட்கார்ந்திருந்த ஒருவனைப் பிடித்து இழுத்துவந்து வேனில் ஏற்றினார்கள். அடிக்கவில்லை.

“குண்டியை வைச்சுக்கிட்டு சும்மா இருக்க முடியலையா... எழுந்திருங்கடா” என்று மைக்கில் பகிரங்கமாக, அநாகரிகமாகச் சொல்லி எங்களைக் கடந்துசென்ற வேனை, எல்லோரும் சும்மா எழுந்து நிற்க, நான் மட்டும் உட்கார்ந்தபடியே அவர்களை முறைத்துப்பார்க்காமல் இருந்திருந்தால் இப்படி வேனினுள் உட்கார்ந்திருக்க மாட்டேன்.

அவர்கள் வேனை நிறுத்திவந்த வேகத்தைப் பார்த்தபோது என்னை அடிக்கத்தான் போகிறார்கள் போலிருக்கிறது என்று நினைத்தேன். நான் அடிபடாமல் இருந்ததற்கு எனது தோற்றம் காரணமாக இருந்திருக்க வேண்டும்.

என்னுடன் அந்தச் சமயத்தில் பேசிக்கொண்டிருந்தவர் களில் சண்முகத்தைத் தவிர மற்றவர்கள் யாரும் எனக்காகச் சிரமப்படக்கூடியவர்களல்ல. சண்முகத்திற்கு அவ்வளவு விவரம் போதாது. நான் இப்படி மாட்டிக்கொண்டதைப்

பார்த்தாலும் அவரால் தனிப்பட ஒரு முயற்சியும் செய்ய இயலாது. ஜி.எஸ்.ஸைப் பார்த்து விவரத்தைச் சொல்லுவார். ஜி.எஸ்.ஸுக்கு விஷயம் தெரிந்தால் கவலை இல்லை. என்னை மீட்க ஏதாவது செய்வார். ஆனால் அவர் சண்முகத்திற்குக் கிடைக்கவேண்டும். இந்த நேரத்தில் எங்கிருக்கிறாரோ? ஒரு போன் பேச வாய்ப்புக் கிடைத்தால் ஜி.எஸ். கடைக்கு போன்பண்ணி – இந்தச் சமயத்தில் அவரது அண்ணன்தான் இருப்பார் – விஷயத்தைச்சொல்லி ஜி.எஸ்.ஸிடம் சொல்லச் சொல்லலாம். ஜி.எஸ். கிடைக்கவில்லை என்றாலும் அவரது அண்ணனேகூட எனக்காக ஏதாவது செய்வார்.

வேன் போலீஸ் ஸ்டேஷன் எதிரில் நின்றது. எங்களை உள்ளே அழைத்துச்சென்று இன்ஸ்பெக்டரின் இடதுகைப் பக்கத்தில் வரிசையாக நிற்கவைத்தனர்.

முகத்தின் தன்மையும் கன்னம் வரை நீண்டு சுருண்டிருந்த மிகப்பெரிய மீசையும் இன்ஸ்பெக்டரின் முகத்தைப் பார்ப்பதற்கே பயத்தைத் தந்தது. அவர் எங்களைப் பார்த்துவிட்டு, பார்த்துக் கொண்டிருந்த பைலை மீண்டும் பார்க்க ஆரம்பித்துவிட்டார்.

போன் மணி அடித்தது. இன்ஸ்பெக்டர் போனை எடுத்தார். எதிர்முனையில் பேசியவர் சொன்னது விளங்கவில்லை போலிருக்கிறது. "என்ன, என்ன சொல்றீங்க" என்று கடுகடுப்பாய்க் கேட்டார். வேண்டா வெறுப்பாய்க் கேட்டுவிட்டு போனை வெறுப்புடன் வைத்துவிட்டு எங்களைப் பார்த்தார்.

சப்–இன்ஸ்பெக்டர் என்னைக்காட்டி, "இவன் சொன்னதுக்கு மொறைச்சுப் பார்க்கறான் ஸார். பெரிசா நியாயம் வேறே பேசறான்" என்றார்.

இன்ஸ்பெக்டர் என்னைப் பார்த்து, "ஒழுங்கா இருந்துக்க... ஹிப்பி தலை சொய்ங்னு போயிரும்" என்று சொல்லி, "என்ன?" என்று அதட்டலாகக் கேட்டார்.

நான் தலையாட்டினேன். தனக்கு முன்னால் வலதுகைப் பக்கம் தரையைக் காட்டி, "அங்கே ஒக்காரு" என்றார். மற்றவர்களைப் பின்னால் கொண்டு போகச்சொல்லி சப்– இன்ஸ்பெக்டரிடம் சொன்னார்.

நான் அவர் காட்டிய இடத்தில் தரையில் உட்கார்ந்தேன். பின்புறத்தில் ஏற்கனவே பலர் இருந்தனர். என் கூட வேனில் வந்தவர்களைக் கூட்டிச்செல்கிற சப்–இன்ஸ்பெக்டரிடம், சினிமாக்கொட்டகையில் பிடித்து வந்த அந்த நபர் கெஞ்சுவது மாதிரியும், ரகசியம் பேசுவது மாதிரியும் ஏதோ சொல்லிக் கொண்டு போனார்.

வாசலில் ஒரு சேரிவாழ் கிழவியும், குழந்தையை இடுப்பில் வைத்திருந்த ஒரு பெண்ணும் தயக்கத்துடனும், பயத்துடனும் உள்ளே எட்டிப்பார்த்துத் தலையை இழுத்துக்கொண்டிருந்தனர்.

இப்படி உட்கார்ந்திருப்பதில் கூச்சமும் அச்சமும் எனக்கில்லை என்று காட்டுகிறவிதமாக நான் உட்கார்ந்திருந்தேன். ஜிப்பா அணிந்த ஒரு நடுத்தரவயதுக்காரர் உள்ளே வந்து இன்ஸ்பெக்டருக்கு சலாம் பண்ணினார். இன்ஸ்பெக்டர் வாயைத் திறக்காமல் முகபாவனையாலேயே வினவினார்.

வந்தவருக்கு வார்த்தைகள் சரியாக வராததற்குப் பயம்தான் காரணமாக இருக்கவேண்டும்.

அவரது மகன் (மகனாகத்தான் இருக்கவேண்டும்) பின்னால் நின்றிருந்த கூட்டத்திலிருந்து வந்தான். அவன் பிளாட்பாரக் கம்பியில் உட்கார்ந்திருந்த காரணத்தினால் நான் வந்த வேனில் கொண்டு வரப்பட்டவன்.

நான் அந்த நடுத்தர வயதுக்காரரைப் பார்த்துவிட்டு இன்ஸ்பெக்டர் பக்கம் திரும்பியபோது அவர் கையில் பெரிய லத்தி இருந்தது. அது சாதாரணமாக போலீஸ்காரர்கள் வைத்திருக்கிற லத்தி மாதிரியில்லாமல் அதைப்போல மூன்று மடங்கு பருமன் உள்ளதாகவும், நீளத்திலும் அதிகம் உள்ளதாகவும் இருந்தது.

"இனிமே செய்யாதே" என்று எஜமானத்துவத் தோரணையில் சொல்லி அந்தப் பையனைக் கையை நீட்டச்சொல்லி அடித்தார். அடியில் ஏற்பட்ட வலி அவன் முகத்தில் தெரிந்தது. அவன் கையை மூடிப் பின் விரித்தான். இன்னொரு அடி விழுந்தது. அடுத்த அடிக்கு அவன் அந்தக் கையை நீட்டாமல் இன்னொரு கையை நீட்டினான். இன்ஸ்பெக்டர் ஜாடையிலேயே அதே கையை நீட்டச்சொன்னார். நீட்டியதும் இன்னொரு அடி விழுந்தது. அத்துடன் அவர்களைப் போகச் சொல்லிவிட்டார். அந்தப் பையன் கையைப் பார்த்துக்கொண்டே போனான்.

என்னையும் இதுமாதிரிதான் அடிப்பாரோ என்று தோன்றியது. நான் இவர்களிடம் சிக்கிக்கொண்டது குறித்துக் கவலைப்படாத, இதையெல்லாம் வேடிக்கை பார்க்கிற பெரிய இடத்துப் பையன் என்று பார்க்கிறவர்கள் நினைக்கிற மாதிரி தோற்றத்தைக் கொடுத்துக் கொண்டிருந்தேன்.

'சண்முகம் ஜி.எஸ்.ஸுக்குத் தெரியப்படுத்தினாரா? ஜி.எஸ். என்ன முயற்சிகளை மேற்கொண்டிருக்கிறாரோ?' என்று மனம் சலனப்பட்டது. அவர் கடைக்கு போன் பண்ணித் தெரியப்படுத்திவிட்டால் ஜி.எஸ்.ஸுக்கு எப்படியும் விவரம் தெரிய வந்து ஏதாவது செய்வார்.

நான் எழுந்து இன்ஸ்பெக்டரிடம் சென்றேன். "ஒரு போன் பண்ண வாய்ப்பிருக்குமா... இங்கே இருக்கறேன்னு வேண்டியவங்களுக்கு போன் பண்ணித் தெரியப்படுத்திடலாம்னு..."

அவர், "இந்த போனையா? இதிலேயே பண்ணணுங்கிறியா?" என்றார்.

"இதை இல்லே . . . வெளியே . . . ஒரு போன் பண்ண வாய்ப்பிருக்குமான்னு..." ஏதாவது விபரீதமாகப் போய் விடுமோ என்ற பயத்தில் வார்த்தைகள் எனக்குச் சரியாக வரவில்லை.

இன்ஸ்பெக்டர் கேட்டார், "என்ன செஞ்சுக்கிட்டிருக்கே?"

"பி.ஏ. படிச்சிருக்கேன். மேலே எம்.ஏ. படிக்கலாம்னு இருக்கேன்."

"உங்க அப்பா என்ன செய்றாரு?"

"அப்பா இல்லே. அண்ணந்தான். இஞ்சினீயரா இருக்காரு."

"ஒழுங்கா இருந்துக்க. போ."

தரத்தைப் பொறுத்துதான் தண்டனை வழங்குவார்கள் போலிருக்கிறது. என்னைச் சும்மா விட்டுவிட்டதற்கு எனது தரந்தான் காரணம் போலிருக்கிறது என்று நினைத்துக் கொண்டே இன்ஸ்பெக்டருக்கு 'விஷ்' பண்ணிவிட்டு வெளியே வந்தேன்.

வெளியே ஜி.எஸ்.ஸும், சண்முகமும் நின்றுகொண்டிருந்தார்கள். அவர்கள் முகத்தில் களை இல்லை.

நான் போன் பண்ண முடியுமா என்று கேட்டதையும் அவர் என்னை விசாரித்து விட்டுவிட்டதையும் ஒரு சாதனையாக, கர்வமாகச் சொன்னேன்.

ஜி.எஸ். பொறுமையாக எல்லாவற்றையும் கேட்டுவிட்டு, "இன்ஸ்பெக்டருக்கு ஒரு போன் வந்துச்சா?" என்றார்.

"ஆமா வந்துச்சு."

"நான்தான் பண்ணினேன்."

"நீங்களா? என்னன்னு?"

"பப்ளிக் ப்ராசிக்கியூட்டர் வீட்லே இருந்து பேசறேன். நம்ம பையன் ஒருத்தன் முடிவளத்து, மஞ்சள்லே பூப்போட்ட சட்டை போட்டிருப்பான். அவனை விட்ருங்கன்னு..."

அதன் பிறகு கொஞ்ச நேரத்திற்கு யாரும் பேசாமல் கனமான மௌனம் நிலவியது.

❍

¼, ஜனவரி–மார்ச், 1981

இன்னொரு ஸ்திதி

இந்த ஆபீஸிற்கு வந்ததில் மனிதர்களை அடையாளங் கண்டுகொள்ள முடியாத நிலை ஏற்பட்டுவிட்டது. கவுண்ட்டரில் நிற்கும் பல மனிதர்களை அவன் பார்ப்பதேயில்லை. ஏதாவது கேள்வி கேட்கும் மனித முகத்தைப் பார்த்துப் பதில் சொல்லிவிட்டுப் பிறகு அதே முகம் வேறு நிலையில் பரிச்சயங்கொண்டு அணுகும் போது தெரியாதிருப்பதுமான நிலை அவனுக்கு இப்போது சகஜமாகியிருந்தது.

வெளியில் வந்ததும் வெம்மையை உடல் உணர்ந்தது. ஒரு நல்ல ஹோட்டல் இல்லாத இடத்தில் இவ்வளவு அலுவலகங்களையும் கட்டி வைத்திருக்கிறார்கள். இருக்கின்ற ரத்தின விலாஸ் பிரியாணி ஹோட்டல் நேற்றுச் சாப்பிட்ட குழம்புக்கும், முந்தாநாள் சாப்பிட்ட குழம்புக்கும், முப்பது நாள் முந்திச் சாப்பிட்ட குழம்புக்கும், இன்றும் நாளையும் சாப்பிடப் போகும் குழம்புக்கும் ஒரே விதமான ருசியை எந்தவித சிறுபேதமும் இல்லாமல் வழங்குகின்ற வல்லமை உடையதாக இருந்தது. பீட்ரூட்டும், காரட்டும் ரத்தின விலாஸ்காரர்களுக்கு அடிமைச் சேவகம் புரிந்துகொண்டிருக்கின்றன. இனி இவற்றை விடுதலை செய்து அடிமைச் சேவகம் புரியக் காத்திருக்கும் காய்கறி எது என்று தெரியவில்லை. சாப்பிட்டு வெளியே வருகிறவர்கள் தன்னை மன்னிக்கக் கோரும்படியாகத்தான் கல்லாவில் உட்கார்ந்திருப்பவர் நெற்றியில் குங்குமம், விபூதி வைத்துச் சிரித்த முகத்துடன் உட்கார்ந்திருக்கிறாரோ என்று இவனுக்குத் தோன்றுவதுண்டு.

சாப்பிட்டு வந்து சிகரெட்டைக் காசு கொடுத்து வாங்கிப் புகையை நுரையீரலுக்குள் விட்டான். புகை நுரையீரலுக்குள் சுற்றி வாய்வழியாகவும் மூக்கு வழியாகவும் வெளியே வந்த போது திருப்தியாக இருந்தது. புகையை நுரையீரலுக்குள் விட்டுக்கொண்டே வழக்கமாக அமரும் அந்தப் பெரிய கட்டிடமிருக்கும் காம்பவுண்டிற்குள் நிற்கும் வேப்பமரத்துக்கருகே சிமெண்ட் கிராதியில் அமர்ந்தான்.

பெரிய கட்டிடமும் மரமும் இருப்பதால் காற்று குபு குபுவென்று திறந்துவிட்ட மாதிரி வந்தது. காற்று மனப்புழுக் கங்களையும் போக்க வல்லதாக இருக்கிறது. இந்த இடம் அவனது ஆபீஸ் சகாக்களை வசீகரிக்க முடியாமல் போனதில் ஆச்சரியமில்லை. புல்தரை என்று சொல்லப்படுகின்ற வேறொரு இடத்தில் உட்கார்ந்திருப்பதே அவர்களுக்கு இஷ்ட மாயிருப்பதிலும் ஆச்சரியப்பட ஒன்றுமில்லை.

அப்பெரிய கட்டிடத்திலுள்ள அலுவலகங்களில் வேலை செய்கிற, பக்கத்து அலுவலகங்களில் வேலை செய்கிற மனிதர்கள் இந்த இடத்தில் குழுமிப் பெருமூச்சு விடுகிற நேரமாக இந்த நேரம் இருந்தது.

அவனது ஆபீஸர் ஆபீஸ் வேலை என்கிற ஜோதிக்காகத் தன்னைத் தியாகம் செய்துகொள்கிற மெழுகுவர்த்தியாக நினைத்து உருகிக்கொள்கிறவராக இருந்தார். முந்திய நாள் இரவு பூராவும் ஆபீஸிலேயே இருந்து காலை எட்டுமணிக்குத்தான் ஆபீஸைவிட்டுப் போயிருக்கிறார். ஆபீஸுக்கான தியாக புருஷனாகத் தன்னைப் பார்த்துத் தானே அனுதாபமும் அன்பும் கொள்பவரைத் திருத்துவது சுலபமில்லை. ஆபீஸில் வேலை செய்கிற மனிதர்களெல்லாம் மெழுகுவர்த்தியாக வேண்டும் என்று வற்புறுத்திக் கொடுமையாக நடந்துகொள்கிற மனிதர் அவர்.

மேலதிகாரியிடம் வசவு வாங்க வேண்டியதிருக்கிறது. பஸ்ஸில் இடம் பிடிக்க சகமனிதர்களை எதிர்த்துப் போராட வேண்டியதிருக்கிறது. மேலும்மேலும் மனிதர்கள் சிறுத்துப் போவதற்கான வாய்ப்புகளே பெருகிக்கொண்டு போவதாகத் தோன்றுகிறது.

எதிரே கட்டிடம் பெரியதாக இருக்கிறது. டீக்கடை பெரியதாக இருக்கிறது. பஸ் பெரியதாக இருக்கிறது. ஆட்டோ பெரியதாக இருக்கிறது. வாழைப்பழத் தோலைச் சாப்பிடக் கடையருகே நிற்கும் மாட்டின் ஆகிருதியும் பெரிதாக இருக்கிறது.

மனதிற்கு மகிழ்ச்சியூட்டக்கூடிய விதமாகக் கடலை விற்கிற குள்ளன் தென்பட்டான். கூப்பிட்டுக் கடலை வாங்கினான்.

அவனுடைய குள்ளம் விகாரமானதல்ல. இதற்குமேலே குள்ளமானால் உருவம் சிதைந்திருக்கலாம். அவன் நடந்து செல்வது வேடிக்கையாக இருக்கும். இந்த நேரத்திற்காக மட்டும் அவன் எங்கிருந்தோ வருகிறான். தலையில் சிவப்புக் குற்றாலத்துண்டைக் கட்டி அரைக்கால் டிரவுசரும் நான்கு பாக்கட் உள்ள காக்கிநிற சட்டையும் அணிந்தவனாய் – வலது புறம் கீழ்ப்புறப் பாக்கெட்டில் நிறைந்திருக்கும் சில்லறைக் காசுகள் நடக்கும்போது ஓசை எழுப்பும் – சர்வ வியாபகமாய் அவ்விடத்தில் திரிந்துகொண்டிருப்பான். இப்பெரிய கட்டிடத்தின் அருகில் மனிதர்கள் சிறுத்துப்போய் மரநிழலில் பெருமூச்சு விட்டுக் கொண்டிருக்கும்போது கடலை தின்பார்கள் என்று அறிந்து கூடையில் கடலை கொண்டு வந்து விற்றுத் திரிகிற புத்திமான் அவன். அவனையும் அங்கிருக்கும் சில மனிதர்கள் கிண்டல்பண்ணித் துன்புறுத்துகிறார்கள்.

காலையில் அப்பாவிடமிருந்து கடிதம் வந்திருந்தது. மனிதன் தனியாக அல்லாமல் மனுஷியுடனும் சேர்ந்து சிறுமைப்பட வேண்டும் என்று இருக்கிறது. இந்த வருடத்திற்குள்ளோ அல்லது அடுத்த வருடத்திற்குள்ளோ அவனுடன் சேர்ந்து அல்லலுற ஒரு பெண் துணை வந்துவிடலாம். அப்போது அவர்களுக்குள் நடக்கிற சண்டையை வழக்கம் போல் பொருளாதார மந்திரி தீர்மானிப்பார்.

மணி இரண்டு பத்தாகிவிட்டது. திரும்பவும் ஆபீஸிற்குள் செல்லவேண்டும். சென்றான். மூளைமீது பைல்கள் சுரண்டக் கிடந்தான். ஐந்து மணிக்குப் பணியாளர்கள் செல்வது மெழுகுவர்த்திக்கு ஆகாது. அவனைக் கூப்பிட்டு ஆறரை மணிவரையிலாவது இருந்து செல்லவேண்டும் என்று மெழுகுவர்த்தி சொல்லியிருந்தது.

நேற்று ராமநாதனைத் தேடிப்போய் ஐம்பது ரூபாய் பணம் கேட்டான். அவன் கையில் பணம் வைத்துக்கொள்ளாத பணம் இருப்பவனாதலால் இன்று அவன் ஊருக்குக் கிளம்பும்போது ரயில்வே ஸ்டேஷனில் பணம் தருவதாகச் சொன்னான். ஆறரை மணிக்கு ரயில். இவன் ஐந்தரை மணிக்ுச் சின்ன மெழுகுவர்த்தியிடம் சொல்லிவிட்டுக் கிளம்பினான்.

கிளம்பியவனுக்கு பஸ்ஸைவிட மின்சார ரயில் சௌகரியமானதாக இருக்கும் என்று திடீரெனத் தோன்றியது. மின்சார ரயிலில் மனிதர்கள் சற்று இடைவெளியுடன் நின்று கொள்ளலாம் என்று தோன்றியது.

மின்சார ரயிலுக்கு டிக்கெட் வாங்கிச் செல்பவர்களாகப் பத்துப் பதினைந்து நாணயஸ்தர்கள் நின்றார்கள். இவனும்

நின்று டிக்கெட் வாங்கி பிளாட்பாரத்தில் நின்றிருந்தபோது அதிசயமாகக் கடலை விற்கிற குள்ளனைப் பார்த்தான். ஒரு கையில் கூடையுடன் இன்னொரு கையை வீசிவீசி நடந்து வந்துகொண்டிருந்தான். தன்னை அவனுக்குத் தெரியாது என்று இவன் அறிந்திருந்தான். கூப்பிட்டுப் பழக்கப்பட்ட தோரணையில் கையை நீட்டினான். அவன் கடலை போடாமல், 'பதினைஞ்சு பைசா','இருவது பைசா' என்றான்.இவன் 'பதினைஞ்சு பைசா' என்றான். கூடையில் கடலை கொஞ்சமே இருந்தது. அவன் அளந்துபோட்டு வழக்கப்படி ஓசிக்கடலையும் போட்டான்.

'மத்தியானம் கரெக்டா அங்கே விக்க வந்திருவீங்க போலிருக்கு.'

அவன் நிமிர்ந்து பார்த்துத் தலையை மட்டும் ஆட்டினான். இவன் கொடுத்த காசுக்கு மீதிச் சில்லறை எடுத்துக்கொண் டிருந்தான்.

'இதுலே வர்ர காசு போதுதா?' என்றான் இவன். அவன் கேள்வியை வாங்கிக்கொள்ளாதவனாய் மீதிக் காசைக் கொடுத்து விட்டுக் கையை வீசிவீசி நடந்து போனான்.

அவன் வாழ்க்கையை விசாரிக்கத் தனக்கு உரிமையில்லை என்பதாக இப்போது அவனுக்குப்பட்டது. பேச்சுக் கொடுத்து தன்னைத் துன்புறுத்துகிற மனிதர்கள் நிறைந்த பூமி இது என்று அந்தக் குள்ளன் தனது அனுபவத்தில் அறிந்திருப்பான்.

பாதிக் கடலைகள் இருக்கும்போது ரயில் வராமல் தின்று முடித்த பிறகே வந்தது. ஏறினான். உட்கார இடமில்லை. ரயில் வேகத்தில் அடித்த காற்று முகத்தில்பட்டது இதமாயிருந்தது.

இறங்கி, மனிதக் கூட்டத்தினூடே நடந்து வந்து பிளாட் பாரம் டிக்கெட் வாங்குமிடத்திற்கு வந்தான். கவுண்ட்டரைச் சுற்றி ஒழுங்கற்று மனிதர்கள் நிற்க, கவுண்டருக்குள் நாலைந்து கைகள் இருந்தன. சந்தர்ப்பம் கிடைத்த போது கையை உள்ளே நுழைத்த சற்று நேரத்திற்குப் பின் கையிலிருந்து காசு பிடுங்கப்பட்டு டிக்கெட் திணிக்கப்பட்டது. கூட்டத்திலிருந்து மீண்டு மூன்றாவது பிளாட்பாரந்தானா என்று உறுதிசெய்து கொண்டு மூன்றாவது பிளாட்பாரத்திற்குப் பாலமேறி இறங்கினான்.

ரயில் நிறைய மனிதர்கள் செல்லத் தக்கபடி மிக நீளமாக யிருந்தது. எந்த கோச் என்று அறிந்திராத துரதிருஷ்டமான நிலைக்கு ஆளாகி உள்ளூர ஏற்பட்டிருந்த சிரமம் நிதர்ஸனமாகியது. நீள ரயிலின் பாதி இடத்தில் அவன் நின்றிருந்தான். கண்ணைச் சிரமப்படுத்திப் பார்த்துக்கொண்டே இந்தப்பக்கம் சென்றான்.

நிறைய மனிதர்கள் இருக்குமிடத்தில் தெரிந்த முகம்கூட அகப்படாமல் போய்விடலாம். ஆள் இல்லை. திரும்பவும் பார்த்துக்கொண்டே கிளம்பிய இடத்திற்கே திரும்பி வந்தான். இனிமேல் இந்தப்பக்கம் வேறு செல்ல வேண்டும். ரயில் ஒரு பர்லாங் நீளம் இருக்கக்கூடும். இந்தப் பக்கமும் கண்ணைச் சிரமப்படுத்திப் பார்த்துக்கொண்டே சென்றான். ஜன்னலூடே சிரமப்பட்டுப் பார்க்கவேண்டும். ஆள் இல்லை. திரும்பவும் பார்த்துக்கொண்டே கிளம்பிய இடத்திற்கே வந்தான். இப்போது பயம் பிடித்துக்கொண்டது. சரியாகப் பார்க்கவில்லையோ என்று நினைத்தான். இன்னொரு தடவை ஒரு பர்லாங் தூரம் கண்ணைச் சிரமப்படுத்திக்கொண்டு நடப்பது பிரமிப்பாக இருந்தது. ஐம்பது ரூபாய்க்காகத்தான் அவனைப் பார்க்க வேண்டியதாயிருக்கிறது. கடன் வாங்க வேறிடமில்லை.

திரும்பவும் விரைவாக முடிந்தவரை லிஸ்ட்டையும் பார்த்துக்கொண்டே இந்தப்பக்கமும் நடந்தான். இல்லை. திரும்பவும் முன்னைக் காட்டிலும் நிதானமாக லிஸ்ட்டையும் பார்த்துக்கொண்டே அங்கிருந்து நடந்து கிளம்பிய இடத்திற்கே வந்து நின்றபோது, பாலப்படியிலிருந்து நிதானமாக ராம நாதன் இறங்கி வந்துகொண்டிருந்தான். இவனைப் பார்த்துக் கையாட்டினான். பணம் இல்லையென்று அவன் சொல்லும்படி இருக்குமோ என்று இந்த நேரம் உடனே அவனுக்குத் தோன்றியது.

அவன் இறங்கி வந்து இவன் நின்றுகொண்டிருந்த இடத்திற்கு அருகிலேயே இந்தப் பக்கம் இருந்த கோச்சிற்கு அடுத்த கோச்சில் ஒட்டப்பட்டிருந்த லிஸ்ட்டில் தனது பெயரைச் சரிபார்த்து ஏறினான். இவனும் கூடவே ஏறினான்.

அவன் தனது ஆபீஸ் அதிகாரிகளைப் பற்றிப் பேசினான். பிறகு அரசியல் பேசினான். அவனாகவே எப்போது பணம் கொடுப்பான் அல்லது பணம் இல்லையென்பானோ என்கிற விஷயமே இவனுக்குச் சித்தத்தில் மொய்த்துக்கொண்டிருந்தது.

இவன் சிறுத்துப்போனான். இடையிடையே அவனைத் தேடியலைந்ததைச் சொல்லியபோது, அதில் அவன் சுவாரஸ்யப்படுவதாகத் தெரியவில்லை. விசில் சத்தம் கேட்டுப் பரபரப்படைந்த நிலையில் இவன் எழுந்து நிற்க, 'பணம் கேட்டிங்கல்ல' என்று அவன் ஒரு ஐம்பது ரூபாய் நோட்டை எடுத்துக் கொடுத்தான். இவன் 'தேங்க்ஸ்' சொல்லி அனிச்சைச் செயலாக முகத்தில் தெளிவு தோன்ற வாங்கிக் கொண்டான்.

கீழே இறங்கி ஜன்னலோரமாய் நின்றான். அவன் இடம் ஜன்னலுக்கருகில்இல்லை.ஜன்னலுக்கருகேஉட்கார்ந்திருந்தவருக்கு அடுத்து உட்கார்ந்திருந்தான். இப்போது அவனுடன் இருப்பதே

தேவையற்றதாதக் தோன்றி இந்த இடத்தைவிட்டு உடனே போகத் தோன்றியது. இன்னும் இரண்டு நிமிடங்கள் நின்று ரயில் கிளம்பிய பிறகு செல்வது அவனைத் திருப்திப்படுத்தியதாக இருக்கும் என்று தோன்றி நின்றான். மௌனந்தான் நிலவியது. ரயில் கிளம்பியது. ரயிலோடு அவனும் போய்த்தொலைந்தான். பாலமேறி இறங்கி வெளியே வந்து முப்பது பைசா கொடுத்து வாங்கி அப்படியே வைத்திருந்த பிளாட்பார டிக்கட்டைக் கிழித்துக் கீழே போட்டான். பஸ்ஸிற்கு நின்றான். பஸ் உடனே வந்து ஆச்சரியப்படுத்தியது. மனிதர்களுடன் உராய்ந்து நின்று கொண்டே பிரயாணம் செய்து பிறகு இறங்கி சிகரெட்டைப் பற்ற வைத்து புகையை நுரையீரலுக்குள் விட்டுக்கொண்டே இரண்டு பர்லாங் தூரம் நடந்து தனது அறை இருக்கும் கட்டிடத்தையடைந்தான். அறையை அடைய இன்னும் மூன்றுமாடி தூரம் ஏற வேண்டும். இரண்டாவது மாடியைக் கடக்கும் போது உடல் இற்றுவிட்டாற்போல் இருந்தது. தொடைச்சதை இறுகலாய் பிடித்துக்கொண்டுவிட்டது போலிருந்தது. மூன்றாவது மாடியை அடைந்து அறைக்கதவைத் தட்டி, கதவு திறக்கப் பட்டதும் சக்கையெனக் கட்டிலில் விழுந்தான்.

○

படிகள் 11, 1981

அலையும் சிறகுகள்

அவனுக்குத் துக்கமாக இருந்தது. அவன் பால்கனியில் நின்றிருந்தான். பால்கனியோடு சேர்ந்த மாடி ரூம் கிடைத்தது அவனுடைய அதிர்ஷ்டந்தான். இருட்டி மனித நடமாட்டம் அற்றுப் போய் இருளடைந்து கிடக்கிற தெருவும், இருட்டில் அமிழ்ந்து சூன்யப்பட்டு இருக்கிற பக்கத்துக் கோயிலும், கம்மியான நட்சத்திரங்களைக் கொண்டிருக்கிற இருண்ட வானமும் அவனது துக்கத் திற்குப் பொருத்தமான சூழலை ஏற்படுத்திக்கொண் டிருந்தன.

இந்த இடம் அபூர்வமான இடமாக அவனுக்குத் தோன்றுவதுண்டு. விடிகாலை வேளையிலும், அந்திக்குப் பிறகும் சேரைப் போட்டுக்கொண்டு பால்கனியில் உட்கார்ந்திருப்பான். எதிரே கோயில் மதிற்சுவர். சுவரில் பொந்துகளில் நிறையப் புறாக்கள். புறாக்களுக்கென்றே கட்டி விடப்பட்டவைகளாக இருந்து நாளடைவில் பொந்துகளாக மாறிப்போய் விட்டன என்று தோன்றுகிறது.

விடிகாலை வேளையில் நிறையப் புறாக்கள் மதிற்சுவரில் திரிகிற காட்சி மனதிற்குச் சாந்தமான மகிழ்வைத் தரக்கூடியது. புறாக்களின் கழுத்துப் பகுதியின் மயில்தோகை நிற மினுமினுப்பு புறாக்களுக்கு அபூர்வமானதொரு அழகைத் தருவது. ஒரு குறிப்பிட்ட இடத்தில் சிருங்காரமாகப் பழகிக்கொள்ளும் ஒரு ஜோடிப் புறாக்களோடு அவன் சிநேகம் கொண்டிருந்தான். புறாக்களை அடையாளம் கண்டுகொள்ள முடிவதில்லை. அந்தக் குறிப்பிட்ட இடமே அந்தப் புறாக்களை அடையாளங் காட்டுவதாக இருக்கிறது.

இரண்டு வீடுகள் தள்ளி உள்ள வீட்டின் முன்புறத்தில் குடிநீர்க் கிணறு உண்டு. காலையில் இந்தத் தெரு, பக்கத்துத் தெருப் பெண்கள் தண்ணீர் எடுத்துப் போவார்கள். பெண்கள் இப்படித் தண்ணீர் எடுத்துச் செல்கிற காட்சி மனதிற்கு இவ்வளவு சந்தோஷத்தை அளிக்கக் கூடியது என்பதை அவன் இதற்கு முன்னால் அறிந்திருக்கவில்லை.

பிரிவு துக்கத்தைத்தான் தருகிறது.

இனிமேல் செங்கல்பட்டிற்கு இங்கிருந்து போகவும் முடியாது. இங்கிருந்து செங்கல்பட்டிற்கு பஸ்ஸில் பிரயாணம் செய்வது மிகுந்த ரசனையுடையது. செங்கல்பட்டில் இருக்கிற அண்ணன் வீட்டிற்குச் சில சனிக்கிழமைகளில் சாயந்திரம் சென்று திங்கட்கிழமை காலையில் ஆபீஸுக்கு நேராக வந்துவிடுவான்.

காலையில் செங்கல்பட்டு பழைய பஸ் ஸ்டான்ட் ஸ்டாப்பில் அவள் ஏறுவாள். அதேபோல் அவசரக் கோலத்தில் சாயந்திரம் ஐந்து மணிக்கு இங்கிருந்து கிளம்பும் பஸ்ஸிற்கு வருவாள். சமீபத்தில் திருமணமாகி புதிதான தடித்த மஞ்சள் சரட்டுடைய கழுத்துடன் சோபிதமான தோற்றத்தில் அவள் வருவாள். பஸ்ஸில் கிராமத்து ஜனங்களே எப்போதும் நிறைந்திருப்பார்கள். அவள் பஸ்ஸில் ஏறியவுடன் பஸ்ஸினுள் ஒரு மங்களகரமான சூழ்நிலை வந்துவிடும். அவன் பஸ்ஸின் இடது பக்கத்தில் நீளவாட்டில் இருக்கும் ஸீட்டில் அதுவும் கடைசியில்தான் உட்காருவான். அங்கிருந்து பஸ் உள் முழுவதையும் பார்க்க முடியும். அவளையும் பார்க்க முடியும்.

அவள் அழகியல்ல. ஆனால் மங்களமான சூழ்நிலையை உண்டாக்குகிறவளாக இருந்தாள். சமீபத்தில் நடந்த திருமணமும், அந்தத் தடித்த மஞ்சள் சரடும் அவளுக்கு இப்படியொரு தகுதியைக் கொடுத்து அவளைச் சோபிதப்படுத்தியிருந்தது. பஸ்ஸின் உட்புறத்தை அவளோடு பார்த்து மங்களமான சூழலின் அனுபவிப்பில் பிரயாணம் செய்வது அவனுக்கு நன்றாக இருந்தது.

அவள் வராத நாட்களில் பஸ்ஸினுள் மங்களம் அற்று சூன்யப்பட்டுப் போவதை அவனைத் தவிர வேறு யாரும் உணருகிறார்களா என்று தெரியவில்லை. அப்படி யாரேனும் இருந்தால் அவர்களிடம் அவனால் சிநேகம்கொள்ள முடியும்.

அவள் எந்த ஆபீஸில் வேலை பார்க்கிறாளென்று தெரியவில்லை. பஸ்ஸிலிருந்து இறங்கி சாலையில் சற்று இடைவெளியுடன் அவனுக்கு முன்னால் அவள் நடந்து போகிற நேரம் மிகவும் அபூர்வமானது. சாலையின் மற்ற இயக்கங்களெல்லாம் இந்தக்

காட்சியின் முன்னால் தங்களது முக்கியத்துவங்களை இழந்து அல்பமானவைகளாகிவிட்டதாக அவனுக்குத் தோன்றும்.

அவன் வந்து ஈஸி சேரில் சாய்ந்தான். ஒரு பூச்சி – அதற்கு என்ன பெயரென்று தெரியவில்லை – தவ்வித்தவ்வித் திரிந்துகொண்டிருந்தது. அதைப் பார்த்து சுவரிலிருந்த பல்லி உஷாராகியது. இங்கே உட்கார்ந்திருக்கிற வேளையில் பல்லி நிதானமிழந்து அவசரப்பட்டு ஏமாந்து போகிற கணங்களில் மனிதர்களின் எரிச்சல் உணர்வு பல்லிக்கும் ஏற்படுவதாகத் தோன்றும். நிதானத்தை இழக்காத பல்லிதான் தனது சுபாவத்தை இழக்காததாகத் தோன்றும்.

கட்டெறும்புகள் ஆங்காங்கே அலைந்துகொண்டிருந்தன. அவனுக்கு பிள்ளையார் எறும்பும் சிற்றெறும்புகளூந்தான் பிடிக்கும். சிற்றெறும்புகள் மஹா முட்டாள் ஜென்மங்களாயிருக் கின்றன. மூடி சற்றுத் தளர்வாகயிருக்கும் தேங்காயெண்ணெய் பாட்டிலின் மூடியில் கூட்டங்கூட்டமாக மடிந்திருக்கும். எண்ணெயிலும் கூட்டமாக மடிந்து மிதக்கும். அவன் வெவ்வேறு இடத்தில் பாட்டிலை மாற்றிவைத்தும் அங்கும் அந்த எறும்புகள் தேடி வந்து செத்துக்கொண்டிருந்தன. பிறகு அவன் மூடி இறுக்கமாக இருக்கிற பாட்டிலாகப் பார்த்துக் கடையிலிருந்து வாங்கி வைக்க வேண்டியதாயிற்று.

எழுந்து உலாத்தினான். பால்கனிச் சுவரில் கையூன்றி நின்றான். பக்கத்து வீட்டு ஐயர் வாசலில் ஈஸிசேரில் கைகளையும் கால்களையும் மடக்கிச் சுருண்டிருந்தார். அவர் இப்படியேதான் தூங்குகிறார். அவன் விளக்கை அணைத்து விட்டுப் படுப்பதற்கே பதினோரு மணியாகும். அதுவரையிலும் அவர் இப்படியேதான் இருக்கிறார். அதற்குப் பிறகும் எழுந்து உள்ளே போய்ப் படுத்துக்கொள்கிறாரா அல்லது இப்படியே தூங்கி காலையில்தான் எழுந்திருக்கிறாரா என்று தெரியவில்லை. அவரைப் பார்க்கும் போது வாழ்க்கையைப் பெரும் சுமையாகத் தாங்கிக்கொண்டிருப்பவராகத் தோன்றும்.

அவர் வளர்க்கும் ஒரு கிழட்டுப் பெட்டை நாய் மிகுந்த துயரத்தைத் தருவதாக இருந்தது. இறந்து போன பார்வதிப் பாட்டியை ஞாபகத்துக்குக்கொண்டு வரும்படியான சாயலை அந்நாய் கொண்டிருந்தது. இப்போது ரத்தமும் சதையுமாய் பலவித சொந்தங்களோடு திரிகிற மனுஷ, மனுஷிகளின் – அவர்களது கண்ணுக்குத் தெரிந்த – ஆதி சொரூபமாக இருந்தவர் அவனது தாய்வழிப் பார்வதிப்பாட்டி.

அவனுக்கு காந்தி ரோட்டில் முன்புறம் செடிகள் இருக்கும் அந்த அழகிய வீட்டில் இருக்கும் அந்தப் பெண்ணை இந்த

ஊரை விட்டுப் போகும் கடைசி நாளான இன்று பார்க்க முடியாமல் போய்விட்டது மனதிற்குக் கஷ்டமாக இருந்தது. அந்த ரோட்டை அடைவதற்கு, தெப்பக்குளம் வழியாகச் சுற்றிப் போவதுதான் அவனுக்கு ரஸமாகயிருக்கும். தெப்பகுளத்தைச் சுற்றி நான்குபுறமும் தெரு. அந்தத் தெருக்கள் அவற்றின் திசைகளோடு புஷ்கரணித்தெரு என்ற அழகான நாமத்தைக் கொண்டிருந்தன.

சாயந்திர நேரம் அந்தத் தெருவழியாகப் போகும் போது சூரியன் நீரில் விழுந்து ஜ்வலிக்கும். சூரியனை நீரில் பார்ப்பது அவனுக்கு எப்போதும் ஆனந்தத்தைத் தரக்கூடியது. அந்த ஆனந்தத்தோடு அந்தி நேரத்தில் அந்த வீட்டின் வழியாகப் போவதுதான் அவனுக்குப் பிடிக்கிறது.

இந்த ஊரிலேயே அழகான பெண்ணாக அவளை அவன் கணித்திருந்தான். இந்த ஊர் அவளுக்கு அந்தத் தகுதியைக் கொடுத்திருந்தது. இந்த வகையில் அவள் இந்த ஊருக்குக் கடமைப்பட்டிருக்கிறவள்.

அவன் அந்த வீட்டு வழியாகப் போகும்போது பலசமயங் களில் வீட்டு வாசலிலும் சில சமயங்களில் மொட்டை மாடியிலும் நின்றுகொண்டிருப்பாள். நீலவானப் பின்னணியில் மொட்டை மாடியில் நிற்பதுதான் அவளுக்குப் பொருத்தமாக இருக்கிறது. ஆனால் அந்த மண்டூகம் அதை அறியாமல் பெரும்பாலான சமயங்களில் கீழேயேதான் நிற்கிறாள். மொட்டை மாடியில் நிற்கும்போது நீலவானமும், அந்தக் கட்டிடமும், அந்தி வேளையும் அவளால் அழகடைந்து போயிருக்கும்.

இனிமேல் அவளைப் பார்க்கவே முடியாது. நாளை காலை ஊரைவிட்டு நீங்குகிறான். அப்படியே பார்க்க நேர்ந்தாலும், பழைய மாதிரியே அனுபவம் மனசில் ஏற்படாமல் போகலாம் என்பது அவனுக்குத் துக்கத்தைத்தான் தருகிறது. இவளும் காலப்போக்கில் மூப்படைந்து, அந்தி வேளைக்கும், கட்டிடத் திற்கும் நீலவானத்திற்கும் அழகையுண்டுபண்ணுகிற தனது சோபிதத்தை இழந்து போகப் போவதையும் துக்கமில்லாமல் செரித்துக்கொள்ள முடியவில்லை. உலகில் எல்லாமே மாறிக் கொண்டுதான் இருக்கிறது. நமக்குப் பிடித்தமான இடத்தில் நின்று விடுகிற அளவுக்கு வாழ்க்கை அவ்வளவு வசதியாக இல்லை. நுணுக்கங்கள் நிறைந்த மனசு நுணுக்கங்கள் நிறைந்த துக்கங்களைத் தர வல்லதாக இருக்கிறது.

காந்தி ரோட்டிலேயே ஒருவன் அலைவதுண்டு. நீண்ட தலைமுடியும் தாடியுமாக, கோவணங்கட்டி, பிருஷ்டங்கள் மறைக்கிறபடி அழுக்கான கிழிந்த சட்டை அணிந்தவனாக ரோட்டில் கிடக்கும் சிகரெட்டுகள், பேப்பர்களைச் சேகரித்துக்

கொண்டு அலைவான். அவன் யாரிடமும் யாசித்து இவன் பார்த்ததில்லை. இவன் வழக்கமாக சிகரெட் வாங்கும் பெட்டிக்கடையருகே அவன் நின்றுகொண்டிருந்தபோது இவன் அவனுக்கு ஒரு சிகரெட் கொடுத்தான். அவன் வாங்கிக் கொண்டான். அடுத்த நாளும் சிகரெட் கொடுத்தபோது அவன் மறுத்து சமிக்ஞையிலேயே காசு கேட்டான். அதற்குப்பிறகு அவனைப் பார்க்கும்போது காசு கொடுப்பான். சில நாட்களில் நாளை தருகிறேன் என்று சொல்வான்.

அவன் பேசிப் பார்த்ததில்லை. ஆனால் அவன் ஊமை யில்லை. இவன் ஒரு தடவை காசு கொடுத்தபோது டீக்குக் காசு வேண்டும் என்று – வெகு நாட்கள் திறக்காமல் துருப்பிடித்த கதவு திறக்கிறமாதிரி – நெஞ்சிலிருந்து வந்த காற்றுக் கரகரப்புடன் மெதுவாக சப்தம் வந்தபோது அவன் உச்சரிப்பு இவனுக்குச் சிரமத்துடன் புரிந்தது. இவன் ஒரு ரூபாய் கொடுத்தான். அவன் சலனமில்லாமல் வாங்கிக்கொண்டு போனான்.

அவனுக்கும் வாழ்க்கைக்கும் என்ன பகைமையென்று தெரியவில்லை. அவன் மௌனியாக இப்படி அலைவதற்கு ஏதாவது காரணம் இருந்தாக வேண்டும். வாழ்க்கைக்கும் அவனுக்கும் தீராத விரோதம் இருக்க வேண்டும். இந்த வாழ்க்கையை அவன் சபிக்கத் தகுந்தவன். வாழ்க்கை இத்தகை யவர்களைக் கண்டு பயப்படாமலிருக்க முடியாது.

கொஞ்சநாட்கள் கழிந்தபிறகு அவனுக்கு இவன் ஊரில் இல்லாமலிருப்பது தெரியவரும். அந்த நேரத்திலொரு வருத்தம் அவனுக்கு ஏற்படாமலா போகும்?

'மருதமலை மாமணியே' என்ற பாட்டு கேட்டது. சினிமாக் கொட்டகையிலிருந்து ஒலிக்கிறது. முதற்காட்சி முடிந்து அதற்கு அடையாளமாய் இந்தப் பாட்டு ஒலிக்கும். இந்தப் பாட்டு முடிந்து அடுத்த பாட்டு ஆரம்பிக்கும்போது இந்தப் பகுதி யிலிருந்து சினிமாவுக்குப் போயிருந்த ஜனங்கள் இந்த இடத்தைக் கடப்பார்கள்.

அவனுக்கு வசதிகள் நிறைந்த ஏர்கண்டிஷன் தியேட்டரில் படம் பார்ப்பதைவிட டூரிங் தியேட்டரில் படம் பார்ப்பதுதான் பிடிக்கிறது. இங்குதான் ஜனங்களோடு அன்யோன்யமாகிப் படம் பார்ப்பதாக இருக்கிறது.

சினிமாவுக்குப் போயிருந்த, பால்கனிக்கு வடபுறம் இருக்கும் வீட்டில் குடியிருக்கும் ஒரு பள்ளி மாணவியும் – பத்தாவது படிக்க வேண்டும் – அவள் தாயாரும், கண்ணாடி போட்ட தம்பியும் இன்னும் சற்று நேரத்தில் வருவார்கள்.

அந்தச் சிறுபெண்ணின் வாழ்க்கைச் சூழலின் துயரங்கள் அவள் அகத்தில் படிந்து, அகத்திலிருந்து முகத்திற்கும் வந்திருந்தது. அவள் அனுதாபத்திற்குரியவள். வாழ்க்கையில் மூச்சுத் திணறும்படியாகப் பளுசுமந்து இற்றுப்போக வேண்டிய வாழ்க்கை நிலையில் இருக்கிறவள். வரும்போதே அந்தப் பெண் பால்கனியைப் பார்ப்பது தெரிந்தது. அம்மா பூட்டைத் திறந்துகொண்டிருக்கும்போது ஒரு தடவை பார்த்தாள்.

இவன் உள்ளே வந்து தயாராக விரித்து வைக்கப்பட்டிருந்த படுக்கையில் படுத்தான். பிறகு எழுந்து சிகரெட்டைப் பற்ற வைத்துக்கொண்டு சுவரில் சாய்ந்து உட்கார்ந்தான். பிறகு விளக்கை அணைத்துவிட்டு சிகரெட் புகைத்துக்கொண்டு உட்கார்ந்திருந்தான்.

அடுத்த நாள் காலை இவன் அந்த ஊரைவிட்டு நீங்கி யிருந்தான்.

❍

***கணையாழி*, 1981**

பின்னிணைப்பு

ஆசிரியரின் நூல் முன்னுரைகள்

இடப்பக்க மூக்குத்தி

‘உயிர்மை’ வெளியீடான ‘நடன மங்கை’ சிறுகதைத் தொகுப்பிற்குப் பின் ‘இடப்பக்க மூக்குத்தி’ என்ற இந்த சிறுகதைத் தொகுப்பும் ‘உயிர்மை’ வெளியீடாகவே வெளிவருகிறது. ஒரு விபத்தில் சிக்கிக் காலில் அடிபட்டு வெளியே செல்ல முடியாமல் வீட்டில் இருந்த நவம்பர் 2016 முதல் டிசம்பர் 2016 வரையிலான காலகட்டத்தில் 9 கதைகளை என்னால் எழுத முடிந்தது. அந்தக் கதைகளை மாதம் ஒரு சிறுகதை வீதம் உயிர்மையில் பிரசுரிக்கலாம் என்ற எண்ணம் ஏற்பட்டு மனுஷ்யபுத்திரனிடம் பேசினேன். அவரும் ஒப்புக்கொண்டார். ‘புனைவுகளின் புல்வெளி’ என்ற தலைப்பில் உயிர்மையில் மார்ச் 2017 முதல் இக்கதைகள் பிரசுரமாயின. மதுரையில் நடைபெறும் நவம்பர் புத்தகத் திருவிழாவின்போது தொகுப்பு கொண்டுவரலாம் என்று மனுஷ்யபுத்திரன் கூறியதை ஒப்புக்கொண்டேன். பிற பத்திரிகைகளில் பிரசுரமான 3 கதைகளையும் சேர்த்து மொத்தம் 12 கதைகள் இத்தொகுப்பில் உள்ளன.

கதைகள் ஜோடனைகளைக் கொண்டிருக்கக் கூடாது. ‘பாண்டஸி’ இருக்கலாம். மரபான தன்மை இருக்கலாம். மரபற்ற தன்மை இருக்கலாம். மன உணர்வுகளைப் பிரதிபலிக்கலாம். கதை படித்துப் பழகியதாக இருக்கக் கூடாது. மனித வாழ்க்கைக்கு அப்பாற்பட்ட கதைக்களனும், உணர்வுகளும் இருக்கின்றனவா? அப்படி எதுவும் இருக்காது; ஆனால் புதியதாக இருக்கலாம். எழுதப்படும் பாணி முக்கியமானது. கதைகள் பாணியைத் தேர்வு செய்கின்றன. பாணி கதையைத் தேர்வுசெய்வதும் உண்டு. இப்படி ஏதாவது சொல்லிக்கொண்டே போகலாம்.

ஆனால் கதைகள் இவைகளை ஏமாற்றி அழகைக் காட்டும். மனத்தின் விசித்திரங்களைச் சிருஷ்டியாகக் காட்டும். மனத்தின், வாழ்க்கையின், உறவுகளின் நுட்பத்தைக் காட்டும். எதையாவது அழுத்திக் காட்டும். எதையும் அழுத்திக் காட்டாமல் போகிற போக்கில் எதையாவது காண்பித்துச் செல்லும். நட்பில் மறைந்திருக்கும் பொறாமையைக் காட்டும். புதிர்களைக் காட்டும். புதிர்களுக்குப் பின் இருக்கும் பூஜ்யத்தைக் காட்டும். மனக்குழப்பத்தைக் காட்டும். புதிர் புதிராகவே நிற்கும் வசீகரத்தைக் காட்டும். பெண் ஈர்ப்பின் நாடக ஆட்டங்களைக் காண்பிக்கும். நடிகையில் அம்மாவைக் காண்பிக்கும். மனத்தின் நோய்மையையும் அதில் தெறிக்கும் உண்மையையும் காண்பிக்கும். காமம் ஒரு கோடாரி என்று கூறும். குழந்தைக்கு வேறுபட்ட புதிய அப்பாவைக் காண்பிக்கும். பெண்கள் உருமாறுவதைக் காட்டும். இடப்பக்க மூக்குத்தி மின்னுவதைக் காட்டும். ஒடுக்கப்பட்டவர்கள் வணங்க முடியாத அரச மரத்தைக் காட்டும். அரசமரமும் போதி மரமும் ஒன்றுதானே. புத்தர் அரச மரத்தில் அல்ல. நாட்டைக்குறிஞ்சி ராகத்தில் உறைந்திருக்கிறார் என்று கூறாமல் கூறும். சிறு பணம் பெரும் பணமாகத் தோன்றி நம்பிக்கை அளிப்பதைக் காட்டும்; அந்தப் பணம் செல்லாமல் போன அவலத்தைக் காட்டும். இப்படியாக இத்தொகுப்பில் உள்ள கதைகள் தங்கள் பாதையில் செல்கின்றன. சிருஷ்டியின் லீலைகளை எப்படித்தான் கூறுவது.

இக்கதைகளைப் பிரசுரம் செய்த 'உயிர்மை' ஆசிரியர் மனுஷ்யபுத்திரனுக்கும் உயிர் எழுத்து ஆசிரியர் சுதீர் செந்திலுக்கும், தி தமிழ் இந்து ஆசிரியர் குழுவில் இருந்த அரவிந்தனுக்கும், மலைகள்.காம் ஆசிரியர் சிபிச்செல்வனுக்கும் எனது நன்றியைத் தெரிவித்துக்கொள்கிறேன்.

இக்கதைகளைத் தொகுப்பாகக் கொண்டுவரும் மனுஷ்ய புத்திரன் மற்றும் செல்வி, உயிர்மை குழுவினருக்கும் என் நன்றிகள்.

திருமணமாகி மலேசியாவில் நிரந்தரமாகக் குடியேறிச் சில ஆண்டுகளுக்கு ஒருமுறை இங்கு வந்து எங்கள் குடும்பத்தாரையும், உறவினர்களையும் மகிழ்விக்கும், என்மீது பாசமாக இருக்கும் என் உடன் பிறந்த அக்கா சுலோச்சனா தேவராஜனுக்கு இந்தச் சிறுகதைத் தொகுப்பைச் சமர்ப்பணம் செய்கிறேன்.

08.08.2017

~~

நடன மங்கை

இத்தொகுப்பில் உள்ள கதைகள் அனைத்தும் 2013ஆம் ஆண்டு எழுதப்பட்டவை. பணி ஓய்விற்குப் பின் வரும் இரண்டாவது சிறுகதைத் தொகுப்பு இது. கதை எழுதுவதில் என்னைச் சோம்பேறியாகவே நான் கருதுகிறேன். கையெழுத்துப் பிரதியில் 12 பக்கங்களை அடைந்தவுடன் கதை முடிவை நோக்கி ஏங்கிவிடுகிறது. நாவலாசிரியன் ஆக வேண்டும் என்ற ஆசை உள்ளது. ஆசையோடு மட்டுமே நின்றுகொண்டிருக்கிறது. இத்தொகுப்பில் உள்ள கதைகளில் 'நடன மங்கை', 'எழுத்தாளன், நடிகை, காரைக்காலம்மையார்', 'சொப்பன வாழ்வில் மகிழ்ந்து' ஆகிய மூன்று கதைகள் தவிர்த்துப் பிற கதைகள் ஒரு நாவலாக உருவாக்கத்தக்க வகையில் என் மனதளவில் ஒன்றுக்கொன்று, தொடர்புபடுத்தத்தக்கவையாக இருந்தன. நாவல் எழுதுவதில் உள்ள சிரமம் காரணமாக அவை சிறுகதைகளாகப் பிறந்து விட்டன. இப்போதும் மனத்திற்குள் ஒன்றுடன் ஒன்றை இணைத்து விடுபட்ட பகுதிகளை மனத்துள் நிரப்பிப்பார்த்துக்கொள்கிறேன்.

மிகச் சிறுவயதிலேயே எனக்குக் கடவுள் 'கற்பிதம்' என்று தெரிந்துவிட்டது. ஆனால் கடவுள் என்ற கற்பிதம், மனிதர்களுக்குத் தேவைப்படும் உளவியல் பற்றிக் குழப்பம் இருந்தது. அது ஓர் உளவியல் தேவை என்பதை அறிந்தபோது அது சார்ந்த நம்பிக்கைகள் பற்றிக் கேள்வி எழுந்தது. இந்த வழியில் எனக்குப் பெரியார் அறிமுகமானார். குறிப்பாக, அவரது ஆசாரத்திற்கு எதிரான நடவடிக்கைகளில் எனக்கு ஈர்ப்பு ஏற்பட்டது.

'புன்னகை' என்ற கதையில் பெரியார் வருகிறார். பெரியாரின் பேச்சினால் சிந்தனையில் மாற்றம் ஏற்பட்டு இளவயதில் விதவையாகிவிட்ட தன் மகளை ஒருவர் மறுதிருமணம் செய்துகொடுக்கிறார். வீட்டின் மூலையில் முக்கியத்துவம் இல்லாது இருந்து, பின்னர், தாய், தந்தை காலத்திற்குப் பின் புறக்கணிக்கப்பட்டவளாக இருக்கவேண்டியவள், மறுதிருமணம் மூலம் சமூக அந்தஸ்தான சூழ்நிலையில் இருந்து இறக்கிறாள். இந்த மாற்றத்திற்குப் பெரியாரின் பேச்சே காரணமாக இருக்கிறது. கதையில் பெரியாரின் பேச்சுப்பகுதி எனக்குப் பிடித்த வகையில் அமைந்துவிட்டது. 'புன்னகை' கதையில் வரும் இளம் விதவையின் வீடு திரும்பும் படலம், 'வீடு திரும்புதல்' என்ற கதையில் இடம்பெற்றுள்ளது.

எல்லா வீழ்ச்சிக்குப் பின்னும் ஓர் அவலம் இருக்கும். சமூக மாற்றத்தில் பிராமணர்களின் வீழ்ச்சிக்குப் பின் உள்ள அவலம் 'கோவில் பிரகாரம்' கதையில் வெளிவந்துள்ளது.

'அம்மாவின் சாயல்' கதையில் விதவையின் பூட்டிய மனம், பெரியார் அபிமானியான தாத்தாவின் சித்தரிப்பு, இலங்கைப் பிரச்சினையின் உளவியல் தாக்கம், இன்ன பிற இடம்பெற்றுள்ளன. இக்கதையில் ஒருவிதக் காவியத்தன்மை இருப்பதாக நான் கற்பனை செய்துகொண்டேன்.

வலுவற்ற கதையாக அமைந்துவிடுமோ என்ற எண்ணத்துடனேயே 'கால்பந்தும் அவளும்' கதையை எழுதினேன். ஆனால், இந்தக் கதை பலருக்கும் வெகுவாகப் பிடித்திருந்தது என்பதைக் கதை வெளிவந்தபின் அறிந்தேன். மிகையான மனோபாவத்தின் குறியீடெனக் கால்பந்து இக்கதையில் உருவாகி விட்டது.

சகமனிதன் மனிதனுக்குப் பெரிய அச்சுறுத்தலாக இருக்கிறான். பக்கத்து வீட்டுக்காரன், பக்கத்து நாடு, பஸ்ஸில், ரயிலில், பக்கத்தில் உட்கார்ந்துள்ள நபர், ரோட்டில் நடந்து செல்லும்போது கூட வருபவர் என சக மனிதன் அச்சுறுத்துகிறான். உதவி செய்யப் போனவர்கள் மாட்டிக்கொள்கிறார்கள். நானும் என் மேலதிகாரியும் ஒரு விழாவில் கலந்துகொள்ளச் சென்றபோது, மோட்டார் சைக்கிள் விபத்துக்குள்ளாகி, இரண்டு நபர்கள் சாலையோரத்தில் கிடந்ததைப் பார்த்தோம். மேலதிகாரி விழாவிற்குச் செல்ல வேண்டியிருந்ததால் நான் இறங்கிக்கொண்டேன். என்னிடம் வாகனம் இல்லை. சாலையில் சென்றுகொண்டிருந்த கார்களை நிறுத்தக் கைகாட்டினேன். எவரும் நிறுத்தவில்லை. ஒருவர் நிறுத்தினார். அவர் உதவியோடு காயமடைந்து கிடந்த இருவரையும் காரில் ஏற்றினோம். காரை ஓட்டிக்கொண்டு வந்தவர் பெயர் இன்னும் நினைவிருக்கிறது. பார்த்தசாரதி. இதற்கு முன் ஒருதடவை இவ்வாறு உதவி செய்ததாகவும் போலீஸ்காரர்கள் அவரை விசாரணைக்காக ஸ்டேசனுக்குக் கூட்டிச்சென்று உட்கார வைத்துவிட்டதாகவும் பின்னர் நீதித்துறையில் பணிபுரிந்த ஒருவரின் சிபாரிசில் வெளியே வந்ததாகவும் அவர் தெரிவித்தார். அவருக்குச் சிரமம் வராது என்றும் நான் வருவாய்த்துறையில் பணியில் உள்ளதால் எல்லாவற்றையும் நான் பார்த்துக்கொள்வதாகவும் சொன்னேன். விபத்துக்குள்ளானவரின் பையில் இருந்த டைரியில் இருந்த அவர் வீட்டுத் தொலைபேசி எண்ணிற்குப் பேசித் தகவல் சொன்னேன். அரசு ஆஸ்பத்திரியில் விபத்து வார்டிற்கு வருமாறு கூறினேன். ஆஸ்பத்திரியில் என் அலுவலக

முகவரி கொடுத்தேன். அவர்களை ஆஸ்பத்திரியில் சேர்த்தோம். கார்க்காரர் விடைபெற்றுச் சென்றுவிட்டார். அடிபட்டவர்களின் உறவினர்கள் வந்தால் என்னால்தான் இந்த விபத்து ஏற்பட்டது என்றும் அதனால்தான் ஆஸ்பத்திரிக்குக் கொண்டுவந்து சேர்த்திருக்கிறேன் என்றும் நினைத்துத் தகராறு செய்வார்களோ என்ற எண்ணம் ஏற்பட்டது. தவிர போலீஸ்காரர்களின் பிரச்சினைகளை வேறு சந்திக்க வேண்டியிருக்கும் என்று தோன்றியது. சற்றுநேரம் இருந்துவிட்டுச் சென்றுவிட்டேன். சில நாட்கள் கழித்து ஆஸ்பத்திரியில் விசாரித்தேன். டிஸ்சார்ஜ் பண்ணி கூட்டிக்கொண்டு சென்றுவிட்டார்கள் என்ற தகவல் கிடைத்தது. ஆஸ்பத்திரிப் பதிவேட்டில் என் முகவரி இருந்தது. எவரும் உதவி செய்ததற்காக என்னைத் தொடர்புகொண்டு பேசவில்லை.

இன்னொரு நிகழ்வு. என் உறவினர் ஒருவர் வயதானவர். என்னிடம் உற்சாகமாகச் சொன்னார்: பஸ் நிறுத்தத்தில் மயங்கிவிட்டதாகவும், விழித்துப் பார்த்தபோது, ஆட்டோவில் சென்றுகொண்டிருந்ததாகவும், பக்கத்தில் இருந்தவனைத் திட்டி, இறக்கிவிட்டுவிட்டதாகவும் கூறினார். “ஏன், இப்படிச் செய்தீர்கள்” என்றேன். “பின்னே என்னை எங்காவது கொண்டு போயிட்டான்னா என்ன பண்றது” என்றார்.

வாழ்க்கை இப்படித்தான் இருக்கிறது. இதனுடைய இன்னொரு வடிவம்தான் ‘சொப்பன வாழ்வில் மகிழ்ந்து’ என்ற கதை.

கட்டுரையாக எழுத வேண்டிய விஷயத்தைக் கதையாக எழுதிப்பார்ப்போம் என்று எனக்குத் தோன்றியது. அதைக் ‘கட்டுரைக் கதை’ என்று அழைக்கலாம் என்று நினைத்தேன். இலங்கைப் பிரச்சினையில் ஒவ்வொரு கட்சிக்கும் ஒவ்வொரு குழுவுக்கும் தனித்த விருப்பங்களும் சிந்தனைகளும் செயல்பாடுகளும் உள்ளன. இன்னொரு குழுவுக்கும் கட்சிக்கும் பெயர் கிடைத்துவிடக் கூடாது என்று ஒவ்வொரு குழுவும் கட்சியும் நினைக்கின்றன; விமர்சனம் செய்கின்றன. பிறகு எப்படி ஒருமித்த நிலை உருவாகும். தமிழர்களிடையே பல பிரிவினைகளும் ஏற்றத்தாழ்வுகளும் இருப்பதால் ஒன்று சேர்வது கடினம். இவையெல்லாம் கலந்து ‘கலந்துரையாடல்’ கதை உருவானது.

‘நடன மங்கை’ எழுதப்பட்ட விதத்தில் பலரை வசீகரித்தது. பெண் என்பது ஆண்களுக்கு வசீகரம். அந்த வசீகரம் பலவிதத் தோற்றங்களை உருவாக்கக் கூடியது. கதையில் அவனுடைய அடையாளம் தெரியவில்லை. அவன், அந்த நடன மங்கையைப் பார்த்தானா, பார்க்கவில்லையா என்பதும் தெரியவில்லை. புதிரும் வசீகரமும் கூடிய கதை இது.

என் கதைகளைப்பற்றி நானே பல விஷயங்களைக் கூறி யிருக்கிறேன். 'எழுத்தாளன் இறந்துவிட்டான்' என்ற கூற்றுக்கும் எழுத்தாளனாகிய நான் என் கதைகளைப்பற்றிக் கூறுவதற்கும் ஒரு தொடர்பு மில்லை என்று நினைக்கிறேன். எழுத்தாளனின் நினைப்பை மீறியதே படைப்பு என்பதற்காகச் சொல்லப்பட்ட கவித்துவ வார்த்தை அது என்று எனக்குத் தோன்றுகிறது.

இக்கதைகளைப் பிரசுரம் செய்த பத்திரிகை ஆசிரியர்களுக்கும் இத்தொகுப்பைக் கொண்டுவரும் மனுஷ்யபுத்திரனுக்கும் உயிர்மை பதிப்பகத்தில் பணிபுரிபவர்களுக்கும் என் நன்றிகள்.

நான் கதை பற்றி விவாதிக்கும் நண்பர்கள் சிவராமன், ந. ஜயபாஸ்கரன் ஆகியோருக்கும் என் நன்றிகள். வண்ணதாசன் அண்ணாவுக்கும் என் நன்றிகள்.

என் சின்னஞ்சிறு வயதில் ஜெயகாந்தனை எனக்கு என் அண்ணியார் அறிமுகம் செய்தார். சின்னஞ்சிறு வயதில் நூலகம் அவர் மூலமே எனக்கு அறிமுகமாயிற்று. வாசிப்புப் பழக்கம் இதன்மூலம் எனக்கு உருவாயிற்று. என் எழுத்துலக வாழ்வின் கதவு அவரால் திறந்தது. மேலும் என் அண்ணனுடன் சேர்ந்து எங்கள் குடும்பத்தைப் பராமரித்ததில் அவர் பங்கு பெரியது. என் அண்ணியார் ஜெ. சாந்தகுமாரி அவர்களுக்கு இச்சிறுகதைத் தொகுப்பைச் சமர்ப்பணம் செய்கிறேன்.

25.11.2013

~ ~

நானும் ஒருவன்

'மாபெரும் சூதாட்டம்' தொகுப்பிலும் 'அவரவர் வழி' தொகுப்பிலும் உள்ள கதைகள் காலரீதியாக இறங்குவரிசையில் அமைக்கப்பட்டிருக்கும். கடைசியாக எழுதப்பட்ட கதை முதலிலும், முதலில் எழுதப்பட்ட கதை கடைசியிலும் இருக்கும். இத்தொகுப்பிலுள்ள கதைகள் அனைத்தும் ஒரே காலகட்டத்தில் எழுதப்பட்டவை. எனவே காலவரிசைப்படி அல்லாமல் என் விருப்பப்படி வரிசையை அமைத்திருக்கிறேன்.

ஒவ்வொரு தொகுப்பிலும் என் எழுத்துப் பாணி மாறிக் கொண்டே வந்துள்ளது என்பதை உணர்ந்திருக்கிறேன். பொதுவாக இத்தொகுப்புக்கு முன் வந்த தொகுப்புகளில் உள்ள

சிறுகதைகளில் 'கதை' என்பது வெளிப்படையாக இருக்காது. சமூகச் சிக்கலை, மனத்தின் சிக்கலை, ஆண் பெண் உறவுச் சிக்கலை, காலமாற்றத்தில் ஏற்படும் சிக்கலை முன்வைத்துக் 'கதை' அச்சிறுகதைகளில் மறைந்திருக்கும். சம்பவங்களைச் சித்தரித்து, சம்பவங்களின் தொகுப்பாகக் 'கதையை' அமைத்து முடிவுக்குக் கொண்டுவருவது பொதுவாகக் கதை கூறும் பாணியாக உள்ளது. நவீனச் சிறுகதைகளில் 'கதை' மறைந்திருக்கும்; அல்லது மங்கலாகத் தெரியும்; அல்லது 'கதை' எங்கேயிருக்கிறது என்று யோசிக்கும்படி இருக்கும்.

இத்தகைய சிறுகதைகளின் மூலம் பல சாத்தியங்களை எழுத்தாளன் திறக்க முடியும். உதாரணமாக, 'மாபெரும் சூதாட்டம்' என்றஎன் சிறுகதையைக் கூற முடியும். எண்ணங்களின் கொலாஜ் பல நிகழ்வுகளாக வெளிப்பட்டு, நவீனச் சிறுகதையாக ஆகியுள்ளது.

சூரியின் பாட்டனார் எழுதிய 90 பக்கக் குறிப்புகளைப் பற்றிக் கதைசொல்லி கூறுவதே 'கதை'. சூரியின் பாட்டனாரால் மகா உத்தம ஜாதகம் என்று குறிப்பிடப்பட்டிருந்த சூரியின் தந்தை, சூரியைக் கருக்கொண்டிருந்த மனைவியுடன் பஸ்ஸில் ஜன்னலோரமாக உட்கார்ந்திருந்தபோது, அரசியல் தலைவர் இறந்த துக்கம் தாளாது அவரது ஆதரவாளர்கள் எறிந்து கொண்டிருந்த கல்லில் அடிபட்டு, அபத்தமான முறையில் இறக்கிறார். 90 பக்கக் குறிப்புகளுக்கு முன்னதாக வரும் வாசகங்களின் சிறு பகுதி:

"எந்தப் போக்கும் வாழ்வினுடைய, காலத்தினுடைய சூதாட்டங்களினால் கணிப்பிற்குட்படுவதில்லை . . . நடந்ததை நடக்க விதிக்கப்பட்டதாக நினைத்து ஏற்றுக் கொள்ள சூதாட்டம் வெற்றிகரமாக ஆட்டத்தை நடத்திக் கொண்டிருக்கிறது . . ."

சீட்டாட்டத்தின் போக்கே யூகமற்றது. ஒவ்வொருவர் எடுக்கும் சீட்டினாலும், இறக்கும் சீட்டினாலும் ஆட்டத்தின் போக்கு மாறிக்கொண்டேயிருக்கிறது, வாழ்வைப்போல. கணவனும் மனைவியும் சீட்டாடுகிறார்கள். வெற்றி தோல்வி பற்றிய அக்கறையின்றி ஆடுகின்றனர். ஒருவர் வெற்றியடைவது பற்றி மற்றவருக்குக் கவலையில்லை. பிறகு பணயம் வைத்து ஆடுகின்றனர். ஒருவருடைய வெற்றி மற்றவருக்கு ஆத்திரத்தைத் தருகிறது. குழந்தைக்குத் தாய், தந்தையாக உறவு மாற்றமடைந்த பின்னர் ஆடும் சீட்டாட்டத்தில் சேரும் என்று நினைத்து வைத்திருக்கும் சீட்டுகள் சேர்வதில்லை. ஜோக்கர் வருவதில்லை. சீட்டுகள் சேர்ந்து வெற்றிபெறுவது தாமதமாகிக்கொண்டே

643

இருக்கிறது. இறுதியில் வெற்றி பெற்றவருக்கும் களைப்பு ஏற்படுகிறது. பிறகு ஆடும் சீட்டாட்டத்தில் ஒருவர் சீட்டை மற்றவர் பார்க்கும் போக்கு ஏற்படுகிறது. இவ்வாறு இருவரும் முனைய, குழப்பமும் சண்டையும் ஏற்படுகின்றன. இறுதியில் இறக்கும் தறுவாயில் ஒருவன் எதிரில் ஆள் இல்லாமல், அவனே இரண்டு நபர்களாய் மாறி ஆடுகிறான். இருவருக்கான சீட்டுகளையும் அறியும் நிலையில் அவன் யாருக்கு நியாயம் செய்பவனாக ஆடுவது என்று தவிக்கிறான். வாழ்வுச் சீட்டாட்டம் என்ற குறியீட்டு நிகழ்வு மூலம் பார்க்கப்படுகிறது.

இக்கதையில் சீட்டாட்டம் தவிர்த்து வாழ்வின் இரண்டு பெரும் நெருக்கடிகளும் காண்பிக்கப்படுகின்றன. ஒன்று, அரசு அலுவலகம் மனிதர்களை அலைக்கழிப்பது; இரண்டு, காமம். அலுவலக அலைக்கழிப்பு, நீதிமன்றக் கட்டிடங்களில் ஒருவன் வழி தெரியாது அலையும் விஸ்தாரமான காட்சி மூலம் காண்பிக்கப்படுகிறது. மனிதன் இறக்கும் தறுவாயிலும் காமம் இருந்துகொண்டேயிருக்கும். கடற்கரையில் நிற்கும் பெண்ணின் வர்ணத் தோற்றம் பல்வேறு கட்டங்களில் குறிப்புகளினூடே வந்துகொண்டிருப்பதாகக் காண்பிக்கப்படுகிறது.

– இதுதான் ‘மாபெரும் சூதாட்டம்’ சிறுகதையின் ‘கதை’. ஏற்கெனவே கூறியதுபோல் எண்ணங்களின் கொலாஜ் சிறுகதையாக உருப்பெற்றிருக்கிறது. நவீனத்துவம் என்பதற்கான உதாரணமாகவே இக்கதையைக் கூறினேன்.

‘தேசிய புத்தக டிரஸ்ட்’ (NBT) வெளியிட்ட ‘இந்திய சுதந்திரப் போராட்டம்’ புத்தகத்தின் மூலம் நான் அறியவந்த சூர்யசென், ஜதீன் தாஸ், குதிராம் போஸ் ஆகியோரைப் பற்றிய செய்திகளே சுதந்திரப் போராட்டக் காலத்துடன் மனம் உறைந்துவிட்ட ஒரு கிழவனைச் சந்திக்கும் மாயக்காட்சி உள்ள ‘மறைந்து திரியும் கிழவன்’ ‘கதை’யை உருவாக்கியது.

ஒரு அபத்தமான சினிமா கதையைக் கூறிக்கொண்டே வந்து, கிளைமாக்ஸில் கதையை நிறுத்தி, இந்திய மக்களின் வாழ்வுடன் சம்பந்தப்பட்ட இந்திய பட்ஜெட் பற்றிய குறிப்புகளை விவரமாகச் சொல்லி – அக்குறிப்புகள் பிரசுரமான பத்திரிகையின் பக்கங்களை – குப்பை பொறுக்கும் சிறுவன், கோணிப்பைக்குள் திணிப்பதைக் கிளைமாக்ஸாகக் காட்டும் ‘கதை’, ‘அறிக்கை’ என்ற சிறுகதை.

இவையெல்லாம் ‘மாபெரும் சூதாட்டம்’ தொகுப்பில் இடம்பெற்ற சில ‘கதைகள்’. இவ்விதமான பல ‘கதைகள்’ அத்தொகுப்பில் உள்ளன. இவற்றை வசதி கருதி நவீனத்துவக் கதைகள் (பின்நவீனத்துவ ?) என்று கூறலாம். இவை உத்திகளின்

விளையாட்டு அல்ல. பல திறப்புகளுக்காக இக்கதைகள், உத்திகளை இவ்விதமாகத் தேர்வு செய்துகொண்டன. இத்தகைய சிறுகதைகள் அவற்றின் புதுத்தன்மையால் புதுமையை விரும்புகிறவர்களின் கவனத்தைப் பெற்றன.

ஆனால் நான் இதேவிதமாக எழுதிக்கொண்டிக்க முடியாது. ‘மாபெரும் சூதாட்டம்’ தொகுப்பிற்குப் பின் வெளிவந்த ‘அவரவர் வழி’ தொகுப்பு வழியாக நான் இத்தொகுப்பிலுள்ள கதைகளுக்கு வந்து சேர்ந்திருக்கிறேன். இக்கதைகளில் சம்பவங்களும் உள்ளன. ‘கதை’யும் உள்ளது. ஆனால் அவை ‘வித்தியாசமான’ சம்பவங்களாகவும் ‘வித்தியாசமான’ கதைகளாகவும் உள்ளன. அவற்றின் வழியாக நான் என் பார்வையையும் நிறுவியுள்ளேன்.

இங்கு நான், குறிப்பாகச் சில கதைகளைப் பற்றிக் கூற வேண்டும். ‘கணியன் பூங்குன்றனார்’ கதையைப் பொறுத்த வரை அக்கதையைப் பிரசுரம் செய்த ‘தீராநதி’க்கு எப்படிப்பட்ட கடிதங்கள் வந்தன என்று எனக்குத் தெரியாது. இக்கதை பிடித்திருப்பதாக எனக்குப் பல அலைபேசி அழைப்புகள் வந்தன. “உள்ளதைத்தானே எழுதியிருக்கீங்க” என்றார் ஒரு ஐ.ஏ.எஸ். அதிகாரி. இக்கதையை நான் எழுதும்போது ஓர் ‘அபாயம்’ இருப்பதாக எனக்குத் தோன்றியது. திராவிட இயக்கக் கோட்பாடு களில் ஈடுபாடுள்ள ஒருவருக்கு, அனுதாபத்திற்குரிய சூழலில் உள்ள ஒரு பார்ப்பனர்மீது ஏற்படும் அனுதாபத்தை எழுதினால், பார்ப்பன ஆதரவாளர் என்ற வசை எனக்குக் கிடைக்குமே என்ற ‘அபாயமே’ அது. அவ்வாறு ஒரு யதார்த்தம் இருந்தாலும் அதை ஏன் எழுத வேண்டும்; இதற்கு நேர்மாறாக உள்ள யதார்த்தங்களைப்பற்றி ஏன் எழுதவில்லை என்ற கேள்விகளும் உருவாகுமே என்றும் தோன்றியது. ஜனநாயகத்தில் இருக்கிறோம் என்றாலும், எழுத்தாளனுக்கு அவன் சூழலில் நிலவும் ‘சமூக மனம்’ மனத்தடைகளை ஏற்படுத்திக்கொண்டிருக்கிறது. எனினும் எழுத்தாளனின் கவனம் சூழலில் நிலவும் மறுபக்கம் நோக்கியே சென்றுகொண்டிருக்கும். மனிதாபிமானம் வேறுபாடுகளைக் கடந்து செல்லும் இயல்புடையது என்ற எளிய உண்மையைக் கூற வேண்டியுள்ளது.

‘பின்நவீனத்துவவாதியின் மனைவி’ கதையைப் பொறுத்த வரை, இ–மெயிலில் வந்த வசைகளை அனுப்பிவிடவா என்று ஹமீது (மனுஷ்யபுத்திரன்) கேட்டார். நான் வேண்டாம் என்று சொல்லிவிட்டேன். சிலர் அலைபேசியில் கூப்பிட்டுத் திட்டியதாகவும் கூறினார். பின்நவீனத்துவவாதிகளின் அதிகாரம் பின்நவீனத்துவக் கோட்பாட்டுக்கு உகந்ததுதானா? பின்நவீனத்துவம் பல நிலைப்பாடுகளைக் கேள்விகளுக்கு உள்ளாக்குகிறது. எள்ளல் செய்கிறது. ஆனால் பின்நவீனத்துவம்

தன்னைத்தானே எள்ளல் செய்துகொள்ளக் கூடாதா? என் பல கதைகள் பின்நவீனத்துவக் கதைகள் என்று சொல்லப் படுகின்றன. மேலும் இக்கதையின் இறுதிப் பாராவில் வரும் பின்நவீனத்துவம் அறிந்த பேராசிரியர்களான ஆல்பிரட் சின்னத்துரையும் ஜெனிபர் மங்கையர்க்கரசியும் இக்கதையைச் சரியான பின்நவீனத்துவக் கதை என்று ஒப்புக்கொள்கிறார்கள். மேலும் இளைய தம்பதிகள் இவ்வாறு பரிகாசமாகப் பேசி, பரிசோதனைகள் எல்லாம் செய்து பார்க்கக்கூடியவர்கள்தான். அக்கதையில் வரும் சூரியசந்திரனைத் தவிர பிற இருவரும் பெரும் அளவில் பாவனைகளைக் கொண்டவர்கள். பலரிடமும் நான் பாவனைகளையே காண்கிறேன். ஒருவர் கம்யூனிசம் பேசுவார். வாழ்க்கையில் அவருக்கும் கம்யூனிசத்திற்கும் தொடர்பு இருக்காது. ஆனால் அவர் கம்யூனிஸ்ட். ஒருவர் தன் வாழ்க்கையில் இயல்பாகவே அக்கோட்பாட்டை அனுசரித்து இருந்துகொண்டிருப்பார். ஆனால், அவர் கம்யூனிசம் பேசாததால் அவர் குட்டி பூர்ஷ்வா ஆகிவிடுவார். உலகமயமாதலை எதிர்த்துக் குரல் கொடுத்து அரசியல் செய்பவர்கள் பன்னாட்டு நிறுவனங்களின் நுகர்பொருட்களைப் பகிஷ்கரிக்க வேண்டாமா? நோக்கியா மொபைலுடனும் (பின்லாந்து) அக்வாபினா தண்ணீர் பாட்டிலுடனும் (அமெரிக்கா) அலையலாமா? (வெளிநாட்டு மது வேறு. மிக்ஸிங் அமெரிக்காவின் செவன்–அப்.) அந்நியத் துணிகளைப் பகிஷ்கரித்துச் சௌகரியமற்ற முரட்டுக் கதரை அணிந்த மனிதர்கள் இருந்த பூமிதானே இது. பாவனைகளை எள்ளல் செய்யும் கதை இது.

'நானும் ஒருவன்' கதையில் சண்டையை விரும்புபவனும் சூழ்நிலையைத் தந்திரமாகக் கையாளக்கூடியவனுமான அவன், வெட்டுப்பட்டுச் சாவது போன்ற முடிவு நமது அறநெறியைக் கற்பனையாக நிலைநாட்டுவதற்குப் பொருத்தமாக இருக்கும். யதார்த்த நிலை அப்படியா இருக்கிறது என்ற உள்கேள்வியுடன் இன்னொரு முடிவு, கதையின் இறுதியில் முந்தைய முடிவுடன் பிணைகிறது.

இதேபோல்தான் இன்னொரு தளத்தில் ஆண்டாளின் திருமணம் பற்றிக் கூறும் 'ஒரு திருமணம்' கதை. ஒரு முடிவில் ரங்கநாதர், ஆண்டாளை அழைத்துச்செல்ல, இது நடக்கக் கூடியதுதானா என்ற உள்கேள்வியுடன் இன்னொரு முடிவு, அம்முடிவுடன் பிணைகிறது.

'மட்டாஞ்சேரி ஸ்ரீதரன் மேனன்' கதையை எழுதிக் கொண்டிருந்தபோது ஒரு பாத்திரத்திற்கு மலையாளப் பெயர் தேவைப்பட்டது. கவிஞர் சுகுமாரனைத் தொடர்புகொண்டேன்.

ஊர்ப்பெயருடன் மலையாளப் பெயர் வேண்டும் என்றேன். அவர் இந்துவா, முஸ்லிமா என்று கேட்டார். பின் உயர் ஜாதியா, கீழ் ஜாதியா என்று கேட்டார். அவர் சொன்ன பெயர்தான் இது. இதிலுள்ள ஓசை எனக்குப் பிடித்திருந்தது. அப்பெயரையே தலைப்பாக்கிவிட்டேன். இக்கதைக்குப் பரவலான வரவேற்பு இருந்தது. அநேகமாக இத்தொகுப்பிலுள்ள அனைத்துக் கதைகளையும், பிரசுரமான பிறகு, யாராவது சிலர் அலைபேசியில் பாராட்டிக்கொண்டிருந்தனர். இத்தொகுப்பிலுள்ள கதைகள் ஏற்படுத்திய சலனங்கள் எனக்குப் புதிய அனுபவமாக இருந்தன.

இத்தொகுப்பிலுள்ள பெரும்பாலான கதைகளைப் பத்திரிகையில் வாசித்துவிட்டு அக்கதைகளைச் சிலாகித்து வண்ணதாசன் குறுஞ்செய்தி அனுப்பினார். பின்னர் நான் அலைபேசியில் அவருடன் பேசினேன். அவர் பேசியது எனக்கு உற்சாகத்தையும் மேலும் தொடர்ந்து எழுதுவதற்கான உந்துதலையும் அளித்தது. அவருக்கு என் நன்றி.

கதைகளை எழுதிய பின், நண்பர் சிவராமனிடம் வாசிக்கக் கொடுத்து, விவாதித்துச் சீர்திருத்துவது வழக்கம். அவருக்கு என் நன்றி.

இத்தொகுப்பிலுள்ள கதைகளைப் பிரசுரித்த பத்திரிகை ஆசிரியர்களுக்கும் இத்தொகுப்பைக் கொண்டுவரும் கண்ணனுக்கும் 'காலச்சுவடு' பதிப்பகத்தில் பணிபுரிபவர்களுக்கும் என் நன்றி.

இத்தொகுப்பிலுள்ள கதைகள் மனத்தின் ரகசியங்களையும் வாழ்வின் ரகசியங்களையும் கூறிக்கொண்டிருக்கின்றன. இத்தொகுப்பை என் தந்தைக்கும் தாயாருக்கும் வணக்கத்துடன் சமர்ப்பிக்கிறேன்.

22.10.2012

~ ~

அவரவர் வழி

2005ஆம் ஆண்டிற்குப்பின் எழுதப்பட்ட சிறுகதைகளின் தொகுப்பு இது. 'அலையும் சிறகுகள்', 'மறைந்து திரியும் கிழவன்' தொகுப்புகளுக்குப் பின், அத்தொகுப்புகளில் உள்ள கதைகளையும் பிற சிறுகதைகளையும் சேர்த்து வெளிவந்த

‘மாபெரும் சூதாட்டம்’ மொத்தத் தொகுப்பிற்குப் பின் இத்தொகுப்பு வருகிறது. பத்துக் கதைகள் கொண்ட லேசான தொகுப்பு. கனமான தொகுப்புகள் வந்துகொண்டிருக்கிற காலமிது என்பதால் லேசான தொகுப்பு என்று கூறவேண்டியிருக்கிறது.

சமீபத்தில் சுயசரிதைப் பாணியில் ஒரு கூட்டத்தில் உரையாற்ற வேண்டும் என்ற நிலை வந்தபோது, பால்ய காலத்திலிருந்து என் வாழ்வைப் பரிசீலிக்கும் வாய்ப்பு என் மனத்திற்குக் கிடைத்தது. உத்தியோகப் பெயர் சுரேஷ்குமார்; பெற்றோர் வைத்த பெயர் சுரேஷ் சந்திரகுமார்; நான் வைத்துக்கொண்ட பெயர் சுரேஷ்குமார இந்திரஜித். இவர்கள் தனித்தனியாகவும் சேர்ந்தும் இருக்கிறார்கள். நான் யார் என்பதே குழப்பமாகிப்போனது.

நான் எழுத்தாளனாக உருவானதற்கான புறக்காரணங் களை மட்டுமே என்னால் அறிய முடியும். அகக்காரணங்கள் வழி அறியாத மர்மக் காட்டில் வசித்துக்கொண்டிருக்கின்றன என்பதால் என்னால் அறிய இயலவில்லை. எனக்கு புத்தகங்களையும், ஜெயகாந்தன் பெயரையும் அறிமுகப்படுத்திய அண்ணியாரை நான் நினைவுகூர்கிறேன். சுமார் 10 வயதில் நான் கண்ட காட்சியை என்னால் மறக்க இயலாது. அண்ணியார் தினமும், இரவில், ஒவ்வொரு அத்தியாயமாக நாவலை வாசிக்க அதை என் தாயார், அப்பத்தா, பாட்டி ஆகியோர் உட்கார்ந்து கேட்கும் காட்சி அது. அவர் மூலமாகத்தான் என் பத்து வயதில் நூலகத்தை அறிந்தேன். நூலகத்திலிருந்து ஜெயகாந்தன் புத்தகத்தை எடுத்து வரச் சொல்வார்.

இப்படித்தான் எனக்கு ஜெயகாந்தன் அறிமுகமாகி, பின்னர் அவர் எழுத்துக்களின் வாசகனாக மாறினேன். அவரின் எழுத்துக்கள் மூலமாக நான் சமூகம் பற்றியும், உறவுகளிடையே உள்ள சிக்கல்கள், ஆண்–பெண் உறவுச்சிக்கல்கள், இன்ன பிறபற்றி போதம் அடைந்தேன். நான் அவரைக் கடந்து ஒரு நிலையை அடைந்திருந்தாலும், நான் பெற்ற போதம் அடிநிலையாக இருந்துகொண்டிருக்கிறது.

ஆரம்ப காலத்தில் நூலகம் என் படிப்பிற்கு உதவியாக இருந்தது. பின்னர் பரவலாகச் சிறுபத்திரிகைகள் படிக்க ஆரம்பித்து அவை மூலமாக நான் தமிழ், இந்திய, வெளிநாட்டு எழுத்தாளர்களை அறிந்தேன். பிறர் எழுதிய பல சிறுகதைகள் நான் மனத்தில் வசித்துக்கொண்டிருந்ததாலும், நான் அடிக்கடி மூன்று சிறுகதைகளுடன் உரையாடிக்கொண்டிருக்கிறேன். அவை: வண்ணநிலவன் எழுதிய ‘பாம்பும் பிடாரனும்’, போர்ஹே

எழுதிய 'The Approach to Al-Mu'tasim', லாவண்யா எழுதிய 'The Clowns'.

என் மனநிலையும் எழுத்துப்பாணியும் கால ஓட்டத்தில் மாறிக்கொண்டிருக்கின்றன. ஒவ்வொரு தொகுப்பிலுமுள்ள கதைகள் எழுதப்பட்ட காலத்தில் இருந்த மனோநிலையும் எழுத்துப்பாணியும் வெவ்வேறாக இருப்பதை நான் உணர்கிறேன். வியாசரின் மகாபாரதம் ஆளுமைகளின் மோதல்களையும் தந்திரங்களையும் நெருக்கடிகளையும் கதாபாத்திரங்களின் இக்கட்டான நிலைகளையும் எனக்குக் காட்டியது. வியாசன் எனக்கு முக்கியமானவன். அவன் மதமரபில் வந்தவனல்ல. எழுத்தாள மரபு அவனிடமிருந்து துவங்கியது என நினைத்துக் கொள்கிறேன்.

மதம் சார்ந்த பிரதிமைகளின் மீதோ, தொன்மங்களின் மீதோ எனக்கு ஈர்ப்பு இருந்ததில்லை. நவீன காலத்தின் நெருக்கடிகளே என் மனதில் மையம்கொள்கின்றன. நவீன மனமும் நவீனக் கதையாடல்களும் மேலும் தேவை என்கிற காலத்தில் இருக்கிறோம். நவீன கதையாடல்கள் உருவாகி, மேலும் உருவாகும் இக்காலத்தில் நவீன மனத்துடன் தொடர்பற்ற மதப் பிரதிமைகள், தொன்மங்கள் சம்பந்தமான கதையாடல்கள் பின்னோக்கி இழுத்துச் செல்வ தாகவே எனக்குத் தோன்றுகிறது. எழுத்தாளனுக்கு ஒரு சமூக வரலாற்றில் கிடைக்கும் விஷயங்களில் எதை எங்கே வைப்பது என்ற விழிப்புணர்வு வேண்டியிருக்கிறது.

ஆண்-பெண் உறவுகளின் ஈர்ப்பும், அவற்றின் மறைவான தன்மையும், கள்ளத்தன்மையும், மானுட வாழ்வில் கவனத்திற்குரிய தாகவே இருந்துள்ளன. என் முந்தைய கதைகளைப்போல் அல்லாமல் இக்கதைகள் லகுவானதாக இருப்பதாக எனக்குத் தோன்றுகிறது. பார்வைக் கோணத்திற்கும், வெளிப்பாட்டு முறைக்கும் தொடர்பு இருக்கிறது இனி எழுதக்கூடிய கதைகளின் பாணி இக்கதைகளிலிருந்து மாறுபட்டு இருக்கும்.

சித்தாந்த ரீதியாக முற்போக்கு, சமூக சீர்திருத்தக் கொள்கைகள் பற்றி அறியாமல், ஆனால், அறிவார்ந்த, பரந்த மனத்துடன் இயல்பாகவே, முற்போக்கு சீர்திருத்த எண்ணங்களுடன் இருந்து, நான், நானாக உருவாவதற்குப் பின்புலமாக இருந்த என் மாமா என்.ஏ. தேவராஜன், அண்ணன் என்.ஆர். ஜெயவேலு ஆகியோருக்கு இந்நூலைச் சமர்ப்பணம் செய்கிறேன்.

28.11.2009

~~

மாபெரும் சூதாட்டம்

இத்தொகுப்பில் 39 கதைகள் உள்ளன. 1982இல் வெளியான ‘அலையும் சிறகுகள்’, 1993இல் வெளியான ‘மறைந்து திரியும் கிழவன்’ தொகுப்புகளில் உள்ள கதைகளையும் புத்தக வடிவம் பெறாத கதைகளையும் சேர்த்தே இந்த எண்ணிக்கை. சுரேஷ்குமார் என்ற பெயரில் ஆரம்பத்தில் எழுதிய கதைகளையும் சுரேஷ்குமார இந்திரஜித் என்ற பெயரில் எழுதிய இரண்டு கதைகளையும் இத்தொகுப்பில் சேர்க்கவில்லை. புதிய கதைகள் எழுதித் தருகிறேன் என்று கூறி நீண்ட காலம் எடுத்துக்கொண்டும் என்னால் அவ்வாறு தர இயலவில்லை.

இக்கதைகளில் நான்கு மட்டுமே கற்பனையான தேசத்தில் நடப்பதாக உருவாக்கப்பட்டவை. ஐந்து கதைகள் மட்டுமே பிறன்மனை உறவுச் சிக்கல்கள் தொடர்பானவை. என்னை இவ்வாறாகக் கதை எழுதுபவன் என்று நினைப்பவர்களுக்காக இவ்விவரம்.

ஒரு எழுத்தாளனின் மொத்தக் கதைகளை மொந்தையாகப் பார்ப்பது அலுப்பாகவே இருக்கிறது. உதிரியாகப் படிக்கும்போது பிடித்த கதைகள் மனத்தில் அதிகமாகத் தங்கும். மொத்தமாகப் படிக்கும்போது பிடித்த கதைகள், பிடிக்காத கதைகள் ஆகியவற்றின் கலப்பு ஏற்படுத்தும் மாறுதலுக்கு மனம் தயங்குகிறது. அதுவும் ஒரு எழுத்தாளனின் முதல் கதையிலிருந்து ஆரம்பித்து ஏறுவரிசைக் கிரமமாகப் படிப்பது மேலும் சிக்கல். எனவே மொத்தத் தொகுப்பு எனில், கடைசியாக எழுதியிருந்த கதையிலிருந்து ஆரம்பித்து, இறங்குவரிசையாக ஆரம்பக் கதையை அடைவதுதான் நேர்த்தியான முறை. இப்போது எழுதும் நிலையைத் தெரிய இறுதிக் கதைக்குச் செல்ல வேண்டியதில்லை. முதல் கதையே அந்நிலையைத் தெரிவிக்கும். அந்த முறையில் இதில் இறங்குவரிசையில் கதைகள் அமைக்கப்பட்டுள்ளன.

○

இலக்கியம் தாட்சண்யமற்றது. நல்லது, கெட்டது என்ற சமூக விதிகளை ஊடுருவிப் பார்ப்பது. பொதுவிதிகளையும் விதி விலக்குகளையும் பொருட்படுத்தாதது. சமூக நிலைகளும், சமூகக் கண்ணோட்டங்களும் பொதுவிதிகளையும், விதிவிலக்குகளையும் உருவாக்குகின்றன. பொதுச் சமூகக் கண்ணோட்டத்திற்கு மாறான ஒரு நிலையின் உண்மையை எழுதும் சூழல் இங்கு இருக்கிறதா, இல்லையா என்ற கேள்வி முக்கியமானது. இக்கேள்வி பல கதவுகளைத் திறக்கக்கூடியது. சமூகக் கண்ணோட்டங்கள்

சமயங்களில் யதார்த்த நிலையைப் பின்புலமாகக் கொள்ளாமல் கற்பிதங்களைக் கொண்டதாகவும் இருக்கும். பெண் தெய்வ வழிபாடு, கற்புநிலைபோல.

ஆக, கற்பிதத் திரையை விலக்கிப் பார்க்கும் பார்வையும், பொது விதிகளையும் விதிவிலக்குகளையும் ஊடுருவிப் பார்க்கும் பார்வையும் கலைஞனுக்கு அவசியம்.

O

இத்தொகுப்பில் உள்ள சிறுகதைகளைப் பிரசுரித்த பத்திரிகை ஆசிரியர்களுக்கும், இத்தொகுப்பைப் பிரசுரிக்கும் 'காலச்சுவடு' பதிப்பகத்திற்கும் என் நன்றிகள்.

சுந்தர ராமசாமி தொடர்புடைய நினைவுகளும் காட்சிகளும் தன்னிச்சையாக மனதில் தோன்றிக்கொண்டிருக்கும் காலம் இது.

இத்தொகுப்பை நண்பர் சுந்தர ராமசாமிக்கு சமர்ப்பணம் செய்கிறேன்.

21.11.05

~ ~

மறைந்து திரியும் கிழவன்

யதார்த்தம், அக உலகு, புற உலகு ஆகிய சொற்கள், வாசக மனங்களிடையே மிகுந்த சிக்கல்களை உருவாக்கி யிருக்கின்றன. இங்கு உள்ளோர் யதார்த்தம் என்ற சொல்லிற்குக் கொள்ளும் அர்த்தங்களும், பிற தேசங்களிலுள்ளோர் யதார்த்தம் என்ற சொல்லிற்குக் கொள்ளும் அர்த்தங்களும் வெவ்வேறாக இருக்கலாம். உள்ளதை அப்படியே சித்தரிப்பதுதான் யதார்த்த மான எழுத்து முறை என்றால் அந்த யதார்த்தமானது, தற்போது எந்த அர்த்தங்களில் பெருவாரியாக யதார்த்தம் என்ற சொல் உபயோகிக்கப்படுகிறதோ அவற்றை நோக்கிப் பல கேள்விகளை எழுப்பக் கூடியது. பிற மனிதர்களிடமும், பொருட்களிடமும் மனிதன் கொள்ளும் உறவு வெளிப்பார்வையில் தெரியாத உள்கணக்குகளையும், நுட்பங்களையும், மனம் அறியாத மறைவுப் பிரதேசங்களையும் கொண்டது. இரண்டு நபர்கள் உரையாடும்போது, பழகும்போது வெளிப்படும் வார்த்தைகளும் செயல்களும் இருக்கும் விதத்திலேயே உள்மன இயக்கமும் இருப்பதில்லை. அதன் உரையாடல்களும் கணக்குகளும் வேறு. மனிதனுக்கும் உலகத்திற்குமிடையே உள்ள உறவு பலவிதமான

உணர்வுகளை அவ்வப்போது பிரதானமாகவும், கலவையாகவும் சந்தித்து அவற்றை அனுபவிக்கிறது. வெளிப்பார்வையில் தெரியாத மன இயக்கங்களையும், உணர்வுகளின் விநோதங்களையும் குழப்பங்களையும், கலவைகளையும் உணர்த்தக்கூடிய வெளிப்பாடு எழுத்தாகத் தோற்றம் கொள்ளும்போது வாசகனின் பழக்கமற்ற தன்மை கடினமாகப் பரிசீலனைக்கு உட்பட வேண்டியதாகிறது. நாவல், சிறுகதை, கவிதை என்று அவன் முன்னால் அங்கீகாரம் பெற்று அமர்ந்திருக்கும் எழுத்துகளினால் கட்டுப்பட்டிருக்கும் மனம் விழிப்படையும்போது பழக்கத்தின் தளைகள் தளர்ந்து புதிய எழுத்துகளை நோக்கிச் செல்கிறான்.

காவலர்களினால் தேடப்படும் ஒருவனது மனோ உணர்வு களின் பீதி, மாயத்தோற்றங்கள் ஆகியவற்றின் பின்னணியில் ஜன்னல் இடுக்குகளில் காவலர் முகம் தெரிவதையும், திறக்கப் படும் குடிநீர்க் குழாயிலிருந்து காவலர் வெளிவருவதையும், கதவைத் திறக்கும்போதெல்லாம் காவலர் நிற்பதையும் எழுத்து வெளிப்படுத்தும்போது பழக்கத்திற்குக் கட்டுப்பட்ட மனம் இவற்றை யதார்த்தமில்லை என்று தள்ளிவிடுகிறது. ஒன்றாவது வகுப்பு படிக்கும் ஒரு சிறுவன், பள்ளி வகுப்பறையில் இருக்கும் போதே சென்னை மெரீனா பீச்சிற்குச் சென்று திரும்பி வந்து டீச்சர் சொல்வதைக் கேட்கிறான். ஓரிடத்தில் ஒருவனுக்காகக் காத்திருக்கும் ஒருவன் உண்மையில் அவன் வருவதற்கு முன், அவன் எனச் சிலரைக் காண்கிறான். ஆனால் இவை யதார்த்தமில்லை என்று சொல்லச் சொல்லிப் பழக்கத்தின் பிடியோ பலரை இறுக்குகிறது.

அகஉலகு, புறஉலகு, ஃபாண்டஸி, குறியீடு, சர்ரியலிசம் போன்ற இன்னோரன்ன சொற்கள் / கலைச்சொற்கள் வெளிப் பாட்டு முறையை வகைப்படுத்த உருவாக்கப்பட்டவை. இவற்றைச் சார்ந்து எண்ணங்கள் உருவாகப் பழக்கம் ஏற்பட்டு விட்டது. இவற்றை விலக்கிவிட்டு வாசகனோ விமர்சகனோ படைப்பு எழுப்பும் உணர்வுகளையும் விஷயங்களையும் கூற முனையும்போது அவன் அதிகப் பிரயாசை எடுத்துக்கொள்ள நேரிடலாம். அந்தப் பிரயாசை படைப்பை, கலைச் சொற்கள் இறுக்கும் பிடியிலிருந்து விடுவிக்கச் சாத்தியம் உண்டு. புதிய வெளிப்பாட்டு முறை கலைச்சொற்களுக்குச் சவால் விட்டுக்கொண்டிருக்கிறது.

மனிதனின் வாழ்க்கை, அவன் விருப்பத்தில் இல்லை, அவன் சார்ந்த உறவுகளும், சூழ்நிலைகளும், சமூக, அரசியல், பொருளாதாரச் சக்திகளும் அவனே அறியாதவாறு அவன் மனதை ஆளுமை செய்கின்றன; கட்டமைக்கின்றன; பாதிக்கின்றன.

ஏதோ ஒரு சக்தியின் ஏதோ ஒரு கணக்குக்காக அப்பாவி மனிதர்களின் உயிர்கள் பறிக்கப்பட்டு அவர்களின் குடும்பங்கள் சீர்குலைகின்றன. குழந்தைகளின் வாழ்க்கை கேடடைகின்றது.

மனிதனுக்கும், சமூகத்திற்கும் உள்ள உறவில் மர்மங்கள் அலைகின்றன. இந்த இடத்தில் சமூகம் என்பது அரசியல், பொருளாதாரம் இன்னொரன்ன சக்திகளின் களம் என்ற அகண்ட பொருளில் பிரயோகப்படுத்தப்படுகிறது. எனவே சமூகத்தையும் சமூகத்தைக் கடந்துகொண்டிருக்கும் சரித்திரத்தையும் விசாரிக்க வேண்டியதாகிறது. மர்மங்கள் நிறைந்த உறவைப் படைப்பு வெளிப்படுத்தும்போது அவை மர்மங்களை அம்சங்களாகக் கொண்டு உருவாகின்றன.

படிப்பவர்களைப் பொறுத்து பலவிதமாகத் தோற்றம் கொடுத்தாலும், படைப்பவன் உருவாக்கிய படைப்பே அவற்றின் ஆதாரம் என்பதால் படைப்பாளி மரணமடைவதில்லை. காலத்தின் போக்கில் படைப்பின் வலு கூடிக்கொண்டும், தேய்ந்து கொண்டும் போகலாம். படைப்பின் சிருஷ்டிகரம் அறியப்படாமல் தமது விருப்பங்களை, அபிலாஷைகளைப் படைப்பின் மீது வைத்துப் பார்க்கும் அபத்தங்களைப் புதுமைப்பித்தன் ‘சிற்பியின் நரகம்’ சிறுகதையில் அம்பலப்படுத்தியுள்ளார். ‘சிற்பியின் நரகம்’ உள்ளிட்ட புதுமைப்பித்தனின் பல சிறுகதைகள் அறிவார்ந்த தளத்தைக் கருக்களமாகக் கொண்டவையே.

குலவைச் சத்தங்களின் மிகுதியினால் படைப்பின் வலு கூடி விடாது. காலத்திற்கு ஈடு கொடுக்கும் சக்தியே படைப்பின் வலு. மாயத் தோற்றங்கள் அவற்றின் நிலையற்ற தன்மை காரணமாக மறைய நேரிடும். காலத்தின் முன் படைப்பு முகஸ்துதிகள் இழந்து நிற்கிறது. மாலை மரியாதைகள் இழந்து நிற்கிறது. இதில் யாருக்கும் யாரும் போட்டியில்லை. யார் இடத்தையும் யாரும் பிடிக்க முடியாது. அவரவர்களுக்கு நாற்காலி உண்டு. என் சிறுகதைகளுக்கெதிரான விமர்சனங்கள், எனக்கெதிரான சதி ஆகாது. அத்தகைய மனப்பிராந்தி எனக்கு ஏற்படுமானால் என்னை நானே பரிசீலித்துக்கொள்ள வேண்டும். படைப்பில் வலு இருப்பின் அத்தகைய விமர்சனம் பொய்த்துப் போகும்.

அர்த்தங்கள் சார்ந்து வார்த்தைச் சேர்க்கைகள் உருவாகாத நிலையில் வார்த்தைகள் நாசமுற்று உதவாக்கரையாக மாற்றமடைகின்றன. விஷயங்களையும் உணர்வுகளையும் உணர்த்துவதே மொழியின் இயக்கம். அவ்வாறு இயங்காத வார்த்தைச் சேர்க்கைகள், நான் எழுதுவதெல்லாம் என் மேதமை சார்ந்ததல்லாமல் வேறென்ன என்ற அலட்சியப் போக்கையே பிரதிபலிக்கின்றன.

லத்தீன் அமெரிக்க எழுத்துகளைச் சாக்காக வைத்துக் கொண்டு இங்கு உதவாக்கரை எழுத்துக்கள்கூட உருவாகலாம். உதவாக்கரை எழுத்துகள் லத்தீன் அமெரிக்காவிலும் இருக்கலாம். எழுத்துகள் உதவாக்கரை எனில் அவற்றிற்குப் படாடோபங்களும் பிரகடனங்களும் உயிரூட்ட இயலாது. கண்களை மூடிக்கொண்டு பக்திப் பிரவாகம் அடையவும் வேண்டாம். பெக்கட்டையும் போர்ஹேயையும் சர்வதேச க்யூவில் நிறுத்தி வைத்து, காலம் அழிக்கும் முதல் பெயர்களாக நிச்சயிக்கவும் வேண்டாம். சர்வதேச இலக்கியத்தில் உள்ளவர்களின் ஸ்தானம் பற்றி அறிவிக்க அதற்கான காரணங்கள் வேண்டும். அனுமானமே காரணம் எனில் அது மரத்தடி ஜோஸ்யத்திற்கு ஒப்பானதே.

கேளிக்கையோ அதன் அம்சங்களோ, இலக்கியத்தின் தீவிரம் அருகே நெருங்கஇயலாது. அழகியலும் இலக்கியம் தரும் ஆனந்தமும் கேளிக்கையாகாது. வாழ்க்கையில் மனிதர் நாடும் உல்லாசம் கேளிக்கை சார்ந்தது. பொழுதுபோக்குப் புனைகதைகள்கூடக் கேளிக்கையை அம்சமாகக் கொண்டுள்ளனவா என்பது கேள்விக்குறியே.

பார்வைக் கோணங்களுக்கும் வெளிப்பாட்டு முறைக்கும் இணைபிரியாத தொடர்பு உண்டு. என்னைப் பொறுத்தவரை அர்த்தங்கள் சார்ந்த புதிய கோணங்களையும் அவற்றுடன் இணைந்த வெளிப்பாட்டு முறையையுமே நான் எப்போதும் விரும்பிக் கொண்டிருக்கிறேன்.

09.09.93

~ ~

காலச்சுவடு பப்ளிகேஷன்ஸ் (பி) லிட்.
Published by Kalachuvadu Publications Pvt. Ltd.,
669, K.P. Road, Nagercoil 629001, India
Phone: 91-4652-278525
e-mail: publications@kalachuvadu.com

12/2022/S.No. 1130, kcp 3924, 18.6 (1) rss